பிரம்மச்சாரியின் டயரி

மாக்ஸிம் கார்க்கி

தமிழில்: ரகுநாதன்

பரிசல்

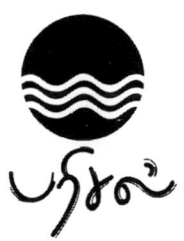

பரிசல்

பிரம்மசாரியின் டயரி ♦ மாக்ஸிம் கார்க்கி ♦ தமிழில்: ரகுநாதன் ♦ பரிசல் முதல் பதிப்பு: 2024 ♦ முதல் பதிப்பு: 1964 ♦ பக்கங்கள்: 714 ♦ வெளியீடு: பரிசல் புத்தக நிலையம் 47, B1 பிளாட் முதல் மாடி, ஐஸ்வர்யா அபார்ட்மெண்ட், ஓம் பராசக்தி தெரு, வி.ஓ.சி. நகர், பம்மல், சென்னை – 600 075. பேச: 9382853646, 8825767500 மின்னஞ்சல்: parisalbooks2021@gmail.com ♦ அச்சாக்கம்: தி பிரிண்ட் பார்க், சென்னை – 600 117.

Brahmachariyin Diary ♦ Maxim Gorky ♦ Translated by: Ragunathan ♦ Parisal First Edition: 2024 ♦ First Edition: 1964 ♦ Pages: 714 ♦ Published by Parisal Putthaga Nilayam, Parisal Putthaganilayam , No. 47, B1 FLAT, First floor, Dhamodar Flat Aiswarya Apartment, Om Parasakthi St, VOC NAGAR Pammal, Chennai -75. ♦ Cell no 9382853646, 8825767500 Parisalbooks2021@gmail.com. com ♦ Printed at: The Print Park, Chennai. ♦ Printed at: The Print Park, Chennai -117.

Rs. 900

ISBN: 978-81-19919-19-2

பதிப்புரை

மாக்ஸிம் கார்க்கி படைத்த "பிரம்மசாரியின் டயரி" (The Life of Matvei kozhemyakin) எனும் இந்நாவல், ருஷ்யப் புரட்சிக்கு முந்திய காலத்தில் அந்நாட்டில் நிலவிய சீரழிந்த சமுதாய அமைப்பினைச் சித்திரிக்கிறது.

இந் நவீனத்தின் கதைத் தலைவன் மாட்வியின் வாழ்க்கை வரலாறை கார்கி விவரித்துக் கூறி வருவதைப் படிக்கும்போது, 'அட பாவமே! இவ்வளவு பயங்கர இருள் படைத்த நாடாகவா ஜாரின் ருஷ்யா இருந்தது, என நாம் எண்ண வேண்டிவரும்.

இந் நாவலைக் குறித்து பிரபல ரஷ்ய அறிஞர் ஐ.பிளெக்கானோவ் கருத்தறிவிக்கும்போது, 'லூயி பிலிப்பேயின் மீட்சிக் காலத்திலே பிரான்சின் மனோ தத்துவத்தைப் புரிந்துகொள்ள எவ்வாறு பால்ஸாக் நாவல்களைப் படித்தாக வேண்டுமோ, அதைப் போலவே கடந்த நூற்றாண்டின் ருஷ்யச் சமுதாயத்தைப் புரிந்துகொள்ள மாட்வீ என்ற கதைத் தலைவனைப்படைத்த இந் நவீனத்தைப் படித்தாக வேண்டும் என்று கூறுகிறார்.

வாசகர்களின் வசதிக்கேற்ப இந்நூல் கையடக்கமாக இருக்கும் பொருட்டு இரண்டாகப் பிரித்து வெளியிட்டுள்ளோம். இந்த நவீனத்தின் அடுத்த பாகங்களைச் சுவைக்க, இந்நூலின் இரண்டாவது புத்தகத்தையும் தொடர்ந்து படிக்க வேண்டுகிறோம்.

மாக்ஸிம் கார்க்கியின் பிரபல நாவல் "தாய்" (Mother) எனும் நூலை தமிழில் தந்து மொழி பெயர்ப்புக் கலையில் சிறந்து விளங்கும் திரு. ரகுநாதன் அவர்களே இந் நூலையும் தமிழில் தந்துள்ளார். படித்துப் பாருங்கள்!

– பிரசுரகர்த்தர்.

முதற் பாகம்

முதுமைப் பருவத்தின் இரக்கமற்ற, தூக்கமின்மை வியாதிக்கு இரையாகிவிட்ட மாட்வி ஸாவ்லிவிச் கோஸிமியாகின் அந்த இரவு நேரத்தில் தலையணைகளின் மீது சாய்ந்து அமர்ந்துகொண்டு, தமது வாழ்நாள் முழுவதையும் ஒவ்வொரு நாளாக நினைவுகூர்ந்து பார்க்கிறார்; அத்துடன் தமது நினைவுகளையெல்லாம் பட்டும் படாமலும் பெரிய, தெளிவான கையெழுத்தில் ஒரு நோட்டுப் புத்தகத்தில் பின்வரும் தலைப்பின்கீழ் எழுதுகிறார்:

"ஒகுரோவ் நகரத்து வாழ்க்கையின் நினைவுகள், உணர்வுகள், நிகழ்ந்த சம்பவங்கள் ஆகியவை பற்றிய ஒரு நினைவுக் குறிப்பு; அந்நகரத்தின் அனாமத்தான ஒரு நகரவாசியின் கேள்வி ஞானத்துக்கும் நேர்முக அனுபவத்துக்கும் ஏற்ப எழுதப்பட்டது."

இதன்கீழ் அவர் அழகிய கையெழுத்தில் பின்வருமாறு எழுதுகிறார்:

"ருஷ்ய நாட்டின் மாகாண நகரமொன்றின் பரிதாபகரமான வாழ்க்கையை ஓரளவு துருவி நோக்கும் காரியத்துக்காக, இதனை நல்லெண்ணத்தோடு படித்துப் பார்க்க வேண்டியது."

மடக்கக் கூடியதும், சாய்வானதுமான ஒரு மேஜையின் மீது அவருக்கு முன்னால் அந்த நோட்டுப் புத்தகம் கிடக்கிறது; ஆடுகுதிரையின் கால்களைப் போன்று அரைவட்ட வடிவத்தில் செய்யப்பட்டிருந்த அந்த மேஜையின் மரக்கால்கள் தரைவிரிப்பின்மீது ஊன்றி நிற்கின்றன; மேஜையின் வலப்புறத்தில் பித்தளைச் சங்கிலி ஒன்றிலிருந்து ஒருமைப்புட்டி தொங்கிக்கொண்டிருக்கிறது. அது அசைந்தாடும்போது, சுண்டெலியைப் போலக் குடுகுடுத்தோடும் ஒரு கரிய சிறிய நிழலை விரிப்பின்மீது படர்ந்தோடச் செய்கிறது. படுக்கையின் தலைமாட்டிலுள்ள உயரமான ஸ்டாண்டின்மீது விளக்கொன்று எரிந்து கொண்டிருக்கிறது; அந்த வயோதிக மனிதரின் முதுகுப்புறத்திலுள்ள தலையணையின்மீதும், அவரது பெரிய காதுகளின்மீதும், அடர்த்தியற்ற வெள்ளிய தலைமயிரினால் விளிம்பு கட்டப் பெற்ற அவரது மஞ்சள் நிறமான வழுக்கை விழுந்த உச்சந் தலையின்மீதும் அந்த விளக்கு இதமான, ஒரே சீரான ஒளியைப் பாய்ச்சுகிறது. அந்தக் கிழவர் தமது

தலையை நிமிர்த்தும் போதெல்லாம் அவரது நோட்டுப் புத்தகத்தின் மீது வட்ட வடிவமான நிழல் படிகிறது. அவர் தமது பூதித்த கரத்தின் புடைத்த உள்ளங்கை யினால் அதனைத் தட்டிக் கொடுக்கிறார்; கண்களைப் பாதி மூடிக்கொள்கிறார்; களைத்துப் போன தனது இருதயத்தின் நிதானமற்ற துடிப்பைக் காது கொடுத்துக் கேட்கிறார். படுக்கைக்குக் கீழுள்ள கணப்படுப்பின் வெண்மையான தளக் கற்களையும், எட்டித் தெரியும் சுவரோரத்தில் மூலைக்கு மூலையாய் நீண்டு தோன்றுகின்ற, கரு நிறத்தில் பைண்டு செய்யப் பெற்ற புத்தகங்கள் நிரம்பிய மாபெரும் புத்தக அலமாரியையும் அவர் பார்க்கிறார்.

கடந்த காலத்தின்மீது தீவிர தீக்ஷண்யத்தோடு பதிந்திருந்த அந்தக் கிழவரின் பார்வை அந்தப் பெரிய அறையில் தெரியும் நிழல்களின்மீது மெதுவாகப் படர்ந்து திரிகிறது; அங்குள்ள பழக்கப்பட்டுப் போன மேஜை நாற்காலிகளின் தெளிவற்ற வரி வடிவங்களின்மீது சிறிது நேரம் தங்கிச் செல்கிறது. அங்கு ஏராளமான பொருள்கள் இல்லை; எனினும், இருப்பவை அனைத்தும் அங்கேயே வேர்விட்டு நிலைத்து விட்டன போன்று அவ்வளவு தூரம் அழுந்தியிருந்தன. அந்த அறையின் நடுப்பாகம் காலியாக இருந்தது. அதில் தென்படும் நிழல்களில் உயிர்ப்பில்லை.

கடைக்கோடிச் சுவரில் ஒரு கதவு இருக்கிறது; அந்தக் கதவுக்கும், முன்புறச் சுவருக்கும் இடையில் புத்தகங்கள் அடைந்து கிடக்கும் மற்றொரு புத்தக அலமாரி இருக்கிறது. முன்புறச் சுவரிலுள்ள இரண்டு ஜன்னல்களும் இறுக மூடிக் கிடக்கின்றன. அவற்றுக்கிடையில் செழுமையாக முலாம் பூசப்பெற்ற சட்டத்துடன் கூடிய, ஒரு நீள்வட்ட வடிவமான பழைய நிலைக்கண்ணாடி தொங்கிக்கொண்டிருக்கிறது; கண்ணாடிக்குக் கீழே ஒரு சோபா; சோபாவுக்கு முன்னால் வளைந்த கால்களையுடைய ஒரு மேஜை; மேஜையின்மீது பளபளக்கும் வெள்ளிப் பிடிகளோடமைந்த, தோலால் பைண்டு செய்யப்பட்ட ஒரு பழங்காலத்துப் பைபிள் புத்தகம் கிடக்கிறது. மேஜைக்கு அருகே, துணி உறைகள் போடப் பெற்ற, வளைந்தகன்ற கால்கள் கொண்ட சில சாய்மான நாற்காலிகள் கிடக்கின்றன. தரையின்மீது ஒரு கனத்த கம்பளி விரிப்பு; படுக்கையின் தலைமாட்டிலுள்ள தேவதா வடிவ மூலையில், ஒன்பது விக்கிரகங்களைக் கொண்ட ஒரு மூன்றடுக்கு மாடம் உள்ளது. வெள்ளிச் சங்கிலிகளிலே தொங்கவிடப் பெற்ற ஒரு பளிங்கு விக்கிரக விளக்கு அந்த மாடத்தின் மேல்தட்டிலுள்ள ஏசுநாதரின் சாந்திமயமான முகம், கன்னி மேரி, பரிசுத்த யோவான் ஆகியோரின்மீதும், நடுத்தட்டிலுள்ள அற்புதங்களை நிகழ்த்தும் நிக்கோலாய். ‘முதுபெருந்தாயே! அழாதே!’ எனச் சொல்லும் விக்கிரகம், கடாட்சிக்கப் பெற்ற வாஸிலி ஆகியவர்கள்மீதும், அடித் தட்டிலுள்ள கிரில்லும் மெஃ போடியும், அந்தோனியும் ஃபியோடோகியும் ஆகிய படங்களின்மீதும், அற்புதங்களை நிகழ்த்தும் மாஸ்கோவாசிகளான பியோடிர், அலெக்ஸி, அயோன் ஆகியவர்கள்மீதும் ஒளியைப் பரப்புவதோடு, இடையிடையே படபடத்துப் பொரிந்தும் விழுந்து கொண்டிருக்கிறது.

படுக்கைக்கு மேலுள்ள அன்னாசிப் பழ வடிவ பிரேம்களில் சுருட்டைத் தலை மயிர் கொண்ட ஒரு குழந்தையைத் தன் மடிமீது வைத்துள்ள ஓர் இளம்

பெண்ணின் இரண்டு புகைப்படங்கள் உள்ளன, ஓடுகின்ற தண்ணீரில் தெரியும் பிரதிபிம்பங்களைப் போல அந்தப் படங்கள் மங்கி மக்கிப் போயிருந்தன.

மாட்வி கோஸிமியாகின் கண்களை இமைகொட்டாமல் அந்தப் படங்களையே வெகுநேரம் வெறித்துப் பார்க்கிறார்; பின்னர்த் தம் முன் சிலுவைக்குறி கீறிவிட்டு, மிருதுவாக முணுமுணுக்கிறார்:

"பரமண்டலத்திலிருக்கும் அன்பான ஆண்டவரே! எனது அருமைக் காதலின் காரணமாகவும், எனது மனச் சாட்சிக்காகவும் நான் ஏற்றுக்கொண்டுள்ள இந்தப் பணியை முற்றுப் பெறச் செய்யுமாறு எனது வாழ்நாட்களை நீடிக்கச் செய்வீராக!"

மிகுந்த தீர்மான புத்தியோடு அவர் மைப்புட்டியில் தமது பேனாவை முக்குகிறார்; தமது தலையைப் பணிவோடு தாழ்த்துகிறார்; மெதுவான, தெளிவான கையெழுத்தில் பின்வருமாறு எழுதுகிறார்:

"எனது அவலமான, மானக்கேடான வாழ்க்கையின் இந்த நினைவுக் குறிப்புக்களை முடிக்கின்ற இந்த நேரத்தில், வேறொரு வாழ்க்கையின்பால், நானறியாத ஒரு பாதையின்பால் என்னை இழுத்துச் செல்லும், இலகுவில் கண்டறிய முடியாத அளவுக்கு மிருதுவான ஏதோ ஒரு சக்தி இருந்து வந்துள்ளதை நான் பல முறை உணர்ந்து வந்திருக்கிறேன் என்பதை வருத்தத்தோடு ஒப்புக்கொள்கிறேன்; மற்றவர்களைக் காட்டிலும் நான் ஒன்றும் மகாமோசமாகப் போய் விடவில்லை என்ற எண்ணத்திலே சமாதானம் தேடிய ஒழுக்கம், உடல் சம்பந்தமான அசமந்தப்போக்கின் காரணமாக, இந்த நேரம் வரையிலும், இதோ எனது மரணவேளை வரையிலும் நான் நடத்திவந்துள்ள வாழ்க்கையைக் காட்டிலும், ஒப்புநோக்கிப் பார்க்க வேண்டாத அளவுக்கு அது உயர்ந்தது என்பதையும் நான் உணர்கிறேன், அன்பு, ஞானபோதம் ஆகிய சக்திகளை நான் சரியான சமயத்தில் போற்றிப் பாராட்டவும் இல்லை; சொல்லப் போனால், அசிரத்தை மிக்க அடிமையாக இருந்த நான் அவற்றைத் தடுத்தும் வந்திருக்கிறேன். இறுதியில் இந்த மகத்தான சக்திகளெல்லாம் என்னையும் மீறி என்னை ஆட் கொண்ட காலத்திலோ, காலம் கடந்து போய் விட்டது. இவ்வாறாக, இந்தச் சிறு துளித் தேனின் தீஞ்சுவையை உதடுகளில் மங்கலாக உணர்ந்தவாறே, நான் மடிகிறேன்...."

அந்தத் தரையின்மீது கிடந்த விரிப்பைப் போலவே அந்த அறையில் நிலவிய மௌனமும் கனத்துக் கறுத்துத் தென்படுகிறது. வெளியிலிருந்து அந்தரங்கமான, திருட்டுத்தனமான நகரத்தின் இரவு வாழ்க்கையின் உள்ளடங்கிக் குமைந்த சப்தங்கள், கடந்த காலத்தில் ஆழ்ந்து மூழ்கிப் போயிருக்கும் அந்தக் கிழவரின் சிந்தனைகளையோ, உறைந்து இறுகிய அறையின் அமைதியையோ பாதித்துக் குலைக்காத உருத்தெளிவற்ற குரல்கள் வந்துகொண்டிருந்தன.

அவர் ஏதோ ஓர் உயர்ந்த மலையின் அடியிலுள்ள தரிசு நிலமொன்றில் தன்னந்தனியாக நின்றுகொண்டிருப்பது போலத் தோன்றியது. கரிய மேகங்களால் சூழப்பட்டுள்ள இந்த மலையின் உச்சியிலிருந்துதான், இப்போது

நின்றுகொண்டிருக்கின்ற கீழ்த்தளத்துக்குப் படிப்படியாகவும், தம்மையறியாமலும் அவர் நழுவி வந்து விட்டார். இப்போதோ அவர் அந்த நெடிய ஏற்றத்தைத் திரும்பவும் ஏறிட்டுப் பார்க்கிறார். எத்தனை எத்தனையோ தடவையாக், அவர் அதனைத் தமது மனத்தில் திரும்பத் திரும்பத் தடம் கண்டாகி விட்டது...

அவனது தாய் திடீரென்று மறைந்துபோன போது அவனுக்கு ஏழு வயதுகூட நிரம்பவில்லை. அவள் இறந்து போகவில்லை; அவளது ஒடிசலான உருவம், அவளது கரிய கண்களின் பயபீதி மிகுந்த பளபளப்பு, பயந்து போனது போல எப்போது பார்த்தாலும் தம்மைத் தாமே மறைத்துக்கொள்ள முயலும் அவளது சின்னஞ்சிறு கரங்களின் பரபரப்பு ஆகியவற்றைப் பற்றி அந்தச் சிறுவனின் மனத்தில் ஒரு நினைவைமட்டும் விட்டுவிட்டு, ஒரு நாள் இரவில் அவள் இரகசியமாக வெளியேறிப் போய்விட்டாள். ஆனால், அவள் வாய் திறந்து பேசிக் கேட்டதாக, அவனுக்கு நினைவேயில்லை;

அவனது தந்தையோ தேவதா விக்கிரகத்தில் செதுக்கப் பட்ட கிரேக்க மாக்ஸிமைப்போலச் சிவந்த மூக்கும், நிறைந்த சிவந்த தாடியும் கொண்ட கட்டுமஸ்தானநெடிய மனிதராக இருந்தார். அவரது கபில நிறக் கண்களின் பார்வையில் ஏதோ ஒரு கேலி பாவமும், விரோத சுபாவமும் குடிகொண்டிருந்தன; அவரது கீழுதடு அலட்சிய பாவத்தோடு முன்னே நீண்டிருந்தது. அவரது நடமாட்டங்கள் நாசூக்கற்றிருந்தன. அவர் கரகரத்து மூச்சு விட்டார். அவர் தமது சமையற்காரியின் மீதும், வேலைக்காரர்கள் மீதும் அடிக்கடி ரசாபாசமாக வசைமாரி பொழிந்தார். வெகுகாலம் வரையிலும் மாட்விக்குத் தன் தந்தை யின்பால் பயவுணர்ச்சி மட்டுமே ஏற்பட்டிருந்தது; ஆனால், திடீரென்று ஒருநாள் எதிர்பாராத விதமாக அவன் அவரை நேசிக்கத் தொடங்கினான்.

அது ஈஸ்டர் வாரத்தின் இரண்டாவது நாள். கடைக் காலப் பனிப்படலம் கரைந்து போய்விட்டது; சூரியக் கதிரால் கதகதப்புப் பெற்ற பூப்பரப்பிலிருந்து கதகதப்பும் மணமும் நிரம்பிய ஆவிப் படலங்கள் கமழ்ந்து எழுந்தன. சல்லா வலை போன்ற மென்மை படைத்த வசந்தத்தின் பச்சைப் பசும்புல்லந் தரிசுகள் குன்றுகளின் செழித்த பகுதியில் தலை காட்டின.

பழுப்பு நிறப் பட்டுச் சட்டை அணிந்த மாட்வி, தனது' புதிய மோஸ்தர் தோல் பூட்சுகளின்மீது பட்டு மினுக்கும் சூரிய ஒளியைப் பார்த்து வியந்தவாறே, முற்றத்தில் சென்றுகொண்டிருந்த தன் தந்தையைப் பின்பற்றி நடந்தான்.

நாய்க்கூண்டுக்கு முன்னால் அமர்ந்தவாறு அவனது தந்தை பின்வருமாறு குரல் கொடுத்தார்: "முருகி! முருகி! தனிமையில் சங்கடப்படுகிறாயா, நாய்க்குட்டியே?"

திடீரென்று அந்தக் கூண்டின் வட்ட வடிவமான திறப்பின் வழியாக, முருகி மூர்க்கமாக வெளியே பாய்ந்தது. மாட்வியின் தந்தை ஏதோ வசைமாரி பொழிந்தவாறே, தமது கரத்தைப் படாரென்று வீசினார். அவர் வீசிய வேகத்தில் அந்தப் பையனின் முகத்தில் கதகதப்பும் பிசுபிசுப்பும் நிறைந்த ஏதோ ஒன்று பளாரென்று தெறித்துச் சிதறியது.

ஜனங்கள் ஓடி வந்தார்கள். கனத்த புருவங்கள் கொண்ட தடித்த சமையற்காரியான விலாஸ்யேவ்னா ரத்தம் கொட்டும் அவனது தந்தையின் கரத்தை ஒரு துணியினால் இறுகக் கட்டினார்; அவரோ காலையுதைத்து, வன்மம் கூறியவாறு, தமது துப்பாக்கியைக் கொண்டுவருமாறு கத்தினார். அந்த நாயோ வாயிலே நுரை தள்ள, இயல்புக்கு மாறான விதத்தில் ஊளையிட்டுக் குரைத்தவாறு, தனது கழுத்துச் சங்கிலி கலகலக்க அங்குமிங்கும் மூர்க்காவேசத்தோடு தாவிப் பாய்ந்துகொண்டிருந்தது.

புள்ளி விழுந்த அகன்ற முகம் படைத்த முற்றக் காவலாளி சோஜோன்ட் துப்பாக்கியைக் கொண்டு வந்து சேர்த்தான். மாட்வியின் தந்தை ஒரு காலை முழங்காலிட்டு அமர்ந்தவாறு, துப்பாக்கிக் குழாயை முன்னும் பின்னுமாக ஆட்டியவாறு, அந்த நாயின் ரத்தம் சொட்டும் சிவந்த தாடைகளையும், மஞ் சள் நிறமான வாய் ஈறுகளையும் குறி பார்த்தவண்ணம், நாயின் போக்கைத் துப்பாக்கியால் தொடர்ந்தார்.

“நீங்கள் சுடக் கூடாது....” என்று சோஜோன்ட் தனது வாய்க்குள்ளாகவே முனகிக்கொண்டிருந்தான்.

ஒரு குண்டு வெடித்துப் பாய்ந்தது. அவனது தந்தையும் நீல நிறமான புகை மண்டலத்துக்கிடையே தடுமாறியவராய், பின்னால் சாய்ந்தார். அந்தச் சடை நிறைந்த புள்ளி விழுந்த நாய் தனது சங்கிலியை விறைப்பாக இழுத்தவாறு. தனது பின்னங்கால்களில் எழுந்து நின்றது; உரக்க ஊளையிட்டவாறு, ரத்தச் சோரியான மோவாயைத் தனது முன்னங்கால்களால் வெறிப்போக்கில் பிறாண்டியது, பின்னர்த் திடீரென்று தனது பற்களை ஓசையெழும்ப நெறு நெறுவென்று கடித்தவாறு பக்கவாட்டில் சரிந்து விழுந்தது.

“கண்ணில் அடிபட்டிருக்கிறது,” என்று அந்த மிருகத்தின் தாடையைக் காலால் எற்றியவாறு சோஜோன்டிடம் சொன்னார் மாட்வியின் தந்தை.

“ஸாவ்லி ஐவானோவிச்!” என்று அரற்றியவாறே, விலாஸ்யேவ்னா ஒரு தண்ணீர்ப் பாத்திரத்தை அவரிடம் நீட்டினாள்: “உங்கள் கையைக் கழுவுங்கள்.”

“உன்னையுந்தான் சுட்டுத் தள்ள வேண்டும்!” என்று காயம் படாத தமது மற்றொரு கரத்தை ஆட்டிக் காட்டியவாறு கர்ஜித்தார் அவனது தந்தை; “இந்தக் கேடு கெட்ட நாய்க்குப் பச்சை மாமிசத்தைத் தின்னக் கொடுக்காதே என்று உனக்கு எத்தனை தரம் சொல்லியிருக்கிறேன்! சோஜோன்ட், போ; போய் டாக்டரை அழைத்து வா.”

அவர் அந்த ரத்தக்கறை படிந்த துணியை அவிழ்க்கத் தொடங்கினார்; மாட்வியோ பயத்தாலும் குறுகுறுப்பாலும் மூச்சு விடக்கூடப் பயந்தவனாய், விலாஸ்யேவ்னாவிடமிருந்து தண்ணீர்ப் பாத்திரத்தை பாத்திரத்தை வாங்கிக்கொண்டான்,. திடீரென்று அதனைக் கீழே போட்டு, தனது பூட்சின்மீது தண்ணீரைச் சிந்திக்கொண்டு விட்டான்; அவனது தந்தையின் கால்களை

எட்டிப் பிடிக்க முயல்வது போல, நாய்க் கூண்டின் வாயிலிலிருந்து சிவந்த தீ நாக்குகள் சுழன்று துழாவி வருவதை அவன் கண்டுவிட்டான். அவனது தந்தை மறுகணத்திலேயே அந்த நாய்க்கூண்டைப் பற்றிப் பிடித்து, அதனைத் தலைகுப்புறக் கவிழ்த்தார்; எரிந்துகொண்டிருந்த வைக்கோலை மிதித்து அணைக்கத் தொடங்கினார். அந்த நாயின் மூக்குக்கருகில் சின்னஞ்சிறிய மஞ்சள் பூக்கள் ஒரு கணம் மலர்ந்து, அதன் முதுகுப் புறமாக வெடித்துப் பரந்தன; அவனது தந்தை புகைமண்டலத்தின் வழியாகத் தமது தலையை உலுக்கியவாறும், கூச்சலிட்டவாறும், காரியுமிழ்ந்தவாறும் ஓடிச் சென்றார்.

எரிந்து கருகும் வைக்கோல், பொசுங்கி வேகும் தோல் ஆகியவற்றின் காரநெடி அந்தச் சிறுவனைக் கிறுகிறுக்கச் செய்தது. முட்டி வரும் கண்ணீரோடு அவன் வாசற்கூடத்தின் படிக்கட்டுகளின்மீது உட்கார்ந்தான்; தமது காயப்பட்ட கையை மற்றொரு கைக்குள் வைத்துப் பொத்திப் பிடித்தவாறு, அவனையே வெறித்து நோக்கியவாறு நின்று கொண்டிருக்கும் அவனது தந்தை அவனிடம் என்ன சொல்லப் போகிறார் என்பதை ஆர்வத்தோடு எதிர்பார்த்தவனாய் அமர்ந்திருந்தான்.

அந்த மனிதர் முன்னால் வந்து அவனருகே அமர்ந்தார்; பின்னர் மிருதுவாகப் பேசினார்:

"பயந்து விட்டாயாடா, மகனே?"

""ம்"

"அது சரிதான். என்னையுங் கூடத்தான் அது பயமுறுத்தி விட்டது."

மாட்வி தனது காதுகளையே நம்ப முடியாமல், தனது தந்தையை ஏறிட்டு நோக்கினான்; பீதியூட்டும் அத்தனை 'பெரிய மனிதரான அவர் தாமும் பயந்து போய்விட்டதைக் குறித்து, கொஞ்சங்கூட வெட்கமின்றி இத்தனை எளிமையாகப் பேச முடியும் என்பதை எண்ணி அவன் வியந்தான்,

"வருத்தப்படுகிறேன்," என்று சிறிதுநேரம் கழித்து அந்தப் பையன் சொன்னான்.

"நாய்க்காகவா?"

"உங்களுக்காக."

"எனக்காகவா?" அவனது தந்தை விசித்திரமான குரலில் இழுத்துப் பேசினார்.

"அந்த நெருப்பு உங்களை நக்கிப் பார்க்க முனைந்ததைப் பார்த்தால்! அது உங்களைத் தொட்டுவிடப் பார்த்ததை நினைத்தால்! ஆமாம். அந்த நெருப்பு எப்படி வந்தது?"

"சக்கையிலிருந்து. நாங்களெல்லாம் துப்பாக்கிக்குள்ளே எப்போதும் சணல் சக்கையைத் திணித்து வைப்போமென்பது தெரியாதா, உனக்கு?"

மாட்வி தன் தந்தையோடு நெருங்கியணைத்து அமர்ந்தவாறு அவரது வெளிறிய முகத்தையும், ரத்தம் பாய்ந்த கண்களையும் நிமிர்ந்து நோக்கினான்.

"உங்கள் கை ரொம்பவும் வலிக்கிறதா?"

அவனது தந்தை தமது கீழுதட்டை வக்கணை பாவத்தில் வெளியே பிதுக்கித் தள்ளியவாறு, தமது கையைக் கண்ணின் கடைக்கோடி வழியாக இலேசாகப் பார்த்துக்கொண்டார்.

"அவ்வளவாக இல்லை.." என்று வேறுபட்ட குரலில் சொன்னார் அவர்: "நல்லவேளை, இடது கையாகப் போயிற்று."

இதற்கு முன்னால் தந்தைக்கும் மகனுக்கும் இடையே இத்தனை அந்நியோன்னியமான நெருக்கம் என்றும் ஏற்பட்டதில்லை. இந்த எதிர்பாராத அனுபவத்தால் அந்தப் பையன் பெரிய, சிவந்த தலையையுடைய தனது தந்தையிடம் எத்தனையோ கேள்விகளைக் கேட்க வேண்டுமெனத் துடித்தான். நெருப்பைப் பற்றிய விளக்கம் தவறானது என்று அவன் உணர்ந்தான். அது அத்தனை எளிமையாக இருந்தது.

"நாய்க்கு ஆத்மா இருக்கிறதா?" என்று கேட்டான் அவன்.

"'ஏன் இருக்க வேண்டும்?" என்று கேலியாகக் கேட்டார் அவனது தந்தை.

சிறிது நேரம் சென்றது.

"அந்தத் தீ எப்படி உங்களை நோக்கி வந்தது?" என்று பெருமூச்செறிந்தான் மாட்வி:

அவனது தந்தை தமது கனத்த மயிரடர்ந்த கரத்தை, அவனது தலையின்மீது வைத்தார்.

"அந்த நாயின் கதி இப்படியானதைக் குறித்து வருந்தத்தான்," என்று அபூர்வமான பரிவுணர்ச்சியுடன் சொன்னார் அவர்: "அது நம்மிடம் ஒன்பது வருஷகாலமாக இருந்தது. ஆனால், அது என்னைக் கடித்த வரைக்கும் நல்லதாய்ப் போயிற்று. உன்னைக் கடிக்க நேர்ந்திருந்தால்? அட, கடவுளே!"

அவரது முகம் கன்றிச் சிவந்தது; சிவந்த புருவங்கள் ஒன்றுகூடி நெருங்கின; கண்களிலே கருமை பாய்ந்தது. ஆனால், இப்போதோ மாட்வி அவரைக் கண்டு பயப்படவில்லை; மாறாக, அவரது பெருத்த உடம்பின் கதகதப்பை நாடியுணரும்வண்ணம் அவரோடு மேலும் நெருக்கமாக ஒட்டிக்கொண்டான்.

முற்றத்தினுள் பம்பரம் போல உருண்ட ஒரு உற்சாகமான குட்டை மனிதர் தத்தித் தத்தி நடந்து வந்தார்; அவர் ஓர் அபத்தமான கட்டம் போட்ட சட்டையையும், தமது உயர்ந்த பூட்சுகளின் உச்சிக்குள் செருகி வைக்கப்படாத– கால்சராயையும் அணிந்திருந்தார்: மாட்வியின் தந்தை அந்த மனிதரோடு வீட்டினுள் சென்றார்.

"எங்களோடு வராதே, மாட்வி. நீ ரத்தத்தைப் பார்ப்பதில் அர்த்தமேயில்லை," என்றார் அவர்.

வாசல் கூடத்தில் தனியே விடப் பெற்ற அந்தச் சிறுவன் தனது தந்தை தன்னைப் பயமுறுத்தியதோடு மட்டுமல்லாமல் மனஞ்சோரவும் செய்துவிட்டதாகத் தனக்குத்தானே உணர்ந்தான்.

அவனது தாயின் மறைவுக்குப் பின் வெகுசீக்கிரத்திலேயே, அவனது தந்தை மக்கார்யேவ்னா என்ற ஓர் அன்பான வயோதிக மாதை வேலைக்கமர்த்திக்கொண்டு விட்டார்; அவள் இனிய குரலும், இதமும், திறமையும் மிகுந்த கைகளும் கொண்டு விளங்கினாள்; அவள் அவனுக்குப் பல்வேறு சுவாரசியமான பிரமிப்பூட்டும் கதைகளைக் கூறினாள்; அவற்றில் குறிப்பாகக் கடவுள் சொர்க்கத்தில் எப்படி வாழ்கிறார் என்பதைப் பற்றிய ஒரு கதை மிகவும் சுவாரசியமாக இருந்தது.

பளபளச்சிம் மாசனத்தில்
பரமன் வீற்றிருக்கிறான்!
அழகுவிஞ்சை தேவரெல்லாம்
அவரின்மீது விண்ணிலே
வண்ணவெள்ளிச் சிறைவிரித்து
வட்டமிட்டு வருகிறார்!
பண்ணிசைத்து அவன்புகழைப்
பலப்பலவாய்ப் பாடுறார்!
மண்ணகத்துப் பாவிகட்கு
மன்னிப்பையும் வேண்டுறார்!
விண்ணரங்கின் அண்டகோள
அனைத்தையாளும் வித்தகன்
கண்ணில்தம்மைக் காட்டிடாது
கண்புதைத்து அன்னவன்
கருணைதன்னை வேண்டியாங்கு
கைகள்கூப்பி நிற்கிறார்!

அவள் இந்தப் பாடலை இசையோடு பாடும்போதெல்லாம். தேவதா விக்கிரகங்களிலுள்ள முத்துக்களைப் போல, அவளது அன்பு நிறைந்த கரிய கண்களில் சிறு கண்ணீர்த் துளிகள் துளித்துப் பளபளத்தன.

மக்கார்யேவ்னா அவர்களோடு வந்து சேர்ந்து சுமார் மூன்று மாத காலம் ஆன பின்னர், அவள் பணம் திருடியதை விலாஸ்யேவ்னா சுண்டுபிடித்து விட்டாள். அதன் பேரில் அவனது தந்தையும், சோஜோன்டும், சமையற்காரியும் சேர்ந்து, அவளைச் சமையலறையிலுள்ள ஒரு பெஞ்சின்மீது படுக்க வைத்து, அவளது சின்னஞ்சிறு கைகளை ஒரு துண்டுத் துணியினால் பெஞ்சுக்கடியில் சேர்த்துக் கட்டிவிட்டார்கள். விலாஸ்யேவ்னா சிரித்துக்கொண்டே அவளது கால்கள் இரண்டையும் பற்றிப் பிடித்துக்கொண்டாள்; சோ ஜோன்டோ தனது

முகத்தை வேறு பக்கமாகத் திருப்பியவாறு, மௌனமாகவும் கடுப்போடும் அவளது உடம்பைக் கசையால் அடித்தான்; அப்போது அவள் உடம்பு பழச்சாறு போலக் குலுங்கியதிர்ந்தது.

"இரக்கம் காட்டுங்கள்; இரக்கம் காட்டுங்கள்!" என்று வாய் நிறையத் தண்ணீரை வைத்திருந்தவளைப் போன்று அவள் களகளத்து அலறினாள்: "நான் செய்யவில்லை; கடவுளின்மீது ஆணையாகச் சொல்கிறேன். நான் அவ்வாறு செய்யவே இல்லை, இல்லை. ஐயோ!..."

"அவளுக்குச் சவுக்கடி கொடு, சோஜோன்ட்!" என்று மாட்வியைக் கையால் இறுகப் பற்றிப் பிடித்துக்கொண்டு. அடுப்புக்கருகே நின்றுகொண்டிருந்த அவனது தந்தை கத்தினார்.

"அதோ அவனைப் பார்!" என்று சோஜோன்ட் இருந்த திக்கை நோக்கிக் கண்ணைச் சிமிட்டியவாறே சொன்னாள் விலாஸ்யேவ்னா: "அவன் வெட்கப்படுகிறான்; முகத்தை மறைத்துக் கொள்கிறான், முட்டாள்!"

அந்தக் கிழவியை அடிக்கவேண்டாமென்று தன் தந்தையிடம் வேண்டிக்கொள்ள விரும்பினான் மாட்வி. எனினும், அவ்வாறு கேட்க அவன் துணியவில்லை. அவன் பரிதாபகரமாக அழுதான்.

"போதும்!" என்று கரகரத்தக் குரலில் சத்தமிட்டார் கோஸிமியாகின்.

அன்றிரவில் அந்தச் சிறுவனின் படுக்கையருகில் விலாஸ்யேவ்னாதான் அமர்ந்திருந்தாள்; மக்கார்யேவ்னாவின் அமைதியான கதைகளுக்குப் பதிலாக, அவளது ஆத்திரம் மிகுந்த அதட்டல்களைத்தான் அவனால் கேட்க முடிந்தது,

"நீ எப்போதும் நல்ல பையனாகத்தான் நடந்துகொள்ள வேண்டும்; உன் தந்தையை நேசிக்கவும், அவருக்குக் கீழ்ப்படியவும் கற்றுக்கொள்ள வேண்டும். நீயோ எப்போது பார்த்தாலும் அவரிடமிருந்து ஓடி ஒளிந்துகொள்கிறாய். நீ அவ்வாறு நடப்பதற்கு இப்போது என்ன நேர்ந்து விட்டது?"

சிறிது காலத்துக்குப் பின்னர் அந்தச் சிறுவனைச் செக்லெட்டேயா என்ற ஒரு தடித்த மாது பராமரிக்கத் தொடங்கினாள். அவள் பரந்த முகமும், கரிய மீசையும், இடது கன்னத்தில் ஒரு மச்சமும் கொண்டவளாக இருந்தாள். அவள் ஓர் அசமந்தம்; அவளுக்குக் கதைகள் சொல்வது எப்படி என்பதே தெரியாது. மைனாவைப் போன்றுக் கீச்சுக் குரலில் பாட்டுக்கள் பாடமட்டும்தான் அவளுக்குத் தெரியும். மாட்வியின் தந்தை அவளைச் சந்திக்க நேரும் போதெல்லாம் அவளை நோக்கி அர்த்தபுஷ்டியுடன் கண்ணைச் சிமிட்டுவார்; அவளது பரந்து விரிந்த பிருஷ்ட பாகத்தைத் தட்டிக் கொடுப்பார்; அவளை ஒரு தூக்கணாங்குருவியெனப் பெயரிட்டு அழைப்பார். அவர் அவளை ஏதாவதொரு மூலையிலே நெருக்கித் தள்ளி, புளித்துப் போன மாவைப் போல அவள் பிதுங்கிக் கூச்சலிடும்வண்ணம் அவளைக் கசக்கிப் பிழிந்தெடுப்பதையும் அவன் பலமுறை கண்டிருக்கிறான்.

விலாஸ்யேவ்னா அழுதாள்; போய்விடப் போவதாகப் பயமுறுத்தினாள்.

"நான் போய்விடுவேன். போயே விடுவேன். ஆண்டவனுக்கஞ்சாத ஜென்மம்!"

ஆனால், செக்லெட்டேயாதான் போய்விட்டாள்.

அவளுக்குக் கணக்குத் தீர்த்து அனுப்பிய நாளன்று. படுக்கையில் படுத்துக் கிடந்த மாட்வி தனக்கும் தந்தைக்குமுரிய அறைகளைப் பிரித்து நிற்கும் மெல்லிய மறைவுக்கப்பாலிருந்து தன் தந்தையின் குரல் ஒலிப்பதைக் கேட்டான்.

"உன்னைத் தான். ஏ. தடித்த முட்டாளே! நீ ஏன் இப்படிச் சத்தம் போட்டுக்கொண்டு முரண்டுத்தனம் பிடிக்கிறாய்?"

"என் அருமைச் சொந்தக் கண்ணா!.." என்று குறுகுறுத்தாள் விலாஸ்யேவ்னா.

"சீ. எட்டி நில்லு. எந்தப் பெண்ணை நான் வைத்திருந்தாலும் எல்லாம் எனக்கு ஒன்றுதான் என்பது உனக்குத் தெரியும். நான் என்னைப் பற்றிக் கவலை கொள்ளவில்லை.."

"மாட்விக்கு நான் மட்டும் ஒரு நல்ல தாதியாக மாட்டேனா?"

"அவனுக்குத் தேவை ஒரு தாய்."

அந்தப் பையன் போர்வையைத் தலைக்குமேல் இழுத்து மூடிக்கொண்டு, உள்ளுக்குள் விம்மியழுதான்.

அந்தக் கிழட்டு மனுஷியை அடித்ததற்காகத் தனது தந்தையை மன்னித்து விடவும் அவன் தயாராகயிருந்தான்; விலாஸ்யேவ்னாவுடன் நடந்த இந்தப் பேச்சானது தான் உணர்ந்து வந்தவையனைத்தும் எவ்வளவு வெட்ககரமானது. வெறுக்கத்தக்கது என்பதை அவனுக்குத் தெளிவான,எளிய முறையில் விளக்கிவிட்டது.

அவர் எல்லாவற்றையும் தனது நன்மைக்காகத்தான் செய்தார் என்று அவன் நினைத்துக்கொண்டான்.

அவனது தந்தையின் முகம் ஜன்னலருகே தோன்றியது.

"மாட்வி! வா; தேநீர் சாப்பிட வா," என்று அவர் அழைத்தார்.

அவர்கள் தேநீர், வோட்கா, மற்றும் பல்வேறு நிறங்களைக் கொண்ட மதுபானங்கள் ஆகியவற்றை அருந்தினார்கள்; கேக், பஸ்கா. அவித்த முட்டைகள் முதலியவற்றை உண்டார்கள். அன்றிரவில் அந்தக் குஷியான டாக்டர், சாரங்கி வாத்தியத்தில் ஒரு ட்ரெப்பாக் கீதத்தை வாசித்தார். விலாஸ்யேவ்னா நாட்டியமாடினாள். அவள் ஆடிய வெறி வேகத்தில் நாற்காலிகளெல்லாம் மேலும் கீழும் எழும்பிக் குதித்தன; அவனது தந்தையோ தனது காயமுற்ற கரத்தைச் சங்கீதத்துக்கேற்றவாறு ஆட்டியசைத்தவாறு விசிலடித்த வண்ணம் சத்தமிட்டார்: ஆட்டியசைத்தவாறு

“ஏ, சிறுக்கி! உன்னைத்தான், தூரப் போ, மாட்வி! வாடா இங்கே. அப்படியென்றால் நீ என்னை நேசிக்கின்றாய் அப்படித்தானே! அட, அப்பாவிக் குட்டிப் பயலே! தாய்க்குப் பதிலாகக் கன்னியாஸ்திரீயைக் கொண்டு, குதூகலப் படடா!”

அவர் தனது மகனுக்கு ஷர்பத்தைப் போன்ற மதுபானக் கோப்பை ஒன்றை அருந்தக் கொடுத்தார்; பின்னர்த் தமது பெரிய பாதங்களை உதைத்து மிதித்துக் கொண்டும், சிவந்த தலையை ஆட்டிக்கொண்டும், வியக்கத் தக்கதொரு மெல்லிய, வேடிக்கைக் குரலில் அந்தப் பையனின் முகத்துக்கு நேராகப் பாட்டுப் பாடவும் தொடங்கி விட்டார்.

உன்றன் நெஞ்சம் மகிழ,
கண்ணில் உவகை மின்னி நீயும் ஆட
இன்று னக்கு நுரைத்துப் பொங்கும்
இனிய பீரின் மது கொணர்ந்தேன்!

ஏதோ காரணத்தினால், மாட்வி தன் தந்தைக்காகப் பரிதாபப்பட்டான். எந்த நிமிஷத்திலும் அவரது குரல் தடைப்பட்டு நிற்குமென்றும், அவர் குபீரென்று கண்ணீர்விட்டு அழத் தொடங்குவார் என்றும் அவன் உணர்ந்தான்.

“மார்க்கோவ்! இன்னும் வேகமாக வாசியுங்கள்! சபாஷ்! இன்னும் வேகமாக! வேகமாக!” என்று அவனது தந்தை கர்ஜித்தார்.

அந்தக் குட்டி டாக்டர் அந்தச் சாரங்கி வாத்தியத்தைத் தமது வயிற்றோடு அழுத்திப் பிடித்தவாறு, வியர்த்துக் கொட்டும் தமது வழுக்கைத் தலையை அதன்மீது சாய்த்து வளைந்தபோது அவர் ஓர் உருண்டையான பந்து போலவே தோற்றமளித்தார். அவரது கைவிரல்கள் வாத்தியத்தின் தந்திகளைக் குதூகலத்தோடு மீட்டி, அவரது கழுத்துக்கருகே தாவி விளையாடின. அதே சமயம் அவர் கனிவு நிரம்பிய கன சாரீரத்தில் பாடவும் தொடங்கினார்;

மாவீரன் தானும் மாள்வான்;
மதகுருவும் மாள்வார்;
ஆனால் சாவு கடந்த மனிதன்மட்டும்
சந்ததமும் இங்கு வாழ்வான்!

‘‘ஏ! ஏ!..” என்று தனது கரங்கள் இரண்டையும் தலைக்குமேல் வெறி வேகத்தோடு திருகியவாறு விலாஸ்யேவ்னா கீச்சிட்டுக் கத்தினாள்.

“அவளைப் பாருங்கள், மார்க்கோவ்!” என்று அவனது தந்தை கத்தினார்: “அவள் ஒரு சுழல் காற்றேதான். ஆமாம்!”

“அதிசயத்திலும் அதிசயம்!” என்று தமது தந்தியிலிருந்து ஒரு குஷியான நாதத்தைச் சுண்டி விட்டவாறே பதிலளித்தார் அந்த டாக்டர். அவரது முழங்கால்கள் எங்கே இருக்கக் கூடும் என்பதைக் கண்டறிய முயன்றவனாய் மாட்வி அவரை வெறித்து நோக்கினான்.

அந்தத் தருணத்தில், கோஸிமியாகின்னிடம் பணிபுரிந்த புஷ்கார்யோவ் என்ற ஓய்வு பெற்ற சிப்பாய், மழுங்கச் சவரம் செய்த தனது கரிய முகத்தில் ஒரு கழிப்புத் தோன்ற அங்கு வந்தான்.

"முருகியை ஏன் சுட்டுக் கொன்றீர்கள்?" என்று கரகரத்துக் கேட்டான் அவன்.

"இதைப் பார்த்தாயா? அது என் சுண்டு விரலில் ஒரு கணுவையே துண்டித்துவிட்டது. மார்க்கோவ் தான் அதனைக் கத்தரிக்கோலால் வெட்டி எடுத்தார். சரி, உட்கார்."

"அவர் உங்கள் தலையையே வெட்டியெடுத்திருக்க வேண்டும்." என்று மொறுமொறுத்தான் அந்தச் சிப்பாய். பின்னர் அவன் கிளுகிளுத்துச் சிரித்தவாறே, மாட்வியின் கரத்தைப் பற்றினான்.

"படுப்பதற்கு நேரமாகிவிட்டது," என்றான் அவன்.

அடுத்த ஞாயிற்றுக் கிழமையன்று அவர்கள் ஜெபத்திலிருந்து வீடு திரும்பி வந்த பொழுது, இரவுச் சாப்பாட்டுக்கு முன்னாலுள்ள இடை நேரத்தில் அவனது தந்தை மேலும் கீழும் நடந்தவாறு, தமக்குத் தாமே பாடிக்கொண்டிருந்தார்.

என்றன் இளமை முதற்கொண்டே-என்
இதயம் உணர்ச்சிப் போர்க்களமாம்!
என்றன் துன்பம் தனையறிவார் - அந்த
இரட்சகர் விடுதலை தான்தருவார்!

திடீரென்று ஜன்னல் விளிம்பின் மீதிருந்த நாரை மூக்குச் செடித் தொட்டியின் வலை போன்ற இலைகளுக்கூடேயிருந்து புஷ்கார்யோவ் தனது நரைத்த தலையை நீட்டினான்.

''மீண்டும் உங்கள் தெய்வத் துரோகத்தைத் தொடங்கியாகிவிட்டதா. கோஸிமியாகின்?"

''போய்த் தொலைகிறாயா. இல்லையா?" என்று அவனது தந்தை தமது பாட்டை இடைமறித்துச் சொன்னார்.

"உங்களுக்கு வார்த்தைகள்கூடச் சரியாகத் தெரிய வில்லையே. 'அறிவார்' இல்லை; 'காண்பார்' என்பதுதான் சரியானது; 'என்றன் துன்பந்தனைக் காண்பார்' என்பது தான் சரி."

அவனது தந்தை ஜன்னலருகே சென்றார்.

"கிழட்டுப் பிசாசே! எப்படிச் சொன்னால் உனக்கென்ன?" என்று தமது மார்பை முஷ்டியால் அறைந்துகொண்டே கத்தினார் அவர்: "இரட்சகர் அறிவார்; இரட்சகர் காண்பார்.."

புஷ்கார்யோவ் வாய்விட்டுச் சிரித்தான்.

“வேண்டுமென்றால் காண்பார் என்று வைத்துக்கொள்ளுங்கள். ஹா ! ஹா !”

“போய்த் தொலை !”

“கிறிஸ்து நாதரைத் தனியே விட்டுவையுங்கள் !”

கோஸிமியாகின் ஒரு கர்ஜனை புரிந்தவாறே, அந்த நாரைமூக்குச் செடித் தொட்டியை இரு கைகளாலும் பற்றியெடுத்து, அதனைப் புஷ்கார்யோவின் தலைமீது விட்டெறிந்தார்.

எல்லாம் ஒரு கணத்தில் நடந்து விட்டது; மாட்விக்கு அது மிகவும் வேடிக்கையாக இருந்தது. சிரித்தவாறே அவன் ஜன்னலருகே ஓடினான். ஆனால், மறுகணமே அவன் பயத்தால் துள்ளிக் குதித்துப் பின் வாங்கினான். அவனது தந்தையின் முகம் இருண்டு வீங்கிப் போயிருந்தது; தமது கண்களே குருடாகிவிட்டன போல, அவர் மங்கிப்போன கண்களுடன் தமக்கு எதிரிலேயே வைத்த கண் வாங்காமல் வெறித்து நோக்கினார். தமது வலது கையால் மார்பைப் பற்றிப் பிடித்தவாறு, அவர் கரகரத்தக் குரலில் முனகுகிறார்:

“கடவுளே.. அட, கடவுளே !”

மாட்வி அறையைவிட்டு வெளியே ஓடினான். முற்றத்திலே அந்தக் கிழட்டுச் சிப்பாய் தனது நெடிய கால்களோடு தள்ளாரடிச் செல்வதை அவன் கண்டான். அவனது தலை குனிந்து தொங்கிப் போயிருந்தது. அவன் ஒரு கையைத் தனக்கு முன்னால் நீட்டியவாறும், மறு கையால் தனது முகத்தில் படிந்திருந்த மண்ணையும் ரத்தத்தையும் துடைத்தவாறும் நடந்தான்.

மாட்வி தானியக் கிடங்கை நோக்கி ஓடினான்; அங்குச் சென்று அங்குக் கிடந்த வெள்ளிக் கபில நிறமான சணல் குவியலினுள் புதைந்து மறைந்துகொண்டான். மக்கார்யேவ்னா அவனுக்குச் சொன்ன அந்த மயிர்க்கூச்செறியும் கதைகளையெல்லாம் அவனால் நினைத்துப்பார்க்காமல் இருக்க முடியவில்லை; அந்தக் கதைகளிலே எப்போதும் ஏதாவது படுபயங்கரமான சம்பவம் நிகழத்தான் செய்தது; என்றாலும், அந்த நல்ல பாபா–யாகா அந்தத்ரதிருஷ்டம் பிடித்த சிறுவனை எப்போதும் காப்பாற்றியே தீருவான். ஆனால் இங்கோ, இந்த யதார்த்த வாழ்க்கையிலோ, எப்போது பார்த்தாலும் மூச்சைத் திணறடிக்கும் எரிந்து கரிந்த எண்ணெய் நாற்றத்தோடு காட்சியளிக்கும் அந்த விலாஸயேவ்னாவைத் தவிர, அவனைக் காப்பாற்றுவதற்கு யாருமே இல்லை.

வெளி முற்றத்திலிருந்து அவனது தந்தையின் குரல் கேட்டது:

“பிசாசுகளே ! உங்களையெல்லாம் என்றைக்காவது ஒருநாள் இந்தத் தானியக் கிடங்கிலேயே அடைத்து, நெருப்பு வைத்துப் பொசுக்கி விடுவேன். ஆமாம் ! நீங்கள் என்னை அந்த நிலைக்குத்தான் கொண்டு செல்கிறீர்கள் ! மாட்வி !”

பயத்தால் நடுநடுங்கிப் போனவனாய் உடம்பெல்லாம் சணல் ஒட்டிக்கொண்டு தோன்ற, அந்தப் பையன் மெதுவாக ஊர்ந்து வந்து வாசல் நடையிலே நின்றான். ஒரு வார்த்தைகூடப் பேசாமல் அவனது தந்தை அவனைப் பழத் தோட்டத்தினுள் அழைத்துச் சென்றார்; ஓர் ஆப்பிள் மரத்துக்கடியிலிருந்த புல் படர்ந்த திரட்டின் மீது உட்கார்ந்து அவனைத் தனது இரு முழங்கால்களுக்கிடையே இழுத்து அணைத்துக்கொண்டு, உவகையற்ற குரலில் பேசினார்:

"எதைக் கண்டு பயந்துபோய்விட்டாய்? நீ இப்படியெல்லாம் சுலபத்தில் பயந்துபோகக் கூடாது. எப்போது பார்த்தாலும் பயந்துகொண்டும் ஓடிக்கொண்டுமிருந்தால் நீ எப்படி வாழ்க்கையைக் கொண்டுசெலுத்தப் போகிறாய்? அவன் குடித்துவிட்டு வருவதை நீ இதற்கு முன் பார்த்ததில்லையா, என்ன?"

"ஆனால் நீங்கள் அவர் தலையை உடைத்துவிட்டீர்களே!" என்று அந்தப் பையன் மெதுவாக நினைவூட்டினான்.

"அதனால் என்ன? அவன் பட்டாளத்திலே பட்ட பாட்டோடு ஒப்பிட்டுப் பார்த்தால் இதெல்லாம் ஒன்றும் பிரமாதமில்லை."

பின்னர்ப் பட்டாளத்தில் சிப்பாய்கள் எப்படியெல்லாம் உதைக்கப்படுவார்கள் என்பதைப் பற்றி அவர் விரிவான விளக்கம் கொடுக்க முனைந்து விட்டார். மாட்வி தன் தந்தையின் மார்போடு தனது கன்னத்தை அழுத்திச் சாய்ந்தவாறு, ஒரு படபடத்த சப்தத்தைக் காது கொடுத்துக் கேட்டான். அவனது தந்தையின் கண்களில் சிறிது நேரத்துக்கு முன்னால் தான் கண்ட அந்த இருண்ட, பயங்கரமான சக்தியின் மரணத்துடிப்பாகத்தான் அது இருக்க வேண்டும் என்று அவன் நினைத்துக்கொண்டான்.

"அவனைக் கண்டு பயப்படாதே," என்றார் அந்த மனிதர்; "வேறு எதுவும் நல்லது செய்ய இயலாததால், அவன் ஏதாவது தொல்லை கொடுத்துக்கொண்டே இருக்கிறான். உண்மையில் அவன் மிகவும் நல்ல பயல்தான். மேலும், ஜனங்கள் சண்டை பிடித்துக்கொள்வதைக் கண்டு நீ ஒன்றும் பயப்படாதே. அவர்கள் சரிக் கட்டிப் போய் விடுவார்கள்."

அவர் மிருதுவாக, எனினும் வார்த்தைகளை வெளிப்படையான சிரமத்தோடு தேர்ந்தெடுத்தவராய், தயங்கித் தயங்கிப் பேசினார். இடையிடையே அவர் பேச்சை நிறுத்திவிட்டு, தமது தடித்த உதடுகளைச் சப்புக் கொட்டிக் கொட்டாவி விட்டவாறே, வெறிச்சோடிக் கிடக்கும் வான மண்டலத்தை மௌனமாக வெறித்து நோக்கியவண்ணம் உட்கார்ந்திருந்தார்.

மஞ்சள் நிறத் தாரகைகளைப் போன்ற இளம் தளிர்கள் சிதறிப் பரவி யிருந்த மரங்கள் சூரிய ஒளியைப் பேராவலோடு பருகிக்கொண்டிருந்தன; பூ மொட்டுக்கள், மெல்லிய சிற்றொலியுடன் பட்பட்டென்று கட்டவிழ்ந்து

மலர்ந்தன; தேனீக்கள் கும்மென்று இரைந்துகொண்டிருந்தன; பழத்தோட்டத்தில் இனிமையான நறுமணங்கள் புரையோடிக் கமழ்ந்தன. வாழ்க்கையே மலர்ந்து பூரித்துக் கொண்டிருந்தது.

"தூக்கமா?" என்று வருத்தம் தொனிக்கக் கேட்டான் மாட்வி.

"இல்லை, சலிப்புத்தான். ஞாயிற்றுக்கிழமைகளில் நான் எப்போதுமே அலுத்துச் சலித்துப் போய்விடுகிறேன்."

"வார நாட்களில்கூடத்தான்."

"ஆமாம். சமயங்களில் வார நாட்களிலுந்தான்."

கோஸிமியாகின் தமது மகனைத் தமது முழங்கால்களால் மெல்ல நெருக்கியணைத்தவாறே, மேலும் உற்சாகம் அடைந்தார்.

"அந்தக் காலத்திலே மிகவும் உற்சாகமாக இருந்தது. அவ்வளவு அமைதியில்லைதான்; இருந்தாலும் நிறையத் தமாஷ் இருந்தது. நீ இது வரையிலே கேட்டுப் பழகிவிட்ட அத்தைப் பாட்டிக் கதைகளுக்குப் பதிலாக. என்றாவது ஒரு நாள் நான் உனக்கு யதார்த்தமான வாழ்க்கையிலிருந்தே பல கதைகளைக் கூறுவேன். இப்போது நீ பெரிய பையனாகி விட்டாய். உன் தந்தை எந்த விதமான வாழ்க்கை நடத்தினார் என்பதை நீ தெரிந்துகொள்ள வேண்டிய காலம் வந்து விட்டது."

"இப்போதே சொல்லுங்கள்," என்று அவசரப்பட்டான் மாட்வி.

"ஏன் சொல்லக் கூடாது?" என்று ஒரு கண அமைதிக்குப் பின் சொன்னார் அவனது தந்தை: "உதாரணமாக, நான் என் தந்தையுடன்–அதாவது உன் தாத்தாவுடன் வேலை பார்த்து வந்தேன். நாங்களெல்லாம் **பர்லாக்கிப்** படகு வலிப்பவர்கள்; படகுப் பாதை வழியாக இழுத்துச் செல்வோம். நாங்கள் மொத்தம் இருபத்துயேழு பேர். உன் பாட்டனார்தான் அந்தக் கோஷ்டியின் தலைவர். அவர் தமக்கென்றே தனிப்போக்கு படைத்த ஒரு பெரிய கண்டிப்பான மனிதர்.'"

கோஸிமியாகின் தமது கண்களை நெரித்து, மொறு மொறுத்தவாறு, செடி கொடிகளின் வெளிறிய பசும் இலைச் செறிவை அங்குமிங்குமாக வெறித்து நோக்கினார்.

"ஆனால், மாட்வி, இதெல்லாம் சின்னப்பயலான உனக்கு மிகவும் பெரிய, கனமான விஷயம். உன் தலை அதற்குள் அதனைத் தாங்கிக்கொள்ளாது." என்று தமது மகனைக் குறுகுறுப்போடு பார்த்தவண்ணம் சொன்னார் அவர்: "இந்த மாதிரியான விஷயங்களைப் பேச, நாம் இன்னும் சிறிது காலம் காத்திருப்பதே நல்லது."

"இல்லை. இல்லை அப்பா! இப்போதே சொல்லுங்கள்," என்று தன் தந்தையின் தாடியைக் கையால் விலக்கித் தள்ளியவாறே வற்புறுத்தினான் சிறுவன்.

“உனக்கு அவ்வளவு படபடப்பா?” என்று சிரித்தார். கோஸிமியாகின்; “ஆமாம். பழங்கால விஷயங்களை நினைவூட்டுவது படபடப்பான விஷயந்தான்.”

ஒரு கண நேரச் சிந்தனைக்குப் பின்னர் அவர் நிதானமான மிருதுவான குரலில் பேசத் தொடங்கினார்:

“நாங்களெல்லாம் கோஸ்ட்ரோமா வாசிகள்; வெட்லுகா நதிக்கரையில், ஓஷ்மாவும் நிஷ்மாவும் இரண்டு கிளைகளாகப் பிரியும் இடத்துக்கு நடுவில் வாழ்ந்து வந்தோம். காட்டுக்கு மத்தியில் மிகவும் அடக்கமாக, மனிதனுக்கு மனிதனாய், மிருகத்துக்கு மிருகமாய் வாழ்ந்து வந்தோம். ஓஷ்மாவிலும், நிஷ்மாவிலும் பெர்ச் மீன்கள் நிறைந்திருந்தன. சிறுவனாக இருந்த காலத்தில் நான் பிடித்த பெர்ச் மீன்களுக்குக் கணக்கு வழக்கே கிடையாது. ஆனால், பெர்ச் மீன்களில் சிறந்தவையெல்லாம் மகா ராஸ்டாவுக்கு அருகிலுள்ள கோட்டோரோஸ்ல் நதியில்தான் காணப்படுகின்றன. அது உனக்கு ஓர் அருமையான நகரந்தானடா பையா! ராஸ்டாவின் மணியோசைக்கு நிகரே கிடையாது; அந்த நகரமே கைப்பற்ற முடியாத ஒரு கோட்டைதான். தாத்தாரியர்களாகட்டும், அல்லது போலிஷ்காரர்களாகட்டும் அல்லது போனபார்ட்டியே ஆகட்டும். எவரும் அதனைக் கைப்பற்ற முடியாது. அந்தப் போனபார்ட்டி – அவன் ஒரு தைரியசாலியான ஜார்; மிகுந்த புத்திசாலியுங்கூட. அவன் மாஸ்கோவையும், ருஷ்யா முழுவதையும் கைப்பற்றினான். ஆனால், அவன் ராஸ்டாவுக்கு வந்தவுடன், அவன் தலையைச் சொறிந்துகொண்டு, அந்த நகரின் சுற்றுச்சுவர்களைச் சுற்றிச் சுற்றி வந்தவனாய், தனது தளபதிகளை நோக்கி. “எனக்குப் பிரியமானவர்களே! இங்கே நமது ஜம்பம் எதுவும் பலிக்காது; இந்த நகரை நாம் கைப்பற்ற முடியாது,”என்று சொல்லிவிட்டான். ஆனால், உண்மையில் அவர்களை ஏமாற்றுவதற்காகத்தான் அவன் அப்படிச் சொன்னான். உண்மையில் அங்கு நடந்தது இதுதான்: இரவு நேரத்தில் அவன் தன்னந்தனியனாக நகரத்துச் சுவர்களைச் சுற்றிச் சுற்றி வந்த காலத்தில் அங்குள்ள குருமார்கள் மணிகளை ஒலித்துக்கொண்டே இருந்தார்கள். அந்த மணிகளெல்லாம் சுத்தமான வெள்ளியினால் செய்யப்பட்டவை. நகரத்து மக்கள் பிச்சைக்காரர்களை ஏமாற்றிப் பெற்றவையாகும் அவை. அதாவது, பிச்சைக்காரர்களுக்கெல்லாம் வெள்ளிக் காசுகளை வழங்குவது வழக்கம்; ராஸ்டாவ் நகரவாசிகளோ அவற்றைச் செப்புக்காசுகளுக்கு மாற்றி விடுவார்கள். பிச்சைக்காரர்கள் ஏமாற்றப்பட்டார்கள் என்பது வாஸ்தவந் தான். என்றாலும், அதற்குப் பிரதியாக, அந்த மணிகள் கிட்டத்தான் செய்தன. நல்லது, அந்த மணிகள் போனபார்ட்டியின் இதயத்தை இளகச் செய்து விட்டன. ‘நான் எல்லாவற்றையும் கைக்கொண்டு விட்டேன், என்றாலும், அதனால் எனக்கு என்ன பயன்? நான் ஒரு புத்திரபாக்கியமற்ற துர்ப்பாக்கியசாலி’ என்று அவன் தனக்குத் தானே நினைத்துக்கொண்டான். ஏனெனில், அவனுக்குப் பிறந்த குழந்தைகள் எல்லாம் இறந்து போய்விட்டன. ராஸ்டாவை அவன் என்றுமே தொடாமல் விட்டுச் சென்றதற்குக் காரணம் இதுதான்... நல்லது. இப்போது பெர்ச் மீன் விஷயத்தைப் பார்க்கலாம். என் மகனே! பெர்ச் மீன் இருக்கிறதே. அது ஒரு தந்திரமான,

பேராசை பிடித்த மீன். அதனைப் பிடிப்பதற்குரிய வழியை நீ தெரிந்துகொள்ள வேண்டும். ஒருமுறை நானும், என் தந்தையும் பெர்ச் மீன் பிடிப்பதற்காக, ஓஷ்மாவுக்குச் சென்றோம். நாங்கள் காடுகளின் வழியே சென்றோம். அப்போது எங்கும் ஒரே இருட்டு. திடீரென்று போலோட்டின் கிராமத்து நிலப்பிரபு கையிலே துப்பாக்கியும், தோளிலே வேட்டைப்பையுமாக எங்களை நோக்கி வந்துகொண்டிருப்பதைக் கண்டோம். என் தந்தை–அதாவது உன் பாட்டன் என்னை நோக்கி "புதரிலே பதுங்கிக்கொள்" – என்று கிசு கிசுத்தார். நான் மூச்சைப் பிடித்துக்கொண்டு, பம்மிப் பதுங்கிக்கொண்டேன்..."

ஒரு தலைப்புக் குரலோடு கோஸிமியாகின் தமது பேச்சை நிறுத்திவிட்டு, மீண்டும் அந்தப் பழத்தோட்டத்தின்மீது மௌனமாகக் கண்களைத் திரியவிட்டார்; பின்னர்க் கன்னியாஸ்திரீ தேவாலயத்தின் கலசகூடங்கள் கண்களிலே பட்டதும். பார்வையை அங்கேயே நிலை குத்தச் செய்தார். தனது தந்தையின் தாடியைக் கைவிரல்களால் அமைதியாகக் கோதி விட்டுக்கொண்டிருந்த அந்தச் சிறுவன் பொறுமையையிழந்து, அவரது மார்பைத் தனது முழங்கையினால் இடித்தான்.

"மேலே சொல்லுங்கள்," என்றான் அவன்.

"ம்" என்று அவனது தந்தை சிந்தனை வசப்பட்டவராய் மிருதுவாக முனகிவிட்டு, "ஒரு வார்த்தையில் சொன் னால்... நல்லது. அதன் பின் உன் பாட்டன் ஒரு பர்லாக்காக வேலை பார்ப்பதற்காக, ரைப்னிக்கு ஓடிப்போய்விட்டார்."

"நிலப்பிரபு என்னவானார்?"

"நிலப்பிரபுவா? அவர்... வந்து... சொல்லப்போனால் –" அவனது தந்தை நிச்சய தீர்க்கமற்று, வானை வெறித்து நோக்கிய வண்ணம் ஏதோ வாய்க்குள் முனகினார்: "மகளே! அந்தக் காலத்திலே நிலப்பிரபுக்கள் தமது இஷ்டப்படியெல்லாம் நடந்தார்கள்; செய்தார்கள். அவரது அடிமைகள் தங்களது ஆத்மாக்களைக்கூடத் தங்களுக்குச் சொந்தமானவை என்று சொல்லிக்கொள்ள முடியாது. அவர்கள் சாத்தானுக்கும் காட்டுப் பிசாசுகளுக்கும் பயப்படுவதைக்காட்டிலும். நிலப்பிரபுக்களுக்கு மிகவும் பயந்து கிடந்தார்கள். என் சகோதரி – அதாவது உன் அத்தை..." அந்தப் பெரிய. சிவந்த தலைமயிர் கொண்ட மனிதர் ஆழ்ந்த பெருமூச்செறிந்து விட்டு, சோகத்தோடு பின்வருமாறு சொன்னார்: "மீண்டும் இப்படித்தான். ஜனங்கள் எப்படி வாழ்ந்தார்கள் என்பதை நான் சொல்லத் தொடங்கும்போதெல்லாம். அதையெல்லாம் உன்னைப் போன்ற சின்னப்பொடியனிடம் சொல்வதில் அர்த்தமில்லை. ஆமாம். சொல்ல முடியாதுதான். அவ்வளவு தான். சரி. ஓடிப் போ இப்போது; போய், நான் நாற்பது தடவை கண்ணை மூடிமூடித் திறக்கிறவரையிலும், வெளிவாசலருகே உட்கார்ந்திரு. நான் எல்லாவற்றையும் நினை வூட்டிப் பார்க்கிறேன்..."

அவர் தமது முழங்கால்களின் பிடிப்பைத் தளர்த்தி, அந்தப் பையனை மெதுவாகத் தள்ளிவிட்டார்.

வாசலுக்கருகே கிடந்த பெஞ்சின்மீது முற்றக்காவலாளியான சோஜோன்ட் அமர்ந்திருப்பதை மாட்வி கண்டான். கால்களில் எதுவும் தரியாதவனாய், நீல நிறக் கால்சராயும். சிவப்புக் காலிக்கோ சட்டையும் அணிந்தவாறு, அவனது அகன்ற முதுகு வேலிப்புறத்தின் அளவுக்கு வளர்ந்து விட்டது போல அவன் எப்போதும் வழக்கமாக உட்கார்ந்திருப்பது போல. அங்கு அசைவற்று அமர்ந்திருந் தான். அவன் தனது கைகளிரண்டையும் இடைவாரி னுள் செலுத்தியிருந்தான். அவனது புள்ளி விழுந்த முகம் வெறிச்சென்றிருந்தது. குடிபோதையிலிருந்தது போல. அவன் ஆழ்ந்து மூச்சுவிட்டான். அவனுக்கு முன்னால் நிலை குத்தி நின்ற அவனது பாதி மூடிய கண்களில் ஒரு குடிகாரப் போதைப் பார்வை தென்பட்டது.

அந்தப் பையனின் கேள்விகளுக்கெல்லாம் அவன் அளித்த ஒரே பதில் இதுதான்:

“தெரியாது. யாருக்குத் தெரியும்? ஒருவருக்கும் தெரியாது.”

ஆனால், சில சமயங்களில் அவன் உண்மையிலேயே குடித்துவிட்டவன் போலக் கரகரத்து, தொடர்பற்று முனகவும் செய்தான்:

“எனக்கு வேண்டியதெல்லாம் ஒன்றே ஒன்றுதான் – ரோட்டு வழியே செல்ல வேண்டும். ஒரு வருஷம் முழுவதும் நேராகவே சென்றோமானால், எங்கே போய் நிற்போம்? ஒருத்தருக்கும் தெரியாது. ஐந்து வருஷங்கள் என்றால் யாருக்குமே தெரியாது. யாருக்கும் எதுவும் தெரியாது. அவர்கள் வெறுமனே இடத்தை அடைத்துக்கொண்டு உட்கார்ந்திருக்கிறார்கள். அவ்வளவுதான்...”

அவன் உடம்பை நீட்டி முறித்தவாறு, தனது கால்கள் எதற்காக இருக்கின்றன என்பதைப் புரிந்துகொள்ள மாட்டாதவன் போலத் தனது பாதங்களையே நெடுநேரம் கூர்மையாக வெறித்து நோக்குவான். சிறிது நேரத்தில் எச்சிலோடு கூடிய சிறு வார்த்தைகள் அவனது வாயிலிருந்து மீண்டும் தெறித்து வரத் தொடங்கும்:

“'நான் ஆறாயிரம் வெர்ஸ்ட் தூரம் நடந்தேன்.' என்று பிஷ்கோவில் ஒரு மனிதன் ஒருமுறை என்னிடம் சொன்னான். 'அதனால் எனன?' என்றேன் நான். 'ஒன்றுமில்லை,' என்றான் அவன் 'அப்படியென்றால். உலகத்துக்கு ஒரு முடிவே கிடையாதா?' என்றேன் நான். 'யாருக்குத் தெரியும்?” என்றான் அவன். பிறகு அவன் என் சட்டையைத் திருடிக் கொண்டுவிட்டான்”

மீண்டும் அவனது சிந்தனை தறிகெட்டு எங்கோ திரியத் தொடங்கிவிடும். ஒரு முறை அவன் மாட்வியின் விலாவில் இலேசாக இடித்தவாறே பின்வருமாறு சொன்னான்:

“கடலின் விளிம்பு வரையிலும், கடலின் கடைக் கோடி வரையிலும், கரைகளற்ற கடல் வரையிலும் நீ நடந்து சென்றால்தான் என்ன? காஸ்பியன் கடலுக்குக் கரைகள் உண்டு; கிர்க்கீஸியர்களுக்கு அது தெரியும். அவர்கள்

அதனைச் சுற்றி நடந்து வந்திருக்கிறார்கள். கிர்க்கீஸியர்களில் பெரும்பாலோர் மந்திரவாதிகள்..”

அந்த மனிதனைப் பொறுத்த வரையிலும் வாய்விட்டுச் சொல்ல முடியாதவாறு ஏதோ ஒரு சோர்வு தென்பட்டது. அந்த வீட்டிலுள்ள எவருக்குமே அவனைப் பிடிக்கவில்லை. அவன் ஒரு பைத்தியம் என்றே எல்லோரும் சொன்னார்கள்; மேலும், அவனது சோம்பேறித்தனத்துக்காக. அவன்மீது எல்லோரும் வசை பாடினார்கள். மாட்விக்கும் அவனைப் பிடிக்கவில்லை. அவனுடன் இருப்பதே ஒரு சிரமமாகவும், சமயங்களிலே பயங்கரமான தாகவுங்கூட அவனுக்கு எப்போதும் தோன்றியது. சில சமயங்களில் அவனது புரட்டான வார்த்தைகள் அந்தச் சிறுவனின் மனத்தில் மனிதர்கள்மீது ஒரு வெறுப்பையூட்டி. அவனை ஒரு மூலையிலே சென்று ஒளிந்து முடங்கிக்கொள்ளச் செய்தது. அதன் காரணமாக, அந்தப் பையன் அங்கிருந்தவாறு வீட்டையும். முற்றத்தையும் மணிக்கணக்காக வெறித்துப் பார்த்துக் கொண்டிருக்கவும் செய்தான்.

கோஸிமியாகினின் வீடு இப்போதுள்ள இடத்தில் முன்னர் பப்னோவ் எஸ்டேட்டின் காரியாலயம் இருந்தது. இப்போதோ அந்த இடத்திலுள்ள பெரிய வீட்டின் எரிந்து போன பகுதியின் இடிபாடுகளோடு, அந்த வீடு தரிசு நிலப்பகுதியால் நிலப்பிரபுவின் சொத்துக்களிலிருந்து பிரிக் கப்பட்டிருந்தது. அந்த நிலப் பகுதியில் காட்டுச் சணல், ஸோரெல், பர்டாக், தேனுறிஞ்சி, மற்றும் நாயுருவி முதலிய செடிகள் புதராக மண்டி வளர்ந்திருந்தன. அவற்றுக்கு மத்தியில் மரங்களின் கரிய அடிப்பாகங்கள் சோக மயமாகத் துருத்திக்கொண்டு நின்றன. இங்குமங்கும் வேர்களிலேயிருந்து துளிர்த்து வெடித்த இளங்கன்றுகள் சூரியனை நோக்கி வாடிச் சோர்ந்து தலை நீட்டிக்கொண்டிருந்தன. எனினும், மண்டி வளர்ந்த செடிகொடிகள் அந்தக் கன்றுகளை அமுக்கித் திணறடித்து, அவற்றைக் காய்ந்து கருகிச் சுள்ளிகளாக மாறச் செய்தன. அந்தச் சுள்ளிகள் பசிய புல்வெளிக்கிடையில் நரைத்த தலைமயிர் போன்று ஆங்காங்கே காட்சி யளித்தன.

தாழ்வாகவும், குட்டையாகவும் மரக்கட்டைகளால் கட்டப் பெற்றிருந்த கோஸிமியாகினின் வீடு தெருவுக்குப் பக்கவாட்டாகக் காட்சியளித்தது. அதன் இரு பக்கத்து ஜன்னல்களும் ஒற்றுப் பார்ப்போர்தம் கண்களிலிருந்து மறையும்வண்ணம் கிராதிவலையினால் திரையிடப்பட்டி ருந்தன; முன்னாலுள்ள தோட்டத்து மரங்களும் முற்றமும் கனத்த ஓக் மரத் தூண்களோடு கீலிட்டு இணைக்கப்பட்ட பலத்த கதவுகளோடு உயரமாக வேலியிடப்பெற்றிருந்தன. செதுக்கு வேலை நிரம்பிய வாயிற்கூடத்தை மத்தியிலே கொண்டிருந்த வீட்டின் முகப்பு முற்றத்துக்கு எதிரே தென்பட்டது. அதன் முன்புறத்து ஆறு ஜன்னல்களும் இருண்டு வெறிச்சோடித் தோன்றும் நிலப்பிரபுவின் விட்டின் பலகைகள் வேய்ந்த இரண்டாவது மாடியை எதிர் நோக்கியவாறு இருந்தன. அந்த நிலப்பிரபுவின் வீடு துருப் பிடித்துப் போன சிவந்த கூரையும், வளைந்து போன திசைகாட்டியும். காற்றில் அடிபட்டுச் சிதைந்த புகைக் கூண்டுகளும். வெறுப்போடு சுழித்து வக்கரித்த கண்களைப் போலத் தோன்றும் கூரைச் சன்னல்களும் கொண்டு

விளங்கியது. உடைந்து போன ஜன்னல்களின் வழியே உட்புகுந்து விட்ட கபில நிறப்புறாக்கள் பரண் வீட்டின்மீது குடி புகுந்து வாழ்ந்து வந்தன, பசியெடுத்துத் திரியும் பூனைகள் அசட்டுத்தனமும் அவலட்சணமும் கொண்ட பறவைகளுக்காகப் பதுங்கி, கூரையின்மீது திருட்டு நடை நடந்து செல்வதையும் காண முடிந்தது.

கோஸிமியாகின் இல்லத்தின் உயர்ந்த கூரையானது இரண்டு பரண்வீட்டு ஜன்னல்களினால் எதிர்பாராத விசித்திரமான வகையில் உடைந்து பழுதுபட்டுக் கிடந்தது. அந்த ஜன்னல்களின் மங்கிய பலநிறங்கொண்ட கதவுகள் பகல் நேரத்திலே இமைகொட்டாமல் விழித்துப் பார்க்கும் ஆந்தையின் கண்களைப் போலத் தோன்றின. வீட்டின் மறுபுறத்தில் ஓர் ஒடுங்கி நீண்ட பழத்தோட்டமும், பூங்காவும் இருந்தன. காட்டிலந்தைப் பாத்திக்கு மறுபுறத்திருந்த காரட், பீட், முள்ளங்கி ஆகியவற்றின் பாத்தி வரிசைக்கு மத்தியில் ஒரு குளிப்பறை தென்பட்டது. பழத்தோட்டத்தையும், பூங்காவையும் சுற்றிலும், உச்சியில் ஆணிகள் அறையப் பெற்ற ஓர் உயர்ந்த மரவேலி வளையப் பெற்றிருந்தது. அந்த வேலிக்கப்பால் கன்னியாஸ்திரீ மடத்துத் தோட்டம் ஒன்று இருந்தது. அங்குள்ள எலுமிச்சை மரங்களின் அடர்த்தியான இலைச்செறிவுக்கு மத்தியில் கன்னியாஸ்திரீ மடத்தைச் சேர்ந்த இரண்டு சிறிய தேவாலயங்களின் விண்ணீல நிறமான கவசங்கள் தென்பட்டன. அவற்றில் ஒன்று வேனிற்காலத் தேவாலயம்; மற்றது மாரிக்காலத் தேவாலயம். அந்த எலுமிச்சை மரங்கள் பூத்துச் சொரிகின்ற காலத்தில் அந்தப் பூக்களிலிருந்து உதிர்ந்துவிழும் பூவிதழ்கள் கன்னியாஸ்திரீ மடத்துக் கட்டடங்களின் கபில நிறக் கூரைகளின்மீது பரந்து விழுந்து அவற்றுக்கு முலாம் பூசின. அவற்றுள் ஓர் எலுமிச்சை மரம் மிகவும் உயரமாக இருந்தது. அதன் கிளைகள் மணிக்கூண்டின் ஜன்னல்களைக்கூட எட்டிப் பிடித்தன. அது தனது பட்டுப் போன்ற இலைகளால் அங்குள்ள சின்னஞ்சிறிய வெண்கல மணிகளைக்கூடத் தொட்டு விடும் போலிருந்தன.

கோஸிமியாகின் இல்லத்தின் நீண்ட சதுரமான வெளிமுற்றப் பகுதியில் பல்வேறு விதமான சிறு துணை வீடுகள் இருந்தன. அவற்றில் ஒளிந்துகொள்வதற்கு வசதியான பல மூலைமுடுக்குகளும் இருந்தன. முன் வாசலுக்கெதிராகவுள்ள திடமான தானியக் கிடங்கு தரையில் நன்றாக வேரூன்றி நின்றது. எண்ணற்ற சூரியன்களால் மங்கியும் எண்ணற்ற மழைப் பொழிவால் கரைந்தும் போயிருந்த அந்தக் கிடங்கு தனது வெள்ளிக்கபில நிறமான மேகம் போன்ற சணல் பொதியினால் புடைத்துப் போய் நின்றது. அருமையான வெப்பக் காலத்தில் அதன் கதவுகள் அகலமாகத் திறந்து கிடந்தன. அந்தச் சமயத்தில் சணல் விதை எண்ணெயும், பிசினும் மணக்கும் ஒரு மணத்தை வெளியிடும் இறுகிய புகை நிரம்பிய ஒரு பெரிய அடுப்பைப் போல அது தோற்றமளித்தது. அந்தக் கதவுகளின்வழியே வயல்வெளிகள் வரையிலும் நீண்டு பரவிக்கிடந்த ஒரு பெரிய வெட்டவெளிப் பரப்பில் அமைந்திருந்த, கயிறு திரிக்கும் தொழிற்சாலைக்குப் போய்ச் சேர முடியும். அந்த வயல்களைப் போலவே, அந்த வெட்டவெளியிலும் புல் பூண்டுகள் மண்டி வளர்ந்திருந்தன. அவற்றுக்கு மத்தியிலே ஓர் அகலமான பாதை மட்டும்தான் வெம்பரப்பாகக் கிடந்தது.

அதற்குமேல் நடுநடுங்கிக்கொண்டிருக்கும் கபில நிறமான சணல் கற்றைகள்தான் நீண்டுகொண்டிருந்தன. அதன் கடைக்கோடியில் செங்கற்களால் பாரம் ஏற்றி வைக்கப்பட்டிருந்த ஒரு சம்மட்டியுடன் அவை கட்டப்பட்டுக் கிடந்தன. அந்தக் கற்றைகளின் இறுக்கமானது அந்தச் சம்மட்டியை இழுத்துப் பிடித்து, அதனை ஒரு கிறீச்சுச் சப்தத்துடன் முன்பக்கமாக ஆட வைத்தது. சணற்கற்றைக்கு அடியில் மரத்தாலான சீப்புகள் இருந்தன. அந்தச் சீப்புக்களின் பற்களிடையில் கபில நிறமான கயிறுகள் அரவமின்றித் துடித்துக் கொண்டிருந்தன. காலை முதல மாலை வரையிலும் ஒவ்வொரு நாளிலும் நான்கு வேலைக்காரர்கள் அந்தக் கயிறுகளின் ஒரு கோடியிலிருந்து மறு கோடி வரையிலும் தமது வாழ்நாள் முழுவதுமே அதனோடு கட்டிப் பிணைக்கப்பட்டுப் போனவர்கள் மாதிரி, மேலும் கீழும் பாவோட்டமாகச் சென்று வந்துகொண்டிருந்தார்கள். அந்த மனிதர்கள் வெற்றுக் கால்களோடு நீல நிறச் சாக்குத் துணியினை அணித்தவர்களாய், உறுத்த முகங்களோடு காட்சியளித்தார்கள். அவர்களது காலுக்கடியில் கூம்பிய வடிவம் கொண்ட மரக்கட்டைகளாலான கயிற்றுச் சிட்டங்கள் சிதறிக் இடந்தன.

மத்தியிலே இரும்புக் கொக்கிகள் கொண்ட ஒரு செங்குத்தான சக்கரம் அந்தக் கிடங்கின் கதவுக்கெதிரேயுள்ள ஓக் மர ஸ்டாண்டின்மீது மெதுவாகச் சுழன்றுகொண்டிருந்தது. அரைக் குருடும், அரைப்பைத்தியமுமான வாலன்டின் என்ற ஒரு கிழவன் அந்தச் சக்கரத்தைச் சுழற்றிக் கொண்டிருந்தான். அந்தச் சக்கரம் சுழலும்போது அதன் கொக்கிகளிலிருந்து சணல் கற்றைகளின் மெல்லிய திரிகள் வெளி வந்துகொண்டிருந்தன.

அந்தச் சக்கரம் கிறீச்சிட்டுச் சுழச் சுழல வாலன்டின அதே மங்கிய. மூங்கைக் குரலில் அதே பாட்டை மீண்டும் மீண்டும் திரும்பப் பாடினான். அவன் பாடிய அழகில், அந்தப் பாட்டின் வார்த்தைகளை மாட்வியால் புரிந்துகொள்ளவே முடியவில்லை. இரண்டு தொழிலாளர்கள் சணல் கற்றைகளை அடித்துப் பதப்படுத்திக்கொண்டிருந்தார்கள். வேறிருவர் சணலைச் சிக்கறுத்துக்கொண்டிருந்தனர். நரைத்த முடி கொண்ட புஷ்கார்யோவ் சணல் படிந்த தலையோடும் தாரெண்ணெய் படிந்த உடம்போடும் அவர்கள் மத்தியிலே திரிந்து வந்தான். அவனிருந்த கோலத்தில் அவன் ஒரு நாடோடியின் நாட்டியமாடும் கரடியைப் போலவே காட்சியளித்தான்.

அந்த மனிதர்கள் எல்லோருமே எந்த விதமான பேச்சுமற்று, தளர்ந்து போய் நடமாடினார்கள். புஷ்கார்யோவ் அடிக்கடி அந்தச் சக்கரத்தைத் தொட்டுப் பார்த்தான்; அதன் விறைப்பான கற்றைகளைத் தனது அழுக்கடைந்த விரல்களால் நெருடினான்; கீழே குந்திக் குனிந்தவாறு பாதி மூடிய கண்களோடு அவற்றின் போக்கைக் கூர்ந்து கவனித்தான்; பின்னர் அந்தச் சம்மட்டியின் பாரத்தைக் கூட்டுவதற் காகவோ அல்லது குறைப்பதற்காகவோ அந்த வெட்ட வெளிப் பரப்பின் கோடிவரையிலும் விறைத்த கால்களுடன் ஓடிச் சென்றான். அவன் இருமினான்; தனக்குத் தானே ஏதோ முனகிக்கொண்டான்; ஏதாவதொரு மரக்கட்டை மீது குந்தி உட்கார்ந்தான்; கணக்குச் சட்டத்தை எடுத்து, அதனை

உயர்த்திப் பிடித்துக்கொண்டு, அதிலுள்ள மணிகளை முன்னும் பின்னும் தள்ளினான். அந்த மணிகள் வளைந்து போன கம்பிகளால் தடுக்கப்படும்போதோ அல்லது அவனது தார் படிந்த விரல்களில் ஒட்டிக்கொள்ளும் போதோ அவன் மூர்க்கமாக வசை மொழி பொழிந்தான். பின்னர் அந்தக் கணக்குச் சட்டத்தைக் கீழேபோட்டுவிட்டு, அவன் ஒரு நீண்ட் ஒடுங்கிய நோட்டுப் புத்தகத்தை எடுத்து, தனது கன்றிக்கறுத்த உதடுகளிடையே அங்குமிங்கும் உருட்டிக் கொண்டிருந்த ஒரு கட்டைப் பென்சிலால் அதில் ஏதேதோ கிறுக்கிக்கொண்டான். அவன் தொப்பியே அணிவதில்லை. கபில நிறச் சணல் தும்புகள் ஒட்டிக்கொண்டிருந்த அவனது சிவந்த முகமானது சாம்பல் படர்ந்து விட்ட நிலக்கரித் தணலைப் போலத் தோன்றியது.

மாட்விக்குச் செய்வதற்கு வேறு எதுவுமே வேலையில்லாத போது, அவன் தார், எண்ணெய், மற்றும் பல்வேறு உபகரணங்கள் முதலியவற்றை அடைத்து வைத்திருந்த தரைக்குக் கீழிருந்த பண்டகக் கிடங்கின் புல்லந்தரிசுத் திரட்டின்மீது ஏறியமர்ந்துகொள்வான். அந்தத் திரடு ஒரு பழைய தூங்குமூஞ்சி மரத்தின் அடர்த்தியான கிளைகளால் நிழலிடப்பட்டிருந்தது. அந்த உயரமான இடத்திலிருந்து புல் பூண்டுகள் மண்டிய, சணல் நிரம்பிய வெட்டவெளி வெம்பரப்பு முழுவதையும். அதற்கப்பால் சிற்சில குண்டு வெள்ளை மலர்களும், நீலப்புஷ்பங்களும் ஆங்காங்கே தென்பட்டாலும் மொத்தத்தில் வறட்சியும், வெறுமையும் மிக்கதாக விளங்கிய குன்றுகளையும் அவனால் பார்க்க முடிந்தது. குன்றுகளின்மீது கரிய நிறமும், பழுப்பு நிறமும் கொண்ட பசுக்களும், கபில நிறம் கொண்ட ஆடுகளும் மேய்ந்துகொண்டிருந்தன. குழம்பிக் கலங்கியிருந்த வான மண்டலத்தில் நீர்ப்பதமான சூரியன் தொங்கியவாறு அந்தச் செழுமையற்ற நிலத்தின்மீது உஷ்ணத்தைப் பொழிந்து கொண்டிருந்தது. அந்தக் குன்றுகளின் மொட்டை மழுக்கையான உச்சிகளுக்கப்பால், ஒரு காட்டின் தெத்துக் குத்தான வடிவங்களைக்காண முடிந்தது, அங்கு நிலவிய கனத்த காற்றில் சணல், பிசின் ஆகியவற்றின் மணம் புரையோடிக் கமழ்ந்தது. அந்த மணமானது ஆப்பிள்களும், சொரிப் பழங்களும் பழுத்துக் கனிந்து தொங்கிய, கறுத்த காட்டிலந்தைப் பழங்கள் நறுமணம் நிரம்பிய கனத்த கொத்துக்களாகக் கனிந்து தொங்கிய பழத்தோட்டங்களின் சுவை மிக்க நறுமணத்தைப் போக்கடித்து விட்டது.

வலது புறத்திலே பாழடைந்து கிடந்த வீடும். அதன் எரிந்து கரிந்துபோன இடிபாடுகளும் தென்பட்டன. இடப் புறத்தில் அமைதியான கன்னியாஸ்திரி மடம் தென்பட்டது. ஒவ்வொரு பக்கத்திலிருந்தும் அந்தச் சின்னஞ்சிறுவனின் ஏகாந்தமான ஆத்மாவுக்குள் ஒரு பெரும் சோர்வுணர்ச்சி பரந்து குடி புகுந்தது. சூரியக்கதிர்கள் சதுப்பு நிலத்தின் கலங்கிய நீரை எவ்வாறு குடித்து வற்ற அடித்து வருகின்றனவோ, அதுபோல அந்தச் சோர்வுணர்ச்சி எல்லா வேட்கைகளையுமே அமுங்கடித்து, அவனது ஆத்மாவையே அள்ளி விழுங்கியது.

புஷ்கார்யோவ் அந்தச் சிறுவனைக் குஷிப்படுத்த முயல்வான். அந்தச் சிறுவனைக் கண்ணில் கண்டதும். அவன் கர கரத்த குரலில் கத்துவான்;

“இங்கே வாடா, பையா!”

அவன் வந்தவுடன், அந்தச் சிறுவனிடம் அவன் சிப்பாய்கள் படும் சிரமங்களையெல்லாம் எடுத்துக் கூற முனைவான்

“நான் ஒரு பாட்டுப் பாடட்டுமா? அருமையான பாட்டு, மகனே”! என்று அவன் ஒரு முறை சொன்னான். பின்னர் அவன் பதிலுக்குக்கூடக் காத்திராமல் தனது முகத்தை அழப்போவது போல வக்கரித்து நெரித்தவாறு கண்களை உருட்டியவண்ணம் உச்சஸ்தாயியில் ஒலித்த ஒரு பெட்டைக் குரலில் பின்வருமாறு பாடத் தொடங்கி விட்டான்:

எங்கள் அதிகாரிகள்தான் - ஆ!
எத்தனை கண்டிப்பு!

திடீரென்று அவனது கண்கள் பயங்கரமாக ஒளி சிந்தின; அவன் ஒரு கரகரத்த குரலில் பாட முனைந்தான்:

- ஆ!
எத்தனை கண்டிப்பு!

பின்னர் மீண்டும் உச்சஸ்தாயியில் ஓலமிட்டான்:

எத்தனை எத்தனை முறைதான் - ஆ!
எம்மை உதைத்தார்!

மீண்டும் அந்தக் கரகரத்த குரல்:

எம்மை உதைத்தார்!

இறுதியாக அவன் கண்களை மூடியவாறு, தலையைப் பரி தாபகரமாக ஆட்டிக்கொண்டு கீச்சுக் குரலில் இழுக்கத் தொடங்கினான்:

முன்னேறிச் செல் என்றே - அவர்கள்
முதலில் ஆணையிட்டார்!

அவன் பாடிய முறை கோமாளித்தனமாக இருந்த போதிலுங்கூட, அந்தப் பாட்டு சோக மயமாக இருப்பதை மாட்வி கண்டறிந்தான்.

“மேலும் பாட வேண்டாம்.” என்றான் அவன்.

“ஏன்? உனக்குப் பிடிக்கவில்லையா?” என்று ஓரளவு வியப்போடு கேட்டான் புஷ்கார்யோவ்: “ஹூம், உனக்குப் பிடிக்காததற்குக் காரணம் நான் இந்தப் பாட்டை ஆரம்பத்திலிருந்து தொடங்காததுதான். அதன் ஆரம்பம் இப்படித்தான்:

மோசமான செய்தி யொன்று
தேசம் முற்றும் கேட்குது;
மூலையெல்லாம் அந்தப் பேச்சே

காதில் வந்து மோதுது!
ராசன் ஜாரும் ராணுவத்தில்
சேர நம்மை அழைக்கிறார்!
நமதிளைஞர் தமக்குச் சிப்பாய்க்
கோட்டை அவரும் மாட்டுவார்!

"நான் ஒன்றும் இதைக் கேட்க விரும்பவில்லை" என்று சொல்லிவிட்டு, மாட்வி ஓடிப்போய்விட்டான்.

விலாஸ்யேவ்னா அவனைப் பிடித்துச் சமையலறைக்குள் இழுத்துக்கொண்டு சென்றாள். அங்கு அவள் அவனைத் தனக்கெதிரே கிடந்த ஒரு மேஜைமீது தூக்கி உட்கார வைத்துவிட்டு, தனது உதடுகளை அர்த்தபுஷ்டியுடன் பிதுக்கியவாறே பின்வருமாறு சொன்னாள்:

"அந்த மூலையிலே சிலந்தி மாதிரி ஒண்டி ஒளிந்துகொள்வதைக்காட்டிலும், நாமிருவரும் – நீயும் நானும் – நல்ல, அருமையான, அமைதியான பேச்சாகப் பேசலாமே. கடவுளின் வயதைக் கணக்கிடும் எண்ணைப் பற்றி உனக்குத் தெரியுமா?" என்று விசாரத்தோடு கேட்டாள் அவள்.

"தெரியாது" என்று அதே விசாரத்துடன் பதில் சொன்னான் சிறுவன்.

''என்னைப் பார். இல்லாவிட்டால் உனக்கு நினைவிருக்காது." என்றாள் அந்தத் தடித்த சமையற்காரி: "அந்த எண் 33; நினைவில் வைத்துக்கொள். ஆதாமிலிருந்து நமது இரட்சகர் வரையிலும் மொத்தம் எத்தனை தலைமுறைகள்?"

"தெரியாது."

"முன்னூறு. சரி. இப்போது இதனைக் கேள்." என்று சொல்லியவாறே, அவள் ஒரு நிச்சயதீர்க்கமான தொனியில் பேசத் தொடங்கினாள்: "கிறிஸ்து விரோதியான அந்தப் பொல்லாத சாத்தான். 'இதோ கிறிஸ்துவைக்காட்டிலும் நான் என்னை இரண்டு மடங்குகளாகப் பெருக்கிக்கொள்கிறேன்' என்று தனக்குத்தானே நினைத்துக்கொள்கிறான்; அதே மாதிரித் தன்னை இருமடங்காக்கிக்கொள்ளவும் செய்கிறான்; 666 என்ற எண்ணையும் எடுத்துக்கொள்கிறான். ஆனால், சிலுவையானது ஆறு பாகங்களுக்குப் பதிலாக மூன்று பாகங்களால்தான் ஆக்கப்பட்டுள்ளது என்பதை அந்த முட்டாள் மறந்து போய் விடுகிறான். எனவே. அந்த நாள் முதல் அவன் ஒரு [1]பிஞ்ச்செர் இல்லையென்பதையும். மாறாக உண்மையான விசுவாசத்தையே கொண்டவன் தான் என்பதையும் எல்லோருக்கும் புரியும் வண்ணம் தெள்ளத் தெளிவாக்கி விடுகிறான்."

அவள் கிறிஸ்து விரோதியைக் குறித்து அடிக்கடி பேசுவதில்லை. ஆனால் அப்படிப் பேசும்போதெல்லாம் அவள் பயமற்று , ஏகத்தாளமாகத்தான் பேசினாள். அவள் கடவுளின் பெயரை உச்சரிக்கும் போதெல்லாம் அதில் ஏதோ ஒரு பக்தியைத்

[1] பிஞ்ச்சொ்: சிலுவைக் குறியைக் கீறும்போது, மூன்று விரல்களையும் சேர்த்து நிமிட்டும் ஒரு மதப்பிரிவினர்.

தூண்டும் பாணி தென்பட்டது. எப்போதுமே அவள் அதனைக் கண்களை மேல் நோக்கி உருட்டி விழித்தவாறும், சிலுவைக்குறி கீறியவாறும் தாழ்ந்த குரலிலேயே கூறினாள். முதன்முதலில் கடவுளைக் கண்ணுக்குத் தெரியாத, சர்வ வியாபகமான, சர்வக்கூறான ஒரு சக்தியாகவே கருதி, மாட்வி அவருக்குப் பயந்தான். ஆனால், கோடையிலே உஷ்ணத்தையும். மாரிக் காலத்திலே குளிரையும் ஒவ்வொருவரும் ஏற்றுக்கொள்வது போலக் காலக் கிரமத்தில் அவனும் அவரைப் படிப்படியாக ஏற்றுக்கொள்ளத் தொடங்கினான்.

அந்தச் சமையற்காரிக்குச் சூனியக்காரிகள், சூனியக்காரர்கள், மந்திரவாதிகள் ஆகியோரைப் பற்றிச் சம்பாஷிப்பதுதான் மிகவும் பிடித்தமான விஷயம். அவர்களைப் பற்றி அவள் மாட்வியிடம் கூறிய கதைகளில் அவனுக்கிருந்த அக்கறை மிகவும் அதிகந்தான். அதன் காரணமாக, அவன்பால் அவனுக்கிருந்த அசூயை உணர்ச்சியுங்கூட மட்டுப்பட்டுப் போய் விட்டது.

சூனிய வித்தையைப் பற்றிப் பேசும்போது அவள் தனது குரலைப் பவ்வியத்தோடு கூடிய இரகசியக் குரலாகத் தாழ்த்தித் தணித்துப் பேசினாள்; அப்போது அவளது பழுப்பு நிறங்கொண்ட உருண்ட கன்னங்களும், தடித்த கழுத்தும் வெளுத்துப் போயின; அவள் தன் கண்களையே அநேகமாக மூடிக்கொண்டு விடுவாள். மேலும், அவளது வார்த்தைகளிலே ஒரு நிர்க்கதியான தலைவிதியின் தொனியும் குடி கொண்டது. சூனியக்காரிகள் எப்படி ஒருவனின் அடிச் சுவட்டைத் தரை யிலிருந்து வெட்டியெடுப்பார்கள், பின்னர் எப்படி அவனது ரத்தம் வற்றியுறைந்து போகுமாறு மந்திரங்களை உச்சரிப்பார்கள், எப்படி அவர்கள் காற்றின் மூலமாகக் காய்ச்சல் நோயையும் சுட்டி நோய்களையும் பாப்புவார்கள், எப்படி ஒரு குதிரையின் காற்குளம்புகளில் சவப்பெட்டியிலிருந்து எடுத்த ஆணிகளை அடித்து இறக்குவார்கள், அந்த ஆணிகள் எவரது சவப்பெட்டியிவிருந்து எடுக்கப்பட்டதோ அந்தச் சவத்தின் ஆவி இரவு நேரத்திலே வந்து எப்படி அந்தக் குதிரையின் கால்களிலே தாங்க முடியாத வேதனையை உண்டுபண்ணி. அதனைச் சித்திரவதை செய்யும் என்பன போன்ற விஷயங்களையெல்லாம் அவள் சொன்னாள்.

சூனியக்காரர்களையும், சூனியக்காரிகளையும் பற்றி அவள் சொன்ன பயங்கரமான விஷயங்களைக் கேட்டு, அந்தப் பையன் பயந்து போவதைக் கண்டதும், அவள் உடனே அவசர அவசரமாகப் பின்வருமாறு சொல்வாள்:

“ஆனால், எல்லாச் சூனியக்காரிகளும் கொடுமையானவர்கள் என்று எண்ணி விடாதே. அப்படியெல்லாம் இல்லை. நல்லவர்களும் இருக்கிறார்கள். சொல்லப் போனால் கெட்டவர்களைக்காட்டிலும் நல்லவர்களே அதிகம், அவர்களுக்கு எல்லா விதமான மூலிகைகளின் உபயோகமும் தெரியும். மறந்து விடாதே. அவர்களுக்குப் பைத்தியப்புல், அழுமூஞ்சிப் புல், நீர்வேம்பு ஆகிய எல்லாம் தெரியும். இவையெல்லாம் நோய்களைக் குணப்படுத்தி, பேய்ப் பிசாசுகளை விரட்டியடிக்கும் மூலிகைகளாகும்; ஆமாம், இவையெல்லாம் சூனியக் காரர்கள், சூனியக்காரிகள் ஆகியோர்களின் சக்தி மகத்துவந்தான். உதாரணமாக, உனது எதிரி ஒருவன் உனக்கு எதிராக ஒரு சாபத்தை ஏவிவிடுவானானால், உனது

கட்கங்களில் பைத்தியப் புல்லைக்கொண்டு கரகரவென்று தேய்ப்பதன் மூலம் அந்த ஏவுதலைச் சூனியக்காரி முறியடித்து விடுவாள். ஆமாம். இந்தச் சூனியக்காரர்கள் எவ்வளவோ நல்ல காரியங்களைச் செய்கிறார்கள்"

"அவர்கள் என்ன ஞானிகளா?" என்று கேட்டான் மாட்வி.

இதற்குத் தயக்கத்தோடு பதிலளிப்பதற்கு முன்னால். விலாஸ்யேவ்னா ஒரு கணம் ஆலோசனை செய்தாள்.

"இல்லை, ஞானிகள் என்றால் அவர்கள் மடத்திலோ, காட்டிலோ போயிருப்பார்கள். ஆனால் சூனியக்காரிகளோ பேய்ப் பிசாசுகளை நேரடியாக எதிர்த்தடிப்பார்கள்."

"கடவுள் அவர்களுக்கு உதவுகிறாரா?"

"ஆமாம். கடவுள் எல்லோருக்குந்தான் உதவுகிறார்."

"ஆனால், அவர் ஏன் கெட்டவர்களின்மீது இடி விழச் செய்து. அவர்களைச் சாகடிப்பதில்லை?" விலாஸ்யேவ்னா நெடிய பெருமூச்சு வாங்கினாள்.

"அவர் அவர்களுக்காக வருத்தப்படுகிறார் என்றே நினைக்கிறேன். என்ன இருந்தாலும் அவர்களும் அவரது படைப்புக்கள்தானே!" என்று பதிலளித்தாள் அவள்.

ஆனால், அந்தக் காலத்தில் அவன் கேள்விப்பட்ட எல்லா விஷயங்களிலும் வால்காவைப் பற்றி அவனது தந்தையிடம் பேசிய பேச்சு மட்டுந்தான் அவனை மிகவும் கவர்ந்திருந்தது. பக்கத்துக் கிராமத்திலிருந்து அவனது தந்தை சணல் வாங்கிக்கொண்டு திரும்பிவந்த பின், வசந்த காலத்தின் ஒரு நாள் மாலையில் பழத்தோட்டத்தில் அந்தச் சம்பாஷணை நடைபெற்றது. அன்று அவனது தந்தை அன்பு நிறைந்த, சோகம் ததும்பிய ஒரு குறிப்பிடத் தக்க மனோநிலையில் இருந்தார். அவரது குரலின் தொனிகூட, தனது பாவங்களைப் பற்றி ஆழ்ந்து உணர்ந்து பார்க்கும் ஒருவனின் தொனியாக ஒலித்தது.

காட்டிலந்தைச் செடிகளுக்கு மத்தியிலே கிடந்த ஒரு மேஜை முன்னால் அவர்கள் அமர்ந்தார்கள். கோஸிமியாகின் தம் தலையைப் பின்னால் திருப்பி அண்ணாந்தவராய், ஆழ்ந்த நெடுமூச்செடுத்து, தமது ஒரு கரத்தை நீட்டினார்.

"எனவே, மகனே, வால்கா—வால்கா நதித்தாய்—அற்புதமான விரிவோடும் ஆழத்தோடும் பிரகாசத்தோடும் உனது இதயத்துக்குள்ளேயே ஓடிப் புகுவது மாதிரி, அல்லது சொல்லப் போனால். உன் இதயத்திலிருந்தே பொங்கிப் பிர வகிக்கின்ற மாதிரி மேலும் மேலும் ஓடிக்கொண்டிருக்கிறாள். அதன் அழகோ புரிந்துகொள்ளும் சக்திகளுக்கே அப்பாற்பட்டது. விரிந்து பரந்த வெள்ளப் பெருக்கமாக. சூரிய ஒளியிலே தங்க மயமாகத் தகதகத்து அது பரந்து செல்கிறது, புடைத்த மார்பும் ஒற்றைச் சிறகுகளும் கொண்ட வெள்ளை அன்னங்களைப் போல.

தமது ஒற்றைப் பாய்மரத்தின்கீழ்ப் படகுகள் அதன்மீது வகிடு பாய்ந்து செல்லும்; தங்க நிறமான பெல்யானி புடைத்த பாவாடைகள் அணிந்த சீமாட்டிகளைப் போல மெதுவாக அசைந்து செல்லும்; **மோகூஷானி, கோலோ மெங்க்கி**, மற்றும் பற்பல விதமான பரிசல்களும், படகுகளும் அந்த நீல நிற நீர்ப்பரப்பின்மீது மேலும் கீழும் இயங்கிச் செல்லும். அவையனைத்தும் பிரகாசமான வெல்வெட் துணியினால் தைக்கப்பட்டவை போலத் தோன்றும். அவற்றின் பாய்மரங்களில் சில சிவப்புக்கரை கொண்ட துணிகளோடு விளங்கும். பாய்மரக் கொம்புகளில் கோழி அல்லது அம்பு, அல்லது முஷ்டியிலே இறுகப் பிடித்த உடைவாள் ஆகிய வடிவங்களைக்கொண்ட தங்க நிறமான திசைகாட்டிகள் உச்சியிலே காட்சியளிக்கும். அந்தத் திசைகாட்டிகளெல்லாம் காற்றடிக்கும் திசையை உணர்த்துவதெல்லாம் ஓரளவுக்குத்தான். மற்றப்படி அவை தமது அழகுக்காகவே அவற்றில் இடம் பெற்றிருக்கும். அந்தப் படகுகளின் மேல்தளத்து முகட்டு விளிம்புகளிலோ பறவைகள், மிருகங்கள் ஆகிய பல்வேறு வடிவங்களால் செதுக்கப் பட்டிருக்கும். மேலும், அவை வானவில்லின் வர்ண ஜாலங்களால் வர்ணம் பூசப்பட்டிருக்கும். பாய்மரக் கொம்புகளிலேயுள்ள பிரகாசமான கொடிகள் காற்றிலே படபடக்கும். அவையனைத்தும் நிலைக்கண்ணாடியில் பிரதிபலிப்பது போல நீர்ப்பரப்பின்மீது பிரதிபலிக்கும். அவையனைத்தும் உயிர்த்துடிப்போடும். படப்படப்போடும் அங்கே மிதந்து செல்லும். மாட்வி! ஆகா! அந்த அழகு...."

அவர் [2]**கஸ்லி** வாத்தியத்தின் தந்திகளில் தாவீதின் சங்கீதமொன்றை மீட்டுவதுபோலத் தமது தூக்கிய கரத்தின் தடித்த விரல்களை இயக்கியவாறு தாழ்ந்து தணிந்த கானக் குரலில் தமது வார்த்தைகளைத் தொனித்தொலிக்கச் செய்தார் பின்னர். அவர் தமது கையைக் கீழே இறக்கி மேஜையின்மீது சிலுவைக் குறிகளும் வட்டங்களும் போட்டவாறு. தமது சிந்தனைத் தொடரைத் தொடர்ந்து கூற முனைந்தார்:

"ஒரு படகிலே ஏறிக்கொண்டு நதியின் வழியாக நீ போவாயானால், அப்போது நதிக்கரைகளெல்லாம் உன்னைச் சந்திக்க விரைந்து வரும். நகரங்களும், கிராமங்களும் தண்ணீரின் விளிம்போரத்திலே நிற்கும்; படகுகள் பலவும் சிட்டுக்குருவிகளைப் போலச் சிவ்வென்று பாய்ந்து செல்லும்; மீன் பிடிப்பவர்கள் தங்கள் வலைகளை ஒழுங்குபடுத்தி வீசுவார்கள்; ஞாயிற்றுக்கிழமைகளிலும், விடுமுறை நாட்களிலும் நாட்டு மக்களெல்லாம் கரையோரங்களிலே குதூகலித்து மொய்த்துக் கூடுவார்கள்; பெண்களின் அங்கிகளெல்லாம் பிரகாசமான தீச்சுடரைப் போலப் பளபளக்கும். வால்காப் பிரதேசத்து விவசாயிகள் நன்றாக வாழ்கிறார்கள். மகளே! அவர்கள் அருமையான உடைகளும் அணிகிறார்கள். அவர்களது பெண் மக்களுங்கூடப் பணம் சம்பாதிக்கிறார்கள். பணமும் ஏராளம்; துணிமணிகளின் விலையும் மலிவு. சில சமயங்களிலே நதிக்கரையை நீ பார்க்க நேரும்போது. உன் இதயம் அப்படியே துள்ளிக் குதிக்கும். அப்போது நெஞ்சு திரம்பி விம்மியவனாய்,

---

[2] கஸ்லி: ஒரு பழைய ருஷ்யத் தந்தி வாத்தியம்

"என்ன நல்லவர்களே! நீங்களெல்லாம் அருமையான வாழ்க்கை வாழ்கிறீர்கள். இல்லையா?" என்று நீ வாய் விட்டுக் கத்தி விடுவாய். பர்லாக்கிகள் ஒரு படகைக் கயிற்றால் கட்டி இழுப்பார்கள். மனிதர்கள் எல்லாம் கயிற்றிலே கோத்துக் கட்டப்பெற்ற வடைகளைப் போல, முண்டும் முடிச்சுமாகத் திருகிப் போய், தூரத்திலே மிகவும் சின்ன உருவங்களாகத் தென்படுவார்கள். அவர்கள் பாடும் பாட்டும் கண்காணாதவாறு எங்கோ ரீங்காரித்துத் திரியும் தேனீக்களைப் போல உன்னை வந்து எட்டும். இரவிலோ நதிப்பரப்பு இருண்டிருக்கும்; சந்திர ஒளியிலே வெள்ளி மயமாகத் நுலங்கும். இறங்கு துறைகளிலே பிர காசிக்கின்ற விளக்குகள் கருநிறமான நீர்ப்பரப்பில் நடுநடுங்கிப் பிரதிபளிக்கும். அந்தப் பிரதிபிம்பங்கள் நதியின் அடிப்பாகத்திலிருந்தே எட்டிப் பார்க்கின்ற மாதிரி வானத்தை ஏறிட்டு வெறித்து நோக்கும். வானத்தின் அகாதமான உயரத்திலே நமது ருஷ்ய நாட்டு விண்மீன்கள் தொங்கிக் கொண்டிருக்கும். எல்லாமே உனக்கு நெருங்கியதாகவும், பிரியமானதாகவும் தோன்றும். மேலும், இவற்றால் எல்லாம் ஏற்படும் ஆனந்தப் பரவசத்தால் உனது இதயமே பூரித்து வெடித்துவிடும் போலத் தோன்றும். வால்காத் தாய் உன்னைத் தன் கரத்தால் வளைத்தனைத்து, மகனே! வருந்தாதே! எல்லாம் சரியாகப் போய்விடும்" என்று கனிவோடு சொல்லுவது போலத் தோன்றும் மாட்வி! எங்களது உழைப்பை இலகுவாக்குவதற்காக கடவுள் எங்களுக்கு வால்காவை வழங்கினார். நீ அவளை ஏறிட்டுப் பார்க்கும்போது, உன் இதயம் இன்பத்தால் பொங்கி விம்மும். அப்போது அவளை மேலும்மேலும் தொடர்ந்து செல்வதைத் தவிர. உனக்கு எதுவுமே வேண்டியிருக்காது; எதுவுமே தேவைப்படாது. ஆம். அத்தகைய நதிதான் வால்கா, மகனே!"

அவர் பெருமூச்செறிந்தவாறு மௌனமானார். அவரது தலைகவிழ்ந்தது அந்தப் பையனும் பெருமிதமான ஓர் இன்ப உணர்ச்சியில் மூழ்கியவனாய் மௌனமானான். இதற்கு முன் எந்தக் காலத்திலும் அவனது தந்தை இத்தகைய உணர்ச்சியோடும், இத்தனை நெருக்கத்தோடும் அவனோடு பேசியதில்லை.

"இனி உங்களைப் பற்றிச் சொல்லுங்கள்." என்று சிறிது நேரங்கழித்துச் கேட்டான் அவன்.

"என்னைப் பற்றியா?" என்று திரும்பக் கேட்டார். அவனது தந்தை "சொல்வதற்கு என்ன இருக்கிறது? என்னைப் பற்றி எப்படிப் பேசுவது என்பது எனக்குத் தெரியாது. என் தந்தை வால்கா நதியின்மீது போன காலத்தில் எனக்குப் பதினைந்து வயது. அப்போது நான் ஒரு குறும்புக்காரச் சிறுவனாக இருந்தேன். ஆமாம். நீ மிகவும் அமைதியானவன், ஆனால், நானோ ஒரு படு போக்கிரியாக இருந்தேன். அதன் காரணமாக. என் தந்தையிடமிருந்தும் பிறரிடமிருந்தும், ஏன்; என்மீது ஆதிக்கம் செலுத்த எண்ணும் எவரிடமிருந்தும், நான் பல முறை அடி வாங்கியிருக்கிறேன். அந்த அடிகளை என்னால் தாங்கி நிற்க முடியாது. எனவே. அடி விழுந்ததும் நான் ஓடிப்போய் விடுவேன். ஒரு முறை பலாக்னாவில் ஒரு நாள் என் தந்தை என்னைப் பயங்கரமாக அடித்து விட்டார். உடனே நான் குஸ்டெம்யான்ஸ்க்குச் செல்லும் ஒரு கட்டுமரத்தில் குதித்து ஓடி விட்டேன்.

அன்று முதல் என்னை நானே கவனித்துக்கொண்டு வருகிறேன். என் தந்தையும் கண் மறைந்து போய்விட்டார். அப்புறம் அவரை நான் கண்ணால்கூடப் பார்க்கவில்லை.

அவர் தமது சிவந்த புருவங்களை நெரித்தார்; ஒரு செருமல் ஒலியை எழுப்பினார்: பின்னர்ச் சிலுவைக் குறி கீறிவிட்டு, தன் பையனின் கன்னத்தை வருடினார்; அதன்பின் அவனைத் தம்மோடு நெருக்கமாக அணைத்துக்கொண்டார்.

''இந்த மாதிரி விஷயங்களையெல்லாம் கேட்பதற்கு உனக்கு இன்னும் போதுமான வயதாகி விடவில்லை" என்றார் அவர்: "அவற்றையெல்லாம் நான் உன்னிடம் சொல்வதில் அர்த்தமில்லை. நீ மட்டும் இப்போது கொஞ்சம் வயதானவனாக இருந்தால்...."

''எனக்கு இப்போது கிட்டத்தட்ட பதினோரு வயதாகிறதே." என்று அவருக்கு மாட்வி நினைவூட்டினான்.

"நல்லது. சரி இப்போது நீ ஓடிப்போ. நான் கொஞ்சம் தூங்கவேண்டும். எனக்கு அந்தக் கம்பளி விரிப்பைக் கொண்டு வருமாறு விலாஸ்யேவ்னாவிடம் போய்ச் சொல்லு"

"நானே கொண்டு வருகிறேன்."

"வேண்டாம். அவள் கொண்டு வரட்டும்."

மாட்விக்கு வருத்தமாகி விட்டது. அவன் அங்கிருந்து போகவே விரும்பவில்லை. ஆனால், அந்தப் பழத்தோட்டத்தை விட்டு வெளியேறும்போது, அவன் அதன் கனத்த வாசற் கதவை உதைத்துத் தள்ளினான். அப்போது அது அவன் முன்னால் அகலமாக விரிந்து திறந்தது. அதற்கு முன் அவனிடம் தோன்றாத ஒரு பலம் அவனுள்ளே பொங்கிப் பெருகியது. அவன் தனது தந்தையைப் போல ஒரு கனத்த உருண்டோடும் கம்பீரத்தோடு முற்றத்தைக் கடந்து நடை போட்டுச் சென்றான். ஆனால், அவன் சமையற்கட்டுக்குப் போய்ச் சேர்ந்ததுமே, மீண்டும் அந்தச் சோகம் திரும்பவும் வந்து விட்டது. அங்கு ஒரு சின்னஞ்சிறு கண்ணாடியில் தனது மூக்கின் அழகைப் பார்த்தவண்ணம் விலாஸ்யேவ்னா மேஜைக்கெதிரே அமர்ந்திருந்தாள். அவள் ஒரு லாவண்டர் நிற அங்கியையும், நீலநிற ரிப்பன்கள் கொண்ட பூவேலைத் தையல் நிறைந்த ஓர் இரவிக்கையையும் அணிந்திருந்தாள். அவள் தன்னம்பிக்கையோடும். அழகோடும் விளங்கினாள்.

"ஏய். உன்னைத்தான், அப்பாவுக்கு அந்தக் கபிலநிறப் பாயை எடுத்துக்கொண்டு செல்" என்று அவன் கரகரத்த தொனியில் கூறினான், அவ்வாறு கூறும்போதே அவள் தன்னைக்காட்டிலும் நன்றாகத்தான் இருக்கிறாள் என்று அவன் ஏக்கத்தோடு நினைத்துக்கொண்டான்.

அவள் சட்டென்று நிமிர்த்து பார்த்தாள். உடனே அவள் கன்றிச் சிவந்தவளாய், அவனது தந்தையின் அறைக்குள் ஓடினாள். அவளைத் தான் நிலைகுலையச்

செய்ததைக் கண்டு அவன் தனக்குத்தானே மகிழ்ந்தான். பின்னர் அவன் முகத்தைச் சுழித்து, தலையைப் பின்னால் உலுக்கி நிமிர்ந்தவாறு, வாசல்வழியே வெளியே துள்ளியோடிச் சென்றான். சோஜோன்ட்டின் துணையில்லாமல் அவன் தெருவுக்குப் போகக் கூடாது என்று அவனுக்குத் தடை போடப்பட்டிருந்தது. அவன் தன் தந்தையின் உத்தரவை என்றுமே மீறியதில்லை. ஆனால், அன்றோ வெளிவாசலுக்கப்பால் தானே சென்று உட்கார வேண்டும் என்ற ஒரு பெருந்தாகம் அவனுக்கு ஏற்பட்டது.

தெருவிலே ஒரு ஜீவனைக் காணோம்; வானத்திலும் ஒரு மேகங்கூட இல்லை, முட்டைக்கோஸ் கறியை வயிறு புடைக்கத் தின்றுதீர்த்த நகரவாசிகள் மத்தியான நேரத் தூக்கத்தை ஆனந்தமாக அனுபவித்துக்கொண்டிருந்தார்கள். எங்கோ வெகு தொலைவில் ஊஞ்சல்கள் கிறீச்சிட்டன. சிறுமிகள் கீச்சுக் குரலில் கத்தினார்கள், ஆற்றங்கரையிலிருந்து தூரத்தின் தொலைவால் மிருதுப்பட்டு, மெதுப்பட்டு வந்த பையன்களின் கூச்சல்கள் கேட்டன.

சூரிய ஒளி பரவிய தெருவின் இரு மருங்கிலும் திறந்துகிடக்கும் ஜன்னல்களில் கண்ணாடிகள் பளபளப்பதையும், கதவுகளின்மீது வர்ணப் பூச்சின் அலங்காரங்கள் பிரகாசிப்பதையும் அவன் கண்டான். இங்கும் அங்குமாகப் பறவைகளைக் கொண்ட கூண்டுகள் வெளியே கொண்டுவரப்பட்டு, முன்புறத் தோட்டங்களிலுள்ள மரங்களில் தொங்கவிடப்பட்டிருந்தன. தங்க நிறக் குருவிகள் வெறிவேகத்தோடு பாடின; குதூகலமிக்க மைனாக்கள் கீச்சிட்டன. மாட்விக்கு மிகவும் பிடித்தமான ஒரு நாகணவாய்ப் பறவை பாகனோவின் வீட்டு ஜன்னலிலிருந்து ஏக்கம் நிறைந்த தொனியில் சீட்டியடித்தது அதன் அளவான இறகுகளுக்காகவும், அதன் சிவந்த மார்புக்காகவும், மிருதுவான கால்களுக்காகவும், அதே போல அதன் சோக மயமான எளிய கீதத்துக்காகவும் அவன் அதனை நேசித்தான். அந்தப் பறவை எப்போதுமே அவனுக்கு அவனது தாயின் நினைவைத் தூண்டிவிடும்.

மைனாக்களின கேலியான குரல்கள் இந்தச் சிறைப் பறவைகளின் வசந்த கீதத்தை மூழ்கடித்து விட்டன. எண்ணெய்த் துளிகளைப் போலக் கறுப்பாகவும் பளபளப்பாகவும் இருந்த இந்த மைனாக்கள் தங்கள் இறக்கைகளை விரித்தும், தங்கள் மஞ்சள் நிறமான அலகுகளைத் திறந்தும், பெட்டைக் கோழிகளின் கேவுக் குரலோடு வானம்பாடியின் கீதக்குரலை வேடிக்கையாகக் கலந்து குழைத்து, ஏனைய பறவைகளையெல்லாம் காப்பியடித்துக் கேலி செய்தன. மைனாக்கள் ஏன் ஏனைய பறவைகளைப் போல வக்கணை காட்டுகின்றன என்று மாட்வி விலாஸ்யேவ்னாவிடம் ஒரு முறை கேட்டபோது, அவள் சொன்ன பதிலை அவன் நினைவுகூர்ந்தான்:

“ஏனென்றால், அவை பொறாமைக் குணமும், குரோதமும் கொண்டவை. மைனாக்களும், சிட்டுக்குருவிகளும் கடவுளை நம்புவதில்லை; எனவேதான் அவற்றுக்கென்று சுயமான கீதம் எதுவும் வழங்கப்படவில்லை. மனிதர்கள் விஷயமும் அப்படித்தான். உனக்குக் கடவுளிடத்தில் நம்பிக்கையில்லா விட்டால், உனக்கும் சொல்வதற்கு எதுவும் இராது”

அந்தப் பையன் புல் படர்ந்த அந்த நீண்ட நெடும் வீதியையே வெறித்து நோக்கினான். அதனையே வால்கா நதியின் அகன்று விரிந்த நீலநிற மார்பாகச் கற்பனை செய்து கொண்டான்; தெருவை நதியாகவும், வீடுகளையும் தோட்டங்களையும் அதன் கரையாகவும் கருதினான்.

ஆனால், அவனது தந்தை சொன்ன கதைகளைப் போல அவள் சொன்ன கதைகளொன்றும் அத்தனை சிலிர்ப்பூட்டுவதாக இருக்கவில்லை.

திடீரென்று அவன் நாதாங்கியின் டக்கென்ற சப்தம் கேட்டதை உணர்ந்தான்; அதே நேரத்தில் வாசற்புறத்தில் அவனது தந்தை தென்படுவதையும் கண்டுவிட்டான். அந்த மனிதரின் கீழுதடு வெளியே பிதுங்கியிருந்தது. அவர் தனது பாதி மூடிய கண்களால் தெருவை வெறித்து நோக்கித் கொண்டிருந்தார்.

"வா இங்கே," என்றார் அவர்.

அவர்கள் இருவரும் முற்றத்தினுள் சென்றதும், அவர் தன் மகனைத் தோளைப் பிடித்துத் தூக்கினார்.

"நல்ல வேலை செய்தாய்!" என்று கடுப்போடு சொன்னார் அவர். "நான்தான் அடங்கி நடந்ததில்லை என்று நான் சொல்லி வாய் மூடவில்லை. அதற்குள் நீயும் அப்படி நடந்து பார்க்கலாம் என்று நினைத்து விட்டாய்; வாசலுக்கு வெளியே போய் விட்டாய். இல்லையா? நீ தன்னந் தனிமையாக வெளியில் செல்லக் கூடாது என்று நான் உனக்குச் சொல்லியிருக்கிறேனா. இல்லையா? மேலும், நீ சமயலறையில் விலாஸ்யேவ்னாவிடம் வேறு முரட்டுத்தனமாக நடந்து கொண்டிருக்கிறாய்."

"இல்லை. நான் அப்படி நடக்கவில்லை.' என்று தரையின்மீது கண்களைப் பதித்தவாறு, மாட்வி பம்மிப்பதுங்கினான்.

"நீ நடந்துகொண்டதாக அவளே சொன்னாள்"

"நான் நடக்கவில்லை"

அவனது தந்தை சிறிது நேரம் ஏதோ ஒரு மறைவிடத்தைத் தேடுபவர் போல முற்றத்தின் எல்லா மூலை முடுக்குகளிலும் கண்ணோட்டம் விட்டவாறு மேலும் கீழும் நடந்தார். இறுதியாக அவர் தமது மகனைத் தமது அறைக்குள் அழைத்துச் சென்று கதவைச் சாத்திக்கொண்டார். பின்னர் அவர் படுக்கையின்மீது உட்கார்ந்து. அந்தப் பையனைத் தமக்கெதிரே அமர்த்தி வைத்து. அவனைத் தனது கொழுத்த முழங்கால்களுக்கிடையே அணைத்துக்கொண்டார்.

"நான் உன்னிடம் மீண்டும் பேச விரும்புகிறேன். இப்போது முக்கியமான விஷயங்களைப் பற்றிப் பேசப் போகிறேன்."

அவர் தமது கனத்த கரமொன்றை மாட்வியின் தலைமீது வைத்தார்; பின்னர்ச் சின்ன விரலிலிருந்து ஒரு கணுவை இழந்திருந்த மற்றொரு கரத்தால் தமது கன்றிச் சிவந்த, நிலைகுலைந்த முகத்தின்மீது தடவிக்கொண்டார்.

"எனக்கு முப்பத்தைந்து வயதுதான் ஆகிறது. என்றாலும், அதற்குள் நான் மிகவும் சிரமமான வாழ்க்கையை வாழ்ந்து விட்டேன். என் எலும்புகளெல்லாம் வலிக்கின்றன. இரவிலோ என் இருதயம் அதன் யதாஸ்தானத்தில் இல்லாதது போலவும். எப்போதும் ஏதோ ஒரு சிக்கலிலே மாட்டிக்கொண்டது போலவும் வலியெடுத்து வேதனை தருகிறது. உதாரணமாக, அதோ அந்தப் பெண்டுலத்தைப் பார். சுவரிலே ஒரு கைப்பிடியிருந்து, அதனை அடிக்கடி பிடித்துப் பிடித்து நிறுத்தினால் எப்படியிருக்குமோ, அப்படி. என் இருதயத்தின் நிலையும் அப்படித்தான் இருக்கிறது.

மாட்வி தன் தந்தைக்காக வருத்தப்பட்டான். அவன் அவரோடு ஒட்டிக்கொண்டவாறு பின்வருமாறு சொன்னான்:

"அது சரியாய்ப் போய்விடும்."

அந்த மனிதர் தமது கண்களை முகட்டை நோக்கி உயர்த்தினார். அவரது தாடி நடுங்கியது; கீழுதடு திறந்து தொங்கியது. அவர் ஒரு பெருமூச்செறிந்தார்.

"இறந்து போனால் எல்லாமே சரியாகிப் போய்விடும். அது வரையிலும் வேதனைதான்" என்று முனகினார் அவர்.

அவரது கரம் முன்னைக்காட்டிலும் கனம் பெறுவது போலத் தோன்றியது.

"மேலும் ஒரு விஷயம்." என்று ஜன்னலுக்கு வெளியே பார்த்தவாறே கூறினார் அவர்: "நான் கலியாணம் செய்து கொள்வது பற்றி யோசித்து வருகிறேன்".

"விலாஸ்யேவ்னாவையா?" என்று அவரது மகன் தனது தலையை அவரது தாடிக்குள் மறைத்தவாறே கேட்டான்.

"இல்லை... வேறொருத்தியை."

மாட்வி நிம்மதியோடு புன்னகை புரிந்தான். "அவளில்லை என்பதை அறிந்து நான் மகிழ்ச்சியடைகிறேன்."

"மகிழ்ச்சியா? அப்படியா சொன்னாய்?"

"ஆமாம்," என்று அந்தப் பையன் சட்டென்று கிசு கிசுத்தான்: "அவள் எப்போது பார்த்தாலும் சூனியக்காரிகளையும், சூனியக்காரர்களையும் பற்றியே பேசுகிறாள்."

"நான் அவர்களை நம்புவதில்லை, மகனே!" என்று அவனது தந்தை குதூகலத்தோடு சொன்னார்: ஞாயிற்றுக் கிழமைகளிலும் பிற நாட்களிலும் நான் அந்தச் சூனியக்காரர்களின் முகத்தில் குத்து விட்டிருக்கிறேன். நான் ஒரு முறை சூனியக்காரனான ஓர் அறைவைக்காரனிடம் வேலை பார்த்தேன். அப்போது ஒரு நாள் நான் அவனைத் தொண்டைக் குழியில் பிடித்துத் தூக்கி விட்டேன்..."

அவரது பேச்சு தடைப்பட்டது. அவர் கண்களை மூடி, தமது தலையை வருத்தத்தோடு ஆட்டியவாறு, மீண்டும் பெருமூச்செறிந்தார்.

“எனவே, உனக்கு ஒரு சித்தி வரப் போகிறாளடா, மகனே!”

“வயதில் இளையவளா?” என்று கேட்டான் மாட்வி.

“அப்படித்தான்.”

மனிதர்கள் ஏன் திருமணம் செய்துகொள்கிறார்கள் என்பது மாட்விக்குத் தெரியும். புஷ்கார்யோவ், விலாஸ்யேவ்னா, மற்றும் வேலைக்காரர்கள் எல்லோரும் ‘செக்ஸ்’ விவகாரங்களைப் பற்றிப் பச்சையாகப் பேசும் பேச்சுகளிலிருந்து அவனுக்கு அந்த விஷயங்கள் வெகுகாலத்துக்கு முன்பே புரிந்து போய் விட்டன. தனது தந்தை விலாஸ்யேவ்னாவைக் கைவிட்டு விட்டார் என்பதைக் கேட்க அவனுக்கு மகிழ்ச்சியாக இருந்தது. இப்போதோ அவனுக்கு வரவிருக்கும் சித்தி யாராக இருப்பாள் என்பதை அறிவதற்கு ஆவல் கொண்டான். என்றாலும், அதே சமயத்தில் ஏதோ ஒரு சோக உணர்ச்சி தன்னுள்ளே குடிபுகுவதை அவன் உணர்ந்தான். அதன் காரணமாக அவனுக்குப் பேசுவதற்கிருந்த விருப்பமே அற்றுப் போய் விட்டது.

“அட, கடவுளே, சுடவுளே!” என்று அவனது தந்தை மூச்செறிந்தார்! “பெண்கள்–அவர்களை உன்னால் இன்னும் புரிந்துகொள்ள முடியாறு. எல்லாம் விதியின் விளைவுதான். அதிலிருந்து ஒன்றும் மீள முடியாது. துறவிகளும் கூட...”

“உங்களுக்கு ஏற்கெனவே ஒரு மனைவி இருந்தாளல்லவா?” என்று முட்டிவந்த கண்ணீரை அடக்க முயன்ற வண்ணம் கேட்டான் மாட்வி.

“ஆமாம் இருந்தாள்; ஆனால் இப்போதில்லை. உன்னைப் பார்த்துக்கொள்ள, அன்பும் நல்ல குணமும் கொண்ட யாராவது ஒருவர் தேவை. அத்தகைய ஒருத்தியை நான் கண்டுபிடித்துவிட்டேன்.”

அவர் தனது பார்வையை ஜன்னல் விளிம்பின்பால் திருப்பினார். அந்த ஜன்னல் விளிம்பில் ரோஜாச் செடிகள் கொண்ட இரண்டு தொட்டிகளும். தங்க மயமான மதுபானம் நிறைந்த ஒரு பாட்டிலும் இருந்தன. “உன் தாய் மிகவும் புத்திசாலியான பெண். மகனே!” என்று அவர் மிகவும் தணிந்த குரலில் பேசத் தொடங்கினார்: “ரொம்பவும் புத்திசாலி; அமைதியானவள். அவள் எல்லாவற்றையும் புரிந்துகொண்டாள். அவளுக்கேற்ற ஒரே இடம் கன்னியாஸ்திரி மடந்தான் என்றுணர்ந்து, அவள் பிற மனிதர்களுக்காகப் பரிதாபப்பட்டாள். எனவே, அவள் ஒரு கன்னியாஸ்திரி மடத்தில் போய்ச் சேர்ந்துவிட்டாள்.”

மாட்வி இலேசாகத் திடுக்கிட்டவனாக, வியப்போடு நிமிர்ந்து பார்த்தான்.

“இப்போதும் அவள் கன்னியாஸ்திரீ மடத்தில்தான் இருக்கிறாளா?” என்று கேட்டான் அவன்: “நம்முடையதா? நமது வீட்டுக்கு அடுத்தாற்போல் உள்ளதிலா?”

“இல்லை” என்று தம் தலையை வருத்தத்தோடு ஆட்டியவாறு அவனது தந்தை பதிலளித்தார்: “அவள் தூரத்தில், வெகு தூரத்தில் இருக்கிறாள்;

எங்கோ ஓர் அத்துவானக் காட்டுக்குள் இருக்கிறான். எங்கென்று யாருக்குமே தெரியாது. எனக்கும் தெரியாது, நானும் எவ்வளவோ முயன்று பார்த்தேன்; அவளை மிரட்டியும் தாஜா பண்ணியும் பார்த்தேன். வார்வாரா! நீ செய்யும் காரியத்தை எண்ணிப்பார். வார்வாரா!" என்றேன் நான்... "ஏ உன்னைத் தான் பெட்டை நரிக்குட்டியே! நான உன்னை விலங்கிட்டுப் பூட்டி விடுவேன்.' என்று மிரட்டினேன். ஆனால், அவளோ முழங்காலிட்டுத் தாழ்ந்தவாறு என்னை 'வெறுமனே ஏறிட்டுப் பார்த்தாள். அவளது அந்தப் பார்வையைத் தாங்கி நிற்பதொன்றும் சாத்தியமில்லை. அந்தப் பார்வை இருதயத்தையே துளைத்துச் செல்லும். நான் அவளை ஒரு தளளுத் தள்ளிவிட்டு, அவளை வெளியே போகுமாறு சொல்லிவிடுவேன். அவளோ முழங்காலிட்டு என்னையே பார்ப்பாள். அவள் தன்னைப் போகச் சொல்லுமாறு என்றும் என்னிடம் கெஞ்சியதில்லை. அவள் வெறுமனே என்னைப் பார்க்க மட்டும்தான் செய்தாள்."

மாட்வியின் கன்னங்களில் கண்ணீர் வழிந்தோடியது. தன் தாயைப் பற்றித் தனது தந்தை இவ்வாறு பேசுவதைக் கேட்க அவனுக்கு ஒருபுறம் வருத்தமும், மற்றொருபுறம் ஆனந்தமுமாக இருந்தது. கீழே குனிந்தவராய் அந்த மனிதர் தமது பையனின் முகத்தைத் தமது சிவந்த தாடியால் மறைத்தவராய், அவனது நெற்றியில் முத்தமிட்டார்.

"உனக்கும் அவளைப் போன்றே கண்கள்," என்று அவர் கிசுகிசுகத்தார்: "நீயுங்கூட எல்லாவற்றையும் புரிந்து கொள்பவனாகவே தோன்றுகிறாய். அட அப்பாவிப் பயலே! கன்னியாஸ்திரீயைத் தாயாகப் ஒரு இருந்திருந்து பெற்றாயே..."

அவரது தாடியில் ஈரம் பாய்ந்தது. தான் அடிக்கடி வேதனைப்பட்டது போல, இப்போது வேதனைப்படும் அந்தச் சிவந்த தாடிகொண்ட பெரிய மனிதரின்பால் அவனது உள்ளத்தில் பரிவும் அன்பும் கொண்ட ஓர் உணர்ச்சி சுருக்கென்று தைத்து உறுத்துவதை மாட்வி உணர்ந்தான்.

இப்போதோ, தன் தாய் கன்னியாஸ்திரி முக்காட்டைத் தரித்துக்கொண்டு விட்டாள் என்பதைத் தெரிந்துகொண்ட பின்னால், அவனுக்கு வியாஸ்யேவ்னாவின்மீதுள்ள குரோத உணர்ச்சி மேலும் அதிகரிப்பதை அவன் கண்டான். அவன் அவளுடன் இருப்பதையே தவிர்த்தான். அவளோடு பேசும்போது அவளது அந்தக் கொழுத்த முகத்தை அவன் ஏறிட்டுக்கூடப் பார்ப்பதில்லை. மேலும், அவள் வரவர வற்றிச் சுருங்கி வருவதாகத் தோன்றியதைக் கண்டு, அவனுள்ளத்தில் ஏதோ ஒரு திருப்தியுணர்ச்சிகூட ஏற்பட்டது. அவள் முன்னைப்போலப் பளிச்சென்று கண்ணை உறுத்துகின்ற அங்கிகளை இப்போது அணிந்துகொள்வதில்லை. மேலும் அவள் இறுகிய உதடுகளோடும், தொங்கிப்போன தலையோடுந்தான் இப்போதெல்லாம் நடமாடினாள்.

இதன்பின்னர் அவனது தந்தை சீக்கிரத்திலேயே நோய்வாய்ப்பட்டு விட்டார். இரண்டு வார காலமாக அவர் தமது அறையில் தரையில் விரிக்கப்பட்டிருந்த கபில நிற விரிப்பின் மீது படுத்துக் கிடந்தார். அவரது முகமெல்லாம் கருநிறமான

திட்டுக்கள் நிரம்பியிருந்தன. ஒவ்வொரு நாளும் அந்தப் பையன் அவருக்கருகே அமர்ந்து, அடிக்கடி ஆழ்ந்த, இளக்கமான இருமலால் தடைப்பட்டு முறியும் அவரது கரகரத்த குரலையே கேட்டுக்கொண்டிருந்தான்.

ஜன்னல்களெல்லாம் இறுக மூடிக் கிடந்தன. அறை முழுவதும் குளிர்ந்து இருண்டு கிடந்தது, அந்தக் குழந்தையின் கிரகிப்புச் சக்தி மிகுந்த மனமானது அவனது தந்தை அவனிடம் கூறிய வார்த்தைகளையெல்லாம் இலகுவில் கிரகித்துக்கொண்டது.

"நான் மிகவும் எளிய, சாதாரணமான, திறந்த மனசும் நம்பிக்கையும் கொண்ட மனிதனாகத்தான் இருந்தேன், ஆனால், போக்கிரிகள் என்னைப்பற்றிப் பிடித்துக்கொண்டு விட்டார்கள். ருஷ்யர்களில் ஒரு விதமான மனிதர்கள் இருக்கிறார்கள். வெளிப்பார்வைக்கு அவர்கள் எல்லோரும் நல்லவர்கள் போலத் தோன்றுவார்கள்; நேர்மையாளனைப் போலப் பேசுவார்கள். ஆனால், உள்ளுக்குள்ளோ அவர்கள் உளுத்துப் போனவர்களாக, போக்கிரிகளாக இருப்பார்கள் அத்தகையவன் யாரையுமே நம்புவதில்லை. அந்தப் போக்கிரியையும் யாரும் நம்புவதற்கில்லை. ஆனாலும், அவன் புழுவைப் போல உனது ஆத்மாவுக்குள குடைந்து புகுந்து விடுவான்; நீ அறிவதற்கு முன்பே அதனை அரித்துத் தின்று தீர்த்து விடுவான், என்னோடு நட்புக் கொள்வது மிகவும் சுலபமாக இருந்தது – நான் சந்திக்க நேரும் எந்த ஒரு குஷியான பேர்வழியும் எனக்கு நண்பனாகி விட்டான். அந்த அயோக்கியர்கள் இதனைத் தங்களுக்குச் சாதகமாக்கிக்கொண்டார்கள். மாட்வி! நீ வளர்ந்து பெரியவனாகும்போது. என்னைப்பற்றி மற்றவர்கள் மோசமான விஷயங்களையெல்லாம் சொல்லக் கேட்பாய். அதாவது. நான் எனது பணத்தை நேர்மையான வழியில் பெறவில்லையென்றும், அல்லது அது போல வேறு ஏதேதோவெல்லாம் சொல்வார்கள். ஆனால், மகனே, அதையெல்லாம் நீ நம்பிவிடாதே"

"நம்ப மாட்டேன்." என்று உறுதியளித்தான் சிறுவன்.

"அவர்களை நம்பாதே. பணம்? சந்தர்ப்பத்தைப் பற்றிப் பிடித்துக்கொண்டு. ஒவ்வொருத்தனும் அதே வழியில்தான் பணம் பார்க்கிறான். நீ அதிருஷ்டசாலியானால், நீயும் பணக்காரனாவாய். நீ ஓர் அதிருஷ்டக் கட்டையானால், நீ எவ்வளவு பேரைக் கொள்ளையடித்தாலுங்கூட நீ ஒரு பிச்சைக்காரனாகத்தான் இருப்பாய். அதெல்லாம் ஒரு சூதாட்டந்தான். சூதாட்டம் என்பது பெரும்பாலும் சண்டைக்குத்தான் வழிகோலும் ஆனால், அதனாலென்ன? அதற்கு வேறு விமோசனமில்லை. அதுதான் நமது தலைவிதி: சூதாட்டத்தின் மூலந்தான் வாழவேண்டியிருக்கிறது. நான் ஒன்றும் பெருமையடித்துக்கொள்ளவில்லை. ஒருவேளை நான் செய்தது எல்லாமே தவறாகவும், கடவுளின் ஆணைகளுக்கு விரோதமாகவுமே இருக்கலாம். என்றாலும் எல்லோரும் அப்படித்தான் செய்கிறார்கள், அவற்றுக்கெதிராகச் செல்வதற்கு நாணுபவர்கள்மட்டும் சாமியார்களாகவும் கன்னியாஸ்திரிகளாகவும் போய்விடுகிறார்கள். ஆனாலும், நாமெல்லோரும் சந்நியாசி மடங்களிலே வாழச் சென்றுவிட முடியாது. நாம்

அவ்வாறு செய்தால், சாமியார்களெல்லாம் பட்டினியால் செத்துப்போவார்கள். மேலும், ஒரு மனிதன் தானாகவே வாழ்ந்துவிட முடியாது. மீன்கள்கூட மீன்கள் நிறைந்த குட்டையிலேதான் நீந்துகின்றன; ஒன்றையொன்று விழுங்கித் தீர்க்கின்றன.

“மற்றவர்களோடு ஒப்பிட்டுப் பார்க்கும்போது, நான் ஒன்றும் அவ்வளவு பெரிய பாவியல்ல என்றே எண்ணுகிறேன். எனது சொந்த ஜில்லாவான வோர்கோராடையே எடுத்துக்கொள். அங்குள்ள பணக்காரர்களெல்லாம் ஒரு காலத்தில் கொள்ளைக்காரர்களாக இருந்தவர்கள்தான். உதாரணமாக, நீராவிக் கப்பல்காரனும், தேவாலயத்தின் மூத்தோர்களில் ஒருவனுமான சோகோவ்னின்னை எடுத்துக் கொள் – அவனை என்ன, எனக்குத் தெரியாதா? அவன் மாக்ஸிம் பாஷ்லிக்கின் ஆப்த நண்பனாக இருந்தான். கடந்த 20–30ஆம் ஆண்டுக் காலத்தில் அல்லது அதற்கும் முந்திய காலத்திலேயே, வால்காவின் மேற்பகுதியிலே இருந்து கொண்டு, பலாக்னாவைச் சேர்ந்த மக்களைக் கொள்ளையடித்து வந்த கொள்ளைக்கூட்டத்தின் தலைவனாக மாக்ஸிம் இருந்து வந்தான். ஒரு முறை அவர்கள் ஜூயேவ் என்ற பிரபல வியாபாரியிடமிருந்து எல்லாவற்றையும் திருடிக்கொண்டு விட்டார்கள்; ஏழு பீப்பாய் நிறையத் தங்கமும் வெள்ளியுமாகத் தூக்கிக்கொண்டு போய்விட்டார்கள். அவனது கூட்டத்தில் அதிகம் பேர் இல்லைதான்; என்றாலும் ஒவ்வொருவனும் தேர்ந்தெடுத்த கொள்ளைக்காரன்தான். அவர்களில் ஒருவன்கூடப் பிடிபட்டதில்லை. அதைக் கொஞ்சம் நினைத்துப் பாரேன்! இன்றோ சோகோவ்னின் ஒரு பக்திமான், அதிகாரிகள் மத்தியிலே அவனுக்கு மிகுந்த செல்வாக்கு. அவனைப் போல இன்னும் ஏராளமான பேர் இருக்கிறார்கள். பெரிய மீன் வியாபாரிகளான மாஸ்லோவ் குடும்பத்தாரை எடுத்துக்கொள்ளேன், அவர்கள் கள்ளநோட்டுப் பணத்தைக்கொண்டுதான் முதலில் வியாபாரத்தைத் தொடங்கினார்கள். இப்போதோ அந்தக் கிழட்டு மாஸ்லோவ் மார்பிலே தங்கமெடல் அணிந்து நடை போடுகிறான். நான் யாரையும் குறை சொல்கிறேன் என்று எண்ணாதே. நான் வெறுமனே உள்ளதைத்தான் உனக்குச் சொல்லுகிறேன். அந்தக் காலத்திலே. வால்காவின் மேற்புற வட்டாரங்கள் அனைத்துமே வழிப்பறிக் கொள்ளை மூலத்தான் வாழ்க்கை நடத்தியது. அதற்குத் தான் வோர்கோராட் பிரசித்தமானது. அதனால்தான் அது செழிப்பாகவும் இருக்கிறது. ஒவ்வொரு குடும்பமும் தத்தம் எலும்புக் கூட்டைப் பீரோவில் வைத்துள்ளது. இப்போதோ ஒவ்வொரு குடும்பத்தாருக்கும் அவர்கள் கடந்த காலத்திலே செய்த பாவங்களுக்குப் பிராயச்சித்தம் செய்து தவம் நோற்பதற்காக, ஒரு சாமியார் அல்லது ஒரு கன்னியாஸ்திரீ அல்லது ஒரு சந்நியாசி உறவினனாக இருந்து வருகிறார்கள். முதலிலே அங்கு வழிப்பறிக்கொள்ளையும் கள்ளநோட்டுப் பணமும் தலைதூக்கி நின்றன. பின்னர் கிரீமியன் யுத்தம் வந்து சேர்ந்தது. யுத்தத்தின்போது வோர்கோராடைச் சேர்ந்த நகரவாசிகள் இராணுவப்பூட்சுகள் செய்வதற்காகத் தோலுக்குப் பதிலாக மரப்பட்டைகளையே விற்றுத் தள்ளினார்கள். அந்தக் காலத்திலே வியாபாரிகளின் மடிமீது பணம் வெள்ளம் போலப் பாய்ந்து நிறைந்தது. வெள்ளி நாணயங்களெல்லாம் படிகளால்தான் அளந்துகொள்ளப் பட்டன. நாற்பதாம் ஆண்டு வாக்கில் நிகழ்ந்த

பஞ்சத்தின்போது, பெரிய தானிய வியாபாரியான வாப்ஜின் கவர்னர் புட்டுர்லின்னிடம் சென்று, 'நான் ஏழைகளுக்கு மூன்று படி நிறைய வெள்ளிப் பணம் தருகிறேன்.' என்று சொன்னான்.எவ்வளவு?' என்று அவர்கள் கேட்டார்கள். 'மூன்று படியளவு. ஒரு படி எவ்வளவு கொள்ளும் என்பதுகூட எனக்குத் தெரியாது.' என்று பதில் சொன்னான் அவன். இல்லை, அவர்கள் தங்களது பண விஷயத்தில் மோசமாக நடந்துகொள்ளவில்லை. அவர்கள் அதனைப் பெருந்தனக்காரர்கள் மாதிரி விட்டெறிந்தார்கள், எனினும், அவர்களுக்கும், அவர்களைக் காட்டிலும் மேலானவர்களுக்கும் ஒரு பெரிய வித்தியாசம் இருந்தது. பெருந்தனக்காரர்களுக்கு எப்படி வாழ்வது என்று தெரியும். ஆமாம். மகனே அவர்களுக்கு எப்படி வாழ்வதெனத் தெரியம்."

ஏதோ ஒரு நினைவால் மகிழ்வுற்றது போலப் புன்னகை புரிந்தவாறே அந்தப் பெரிய மனிதர் தமது கண்களை மூடினார். பிறகு சிறிது நேரம் வரையில் அவர் எதுவும் பேசவில்லை.

"ஒன்றை மட்டும் நினைவில் வைத்துக்கொள்." என்று அவர் மீண்டும் பேச முனைந்தார்: "முள்ளில்லாத ரோஜா கிடையாது; ஆனால், எப்போது முள் இருக்கிறதோ, அப்போது ரோஜாவும் இருந்தே தீர வேண்டும். நமது ருஷ்யக் கடவுள் மிகவும் நல்ல கடவுள். அவர் எதையும் தாங்கிக்கொள்வார். கெட்ட குணத்தைவிட, முட்டாள் தனமே நம்மிடம் அதிகமுள்ளது என்பதை அவர் அறிவார். ஆ. என் மகனே! ஒரு மனிதன் செய்யும் காரியத்துக்காக அவனைக் குறை கூறுவதற்கு முன் நீ வெகு நேரம் ஆர அமரச் சிந்தித்துப் பார்க்க விரும்புகிறாய். நாம் மனிதர்களைப் போலப் பாவம் செய்கிறோம்; மிருகங்களைப் போலத் தண்டிக்கிறோம் – ஒருவன் குரல்வளையை மற்றவன் பாய்ந்து பிடித்து, ஒருவனுக்கொருவன் மற்றவனின் உயிரை நெரித்துக் கொல்கிறோம்."

கேட்டுக்கொண்டிருக்கும்போதே. தன் தந்தை ஏன் ஒரு தனித்தொதுங்கிய வாழ்க்கையை வாழ்ந்தார் என்று அந்தப் பையன் அதிசயித்தான். டாக்டர் மார்க்கோவையும், கோவிலதிகாரி கோரெனேவ் ஆகிய இருவரையும் தவிர, வேறு யாருமே அவரைப் பார்க்க வந்ததில்லை. நல்ல நல்ல உடைகளை உடுத்திக்கொண்டு, தங்களது மனைவி மக்களோடு உலாவச் செல்லும் ஏனைய நகரவாசிகளைப் போல அவரும் உலாவச் சென்றதில்லை. அவர் அந்த நகரத்திலேயே மிகவும் ஏழ்மைப்பட்ட தேவாலயமான புனிதர் நிக்கோலாய்த் தேவாலயத்துக்கு மட்டும் சென்றார். பணக்காரர்களெல்லாம் பிரார்த்தனைக்குச் செல்லும் அருமையான சந்நியாசி மடத்தினுள்ளே மாட்வி என்றைக்குமே நுழைந்து பார்த்ததில்லை, கோஸிமியாகின் குடும்பத்தார் தமது இருண்ட, கும்பல் நிறைந்த தேவாலயத்துக்குள் நுழையும் போதெல்லாம் அங்குள்ள மனிதர்கள் தனது தந்தைக்கு வேண்டா வெறுப்பாக இடம்விட்டு ஒதுங்குவதையும் அவரது முதுகுக்குப் பின்னால் சௌஜன்ய பாவமற்ற முறையில் ஏதேதோ கிசுகிசுத்துக்கொண்டு. குரோதம் மிகுந்த கண்களோடு அவரைத் தொடர்ந்து பார்ப்பதையும் அவன் கண்டிருந்தான்.

ஒரு நாள் புஷ்கார்யோவ் வேடிக்கையாக சோஜோன்ட்டிடம் சொல்லிக்கொண்டிருந்த அந்த வார்த்தையை அவன்நினைவு கூர்ந்தான்:

"நீயும் உன் எஜமானரும் எங்கிருந்து வந்தீர்கள், அவருக்கு எங்கிருந்து பணம் கிடைத்தது? நீங்கள் இருவரும் உண்மையிலே யார் என்பவையெல்லாம் இங்கே யாருக்குத் தெரியும்? இப்போது என்னை எடுத்துக்கொள். நான் இங்கேயேதான் பிறந்தேன்; வளர்ந்தேன். என் பாட்டன்கள், முப்பாட்டன்கள் ஆகியவர்களின் பெயர்களை நான் டஜன் கணக்கிலே அடுக்கிச் சொல்ல முடியும். அவர்கள் என்ன செய்தார்கள், எதற்கெல்லாம் அடி உதை வாங்கினார்கள் என்பதையெல்லாம் சொல்ல முடியும். ஆனால் நீயோ? நீ யார்?"

"எனவே. வாழ்க்கை என்பது மிகவும் சுலபமான விஷய மல்ல. தெரிந்ததா, மகனே!" என்று மார்பைச் சொறிந்த வண்ணம் பேசினார் அவனது தந்தை. "எனவே, நாம் நட்புறவோடும். அதிகப்படியான எளிமையோடும் வாழ்ந்தாக வேண்டும். ஆனால் அதற்கு மாறாக, ஒவ்வொருத்தனும் தன் தன் பாவத்தை மூடி மறைக்கவும் அல்லது தனது பாவத்தை மன்னிக்கவும் தயாராயிருக்கிறான்; அதே சமயம் அடுத்தவர்களின் பாவச் செயல்களைத் தோண்டியெடுத்து அம்பலப் படுத்த முயல்கிறான்; சீலைப் பேன்களைத் தேடிப் பார்ப்பது மாதிரி. அடுத்தவனுடைய கோட்டிலே அவற்றைத் தேடிப் பார்க்கிறான். அது சரியல்ல. எவனும் மற்றவனுக்காக எப்போதும் வருத்தப்படுவதில்லை. நாமெல்லாம் ஓநாய்க் கூட்டம் போலத்தான் இருக்கிறோம்."

''அம்மா என்ன ஆனாள்?" என்று மாட்வி மிருதுவாக நினைவூட்டினான்.

''அம்மாவா?" என்று அவனது தந்தை வாட்டமாகச் சொன்னார்: "ஆமாம். அவள் மனிதர்களுக்காக வருத்தப் பட்டாள். அவள் ஒரு பலவீனமான, கோழையான சிறு பிறவி. அவளது தாயும் தந்தையும் சந்தை மைதானத்திலே கசையடி கொடுக்கப்பட்டார்கள். அதை அவள் பார்த்திருக்கிறாள். அவளது தந்தை ஒரு தேவதா வடிவ வர்ணப் பூச்சுக்காரர். அவர்கள் ஓகாவிலுள்ள எலட்மா என்ற இடத்தில் வசித்து வந்தார்கள். ஒரு முறை அவர் தேவதா வடிவத்திலிருந்த வெள்ளியைச் சுரண்டித் திருடிக் கொண்டு விட்டதாகவும், அவரது மனைவி அதனை ஒளித்து மறைத்துவிட்டதாகவும் குற்றம் சாட்டப்பட்டார்கள். அவர் தான் அதனை எடுக்கவே இல்லையென்று சத்தியம் செய்தார்; உள்ளூர் நிலப்பிரபுதான் அதனைத் திருடிக் கொண்டு விட்டான் என்று சொன்னார். அந்த நிலப்பிரபுவோ ஊரிலே ஒரு பணக்காரன்; அத்துடன் தேவாலய மூத்தோர்களில் ஒருவன். அவனுக்கும் அவனது தந்தைக்கும் ஏதோ ஒரு காரணத்தால் ஒத்துப் போகவில்லை. எப்படியோ. அவளது தாயும் தந்தையும் கைது செய்யப்பட்டார்கள். என்றாலும், அவர்கள் தப்பியோடிவிட்டார்கள். பின்னர் நிலப்பிரபுவின் அடியாட்கள் அவர்களைப் பிடித்து வருமாறு ஏவப்பட்டார்கள். அவர்கள் அவ்விருவரையும் மூரோமுக்கு அருகே பிடித்தார்கள். அப்போது அங்கே ஓர் அடிதடிக் குழப்பம் நடந்தது. அந்தச் சமயம் வார்வாராவின் தந்தை அந்த மனிதர்களில் ஒருவனைக்

காயப்படுத்தி விட்டார். அந்தச் சமயத்தில் நான் எலட்மாவில் இருந்தேன்; அவளது தந்தையையும் தாயையும் சுசையடி கொடுத்துத் தண்டிப்பதைக் கூட்டத்தோடு நின்று பார்த்துக்கொண்டிருந்தேன். அப்போது கொள்ளை நோய் வந்து தாக்கி விட்டது போல. அவள் தரையிலே கிடந்து சுருண்டு துடித்ததை நான் கண்டேன்.இதயத்தை உலுக்குவதற்கு அது போதும். பின்னர் அவளது தாயும் தந்தையும் சைபீரியாவுக்கு அனுப்பப்பட்டார்கள். அவளோ காட்டிலே விடப்பட்ட ஆட்டுக் குட்டியைப் போலத் தன்னந்தனியளாகத் தவித்தாள். பின்னர் நாங்கள் மணந்துகொண்டு இங்கு வந்து சேர்ந்தோம். நான் இந்த வீட்டை விலைக்கு வாங்கி, இந்தக் கயிறு வியாபாரத்தைத் தொடங்கினேன். எனக்கு இந்தத் தொழில் நன்கு தெரியும். மேலும், முதன்முதலில் எனக்கு அது பிடித்தும் போயிருந்தது. அது கஸ்லி வாத்தியத்தை வாசிப்பது மாதிரி இருந்தது. வாழ்க்கையைப் பின்னோக்கிப் பார்த்துச் சிந்தித்தவாறே கயிறுகளின் நீளத்தோடு மேலும் கீழும் நடப்பது போல இருந்தது. இப்படியாக நாங்கள் சேர்ந்து வாழத் தொடங்கினோம். குஷியான வாழ்க்கையல்ல; என்றாலும், போதுமான அளவுக்குச் சௌஜன்யமான வாழ்க்கைதான். ஒரு முறை நாங்கள் இருவரும் ஏதோ காதணி விஷயமாக வாக்குவாதம் செய்தது வாஸ்தவம். என்னிடம் ஒரு ஜோடிக் காதணிகள் இருந்தன; கெம்பும் முத்துக்களும் கொண்டவை. உனது கைவிரல் நகத்தளவுக்கு அவற்றிலே முத்துத் தொங்கட்டங்களும் இருந்தன. உண்மையில் அவை மிகவும் அழகான காதணிகள்தான். அவை எப்படியோ ஒரு சந்தர்ப்ப வசத்தால் எனக்குக் கிட்டின. 'இந்தா வார்வாரா! இதை அணிந்துகொள்,' என்றேன் நான். ஆனால், அவளோ அதனை அணிய மறுத்து விட்டாள். 'நான் என் ஆத்மாவைத்தான் அழகுபடுத்த விரும்பு கிறேனே ஒழிய, என் உடலையல்ல.' என்று சொல்லி விட்டாள் அவள். அட முட்டாளே! உன் ஆத்மாவிலே நீ நகைகளைத் தொங்க விட முடியாது. என்றேன் நான். அதிலிருந்து வாக்குவாதம் தொடங்கியது...."

அவர் தம் மகனைக் கடைக்கண்ணால் பார்த்து விட்டு, தொண்டையைக் கனைத்துச் செருமினார்; பின்னர் மூடிய கண்களோடு மௌனமாக உட்கார்ந்திருந்தார்.

தமது நோயிலிருந்து குணமானவுடனே. சீக்கிரத்திலேயே கோஸிமியாகின் மணம் புரிந்துகொண்டார். திருமணத்தின்போது நெடிய, இளமை மிகுந்த பெண்ணான அவரது மணப்பெண் வெள்ளி ஜரிகை வேலைப்பாடு கொண்ட நீல நிறமான அங்கியை அணிந்திருந்தாள். மேலும் உஷ்ணம் அதிகமாக இருந்துங்கூட, அவள் ஒரு செக்கச் சிவந்த டமாஸ்க் லினன் இரவிக்கையும் தரித்திருந்தாள். அவளது உருண்டு திரண்ட சுமுகபாவம் கொண்ட முகத்தில் அந்த முகம் கண்ணீரிலே கரைந்துகொண்டிருப்பது போல ஏதோ ஒரு பனிமூட்டம் போன்ற தோற்றம் புலப்பட்டது. அவளது தோற்றத்தின் சகலமுமே, வெயிலடிக்கும் வசந்த கால நாளொன்றில் ஆற்றின்மீது மிதந்து செல்லும் பனிக் கட்டியை நினைவூட்டுவது போல இருந்தன.

அவ்னது தந்தை அவளுக்கருகில் நீலநிறக் கோட்டும் மஞ்சள் நிறப் பட்டுச் சட்டையும் அணிந்து நின்றார். தேவதா வடிவ விளக்கின் ஒளி அந்த மஞ்சள் பட்டின்மீது விழுந்து தெறித்ததைக் கண்ட மாட்விக்கு, அவனது தந்தையின் மார்பு தீப்பிடித்து எரிவது போன்ற ஓர் எண்ணம் ஏற்பட்டது. அந்த நெருப்பிலிருந்து எழும் உஷ்ணந்தான் அவரது தலைமயிரையும் முகத்தையும் சிவக்கச் செய்வதாக அவனுக்குத் தோன்றியது.

மாட்வி சிவப்புச் சட்டையும், தொளதொளத்த நீல நிறக் கால்சராயும், தாத்தாரிய மோஸ்தரில் பச்சை, சிவப்புப் பட்டு நூலினால் பின்னல் வேலைப்பாடு செய்த, மிருதுவான தோலாலான பச்சைநிறப் பூட்சுகளையும் அணிந்திருந்தான். அந்தத் திருமணத்துக்கு வந்திருந்த அதிகார பூர்வமான சாட்சிகள் டாக்டர், கோவிலதிகாரி, புஷ்கார் யோவ் முதலியோரும், பாலிமெரிலிருந்து வந்திருந்த மணப்பெண்ணின் மாமனும், பெரிய கரிய தாடிக்காரனுமான யாகோவ் என்ற விவசாயியுந்தான். அந்த வைபவம் ஒரு வார நாளில் நடந்தது. தேவாலயத்தில் அதிகப்படியான மனிதர்கள் இல்லை. என்றாலும், நிழல் படிந்திருந்த ஒதுக்குப் புறங்களிலிருந்து முதிய பெண்களின் குரல்கள் இடைவிடாத முணுமுணுப்பாக ஒலித்துக்கொண்டே இருந்தன. மாட்விக்கு அருகில் ஒரு நெடிய வற்றி மெலிந்த கிழவி கன்னியாஸ்திரியைப் போலக் கறுப்புடை அணிந்து நின்றாள். அவள் விலாஸ்யேவ்னாவிடம் இடைவிடாது முணுமுணுத்துக் கொண்டிருந்தாள்.

“உன் எஜமானரைப் பற்றி மோசமான வதந்திகள் வெளியே நடமாடுகின்றன,” என்றாவது, அல்லது “நீ என்ன தான் சொல்லு, ஆனால் இவள் ஒன்றும் அவருக்குப் பொருத்தமான ஜோடியல்ல,” என்றாவது, “ஜோடிப் பொருத்தமோ, ஜோடிப் பொருத்தமில்லையோ? இப்போது எல்லாம் முடிந்து போய் விட்டது. அதனால் உனக்கென்ன இலாபம்?” என்றாவது பேசிக்கொண்டிருந்தாள்.

‘தந்தை ஏன் விலாஸ்யேவ்னாவைத் தட்டிக் கழிக்கவில்லை?’ என்று நினைத்தான் மாட்வி.

வைபவத்துக்குப் பின்னால், மணப்பெண் தனது அலங்காரத்துடன் பாதிரியாரின் துணையோடு வீட்டுக்கு நடந்துவர அனுமதி கேட்டாள். ஆனால், அவளது கணவர் அதனை ஆட்சேபித்தார்.

“நடக்காமலிருப்பது நல்லது.” என்று அவர் வெட்டி முறித்தாற்போலச் சொன்னார்.

இதனை ஆமோதிக்காத ஒரு முணுமுணுப்புச் சப்தம் தேவாலயம் முழுவதும் ஓடிப் பரந்தது.

அவர்கள் வீடு சென்றார்கள். தலையிலே தொப்பியின்றி, தேவதா வடிவத்தைத் தனது இரு கைகளாலும் மார்போடு சேர்த்து அணைத்துப் பிடித்தவாறு, மாட்வி முன்னால் நடந்தான், அவன் தெருவைக் குறுக்கே கடந்து செல்லும்போது தடுமாறியதைக் கண்டு, விலாஸ்யேவ்னா அசூயையுணர்ச்சியோடு பின்வருமாறு முணுமுணுத்ததையும் அவன் கேட்டான்:

"பார்த்தாயா? அவன் தடுமாறி விட்டான்!"

அந்தத் திருமண ஊர்வலத்தின்போது, வழியெல்லாம் ஒரு புள்ளி விழுந்த நாய் அதனைத் தொடர்ந்து வந்தது. இடையிடையே அது ஜனங்களை முந்திக்கொண்டு முன்னால் ஓடிச் சென்றது. அப்போதெல்லாம் ஒரு நெடிய கிழவி துள்ளிப் பாய்ந்து, கையிலுள்ள தடியை ஆட்டி அதனைப் பயமுறுத்திப் பின்வருமாறு கிசுகிசுத்தாள்:

"போகிறாயா, இல்லையா? பாழாய்ப் போன நாயே!"

"புள்ளி விழுந்த நாயென்றால், புள்ளி பாய்ந்த வாழ்க்கை எதிர்நோக்கி நிற்கிறது என்றுதான் அர்த்தம்," என்று அந்தக் கருந்தாடி விவசாயியான யாகோவ் சொன்னான்: அவன் போட்ட சத்தம் தெருவின் ஒரு கோடியிலிருந்து மறு கோடி வரையிலும் கேட்பதாக இருந்தது.

அவர்கள் வீட்டின் முற்றத்தை அடைந்ததும், பெண்களெல்லாம் ஏதோ ஒரு விஷயத்தைப் பற்றித் தர்க்கம் செய்யத் தொடங்கி விட்டார்கள்; மணப் பெண்ணோ தனது நீலநிறக் கண்கள் பயத்தால் விரிந்தகல அவர்களையே பார்த்த வண்ணம் நின்றாள்.

"ஆ என் அன்பே! எப்படி என்று எனக்குத் தெரிய வில்லையே......" என்று பரிதாபகரமாகத் தொடங்கினாள்.

"மதுபானங்கள் எங்கே?" என்று அந்தக் கறுப்புடை தரித்த கிழவி கேட்டாள்.

"அப்படியென்றால் அவளுக்கு எப்படியென்று தெரிய வில்லை. அப்படித் தானே?" என்று யாரோ ஒருவர் பம்மாத்தான வியப்போடு சென்றார்கள்: எப்படியென்று தெரி யாதாமே! கேட்டீர்களா கதையை?"

இரண்டு [3]பூடு எடை கொண்டது போல உருண்டு திரண்டிருந்த ஒரு பெண் மணப் பெண்ணின் இரவிக்கையைப் பிடித்திழுத்து, அவளிடம் பின்வருமாறு சொல்லிக் கொண்டேயிருந்தாள்;

அழுடி! அழத் தொடங்கு!

பின்னர் திடீரென்று மணப்பெண் அழத்தொடங்கினாள்:

ஐயோ! நானோர் அபாக்கியவதி!
ஆடோ, சிறிய இளங்கன்றே
ஐயா! எனக்குச் சீதனமாய்
அளிக்க, எனக்கோர் கணவனையும்
மணமே முடிக்க, எனைப்பெற்ற
மாதா பிதாவும் எனக்கில்லை!
குணமே மிகுந்தே ஆதரிக்கும்
கூடப் பிறந்தான் கூடஇல்லை!

---

[3] பூடு: ருஷ்ய எடை அளவு; 36 பவுண்டு.

'ஏ, அசட்டுப் பெண்ணே!' என்று அந்தக் கறுப்புடை அணிந்த கிழவி வெறுப்போடு கத்தினாள்: "அழுவதற்கு எது நேரம்? முட்டாளே! தேவாலயத்திற்குப் போவதற்கு முன்புதான்!"

மாட்வியின் தந்தை பெண்களை இடித்து விலக்கித் தள்ளிக் கொண்டு, மணப்பெண்ணின் கரத்தைப் பற்றிப்பிடித்தவாறு சின்னச் சிரிப்போடு பின்வருமாறு சொன்னார்:

"நான் அடிக்கிற வரையிலும் காத்திரு. அப்புறம் நீ வேண்டுமட்டும் அழுது தீர்க்கலாம்."

பாதிரியாரும், தலைமைக் கோவிலதிகாரியும், கோவிலதிகாரி கோரெனேவும் வந்தவுடன் எல்லா விருந்தினரும் ஒருவரையொருவர் இடித்துத் தள்ளிக்கொண்டு, மேஜை முன்னால் தங்களுக்கு இடம்பிடிப்பதற்காக, முற்றத்திலிருந்து வீட்டினுள் ஓடினார்கள். அவர்கள் ஆசனங்களில் அமர்ந்ததுமே, கோழிக்குஞ்சையும் சேமியாப் பலகாரத்தையும் விழுங்குவதிலும், ஒரு வார்த்தைகூடப் பேசாமல், வோட்காவையும் ஏனைய மது வகையறாக்களையும் குடித்துத் தீர்ப்பதிலும் மும்முரமாக ஈடுபட்டார்கள்.

மாட்வி தன் சித்திக்கு அருகில் சென்று அமர்ந்து, அவர்களது ததும்பி நிற்கும் கண்களையே பார்த்துக்கொண்டிருந்தான். அந்தக் கண்கள் அவனுக்குப் பனித்துளிகள் தெளித்த நீலமணிப் பூக்களையும், வயலட் மலர்களையும் நினைப்பூட்டின. அவள் அவனைக் கண்டு பயப்படுபவள்போலத் தோன்றினாள். அவள் தனது ஈரம் படிந்த இமைகளைத் தாழ்த்தியவாறு ஒதுங்கி ஒதுங்கிச் சென்றாள். அவளது பயந்தாங்கொள்ளித்தனத்தைக் கண்டு, அவன் அவளது காதுக்குள் இரகசியமாகக் கிசுகிசுத்தான்:

"நீ ஒன்றும் அப்பாவைக் கண்டு பயப்பட வேண்டாம்."

அவள் ஒரு பெருமூச்செறிந்தாள்.

பாதிரியாரும், தலைமைக் கோவிலதிகாரியும் மேஜை முன்னால் அமர்ந்திருக்கிற வரையிலும், புஷ்கார்யோவைத் தவிர வேறு யாருமே வாய் திறந்து பேசவில்லை. அவன் மட்டும் யாரோஒர் இராணுவப் பாதிரியாரைப்பற்றிக் கதைகதையாக முடிவற்றுச் சொல்லிக் கொண்டேயிருந்தான்.

"என்னிடம் துப்பாக்கி இல்லாதிருக்கலாம். என்றாலும் நான் உன் காதைப் பிடித்துத் திருகிவிடுவேன்' என்று அவர் சொன்னார். பிறகு அவர் அந்த இராணுவ அதிகாரியைக் காதைப் பிடித்து நன்றாகத் திருகி விட்டார்!"

கடிவாளத்தால் இழுக்கப்பட்ட குதிரையைப் போலத் தலையை மேல் நோக்கி நிமிர்ந்தவராக, அந்தப் பாதிரியார் விழுந்து விழுந்து சிரித்தார். அவரது நீண்ட தலைமயிர் அவரது பருக்கள் மலிந்த முகத்தின்மீது விழுந்து புரண்டது.

அவர் அதனைத் தமது காதுகளுக்குப் பின்னால் ஒதுக்கித் தள்ளிவிட்டு. தமது கன்னங்களைப் புடைக்க வைத்தார். பின்னர்த் தமது சிரிப்பைச் சட்டென்று நிறுத்திவிட்டு. வேதப் புத்தகத்திலிருந்து ஒரு பகுதியை வாய்விட்டு உரக்க ஒப்பித்தவாறு, அங்குக் கூடியிருந்த விருந்தாளிகளை நோக்கி முகத்தைச் சுழித்தார். சிறிது நேரத்தில், தலைமைக் கோவிலதிகாரியின் துணையோடு, அவர் தமது கைகளை அஷ்ட திக்குகளிலும் வீசியாட்டிக்கொண்டு தடுமாறி நடந்து வெளியே சென்றார்; அவர் வெளியே எழுந்து சென்றதுமே அந்த நெட்டையான கிழவி எழுந்து நின்று, தனது கழுத்துக் கச்சையின் முடிச்சை இறுக்கியவாறு உரத்த குரலில், கண்டிக்கும் தொனியில் பேசினாள்:

“கோஸிமியாகின்! நீங்கள் சம்பிரதாய வழக்கங்களைச் சரிவர அனுஷ்டிக்காதது மிகவும் தவறு, உனனையுந்தான் பெலாஜியா! உனக்கும் அது தவறுதான். இப்போது நீ வீட்டுக்கு எஜமானியாகி விட்டாய். உனது க்ஷேமத்துக்கு வாழ்த்துக் கூற, நீ உனது விருந்தினர்களுக்குப் போதுமான அளவுக்கு மது ஊற்றி வழங்கவில்லை.”

“ஏ, கழுகுப் பிறவியே! நீயே ஊற்றிச் சாப்பிடு!” என்று மாட்வியின் தந்தை தமது உதடுகளைச் சப்புக் கொட்டியவாறே கத்தினார்.

“அவரை ஒன்றும் நீ சட்டை செய்யாதே, அம்மா,” என்று யாகோவ் ஏளனமாகக் கூறியவாறே, தனது வோட்காவில் ஒரு கரண்டிச் சர்க்கரையை அள்ளிப் போட்டுக் கொண்டான்.

இரண்டு பூடு எடைகொண்டவளைப் போலத் தோன்றிய அந்தப் பெண் கிளுகிளுத்துச் சிரிக்கத் தொடங்கினாள்.

“சம்பிரதாயங்களை அனுஷ்டிப்பதைப் பற்றி எப்படிப் பேச முடியும்?” என்றாள் அவள்: “வறுத்த கோழிக்குஞ்சில் பூவைப் போடுவதிலே என்ன அர்த்தம் இருக்கிறது? சொல்லுங்கள். இந்த மணப்பெண் ஒன்றும் கன்னி கழியாத பெண் அல்ல; இந்த மலரைப் பறித்து எவ்வளவோ காலமாகிவிட்டது!”

மணப்பெண் தனது தலையைத் தாழ்த்தியவாறு அவசர அவசரமாகச் சிலுவைக் குறி கீறினாள். அவள் தனக்குத் தானே முனகிக்கொள்வது மாட்விக்குக் கேட்டது:

“புனிதக் கன்னிமரியாளே!... கருணை காட்டு!”

அவனது தந்தை துள்ளியெழுந்தார்.

“என்ன பேசுகிறோம் என்பதை நினைத்துப் பேசுங்கள்!” என்று அவர் பெண் மக்களை நோக்கிக் கத்தினார்.

அந்தக் கிழவி வெட்டுண்டவள் போலத் தனது நாற்காலியில் தொப்பென்று சாய்ந்தாள். மணமகனோ மேஜையின்மீது தமது கரத்தை விசுக்கென்று வீசியவராய், அமைதி நிறைந்த குரலில் மேலும் பேசினார்:

"நான் என்ன செய்ய வேண்டும் என்பதை எனக்குக் கற்றுக் கொடுப்பதற்காக நான் உங்களையெல்லாம் அழைக்கவில்லை: மாறாக, கடவுள் நமக்கு ஆசீர்வதித்து வழங்கியுள்ள உணவையும், பானத்தையும் பகிர்ந்துண்ணத்தான் அழைப்புக் கொடுத்தேன்."

"எனக்கு எந்த உணவும் தேவையில்லை" என்று உரக்க ஏப்பமிட்டவாறே யாகோவ் சொன்னான். பின்னர், அவன் மேஜைமீது முன்புறமாகச் சாய்ந்து விழுந்தான்.

"பின்னே குடி."

"எனக்குக் குடியும் தேவையில்லை. உனது மதுபானம் ஒன்றும் நன்றாயில்லை."

"ஏனெனில் நீ அதில் சர்க்கரையைப் போட்டு விட்டாய்."

"கொஞ்சம் சர்க்கரைக்காக நீ என்மீது குறைப்படத் தொடங்கி விட்டாயா?" என்று அவன் தனது உள்ளங்கையைப் படாரென்று மேஜைமீது ஓங்கியறைந்தான்: "கொஞ்சம் சர்க்கரைக்காகவா குறைப்படுகிறாய்?"

"ஏ! சும்மா இரு," என்று வீட்டுக்காரர் தமது கையை வெறுப்போடு ஆட்டியவாறே சொன்னார்.

அங்குப் பல்வேறு குரல்கள் கலந்து குழம்பி ஒலித்தன: புஷ்கார்யோவ் கோவிலதிகாரியோடு தர்க்கம் செய்தான். மார்க்கோவ் பெண்களோடு விவாதித்தார். யாகாவோ திடீரென்று வெறிகொண்டவனாக, ஒரு தகரத் தட்டையெடுத்து, அதனை நெளித்து வளைத்தான்; அத்துடன் தனது கை வீச்சினால் கரண்டிகள் அனைத்தையும் சிதறடித்தான்.

"நான் இங்கே உட்காரவே விரும்பவில்லை. நான் உன் விருந்தாளி இல்லையா? நீ நகரத்திலே வசித்து வருகிற காரணத்தால், மற்ற எல்லாரையும் காட்டிலும், நீ ரொம்ப மேலானவன் என்று உனக்கு நினைப்பு, அப்படித்தானே?"

"பூ! சரியான பன்றி!" என்று மாட்வியின் தந்தை வெறுப்போடு சொன்னார்.

"யார் பன்றி?" என்று யாகோவ் தனது பஞ்சடைந்த கண்களை விழித்துக்கொண்டே கேட்டான்.

"நீதான்"

யாகோவ் ஒரு கணம் அவரை வெறித்து நோக்கியவாறு பார்த்தான்; பின்னர் மேஜையின்மீது இரண்டு கைகளையும் ஊன்றிச் சாய்ந்த வண்ணம் எழுந்து நின்றான்.

"அம்மா! மார்யா! நாம் இங்கிருந்து போய் விடுவதே நல்லது!" என்று ஓர் உணர்ச்சி வசப்பட்ட குரலில் கத்தினான்.

மணப்பெண் தனது கன்னங்களில் கண்ணீர் வழிந்தோடத் துள்ளி எழுந்தாள்.

"யாகோவ் மாமா! அத்தையம்மா! அவ்தோட்யா பாட்டி!" என்று அவள் அழுதாள்.

''வாயை மூடு!" என்று அவளை அவளது நாற்காலியில் அழுத்தி உட்கார வைத்தவாறு. கோஸிமியாகின் கடுப்போடு சுத்தினார்: ''நான் ஒன்றும் பன்றிகளை ஊட்டி வளர்க்கவில்லை. ஏ பயல்களா! நமது உணவு அவர்களுக்குப் பிடிக்கவில்லையாம். எனவே, அவர்களை வெளியே பிடித்துத் தள்ளுங்கள்!"

புஷ்கார்யோவ், சோஜோன்ட், மற்றும் வேலைக்காரர்கள் எல்லோருமாகச் சேர்ந்து விருந்தாளிகளை வாசலைநோக்கித் தள்ளத் தொடங்கினார்கள். அழுதுகொண்டிருந்த மணப்பெண் தனது மஸ்லின் சட்டையின் கையினால் கண்ணீரைத் துடைத்துக்கொண்டாள்.

'தன்னைத் தானே சுத்தப்படுத்திக்கொள்ளும் பூனைமாதிரி' என்று நினைத்தான் மாட்வி.

அவர்கள் எல்லோரும் வெளியே சென்றபின், அவனது தந்தை எழுந்து நின்று, தமது தோள்களை விரித்து நிமிர்த்தியவாறு, தலையைப் பின்னால் சாய்த்தார்.

"நல்ல நண்பர்களே! இப்படியா நடந்தது? போகட்டும்." என்றார் அவர்: "நம்மிடத்தில் இன்னும் உயிர் இருக்கும் போதே நாம் சிறிது ஆனந்தமாக இருக்கலாம். வாஸிலி நிகிடிச்! உங்கள் கஸ்லியைக் கொண்டுவந்து ஏதாவது இனிய கீதத்தை வாசியுங்கள். உன்னைத்தான், ஏ, பெலாஜியா! சுதாரித்துக்கொள்; போதும் உன் அழுகை! மாட்வி! நீ ஏன் அவளைக் கண்டு இவ்வளவு பயந்து போயிருக்கிறாய்? பார். அவள் உன்னைக்காட்டிலும் அவ்வளவொன்றும் பெரியவள் அல்ல."

"கோஸிமியாகின்! நீங்கள் பயத்திலும் நடுக்கத்திலுந் தான் வாழ்ந்தாக வேண்டும்," என்று அந்தக் கோவிலதிகாரி கூறியவாறே, தமது கஸ்லி வாத்தியத்தை உறைக்குள்ளிருந்து வெளியே எடுத்தார்.

"அதற்கு மாறாக, இவரை ஒரு டஜன் பேய்கள் பிடித்து ஆட்டுகின்றன!" என்று புஷ்கார்யோவ் கத்தினான்.

மாட்வி தனது சிற்றன்னையோடு இடித்துக்கொண்டு நின்றான்; அவளோ, அவனது தோள்மீது தனது கரத்தைப் போட்டுக்கொண்டாள். இருவரும் அந்தக் கோவிலதிகாரி வாத்தியத்தை முடுக்கி மீட்டுவதைக் கவனித்தார்கள்.

ஒரு மந்திரக் கோலைப் போல ஒடிசலாக இருந்த அந்தக் கோவிலதிகாரி தனது நீண்ட நிலையங்கி உடையில் ஒரு பெண்ணைப் போலவே தோற்றமளித்தார். அவரது மெலிந்த தோள்கள், அகன்ற புருவங்களோடு கூடிய பெரிய முகத்தைத் தாங்கி நிற்கும் வாளிப்பான கழுத்து, புடைத்த கன்ன எலும்புகள், பிசிரான தாடி இவற்றினிடையே ஏதோ ஒரு பொருந்தாத்தன்மை தென்பட்டது. அவர் தமது

இடது கண்ணுக்கடியில் இருந்த ஒரு மச்சத்தின்மீது வளர்ந்திருந்த மயிர்க்கற்றையைக் கையால் திருகிக்கொண்டிருந்தார்; அப்போது தமது கண்ணிமையையும் கீழ் நோக்கி இழுத்தார்.இதனால் அவரது வலது கண் இடது கண்ணைக் காட்டிலும் சிறிதாகத் தோன்றியது. அவரது கண்கள் அவற்றின் ஆழ்ந்த குழிகளில், ஆழ்ந்துணர்ந்த சோக உணர்ச்சிகளை எடுத்துக் காட்டும் ஓர் இதமான ஒளியுடன் பளபளத்தன.

இறுதியாக, அவர் தமது கஸ்லியை மேஜையோரத்தில் வைத்துவிட்டு, தமது நிலையங்கி, உள்சட்டை ஆகியவற்றின் கைகளைத் திருப்பி மேலே சுருட்டினார். அப்போது அவரது மெலிந்து வளைந்த கரங்கள் இரண்டும் வெளித் தென்பட்டன பின்னர் அவர் தமதுமெல்லிய விரல்களால் வாத்தியத்தின் தந்திகளை மேலும் கீழும் மீட்டினார்.

“கேளுங்கள், கோஸிமியாகின்! இது ஒரு பழங்காலத்துத் திருமணப் பாட்டு.” என்றார் அவர்.

அவர் தந்திகளிலிருந்து இனிய நாதத்தை மீட்டிக் கொண்டே; அருமையான கானக் குரலில் பாடத் தொடங்கினார். அவரது வார்த்தைகளின்மீது தெளித்த அந்த இனிய நாதமானது பூக்களின்மீது பனித் துளிகளைச் சிந்தித் தெளித்த மாதிரி இருந்தது;

‘எனது பழுத்த ஆப்பிள் பழத்தை
யாரோ திருடி விட்டார்!’ - என்று
தனது குறையை வீனஸ் எடுத்துச்
சாற்றக் கேட்டீரோ?
‘உனது குறையை நிறுத்திக் கொள்ளடி!
உண்மை தெரியா தா? - இன்றைத்
தினத்தில் இரண்டு உள்ளம் ஒன்றாய்ச்
சேர்ந்து விட்ட தடி!’

தனது சிற்றன்னையின் கண்களிலிருந்து இன்னும் கண்ணீர் வழிந்துகொண்டிருப்பதைக் கண்ட மாட்வி அவளை இலேசாக முழங்கையால் இடித்தான்.

“அழாதே.” என்றான் அவன்.

கோவிலதிகாரி அந்தப் பையனின் முகத்தின்மீது தமது அழகிய கண்களின் இதமான ஒளியைப் பொழிந்தவாறே. இலயித்துப் பாடிக்கொண்டிருந்தார்:

நமது புதிரும் முற்றும் இப்போ
நன்கு புரிய லாச்சு! - அழகுக்
குமரிப் பெண்ணை மேடை நோக்கிக்
கூட்டி வரவு மாச்சு! - அவள்
கணவன் பக்கம் சேர்க்க வழியைக்

காட்டி நடக்க லாச்சு! - பின்னர்
மண வறைக்கும் அவளை மெல்ல
வழி நடத்த லாச்சு!

"இதோ பார். நான் சொல்கிறேன். அழாதே." என்று மாட்வி மீண்டும் சொன்னான். அந்த அழகிய சங்கீதத்தாலும், அது எழுப்பிய உணர்ச்சிகளாலும் இப்போது அவனுக்கே கண்ணீர் முட்டிக்கொண்டு வந்தது.

அந்தப் பெண் கீழே குனிந்து, அவனுக்கு மிகவும் நன்கு தெரிந்த அந்த வார்த்தைகளைக் கிசுகிசுத்தாள்:

''சலிப்புத் தட்டின மாதிரி இருக்கிறது எனக்கு."

"மிக அருமை! என்றாலும். அது வேண்டாம் இப்போது," என்று மாட்வியின் தந்தை கத்தியவாறே, அறையின் மத்திய பாகத்துக்கு எட்டி நடந்து வந்தார்: "இதோ, உங்கள் இருவரையுந்தான். நரம்பிலே முறுக்கேற்றுகிற மாதிரி ஏதாவது நல்லதாகக் கேட்கலாம்... ம். பாடுங்கள்!"

"...ஆனந்தமுங் கூடப் புனிதமாகவும், இதயத்தை உபசரிப்பதாகவும் இருக்க முடியும்!" என்றார் கோவிலதிகாரி.

மார்க்கோவ் தமது சாரங்கி வாத்தியத்தை மீட்டினார்; தமது முழங்கால்களை வயிற்றோடு இழுத்து அணைத்துக் கொண்டு. குனிந்து அமர்ந்தவாறு உச்சஸ்தாயியில் பாடத் தொடங்கினார்:

கார்காலக் கோதுமை கதிர்க்குலம் விம்மக்
கண்டிடும் அழகிய வயல்களைத் தாண்டி...

கோவிலதிகாரி எல்லாத் தந்திகளையும் ஒரே சமயத்தில் மீட்டியவாறு, நாதத்தை நாசூக்கான கமகத்தோடு அழகு பெற ஒலிக்கச் செய்தார்; அத்துடன் தமது செழுமையான குரலில் பாடவும் முனைந்தார்:

ஒளிப்பிர வாகம் மிஞ்சிடும் ஆறு
ஓடிடும் பச்சைப் புல்வெளி தாண்டி...

மாட்வியின் தந்தை தமது தோள்களை உலுக்கியவாறு, மணப்பெண்ணை நோக்கிக் கண்ணைச் சிமிட்டினார்.

"எழுந்து வா, பெலாஜியா!" என்று அவர் கத்தினார்; தமது தலையை ஓர் உலுக்கு உலுக்கியவாறு, ஒரு கையை இடுப்பிலும், மற்றொரு கையை முதுகிலும் வைத்தவண்ணம் அந்த அறையின் நெடுகிலும் நடந்து சென்றார்.

"நான் போய்த்தான் தீர வேண்டும் போலிருக்கிறது," என்று உள்ளடங்கிய குரலில் கூறிவிட்டு. பெலாஜியா இடத்தைவிட்டு எழுந்து, தனது அங்கியை இழுத்துவிட்டுக் கொண்டாள்.

அந்தப் பாட்டு ஆரோகணித்து விம்மத் தொடங்கியது:

மின்னும் ஆற்றுப் பெருக்கின் வழியே
பொன்னிறக் கண்ணே நீந்தும்!
பொங்கி வழியும் நீரின் மீதொரு
தங்கக் கண்ணே நுரைக்கும்!
கரைகளை மீஞ்சி மேலே மேலே
சிறையினை உலுக்கி விரிக்கும்!

கோஸிமியாகின் பெலாஜியாவை நோக்கி விரைந்து சென்றபோது, அவரது பாதங்கள்கூடத் தரையில் பட்டதாகத் தெரியவில்லை. அவர் அவளை நெருங்கியதுமே, அவர் சட்டென்று பின் வாங்கிய பாட்டின் தாளத்துக்கேற்பத் தமது பூட்சுகளைத் தட்டி மிதித்து ஓசையெழும்பத் தாளமிட்டார்; பெலாஜியா அவரைப் பின்பற்றுவதற்கான ஒரு சமிக்ஞை அது. அவளும் தனது கண்கள் இன்னும் கண்ணீரால் பளபளக்க, வியப்புற்றவள் போலப் புருவங்களை உயர்த்தி, தனது வளைந்த இடுப்பின்மீது கைகளை வைத்தவாறு, பக்கவாட்டாக வழுவியாடத் தொடங்கினாள்.

“முதுமைப் பருவமே! இந்த உடம்பை விட்டு ஓடிப் போய் விடு!” என்று கோஸிமியாகின் கர்ஜித்தார்.

மின்னும் ஆற்றின் வழியே அவன்றன்
கன்னிக் காதலி வருகின்றாள்! - அந்தப்
பொன்னிறக் கண்ணாள் என்னமாய்த் தனது
மன்னனை எதிர்கொண் டழைக்கின்றான்!

பெலாஜியா மிருதுவாகவும், பயந்த சுபாவத்தோடும் பாடியவாறே அவரைச் சுற்றி ஒரு பறவையைப் போலத் துள்ளி ஆடிப் பறந்து வந்தாள்:

‘அவருடன் வாழ்ந்திடும் வாழ்க்கையில் உன்றன்
ஆசைக் காதல் இனியது’ என்னும்
உவந்திடும் அற்புத விஷயத்தை இந்த
ஊரார் அனைவரும் கூறிடலானார்!

மாட்வியின் கண்கள் கனத்து அழுத்தின. கபில நிறமான மங்கிய பனித்திரையின் வழியே, உயர்ந்த புருவங்களும் திறந்த வாயும் கொண்ட சோஜோன்டின் உணர்ச்சியற்ற முகத்தையும், வாசற்புறத்திலே பெண் குலத்தைப் போல முன்னும் பின்னும் அசைந்தாடிக்கொண்டிருந்த புஷ்கார்யோவின் நெடிய மெலிந்த உருவத்தையும் அவன் கண்டான். அவனுக்கு முன்னால் நீலமும் மஞ்சளும் கலந்த வர்ணத் திட்டுக்கள் பளிச்சென்று சுற்றிச் சுழன்றன. இவற்றுடன் கஸ்லி, சாரங்கி ஆகிய வாத்தியங்களிலிருந்து பிறந்த குதூகலமான இசை முழக்கமும். பாடல்களின் சுர விந்நியாசங்களும், பூட்ஸ் கால்களின் தாள ஓசையும் சேர்ந்து அவனைக் கிறுகிறுக்க வைந்தன. ஏதோ காரணத்தால் அவன் நிம்மதியிழந்து

தவித்தான். இதற்கு முன் என்றுமே அவன் தன் தந்தை நாட்டியமாடுவதைப் பார்த்ததில்லை. அவனுக்கு மகிழ்ச்சிதான். என்றாலும், அந்தக் காட்சி அவனை என்னவோ செய்தது! எனவே, அந்த நாட்டியம் சீக்கிரம் முடியாதா என்று விரும்பினான் அவன்.

'எஜமான்!' அங்கு நிலவிய சப்த பேதங்களுக்கிடையே முற்றக் காவலாளியான சோஜோன்ட்டின் சோர்ந்துபோன குரல் ஒலித்தது: "வெளியே சில மனிதர்கள் கூடிக்கொண்டு, எல்லாவற்றையும் பார்க்க விரும்புகிறார்கள். எஜமான்! வெளியே சிலர் கூடி நிறகிறார்கள் எஜமான்!!"

"அவர்களை விரட்டியடி!" என்று தமது முகத்தில் வடியும் வியர்வையைத் துடைப்பதற்காக நின்றவராய்க் கரகரத்த குரலில் சொன்னார் கோஸிமியாகின்.

"அவர்கள் மறுத்து முணுமுணுக்கிறார்கள்."

"நான் சொல்கிறேன். அவர்களை விரட்டியடி! மனிதர்களா? பன்றிகள்! அவர்களையா மனிதர்கள் என்கிறாய்?"

"அவர்களை நாம் எதுவும் செய்ய முடியாது. நாம் ஐந்து பேர் இருக்கிறோம். என்றாலுங்கூட..."

"போய்த் தொலை!" என்று தமது முகம் கறுக்கக் கத்தினார் கோஸிமியாகின்.

பெலாஜியா வந்தாள்; மாட்வியின் அருகில் அமர்ந்துகொண்டாள்.

"நான் எவ்வளவு தைரியசாலியாகி விட்டேன் பார்த்தாயா?" என்று அவள் ஒரு நாணப் புன்னகையுடன் சொன்னாள்.

திடீரென்று அவன் அவளது கழுத்தைச் சுற்றித் தனது கரங்களைப் போட்டு, அவளது கன்னத்தில் முத்தமிட்டான்.

"பயப்படாதே... நாம் சேர்ந்தே இருப்போம்..." என்று அவன் தொடர்பற்றுக் கிசுகிசுத்தான்.

"நன்றி, மாட்வி." என்று அவனது நெற்றியில் முத்தமிட்டு விட்டு, மீண்டும் கண்ணீர் சொரிந்தவாறு பதிலுக்குக் கிசுகிசுத்தாள் அவள்: "உன்னால் நான் நல்லதைச் செய்வேன் என்பது கடவுளுக்கே தெரியும்."

"பாருங்கள். கோஸிமியாகின்!" என்று கத்தினார் டாக்டர்: "ஓஹோ!"

பையன் நிமிர்ந்து பார்த்தான்: அவனது தந்தை தமது முகத்திலே ஒரு பரந்த சிரிப்பு தென்பட அவன் முன் நின்று கொண்டிருந்தார்: காலத்தால் பழுது பட்ட ஒரு பலகையிலிருந்து செதுக்கியெடுக்கப்பட்டதுபோல இருண்ட, கவர்ச்சியற்ற வடிவம் போல. புஷ்கார்யோவ் இன்னும் வாசற்புறத்திலே அசைந்தாடிக்கொண்டிருந்தான். பீப்பாய் போன்றிருந்த டாக்டர் வாய்விட்டு உரக்கச் சிரித்துக் கொண்டிருந்தார். அவர் சிரித்த சிரிப்பில் அவரது கண்களின் சிறிய இமைகள் இருக்குமிடம்

தெரியாமல் மறைந்துபோய் விட்டன. கோவிலதிகாரியின் மொறமொறத்த முகமுங்கூடச் சிரிப்பினால் வக்கரித்துப் போயிருந்தது.

"அதைப் பாருங்கள் இப்போது!" என்று மார்க்கோவ் கத்தினார்: "அவனால் காத்திருக்க முடியாது. சின்னப் பிள்ளைக்குக் காத்திருக்க முடியாது!"

"மிகவும் நல்ல விஷயந்தான்!" என்று சின்னச் சிரிப்புடன் சொன்னார் கோஸிமியாகின்.

பெலாஜியா முகம் வெளுத்தவளாய், ஒன்றும் புரியாமல் விழித்தாள்.

"அவன்தான் முதலில் முத்தமிட்டான்.." என்று முனகினாள் அவள்.

மாட்வியோ வெட்கம் மேலிட்டவனாய் அவள் பக்கம் மேலும் நெருக்கியணைத்துக்கொண்டு அழத் தொடங்கினான். இதைக் கண்டதும் புஷ்கார்யோவ் அவனைக் கையினால் எட்டிப் பிடித்தான்.

"ஏ, அட்டுப் பிடித்த மனம் கொண்ட மிருகங்களே! வழியை விடுங்கள்!" என்று கத்தியவாறே அவன் மாட்வியைப் படுக்கைக்குக் கூட்டிச் சென்றான்; கூட்டிப் போகும் போதே, "அந்த முட்டாள்களின் பேச்சைப் பொருட்படுத்தாதே." என்று சொன்னான்

வெகுநேரம் வரையிலும் கூச்சல்களும், பூட்ஸின் தாளவோசையும், தட்டுக்களின் கலகலப்பும் மாட்வியைத் தூங்கவிடாமல் கெடுத்தன. அத்தனை தூரத்திலிருந்து கேட்கும் போது, அந்தத் தந்தி வாத்தியங்களின் சங்கீதத்தில் ஏதோ ஒரு சோக பாவம் தொனித்தது. திறந்து கிடந்த ஜன்னல் வழியே நிழலாட்டங்களும் ஓர் அமைதியான சலசலப்பும் உள்ளே புகுந்தன; பின்னர் ஒரு பெரிய நாயும், ஒரு சிறிய நாயும் தம்முள் ஒன்றுக்கொன்று முறைத்துக்கொண்டு உறுமுவது போன்ற ஒரு தெளிவற்ற மொறுமொறுப்புச் சப்தத்தை அவன் கேட்டான்.

"இது வெட்கக் கேடானது.."

"என் அன்பே.."

அந்தப் பையன் ஜன்னலருகே பதியிட்டு நடந்து சென்று, ஜன்னல் விளிம்புக்கு மேலாகப் பதனமாக எட்டிப் பார்த்தான். குருவிக்காய்ச்செடிக்கு அருகில் கிடந்த பெஞ்சின்மீது கலைந்து குலைந்த தலையோடும், திறந்து கிடந்து நடுங்கும் தோளோடும் விலாஸ்யேவ்னா அமர்ந்திருப்பதை அவன் கண்டான். அவளுக்கருகில் வாயிலே புகைக் குழாயைப் பிடித்தவனாய், கீழே குனிந்து தரையை வெறித்துப் பார்த்தவண்ணம் சோஜோன்ட் அமர்ந்திருந்தான். அவர்களைத் தனது சிலந்தி வலையிலே சிக்க வைக்க முயல்வது போல ஓர் அசைந்தாடும் நிழற்படலம் அவர்கள்மீது கவிந்து படிந்திருந்தது.

"அவள் அவருக்கு எப்படிப்பட்ட மனைவியாக இருக்கப் போகிறாளோ?" என்று மிருதுவாக அழுதாள் விலாஹ்யேவ்னா.

"இது ஒரு வெட்கக் கேடான விஷயம் என்றுதான் நான் சொன்னேனே!" என்று அந்தக் காவலாளி வாட்டத்தோடு சொன்னான்.

பிசிர் பிசிரான மேகத் துணுக்குகள் வானத்தில் மெல்ல மிதந்து சென்றன. அவற்றுக்குப் பின்னால் உருண்டோடி வந்துகொண்டிருந்த நிலவின் ஒளி அவற்றின் கிழிந்து பிதிர்ந்த விளிம்போரங்களில் ஒளிக்கரை இட்டது. எலுமிச்சை மரம், குருவிக்காய்ச்செடி ஆகியவற்றின் கிளைகளிலிருந்து ஓர் இனிமையான ஒளி ஜாலம் காற்றிலே மெதுவாக அசைந்தாடியது. எல்லாமே–பழத் தோட்டம். வீடு. வானம் எல்லாமே–ஒரு மந்தகதியான நாட்டியத்தில் சுற்றிச் சுழன்றுகொண்டிருப்பது போலத் தோன்றின.

திருமணத்துக்குப் பின்னர் அந்த வீட்டில் நிலவிய வாழ்க்கை முன்னைக்காட்டிலும் வாட்டமுற்றுப் போய் விட்டது. ஏதோ ஒரு விலையுயர்ந்த களிம்பினால் தடவிப் பதப்படுத்தப் பெற்றவர் மாதிரி, மாட்வியின் தந்தை சாந்தமும் அமைதியும் கொண்டவராக மாறி விட்டார். அவர் தமது கைகளைப் பின்புறமாகக் கட்டிக்கொண்டும், மனிதர்களை அவர்கள் யார் என்று நினைவுபடுத்திப் பார்க்க முயல்பவர் போல வெறித்துப் பார்த்துக்கொண்டும், நன்றாக உண்டு கொழுத்த பூனையைப்போலத் தமக்குத்தாமே மொறுமொறுத்துக்கொண்டும், தமது தாடிக்குள்ளாகவே நாசூக்காகப் புன்னகை புரிந்தவாறும் தரையில் மேலும் கீழும் நடந்தார். தனது தந்தை மீண்டும் நோய்வாய்ப்பட்டுப் படுக்கையில் விழுந்து விடுவாரோ என்று மாட்வி பயந்தான். அவரது சிவந்த முகம் பழுப்பேறிப் போயிற்று; அவரது கண்களுக்குக் கீழே பெரிய தொங்கு குழிகள் தென்பட்டன; அவர் தமது கால்களைத் தரைமீது சிரமத்தோடு இழுத்துப் போட்டு நடந்தார், பெலாஜியா சூரியகாந்தி விதைகளை அல்லது வறுத்த கடலையை மென்றுகொண்டு. அல்லது தனது விசித்திரமான அங்கிக்குள் வைத்துள்ள பெப்பர்மின்ட் வில்லைகளையோ, சூட வில்லைகளையோ சப்பிக் கொண்டு, ஜன்னலருகே மணிக்கணக்காக அமர்ந்து தோட்டத்தையே வெறித்துப் பார்த்துக்கொண்டிருந்தாள்.

"கடலை வேண்டுமா?" என்று மாட்வி தன்னருகே வரும் போது அவனை நோக்கிக் கேட்பாள் அவள்.

அவளுக்கு என்ன பதில் சொல்வதென அவனுக்குத் தெரியவில்லை. மேலும், அவளே சம்பாஷிப்பதில் கெட்டிக் காரியல்ல. அவனது கேள்விகளுக்கெல்லாம் அவள் புன்னகையுடன் பின்வருமாறு பதிலளித்து விடுவாள்:

"ஆமாம். இல்லை. ரொம்ப நல்லது."

சில சமயங்களில் அவள் தனது கவுன்களையெல்லாம் அறைக்குள்ளே கொண்டு வருவாள்; அவற்றை மணிக்கணக்காக ஒவ்வொன்றாக மாற்றிமாற்றி அணிந்துபார்ப்பாள்; நீல நிறத்திலிருந்து பழுப்பு நிறம், பழுப்பிலிருந்து சிவப்பு என்று இப்படியாகச் சேர்ந்தாற்போல ஒவ்வொன்றாக மாற்றியணிவாள். பின்னர் மீண்டும் ஜன்னலருகே சென்று அமர்ந்து விடுவாள். அப்போது அவளது அன்பு

ததும்பும் முகத்தின் வாட்டமான தோற்றத்தில் எந்த விதமான மாறுதலுமின்றி, கிட்டத்தட்ட கண்டறிய முடியாதவாறு, அவளது கன்னத்தில் கண்ணீர்த்துளிகள் மெல்ல வழிந் தோடும். மாட்வியின் அறை அவனது தந்தையின் அறைக்கு அடுத்தாற்போலிருந்தது; இரவு நேரங்களில் சில சமயம்– தனது சித்தி அழும் குரலும் அவனுக்குக் கேட்பதுண்டு அவன் அவளுக்காக வருந்தினான்.

“நீ ஏன் எப்போது பார்த்தாலும் அழுது கொண்டிருக்கிறாய்?” என்று அவன் ஒரு முறை அவளிடம் கேட்டுவிட்டான்.

“நானா?” என்று அவள் வியப்புடன் கேட்டவாறே, தனது கரத்தைக் கன்னத்தின்மீது வைத்தாள். “அட பாவமே!” என்று அவள் தன்னுணர்வோடு கூடிய புன்னகையோடு முணுமுணுத்தாள்.

“நீ ஏன் அழுகிறாய்?”

“எனக்குத் தெரியாது. அது ஒரு பழக்கம்.”

மாட்வி அவளுடன் அமர்ந்திருக்கும்போதெல்லாம் அநேகமாக அவனது தந்தையும் அவர்களோடு வந்து கலந்துகொள்வார். அகன்ற கறுப்புக் கால்சராயும், மிருதுவானதோல் கொண்ட பூட்சுகளும், கன்னியாஸ்திரீ மடத்துப் பெண்கள் ஒரு பிரார்த்தனைக் கீதத்தையே அதில் பின்னி முடித்த ஒரு பட்டு இடைவாரினால் கட்டப்பெற்ற சிவப்பு அல்லது நீல நிறமான, பிரகாசமான சட்டையையும் அணிந்து அவர் காட்சியளிப்பார்.

இப்போதெல்லாம் அவரது மனப்போக்கு நாசூக்கும் நளினமும் கொண்டதாக இருந்தது. அவர் தமது தாடியைத் தடவியவாறே மகனை நோக்கிப் பின்வருமாறு சொல்வார்.

“இப்போதெல்லாம் உன் சிற்றன்னையைக் கண்டால் உனக்குப் பயமில்லையே! அப்படித்தானே. நல்லது. ஓடிப் போய் விளையாடு இப்போது.”

இப்போதெல்லாம் கிராமப் புறங்களுக்குச் சென்று சணல் வாங்கி வருவதற்கோ அல்லது ஜில்லாத் தலைநகருக்குச் சென்று தமது சரக்குகளை விற்பதற்கோ அவர் நெடுந்தூரப் பயணங்களை மேற்கொள்ளவில்லை. பதிலாக, அவர் புஷ்கார்யோவை அதற்கு அனுப்பி வைத்தார்.

“அப்பா.” என்று ஒருமுறை பையன் அவரிடம் பின்வருமாறு தெரிவித்தான்: “தொழிற்சாலையில் உள்ளவர்கள் உங்களை எங்கே என்று கேட்கிறார்கள்.”

“ஸாவ்கா அங்கிருக்கிறானா?”

“ஆம்”

“அவனை என்னிடம் அனுப்பு.”

ஸாவ்கா வந்து சேர்ந்தான்.அவன் தட்டையான மூக்கும். அகன்ற கன்னங்களும், கட்டுமஸ்தான உடம்பும் கொண்ட இளைஞனாக இருந்தான்.

சாயம் முக்கப்படாத அவுரிச் சணல் மாதிரி மங்கிப் போயிருந்த அவனது மஞ்சள் நிறமான தலைமயிர் அவனது நெற்றியின்மீதும், காதுகளின் மீதும் அடர்த்தியற்ற சுருள்களாக விழுந்து தொங்கின. அவனது புருவங்கள் கிட்டத்தட்ட கண்ணுக்கே தெரியாதபடி அடர்த்தியற்று வெண்மையாக இருந்தன; அதனால் அவனது வெளுத்து உருண்ட கண்கள் அவற்றின் குழிகளிலிருந்தே தொடங்கித் தோன்றுவது மாதிரித் தோற்றமளித்தன. அவன் தன் தலையை முன்னால் நீட்டிக்கொண்டும். பற்களை அசட்டுத்தனமாகச் சிரித்து வெளியே காட்டிக் கொண்டும் வாசல் நடையிலே வந்து, பெலாஜியாவை வெறித்து நோக்கி நின்றுகொண்டிருந்தான். மாட்விக்கோ அவனது தந்தை, "ஸாவ்கா! இந்த அடுப்பைத் தின்று!" என்று சொல்லிவிட்டால், உடனே ஸாவ்கா அந்த அடுப்பின் பக்கம் ஊர்ந்து சென்று, அதன் மண் ஓடுகளைத் தனது மஞ்சள் நிறமான பெரிய பற்களால் கடித்து நொறுக்கித் தின்னத் தொடங்கி விடுவான் என்பது போன்ற ஒரு விசித்திரமான எண்ணம் அவனைப் பார்த்தபோது தோன்றியது.

ஸாவ்கா கொன்னிப் பேசினான். "எஜமான்!" என்ற வார்த்தையை அவன் உச்சரிக்கும்போதெல்லாம் அவனது இடது தோள் வலித்து நெளிந்தது. அவன் சொற்களைக் குரோதத்தோடு சப்புக் கொட்டிச் சொல்வது போல உச்சரித்தான்.

"உனது அட்டுப்பிடித்த மொந்தையை இங்கிருந்து எடுத்துக்கொண்டு போ" என்று தமது கையை வெறுப்போடு வீசிக் காட்டியவராகச் சொன்னார் கோஸிமியாகின்.

ஒரு நாள் நகரவாசிகளில் மூவர் மாட்வியின் தந்தையைக் காண வந்தார்கள். அவர்களில் ஒருவரான நரைத்த முடியும், சுருட்டைத் தலையும் கொண்ட பாஜுனோவ் என்ற மனிதர் பின்வருமாறு சொன்னார்:

"கோஸிமியாகின்! நாங்கள் – அதாவது நகரத்தின் முக்கியப் பிரஜைகள் – புதிய தேவாலயத்துக்கான அஸ்திவாரத்தை இடும் பொறுப்பைத் தங்களுக்கு வழங்கிக் கௌரவிக்கலாம் என்று கருதி, தங்களிடம் அதுபற்றிக் கேட்க வந்துள்ளோம். நீங்கள் கட்டுப்பாட்டுக்கு அடங்காத ஒரு மனிதர் என்பது வாஸ்தவந்தான். என்றாலும், தொழில் துறையில் உங்களுக்கேற்பட்டுள்ள மதிப்பில் எந்தவிதமான அப்பழுக்கும் கிடையாது. எனவேதான் இந்தக் கௌரவத்தை நாங்கள் உங்களுக்கு வழங்கியுள்ளோம்."

தமது முழங்கைகளை மேஜைமீது ஊன்றியவாறு. கீழுதடு முன்னுக்குத் தள்ளித் தொங்க, முகத்திலே ஓர் ஏளனம் பிரதிபலிக்க, கோஸிமியாகின் அந்த மனிதர் கூறியதைக் கேட்டவாறு அமர்ந்திருந்தார்.

"அப்படியென்றால், நகரத்தில் வேறு நாணயமான நபர்களே இல்லாமலா போய்விட்டார்கள்?" என்று பாஜுனோவ் பேசி முடித்ததும் கேட்டார் அவர். "மேலும், ஒரு திருடர் கூட்டத்துக்கு உத்தரவுகள் கொடுக்கும் காரியந்தான் எனக்களிக்கும் கௌரவம் என்று நீங்கள் நினைக்கிறீர்கள். அப்படித்தானே?"

“விஷயத்துக்கு வாருங்கள். நீங்கள் உத்தரவிட வேண்டும் என்று யார் சொன்னது?”

“ஒரு பன்றிக் கூட்டத்தைக் கவனித்துக்கொள்ள எனக்கொன்றும் விருப்பமில்லை. ரொம்ப நன்றி, உங்களுக்கு.”

“ஏன் இப்படி அவதூறாகப் பேசுகிறீர்கள்?”

மாட்வியின் தந்தை இடத்தை விட்டு எழுந்து, தமது தலையைப் பின்னால் சாய்த்தார்.

“வந்த வழியைப் பார்த்துக்கொண்டு திரும்பிப் போங்கள். நான் என் கைவிரல் சொடக்களவுக்குக்கூட, உங்களில் எவரையும் மதிக்கவில்லை. உங்கள் கௌரவங்கள், இச்சக வார்த்தைகள் எதுவுமே எனக்குத் தேவையில்லை.”

அந்த நகரவாசிகள் எழுந்து ஒரு வார்த்தைகூடப் பேசாமல் வெளியேறினார்கள். எனினும், பாஜுனோவ் மட்டும் வாசல் நடைக்குச் சென்றதும் திரும்பிநின்று பின்வருமாறு சொன்னார்

“உங்களைப் பற்றி அவர்கள் சொல்வது உண்மைதான்; சிவந்த முகமும் கறுத்த ஆத்மாவும் படைத்தவர் நீங்கள்.”

கடகடவென்று சிரித்துக் குலுங்கியவாறே அவர்கள் செய்வதைக் கவனித்தார் கோஸிமியாகின்; பின்னர் மூக்கு முட்டக் குடித்துத் தீர்த்தார். அவர் தமது உச்சஸ் தாயியில் பாடல்களை உரத்துக் கத்தியவாறு. பெலாஜியாவையும் நாட்டியமாடுமாறு நிர்ப்பந்தித்தார்; சங்கீதமின்றித் தன்னால் நாட்டியமாடுவது இயலாது என அவள் கண்ணீர் ததும்ப முறையிட்டபோது, அவர் அவள்மீது உப்பு நிறைந்த ஓர் ஈயப் பாத்திரத்தை எடுத்து வீசினார். ஆனால், அது அவள்மீது படாமல் தப்பி, ஒரு தேவதா வடிவத்தின் கண்ணாடிச் சட்டத்தை உடைத்து நொறுக்கிவிட்டது.

மாலை நேரத்துக்குள் அவருக்குப் போதை தெளிந்துவிட்டது: பின்னர் அவர் தமது மனைவியுடன் பழத் தோட்டத்துக்குச் சென்றார். மாட்வி அவர்களது சம்பாஷணையை ஒற்றுக் கேட்டான்.

“நீ ஓர் அழகான பெண்; நீ இன்னும் குதூகலமாக இருக்க வேண்டும்.” என்று அந்த மனிதர் உணர்ச்சியற்ற குரலில் சொன்னார்.

“முயன்று பார்க்கிறேன், கோஸிமியாகின்.”

ஜன்னலருகே அமர்ந்திருந்த மாட்வி தனது தந்தையின் முகத்திலே பிரதிபலித்த ஏளன பாவத்தையும், அந்த நகரவாசிகளிடம் அவர் பிரயோகித்த கடுமையான வார்த்தைகளையும் நினைவுகூர்ந்து பார்த்தான்.

‘ஏன் இப்படி நடந்துகொண்டார்; வியப்புதான்’ என்று தனக்குள் நினைத்துக்கொண்டான் அவன்.

சில நாட்களுக்குப் பின்னர் ஒரு சரியான வேளையைத் தேர்ந்தெடுத்து, அவன் தன் தந்தையிடம் பின்வருமாறு கேட்டான்:

"அப்பா! அவர்களை ஏன் வெளியே விரட்டி விட்டீர்கள்?"

கோஸிமியாகின் தமது மகனை மெல்ல விலக்கித் தள்ளியவாறு, அவனது கண்களை நிலைகுத்திய வண்ணம் பார்த்தபடி பெருமூச்செறிந்தார்.

"அவர்கள் என்னைப் போன்றவர்களல்ல, மகனே!" என்றார் அவர்: "ஒரு காலத்தில் நான் அவர்களோடு நட்புக் கொள்ள முயன்றதுண்டு. ஆனால், அப்போதெல்லாம் அவர்கள் ஒரு நரியின்மீது பாயும் வேட்டைநாய்கள் மாதிரி என்மீது பாய்ந்து விழுந்தார்கள். அவர்கள் அருமையாகத் தான் பேசினார்கள். என்றாலும் அவர்களது கூரிய நகங்களை என்னால் காண முடிந்தது, எனவே, சண்டை மூண்டது. அவர்கள் எனது பொறுமையே அற்றுப் போய்விடும் வண்ணம் 'இதற்குக் கொடு, அதற்குக் கொடு' என்று என்னை வழிப்பறிக் கொள்ளைக்காரர்கள் மாதிரிக் கொள்ளையடித்தார்கள். அவர்கள் என் குதிரையைத் திருடினார்கள்; பன்றியைக் கொன்றார்கள்; எனது சேவல்களையும், பெட்டைக்கோழிகளையும் முடிவற்றுத் தட்டிப் பறித்துச் சென்றார்கள். மேலும் திருடுவதோடு மட்டும் அவர்கள் திருப்தியடைந்து விடவில்லை. அவர்கள் எனது சொத்துகளையும் வேண்டுமென்றே துஷ்டத்தனமாக நாசப்படுத்தினார்கள். நான் ஆப்பிள் மரங்களையும், செர்ரி மரங்களையும் நட்டு வைத்தேன்; அவர்கள் அதன் கிளைகளை முறித்தார்கள். நான் காட்டிலந்தைச் செடிகளை நட்டுவைத்தேன்; அவர்கள் அவற்றை மிதித்துத் துவம்சம் செய்தார்கள். நான் தேனீக் கூடுகளை வைத்தேன்; அவர்கள் அவற்றைத் தலைகீழாகப் புரட்டித் தள்ளினார்கள். அவர்கள் என் வீட்டுக்குக்கூட இரண்டு முறை தீ வைக்க முயன்றார்கள். ஒரு முறை அவர்கள் அதில் வெற்றி பெற்றுவிட்டார்கள். என்றாலும், அவர்கள் தேர்ந்தெடுத்த நேரம் சரியில்லை. அப்போது மழை பெய்து ஓய்ந்திருந்தது; பீப்பாய்களிலெல்லாம் நிறையத் தண்ணீர் இருந்தது. எனவே, நாங்கள் இலகுவில் அதனை அணைத்துவிட்டோம். இரண்டாவது முறையோ கிடங்குக்குப் பின்னால் ஒரு சட்டி நிறைய, கனன்றெரியும் நெருப்புக் கங்குகளை வைத்துக் கொண்டிருந்த ஒரு மனிதனையே நான் கையும் மெய்யுமாகப் பிடித்துவிட்டேன். நல்லது. நான் அந்தத் தீச்சட்டி முழுவதையும் அவனது தலையிலேயே கொட்டிக் கவிழச் செய்தேன். அந்தக் கங்குகளில் சில அவனது சட்டைக்குள்ளும் புகுந்திருக்க வேண்டும். அவன் வயலை நோக்கி ஓடும்போது போட்ட கூச்சலிலிருந்து அப்படித்தான் தோன்றியது, 'ஐயோ! ஐயோ!' என்று ஓடினான் அவன். அப்போது நல்ல இருட்டு நேரம்; அவனது உடம்பிலிருந்து தீப்பொறிகள் பறந்து செல்வதை என்னால் பார்க்க முடிந்தது. அதைக் கண்டு எனக்குச் சிரிப்புத்தான் வந்தது. இரவு நேரங்களில் நான் கையிலே ஒரு நல்ல முரட்டுத் தடியைத் தேர்ந்தெடுத்துக்கொண்டு. சுற்றிச் சுற்றி வந்து என் சொத்துகளைப் பாதுகாக்கத் தொடங்கினேன். ரொம்பப் பயங்கரமான அனுபவம் அது. மரக்கிளைகளுக்கு ஊடேயிருந்து கண் சிமிட்டும் நட்சத்திரங்கள்கூட எதிரியின் கண்களாகவே தெரிந்தன".

அவர் சுமுகபாவத்தோடு வாய்விட்டு நகைத்தார்; எனினும், மறுகணமே தமது தலையைச் சிந்தனை வசப்பட்டு அலைத்தவராய் மீண்டும் தமது உறுத்த தொனியில் பேசத் தொடங்கினார்:

"நான் உச்சியிலே ஆணிகள் நீட்டிக்கொண்டிருக்கும் உயர்ந்த வேலிகளைக் கட்டினேன். நான்கு நாய்களை வாங்கினேன்; அவை சில ருசியான கன்றுக்குட்டிகளை ஒன்றிரண்டு முறை கடித்துக் குதறிவிட்டன. அவற்றில் இரண்டு ஆட்டுக்காவல் நாய்கள். அவை ஒரு மனிதன் மார்புமீது பாய்ந்தால், அவனைக் கீழே தள்ளிப் பணிய வைக்காமல் விடுவதில்லை. ஆனால் அவர்கள் அந்த நாய்களை விஷமிட்டுக் கொன்றார்கள். எனவே, உனக்கு இப்போது நிலைமை என்னவென்று புரியும். இவற்றுக்கெல்லாம் பிறகு, நான் எப்படி அவர்களுக்கு உதவும் படியாக இருக்க முடியும்?

அவர் பேச்சை நிறுத்தி. தம் மகனின் தோள்மீது கரத்தைப் போட்டார்.

"ஆனால் அதையெல்லாம் நான் மறந்துவிட முயல்கிறேன்." என்று ஒரு கொட்டாவியை உள்ளடக்க முயன்றவாறு உயிரற்ற குரலில் சொல்லி முடித்தார்: "அது ஒரு சலிப்பான விஷயம்."

மாட்வி நிமிர்ந்து பார்த்தான். அவனது தந்தை இந்த வார்த்தையை எப்போதும் உபயோகித்து வந்தார்; அந்த வீட்டின்மீதும் அதன் சுற்றுச்சார்பு அனைத்தின்மீதும் புழுக்கம் தரும் மேகம் போலக் கவிந்து தொங்கிய அந்தச் சலிப்புணர்ச்சியை அவன் மேலும் மேலும் நன்குணரத் தொடங்கினான்.

தனது வாழ்நாள் முழுவதிலுமே, தான் தனது சம்பிரதாயமான கல்வியைத் தொடங்கிய அந்த நாளிலே, தான் அனுபவித்த பயமும் மர்மமும் கலந்த ஓர் இன்பகரமான சிலிர்ப்புணர்ச்சியை மாட்வி நினைவுகூர்ந்தான்.

அன்று வீட்டிலுள்ளோர் யாவருமே – அவனது தந்தை, சிற்றன்னை, புஷ்கார்யோவ், சோஜோன்ட், அழுமூஞ்சியும் அவத் தோற்றமுங்கொண்ட விலாஸ்யேவ்னா உட்பட் யாவருமே அந்தப் பையனின் அறையில் குழுமியிருந்தார்கள். அப்போது கோவிலதிகாரியான கோரெனேவ் தேவதா வடிவங்களின் முன் மண்டி யிட்டவாறு பக்தி சிரத்தையான தொனியில் பின்வருமாறு பிரசங்கித்தான்:

"இந்தக் குழந்தையின் இதயத்திலே தெய்விக ஒளியை ஒளிவிடச் செய்யும்படிக்கும், அதன் மூலம் அந்த இதயம் வார்த்தைகளின் ஞானத்தை விதைப்பதற்கேற்ற நல்லதொரு செழுமையான நிலமாக மாறும்படிக்கும் நமது ஆண்டவரான ஏசு கிறிஸ்துவையும், அவரது சிஷ்யர்களான குஜ்மா டாமியனையும், முதல்வரெனச் சொல்லப்படும் ஆண்ட்ரியையும் நாம் வேண்டிக்கொள்கிறோம்."

அவர் பிரார்த்தனையை முடித்ததும், மெதுவாக, எனினும் உறுதியாகப் பின்வருமாறு சொன்னார்:

"சரி. இப்போது நீங்களெல்லாம் எங்களைத் தனியே விட்டுவிட்டுப் போங்கள்."

அவர் ஜன்னலருகே கிடந்த பெஞ்சின்மீது மாட்வியின் அருகில் அமர்ந்தார்; அவனது தோளைத் தமது கரத்தால் வளைத்து, அவனது முகத்தை அன்பு கனிந்த கண்களோடு கூர்ந்து பார்ப்பதற்காகக் குனிந்தார்.

"பயப்படாதே!" என்று அவர் மிருதுவாகச் சொன்னார்; "நடுங்காதே. இது ஒன்றும் கெடுதலுக்கல்ல: நல்லதுக்குத் தான். உன்னை நீயே தயாரித்துக்கொள்கிறாய். அவ்வளவு தான்." பின்னர் அவர் தோட்டத்தைச் சுட்டிக் காட்டியவாறு அதே மிருதுவான குரலில், "நாம் இதனைத் தொடங்கக் கிடைத்துள்ள நாள் எவ்வளவு அழகான நாள் என்று பார்த்தாயா?" என்றார்.

இலையுதிர்க் காலம் மரங்களில் முலாம் பூசியிருந்தது; மாப்பிள் மரங்கள் சிவந்த இலைகளையும், எலுமிச்சை மரங்கள் மஞ்சள் நிற இலைகளையும் தாங்கி நின்றன. ரோவான் இலந்தைகளின் செக்கச் சிவந்த பழக் கொத்துக்கள் கிளைகளிலே ஊசலாடித் தொங்கின; ஹாலிஹாக் மரங்களின் தடித்த, வெளிறிய பச்சை நிறமான நடுத் தண்டுகளில் வர்ணப் பட்டுத் துணித் துண்டுகளைப் போலத் தோன்றும் வாடி வதங்கிய இலைச் செறிவுகள் தொங்கிக்கொண்டிருந்தன பழுத்த ஆப்பிள் பழம். சத குப்பை, புதிதாக உழுது புரட்டப் பெற்ற மண் முதலியவற்றின் மணம் காற்றிலே மிதந்து இழைந்தது. கன்னியாஸ்திரீ மடத்துத் தோட்டத்திலிருந்து குலவைச் சிரிப்பும் குதூகலக் குரல்களும் கேட்டன.

"கல்வி என்றால் என்ன?"

இந்தக் கேள்வியைக் கேட்ட போதிருந்த அமைதி நிலை, அந்தச் சிறுவனின் இதயத்தை மர்ம உணர்ச்சியின் ஒரு முதல் அனுபவத்தோடு குன்றிக் குறுகச் செய்தது. அவன் தனது ஆசிரியரின் அருகே நம்பிக்கையோடு நெருங்கி அமர்ந்துகொண்டான்.

தமது மாணவனின் தலைமயிரைத் தடவிக் கொடுத்தவாறு கோவிலதிகாரி சொல்லத் தொடங்கினார்: "கல்வி என்றால் நாம் கடந்த காலத்துச் சம்பவங்களையும், நிகழ்காலத்து வாழ்க்கையையும் எதிர்காலத்துக்கான மனிதக் கனவுகளையும் நமது மனத்துக்கு அறிமுகம் செய்து வைப்பதற்கு ஏதுவான ஒரு சாதனம். எனவே, கல்வி மனிதர்களை ஒருவருக்கொருவர் பிணைக்கிறது; வேறு விதமாகச் சொன்னால், மனிதனை உலகம் முழுவதோடும் சம்பந்தப்படுத்தும் ஒரு சங்கிலி அது. சரி, இப்போது நாம் அது என்ன என்று பார்க்கலாம்.

"வார்த்தைகள் என்றால் என்ன? வார்த்தைகள் என்பன மனித மனத்தின் உடம்பு; இதோ உன்னுடம்பும் என்னுடம்பும் ஆத்மாவின் ஆடையாக இருப்பது போலத்தான் அதுவும். அவ்வளவேதான். மேலும் ஒரு புத்தகத்தை, எந்த ஒரு புத்தகத்தை வேண்டுமானாலும் எடுத்துக்கொள். உதாரணமாக, அது நூறு வருடங்களுக்கு முன் வாழ்ந்த ஒரு மனிதனால் எழுதப்பட்டது என்று

வைத்துக்கொள்வோம். அவனது புத்தகத்தில் நாம் எதை எதிர்பார்க்க வேண்டும்? நூறாண்டுகளுக்கு முன்னர் வாழ்ந்த ஒரு மனித உள்ளத்தின் முத்திரையை, ஒருவனின் வாழ்நாட்காலம் முழுவதிலும் அந்த மனிதனின் ஆத்மா சேகரித்து வைத்த எல்லாச் செல்வங்களையும் நாம் கற்றுத் தேர்வதற்காக விட்டுச் செல்லப்பட்டுள்ள முத்திரையைத்தான். எனவே, நாம் இவ்வாறு சொல்லி விடலாம்: நமக்கு முன்னால் வாழ்ந்த அல்லது இப்போதும் வாழ்ந்துவருகின்ற மனிதர்களின் ஆத்மாக்களைப் புத்தகங்கள் கொண்டிருக்கின்றன. எனவே. புத்தகம் என்பது தனது செயல்களைப் பற்றி விரிந்து பரந்த உலகுத்துக்கு ஒரு மனிதன் அளிக்கும் கணக்கு; அது ஒரு மனித ஆத்மாவின் வாழ்க்கைப் பத்திரம். இப்போது புரிகிறதா?"

தனது மனக் கண் முன்னால் மாட்வி தோலால் பைண்டு செய்யப்பட்டு, பித்தளைப் பிடிகள் போடப்பட்ட பாரமான சிட்டைப் புத்தகங்களின் ஒரு தொகுதியைத்தான் கண்டான்.

"ஆம்." என்று அவன் மங்கிய குரலில் பதிலளித்தான்.

"உனக்குக் களைப்பாயிருக்கிறதா?"

"இல்லையே!" என்று அந்தப் பையன் அவசர அவசரமாக உறுதி கூற முனைந்தான்.

"நான் உன்னை நம்புகிறேன். நீ மிகவும் பிரசித்தமடையப் போகிறாய் என்பதை நான் இப்போதே காண்கிறேன்"

தனது முகத்திலே ஒரு புன்னகையொளி தோன்ற, அவர் தனது இடத்தைவிட்டு எழுந்தார்; பின்னர்த் தமது மாணவன் வியப்புறும்வண்ணமாகப் பின்வருமாறு அறிவித்தார்; "முதல் தடவைக்கு இவ்வளவு போதும். நான் சொன்னதையெல்லாம் சிந்தித்துப் பார். உனக்கு ஏதேனும் புரியாவிட்டால் என்னைக் கேள்."

கோவிலதிகாரி சொன்னது சரிதான்: அவரது மாணவனுக்குக் கல்வி கற்பதற்கு ஓர் அடங்காத வேட்கையுணர்ச்சி நிரம்பியிருந்தது. எல்லோரும் வியக்கும்வண்ணம் அவன் வெகுவேகமாக முன்னேறினான். மாரிக்காலம் வருவதற்குள் அவன் பால பாடத்தில் கைதேர்ந்து விட்டான். வசந்தம் வந்தபோது, அவர்கள் பிரார்த்தனைப் புத்தகத்தையும் சங்கீதப் புத்தகத்தையும் படித்து முடித்தார்கள். வாரம் இருமுறை பாடங்கள் முடிந்ததும், கோவிலதிகாரி தமது கல்வி வாத்தியத்தை எடுத்து, சங்கீத வாசகங்களைத் தமது மாணவனுக்குப் பாடிக் காட்டினார்:

எல்லாரும் சோதரராய் இணைந்தொன்றாய் வாழ்ந்திடுங்கால்
எவ்வளவு நன்மை! அதில் எத்தனைபே ரானந்தம்!

தனது ஆசிரியரின் மேல் நோக்கிய கண்களில் பரவசத்தால் துளிர்க்கும் கண்ணீரை மாட்வி பல முறை கண்டறிந்தான்.

கோவிலதிகாரியின் மிகவும் பிடித்தமான பாட்டு இதுதான்:

ஆண்டவரே! நீரென்னைத்
தேடிவந்து அறிந்து கொண்டீர்!
ஈண்டெனது வீழ்ச்சியையும்
எழுச்சியையும் நீரறிவீர்!

அவர் குரலானது குறிப்பாகப் பின் வரும் வார்த்தைகளுக்கு வரும்போது அழுத்தமும் உருக்கமும் பெற்றதாக மாறியது:

அவர்தம் வாயினிலே
ஏமாற்றும் யாதுமில்லை!

அவர் குடித்தார் என்பது வாஸ்தவம்; வாரக்கணக்கிலே நடைபெறும் குடிவெறிக் கூத்தாட்டங்களிலும் ஈடுபட்டார். அவர்கள் அவரை வீட்டினுள் போட்டு அடைத்து வைத்தார்கள். என்றாலும், அவர் தப்பிச் சென்று, இரத்தம் பாய்ந்த கண்களோடும் நிறம் மாறிப் போன முகத்தோடும் ஒரு மெலிந்த கபில நிறத்தோற்றமாக, வலது கையை வீசியாட்டிக் கொண்டும். இடது கையிலே ஒரு செங்கல்லையோ, கல்லையோ பிடித்துக்கொண்டும், எதிர்ப்படுபவர் யாரைக் கண்டாலும் பின்வருமாறு கத்தியவாறும் நகரத்தின் தெருக்களிலே சுற்றித் திரிந்தார்.

"அருவருக்கத் தக்க ஜென்மங்களே! உங்களைப் படுமோசமான புழுக்களைக் கொல்வதுபோல இந்தக் கற்களால் நசுக்கி விடுவேன்!"

நகர மக்களில் சிலர் அவரைக் கண்டு பயந்தோடினார்கள்; வேறு சிலரோ அவர்மீது வசை பாடிவிட்டு, அவரைப் பற்றிப் போலீசாரிடம் புகார் செய்தார்கள்; இன்னும் சிலரோ அவரைத் தமது வீட்டுக்கு அழைத்துச் சென்று அவருக்கு மேலும் மது அருந்தக் கொடுத்து, அவரை ஆடவும் பாடவும் வைத்தார்கள்; காட்டுக்குள்ளே ஐஸக்கைப் பிசாசுகள் சித்திரவதை செய்தது மாதிரி அவரை வதைத்தார்கள். வேறுசிலரோ அவரை அடிக்கவும் செய்தார்கள் மாட்வி கோவிலதிகாரியை நேசித்தான்; அவர் குடித்திருக்கும்போதுகூட, அவன் அவரைக் கண்டு அஞ்சுவதில்லை; மாறாக அவருக்காக அவன் பரிதாபமே கொண்டான்.

மாட்விக்கு மிகவும் இணக்கமாக இருந்த இரண்டாவது நபர் புஷ்கார்யோவ்.

ஒரு நாள், மாட்வி தனது பாடங்களைப் படிக்கத் தொடங்கிய சிறிது நேரத்திலேயே, அந்தக் கிழட்டுச் சிப்பாய், மாட்வி தனது பால பாடத்தைக் கையிலே தாங்கியவாறு பாதாளப் பண்டகக் கிடங்கின் கூரைமீதமர்ந் திருப்பதைக் கண்டு கொண்டான்.

"வா. வந்து அந்தப் புதிய பால பாடங்கள் எல்லாம் எப்படியிருக்கின்றன என்று எங்களுக்குக் காட்டு." என்று அவன் மாட்வியின் காலை எட்டிப் பிடித்தவண்ணம் கேட்டான். **"இயோமுத்? ஒஸ்த்யாக்?"** என்று அவன் தனது மயிர் முளைத்த தாடைகளை அசைத்தவாறே வாசித்தான்."இதைக்

கொஞ்சம் நினைத்துப் பார்!" என்று அவன் தன் தலையைச் சந்தேகாஸ்பதமாக ஆட்டியவாறு, ஆழ்ந்த மூச்செடுத்துக்கொண்டு, தணிந்த குரலில் பேசத் தொடங்கினான்: "நமது இந்த ருஷ்ய நாட்டில் மேலும் மேலும் மக்கள் வளர்ந்து வருகிறார்கள்; அது நல்ல விஷயந்தான், நமக்குப் புதிய வேலையாட்கள் வேண்டும். கிழவர்களான நாங்களெல்லாம் அலுத்துக் களைத்துப் போய்விட்டோம்; எங்கள் பணியை முடித்து விட்டோம்; நாங்கள் ஓய்வெடுக்கும் காலம் வந்துவிட்டது. எனவே, மற்றவர்கள் எங்கள் இடத்துக்கு வரட்டும். நமது நாடு ஒரு பெரிய நாடு; மலைகளும், கடவுகளும், தரிசு நிலங்களும் நிறைந்த பெரிய நாடு இதற்கொரு முடிவே இல்லை! அதோ அங்கே பார்த்தாயா? களைகள். அவற்றால் நமக்கென்ன பயன்? நாம் பயிர் செய்ய விரும்புவது அவையல்ல. நமக்குத் தேவை உணவு. உதாரணமாக, பட்டாணிக் கடலை. அத்துடன் சணல். மேலும், நமக்குக் கைகளும் தேவை. நாம் எது செய்தாலும் அதைச் செய்வதற்குக் கைகள் வேண்டும். சதுப்பு நிலங்களின் நீரை வெளியேற்றி, கடவுக்குண்டுக் குழிகளை நிரப்பி. மலைகளையெல்லாம் மட்டம் தட்டி, வயல்களை உழுது தள்ளி, எல்லோருக்கும் உணவு கிட்டும்வண்ணம் விதை விதைத்துப் பயிர் செய்ய நமக்கு ஆட்கள் தேவை. ருஷ்ய நாட்டுக்கு உழைப்பாளிகள்தான் பெருந்தேவை"

அவன் தன் கண்களைச் சுருக்கி விழித்தவாறு, தன்னைத் தானே மதிப்பிடுவது போலத் தன்னைப் பார்த்துக்கொணடான்; பின்னர் அந்தப் பையனின் முழங்காலின்மீது தட்டிக் கொடுத்துவிட்டு, பின்வருமாறு சொன்னான்: "குழந்தாய்! அவர்கள் எப்போதாவது உன்மீது கை வைக்கத் துணிந்தால், நீ என்னிடம் வந்துவிடு. நான் உன்னை மறைத்து வைக்கிறேன். நீ அடி தாங்க மாட்டாத அளவுக்கு எலும்பும் தோலுமாக இருக்கிறாய். அடி பட்டால் எப்படியிருக்கும் என்று நீ தெரிந்துகொள்ள விரும்பினால் அதைக் கேட்டுத் தெரிந்துகொள்வதற்கான சரியான நபர் நான் தான்."

தனக்குப் பிடித்தமான எதையும் மாட்வி சீக்கிரத்திலேயே கற்றுக்கொண்டுவிட்டான். அந்தக் கிழட்டுச் சிப்பாய் அவனிடம் பல முறை ஒரு சணல் துண்டை எடுத்துக் கொடுத்து. அதன் பலத்தைத் தொட்டுப் பார்த்துத் தீர்மானிக்கவும், அதற்கு எத்தகைய முறுக்குத் தேவை என்பதை நிர்ணயிக்கவும் வழி கூறுவான். அந்தக் கிழவனின் நம்பிக்கையைக் கண்டு மாட்விக்கு ஒரே பெருமை ஏற்படும். அவன் மிகுந்த அக்கறையோடு முகத்தைச் சுழித்தவாறு அந்தச் சணலைத் தனது விரல்களுக்கிடையே பிடித்து அழுத்திப் பார்த்து, பின்னர் அந்தக் குறிப்பிட்ட சணல் கயிறுகளுக்கு முறுக்கேற்ற, சக்கரத்தை எத்தனை தடவை சுழற்ற வேண்டும் என்பதைச் சொல்லுவான்.

"சபாஷ் உனக்கு!" என்று புஷ்கார்யோவ் சந்தோஷத்தோடு கத்துவான்; பின்னர் மீண்டும் தனது முடிவற்ற பிரசங்கங்களில் ஏதாவதொன்றைத் தொடங்கி விடுவான்: ''ஒரு காலத்திலே உன் தந்தையுங்கூட இப்படித்தான் ஒரு கைப்பிடிச் சணலை அள்ளி, தமது கண்களைச் சுருக்கி விழித்தவாறு, அதனைக் கையால்

எடை போட்டுப் பார்த்தார். முறுக்கு விஷயத்திலே அவர் என்றுமே தவறு செய்ததில்லை. அவருக்கு அவரது தொழில் தெரியும்; ஆமாம். உன் தந்தைக்குத் தெரியும்."

"ஜனங்களுக்கு ஏன் அவரைப் பிடிக்கவில்லை?" என்று மாட்வி ஒரு முறை கேட்டான்.

"அவர்களுக்கு ஏன் பிடிக்க வேண்டும்?" என்று வியப்போடு பதிலளித்தான் அந்தச் சிப்பாய்: "அவரிடம் அப்படி என்ன விசேஷம் இருக்கிறது?" இவ்வாறு கூறிவிட்டு, புஷ்கார்யோவ் குபீரென்று வாய்விட்டுச் சிரித்தான். ஆனாலும் சிறிது நேரத்திலேயே அவன் கவனமும் சிரத்தையும் கொண்டவனாகத் தோறறமளித்து, கணநேரச் சிந்தனைக்குப் பின்னர் பின்வருமாறு சொன்னான்: "பன்றிகள்! அவர்களுக்கு யாரையுமே பிடிப்பதில்லை."

"ஏன் பிடிப்பதில்லை?"

"யாருக்குத் தெரியும்? போய் அவர்களையே கேள். அவர்களுக்குத் தம்மையே அறிந்துகொள்ளத் தெரியாது."

"நாம் ஒருவரையொருவர் நேசிக்க வேண்டும் என்று பைபிள் கூறுகிறதே!" என்று புண்பட்ட தொனியில் சொன்னான் மாட்வி.

புஷ்கார்யோவ் அவனை ஒரு பார்வை பார்த்துவிட்டு, தனது அழுக்கடைந்த கரத்தால், முகத்தில் அரும்பிய புன்னகையை நீக்குவது போல முகத்தைத் துடைத்துக் கொண்டு, பின்வருமாறு சொன்னான்:

"பைபிள் எவ்வளவோ விஷயங்களைத்தான் கூறுகிறது."

"**உங்களுக்கு** அவரைப் பிடிக்கிறதா?" என்று அழுத்திக் கேட்டான் மாட்வி.

"நல்–லது" என்று அந்தச் சிப்பாய் சிறு சிரிப்புடன் பதில் சொன்னான்: "ஒவ்வொரு மரமும் தனது சொந்தக் கன்றைப் புகழத்தான் செய்கிறது என்பது பழமொழி. எனக்கு அவரை நன்கு பிடிக்கிறது. நான் அவரை மதிப்போடு வைத்திருக்கிறேன். அவர் காரணமில்லாமல் யாரையும் புண்படுத்துவதில்லை. இதை நானே அவரிடம் சொல்வேன்; மேலும் அவர் பார்த்த மாத்திரத்திலேயே ஒரு நல்ல வேலைக்காரனை இனம் கண்டு கொள்வார்."

"அவர் அந்தப் பூந்தொட்டியை எடுத்து உங்கள் தலைமீது அன்று அடித்தாரே. அது நினைவிருக்கிறதா?"

"அந்த நாரைமூக்குச் செடியா? ஹா! ஹா! அவர் நல்ல வேலை செய்தார். இல்லையா? எப்போதுமே அவர் நல்ல காரியந்தான் செய்வார். அன்று நான் நன்றாகக் குடித்திருந்தேன். மேலும் நான் குடித்திருக்கும்போது எல்லோருக்கும் உபதேசம் செய்யக் கிளம்பி விடுவேன். மற்றவர்கள் என்ன செய்யவேண்டும் என்று நான் சொல்லத் தொடங்கிவிட்டால், அது சகிக்க முடியாது. ஒரு

முறை நான் அதனை எங்கள் தளபதியிடமே முயன்று பார்த்தேன். எங்களது முகத்திலே ஓங்கிக் குத்துவதற்கு உங்களுக்கு உரிமை கிடையாது என்று நான் சொல்லிவிட்டேன். அதனால் எனக்குச் செம்மையாக உதை கிடைத்தது. ஆமாம்." பின்னர் அவன் பேச்சை நிறுத்திவிட்டு, மாட்வியைக் கடைக்கண்ணால் பார்த்தான்; பிறகு தனது தொண்டையைச் செருமிக் கனைத்துவிட்டு, திடீரென்று தோன்றிய உற்சாகத்துடன் பேசத் தொடங்கிவிட்டான்: "இதோ பார். நீ நன்றாக நினைவு வைத்துக்கொள்ளக் கூடிய ஒரு கதையைச் சொல்கிறேன். ஒரு முறை ஆட்சியாளர்கள், விவசாயிகள் உருளைக்கிழங்குகளைப் பயிர் செய்ய வேண்டும் என்று தீர்மானித்தார்கள். பாமர ஜென்மங்களான விவசாயிகள் அவ்வாறு செய்ய மறுத்துவிட்டார்கள். அவர்களை ஒன்றும் அசைக்க முடியவில்லை. அவர்களுக்கு எப்போதெப்போது உருளைக்கிழங்குகளை அனுப்பினாலும், அவர்கள் அவற்றைப் 'பிசாசின் உணவு!' என்று சொல்லிப் புறக்கணித்து, அவற்றைக் கடவுகளிலோ, ஆற்றிலோ, சேற்று நிலங்களிலோ எங்கேனும் தூக்கியெறிந்துவிட்டு, அவற்றைக் கைகழுவ முடியுமோ அங்கே விட்டெறிந்து விட்டார்கள். குஸ்லிட்சாவில் அதுதான் நடந்தது. (உனக்குத் தெரியுமா? அங்குத்தான் கள்ள நாணயம் அடிக்கிறார்கள்.) எனவே, அந்த உருளைக்கிழங்குக் கலகங்களை அடக்குவதற்கு அவர்கள் பட்டாளத்தை அனுப்பி வைத்தார்கள். எங்கள் தளபதி ஒரு ஜெர்மானியர். அவர் பெயர் குஸ்டாவ்; ஆனால், நாங்கள் அவரை [4]உஸ்டாவ் என்றுதான் அழைத்தோம். அவர் ஒரு பெரிய பலசாலியான நபர்; அத்துடன் அசா தாரணமான கண்டிப்பும் உடையவர். எனவே, அவர் விவசாயிகளுக்கு கசையடி கொடுப்பது என்று தீர்மானித்தார். அவர் அவர்களில் ஒரு டஜன் பேர்களைத் தேவாலயத்துக்கு முன்னுள்ள சதுக்கத்தில் கொண்டுவந்து வரிசையாக நிறுத்தி, ஜனங்களை அடிப்பதற்கென உள்ள பிரத்தியேகமான விசைகளான **ஸ்பி புரூட்டனால்** அவர்களை அடித்தார். உண்மையைச் சொன்னால் அவை எல்லா விசைகளையும் போலத்தான் இருந்தன; அந்த அன்னியப் பெயர்தான் அவற்றைப் படுமோசமானதாக ஆக்கின. எனவே, நாங்கள் அவர்களைக் கசையால் அடித்தோம். விவசாயிகள் உறுமினார்கள்; என்றாலும், அவர்களில் எவனும் உருளைக்கிழங்கை ஏறெடுத்துப் பார்க்கவில்லை. உஸ்டாவ் ஒரு பானை நிறைய உருளைக்கிழங்குகளை வேக வைக்குமாறும், பின்னர் அவற்றைக் கசையடி பட்ட விவசாயிகளைத் தின்ன வைக்குமாறும் எங்களுக்கு உத்தரவிட்டார். ஆனால், விவசாயிகளோ மறுதலித்துத் தலையாட்டி விட்டார்கள்; ' இந்த உலகத்தில் நடவாது,' என்று கூறிவிட்டார்கள். ஜெர்மானியர்களோ அந்தச் சூடான உருளைக்கிழங்குகளை அந்த விவசாயிகளின் வாயினுள் திணித்து, அவர்களது முன்னம்பற்களோடு சேர்த்து அவற்றைத் தொண்டைக் குழிகளுக்குள்ளே குத்திச் செலுத்தி இறக்க முயன்றார்கள். விவசாயிகளோ அவற்றை விழுங்காமல் இருமி அவற்றைக் கக்கி வெளியேற்றினார்கள். நான் ஒரு சிப்பாயாக இருக்கலாம்; என்றாலும், அந்த அசட்டு ஜென்மங்களுக்காகப் பரிதாபப்படுவதை என்னால் தடுக்க முடியவில்லை. பெண்களெல்லாம் கூப்பாடு போட்டார்கள்; குழந்தைகள்

---

[4] உஸ்டாவ்: "சட்டத் திட்டங்கள்" என்பதற்கு ருஷ்ய மொழியிலுள்ள பதம்.

ஊளையிட்டு அலறின; ஆண்களின் முகமெல்லாம் இரத்தக்கறை படிந்து மிகவும் ஆபாசமாகவும் வெட்கக்கேடாகவும் காட்சியளித்தன. அவர்கள் விவசாயிகளாய் இருந்தால்தான் என்ன? அவர்கள் ருஷ்யர்கள்; கிறிஸ்தவ ஜனங்கள். எனவே, அன்று மாலை அந்தத் 'தண்டனை'க்குப் பிறகு – தண்டனை என்பதும் அன்னியச் சொல்தான்; ருஷ்ய மொழியிலே வெறுமனே 'கசையடி' தான் – அன்று மாலையில் நான் ஒரு பானையில் உருளைக்கிழங்குகளை வேகவைத்து. குடிசை ஒன்றிலே யிருந்த விவசாயிகளிடம் அவற்றை எடுத்துக்கொண்டு சென்றேன். 'அட அசட்டுப் பிறவிகளா! இந்த உருளைக்கிழங்குகளைப் பாருங்கள், மாவு, தண்ணீர், பார்லிக் கஞ்சி முதலியவை போல இதுவும் ஓர் உணவுதான். இதோ என்னைப் பாருங்கள். நான் ஒரு சாதாரணச் சிப்பாய். என் கழுத்தில்கூட. சிலுவை அணிந்துள்ளேன். ஒரே வார்த்தையில் சொன்னால், நான் ஒரு கிறிஸ்தவன்" என்று அவர்களிடம் சொன்னேன். மேலும், எனது சிலுவையையும் அவர்களிடம் காட்டினேன். அது ஒரு நல்ல சிலுவை; வெள்ளியும் எனாமலும் சேர்ந்து செய்தது. பின்னர் அவர்களின் கண் முன்னாலேயே நான் அந்த உருளைக்கிழங்குகளைத் தின்று காட்டத் தொடங்கினேன். நான் மூன்றாவது உருளைக்கிழங்கைத் தின்று தீர்த்ததும், நான் வயிறு வெடித்துச் சாகவில்லை என்பதை அவர்கள் கண்டுகொள்ள முடிந்தது; அங்கிருந்த பெண்களில் ஒருத்தி – இளைய வயதினள்தான் – அவள் என்னிடமிருந்து ஒன்றைப் பெறுவதற்கு விரும்புபவள் போலக் கையை நீட்டினாள். நானும் கொடுத்தேன்; அவள் அதனை எடுத்து, சிலுவைக் குறி கீறிவிட்டு, அதனை ஒரு விவசாயியிடம் – அவன் அவளது கணவனாக இருந்திருக்கலாம் – கொடுத்தாள். 'மிஷா! இதைத் தின்னுங்கள். இதனால் ஏற்படும் பாவத்தையெல்லாம் நான் ஏற்றுக்கொள்கிறேன்' என்றாள் அவள். பின்னர் அவள் அவன் முன்னால் முழங்காலிட்டு வீழ்ந்தவாறு, அழத் தொடங்கினாள்: 'இதைத் தின்று விடுங்கள், மிஷா. நீங்கள் அடிபடுவதை என்னால் மீண்டும் பார்த்துக்கொண்டிருக்க முடியாது!' என்று அரற்றினாள். மிஷா அங்குக் கூடியிருந்த வயதான பெரியவர்களைப் பார்த்தான். அவர்களோ தலையை வேறு பக்கம் திருப்பிக்கொண்டார்கள். அவன் அதனை விழுங்கித் தீர்த்தான். மிஷாவைத் தொடர்ந்து கிரிஷாவும், கிரிஷாவைத் தொடர்ந்து டிஷாவும் தின்றார்கள். ஒரே வார்த்தையில் சொன்னால், அவர்கள் அத்தனை உருளைக்கிழங்கையும் தின்றுத் தீர்த்துவிட்டார்கள், அந்த உருளைக்கிழங்குக் கலகத்துக்கு ஒரு முடிவு கண்டுவிட்டதில் எனக்கு மகிழ்ச்சி ஏற்பட்டது. அது இயல்புதான். பின்னர் 'மோசமாக இல்லையே? இன்னும் கொஞ்சம் கொண்டுவரட்டுமா?' என்று கேட்டேன். 'கொண்டு வாருங்கள். இன்னும் எல்லோரும் தின்று பார்க்கவில்லையே!' என்றார்கள் அவர்கள். நான் நேராகக் காய்புலா என்ற பெயர் கொண்ட சிப்பாயிடம் போனேன். அவன் கிறிஸ்தவனாகி விட்ட தாத்தாரியன்; எனக்கு நண்பன். நானும் அவனும் பல தடவை சேர்ந்தாற்போல அடி வாங்கியிருக்கிறோம். நான் அவனிடம் கதை முழுவதையும் சொன்னேன்.'கெட்டிக்காரன் தான் நீ, புஷ்கார்யோவ்! நான் இந்த விஷயத்தை இப்போதே தளபதியிடம் சொல்கிறேன். உனக்கு நிச்சயம் ஒரு மெடல் கிடைக்கப் போகிறது,' என்றான் அவன். நானும் அவனுமாக இன்னும் நிறைய உருளைக்கிழங்குகளை எடுத்துக்கொண்டு குடிசைக்குச் சென்றோம்; விவசாயிகள்

கொஞ்சம் ஒயினும் கொண்டு வந்தார்கள். ஆனால், அட கடவுளே! நாங்கள் விருந்தா உண்டோம்? திடீரென்று, வானத்திலே இருந்து குதித்து வந்தது மாதிரி, அங்கே உஸ்டாவ் உள்ளே வந்தார். 'என்னது? நீங்கள் எனது உத்தரவுக்குக் கீழ்ப்படியாமல். கேவலம் ஓர் அட்டுப் பிடித்த சிப்பாயின் உத்தரவுக்கா கீழ்ப் படிகிறீர்கள்?' என்று அவர் ருஷ்ய மொழியில் கோமாளித்தனமாக வசைமாரி பொழிந்தார். மறு நாள் காலையில் எனக்கும் காய்புலாவுக்கும் அடி கிடைத்தது. ஆம், நாங்கள் அடி பட்டோம். நிச்சயமாகச் சொல்கிறேன். அந்த அடியை மட்டும் நான் என்றென்றும் மறக்க மாட்டேன்!"

அந்தக் கிழவனின் நாக்கு அலுப்புச் சலிப்பின்றிப் பழங்காலத்தின் படுமோசமான குப்பைகளையெல்லாம் கிண்டிக் கிளறிக்கொண்டிருந்தது. அதனைக் கேட்கும் சமயத்தில் அவனது பேச்சிலிருந்த அமைதியைக் கண்டு மாட்வி பயந்து பிரமித்துப் போயிருந்தான்.

அவன் தனது கதையைச் சொல்லி முடித்ததும், அவன் தனது கால்சராயின் முழங்காற்பகுதியிலிருந்த தாரெண்ணெய்க் கறையைச் சுரண்டியெடுத்தவாறு, அந்தப் பையனைப் பக்கவாட்டில் பார்த்தவண்ணம், விளக்கம் கூறுவது போலப் பின்வருமாறு மொழிந்தான்:

"ஜனங்களை நீ பெருந்தன்மையோடு நடத்தினால். அவர்கள் மரமண்டைகளாக இருந்தபோதிலுங்கூட, நீ அவர்களைச் சரிப்படுத்தி விடலாம். ஆனால், உன் தந்தை இருக்கிறாரே – அவர் அந்த உருளைக்கிழங்கைப் போலத்தான். திடீரென்று ஒரு மனிதர் வருகிறார். அவர் யாரென்றே ஒருவருக்கும் தெரியவில்லை; அவரும் யாரையும் எதையும் ஒரு சிறிதுகூட மதிக்கவும் இல்லை. மேலும், அந்த சோஜோன்ட் – அவனது திருட்டு முகமும், தடித்த நாக்கும்! அவனால் உறுமுவதைத் தவிர வேறொன்றும் செய்யத் தெரியாது! அவர்கள், அந்த இருவரும் யார்? அவர்கள் எங்கிருந்து வந்தார்கள்? வானத்திலிருந்து இடி விழுந்தாற் போலத் திடுமென்று வந்துவிட்டார்கள். இங்கேயுள்ள நகரவாசிகளே திருடர்கள்தான். இருபது வருஷங்களுக்கு முன்னர் இங்கே நடந்தவற்றையெல்லாம் எண்ணிப் பார்த்தால்? ஏன்? ஒரு மனிதன் தன் வீட்டை விட்டு வெளியே சென்றானானால் அவன் உருப்படியாக வீடு திரும்பி வருவதில்லை. அவர்கள் சிக்கானிலுள்ள ஒரு வீட்டைக் கொள்ளையடித்தார்கள்; மேலும், கைவினைஞர் குடியிருப்பில் வாழ்ந்து வந்த நாங்கள்தான் அதைச் செய்தோம் என்றும் சொல்லிவிட்டார்கள். இங்கே எல்லா விதமான திருடர்களும் உண்டு. சிலர் தேவைக்காகத் திருடுகிறார்கள்; சிலர் வேண்டுமென்றே பொழுது போக்குக்காகத் திருடுகிறார்கள்."

அந்தக் கிழட்டுச் சிப்பாயின் பேச்சு அந்தப் பையனின் ஆத்மாவுக்குள் ஒரு குழப்பத்தை ஏற்படுத்தியது. மனிதர்கள் எப்படி பல்லுடை பட்டார்கள், எப்படி மரணஅடி பட்டார்கள், எப்படி ஆடுமாடுகளைப் போல விற்கப்பட்டார்கள் என்பன போன்ற பயங்கரமான கதைகளின் சுமையின்கீழ் தான் அகப்பட்டு நசுங்குவதாக அவன் உணர்ந்தான். அவனது தந்தை கூறும் கதைகளிலோ வாழ்க்கை என்பது ஒரு விளையாட்டுப் போல அத்தைப் பாட்டிக் கதையைப்

போல இருந்தது. இந்தச் சிப்பாயின் கதைகளிலோ, ஒரு மனிதனைப் பொறுமையாகவும் பணிவாகவும் இருக்கக் கோரும் ஓர் அக்கினிப் பரீட்சையாக அது இருந்தது. இந்த முரண்பட்ட கருத்துகளை அந்தப் பையனால் புரிந்தேற்றுக் கொள்ள முடியவில்லை. அடிபட்ட மக்களுக்காக அவனுள்ளத்தில் பரிவுணர்ச்சி எதுவும் தோன்றவில்லை. ஆனாலும், அவனை அலைக்கழித்த சந்தேகங்களால் மட்டும் அவன் வாதைப்பட்டான்; கடைசியிலே அவனுக்குத் தூங்கி விட்டால் போதும் என்றிருந்தது. தான் கேட்டதையெல்லாம் புரிந்துகொள்ள முயற்சி செய்து தோற்றுப் போன பின்னர். அவன் எங்காவது ஓர் ஒதுங்கிய மூலையைத் தேடிப் பிடித்து அதிலே மறைந்துகொள்வான்!” பயங்கரமான பெய்க் கனவுகளால் அலைக்கழிக்கப்பட்டவனாய் அவன் அங்கு ஆழ்ந்த நித்திரையில் ஈடுபட்டு விடுவான்.

பாடம் படிக்கும்போது கோவிலதிகாரி ஒருமுறை அவனிடம் பின்வருமாறு சொன்னார்:

“நீ எவ்வளவு சீக்கிரத்தில் அருமையாக எழுதக் கற்றுக் கொண்டாய் என்பதைப் பாரேன்! நீ சில காகிதங்களை எடுத்து அவற்றை ஒரு காப்பி நோட்டுப் புத்தகமாகத் தைத்து வைத்துக்கொண்டு, நினைவில் வைக்கத் தகுந்தவை என்று நீ கருதும் எல்லாவற்றையும் அதிலே நீ எழுதி வைத்தால் அது மிகவும் நல்ல காரியமாக இருக்கும். இவ்வாறு செய்தால்,முதலாவதாக நீ உனது சிந்தனைகளை வெளியிடக் கற்றுக்கொள்வாய்; இரண்டாவதாக, நீ உனது ஓய்வு நேரத்தையும் நல்ல முறையிலே செலவிடுவாய். மனிதர்களோடு சம்பந்தப்பட்ட எல்லாமே சுவை மிக்கவை; அறிவு தருபவை. அவற்றை வருங்காலச் சந்ததியாருக்காகப் பாதுகாத்து வைத்தாக வேண்டும்.

அந்தப் பையன் இந்த ஆலோசனையை ஆர்வத்தோடு ஏற்றுக்கொண்டான்; தனக்குச் சில நல்ல உறுதியான எழுதும் காகிதங்களை வாங்கித் தருமாறு தன் தந்தையிடம் கேட்டான்; அத்துடன் அதன் முதல் பக்கத்தில் ‘வீனஸின் கீதம் என்ற பாடலை எழுதித் தருமாறு கோவிலதிகாரியிடம் கேட்டுக்கொண்டான்.

“அதெல்லாம் நடவாது,” என்று கோரெனேவ் அவனது தோளில் தட்டிக் கொடுத்தவாறே சொன்னார்: “நீ இதனை அக்கறையோடு கருத வேண்டும். நீ இதனை இப்படித்தான் பார்க்க வேண்டும். அதாவது ஒவ்வொரு பணியுமே ஓர் ஆனந்தம்; ஒவ்வோர் ஆனந்தமும் ஒரு பணி முதன் முதலாக, உனது புதிய நோட்டுப் புத்தகத்தில் எழுதுவதற்கான ஒரு தக்க வாசகத்தை நாம் கண்டு பிடிப்போம். சிறிது நேரச் சிந்தனைக்குப் பிறகு அவர் மீண்டும் சொன்னார்: “இதோ இப்படி எழுது.” இதன் பிறகு. மாட்வி தனது இறகுப் பேனாவால் மிகுந்த கர்ம சிரத்தையோடு முதல் பக்கத்தில் பின்வருமாறு எழுதினான்:

“மாட்வி கோஸிமியாகின் ஆன நான் எனது பதின் மூன்றாவது வயதிலிருந்து, வோர்கோராட் மாகாணத்திலுள்ள ஒகுரோவ் நகரத்து வாழ்க்கையிலிருந்து சேகரித்த பாடல்கள், கதைகள், சம்பவங்கள் ஆகியவற்றின் தொகுதி.’”

"சரி. இப்போது இப்படி எழுது. தவ பிதா. தேவ குமாரன், பரிசுத்த ஆவி ஆகியோரின் திருநாமத்தின் பிரகாரம். சரி. நீ இந்தப் புத்தகத்தை எழுதி முடிக்கும் காலத்தில் நீ 'ஆமென்' என்று போட்டு விடு.

அவர் தமது மாணவனின் மோவாயைத் தமது கையிலே தாங்கி, அவனது தலையைப் பின்னால் நிமிர்த்தி, ஒரு தாயின் அன்பும் உறுதியும் கலந்த பார்வையோடு அவனது கண்களைப் பார்த்துக்கொண்டிருந்து விட்டு. பின்னர் சொன்னார்:

" 'ஆமென்' என்றால் 'அவ்வாறே ஆகட்டும்' என்று அர்த்தம். இப்போது உனது மனதுக்கு வழி காட்டும் விதத்தில் சில வாக்கியங்களை நாம் முதலில் எழுதுவோம்."

சிம்மத் தோற்றம் கொண்ட கோவிலதிகாரியின் முகத்தில் ஓர் ஆழ்ந்த தீக்ஷண்ய உணர்ச்சி பிரதிபலித்தது. அவரது சுண்கள் அவரது வளைந்த புருவங்களுக்குக் கீழே பம்மிப் பதுங்குவது போலத் தோன்றின. அவர் எச்சரிப்பது போலத் தமது விரலொன்றை உயர்த்தினார்:

"இதோ, இதனை நோட்டுப் புத்தகத்தின் விளிம்போரத்தில் சின்ன எழுத்துக்களில் எழுது: 'நான் தீர்ப்புக் கூறவில்லை; சாட்சியாக மட்டுமே இருக்கிறேன்.' நல்லது. இப்போது அதற்குக் கீழே தள்ளி எழுது: 'மனிதனின் வாழ்க்கை பறந்தோடிச் செல்கிறது; ஆனால், அவனது செயல்கள் பல சகாப்தங்களுக்கும் அப்பால் வாழக்கூடும்.' சரி, இப்போது வலது பக்கத்தில், இதோ இங்கே எழுது. எழுத்துக்கள் ஒழுங்காக இருக்குமாறு பார்த்துக்கொள்:

கற்பனை யதனிலும் உண்மையே வாழ்க்கையில்
அற்புத மாகவே காணுமென்று
பணிவுள்ள பறவைதன் பாட்டுச் சுவையினால்
இனிமை யாயெடுத் தோதிடுமே!

அவன் எழுதியுள்ளதை அங்கீகரிக்கும் நோக்கோடு ஒரு பார்வை பார்த்து விட்டு, அவர் ஊக்கமூட்டும் விதத்தில் பேசினார்:

"இந்த நிர்மலமான வயல் வெளியில் அறிவின் வித்துக்கள் எவ்வளவு அழகாகத் தூவப்பட்டுள்ளன என்று பார்! நீ இந்த நோட்டுப் புத்தகத்தில் எழுதப் போகும் ஒவ்வொரு தடவையும் முதலில் இந்த முதல் பக்கத்தைப் படித்துப் பார்த்துக்கொள். இப்போது நீ விரும்பினால், அன்று திருமணத்தினத்தன்று பாடினேனே, அந்தப் பாட்டை நான் எழுதித் தருகிறேன்."

பின்னர் அவர் பல்வேறு சுழிப்புக்களும், அலங்காரங்களும் கொண்ட லாகவம் மிகுந்த பெரிய எழுத்துக்களில் அதனை எழுதிக் கொடுத்தார்.

இதன்பின்னர் வெகு சீக்கிரத்திலேயே அவர் நகரத்தை விட்டு மறைந்து போய் விட்டார். நகரமக்களின் வேண்டுகோளுக்கிணங்க, அவரது குடியும் கூத்தாட்டமும்

மிகுந்த கேடுகெட்ட வாழ்க்கைக்குப் பிராயச்சித்தம் தேடுவதற்காக எங்கோ தொலைதூரத்திலுள்ள ஒரு சாமியார் மடத்துக்கு அனுப்பிவைக்கப்பட்டார். இதனைக் கேள்விப்பட்டதும் மாட்வி அழுதான். கோஸிமியாகின் தமது உதட்டை அசட்டையாகப் பிதுக்கியவாறு, ஏதோ ஏசியவாறு முனகினார்.

"ஆமாம். அவர்கள் அவரை அனுப்பித்தான் தீர வேண்டியதாயிற்று. அவர் தவறான வழியில் சென்று கொண்டிருந்தார். ஆனால், தவளைப் பிறவிகளே! நீங்கள் மட்டும் எந்த வழியில் செல்கிறீர்கள்? உங்கள் எல்லோரையும் கண்டு சலித்துப் போய், மார்க்கோவும் எங்கோ ஒரு பெரிய நகரத்தில் போய் வசிக்கத் தொடங்கி விட்டார்; இப்போதோ இவரும் போய் விட்டார். பிசாசுகளே! வாளிலி கோரெனேவா குடிகாரர்! ஏன், அவர் வயதிலே நாமெல்லாம் அண்டாக் கணக்கில் குடித்துக்கொண்டிருந்தோம். எனினும், நம்மை ஒருவரும் குடிகாரர்கள் என்று சொல்லவில்லை."

மாட்வி தனது நோட்டுப் புத்தகத்தில் எழுதுவதில் மிகுந்த சிரமம் எடுத்துக்கொண்டான்; எனினும், அந்த முதல் பக்கமானது அந்தக் கோவிலதிகாரி இட்டுச் சென்ற புத்திசாலித்தனமான பணியை ஏற்று முடிப்பதை மிகவும் சிரம சாத்தியமாக்கியது. அந்த வாக்கியங்களின் அந்த விரிவான அழகிய கையெழுத்து, அந்த முதல் எழுத்துக்களைக் கெடுத்து விடுவோமோ என்ற பயத்தில் அவனை எதுவுமே எழுத விடாமல் தடுத்து வந்தது. என்றாலும், நெடுநேரச் சிந்தனைக்குப் பின்னர் அவன் ஒருமுறை முதல் பக்கத்தின் பின் புறத்தில் அதைரியத்தோடு பின்வருமாறு எழுதத் தொடங்கினான்:

"இன்று பலாக்குவிலுள்ள பர்லாக்கிகள் எவ்வாறு சண்டை போடுவார்கள் என்பதைப் பற்றி அப்பா எனக்குச் சொன்னார்...."

அவனது விரல்கள் நடுங்கின; பேனா ஆடியது; திடீரென்று அவனது நெற்றியிலிருந்து ஒரு துளி வியர்வை நோட்டுப் புத்தகத்தின் தாளின்மீது சொட்டியது. அவன் நிராசையோடு பெருமூச்செறிந்தான்; மை ஒழுகி ஓடியது; எழுத்துக்களெல்லாம் எல்லாத் திசைகளிலும் வால் முளைத்துத் திரிய முனைந்தன. அந்தப் பக்கத்தைத் திருப்பிப் பார்த்த போது, அதில் ஒழுகி ஊறிப்போன மையானது அடுத்த பக்கத்தையும் எட்டிப் பிடித்து விட்டது; மேலும், அந்தப் பக்கத்திலிருந்த "ஆனால் அவனது செயல்கள்" என்றபதச் சேர்க்கையின்மீது, திங்கட்கிழமைக் காலை நேரத்தில் தொழிலாளரின் கண்களுக்குக் கீழே தென்படும் சிராய்ப்புக்களின் நிறத்தைப் போன்று, ஒரு கறை படிந்திருந்தது. அந்த நோட்டுப் புத்தகத்தை மீண்டும் தொடுவதில்லை என்று அவன் தீர்மானிக்கும் அளவுக்கு அவனுக்கு எரிச்சல் தோன்றி விட்டது.

அதன் பின்னர் பத்தடி உயரமுள்ள வெட்கப்படும் மாக்ஸிம், யெர்யோமா,ஃபியோடோசியா ஆகியவர்களைப் பற்றி மாட்வியேவ்னா அவனிடம் சொல்லியிருந்த வேடிக்கைப் பாட்டுக்களில் தனக்கு நினைவிருந்தனவற்றையெல்லாம் அவன் அதில் எழுதி வைத்தான். ஆனால் அவையனைத்திலும் அவனுக்கு மிகவும் பிடித்தது அந்தக் காக்கையைப் பற்றிய பாட்டுத்தான்:

காக்கை யொன்று ஜன்னலிலமர்ந்து
காலால் தட்டிச் சொல்லியது:
“தூக்கம் விடுத்துப் படுக்கையை விட்டுத்
துள்ளி எழுந்திர டா!”

கபில நிறமான மார்போடும். பளபளப்பான கறுப்புத் தலையோடும் மிகவும் பெருமிதமும் முக்கியத்துவமும் கொண்ட ஒரு பறவையைப் போல அந்தக் காக்கை காட்சியளிப்பதைக்கூட அவனால் காண முடிந்தது.

அவனது தந்தை அவனுக்குச் சொன்ன கதைகளை அதில் எடுத்தெழுத வேண்டும் என்று அவன் பலமுறை முயன்றான். என்றாலும், அவனுக்குச் சரியான வார்த்தைகள் கிடைக்கவில்லை. மேலும் எழுதுவது சலிப்புத் தருவதாக இருந்தது; கதைகளைக் காகிதத்தில் எழுதும்போது அவை ஏதோ சணற்கயிறு மாதிரி வழவழா என்று நீண்டுகொண்டே போயிற்று.

அவனுக்குப் பதினைந்து வயதான போது, அவன் தன் வயதுக்கதிகமான வாலிபனாகத் தோன்றினான். அவன் கொழுகொழுவென்று குண்டாக இருந்தான்; அவனது கரிய தலைமயிர் வெண்மையான நெற்றியின்மீது சுருண்டு புரண்டது; அவனது பழுப்பு நிறமான கண்களில் ஓர் அவ நம்பிக்கை நோக்கு குடிகொண்டிருந்தது. அமைதியும் அடக்கமும் கொண்டிருந்த அவன் சிந்தனை வசப்பட்டுப் பேசுவதும், கூர்மையாகப் பார்ப்பதுமான ஒரு போக்கைக் கொண்டிருந்தான். அவனது கற்பனையை வளர்ப்பதற்குத் தனிமை மிகவும் உதவியிருந்தது; அருமையான உணவின் அபரிமிதமான அளவும், சோம்பேறித்தனமும், நிம்மதியற்ற தூக்கம். தலைவலி, உச்சபட்சமான கூச்சவுணர்ச்சி ஆகியவற்றை உண்டாக்கி விட்டிருந்தன. தனது சிற்றன்னையின் இளஞ்சிவப்பு நிறமான தோள்களை, அல்லது அவளது உறுதியான, வடிவமைந்த வாளிப்பான அவயவங்களை அவன் காண நேரும்போதெல்லாம் அவன் அவளிடமிருந்து விலகி ஓடிச் சென்றான். அவளோ எப்போது பார்த்தாலும் சாந்தமும் அமைதியும் கொண்ட புன்னகை கொண்டவளாக இருந்தாள்; அத்துடன் எப்போதும் எதுவுமே புரியாதவண்ணம் மௌனமாகவும் இருந்தாள்.

அவள் ஒரு பூனையைப் போல வாழ்ந்து வந்தாள். மாரிக்காலத்தில் அவள் ஏதாவதொரு கதகதப்பான மூலையைத் தேடிப் போய் உட்கார்ந்து கொள்வாள்; கோடையிலோ தோட்டத்தின் நிழற்பகுதிகளிலே மறைந்து கொள்வாள். அவள் ஏதாவது தைக்கும் போதோ, பின்னும் போதோ ஒரு சலிப்பூட்டும் தொனியில் ஏதாவதொரு பாடலை மொறுமொறுத்து முனகுவாள். அது மட்டுமல்லாமல் அவள் தனது கணவன் உட்பட எல்லோரையுமே அவர்களது முதற்பெயராலும், தந்தை வழிப் பெயராலுமே அழைத்தாள்.விலாஸ்யேவ்னா ஒருத்தி மட்டும்தான் இதற்கு விதிவிலக்கு. அவளை மட்டும் அவள் “அத்தை” என்று அழைத்தாள்.

அவள் மாட்வியைப் பார்க்கும் போதெல்லாம் தனது கண்ணிமைகளைத் தாழ்த்திக்கொண்டாள். அவள் முன்னிலையில் நிலைகுலைந்துபோய்ப் பேசுவதற்கு

வார்த்தைகூடக் கிடைக்காமல் அவன் திண்டாடினான்; எனவே, அவளுடன் தனிமையில் இருப்பதையே அவன் தவிர்த்து வந்தான்.

சிறிது காலம் வரையிலும் ஸாவ்கா அவள்பால் நடந்து கொண்ட போக்கு அவனுக்குக் கவலையளிப்பதாக இருந்தது. சமையற்கட்டிலோ அல்லது வெளி முற்றத்திலோ ஸாவ்கா அவளை எதிர்பாராத விதமாகச் சந்திக்க நேரும் போதெல்லாம் அவன் அப்படியே சட்டென்று நின்றுவிடுவான். அவனது உடம்பு முழுவதும் வெட்டுண்ட மரம் போல் முன்னால் சாயும்; அதே சமயம் கத்தியின் கூர்மையைப் போன்ற ஒரு மெல்லிய புன்னகை அவனது உதடுகளைப் பிளந்து விரிந்து காதளவோடிச் செல்லும்; அப்போது அவனது பசி வேட்கை மிகுந்த பற்கள் வெளியே தெரியும். "......!"

"எ...ஜ...மானி!"

"குட்மார்னிங்!" என்று வெளுத்துப் போன முகத்தோடு சொல்வாள் பெலாஜியா.

ஒரு நாள் மாட்வி சணலை ரகம் பிரித்துப் போட்டுக் கொண்டிருந்த போது ஸாவ்கா பின்வருமாறு சொல்வது அவனது காதில் விழுந்தது:

"இப்போது நான் ஒரு சுதந்தரப் பேர்வழி. இப்போது எனக்கு நானே எஜமான்! உனக்குப் பணந்தானே தேவை. அப்படித்தானே? நல்லது. அப்படியென்றால் நாம் அதற்கு வழி செய்யலாம் என்று துணிந்து சொல்கிறேன். ஆம். இப்போது எனக்கு நானே எஜமான்!"

இப்போது அவன் பழகும் முறை மிகவும் தாராளமாக இருந்தது; மேலும், அவனது கொன்னலும் குறைந்திருந்தது. அவனது உணர்ச்சியற்ற கண்களுங்கூட, அவனது ஒடுங்கிய நெற்றிக்குக் கீழே பெரிதாகிப் புடைத்துக்கொண்டிருப்பவை போலத் தோற்றின.

உஷ்ணம் மிகுந்த கோடை காலப் பகற்பொழு தொன்றில் புஷ்கார்யோவ் ஒரு ஹங்கேரியக் கிராமம் தீப் பற்றியெரிந்ததைப் பற்றி மாட்வியிடம் எடுத்துரைத்தான். கிராம மக்களெல்லாம் பயபீதியோடு தெருக்களின் வழியே ஓடினார்கள்; ஆடுகள் அடைபட்டுக் கிடந்தன; பசுக்களெல்லாம் நெடி மிகுந்த விஷப் புகையால் மூச்சு முட்டியவாறு கொட்டில்களிலே கட்டுண்டு கிடந்து அலறின; குதிரைகள் தமது இலாயத்தை அறுத்துப் பிடுங்கிக்கொண்டு ஓடின. நாய்கள் ஊளையிட்டன; பெட்டைக்கோழிகள் கேவிக் கொக்கரித்தன; தீப் பற்றி எரிந்துகொண்டிருந்த ஒரு மனிதன் கிராமத்துக்கு வெளியேயுள்ள புதரில் மறைந்து கொண்டிருந்த ருஷ்யச் சிப்பாய்களை நோக்கி, நேராகத் தலை தெறிக்க ஓடி வந்தான்.

"அவனை உங்களால் காப்பாற்ற முடியவில்லையா?" என்று கேட்டான் மாட்வி.

"யாரை? அந்த ஹங்கேரியனையா?" என்று வியப்போடு கேட்டான் புஷ்கார்யோவ்: "சின்ன முட்டாளே! அது யுத்தமாக்கும்! அந்தக் கிராமத்துக்குத்

தீ வைத்தவர்களே நாங்கள்தான். நீயோ அவனைக் காப்பாற்றவில்லையா என்று கேட்கிறாயே. நாங்கள் அவனைச் சுட்டுக் கொன்றோம். ஆமாம், அப்படித்தான் செய்தோம்!"

"ஏன்? எப்படியுந்தான் அவன் செத்திருப்பானே!"

"எங்களுக்குப் பயம்!" என்று கூறிச் சிரித்தான் அந்தச் சிப்பாய்: "அவன் உச்சக்குரலில் ஊளையிட்டுக் கத்திக் கொண்டு எங்களை நோக்கி நேராக ஓடி வந்தான். அன்றிரவு ஒரே இருட்டாயிருந்தது. அவனை நாங்கள் சுடுவதற்கு அவசியமில்லை என்பது வாஸ்தவம்; அந்தக் கிராமத்துக்கு வெறுமனே தீ வைத்துவிட்டு, அங்கு எங்கேனும் பட்டாளத்தினர் பதுங்கியிருக்கிறார்களா என்று கண்காணிக்க வேண்டும் என்பதே எங்களுக்குக் கொடுக்கப்பட்டிருந்த உத்தரவு. மேலும், எதிரிக்கு எங்களைப்பற்றி எந்த விதமான சமிக்ஞையோ, சத்தமோ கொடுக்கக் கூடாது என்றும் கட்டளை. நானும் காஜானிலிருந்து வந்த ஒரு தாத்தாரியனும்தான் அதற்குத் தீ வைத்தோம். அவர்கள் அவனை அன்றிரவே பிடித்துக்கொண்டு விட்டார்கள். நடந்ததெல்லாம் இதுதான்: நானும் அவனும் கிராமத்துக்குத் தீ வைத்து விட்டு, பின்னோக்கி ஊர்ந்து வந்த சமயத்தில், நெருப்புப் பற்றி எரிந்த அந்த மனிதன் எங்களை நோக்கி விரட்டிக்கொண்டு வருவதாக எங்களுக்குத் தோன்றியது. எனவே, அவனை நாங்கள் சுட்டுத் தள்ளினோம். பின்னர் எங்கிருந்தோ திடீரென்று அவர்களது குதிரை வீரர்கள் வந்துவிட்டார்கள். ஆமாம். அந்த ஹங்கேரியர்களிடம் குதிரைவீரர்களுங்கூட இருந்தார்கள். அவர்கள் எங்களை வாளால் வெட்டி வீசத் துணிந்தார்கள்! அட, கடவுளே! எத்தகைய படுகொலை அது! அந்தத் தாத்தாரியனின் தலை கண் வரையிலும் வெட்டுண்டு பிளந்து போய் விட்டது. எனக்கும் தோளிலே நல்ல வெட்டு; சதை பிய்ந்து போய் விட்டது. மேலும், ஒரு குதிரையும் எனது வயிற்றில் உதைத்து மிதித்துப் போய் விட்டது. ஆமாம். அந்த இரவை நான் என்றுமே மறக்க மாட்டேன். அது நிச்சயம். எங்களில் இருபது பேர் இருந்தோம்; இறுதியில் ஆறுபேர் மட்டுமே உயிர் பிழைத்து வந்தோம். எல்லோருக்குமே வெட்டுத்தான். காட்டுக்குள்ளிருந்து எங்களுக்கு உதவி மட்டும் வந்திராவிட்டால், அவர்கள் எங்களில் எல்லோரையுமே தீர்த்துக் கட்டியிருப்பார்கள். அந்தத் தாத்தாரியனின் பெயர் இப்ராகிம்; நல்ல பயல் அவன். தாத்தாரியர்களை மிஞ்சுவதற்கு ஆளேயில்லை, அவர்களைப் போல யாருமே நேர்மையாக இருப்பதில்லை. நான் சொல்வது இதுதான்; மிருகங்களை எடுத்துக்கொண்டால் நாய் தான் உயர்த்தி; மனிதர்களில் தாத்தாரியர்கள் தான் உயர்த்தி, அவன் என்னைச் 'சியாபன்' என்றுதான் அழைப்பான்; ஸ்டீபன் என்று அழைக்க அவனுக்கு வராது; எனவே. எப்போதும் சியாபன் என்றுதான் கூப்பிடுவான். 'ஏ, சியாபன்!' என்பான் அவன். மிகவும் வேடிக்கையான பயல் அவன்!"

தனது நரைத்த தலையின்மீதும் பழுப்பு நிறமான கழுத்தின்மீதும் சூரிய உஷ்ணம் பொழிய நின்றவாறே. அந்தப் புழுக்கமான உஷ்ணத்திலிருந்து எதையோ உலுக்கித் தள்ளுவது போலத் தனது எலும்புத் தோள்களைக் குலுக்கிய வண்ணம் அவன் அந்தப் பையனுக்கு எவ்வளவோ விஷயங்களை எடுத்துச் சொன்னான்.

ஆனால், மாட்வியால் அவையனைத்தையும் உட்கொள்ள முடியவில்லை. ஏனெனில், அவனது ஞாபகப் பெட்டகம் அவ்வளவு பெரியதாக இல்லை; அது இலகுவில் நிறைந்து பொங்கி வழிந்துவிட்டது. நீலநிறச் சாக்குத் துணிகளணிந்த வேலைக்காரர்கள் அந்தப் பொசுக்கும் வெயிலில் மௌனமாகவும் சோர்வாகவும் அங்குமிங்கும் நடமாடினார்கள்; விறைப்பான கபில நிறக்கயிற்று முறுக்கு நடுங்கியதிர்ந்தது; சக்கரம் முனகியவாறு கிறீச்சிட்டது; அதனைச் சுழற்றிக் கொண்டிருந்த கட்டுக்குட்டான விவசாயியான ஐவான் அங்குமிங்கும் ஆடியசைந்தான், வெயிலில் வாடி வறண்டு போன குத்துச்செடித் தண்டுகள் அசைவற்றக் காற்றிலே நடுங்கிக்கொண்டிருந்தன. குன்றுகளின்மீது ஓர் ஒளி மூட்டம் பரவித் தொங்கியது; அவற்றின் மொட்டைத் தரிசான உச்சிகளில் ஒன்றின்மேல் நின்றுகொண்டிருந்த ஆடு மேய்ப்பவன் வானத்திலிருந்து தொங்க விட்டவன் போலக் காட்சியளித்தான்.

கன்னியாஸ்திரீ மடத்துத் தோட்டத்தில் இரண்டு பெண்கள் மிருதுவான குரலில் பாடிக்கொண்டிருந்தார்கள். அவர்களில் ஒருத்தியின் குரல் பட்டு நூலிழையைப் போல் மெல்லியதாக இருந்தது. அவள் சோகத்தோடு பாடிக் கொண்டிருந்தாள்:

கதவுகளை அகலத் திறந்து போடுங்கள்!

மற்றவளும் ஆழ்ந்த உறுதியான குரலில் பாடினாள்:

கதவுகளை அகலத் திறந்து போடுங்கள்!

பின்னர் இரண்டு பாடகிகளும் கலகலவென்று சிரித்தார்கள்.

மாட்வி இடத்தை விட்டு எழுந்து, தானியக்கிடங்குக்குச் சென்றான். அவனுக்குத் தலைமுதல் கால் வரையிலும் ஐஸ்போட்ட தண்ணீரால் அபிஷேகம் செய்ய வேண்டும் என்றோ, அல்லது எதையும் கேட்க முடியாத,பார்க்க முடியாத, எதையுமே சிந்திக்க முடியாத ஏதாவதொரு இருண்ட, சீதளமான மூலையைத் தேடிப் பிடித்து அங்குத் தலையைப் புதைத்துக்கொள்ள வேண்டுமென்றேதான் இருந்தது.

அவன் மிருதுவான சணலின் ஒரு பொதியின்மேல் ஏறி அங்குப்படுத்துக்கொண்டான்; அந்தக் கன்னியாஸ்திரீகள் பாடிய, வெண்கலத்தால் வடித்தெடுத்தது போல அவனுக்குத் தோன்றிய, அந்தப் பாடலின் வார்த்தைகளை நினைவுபடுத்தியவாறு சிந்தனையைத் திரிய விட்டான்:

பாவச் சுமையின் பாரம் அழுத்த.....

திடீரென்று யாரோ மிருதுவாகவும், ஆர்வத்தோடும் கிசுகிசுக்கும் குரல் அவன் காதில் விழுந்தது:

"நாம் எங்கே போகலாம்? என் அன்பே! எங்கே, எங்கே என்று சொல்லுங்கள்!"

அது பெலாஜியாவின் குரல்; அதற்கு யாரோ ஒருவரது குரல் உப்புச் சப்பற்ற தொனியில் பதிலளித்தது:

“உலகத்தில் ஏராளமான இடம் உண்டு.....”

‘ஸாவ்காதான்!’ என்று மாட்வி நெஞ்சில் ஏற்பட்ட திடீர் வேதனையுடன் நினைத்தான். அவன் தன் தலையைப் பதனமாக உயர்த்திப் பார்த்தான். அங்கு இருண்ட நிழலில் அவனுக்கு மிகவும் அருகில் பெலாஜியாவும், சோஜோன்டும் நின்றுகொண்டிருந்தார்கள். அவன் அவளது தோளைச் சுற்றித் தனது கரத்தைப் போட்டிருந்தான்; அவள் தனது தலையை ஒரு பக்கமாகச் சாய்த்துத் தொங்கவிட்டவாறு, தனது மேலுடுப்பின் விளிம்பை அதைரியத்தோடு நெருடிக் கொண்டு, வெட்டவெளியை வெறித்துப் பார்த்தவண்ணம் நின்றாள். அவளது கண்கள் பூனைக் கண்களைப் போலப் பசிய நிறம் பெற்றுத் தோன்றுவதாகப் பட்டது மாட்விக்கு. அவற்றைக் கண்டு மயங்கியவனாகத் தனது சொந்தக் கனவுகளின் நினைவாலும், பெண்களைப் பற்றிப் புஷ்கார்யோவ் சொன்ன பட்டவர்த்தனமான கருத்துகளாலும் நிரம்பப் பெற்றவனாக, அவன் சிரமப்பட்டு முன்னால் குனிந்து இனிமையான உணர்ச்சிக் கொந்தளிப்போடு அவர்களைக் கவனிக்கவும், அவர்கள் பேசுவதைக் கேட்கவும் முனைந்தான். சோஜோன்ட் தனது கைகளை அந்தப் பெண்ணுடம்பின் மீது மெதுவாக ஓடித் திரியவிட்டான்; அவள் தன் முகத்தைத் திருப்பியவாறும், அவனது கைகளைச் செல்லமான தற்காப்புச் செயல்களால் விலக்கித் தள்ளியவாறும் அவனைத் தடுத்து நிறுத்தினாள்.

“ஊஹும், வேண்டாம்.” என்று கிசுகிசுத்தாள் அவள். சோஜோன்டின் கனத்த மூச்சும், பெலாஜியாவின் பெரு மூச்சுக்களும் ஒன்றாகப் பின்னிப் புரண்டு ஒரே சப்தமாக ஒலித்தன; அத்துடன் தானியக் கிடங்குக்கு வெளியேயுள்ள சக்கரத்தின் கிறீச்சொலியும், புஷ்கார்யோவ் பின்வருமாறு இடைவிடாது முனகிய குரலும் ஒன்று கலந்து ஒலித்தன:

“பத்திரண்டு, பத்து மூன்று... ஸாவ்கா! ஏ, சோம்பேறிப் பேயே!”

வாய் பிளந்து நிற்கும் ஸாவ்காவை எண்ணியதும் மாட்விக்குத் தனக்குத்தானே சிரிப்பு வந்தது.

‘முட்டாளே! நீ ஏமாந்து போய் விட்டாய்!’ என்று அவன் தனக்குத்தானே துன்மதியோடு சொல்லிக்கொண்டான்; என்றாலும் அதிலே ஒரு புத்தித் தெளிவான புண்பட்ட உணர்ச்சி இருந்தது,

சோஜோன்ட் அவனது சிற்றன்னையை அந்தப் பெரிய தானியக் கிடங்கின் இருண்ட மூலையொன்றுக்குத் தள்ளிச் செல்ல முயன்றவனாய், அவளைத் தனது தோளால் இலேசாக இடித்தான். அவர்களை நன்கு பார்ப்பதற்காக மாட்வி முயற்சி செய்து முன்னால் மேலும் குனிந்தபோது, அவன் திடீரென்று அந்தச் சணல்பொதியிலிருந்து தரையிலே கால்கள் பட்டு ஓசை எழும்பும் விதத்தில் கீழ்நோக்கி வழுக்கி விழுந்துவிட்டான்.

சோஜோன்ட் நன்றாகக் கூனிக் குனிந்தவாறு, கிடங்கின் கதவை நோக்கி ஓடினான்; அந்தப் பெண்ணோ தனது ஒன்றுவிட்ட மகனை விரிந்த கண்களோடு வெறித்துப் பார்த்தவளாய், தூக்கத்திலே அழும் நாயைப் போல விம்மிப் பொருமினாள்.

மாட்வியோ பயத்தாலும், வெட்கத்தாலும் அவள்மீது ஏற்பட்ட பரிதாபத்தாலும் நிலை குழம்பினான். அவன் குனிந்த தலையோடு வாசலை நோக்கிச் சென்றான்; எனினும், திடீரென்று இரண்டு உஷ்ணம் மிகுந்த கைகள் தன்னை எட்டிப் பிடித்ததையும், தனது கன்னத்தின்மீது ஒரு மிருதுவான, கதகதப்பான உடம்பு பட்டு அழுந்துவதையும் அவன் உணர்ந்தான்.

“என் அருமைப் பையா! போகாதே, போகாதே!” என்று அவள் குற்றவுணர்ச்சி மிகுந்த குரலில் கிசுகிசுத்தாள்: “சொல்லவும் செய்யாதே. கிறிஸ்துவின் பேரால் கேட்கிறேன். சொல்லாதே. அன்பு மாட்வி! அம்மாவுக்காகச் சொல்கிறேன், தா யில்லாக் குழந்தாய்! சொல்லாதே. தயவுசெய்து சொல்லி விடாதே!”

அவனது கன்னத்தின்மீது கண்ணீர்த்துளிகள் சொட்டின; அவளது கரங்கள் அவனை இறுக அணைத்தன. ஏதோ ஓர் இனிய வேட்கைக்கு ஆளான அவன் அவளோடு நெருங்கி ஒட்டிக்கொண்டான்.

“என்ன இருந்தாலும், நீ இன்னும் சின்னப்பையனல்ல,” என்று அந்தப் பெண் அவசர அவசரமாகக் கிசுகிசுத்தாள்: “உனக்கே தெரியும். அப்பாவுக்கு வயதாகிவிட்டது; அத்துடன் நோயாளி. நானோ இளையவள்; நேசிக்கப்பட வேண்டியவள். அருமை மகனே! அவரிடம் சொன்னால் என்ன நடக்கும் தெரியுமா? அவர் என்னை அடிப்பார்; அவரே மகிழ்ச்சியற்றுப் போய்விடுவார். மேலும், இது விஷயத்தில் அந்த நபரைப் பற்றியும் நாம் நினைத்துப் பார்க்க வேண்டுமல்லவா? அருமைப் பையா! நான் நிச்சயம் உனக்குப் பிரதியுபகாரஞ் செய்வேன், கொஞ்சம் பொறுத்திரு. தோட்டத்துக்குக் களையெடுக்கும் பெண்கள் வரும்போது...”

ஏதோ ஒரு சுட்டுப் பொசுக்கு அனற்காற்றில் தான் அகப்பட்டுக்கொண்டது போல அந்தக் காற்றில் அந்தப் பெண்ணுடன் தானும் வாரியெடுக்கப்பட்டுச் சென்றது போல அவனுக்கிருந்தது. அவளது அரவணைப்பிலிருந்து தன்னை விடுவித்துக்கொள்ள அவன் முயன்றபோது, அவள் தனது கரங்களின் பிடியை மெல்லத் தளர்த்தி விடுத்து, தனது இரவிக்கையின் பொத்தான்களை நடுங்கும் விரல்களால் மாட்ட முனைந்தாள்.

“நல்லது, கடவுள்தான் உனக்கு நீதிபதி. போகத்தான் வேண்டுமென்றால் நீ போ.” என்று அவள் கம்மிய குரலில் சொன்னாள்.

‘‘நான் சொல்ல மாட்டேன்,” என்று அவன் அவளுக்கு மிருதுவான குரலில் உறுதியளித்தான். தான் சொன்னதை, அவள் நம்பவில்லை என்றுணர்ந்து அவன் அதையே மீண்டும் சொன்னான்: “நான் சொல்ல மாட்டேன். சொல்வது கேட்கிறதா?”

பெலாஜியா விசித்திரமாகத் தோன்றுமளவுக்குக் குன்றிக் குறுகினாள்;

''உண்மையாகவா?" என்று அவனை ஆர்வத்தோடு பார்த்தவாறே கிசுகிசுத்தாள் அவள்.

''உண்மையாகத்தான்." என்று தனது கண்களை மேல்நோக்கித் திருப்பி. தனது இதயத்துக்கு முன்னால் சிலுவை கீறிவிட்டு, அவளது கரத்தைத் தன் கையில் எடுத்துக் கொன்டான் அவன்: "நீ மட்டும் தயவு செய்து இங்கிருந்து போய் விடாதே!"

"ஆ! மாட்விக் கண்ணே!"

அவள் அவனைச் சுற்றித் தன் கரங்களை மீண்டும் போட்டு வளைத்தவாறு, நீர்ப்பசை படிந்த கண்களில் ஆனந்தம் பொங்கிப் பிரதிபலிக்க, அவனது கன்னத்திலும் நெற்றியிலும் முத்தமிட்டாள்; பின்னர் அவனை வெளியே அழைத்து வந்தாள்.

"அன்பான, தாயில்லாப் பையனே! உனக்கு மிக்க நன்றி," என்று அவள் ஆழ்ந்த, வழக்கத்துக்கு மாறான குரலில் சொன்னாள்.

அவர்கள் இருவரும் பழத்தோட்டத்திலிருந்த ஒரு செர்ரி மரத்தினடியில் நெருங்கி உட்கார்ந்துகொண்டார்கள்; அந்த மரத்திலுள்ள பழங்களைக் கொத்தியவாறு சிட்டுக்குருவிகள் கீச்சிட்டுக் கத்திக்கொண்டிருந்தன, அப்போது ஜூன் மாத இறுதிக் காலம்; எலுமிச்சை மரங்களெல்லாம் தமது பூக்களின் பொன்னிறத்தைச் சூடியிருந்தன; அவற்றின் இனிய நறுமணம் மாட்வியின் தலையைக் கிறுகிறுக்க வைத்தது.

பெலாஜியா தனது அழகிய வெண்மையான கரத்தை வீசியவாறு உத்வேகத்தோடு பேசினாள்: "சில சமயங்களில் நீ இந்த உலகத்துக்கே சொந்தமற்றவன் மாதிரி, உனது அமைதியான போக்கில் போவதை நான் பார்க்கும்போது, நான் எனக்குள்ளேயே பின்வருமாறு நினைத்துக்கொள்வேன்: அப்பாவிப் பையன்! இவனும் ஒருநாள் இவனது சிற்றன்னையின் வழியையே பின்பற்றி, தனது காதல் இன்பத்தின் காரணத்தால் எவளாவது ஒரு பெண்ணை ஏமாற்றுவான்! நாங்கள் வெள்ளப் பெருக்கெடுத்தோடும் ஓர் ஆற்றுக்கு மத்தியிலுள்ள தீவில் அகப்பட்டுக்கொண்ட முயல்களைப் போல ஒருவரோடொருவர் அணைந்து பிணைந்து கிடக்கிறோம் – உன் தந்தையும் நானும் அந்த நபரும் – எங்கள் மூவர்மீதும் விதிக்கப்பட்ட ஒரு குருட்டுத் தன்மை போன்று, ஒவ்வொருவரும் அவரவர் வழியில் தண்டிக்கப்பட்டுள்ளோம்."

அந்தக் கணத்தில் அவளது கன்றிச் சிவந்த முகமானது சொல்லுக்கடங்காத அழகோடு தோன்றுவதாக மாட்விக்குப் பட்டது; மேலும், அவளது வார்த்தைகளும் கோவிலதிகாரி கோரெனேவின் வார்த்தைகளைப்போல ஞானவிசாலம் மிக்கதாக இருந்தன. அவனது உடம்போ வெட்கத்தாலும், உணர்ச்சி வேகத்தாலும் இன்னும் நடுங்கிக்கொண்டிருந்தது. ஆனாலும், அவன் அவளது கண்களை

நம்பிக்கையுணர்ச்சியோடு பார்த்தான்; அவளது உருண்ட, சூரிய ஒளியால் பதப்பட்ட தோளின்மீது தன் தலையைச் சாய்க்க வேண்டும் என்றும் வேட்கை கொண்டான்.

திடீரென்று அவனது தந்தையின் சிவந்த தாடி எங்கிருந்தோ தென்பட்டது. அந்தப் பையன் கொட்டுப்பட்டது போலத் துள்ளியெழுந்து நின்றான்; பெலாஜியா ஒரு கிழவியைப் போலச் சிரமத்தோடு எழுந்து நின்றாள்.

“நான் விழித்தெழுந்து உன்னைக் கூப்பிட்டேன்; எனக்குக் கொஞ்சம் க்வாஸ் பீர் கொண்டுவரச் சொல்ல விரும்பினேன்,” என்று தமது வாய்க்கு நேராகச் சிலுவைக் குறி கீறி கொட்டாவி விட்டவாறே முனகினார் அந்தப் பெரிய மனிதர்: “நீங்கள் என்ன பேசிக்கொண்டிருந்தீர்கள்?”

அவர் ஒரு நீளமான தாத்தாரியச் சட்டையை அணிந்திருந்தார்; புடைத்துப் போய் அங்குமிங்குமாக நீல நரம்புகள் ஓடிப்போயிருந்த குதிரைச் சதைகளை அது வெளிக்குக் காட்டிக்கொண்டிருந்தன. சிவந்த தலைமயிரின் வளைவைக் கொண்டிருந்த அவரது பழுப்புநிறமான முகமானது பிரகாசமான இலைச் செறி வினூடே தெரியும் விசித்திரமான மலரைப் போலப் பளிச்சிட்டது.

மாட்வி தனது சிற்றன்னையைப் பார்த்தான். சிறு குழந்தையைப் போன்றதொரு சின்ன வாயும், புதுமை குன்றாத கன்னமும், ஒடிசலான தோற்றமும் கொண்ட அவள் தனது மார்பின்மீது இரு கைகளையும் பணிவோடு பின்னியணைத்தவளாய் நின்றுகொண்டிருந்தாள். அவள் முகத்திலிருந்த நிறம் மெல்ல மங்கி மறைந்தது.

“நான் யாரைக் கேட்கிறேன்?” என்று கத்தினார் அந்த மனிதர்.

“சித்தி வந்து... எனக்கு... எனக்கு...” என்று தரையைப் ‘பார்த்தவாறே பதில் சொன்னான் மாட்வி.

“ஆமாம். பாலிமெரியில் விவசாயிகள் எப்படி வாழ்கிறார்கள், பணக்காரர்களுக்கு எப்படி உழைக்கிறார்கள் என்பதைப் பற்றிச் சொல்லிக்கொண்டிருந்தேன்.” என்று நீண்ட மூச்சு வாங்கியவாறு சொன்னாள் பெலாஜியா.

‘ஓஹோ! இவள் உனக்கு எவ்வளவோ விஷயங்களைச் சொல்வாள்.” என்று கூறியவாறே, தமது கடைக்கண்ணால் மனைவியைப் பார்த்தார் கோஸிமியாகின். பின்னர் அவர் அவளைத் தேநீரைத் தயார் செய்யும்படி கூறி, அனுப்பி வைத்துவிட்டார்.

அவர் அவளைப் பார்த்த கடுமையான பார்வையைக் கண்டான் மாட்வி; அவன் ஏதாவது பேச வேண்டுமென்று தனது மூளையைப் போட்டுக் குழப்பிக்கொண்டான். ஆனால் அவனது தந்தையோ தனது வெற்றுக்கால்களை அகல விரித்தவாறும், அவரது கோபம் குடிகொண்டு இறுக மூடியிருந்த உதடுகளில் புன்னகை தோன்றியவாறும் அங்குக் கிடந்த பெஞ்சின்மீது உட்கார்ந்தார்.

“நல்லது, நீ என்ன சொல்ல வந்தாய்?” என்று கேட்டார் அவர்.

"குளிப்பறைக்குப் பின்னாலுள்ள பெர்ச் மரத்தில் ஒரு தையலாங்குருவி கூடு கட்டியிருக்கிறது," என்று தன் தந்தையைப் பயத்தோடு பார்த்த வண்ணம் பொய் சொன்னான் மாட்வி. அதே நேரத்தில், 'அவர் அதனைக் காட்டும்படி என்னிடம் கேட்கத்தான் போகிறார்,' என்றும் தனக்குள் எண்ணிக்கொண்டான்.

"அது பொய், மகனே!" என்று ஓசையோடு கொட்டாவி விட்டவாறே கூறினார் அவனது தந்தை; மரங்களெல்லாம் தமது பச்சைச் சிறகுகளை அடித்துப் படபடத்து நடுங்கின; அவ்வாறு அவை வானில் ஏறிப் பறப்பது போலத் தோன்றின." அது ஒரு தையலாங்குருவியென்றால், பெரிய உறுதியான இலைகள் உள்ள மரத்தில்தான் அது கூடு கட்டும். மேலும் தையலாங்குருவி தனது கூட்டைத் தைக்கத்தான் செய்யும். அதை நீ தெரிந்துகொள்ள வேண்டும்."

மாட்வி நிம்மதியுடன் இலேசாகப் பெருமூச்செறிந்தான். திடீரென்று அவன் தன் தந்தைக்காக வருத்தப்பட்டு, தனக்குத்தானே வெட்கப்பட்டான், அந்தப் பெரியவர் பழத் தோட்டத்தைச் சுற்றுமுற்றும் பார்த்துவிட்டு, தமது தாடியை விரல்களால் கோதினார்; பின்னர் வானுலகுக்கு நன்றி தெரிவிக்கும் விதத்தில் கண்களை மேலே உயர்த்தினார்,

"பூமியின்மீது இத்தனை அழகைப் பொழிந்துள்ளதற்கு, ஆண்டவன் பூமி யின்பால் அன்பு செலுத்தியாக வேண்டும்."

அவர் தம் மகனைத் தமது கண்களால் அளந்து, ஆழ்ந்து பெருமூச்செறிந்தார்:

"நீ இப்போது பெரியவனாகிவிட்டாய். மனிதன் வளர்ந்து வருகின்ற மர்மம் – அது விசித்திரமான விஷயந்தான்! கோடைக்காலத்திலே ஒரு மரம் எவ்வளவு பெரிதாக இருக்கிறது என்பதை எவரும் கண்டுகொள்வதில்லை. ஆனால் வசந்தத்தில், அது தனது அலங்காரத்தையெல்லாம் உதிர்த்துவிட்டு நிற்கும்போது..."

பெலாஜியா அவர்களைத் தேநீர் அருந்த உள்ளே அழைத்தாள். அவர்கள் மேஜையைச் சுற்றியமர்ந்த போது, அவனது தந்தை புஷ்கார்யோவைப் பாராட்டத் தொடங்கி விட்டார்:

"புஷ்கார்யோவ் மிகவும் நல்ல மனிதன்; உருக்கைப் போல உறுதியானவன். வேலை என்று வந்து விட்டால் அவன் ஓர் உண்மையான நண்பன்; பெர்ச் மரத்தின் கிளைகளையெல்லாம் முறித்து, அந்த மரத்தைக் கவனிப்பற்றுச் சாக விடுவது மாதிரி, ரூபிள்களைப் பறித்துப் பிடுங்கும் மற்றவர்களைப் போன்றவனல்ல அவன். அன்றைக்கொருநாள் உனக்குங்கூடத் தொழில் நுட்பம் தெரிந்திருக்கிறது என்று அவன் என்னிடம் சொன்னான். நான் அவனை நம்புகிறேன். அவனை எப்போதுமே நீ நம்பலாம். பொய் சொல்லுவதைக் காட்டிலும், அவன் தன் நாக்கையே துண்டித்துக்கொண்டு விடுவான்."

மாட்வி ஒரு சிறு கேக்கின் துண்டுகளால் புரையேறித் தவித்தான்; பெலாஜியா ஓசையெழும்ப மூச்செறிந்தாள்.

கோஸிமியாகின் மேலும் பேசினார்: "அவன் என்னிடம் 'என் மருமகனின் குடிசையை நான் ரிப்பேர் செய்து கொடுக்கவிரும்புகிறேன். நீங்கள் எனக்கு நாற்பது ரூபிள்கள் முன்பணமாகத் தர முடியுமா?' என்று கேட்டான். 'இதோ எடுத்துக்கொள்,' என்றேன் நான். 'மேலும் நீ விரும்பினால் உனக்கு நான் நூறு ரூபிள் வேண்டுமானாலும் தருகிறேன். ஏனெனில், நல்ல வேலைக்காரன் அவனது எஜமானனுக்கே சமமானவன். தொழிலில் பாதி வெற்றி அவனால்தான்," என்றேன் நான்.

அந்த இளம் வாலிபன் பெலாஜியாவைத் திருட்டுத்தனமாகப் பக்கவாட்டில் பார்த்தவாறு, அவளது அமைதியைக் கண்டு அதிசயித்தான்; அவளது இளஞ்சிவப்பு நிறமான பொம்மை போன்ற முகம் எப்போதும்போல அமைதியும் சாந்தமும் கொண்டிருந்தது; அவளது கண்களோ அவற்றின் நீண்ட கண் இமைகளால் அழகாக நிழலிடப்பட்டிருந்தன; அவள் தனது வாயைத் திறக்காமலே தனது கேக்கை நிதானமாக அவசரமின்றி அசைபோட்டுக்கொண்டிருந்தாள்; அவளது சிவந்த இதழ்கள் காற்றிலாடும் பூ விதழ்கள் போல அசைந்தன.

தேநீர்ப் பாத்திரத்தில் தண்ணீர் களகளத்துக் கொதித்தது; மூடிக்கு அடியிலிருந்து தப்பி வந்த நீராவி மெல்லிய சீட்டிச் சப்தமிட்டது. பழத்தோட்டத்தில் ஒரு சிட்டுப் பறவை பாடிக்கொண்டிருந்தது. எலுமிச்சை, துளசி, கறுப்பு குர்ரான்ட் புதர்கள் ஆகியவற்றின் மணம் ஜன்னல் வழியே மிதந்து வந்தது. வீட்டுக்குள் ஏதோ தூப களப்பத்தின் மணம் போல அடுப்புக்கரியின் மணம் கமழ்ந்தது; இந்த மணம் நன்கு இறங்கிய தேநீர், மாவு மணம் ஆகியவற்றுடன் கலந்து மணத்தது. எல்லாம் அமைதியாகவும், சாந்தமாகவும் இருந்தன. அந்தப் பறவையின் பாடலாலும், சாய்ந்து வரும் பகற்பொழுதின் பல்வேறு மணங்கள், நிறங்கள் ஆகியவற்றாலும் இதம்பெற்று நிதானமடைந்த அந்தப் பையனின் ஆத்மா தனது தந்தையின் வார்த்தைகளை ஆனந்தம், குற்றவுணர்ச்சி இரண்டும் கலந்த ஒரு கலவையுணர்ச்சியோடு ஏற்பதற்காக விரிந்து கொடுத்தது.

"பெலாஜியாவைப் பற்றி நான் அவரிடம் சொன்னால், அவள் கசையடிபடுவாள்; அதனால் அழுவாள்; அவரும் எல்லோர்மீதும் காட்டு மிருகம் போல எரிந்து விழுவார்" என்று அவன் தெளிவற்றுச் சிந்தித்தான்.

கோஸிமியாகின் ஏளனம் நிறைந்த ஒரு சின்னச் சிரிப்புடன் பேசத் தொடங்கினார்: "இந்தக் காலத்திலே மத்திய தர வர்க்கமானது ரொம்பப் பம்மாத்துப் பண்ணுகிறது: நாங்கள் தான் அது, நாங்கள்தான் இது. நாங்கள் எல்லாவற்றையும் சரி பண்ணிவிட்டோம். நாங்கள் நகரவாசிகள் தெரிந்ததா? எனவே, நாங்கள்தான் எல்லாவற்றையும் கவனிக்க வேண்டும்,' என்கிறார்கள் அவர்கள். மாட்வி! இதெல்லாம் சுத்த அபத்தமானது. நாமெல்லோருமே ருஷ்ய மாதாவினால் வாடகைக்கு அமர்த்தப்பட்ட வேலையாட்கள் தான். புஷ்கார்யோவுக்கு இது தெரியும். பலமுறை அவன் என்னைப் பார்த்துச் சத்தம் போட்டிருக்கிறான்: 'ஏ, சிவப்புத் தலைப் பிசாசே! நான் உங்களுக்காக உழைக்கிறேன் என்று நீங்கள் நினைத்துக்கொண்டிருக்கிறீர்கள். அதெல்லாம் ஒன்றுமில்லை! ஜாருக்கு, ருஷ்ய

மாதாவுக்குத்தான் நான் உழைக்கிறேன்.' என்பான் அவன். விவசாயிகள் தம்மைக் கசக்கிப் பிழிந்துவிடுவார்கள் என்று நகரவாசிகள் பயந்துகொண்டிருக்கிறார்கள். மேலும் அது வாஸ்தவந்தான். இப்போது ஜார் மன்னர் விவசாயியைப் பண்ணையடிமை முறையிலிருந்து விடுவித்து விட்டதால், அவன் தன்னைத்தானே விடு வித்துக்கொண்டு, விஷயங்களைப் புரிந்துகொண்டுவிட்டால், நகரவாசியைக் கசக்கிப் பிழிந்து விடத்தான் செய்வான். கடவுள் புண்ணியம்! இன்று ருஷ்யாவிலே ஏராளமான சுதந்தர மனிதர்கள் இருக்கிறார்கள். தமக்கு வேலை பார்ப்பதற்காக அடிமைகளை விலைக்கு வாங்குவதென்றால், நகர வாசிக்குக் கொண்டாட்டந்தான். என்றாலும், அதற்கான நம்பிக்கை இப்போதில்லை. எல்லோருக்கும் ஒரே விஷயம் சொல்லப்பட்டாகிவிட்டது: இதோ பார். ஒரு சுதந்தர மனிதனாக இருந்து நீ என்ன செய்ய முடியும் என்று முயன்று பார்."

கோஸிமியாகின் தமது கரத்தை மேஜைமீது படாரென்று போட்டார்.

"மகனே! வாழ்வதற்கு இது நல்ல காலம்." என்று பளிச்சிடும் கண்களோடு கத்தினார்: "என்னைப் பொறுத்த வரையில் நான் நாற்பதாண்டுக் காலத்துக்கும் மேலாகப் பண்ணையடிமையாக வாழ்ந்தவன்."

அவர் தமது கண்களை நெரித்தவாறு அந்த அறையைக் கழுகு போன்ற நோக்கினால் அளந்து நோக்கினார்.

"மாட்வி! ருஷ்யா பெரிய நாடு; நல்ல நாடு; விரிந்து பரந்த நாடு. நான் கருங்கடல் வரையிலும் சென்றிருக்கிறேன். சோஜோன்டும் நானும் புதிய புதிய இடங்களைப் பார்த்தவாறு சுற்றித் திரிந்தோம். ருஷ்யா ஒரு பெரிய நாடுதான்! இப்போதோ அதில் சுதந்தர மனிதர்கள் நிறைந்திருக்கிறார்கள். இப்போது ருஷ்ய நாடு ஒரு புதிய வாழ்க்கை முறையைத் தொடங்கியுள்ளது; புதிய பாதைகளின் வழியே நடைபோட்டுச் செல்கிறது. ஆ! அதன் முன்னேற்றத்தைத் தடுக்க இப்போது எந்தச் சக்தியுமே இல்லை."

பெலாஜியா தனது தோள்களைப் பயபீதியோடு இலேசாக உலுக்கியவாறு. ஜன்னலுக்கு வெளியே பார்த்தாள்.

"இந்த ஆனந்தத் திருநாளைப் பார்ப்பதற்கு என் பெற்றோர் உயிர் வாழாது போய்விட்டார்கள்", என்று அவள் அமைதியுடன் சொன்னாள்.

மாட்வியின் தந்தை முன்னால் குனிந்து, தமது மார்பை மேஜைமீது சாய்த்துக்கொண்டு, ஒரு கரகரத்த சின்னச் சிரிப்புச் சிரித்தார்.

"அவளது தந்தை அவர்கள் குடும்பத்திலிருந்து விற்கப்பட்டார் என்ற விஷயம் உனக்குத் தெரியுமா?" என்று அவர் மாட்வியிடம் கேட்டார்: "தந்தையை விற்றுவிட்டு, மனைவியையும் குழந்தையையும் நிறுத்திக்கொண்டார்கள். அவள் தந்தை – அவர் ஒரு நல்ல விவசாயி. ஆனால் அவர் ஒரு கலகக்காரர்; எனவே யூரல் மலைப்பிரதேசத்திலேயுள்ள இரும்புச் சுரங்கங்களிலே வேலை பார்க்கும்படி அவர் அனுப்பப்பட்டு விட்டார். நிலப் பிரபுக்கள் இறுதியில், அடிமை

விடுதலைக்குச் சிறிதே முன்னால் மிகவும் மோசமாகி விட்டார்கள். அவர்கள் தமது ஆத்திரத்தையெல்லாம் தமது அடிமைகளின் மீது தீர்த்துக்கொண்டார்கள்."

"முக்கியமாக மாதர்களையும் யுவதிகளையுந்தான்," என்று கண்ணீர்த்துளியைத் துடைத்தவாறே மிருதுவாகச் சொன்னாள் பெலாஜியா.

"கஷ்டகாலம் வரும்போது மங்கையருக்கும் மதுவுக்கும் எப்போதுமே கிராக்கிதான்," என்று ஞானி போலப் பேசினார் கோஸிமியாகின்: "ஆனால் மாட்வி, நீ எல்லோரையும் ஒரே மாதிரி தீர்மானித்து விடக்கூடாது. நிலப் பிரபுக்கள் ஏராளமான விஷமங்களைச் செய்தார்கள் என்பதும், அவர்களிலே பலர் காட்டு மிருகங்களைப் போலக் கெட்டவர்கள் என்பதும் வாஸ்தவந்தான், என்றாலும், அவர்கள் மத்தியிலும் சில நல்ல மனிதர்கள் இருந்தார்கள். ஒரு முறை ஒரு நிலப் பிரபு நல்லவராக இருந்தார்; மிகவும் நல்லவராக இருந்தார். புதிய பிரபுவர்க்கத்துக்கு நிலத்தில் நன்கு உறுதியாக ஊன்றி நிற்கத் தெரியவில்லை; எனவே, அவர்கள் இங்குள்ள பப்னோவ் குடும்பத்தாரைப் போல் தம்மால் ஆனமட்டும் திருடவும் பறிக்கவும் செய்தார்கள். என்றாலும், ஆதிகாலம் தொட்டு தாமே நிலத்தின் சொந்தக்காரர்கள் என்று உணர்ந்து வந்தவர்களும் இருந்தார்கள்; அவர்கள் தாம் என்றென்றும் அவ்வாறே இருப்போம் என்றும் நம்பினார்கள். எனவே, அவர்கள் நல்லதைச் செய்ய முயன்றார்கள். ஆனால், அதில் ஒன்றும் அர்த்தம் இருக்கவில்லை. சதுப்பு நிலத்திலே விதை விதைக்கும் மனிதன் ஒன்றுமற்றதற்குத் தன் கையை வெறுமனே வீசிவிட்டுச் செல்கிறான். பிறகு எவ்வாறு புழுப்பிடித்த காளான்கள் அருகிலிருந்தால் மற்றவற்றையும் எப்படிக் கெடுத்து விடுமோ அது போல, நிலப்பிரபுக்களையும் கெடுத்துக் குட்டிச்சுவராக்கிய விவசாயிகளும் இருந்தார்கள். என்னிடம் வேலை பார்த்தானே. அந்தப் பரட்டைத் தலை அலெக்ஸி, அவனை நினைவிருக்கிறதா? அவன் தன் விசுவாசத்தை எப்படிக் காட்டிக்கொண்டான் என்பதை ஒரு முறை என்னிடம் சொன்னான். மூத்த பப்னோவின் மனைவி அலெக்ஸியைக் கணக்குப் பண்ணத் தொடங்கினாள். அவள் அழகாகவும் இளமையாகவும் இருந்தாள். அந்தக் கிழவனிடமிருந்து அவள் அப்படியொன்றும் இன்பம் அனுபவித்து விடவில்லை"

அந்தப் பையனின் முகத்திலே இரத்தம் சிவ்வென்று பாய்ந்தது, அவன் தனது சிற்றன்னையைத் திருட்டுத்தனமாகப் பார்த்தான். அவள் தனது உதடுகளை இறுக மூடியவாறு, கண்ணிலே புதியதொரு ஒளி தோன்ற அமர்ந்திருப்பதை அவன் கண்டான்.

"எனவே, அலெக்ஸி தனது எஜமானியிடம் போய் விஷயத்தைச் சொன்னான்," என்று சுவாரஸ்யமாகக் கதையைச் சொல்லத்தொடங்கினார் கோஸிமியாகின்: "எஜமான் அவளையும் அவனையும் வரவழைத்தார். 'என் விசுவாசமான அடிமையே! அலெக்ஸி! அவளை அடி!' என்றார். அவள் மயங்கிக் கீழே விழும் வரையிலும் அலெக்ஸி அவளை அடித்தான். 'நீ ஏன் அதைச் செய்தாய்? உனக்கு அவளைப் பிடிக்கவில்லையா?' என்று கேட்டேன் நான். 'எனக்கு அவளை நன்கு பிடித்திருக்கத்தான் செய்தது. அவள் ஒரு நல்ல தன்னடக்கமான

பெண்தான்; எனது எஜமான் அத்தகைய பெண்ணொருத்தியை எனக்கு மணம் முடித்து வைக்க வேண்டும் என்பதுதான் என் விருப்பம்,' என்றான் அவன். 'பின் ஏன் அவளைப் பற்றி நீ அவரிடம் சொன்னாய்?' என்று கேட்டேன். 'எப்படிச் சொல்லாமல் இருப்பது? அவள் எஜமானனுக்கு உரியவளாயிற்றே' என்றான் அவன்" கோஸிமியாகின் நாற்காலியின்மீது பின்னால் சாய்ந்தவாறே வாய்விட்டுச் சிரித்தார்: "அதற்குப் பின்னர் அந்தப் பயலை என்னால் சகித்துக்கொண்டிருக்க முடியவில்லை. எந்தவொரு காரணமுமில்லாமலே அவன் மீது நான் குற்றம் காணத் தொடங்கினேன். அது முட்டாள் தனம் என்பது எனக்குத் தெரியும். என்றாலும், என்னால் அதைத் தடுக்க முடியவில்லை, அவனை எப்போது பார்த்தாலும் நான் அவன்மீது எரிந்து விழுவேன். அவனோ குனிந்த தலையோடு விழித்தவாறு வெறுமனே நிற்பான்; ஒரு மோசமான பிறவி. அவன் மாதிரியான பேர்வழிகள் அநேக தீங்குகளைச் செய்துவிடுவார்கள். அவர்கள் தம்முள் உள்ள மிருகத்தைக் கட்டவிழ்த்துவிடச் செய்வார்கள்; ஒரு மனிதனின் கெட்ட குணங்களையெல்லாம் அவிழ்த்து விட்டு விடுவார்கள். அவன் ஒரு பணி வடக்கமான முகத்தோற்றம் கொண்டிருந்தான். ஆனால் அதுதான் அவனது முகத்தை அடித்து நொறுக்க வேண்டும் என்ற விருப்பத்தை எனக்கு ஏற்படுத்தியது. நான் அவனை வேலை யிலிருந்து நீக்கிவிட்டேன். 'போய்த் தொலை அலெக்ஸி. நீ ஒன்றும் எனக்குப் பிடித்தமானவன் அல்ல. உன்னைக் கண்டாலே என் ரத்தம் உறைந்து போகிறது,' என்று அவனிடம் சொல்லிவிட்டேன் நான்.

"நமது மத்தியில் அத்தகைய உதவாக்கரைகள் எத்தனையோ பேர் இருக்கிறார்கள். அவர்களையெல்லாம் நாம் வெளியேற்றுவதற்குள் எவ்வளவோ காலம் –ஆமாம். எவ்வளவோ நீண்ட காலம் – ஆகிவிடும்! அவர்கள் தாம் வேலை செய்வதற்கேற்ற எஜமானர்களை எப்போதும் கண்டறிந்து கொள்வார்கள். ஏனெனில், அவர்களுக்கென்று சொந்த விருப்பம் எதுவுமே கிடையாது. விருப்பம்–ஒரு மனிதனின் உள்ளத்தில் ஆழத்தில் பதிந்திருக்கும் ஏதோ ஒன்று அது. அவனைப் போன்றவர்களெல்லாம் பணிவடக்கம் மிக்கவர்கள்; தமது சொந்த விருப்பப்படி வாழப்பயந்தவர்கள்; அவர்களுக்காகக் கடவுளிடத்திலும் ஜாரிடத்திலும் பதிலளிக்கக் கூடிய யாராவது ஒரு நபரின் ஆதரவு அவர்களுக்குத் தேவை. அவர்களெல்லாம் தமது தோளில் கசையடியைத் தவிர, – வேறு எதையும் சுமக்கத் தயாராக மாட்டார்கள். நியாயத் தீர்ப்பு ஆசனத்தின் முன்னால் அவர்கள் வருங்காலத்தில், 'ஆண்டவரே! இது நான் செய்ததல்ல. இன்னார் தான் என்னை இப்படிச் செய்ய வைத்தார்!' என்று நிச்சயம் சொல்லி விடுவார்கள். மகனே! இவர்களெல்லாம் மிகவும் மோசமானவர்கள்; அவர்களிடமிருந்து விலகியிரு."

இரவுச் சாப்பாட்டு நேரம் வரையிலும் கடந்த காலத்திலிருந்து பற்பலக் கதைகளை எடுத்துச் சொல்லி. தமது கூரிய கண்களிலே பிரகாசம் ததும்பத் தமது மகனுக்குப் போதித்தார் கிழவர் கோஸிமியாகின். அந்தப் பையனின் இதயத்தைச் சுற்றிலும் ஓர் இதமான நிழல் சுற்றி வளைந்தது. நிகழ்காலக் கதைகளைக்காட்டிலும் இந்தக் கடந்த காலக் கதைகள் அவனுக்கு மிகவும் சுவை மிக்கதாக இருந்தன. அந்தக் கதைகள் அவனைச் சுற்றிலும் நிகழ்ந்து கொண்டிருந்த

விஷயங்களை அவனது மனத்திலிருந்து அமைதியாகவும் பலவந்தமற்றும் மறக்கச் செய்தன. மேலும், அந்தக் கதைகள் தமது பதச்சேர்க்கைகளின் தாள லயத்தாலும். வார்த்தைகளின் ரீங்காரத்தாலும் அவனது சாந்தப்படுத்தின உணர்ச்சியைச்

அவர்கள் வேலைக்காரர்களோடு சமையற்கட்டிலிலேயே இரவு உணவைச் சாப்பிட்டார்கள். அங்கு உணவு வகைகளுக்குப் பஞ்சமே இல்லை. முதலிலே அவர்கள் க்வாஸ் பீருடன் மாமிசத்தைக் கலந்து தயாரித்த ஆறிய சூப்பான ஓக்ரோஷ் காவை உண்டார்கள்; பின்னர் ஊறுகாய்களும் வெங்காயங்களும் அரிந்து போடப்பட்ட அவித்த முட்டைகளையும், புளித்த பாலாடையையும் அருந்தினார்கள். பின்னர் அவர்கள் சூடான இரண்டு சூப்புகளை அருந்தினார்கள்: சேமியா சூப் அல்லது முட்டைக்கோஸ் சூப்; பீட்ரூட் சூப் அல்லது ஆட்டுக்கறிக் குழம்பு. இதன் பின்னர் வெண்ணெய் தடவிய சூடான தானியங்கள்–வால் கோதுமை அல்லது சாமைத் தானியம். இத்தனைக்கும் மேலாக இறுதியில் மோர் அல்லது பழப்புட்டு ஞாயிற்றுக் கிழமைகளிலும் விடுமுறை நாட்களிலும் முட்டைக்கோஸ் அல்லது காரட் அல்லது அவித்த முட்டையும், வெங்காயமும் பொதிந்த பலகாரங்களும் இருந்தன; அல்லது மீன் எண்ணெயினால் மணமூட்டப்பெற்ற வால் கோதுமை இருந்தது. விரத நாட்களில் அவர்கள் மாமிசத்துக்குப் பதிலாக மீன் கலந்த குளிர்ந்த சூப், ஓட்ஸ் மாவினால் செய்த ஒரு பலகாரம், காளான் சூப், பட்டாணிக் கடலை, அவித்த முள்ளங்கி, பீட்ரூட் அல்லது சர்க்கரைப் பாகுடன் கலந்த எள் ஆகியவற்றை உண்டார்கள்.

மாட்வியின் தந்தைக்குப் பின்வருமாறு சொல்வதில் மிகவும் பிரியம்:

"எவ்வளவு உணவு உன் உடம்புக்குள் செல்கிறதோ, அவ்வளவுக்கு உன்னிடமிருந்து வேலை வெளிப்படும்."

ஒவ்வொருவரும் ஒரு தனியான பெரிய மரப் பாத்திரத்திலிருந்துதான் உணவு உண்டார்கள். அவர்கள் எல்லோரும் நேராகவும் விறைப்பாகவும் இருந்தார்கள். கிழடு தட்டிப்போன மைனாவைப் போலச் சளசளத்துக்கொண்டிருந்த புஷ்கார்யோவைத் தவிர. வேறு யாருமே ஒரு வார்த்தை பேசவில்லை.

முதன்முதலில் அந்தப் பாத்திரத்தினுள் கரண்டியைப் போடும் நபர் எஜமான் தான். அதன் பின் வயதுப் பிரகாரம் ஒவ்வொருவரும் அவரைப் பின்பற்றினார்கள்; சூப்பை மட்டும் அதிலுள்ள மாமிசத்தைத் தொடாமலே உண்டார்கள்; அதாவது, அவர்களது எஜமான் தமது கரண்டியினால் பாத்திரத்தின் விளிம்பில் தட்டி, சமிக்ஞை கொடுத்துப் பின்வருமாறு சொல்லும் வரையிலும் எவரும் சாப்பிடுவதில்லை.

"சரி, எடுத்துச் சாப்பிடுங்கள்."

யாராவது ஒருவர் ஒரு துண்டு மாமிசத்துக்குமேல் எடுக்கக் கண்டால், உடனே தமது கரண்டியின் தலைப்பகுதியால் அந்த நபரின் நெற்றியின் மீது பட்டென்று அடிப்பதன் மூலம் கோஸிமியாகின் அந்த நபரைத் தண்டிப்பார். புஷ்கார்யோவின் பதப்பட்ட, ஆழ்ந்த வரிகள் கொண்ட நெற்றி தான் இந்த அடிகளில் பெரும்பாலானவற்றை வாங்கின.

மோவாய்களும் தாடைகளும் ‘இடையறாது வேலை செய்தன; தொண்டைக் குழிகள் மேலும் கீழும் ஏறியிறங்கின; ஓநாய்ப்பசி கொண்ட பற்கள் பளிச்சிட்டன; மயிரடர்ந்த மார்புகளிலிருந்து ஆவி கிளம்பியது; முகங்களிலே வியர்வைத் துளிகள் பளபளத்தன. உண்பவர்கள் களைப்பினால் பெருமூச்செறிந்தவாறு தமது உதடுகளை ஈரம் தெறிக்க, ஓசையெழும்பச் சப்புக் கொட்டினார்கள்; தமது கரண்டிகளைத் தடித்துச் சிவந்த நாக்குகளால் சுற்றி வளைத்து நக்கினார்கள். மேஜையை விட்டு எழுந்ததும் அவர்கள் தேவதா வடிவங்கள் இருந்த மூலையை நோக்கித் தமது முகங்களைத் திருப்பி, மீண்டும் மீண்டும் சிலுவைக்குறி கீறிக்கொண்டார்கள். அங்கு அந்த மூலையில் தேவதா வடிவ விளக்கின் மஞ் சள் நிறமான சுடர் கன்னி மரியாளின் சோகம் படர்ந்த கண்கள், நிக்கோலாவின் நெரிந்து சுருங்கிய நெற்றி. கிறிஸ்துவின் ஆர்வமிக்க வதனம் ஆகியவற்றுக்குமேல் கண் சிமிட்டிக் கொண்டிருந்தது. அவர்கள் பிரார்த்தனை கூறி முடித்ததும், அந்த வீட்டின் எஜமானரின் முன்னால் பணிந்து வணங்கி, தணிந்த குரல்களில் பின்வருமாறு முணுமுணுத்துக் கொண்டார்கள்:

“நீங்கள் அளித்த உணவுக்கு மிக்க நன்றி.”

பகலுணவு, இரவுச் சாப்பாடு ஆகியவற்றின்போது நிகழும் பவித்திரமான சடங்குகளெல்லாம் மாட்விக்கு மிகவும் பிடித்திருந்தது; ஜனங்கள் உணவை விழுங்கித் தீர்ப்பதைக் காண அவன் மகிழ்ச்சியடைந்தான்; நிறைவுணர்ச்சி என்பது அவர்களது முகத்திலுள்ள உம்மணாமூஞ்சித் தன்மையை இன்முக பாவமாக மாற்றியது. அவர்களது ஈரம் படிந்த கண்களில் திருப்தி நிறைந்த புன்னகையையும் வருவித்தது. உணவுக்காக அவர்கள் கூறும் நன்றியுரையெல்லாம் உணர்ச்சிப் பெருக்கிடையேயிருந்து பொங்கி வருவதையும் அவன் கண்டான். மேலும், அவர்களது கண்களில் எப்போதுமே அத்தகையதொரு சௌஜன்யமான புன்னகை தவழ வேண்டுமென்றும் அவன் விரும்பினான்.

அந்தக் குறிப்பிட்ட மாலை நேரத்தில், மேஜையைச் சுற்றுமுற்றும் பார்த்தவாறு, அவனது தந்தை பின்வருமாறு கேட்டார்:

“சோஜோன்ட் எங்கே?”

ஸாவ்கா தனது நாற்காலியில் நெளிந்து கொடுத்தவனாய், வாயைத் திறந்து அசட்டுத்தனமாக “ஹா–ஹா !” என்றான்.

‘‘இதற்கு என்ன அர்த்தம்?” என்று கத்தினார் கோஸிமியாகின்.

மரக்கரண்டி பெலாஜியாவின் கரத்தில் நடுங்கியது; அவளது முகத்தில் செம்மை திட்டுத் திட்டாகப் பரவியது; மேஜையைச்சுற்றிலும் அமர்ந்திருந்தவர்கள்ஒருவரையொருவர் பார்க்கக் கூசினார்கள். அவர்கள் அனைவருக்கும் ஓர் இரகசியம் தெரியும் என்பதை மாட்வியால் உணரமுடிந்தது. தனது சிற்றன்னைக்கு மீண்டும் உறுதி கூறும் ஆர்வத்தோடு அவன் அவளது முழங்காலை இரண்டு முறை தடவிக்கொடுத்தான்; அவளும் பதிலுக்கு அவனோடு மேலும் நெருக்கமாக ஒட்டியிருந்துகொண்டாள்.

ஸாவ்கா தன் தலையை அந்தப் பக்கமும் இந்தப் பக்கமும் வெட்டித் திருப்பிக்கொண்டு, தனக்குத் தெரிந்த விஷயத்தைச் சொல்லும் ஆர்வத்தோடு தொடர்பற்ற ஒலிகளை முனகிக்கொண்டிருந்தான்.

"நீ ஏன் துறுதுறுத்து நெளிகிறாய்?" என்று கடுமையாகக் கேட்டார் மாட்வியின் தந்தை.

"அவன் போய்விட்டான்! ஹா.ஹா!" என்று ஆனந்தமாக அறிவித்தான் ஸாவ்கா: "தான் போனது நல்லதுக்குத் தான் என்று அவன் உங்களிடம் சொல்லச் சொன்னான். தண்ணீர் கொண்டுவருவதற்காக நான் ஆற்றுக்குச் சென்ற பொழுது, அவன் தோளிலே ஒரு மூட்டையைத் தூக்கிக் கொண்டு செல்வதைப் பார்த்தேன். நான் அவனைச் சந்தித்தேன், ஹா.ஹா!"

"அவன் தனது மூட்டையோடு போய்விட்டானென்றால் அவன் இனித் திரும்பி வரப் போவதேயில்லை." என்றான் புஷ்கார்யோவ். "வேறு விதமாகச் சொன்னால் அவன் மீண்டும் ஊர் சுற்றக் கிளம்பிவிட்டான்."

"ஹூம்" என்று தமது கண்களைத் தாழ்த்தியவாறு முனகினார் கோஸிமியாகின்: "போய் வருகிறேன் என்று சொல்லி விடைகூடப் பெறவில்லை."

"ரொம்ப அவசரம் போலிருக்கிறது அவனுக்கு," என்றான் புஷ்கார்யோவ்: "ருஷ்யர்களான நாம் இயல்பாகவே ஊர் சுற்றிகள்தான்."

மாட்வியின் தந்தை தமது கரண்டியைக் கீழே வைத்தார்.

"இத்தகைய பேர்வழிகளை–அதாவது நிலைகொள்ளாத மனிதர்களை என் வாழ்நாளில் அதிகமாகப் பார்த்திருக்கிறேன்," என்றார் அவர்: "அவர்களுக்கெல்லாம் பைன் குருவியின் கனவு தோன்றுமென்று சொல்வார்கள்.அதாவது பைன் குருவி என்று ஒரு பறவை இருக்கிறது. அது மரங்கொத்தியைப் போலப் பெரிய பறவைதான் என்றாலும், அது தூக்கத்திலிருப்பதுபோல், ஒரு மிருதுவான கனவு நிலையான முறையில் பாடும். அது தனது கூட்டை நாற்சந்தி மூலைகளிலே கட்டும். அது என்ன கனவு காண்கிறது என்று எவருக்கும் தெரியாது. ஆனால், சிலருக்கு அந்தக் குருவியின் கனவு தோன்றுவதுண்டு. அந்தக் கனவு தோன்றி விட்டால் பிறகு அவர்கள் அவ்வளவுதான். அவர்கள் தாம் கனவிற்கண்ட இடத்தைத் தேடி உலகம் சுற்றக் கிளம்பிவிடுவார்கள். அந்த இடத்தைக் கண்டு பிடித்து விட்டாலோ அவர்கள் அங்கேயே விழுந்து கிடந்து உயிரைவிடுவார்கள்."

மேஜைமுன் அமர்ந்திருந்தவர்கள் மிகவும் மெதுவாக அசை போடத் தொடங்கினார்கள்; தமது உதடுகளை மேலும் அமைதியாகச் சப்புக் கொட்டினார்கள். அவர்களது முகங்களிலே ஒரு நிழல் படர்ந்தது.

"சோஜோன்ட் இவ்வாறு கிளம்பிச் செல்வது இது மூன்றாவது தடவை," என்றார் கோஸிமியாகின்: "அவனை நான் மீண்டும் பார்க்கப் போவதில்லை என்று ஏதோ ஓர் எண்ணம் எனக்குத் தோன்றுகிறது. அவன் திரும்பி வருங் காலத்தில் நான் மறைந்து போயிருப்பேன்."

சமையற்கட்டில் இருள் சூழ்ந்தது; தேவதா வடிவ விளக்கின் சுடர் மேலும் பிரகாசமடைந்தது; சோக மயமான கன்னி மரியாளின் கண்கள் மேலும் துலாம்பரமாகத் தோன்றின.

தான் படுக்கைக்குச் சென்ற பின்னர், மாட்வி சோஜோன்டின் அவலட்சணமான குழிவிழுந்த முகத்தையும் ஈரம் நிரம்பிய அவனது கண்களின் துறுதுறுத்த பார்வையையும் அவன் பின்வருமாறு சொன்ன, சலிப்புத்தட்டிய சுவையற்ற சொற்களையும் சிந்தித்தவாறு படுத்திருந்தான்:

"நான் போய்விட விரும்புகிறேன். ஏன் கூடாது? இங்கே நாம் செய்வதெல்லாம் வெறுமையை எடுத்துச் சூனியத்திலே கொட்டுவதுதான். நான் மட்டும் கடைக் கோடிக் கடற்புறத்துக்குச் செல்ல முடிந்தால்"

அவனது மனக்கண் முன்னால், பெர்ச் மரங்களின் கரிய நிழல்கள் கோலமிட்டு அசையும் ஒரு நீண்ட புழுதி படிந்த பாதையையும், அதிலே தன்னந்தனியனான ஒரு மனிதனின் உருவம் மௌனமாக நடந்து செல்வதையும், அதே சமயம் அவனையும், அந்த வனத்தையும்,கனவுகள் பொதிந்து கிடக்கும் அந்தத் தூரத் தொலைப் பிரதேசங்களையும் வாட்டத்தோடு வெறித்து நோக்கும் நட்சத்திரங்களையும் மாட்வி கற்பனை செய்து பார்த்தான்.

இதன் பின் சீக்கிரத்திலேயே அவனது தந்தை சணல் கொள்முதல் செய்ய அயலூர் சென்றுவிட்டார். அவர் சென்றுவிட்ட மறுநாள் அதிகாலையில் தனது அறையின் ஜன்னலுக்கு வெளியேயிருந்து வந்த பாட்டுக் குரலைக்– கேட்டு, மாட்வி விழித்துக்கொண்டான்.

அருமை அம்மா! விடியற் பொழுதில்
குருவிக் கூட்டம் பாடத் தொடங்கும்!
இருந்தும், தாயே! எனது களைத்த
இதயம் எதிலும் மகிழக் காணோம்!

அந்தப் பாட்டை இடைமறித்து ஒரு முதியவளின் குரல் கேட்டது:

"உஷ்! பெண்டுகளா! எஜமானின் மகன் அங்கே தூங்கிக் கொண்டிருக்கிறான்."

"எழுந்திருப்பதற்குத்தான் நேரம் காணாதா என்ன?"

"வாடி, அந்த இளம் வியாபாரி தூங்கும்போது எப்படியிருக்கிறார் என்று நாம் பார்த்து வரலாம்."

ஜன்னலருகே ஏதோ சலசலப்பு கேட்டது. மாட்வி தன் தலையை உயர்த்திப் பார்த்தான்; அங்குக் களிப்புத் துள்ளாடும் இரண்டு கண்கள் தென்படுவதை அவன் கண்டான். அவன் தன் சிற்றன்னையின் வாக்குறுதியை நினைவுகூர்ந்தான். உடனே அவனுடம்பில் வேட்கையின் உஷ்ணம் அலை பாய்ந்து பரவியது. வெட்கம் மேலிட்டவனாய் அவன் போர்வையைத் தலைக்குமேல் இழுத்து மூடிக்கொண்டான்.

“களையெடுப்பவர்கள்தான்!” என்று தனக்குத்தானே நினைத்துக்கொண்டான் அவன்.

“அவன் தூங்கவில்லையடி, பெண்டுகளா!” என்று ஜன்னலுக்கு வெளியே யாரோ குத்தலாகச் சிரிப்பது கேட்டது.

அவன் படுக்கையை விட்டுத் துள்ளியிறங்கி, தனது சிறந்த உடுப்புக்களை அணிந்துகொள்ள வேண்டும் என்று தனக்குத்தானே கூறியவனாய் முகம் கழுவிக்கொள்வதற்காகச் சமையலறைக்குள் ஓடினான். அவன் தனது வாயைச் சோப்புத் தண்ணீரால் நிறைத்ததுமே கிண்டல் தொனிக்க விலாஸ்யேவ்னா பின்வருமாறு முணுமுணுத்தது அவனை உலுக்கிக் குலுக்கிப் பூமிக்குக் கொண்டு வந்தது:

“பாரேன்! பாவாடையின் வாடை தட்டுப்பட்டதுமே இவன் படுக்கையை விட்டு எவ்வளவு சீக்கிரமாக எழுந்து வந்து விட்டானென்று! சரி, கொஞ்சம் பால் குடிக்கிறாயா?”

பால் தருவதாகச் சொன்னது அவனுக்கு ஒரு அவதூறு மாதிரிப் பட்டது. அவனோ ஒரு மாபெரும் திக்விஜயத்துக்குப் போகத் தயாராயிருந்தான். இந்த நேரத்திலே அவனை ஏதோ ஒரு கன்றுக்குட்டி மாதிரி எண்ணிக்கொண்டு, பால் கொடுக்கிறாளாம், பால்! அவன் பதிலளிக்கக்கூட மனமிரங்காமல், அரையும் குறையுமாக உடுத்தியவாறே தனது சிற்றன்னையை எழுப்ப ஓடினான் அவன். ஓசையெழும்ப அந்த அறைக்குள் வேகமாக நுழைந்து, அவளது படுக்கையின் திரைகளை இழுத்து நீக்கினான்; பின்னர் அவன் சட்டென்று நின்றவனாய்க் கண்களை மூடிக்கொண்டான்.

“எழுந்திரு,” என்று மிருதுவாகச் சொன்னான் அவன். அவனது கண்கள் கரித்து நீர் கசிந்தன. சூரியன் ஏற்கெனவே வானில் மேலெழும்பி வந்துவிட்டது; காலைப் பொழுதின் பொன்னிற ஒளி ஜன்னலின் வழியே ராஜ சும்பீரத்தோடு பாய்ந்து பொழிந்து, அந்தப் படுக்கையின் மீது ஒளி செய்தது; அத்துடன் அந்தப் பெண்ணின் அரைகுறை நிர்வாணமான உடம்பிலும் உயிர்ப்பு மிக்க பிரகாசத்தோடு பரந்து கவிந்தது.

அவள் சிவப்பு நிறக் காலிக்கோ மெத்தையின் கீழ்ப் புகுந்து படுத்திருந்தாள்; சூரியனின் ஒளி நாக்குகளால் தடவப்பெற்று, தந்தி நரம்பைப் போல முறுக்கேறி விறைத்துத் தென்பட்டது அவளது உடல். அவள் தனது கைகளைத் தலைக்குக் கீழாக அணை கொடுத்துப் படுத்திருந்தாள். அவளது திகம்பரமான மார்பகங்கள் மேல்நோக்கி நிமிரும் இளஞ்சிவப்பு நிறமான சின்னஞ்சிறு முலைக்காம்புகளோடு வளர்ந்து பெருகுவதுபோல அமைதியாக விம்மித் தாழ்ந்துகொண்டிருந்தன. அவற்றைப் பார்ப்பதற்கு வெட்கமாகத்தான் இருந்தது; இருந்தாலும், அவனால் அதிலிருந்து தனது கண்களை அகற்ற முடியவில்லை. அந்தக் காட்சி அவனது உதடுகளில் ஒரு கடுப்பு உணர்ச்சியை உண்டாக்கின. திரைகளின் நிழல் படிந்திருந்த அவளது முகம் ஏதோ ஒரு புதிய, வழக்கத்துக்கு மாறான தோற்றத்தைக்

கொண்டிருந்தது, புருவங்கள் மேலுயர்ந்திருந்தன; இதழ்கள் பிரிந்து இருந்தன; நாசித் துவாரங்கள் அவள் ஏதோ அழப் போவது போல நடுங்கி விரிந்தன. அவளிடமிருந்து சோகமே வெளிப்பட்டது; அந்தச் சோகமும், அதனுடன் சேர்ந்த சூரிய ஒளியும் அவளது திகம்பர நிலையில் ஏற்படும் சபல உணர்ச்சியின்மீது ஓர் உறுதியான புனிதமான போர்வையை இழுத்து மூடியது போலத் தோன்றின. எனவே, அந்தப் பையனின் ரத்தத்திலே கொந்தளித்தெழுந்த கோழைத்தனமான வேட்கையை அது தணித்து, அவனுள்ளே புதிய, பழக்கமற்ற உணர்ச்சிகளை எழுப்பியது.

மாட்வி திரையைக் கீழே விடுத்தான்; பின்னர் அமைதியாகத் தனது அனறக்குள் வந்து, படுக்கையின் மீதமர்ந்து ஏதோ ஒரு விஷயத்தின்மீது தனது சிந்தனையைச் செலுத்த முயன்றான்; ஆனால், சூரியனை நோக்கி நிமிர்ந்துநிற்கும் அந்த இளஞ் சிவப்பு மொட்டுக்களைக்கொண்ட அந்தப் பெண்ணின் மார்பகங்களைத் தவிர வேறு எதைப் பற்றியுமே அவனால் நினைக்க முடியவில்லை.

வெள்ளிமயமான தூசிப்படலம் சூரியக் கதிரொன்றில் நாட்டியமாடியது. ஜன்னலின் வழியே சிரிப்பொலியும், மண்வெட்டிகளின் கலகலப்பும், வெட்டுண்டு சரியும் மண்ணின் மெல்லிய சப்தமும் வந்தன. மாட்வி ஜன்னலருகே சென்று, ஒரு பக்கமாக நின்று கொண்டு, சூரிய ஒளியிலே மூழ்கி நனைந்து தோன்றும் தோட்டத்தை வெறித்துப் பார்த்தான். மஞ்சள் நிறமும் பழுப்பு நிறமும் கொண்ட மலர்கள் செறிந்து விளங்கும் பனித்துளி படிந்த ஹாலிஹாக் செடிகளின் நீண்ட தண்டுகள் காற்றிலே மேலே ஆடியசைந்தன. அங்கு நிலவிய பிரகாசமான சூழ்நிலையில் பென்னல், பார்ஸ்லி ஆகிய செடிகளின் மணமும், புரட்டிப் போடப்பட்ட புது மண்ணின் மணமும் கலந்து புரையோடியிருந்தன.

பெண்களெல்லாம் தமது தலைகளில் பிரகாசமான கச்சைகளைக் கட்டியவாறு, பாத்திகளுக்கிடையில் வேலை பார்த்துக்கொண்டிருந்தார்கள். அவர்கள் குனிந்து நின்று வேலை செய்தார்கள்; அப்போது அவர்களது சிவந்த மண் படிந்த பாதங்களும் கால்களும் வெளியே தெரிந்தன. அவர் குனிந்து நின்றதைப் பார்த்தால் அவர்கள் எல்லோரும் கைகளை ஊன்றி ஊர்ந்துபோவது போலவும், ஆடுகளைப்போலப் புல்லைக் கடித்துத் தின்பது போலவும் தோன்றியது. சூரிய ஒளியால் பதப்பட்ட அவர்களது தோள்கள் பளபளத்தன; அகன்று ஒடுங்கிய இடைகள் அசைந்து கொடுத்தன; அவர்கள் தமது பாவாடையை எடுத்து இடுப்பில் சொருகியிருந்தார்கள்; எனவே, சில சமயங்களில் அவர்களது உடம்பில் பல பாகங்கள் வெளித் தெரிந்தன. எனினும், மாட்வி அவற்றைக் கவனித்ததாகத் தோன்றவில்லை.

இடையிடையே அந்தக் களையெடுக்கும் பெண்கள் ஆபாசமான வார்த்தைகளை உபயோகித்தார்கள். அந்த வார்த்தைகள் அவனுக்கும் தெரிந்தவைதான். ஆனாலும், "அந்த வார்த்தைகள் தெரியாமலிருப்பது நல்லது; இல்லையெனில், கடவுளின் செய்தியை மணியொலித்துக் கூறும் புனித வாசகத்தை அவை மூழ்கடித்துவிடும்," என்று கோவிலதிகாரி கோரெனேவ் சொல்லியிருந்தார்.

மாட்வி தன் தந்தையின் சதைப்பிடிப்புள்ள, தளர்ந்துபோன, செம்பட்டை மயிரடர்ந்த உடம்பை நினைத்துப் பார்த்தான்; (அவரோடு குளிப்பறையில் தனிமையிலே இருந்த போதுதான் அவரது உடம்பு பார்ப்பதற்கு எத்தனை அசூயையை எழுப்புகின்றது என்பதை அவன் கண்டறிந்தான்;) அத்துடன் பிரகாசமான சூரிய ஒளி மிகுந்த நாளில் தோன்றும் வெண்மையான, சுத்தமான மேகத்தைப் போலத் தோன்றும் தன் சிற்றன்னையின் உடலையும் எண்ணிப் பார்த்தான். அந்த இரண்டுக்குமுள்ள வேற்றுமை அவனுள்ளத்தில் அவனது தந்தையின்பால் ஒரு கசப்புணர்ச்சியைத் தான் எழுப்பியது.

திருமணம் முடிந்த புதிதில் அவர் வேடிக்கையாகச் சொல்லக் கேட்ட வார்த்தைகளை அவன் நினைவுகூர்ந்தான். தோட்டத்திலே நடந்துகொண்டிருந்த பெலாஜியாவை நோக்கிக் கண்ணைச் சிமிட்டியவாறு அவர் புஷ்கார்யோவிடம் பின்வருமாறு கூறினார்:

“அழகான உருப்படிதான், இல்லையா?”

“பகல் நேரத்திலே அவ்வளவு மோசமில்லை,” என்று புஷ்கார்யோவ் பதிலளித்தான்.

“இராத்திரி மேலும் நன்றாக இருக்கிறாள்”, என்று இன்னொரு முறையும் கண்ணைச் சிமிட்டியவாறு அவனது தந்தை கூறினார். பிறகு, “ஆனால், எல்லாப் பெண்களுமே இரவில் நன்றாகத்தான் இருக்கிறார்கள்,” என்று கூறிவிட்டு அவர் கரகரத்த குரலில் உரக்கச் சிரித்தார்.

“பெண்கள் ஏன் இரவில் அழகாக இருக்கிறார்கள்?” என்று மாட்வி அந்தச் சிப்பாயிடம் கேட்டான்.

“ஏனா?” புஷ்கார்யோவ் வாய்விட்டுச் சிரித்தான்: “ஏனெனில் இரவில் அவர்கள் வேறு மாதிரி இருப்பார்கள்.” அவன் வக்கணை காட்டிவிட்டு. கீழே துப்பினான்; பின்னர் வாட்டத்தோடு சொன்னான்; “அவர்களில் எத்தனையோ சூனியக்காரிகளும் உண்டு. அவர்கள் புகைக் கூண்டு வழியாகப் பறந்து போய்விடுவார்கள். நீ கேள்விப்பட்டதில்லையா?”

“ஆனால், புகைக் கூண்டு மிகவும் ஒடுங்கியதாயிற்றே!” என்று தட்டுத்தடுமாறிச் சொன்னான் மாட்வி.

“அதுவா? அதனால் பரவாயில்லை. பெண்களின் எலும்புகள் மிருதுவானவை. ஆனால், இந்த மாதிரியான விஷயங்களையெல்லாம் பேசுவதற்கு உனக்கு வயசு பற்றாது.” என்று தனது பேச்சை உறுதியாக முடித்துக்கொண்டான்.

பெலாஜியா பின்வருமாறு கூறும் குரல் கேட்டு, மாட்வி தனது சொப்பன நினைவிலிருந்து திடுக்கிட்டுத் தன்னிலைக்கு வந்தான்: “ஓஹோ! இந்தப் பெண்களைக் கவனித்துக் கொண்டு, நீ இங்கேதான் நிற்கிறாயா?” அவள் சிரித்தாள்; அவனது தோள்களின்மீது தன் கரங்களைப் போட்டாள்: “அவர்களில் உனக்கு எவளைப் பிடித்திருக்கிறது?”

‘யாருமே இல்லை.” என்று சிலிர்ப்புக்குக்கூட இடமின்றிப் பதிலளித்தான் அவன். பெலாஜியாவை ஆரத்தழுவி அவளது காதில் மிருதுவான சொற்களைக் கிசுகிசுக்க வேண்டும் என்ற ஒரு வேட்கை அவனுள்ளே நிரம்பி நின்றது.

“பார். நடால்யா ஓர் அருமையான குட்டி.” என்று ஜன்னலுக்கு வெளியே பார்த்தவாறே சொன்னாள் அவள்; “அவள் இளமை மிக்கவள்; சுதந்தரமானவள், நான்கு வருஷங்களுக்கு முன்னால் அவள் புருஷன் வோர்கோ ராடுக்குச் சென்றான். அன்று முதல் அவனைப் பற்றி ஒரு தகவலும் இல்லை. நினைத்துப் பார். அவளுக்குப் பதினைந்து வயது ஆவதற்குள்ளேயே அவளை ஒரு தாரமிழந்தவனுக்குக் கட்டிக் கொடுத்து விட்டார்கள்! ஆட்டுரலுக்கடியில் அவளைத் தூக்கி எறிந்தாற்போலாகி விட்டது அவள் நிலைமை!”

தான் அவளை நிர்வாண நிலையில் பார்த்ததை அவள் ஊகித்துக்கொண்டு விடுவாள் என்ற பயத்தால் அவன் அவளது கண்களையே பார்க்காதவாறு, மௌனமாக அவள் கூறுவதைக் கேட்டான்.

அவன் உணர்ச்சிக் கிளர்ச்சிக்கு ஆளாகியிருந்த போதிலுங்கூட. தன் தந்தை சில சமயங்களிலே பேசும் அதே உயிரற்ற தொனியில்தான் அவளும் பேசிக்கொண்டிருக்கிறாள் என்பதை மட்டும் உணர்ந்துகொண்டான். அவர்கள் இருவரும் தேநீர் அருந்திக்கொண்டிருந்த வேலையிலும் அவள் பசியில்லாமல்தான் தின்றுகொண்டிருந்தாள் என்பதையும், அவள் கண்கள் கனத்து வெளுத்துப் போயிருக்கிறாள் என்பதையும் அவன் கண்டுகொண்டான்.

“உனக்கு உடல் நலமில்லையா?” என்று கேட்டான் அவன்.

“ஆமாம், வெறும் சோர்வு,” என்றாள் அவள். பின்னர் வாசற் பக்கம் சட்டென்று பார்த்துவிட்டு, தணிந்து, அவசரமான குரலில் பின்வருமாறு பேசத் தொடங்கினாள்; “கடத்த சில நாட்களாக நான் மிகவும் பயந்துகொண்டிருக்கிறேன். அன்றிரவு சாப்பிடும்போது உனக்கு நினைவிருக்கிறதா? ஸாவ்காவுக்கு எல்லாம் தெரியும் என்பதுமட்டும் எனக்குச் சர்வ நிச்சயம். ஆண்டவனே! நான் உன்னைக் கண்டும் பயந்து போயிருந்தேன். நீ வாயை மூடிக்கொண்டு சும்மா இருந்ததற்குக் கடவுள் உனக்கு அனுக்கிரகிக்கட்டும், பாரேன். அதற்கேற்ற பரிசை நீ அடையுமாறு நான் நிச்சயம் செய்வேன்!”

அவள் புன்னகை புரிந்தவண்ணம் அவனைநோக்கிக் கண்ணைச் சிமிட்டினாள். ஆனால் அவளது புன்னகையிலும், வார்த்தைகளிலும் ஏதோ ஒரு செயற்கைத் தன்மை இருப்பதை அந்த இளைஞன் கண்டான்.

“எனக்கு எந்தப் பரிசும் வேண்டாம்,’ என்று முகம் சிவக்கச் சொன்னான் அவன்.

“என்ன சொல்கிறாய்? உன் வயது இளைஞர்களெல்லாம் என்ன கனவு காண்பார்கள் என்பது எனக்குத் தெரியாதா, என்ன?”

“அப்படியெல்லாம் பேசாதே,” என்று தன் கண்களைத் தாழ்த்தியவாறு சொன்னான் அவன்.

“நல்லது. பேச மாட்டேன்” என்று மீண்டும் சிரித்தவாறு உறுதி கூறினாள்; பின்னர்ச் சிறிது நேரம் கழித்துப் பின்வருமாறு சொன்னாள்: “நீயும் பாவம் செய்தால் எனக்குச் சந்தோஷம். பிறகு உனக்கு எதிராகவும் எனக்குச் சில விஷயம் தெரிய வரும், அதனால் நாமிருவரும் கூட்டாளிகளாகி விடுவோம்.”

மாட்விக்குப் பதில் சொல்ல நேரம் கிடைப்பதற்குள் அவள் விம்மியழுதுகொண்டும், பிரார்த்தனை செய்யும் கிழவியைப் போலத் தனது கண்ணீரை உள்விழுங்கிக்கொண்டும் அவசர அவசரமாகக் கிசுகிசுக்கத் தொடங்கினாள்:

“அவன் எங்கே போயிருப்பான் என்று எண்ணியெண்ணி எனக்கு இரவெல்லாம் கண்ணையே மூடமுடியவில்லை. அவன் ஒன்றும் இளைஞனல்ல; மேலும், அவனது விலாவிலும் கத்திக்குத்துப்பட்டுக் கிழிந்திருந்தது. இரண்டு விலா எலும்புகளும் முறிந்திருந்தன. அவனே அதை எனக்குக் காட்டினான். அவன் இங்கு யாருக்கும் எந்தத் தீங்கும் செய்யாமல் அமைதியாகத்தான் வாழ்ந்தான். இந்த உலகத்திலே அவனுக்கென்று யாருமே இல்லை, அவன் எங்கேதான் போயிருப்பான்? ஐயோ, மாட்வி! உன் தந்தை எனக்குத் தீங்கிழைத்து விட்டார்; அது எனக்குத் தெரியும். ஆனால், ஒரு கிழவனோடு வாழ்க்கை நடத்துவது ஓர் இளம்பெண்ணுக்கு எவ்வளவு வெட்கக்கேடானதாக இருந்தது என்பதை மட்டும் நீ தெரிந்துகொண்டால்! எத்தனை அவலட்சணம் அது! அது அவள் ஆத்மாவை எப்படி அழுத்திக்கொள்கிறது! அருமைப் பையா! நீ என்னைக்காட்டிலும் புத்திசாலி. இருந்தாலும், நான் உனக்கு ஒரு புத்திமதி சொல்கிறேன். உன் மனைவி உன்னைக் காதலிக்கவில்லையென்று தெரிந்தால், உடனே அவளைப் போக விட்டுவிடு–ஆமாம்–போக விட்டுவிடு–”

அவள் தனது கரங்களைப் பக்கவாட்டில் சோரவிட்டவளாய், விரக்தியோடு இடிந்து போய் அமர்ந்திருந்தாள்.

“நீ மட்டும் கொஞ்சம் மூத்தவனாக இருந்தால்!” என்றாள் அவள்.

“எனக்கு எல்லாம் புரிகிறது.” என்று மேஜையை விரல்களால் இலேசாகக் கொட்டியவாறே சொன்னான் மாட்வி.

“எல்லாமா? பாதிரியாருக்குக்கூட எல்லாம் புரிவதில்லை. நீ இதை மட்டும் புரிந்துகொண்டால் நான் மகிழ்ச்சியடைவேன். சோஜோன்டும் இளையவனல்லதான். என்றாலும், அவனிடம் ஏதோ விசேஷத் தன்மை இருக்கிறது. உன் தந்தையுந்தான் பழங்காலத்தைப் பற்றிக் கதைகள் சொல்கிறார். ஆனால், அவற்றையே சோஜோன்ட் சொல்லும்போது சொர்க்கத்தையே அவன் காட்டி விடுகிறான்!”

“ஏன்? அவனுக்குப் பேசக்கூடத் தெரியுமா?” என்று நம்பிக்கையற்றுக் கேட்டான் மாட்வி.

“அப்படித்தான் அவன் என்னைக் கவர்ந்துகொண்டான்,” என்று அவள் உத்வேகத்தோடு கூறினாள். அவளது தோள்கள் கூட அப்போது பளபளத்தன: “அவன் கதை சொல்வதைக் கேட்கும்போது, எனக்கு நேரம் போவதே தெரியாது. நான் அவனுடன் குளிப்பறைக்குப் பின்புறம், அல்லது பெர்ச் மரங்களின் நிழலுக்குச் செல்வது வழக்கம். ‘அவன் என்னை ஒரு குழந்தையைப் போலக் கைகளில் எடுத்தணைத்தவாறு, நகரங்களைப் பற்றியும் மக்களைப் பற்றியும் தன்னைப் பற்றியும் கதை சொல்லத் தொடங்குவான். நான் எப்படி பிடிபடாமல் போனேன் என்பது கடவுளுக்கே தெரியும். நான் எப்போதுமே தக்க சமயத்தில் உன் தந்தையிடம் திரும்பி வந்து விட்டேன். சோஜோன்டே என்னை நோக்கி, ‘போ, போ. நேரமாகி விட்டது’ என்று சொல்லி, அனுப்பி வைத்து விடுவான். நான் ஓர் அறியாத பெண். எனக்கு எதுவும் தெரியாது; நான் எங்கும் போனதுமில்லை. பாலிமெரிக்கும் ஓகுரோவுக்கும் இடையிலுள்ள பத்து [5]வெர்ஸ்ட் தூரத்தையும் இதுவரையிலும் ஐந்து முறை நடந்து பார்த்திருப்பேன். அவ்வளவுதான். நான் வாழ்ந்து கொண்டிருப்பதாகத் தோன்றும் நேரமெல்லாம் நான் பகற்கனவு காணும் அல்லது கதை கேட்கும் நேரந்தான். எனக்கு மட்டும் ஒரு குழந்தை இருந்தால்! ஆனால் கட்டாந் தரையிலே கோதுமை விளைவதில்லை.”

அவள் அழத் தொடங்கினாள்; அவளது கண்களே உருகி வழிந்து விடும்போலிருந்தது; அவளது கண்ணீர் அத்தனை அதிகமாக இருந்தது. இதற்கு முன்னென்றால் அவன் அவளைத் தன் கரங்களால் வளைத்து, அவளை ஆசுவாசப்படுத்தியிருப்பான்; ஒருவேளை அவன் அவளை முத்தமிடக் கூடச் செய்திருப்பான். ஆனால் அந்த நேரத்திலோ அவன் பயந்து போயிருந்தான்.

மதியச் சாப்பாட்டு வேளை வரையிலும் அவன் பெட்டைக் குதிரைக்குப் பின்னால் செல்லும் குட்டியைப் போல அவள் பின்னாலேயே வீட்டுக்குள் சுற்றிச் சுற்றி வந்தான்; சூரிய ஒளியின் பிரகாசத்தைத் தவிர, மற்றப்படித் திகம்பரமாகத் தோன்றிய அந்தப் பெண்ணின் உடலின் தோற்றம் அவனது மனத்திலிருந்த ஏனைய எல்லாச் சிந்தனைகளையும் கவிந்து மூடி மேலோங்கி நின்றது.

சாப்பாட்டு வேளையின்போது களையெடுப்பவர்கள் அவனுக்கெதிரே மேஜைமுன் அமர்ந்தார்கள். சூரிய வெப்பத்தால் பதப்பட்ட அவர்களது கன்னங்களும் நெற்றிகளும் துடைக்கப்பெற்றிருந்ததால் பளபளத்தன; அவர்களது கண்கள் வேலையினால் ரத்தம் பாய்ந்தும், மங்கியும் தோன்றின; அந்த நல்ல உணவை உண்ட பிறகுங்கூட, அந்தக் கண்கள் இன்னும் மங்கலாகத்தான் தோன்றின.

அந்தப் பெண்கள் கிளுகிளுத்தார்கள்; ஒருவரையொருவர் கண் சிமிட்டிக்கொண்டார்கள்; பாத்திரத்தினுள் கரண்டியைப் போடுவதற்கான விதிமுறைகளைத் தெரிந்துகொள்ளாமல் அல்லது அவற்றைப் புறக்கணித்தவாறு, மனம் போன போக்கில் கரண்டிகளைப் பாத்திரத்தினுள்

---

[5] வெர்ஸ்ட்: ருஷ்ய தூர அளவை; 3500 அடி.

திணித்தார்கள்;வேலைக்காரர்களின் கரண்டிகளோடு தமது கரண்டிகளை மோதிக்கொண்டார்கள். மாட்விக்கு இது சகிக்க முடியாததாக இருந்தது.

நடால்யாவின் பெருந்தீனி தின்னும் தடித்த உதடுகள் கொண்ட வாயின் காட்சி அவனை அநேகமாகப் பயமுறுத்தவே செய்தது. அவள் தான் அவர்கள் எல்லோரிலும் துடிப்பானவளாக இருந்தாள். அவளது குரல் இனிய கொழு கொழுத்த ஆற்றொழுக்குப் போல இடையறாது ஒலித்துப் பொழிந்தது; தமது அவலட்சணமான கால்களுக்கு எட்டாத தூரத்திலுள்ள எலும்பை நோக்கித் தவிக்கும் கட்டிப் போடப்பெற்ற நாய்களைப் போல, ஆண்கள் அவளை வெறித்து நோக்கிக்கொண்டிருந்தார்கள்.

இடையிடையே அந்தப் பெண்கள் மெல்லிய கீச்சுக் குரல்களை எழுப்பினார்கள்; அதைக் கண்டதும். பெலாஜியா பயந்த சுபாவத்தோடு பின்வருமாறு சொன்னாள்:

“பெண்டுகளா! கொஞ்சம் சத்தத்தைக் குறையுங்கள்.”

“யாரோ என்னைக் கிள்ளி விட்டார்கள்,” என்று எவளாவது ஒருத்தி வாயைப் பிளப்பாள்.

மேஜையினருகே நிலவிய வழக்கத்துக்கு மாறான குழப்பம், வேலைக்காரர்களின் அடக்க ஒடுக்கமற்ற கேலிப் பேச்சுக்கள், களையெடுக்கும் பெண்களின் வெட்கமற்ற பார்வைகள், எல்லாவற்றுக்கும் மேலாக ஸாவ்காவின் உருளும் கண்கள் – இவையனைத்தும் மாட்வியைக் கோபமூட்டின.

‘’அம்மா!” என்று அவன் தன் கரண்டியைக் கீழே விட்டெறிந்தவாறே சொன்னான்: “அவர்கள் என்ன செய்கிறார்கள் என்று பார்த்து நடக்கச் சொல்லுங்கள். அவர்கள் மேஜைமுன் அமர்ந்திருக்கிறோம் என்பதையே மறந்து விட்டாற்போலத் தெரிகிறது.”

மறுகணமே அவன் தன் சொந்தத் துணிச்சலைக் கண்டு பிரமித்துக் குழம்பிப் போய்விட்டான். தன்னை எதிர்த்து யாராவது ஒருவர் ஏதாவது சொல்லக்கூடும் என்று எதிர் நோக்கி, அவன் ஒன்றிரண்டு நிமிஷம் வரையிலும் நிமிர்ந்தே பார்க்கவில்லை. ஆனால், தங்கள் சின்ன எஜமானின் குரலைக் கேட்டதுமே, அவர்கள் எல்லோரும் அடங்கி வாயடைத்துப் போய்விட்டார்கள். அதன் பின்னர்ச் சப்புக்கொட்டும் உதடுகள், அசை போடும் தாடைகள், நெடு மூச்சு வாங்குதல், பாத்திரத்தின் விளிம்பின்மீது கரண்டிகள் மோதுதல் ஆகியவற்றின் சப்தங்களைத் தவிர வேறு எதுவுமே கேட்கவில்லை.

மாட்வி தன்னையே வியப்புடன் பார்த்துக்கொண்டான்; மேலும். அவர்கள் மேஜையை விட்டு எழுந்தபோது அவர்கள் எல்லோரும் அவனைப் போக விடுத்து மரியாதையாக இடம் விட்டு ஒதுங்கி நின்றதைக் கண்டதும் அவனது வியப்பு மேலும் அதிகரித்தது. மீண்டும் அவன் வெட்கத்தால் கன்றிச் சிவந்தான். ஆனால்

இம்முறையோ அந்த வெட்கத்தோடு ஓர் ஆனந்தம் – மற்றவர்களின்மீது தனது அதிகாரத்தால் ஏற்பட்ட ஆனந்தமான தன்னுணர்வு – கலந்திருந்தது.

மத்தியானச் சூரிய ஒளியால் பளிச்சென்று இருந்த தனது அறைக்குள் வந்தவுடன் அவன் ஜன்னல் கதவுகளை மூடிவிட்டு, தரைமீது படுத்துக்கொண்டான். அவனது மனக் கண் முன்னால், எல்லோரும் கண்டு பயப்படும் அவனது தந்தையின் மயிரடர்ந்த கைகளும், கூரிய சிறிய கண்களும் தோன்றின.

'எல்லாம் எவ்வளவு சுலபமான காரியம்!' என்று நினைத்தான் அவன். ஜனங்களைப் பணிந்து நடக்கச் செய்யவேண்டுமானால், அவர்களை நோக்கிச் சத்தம் போட வேண்டியது. அவ்வளவுதான்! எவ்வளவு எளிமையான காரியம் இது!

அவன் நன்றாக அயர்ந்து தூங்கினான்; கிட்டத்தட்ட இருட்டுகின்ற நேரத்தில் அவன் விழித்தெழுந்தான். ஜன்னல் கதவின் இடுக்கின் வழியாக உள்ளே நுழைந்த சிவந்த சூரியக் கதிர் ஒன்று அந்த அறைக்குள் நிலவிய உஷ்ணத்தில் உருகியோடுவது போலத் தோன்றியது. தோட்டத்திலே பெண்கள் ஒருவருக்கொருவர் சோர்ந்த குரலில் கூப்பிட்டுக் கொண்டிருந்தார்கள்; வயல்களிலேயிருந்து திரும்பி வரும் மந்தைகளின் மெல்லிய முக்கார ஒலி, பெட்டைக் கோழிகளின் கொக்கரிப்பு, காட்டுக் காடைகளின் கீச்சுக் குரல் ஆகியவற்றை அவன் கேட்டான்.

அந்தத் தினத்தில் தன்னுள் ஏதோ புதியதான ஒன்று பிறப்பெடுத்துள்ளது என்ற ஓர் உணர்ச்சியுடன் அவன் பழத் தோட்டத்தினுள் சென்று ஆழ்ந்த நெடுமூச்செடுத்தான். அங்கு நிலவிய மணம் மிகுந்த காற்று அவனது தலையைக் கிறுகிறுக்க வைத்து, அவனது ரத்தத்தில் ஓர் இனிமையான விஷத்தைச் சிலிர்த்தோடச் செய்தது.

தனது மார்புக்குள் சொர்க்கலோகமே புகுந்துவிட்ட மாதிரியும், சூரியக் கதிர்கள் தனது ரத்த நாளங்களிலே துடி துடித்து ஓடிப் பெருகுவது போலவும் தோன்றும் அத்தகைய நேரங்களை அவன் மிகவும் நேசித்தான். அவனது கண்களிலே ஒரு நீலவொளி மயக்கம் திரையிட்ட போதும். அவனது உடம்பு மண்ணின் மணத்தை உண்டுகளித்து, கரைந்து போவது போலத் தோன்றியபோதும், அவன் பூமியில் தானும் ஒன்றியிருப்பதன் இனிய உறைப்புணர்ச்சியை அறிந்தான்.

அவனது காதுகளியே ஒலித்த மங்கிய ரீங்காரத்துக் கிடையில், பெலாஜியா உள்ளமுங்கிய தொனியில் கத்துவதை அவன் கேட்டான்;

"ஐயோ! நீ என்னதான் சொல்கிறாய்?"

அவன் தன் தலையைப் பின்னால் உலுக்கியவாறு புன்னகை புரிந்தான்; சுற்றுமுற்றும் பார்த்தான். ஆனால், அவனது சிற்றன்னையை அங்குக் காணவில்லை.

"ஊஹூம். இல்லை, இல்லை," என்று அவள் மீண்டும் கத்துவதை அவன் கேட்டான். அவளது குரல் குளிப்பறைக்குப் பின்னாலிருந்து கேட்டது.

கிட்டத்தட்ட ஒன்றோடொன்று பிணைந்துகொண்டு நின்ற நான்கு பழைய பெர்ச் மரங்கள் அங்கு ஓர் இருண்ட மூலையை உருவாக்கியிருந்தன.

திடீரென்று தோன்றிய தீமையின் சூசகத்தால் தூண்டப் பெற்றவனாய், அவன் காட்டிலந்தைச் செடிப் பாத்தியின் வழியாக. அரவமின்றி ஓடிச் சென்றான்; குளிப்பறைக்கு வந்ததும் சட்டென்று நின்றான். தனது இருதயத்தை யாரோ குளிர்ந்து இறுகிய விரல்களால் அழுத்திப் பிடிப்பது போல அவன் உணர்ந்தான். பெர்ச் மரங்களுக்கடியில் பெலாஜியா தன் கைகளைத் திருகியவாறு நின்றுகொண்டிருந்தாள்; ஸாவ்கா அவளை முழங்கைகளில் எட்டிப் பிடித்துக் கொண்டு, அவள் காதில் வார்த்தைகளைப் பொழிந்துகொண்டிருந்தான். அவனது கிசுகிசுப்புக்குரல் உரத்தும் தெளிவாகவும் இருந்தது. இருந்தும், அவன் என்ன சொல்கிறான் என்பதை அந்தப் பையனால் முதலில் புரிந்துகொள்ள முடியவில்லை. அந்த அளவுக்கு அவனுக்குத் தன் சிற்றன்னையின்மீது கோபாவேசமான வெறுப்பு ஏற்பட்டிருந்தது. அவளது கண்களும் ஸாவ்காவின் கண்களைப் போல அவளது தலையிலிருந்து புடைத்துக்கொண்டு வெளியே வருவது போல அவன் கற்பனை செய்தான். இறுதியில் அந்த மனிதன் என்னதான் சொல்கிறான் என்பதை அவன் தெளிவாகக் கேட்டான்.

“நாமெல்லாம் இப்போது சுதந்தர மனிதர்கள். எவனிடம் பணம் இருக்கிறதோ அவன்தான் இப்போது எஜமான்; அவன்தான் பிரபு!”

அவன் பெலாஜியாவின் கரங்களைப் பிடித்து அவற்றை ஒரு கணம் மேலே தூக்குவதும், மறுகணம் அவற்றை அவளது உடம்போடு சேர்த்து அமுக்குவதுமாக முரண்டிக் கொண்டிருந்தான்.

“என்னைப் போக விடு!” என்று பெலாஜியா திரும்பத் திரும்பச் சொன்னாள்: “உனக்கென்ன பைத்தியமா?”

“சீக்கிரமே முடிவுக்கு வா – நான் ஒன்றும் உன்னை நிம்மதியாக இருக்க விடமாட்டேன். அந்தக் கிழவனுக்காகப் பரிதாபப்படுகிறாயா? ஏன் படவேண்டும்? என்ன இருந்தாலும், யாரவன்? க்வாஸ்பீரியே கொஞ்சம் போலத் தூவிக் கலந்து விடு, அவ்வளவுதான் – அதனை நான் தருகிறேன் உனக்கு – துளியளவு கலந்தாலும் போதும், அல்லது நீ அதனை அவனுக்குச் செய்யும் ரொட்டியுடனும் கலந்து விடலாம். உன் மகனுக்குக்கூட நீ இதே மாதிரி செய்யலாம்...”

மாட்விக்கு அந்த வார்த்தைகளின் அர்த்தம் புரிந்தது; பொடிகளால் விஷமிடப் பெற்ற மனிதர்களின் வரலாறுகளைப் பற்றி அவன் எவ்வளவோ கேள்விப்பட்டிருந்தான். திடீரென்று அவன் நிதானமிழந்தான்; குளிப்பறைச் சுவரின்மீது சாத்தி வைக்கப்பட்டிருந்த ஒரு மண்வெட்டியை எட்டியெடுத்தான்; பின்னர் முன்னால் பாய்ந்து, ஸாவ்காவைத் தனது பலங்கொண்ட மட்டும் அதனால் தாக்கினான்.

“அட கடவுளே!” என்று கத்தியவாறே பெலாஜியா துள்ளிக் குதித்து ஒதுங்கினாள்.

மாட்வி மண்வெட்டியை மீண்டும் ஓங்கினான்; ஆனால், அதுவோ மேலிருந்து கீழிறங்காமல், அவனது கைகளிலிருந்து பிடி தவறிப் போய் விட்டது. வயிற்றிலே விழுந்த ஒரு பலத்த அடி அந்தப் பையனைத் தடுமாறிக் கீழே விழச் செய்தது. அத்துடன் அவனும் கண்கள் இருண்டு மயக்கம் போட்டு விழுந்தான். என்றாலும், ஒரு வேதனையுணர்ச்சி அவனைத் தன்னுணர்வு கொள்ளச் செய்தது. யாரோ அவனது விரல்களின் மீது மிதித்து விட்டார்கள்.

அவன் தன் தலையை உயர்த்தி எழுந்து உட்கார்ந்தான். பக்கத்திலே ஒரு ஜனக்கும்பல் தானியக் கதிரைச் சூட்டிப்பது போன்று உறுமிக்கொண்டும், கைகளை உதறிக்கொண்டும் ஒரு கைகலப்பிலே ஈடுபட்டிருப்பது தெரிந்தது. வேலியின் உச்சியிலுள்ள ஆணிகளுக்கு மேலாக, பல தலைகள் எட்டியெட்டி மேலெழும்பின. ஊக்கமிகுந்த குரல்களும் கேட்டன:

“அவனை வயிற்றிலே குத்து!”

“தோள் பட்டைக்குக் கீழே கொடு! அவிசாரி மகனே!”

பெலாஜியா மாட்வியின்மீது குனிந்திருந்தாள். ஆனால், அவள் என்ன சொல்கிறாள் என்பதை அவனால் புரிந்து கொள்ள முடியவில்லை; வேலிக்குப் பின்னால் காலையும் கையையும் நீந்துவது போல உதைத்துக்கொண்டு கீழே விழுந்து கிடக்கும் ஸாவ்காவை அந்த மனிதர்கள் எல்லோரும் சேர்ந்து உதைக்கும் காட்சியினால் அவன் அவ்வளவு தூரம் பீதியடைந்து போய்விட்டான். பெரிய குஷிப் பேர்வழியான மிக்காலோ என்ற பெயருள்ள விவசாயி, குதிரைக் குளம்பு போல உறுதியாகவும் கறுப்பாகவும் இருந்த குதியங்காலால் ஸாவ்காவின் முதுகில் மாறி மாறி மிதித்துக் கொண்டிருந்தான். அடிபட்டுக் கிடப்பவனின் அருகில் கட்டுமஸ்தான உடம்பும் சுமுக பாவமும் கொண்ட ஐவான் என்ற இளைஞன் முழங்காலிட்டு அமர்ந்திருந்தான். அவனோ அவனது தலையை மொட்டையான சிவந்த முஷ்டியொன்றால் வெட்டியெடுக்க முயல்வது போல, அவனது பிடரியில் குத்து விட்டுக்கொண்டே யிருந்தான்.

ஸாவ்காவோ ஆடைகளெல்லாம் கிழிந்து தொங்க. உடம்பெல்லாம் புழுதியும் ரத்தமும் கலந்து தென்பட, தனது தலையைச் சேற்றிலே புதைத்தவாறு, கீச்சுக் குரலில் பின்வருமாறு கத்தினான்:

“ஐயோ! நிறுத்துங்கள்; நிறுத்துங்கள்!”

“அவனை மல்லாக்கத் திருப்பிப் போட்டு, இருதயத்திலே ஒரு குத்து விடுங்கள்!” என்று வேலிப்புறத்திலிருந்து ஒரு குரல் வந்தது.

“சில பேருக்குக் கட்கத்திலே துருத்திகள் இருக்கும். எனவே, எவ்வளவு அடித்தாலும் அது அவர்களுக்கு வலிக்காது. அவர்களுக்கு உயிரே போகாது!”

பெலாஜியா, புஷ்கார்யோவ், நடால்யா மூவரும் மாட்விக்குச் சிகிச்சை செய்தார்கள். அவர்கள் அவனது நெற்றியின்மேல் ஓர் ஈரத் துணியைப் போட்டு, அவனுக்குக் குடிப்பதற்கு எதையோ தந்தார்கள், அந்தப் பயங்கரமான காட்சி

யிலிருந்து கண்களை விலக்காமலே. அவன் அதனை விழுங்கித் தீர்த்தான். அவன் ஏதோ சொல்ல முயன்றான்; எனினும், வலியினாலும் பயங்கரத்தாலும் வாயடைத்துப் போய் விட்டான்.

"நிறுத்துங்கள்!" என்று அவன் கடைசியாக வாய்விட்டுக் கத்தினான்,

மிக்காலோ திரும்பி அவனைப் பார்த்தான்.

"ஆம், இவனுக்கு இவ்வளவு போதும்," என்று அவனும் ஒப்புக்கொண்டான்.

ஸாவ்கா ரத்தமும் மண்ணும் கலந்து சேறாக அப்பிக் கொண்டிருந்த தனது கைவிரல்களால் அந்த வேலிப் பலகைகளைப் பற்றிப் பிடித்தவண்ணம் ஊர்ந்து சென்றான். அவன் மூட்டோடு வெட்டிப் போடப் பெற்ற அடிமரம் போலத் தோற்றினான் நொண்டி நடக்கும் அவனது கால்கள் இழுபட்டுச் செல்லும் வேர்கள் போலவும், கிழிபட்டுப் போன சட்டையும் கால்சராயும் பிய்ந்து பிதிர்ந்து போன மரப்பட்டை போலவும், அதற்கடியிலிருந்து கரிய நிறத்தில் மரத்தின் பிசின் வழிந்தொழுகுவது போலவும் தோற்றியது.

மிக்காலோ பெலாஜியாவுக்கு அடுத்தாற்போல நின்றான்.

"எஜமானி! எங்களுக்கெல்லாம் நீங்கள் குடிப்பதற்கு ஏதாவது வழங்கினால் நல்லது," என்று புன்னகையுடன் சொன்னான் அவன்.

"அந்த அயோக்கியனைக் குளிப்பறைக்குள்ளே இழுத்துத் தள்ளுங்கள்!" என்று புஷ்கார்யோவ் சுத்தினான் மாட்வியின் இருதயம் வலித்தது; கைகள் நடுங்கின. அவனது தொண்டையை அடைத்த வேகத்தால் அவனுக்கு மூச்சுவிடக்கூடத் திணறியது. அவன் தன் சிற்றன்னையின் கரத்தைப் பற்றிப் பிடித்துக்கொண்டு, தன்னைச் சுற்றி நின்றவர்களைப் பரிதாபகரமாகப் பார்த்தான். அவர்கள் பேசிய ஒவ்வொரு பேச்சும் அவனது சதைக்குள் கூரிய நகங்களைச் சொருகுவது போலிருந்தது.

"ஸ்டீபன் புஷ்கார்யோவ்!' என்று பெலாஜியா புஷ்கார்யோவைக் கூப்பிட்டாள்: "நான் அவனைக் குளிப்பறையில் தள்ள மாட்டேன். இரவில் அவன் வெளிவந்து விடவும் கூடும். ஆமாம்..."

"ஹா ஹா! அப்படியென்றால் உனக்குப் பயமாக இருக்கிறதா? ஏ, பெட்டை நாயே!" என்று யாரோ வேலிப்புறத்திலிருந்து குதூகலத்தோடு கத்திய குரல் கேட்டது.

மாட்வி துள்ளியெழுந்து, அங்கு நின்று வேடிக்கை பார்த்தவர்களின்மீது மண்கட்டிகளை எடுத்து வீசத் தொடங்கினான்.

நான்கு மனிதர்கள் ஸாவ்காவைக் காலையையும் கையையும் பிடித்து, அவனை ஒரு சாக்கு மூட்டையைத் தூக்கிச் செல்வது போல, அவனது முதுகு தரையிலே மோதிச் சிராய்க்கும் விதத்தில் இழுத்துச் சென்றார்கள்.

“அவனைக் கொஞ்சம் தூக்கிப் பிடியுங்கள். இல்லாவிட்டால். அவனது முதுகுத்தோல் பூராவும் உரிந்துவிடப் போகிறது,” என்று வாட்டத்தோடு சொன்னான் மிக்காலோ.

வேலைக்காரர்கள், களையெடுக்கும் பெண்கள், விலாஸ்யேவ்னா எல்லோருமே தோட்டத்தில் கூடிவிட்டார்கள். மிருந்த அதிர்ச்சியுணர்ச்சியும், பேசுவதற்குக்கூட அவநம்பிக்கையும் பெற்றிருந்த மாட்வி ஒரு வார்த்தைகூடப் பேசாமல் அவர்களை வெறித்து நோக்கினான். அவர்கள் உரத்த குரலில் சம்பாஷித்தார்கள்; சிரித்தார்கள்; கேலி பேசினார்கள், அவர்களில் ஒருவர்கூட ரத்தத்தைக் கண்டு அருவருப்போ பயமோ கொண்டவர்களாக, அல்லது ஸாவ் காவின்மீது உண்மையிலேயே கோபம் கொண்டவர்களாகத் தோன்றவில்லை. அவன் அவர்களுக்கு ஒரு வேடிக்கைப் பொருளாகத்தான் இருந்தான்; அவர்கள் அவனுக்குக் கொடுத்த அடி உதைகளைச் சொல்லி, தமக்குத் தாமே பெருமைப்பட்டுக் கொண்டார்கள்.

“அவன் ஒரு முட்டாள்!” என்று சுமுக பாவத்தோடு சொன்னான் ஐவான் “ஒரு மாதிரியான அரைப்பைத்தியம்.”

எப்போது பார்த்தாலும் அவன் சுதந்தரத்தைப் பற்றியே பேசுகிறான். சுதந்தரத்தைத் தவிர வேறு பேச்சுக் கிடையாது.”

“ஹூம். அவன் இன்னும் வளரவில்லை.”

எல்லோரும் வேலையைச் செய்து முடித்து விட்டு, உற்சாகமாக இருப்பது போல. வழக்கத்துக்கும் அதிகமாக அவர்கள் எல்லோரும் குதூகலமாகவும் ஜீவனோடும் இருந்தார்கள்.

மாட்வி சமையலறைக்குள் சென்றான்; அங்கு விலாஸ்யேன்னா பெலாஜியாவின் இடது தோளிலும் மார்பிலும் பட்டிருந்த ஒரு பலத்த சிராய்ப்புக் காயத்தைக் கழுவிக் கொண்டிருப்பதைக் கண்டான்.

‘‘எஜமான் வீடு திரும்பி வந்ததும் நாம் அவரிடம் என்னத்தைச் சொல்லிச் சமாளிக்கப் போகிறோம்?” என்று சொல்லிக்கொண்டிருந்தாள் விலாஸ்யேவ்னா.

“அவர்கள் காட்டிலந்தைக் கன்றுகளையெல்லாம் மிதித்துத் துவைத்து விட்டார்கள்!” என்றாள் பெலாஜியா, பின்னர் அவள் மாட்வியைக் கண்டாள்; கண்டதும் சட்டென்று திரும்பிக்கொண்டாள்.

“நீயா இங்கே? –அதுவும் நான் இந்த நிலையிலே இருக்கும்போது!” என்று கத்தினாள் அவள்.

“பரவாயில்லை. அவன் இன்னும் குழந்தைதான்.” என்று ஆசுவாசப்படுத்தினாள் விலாஸ்யேவ்னா.

மாட்வி அவளிடம் தன் குணத்தைச் சிறிது காட்ட விரும்பினான். என்றாலும், அவன் பல்லைக் கடித்துக்கொண்டு வாயிற்கூடத்துக்குச் சென்று, அங்குள்ள வாசற்படியின் மீதமர்ந்து சிந்தனையில் ஈடுபட்டான்.

ஜனங்கள் சண்டை போட்டுக்கொள்வது சகஜமான விஷயந்தான். விடுமுறை நாட்களில் குடித்துவிட்டு வரும் வேலைக்காரர்கள் தம் ஒவ்வொருவரது திறமையையும் சக்தியையும் பரிசோதித்துப் பார்ப்பதற்காக. ஒருவரோடொருவர் மோதிக்கொள்வதை அவன் அடிக்கடி பார்த்திருக்கிறான். மேலும், தமது மூர்க்கமான ரத்தம் பாய்ந்த கண்களை உருட்டி விழித்துக்கொண்டும். பற்களைக் கோபாவேசத்தோடு நெறு நெறுவென்று கடித்துக்கொண்டும், வெறிநாய்களைப் போல மனிதர்கள் தரையிலே உருவஞ்சிதைந்த பிண்டம் போல உருண்டு புரண்டு மூர்க்கமாகச் சண்டை பிடிப்பதையும் அவன் பார்த்திருந்தான். அத்தகைய சண்டைகள் அவனைப் பயமுறுத்தவில்லை. ஆனால், இன்றைய சண்டையோ வேறு விதமானது. இன்றோ மனிதர்கள் பலர் உற்சாகத்தோடும், திட்டமிட்ட முறையோடும், ஈவிரக்கமற்றும், ஒரு தனி மனிதனை மரண அடியாக அடித்துப் புரட்டுவதையும், ஏதோ விளையாட்டில் இன்பம் காண்பது போல அதிலே இன்பம் காண்பதையும் அவன் கண்டான். அதைக் கண்டே அவன் பயந்தான். தமது வேலைக்காரக் கூட்டாளிகளில் ஒருவனை அடித்துத் தள்ளி, அவனது ரத்தத்தால் கறைப்பட்ட தமது விரல்களைத் தமது கால்சராயில் அமைதியோடு துடைத்துவிட்டுச் செல்லக்கூடிய மனிதர்களைக் கண்டுதான் அவன் பயந்தான்.

நடால்யா விளையாட்டுக் குணம் படைத்த நாய்க்குட்டியைப் போலக் குறுகுறுத்தவண்ணம் ஒரு கூடைக்களையை முற்றத்திலே கொண்டுவந்து கொட்டுவதற்காக அவனைக் கடந்து ஓடினாள். அவளுக்குப் பின்னால் ஒரு நீண்ட கரிய நிழல் பின் தொடர்ந்தது; அதனைக் கண்டதும் அவனுள் இதற்கு முன் தோன்றாத.இனந்தெரியாத உணர்ச்சிகள் கிளர்ந்தெழுந்தன.

பெலாஜியா வெளியே வந்து அவனமர்ந்திருந்த படிக்கு மேற்படியில் அமர்ந்துகொண்டாள்.

“ஸாவ்கா உன்னை அடித்த போது உனக்கு ரொம்ப வலித்ததா?” என்று அவனது தோள்மீது கையைப் போட்டவாறே கேட்டாள் அவள்.

“இல்லை!” என்று அவன் பதிலளித்தவாறே. தன்னையுமறியாமல் அவள் பக்கம் நெருங்கியமர்ந்து, அவளது வெளிறிய, கீழ்நோக்கிய முகத்தைக் கூர்ந்து பார்த்தான்: “அவனை அடிக்குமாறு நீதான் அவர்களிடம் சொன்னாயா?”

“இல்லை. அவர்களாகத்தான் செய்தார்கள். உன்னைக் கண்டதுமே நான் வாய்விட்டுக் கூச்சல் போட்டுவிட்டேன். ஐயோ! அப்போது நீ எவ்வளவு பயங்கரமாகக் காட்சியளித்தாய் தெரியுமா? அவன் என் தொண்டைக் குழியைப் பிடித்தான்; அதற்குள் அவர்கள் ஓடி வந்தார்கள். அவர்கள் அவனை வெகுநேரம் விட்டு வைக்கவில்லை. அவன் என்னிடம் மிருகத்தனமாக நடந்துகொண்டான். இருந்தாலும்... அவன் இத்தோடு சரியாகி விடுவான் என்று நீ எண்ணுகிறாயா?”

மாட்வி வானத்தை ஏறிட்டுப் பார்த்தான். சந்திரனுக்கு அடுத்தாற்போலத் தோன்றிய சின்னஞ்சிறு நீலத்திட்டில் ஒரு பொன்னிறமான தாரகை உதயமாகி, கண்சிமிட்டத் தொடங்கியது. அவனது கண்கள் சிற்றன்னையின் முகத்தை நோக்கித் திரும்பின.

"அவனைக் கொல்லுமாறு நான் அவர்களுக்கு ஒயினை லஞ்சமாகக் கொடுத்தால், அவர்கள் அவ்வாறே செய்வார்கள் என்று நீ நினைக்கிறாயா?" என்று கேட்டான் அவன்.

"ஆம்!" என்று ஒரு பெருமூச்சுடன் சொன்னாள் அவள். இரவுச் சாப்பாட்டுக்கு அவர்களுக்கு அழைப்பு வந்தது. அவர்கள் உள்ளே சென்றார்கள். ஜீவதீர்த்தம் என்று பட்டப் பெயர் பெற்ற ஒரு கொழுத்த நரைத்த தலைகொண்ட கிழவி ஸாவ்கா பட்ட காயங்களைப் பற்றி விரிவான, விளக்கமான விவரங்களையெல்லாம் கூறினாள். அத்துடன் அவன் குளிப்பறையிலேயிருந்து "ஏதோ பயங்கரமான" விஷயத்தையும் முனகியதாகச் சொன்னாள். அவள் கூறிய விவரங்கள் திருப்திகரமாக இருப்பதாகக் கருதிய ஏனைய வேலைக்கார ஆண்கள் வாய்விட்டுச் சிரித்தார்கள்.

"அது சரிதான்," என்று மிக்காலோ கூறினான். இன்னது தான் பேசுகிறோம் என்பதைத் தெரிந்துகொண்டு பேசும் ஒருவனின் தொனியில் இருந்தது அவனது பேச்சு: "காலையில் அவன் சரியாகி விடுவான். ஐந்து வருஷங்களுக்கு முன் நான் பட்ட அடியை நீங்கள் பார்த்திருக்க வேண்டுமே! அதுதான் அடி!"

உடனே எல்லோரும் தாம் கொடுத்த, வாங்கிய அடிகளைப் பற்றிய சம்பவங்களையெல்லாம் ஆர்வத்தோடு நினைவு கூர்ந்து, அவற்றைப் பற்றிப் பேசத் தொடங்கி விட்டார்கள்.

இவர்கள் எல்லோருமே கொடியவர்கள்தானா என்று தணிந்த புருவங்களின் வழியே அவர்களைப் பார்த்த வண்ணம் நினைத்தான் மாட்வி.

அந்தப் பேச்சுச் சுவாரசியத்தின் மத்தியில் இளைஞனான குஜ்மா நடால்யாவைக் கிள்ளி விட்டான் போலும். அவள் உள்ளடங்கிய குரலில் கூச்சலிட்டவாறு, தனது கரண்டியை மேஜைமீது போட்டுவிட்டு, கைகளை மேஜைக்கடியிலே கொண்டு சென்றாள்.

"ஏ, பிசாசுகளா! நிறுத்துங்கள்!" என்று புஷ்கார்யோவ் கத்தியவாறே அந்தப் பையனையும் அவளையும் தனது கரண்டியால் நெற்றியில் டக்கென்று தட்டினான்.

எல்லோரும் சிரித்தார்கள். மாட்வியின் சிற்றன்னை ஏதோ ஒரு குறைபாட்டை முணுமுணுத்தாள். நடால்யா புன்னகை புரிய முயன்றவாறு ஏதேதோ விசித்திரமான சிற்றொலிகளை எழுப்பினாள். ஆனால், அவளது முகமோ வெறுமனே நீண்டு, வேதனை உணர்ச்சியுடன் விறைக்கத்தான் செய்தது.

மாட்வி இடத்தை விட்டு எழுந்தான். அவர்களெல்லாம் தம்மில் தாமே வெட்கப்படுமாறும், மற்றவர்களுக்காக அனுதாபம் கொள்ளுமாறும் சுருக்கென்று ஏதாவது சொல்ல வேண்டுமென்று அவன் விரும்பினான். ஆனால், அவனுக்கு வார்த்தைகளே வரவில்லை; எனவே. அவன் வெறுமனே பெஞ்சைத் தாண்டி, சமையலறையை விட்டு வெளியே சென்றான்.

“என்னால் இதைச் சகிக்க முடியாது.” என்று அவன் போகும்போதே முணுமுணுத்துக்கொண்டான்.

முற்றத்துக்கு வந்ததும் அவன் வெளி வாசலுக்கருகிலிருந்த ஒரு மூலையில் குறுகியமர்ந்தவண்ணம் ஏலாத் தன்மை மிக்க கோபத்தோடும், பயத்தோடும், ஆத்திரத்தோடும் அழுதான்.

பின்னர் பெலாஜியா அவனை அங்குக் கண்டாள்.

“அப்பாவித் தாயில்லாப் பிள்ளாய்!” என்று கூறியவாறே அவள் அவனை வீட்டுக்குள் இழுத்து வந்தாள்: “அவர்கள் உன்னை எப்படிப் புண்படுத்தி விட்டார்கள்! அதுவும் இங்கே! உன் சொந்த வீட்டில்! வீட்டுக்கு வெளியே அவர்கள் என்னதான் செய்ய மாட்டார்கள்?”

“நான் அவர்கள் மண்டையை உடைக்கத்தான் விரும்புவேன்!” என்று அவன் அவளோடு ஒண்டியவாறே கத்தினான்: “பொறுத்திரு. நான் பெரியவனாகட்டும். அப்புறம் பார்!”

அவனது அறையின் ஜன்னல் திறந்து கிடந்தது. சல்லா போன்ற பஞ்சு மேகத்திரளைப் போலக் காட்சியளித்த எலுமிச்சை மரங்களின் உச்சிகளின் வழியே, சந்திர ஒளி நிரம்பிய வானம் பிரகாசித்தது. தூரத்திலிருந்து பாட்டுக் குரலும், தம்போரைன் வாத்தியத்தைத் தட்டும் ஒலியும் கலந்து வந்தன. கன்னியாஸ்திரீ மடத்தில் மணி அடித்தது; குழல் வாத்தியம் கீச்சுக் குரலில் அழுமொலி எழுப்பியது. அவனது கரத்தை இன்னும் பற்றிப் பிடித்தவாறே, பெலாஜியா அவனை அவனது அறைக்குள் கூட்டிச் சென்று, ஜன்னலருகில் உட்கார்ந்தாள். அவன் தனது தலையை அவளது தோள்மீது சாய்த்தான்; அவளது குரலின் சப்தத்திலே ஈடுபட்டு மயங்கினான்.

“நான் தொலைவிலிருந்து இங்கு வந்திருந்தால் வேறு மாதிரியாக இருந்திருக்கும். ஆனால் இங்கோ நான் ஒரு வழுக்கி விழுந்த பெண் என்பதும், பப்னோவின் வைப்பாட்டியாக இருந்தேன் என்பதும் எல்லோருக்கும் தெரியும். அவர் உன் தந்தையிடம் பட்டிருந்த கடனுக்காகத்தான் உன் தந்தை என்னைக் கொண்டு வந்தார் என்பதும் தெரியும். எனவே, யாரும் என்னைப் பொருட்படுத்துவதுமில்லை; மதிப்பதுமில்லை. நான் ஓர் அருமையான எஜமானி அம்மாளாக இருக்கிறேன்! அவர்கள் என்னை மரியாதையுடன் கூட அழைப்பதில்லை! நான் வெளியிலும் போகத் துணிவதில்லை; எனக்கு நண்பர்களும் இல்லை. உன் தந்தை என்னை வெளியே போகவிட்டால், நான் யாராவது நண்பர்களைத் தேடிக் கொள்வேன். ஆனால், அவருக்கோ என்மீது நம்பிக்கையில்லை. மேலும், அவர்தான் ஏன் நம்ப வேண்டும்? ‘பழக்கப்பட்ட பாதை என்றால் எல்லாருந்தான் போகலாம் – பாதிரியார் முதல் பைசாசம் வரை’ என்பது பழமொழி. அந்த ஸாவ்கா அவன் ஒரு பையன்தான். என்றாலும் அவன் தன் எஜமானுக்கே விஷம் வைக்குமாறு என்னிடம் சொல்லுமளவுக்குத் துணிந்து விட்டான். இந்த மாதிரியான விஷயத்தை வேறு எந்தப் பெண்ணிடமும் அவன் சொல்லமாட்டான். ஆனால், என்னிடம் அவன்

என்ன வேண்டுமானாலும் விரும்பியதைச் சொல்ல முடியும், அயோக்கியன்! நான் அவ்வளவு தனியளாகி விட்டேன்! எனக்கு மட்டும் பொழுதைப் போக்க ஏதாவது ஒரு வேலையிருந்தால்!”

அவளது கண்களிலே கண்ணீர் பொங்கி வந்தது. அவள் தனது பரிதாப நிலையில் அழுது முனகினாள். அவள் மாட்வியைக் கரங்களால் வளைத்து, அவனது தலையைத் தன் மார்பின்மீது சாய்த்துக்கொண்டு பின்வருமாறு திரும்பத் திரும்பச் சொன்னாள்:

“ரொம்பத் தனியள்! தனியள்!”

முடமான சிந்தனைகள் அவனது மார்புக்குள்ளே ஆரவாரித்தன. அன்று காலையிலே ஏற்பட்ட அதே உணர்ச்சிக் கிளர்ச்சியைத்தான் மீண்டும் பெறுவதை அவன் வெட்க உணர்ச்சியோடு உணர்ந்தான். எனினும், அதனை அடக்குவதற்கான சக்தியில்லாமல் அவன் தன் உதடுகளை அவளது தோள்மீது அழுத்தினான்; அவளது உடம்பின் மணத்தை உள்ளுக்கிழுத்து சுவாசித்தான்.

“அருமைப் பையா!” என்று கிசுகிசுத்தாள் பெலாஜியா: “நாம் ஏன் பிறந்தோம்? நாம் எதற்காக வாழ்கிறோம்?”

தன்னையுமறியாமல் அவன் அவளோடு நெருங்கியணைத்தான்; பின்னர்த் திடீரென்று பின்வாங்கினான்.

“குத்திவிட்டதா?” என்று மாசற்ற குரலில் கேட்டாள் அவள்: “என் இரவிக்கை கிழிந்துவிட்டது. எனவே, அதனைக் குண்டூசியால் சேர்த்துக் குத்தியிருந்தேன்; அதனை மாற்றிக் கொள்வதற்கு எனக்கு நேரம் கிடைக்கவில்லை. இதோ குண்டூசியை எடுத்து விடுகிறேன்.

அவள் தனது மார்பகத்தைத் திறந்து விட்டவாறு ஜன்னல் விளிம்பின்மீது சாய்ந்தாள். அவன் தனது கட்டுப் பாட்டையெல்லாம் இழந்து அவளது மார்பகத்தைத் தனது உதடுகளால் வேட்கையுடன் தடவிப் பிடித்தான்.

“என்ன காரியம் செய்கிறாய்?” என்று அவனை விலக்கித் தள்ளியவாறே கிசுகிசுத்தாள் அவள்: ‘நிறுத்து, மாட்வி.”

அவள் சட்டென்று எழுந்து நின்று, அவனது தலையைத் தனது கைகளில் தாங்கிப் பிடித்தவாறு கண்டிக்கும் தொனியில் முணுமுணுத்தாள்: “பார்த்தாயா? நீ நடால்யாவை மறுத்திருக்கக் கூடாது.”

அவள் ஜன்னலிலிருந்து விலகி இருளின் பக்கமாக ஒதுங்கினாள்.

“படுக்கைக்குப் போ; உன் அறைக் கதவைத் தாளிடாமல் வைத்திரு” என்று காரியார்த்தமான குரலில் சொன்னாள்.

“ஏன்?” என்று அவன் சிறு நடுக்கத்துடன் கேட்டான்.

"அதை என்னிடம் விட்டுவிடு."

அவள் அவனது நெற்றியில் உறுதியோடு முத்தமிட்டுவிட்டு வெளியே சென்றாள்; அந்த மூலையிலே தனியே குந்தியிருந்த அவன் தரையிலே படர்ந்திருந்த நிழல்கள் தன்னை நோக்கிக் கருநிறப் பாம்புக் கூட்டம் போல ஊர்ந்து வருவதைக் கவனித்துக்கொண்டிருந்தான்.

அவன் ஜன்னலுக்கு வெளியே பார்த்தான். சந்திர ஒளி கொண்ட வானம் மிருதுவாகப் பளபளத்தது.

"நான் கதவுகளை அடைத்துவிட வேண்டும்... இந்தக் கொசுக்கள்..." என்று சொப்பனத்தில் முனகுவது போலத் தனக்குத்தானே முனகிக்கொண்டான்.

ஆனால், அவனோ சுவரோடு மேலும் அதிகமாக ஒண்டிப் பதுங்கிக்கொண்டான். மீண்டும் ஒரு நடுக்கம் அவனுள் குளிர்ந்தோடியது. அறைக் கதவுக்கு வெளியே ஏதோ சரசரத்தது; பின்னர்க் கதவு ஜாக்கிரதையாகத் திறக்கப் பட்டது; சந்திரனின் நீல ஒளிமயக்கம் நடால்யாவின் முகத்திலும் வடிவத்திலும் அவளைத் திரும்பிப் போகச் செய்ய முயல்வது போல விழுந்து படிந்தது.

அவளது உதடுகளில் ஒரு புன்னகை உறைந்து நின்றது; அவளது பற்கள் உணர்ச்சியற்றுப் பளபளத்தன. அவளது தலை முன்னால் நீண்டிருந்தது; கண்கள் இரண்டு தீப்பொறிகளைப் போல அந்த அறை முற்றும் சுற்றிப் பறந்து படுக்கையைத் தேடின. அந்த இளைஞன் மூலையிலே இருப்பதைக் கண்டதும் அவை நின்றன; அவனைச் சுவரோடு சுவராகச் சேர்த்து நிலைகுத்தின. அவள் காற்றில் மிதந்து வருவது போல அவனை நோக்கி மெதுவாக வந்தாள்; வரும் போதே ஏதோ முணுமுணுத்தாள்; தரையிலே பாம்புகள் போலத் தோன்றிய நிழல்கள் தரையிலிருந்து துள்ளியெழுந்து அவளது முழங்கால்களைச் சுற்றிக்கொண்டது போலவும், அவளது மார்பிலும் முகத்திலும் தாவி விட்டது போலவும் அவனுக்குத் தோன்றியது.

"போய்விடு!" என்று உரத்த குரலில் சொன்னான் அவன். அவள் அவனைச் சட்டை செய்யாமல் மேலும் நெருங்கி வந்தாள்; அவளது உடம்பிலிருந்து மண், வியர்வை, வைக்கோல் ஆகியவற்றின் மணம் வீசியது.

"போய்விடு!" அவளைத் தொட்டுவிடக்கூடிய தூரத்துக்கு வந்ததும் அவன் மீண்டும் கத்தினான்.

"அம்மா!" என்று கால்களைத் தரையில் உதைத்துக் கொண்டு கரகரத்த குரலில் கூப்பிட்டான் அவன்.

நடால்யா துள்ளிப் பாய்ந்து, பின்னால் சென்று, கதவைப் படாரென்று சாத்தியதை அவன் கண்டான். திடீரென்று அவனை ஒரு சுழற்றுச் சுழற்றித் தூக்கிச் சென்றுவிட்ட ஓர் இருளில் அவன் சிக்கிக்கொண்டுவிட்டான்.

அவனுக்குத் தன் நினைவு வந்தபோது, காடியும், குதிரை முள்ளங்கியும் நாறும் காரநெடி நாற்றத்திலே திணறிக் கொண்டு படுக்கையிலே விழுந்து கிடக்கக் கண்டாள்; பெலாஜியா அவனருகே அமர்ந்திருந்தாள்.

“இன்று ஆண்டவர் நமக்குப் படுமோசமான நாளை அனுப்பிவிட்டார்!” என்று அவள் விலாஸ்யேவ்னாவிடம் கூறுவதை அவன் கேட்டான்.

விலாஸ்யேல்னா குதிரைமுள்ளங்கியைக் கடித்துத் தின்றவாறு தலையைத் திருப்பியவண்ணம் உட்கார்ந்திருந்தாள்.

“என்னமோ நீ இவனுக்குத் தாய் மாதிரிதான்!” என்று தேன் சொட்டும் தொனியில் சொன்னாள் அவள்: “உன் வயதுப் பெண்களையெல்லாம் இவன் வயதுப் பிள்ளைகளுக்கு மணம் செய்து கொடுத்து விடுகிறார்கள். கிராமத்திலே பதினைந்து வயதுப் பையனுக்கு அவனைக்காட்டிலும் மூத்த பெண்ணைத்தான் எப்போதும் நிச்சயம் செய்வார்கள் விவசாயி தனது வாழ்நாள் பூராவும் நெடுங்காலம் உழைக்க வேண்டியிருப்பதால், இது இயற்கைதான், தக்க காலம் வருமுன்பே தனது முதுகு ஒடிந்து போகக் கூடாது என்பதற்காக, ஒவ்வொருவரும் ஒரு வழியைக் கண்டுகொள்ள முயல்கிறார்கள்.”

“நான் என்ன செய்வேன்?” என்று அவளது வார்த்தைகளைச் சட்டை செய்யாமலே கிசுசிசுத்தாள் பெலாஜியா: “அவர்களது அவதூறு மொழியை நான் எப்படி மறுப்பேன்? மேலும், இப்போது இவன் வேறு எதனாலோ நோய் வாய்ப்பட்டு விட்டான்.”

அவளது பயபீதி கொண்ட கண்கள் மேலும் கருமை எய்தின; அவளது முகம் நசுக்குண்டது போல வதங்கி நீண்டது. ஆழ்ந்த பெருமூச்சுடன் அவள் தனது காதை மாட்வியின் மார்பில் வைத்தாள்.

“விலாஸ்யேவ்னாவை வெளியே அனுப்பு.” என்று கிசுகிசுத்தான் அவன்.

சிறிய வியப்போடு அவள் நிமிர்ந்து உட்கார்ந்து, ஒன்றும் பேசாமல் சுவரையே வெறித்து நோக்கியவண்ணம் அமர்ந்திருந்தாள். பின்னர் அவள் தட்டுத் தடுமாறும் குரலில் பின்வருமாறு முனகினாள்: “இவன் தூங்குகிறாற்போலத் தெரிகிறது. நீ போய்ப் படுத்துக்கொள். அவசியமானால் நான் உன்னைக் கூப்பிடுகிறேன்.”

சமையற்காரி சென்றவுடனேயே அவள் மாட்வியின்மீது குனிந்தாள்.

“அந்த அசட்டுப் பெண் உன்னைப் பயமுறுத்தி விட்டாளா?” என்று ஆவலுடன் கேட்டாள் அவள்.

“இல்லை,” என்று வெட்கிய முகத்தோடு வேறு பக்கம் பார்த்தவாறு பதில் சொன்னான். எனினும், தனக்கே காரணம் தெரியாத ஒரு பெருமிதத்தோடு அவன் மேலும் பின்வருமாறு சொன்னான்: “அவள் என்னைத் தொடக்கூட இல்லை”

“என்ன நடந்தது?” என்று அவனருகே மேலும் நெருங்கியவளாய் ஆர்வக் குறுகுறுப்போடு கேட்டாள் பெலாஜியா.

அவன் நடந்ததைச் சுருக்கமாகக் கூறிவிட்டு, இறுதியில் பின்வருமாறு கேட்டான்:

"நீ ஏன் அவளை இங்கு அனுப்பினாய்?"

"அது உனக்கே தெரியுமே–" அவள் புன்னகையோடு முகம் சிவந்து தடுமாறிச் சொன்னாள்: "என்ன இருந்தாலும், நீ –"

அவன் அவளது கைவிரல்களோடு விளையாடியவாறு ஆழ்ந்த பெருமூச்செறிந்தான்.

"நீயே வருவாய் என்றுதான் நான் நினைத்தேன்."

அவள் வியப்போடு விழித்தவளாய்த் திடுக்கிட்டுப் பின்வாங்கினாள்; அவளது முகத்தின் செம்மை மேலும் அதிகமாயிற்று.

"இங்கு என்னோடு உட்கார்," என்றான் மாட்வி.

அவள் தன் வாயின்மீது கையை வைத்தவாறே அமைதியுடன் சிரித்தாள்.

"அட கடவுளே! எத்தகைய எண்ணம் வந்தது உனக்கு!"

"என்ன?"

"ஒன்றும் முக்கியமில்லை" என்று சொல்லிவிட்டு, தன் தலையை உவகையற்று ஆட்டியவண்ணம் ஆழ்ந்த பெருமூச்சு விட்டவாறு மேலும் சொன்னாள்: "முட்டாள் தனம்."

"என் உடையைக் களைந்தது யார்?" என்று கலவரத்தோடு கேட்டான் மாட்வி.

"நாங்கள்தான். ஏன்?"

அவன் தன்னைச் சுற்றிலும் இருந்த போர்வையை இழுத்துவிட்டு, எழுந்தான்; ஜன்னலுக்குச் சென்றான்.

"நீ எழுந்திருக்கத்தான் வேண்டுமா?" என்று அவள் அவனைப் பார்க்காமலே ஆவலோடு கேட்டாள்.

"என்னால் மூச்சு விட முடியவில்லை," என்று கிசுகிசுத்தான் அவன்: "அந்தக் குதிரைமுள்ளங்கி என் கண்ணுக்குள் புகுந்து விட்டது."

ஜன்னலுக்கப்பாலிருந்து வானம் கருநீலமாகக் காட்சியளித்தது; சந்திர ஒளியில் சில நட்சத்திரங்கள் மினுக்கின; மரத்தின் இலைகளெல்லாம் தம்மீது படிந்திருந்த வெள்ளி நிறப் படிவங்களை உதிர்த்துக் கொட்ட முனைவது போல நடுங்கின. செடி கொடிகள், புல் ஆகியவற்றின் இரவு வாழ்க்கையின் மெல்லிய முறுமுறுப்பை அவனால் கேட்க முடிந்தது.

இரண்டு பேரும் ஒரு வார்த்தைகூடப் பேசாமல் ஜன்னலருகிலேயே வெகு நேரம் நின்றார்கள்.

“நீ என்ன சிந்தித்துக்கொண்டிருக்கிறாய்?” என்று கடைசியாகக் கேட்டான் மாட்வி.

“உன் தந்தை சீக்கிரமே வீடு திரும்பி விடுவார்.” என்று அவள் மெதுவாகச் சொன்னாள்: “எல்லாப் பக்கங்களிலிருந்தும் என்னைப் பற்றிய கதைகள் அவர் காதிலே பொழியப் படும். அவருக்கு நான் என்ன பதில் சொல்வது? அதைச் சொல்லு.”

அவள் தனது ஆலோசனையைக் கேட்டதிலே மாட்விக்கு ரொம்பப் பெருமை. அவன் தன் புருவங்களை உயர்த்தினான்; ஆனால், எதுவும் சொல்லவில்லை. சொல்வதற்கு அவனிடம் எதுவுமில்லை. பின்னர் அவன் தனக்குத்தானே வியந்தவனாய்ப் பின்வருமாறு கேட்டான்:

“அவர்கள் நடால்யாவைப் பார்த்து, ‘நீ புஷ்கார்யோவுடன் போய்ப் படுத்துக்கொள்’ என்று சொன்னால், அவள் போவாள் என்று நீ நினைக்கிறாயா?”

“பணம் கொடுத்தால் போவாள்!” என்று சாதாரணமாகப் பதிலளித்தாள் பெலாஜியா.

மாட்வி ஒரு கணம் சிந்தித்தான்.

“அந்த மாதிரியான பெண்களைப் பற்றி அவர்கள் மோசமான வதந்திகளையெல்லாம் பரப்புகிறார்கள்,” என்று அவன் விசனத்தோடு கூறினான்.

“ஆமாம். அவர்களைப் பற்றி மோசமான வதந்திகளைப் பரப்பத்தான் செய்கிறார்கள்,” என்று எதிரொலித்தாள் பெலாஜியா; பின்னர் மீண்டும் அதைரியத்தோடு கிசுகிசுக்கத் தொடங்கினாள்: “உன் தந்தை வீடு திரும்புவார்; போலீஸிடம் புகார் செய்வார். அவர்கள் ஒரே தடபுடல் செய்ய முனைவார்கள். ஐயோ! எல்லாம் ஒரே வெட்கக்கேடு! மானக்கேடு!”

“அதோ, கேள்!” என்று விரலை உயர்த்திச் சொன்னான் மாட்வி.

சந்திரன் இதற்குள் வானத்திலிருந்து நழுவியிறங்கிப் போய் விட்டது; கரிய இருட்போர்வை மரங்களின்மீது கவிந்து படர்ந்தது. தாவீது மன்னரின் ரதத்தின் ஏழு விளக்குகளும் இன்னும் மங்கலாக எரிந்துகொண்டிருந்தன; ஏனைய சிறு நட்சத்திரங்களின் பொன்னிறத் தூசி பூமியின் மீது சிதறப்பட்டிருந்தது. காட்டிலந்தைச் செடிப் புதர்களின் திரை வழியாக, குளிப்பறையின் ஜன்னலிலே, அதன் சண்ணாடியை ஒரு மஞ்சள் துணியால் துடைத்து விட்ட மாதிரி, ஒரு மங்கிய ஒளி மினுக்கிடுவதைக் காண முடிந்தது, வேலிப்புறத்திலே யாரோ உரசுவதும், அதனைப்பற்றிப் பிடிப்பதும், மெல்ல முனகுவதும், காறித் துப்புவதும் ஆன சப்தங்கள் கேட்டன.

“ஸாவ்கா,” என்று தன் மார்பின்மீது கையை வைத்தவாறு கிசுகிசுத்தாள் பெலாஜியா.

“அவன் தப்பியோடுகிறான்,” என்று புத்துணர்ச்சியோடு சொன்னான் மாட்வி; “போகட்டும். இதோ, நாம் அவனுக்காக வெளிவாசலைத் திறந்து வைப்போம்; அவனால் வேலியின்மீது ஏறிக் குதிக்க முடியாது.”

“அவன் உன்னைத் தாக்கி விடுவான்!”

ஆனால், மாட்வி ஜன்னலுக்கு வெளியே நன்றாக உடலை நீட்டிக் குனிந்தவாறு, அந்தப் பழத் தோட்டத்தின் மோன அமைதியுனூடே பின்வருமாறு கிசுகிசுத்தான்:

“முற்றத்துக்குப் போ ஸாவ்கா. நான் உனக்காக வெளிவாசலைத் திறந்து வைக்கிறேன். சீக்கிரம் போ!”

ஒரு கணத்துக்குப் பழத் தோட்டம் முழுவதிலும் மௌனம் நிலவியது: பின்னர் ஒரு கரகரத்த குரல் கேட்டது.

“எனக்குக் கொஞ்சம் வோட்கா கொடு.”

பெலாஜியா அடுத்த அறைக்குள் ஓடினாள்.

“நான் கொண்டு வருகிறேன்.” என்றாள் அவள்.

மாட்வி சில துணிகளை விரைவாக மேலே எடுத்துப் போட்டுக்கொண்டு, வாசல் வழியாக ஓடி, வெளிவாசலை நோக்கிச் சென்றான்; அங்கு ஸாவ்கா முழங்காலிட்ட நிலையில் கரகரப்போடு மூச்சு வாங்கியவாறு, காறித் துப்பியவண்ணம் இருப்பதைக் கண்டான். முகமற்ற ஒரு சிதைந்த உருவம் பெற்ற கறுப்புப் பந்து போல அவனது தலை ஒரு சமயம் இங்கும், மறு சமயம் அங்குமாகச் சாய்ந்து விழுந்தது.

மாட்வி கதவின் நாதாங்கியைத் தள்ளித் திறந்தபோது மூச்சு வாங்கியவாறே பின்வருமாறு சொன்னான்: “ஓ! அப்போது நீ என்மீது காட்டுப்பூனை மாதிரிப் பாய்ந்து விழுந்தாய். இப்போது உனக்குப் பயம். அப்படித்தானே?” மாட்வி கதவை இலேசாகத் திறந்து, வெறிச்சோடிக் கிடந்த தெருவை எட்டிப் பார்த்தான்; அந்த மனிதனின் உடைந்து உருக்குலைந்த உடம்பு அந்தத் தெரு வழியாக தான் செல்லும் வழியெல்லாம் ரத்தத்தை ஒழுகவிட்டவாறு ஊர்ந்து செல்வதையும் ரத்த வாடையால் விழிப்புற்ற நாய்கள் வெளியே ஓடிவந்து குரைப்பதையும் அவன் தன் மனக் கண்முன்னால் கற்பித்துப் பார்த்தான்.

“அவர்கள் பயந்து விட்டார்கள், கசுமாலங்கள்!” என்று உறுமினான் ஸாவ்கா: “போலீசுக்காக மட்டும் பார்க்காவிட்டால், நான் இப்படி நழுவி ஓட மாட்டேன். நான்–”

பெலாஜியா ஓடோடியும் வந்து மாட்வியிடம் ஒரு கண்ணாடித் தம்ளரைக் கொடுத்தாள். வோட்காவின் மணம் ஸாவ்காவிடமிருந்து ஒரு கனைப்புக்குரலை வரவழைத்தது. அவன் தன் கையைக் காற்றிலே நீட்டித் துழாவினான்.

"எங்கே இருக்கிறது? என் கண்ணுக்குத் தெரியவில்லை."

அந்த இருட்டு அல்லது ஒருவேளை அவனது உடம்பின் வீக்கம் அவனது தோற்றத்தை விசித்திரமான அளவுக்குப் பிரமாண்டமானதாகக் காட்டியது. அவனது அகன்ற கைகளுக்குள் அந்த வோட்காத் தம்ளர் மறைந்தது; பின்னர் அந்தக் கைகள் மேலெழுந்து ஒரு மனித முகம் என்றே சொல்ல முடியாத கறுத்துக் குழைந்த சதைக் கோளத்தின் மீது அழுந்தின.

அவன் ''ம்...ம்." என்று முனகியவாறு வெகுநேரம் குடித்தான்.

குடித்து முடித்ததும் அவன் தம்ளரைத் தூர விட்டெறிந்து விட்டு எழுந்து நிற்க முயன்றான்.

"நல்லது. நான் போகிறேன்!" என்றான் அவன்.

மாட்வி கதவை அகலத் திறந்து விட்டான். பெலாஜியா ஒரு கம்பளித் துணியில் கட்டப் பெற்றிருந்த ஏதோ ஒரு கனமான பொருளை அவன் கையில் திணித்தாள்.

"இதை அவனிடம் கொடு. இதில் பணம் இருக்கிறது."

"ஆஹா–ஹா!" என்று அவளது குரலைக் கேட்டதும் அரற்றினான் ஸாவ்கா: "என் சவப் பெட்டிக்கா பணம்? அப்படித்தானே? பூ! நான் மட்டும் பயப்படாவிட்டால்...! சரி போகட்டும், பெலாஜியா! நீ உன் ஒன்றுவிட்ட மகனோடு தொடர்பு வைத்து வாழ்கிறாய் என்பது எனக்குத் தெரியும். நீ செய்தது சரிதான். அந்தக் கிழவன் செத்துப் போவான். பிறகு நீ இன்னும் வைப்பாட்டியாகவே இருக்கலாம்."

தெருவுக்குள் நடந்து போவதற்கான போதுமான பலமற்றவன் போல, அவன் தூணைப் பிடித்துக்கொண்டு வாசலிலே தடுமாறியசைந்தான்; ஆனால், தெருவில் காலடி எடுத்து வைத்ததுமே தன் கையில் வைத்திருந்த ஏதோ ஒன்றினால் அந்தக் கதவின்மீது ஓங்கியறைந்தவாறு உறுதியும் உயிர்ப்பும் மிகுந்த குரலில் பின்வருமாறு சொன்னான்:

"ஏ, பன்றிப்பயலே! உன்னைத்தான். கதவைத் தாள் போடாதே. அல்லது நீதான் என்னை வெளியே போக விட்டாய் என்று அவர்கள் ஊகித்துக்கொள்வார்கள்."

அவன் சொல்லுவது சரிதான் என்று நினைத்தான் மாட்வி. அவனது உள்ளத்தில் ஸாவ்காவின்பால் ஒரு நல்லெண்ண உணர்ச்சி பொறிபோலப் பளிச்சிட்டது.

வாயில் முற்றத்தின் படியில் அமர்ந்திருந்த பெலாஜியா தனது முகத்தைக் கைகளால் மூடிக்கொண்டாள்; அவளது மார்பும் தோள்களும் விம்மியடங்குவதை

மாட்வியால் காண முடிந்தது. அவள் ஒரு குழந்தையைப் போலச் சின்னவளாகவும், பாதுகாப்பற்றவளாகவும் அவனுக்குத் தோன்றினாள்.

புதிய தேவாலயம் உருவாகிக்கொண்டிருந்த இடத்திலிருந்து இரவுக் காவல்காரனின் கிலுக்குச் சப்தம் கேட்டது. சிறிது நேரத்தில் இதனைத் தொடர்ந்து, இரவுக் காவல் முடிந்து விட்டது என்பதை அறிவிக்கும் சந்தைப்பேட்டையின் இரும்புச் சேகண்டி மணியோசை கேட்டது. நிழல்கள் மங்கின; வானம் பூமியிலிருந்து விடுபட்டுக்கொள்வது போல இளநீலமாக மாறியது.

"படுக்க வா," என்று அந்தப் பெண்ணின் கையை உறுதியாகப் பற்றியவாறு சொன்னான் மாட்வி.

அவளது கூனிய உருவம், தடுமாடும் நடை, பணிவடக்கம் எல்லாம் அவனைப் பாதித்தன; அவளுக்காக அவனுள்ளத்தில் பரிதாப உணர்ச்சி நிரம்பி வழிந்தது.

"களைப்பாயிருக்கிறதா?" என்று அவளைக் காட்டிலும் முதியவனாகவும், பலம் வாய்ந்தவனாகவும் உணர்ந்தவாறு, மெதுவாகக் கேட்டான் அவன்.

அவள் தலையசைத்தாள். அவர்கள் அவனது தந்தையின் அறைக்கு வந்ததும், அவன் அவள் கையைத் தடவிக் கொடுத்தவாறு பின்வருமாறு சொன்னான்:

"படுக்கைக்குப் போய்த் தூங்கு. ஸாவ்கா போனதில் எனக்கு மகிழ்ச்சிதான்."

"எனக்குந்தான்," என்று தனது அங்கியைக் கழற்றி விட்டவாறே மிருதுவாகச் சொன்னாள் பெலாஜியா.

அவன் ஓர் அதிசய உணர்ச்சியோடு, அந்த இருண்ட குளிர்ந்த அறையைச் சுற்றுமுற்றும் நோட்டம் விட்டான்; சிவப்புத் தலையணைகள் குவிந்து கிடக்கும் அந்த விசாலமான படுக்கையைப் பார்த்தான்; அத்துடன் இந்தப் பெண் தனக்கே முழுமையும் சொந்தமானவள் என்பதையும் அவன் பெருமிதத்தோடு உணர்ந்தான்.

"என்னைப் பாதுகாத்ததற்காக உனக்கு ஆசீர்வாதம். நீ இல்லாமல் நான் என்ன செய்ய முடியும்?" என்று பெலாஜியா கிசுகிசுத்தாள். அந்த வார்த்தைகள் அவனது பலத்தையும் சக்தியையும் பற்றிய உணர்வை அதிகரிக்கச் செய்தன. அவள் தனது உள்ளாடையைத் தவிர வேறு எதுவும் அணியாது படுக்கையின் மீது அமர்ந்திருந்தாள். சுட்டில் மெத்தையின் கறுத்த பகைப்புலனில் அது சல்லாவைப்போலத் துலக்கமாக இருந்தது.

பிளந்த உதடுகளுடன் அவன் அவளது உடலின் வடிவழகையெல்லாம் கவனித்துப் பார்த்தான்; வெட்கமோ பயமோ இல்லாத நிலையில் ரத்த நாளங்களிலே ரத்தம் குதூகலத்தோடு சிவ்வென்று சிலிர்த்தோடியதை அவன் உணர்ந்தான்; அவனது தலை கிறுகிறுத்து மயங்கத் தொடங்கியது.

"ஆனால், எனக்கு உன்னைக் கண்டும் பயமாகத்தான் இருக்கிறது. நீயும் இன்னும் குழந்தையல்ல." என்று அவளது மிருதுவான காந்தக் கவர்ச்சி மிகுந்த

குரல் ஒலித்தது: "உன்னை நான் மேலும் மேலும் விரும்புகிறேன். ஸாவ்கா என்ன சொன்னான் என்று கேட்டாயா? மேலும் விலாஸ்யேவ்னாவுங்கூட. நான் ஒன்றும் உனக்குத் தாயல்ல என்று கூறுகிறாள்."

மாட்வி அவளருகே சென்றான். இறக்கைகளை விரிப்பது போலத் தனது கரங்களை விரித்து, அவள் அவனைத் தன் மார்போடு சேர்த்தணைத்து, அவனது நெற்றியில் முத்தமிட்டாள்:

"குட் நைட். அன்பே!" என்றாள் அவள்.

அந்தக் காலைப் பொழுதுக்குப் பின்னர்த் தமது வாழ்க்கையில் நாற்பதாண்டுக் காலத்துக்குமேல் கழிந்துவிட்ட பின்னருங்கூட, மாட்வி கோஸிமியாகின் அதனை நினைவுகூர்ந்து பார்க்கும் ஒவ்வொரு நேரமும் அவரது உடைந்து போன, வேதனை மிக்க இதயமானது இந்தப் பெண்ணின் வடிவத்தில், விதியானது தன்மீது ஆர்வப் புன்னகையை வீசியதை நினைத்து, நன்றியுணர்ச்சியால் நிரம்பி வழிந்தது; மேலும், தமக்குச் சிரமமும் தனிமையும் மிக்க ஒரு வாழ்க்கையை வழங்கித் தமது பாவத்துக்குத் தண்டனையளித்து. ஓகு ரோவின் ஒழுக்கம் மிகுந்த நகரவாசிகள் தம்மை ஏளனம் செய்து காறித் துப்புமளவுக்கு வாழவைத்த கடவுளிடத்திலும் நன்றியுணர்ச்சி பெருகியது.

அந்தப் படுக்கையிலே வெட்கத்தாலும், காதல் விளையாட்டுகளாலும் பலவீனமுற்று, எனினும் பெருமிதமான ஆனந்தம் நிறைந்து கிடந்ததையும், செம்மை பாய்ந்த அந்தப் பெண்ணின் அருணோதய கால வதனம் தன்மீது குனிந்து அழுகையும் புன்னகையுமாகக் காட்சியளித்ததையும் அவரால் நன்றாக நினைவுகூர்ந்து பார்க்க முடிந்தது: அவளது கண்ணீர் அவனது கன்னங்களின் மீது கதகதப்போடு வழிந்தோடி அவனது கண்ணுக்குள்ளே புகுந்தது; அதன் உப்புக்கரிப்பை அவனது உதடுகளிலே விடுத்தது; மேலும், பிரார்த்தனை போன்று ஒலித்த விசித்திரமான வார்த்தைகளை உச்சரிப்பதையும் அவன் கேட்டான்:

"எனது சோகம் உனது ஆனந்தமாகட்டும்; உனது பாவம் எனக்கு ஆறுதலாகட்டும். என்றுமே நான் உன்மீது குற்றமாக ஒரு வார்த்தை சொல்ல மாட்டேன். கடவுளின் முன்னிலையிலும் மனிதரின் முன்னிலையிலும் எல்லாப் பாரத்தையும் நானே என்மீது தாங்கிக்கொள்வேன். அருமை இதயமே! அருமையான சுருங்கும் மலரே! உனது பரிவுணர்ச்சியால் எனது உடல் முழுவதையும் நிறைத்து, எனக்குச் சுகமளித்த உனக்கு நான் எவ்வளவு நன்றியுடையவள் தெரியுமா? நான் ஏதோ ஒரு நீரோடைக்குள் முங்கி மூழ்கிய மாதிரியும், நீ எனது ஆத்மாவையே சுத்தமாகக் கழுவித்துடைத்தது போலவும் நான் உணர்கிறேன். நீ என்னிடம் காட்டிய அன்புக்குப் பிரதியாக, இந்த உலகம் வழங்கக் கூடிய எல்லா ஆனந்தத்தையும் கடவுள் உனக்கு வழங்கி அனுக்கிரகிக்கட்டும்..."

மர்ம சக்தி படைத்த கவர்ச்சிகளால் கட்டுண்டு, அவளுக்குத் தான் என்ன பதில் கூறுவது என்று தெரியாமல், முடியாமல், தனது இளமையின் தாயும்

சகோதரியும் அவளே என்று உணர்ந்தவனாய், புன்னகை புரிந்தவாறும், அவளது கேசத்தோடு விளையாடியவாறும் அவன் படுத்துக் கிடந்தான்.

அவனது மனத்தில் பிரகாசமும் ஆடம்பரமும் மிகுந்த அணிவகுப்புப் போன்று, கோவிலதிகாரி சொன்ன ஞான விசாலம் மிக்க வார்த்தைகள் நினைவுக்கு வந்தன;

“திருமணம் என்பது விஷங்கொண்ட பாம்புகள் மாதிரி மூர்க்கமாகவும். இரக்கமற்றும், தினமும் ஆத்மாவைக் கொத்தும் வாழ்க்கையின் சிரமங்களைக் கூட்டாகச் சேர்ந்து தவிர்ப்பதற்காக, இரண்டு ஜீவன்கள் ஆத்மார்த்தமாக ஒன்று கலப்பதுதான்.”

இதனை அவன் பெலாஜியாவிடம் சொல்லத்தான் விரும்பியிருப்பான். ஆனால், அவளோ இடைவெளியே இல்லாமல் தன்பாட்டுக்குப் பேசிக்கொண்டே போனாள். அவளது பேச்சின் இனிய ஆற்றொழுக்கை இடைமறிப்பது பரிதாபமானதாகத்தான் இருந்திருக்கும்.

ஒரு நல்ல நாளின் அருணோதய கால ஒளியோடு வானம் பிரகாசித்தது, ஜன்னலுக்கு வெளியே, காலை நேரத்தின் இளஞ்சிவப்பும் பொன்னிறமும் பொழிந்து வழிந்த பழத் தோட்டம் தனது நறுமணத்தைக் காற்றிலே கலந்தோட விட்டது. இலைகளெல்லாம் உலுக்கிக்கொண்டு விழித்தெழுந்து. சூரியனை நோக்கி நிமிர்ந்தன; மரத்தின் உச்சிகள் பிரார்த்தனை செய்வது போல மெதுவாகவும். வாட்டமாகவும் தலையசைத்தன.

அந்தப் பெண்ணின் வெண்மையான சருமத்தின்மீது சூரியனின் பொன்னொளி திட்டுத்திட்டாக விழுந்தது. அவள் பயத்தால் துள்ளியெழுந்தாள்.

“அட கடவுளே! ஜனங்களெல்லாம் சீக்கிரமே விழித்தெழுந்து. ‘ஸாவ்கா தப்பியோடி விட்டான்!’ என்று கூச்சலிட்டு ஒரே களேபரமாக்கி விடுவார்கள். அவர்கள் என்னையும் எழுப்ப வருவார்கள். போ, சீக்கிரம் போய்விடு!”

அவள் தனது உள்ளாடையில் விசித்திரமான அளவுக்குச் சிறிதாகவும், விரைவும் விறைப்பும் மிகுந்தவளாகவும் காட்சியளித்தாள்.

தனது சொந்த அறைக்குச் சென்றதும், மாட்வி படுக்கையில் படுத்து, கண்களை மூடிக்கொண்டான். ஆனால், அவன் தூங்கத் தொடங்குவதற்கு முன்பே முற்றத்தில் புஷ்கார்யோவ் உரக்கக் கத்தும் சப்தத்தை அவன் கேட்டான்:

“ஏ! சப்பைக்கால் முட்டாளே! உன் தலையையே உன்னால் பார்த்துக்கொள்ள முடியவில்லையோ? கோஸிமியாகின் வந்தால் இதற்கு என்ன சொல்வார்? உன் மூக்கு உடைபடப் போகிறது. அதற்குத் தயாராயிரு!”

அவனது தந்தையின் பெயர் அந்தப் பையனின் உடம்பை வாடைக்காற்றுப் போலச் சில்லிட்டுச் சிலிர்க்க வைத்தது. அவரது ஏளனம் மிகுந்த, வேட்கை மிகுந்த கண்கள், அகந்தையுடன் பிதுங்கிய அவரது கீழுதடு புடைத்த கரங்களின் சிவந்த விரல்கள் எல்லாவற்றையும் அவன் நினைத்துப் பார்த்தான். மாட்வி நெளிந்து புரண்டவாறு, தன் தலையைத் தலையணைக்கடியில் மறைத்துக்கொண்டான்.

அவனது தந்தை நான்கு நாட்களாக வெளியே போயிருந்தார். அந்த நான்கு நாட்களின் ஒவ்வொரு நிமிஷத்தையும் மாட்வி தெளிவாக நினைத்துப் பார்த்தான். வாழ்க்கையின் பிரகாசமான நேரங்களை நினைத்துப் பார்க்கும் ஒரு முழுமையான, அபூர்வமான சக்தி அவனிடம் இருந்தது.

அவர்களால் தமது பாவச் செயலை மறைக்க முடியவில்லை: மாட்வி கனவில் நடப்பது போல வெளிறிப் போய், கவனமிழந்து நடந்தான்; பெலாஜியாவின் சீனாக் கோப்பை போன்ற முகம் முன்னைவிட அதிகமான துடிப்பைப் பெற்றது; அவளது சுண்கள் ஆவல் புரையோடிய இன்பகரமான அருளொளி நிரம்பித் தோன்றின; அவளது சின்ன வாயின் வடிவமைந்த இதழ்கள் எப்போது பார்த்தாலும் மெல்லிய புன்னகையைத் தாங்கி வளைந்தன. அவள் மற்றவர்கள் தன்னைக் காண வேண்டும் என்ற ஆர்வத்தோடு முற்றத்துக்கும் வீட்டுக்குமாக நிலைகொள்ளாமல் அலைந்து திரிந்தாள்.

"அட கடவுளே! நான் மறந்தே போய்விட்டேன்!" என்று அவள் தன் தொடையிலேயே தட்டியவாறு வாய் விட்டுக் கத்துவாள்.

அகன்ற முகம் படைத்த விலாஸ்யேவ்னா அர்த்த புஷ்டியோடு சிரித்தாள். புஷ்கார்யோவ் தனது மோவாயின்மீது வளர்த்திருக்கும் கட்டை மயிரைப் பரபரவென்று தேய்த்து விட்டவாறு கன்னங்களைப் புடைக்க வைத்தவண்ணம் வெறுப்போடு கனைத்தான்.

ஒரு நாள் இரவில் இரவுச் சாப்பாட்டுக்குப் பின்னர் பெலாஜியாவுக்காகக் காத்திருந்த வேளையில், புஷ்கார்யோவ் சமையற்கட்டில் விலாஸ்யேவ்னாவுடன் பேசிக்கொண்டிருந்ததை ஒற்றுக் கேட்டான்:

"நீ ஒரு முட்டாள்!"

"இருக்கலாம். இருந்தாலும் இந்த மாதிரிப் பாவம் செய்வதென்றால்! சொந்தத் தாயுடனேயா?–"

"உன்னோடு செய்யவில்லையே என்று உனக்கு வருத்தமாக இருக்கிறதா? அவள் ஒன்றும் அவன் தாயல்ல."

"ஐயோ! இல்லையா? அவள் அவனது தந்தையின் மனைவியாயிற்றே!"

"அட, அசடே! அவர்களுக்கென்ன குழந்தைகளா இருக்கின்றன?"

"அதனால் என்ன வித்தியாசம் வந்து விடப் போகிறது? நீயும் உன்னை ஒரு சிப்பாய் என்று சொல்லிக்கொள்கிறாயே!"

"உனக்குக் கொள்ளை நோய் வரட்டும்!"

மாட்விக்கு உடம்பெல்லாம் வியர்த்துக் கொட்டியது. பெலாஜியா வந்ததும் தான் கேள்விப்பட்டதை அவன் அவளிடம் சொன்னான். அவளும் வெளுத்துப்போய் விட்டாள்; ஒரு சிறு நடுக்கம் அவள் உடம்பில் ஓடிப் பறந்தது.

“விலாஸ்யேவ்னா நிச்சயம் சொல்லத்தான் போகிறாள்,” என்று தொங்கிய தலையுடன் சொன்னாள் அவள்: “என்னை உன்னிடம் கொண்டுவந்து தள்ளியவளே அவள்தான். அவளுக்கு இன்னும் நம்பிக்கை இருக்கிறது. என்ன இருந்தாலும் உன் தந்தை அவளை முழுக்கக் கைகழுவி விடவில்லையல்லவா?”

மாட்வி அவள் சொன்னதை நம்பவில்லை. எனினும், அவள் தனது பேச்சின் உண்மையால் அவனை நம்ப வைத்து விட்டாள்.

“நான் எதை லட்சியம் செய்யப் போகிறேன்? அவர்கள் இருவருமே சேர்ந்து வாழட்டும். எனக்கும் அதுதான் நல்லது. பயப்படாதே, மாட்வி” என்று அவள் தன் தலையை உலுக்கியவாறும், அவனைத் தன் மார்போடு அணைத்தவாறும் கூறினாள். “அவர் உன்னைத் தனியாக விட்டு விட்டால்! என்னைப் பொறுத்தவரையில் நான் முன்னமும் அடிபட்டிருக்கிறேன். அடிபடுவது எப்படியென்று எனக்குத் தெரியும். நான் பயப்படுகிற ஒரே விஷயமெல்லாம் நீதிமன்ற விசாரணைதான்...” அவள் ஒரு கணம் யோசித்து விட்டு, பின்னர் தணிந்த தொனியில் பேசினாள்: “மாட்வி! புஷ்கார்யோவைப் பற்றி நீ என்ன நினைக்கிறாய்? அவன் ஓர் அருமையான ஆத்மா. இல்லையா? மேலும், அது வாஸ்தவந்தான். நான் ஒன்றும் உனக்குத் தாயல்ல. உன்னைக்காட்டிலும் நான் ஐந்து வயதே மூத்தவள். கல்யாணத்தைப் பொறுத்தவரையிலும், அது உண்மையான கல்யாணங்கூட அல்ல. நாங்கள் தேவாலயத்துக்குப் போனது வாஸ்தவம் என்றாலும், நாங்கள் எல்லாச் சடங்குகளையும் செய்யவில்லை. என்மீது யாரும் ஒரு பாட்டும் பாடவில்லை. நானும் அழவோ, கண்ணீர் விடவோ இல்லை. சம்பிரதாயப்படி எதுவுமே நடக்கவில்லை. பாதிரியார் எங்களை மணம் செய்து வைத்தார். ஏனெனில், அவருக்குப் பணம் கொடுக்கப்பட்டது. ஆனால், பழைய காலத்தைப் போல, ருஷ்யர்கள் திருமணம் செய்து கொள்வதைப் போல, எனது நண்பர்களும் சுற்றத்தாரும் இருந்து எங்களை மணம் முடித்து வைக்கவில்லை...”

“எனக்குப் பயமாயிருக்கிறது.” என்றான் மாட்வி: “ஒருவேளை நாம் ஓடிப்போகத்தான் வேண்டும். ஆமாம். போய் விடுவோம், பெலாஜியா!”

அவள் அவனை எதிர்பாராத பலத்தோடு தன்னோடு இழுத்தணைத்து, அவனது மார்பில் இருதயத்துக்கு மேலாக முத்தமிட்டாள்.

“என் அருமைப் புனிதமான பையா! உனது அன்பு வார்த்தைகளுக்காகக் கடவுள் உனக்கு அனுக்கிரகிக்கட்டும்.” என்றாள் அவள்.

அவளது உயர்த்திய கண்களில் மலர்களிலே படிந்த பனித்துளி போன்று கண்ணீர் நிரம்பித் ததும்பி நின்றது; அவளது முகம் வேதனையுணர்ச்சியால் திருகி வலித்தது.

அவன் பயந்து போனவனாய்த் துள்ளி எழுந்தான். ஆனால், அந்தக் கணம் கடந்து விட்டது. அவள் அவனை ஒரு முத்தத்தால் ஆசுவாசப்படுத்தினாள். அவன் அவளது கரங்களியே தூங்கி வழிந்து அயர்ந்தபோது, அவள் அவனது தலையைத்

தலையணைமீது மெல்ல விடுத்து, அவன்மீது சிலுவைக் குறி கீறினாள்; பின்னர் ஒரு கையைத் தன் இருதயத்தின்மீது வைத்தவாறு அவன்மீது தாழ்ந்து குனிந்தாள்.

தனது கவிந்து மூடிய கண்ணிமைகளின் வழியே அவள் குனிவதை அவன் கண்டான்; எதிர் நோக்கியுள்ள ஆபத்தைப் பற்றிய உணர்ச்சி அவனை நடுங்க வைத்தது.

மறுநாட்காலையில் என்றுமில்லாத அளவுக்குக் கலைந்த தலையும் குன்றிய தோற்றமும் கொண்டு தோன்றிய புஷ்கார்யோவ் அவனை எழுப்பினான்.

"தூக்கமா?" என்றான் அவன்: "தூங்குவதற்குப் பதிலாக நீ எங்காவது விழுந்தடித்து ஓடத்தான் வேண்டும்."

"எங்கே ஓடுவதாம்?" என்று அறியாத பிள்ளைபோலக் காட்டிக்கொள்ள விரும்பாமலே கேட்டான் மாட்வி.

"ஆமாம். எங்கே போவது?" என்று தன் தலையை அவநம்பிக்கையோடு அசைத்தவனாகச் சொன்னான் அந்தச் சிப்பாய்; "அடே பையா! நீ அருமையான சிக்கலிலே மாட்டிக்கொண்டு விட்டாய். மனித உணர்ச்சிகள் ஜார் மன்னரைக்கூட அடிமையாக மாற்றி விடும் என்று சொல்வார்கள். ஆனால், அது எப்படியும் இருந்து விட்டுப் போகட்டும். என்ன செய்யலாம் என்று நான் சொல்கிறேன். இங்கிருந்து நாற்பது வெர்ஸ்ட் தூரத்திலே என் நண்பனான ஒரு தாத்தாரியன் வசிக்கிறான்." என்று தன் காதொன்றை இழுத்து விட்டவாறு சொன்னான் அவன்: "நான் அவனுக்கு ஒரு சீட்டுக் கொடுக்கிறேன் – அவனுக்குப் படிக்கத் தெரியும் அவன் கிராமங்களில் சென்று முட்டைகளைக் கொள்முதல் செய்து விற்று வருகிறான். நீ போய் அவனிடம் தங்கியிரு. அதற்கிடையில் நான் இங்கு வீட்டில் போராடி விஷயங்களைச் சரிக்கட்டி வைக்கிறேன். அப்பாவி மாட்வி! நான் உனக்காக வருத்தப்படுகிறேன்."

பெலாஜியா அறைக்குள் வந்தாள்; அவர்களை நோக்கித் தலையசைத்துவிட்டு, வாசல் நடையை அடைத்த வண்ணம் நின்றாள்.

"அதோ அவள் – அந்த உதவாக்கரைப் பெண் வந்து விட்டாள்." என்று தன் கன்னத்தைத் தடவியவாறே முணு முணுத்தான் அந்தச் சிப்பாய். திடீரென்று அவன் தன் வாயை ஒரு காட்டுக் கூகை போலப் பிளந்து, வாய்விட்டுச் சிரிக்கத் தொடங்கினான்.

"உங்கள் இருவரையும் சைத்தான் பிடிக்கட்டும்!"

அவன் தனது சொறி பிடித்த தலையை ஆட்டினான்; தனது கண்களை வரிக்கோடுகள் பின்னி முடிச்சிடும் வண்ணம் சுருக்கி நெரித்தான்; எச்சில் தூவானம் போலத் தெறிக்க வாய் திறந்து ஏப்பம் விட்டான்.

"கேள்!" என்று திடீரென்று உஷாரடைந்தவளாய் அந்தப் பெண் சொன்னாள்.

தோட்டத்து ஜன்னலின் வழியாக, அருகில் வர வர, அளவிலும் வேகத்திலும் அதிகரித்து வந்த ஒரு மங்கிய சப்தம் கேட்டது.

“அவராகத்தான் இருக்க வேண்டும்,” என்று சாவதானமாகச் சொன்னான் புஷ்கார்யோவ்: “நல்லது. என் நண்பா! பத்திரமாக இரு.”

ஏதோ ஒரு பலம் வாய்ந்த கண்ணுக்குத் தெரியாத பிராணி தனது குளிர்ந்த விரல்களால் தன்னைக் காலையும் கையையும் எட்டிப் பிடித்து, தன்னை மெதுவாக வெளியே இழுத்துச் செல்வது போல மாட்வி உணர்ந்தான். பெலாஜியா அவன்மீது சிலுவைக் குறி கீறியவண்ணம் பின்வருமாறு முணு முணுத்தவாறு இருந்தாள்:

“கடவுளே! கருணை காட்டும்! ஆண்டவரே! கருணை காட்டும்!”

வாரிவிடப்படாத தலையோடும். கோணல்மாணலாக அணிந்த உடையோடும். முகத்தைக்கூடக் கழுவாமல் அந்தப் பையன் முற்றத்துக்கு ஓடி வரவும், கோஸிமியாகின் வெளிவாசலின் வழியே உள்ளே வரவும் சரியாக இருந்தது.

“எல்லாம் சரியாக இருக்கிறதா?” என்பதுதான் அவனது தந்தையின் முரட்டுத்தனமான வரவேற்பாக இருந்தது. பின்னர், உஷ்ணத்தால் சிவந்தும், தூசியால் வெளிறியும் தோன்றிய அவர் தம் மகன்பால் குனிந்து ஆர்வத்தோடு பின்வருமாறு கேட்டார்:

“உனக்கு என்ன நேர்ந்து விட்டது? உடம்புக்குக் குணமில்லையா?”

பின்னர் மாட்வியின் அறையில், புஷ்கார்யோவ் தன் எஜமானனிடம் கைகளை வெகுவாக ஆட்டிக்கொண்டு வெகு நேரம் பேசினான். கோஸிமியாகின் தலையில் தொப்பியின்றி; எனினும் தமது பிரயாணக் கோட்டை இன்னும் கழற்றாமல், படுக்கையின்மீது அமர்த்திருந்தார்; பெலாஜியா வாசல் நடையில் தனது தோள்கள் குன்ற, கரங்களைப் பக்கவாட்டில் சோர விட்டவாறு முழங்காலிட்டுக்கொண்டிருந்தாள்...

“என்னை அடியுங்கள்... அடியுங்கள்,” என்று அவள் சொல்லிக் கொண்டிருந்தாள்.

அந்தக் கிழவரின் பழுப்பு நிறமான பெரிய முகத்தில் ஒரு விபரீதமான மாறுதல் குடி கொண்டது. அவரது கன்னங்கள் மாவைப் போல வெளிறிப் புடைத்தன; அவரது கண்களின் வெள்ளையும் கண்மணியும் இரண்டு மங்கலான கபிலப் பச்சை நிறமான கறையை உருவாக்கும் விதத்தில் ஒன்று கூடின; அவரது தாடி நடுங்கியது. அவர் தமது தொப்பியின் முகமூடிப் பாகத்தைத் தமது சிவந்த கைகளால் நசுக்கிக் கசக்கியவாறு இருந்தார்.

“அவிசாரி முண்டை! இங்கிருந்து போ வெளியே!” என்று தன் பாதமொன்றை முன்னால் தள்ளியவாறு கத்தினார் அவர்.

அவர் தமது இடத்தை விட்டு எழுந்து, தம் சட்டையின் காலரைக் கழற்றி விட்டு, வாசலை நோக்கிச் சென்றார்; அந்தப் பெண்ணைத் தமது முஷ்டியால் தலையில் ஓங்கியடித்து. அவளைத் தமது காலால் எற்றி உதைத்தார்.

“புஷ்கார்யோவ்! வா என்னோடு” என்று கூறிவிட்டு, அவர் அவளைத் தாண்டிச் சென்றார்.

புஷ்கார்யோவ் அந்த அறையின் கதவை உறுதியாக அடைத்துவிட்டு, அவர் பின்னால் வெளியே சென்றான்.

தமது துணிமணிகளைக் களைந்து எறிந்தவாறும், ஜன்னலைப் படாரென்று திறந்தவாறும், நாற்காலி ஒன்றைத் தரைமீது கரகரவென்று இழுத்தவாறும், அந்தக் கிழவர் தமது அறைக்குள் பற்பல ஓசைகளை எழுப்பிக்கொண்டிருந்தார்.

தன் தந்தை வெளியே சென்றவுடன் அந்தப் பையன் சாவதானமாக மூச்செறிந்தவனாய், எல்லாவற்றையும் தெளிவாகப் பார்த்தான். அவன் பெலாஜியாவின்மீது குனிந்து, அவளது தலைமயிரைத் தடவிக் கொடுத்தான்.

“தூரப் போ; என்னைத் தொடாதே!” என்று பயத்தால் குன்றிப் பின் வாங்கியவளாய்க் கிசுகிசுத்தாள் அவள்.

அந்தக் கணம் வரை நிகழ்ந்தவை அனைத்தும் மாட்வி எதிர்பார்த்திருந்த அளவுக்கு அத்தனை பயங்கரமாக இல்லை; என்றாலும், அப்போதைய கருணை வரவிருக்கும் பிரதிபலனை மிகவும் பயங்கரமாக ஆக்கத்தான் செய்யும் என்று அவன் பயந்தான்.

அந்த வீட்டில் ஒரு துன்மதி கொண்ட கோபாவேசமான மௌனமே நிரம்பியிருந்தது. திகட்டிப் போகும் நிழல்கள் அந்த அறைக்குள்ளே ஊர்ந்து வந்தன. அன்றைப் பொழுது மாறுதல் நிரம்பியிருந்தது; லையாகோவ்ஸ்கோயி சதுப்பு நிலத்துக்குமேல் ஒரு கபில நிறமான கனத்த மேகம் தொங்கிக்கொண்டிருந்தது. அதன் பஞ்சு போன்ற சடைத்திரள்கள் கலைந்து கலைந்து போய் நகரத்தின் சுவர்களையும் மரங்களையும் தடவிக் கொடுத்தன; தமது நிழல்களை முற்றத்தின் வழியாக ஊர்ந்து செல்ல விடுத்து. பின்னர் அவற்றை ஜன்னலின்மீது ஏற்றி, தரையிலும் பரவச்செய்தன. அந்த வீடு அந்த நிழற்படலங்களை எல்லாம் சோகத்திலும் வறுமையிலும் உண்டு தீர்த்து விழுங்கி விடுவது போலத் தோற்றியது.

எண்ணற்ற பொழுதாகிக் காத்திருந்த பின்னர், அங்கிருந்த கனமற்ற மறைவுத் தட்டிக்கு அப்பாலிருந்து அந்தச் சிப்பாயின் குரல் தெளிவாகக் கேட்பதை அவர்கள் கேட்டார்கள்.

ஸாவ்கா மாட்வியின் மீது தாக்கியதைக் கண்ணால் கண்ட சாட்சியைப் போல அவன் பேசிக்கொண்டிருந்தான்: மேலும் அவன் அவர்கள் இருவருக்காகவே உரத்த குரலில் பேசுகிறான் என்பதும் சந்தேகமறத் தெரிந்தது.

“அவன் இவனை மிகவும் மோசமாகத் தாக்கி விட்டானா?” என்று உணர்ச்சியற்ற குரலில் கேட்டார் கோஸிமியாகின்.

“வயிற்றில் அடிபட்டதாகச் சொல்கிறான்–வயிறு ரொம்ப வலிப்பதாகவும் சொல்கிறான்.”

“அவன் நன்றாக இருக்கட்டும்! உன் தந்தை உன்னை அடிக்கக் கூடாது என்பதற்காகத்தான் அவன் இவ்வாறு சொல்கிறான்!” என்று பெலாஜியா ஆனந்தத்தோடு கிசுகிசுத்தாள்.

“அவன் பல நாட்களாகப் படுக்கையிலே கிடந்தான்.” என்று முழங்கினான் புஷ்கார்யோவ்: “அவள்தான் அவனை இரவும் பகலும் கவனித்து வந்தாள். அந்தப் பையன் மோசமான நிலையில்தான் இருந்தான். இருந்தாலும் அவனுக்குத் தன் தந்தையின் திரேக வாக்கு உண்டு. திரேக வாக்கு மட்டும் அல்ல; அவன் உங்களையே உரித்து வைத்தவன் என்றுதான் எவரும் சொல்வார்கள். ‘அவன் எஜமானின் மகனாக்கும்; சாதாரணமானவனல்ல,’ என்றுதான் பேசிக் கொள்வார்கள்.”

“விஷயங்களைப் பூசி மெழுகப் பார்க்காதே!” என்று கர்ஜித்தார் கோஸிமியாகின்: “அவளுக்கும் அவனுக்கும் என்ன உறவு? அதை மறந்துவிட்டாயா, நீ?”

“ஓஹோ!” என்று கடகடத்தான் அந்தச் சிப்பாய்

“அவளுக்கு வயது இருபது; அவனுக்கு வயது பதினைந்து – அதுதான் அவளுக்கு அவனிடமுள்ள உறவு. அவ்வளவுதான்!”

“போ வெளியே! அவளை உள்ளே அனுப்பு, மேலும், மாட் – சரி. என் மகனைத் தோட்டத்துக்கு அனுப்பி வை.” என்று உறுமினார் கோஸிமியாகின். “எனவே, நாம் இப்போது ஒரு புதிய காவலாளியைப் பார்த்தாக வேண்டும்.”

“அதெல்லாம் பின்னால்.”

“கேளுங்கள்: இங்கிருந்து நாற்பது வெர்ஸ்ட் தூரத்தில் எனக்குப் பரிச்சயமான ஒரு தாத்தாரியன் வாழ்கிறான். நமக்குத் தேவையானவன் அத்தகைய மனிதன்தான்–”

“பின்னால் பார்க்கலாம் என்று சொன்னேனா இல்லையா?”

“அந்த மனிதனை அழைத்து வர என்னை அனுப்புங்கள்; நான் மாட்வியையும் என்னோடு கூட்டிச் செல்கிறேன்.”

“அவனுக்காகப் பிரார்த்தனை செய். மாட்வி,” என்று பவித்திரமாகக் கிசுகிசுத்தாள் பெலாஜியா. அவள் தன் கண்களை மேலே உயர்த்தி, தனது உதடுகளை ஓசையற்று முணுமுணுக்கத் தொடங்கினாள்.

மாட்வி காதுகளைத் தீட்டிக்கொண்டு கேட்டான்.

“ரொம்ப நல்லது,” என்றார் அவனது தந்தை.

“நான் போகமாட்டேன். எதற்கும் போகமாட்டேன்!” என்று கிசுகிசுந்தான் மாட்வி.

"அருமைப் பையா!"

"நாங்கள் நாளை போகிறோம்" என்றான் அந்தச் சிப்பாய்.

"இன்றே போங்கள்," என்றார் கோஸிமியாகின்.

"நான் அதற்குள் முதலில் சில காரியங்களைப் பார்க்க வேண்டியிருக்கிறது," என்றான் புஷ்கார்யோவ்.

"புஷ்கார்யோவ்–"

"என்ன?"

"நிலைமைகள் மோசமாகத் தோன்றுகின்றன."

"எது மோசமாகத் தோன்றுகிறது?"

"இந்த நகரத்திலே வீணில் பேச்சு அடிபடப்போகிறது."

"அப்படியென்றால், அவர் ஜனங்கள் சொல்வதைக் கேட்டுப் பயப்படுகிறார்," என்று அதன்மீது கருத்துத் தெரிவிப்பதைத் தடுக்க மாட்டாமல் சொன்னான் மாட்வி.

"அதற்கு அவரைக் குறை சொல்ல முடியாது." என்று பெருமூச்செறிந்தாள் அந்தப் பெண்.

"ஓஹோ!" என்று கத்தினான் புஷ்கார்யோவ்: "இந்த வதந்திகளெல்லாம் நமக்குத்தெரியாதாக்கும்! நீங்கள் செய்ய வேண்டியதெல்லாம் உங்கள் சமையற்காரி இருக்கிறாளே. அவள் வாயைக் கட்டிப் போட வேண்டியது ஒன்றுதான்."

"நீங்கள் என் ஸாவ்காவை அடித்துக் கொன்று, அவனது பிணத்தை இரவிலே சதுப்பு நிலத்திலே கொண்டு விட்டெறியவில்லை?"

"அப்படிச் செய்திருந்தால் அதுவும் நன்றாகத்தான் இருந்திருக்கும்! நல்லது. நான் போகிறேன். கோஸிமியாகின்! 'அன்பான வார்த்தை அடியைக் காட்டிலும் பலம் வாய்ந்தது' என்ற பழமொழியை மட்டும் நினைவில் வைத்துக்கொள்ளுங்கள்."

"போ வெளியே!" என்று கத்தினார் அந்தக் கிழவர்.

மாட்வியின் அறைக்கதவு திறந்தது; புஷ்கார்யோவின் தலை உள்ளே எட்டிப் பார்த்தது.

"உன் கணவரிடம் போ." என்று பெலாஜியாவை நோக்கிக் கண்ணைச் சிமிட்டியவாறே உரத்த குரலில் சொன்னான் அவன்; பின்னர்க் கிசுகிசுக்கும் குரலில், "முட்டாளே! உன் உடுப்பில் ஏதாவது மெதுவான மெத்தையைச் சுருட்டிக் கட்டிக்கொண்டு போ."

பெலாஜியா இலேசாகச் சிரித்துவிட்டு, ஒரு வார்த்தை. கூடச் சொல்லாமல் மாட்வியை அணைத்து முத்தமிட்டு விட்டு, வெளியே சென்றாள்.

புஷ்கார்யோவ் மாட்வியின் கரத்தை எட்டிப் பிடித்தான்.

“வா என்னோடு,” எள்றான் அவன்.

“அவர் அவளை அடிப்பாரா?” என்று வருத்தத்துடன் கேட்டான் அந்தப் பையன்.

“கொஞ்சந்தான்,” என்று அந்தச் சிப்பாய் சொன்னான்; பின்னர் ஆறுதல் கூறும் விதத்தில் பின்வருமாறு சொன்னான்: “அது சரிதான். அவள் இன்னும் இளையவள்தான். பெண்கள் – அவர்கள் உள்ளுக்குள் கூடு போன்றவர்கள்; அடி வாங்குவதற்கென்றே அமைந்த உடம்பு அவர்கள் உடம்பு. மனித உடம்போ உள்ளுக்குள் எல்லாம் கெட்டித்துப் போனவை; ஆனால், பெண்களுக்கோ உடம்புக்குள் இடைவெளி உண்டு. பெண்ணானவள் ஒரு கொட்டுமேளம் போன்றவள்தான்.”

நிராதரவுணர்ச்சியும் நிராசையுணர்ச்சியும் பெற்று மாட்வி பழத்தோட்டத்தினுள் சென்று ஓர் ஆப்பிள் மரத்தின் அடியில் மல்லாந்து விழுந்து படுத்து, வானத்தையே வெறித்து நோக்கிக்கொண்டிருந்தான். எங்கோ தூரத்தில் இடி இடிக்கும் சப்தம் கேட்டது; மேகக்குவியல்கள் மிதந்து சென்றன; கதகதப்பான ஈரக் காற்று இலைகளை அலைத்து உலுக்கியது.

“பூ–ம்–ம்!” என்று உள்ளடங்கிய நமத்துப்போன இடி முழக்கம் கேட்டது.

சூரிய கிரணமொன்றில் மிதந்தலையும் கொசுக்கூட்டம் போன்று சின்னஞ்சிறிய வெளிறிய எண்ணங்கள் அவனது மூளைக்குள் சுற்றிச் சுற்றி வட்டமிட்டன. உலைந்து கலைந்த மேகத்திரள்கள் ஒரு சமயம் நீலப்புகையால் சூழப் பெற்ற வைக்கோற்போரைப் போலவும், மறு சமயம் வெள்ளி நிறமான சணல் குவியலைப் போலவும் அல்லது வேரோடும் சாய்ந்த மரம் போலவும் அல்லது வேட்டைநாய்களின் கூட்டம் போலவும் வடிவெடுத்து, தென் திசை நோக்கிக் காரியார்த்தமாகச் சென்றுகொண்டிருந்தன. ஒரு சமயத்திலே அவை திறந்த வாயும், கூரிய காதுகளும்கொண்ட கண் களில்லாத ஒரு பெரிய தாடிக்கார முகம் போலவும், வேறு சமயத்தில் நீண்ட கைகள் கொண்ட, ஒரு கசங்கிய கம்பளிக்கோட்டைப்போலவும் தோன்றின. அந்தக் கோட்டுக் கைகளில் ஒன்று பூமியை நோக்கித் தொங்குவது போலவும், மற்றது காற்றிலே பறந்துகொண்டிருப்பதுபோலவும் அந்தக் கையினுள்ளிருந்து புகை வெளிவந்து கொண்டிருப்பது போலவும் காட்சியளித்தன.

பெலாஜியா தன் தந்தையைக்காட்டிலும் தனக்கு மிகவும் நெருக்கமாகவும் இணக்கமாகவும் இருப்பதை மாட்வி உணர்ந்தறிந்தான்; அவனது எண்ணங்கள் அனைத்துமே தீச் சுடரைச் சுற்றி வட்டமிடும் அந்துப் பூச்சிகளைப்போல இந்த உணர்ச்சியையே சுற்றிச் சுற்றி வந்தன. அவன் தந்தையின் புன்னகையையும், சென்ற காலத்தைப் பற்றி அவர் சொன்ன கதைகளையும், அவரைப் பற்றிப் புஷ்கார்யோவ் சொன்ன நல்ல விஷயங்களையும் உணர்வு பூர்வமாக நினைவு கூர்ந்து பார்க்க முயன்றான். என்றாலும் பெலாஜியாவின் அன்பு நிறைந்த

கண்களின் தாய்மை நோக்கை அவையனைத்தும் அணைத்து அவிக்கவோ, கவிந்து மூடவோ முடியவில்லை.

அவள் விஷயத்தில் அவனுக்கேற்பட்ட ஆதங்கம் அவனது இருதயத்தைக் குன்றிச் சுருங்க வைத்தது; அவனது தொண்டை கொதிப்படைந்து வறண்டது. தரையிலேயிருந்து கூரியமுட்கள் திடீரென்று முளைத்தெழுந்து அவனது முதுகைக் குத்தி, சதையைப் பிய்த்தெடுப்பது போல அவன் கற்பனை செய்துகொண்டான்.

திடீரென்று அவன் பெலாஜியாவை அங்குக் கண்டு விட்டான். தலைமயிரெல்லாம் அவிழ்ந்து கலைந்து அலைந்து தொங்கிச் சரிய, அவள் குளிப்பறையை நோக்கித் தள்ளாடி நடந்தாள். அவள் தனது கைவிரல்களால் அவிழ்ந்து தொங்கும் தலைமயிரைக் கோதிச் சிக்கெடுத்து, தலையிலிருந்து பிடுங்கிக் கழிந்துவிட்ட தலைமயிரை மற்றொரு கைவிரல்களில் சுற்றிக்கொண்டிருந்தாள். கன்றிக் கறுத்து விட்டது போல வெளிறிப்போன அவளது முகம் படுமோசமாக வக்கரித்துத் தோன்றியது: அவள் குருடி போன்று வெட்ட வெளியை வெறித்து நோக்கியவாறு இலேசாக இருமினாள்; தலைமயிரை விரல்களில் சுற்றியவண்ணம் கையைக் காற்றில் வட்டமிட்டுச் சுழற்றிக்கொண்டிருந்தாள்.

அதற்குமுன் என்றுமே தோன்றியிராத கோபாவேசத்தோடு, மாட்வி விசைத்துத் துள்ளி எழுந்தான்.

"அவர் உன்னை அடித்தாரா?"

"பரவாயில்லை!" என்று அவள் சாதாரணமாக வாட்டத்தோடு சொன்னாள்: "நீ படக் கூடாது–"

அவள் ஆடியசைந்து அவனது தோளைப் பற்றிப் பிடித்தவளாய், அவன் காதுக்குள் பின்வருமாறு கூறி விம்மிப் பொருமினாள்:

"உன்னோடு புஷ்கார்யோவைக் கூட்டிச் செல். தனியாகப் போகாதே! அவர் என்னை உதைத்தார்... வயிற்றிலே நான் கருத்தரித்திருக்கிறேன் என்று வேறு அஞ்சுகிறேன்."

'பின் அவர் என்னையும் அடிக்கட்டும்!' என்று கத்தியவாறே மாட்வி பறந்தோடினான்.

குருட்டுத்தனமாக, பிரமை பிடித்தவன் போல அவன் தன் தந்தையின் அறைக்குள் ஓடினான்; மேஜைக்கருகிலே கிடந்த பெஞ்சின்மீது அயர்ந்து படுத்திருந்த அவரது இருண்ட வடிவத்தின்மீது சாடி விழுந்தான்.

"என்னையும் அடியுங்கள்! என்னையும் அடியுங்கள்!" என்று தன் முஷ்டிகளைக் காற்றிலாட்டிக்கொண்டு கத்தினான் அவன். ஆனால், திடீரென்று தன்னை யாரோ தலைமீதுலுங்கியடித்து விட்டது போல அவன் சட்டென்று ஊமையானான். அவனது தந்தை தமது முதுகை மேஜையின் மீது சாய்த்தவாறு, அவனை நோக்கித் தமது கொழுத்த பழுப்பு நிறமான நாக்கைத்

துருத்திக்கொண்டிருந்தார்; அவர் தமது இடது கை விரல் நகங்களால் பலகையைப் பிறாண்டிக்கொண்டிருந்தார்; அவரது இடது கால் தாங்கலைத் தேடுவதுபோலத் தரையைத் தேய்த்துக்கொண்டிருந்தது; அவரது வலதுகரம். அவற்றிலுள்ள விரல்கள் ஏதோ ஓர் இரங்கும் நிலையில் வளைத்து வக்கரித்துச் சுருள தொப்பென்று கனத்துத் தொங்கியது; அவரது வலது கண் உயிரற்று ஒளியற்று ரத்தமும் கண்ணீரும் பாய்ந்து நிரம்பப்பெற்றுத் தோன்றியது; இடது கண்ணோ ஒரு பசிய நிற ஒளியுடன் மினுமினுத்தது. அவரது வாயின் கடையோரங்கள் வலிப்புக் கண்டது போல வக்கரித்துக் கோணின. அவர் தமது கன்னங்களைப் புடைக்க வைத்தவாறு மூச்சுவிடத் திணறிக்கொண்டிருந்தார்:

“உன்னைத்தான் பெட்டை நாயே!... பெட்டை நாயே..!”

மாட்வி, அறையை விட்டு வெளியே ஓடிவந்து விலாஸ்யேன்னாவுடன் மோதிக்கொண்டான்.

“இதைப் பாருங்கள்!” என்று அவள் வியந்து கூறுவதையும், பின்னர் பின்வருமாறு அலறியதையும் அவன்கேட்டான்: “அட கடவுளே! இவன் அவரை – தன் தந்தையைக் கொன்று விட்டான்!”

அந்தக் கணத்திலிருந்து அந்த வீட்டில் அர்த்தமற்ற ஆரவாரமும், உலுக்கும் பரிதாபமுந்தான் நிரம்பியிருந்தன. அவை மேலும் மேலும் அதிகரித்து, அந்தப் பையனின் சக்தியையே உறிஞ்சித் தீர்த்தன.

புஷ்கார்யோவ் வெறிகொண்ட பிராணி போல ஓடி வந்து விலாஸ்யேவ்னாவின் தொண்டைக் குழியைப் பற்றிப் பிடித்து உலுக்கினான்.

“கொன்றுவிட்டானா? இந்த மாதிரிப் பேசுவதற்கு உனக்குத் தக்க பாடம் கற்பிக்கிறேன்!” என்று சுத்தினான் அவன்.

“தரையிலே – அந்த ரத்தம் –”

“அது பெலாஜியாவின் ரத்தம்; அவருடையதல்ல! நான் உன்னைக் குளத்துக்கு இழுத்துச் சென்று நீரிலே அமுக்கிக் கொல்ல வேண்டியதுதான். அதுதான் சரி”

“அவளைப் பற்றி அலட்டிக்கொள்ள வேண்டாம்!” என்று வாசல் நடையில் கதவின் கைப்பிடியைத் கைத்தாங்கலுக்காகப் பிடித்து நின்ற நிலையில் சொன்னாள் பெலாஜியா: “பாதிரியாரைக் கூப்பிடுங்கள் – டாக்டரைக் கூப்பிடுங்கள்.”

இப்போது கோஸிமியாகின் பயங்கரத் தோற்றம் வக்கரித்துப் பளிச்சிடும் தமது விரிந்தகன்ற இடது கண்ணை வெறித்து விழித்தவாறு படுக்கையில் கிடந்தார். அவரது இடது கை விரல்கள் ஏதோ கண்ணுக்குத் தெரியாத, தொட்டுணர முடியாத ஒன்றைப் பற்றிப் பிடித்திருந்தன.

வேலைக்காரர்கள் வாயில் முற்றத்துப் படிகளிலும் வீட்டுக்குள்ளும் ஓடியாடித் திரிந்தார்கள். மாட்வி கைகளிலே பாட்டில்களையும் முண்டுத்துணிகளையும்

ஏந்தியவாறு ஈரம் படிந்த தரையில் அங்குமிங்கும் பாய்ந்தோடினான். சிறிது நேரம் கழித்து, தன் தந்தையின் உடைகளைக் களைவதில் அவன் பெலாஜியாவுக்கு உதவ முயன்றான். ஆனால், அந்த மனிதரின் உயிரற்றும், அசைவற்றும், கன்றிக் கறுத்தும், தொளதொளத்தும் கிடந்த செயலிழந்து முடமான வலது பக்கத்தைப் பார்த்த அதிர்ச்சி தாங்க மாட்டாமல், அவன் வெளியே ஓடி விட்டான்.

இருண்டு கிடந்த வானமண்டலத்தில் அடர்ந்த மேகங்களால் அமைக்கப் பெற்ற கரையை உடைக்க முயன்ற ஓகுரோவ் நகரத்து வெளிறிய மின்னல்வீச்சு ஒளி செய்தது. கோடைக்காலத்தின் பெரும்மழைத்துளிகள் மரங்களின் மீதும், கூரைகளின்மீதும், தரையின்மீதும் சளசளத்துப் பொழிந்தன. அந்த அந்தகாரம் சூழ்ந்த பிரதேசத்தின் நீர் தெளித்து முடிக்கும் தனது வேலையை முடித்து விட்டால், பின்னர்த் தனது புத்துணர்வூட்டும் ஈரவாடையை நம்பிக்கை மிகுந்த பிரதேசங்களுக்குக் கொண்டு செல்லலாமே என்ற ஆவலோடு அந்த மழை பொழிவது போலத் தோன்றியது. இடி உருண்டு முழங்கியது; மரங்கள் சரசரத்தன; கூரையிலிருந்து பளபளக்கும் நீர்த்தாரைகள் ஒழுகின; அவை முற்றத்தின் வழியே வெளி வாசலுக்கு ஒரு சேற்று நீரோடையாக வழிந்தோடின. அந்த நீரோடையினால் இழுத்துச் செல்லப்பட்ட ஒரு கயிற்றுச்சிட்டம் வெளிவாசல் நிலையிலே தட்டி நின்றது. மேலும், தன்னை வெளியே விடுத்துத் தெருவுக்குச் செல்ல அனுமதி கேட்டுக் கெஞ்சுவதுபோல, அது மீண்டும் மீண்டும் அந்த நிலையோடு மோதிமோதி இடித்துக் கொண்டிருந்தது.

பெலாஜியா வெளியே வந்தாள்; குதிரைகள் செய்வது போல அவனது தோளின்மீது தனது மோவாயை இடித்தவாறு அவன் காதில் பின்வருமாறு கிசுகிசுத்தாள்:

“அன்பே! உன் தாயைப்போல நானும் ஒரு கன்னியாஸ்திரீ மடத்தில்தான் போய்ச் சேர வேண்டியிருக்குமென்று நான் அஞ்சுகிறேன்.”

யாரோ வெளிக் கதவைத் தட்டினார்கள். அந்தச் சப்தம் மாட்விக்குக் கேட்டது. எனினும், அவன் அதை அலட்சியம் செய்தான். துடிப்பு மிக்கவனான மிக்காலோ தானியக் கிடங்கிலிருந்து ஓடி வந்தான்; அங்குத் தென்பட்ட நீர்நிலைகளை ஓர் ஆடுபோலத் துள்ளித் தாண்டிக்கொண்டு வாசலுக்குச் சென்றான்; பின்னர் வாசலைத் திறந்து காரட் நிறத் தலை மயிர்கொண்ட கோவிலதிகாரியையும், சிறிய தோற்றம் கொண்ட கறுத்த பாதிரியாரையும் உள்ளே வரவிடுத்தான்.

“நல்ல காரியம் இது! கடவுளின் போதகர்களுக்கு ஆள் அனுப்பிவிட்டு, அவர்களுக்குக் கதவைத் திறந்துவிட மறுக்கிறீர்களே! காட்டுமிராண்டிகள்!” என்று உள்ளே நுழைந்ததும் பெண்ணொருத்தி தனது பாவாடையைத் தூக்கிப் பிடித்துக்கொள்வது போலத் தமது நிலையங்கியைத் தூக்கிப் பிடித்தவண்ணம் உரத்த குரலில் கத்தினார் அந்தப் பாதிரியார்.

அவர் வீட்டுக்குள்ளே சென்று மறைந்ததும், மிக்காலோ குதூகலத்தோடு மொறுமொறுத்துவிட்டு, தனது இடுப்புவரை அவிழ்த்து, சட்டையை மேலே தூக்கி, மழைத் தண்ணீரை முதுகு வழியாக ஓடவிட்டான்.

"ஓ! ஆ!" என்று அவன் ஆனந்தமாகக் கீச்சுக் குரலிட்டான்.

அவன் போட்ட சத்தத்திலே துள்ளாடிய ஆனந்தத்தைக் கண்டு, மாட்விக்கும் அந்த மழையிலே தானும் ஓடி நனைய வேண்டும் என்று ஒரு தாகம் ஏற்பட்டது; ஆனால், மிக்காலோவோ அவனைக் கண்டதும் சட்டென்று திரும்பி தானியக் கிடங்குக்குள் நிதானமாக நடந்து சென்று விட்டான்.

தந்தை இறந்துகொண்டிருக்கிறார் என்று அந்தப் பையன் தனக்குத்தானே நினைவுறுத்திக்கொண்டான். என்றாலும், அவன் எவ்வளவுதான் முயன்று பார்த்தாலுங்கூட, பெலாஜியாவோடு தானிருக்க வேண்டும் என்றிருந்த விருப்பத்தைக் காட்டிலும் அதிகப்படியான உணர்ச்சி ஏதும் தன் இதயத்தில் இல்லை என்பதையே அவன் கண்டறிந்தான்.

மழை வெறிக்கத் தொடங்கியது; மேகங்கள் நகரத்தின் மீது நிலைத்து நிற்கத் தொடங்கின; அவற்றின்மீது தூரத்து மின்னலொளியின் நீலக்கதிர்வீச்சு விழுந்தபோது அவை நடுநடுங்கி, தம்மிடமிருந்த கடைசி நீர்த்துளிகளையும் அந்தச் சேற்று நிலத்தின்மீது உதிர்த்துக் கொட்டின. மழையைப் பாராட்டி ஒரு காகம் கரைந்தது.

மீண்டும் யாரோ கதவைத் தட்டினார்கள்; நாதாங்கியைக் கலகலக்கச் செய்தார்கள்; தொடர்ந்து தானியச் கிடங்கில் சச்சரவு புரியும் சப்தம் கேட்டது.

"போய்க் கதவைத் திற."

"பாதிரியாருக்கு நான்தான் திறந்து விட்டேன்."

"நானுந்தான் அவருக்குத் திறந்திருப்பேன்."

"நீ போ, வான்யா மிக்காலோ.".

"நீதான் போ, யாக்கிம்."

நெடிய ஒடிசலான தோற்றம் கொண்ட யாக்கிம் கிடங்கைவிட்டு வெளியே வந்து, நீர்நிலைகளை நோட்டம் விட்டான்; அவற்றில் ஒன்றிரண்டைச் சுற்றி வந்தான்; மூன்றாவதில் காலையே வைத்து விட்டான்; பின்னர் அவற்றைப் பொருட்படுத்துவது சரியல்ல என்று தீர்மானித்து, அவற்றின் வழியாகவே வெளிவாசலை நோக்கி நேராக, சாவதானமாக நடந்து சென்றான்.

கோடு போட்ட கால்சராயும், குஞ்சம் வைத்த தொப்பியும். அசட்டுத்தனமான கோஸாக்குக் கோட்டும் அணிந்த ஒரு நெட்டை மனிதர் உள்ளே வந்தார்.

"நோயாளி இருக்கும் வீடு இதுதானா?"

அந்தக் கேள்வியைக் காதில் வாங்கியவாறு சிந்தித்த யாக்கிம் தன் நாபிக் குழியைச் சொறிந்தான்.

"எஜமானையா கேட்கிறீர்கள்? அவர் வேறு எங்கே இருக்க முடியும்? அவர் அதோ வீட்டுக்குள் இருக்கிறார்."

"முட்டாள்," என்று அலட்சியமாகச் சொன்னார் அந்த மனிதர்.

அந்தக் கனத்த வெளிறிய மேகங்கள் தன்னை அவற்றின் ஆழத்துக்குள்ளே இழுத்து விழுங்குவதைப் போல உணர்ந்தவனாய். மாட்வி ஒரு சோகப் பெருமூச்சு விட்டான்.

"வா, வா" என்று அவனது தோளில் தட்டியவாறு பின்னாலிருந்து கூப்பிட்டான் புஷ்கார்யோவ் "அவ்வளவு மோசமில்லை; முடக்குவாதந்தான். எங்களுக்கு ஒரு காப்டன் இருந்தார்; ஜெமெல்-லுகோவ் என்று பெயர். ஒரு முறை அணிவகுப்பின்போதே அது அவரைத் தாக்கி விட்டது. அவரை அப்படியே மல்லாக்கத் தள்ளிக் கிடத்தி விட்டது அது"

"அவர் இறந்து போனாரா?"

"ஆமாம்."

"அப்பாவும் இறந்து போவாரா?"

"விசித்திரமான கேள்வி." என்று வேறு பக்கம் பார்த்தவாறே சொன்னான் அந்தச் சிப்பாய்: "ஆமாம். இறக்கத் தான் செய்வார்-ஏன் நீயும் நானுங்கூடித்தான் இறப்போம். அதற்காகத்தானே நாம் வாழ்கிறோம். வந்த வேலை முடிந்து விட்டால் நாம் போக வேண்டியதுதானே."

மாட்வி ஒருகணம் சிந்தித்தான்.

"அவர் பெலாஜியாவை அடித்தார்," என்று கடுப்போடு சொன்னான் அவன்.

"ம் - ஆம் - அவர் அவளை அடிக்கத்தான் செய்தார்," என்று ஒப்புக்கொண்டான் அந்தச் சிப்பாய்; "அது தவிர்க்க முடியாதது. அந்தக் கிழட்டு முட்டாளுக்குப் பெண்கள் விஷயத்திலே மிகுந்த பெருமை. எனவே, அந்தச் சிவப்புத் தலைக் கிழட்டு ஆட்டுக்குக் கோபம் வந்து விட்டது."

அந்தச் சிப்பாய்க்கு முகத்தைக் கோணி வக்கணை காட்டி விட்டு, தரையில் துப்பினான்; பின்னர் அந்த எச்சிலைக் காலால் தேய்த்தான்.

"ஆனால் அதையெண்ணி நீ அலட்டிக்கொள்ளாதே. அவள் - அந்தப் பெலாஜியா ஒரு சரியான கட்டுறுதி கொண்ட பெட்டைப் பன்றி," என்று மெதுவாகச் சொன்னான் அவன்.

மாட்வி அவனது தோளுக்கு மேலாகத் திருட்டுத்தனமாகப் பார்த்தான்.

"நீ அப்பாவுக்காக வருந்துகிறாயா?" என்று கிசுகிசுத்த குரலில் கேட்டான் அவன்.

“அவரோடு பழகிப் போய்விட்டேன்,” என்று ஒரு பெரு மூச்சோடு சொன்னான் புஷ்கார்யோவ: “நானும் அவரும் ஒன்றாகவே இருந்தோம். ஒருவரையொருவர் மதித்து வந்தோம். அருமைப் பையா! நட்பு என்பது காளானைப் போலக் காட்டிலே வளர்வதல்ல. நட்பு இதயத்திலேதான் வளர்கிறது.”

அவன் தன் கால்களைக் கொக்கைப் போல உயர்த்தி, அந்தச் சேற்றின்மீது சளப்பென்று ஒலியெழும்பித் தெறிக்கக் காலைப் பதித்து நடந்து சென்றான்.

மாட்வி நுழைவாயிலருகே தன்னந்தனியனாக நின்று கொண்டிருந்தான்.

அவன் தந்தையைப்பற்றி மோசமாகப் பேசுகிறான்.. காறித் துப்புகிறான்... என்றாலும் அவருக்காக வருந்துகிறான்... பெலாஜியா அவனிடம் வந்தாள்.

“என்னால் இன்னும் தாங்கிக்கொண்டிருக்க முடியாது...” என்று மன்னிப்புக் கோரும் புன்னகையோடு சொன்னாள் அவள்.

அவன் அவளைத் தனது அறைக்கு அழைத்துச் சென்றான். அவள் அவனது படுக்கையில் படுத்துக் கிடந்தபொழுது, அவன் தன் கண்களை அப்பால் திருப்பி, கதகதப்பும் உப்பு வாடையும் மிகுந்த அந்தப் பழக்கப்பட்ட நாற்றத்தை ஸாவ்காவை அந்த மனிதர்கள் அடித்துப் போட்ட பிறகு அவனிடமிருந்து வந்த அதே நாற்றத்தை – உணர்ந்து, அதைச் சகிக்க இயலாதவனாய் எழுந்து சென்றான்.

“நான் உன் படுக்கையிலே படுத்திருக்கக் கூடாது,” என்று முனகினாள் அவள்: “அவர் என்னை அப்படி உதைத்து விட்டார்; எனது வயிற்றுக்குள் ஊமையடிபட்டுச் சேதம் ஏற்பட்டிருக்கத்தான் வேண்டும்.”

மாட்வி அவளைப் பார்த்தான்; திடீரென்று அவளும் இறந்துபோவாள் என்று பயங்கரமான தெளிவோடு உணர்ந்தான். அவளது முகத்திலே தோன்றிய இயற்கைக்கு மாறான வெறுப்பு அவனுக்கு அப்படித்தான் கூறியது; மேலும், அவளது குழிந்த கண்களும், ஒட்டி உலர்ந்து நீலம் பாரித்திருந்த உதடுகளும் அப்படித்தான் கூறின.

ஒரு வார்த்தைகூடப் பேசாமல், அவன் அவளது மார்பில் தன் முகத்தைப் புதைத்துக்கொண்டான். பெலாஜியா முனகினாள்; தனது உதடுகளை ஈரப் பசை யிழந்த நாவால் நக்கிக் கொடுத்தாள்.

“வேண்டாம்,” என்று அவள் தெளிவற்றுக் கிசுகிசுத்தாள்: “எனக்கு மூச்சு விடவே திணறுகிறது.”

சிறிது நேரத்துக்குப் பின்னால் அவன் புஷ்கார்யோவுடன் தன் தந்தையின் படுக்கையருகே நின்றுகொண்டிருந்தான். அந்த நோயாளி தமது மகனின் கையைச் சுண்டியிழுத்து, அவனிடம் ஏநோ சொல்ல முயன்றார்; அப்போது அவரது பசிய நிறமான கண் பளபளத்தது.

“பு....புஷ்...”

அந்தச் சிப்பாய் தன்னைத்தானே சுட்டிக் காட்டினான்:

"என்னையா?" என்றான் அவன்: "என்னைத்தானே கேட்கிறீர்கள்?"

"மா..."

"மாட்வியா? நான் அவனைக் கவனித்துக்கொள்ள வேண்டுமா? நீங்கள் சொல்லாமலே எனக்கு அது தெரியும். அதைப்பற்றிப் பயம் வேண்டாம், கோஸிமியாகின்."

ஆனால் அந்தக் கிழவர் தமது கையை அசைத்தார்.

"பெலா... பெலா... கன்னியா..."

"புரிகிறது," என்றான் புஷ்கார்யோவ். "எனக்குத் தெரியும். கன்னியாஸ்திரி மடந்தானே."

அந்தக் கிழவர் தமது மகனின் கையைத் தூரத் தள்ளிவிட்டு, தமது இருதயத்தை எட்டிப் பிடித்தார்; தெளிந்தும். முனகியும், தமது தடித்த நாக்கைச் சுழற்றியும், மார்பில் தன்னைத்தானே அறைந்தும் கொண்ட அவர், மீண்டும் மாட்வியின் கரத்தைத் தமது பிசுபிசுக்கும் விரல்களால் பற்றிப் பிடித்தார்.

உயிரற்றுப் போன கண்ணால் முகட்டுக்கு அப்பாலுள்ள ஏதோ ஒன்றை அமைதியோடு பார்த்தவண்ணம் கிடந்த அவரது வலது பாரிசத்திலிருந்து அவரது உடம்பின் இடது பாரிசம் தன்னைத்தானே விடுவித்துக்கொள்ள முயல்வது போலத் தோன்றியது. மாட்வி பயபீதியடைந்தான். எனினும், அவன் தன் தந்தைக்காக வருந்தவில்லை; அவனது கண் முன்னால் அந்தப் பெண்ணின் வெளிறிய, நிலையிழந்த முகந்தான் மிதந்தது. அந்தக் கிழவரின் நெடுமூச்சு அவனுக்கு நெருப்பிலே வாட்டி வறுக்கப்பெற்ற காளான்கள் எழுப்பும் உள்ளொலியைத்தான் நினைவூட்டியது.

பாதிரியாரும் டாக்டரும் ஜன்னலருகே நின்று கொண்டிருந்தார்கள்.

"வஞ்சிரந்தான் எனக்கு ரொம்பப் பிடித்தமான மீன்," என்று பாதிரியார் சொல்லிக்கொண்டிருந்தார்: "அதைப் பற்றி நான் இரவில் கனவுகூடக் காண்பதுண்டு."

நெட்டையான கோவிலதிகாரி சுவர்க் கடிகாரத்துக்கு முன்னால் நின்று, தமது முகத்திலுள்ள ஈக்கடியை விரல் நகத்தால் சுரண்டிக்கொண்டிருந்தார். பெரிய மாட்டு ஈக்களைப் போன்ற ஈக்களின் ரீங்காரம் அந்த அறையில் கும்மென்று நிறைந்தொலித்தது. எல்லாமே சோகத்தால் போர்த்தப்பட்டிருந்தன; எல்லாமே ஏதோ ஒரு கண்காணாத சக்திக்குக் கட்டுப்பட்டது போல ஸ்தம்பித்து நிலைத்து நின்றுவிட்டன.

இதே கதையில் நான்கு இருண்ட மழைக்கால நாட்களும் ஓடி மறைந்தன. மூன்றாவது நாளன்று கிழவருக்கு மற்றோர் இருதய வலி தோன்றியது; ஐந்தாவது

நாள் அதிகாலையில் கட்டுமஸ்தான உடம்பும் சிவந்த தலையுங்கொண்ட கோஸிமியாகின் இறந்து போனார். அவர் மரணத்தை யாரும் கண்கொண்டு பார்க்கவில்லை. அவரது படுக்கையருகே நின்று கவனித்துக்கொண்டிருந்த கன்னியாஸ்திரீ தேநீர் அருந்துவதற்காகச் சமையலறைக்குள் சென்றிருந்தாள். அவளது ஸ்தானத்துக்கு வந்து சேர்ந்த புஷ்கார்யோவ் அந்தக் கிழவர் தலையணைக்கடியில் தலையை வைத்துக் கொண்டு படுத்திருப்பதைக் கண்டான்.

“நான் அவரைப் பார்த்து, ‘யாரைக் கண்டு பயந்து ஒளிந்துகொள்கிறீர்கள்?’ என்று வேடிக்கையாகச் சொன்னேன். ‘வெளியே வாருங்கள்’ என்று சொல்லிவிட்டு, தலையணையை எடுத்தேன்! அவ்வளவுதான். அவர் அங்கே கிடந்தார். கதை முடிந்து போய்விட்டது. அவரது ஆத்மாவைத் தவிர எல்லாம் அப்படியப்படியே அங்கிருந்தன.”

மாட்விக்கோ மரணத்தைப் பற்றிய சொல்லொணாத ஒரு பயமும், தனது தந்தையின்மீது திடீரென்று ஒரு பச்சாதாபமும், பெலாஜியாவுக்கு என்ன நேருமோ என்ற பீதியும் மனத்தைக் கவ்விப் பிடித்தன.

அவள் எழுந்திருக்கவில்லை. அவள் ஜன்னி வேகம் கொண்ட ஜுரத்துடன், கொட்டுமேளம் மாதிரி வீங்கிப்போன வயிற்றோடு படுக்கையில் அங்குமிங்கும் புரண்டுத் துள்ளியவாறு கிடந்தாள். ஒன்றிரண்டு தடவைகளில் கொழுகொழுத்த கறுத்த இரத்தத்தில் நனைந்து கறைப்பட்ட கந்தல் துணிகள் அந்த அறையின் மூலையிலே கிடப்பதை அவன் கண்டான். அவற்றின் குமட்டுகின்ற நாற்றத்திலிருந்து அவனால் விடுபட முடியவில்லை.

அவளுக்குப் புத்தி தெளிவடையும் அபூர்வ சந்தர்ப்பங்களில் அவள் அவனைக் குற்றவுணர்வோடு பார்த்து, பின்வருமாறு கிசுகிசுத்தாள்:

“எனக்கு ரொம்பவும் முடியவில்லை. நான் இங்கே உன் அறையிலே கிடக்கிறேன்! நீ எங்கே தூங்குகிறாய்? உனக்கு அங்கு வசதியாக இருக்கிறதா?”

அவர்கள் அவனது தந்தைக்கு நல்லதொரு சவ அடக்கத்தை நடத்தினார்கள்; அதற்குத் தேவாலயத்தின் சங்கீதக் கோஷ்டியும், நகரத்தின் எல்லாப் பாதிரியார்களும் வந்து கலந்து கொண்டார்கள். அந்தச் சங்கீதக்காரர்களில் ஒருவனான, ஒட்ட வெட்டப்பெற்ற பெரிய தலையும், கூரிய கருநீல நிறமான தாடியும் கொண்ட, உலைத் தொழிலாளியான குளுச்சாரெவ் என்பவன் மற்றவர்களையெல்லாம்விட உரத்த குரலில் பாடினான். சமாதி ஸ்தலத்துக்குச் செல்லும் வழியெல்லாம் அவன் மாட்வியைக் குறுகுறுப்போடு பார்த்து வந்தான்; அவனது அந்தப் பார்வை மாட்விக்குப் புழுக்கம் தருவதாகவும் பிடிக்காததாகவும் இருந்தது.

தனது தந்தையைப் பற்றிச் சில மனிதர்கள் அன்பு மிகுந்த வார்த்தைகளைப் பேசுவதையும் அவன் காதில் கேட்டு வியப்புற்றான்:

“இறந்து போனவர் வெடுக்கென்று பேசும் அகந்தை மிக்க மனிதர் என்பது எல்லோருக்கும் சொல்லாமலே தெரியும்” என்று சவ ஊர்வலத்தில் மாட்விக்குப்பின்னால் நடந்து வந்த கிழவர் கிர்யாபோவ் பேசினார்: “என்றாலும், அவருக்கு ரொம்பவும் நல்ல இதயம். அவர் சனிக்கிழமைதோறும் கைதிகளுக்குச் சூடான ரொட்டிகளை அனுப்பி வந்தார்–”

“கைதிகளுக்குத்தானே, வாஸ்தவந்தான். ஒரே ரகத்தைச் சேர்ந்தவர்கள் ஒன்றாய்த்தான்–”

“ஈஸ்டரின்போது முட்டைகள்; பாலாடை. கிறிஸ்துமஸ் சமயத்திலே மாமிசம்–”

இறந்து போனவரின் எல்லாத் தரும கைங்கரியங்களுக்கும் பட்டியல் படித்துவிட்டு, குற்றத்தை உணர்ந்து வருந்தும் ஒரு பாஸியின் தொனியில் கிர்யாபோவ் மேலும் சொன்னார்:

“அவர் அக்கம்பக்கத்தாரையெல்லாம் மதிக்கவில்லை என்பது வாஸ்தவந்தான். ஆனால், அதை ஆலோசித்துப் பார்த்தோமானால் – அவர்தான் ஏன் மதிக்க வேண்டும்? – நாம் வாழ்ந்து வருகிற லட்சணத்தைப் பார்த்தால் – ஹூம் அது ஒன்றும் அத்தனை மதிப்புக்குரியது என்று தான் சொல்ல மாட்டேன்.”

“நமக்குச் சாவு வரும் காலத்திலே எத்தனை பிசாசுகள் நமது சடலத்தைத் தாக்கும் என்பதை யாரால்தான் சொல்ல முடியும்?” என்று யாரோ ஒருவன் கடுப்போடு சொன்னான்.

மாட்விக்கு அருகில் ஒரு கம்பத்தின்மீதுள்ள பறவைக் கூடுபோல நெடிய கால்கள்கொண்ட புஷ்கார்யோவ் நடந்து வந்தான்; அவன் தனது புதுப்பிக்கப்பட்ட பச்சை யூனிபாரம் உடையை அணிந்திருந்தான். அதன் கைப்பட்டியிலும் காலரிலும் தங்க ஜரிகைக்கரை இடப்பெற்றிருந்தது; மார்பில் மேலிருந்து கீழ்வரையிலும் பித்தளைப் பொத்தான்கள் இருந்தன; அதன் ஒரு கைப் பக்கத்தில் ஒரு பெரிய கறுப்பு ஓட்டுத்தையலும் இருந்தது. இடையிடையே அவன் பின்னால் திரும்பி, தனது கையை உயர்த்திப் பின்வருமாறு கட்டளையிட்டான்:

“பேசாது வாருங்கள்!”

எல்லோரும் அவனுக்குக் கீழ்ப்படிந்தார்கள்.

அவர்கள் ஓகுரோவின் அந்த மணற்பாங்கான நிலத்தில் சவப்பெட்டியை இறக்கத் தொடங்கிய போதும். அந்தக் கருந்தாடி உலைத் தொழிலாளி தன் பெரிய சிவந்த வாயைத் திறந்து, துப்பாக்கி வேட்டுச் சத்தம் போலப் படாரென்று “நி–ரந்–தர–அ–மைதி....” என்று கத்திய போதும், மாட்வி கீழே விழுந்து, காய்ந்த புல் குத்திட்டு நின்ற ஏதோ ஓர் இனந்தெரியாத சமாதி மேட்டின்மீது தலையை வைத்தவண்ணம் பொங்கிப் பொருமினான். புஷ்கார்யோவின் பலம் வாய்ந்த கரங்கள் அவனைச் சுற்றி வளைத்தன. அவன் அந்தப் பித்தளைப்

பொத்தான்களின்மீது அவனது கன்னத்தை அழுத்தியவாறு, மூக்கை உறிஞ்சிய வண்ணம், அவனது காதில் அரையுங்குறையுமாக ஏதேதோ வார்த்தைகளை முணு முணுத்தான்:

“வா, தைரியமாக இரு. சொன்னபடி கேள், மாட்வி! இதோ நான் உன் அருகிலேயே இருக்கிறேனடா, பையா!”

மேலும் அங்கிருந்து வீடு திரும்பும் வழியில், வீட்டு முற்றத்தை வந்து எட்டும் வரையிலும் அந்தச் சிப்பாய், ஒகுரோவின் பசைபிடித்த மண்ணில் தனது கால்களை ஆழ உழுது நடந்தவாறே,உள்ளடங்கிய குரலில் பின்வருமாறு பேசிக் கொண்டே வந்தான்:

“அவருக்கு அவரேதான் தளபதியாக இருந்து வந்தார். ஆமாம், அவர் மட்டும் வேறு இடத்தில் வாழ்ந்திருந்தால். பெரிய பெரிய காரியங்களையெல்லாம் சாதித்திருப்பார். அந்தச் சிவந்த தலைப் பிசாசு – அவர் எப்படி வேலை பார்ப்பார் தெரியுமா? உதாரணமாக, அவர் இந்த வீட்டை விலைக்கு வாங்கியபோது, அவர் தான் கூரை வேய்பவனாகவும், தச்சனாகவும், வெள்ளையடிப்பவனாகவும், கொத்தனாகவும் – சொல்லப்போனால் எல்லா வேலைகளையும் அவரேதான் பார்த்தார். அவரால் செய்ய முடியாத எந்தவொரு வேலையுமே கிடையாது. பழத்தோட்டத்தையும் அவரே பயிர் செய்தார்! ஒவ்வொரு மரமும் ஒரு தனியழகு – ஒரு பூச்சி பொட்டு கரையான், புழு எதுவும் கிடையாது. அவ்வளவு சுத்தம். கன்னியாஸ்திரீகள்கூட அவரிடம் வந்து தோட்டவேலை கற்றுக்கொண்டார்கள். பையா! உபயோககரமான தொழில்களை மற்றவர்களுக்குக் கற்றுக் கொடுப்பது ஒரு பெரிய விஷயம். பல தடவை அவரே சொல்லியிருக்கிறார்: ‘மரங்களும் பூக்களும் மட்டுமல்லாமல், மக்களுங்கூடப் பூமிக்கு ஓர் ஆபரணமாக விளங்க வேண்டும்!’ அவருக்கு எல்லாவற்றுக்கும் – தமது கத்தியைச் சாணை தீட்டுவதிலிருந்து மனைவியை முத்தமிடுவதுவரை – எல்லாக் காரியத்துக்கும் நேரம் இருந்தது. நான்கூட அவரிடம் வேடிக்கையாகச் சொல்லுவதுண்டு: ‘கோஸிமியாகின்! அதோ அந்தக் காட்டைப் பார்த்தீர்களா? போய்ப் பொழுது சாய்வதற்குள் அதை வெட்டித்தள்ளுங்கள்!’ ஆமாம், பையா! நாங்கள் சரியான வழியில்தான் வாழ்ந்தோம்: நீயும் அப்படித்தான் வாழ வேண்டும். ஒரு மனிதனோடு அபிப்பிராய வித்தியாசம் கொள்வதற்கு அஞ்சாதே; ஆனால், அவன் இதயத்தைக் கண்டறியக் கற்றுக்கொள்.”

வீட்டுக்கு வந்ததும், தனக்குப் பசியெடுப்பதை அறிந்து மாட்வி வெட்கப்பட்டான். ஈமச் சடங்கு விருந்து தொடங்க இன்னும் அதிக நேரமாகும் என்பது அவனுக்குத் தெரிந்தது. வேலைக்காரர்களெல்லாம் சமாதியின்மேல் சிலுவையை நட்டு வருவதற்காகச் சமாதி ஸ்தலத்திலேயே தங்கி விட்டார்கள். மேலும், ஒரு சில பிச்சைக்காரர்களே அது வரையிலும் வந்திருந்தார்கள். எனவே, அவன் மேஜையிலிருந்து ஒரு ரொட்டியைத் திருடி எடுத்துக்கொண்டு, பழத்தோட்டத்துக்குள் சென்றான். அங்கு அவன் குளிப்பறைக்குப் பின்னால் மறைந்துகொண்டு அதனைத் தின்றான். திரும்பி வந்த போது அவனுக்குள் குற்ற உணர்ச்சி உறுத்தியது.

அதற்கு முன் என்றுமே அவன் அத்தனை கவனத்துக்கு ஆளானதில்லை. முற்றத்தில் ஒன்பது மேஜைகள் போடப்பட்டிருந்தன. சமையலறையில் விலாஸ்யேவ்னாவும், நடால்யாவும் அப்பங்கள் சுட்டுக்கொண்டிருந்தார்கள். உருகி குறுகுறுக்கும் கொழுப்பின் வாடை ஜன்னலின் வழியே கம்மென்று நிறைந்து வந்து மணம் வீசியது; அதனைச்சுவாசித்த பிச்சைக்காரர்கள் ஜன்னலருகே கும்பலாகக் கூடி நின்று பேராசை மிகுந்த பொறுமையின்மையோடு அதனை மோப்பம் பிடித்தார்கள். அங்கு நொண்டியும் முடமுமாக டஜன் கணக்கில் பிச்சைக்காரர்கள் இருந்தார்கள். அவர்கள் என்கா மூலை முடுக்குகளிலிருந்தும். சந்து பொத்துகளிலிருந்தும் வாய் பேசாது வெளுத்துப்போய், புழுக்கள் போல ஊர்ந்து வருவதைக்காண மாட்விக்கு அருவருப்பாக இருந்தது; முற்றமெல்லாம் கந்தல் துணிகள் நிறைந்துவிட்ட மாதிரி தோன்றியது. பேச்சுக் குரல்களின் முணமுணப்பு எண்ணற்ற பூனைகள் குறுகுறுத்து உறுமுவது போலக் கேட்டது. எல்லாப் பக்கங்களிலிருந்தும் மாட்வியை நோக்கி தோய் வாய்ப்பட்ட புன்னகை வீச்சுக்கள் எய்யப்பட்டன; தேனொ முகப் பேசும் அனுதாப வார்த்தைகள், அவனது இளமை. நல்ல தோற்றம், அழகிய உடைகள் ஆகியவற்றைப் பற்றிய அமோகமான பாராட்டுரைகள், பெருமூச்சுக்கள், கிசுகிசுக்கும் பிரார்த்தனைகள் ஆகிய பற்பலவும் அவனது காதுகளைத் தாக்கித் துளைத்தன. சிறுமைத்தனமும் குரோதமுங்கொண்டு முன்னர்த்தோற்றிய கண்களெல்லாம் இப்போது பணிவும், வருத்தமும், பரிவும் கொண்ட தோற்றத்தைப் புனைந்துகொண்டு அவனைப் பார்ப்பதையும் அவன் கண்டறிந்தான். அந்தக் கண்களின் தெள்ளத்தெளிவான பொய்மையை வெறுத்து ஒதுக்கியவனாய், அவன் தன் கண்களைத் தரையை நோக்கித் திருப்பிக்கொண்டான்.

சிக்கல் விழுந்த நரைத்த தாடிகள், புடைத்துப் போன சிவப்பு, மஞ்சள் முகங்கள், கைவிரல்களிலே கண்களைப் பெற்றிருப்பதுபோலத் தோற்றும் பேராசை பிடித்த கைகள் ஆகியவையெல்லாம் பரிசுத்த யாத்திரிகன் மானிடத் துன்பங்களின் வயல் வெளிகளிலே நடந்து செல்லும்போது கண்ட விசித்திரமான காட்சிப் புலன்களை நினைவூட்டியது. தெருக்களிலேயுள்ள எல்லா விதமான குப்பைக் கூளங்களும் அந்த முற்றத்திலே வந்து ஒருசேரக் குவிந்துவிட்டது போலத் தோன்றியது. இடிபாடுகளுக்கிடையே உடைந்து போன பாட்டில் துண்டுகள் பளபளத்தன; அழுகி நாறிக்கொண்டிருந்த குப்பைமேட்டின்மீது காற்று ஓர் அருவருப்பான விரலைவிட்டுக் குடைந்தது. மூலையிலே குன்றிக் கூனியிருந்த இரண்டு மூன்று வடிவங்கள் மட்டுமே. ஏதோ ஒரு பெரும் முக்கியத்துவம் வாய்ந்த தீர்க்க முடியாத பிரச்சினையைப் பற்றிச் சிந்திப்பது போல அந்தக் காட்சியை நிர்விசாரமாகப் பார்த்துக்கொண்டிருந்தன.

மழுங்கச் சவரம் செய்த முகமும். நாணயங்களைப்போல வட்டமாகவும் செவ்வரி படர்ந்தும் தோன்றிய வியந்து கண்களும், பானைவயிறும் கொண்ட ஒரு ஜீவன் மாட்வியை நோக்கி நொண்டியடித்து வந்தது. அவன் தனது மயிரடர்ந்த கரத்தைக் காற்றில் ஆட்டிக்கொண்டு பின்வருமாறு கத்தத் தொடங்கினான்:

எங்கள் வேட்கை எங்கள் ஆசை
எல்லாம் மண்ணாய்ப் பாழாய்ப் போச்சே!
வெங்கண் தானியக் காரன் வயலில்
விரைவில் இறங்கிக் கதிரை அறுப்பான்!
எங்களை இருண்ட சவத்துப் பெட்டியில்
இறக்கிக் குழியில் புதைத்து விடுவான்!

“அவன் ஓர் எத்தன், பையா!” என்று யாரோ மாட்வியின் காதில் கிசுகிசுத்தார்கள்: “அவன் ஒன்றும் புனிதமான மனிதனல்ல. அவன் ஒரு குமாஸ்தா. மோசடி செய்ததற்காக நாடு கடத்தப்பட்டவன். அவனைத்தான் பாரேன் – அவலட்சணம் பிடித்த சீலைப்பேன் அவன்! ஆனால், நமது மத்தியில் ஓர் உண்மையான புனித மனிதரும் இருக்கிறார்.”

“நல்ல ஐயா!” என்று அந்தக் குமாஸ்தா உரத்த குரலிலே ஊளையிட்டான்: “பிரபலமான பாடகரும் எனது மாமாவுமான ஒருவர் எழுதியுள்ள பக்தி மயமான பாடல்களைச் செவிசாய்த்துக் கேளுங்கள்–”

ஆனால் வேறொரு நெடிய மனிதனுக்கு இடமளிப்பதற்காக அவன் அப்பால் தள்ளப்பட்டு ஒதுங்கினான். அந்த மனிதனோ கூரிய எலும்புகளை ஒரு கிழிந்த பழுப்பு நிறமான தோற்பையிலே தள்ளி அநாயாசமாகத் தைத்துப் போட்ட மாதிரி, நகைப்புக் கிடந்தரும் தோற்றத்தில் விளங்கினான். அவனது தலை சிறியதாக இருந்தது; சாய்ந்து சரிந்த நெற்றியோ கண்களுக்கு மேலே முன்வந்து தொங்கியது. அவன் அந்த இளைஞனைக் குருடனைப்போலக் கண்ணிமைக்காமல் வெறித்துப் பார்த்தவாறு நின்றான்.

“பாடு, அல்யோஷா! எங்களுக்கு ஒரு பாட்டுப் பாடு! என்று அவர்கள் அவனை நோக்கிக் கத்தினார்கள்.

அவன் ஒரு காலால் தரையைப் பிறாண்டியவாறு நின்றான்; பின்னர்த் தொடர்பற்று முனகினான்:

யாசகன் ஷின்ஷான் மூச்சே போகும்
வரையில் ஓடி, ஓட்டைடப் பாவில்
காசைக் கண்டு பிடித்தான்; அந்தக்
காசால் சாவைக் கடிதில் பெற்றான்!

“அந்த வார்த்தைகளைச் சிந்தித்துப்பார்!” என்று எவனோ யாட்வியின் காதில் ஓதினான்: “அவன் சொல்வதில் ஒவ்வொன்றிலும் ஓர் அர்த்தம், ஒரு விஷயம், ஒரு காரியம் இருக்கும். அவன் பெரும் தியாகத்தைச் செய்திருக்கிறான். அவனும் ஒரு காலத்திலே ஒரு வியாபாரியின் மகனாகத்தான் இருந்தான்.”

அந்த நாற்றம் பிடித்த கும்பலால் மாட்வி மூச்சுத்திணறிச் சங்கடப்பட்டான்; என்றாலும் திடீரென்று அந்தக் கும்பலில் ஓர் அசைவு ஏற்பட்டது. அந்த மனிதச்சுவரின் மத்தியிலே ஆங்காங்கே இடைவெளிகள் தென்பட்டன.

"கும்பல்காரர்களே! மேஜைகளில் அமருங்கள்! சீக்கிரம்!" என்று அந்தச் சிப்பாய் கத்தினான்.

அந்தப் பிச்சைக்காரர்கள் தனக்கு அருவருப்பும் பயமும் தந்து விட்டார்கள் என்றும், எனவே அவர்களோடு சேர்ந்து மேஜையில் தான் அமர முடியாது என்றும் சொல்ல வேண்டுமென மாட்வி விரும்பினான். ஆனால், அதற்குமாறாக, அவன் புஷ்கார்யோவிடம் திரும்பிப் பின்வருமாறு சொன்னான்:

"அவர்களை ஏன் அப்படிப் பிடித்துத் தள்ளுகிறீர்கள்?"

"அதனால் அவர்களுக்கொன்றும் அடிபட்டுவிடாது."

"அவர்கள் நமது ஆத்மாக்களுக்காகப் பிரார்த்திக்கிறார்கள்."

"அதெல்லாம் பெரும்பாலும் கள்ளுக்கடைகளில்தான்."

"உங்களுக்கு எதைக் கண்டும் பயமில்லையா?" என்று அவனிடம் கேட்டான் மாட்வி.

"நானா?"

அந்தச் சிப்பாய் சிரித்தவாறே தனது மழுங்கச் சவரம் செய்த மோவாயைத் தேய்த்தான்.

"எனக்குத் தெரியாது. அதைப்பற்றி நான் அதிகம் சிந்தித்ததில்லை," என்றான் அவன்.

இறுதியில் மாட்வி அவனிடம் விருந்தாளிகளைப் பற்றிய தனது அபிப்பிராயத்தைச் சொன்னான்.

"ஆனால், நீ எழுந்து போய்விடக்கூடாது," என்று தனது நெற்றியைச் சுருக்கி விழித்தவாறே சொன்னான் புஷ்கார்யோவ்: "சம்பிரதாயத்துக்கு விரோதமாகப் போவது நல்லதல்ல. ஆமாம்; அது நல்லதுக்கேயல்ல."

மாட்வி சாம்பிக் குன்றினான். அவன் தனது போக்குக்காக வெட்கப்பட்டான்; புஷ்கார்யோவிடம் அதைப் பற்றிப் பேசியதற்கு வருந்தினான்.

அவன் பெலாஜியாவைப் பார்ப்பதற்காக உள்ளே சென்றான். அவளுக்கு அப்போது ஜன்னியில்லை. என்றாலும் அவளது கால்கள் நடக்க முடியாமல் பயனிழந்து போய்விட்டன.

"இனிமேல் நான் அழகாயில்லை. அப்படித்தானே?" என்று ஆவலோடு கேட்டாள் அவள்.

"முன்னைக்காட்டிலும் அழகாயிருக்கிறாய்," என்றான் அவன்.

"இருபத்து நான்கு மணிநேரத்துக்குள் அவள் பரிதாப கரமாக மெலிந்து தோற்றமளித்தாள். அவளது மூக்கு ஒடுங்கிப்போய்விட்டது கன்னங்கள் பசலை

பாய்ந்து குறித்து போய்விட்டன. கன்ன எலும்புகள் துடிப்பாக வெளியே துருத்தி நின்றன; அவளது நீலம் பாரித்த உதடுகள் அகன்று விரிந்து அவளது பற்களோடு பசைபோட்டு ஒட்டப்பட்டது போலத் தோன்றின.

“அருமைப் பையா!” என்று அவள் முனகத் தொடங்கினாள்: “இந்த உலகத்திலே ஒருவர் ஆதரவுமின்றி நீ தன்னந்தனியே விடப்பட்டுப் போவாய், புஷ்கார்யோவுடன் ஒட்டிக்கொள்; அவன் குடியிருப்பிலிருந்து வந்தவன் என்றாலுங்கூட. அவன் ஒரு நல்ல மனிதன். அவனைக்காட்டிலும் நல்லவனை எனக்குத் தெரியவில்லை. நான் மட்டும் உன்னைப் பற்றி அவனிடம் ஒரே ஒரு நிமிஷம்... பேச முடிந்தால்...”

அங்கிருந்து போவதற்கு ஒரு காரணம் கிட்டியதில் மகிழ்ந்தவனாய், தான் போய் அந்தச் சிப்பாயை அழைத்து வருவதாகச் சொன்னான் அவன்.

அவன் அவ்வாறே செய்து முடித்தவுடன், அவன் குளிப்பறைக்குச் சென்று. அங்குள்ள பரண்களில் ஒன்றிலேறி. ஈரவிறகின் வாடையும். எரிந்த பெர்ச்மரச் சருகுகளின் வாடையும் வீசிய ஒரு மூலையில் சுருண்டு மடங்கி உட்கார்ந்து கொண்டான். அந்தக் குளிப்பறையிலே அடுப்பு மூட்டி ஒரு வாரங்கூடக் கழியவில்லை; அதற்குள் அங்கிருந்த ஜன்னலுக்குமேல் சிலந்தி ஏற்கெனவே நரை போன்ற ஒரு வலையைப் பின்னி விட்டது; மேலும் ஒவ்வொரு மூலையிலும் அவற்றின் வலைகள் தொங்கின. அவற்றின் உழைப்பின் பலனைப் பார்த்துக்கொண்டேயிருந்த மாட்விக்கு. அவனது இதயமுங்கூட ஏதோ ஒரு வலையில் – சொல்லுக்கடங்காத சிந்தனைகளால் பின்னப்பெற்ற ஒரு வலையில் – சிக்கிக்கொண் டிருப்பதாகத் தோன்றியது.

விலாஸ்யேவ்னாவும் நடால்யாவும் தன்னை அழைக்கும் குரலை அவன் கேட்டான். மேலும் முற்றத்தில் நிலவிய பல குரல்களின் ஆழ்ந்த கும்மிரைச்சலையும் அவன் கேட்டான்

என்ன காரணத்தாலோ அந்தத் தெளிவற்ற சப்தம் அழுக்குத் தண்ணீர்த் தொட்டியிலே மிதக்கும் எண்ணெய் மக்குப் படிவங்களை நினைவூட்டியது அவனுக்கு. வயல் வெளிகளுக்குச் சென்று, அங்குள்ள கிளைகளுக்கு மத்தியில் மல்லாந்து படுத்து, லையாகோவ்ஸ்கோயி சதுப்பு நிலம் இருக்கும் திசையிலிருந்து, இலையுதிர்க் காலத்தின் கட்டியக்காரர்களாய் விரைந்து மிதந்து வரும் கபில நிறமான மேகங்களைப் பார்த்துக்கொண்டே இருக்க வேண்டும் என்று ஒரு வேட்கை தோன்றியது.

முற்றத்திலே நிலவிய மௌனமும். குளிப்பறையினுள்ளே மேலும் மேலும் இருண்டு வந்த நிழற்படலங்களும் இரவு நெருங்கி வருவதை அவனுக்கு எடுத்துக் கூறின; அதன்பின் அவன் அந்தப் பரணிலிருந்து இறங்கி, பழத்தோட்டத்துக்குள் போனான்; அங்கு ஓர் ஆப்பிள் மரத்தடியில் கிடந்த பெஞ்சின்மீது அமர்ந்திருந்த புஷ்கார்யோவின் முன்னால் எதிர்ப்பட்டான். அவனது தலை தொள தொளத்துச் சரிந்திருந்தது; நீண்ட கால்கள் அவன் முன்னால் விரித்துப் பரப்பப்பட்டிருந்தன.

அவன் தன் முழங்கால்களைக் கைகளால் பற்றிப் பிடித்தவாறு உரக்க இருமிக் குலுங்கிக் கொண்டிருந்தான்.

“ஹ்ம்! அப்படியென்றால், நீ அந்தப் பிச்சைக்காரர்களிடமிருந்து ஓடி வந்து விட்டாய்!” என்று அவன் தன் கண்களைச் சுருக்கி நெரித்தவாறு சொன்னான்: “அவர்கள் உன் தரத்துக்குக் குறைந்தவர்கள். அப்படித்தானே? பெலா ஜியாவைப் பொறுத்த வரையில் – நீ ஒன்றும் என்னை ஏமாற்ற முடியாது! அவள் போனவள்தான். அந்தப் பிசாசு – செத்துப் போனாரே உன் தந்தை – அவர் அவளைக் கொன்று விட்டார். அவருக்கு மோப்ப சக்தி அதிகம். நாய் மாதிரி, ஓர் அபூர்வ மனிதன் அவர்! அவரது ஆத்மா சாந்தியடையட்டும். அவருக்குப் பிரதானமான விஷயமெல்லாம் ஒரு பெண்பிள்ளைதான். இந்தக் கிழட்டுச் சேவல்கூட அவருக்கு ஒரு பெட்டைக் கோழியைப் பிடித்துக் கொடுத்தது. அவளைத் தமக்குக் காட்டுமாறு கோஸிமியாகின் என்னை ஆளாக்கி வைக்காதிருந்தால்! முட்டாள்! நான்தான் செய்தேன். என்ன நடந்தது என்று நான் தெரிந்துகொள்ளுமுன்பே அவர் அவளை விழுங்கி விட்டார்.”

மாட்வி அவனது கரத்தைத் தொட்டான்.

“நாம் யாரும் இல்லாமல், அவளைத் தக்க முறையில் அடக்கம் செய்வோம்,” என்று தூண்டினான் அவன்.

‘‘நாம் யாரும் இல்லாமல், அவளைத் தக்க முறையில் அடக்கம் செய்வோம்,” என்று தூண்டினான் அவன்.

“பெலாஜியாவையா?” என்று மீண்டும் தன் கண்களைச் சுருக்கி நெரித்தவாறு கத்தினான் புஷ்கார்யோவ்: “நாம் அவளை மிகவும் தக்க முறையிலே அடக்கம் செய்வோம். அவருக்கருகில்.”

“ஊ ஹூம். கூடாது. அவருக்கருகில் அல்ல.”

“அவருக்கருகில்தான்!” என்று அந்தச் சிப்பாய் சுத்தினான்: “அவள் சமாதிக்கு அப்பால் அவரை எட்டிப் பிடிக்கட்டும்; ஆண்டவனுக்கெதிரே அவருக்குப் பக்கத்தில் சென்று நிற்கட்டும். அந்தச் சிவப்புத் தலைப் பிசாசுக்கு ஆண்டவனே தக்க தண்டனை கொடுப்பார்!”

“வசை சொல்ல வேண்டாம்,” என்றான் மாட்வி.

அந்தச் சிப்பாய் ஒரு கணம் அவனை வெறித்து நோக்கிவிட்டு. பின்னர்த் தன் தலையை ஓர் ஆட்டு ஆட்டிவிட்டுச் சொன்னான்:

“எல்லோரும் தாங்கள்தான் புத்திசாலிகள் மாதிரி பெத்தப் பேச்சுப் பேசிக்கொண்டு திரிகிறார்கள். ஆனால் அவர்கள் எல்லோருமே முட்டாள்கள். நீ நாசமாய்ப் போக!”

அவன் மேலும் மேலும் குடிபோதைக்கு ஆளாகி, மிகவும் பயங்கரமாக அங்குமிங்கும் ஆடத் தொடங்கினான்; அதனால் அவன் தரைமீது தலைகுப்புறப் பாய்ந்து, தனது எலும்பும் தோலுமான கழுத்தை முறித்துக்கொள்ளத்தான் போகிறான் என்றே தோன்றியது. ஆனால் அவன் திடீரென்று தன் கால்களைச் சிரமமேயில்லாமல் சட்டென்று இழுத்து, அவற்றைச் சோதித்துப் பார்த்தான்; பின்னர் சிரித்தான்; அதன்பின் கால்களைத் தூக்கிப் பெஞ்சின் மீது போட்டவாறு அதில் நீட்டி நிமிர்த்து படுத்து விட்டான்.

"ஆமாம், அதுதான் விஷயம்." என்றான் அவன்,

எனவே, இந்த மனிதனோடுதான் நான் வாழ்ந்தாக வேண்டும் என்று அவனது தோளுக்கு மேலாகப் பார்த்தவாறு எண்ணிக்கொண்டான் மாட்வி.

அதன்பின் அன்றிரவு பெலாஜியா ஒரு பிரக்ஞையற்ற நிலைக்கு ஆளானாள்: கோஸிமியாகினின் சவ அடக்கத்துக்கு ஐந்து நாட்களுக்குப் பிறகு அவள் இறந்து விட்டாள்.

எந்த விதமான விருந்தும் இல்லாமல் அவளை அமைதியாக அடக்கம் செய்யுமாறு மாட்வி அந்தக் கிழட்டுச் சிப்பாயிடம் வற்புறுத்தினான். புஷ்கார்யோவ் அதற்குச் சம்மதிப்பதற்கு வெகு நேரம் தயங்கினான்; ஆனால் இறுதியில், சிறையிலுள்ள கைதிகளுக்கு மூன்று பூடு எடையுள்ள மாமிசம், மூன்று பூடு கேக்குகள், முந்நூறு முட்டைகள் ஆகியவற்றை அனுப்புவதன் மூலம் தன் மனச்சாட்சியைச் சாந்திப்படுத்தியவாறு அதற்கு இணங்கினான்.

மாட்வியின் விருப்பப்படியே அவளைக் கோஸிமியாகினின் சமாதியிலிருந்து எவ்வளவு தூரம் தள்ளிப் போக முடியுமோ அவ்வளவு தூரத்தில், வேலியோரத்திலிருந்த சமாதி ஸ்தலத்தின் ஓர் ஒதுங்கிய மூலையில், தேனுறிஞ்சி, பர்டாக், டாண்டிலியன் ஆகிய செடிகள் செழித்து வளர்ந்திருந்த இடத்தில் அடக்கம் செய்தார்கள். ஒன்பதாவது நாளன்று மாட்வி அந்த இடத்தில் தானே களை பிடுங்கி, அங்குள்ள புதர்களை வெட்டியெறிந்து, தான் களையெடுத்துத் திருத்திய அந்த நிலத்தில் ஐந்து பெர்ச் மரங்களை நட்டு வைத்தான்: இரண்டு மரங்களைச் சமாதியின் தலைமாட்டில் சிலுவைக்கருகிலும், ஒன்றைக் கால்மாட்டிலும், மற்றும் இரண்டை இரு பக்கங்களிலும் நட்டான்.

"நல்லது, பையா. இப்போது உனக்கு நீயே எஜமான்." என்று அன்பு கலந்த கண்டிப்போடு மாட்வியிடம் சொன்னான் அந்தச் சிப்பாய்: "பார்த்து நட. இன்னொரு விஷயம். இவன் தான் நமது புதிய முற்றக் காவலாள், ஏ, ஷாகிர்!"

வீட்டுக்குப் பின்னாலிருந்து ஓர் இளம் தாத்தாரியன் சுண்ணியத்தோடு வெளிப்பட்டான். நரி மயிரினால் செய்யப்பட்ட தொப்பியைக் கையில் எடுத்தவாறு அவன் பல்லைக் காட்டி வணங்கினான்.

"பிசாசே! அவனைப் பார்!" என்று அவனது தோளில் இணக்கமாகத் தட்டியவாறே கத்தினான் அந்தச் சிப்பாய்: பின்னர் அவனை ஏதோ ஒரு புதிய குதிரையை இனம் காட்டுவது மாதிரி. எஜமானின் பரிசீலனைக்காகத் திருப்பிச் சுற்றி விட்டான்; "ஆமாம். இரும்பு மாதிரி உறுதியானவன். ஹோ..."ஹா!"

அந்தக் காவலாள் சுமுக பாவத்தோடு சிரித்தவாறு, தனது சாய்ந்த கபில நிறக் கண்களை மாட்வியின் மீதிருந்து அகற்றாமல், தன் தலையை மட்டும் திருகினான். அவன் முழங்காலுக்குக் கீழ் வரை நீண்டிருந்த ஒரு நீல நிறமான கைத்தறிச் சட்டையையும், ஒரு வெள்ளை அங்கியையும், சுத்தமான கால்பட்டிகளையும், புதிய மரப்பட்டைச் செருப்புக்களையும் தரித்திருந்தான்; அவனது மொட்டையடித்த தலையில் ஒரு லாவண்டர் தலைக்குல்லாவையும் அணிந்திருந்தான். சுத்தமாகவும், புதிதாகவும். உழைக்கக்கூடியதாகவும் உள்ள ஒரு தோற்றத்தை அவன் வழங்கினான். அவனது கண்களில் ஓர் உறுத்த பார்வை குடிகொண்டிருந்தது; அவனது கன்ன எலும்புகள் புடைத்திருந்தன; முகமானது சுருண்ட கரிய தாடியால் மூடப்பெற்று அழகாக நீண்டு தோற்றியது. அந்தத் தாடி அவனது மோவாயிலிருந்து காதளவு வரையிலும் வளர்ந்து மூடியிருந்தது; வாய்ப்பக்கத்தில் மட்டும் அது இடம் விட்டு விலகி, வெட்டிவிடப் பெற்ற மீசைக்குக் கீழேயிருந்த உறுதியும் வடிவும் அமைந்த உதடுகளை வெளிக் காட்டிக் கொண்டிருந்தது.

'சிப்பாய். நல்ல மனிதர்!' என்று சொன்னவாறே அவன் புஷ்கார்யோவ் இருந்த திக்கில் கண்ணைச் சிமிட்டினான்.

என்ன சொல்வதெனத் தெரியாமல், மாட்வி நிலை குழம்பிச் சிரித்தான்; அவனது குழம்பிய நிலையை உணர்ந்து ஷாகிர் அவனிடம் தன் கரத்தை நீட்டினான்.

"உங்கள் கையைக் கொடுங்கள். எஜமான். நாம் ஒருவரையொருவர் விரும்புகிறோம். உங்களை நான் விரும்புகிறேன்; என்னை நீங்கள் விரும்புகிறீர்கள்."

திடீரென்று அவன் புஷ்கார்யோவைப் பிடித்து, அவனை ஆகாயத்தில் தூக்கியவாறு, அவனைத் தூக்கிச் சென்று விட்டான்.

"அய்-டா! அய்-டா!" என்று போகும் போதே அவன் சுத்தினான்: "எனக்கு மேஜையைக் காட்டு! துடைப்பத்தைக் காட்டு! சாக்கடையெல்லாம் எங்கேயென்று காட்டு!"

மாட்வி சிரித்தான்; பெருமூச்சு விட்டான்; பின்னர் நகரத்துக்குள் சென்றான்.

அவனது தந்தையின் வாழ்நாள் காலத்தில், அவன் நகரத்துக்குள் செல்ல வேண்டுமெனப் பலமுறை கனவு கண்டதுண்டு. தன்னந்தனியே நகருக்குள் செல்வதற்கு என்றுமே அனுமதிக்கப்படாததைக் கண்டு அவன் கோபம் கொண்டான்; நகரத்து வாழ்க்கை மர்மமான சோதனை மயக்கங்களும், உல்லாசமான பொழுதுபோக்குகளும் நிறைந்திருக்குமென அவன் கற்பனை செய்திருந்தான். அவனது தந்தை எல்லா மனிதர்களைப் பற்றியும் அவனது மனத்தில்

அவநம்பிக்கையையூட்ட எவ்வளவோ பாடுபட்டிருந்த போதிலும், அது அந்த இளைஞனின் இதயத்தில் அவ்வளவு ஆழமாகப் பதிந்து நிலைக்கவோ, அல்லது நகர வாழ்க்கையிலே அவனுக்கிருந்த ஆவலைக் குறைக்கவோ செய்யவில்லை. இப்போது தான் விரும்பிய வண்ணம் நடப்பதற்கான சுதந்தரத்தைப் பெற்ற பிறகு, அவன் பெரும்பகுதி நேரத்தைத் தெருக்களிலே மேலும் கீழும் நடந்து, அவனது பாதையில் ஓகுரோவ் நகரத்து வாழ்க்கை எதிர்ப்படச் செய்யும் எல்லாவற்றையும் கூரிய அல்லது சௌஜன்ய பாவமான நோக்கோடு பார்ப்பதிலேயே கழித்தான்.

ஓருரோவ் நகர வாசிகளுக்கு எந்த வினிதமான அவசரமுமே இல்லாதிருக்கும் உண்மை அவன் மனத்தில் பட்டது. அவர்கள் தெருக்களிலே சாவதானமாக நடந்து திரிந்தார்கள் தெரிந்தவர்கள் யாரையேனும் சந்தித்தால் உடனே அங்மேக நின்று நேசப் பாவத்தோடு வம்பளந்தார்கள்.

இன்று அவன் வெளிவாசல் வழியே செல்லும்போது மாட்வி பத்து வீடுகளுக்கப்பால் வெறிச்சென்றிருந்த தெருவில் இரண்டு பெண்களைப் பார்த்தான். அவர்களில் ஒருத்தி இரண்டு புறமும் தண்ணீர் வாளிகள் தொங்கவிடப் பெற்றிருந்த ஒரு நுகத்தடியைத் தோளில் சுமந்து வந்தாள்; இன்னொருத்தி தன் கைக்கடியில் ஒரு மூட்டையை வைத்துப் பிடித்திருந்தாள். அவன் அவர்களருகே சென்றதும் அவர்களது சாவதானமான பேச்சைக் காது கொடுத்துக் கேட்டான். அவர்களில் தண்ணீர் வாளிகளைச் சுமந்து நின்றவள் நுகத்தடியை ஒரு தோளிலிருந்து மற்றொரு தோளுக்கு மாற்றியவளாய்த் தலையை முன்னே நீட்டினாள்.

"பாத்தாயா? மீண்டும் இன்று வியாழக்கிழமை வந்து விட்டது!" என்று பெருமூச்சுடன் சொன்னாள் அவள்.

"ஆமாம். காலந்தான் எப்படிப் பறக்கிறது?"

"நாளை மறு நாள் ரொட்டி சுடும் நாள்."

"நீ எதைப் பொதிந்து செய்யப் போகிறாய்?"

"இது முட்டைக்கோசுக்கான காலம்; காரட்டுக்குங் கூடத்தான். ஆனால். என் வீட்டுக்காரருக்குக் காரட்டைப் பொதிந்து செய்தால் பிடிப்பதில்லை."

அவர்கள் இருவரும் மாட்வியைக் கடைக் கண்ணால் பார்த்துக் கொண்டார்கள்.

"நீ இர்யாபோவின் வீட்டுக்குச் சென்று பாரேன்," என்று அந்த மூட்டை வைத்திருந்தவள் சொன்னாள்: "அவர்கள் ஒரு காளைக் கன்றைக் கொன்றிருக்கிறார்கள். ஒருவேளை அவர்கள் உனக்கு அதன் ஈரலை விற்கக்கூடும். எனக்கு ஈரல் பொதிந்தது என்றால் ரொம்பப் பிடிக்கும்!"

மாட்வியின்மீது வைத்த கண்ணை வாங்காமலே. அந்த வாளி வைத்திருந்த பெண் அவளது மனம் வேறு எதையோ சிந்தித்துக்கொண்டிருப்பது போலப் பின்வருமாறு மெதுவாகச் சொன்னாள்:

"அந்தக் கிர்யாபோவ் குடும்பத்தார் இருக்கிறார்களே, அவர்கள் சொந்தப் பிள்ளைகளைக்கூட விற்றுவிடுவார்கள். அந்தக் கன்றுக்குட்டி சீக்குப் பிடித்தது. எனவேதான் அவர்கள் அதைக் கொன்றிருக்க வேண்டும்."

பின்னர் அவர்கள் இருவரும் தமது தலையை இடித்துக் கொண்டு இரகசியம் பேசத்தொடங்கினார்கள். வேலிப் புறத்தின் உயரத்துக்கு மேலாகத் தலை காட்டிக்கொண்டிருந்த இலையுதிர் காலத்தின் ஒரு பிரகாசமான இலைக் கொத்திலிருந்து அவர்கள் மீது பொட்டுப் பொட்டான நிழல்கள் விழுந்தன. கூரையின் மீது அமர்ந்திருந்த ஒரு கொழுத்த காகம் அவர்கள்மீது சோர்ந்த பார்வையை வீசியது; ரோட்டுப் பாதையின் புழுதியில் கோழிகள் தீவிரமாக இரை பொறுக்கிக்கொண்டிருந்தன; சில பளபளப்பான புறாக்கள் வாசற் புறத்தின் நிழலில் ஏதாவது பூனை பதுங்கிக்கொண்டிருக்கக் கூடாதே என்ற பயத்தில், வாசற்புறத்தின் பக்கமாக அடிக்கொருதரம் திருட்டுத்தனமாகப் பார்த்த வண்ணம் முற்றத்தில் நடை பழகிக்கொண்டிருந்தன. அந்தப் பெண்கள் தன்னைப்பற்றித்தான் பேசுகிறார்கள் என்பதை உணர்ந்து மாட்வி தனது நடையை எட்டிப் போட்டான். தெருக்கோடிக்குச் சென்றதும் அவன் திரும்பி அவர்களைப் பார்த்தான்; அவர்கள் அங்கேயே தமது தலையை ஆட்டியவாறு அவனைப் பார்த்த வண்ணம் நின்று கொண்டிருந்தார்கள்.

ஒரு வைக்கோல் வண்டி பூஞ்சைக்காளானின் மணத்தைப் பரப்பிக்கொண்டே மெதுவாக அசைந்து சென்றது. அந்தக் களைத்துப்போன குதிரை எலும்புகளும், முட்டைத் தோல்களும், வெங்காயத் தோல்களும், சுந்தல் கூளங்களும் நிரம்பிக் கிடந்த பாதை வழியே, தனது தலையைத் தொங்க விட்டு, புத்திக்கூர்மை படைத்த கண்களைப் பாதைமேல் ஊன்றி, ஒருகால் மாற்றி மறுகாலை எடுத்து வைத்து நடந்தது.

வண்டித் தடங்களுக்கு இடையேயுள்ள இடத்தில் கழிவு நீரும். கசுமாலமும் சிந்திச் சிதறிக் கிடந்தன. இதுதான் ஒகுரோவின் குப்பை மேடு. எவ்வாறாயினும், கழிவுக் காகிதங்களை அங்குக் காண்பது அரிதாக இருந்தது. எப்போதாவது ஒரு கசங்கிய வெள்ளைக் காகிதத்தைக் காற்று அடித்துக் கொண்டு வருமானால், அதைக் கண்டு என்னமோ ஏதோ என்று குருவிகளும், காகங்களும், கோழிகளும் பயத்தால் பறந்தோடின; அந்த விசித்திரமான வெள்ளைப் பொருளுக்கு அந்த நகர மக்கள் பழக்கப்பட்டிருக்கவில்லை. ஓர் உயிர்ப்பற்ற நாய் தெரு வழியே தளர்நடை போட்டு வந்தது; வேறொன்று ஒரு வெளி வாசலிலிருந்து வந்தது. அவை மூக்கைச் சினுங்கின; முதல் நாய் தன் வழியே சென்றது; இரண்டாவது நாய் வாசலருகே தலைகுனிந்தமர்ந்தவாறே, தன் மூக்கை வானை நோக்கி உயர்த்திய வண்ணம் மிருதுவாக ஊளையிட்டது.

கபில நிறமான காவல்கூடத்தின் உச்சியில், இடைவார் கட்டப்படாத சட்டையை அணிந்த ஒரு தீயணைக்கும் காவலாளி கொட்டாவி விட்டவாறும் மொறுமொறுத்தவாறும் சுற்றிச் சுற்றி வந்துகொண்டிருந்தான். அந்தக் காவல் கூடத்துக்கு மேலே வானத்தில் ஒரு ராஜாளி வட்டமிட்டது; அதன் பசி வேட்கை

மிக்க கூவல் குரல் பூமியின்மீது சிதறிய கூழாங்கற்களைப் போல விழுந்து ஒலித்தது. சுரிக் குருவிகள் இங்குமங்கும் தத்திச் சென்றன. அரைப்பைத்தியமான மாடு மேய்க்கும் நிக்கோடிம் வயல்வெளியில் தனது குழலை ஊதிக்கொண்டிருந்தான். சன்னியாசி மடத்தின் மணியோசை மக்களை மாலைப் பிரார்த்தனைக்கு அழைத்தது. தோட்ட வாசல்களிலிருந்து சில சிறிய மூதாட்டிகள் சோர்ந்த நடைபோட்டு வந்தார்கள். அவர்கள் வேலிகளுக்குப் பக்கத்திலேயுள்ள நடைபாதைகளில் கெந்தி நடந்து சென்றார்கள்.

இந்த அமைதியான வாழ்க்கையானது மங்கி மறையும் நிலையற்ற வர்ணங்களால் பூமியின்மீது வரையப்பெற்றிருப்பது போலத் தோன்றியது: அதில் உயிர்த்துடிப்பு இல்லை; விரைவாகவும் தீர்மானமாகவும் முன்னேற அது மறுப்பது போலத் தோன்றியது. ஜனங்களெல்லாம் உவகை மிக்க வார்த்தைகளை அறியாதவர்களாகவும், சிரிப்பதற்குத் தெரியாதவர்களுமாகவே தோற்றினார்கள்; இலையுதிர் காலத்தின் ஸ்படிகத் தெளிவான காற்றைச் சுவாசிப்பதிலோ, பிரகாசமான நீலவானப்பரப்பைக் காண்பதிலோ, புல்லந்தரிசுகளின் பச்சைப் பட்டு விரிப்பால் செழுமையாக வேலைப்பாடுகள் செய்யப்பெற்று விளங்கும் பூமியின்மீது நடந்து செல்வதிலோ அவர்கள் எந்த இன்பத்தையும் சுண்டதாகத் தெரியவில்லை.

ஸ்ட்ரெலெட்ஸ்காயாத் தெருவில்தான் நகரத்தின் சிறந்த குடும்பங்கள் எல்லாம் வசித்து வந்தன. சுகோபாயேவ், டோலோ கோன்னிகோவ், கிர்யாபோவ் சகோதரர்கள். மாக்லகோவ் ஆகிய இந்தக் குடும்பத்தார் எல்லோருமே பிரபலமான சண்டைக்காரர்கள்; களியாட்டக்காரர்கள். நெடிய. சுருட்டைத் தலைகொண்ட பாஜூனோவ் கிழவரும் அங்குதான் வாழ்ந்தார். இந்த ஜனங்களெல்லாம் இளையவனான மாட்வி கோஸிமியாகினைச் சௌஜன்ய பாவமற்றுப் பார்த்தார்கள்; அவனது வணக்கத்துக்குப் பதில்கூட வணங்குவதில்லை; ஏனைய நகரவாசிகளைக்காட்டிலும் அந்த ஒடுங்கிய தெருவில் அவர்கள் மேலும் ஜம்பமாக ஆடியசைந்து நடந்தார்கள். அவர்கள் எல்லோரும் உரத்த அதிகார தோரணை மிக்க குரல்களில்தான் பேசினார்கள்; ஞாயிற்றுக்கிழமைகளிலும், விடுமுறை நாட்களிலும் தமது வீட்டுத் தோட்டங்களிலோ அல்லது தம் வீட்டு வாசலுக்கு வெளியே கிடக்கும் பெஞ்சுகளிலோ உட்கார்ந்துகொண்டு, எதிர் வரிசையிலிருக்கும் தமது அண்டை வீட்டுக்காரர்களை நோக்கிப் பலவாறு சத்தமிடுவார்கள்.

“என்னிடம் நாலாம் பந்து,ஆறாம் பந்து, துருப்புக்களிலே எட்டு–இவ்வளவுதான் இருந்தன.”

“அப்படிச் சொல்லாதே. சீட்டுக்களில் குறியிடப்பட்டிருந்ததா?”

“அவனிடம் கை நிறைய இருந்தது. அவனை விட்டுத்தள்ளு! ஆஸ், ராஜா. அத்துடன ஜாக்கி.”

“நிச்சயம் குறியிட்டிருக்கத்தான் வேண்டும்.”

“எனவே, எனக்கு இருபத்தொன்பதரையும், அவனுக்கு முப்பத்தொன்றும் கிடைத்தது.”

இன்னோர் இடத்தில் வேறொரு குரல் கூப்பிட்டது;

“வாஸிலி பெட்ரோவிச்! நீங்கள் ஏன் மிஷாவை அடித்தீர்கள்?”

“அதுவா? அந்தக் குட்டிப்பிசாசு செருப்புத் தைப்பவனின் பசையை எடுத்து பூனை வாலில் தடவிவிட்டான்”

பிறகு சிரிப்பின் ஆரவாரம்.

ஞாயிற்றுக்கிழமை மாலைகளில் கூடங்களிலோ அல்லது வெளியில் முன்வாசல் தோட்டங்களிலோ தேநீர்ப் பாத்திரம் நீராவியைக் கக்கிக்கொண்டிருந்தன; இந்தச் செழிப்பான குடும்பத்தைச் சேர்ந்தவர்கள் தமது ஞாயிற்றுக்கிழமை உடைகளில் சிறந்ததை அணிந்தவர்களாய், மேஜைகளைச் சுற்றி வட்டமிட்டு நெருங்கியமர்ந்தவாறு தேநீர் அருந்தினார்கள்; புதிதாகச் செய்யப்பெற்ற பழச்சாறு, இளம் தேன் ஆகியவற்றை உண்டார்கள். ஈயக்கரண்டிகள் குதூகலத்தோடு கலகலத்தன; ஜன்னல் விளிம்புகளின் மீதுள்ள கூடுகளில் பறவைகள் பாடின, சாவதானமான சம்பாஷணையின் ரீங்காரம், அடுப்புக்கரி, கடலை, கூந்தலெண்ணெய் தேவதா வடிவ விளக்கின் எண்ணெய், தாரெண்ணெய் முதலியவற்றின் கலவை மணம் எல்லாம் அங்கே நிலவின; புதர்ச் செறிவுகளுக்கூடே இளம்பெண்களின் பிரகாசமான கண்களும் அவ்வப்போது தென்படுவதுண்டு.

“நேற்றிரவு நான் பிரார்த்தனைக்குச் சென்றுவிட்டு வீடு திரும்பும்பொழுது” என்று யாரோ பேசிக்கொண்டிருந்தார்கள்: “அப்போது அந்தத் தீயணைக்கும் காவலாளி சதுக்கத்திலே – நட்ட நடுமத்தியிலே மண்ணிலே கிடந்து புரண்டு கொண்டிருந்தான்.”

“அதுதான் நேற்றிரவு அவன் பாட வரவில்லை”

“அங்கேயே உடம்பெல்லாம் சேறு படிந்தவண்ணம் கிடக்கிறான். சரி, விஸா. கொஞ்சம் தள்ளி உட்கார்.”

குடும்பங்களின் தந்தைமார்களோ கொஞ்சம் கனமான பேச்சிலே ஈடுபட்டார்கள்:

“பண்ணை வரியை அவர்கள் நீக்கிவிட்டவுடனேயே, விவசாயிகள் முன்னைக்காட்டிலும் அதிகமாகக் குடிக்கத் தொடங்கி விட்டார்கள்.”

அழகு நிரம்பிய முதியவரான பாஜுனோவ் வெளி வாசலுக்கருகில் கிடந்த பெஞ்சின்மீது அமர்ந்தவராய், புதிய காலச் சூழ்நிலை பற்றி அளவான, பொருத்தமான பதப் பிரயோகங்களோடு பேசினார்:

“நாணயமாற்றை அதிகரிக்கப் போய்ப் பணம் மலிவாகப் போய்விட்டது. கால் கோபெக்குக்குக்கூட ஒருவன் மாமிசம் வாங்கக்கூடிய ஒரு காலம் இருந்தது. இன்றைக்கோ மூன்று கோபெக் வேண்டும் அதற்கு…”

சென்ற காலத்தைப்பற்றிய ஞானத்துக்கும், எந்த ஒரு வடிவத்திலும் – கதை, சம்பாஷணை, கவிதை – ஆகிய எந்த ஒரு வடிவத்திலும் பழைய கதைகளை நினைவுறுத்திச் சொல்வதற்கும் பாஜுனோவ் அந்த நகரத்திலேயே பிரபலமானவர்.

அந்த ஜனங்கள் பக்தி விஷயங்களைப்பற்றிப் பேசினார்கள்; அதிகாரிகளை அந்தரங்கமாக விமர்சித்துக் கொண்டார்கள்; ஒருவருக்கொருவர் தத்தம் கனவுகளைச் சொல்லிக் கொண்டார்கள்.

“நேற்று மத்தியானம் சாப்பாட்டுக்குப் பின்னர்ச் சிறிது தூங்கலாம் என்று படுத்தேன்; அப்போது எனது கிழட்டுத் தாத்தா மட்டும் என்முன் தோன்றாது போயிருந்தால்…”

“இதைக் கேள். என்னைப்பொறுத்தவரையில் நேற்று இரவு நான் ஒரு கனவு கண்டேன்; என் வாழ்நாள் முழுவதும் அதற்கான காரணத்தை நான் கண்டறிய முடியாது. அதாவது நான் ஒரு வெண்ணிறமான தேவாலயத்தைக் கடந்து போய்க்கொண்டிருக்கிறேன்; அப்போது வணக்கம் செலுத்துவதற்காக என் தொப்பியை எடுக்கக் கையை வைக்கிறேன். அந்தச் சமயத்திலே தொப்பியோடு என் தலையும் கழன்று வந்துவிடுகிறது. பிறகு கையிலே என் தலையை வைத்துக்கொண்டு, அடுத்தாற்போல என்ன செய்வதெனத் தெரியாமல் நான் விழிக்கிறேன்…”

மனிதக் குரல்களால் கலவரமுற்ற பளபளப்பான காகங்கள் ஒன்றுக்கொன்று உவகையுடன் கரைந்தவாறே ரோட்டிலும், வேலிகளின்மீதும் தத்திப் பறந்தன; தூரத்து வயல்களிலிருந்து ஒரு தானியக்குருவியின் சப்தம் கேட்டது; கைவினைஞர் குடியிருப்பிலுள்ள யாரோ ஒருவன் அக்கார்டியன் வாத்தியத்தை வாசித்தான்; எங்கோ ஒரு குழந்தை அழுதது; தச்சுவேலைக்காரனான கோப்ட்யேவ் குடிவெறியில் தெருவில் தள்ளாடி நடந்து வந்தான். அவன் தன் தோளை வேலியின்மீது இடித்துச் சரிந்தவாறு வெறுப்போடு மூக்கைச் சிணுங்கிவிட்டு, தனக்குத்தானே பின்வருமாறு முனகிக்கொண்டான்:

“என் தவறு – நல்லது–என் தவறுதான் – வா. என்னை அடி – வா என்று சொன்னேனோ இல்லையா? –”

ஒகுரோவ் நகரத்துச் சூரியன் மேலைவானத்தில் செக்கச் சிவந்து கதிரிழந்து தொங்கியது.

இளைஞனான மாட்வி நடந்து சென்றபோது, அந்த மக்களின் அமைதியான ஆற்றொழுக்கான வாழ்க்கையைக் கண்டு பொறாமைப்பட்டான். அவன் அவர்களை அணுகி. அவர்களோடு மேஜைமுன்னமர்ந்து, அவர்களது விரிவான

பேச்சை – அதன் சாரத்தை – உணர்ந்து கொள்வதற்குச் சிரமமாயிருக்கும் அளவுக்கு விவரங்கள் குவிந்து கிடந்த பேச்சைக் கேட்க விரும்பினான்.

மாக்லோவ் குடும்பத்தாரின் முன்தோட்டத்தைக் கடந்து செல்லும் போது கம்பிகளுக்குப் பின்னாலிருந்து ஓர் இளம் பெண்ணின் கண்கள் கூர்ந்து நோக்குவதையும் அவள் ஒரு வண்டைப் போலக் கிசுகிசுத்துப் பேசுவதையும் அவன் கண்டான்.

“ஓ! சிற்றன்னையின் காதலனாக இருந்த பையனா?”

அவன் திடுக்கிட்டான். அந்தப் பெண்ணோ அவனை நோக்கி நாக்கைத் துருத்திக் காட்டிவிட்டு, மறைந்துவிட்டாள்.

இன்னொரு முறை யாரோ ஒருவர் ஜன்னலிலிருந்து பின்வருமாறு குதூகலத்தோடு கூப்பிட்டார்கள்:

“வலிப்பு கண்ட பையன் இதோ வருகிறான்!”

அவள் என்ன சொல்லுகிறாள் என்று அதிசயத்தான் மாட்வி. அவன் தன் நினைவைத் துருவிப் பார்த்து, இறுதியில் தான் மயங்கி விழுந்த சம்பவத்தை நினைவுகூர்ந்தான். எனவே, எல்லோருக்கும் தெரிந்துதானிருக்கிறது என்று நினைத்தான் அவன்.

அவன் அதைக் கண்டு வெறுப்படையவில்லை; எனினும், எங்கு நோக்கினும் தென்பட்ட அந்த விரோத பாவமானது அவனைச் சிந்திக்க வைத்தது.

ஒரு நாள் அவன் பாஜுனோவ் குடும்பத்தாரின் வீட்டைக் கடந்து செல்லும்போது பின்வரும் உரையாடலைக் கேட்டான்:

“கோஸிமியாகினின் மகன் மீண்டும் ஊர் சுற்றக் கிளம்பிவிட்டான்.”

“அவன் ஏன் இப்படிச் சுற்றித் திரிகிறான்?”

அலையட்டுமே! பன்றிகளுக்குத் தெருவிலே சுற்றித் திரிவதுதான் பிடிக்கும்.”

“இவ்வாறு திரிபவர்களை என்னால் சகித்துக்கொள்ள முடியாது. அதிலும் முக்கியமாக இவன் – இந்த –”

அவன் தன்னைப்பற்றி என்ன சொல்லப் போகிறான் என்பதைக் கேட்கும் வரையில் மாட்வி அங்குக் காத்திருக்கவில்லை.

அந்தத் தெருவிலுள்ள அத்தனை ஜனங்களிலும் அவன் அந்தப் போலீஸ் அதிகாரியைத்தான் மிகவும் வெறுத்தான். ஞாயிற்றுக்கிழமைகளிலே அவர் மத்தியானத்திலிருந்து பொழுதுசாயும் வரையிலும் ஜன்னலருகிலேயே அமர்ந்தவராய், நீண்ட குழாய் கொண்ட புகைக் குழாயைப் புகைத்த வண்ணம் தமது தொண்டையைப் பயங்கரமாகக் கனைத்து இருமி, ஜன்னலுக்கு வெளியே காரித் துப்பியவாறு தென்படுவார். அவர் தமது மோவாயை மழுங்கச்

சிரைத்திருந்தார்; எனினும், ஆட்டுத்தாடி போல இருபுறத்திலும் தொங்கும் நரைத்த பக்க மீசைகளை வைத்திருந்தார். எனவே, அவருக்கு ஒரு நாய் போன்ற தோற்றம் ஏற்பட்டது. மாட்வி தன் தொப்பியைத் தொட்டு அவருக்குப் பணிவோடு வணக்கம் செலுத்துவான்.

"ஆ...ஓ!..." – அவ்வளவுதான் அதற்குப் பதிலாக வரும்.

போரெச்னாயா தெருதான் பாதிரியார்கள், அதிகாரிகள், அவர்களது ஆடம்பரமான உடை உடுத்திய பெண்மணிகள் ஆகியோர் உலாவிவரும் இடமாகும். அங்குங்கூட, அந்த இளைஞன் மற்றவர்களின் கவனத்துக்கு உரியவனானான்.

"அதோ பாருங்களேன்!"" என்று இளஞ்சிவப்பு உடையும், சிறகுகளும், பூக்களும் செருகிய பச்சைத் தொப்பியும் அணிந்த இளமையைத் தாண்டி விட்ட ஒரு பெண் வியந்து சொன்னாள்.

"ஏன்? நீ அவனை முத்தமிட விரும்புகிறாயா?" என்று கபில நிறத் தொப்பியும், கட்டம் போட்ட கால்சராயும் அணிந்து அவளோடு துணை சென்ற மனிதன் கேட்டான்: "அவன் ஒரே வெங்காய வாடை மிக்கவன்."

"ஆ! அன்பே! உங்கள் ஹாஸ்யம் உங்களுக்கே பிடித்திருக்கிறது!"

"அத்துடன் அவன் தனது கஞ்சியோடு சணல் எண்ணெயைக் கலந்து வேறு உண்கிறான்."

அந்தக் கட்டம் போட்ட கால்சராய் மனிதன் தனது கைத்தடியால் வேலிப்புறத்தைத் தட்டிப் பின்வருமாறு கூப்பிட்டான்: "ஹலோ, பயலே! ஹலோ, உன்னைத்தான்!"

மாட்வியோ பயமும் கோபமும் கொண்டவனாய்ப் புதிய தேவாலயம் கட்டப்பட்டு வரும் வெட்டவெளிப் பரப்பை நோக்கிச் சட்டென்று திரும்பி நடந்தான்: அங்குச் சென்று குறுகுறுப்பு மிகுந்த கண்பார்வைகளிலிருந்து தப்புவதற்காக ஒரு செங்கல் குவியலுக்குப் பின்னால் மறைந்து கொண்டான்.

அதன்பின் அவன் நாகரிக மோஸ்தரான பூட்சுகளை அணியத் தொடங்கினான்; தனது தந்தையின் அருமையான சட்டைகளையெல்லாம் தன்னளவுக்கு வெட்டித் தைத்துக் கொண்டான். இதன் மூலம் நகரவாசிகளின் கண்முன்னால் தனது நிலையையும் தரத்தையும் உயர்த்திக்கொள்ள முடியும் என்று அவன் நம்பினான்.

ஒரு நாள் பிரார்த்தனைக்குச் சென்றுவிட்டுத் திரும்பும் போது ஓர் இளம் யுவதி பின்வருமாறு சொல்வதை அவன் கேட்டான்:

"அட கடவுளே! அவன் எப்படி உடை உடுத்தி இருக்கிறான். பாரேன்!"

"ஆமாம். குரங்கு மாதிரி!" என்றாள் மற்றொருத்தி.

அந்த வீடுகளின் எல்லா ஜன்னல்களும் தன்னை ஏளனமாகப் பார்ப்பது போலவும், அந்த மக்களின் கண்களனைத்தும் தன்னைச் சந்தேக நோக்கோடும் அன்னிய பாவத்தோடும் வெறித்து நோக்குவது போலவும் அவன் உணர்ந்தான். இடையிடையே கொஞ்சம் கடுமை குறைந்த நோக்கு அவன்மீது ஓரொரு கணம் பாயும். என்றாலும், அது அபூர்வந்தான். வயது முதிர்ந்த கிழவிகளைத் தவிர, வேறு யாரும் தன்மீது சிறிதும் அனுதாபம் கொள்ளவில்லை என்பதை அவன் கண்டான்.

அவன் பெட்டுகோவ் குன்றினருகே சுற்றித் திரிவதைப் பெரிதும். விரும்பினான். அது ஓர் அருமையான இடம். அங்குள்ள சின்னஞ்சிறு வீடுகள் புதர்ச்செடி வேலிகளால் ஒன்றோடொன்று பின்னிப் பிணைக்கப்பட்டிருந்தன. அவை அமைதி நிலவும் வயல்களையும் குன்றுகளையும் அடக்கத்தோடும், சாந்தத்தோடும் பார்த்துக்கொண்டு நின்றன. அந்த வயல், குன்றுப் புறங்களிலே வசந்த காலத்தில் பட்டர்கப், டாண்டிலியான் ஆகிய மலர்கள் பொன்னிறமாகப் பூத்துச் சொரியும். கோடையிலோ, பழைய டமாஸ்க்லினன் துணியைப் போர்த்திய மாதிரி. கரும் பச்சை நிறமாகத் தோற்றும்: நெடிய மாரிக்காலத்தின் உற்சாகமற்ற நாட்களிலோ கவர்ச்சிமிக்க மிருதுத் தன்மைகொண்ட வெண்வெள்ளி நிறமாகக் காட்சி தரும். குன்றுகளுக்கப்பால் வெகுதொலைவில் சோர்னயாராமென் எனப் பெயர்பெற்ற காடு இருண்ட நீலச் சுவர்போல எழுந்து நிற்கும். அவை தமது நெடிதுயர்ந்த பைன் மரங்களின் உச்சிகளை மேகங்களின் கபில நிற அலைத்திரளுக்குள் திணித்தவாறு தோன்றும் வயல்வெளியிலிருந்து விளையாட்டில் ஈடுபட்டுள்ள குழந்தைகளின் சிரிப்பொலியும், முற்றங்களிலிருந்து தொட்டிசெய்யும் தச்சர்கள் தட்டும் ஓசையும் வந்தன.

அங்கு அவன் செட்டுனோல் என்ற செருப்புத் தைக்கும் தொழிலாளியைத் தனது எதிரியாகத் தேடிக்கொண்டு விட்டான். அந்தக் கிழட்டுத் தொழிலாளி தனது பெரும்பகுதி நேரத்தைக் கதவுகளிலுள்ள சிவப்பு வர்ணம் உரிந்து பொரிந்து வந்த, தனது கலகலத்துப்போன குடிசையின் ஜன்னலுக்குக் கீழே கிடக்கும் பெஞ்சின்மீதே கழித்தான்; அவன் அங்குத் தோல்வார்களைத் திருகிக்கொண்டும். பூட்ஸ் குதிகளில் ஓர் அங்குல ஆணிகளை அடித்து இறக்கிக் கொண்டும். இருமிக்கொண்டும். கொரகொரத்து மூச்சுவிட்டுக்கொண்டும், போவோர் வருவோரை நோக்கி வேடிக்கைப் பாட்டுகளைக் சுத்திக்கொண்டும் இருப்பான். அவனே உலைந்து உருக்குலைந்து போன தோற்றத்தோடுதான் இருந்தான். அவனது குடிசையோ அதன் கோணிப்போன ஜன்னல்கள், ஒழுகும் கூரை, சிவப்புக் கறை படிந்தது போன்ற கதவுகள் ஆகியவற்றோடு, ஏதோ ஒரு மூர்க்கமான சண்டையிலிருந்து அப்போதுதான் விடுபட்டு, ஓய்வெடுப்பதற்காகத் தரையிலே குந்தியமர்ந்திருப்பது போலவே காட்சியளித்தது. அந்த இளைஞன் அருமையான உடைகளைத் தரித்து அந்த வழியாக வருவதைக் காணும் போதெல்லாம் அந்தச் செருப்புத் தொழிலாளி தன் மார்பின்மீது சிலுவை கீறியவனாய், கீச்சுக்குரலில் சீட்டியடிக்கத் தொடங்குவான்; மாட்வி அருகில் வரும்வரையிலும் தூரத்து நீல வெளியை அசந்தாற் போலப் பார்த்துக்கொண்டிருப்பான்; அவன் தன்னருகே

வந்ததும், துள்ளியெழுந்து நின்று. தாழ்ந்து வணங்கி கோமாளித்தனமான உச்சக் குரலில் பின்வருமாறு முணுமுணுப்பான்:

“மாட்சிமை தங்கியவரே! உம்மை வணங்குகிறேன்... வணங்குகிறேன்...”

அல்லது விஷமத்தோடு பின்வருமாறு சொல்வான்:

“என்ன கங்காரு! எப்படி இருக்கிறாய்? என்னால் உனக்கு ஏதாவது காரியம் ஆக வேண்டுமா?”

முதலில் மாட்விக்கு இது வேடிக்கையாக இருந்தது. ஆனால், சீக்கிரத்திலேயே அந்தப் பலவீனமான குள்ள மனிதனின் கிண்டல்கள் அவனுக்குப் புழுக்கத்தையும் புகைச்சலையும் தருவதை உணர்ந்தான்.

“மேலும் கீழும் நகரத்தைச் சுற்றி!” என்று ஒருநாள் சொன்னான் அந்தச் செருப்புத்தொழிலாளி.

‘வாஸ்தவந்தான். நான் ஏன் இப்படிச் சுற்றித் திரிகிறேன்?’ என்று நினைத்தான் மாட்வி.

பின்னர் அவன் சமாதி ஸ்தலத்துக்குச் சென்று பெலாஜியாவின் சமாதிமீது தான் நட்டு வந்த பெர்ச் மரங்கள் எவ்வாறு வளர்ந்துள்ளன என்று பார்க்கப் போனான். அவற்றில் இரண்டு கிளைகள் முறிந்து மொட்டையாக இருப்பதையும், மற்றொன்று அடியோடு பிடுங்கப்பெற்று எடுத்துக் கொண்டு போகப்பட்டிருப்பதையும் அவன் கண்டான். அவன் புதிய மரங்களை நட்டான்; அத்துடன் அவற்றுடன் ஒரு புதிய பைன் மரக்கன்றையும் நட்டுவைத்தான்; மேலும். அந்தச் சமாதியைச் சுற்றி ஒரு வேலியும் கட்டி, வேலிக்குள் ஒரு பெஞ்சையும் போட்டு வைத்தான்.

பர்டாக் செடிகள் செழித்து வளர்ந்து, அவற்றைச் சுற்றிலும் எல்டர், ஹாத்தார்ன் புதர்களும் வளர்ந்து மண்டியிருந்த அந்த அமைதியான இடத்துக்கு அவன அடிக்கடி வரத்தொடங்கினான். அங்கு உட்கார்ந்து, அவன் தான் நகரத்தில் சுற்றித்திரியும் காலத்தில் கிடைத்த அனுபவங்களையெல்லாம் தன் மனத்தில் சிந்தித்துப் பார்க்கத் தொடங்கினான். அப்போது அந்தப் புதர்களிலே சிட்டுக்குருவிகள் கீச்சிட்டுக் கத்தின; சிவப்பு இலந்தைப் பழக்கொத்துக்கள் தமது செடிக்கிளைகளிலே நடுங்கின; பழுத்த மஞ்சள் இலைகள் படபடத்தவாறு பூமியில் உதிர்ந்து விழுந்தன; பர்டாக் விதைகளைப் பொறுக்கித் தின்பதற்காகப் பொன்னாங் குருவிகள் கலகலப்போடு படையெடுத்து வந்து கீழே பாய்ந்தன. அங்கேயமர்ந்துகொண்டு, பைன் மரங்களின் சிலிர்த்து நிற்கும் இலைச்செறி வின்மீது பொன்னை வாரி இறைத்த வண்ணம் சதுப்பு நிலத்திலே ராஜ கம்பீரத்தோடு இறங்கி அஸ்தமிக்கும் மாபெரும் சிவந்த சூரிய வட்டத்தைப் பார்ப்பது ஆனந்தமாக இருந்தது. அப்போது ஓகுரோவின் வெளிறிய வானம் ஒரே வண்ணப்படலமாக விரிந்து தோன்றியது. மலைகளைப் போன்ற கபில நிற மேகத்திரள்களினூடே மஞ்சளும் பழுப்பும் கலந்த சிற்றோடைகள் தென்பட்டன;

இருண்ட அலைப்பரப்புக்களிலிருந்து தீப்பிழம்புகள் தோன்றின; மீண்டும் அவை அவற்றிலேயே மறைந்து மடிந்தன; உருக்கிய தங்கம் ஒழுகியோடிப் பளபளத்தது. மேகங்களின் உயிர்த்தசைகள் ராக்ஷஸ உருவங்களை உருவாக்கின; அந்த ராக்ஷஸ மிருகங்களின் அவலட்சணமான உடம்புகளைச் சூரியக் கதிர்வாள்கள் கிழித்தெறிந்தன. பூமியை நோக்கி ரத்தச் சிவப்பான கைகளை நீட்டிக்கொண்டு, ஒரு கரிய ராக்ஷஸன் வானத்தின்மீது தோனறினான். ஆனால் ஒரு பெரிய பனிப்பாறை அவன்மீது சரிந்து விழுந்தது, எனவே, அவன் ஓசையின்றி மாண்டொழித்தான் பின்னர் ஒரு நீலநிறப் பாம்பு நெருப்பாற்றிலிருந்து தெளிந்துகொண்டு வெளி வந்தது. பிறகு அதுவும் அழிந்து போய்விட்டது. ஒளியை மறைத்துக் கொண்டு பிரம்மாண்டமான மலைகள் தோன்றின. அவை குன்றுகளின்மீது மாபெரும் நிழல்களை விரித்தன ஓர் அனற்பிழம்பான விரல் சிறிது நேரத்துக்குப் பூமியை நோக்கிச் சுட்டிக்காட்டிப் பினவருமாறு சொல்வது போலத் தோன்றியது:

“அதன்மீது அனுதாபம் கொள். அன்பு கொள்!’

மேலை வானம் போராட்டத்தையும் வெற்றியையும் பற்றிய ஒரு வேகம் மிக்க கதையைச் சொல்லிற்று. அந்தப் போர் ஒளிக்கும் இருளுக்கும் நடந்தது. அதே சமயம் ஓகுரோவுக்கு அப்பால் கீழ்த்திசையில் காடுகளின் கறுத்த சங்கிலித் தொடராலும், புட்டானிட்ஸா நதியின் உருக்கு வளையங்களாலும் பிணைக்கப்பட்ட குன்றுகள் இறுகி விறைத்து நின்றன; அவற்றுக்குமேல் இலையுதிர் காலத்தின் பழுப்பு நிறமான பனி மூட்டப் படலங்கள் சுருண்டு திரைத்தன. நகரத்தின்மீது கபில நிறமான நிழல்கள் ஊர்ந்து படர்ந்து, அதனை இறுக அணைத்துப் பிடித்தன; அது பயத்தால் குன்றிக் குறுகி மூச்சு வாங்குவது போலத் தோன்றியது. மறுகணத்தில் அந்த நிழல்களெல்லாம் அதனைப் பூமிப் பரப்பிலிருந்தே துடைத்தெடுத்து விட்டதுபோல இருளின் குளிர்ந்த ஏரியினுள் மூழ்கடித்துவிட்டன.

இலையுதிர் காலம் தனது பிரகாசமான வர்ண ஜாலங்களை வெளிக்காட்டுவதைப் பார்த்துக்கொண்டேயிருந்த அந்த இளைஞன் தனது வாழ்க்கையைப்பற்றி எண்ணிப் பார்த்தான்; தனது சகமனிதர்கள், தன் தந்தை, பெலாஜியா ஆகியோரைப்பற்றியும், தன்னைப்பற்றியும் தான் மனம் விட்டுப் பேசும் அளவுக்குக் கோவிலதிகாரி கோரெனேவைப் போலத் தான் ஓர் அன்பும் அறிவும் மிகுந்த ஒரு மனிதரைச் சந்திக்க வேண்டும் என்று அவன் கனவு கண்டான்.

“ஒருவேளை அந்த மனிதருக்கு ஒரு மகளும் இருக்கக் கூடும்; அவர் தம் மகளைத் தனக்குத் திருமணம் செய்து வைக்கவும் கூடும்,” என்றும் அவன் நினைத்தான்.

மாட்வி பெண்கள் விஷயத்தில் ஈடுபாடுகொள்ளத் தொடங்கினான். அது அவனது தோற்றத்திலிருந்தே புலப் பட்டது. இதன் காரணமாக ஓகுரோவிலுள்ள ஏனைய பன்றிப் பிறவிகள் அவனைப் பலமுறை கொடூரமாகக் குத்திப் பேசவும் செய்தார்கள். வாலிபர்கள் விளையாடிக் கொண்டிருக்கும் வயல்வெளிகளுக்கு

அவன் செல்லும் போதெல்லாம் அநேகமாக அங்குள்ளவர்கள் பேசும் பல பேச்சுக்களை அவன் கேட்க நேர்ந்தது:

“ஜாக்கிரதையாகப் போ! கண்முழி தெறித்துவிடப் போகிறது!”

“ஏ, பெரிய மனுஷா! போய், சோமிக்காவிடம் ஆலோசனை கேள்!”

“அவனுக்கு அது வேண்டாம்; அவனுக்கு எல்லாம் தெரியும்!”

புஷ்கார்யோவிடமிருந்தும் பிற வேலைக்காரர்களிடமிருந்தும் சோமிக்கா ஒரு கொழுத்த அசிங்கம் பிடித்த பெண் என்றும், ஒரு பாட்டில் வோட்காவும், ஒரு பவுண்டு பிஸ்கட்டும் கொடுத்தால். அவள் இளம் வாலிபர்களுக்குக் காதலிக்கும் வித்தையெல்லாம் கற்றுக் கொடுப்பாளென்றும் கேட்டுத் தெரிந்திருந்தான்.

சின்னஞ்சிறு பையன்கள்கூட அவனுக்கு அமைதியைத் தரவில்லை.

“தாரமிழந்தவனே!” என்று அவர்கள் கத்துவார்கள்: “அவன் தன் சிற்றன்னையோடு வாழ்ந்தவன்!”

அவன் ஒரு வார்த்தைகூடப் பேசாமல், வெளுத்த முகத்தோடும். அசட்டுப் புன்னகையோடும் அங்கிருந்து அகன்று நடந்துவிடுவான். அவர்களது குத்தல் மொழிகளால் அவனுக்குக் கோபத்தைக்காட்டிலும் புதிரான வியப்புத்தான் மேலிட்டது.

‘இதனால் அவர்களுக்கென்ன இலாபம்?’ என்று தன்னைத் தானே கேட்டுக்கொண்டான் அவன். ‘நான் தவறிழைத்து விட்டேனென்றால் கடவுளுக்கும் என் தந்தைக்குந்தான் துரோகம் செய்துவிட்டேனே தவிர, இவர்களுக்கில்லையே! இவர்களைப்பற்றி நான் ஏன் கவலைப்பட வேண்டும்?’

அவன் பதிலுக்கு எதுவும் எதிர்த்துச் சொல்லவில்லை; தனது பணிவடக்கம், தனது அசட்டுப் புன்னகைகள், நகரத்திலே தான் அர்த்தமற்று அலைந்து திரிவது, மற்றவர்களை அணுகி அவர்களோடு நட்புக்கொள்ளத் தனக்கு இயலாதிருப்பது ஆகிய இவையனைத்துந்தான், முட்டாள்கள், பிச்சைக்காரர்கள், மதவெறி பிடித்த பைத்தியங்கள் ஆகியவர்களிடம் அவர்கள் காட்டும் அதே ஏளனத்தோடு இவனையும் நடத்தச் செய்கிறது என்பதை அவனால் முடியவில்லை,

சலிப்பும், புரிந்துகொள்ள முடியாத ஒரு கொடூரமும் கரைந்து கலந்து விட்ட அந்த அமைதியான வாழ்க்கையைப் புரிந்துகொள்ள அவனையும் அறியாமலே ஓர் ஆவல் அவனுள் வளர்ந்தது. அதில் ஏதோ ஒரு புரியாத ஒன்றின்மேல் கொள்ளும் வேட்கை இருப்பதை அவன் உணர்ந்தான். தான் கண்ட, கேட்டவையனைத்தையும் ஓர் ஒழுங்குக்குக் கொண்டுவர முடியுமென்றால், அவற்றுக்கிடையேயுள்ள உண்மையான உறவுகளைக் கண்டறிந்து அவற்றைப்பற்றி ஆழ்ந்து சிந்தித்தால், வாழ்க்கையின் எல்லாத் தீமைகளுக்கும் ஒரு விளக்கத்தை, ஒரு நியாயத்தைக் காண முடியும் என்று அவன் உணர்ந்தான். பின்னர் அதன் மூலம் அவனது ஆத்மாவில்

ஒரு மந்திரச்சொல் பிறக்கும். அது அவனது சக மனிதர்களைப் புரிந்துகொள்ளவும், அவர்களோடு ஒன்றாக இணையவும் அவனுக்கு உடனடியாக உதவிவிடும்.

அவன் கண்ட காட்சிகளில் சில மிகவும் படுமோசமாக இருந்தன. உதாரணமாக. ஒருநாள் காலையில் அவன் அந்தப் புதிய தேவாலயத்தின் கட்டட வேலையைப் பார்த்துக் கொண்டு நின்றபோது, சில கல்தச்சர்கள் ஒரு கறுப்பு நாயைச் சுண்ணாம்பு நீற்றப்படும் அண்டாவில் தூக்கிப் போடுவதை அவன் கண்டான். அந்தச் சுண்ணாம்பு தரதரவென்று பொங்கி நுரைத்துக்கொண்டிருந்தது. எனவே, அது அந்த நாயின் கண்களை விரைவிலேயே சுட்டுப் பொசுக்கி, அதன் உடம்பையும் அரித்துத் தின்னத் தொடங்கிவிட்டது. அந்த அப்பாவி ஜந்து மூச்சுத் திணறியது; ஊளையிட்டது; வெளியே நீந்திக் கரையேறிவிட, கால்களை உதறிப் பெரு முயற்சி செய்தது. ஆனால், அந்த வேலையாட்களோ வெறுமனே சிரித்தார்கள்; சுண்ணாம்பு கிளரும் நீண்ட கம்புகளால் அதன் தலையில் அடித்தார்கள்; மூச்சுத் திணறிப் பிளக்கும் அதன் வாயை மீண்டும் அந்தப் பால்வெள்ளை நிறமான கொழுகொழுத்த சுண்ணாம்புக்குள் இடித்துத் தள்ளினார்கள்.

“நீங்கள் ஏன் இவ்வாறு செய்கிறீர்கள்?” என்று கேட்டான் மாட்வி.

“ஏன்? இது என்ன உன் நாயா?” என்று உருண்டு சிவந்த முகமும், சுண்ணாம்புத் தூசி படிந்த மீசையும் கொண்ட ஒரு வாலிபன் பதில் சொன்னான்.

“இல்லை.”

“நல்லது. நாங்கள் இதனைச் சும்மா வேடிக்கைக்காகத் தான் செய்கிறோம்,” என்று சுமுகமாகச் சிரித்தவாறே சொன்னான் அந்த வாலிபன்: “அது வெளியே வர முயல்வது ரொம்ப வேடிக்கையாயில்லை?”

இது வெறும் நாடோடி நாய்!” என்று விளக்கம் தந்தான் மற்றொருவன்; “இந்த நாடோடி நாய்களெல்லாம் எப்போதும் போக்கிரிகள்தான். அதுவேதான் வந்து விழுந்தது. நாங்கள் அதனை வெளியே இழுத்து விடலாம். இருந்தும் என்ன பிரயோஜனம்? இப்போது அது குருடாகி விட்டது. அது சாகட்டும்.”

மாட்வி கண்களைத் தாழ்த்தியவாறு வெட்கத்தோடு நடந்து அப்பால் சென்றான். அழகிய தலை மயிரும், தட்டை மூக்கும் கொண்ட அதே வேலையாள் அந்த நாயைத் தன்பால் கூப்பிட்டழைத்து, அதன் தலையில் தட்டிக்கொடுத்துப் பின்னர் அதனை அந்த அண்டாவுக்குள் உதைத்துத் தள்ளி, தன் கூட்டாளிகளைப் பார்த்துப் பின்வருமாறு சத்தமிட்டதை அவனே கண்ணால் பார்த்திருந்தான்:

“உள்ளே பிடித்துத் தள்ளு!”

இன்னொரு முறை இப்போது மதப் பைத்தியமாக மாறிவிட்ட மாஜிகுமாஸ்தா செர்னோலாஸ்கின் என்பவன் தனது குட்டைக் கால்களோடு, தனக்கு இருபுறத்திலும் சேறு தெறித்து விழ, தெருவின் நடுமத்தியில் தாவியோடி

வந்ததைப் பார்த்தான். அவனுக்குப் பின்னால் நாய்க்குட்டிகளைப் போல ஊளை யிட்டவாறும், கீச்சிட்டவாறும் சின்னஞ்சிறு பையன்களின் ஒரு பட்டாளம் திரண்டு வந்தது. அவர்களில் சிலர் முன்னால் ஓடிவந்து, கை நிறையச் சேற்று மண்ணை அள்ளி, பைத்தியம் பிடித்த பார்வையோடு கையாலாகாத கோபத்துடன் பளபளத்த கண்களைக் குறி வைத்து, அந்தக் கிழவனின் நடுங்கும் முகத்தின்மீது விட்டெறிந்தார்கள் அவனது உச்சி முதல் உள்ளங்கால் வரையில் சேறு தெறித்திருந்தது. கிட்டத்தட்ட அவனது முழங்கால் வரையிலும் சரிந்து தொங்கிய அவனது தொளதொளத்த தொந்தியிலிருந்து சேறு சொட்டுச் சொட்டாக வடிந்தது. அவன் ஒரு மீனைப்போல வாயைத்திறந்து திறந்து மூடிக்கொண்டும். ஒரு கையைத் தன்கண்களைப் பாதுகாப்பதற்காக முகத்துக்கு முன்னால் ஆட்டிக்கொண்டும், மறு கையால் தன் தொந்தி கழன்று விழுந்து காணாமற்போய்விடக் கூடாதே என்று அஞ்சுபவன் போல, அதனைப் பிடித்துக்கொண்டும், குட்டை குழிகளைத் தாண்டி ஓடினான். அவனது கட்டையான வடிவம் அங்குமிங்கும் துள்ளிப் பாய்ந்தது. அவனது உடம்பிலுள்ள சக்தி குறைந்துகொண்டே வந்தது. அவனது அழுக்கடைந்த கன்னங்களின் வழியாகக் கண்ணீர் உருண்டோடியது.

அந்தச்சிறுவர்கள் அவனைச் சுற்றிநின்று நாட்டியமாடியவாறு பின்வருமாறு கூட்டமாகக் கத்தினார்கள்:

"மீன் கண்ணு செர்னோலாஸ்கின்! ஒரு பேனாக் கத்திக்காகப் பெண்டாட்டியை விற்றான்! பானைவயிறுக் குடிகாரன்! பானை வயிறுக் குடிகாரா!"

கிட்டத்தட்ட எல்லாம் ஒன்று போலவே இருந்த தெளிவற்ற முகங்கள் வீடுகளின் ஜன்னல்களிலே தென்பட்டன. அங்கிருந்து அவற்றை அங்கீகரிக்கும் அபிப்பிராயங்கள் வெளிவந்தன.

"பாரேன்! அந்த வாண்டுகள் மீண்டும் அந்தக் குமாஸ்தாவை விரட்டுகிறார்கள்!'

"அவரை ஏன் தொல்லைப் படுத்துகிறீர்கள்?" என்று புள்ளி விழுந்த முகமும் சுருட்டைத் தலையும் கொண்ட ஒரு பையனைக் கேட்டான் மாட்வி.

"நாங்கள் இவனைச் சன்னியாசி மடத்திலிருந்தே துரத்திக் கொண்டு வருகிறோமே!" என்று அந்தக் குழந்தை உளறியது.

"எதற்காக?"

"சும்மா வேடிக்கைதான்!"

"நீங்கள் அவர்மீது பரிதாபந்தான் கொள்ளவேண்டும்" என்று சுற்றுமுற்றும் ஒரு திருட்டுப் பார்வையைச் செலுத்திவிட்டு மிருதுவாகச் சொன்னான் அவன்: "பார். அவர் எவ்வளவு களைத்துப் போயிருக்கிறார்!"

"நானுந்தான் களைத்துப் போயிருக்கிறேன்," என்று அந்தப் பையன் கூறியவாறே, தனது சட்டைக்கையினால் வியர்வை படிந்த முகத்தைத் துடைத்துக்கொண்டான்.

“இவர் மட்டும் உண்மையான ஞானியென்றால், நாங்கள் சும்மா விட்டு விடுவோம்,” என்று எலிகுஞ்சைப் போன்ற காதும் கூரிய மூக்கும் கொண்ட ஒரு பெரிய பையன் சொன்னான்: “அப்படியானால் நாங்கள் அவர்மீது அனுதாபப்படுவோம்.”

“நாங்கள் அல்யோஷாவைத் தொடுவதில்லையே!” என்று இரண்டு மூன்று பையன்கள் ரொம்பவும் அவசரமாகச் சொன்னார்கள்.

“நாங்கள் செர்னோலாஸ்கினையும் நாயம்மாவையும் தான் விரட்டுகிறோம்.”

அந்தக் கூரிய மூக்குக் கொண்ட பையன் ஓரடி தள்ளி நடந்து, பின்னர்த் திரும்பிநின்று கைகளை இடுப்பிலே வைத்த வண்ணம் பின்வருமாறு கேட்டான்: “நீதானே கோஸிமியாகினின் மகன்? சிற்றன்னையோடு வாழ்ந்தவன் நீ தானே?” இவ்வாறு கூறிவிட்டு, அவன் பறந்து ஓடி விட்டான்

நப்போல்னயாத் தெருவின் கடைக்கோடியில் எரிந்து போய்விட்ட ஓர் இரட்டைமாடி வீட்டின் மிச்சம் மிஞ்சாடிகள் நின்றன. அது ரொம்ப காலத்துக்கு முன்பே எரிந்து போயிருக்க வேண்டும் என்று தெளிவாகத் தெரிந்தது. உத்திரக் கட்டைகளிலேயிருந்த கரிப்பகுதியில் பெரும்பாலானவற்றை மழையும் பனியும் கரைத்துக்கொண்டு சென்றுவிட்டன. வெடிப்புகளிலும் இடுக்குகளிலும்மட்டும் சொத்தை விழுந்த பற்கள் மாதிரிச் சிற்சில துண்டுத்துக்காணிகள் ஒட்டிக் கொண்டிருந்தன. உத்திரக் கட்டைகளுக்கிடையே துருத்திக் கொண்டிருந்த சணல் தும்புகள் தாடி மயிர் போலத் தோன்றின.

அந்த வீட்டின் முகடற்ற மேல்மாடியின் உடைந்த ஜன்னல்களின் வழியாக வானம் வெறித்து நோக்கியது. வீட்டுக்குள்ளே எரிந்து கரிந்த பலகைகள், கட்டைகள், கதவு நிலைகள் எல்லாம் குழப்பமான நிலையில் ஒன்றோடொன்று கலந்து கிடந்தன. உளுத்துக்கொண்டிருந்த மரக்கட்டையின் மீது பச்சை நிறமான பாசி பிடித்த படிவங்கள் தென்பட்டன. நாயுருவி, காஞ்சிரை, பஞ்சுப்புல் ஆகியவை ஜன்னல்களிலே வளர்ந்து மண்டித் தலையசைத்தன. அந்த வீட்டின் ஒரு பக்கத்தில் தோட்டம் இருந்தது. அதில் எரிந்து போன அழுமூஞ்சி மரங்கள் நின்றன; மறுபக்கத்தில் இடிந்துபோன துணை வீடுகள் கொண்ட முற்றம் இருந்தது.

வெயிற்காலத்தில் இடுக்குகளிலேயுள்ள கரித்துண்டுகளின் கரிய பளபளப்பு கறுப்பு நிறமான வாய், பல்லைக் காட்டுவது போலிருந்தது. மழை நாட்களில் துரு நிறம் கொண்ட கண்ணீர் வளவளப்பான உத்திரக்கட்டைகளின் வழியே வழிந்தோடியது. கீழ்வீட்டு ஜன்னல்களிலே பலகைகள் அறையப் பெற்றிருந்தன. அந்தப் பலகைகளுக்குப் பின்னால் வானவில்லின் நிறங்கொண்ட கண்ணாடிகள் தென்பட்டன; அந்தக் கண்ணாடிகளுக்கப்பால் ஒரே இருட்டுத்தான். அந்த இருட்டுக்குள்ளேதான் நாயம்மா வசித்து வந்தாள்.

உயர்ந்து நிமிர்ந்து தோன்றும் அவள் வெறுங்கால்களோடு நகரத்தைச் சுற்றித் திரிந்தாள்; அவளது தலையும் தோள்களும் கதகதப்பான கபில நிறச் சால்வையால்

மூடப்பெற்றிருந்தன. மரத்தைப் பட்டைகள் மூடியிருப்பது போல அவளது உடம்பைக் கந்தல் துணிகள் மூடியிருந்தன. அந்தச் சால்வை நெற்றிக்குக் கீழாகவும், மோவாயின் மேலாகவும் இழுத்து விடப்பெற்றிருந்தது. இவ்விரண்டுக்கும் இடையிலுள்ள இடைவெளியில் ஆந்தைக் கண்கள் போன்ற இரண்டு கண்களும், இரும்பினால் செய்யப்பட்டது போன்ற மூக்கும் தென்பட்டன. அவள் நடை உறுதியாக இருந்தது; நடக்கும்போது ஓர் உறுதியான வால்நட் தடியைக் கையில் பிடித்துச் சுழற்றியவாறே. அவள் அளந்து நடந்தாள். அவள் ஜன்னல் கதவுகளை அதிகாரத் தோரணையுடன் தட்டினாள்; கதவுகள் திறக்கப்படும்பொழுது கரகரத்த குரலில் பின்வருமாறு கோரினாள்:

"எனக்கு ஏதாவது கொடுங்கள்."

அவள் பின்னால் எப்போதும் ஒரு நாய்க்கூட்டம் பின்பற்றிச் செல்லும்: தமது உடம்பின்மீது ஆங்காங்கே பொட்டல் விழுந்த, எதற்கும் அசைந்து கொடுக்காத மூக்குகளின்மீது கபில நிறமான மீசைகள் சிலிர்த்து நிற்கின்ற பெருமிதம் மிக்க கிழட்டுக் கலப்பு ஜாதி நாய்கள்; தமது உடம்பின்மீது சேற்று மண் திட்டுக்களுங்கொண்ட, சோணைக் காதும் கொண்ட மங்கல் நிறமான வேட்டை நாய்கள். இவை தமது சுயமரியாதையையெல்லாம் வெகுகாலத்துக்கு முன்பே இழந்து விட்டது போலத் தமது வால்களைக் கால்களுக்கிடையில் இடுக்கிக்கொண்டு சென்றன. மற்றும் எல்லாவற்றிலும் தமது மோப்பம் பிடிக்கும் மூக்கை ஒட்டித் திரிந்து ஓடியலையும் மெலிந்த பெட்டை நாய்கள். ஒன்று மறியாத உருண்ட கண்களும், ஊசலாடும் இளஞ்சிவப்பு நாக்குகளுங்கொண்ட குஷியான குட்டி நாய்கள். இவையனைத்துமே புல்லுருவிகளாக வாழும் மனிதர்களுக்கே உரியதான சுதந்தர உணர்ச்சியோடு ஆனந்தமாக ஒன்றுபட்டிருந்தன. அவையனைத்தும் அவளைப் பின்தொடர்ந்து அவளுடனேயே வாழ்ந்தன. அவளும் தான் யாரிடமிருந்து பிச்சை ஏற்கிறாளோ, அந்த மனிதர்களின் கண்முன்பே தான் பெற்ற பிச்சையால் அந்த நாய்களுக்கு உணவளித்தாள்.

நகரமக்கள் அவளைக் கண்டு பயந்திருந்தார்கள். அவள் துர்ச்சனமான ஆவிகளோடு தொடர்பு வைத்திருக்கிறாள் என்றும், வீட்டுப் பிசாசுகள் எல்லாம் அவள் இஷ்டத்துக்குப் பணிந்து நடந்தன என்றும் அவர்கள் பேசிக்கொண்டார்கள். அவள் சொன்னால் பசுமாடு பால் வற்றிப்போகும்; பிசாசு குதிரையை இரவில் முற்றத்திலே ஓடஓட விரட்டியடிக்கும்; கோழிகள் தமது தொண்டைக்குழிக்குள் அளவுக்கு மிஞ்சித் தானியத்தைச் செலுத்திவிடும்; மேலும் காய்ச்சல், பிளவைகள், சோனிக் கால்கைகள் ஆகிய வியாதிகளைக் காற்றிலே ஏவிவிட்டு, அவற்றை மனிதர்கள்மீது தொற்றச் செய்யவும் அவளுக்குச் சக்தி உண்டு என்றும் வதந்திகள் நடமாடின.

அவர்கள் எதுவும் பேசாமல், அவளிடமிருந்து பிரதிபலன் எதுவும் எதிர்பாராமல், தாராளமாகப் பிச்சை வழங்கினார்கள். யாராவது ஒருவர் மறந்துபோய், "இதனை எடுத்துக்கொண்டு, இன்னாருடைய ஆத்மா சாந்தியடைய

ஒரு பிரார்த்தனை கூறு," என்று வாய்தவறிச் சொல்லிவிட்டால், உடனே அந்த நாயம்மா அந்த நன்கொடையை நாய்களின் முன் விட்டெறிந்து கோபத்தோடு பின்வருமாறு மொறுமொறுப்பாள்: "ஆத்மாக்களைப் பற்றி எனக்கு ரொம்ப அக்கறை, பாரு!"

மாட்விக்கு அவள் கதை தெரியும். பெலாஜியாவிடம் விலாஸ்யேவ்னா சொல்லிக்கொண்டிருந்தபோது அவன் கேட்டிருக்கிறான். அதாவது பல வருஷங்களுக்கு முன்னால் பணக் காரர்களான வோயிவோடின் குடும்பத்தாரில் ஒருவன் ஒகுரோவுக்கு ஓர் இளம்பெண்ணைக் கூட்டிக்கொண்டு வந்தான். அவளுக்கு ஒரு வீடு வாங்கிக் கொடுத்து, அவளோடு சிறிது காலம் வாழ்ந்தான்; பின்னர் அவளைக் கைவிட்டு விட்டான். அதன்பின்னர் பல்வேறு அதிகாரிகள் அவளைத் தமது இன்பத்துக்காகப் பயன்படுத்திவிட்டார்கள். கிழடு தட்டி நோய்வாய்ப்பட்ட பின்னர் அவள் தன் பாவங்களுக்கெல்லாம் பிராயச்சித்தம் செய்யத் தீர்மானித்து, தனது வாழ்நாளின் குறைப்பகுதிக்கும் நாய்களையே தனது ஏகபோகமான கூட்டாளிகள் ஆக்கிக்கொண்டுவிட்டாள்.

பெலாஜியா வாட்டம் மிகுந்த தொனியில் சொன்ன வார்த்தைகளை மாட்வி நினைவு கூர்ந்தான்.

"ஒருவேளை மனிதர்கள்பால் வெறுப்புக்கொண்டுதான் அவள் அப்படித் தீர்மானித்திருப்பாள்."

"அட கடவுளே! நீ என்ன சொல்கிறாய்? மனிதர்கள் மட்டும் கடவுளின் படைப்பில்லையா?"

"அவளுந்தான். இல்லையா?"

"யார்?"

"அந்தப் பெண்தான்."

விலாஸ்யேவ்னா நாய்களுக்கும், மனிதர்களுக்கும், அந்த நாயம்மாவுக்கும் உள்ள வித்தியாசங்களைப் பற்றி ஒரு போதனை மிக்க விளக்கம் கொடுக்க முனைந்தாள். அதைக் கேட்டுக்கொண்டிருந்த மாட்வி தன் தந்தையின் கீழுதடு ஏளனத்தோடு பிதுங்கி நெளிவதை நினைத்துப்பார்த்தான்.

தெருப்பிள்ளைகள் எல்லாம் எப்போதும் நாயம்மாவைப் பின்தொடர்ந்து சென்றார்கள்; பாதுகாப்பான தூரத்தில் எட்ட நின்றுகொண்டு அவள்மீது கற்களை விட்டெறிந்தார்கள்; ஆனால் ஒரு வழியடைச்சான் சந்து, ஒரு வெம்பரப்பான மைதானம், அல்லது ஓர் இருண்ட மூலை ஆகிய ஏதாவதொன்று வந்துவிட்டால் அவர்கள் அவளைச் சூழ்ந்து வளைந்து முன்னே வரத் தொடங்குவார்கள்.

"நாயம்மா! உன் மஞ்சள் டிக்கட்டைக் காட்டு! மஞ்சள் டிக்கட்டைக் காட்டு!"

அவளும் தன் பாவாடையைத் தூக்கி, தனது மஞ்சள் நிறமான கால்களையும், மயிரடர்ந்த அடிவயிற்றையும் அவர்களுக்குக் காட்டி, அவர்களது கூச்சலுக்கு மத்தியில் பின்வரும் மூன்று வார்த்தைகளையும் நிறுத்தி நிதானமாகச் சொல்வாள்:

“இதோ– என்–டிக்கட்!”

அந்த வாண்டுப் பிள்ளைகள் சிரிப்பொலி கிளப்பிக் கத்துவார்கள்; அவள்மீது சேற்றையும் மண்ணையும் விட்டெறிவார்கள். அவளும் அதற்குப் பதிலாக, அவர்களை எதிர்த்து நின்று, தனது இமை தட்டாத ஆந்தைக் கண்களால் பார்த்து, அதையே திரும்பச் சொல்வாள்;

“இதோ–என்–டிக்கட்!”

இத்தகைய காட்சியைப் பார்க்க நேரும் பெரியவர்கள் சில சமயங்களில் அந்தப் பையன்களைப் பார்த்துப் பின்வருமாறு சொல்வார்கள்:

“நல்லது. கண் நிறையப் பார்த்தாய் விட்டதாடா? உங்களுக்கு வேண்டுமடா, போக்கிரிப் பசங்களா!”

அவள் அத்தனை நாணமற்று, படுமோசமாகத் தன்னைத் தானே திறந்து காட்டும்போதெல்லாம். மாட்வி பயத்தாலும் பீதியாலும் கண்களை மூடிக்கொள்வான். அந்த நாய்கள், அந்த வாண்டுப் பையன்கள் எல்லோருமே நகரத்தைச் சுற்றி வளைந்திருந்த அந்தத் தூரத்துக் குன்றுகளை அவனுக்கு நினைவூட்டும் அந்த மயிரடர்ந்த மஞ்சள் நிறமான அடிவயிற்றிலிருந்துதான் பிறந்து வந்திருக்கிறார்கள் என்ற ஒரு விசித்திர எண்ணம் அவனுக்குத் தோன்றும்.

கிட்டத்தட்ட எல்லா நாட்களிலுமே அவன் அந்தப் பக்திமயமான அரைப் பைத்தியம் அல்யோஷாவைச் சந்தித்தான். அவன் தனது நீண்ட கைத்தறிச் சட்டையை அணிந்திருந்தான். அது அவனது திறந்த மார்பைக் காட்டிக் கொண்டு கீழ் வரையிலும் தொங்கும். அந்த மார்பின்மீது ஒரு பித்தளைச் சிலுவை தொங்கிக்கொண்டிருந்தது. அவன் தனது எலும்பாகி மெலிந்த உடம்பை முன்னே வளைத்து, தனது ஒடுங்கிய கழுத்தை வெளியே நீட்டி, வலது கையை இடுப்பிலே செருகி, இடது கையிலே அவனது கை விரல்கள் பட்டுப்பட்டு மெருகேறிப் போயிருந்த ஒரு சிறிய மரத் தடியைப் பிடித்துக்கொண்டு, தெருவழியே வெகுவேகமாக வருவான். அவனது பிடிக்குள் அகப்படாது நழுவியோடும் ஏதோ ஒரு கண்ணுக்குத் தெரியாத பொருளை எப்போதும் விரட்டிக்கொண்டு செல்பவன் போலவே அவன் காணப்பட்டான். மரப் பலகைகள் பாவிய நடைபாதையின் மேல் அவன் தனது நடுங்கும் கால்களை எட்டிப் போட்டுத் தள்ளாடி நடந்து வருவான்; வரும்போதே வறண்டுபோன நாவால் பின்வருமாறு முணுமுணுப்பான்:

“ஜாக்கிரதை! கவனமாக இருங்கள்! கடவுளின் பிராணிகளே!”

பெரியவர்கள் அவனுக்கு எப்போதும் வழிவிட்டு ஒதுங்கினார்கள்; சிறு பிள்ளைகள் அவனுக்கெதிரே வர நேர்ந்து விட்டால், பயந்துகொண்டு பக்கவாட்டில் தாவிக் குதித்தார்கள். அவன் அவர்களை நோக்கி வந்தாலோ, அவர்கள் ஒரு வார்த்தைகூடப் பேசாமல் சிதறியோடினார்கள். தைரிய சாலியான போலீஸ்காரனான அன்குடின்கூட–குடிவெறியில் இருந்தாலோ அல்லது தமது

மனைவிமார்களை அடித்தாலோ அல்லது ஏதாவது விளையாட்டில் சண்டை வந்து கை கலந்தாலோ, மூன்று தொழிலாளிகளைக் கூட, தான் ஒருவனே தன்னந்தனியனாக நின்று அடக்கி விடக்கூடியவனான அன்குடினும்கூட – அல்யோஷாவைக் கண்டால் ஒதுங்கிச் சுற்றிப் போவதையே வழக்கமாகக் கொண்டிருந்தான்.

சந்தை நாட்களில் நகரவாசிகளுக்கும் விவசாயிகளுக்கும் இடையே நடக்கும் சண்டைத் தகராறுகளைக் கேட்பதற்காக, மாட்வி சந்தைப் பேட்டைக்குச் சென்று அலைந்து திரிவான். விவசாயிகளோ பாசி மண்டி வளர்ந்த மரத்தூர்களைப் போலக் கட்டுமஸ்தான உடம்பும் தாடியும் கொண்டிருப்பார்கள். அவர்களோடு ஒப்பிடும்போது காவல் நாயைத் தொல்லைப்படுத்தும் எலிகளைப் போன்று, நகரவாசிகள் அதைரியமும் சிறுமையும் கொண்டதாகவே தோன்றினார்கள். நகரவாசிகளில் சிலர் மட்டுமே விவசாயிகளைத் தேனொழுகும் வார்த்தைகளால் அழைத்துப் பேசினார்கள். ஆனால், பெரும்பாலோர் அவர்கள்பால் தாம் கொண்டிருந்த வெறுப்பை மூடிமறைக்க எந்த விதமான முயற்சியும் செய்யவில்லை.

பின்வருவது போன்ற கூற்றுக்களை மாட்வி பல தடவை கேட்டான்:

"உங்கள் மாதிரி மடையர்களையெல்லாம் சுதந்தரமாகவே விட்டிருக்கக் கூடாது. அது உங்களுக்குத்தான் கேடு!"

"உன் முள்ளங்கிகள் என்ன விலை?" என்று பாஜுனோவ் ஒருமுறை கேட்டார்.

"ஒரு படி பதினைந்து கோபெக்குகள்."

"கொஞ்ச நேரத்துக்கு முன்னால் நீயும் உன் குணங்கெட்ட பிள்ளைகளுமாகச் சேர்ந்து பதினைந்து கோபெக்குகளுக்கு விற்றீர்களே, அப்போதுதான் ஒருவரும் வாங்க வில்லையே!"

"ஹோ-ஹோ! பாஜுனோவ் பேசுவதைத்தான் கேளேன்!" என்று கெக்கலித்தார்கள் நகரவாசிகள்.

எலுமிச்சைக் காடிக்காகப் பேரம் பேசிக்கொண்ட கிர்யாபோவ் கிழவர். சந்தையின் ஒரு மூலையிலிருந்து மற்றொரு மூலை வரையிலும் கேட்கக் கூடிய காட்டுக் குரலில் ஒரு விவசாயியைக் கடிந்துகொண்டிருந்தார்:

"உன்னைப்போன்ற திருடனுக்குக் கடவுளின் கோபத்துக்குக்கூடப் பயம் கிடையாது போலிருக்கிறது! பத்து கோபெக்கா? பத்துகோபெக் என்றால் என்னது என்று உனக்குத் தெரியுமா?"

எல்லா நகரவாசிகளுமே விவசாயிகளின் பேராசையைக் குறித்து, தமது ஆத்திரத்தை வெளியிட்டுக்கொண்டார்கள், மேலும், பண்ணையடிமை

விடுதலையானது அவர்களைக் கெடுத்துக் குட்டிச் சுவராக்குகிறது என்றும் சொன்னார்கள்; முதியவர்களான விவசாயிகளை அழைக்கும்போது அவர்களை அநேகமாக முலையுறிஞ்சிகள் என்றே அழைத்தார்கள். வசவு மொழிகளும் ஆபாச வார்த்தைகளும் வௌவால்களைப் போலக் காற்றில் விசுக்கென்று பறந்து திரிந்தன; அந்தச் சந்தைப்பேட்டையின் பிரகாசமான வர்ணஜாலங்களெல்லாம் பொதுவான குரோத உணர்ச்சியின் காரநெடி மிகுந்த புகைகளால் வெளுத்துப்போய் விட்டது போலத் தோன்றியது.

சந்தை தொடங்கியவுடன் விவசாயிகள் அமைதியாகவே இருந்தனர்; அவர் நகரவாசிகளின் வசவுகள், கிண்டல்கள், மாய்மாலமான இச்சகப் பேச்சு முதலியவற்றைக் கேட்டுச் சும்மாதான் இருந்தார்கள். மற்றவர்கள் வேறுவிதமானதொரு மனப்போக்கை வெளியிடட்டும் என்று காத்திருப்பவர்கள் போல, அலுத்து மரத்த உணர்ச்சியோடு அவர்களை வெறுமனே வெறித்துப் பார்த்த வண்ணமே இருந்தார்கள்.

ஆனால் ஒன்று அல்லது இரண்டு முறை மதுபானக் கடைக்குப் போய்விட்டு வந்த பிறகோ அவர்கள் துணிவோடு நடந்துகொண்டார்கள். வசவுக்கு வசவும், கிண்டலுக்குக் கிண்டலும் எதிரடியாகக் கொடுத்தார்கள். மத்தியானத்துக்குள் அவர்களில் பெரும்பாலோருக்கு வெறி தலைக்கேறிவிடும்; அதன்பின் அவர்கள் தமது வாடிக்கைக்காரர்களோடு ஏற்படும் தகராறுகளை அநேகமாக முஷ்டிகளாலேயே தீர்த்துக்கொண்டார்கள். பின்னர் அன்குடினும் அவனது சகாவான மோக்கோயேடோவும் அங்கு வந்ததைப் போலவே, சந்தை மேற் பார்வையாளனான லெஸ்னாவும் அங்குத் தோன்றினான். குடிகாரர்களும், ரௌடிகளும் தீயணைக்கும் கூடத்துக்கு அனுப்பப்பட்டார்கள். கௌரவமான பிரஜைகள் தமது தொண்டையை அழுத்தலாகக் கனைத்துக்கொண்டு, பின்வருமாறு சொல்வார்கள்:

“அந்த மாதிரியெல்லாம் – இங்கே நடக்க முடியாது. இது ஒன்றும் காட்டுப் பிராந்தியம் அல்ல!”

அங்குள்ள மக்கள் உபயோகித்த எண்ணற்ற ஆபாச வார்த்தைகள், அவர்கள் மனம்போன போக்கில் ஒருவருக்கொருவர் குறை கூறிய போக்கு, இந்த வசவுமொழிகளை அலட்சியமாக ஏற்கும் தன்மை ஆகியவை மாட்வியின் மனத்தில் உறுத்தியது. அவனுக்கு அந்தச் சந்தையின் சூழ்நிலை முழுவதுமே ஒரு போதைப் பொருளைப் போலச் செயல்படுவதாகவும். அங்குக் குரோதமும் பரஸ்பர அவ நம்பிக்கையுமே எங்கும் பரவி நிற்பதாகவும் தோன்றியது. எல்லோருமே ஏமாறுவதற்குப் பயந்தார்கள்; எனினும், எல்லோரையும் ஏமாற்றுவதில்தான் கருத்தாயிருந்தார்கள். ஒரே வார்த்தையில் சொன்னால், தீயணைப்புக் கூடத்துக்கும், தேவாலய மணிக்கூண்டுக்கும் இடையேயிருந்த அந்தச் சின்னஞ் சிறு சதுக்கத்தில், தரக்குறைவான சந்தைக் கடைகள் எனச் சொல்லப்பட்ட அந்தச் சின்ன அரைவட்டத்தில், ஒவ்வொன்றும் மற்ற அனைத்தின்மீதும் விரோத பாவம் கொள்ளும் பூர்வகுடிகளின் ஒரு கூட்டந்தான் இருந்தது.

அவர்கள் மத்தியில் புழுக்களைப் போல ஊர்ந்த வண்ணம், எல்லோர்மீதும் ஒரே மாதிரி இடித்துக்கொண்டும் பிச்சைக்காரர்களும் சென்றார்கள்; சந்தைப் பேட்டையிலே சத்தங்களுக்கெல்லாம் மேலாக, மன்றாடிக் கேட்கும் அவர்களது போலியான பரிதாபக்குரல் மேலோங்கிக் கேட்டது:

"நல்ல மனிதர்களே! கிறிஸ்துவின் பேரால்..."

வாதப் பிரதிவாதங்கள் சூடேறும்போதெல்லாம் கிறிஸ்துவின் நாமமும் அடிக்கடி அடிபட்டது; ஆனால் அதன் உண்மையான முக்கியத்துவத்தை எல்லோருமே மறந்துவிட்ட ஒரு சாதாரண வார்த்தையைப் போல அது உணர்ச்சியற்று ஒலித்தது.

ஒரு கடைக்குப் பின்னாலிருந்த தரையில் மூன்று குருட்டுப் பிச்சைக்காரர்கள் உட்கார்ந்திருந்தார்கள்; துவாரங்கள் மலிந்த ஒரு கல்லில் செதுக்கியெடுக்கப்பட்டது போல அந்த மூன்று தூசி படிந்த உருவங்களின் உணர்ச்சியற்ற முகங்களும் தோன்றின. அவர்கள் பற்களிழந்த மோவாயை அசைத்தவாறு, ஒரு சோக மயமான பாட்டைத் தட்டுத் தடுமாறி ஒப்பித்தார்கள்:

எலும்புகள் யாவும் இளைத்துக் களைத்தன!
எங்கள் பாவம் எம்மை விடுத்தால்
மகிழ்வுடன் நாங்கள் கீழே படுத்து
மரணமும் விரைவில் எய்தி விடுவோம்

அவர்களைப் பார்த்துக்கொண்டிருந்த இளைஞனான பியோடிர் டோலோகோன்னிகோவ் தனது மேலுதட்டிலுள்ள செம்பட்டை மயிரை வெடுக்கென்று பிடுங்கினான்.

"இவர்களுக்குச் சாவுதான் தேவை என்றால், இவர்கள் ஏன் பிச்சை எடுக்க வேண்டும்?" என்று கனத்த குரலில் சொன்னான் அவன்.

வாஸ்யா கிர்யாபோவ் காட்டுக் கீரி மாதிரி முகத்தை வைத்துக்கொண்டு, அவர்களைக் கூர்ந்து நோக்கினான்.

"ஒரு வேளை அவர்கள் சும்மா வேஷம் போடவுங்கூடும்" என்று அவன் வாய்விட்டுச் சொன்னான்.

"அவர்கள் கண்களில் ஒரு குத்து மண்ணையள்ளிப் போடு!" என்று தேவதா வடிவங்கள், மண்பாண்டங்கள், அக்கார்டியன் வாத்தியங்கள் முதலியவற்றை வியாபாரம் செய்து வரும் விகாரத்தோற்றமும் நெடிய உயரமும்கொண்ட மாக்லகோவ் யோசனை கூறினான்.

வாஸ்யா அவர்கள் பக்கம் ஊர்ந்து சென்று, ரோட்டின் கபில நிறப் புழுதியை அள்ளி அவர்கள் முகத்தில் வீசினான். அந்தக் குருடர்கள் பாடுவதை நிறுத்திவிட்டு, தமது சுருங்கிப் போன கரங்களின் உள்ளங்கைகளால் தமது கல்போன்ற முகங்களை அமைதியாகத் துடைக்கத் தொடங்கினார்கள்: இதிலிருந்து

இத்தகைய சோதனையின் வேதனைக்கு அவர்கள் ஆளாவது அதுவே முதல் தடவையல்ல என்பது தெளிவாக தெரிந்தது.

“போதும் உனது வித்தையெல்லாம்! போதும் உனது விஷமம் எல்லாம்!” என்று கிர்யாபோவ் கிழவர் கத்திய வண்ணம் தம் மகனின் தலைமயிரைப் பிடித்து இழுத்தார்.

“இந்த வாஸ்யாவுக்குக் கொஞ்சங்கூட நெஞ்சிலே உணர்ச்சி என்பதே கிடையாது,” என்று டோலோகோன்னிகோவ் மாக்லகோவை நோக்கிக் கண்ணைச் சிமிட்டியவாறே சொன்னான்.

அந்தச் சந்தைப்பேட்டையிலேயே இவர்கள் மூவருந் தான் மாபெரும் குறும்புக்காரர்கள்: அவர்கள் நாடோடி நாய்களைப் பிடித்து, அவற்றின் வால்களில் தகரத்தைக்கட்டி, அந்தத் தகரங்கள் அவற்றுக்குப் பின்னால் தரையிலே மோதி ஓசையெழுப்பும்போது, அவை மிரண்டு பயந்து ஊளையிட்டுக் கொண்டும், குரைத்துக்கொண்டும் தலைதெறிக்க ஓடுவதைக் கண்டு களித்தார்கள். மழைநாட்களில் அவர்கள் நடைபாதைப் பலகைகளின்மீது சோப்பைத் தடவிவைத்து, பாதசாரிகள் அதன்மீது நடந்து வழுக்கிவிழுவதைக் கண்டு குதூகலித்தார்கள். மேலும், அவர்கள் மலத்தை அள்ளிப் பொட்டணமாகக் கட்டி, அவற்றைப் பாதை மத்தியிலே போட்டு, அவற்றை வழியோடு செல்பவர்கள், யாரோ வழியில் தவற விட்டுவிட்ட கடைச்சாமான் என்று கருதி அவற்றை எடுத்துப் பிரித்துப் பார்க்க, அதிலுள்ள மலமானது அவர்களது கைகளிலும் ஆடைகளிலும் வழிந்து அசிங்கப்படுத்துவதையும் கண்டு ரசித்தார்கள்; சிரித்தார்கள்.

மேலும், அவர்கள் மரங்களை வேரோடு பிடுங்கியெறிவது, தோட்ட வாசல்களுக்குப் பின்னால் கிடக்கும் பெஞ்சுகளை உடைத்து நொறுக்குவது, கற்களைக் குறிபார்த்து எறிந்து பறவைக் கூண்டுகளை நொறுக்கித் தள்ளுவது. திறந்து கிடக்கும் ஜன்னல்களின் வழியாகக் கெட்டுப்போன முட்டைகளை வீட்டுக்குள் எறிவது ஆகிய அக்கிரமங்களைச் செய்வதிலும் ஆனந்தம் கண்டார்கள்.

ஆனால், இத்தகைய அக்கிரமங்களைச் செய்து ஆனந்திப்பவர்கள் இவர்கள் மூவர்மட்டும் அல்ல. அந்த நகரத்திலுள்ள எல்லா இளைஞர்களுக்குமே பொருள்களை நாசமாக்குவதில் ஒரு வேட்கை இருந்தது என்பதை மாட்வி அறிவான். வசந்த காலத்திலே அவர்கள் லிலாக், வேலமரம் ஆகியவற்றின் புதர்களையும், பூத்துச் சொரியும் ஆப்பிள் மரங்களையும் முறித்தெறிந்தார்கள். செர்ரி, காட்டிலந்தை, மற்றும் காய் கனிகள் முதலியவை நன்கு பழுத்துவரத் தொடங்கியவுடனேயே, அவர்கள் பழத்தோட்டங்களையும் தோப்புகளையும் கொள்ளையடித்தார்கள். இது வேனிற்காலம் முழுவதும், மீட்பு ஞாயிற்றுக்கிழமையின் இரண்டாவது கிழமை வரையிலும் நடந்தது. எனவே, தோட்டச் சொந்தக்காரர்கள் தாமும் தமது இளமைக் காலத்தில் இத்தகைய காரியத்தைத்தான் செய்தோம் என்பதையே மறந்துவிட்டு அந்த அக்கிரமக்காரர்களைச் சபித்தவாறே, பாழ்படுத்தப்பட்ட தமது பழமரங்களில் மிஞ்சியுள்ள ஆப்பிள் பழங்களை மட்டும் பறித்தார்கள்.

ஒவ்வொரு நாளும், ஆரவாரம் மிக்க காலைப்பொழுதிலும், மௌனம் மிகுந்த மதியப்பொழுதிலும், அமைதியான கசமுசப்புக் குரல் கேட்கும் மாலைப்பொழுதிலும், அடி பொறுக்க மாட்டாமல் அழும் குழந்தைகளின் கூச்சலும் அழுகையும் கேட்கும். அந்தக் குழந்தைகளுக்குத் தட்டுதல், கிள்ளுதல், குட்டுதல், உரத்து அடித்தல், எரிந்து விழுதல், சுளீரென்று அடித்தல் முதலிய பல தண்டனைகளும் கிடைத்தன. அத்துடன் அவை பிரம்படியும், தோல்வார் அடியும்கூடப் பட்டன. இத்தகைய துன்பங்கள் எதையும் அனுபவித்தறியாத மாட்வி தன் தந்தையை நன்றியுணர்வோடு எண்ணிப் பார்த்தான்.

அடிபட்ட குழந்தைகள் மற்றக் குழந்தைகள் பட்ட துன்பங்களைக் கண்டு தமக்குள் சிரித்துக்கொண்டார்கள்; மேலும் அவர்கள் தமக்குள்ளேயே ஒருவரையொருவர் அடிக்கவும், குத்தவும் செய்தார்கள். அவர்கள் வாயில்லாப் பிராணிகளிடம் சிறிதுகூட இரக்கம் காட்டவில்லை. இலையுதிர் காலத்தில், தென்திசை நோக்கிப் பறவைகள் பறந்து செல்லும்போது, அவர்கள் பற்பல எண்ணற்ற பாடும் பறவைகளை பிடித்து, அவற்றைச் சின்னஞ்சிறு அட்டுப்பிடித்த கூண்டுகளில் அடைத்து வைத்துச் சித்திரவதை செய்தார்கள். வசந்த காலத்திலோ அவர்கள் குதிரை ரோமத்தால் செய்யப்பெற்ற கண்ணிகளை வைத்து, குஞ்சுப்பறவைகளைப் பிடித்தார்கள். அத்தகைய கண்ணிக்குள் சிக்கும் அந்தப் பறவைகள் காலையொடித்துக்கொள்ளும்; அல்லது அதிலிருந்து விடுபடும் முயற்சியில் தமது உயிரையே இழந்து விடுவதும் உண்டு.

பெரியவர்களைப் போலவே குழந்தைகளுங்கூட, எதுவுமே தமக்கு அருமையாகத் தோன்றாததாக, எதுவுமே தமக்குப் போற்றிப் பாதுகாக்கப்பட வேண்டாததாகக் கருதும் தற்காலிக வாசிகளைப்போன்ற ஓர் எண்ணத்தைத்தான் உருவாக்கினார்கள். அந்த நகரிலே அதிகமான ஜனநெருக்கடியிருந்தும், அங்கு பல காலியான வெட்டவெளிப்பரப்புகளும் இருந்தன. கிட்டத்தட்ட எல்லா வீட்டு முற்றங்களிலும் களைகள் மண்டி வளர்ந்திருந்தன. அவற்றின் விதைகள் காற்றினால் அடித்துச் செல்லப்பட்டு, தோட்டங்களிலே விழுந்து முளைத்தன. இதன் காரணமாக, காய்கறித் தோட்டத்தில் ஒரு பருவத்தில் இரண்டு மூன்று தடவை களையெடுக்க நேர்ந்தது. பழத்தோட்டங்களிலுள்ள பழமரங்களில் புல்லுருவிகளான பூஞ்சைக் காளான் படர்ந்திருந்தது. எனவே, அவை வளர்ச்சி குன்றி வளைந்திருந்தன; பழங்களும் அவ்வளவாகக் காய்த்துக் கனிவதில்லை

ஆனால், மாட்வியின் இதயத்தில் மிகவும் அழுத்திக் கொண்டிருந்த விஷயம் என்னவென்றால், ஓகுரோவிலுள்ள பிரஜைகள் பெண்மக்கள்பால் காட்டிவந்த மனப்போக்குத்தான். அந்த மனிதர்களின் ஆத்மாக்களில் ஏதோ பயங்கரமான ஒன்று பதுங்கியிருப்பதை, அது வேதனை தரத்தக்க தெளிவோடு புலப்படுத்தியது. தனது சொந்த ஆத்மாவின் மீதே ஏதோ ஒன்று கண்டறிய இயலாதவாறு ஒரு கறையை ஏற்படுத்திவிட்டதை அவன் உணர்ந்தான். அதனால் அவனை அலைக்கழிக்கும் பல எண்ணங்கள் தோன்றின; அவனது தசைக்கோளங்களில் அவை ஒரு வேதனைமிக்க விறைப்பை ஏற்படுத்தின. கன்னியாஸ்திரீ மடத்துக்கு

அடுத்தாற் போலுள்ள வயற்பரப்பிலே இளைஞர்கள் விளையாடுவதைக் கவனிக்கும் காலத்தில், அந்தப் பையன்கள் பெண்களைத் துன்புறுத்துவதில் இன்பம் கண்டார்கள் என்பதை அவன் கண்டறிந்தான். அவர்கள் அந்தப் பெண்களைக் கிள்ளினார்கள்; கும்மென்று குத்தினார்கள்; அவர்களது பின்னல் சடையின் மீது முள்விதைகளை எடுத்து எறிந்தார்கள்; அவர்கள் தொட்டுப் பிடித்து விளையாடும்போது, அந்தப் பெண்களைக் கன்னியாஸ்திரீ மடத்து வேலிக்கு அடுத்து வளர்ந்துள்ள முள் செடிகளுக்கூடே விரட்டியடித்தார்கள்; அவர்களை நாயுருவிச் செடிகளின் மீது பிடித்துத் தள்ளினார்கள். அந்தச் சிறு பெண்களின் கண்களிலிருந்து கண்ணீர் வழிந்தால், கிட்டத்தட்ட அநேகமாக எல்லாப் பையன்களும் அதைக் கண்டு சிரித்தார்கள்; எந்த விளையாட்டை விளையாடினாலும் சரி, அந்தப் பையன்கள் அந்தப் பெண்களைத் துன்புறுத்தவும், அவர்களிடத்தில் தமது சக்தியின் மேலாதிக்கத்தை முரட்டுத்தனமாகக் காட்டவுந்தான் முயன்றார்கள்.

குறிப்பாக இந்தக் கடைசி விஷயம் அவன் மனத்தைத் தொட்டது. முதலில் அந்த ஓகுரோவ் இளைஞர்கள் கடைப் பிடித்த காட்டுமிராண்டித்தனமான அதீதச் செயல்களுக்கு மாட்வி சமாதானங்கள் கண்டான். பெண்களின் முன்னால் சேவற்கோழிகளைப் போலக் கிருது நடை நடப்பது, அவர்களின் பாவாடைகள்மீது சூரிய காந்தி விதைகளைக் கொறித்து அவற்றின் உமியை துப்புவது, அவர்களின் மார்பகங்களைத் தொடும் விதத்தில் அவர்களை முழங்கைகளால் இடிப்பது ஆகிய காரியங்களை அந்த இளைஞர்கள் செய்வதைப் பார்க்கும்போது அவன் அநேகமாக எப்போதும் தனக்குள் தானே நகைத்துக்கொண்டு, கோபதாபம் எதுவுமின்றித் தனக்குத்தானே பின்வருமாறு சொல்லிக்கொள்வான்: எத்தனை படம் காட்டுகிறார்கள் இவர்கள்!

பெண்களும் தமக்குள் மூர்க்காவேசமான, விரும்பத்தகாத விஷத்தன்மையோடு பயங்கரமாகச் சண்டை பிடித்துக்கொண்டார்கள். தாய்மார்கள் தமது புத்திரிகளை அடித்தார்கள். மாமியார்கள் மருமகள்களை அடித்தார்கள். தோட்டம். துரவு, வேலிப்புறம், வாசல் வழி, தெரு, சந்தைப் பேட்டை. தேவாலய முற்றம் எங்கும் அவர்கள் சண்டை பிடித்தார்கள். ஒரு போக்குக் கோழி; ஒரு திருட்டுப் பூனை; ஒரு குலைக்கும் நாய்; அடுத்த வீட்டுக்காரியின் மகள் அழகாயிருப்பதில் ஆற்றாமை; இன்னொருத்தியின் கணவன் மீது பொறாமை – என்று இத்தியாதி எந்தவொரு சின்ன விஷயமும் அவர்களுக்குள் தகராறைக் கிளப்பப் போதுமானதாக இருந்தது. அவர்களது ஆற்றாமைக் குறைபாடுகளெல்லாம் தெருக்களிலே சொல்மாரியினால் கொட்டித் தீர்க்கப்பெற்றன. நாணமற்று வெறி பிடித்தாற்போல அந்தப் பெண்கள் தமது ஆத்திரம் தீரத் திட்டித் தீர்த்தார்கள். இடையிடையே ஒரு கீச்சிடும் நீண்டு முழங்கும் ஊளைச்சப்தம் காற்றிலே மிதந்து ஒலித்துக்கொண்டிருப்பது போலவே அந்த இளைஞனுக்குத் தோன்றியது!

"ஓ...ஓ..."

அநேகமாக எல்லா ஞாயிற்றுக்கிழமையன்றும் மாலையிலும் இரவிலும் ஒரு பெண்ணின் பயங்கரமான அழுகைக் குரல் கேட்கும்; ஆடை குலைந்து அரைநிர்வாணமாக, தலைவிரி கோலத்தோடு தெருவிலே விழுந்தடித்து ஓடும் ஒரு வெள்ளை உருவத்தை மாட்வி பலமுறை கண்டிருந்தான். அந்தச் சமயத்தில் பெலாஜியா. தனது பிய்ந்து கழிந்த தலை மயிரைத் தனது விரலில் சுற்றிக்கொண்டிருந்த காட்சியை அவன் நெஞ்சத் துணுக்கத்தோடு நினைத்துப் பார்த்தான்.

ஆனால் எல்லாவற்றிலும் படுமோசமாக இருந்தது பெண்கள் விஷயத்தைப்பற்றி ஆண்கள் அந்தரங்க நெருக்கத்தோடு பேசிக்கொள்ளும் பேச்சுத்தான். அவன் தன் வீட்டு வேலைக்காரர்களிடம் கேட்டறிந்த எல்லாம், தனது தத்தைக்கும் புஷ்கார்யோவுக்கும் அல்லது விலாஸ்யேவ்னாவுக்கும் இடையே நிகழ்ந்த பேச்சில் தெறித்த ஆபாசமான குறிப்புக்களைத் தனது விருப்பத்துக்கு மாறாகவே கேட்டுத் தெரிந்து சேகரித்திருந்த எல்லாம் இப்போது ஒன்றுசேர்ந்து ஓர் ஆழமான, அட்டுப் பிடித்த குளம்போலப் பெருகியோடியது. அந்தக் குளத்தில் வெட்கங்கெட்ட நிர்வாண நிலையும், மேலெல்லாம் அட்டைகளைப் போல அப்பிக்கொண்டிருக்கும் ஆபாசங்களுங்கொண்ட பெண்கள் மூழ்கடிக்கப்பட்டார்கள்.

பெண்களைப்பற்றி ஆண்கள் சொல்லும் விஷயங்களின் வாய்விட்டுச் சொல்ல முடியாத கொச்சைத்தனத்தால் அவன் திக்பிரமை கொண்டான்; திணறினான். நடுரோட்டில் ஒரு நிர்வாணமான பெண் படுத்திருப்பது போலவும், அவளது வயிற்றை – கர்ப்பம் தரித்துள்ள வயிற்றை – சேறு படிந்த பூட்ஸ்கால் மிதி த்துக்கொண்டு செல்வது போலவும் அதனால் அந்த வயிற்றினுள் குடிகொண்ட பிறவாத உயிர்களையும் பேசாத கதைகளையும் நசுக்கிக் கொல்வது போலவும் அவன் சில சமயங்களில் கற்பனை செய்து பார்த்தான். விலாஸ்யேவ்னாவைத் தவிர எல்லாப் பெண்களுமே தங்களது தாய்மார்களைப் போலப் பரிவுணர்ச்சியும், பெலாஜியாவிட மிருந்தது போல அன்புக்கு ஆனந்தமாக ஆளாகும் தன்மையும், எளிமையும் பாசமும்கொண்டவர்களாகத்தான் இருக்க வேண்டும் என்று அவனுக்குத் தோன்றியது. எல்லாப் பெண்களையும் தாய்மார்களாகவும், அன்பார்ந்த சகோதரிகளாகவும், மலர்கள் சூரியனின் வரவை எதிர்நோக்குவது போலத் திருமண நிச்சயதார்த்தத்தை எதிர்நோக்கும் இளம் கன்னிப் பெண்களாகவுமே அவன் நினைத்தான்.

ஆனால், இப்போதோ அவர்களிலிருந்து தான் மாறுபட்ட வேறு விதத்தில் உருவாக்கப்பட்டவன் என்பதை உணரும் யாரோ ஒருவரின் குறுகுறுப்பை அவன் அனுபவிக்கத் தொடங்கினான் முன்பெல்லாம் எப்போதும் அவர்களது உடம்புக்குப் பிகுவோடு பணிந்து கொடுத்த பொய்யுரைக்கும் மனத்தின் உரைகளைக் கேட்டு. அவன் முகம் சிவந்து கன்றினான். இப்போதோ அவன் அவர்கள் பேச்சை மௌனமாகவும் கவனமாகவும் கேட்டான். அவன் தன் கண்களைத் தரைமீது குனிந்து பதித்தான்; பெரும்பாலும் ஒரு நிர்வாணமான உடம்பின் தோற்றமே அவன் கண் முன் எழுந்தது.

இரவு நேரத்தில், நச்சிறங்கிப் போன தன் இதயத்தில் நல்லதும் புனிதமான துமான ஏதோ ஒன்று சிதைந்து சிதிலமாவதையும், அவனது உடம்பு காம வேட்கையின் கொதிக்கும் கனற்பிழம்புகளால் தகிக்கப்படுவதையும் அவன் கண்டறிந்தான்; அவன் தன் ஏலாத்தனத்தைக் கண்டு அழுதான்; ஏனெனில், அவனது இதயத்தை மேலும் எதையேனும் சேர்த்துச் செழுமைப்படுத்துவதற்குப் பதிலாக ஒவ்வொரு புது நாளும் அதிலிருந்து ஏதோ ஒன்றை வெளியே எடுத்து, நகரத்துக்கு அப்பாலுள்ள வயல்களைப் போல அதனைப் பாழ்பட்ட வெட்ட வெளி வெம்பரப்பாக விட்டுச் செல்வதை உணர்ந்து பார்க்கும்போது, அது அவனுக்குக் கசப்பும் வருத்தமும் தருவதாகவே இருந்தது.

எங்கும் அவன் கொடுமையையே உணர்ந்தான். அன்றாட வாழ்க்கையின் மந்த கதியான ஓட்டத்தில் அது ஒன்றே பளிச்சிடும் திட்டுக்களாகப் பரிணமித்து நின்றது; அது தடுத்து நிறுத்த முடியாத வண்ணம் அவன் கவனத்தை ஈர்த்தது. ஓகுரோவிவாசிகளைப் பற்றி அவனது தந்தை அருவருப்போடு சொன்ன வார்த்தைகளை மிகுந்த அனுதாபத்தோடு அவனை அடிக்கடி நினைத்துப் பார்க்க வைத்தது.

தனது தந்தை துலாம்பரமான கதைகளாக எடுத்தெடுத்துச் சொல்லிய அந்த வாழ்க்கை அந்த நகரத்திலே காணப்படவில்லை; அவர்கள் அறிந்திருந்த ஒரே ஸாம்ஸன் கூனல் முதுகும், வழுக்கைத் தலையும், வளைந்த மூக்கும் கொண்டவனும், பழைய கால்சராய்களிலிருந்து தொப்பிகளை வெட்டித் தைத்து வந்தவனுமான ஒருவன் தான்.

மாட்வி பல முறை தனக்குத்தானே வருத்தத்தோடு சொல்லிக்கொண்டான்: இப்போது நான் விஷயங்களை நேரில் தெரிந்துகொள்வதைக் காட்டிலும், அவற்றைப்பற்றி ஊகித்துக்கொண்டேயிருப்பதுதான் இருக்கும் போலும். சாலச் சிறந்ததாக வீட்டிலுங்கூட, வாழ்க்கை ஒத்துப் போகவில்லை. இப்போது விலாஸ்யேவ்னாவின் ஸ்தானத்தில் அந்தக் களையெடுக்கும் பெண்ணான நடால்யாதான் சமையற்காரியாக இருந்தாள். அவளிடமோ ஒரு கெட்ட நாற்றம் வீசியது. வேலைக்காரர்கள் ஒருவரோடொருவர் தகராறு செய்து சண்டை பிடித்தார்கள்; ஷாகிரைச் சீண்டித் துன்புறுத்தினார்கள். அவர்கள் அவனைப் பெட்டைப் பன்றியின் காது என்று பெயரிட்டழைத்தார்கள்; ஊரில் அவனுக்கு எத்தனை மனைவிமார் என்று கேட்டார்கள்; மேலும், எல்லா நல்ல முகம்மதியர்களும் தமது உடம்பிலுள்ள மயிரைச் சிரைத்துக் களைந்துவிட வேண்டும் என்று கூறப்படுவது உண்மைதானா என்று விசாரித்தார்கள்.

வசைமொழிகளைப் புதிதுபுதிதாகக் கண்டுபிடிப்பதில் சிறிதும் சளைக்காதவர்களாய், அவர்கள் அந்தத் தாத்தாரியனின்மீது நாற்றம் பிடித்த கசுமாலமான மோசமான வார்த்தைகளை வாரியிறைத்தார்கள். அதற்கு மாறாக, அவனோ தனது சாய்ந்த கண்களால் அவர்களைப் பார்த்த வண்ணம், நாக்கைச் சப்புக் கொட்டிவிட்டு மிருதுவாக எனினும் அழுத்தமாகப் பின்வருமாறு சொன்னான்:

"ஷ்-ஷ்! ரொம்ப, ரொம்பக் கெட்டது இது. எல்லாவற்றையும் நீங்கள் கிண்டல் செய்கிறீர்கள்; என்னைக் கிண்டல் செய்கிறீர்கள்; முகம்மதைக் கிண்டல் செய்கிறீர்கள் அல்லாவையுங்கூடக் கேலி செய்கிறீர்கள். நீங்கள் கேலி செய்யாதது எதுவுமே இல்லை. ஷ்-ஷ்! ருஷ்யர்களின் சள சளக்கும் நாக்கு இருக்கிறதே, அது ரொம்பக் கெட்டது."

மண்பானைச் சாடியின் கைப்பிடிகளைப் போலுள்ள அவனது துருத்திய காதுகள் சிவப்பேறின; அவனது கபில நிறக் கண்களில் ஈரம் பாய்ந்தது.

ஒகுரோவின் மழைக்காலம் வந்தது; சுத்தமான காற்றைப் போக்கடித்து, நீல நிறமான காட்சிகளையெல்லாம் பனிமூட்டத்திலே மூழ்கடித்துப் போர்த்தியது. குன்றுகளுக்கிடையே குளிர்ந்த சிற்றோடைகள் பெருகியோடின. அவை பள்ளத்தாக்கான கடவுகளின் பக்கங்களையெல்லாம் அரித்துக் குழி பறித்துச் சென்றன. தெருக்களிலே சேற்றுக் குட்டைகள் எங்கும் தென்பட்டன. வீடுகளின் ஜன்னல்கள் அழுது வடிந்தன. மரங்கள் கறுப்பாக மாறின. பூமி தண்ணீரால் நனைந்து திணறியது; நகரம் வெறிச்சோடி. குளிர்ந்து, அமைதி பெற்றது; மழையால் வீங்கிப் போயிற்று. காடை, காகம், குருவி முதலிய எல்லா ஜீவராசிகளும் புகலிடம் தேடின. சப்தங்களெல்லாம் உள்ளடங்கிப் பம்மி மங்கின. மழையின் ஓலம் ஒன்றே நிச்சய தீர்க்கமான விஷயமாக இருந்தது. இரவு நேரத்தில் ஏதோ சில பெரிய, களைத்துப் போன, கண்ணுக்குத் தெரியாத பிராணிகள் உதவி கோரிப் பரிதாபகரமாக முறையிடுவது போல இருந்தது:

"உதவுங்கள்! உதவுங்கள்! கருணை காட்டுங்கள்!"

ஒரு நாள் இரவில் மாட்வி முற்றத்துக்குச் சென்றான் அப்போது அங்கு அழுதழுது அலுத்துப் போன ஒரு பெண் மூச்சு வாங்கித் திணறுவது போன்ற ஒரு விசித்திரமான ஓசையைக் கேட்டான். அந்தச் சப்தமானது ஷாகிர் வேலை செய்யும்பொழுது அல்லது ஞாயிற்றுக்கிழமைகளில் வாசற்புறத்திலுள்ள பெஞ் சின்மீது அவன் ஓய்வாக உட்கார்ந்திருக்கும்போது பாடுகின்ற சோக மயமான பாடல்களை அவனுக்கு நினைவூட்டியது.

"யாரது? நீயா ஷாகிர்!"

அந்தச் சப்தம் சட்டென்று நின்றது. இருளிலிருந்து அந்த முற்றக் காவலாளியின் அழகிய வடிவம் வெளி வந்தது. அவன் தன் எஜமானின் அருகில் வந்து நிராசையோடு தோளை உலுக்கி விட்டு, ஏதோ ஒரு கனத்த கரம் தன் தொண்டைக் குழியைப் பிடித்துக்கொண்டிருப்பது போலப் பின்வருமாறு பேசினான்:

"ரொம்பச் சிரமம். எஜமான்! இந்தக் கை எனக்குக் கீழ்ப்படியாது என்று நான் அஞ்சுகிறேன். இது அவர்களது அவலட்சணமான மண்டைகளை உடைக்கத் துடிக்கிறது. ஓ! உர்- சிகிம்- அன்மானி! என்னால் இனியும் சகிக்க முடியாது! எனக்குச் சம்பளத்தைக் கொடுத்து விடுங்கள். நான் போய் வருகிறேன்!"

அவன் தலையிலிருந்து தொப்பியைத் தட்டிவிட்டு, அதனை இரண்டு கைகளாலும் பலமாகக் கீழே இழுத்து, தரையை எட்டி மிதித்துக்கொண்டு, பற்களை நெறு நெறுவெனக் கடித்தான்:

“கிர்...ர் !”

மாட்வி தன்னைக் காட்டிலும் இரண்டு மடங்கு வயதான அந்த மனிதன் அழுவதைத் தடுத்து அவனுக்கு ஆறுதல் கூற வார்த்தைகள் கிடைக்காமல், தலையை வெட்கத்தால் தொங்கவிட்டான்.

“என்னால் இனியும் சகிக்க முடியாது!” அவன் அந்தக் கனத்த உடைந்து உருக் குலைந்த வார்த்தைகளைக் கேட்டான்: “நான் எதுவும் சொல்லவில்லை. நான் மறக்க முயல்கிறேன். நான் பற்களைக் கடிக்கிறேன்; முகம்மதுவைப் பிரார்த்திக்கிறேன்; எல்லாம் செய்கிறேன். எனக்குப் பணத்தைக் கொடுங்கள்; நான் போய்விடுகிறேன்.”

மாட்விக்கேற்பட்ட கோபாவேசத்தில் அவனது இருதயம் விம்மிப் புடைத்தது. அவனது கண் முன்னால் சிவந்த புள்ளிகள் மிதந்து சென்றன.

“பொறு, போய்விடாதே,” என்று அவன் உறுதியாகச் சொன்னான்; “நான் அவர்களைப் பயமுறுத்தி வைக்கிறேன். கொஞ்சம் பொறு–” இந்தச் சமயத்திலே அவனது குரல் ஒரு சேவற்கோழிக் குஞ்சின் குரலைப் போலச் சட்டென்று கம்மியடைத்தது: “நேராகப் போய் அவர்களது அட்டுப் பிடித்த மண்டைகளை உடைத்துத் தள்ளு!”

“நீங்கள் நல்லவர்” என்று உதடுகளைச் சப்புக் கொட்டியவாறே சொன்னான் ஷாகிர்: “என்னைப் பார்த்துச் சிரியுங்கள் – எனக்குக் கவலையில்லை; கடவுளைப் பார்த்துச் கிரித்தால் – எனக்குக் கவலைதான்.”

இரவுச் சாப்பாட்டுக்காகச் சமையலறைக்குள் நுழைந்ததும், மாட்வி அந்தத் தாத்தாரியனின் சோகத்தால் தொங்கிப் போன முகத்தைப் பார்த்தான். அவனது மார்பில் மீண்டும் கோபாவேசம் பொங்கியெழுவதை அவன் உணர்ந்தான்.

“உங்களைத்தான்–” என்று அவன் தன் வேலைக்காரர்களை அழைத்தான். தன் வாழ்க்கையிலேயே முதன்முறையாக, அவர்கள்மீது வசைமொழிகளைப் பொழிந்து தள்ளினான். அதிலே அவனுக்கு ஓர் ஆனந்தமும் தோன்றியது. எல்லோரும் புடைத்த கண்களோடு அவனைப் பார்த்தவாறு. தமது ஆசனங்களில் குன்றிக் குறுகினார்கள். இது அவனுக்கு மேலும் ஊக்கம் அளித்தது.

சிறிது நேரம் கழித்து அவன் தீர்மானமாகவும் அமைதியாகவும் பின்வருமாறு சொன்னான்:

‘‘ஷாகிரிடம் எவனொருவன் மீண்டும் கேலி பேசினாலும், அவன் சம்பளக் கணக்குத் தீர்க்கப்பட்டு வெளியேறுவான்.”

யாரும் ஒரு வார்த்தை பேசவில்லை.

“நல்லது. நீங்கள் பாழாய்ப் போக! இது எப்படியிருக்கிறது உங்களுக்கு?” என்று புஷ்கார்யோவ் இறுதியிலே சொன்னான்.

அப்போதுதான் வளையப் பிடித்து வசைமாரி பொழிந்து விட்ட அந்த மனிதர்களோடு சேர்ந்து அந்த மேஜைமுன் அமர்ந்திருக்க, அந்த இளம் எஜமானால் முடியவில்லை. எனவே அவன் எழுந்து பழத் தோட்டத்துக்குச் சென்றான். அக்டோபர் மாதக் காற்றினால் மரங்கள் மூளியாகி மொட்டையாய் நின்றன. அவன் வெகுநேரம் வரையிலும் இலைகள் பரவிக் கிடந்த பாதைகளில் மேலும் கீழும் நடந்துகொண்டிருந்தான்.

குளிர் காலம் வந்து விட்டது. வானம் மேகங்களின் கனத்த போர்வையால் போர்த்தப்பட்டிருந்தது. ஊடுருவ முடியாத வண்ணம் ஈரக் கசிவு மிகுந்த மேகங்கள் சந்திரனையும் நட்சத்திரங்களையும் மூடி மறைத்தன. இலையுதிர் காலத்து அஸ்தமன வேளையின் செக்கர் நெருப்பையும் அவை அணைத்து விட்டன. நகரத்தினுள்ளே ஊடுருவிப் பாய்ந்த காற்று மரங்களை அசைத்து உலுப்பியது; புகைக் கூண்டுகளிற்புகுந்து ஊளையிட்டது; வரப்போகும் புயலை அறிவுறுத்தி அலறியது; ஏனைய சப்தங்களையெல்லாம் உருக் குலைத்தது; அதனால் காதில் வார்த்தையோ, கூக்குரலோ அரையும் குறையுமாகத்தான் விழுந்தது.

கன்னியாஸ்திரீ மடத்தின் மணி நீட்டி நிமிர்ந்து கிடந்த நகரத்தின் மூச்சிழந்த மோன சமாதியூடே நேரத்தைக் குறிப்பிட்டு ஒலித்தது. அந்த மணியின் கயிற்றை இழுக்கும் ஒவ்வொரு வேளையும் மணிக்கூண்டின் கூரைமீதுள்ள ஒரு கழன்ற தகரம் இரண்டு முறை கரகரத்து அலறியது.

இருளிலே வழித்தவறிப் போய்விட்ட ஒரு பிராணி தன் குரலைக் கேட்பதற்கு நாதியற்று நிராசையெய்தி. அழுதழுதுச் சோர்ந்துபோய் முனகுவதுபோல, அந்த மணியோசை உள்ளடங்கிச் சோக மயமாக ஒலித்தது. மணியோசையால் விழிப்புற்றெழுந்த நாய்கள் ஓரிரு தடவை உணர்ச்சியற்றுக் குரைத்தன. மீண்டும் அந்த நகரம் மோன சமாதியில் மூழ்கிவிட்டது.

ஞாயிற்றுக்கிழமை மாலைநேரங்களில் தீயணைப்புக்கூடக் காவலாளும், சங்கீதக்காரனுமான குளூச்சாரெவ் சமையற் கட்டிலே காட்சி தருவான். புஷ்கார்யோவ வதங்கிய முகத்தோடு சொல்லியபடி, அவன் நாடால்யாவின் ஓர் உறவினன்.

மாட்வி சமையற்கட்டிலிருந்து தேவதாரு மேஜையின் முன் அவனோடும், அதன் ஒரு மூலையில் அமர்ந்து முனைப்போடும் தீவிரத்தோடும் சதுரங்கம் விளையாடும் அந்தத் தாத்தாரியனோடும். மற்றொரு மூலையில் அமர்ந்து தனது கணக்குப் புத்தகங்களைச் சரிபார்த்துக்கொண்டும், அந்த வாரத்து வரவு செலவுகளைத் தனது புதிய கணக்கு மணிச் சட்டத்திலே கணக்கிட்டுக்கொண்டும் இருக்கும் புஷ்கார்யோவோடும் அமர்ந்திருப்பதை விரும்பினான். இங்குங்கூட,

நடால்யா உட்கார்ந்து தைத்துக்கொண்டிருந்தாள். அவளது துடுக்குத்தனமும் குறைந்திருந்தது; அவளது பசிய கண்களிலே தோன்றிய பாவம் அவள் புதிய பொறுப்புக்களைக் கவனத்தோடு பார்க்கிறாள் என்பதைப் புலப்படுத்தியது. காற்று புகைக்கூண்டில் புகுந்து பாடியது. அடுப்புகளுக்குப் பின்னால் சிள்வண்டுகள் இரைந்தன. முற்றத்தில் பனிப் படிவம் வெடித்து ஒலி கிளப்பியது. மணிச் சட்டத்திலுள்ள மணிகள் கிலுகிலுத்தன. ஷாகிர் ஏதோ ஒரு பாட்டை முனகினான். நடால்யா அவனைச் சுமுக நோக்கோடு பார்த்துச் சிரித்தாள். மாட்வியின் எதிரே அமர்ந்து பழகுவதற்குக் குளுச்சாரெவுக்குச் சிறிது காலம் பிடித்தது. முதலில் அவன் உள்ளே வரும் போதெல்லாம் அவன் எழுந்து நின்றான்; மூக்கைச் சினுங்கினான்; தனது கனத்த இமைகள் கொண்ட கண்களை வேறு பக்கம் திருப்பிக்கொண்டு ஆழ்ந்து கனத்த குரலில் பின்வருமாறு கொரகொரத்தான்;

"உங்களுக்கு ஆரோக்கியம் கிட்டட்டும்."

அந்தக் குசல விசாரிப்பு தூரத்து மூலையிலிருந்து எரிச்சலான எதிரொலியாக எதிரொலித்துத் திரும்பும்.

ஷாகிர் தன்னருகேயுள்ள பெஞ்சைத் தட்டிக்கொடுத்து, தனது எஜமானை நோக்கிப் பின்வருமாறு சொல்வான்:

"இதோ! இங்கே அமருங்கள். கற்றுக்கொள்ளுங்கள். தீயணைக்கும் கூடக் காவலாளியே! நீ உன் காயைத் தள்ளு– எங்கே? நான் இதோ இருக்கிறேன். அப்சில்!"

மேலும், அவன் மாட்வியை நோக்கிக் கண்ணைச் சிமிட்டியவாறே அவனை மெல்ல இடிப்பான்.

குளுச்சாரெவ் அந்தத் தாத்தாரியனுக்குத் தகுந்த ஜோடியல்ல. அவன் முழங்கைகளை மேஜைமீது ஊன்றி, தனது விரல்களால் தனது கறுத்துச் சுருண்ட தலைமயிரைப் பிடித்தவனாய், எந்த உணர்ச்சியென்று சொல்ல முடியாத கண் பார்வையோடு, விளையாட்டுப் பலகையை வெகுநேரம் வெறித்துப் பார்த்துக்கொண்டிருப்பான். ஒவ்வொரு காயை நகர்த்துவதற்கும் அவனுக்கு வெகுநேரம் பிடித்தது. ஷாகிர் கன்னத்தில் கையை ஊன்றியவாறு தணிந்த அடித் தொண்டைக் குரலில் பின்வரும் பாட்டை முனகினான்:

"ஆம்டி - கெய்டாக் - கிலாய்ன்?
குனும் - நோச்சுக் - கொகய்ன்?"

குளுச்சாரெவ் தலையை உயர்த்தி, மீண்டும் அந்தச் சதுரங்கப் பலகையின்மீது கவனம் செலுத்து முன்னர் அவனையே மௌனமாக ஒரு கணம் பார்த்தான்.

"நீ என்ன பாடிக்கொண்டிருக்கிறாய், ஷாகிர்?" என்று நடால்யா அவனிடம் கேட்டாள்.

“ருஷ்ய மொழியில் இதற்கு அர்த்தம், ‘நான்’ என்ன செய்யப் போகிறேன்? எப்படி வாழப் போகிறேன்? என்பதாகும்.”

“தாத்தாரியரான நீங்கள் வேடிக்கையான பாட்டெல்லாம் பாடுகிறீர்கள்,” என்று சிறு பெருமூச்சுடன் சொன்னாள் நடால்யா.

மாட்வி குளூச்சாரெவைப் பார்த்தான். கிழட்டுக் கோஸிமியாகினின் சவப்பெட்டியைத் தொடர்ந்து சமாதி ஸ்தலத்துக்குப் போகும்போதும். சமாதிக்குழிக்கு அருகே நிற்கும்போதும் அவன் எத்தனை பயங்கர அமைதியுடன் பாடினான் என்பதை அவன் நினைத்துப் பார்த்தான். அந்தச் சங்கீதக்காரனின் முகம் மறக்க முடியாத ஒரு முகம். அது ஒரு தலைகீழான முக்கோணம். அதன் அடிப்பாகம் அந்த மனிதனின் கரும் பழுப்பு நிறமான அகன்ற நெற்றி. அதன் உயரத்தை ஒரு நீண்ட வளைந்த மூக்கு அளந்து காட்டியது. அவனது கன்னங்கள் இரண்டும் விறைத்த கரிய தாடியால் அநேகமாக முற்றிலும் மூடப்பட்டிருந்தது. அவனது அடர்த்தியான மீசை பற்களையோ உதடுகளையோ வெளிக்காட்ட வில்லை. அந்தச் சதுரங்கப் பலகையின் முன் அமரும்போது அவன் விளையாட்டைப் பற்றியே நினைப்பதில்லை, எனவே தான் அவன் எப்போதும் தோற்றுப் போகிறான் என்ற எண்ணமே மாட்விக்கு உண்டாயிற்று. மூர்க்கமான தோற்றமும் கரிய தாடியும் கொண்ட அந்த மனிதனிடம் சொல்வதற்கு ஏராளமான சுவை மிக்க விஷயங்கள் இருந்தன என்று மாட்வி கற்பனை செய்தான். அதே போல, உண்மையிலேயே ஒருநாள் அவன் பேசத் தொடங்கிவிட்டான்.

“நேற்றிரவு நான் ஒரு கனவு கண்டேன்,” என்று பலகையிலிருந்து கண்களை விலக்காமலே அவன் பேசத் தொடங்கினான்: “வானம் அளவு உயரம் கொண்ட ஒரு விவசாயி அரைவெர்ஸ்ட் நீளமுள்ள ஒரு கருக்கரிவாளைக் கையிலே தாங்கிக் கொண்டு, தன் பாதையிலே எதிர்ப்பட்ட காடுகள், கிராமங்கள் ஆகிய எல்லாவற்றையும் எந்தவிதச் சப்தமுமில்லாமல் வெட்டித் தள்ளியவாறே நடந்து செல்வதாகக் கனவு கண்டேன்.”

“அது கெட்ட சகுனம்,” என்று அமைதியாகச் சொன்னாள் நடால்யா: “அதற்குக் காலரா வரும் என்று அர்த்தம்.”

“காலராவா?” என்று அவநம்பிக்கையோடு சொன்னான் குளூச்சாரெவ். “ஹூம்! அத்தகைய பெரிய, பிரம்மாண்டமான மனிதன் ஒருவன் யதார்த்த வாழ்க்கையிலேயே இங்கு வந்து, மணிக்கூண்டை அதன் உச்சியைப் பிடித்துத் தூக்கி, வீடுகளையும் கூரைகளையும் மனிதர்களின் தலைகளையும் அதனால் அடித்து நொறுக்கினால்தான் என்ன?”

“மீண்டும் நீ கதை கட்டத் தொடங்கிவிட்டாய்!” என்று ஆமோதிக்காத பாவனையில் தனது தலையை ஆட்டியவாறே சொன்னான் புஷ்கார்யோவ்.

“ஹா–ஹா! சளசளக்கும் நாக்கு!” என்று அங்குமிங்கும் ஆடியவாறே சிரித்தான் ஷாகிர்

குளுச்சாரெவ் அந்தச் சிப்பாயை விரிந்த, முனைப்பான கண்களால் பார்த்தான்.

“கனவுகளா? கனவுகள் ஒன்றும் கட்டிச் சொல்லப் படுவதில்லை. இன்னொரு முறை நான் தகட்டு மீன் போன்ற ஏதோ ஒரு மீனைக் கனவில் கண்டேன். ஆனால், அதற்குப் பற்கள் இருந்தன. அது இறக்கைகளை விரித்துப் பறந்தது. ஒவ்வோர் இறக்கையும் நூறு அடி நீளம்.”

“அப்புறம்?” என்று அந்தத் தீயணைக்கும் கூடக் காவலாள் தனது கனவுகளின் இருளிலேயே மூழ்கிப் போவதைக் கண்ட மாட்வி அவனைத் தூண்டினான்.

“அப்புறம், அது பறந்து திரிந்தது. அவ்வளவுதான். அதன் நிழல் பூமியின்மீது விழுந்தது. அந்த நிழல் ஒரு மனி தன்மீது விழுந்தபோது, அங்கேயே அவன் கதை முடிந்தது. சில சமயம் அது ஒரு குதிரையாகவும் மாறியது. அந்தக் குதிரை செல்லும் வழியில் ஓர் ஏரி குறுக்கிட்டால், அது தனது குளம்பொன்றினால் ஏரித் தண்ணீரை ஓர் எற்று எற்றும்! அவ்வளவுதான். உலகமே வெள்ளத்தில் மூழ்கிவிடும்...”

அவனது கரிய தாடியினால் வடிகட்டப் பெற்று வந்த அந்த வார்த்தைகளும் சிலந்திகளைப் போலக் கறுத்தும், குழைந்தும் மாறிவருவது போலத் தோன்றின.

“அந்த மீன் வெள்ளையாக இருந்ததா?” என்று பராக்குப் பார்த்தவாறே கேட்டாள் நடால்யா.

“கபில நிறம்; தூசி நிறம்.”

“அப்படியானால் ஒரு வேளை அது மழையைத்தான் குறிக்கும்,” என்றாள் நடால்யா: “வெள்ளை என்றால் பனி. குதிரை என்றால்? ஒருவேளை கதகதப்பான பருவம் போலும்.”

“புஷ்கார்யோவ்!” என்று மாட்வியை நோக்கிக் கண்ணைச் சிமிட்டியவாறே சொன்னான் ஷாகிர்: “தீயணைக்கும் காவலாளி தன் கனவில் எதைக் காண்கிறான்?”

“ஒரு மீன் – தகட்டு மீன்.”

அந்தத் தாத்தாரியன் கடகடத்துச் சிரித்தான்.

“எனவே, அவன் நமக்கு ஒரு மீன் கதை சொல்கிறான். ஹா–ஹா! சள சளக்கும் நாக்கு! ருஷ்யனுக்கு – அவனுக்குக் கதை பிடிக்கிறது. அவனுக்குச் சலிப்புத் தட்டுகிறது. எனவே, அவனே ஒரு கதையைக் கட்டுகிறான். அவனுக்கு அதிகப்படியான வார்த்தைகளும் பிடிக்கிறது. ஹா–ஹா! மீன் கதை!”

அந்தத் தாத்தாரியனின் பேச்சில் ஏதோ உண்மை இருப்பதை மாட்வி கண்டான்.

ஒரு நாள் அந்த இளம் எஜமான் குளூச்சாரெவை நோக்கி அவன் எங்கிருந்து வந்தவன் என்பதைக் கேட்டான்; அவன் கைவினைஞர் குடியிருப்பில் பிறந்து வளர்ந்தவன் தான் என்பதை அறிந்து ஆச்சரியப்பட்டான்.

"நீ மிகவும் தூராத் தொலையிலிருந்து வருகிறாய் என்றல்லவா நான் நினைத்தேன்," என்று ஏமாற்றத்தோடு சொன்னான் அவன்.

அந்தச் சங்கீதக்காரன் தன் முக்கோண முகத்தை உயர்த்தினான்.

"குளூச்சாரெவ் குடும்பத்தாரில் இரண்டு குடும்பங்கள் இருக்கின்றன, ஒன்று மக்கார் குடும்பம்; மற்றது கிரிகோரி குடும்பம். நான் மக்கார் குடும்பத்தைச் சேர்ந்தவன்," என்று விளக்கினான் அவன்.

"அப்படி நினைக்கிறாயாக்கும்?" என்று சந்தேகாஸ்பதமான சின்னச் சிரிப்புடன் சொன்னான் புஷ்கார்யோவ்: "அது ஒன்றும் நிச்சயம் அல்ல. இந்த உலகத்திலே நீ பிறந்து வந்ததற்குப் பெரும்பாலும் நீ கூலி கொடுக்கும் பெரெகோபோவுக்குத்தான் நன்றி சொல்ல வேண்டியிருக்கும். எங்கள் குடியிருப்பிலே குழந்தைகள் யாருக்குப் பிறந்தவர்கள் என்று சொல்வதே கஷ்டம். ஏனெனில், எல்லோருமே அங்கு ஏழைகள்."

"அதெனாலென்ன?" என்று அமைதியாகச் சொன்னான் குளூச்சாரெவ்: "தேவாலயப் பத்திரங்களில் என் பெயர் எப்படிப் பதிவு செய்யப்பட்டுள்ளதோ அதைப் பற்றித்தான் நான் பேசுகிறேன். அது நான் மக்கார் குளூச்சாரெவின் மகன்தான் என்றே கூறுகிறது. எனவே, நானும் அப்படித் தானிருக்க வேண்டும். நான் எந்த வழியிலும் பணக்காரனுமல்ல; ஏழையும் அல்ல." பின்னர் அவன் மாட்வியிடம் திரும்பியவாறு மேலும் பேசினான்: "நான் தூராத் தொலை இடங்களுக்கெல்லாம் சென்றிருக்கிறேன். ஐந்து வருஷகாலமாக, நான் குதிரைப்படையில் குதிரை வீரனாக இருந்திருக்கிறேன்; நூற்றுக்கணக்கான நகரங்களில் குடித்திருக்கிறேன். ஒரு தடவை நாங்கள் ரோம்னியில் முகாமிட்டிருந்தோம். அங்கு உக்ரேனியர்களும் போலிஷ்காரர்களும் இருந்தார்கள். அவர்கள் பேசுவது ஒரு வார்த்தையும் புரியவில்லை. பிறகு நாங்கள் பின்ஸ்க்கில் இருந்தோம். அங்கு எங்குப் பார்த்தாலும் சதுப்பு நிலந்தான்; சாக்கடைத் தண்ணீர் மாதிரி மங்கிப்போயிருக்கும். ஜனங்களுக்கு வாழ்வதற்கேற்ற தக்க இடத்தைத் தேர்ந்தெடுக்கத் தெரியவில்லை. மற்றவர்கள் இருக்கும் இடத்திலேயே நெருக்கியடித்துக் கொண்டு வாழ்கிறார்கள். விசித்திரந்தான். நான் குதிரைப் படையைவிட்டு வெளியே வந்ததும் தீயணைக்கும் படையில் சேர்ந்தேன். வெளித் தோற்றத்தைப் பார்த்தால், நான் வேலை செய்கிற மாதிரிதான்."

அந்த இருண்ட சொற்கள் சமையற்கட்டிலே ஊர்ந்து சென்று, எல்லோர்மீதும் ஒரு சோக மயக்கத்தைப் பரப்பியது. அடுப்புக்குப் பின்னாலிருந்த சிள்வண்டுகள்கூட அமைதியில் ஆழ்ந்தன.

“நான் சிறு பையனாக இருந்தபோது தீயை அணைப்பதிலே எனக்குப் பிரியம். மற்றப் பையன்கள் கணப்புத் தீயை வளர்த்தால், நான் அதனை அணைத்துவிடுவேன்; அதன் மீது மணலையள்ளிப் போட்டுவிடுவேன்.”

“ஏன்?” என்று கேட்டான் மாட்வி.

“ஏன் கூடாது? பகல் நேரத்திலே நெருப்பு இல்லாமலே போதுமான வெளிச்சம் இருக்கிறது. இரவு நேரமோ இருளாய் இருப்பதற்கென்றே ஏற்பட்ட நேரம்.”

“அல்லா உண்டாக்குவதை எந்த மனிதனும் மாற்றக்கூடாது,” என்று புன்னகை புரிந்தவாறே சொன்னான் ஷாகிர்; “ஆனால் ஒரு மேய்ப்பன் இருண்ட குளிர் இரவிலே குதிரைகளைக் காவல் காக்கும்போது, ஓர் ஓநாய் ஊளையிட்டால், அப்போது அவனுக்கு நெருப்பு தேவைப்படுகிறது.”

சில சமயங்களில் மாட்விக்கு மிகவும் பரிச்சயமாகிப்போன ‘ஸ்பிபுரூட்டென்,’ ‘ஷாக்கோ,’ ‘கடிதோட்டாக்கள் முதலிய வார்த்தைகளைப் பயன்படுத்தியவண்ணம் புஷ்கார்யோவும் தனது இராணுவ வாழ்க்கையைப்பற்றி அவர்களிடம் கூறினான். அவன் பல சமயங்களில் குளூச்சாரெவுடன் வாதப் பிரதிவாதங்களில் இறங்கிவிடுவான். அப்போது அவன் தனது கணக்கு நோட்டை ஆட்டி அவனைப் பத்திரம் காட்டுவான்.

“நீ அருமையான சிப்பாய்தான்!” என்று அவன் ஒருமுறை பரிகாசமாகக் கத்தினான்.

“நீ மட்டும் என்னவாம்?” என்று அந்தத் தீயணைக்கும் காவலாளி சிறிதும் அசைந்து கொடுக்காமல் பதில் சொன்னான்: “நீ ஒன்றும் உலகத்தையே கிண்டிக் கிளறிவிட்டதாக எனக்குத் தெரியவில்லை.”

“உலகத்தைக் கிளறிவிடும் விஷயமல்ல அது. உன் வேலையை ஒழுங்காகப் பார்க்கும் விஷயம்தான் அது. ஒவ்வொருவனும் அவனவன் வேலையைச் செய்தாக வேண்டும். ஒவ்வொரு வேலையும் அரசாங்கத்துக்கு, ருஷ்ய நாட்டுக்குப் பயன்படப் போகிறது. மேலும், ருஷ்யா என்பது என்ன? அதை நீ என்றாவது யோசித்துப் பார்த்ததுண்டா? நமது இந்த ருஷ்யாவுக்கு ஒரு முடிவே கிடையாது. ஸ்டெப்பி நிலங்கள், சதுப்பு நிலங்கள், பாலைவனங்கள் – அவையெல்லாம் கட்டியமைக்கப்பட வேண்டுமா, இல்லையா, ஏ, கிழட்டு முட்டாளே? ருஷ்யாவுக்குத் தேவைப்படாதது எதுவுமே இல்லை; எனக்குத் தெரியும்; இந்த நாட்டில் நான் இந்தக் கோடி முதல் அந்தக் கோடி வரை அலைந்திருக்கிறேன். இன்னும் இருநூறு வருஷ காலத்துக்கு நம்முன் வேலை இருக்கிறது. எனவே, கச்சையை வரிந்து கட்டிக்கொண்டு, அந்த வேலையில் இறங்கு. எல்லோருக்கும் எல்லாமும் ஏராளமான அளவுக்குக் கிடைக்கும் வரையிலும் நீ உழைத்து விட்டால். பிறகு நீ நிறுத்தி விடலாம். அதுதான் ருஷ்யா உனக்கு!”

“இப்போதுள்ளபடியே நான் மகிழ்வோடுதான் இருக்கிறேன். நான் ஒன்றும் உலகத்தைக் கிளறிவிட விரும்பவில்லை.”

"ஓஹோ! நீ விரும்பவில்லை. விரும்பவில்லையா?" என்று கோபாவேசத்தோடு நெளிந்து கொடுத்தவாறு அலறினான் புஷ்கார்யோவ். "இப்போதுள்ளபடியே நீ மகிழ்வாயிருக்கிறாய். அப்படித்தானே? அதை இப்போது நினைத்துப்பார்! துறைமுகம் இல்லாத கப்பல். அப்படித்தானே? காற்றடித்த திசையிலே போகலாம். இல்லையா? நீ ஒரு புழு. ஆமாம். நீ அப்படித்தான்!"

"ஒரு தீயணைக்கும் காவலாள்; நான் அப்படித்தான்."

"ஏனென்றால் வேறொருவனாக இல்லாத அளவுக்கு நீ சோம்பேறி. உன் ஏமாற்று வித்தையெல்லாம் எனக்குத் தெரியும். வருஷத்தில் ஒன்று அல்லது மூன்று அல்லது மிஞ்சிப் போனால் ஐந்து தடவைதான் இங்கே தீப்பிடிக்கிறது. அதற்கு மேல் ஒரு தடவை கூட இல்லை. எனவே நீ நினைத்துக் கொள்கிறாய்; தீயணைக்கும் படையில் இருப்பது, அதுதான் எனக்குரிய வேலை; வெறுமனே காவல் கூடத்திலே நின்று கொண்டு காகங்களை எண்ணிக் கொண்டிருப்பதைத் தவிர வேறு வேலை கிடையாது என்று."

அவர்கள் சண்டை பிடித்துக் கொள்ளும்போது, அந்தத் தாத்தாரியன் முதலில் ஒரு கண்ணைச் சுருக்கி நெரித்து, பின்னர் மறு கண்ணையும் நெரித்தவனாய், தனக்குத் தானே சதுரங்கம் ஆடத் தொடங்கி விட்டான். மாட்வியோ அந்த நெருப் புக் காவலாளியின் அசைந்து கொடுக்காத முகத்தைப் பார்த்துக் கொண்டு, அந்தக் கிழட்டுச் சிப்பாய் சொல்லும் வார்த்தைகளைக் கேட்டான். அவர்கள் இருவரிலும் யார் சொல்வது சரி என்று தீர்மானிக்க முயன்றான்.

"ஒவ்வொரு மனிதனும் அவனவன் வேலையைச் செய்ய வேண்டும். அதுதான் சட்டம். உழைப்புத்தான் ஒரு மனிதனுக்கு உயிர் வாழும் உரிமையையே அளிக்கிறது" என்று தனது மணிச் சட்டத்தின் மணிகளைக் கலகலக்கச் செய்தும், மேஜையைத் தனது முஷ்டியால் ஓங்கிக் குத்தியும், பூட்சுகளைத் தரையில் தேய்த்தும் வாய் விட்டுக் கத்தினான் அவன்.

"அதைப் பற்றியெல்லாம் நான் ஒருசிறிதும் சட்டை செய்வதில்லை" என்று தனது தாடியின் வழியாக இழுத்துப் பேசினான் குளுச்சாரெவ். "எதைப் பற்றியும் அலட்டிக் கொள்ளாமலிருப்பது தான் என் கவலை. எல்லா வேலையும் ஒரே முடிவுக்குத்தான் வருகிறது: வேலை செய்தாலும் நீ செத்துப் போகிறாய்; வேலை செய்யாவிட்டாலும் நீ செத்துப் போகிறாய்."

மாட்வி அந்தக் குஷியான சின்ன டாக்டரின் பிடித்தமான பாட்டை நினைவுகூர்ந்தான்;

மாவீரன் தானும் மாள்வான்;
மதகுருவும் மாள்வார்; ஆனால்
சாவு கடந்த மனிதன் மட்டும்
சந்ததமும் இங்கு வாழ்வான்!

அந்த இளைஞன் சோர்வின் அவலட்சணமான பாதங்கள் தன் மீது கள்ளத்தனமாக ஊர்ந்து வருவதை உணர்ந்தான். எனவே அவன் படுக்கைக்குச் சென்று ஒரு வாரம், ஒரு மாதம், ஒரு வருஷ காலம் வரையிலும் உறங்க வேண்டும் என்று வேட்கை கொண்டான்.

ஊளையிட்டமும் காற்று குன்றுகளின் மீது தனது வெள்ளைச் சிறகுகளை விரித்து மூடியவாறும், நகரத்தைப் பெரும் பனிப் படலத்தில் மூழ்கடித்தவாறும் வயல்வெளிகள் மீது விளையாடியது. இரவில் பசி கொண்ட ஓநாய்கள் ஊளையிட்டன; அதைக் கண்டு ஒகுரோவின் கோழைப்பட்ட நாய்கள் பதிலுக்குக் குரைத்தன. வானத்தில் கனத்த மேகங்கள் இல்லாதிருப்பது அரிதாக இருந்தது; எனினும் வானவெளியானது ஆழ்ந்த துடிப்புள்ள நீலமாக இருந்து, அதன் அடியாழம் வரையிலும் நட்சத்திரங்களின் பொன்னிறக் கதிர்கள் துளைத்துச் செல்லும் வேளையில் இரவே ஒரே கோலாகலமாக இருந்தது. பனியின் மிருதுவான போர்வையின் கீழ் வசந்தத்தின் புனர் வருகையை எதிர்நோக்கி நிற்கும் பூமியின் மீது நட்சத்திரப் பொடியைத் தூவித் தெளித்ததுபோல், பனிக்கட்டி ஸ்படிகங்கள் ஆனந்தத்தோடு கண் சிமிட்டின. மரங்களெல்லாம் பனி படிந்த தமது கிளைகளை வளைத்துப் பணிவித்தன; அவற்றின் ஒவ்வொரு கொம்பிலும் சல்லா போன்ற வெண்பனி படிந்திருந்தது; அவையனைத்தும் வைரங்களாகவும் மரகதங்களாகவும் சிதறிப் பளபளத்தன. தேவாலயங்களின் பொன்னிறமான சிலுவைகள் வெள்ளி நிறம் பெற்றன; பறவைக் கூடுகளெல்லாம் வெண்பனித் தொப்பிகளைத் தரித்திருந்தன; கூரைகளின் முகடுகள் மீது பனி அடர்ந்த பிடரி மயிர்போலப் படர்ந்திருந்தன; விளிம்போரங்களில் அவை படலமாகத் தொங்கின; காற்று அந்தப் படலங்களை விசித்திரமான வடிவங்களில் உருச் சமைத்தன. பனி மூட்டம் சூழ்ந்த காற்று சப்தத்தை லகுவில் சுமந்து சென்றது, காகங்களின் சாந்தமான கரையும் சப்தம், சிட்டுப் பறவைகளின் குதூகலமான கிளுகிளுக்கும் சப்தம், மாட்டுக் குருவிகளின் கோமாளித்தனமான கீச்சுக் குரல் ஆகிய எல்லாம் நகரின் ஒரு கோடி முதல் மறு கோடி வரை ஒலித்தன. ஆனால் சுற்றியுள்ள குன்றுகளில் மௌனமே உறைந்துபோயிருந்தது. அந்நிலையில் ஒகுரோவ் நகரமே பனி மூட்டத்தால் உருவாக்கப் பட்ட வெள்ளிமயமான தட்டின்மீது காற்றினால் செதுக்கு வேலை செய்யப்பட்டதுபோல் தென்பட்டது.

புட்டானிட்ஸா நதியின் பனிக்கட்டிப் பரப்பின் மீது ஆண்டாண்டுதோறும் நடக்கும் முஷ்டி யுத்தங்கள் தொடங்கின. ஒவ்வொரு ஞாயிற்றுக்கிழமையன்றும் மதியச் சாப்பாடு முடிந்தவுடனே, கூரை வரையிலும் பனியிலே மூழ்கிக் கிடக்கும் கைவினைஞர் குடியிருப்பிலிருந்து இருபது வயது நிரம்பாத வாலிபர்கள் ஓடி வருவார்கள். அவர்கள் ஆற்றைக் கடந்ததும், குன்றின் அடிவாரத்திலிருந்து பின்வருமாறு கத்துவார்கள்:

“வெளியே வந்து சண்டை செய்!”

சிலர் தமது தாய் அல்லது சகோதரியின் சட்டையை அணிந்திருந்தார்கள்; மற்றவர்கள் சால்வைகளைச் சுற்றிக் கொண்டிருந்தார்கள்; பலர் தமது தந்தையரின் முரட்டு பூட்சுகளைத் தரித்திருந்தார்கள்; தொப்பியில்லாதவர்கள் தமது தலையைக் கைக்குட்டையால் கட்டியிருந்தார்கள்; அவர்களில் பெரும்பாலோர் கையுறைகளோ தோலுறைகளோ இல்லாமல்தான் இருந்தார்கள். குன்றுப் புறத்தில் நல்ல கதகதப்பூட்டும் உடைகளை அணிந்த, நகரவாசிகளின் பகைமை மிக்க ஒரு கும்பல் அவர்களைச் சந்தித்தது. அந்த நகரப் பையன்கள் இந்தக் குடியிருப்பிலிருந்து வந்துள்ள கீழ் மக்களை நோக்கிச் சிரித்தார்கள்.

“ஏசிள் வண்டுப் பயல்களா! உங்கள் அம்மாவின் உள் பாவாடைக்குள்ளிருந்து ஊர்ந்து வெளியே வாருங்களடா!” என்று அவர்கள் கத்தினார்கள். “ஏ, பெண்டுகளா! மேலே ஏறி வாருங்கள்! உங்கள் மண்டைகளை உடைத்துக் கறி சமைக்கிறோம். வாருங்களடா!”

அந்தக் குடியிருப்புப் பையன்கள் அந்தச் சண்டையைத் தீவிரமாக ஏற்றுக் கொண்டார்கள். அவர்கள் நெருங்கிய அணியாக அந்தப் பனி படிந்த குன்றுப் புறத்தில் மேலே ஏறினார்கள்; தமது வெற்றுக் கைகளால், உறைந்திருக்கும் தரையில் தென்படும் தெத்துக் குத்துக்களைப் பிடித்து ஏறினார்கள்.

“பயல்களா! அணிவரிசையைக் குலைக்காதீர்கள்!” என்று அவர்கள் ஒருவருக்கொருவர் சத்தம் போட்டார்கள். “முன்னே ஓடாதீர்கள்! நிதானமாக நில்லுங்கள்!”

அன்று அந்த நகரப் பையன்கள் தமது எதிரிகளைக் குன்றிலிருந்து கீழே உருட்டித் தள்ளுவதன் மூலம் தாக்குதலைச் சமாளிக்க முயன்றார்கள்; ஆனால் அது ஆபத்தானதாக இருந்தது. அந்தக் குடியிருப்புப் பையன்கள் அவர்களது பூட்ஸ் கால்களை எட்டிப் பிடித்தார்கள்; அவர்களால் காலூன்றி நிற்க முடியாமல் போகும்போது, இரு சாராருமே உருண்டோடிக் கீழே விழுந்தார்கள். அந்த நகர வாசிகள் பின்வாங்கினார்கள்; எதிர்க்கட்சிப் படையெடுப்பாளர்களை போரெச்னயா தெருவுக்குள் வரவிடுத்தார்கள்; அங்கு ஒரு குஷியான சண்டை தொடங்கியது.

“அவர்கள் மீது விழுங்கள் பயல்களா!” என்று அந்தக் குடியிருப்புப் பையன்கள் கத்தியவாறே, ஒரு தடித்த சுவர் போல் முன்னேறினார்கள்: “அந்தத் தடிப் பயல்களுக்குக் கொடுங்கள் அடி!”

அவர்கள் அந்த நகரத்துப் பையன்களைக் காட்டிலும் மெலிவாகவும், விரைவாகவும், தைரியமாகவும் இருந்தார்கள். தமது தாய் தந்தையரிடமிருந்து பல தடவை அடி வாங்கிப் பழகியவர்களாதலால், வேதனைக்குப் பழக்கப்பட்டிருந்தார்கள்; வலியைத் தாங்கிக் கொள்ளவும் கற்றிருந்தார்கள்.

நகரப் பையன்களோ தமது தந்தையரைப்போல் தமது சண்டைகளில் குயுக்தியைத்தான் பிரயோகித்தார்கள். அவர்கள் தம்மில் மிகுந்த தைரியசாலிகளான

ஐந்து அல்லது ஆறு வீரர்களை முன் வரிசையிலே அனுப்பினார்கள்; அந்தக் குடியிருப்பு இளைஞர்கள் தமது அணிவரிசையை உள்வாங்கி வரும்போது, அவர்கள் அவர்களைப் பக்கவாட்டில் சென்று தாக்கினார்கள். ஆனால் இந்தத் தந்திரத்தைக் குடியிருப்புப் பையன்கள் சீக்கிரமே தெரிந்து கொண்டு விட்டார்கள்; எனவே அவர்கள் அவசரமாகப் பின் வாங்குவதன் மூலம் அதனை முறியடித்தார்கள்; அதன் மூலம் நகரப் பையன்களை அரை வட்டமாகச் சென்று சூழ்ந்து கொண்டு, அவர்களைச் சந்தைப் பேட்டைக்குள்ளே விரட்டியடித்தார்கள்; அங்கு சென்றதும் அவர்களைத் தமது வெற்று முஷ்டிகளால் இடித்துக் கீழே தள்ளினார்கள்.

அந்தச் சண்டையிலே தாமும் பங்கெடுப்பதற்கான சந்தர்ப்பத்தை எதிர்நோக்கிய வண்ணம் பெரிய பையன்களின் கூட்டம் ஒன்று சந்தைப் பேட்டையிலே ஏற்கனவே கூடி நின்றது; அந்த இரண்டு பகை அணிகளும் மீண்டும் நெருங்கி நின்று, ஒருவர் மேலொருவர் வசை மொழிகளையும் கிண்டல்களையும் வாரிப் பொழிந்தனர்.

"போதுமா?" என்று தாமடைந்த வெற்றியின் பெருமிதத்தோடு கத்தினார்கள் குடியிருப்புப் பையன்கள்.

நகரப் பையன்களோ கனத்த குரலிலே ஒன்றாகச் சேர்ந்து பின்வருமாறு பாடினார்கள்:

ஒட்டிப் போன வயிறு கொண்ட குடியிருப்புப் பன்றி
ஒருபாட்டில் ஒயினுக்காகத் தனது பெண்ணை விற்பான்!

இதற்குக் குடியிருப்புப் பையன்களும் பதில் பாட்டுப் பாடினார்கள்:

பட்டணத்தில் வாழுகின்ற பணக்காரப் பிறவி
பெற்றெடுத்த தாயைக்கூட, கறிசமைத்துத் தின்பான்!

வாலிபக் குரல்கள் அந்தப் பனி மூட்டக் காற்றிலே கணகணத்தன; ஆபாசமான வசைமொழிகள் அங்குமிங்குமாகப் பந்தாடப்பட்டன:

"பிச்சைக்காரர்கள்!"

"மிடாக் குடியர்கள்!"

"திருடர்கள்!"

"நீங்கள் தான் திருடர்கள்!"

இந்த வார்த்தைச் சண்டை அந்தச் சண்டைக்காரர்களுக்குச் சிறிது ஓய்வைக் கொடுத்தது; அதே சமயம் அவர்களது கோபமும் கனன்றெரியத் தொடங்கியது. கடைசியில் அவர்கள் மீண்டும் ஒருவர் மீதொருவர் தாக்குதல் தொடுத்து, பற்களைக் கடித்தும், மூச்செறிந்தும், மூக்குகளை உடைத்தும், உதடுகளைக் கிழித்தும் போர் புரியத் தொடங்கினார்கள். பெரியவர்கள் இப்போது அவர்களைக் கவனித்துக்

கொண்டிருந்தார்கள்; ஒவ்வொரு பையனும் தனது சக்தியையும், துணிவையும், திறமையையும் புலப்படுத்துவதில் ஆர்வம் காட்டினான்.

கடைகளின் நிழற்புறத்தில் வேடிக்கை பார்த்தவர்கள் நின்று கொண்டிருந்தார்கள்; அவர்களில் பலர், குறிப்பாக டோலோ கோன்னிக்கோவ், மாக்லகோவ் குடும்பத்தைச் சேர்ந்த இருவர், பூட்டுத் தொழிலாளி கோப்ட்யேவ், கொழுத்த தீயணைப்புக் காவலாளான செவாச்சேவ் முதலியோர் பிரபல சண்டை வீரர்கள் ஆவர்.

அவர்கள் அனைவரும் தமது கைகளிலே கதகதப்பான தோலுறைகள் வைத்திருந்தார்கள்; அத்துடன் சண்டைக்கேற்ற கோட்டுகளும் அணிந்திருந்தார்கள்; அதாவது பளிச்சென்று வர்ணம் கொண்ட இடைவாரினால் இறுகக் கட்டப் பெற்ற மெல்லிய தோலாலான குட்டையான ஆட்டுத்தோல் கோட்டுக்களை அணிந்திருந்தார்கள். மாக்லகோவ் குடும்பத்து மூத்த சகோதரனின் தோலுறைகள் அருமையான பச்சைத் தோலினால் செய்யப்பட்டிருந்தன.

இடையிடையே யாராவது ஒரு இளைஞன் உடைந்த மூக்கோடு அல்லது கிழிந்த உதட்டோடு அணியிலிருந்து விலகி ஓடுவான். அவன் பனியின் மீது காரித் துப்பிக் கொண்டும், வேதனையாலும், குரோதத்தாலும், காயத்தாலும் தன்னுள் பொங்கி வரும் கண்ணீரை அடக்கத் தனது மனோவுறுதியையெல்லாம் பயன்படுத்தி முயன்றவாறும், வேடிக்கை பார்ப்பவர்களை நோக்கிச் செல்வான்.

அவனது மாமன், தந்தை அல்லது அண்ணன் ஆகியோர் அவனை ஏளனம் செய்வார்கள்:

"நல்லது, முட்டாளே! மீண்டும் மண்டை உடைபட்டு வந்து சேர்ந்தாயா?"

"குழந்தை! போய் உட்கார்ந்து அழு! இவனது மூக்கு எப்படி கோணி வளைந்து போயிருக்கிறது என்று பாரேன்!"

அந்தப் பையன் கண்ணீர் விட்டு அழத் தொடங்கிவிட்டால், உடனே அவனது உறவினன் அவனது தலைமயிரை அல்லது காதைப் பிடித்து உலுக்கி, பின்வருமாறு சொல்வான்:

"கூப்பாடு கூடாது, தெரிந்ததா? எப்போது சண்டைக்குப் போனாயோ, அப்போதே கூப்பாடு கூடாது. தெரிந்ததாடா, நாய்க் குட்டி!"

குடியிருப்பைச் சேர்ந்த பெரிய பையன்களும் அங்கே காட்சியளித்தார்கள். தமது சொந்தச் சண்டைக்காரர்களின் அணிக்குப் பின்னால் நின்றவாறு, அவர்கள் நகரப் பையன்களை நோக்கிக் கத்துவார்கள்: "ஏய்! உங்களைத்தான்! வாருங்களடா! நீங்கள் எப்படிப்பட்டவர்கள் என்று பார்த்து விடுவோம்!"

"இந்தச் சமயத்திலே, பயம் கூடாது!"

தீயணைப்புக் காவலாளியின் மருமகனான மிஷ்கா குளுச்சாரெவ் தனது அணியிலிருந்து விலகி, முன்னால் வந்தான். அவன் ஒல்லியான, எனினும் உறுதியான உடம்பு படைத்த பதினாறு வயது வாலிபனாக இருந்தான்.

“பின்னால் போங்கள்!” என்று அவன் நகரப் பையன்களை நோக்கிக் கத்தியவாறு, அவர்களைக் குருவிகள்போல் மதிப்பவனாய் தனது கையை வீசியாட்டி அவர்களைச் சிதறியோடச் செய்தான். அவர்கள் மரியாதையோடு பின்வாங்கினார்கள்; அவர்களில் சிலர் பின்வருமாறு பய பீதியுடன் அலறியவாறே தமது பெரியவர்களை நோக்கி ஓடினார்கள்.

“மிஷ்கா குளுச்சாரெவ் வந்துவிட்டான்! அதோ பாரேன்! அவனைப் பார்த்தாயா?”

மிஸ்கா தனது கந்தலுடையைக் கழற்றியெறிந்தான்; தொப்பியைப் பிடுங்கியெடுத்து அதனைப் பின்புறமாகத் தூக்கியெறிந்தான்; பின்னர் அவன் பின்வரும் சவாலைக் கத்தினான்:

“வாருங்களடா, நாசூக் பேர்வழிகளா! என்னோடு யார் சண்டை போட விரும்புகிறீர்கள்? வாருங்களடா, பெட்டைக் கோழி மேய்ப்பவர்களா!”

அவனது உருண்டு திரண்ட தலை மீது மயிர்க் குத்திட்டு நின்றது; அவனது மூக்கு ஒரு ஆந்தையின் அலகைப்போல் குட்டையாகவும் வளைந்தும் இருந்தது; அவனது மெல்லிய உதடுகள் ஏளன பாவத்தோடு நெளிந்து நீண்டன. அவன் தன் கால்களை அகட்டி, இடுப்பிலே, கைகளை ஊன்றி, தனது எதிரியை நோக்கி, அவலட்சணமான ஒரு ஒலி பிரதிபலிக்கும் தனது வெளுத்த கண்களால் அவர்களை வெறித்துப் பார்த்த வண்ணம் நின்றான்.

அந்த நகரப் பையன்கள் தமக்குள் நெடுநேரம் ஆலோசனை நடத்தினார்கள், அவர்கள் மிஷ்காவின் வயதுள்ள ஒருவனை அவனுக்கெதிராக அனுப்ப நினைத்தார்கள்; ஆனால் மிஸ்காவின சக்தியைத் தெரிந்த, அந்த வயதுள்ள எந்த ஒரு பையனும் அவனது சவாலை ஏற்கப் பயந்தான்.

கடைசியிலே, அகன்ற முகமும் கட்டுக்கட்டான உடம்பும் கொண்ட பாஜூனோவ் முன்னால் வந்தான். குடியிருப்புப் பையன்கள் கெக்கலித்துச் சிரித்து, சீட்டியடித்தார்கள், வசந்த காலம் வந்தால் பாஜூனோவுக்குப் பத்தொன்பது வயது பூர்த்தியாகும்.

“அவர்கள் அனுப்பியுள்ள கிழவனைப் பாரேன்!”

“தாத்தா! தைரியமாய் இரு!”

பாஜூனோவுக்கு வெட்கம் பிடுங்கித் தின்றது. அவன் திரும்பி நின்று, பரிதாபகரமாகக் குரல் கொடுத்தான்.

“நீ போ, வாஸ்யா. அல்லது குளுகுரோவ்! நீதான் போயேன்!”

“உனக்குப் பிறகு” என்றான் குளுகுரோவ், பிறகு பட்டவர்த்தனமாகப் பின்வருமாறு சொன்னான்; “நான் ஒரு முறை முயன்று பார்த்து விட்டேன். நான் அவனுக்குத் தகுந்த ஜோடியல்ல.”

“என்னை ஏற்றுக் கொள்கிறாயா?” என்று மிஷ்காவை ஏறெடுத்துப் பாராமலே அவனிடம் கேட்டான் பாஜூனோவ்,

“உன் அப்பா வந்தாலும் தயார்தான்” என்று பெருமையடித்தான் மிஷ்கா.

பின்னர் அவன் தன் அணியைக் கூப்பிட்டான்: “ஏ, பயல்களா! நான் சாவதற்கு முன் என் தந்தைக்கு எனது அன்பைத் தெரிவிக்கச் சொன்னதாக அவரிடம் சொல்லி விடுங்களடா”

பாஜூனோவ் முகத்தைச் சுழித்து, சண்டைக்குத் தயாராவது போல் நின்றான்; அவனது இடது முஷ்டி முன்னால் வந்தது; வலது முழங்கை வளைந்திருந்தது.”

அவனது கனத்த காலடியின் கீழ் பனி நெறுநெறுத்தது; ஒரு விறைப்பு மிகுந்த மௌனம் நிலவியது; இரண்டு அணிகளும் அந்தப் போராளிகளைச் சுற்றி வளையமிட்டுச் சூழ்ந்தது.

“வட்டத்தை விரிவாக்கு!” என்று யாரோ ஒருவன் கத்தினான். “அவர்களுக்குப் போதுமான இடம் இருக்கட்டும்.”

மிஷ்கா தனது எதிரியின் மீது கூரிய பார்வையைச் செலுத்தினான். இடையிடையே அவனது வலது கை மேலே பாய்ந்தது; அப்போது பாஜூனோவ் பம்மினான்; மிஷ்காவோ தான் தலையைச் சொரியவே கையை உயர்த்தியதாகப் பாவனை செய்தான்.

“பயப்படாதே!” என்று அவன் சீண்டிப் பேசினான். “நான் ஒன்றும் உன்னைக் கொன்றுவிட மாட்டேன். உன் மூக்கை மட்டும் காதுக்குள் நுழைத்து விட்டு விடுவேன். அவ்வளவுதான்! நீபாட்டுக்கு மாவு பிசைகிற மாதிரி அல்லது ஈ பிடிக்கிற மாதிரி, உன் கைகளை இப்படியே கொஞ்ச நேரம் அப்படியும் இப்படியும் ஆட்டிக் கொண்டிரு. எனக்கு உடம்பு குளிர்கிற வரையிலும் நான் கொஞ்சம் ஓய்வெடுக்கிறேன். உன் முஷ்டிதான் எவ்வளவு பெரிது! ஒரு டன் எடையிருக்கும் போலிருக்கிறதே! உன் அப்பாவி மனைவி!”

“நீ தான் அப்பாவி!” என்று உறுமினான் பாஜூனோவ்.

அந்த நகரப் பையன் ஒரு குத்து குத்தினான். மிஷ்கா பம்மிக் கொண்டு, கீழிருந்து அவனது மோவாயின் மீது ஒரு வெட்டு வெட்டினான்.

“எப்படி இருக்கிறது?” என்று கேட்டான் அவன்.

பாஜூனோவ் கோபாவேசம் கொண்டவனாய், வெறியோடு ஆடியவாறு அவன் மீது பாய்ந்து விழுந்தான்; அந்த லாகவம் மிகுந்த குடியிருப்பு வாலிபனோ அவனது அடிகளிலிருந்து தப்பிய வண்ணம் அவனது இடதுபுறத்தில் ஒரு தாக்குத் தாக்கினான்.

“தைரியத்தை இழக்காதே, பாஜூனோவ்! உனக்கென்ன, பைத்தியம் பிடித்து விட்டதா? உறுதியாக நில்!” என்று நகரவாசிகள் கத்தினார்கள்.

"கேட்டாயா? தைரியத்தை இழந்து விடாதே!" என்று அந்தக் குடியிருப்பு வாலிபன் கூறியவாறே, அவனைச் சுற்றி ரப்பர் பந்துபோல் உருண்டோடி வந்தான்; பின்னர் சட்டென்று குனிந்தவனாய், அவனைத் தனது முஷ்டியால் வயிற்றில் குத்தியும்,தலையால் மார்பில் இடித்தும், அவனைக் கால் தவறிக் கீழே விழுமாறு செய்தான். குடியிருப்புப் பார்வையாளர்கள் குதூகலத்தோடு கூச்சலும் சீட்டியும் கிளப்பினார்கள்; நகரவாசிகளோ எரிச்சலுற்றவர்களாய், அந்த வெற்றியாளனை வன்மத்தோடு பாராட்டினார்கள்:

"அவன் ஒரு துடியான மிருகம்!"

"வாஸ்தவம்தான்!"

"பிடி நழுவி விடுகிறான்!"

"அவன் முன்னால் பாஜூனோவ் ஒரு குழந்தை தான்!"

பாஜூனோவ் மூச்சு வாங்கியவாறு தரையில் உட்கார்த்தான்.

"இதையா சண்டை என்கிறீர்கள்?" என்று முணுமுணுத்தான் அவன்: "இவன் கொசு மாதிரி சுற்றிச் சுற்றி இரைந்து வருகிறான்!"

"வாப்பா, குளுகுரோவ்! நீதான் அடுத்து!" என்று அந்த வெற்றி வீரன் கர்வத்தோடு கத்தினான்.

"எனக்குத் தனியே சண்டை போடப் பிடிக்காது!"

"ஓஹோ! பிடிக்காதா? பிடிக்காதா உனக்கு?"

"நான் அணியோடு போராடத்தான் விரும்புகிறேன்."

"இல்லாவிட்டால் அடுப்புக்கருகில் பாயை விரித்துப் படுத்துத் தூங்குவாய். அப்படித்தானே?"

அந்தக் குடியிருப்புப் பையன்கள் தமது உச்சக் குரலில் பாடத் தொடங்கி விட்டார்கள்:

"பாயின் மீது பாயின் மீது, கொழுத்த பெரிய பூனை ஒன்று வந்தமர்ந்தது! வீட்டுக்காரி கத்தரிக்கோலை எடுத்து வந்து காதிரண்டையும் வெட்டியெறிந்து விட்டாள்!"

நகர வாசிகள் மத்தியிலே சிறு சலசலப்பும், முணுமுணுப்புக் குரல்களும் தென்பட்டன.

"கவனம், பிள்ளைகளா! என்று குளுச்சாரெவ் குடியிருப்புப் பையன்களை நோக்கிக் கத்தினான்; "பெட்யா, வா இங்கே! கிரிஷா! நீயும்–போமா நீயும் வா! எனக்கு அடுத்து நில்!"

திடீரென்று தமது முஷ்டிகளைச் சுழற்றிக் கொண்டு, அவனும் அவனது நண்பனும் நகரப் பையன்கள் மீது பாய்ந்தார்கள்.

“அவர்களைத் தாக்குங்கள், பிள்ளைகளா!” என்று அவன் கத்தினான்: “பயப்படாதீர்கள்! அவர்களது ஈரல் குலையைப் பிடுங்கி எறியுங்கள்!”

முஷ்டிகள் பறந்தன: உடம்புகள் சாய்ந்தன: பற்கள் நெறுநெறுத்தன; மார்பின் மீது அடிகள் சரமாரியாக விழுந்தன; தமது வாயிலிருந்து ஒழுகும் ரத்தத்தைத் துப்பவோ, மூக்கிலிருந்து ஒழுகுவதைச் சிந்தவோ விரும்பி, பையன்கள் அணி பெயர்ந்து ஓடத் தொடங்கினார்கள்.

“பிள்ளைகளா! அவர்கள் உங்களைப் பயமுறுத்த விடாதீர்கள்!” என்று கத்தினான் குளுகுரோவ்.

“உறுதியாக நில்லுங்கள்!” என்று மிஷ்காவின் கணீர்க் குரல் ஒலித்தது.

போராட்டம் உச்சநிலையை எய்தியது; சண்டையிடும் ஜோடிகள் ஒவ்வொருவரும் தமது கை மேலோங்க வேண்டுமென்ற உறுதியோடு ஒருவருக்கொருவர் தமது சக்தியையெல்லாம் பிரயோகித்து, ஒருவரையொருவர் இறுகப் பிடித்துக் குத்தினார்கள்.

“அந்தச் சர்க்கரை மிட்டாய்ப் பயல்களை நொறுக்கித் தள்ளுங்கள்!” என்று கைவினைஞர்களின் பிள்ளைகள் கத்தினார்கள்.

“நில்லுங்கள்! ஓடாதீர்கள்!” என்று குளுகுரோவும் பாஜூனோவும் கத்தினார்கள்; எனினும் தமது எதிரிகளின் விரைவான ஒன்றுபட்ட தாக்குதலைச் சமாளித்து நிற்க முடியாமல் நகரத்துப் பையன்கள் பின் வாங்கினார்கள்.

எனவே என்றும் மக்கள் நினைவில் இருப்பது போலவே அன்றும் அவ்வாறே நடந்தது; சந்தைப் பேட்டையில் நடந்த சண்டையில் குடியிருப்புப் பையன்களே வெற்றி பெற்றார்கள். அவர்கள் நகரப் பையன்களைத் தேவாலயத்தின் முற்றம் வரையிலும் ஓடோட விரட்டினார்கள்.

தமது பிள்ளைகளெல்லாம் தோற்கடிக்கப்பட்டதைக் கண்டதும் நகரவாசிகள் தமது வயதில் முதிர்ந்த பலசாலிகளைக் கோபத்தோடு நோக்கிப் பின்வருமாறு சொன்னார்கள்:

“நீங்களெல்லாம் ஏன் நின்றுகொண்டிருக்கிறீர்கள்? அவர்கள் தமது பையன்களை அடித்து நொறுக்குவதை நீங்கள் காணவில்லையா? என்ன நடக்கிறதென்று பாருங்கள்! நீங்கள் குதிப்பதற்கான நேரம் வந்துவிட்டது!”

எனவே கோப்ட்யேவ். டோலோகோன்னிகோவ், மாக்லகோவ் சகோதரர்கள் ஆகியோர் அந்தக் குடியிருப்புப் பையன்கள் மத்தியிலே பாய்ந்து புகுந்து, அவர்களை வேண்டுமட்டும் அடித்துத் தள்ளி, ஒன்பது–ஊசி விளையாட்டிலே புள்ளிகள் குத்துவதுபோல் அவர்களை ஆங்காங்கே தூக்கியெறிந்தார்கள்.

“ஹா, ஹா! இப்போது நாம் அவர்களுக்கு நமது திறமையைக் காட்டுவோம்!” என்று பார்வையாளர்கள் ஆனந்தமாகச் சிரித்தார்கள்; தமது கட்சியை

ஊக்குவித்தார்கள்; குதூகலத்தால் மேலும் கீழும் துள்ளிக் குதித்தார்கள்; கீழே விழுந்த பையன்களைக் காலால் எட்டி மிதித்தார்கள்.

“ஏ, மிருகங்களா! கீழே விழுந்தவனை மிதிக்காதீர்கள்!” என்று கீழே கிடந்தவர்கள் ஒரு பக்கமாக ஊர்ந்து ஒதுங்கியவாறு கத்தினார்கள்: அவர்கள் நகரவாசிகளின் மிதியிலிருந்து தம்மைப் பாதுகாத்துக் கொள்வதற்காக, தமது முகங்களைக் கைகளால் மூடி மறைத்துக் கொண்டு, ஆற்றை நோக்கி ஓடிப் போவதற்கான சந்தர்ப்பத்தை எதிர்நோக்கிக் காத்துக் கிடந்தார்கள்.

மாட்வி கோஸிமியாகின்னும் தனது சக நகரவாசிகளின் உணர்ச்சிப் பரவசத்துக்குத் தானும் ஆளானான்; அவர்களது வெற்றியைப் பாராட்டினான்; அந்தச் சண்டைக்காரர்களுக்குப் பின்னால் சிரித்துக் கொண்டே ஓடினான். ஆனால் தரையிலே கிடக்கும் பையன்களை அந்த மனிதர்கள் எட்டி மிதிப்பதைக் கண்டதும், அவன் சட்டென்று நின்று வேறு பக்கம் திரும்பி நடந்தான். “இது முறையல்ல” என்று வாய் விட்டுக் கத்த வேண்டும்போல் அவன் உணர்ந்தான்; எனினும் அதற்கான துணிச்சல் அவனுக்கில்லை; மேலும் தனது பேச்சு யார் காதிலும் ஏறாது என்பதையும் அவன் அறிந்திருந்தான்.

மிஷ்கா பறந்தோடும் கால்களுக்கிடையே அங்குமிங்கும் பாம்புபோல் வளைந்தோடினான்; அந்தக் குடியிருப்பிலுள்ள மிகவும் பிரபலமான சண்டை வீரனின் மகனான பெட்யா கோபத்தோடு மூச்சு வாங்கிக் கொண்டும், ரத்தம் வடியும் முகத்தில் பனிக் கட்டியை எடுத்துத் தேய்த்துக் கொண்டும், ஒரு பீப்பாயைப்போல் தரையில் உருண்டோடினான்.

குடியிருப்புப் பையன்களெல்லாம் பீதியுற்றுப் போயிருந்தார்கள்; அவர்கள் தமது அணிகளை விட்டுப் பிரிந்து, காற்றிலடிபட்டது போல் நாலாதிக்கிலும் சிதறியோடினார்கள்.

“சபாஷ்!” என்று வெற்றியாளர்கள் கரையின் உச்சி மீதிருந்து கர்ஜித்தார்கள்; கீழேயுள்ள பனிப் படிவத்திலிருந்து குடியிருப்பு வாசிகளின் கூச்சல் வந்தது:

“நில்லுங்கள், பிள்ளைகளா! இதோ நாங்கள் வந்துவிட!”

மாரிக் காலப் பகற்பொழுது குறுகியதாக இருந்தது; அதற்குள் குடியிருப்பைக் கண்ணில் தோற்றாது மறைத்து, நீல நிறமான நிழல்கள் நதியின் மீது சூழத் தொடங்கி விட்டன; தேவாலய மணியோசையைக் கேட்டு பயந்த பறவைகள் மணிக் கூண்டிலிருந்த தமது கூடுகளிலிருந்து வெளியேறிப் பறந்தன; குளிர் மேன்மேலும் அதிகமாயிற்று.

குடியிருப்பிலிருந்து வந்தவர்கள் பனிக்கட்டியின் மீது அவசரமற்று நடந்து வந்தார்கள். கரையோரத்தின் விளிம்பிலே நின்று அவர்களுக்காகக் காத்துக் கொண்டிருந்த நகரவாசிகள் அந்தக் கும்பலில் யாரார் இருக்கிறார்கள் என்று கவனித்தார்கள்.

“அந்தக் கிழட்டுப் பிசாசு, ஸ்ட்ரெல்ட்ஸோவ் அதோ இருக்கிறான்!”

“வாஷ்னின் தென்படுகிறானா?”

“ஆமாம். அவன் அதோ அந்தப் பக்கம் வருகிறான்.”

“அவர்களோடு மாஸிடான் இல்லாவிட்டால் தொலைந்த மாதிரிதான்!”

“அவர்களுக்கு முன்னால் நடந்து வருவது ஆர்டின்ட்சேவ் தான்!”

“அவர்கள் எல்லோருமே இந்தத் தடவை வந்துவிட்டாற் போலத்தான் தோன்றுகிறது.”

“ஏ, பெரிய மனிதர்களா!” என்று செருப்புத் தொழிலாளியான மாஸிடான் குரல் கொடுத்தான். அவன் குடிவெறியில்லாமல் சுயபுத்தியில் இருந்து எவனுமே பார்த்ததில்லை. அவன் பின்வருமாறு கத்தினான்: “கீழே வாருங்கள்! உங்களைத் தூக்கியெறிய நாங்கள் துறுதுறுக்கிறோம்!”

நகரவாசிகள் தமது இடைவார்களை இறுகக் கட்டியவாறு, கீழேயுள்ள பனிக் கட்டிப் படிவத்துக்கு இறங்கி வந்தார்கள்.

“கோப்ட்யேவ்! மாக்லகோவ் சகோதரர்களை ஆளுக்கொரு பக்கமாக நிறுத்தி, நீ மத்தியிலே நின்று கொள்!” என்று அவர்கள் போகும்போதே தீர்மானித்துக் கொண்டார்கள்.

“செவாச்சேவ், எர்மில், டோலோ கோன்னிகோவ் மற்றும் இன்னும் சில பலசாலிகளை இடது பக்கமாக வரச் சொல்லுங்கள்; அந்தப் பன்றிப் பயல்கள் சிதறியோடத் தொடங்கியவுடனே, அவர்கள் அவர்கள்மீது பாயட்டும்.”

“கலக்கமாக இருக்கிறதா? தைரியமாக இருங்கள்” என்று குடியிருப்பு வாசிகள் அணிவகுக்கும்போதே குரல் கொடுத்தார்கள்.

அவர்கள் எல்லோருமே முரட்டுத்தனம் மிகுந்த கந்தல் பேர்வழிகள் தான். அவர்களில் பலர் ஏற்கனவே அதிகம் குடித்திருந்தார்கள். அவர்கள் எல்லோரும் – குடித்தவர்களும் சரி, குடிவெறியில்லாதவர்களும் சரி – தமது நாக்குகளை மட்டும் கட்டுப்படுத்தவில்லை. அவர்கள் நகர வாசிகளை மிகுந்த திறமையோடும், உவப்போடும் கிண்டல் செய்தார்கள்; அவர்கள் ஒவ்வொருவரிடத்திலும் ஏதோ மூர்க்கமான துணிச்சலான, பயமூட்டும் தன்மை தென்பட்டது.

போதை வெறியிலிருந்த மாஸிடான் அவர்களுக்கு முன்னால் தள்ளாடி நடந்தவாறே, தனது உச்சக் குரலில் பின்வருமாறு உளறினான்:

ஒகுரோவின் வீரரெல்லாம் கோழிகளை வளர்ப்பார்!
ஒருநாளும் ஓயாது நண்பரோடு அவர்கள்
வேகமதாய்க் குஸ்திபல போட்டிடுவார்! அவர்கள்
யாவருமே மெலிவதில்லை; நண்பரவர் வளர்க்கும்

கோழிகளைக் களவாடிக் கறிசமைத்துத் தின்று
கொழுத்திருப்பார்! எப்போதும் குஷியாக இருப்பார்!

இன்னொரு பகட்டான குரல் பின்வருமாறு ஒலித்தது:

அன்னவர்தம் பெண்டாட்டி முகமெல்லாம் வாயை
அண்ணாந்து கண்விரிய வெறிச்சோடிப் பார்க்கும்!
அன்னவர்கள் முகமெல்லாம் முஷ்டியால் குத்தும்
அடிபலவும் பட்டழிந்து உருச்சிதைந்து தோன்றும்!

"ஹேய்!" என்று டோலோகோன்னிகோவ் கோரமாகக் கத்தினான்: ''உங்களில் எந்த அயோக்கியன் என்னோடு பலப் பரீட்சை செய்து கொள்ள விரும்புகிறான்?'

"உன்னோடா? அது அருமையாக இருக்காதா, என்ன? இதோ என் முஷ்டி உன் முகத்தை முத்தமிடத் துடிக்கிறது!"

"பின்னே வா."

"ஏன் அவசரப்படுகிறாய்?"

"பயமா?"

"பிர்...ர்...! என் கால்கள் காதுக்குப் பின்னால் துள்ளிக் குதிக்கின்றன தெரியுமா?"

"நான் உன் காதுகளைச் சப்பையாக்கி விடுகிறேன். வா."

"பேஷ்! அப்படியென்றால் நான் பிறகு உன் அபத்தமான பேச்சுகளைக் கேட்க வேண்டியிராது!"

"நல்லது, இதைக் கேளுங்கள் பிள்ளைகளா!" என்று தனது தொப்பியை இரு கைகளாலும் காதுவரையிலும் இழுத்துவிட்டவாறு கத்தினான் பூட்டுத் தொழிலாளி கோப்ட்டேவ்: "எல்லோருமாகச் சேர்ந்து வாருங்கள்! அந்தத் திருட்டுப் பயல்களுக்கு அவர்கள் மறக்க முடியாதபடி சரியான உதை கொடுங்கள்!"

இவ்வாறு கூறி விட்டு, அவன் மூர்க்கமாக ஊளையிட்டான்; அந்த ஊளைச் சப்தம் அவனை மட்டுமல்லாமல் அவனது கூட்டாளிகளையும் வெறி கொள்ளச் செய்தது.

"அவர்களுக்குச் செம்மையாகக் கிடைக்கட்டும்! வாருங்கள் பயல்களே! அவர்களை நொறுக்குங்கள்! அவர்களது நரம்புகளைப் பிய்த்தெறியுங்கள்!"

நகர வாசிகள் அந்தக் கைவினைஞர்களின் அணியின் மீது மகத்தான அலைபோல் உருண்டு சாடினார்கள்; முஷ்டிகள் குத்தின; பற்கள் நெறுநெறுத்தன; ஊளைகள் செவிடுபட்டன; கர்ஜனைகள் முழங்கின.

"ஓ!"

“ஒன்றாய் நில்லுங்கள்!” என்று அந்த நகர வாசிகளின் தலை மீது தனது கரத்தை ஒரு கோடரிபோல் சுழற்றிக் கொண்டு இடி முழக்கம் செய்தான் வெறி கொண்ட ஆர்டின்ட்சேவ். அவனுக்கெதிராக, தனது ஆட்டுத் தோல் கோட்டைக் கழற்றி விட்டு, கிழிந்த சட்டையோடு போரிட்டுக் கொண்டிருந்த கோப்ட்யேவ் நின்றான். அவர்கள் இருவரும் நெடுங்காலம் நண்பர்களாக இருந்தார்கள்.

“இதோ விழுகிறது உனக்கு, கோப்ட்யேவ்!” என்று அவனை வரவேற்றவாறே, ஆர்டின்ட்சேவ் தனது நண்பனின் தலையில் ஓங்கியறைந்தான்.

“பதிலுக்கு வாங்கு, ஆர்டின்ட்சேவ்!” என்று பதிலளித்தவாறே அவனது மார்பில் அறைந்தான் கோப்ட்யேவ்

செருப்புத் தொழிலாளி மாஸிடான் தனது தொப்பியைப் பற்களால் கடித்துக் கொண்டு மாக்லகோவின் காதுகளைக் குத்திக் கொண்டிருந்தான். திறமைக் குறைவான மாக்லகோவ் தனது தலையை ஆட்டியவாறு காத்து நின்றான்; பின்னர் அவன் அந்தச் செருப்புத் தொழிலாளியை அப்படியே அந்தப் பனிக்கட்டிக்குள் அடித்து இறக்குவதுபோல் அவனது தலையில் அறைந்தான்.

“பெற்றுக் கொள்!”

மீண்டும் தனது கைகளைச் சுழற்றிக் கொண்டு, அவன் ஆர்டின்ட்சேவைக் குறி வைத்தான்; ஆனால் அதற்குள் நெடியவனான சேணத் தொழிலாளி க்வாஷ்னின் அவனது கரத்துக்கடியிலே ஒரு குத்தும், பற்களின் மீது ஒரு குத்துமாகக் குத்தி அவனைத் தாக்கினான். அந்த நகரவாசி கீழே சாய்ந்தான்.

“ஊஹூம். நீ விழக்கூடாது!” என்று கத்தினான் க்வாஷ்னின்: “எழுந்திரு. உனக்கு நான் இன்னொன்றைத் தரக்காத்திருக்கிறேன். நீ என்னிடம் செய்து வாங்கிய குதிரைச் சவாரி செருப்பு வாருக்குக் காசு கொடுக்கவில்லை. நினைவிருக்கிறதா? நல்லது. அதற்கும் சேர்த்து இதோ வாங்கிக்கொள்!”

“பேச்சைக் குறையுங்கள்!” என்று கிழட்டுக் கரடியான ஸ்ட்ரெல்ட்சோவ் கரகரத்துக் சொன்னான். அவனோ தனது பெரிய முஷ்டியால் நகர வாசிகளின் முகங்களை அமைதியாகவும், முறையாகவும் அடித்து நொறுக்கினான். “முதலில் அடியுங்கள், அவர்களை! கணக்கு வழக்கையெல்லாம் வார நாளில் தீர்த்துக் கொள்ளலாம்.”

நகரவாசிகள் ஆற்றங் கரைக்கு விரட்டியடிக்கப்பட்டார்கள். அவர்கள் அனைவரும் அந்த ஆற்றின் கரையோடு அப்படியே கொண்டு அமுக்கப்பட்டு, டஜன் கணக்கான இரும்பு முஷ்டிகளால் அடித்துக் குத்திக் கூழாக்கப்பட்டவர்கள் போல் தோன்றியது.

அடிகள், உறுமல்கள், முனகல்கள், ஊளைகள் ஆகியவற்றின் சப்தங்களால் காற்றே நிரம்பியொலித்தது. மனிதர்கள் காரித்துப்பி விட்டு, சுடு சொற்களான வசைமொழிகளைப் பொழிந்தார்கள்.

பொங்கிவந்த கோபத்தோடு, குடியிருப்புவாசிகள் நகரவாசிகளின் அணியை உருக்குலைக்கும் நோக்கத்தோடு, அவர்களின் அணியின் மத்தியப் பாகத்தைத் தாக்கினார்கள். அவர்கள் ஒவ்வொரு மனிதனாகத் தூக்கித் தூக்கியெறிந்தார்கள்; அதாவது அவர்களுக்குப் பின்புறத்திலேயே தமது உண்மையான, மிகவும் பயங்கரமான எதிரி நிற்பதுபோல் அவர்கள் நடந்து கொண்டார்கள்.

ஆனால் இந்தச் சமயத்திலே, பேட்யா ஆர்டின்ட்சேவ் அபாயக் குரல் கொடுத்தான்:

"அப்பா! அதோ பார்! அவர்கள் பின்புறமாக வருகிறார்கள்!"

"திரும்புங்கள் பயல்களா! பின்னால் திரும்புங்கள்!"! என்று மிஷ்கா சப்தமிட்டான்.

ஆனால் காலம் கடந்து விட்டது. தீயணைப்புப் காவலாளான செவாச்சேவ், மற்றும் தமது சிறந்த போராளிகளில் சிலர் தலைமையிலே வந்த நகரவாசிகள் ஏற்கனவே பின் பக்கமிருந்து குடியிருப்பு வாசிகளின்மீது பாய்ந்துவிட்டார்கள். அந்த தீயணைப்புக் காவலாள் குட்டையான கரங்கள் கொண்டகுள்ளன்; அவனது தலை தோளிலிருந்து நேராக முளைத்ததுபோல் தோன்றியது. அவன் தன் கரங்களைத் தோளுயரத்துக்கு உயர்த்திக் கொண்டு, தனது எதிரிகளை வயிற்றிலும் நெஞ்சிலுமாக எண்ணிப் பார்க்க முடியாத வேகத்தோடு தாக்கினான்; அவர்களைப் பின்னால் நெருக்கிக் கீழே தள்ளினான்; அவர்கள் அணியை இரண்டாகப் பிளவுபட வைத்தான். அவர்கள் மூச்சு வாங்கினார்கள்; நெளிந்து கொடுத்தார்கள்; ஓட்டம் பிடித்தார்கள்; அவன் காலடியில் வெட்டிப் போட்ட கட்டைகள் போன்று விழுந்தார்கள்.

"வெற்றி!" என்று அவன் கத்தினான்.

குடியிருப்புப் போராளியான ஸ்ட்ரெல்ட்சோவ் அவனைத் தாழ்ந்த தலையினால் முட்டி மோதிக் கீழே தள்ளினான்; ஆனால் டோலோகோன்னிகோவ் அவனது தலையிலே கொடுத்த அடியினால் ஸ்ட்ரெல்ட்சோவே கீழே விழுந்தான்.

"அவர்களை நொறுக்குங்கள்!" என்று நகரப் பையன்கள் கத்தினார்கள்.

"பின்னால் வாருங்கள்!"

தமது தந்தைமார்கள், மாமன்கள், சகோதரர்கள் முதலியோர் தோற்கடிக்கப்பட்டு, ஆற்றின் பனிப் படிவத்தின் மீது சிதறிக் கிடப்பதைக் கண்ட குடியிருப்புப் பையன்கள் கத்தினார்கள்.

இதற்குள் அவர்களது உணர்ச்சிகளெல்லாம் உச்சநிலைக்கு முறுக்கேறி விட்டன; எனவே பெரியவர்களெல்லாம் நியாயத்தோடு நடக்க முடியவில்லை. குடியிருப்பின் பலசாலிகள் ஒவ்வொருவருக்கும் எதிரே ஐந்து அல்லது ஆறு நகரவாசிகள் திரண்டு நின்றார்கள். போட்டி முடிந்தது; அவரவர் இஷ்டம்போல் தாக்கும் சண்டை தொடங்கியது. அவர்கள் தமது பழைய கடுப்புக்களையும்,

அவமானங்களையும், சண்டைகளையும், பொறாமைகளையும் நினைவுகூர்ந்தார்கள்; அவர்களது இதயத்திலே புழுங்கிக் கொண்டிருந்த ஆற்றாமைகளெல்லாம் மேலெழும்பின. இது, அவர்களை மேலும் கொடியவர்களாக்கிற்று; எனவே அவர்கள் காட்டு மிருகங்களின் மூர்க்காவேசத்தோடு சண்டையிட்டார்கள்.

"பின்னால் வாருங்கள்!" என்று தமது அணிகளை ஒன்று திரட்டும் முயற்சி யிலே தோல்வி கண்டு சிதறிப் போன குடியிருப்பு வாசிகள் சத்தமிட்டார்கள். ஆனால் அவர்களது அணிகள் பல சிறு பிரிவுகளாகச் சிதறி விட்டன; அவற்றை நகர வாசிகள் குடியிருப்பின் ஒடுங்கிய தெருக்களின் வழியே ஓட ஓட விரட்டி, வயல் வெளிகளுக்கும், பனிப் படிவக் குவியல்களுக்கும் கொண்டு சென்றார்கள்.

வெற்றியாளர்கள் குடியிருப்பு வீதிகளின் வழியே கும்பலாக ஓடி வந்தபோது, அவர்கள் கைவினைஞர்களின் மனைவிமார்களைப் பற்றியும், புதல்வியரைப் பற்றியும் ஆபாசமான பாடல்களைப் பாடிக் கத்தினார்கள்; ஜன்னல் கண்ணாடிகளின் மீது காரியுமிழ்ந்தார்கள்; முற்ற வெளிக் கதவுகளைத் திறந்து, தம்முன் எதிர்ப்பட்ட எந்த ஒரு பெண்ணையும் இழிவாகப் பேசினார்கள்.

அந்தப் போட்டியிலே தென்பட்ட அழகும் அலங்காரமும் – பலம், லாகவம், வேதனைக்கு அலட்சியம், குறி பார்த்து அடித்தல், ஹாஸ்யமான பேச்சுக்கள், உச்சபட்ச வேடிக்கை– ஆகிய எல்லாம் மறைந்து போய் விட்டன என்பதை மாட்வி வருத்தத்தோடு ஒப்புக் கொண்டான்; எங்கு பார்த்தாலும் ஒருவரையொருவர் புரிந்து கொள்ளாத இரண்டு வர்க்க மனிதர்களின் இருண்டு கறுத்த குரோத பாவமே கொழுகொழுத்து ஓடுவதுபோல் தெரிந்தது; சந்தை நாட்களில் விவசா யிகளுக்கும் நகர வாசிகளுக்கும் இடையே நிலவிய அதே புரிந்துகொள்ள முடியாத குரோத பாவம்தான் அது.

இடையிடையே இந்தப் பக்கத்திலோ அல்லது அந்தப் பக்கத்திலோ எதிரிகளின் அணியிலுள்ள எவனாவது ஒரு குறிப்பிட்ட போராளியின் மீது சந்தேகம் தோன்றி விடுமானால், உடனே அவனை வெளியே பிடித்திழுத்துச் சோதனை போடுவதும் அடிக்கடி நிகழ்ந்தது; அவனது முஷ்டியிலோ அல்லது முழங்கையிலோ ஒரு ஈயக் கட்டியாவது அல்லது ஒன்றிரண்டு வெண்கலக் காசாவது இருக்கக் கண்டால், சண்டைக்கான விதிகளை மீறியதற்காக அவனை ஈவிரக்கமற்று அடித்துப் போடவும் செய்தார்கள்.

அந்த இரண்டு அணிகளும் இறுதியாக மோதிய பின்பு, கடைசியான பெருமுயற்சியின் கர்ஜனைகளையும் ஊளைக் குரல்களையும் மாட்வி கேட்ட பின்பு, இந்த ஜனங்களுக்கும் தனக்கும் பொதுப்படையான அம்சம் எதுவுமே இல்லையென்பதைத் தனது தளர்ந்த இதயத்தினுள் உணர்ந்தான்.

இடையிடையே தனது தனிமையினால் மனம் குன்றிப் போன அவன் அவர்கள் மீது பொறாமை கொண்டான்; அவர்களது மூர்க்கமான குரல்களின் சப்தம் அந்தச் சண்டையிலே தானும் குதித்து, தனது சக்தியெல்லாம் நீருமட்டும் தானும் ஈவிரக்கமற்றுத் தாக்க வேண்டும் என்ற வேட்கையை அவனுள்ளத்தில் நிரப்பியது

மேலும் அவனும் சண்டையிடும் நிர்ப்பந்தத்துக்கு ஆளான அந்த நேரமும் வந்தது. வீட்டுக்கு வரும் வழியில், களைத்துப் போன நகரப் போராளிகளில் சிலர் அவனை முந்திக் கொண்டு சென்றார்கள். அவர்கள் பனியின் மீது சிவப்பாகத் துப்பிக் கொண்டும், ஆட்டம் கண்டு போன பற்களைத் தொட்டுப் பார்த்துக் கொண்டும், தமது கண்களுக்குக் கீழேயுள்ள வீக்கங்களைத் தட்டித் தடவிக் கொடுத்துக் கொண்டும் செல்வதை அவன் பார்த்தான். அவர்கள் தமது நெஞ்சையடைக்கும் வேதனையை இருமிப் போக்கவும், தமது விலாவெலும்புகளைத் தொட்டுச் சோதித்துப் பார்க்கும்போது முனகவும் செய்ததையும் அவன் கேட்டான்.

போரெச்னயா தெருவில் மூன்று இளைஞர்கள் அவனைப் பிடித்துக் கொண்டார்கள்.

"சரி, இப்போது இவனை நீ யாரென்று சொல்கிறாய்?" என்று அவர்களில் ஒருவன் கத்தினான்.

"கோஸிமியாக்கின்" என்றான் வேறெவன்.

"கோஸி–மியா–கின்? எந்தக் கோஸி–மியா–கின்?"

"ஸாவ்லி கோஸிமியாகின்னின் மகன்" என்று உள்ளூர நகைத்தான் மூன்றாமவன்.

"ஸாவ்லியா? யார் ஸாவ்லி?"

"என்னைப் போக விடுங்கள்!" என்று மாட்வி கோபத்தோடு கத்தினான்; தன்னைத் தடுத்து நிறுத்தியவர்கள் மாக்லகோவ், கிர்யாபோவ், குளுகுரோவ் ஆகிய மூவரும்தான் என்பதையும் அவன் கண்டுகொண்டான்.

"ஸாவ்லியின் மகனா, இல்லை, நாய்க்குப் பிறந்தவனா?' என்று ஏளனம் செய்தான் கிர்யாபோவ்.

இந்த இளைஞனை அவன் செய்து வந்த கொடிய குறும்புகளுக்காக மாட்வி எப்போதுமே வெறுத்து வந்தான். இப்போதோ இந்தச் சுடு மொழிகளால் அவன் கோபாவேசம் கொண்டான். அவன் தன் காலைப் பின்னால் வீசி வாங்கி, அவனது வயிற்றில் தனது பலத்தையெல்லாம் கொண்டு எட்டி மிதித்தான். அந்தப் பயல் மூச்சு வாங்கியவாறே கீழே சரிவதைக் கண்டதும், அவன் ஒரு வார்த்தைகூடப் பேசாமல் தன் வழியில் சென்றான். ஆனால் குளுகுரோவும், மாக்லகோவும் அவன்மீது பின்னாலிருந்து பாய்ந்து சாடி, அவனது காதில் ஒரு குத்து விட்டு அவனைக் கீழே தள்ளி, கீழே விழுந்தவனை மிதிக்க முனைந்தார்கள்.

"நீ எட்டி மிதிக்கவா செய்கிறாய்? அதுவும் வயிற்றிலே!" என்று அவர்கள் கத்தினார்கள்.

மாட்வி தனது கோட்டுக்குள் வசமாகச் சிக்கி மாட்டிக் கொண்டதால் அவனால் எழ முடியவில்லை; அவர்களோ அவனது முகத்தைக் குறி வைத்து

அவனை மிதித்துக் கொண்டே இருந்தார்கள். அவன் உடம்பெல்லாம் சிராய்ப்பான ரத்தக் காயங்களோடும், கன்றிக் கறுத்த கண்களோடும், கிழிந்த துணியோடும் வீடு திரும்பினான்; அவன் சமையலறையில் முகம் கழுவிக் கொண்டிருந்தபோது, நடால்யா அழுது புலம்புவதை அவன் கேட்டான்:

"அட கடவுளே! உங்களுக்கு என்ன செய்து விட்டார்கள்? யார் செய்த காரியம் இது?"

மாட்வி அவளது கேள்வியை அலட்சியம் செய்ததால், அவனுக்குப் பதிலாக, புஷ்கார்யோவ் பதிலுரைத்தான்:

"எல்லாம் குடியிருப்பிலுள்ள நமது பயல்கள் தான். இவன் ஒரு நகரவாசி; எனவே இயல்பாகவே அவர்கள் இவனைத் தாக்கியிருக்கிறார்கள். நல்லது பையா! இதுதான் உனது முதல் சண்டை. நல்ல காரியம்தான்! உன் வயது இருக்கும்போது சண்டை போடுவதிலே எனக்கு எவ்வளவு பிரியம் தெரியுமா?"

மாட்வி ஆற்றுக்குப் போவதை அடியோடு நிறுத்தி விட்டான். மேலும் கிர்யாபோவையும் அவனது கூட்டாளிகளையும் மீண்டும் சந்திக்க நேர்ந்தால் அவர்களோடு தான் மீண்டும் சண்டையிட நேரும் என்று தெரிந்து, மத்தியச் சதுக்கத்துக்குச் செல்வதையும் அவன் தவிர்த்துவிட்டான். இடையிடையே எப்போதாவது படுக்கைக்குப் போகும் முன்பு, அவன் கைகளிரண்டையும் பக்கவாட்டில் வைத்து, முழங்காலிட்டுத் தலைகுனிந்தவாறு (அதாவது அந்த மறக்க முடியாத நாளன்று தன் தந்தையின் முன்னால் பெலாஜியா முழங்காலிட்டு நின்ற அதே போன்று) தனக்கு மனப்பாடமாகியிருந்த எல்லாப் பிரார்த்தனைகளையும் சங்கீதப் பாட்டுகளையும் முணுமுணுப்பான். அங்குள்ள தேவதா வடிவ விளக்கு கன்னிமரியாளின் சோக மயமான முகத்தின் மீது ஒளி செய்தவாறே, பதிலுக்குக் கண் சிமிட்டும். பிரார்த்தனை முயற்சி அவனைக் களைப்புறச் செய்து, அவனுக்கு அமைதியைத் தந்தது.

பெர்ச் மரத்தைப்போல் உயரமாகவும் ஒல்லியாகவும் இருந்த ஒரு புதிய பாடகி கன்னியாஸ்திரி மடத்தின் சங்கீதக் கோஷ்டியில் தென்பட்டாள். அவளது பார்வையின் இங்கிதம் அவனுக்குப் பெலாஜியாவின் பார்வையை நினைவூட்டியது; ஒரு நாள் அவளது கண்கள் அவன் முகத்தின் மீது நிலைத்தபோது, தான் முற்றிலும் அதற்கு வசப்பட்டதை அவன் உணர்ந்தான். சிறியதாக, பளிச்சென்றிருந்த அவளது வாயும்கூட, பெலாஜியாவின் வாயை அவனுக்கு நினைவூட்டியது; அவள் "கடவுளே! கருணை புரிக!..." என்ற பாடலை உச்ச ஸ்தாயியில் தெளிவான குரலில் பாடியபோது, அவள் அவனுக்காகவே கருணை கோரி இரங்குவதாக அவன் உணர்ந்தான்; அப்போது அவன் தன் தாயை, அவளது சக மனிதர்கள்பால் அவள் கொண்டிருந்த பரிவின் காரணமாக, காட்டுக்குள் சென்று அவர்களுக்காகப் பிரார்த்திக்கச் சென்ற தன் தாயை, நினைவுகூர்ந்தான்; ஒருவேளை அவள் அவர்களுக்காகப் பிரார்த்தனை செய்து அலுத்துக் களைத்துப் போய் மாண்டிருக்கவும் செய்வாள்.

அந்தப் பாடகி அவளது கறுப்பு உடையிலும் தலையணியிலும் ஒரு சின்ன மணிக்கூண்டு போலவே தோற்றமளித்தாள்; அந்த மணிக்கூண்டு தனது வெள்ளி மணியோசையால் சாந்தியும் அமைதியும் அன்பும் நிறைந்த வாழ்வை நோக்கி மக்களை அழைப்பதுபோல் தோன்றியது. அவள் அந்தச் சங்கீத மேடையில் நிற்கும்போது, அவள் ஆகாயத்தில் மிதப்பதுபோல் தோன்றினாள்; சின்னஞ் சிறு விளக்கொளியின் மினுக்கொளியாலும், களபப் பொருள்களின் மெல்லிய புகையாலும் அவளது உருவம் மேலெழும்பிச் செல்வதுபோல் தோன்றியது. மிருதுவான விளக்குகளால் ஒளி செய்யப் பெற்று, வெள்ளியால் செய்யப்பட்ட தேவதா வடிவங்களின் உறுதியான வதனங்கள் மாட்வியைப் போலவே அதே ஆட்டங் காணாத கவனத்தோடு அவளை நோக்கித் திரும்பியிருந்தன.

அவனது பார்வை அவள்மீதே நிலைத்திருக்கக் கண்டதும், அவள் இன்னும் மேலே எழும்புவதற்கு முயல்வதுபோல் தனது வாளிப்பான உடம்பை நிமிர்த்துவதையும், பனித்துளியைப் போன்று உறுதியற்ற ஓர் நம்பிக்கையைத் தூண்டிவிடும் ஆர்வத்தை அவள் கொண்டவள்போல், அவளது குரல் பலமாகவும் இனிமையாகவும் ஒலிப்பதையும் அவன் கண்டறிந்தான்.

அந்த ஊடுருவ முடியாத கறுப்பு அணிகளால் போர்த்தப்பட்ட அவளது வெளிறிய முகமும், உடம்பும் விசித்திரமான கற்பனைகளையெல்லாம் தோற்றுவித்தது: அவள் ஒரு நாள் தனது கரிய உடைகளையெல்லாம் களைந்தெறிந்துவிட்டு, கற்பனைக் கதையிலே வரும் வெள்ளை அன்னம் போன்று அழகாகவும் புனிதமாகவும் மாந்தர்கள் முன் தோன்றுவாள் என்றும், தனது உறுதிவாய்ந்த கரங்களை அவள் நீட்டி ஞானப் பெண்ணான வாஸிலிஸாவின் குரலில் பின்வருமாறு சொல்வாள் என்றும் மாட்வி கற்பனை செய்தான்:

“நான்தான் சிருஷ்டி மாதா!”

பின்னர் எல்லா மக்களும் ஒரு பெரும் வெட்க உணர்ச்சிக்கு ஆளாகி, வருத்தக் கண்ணீரைச் சொரிவார்கள்; அவளது அழகின் முன்னும் ஞானத்தின் முன்னும் தலை தாழ்த்தி வணங்கி, அன்பினால் தூண்டப்பெற்ற ஒரு புதிய வாழ்க்கையைத் தொடங்குவார்கள்.

அந்தப் புதிய பாடகி யார், எங்கிருந்து வந்தவள் என்ற விஷயங்களைப் பற்றி அவன் யாரிடமும் கேட்கத் துணியவில்லை; கேட்டால் தான் தெரிந்து கொள்ள விரும்பாத ஏதாவது விஷயங்களைக் கேட்க நேரிடும் என்ற பயம் அவனுக்கு மேலும், கன்னியாஸ்திரி மடத்துக் காவல்காரியான அன்பு மிகுந்த டாய்ஸியாக் கிழவி அவனை நோக்கி மெல்லப் புன்னகை புரிந்து, “எங்கள் புதிய பாடகி பாடுவதைக் கேட்டாயா?” என்று கேட்டபோது, அவன் லேசாகத் தலைகுனிந்து “ஆமாம். இனிய குரல். நல்ல நாள்” என்று கூறி விட்டு அவசர அவசரமாக அப்பால் சென்றுவிட்டான்.

பின்னர் அந்தப் பாடகி மறைந்துபோய் விட்டாள். சனிக்கிழமை மாலைப் பிரார்த்தனையிலோ, ஞாயிற்றுக்கிழமை காலை அல்லது மாலைப் பிரார்த்தனைகளிலோ அவள் தென்படவில்லை.

ஒருவேளை அவள் நோய்வாய்ப்பட்டிருக்கலாம் என்று அவன் ஆதங்கத்தோடு எண்ணிக் கொண்டான்.

ஆனால் மாதர் தினத்தன்று மாலையில் நகரத்து வதந்திகளையெல்லாம் தெரிந்து வைத்திருக்கும் நடால்யா பின்வரும் கதையை மிகுந்த கரிசனையோடு சொல்வதை அவன் கேட்டான்:

"அந்தச் செர்னோஜுபோவ் குடும்பத்தார் இருக்கிறார்களே, அவர்கள் தான் அந்த வட்டாரத்திலேயே பெரும் பணக்காரர்கள். அவர்களது படகுகளும், தோணிகளும் வால்கா நதியில் மேலும் கீழும் மிதந்து செல்லும். மர வியாபாரம் அவர்கள் தொழில். அவர்களுக்குச் சொந்தத்தில் அறுவை ஆலை இருந்தது. எனவே நான் ஏற்கனவே சொன்ன மாதிரி, அவளுக்கு வரவிருந்த எதிர்கால மாமாவானவர் தமது இளைய மகனும் அவளிடம் ஆசை காட்டுகிறான் என்று (அதாவது அந்த காட்டிரினா மீது) தெரிந்ததும், அவர் அவளை நமது கன்னியாஸ்திரி மடத்தில் சேர்த்துவிட்டார், பிறகு மூத்த மகன் வீடு திரும்பினான்; (அவன் ஒரு ஒற்றைக் கண்ணன், சிறு வயதிலேயே ஆந்தை வேட்டையாடப் போய் ஒரு கண்ணைப் பறி கொடுத்தவன்); அவன் 'காட்டிரினா எங்கே?" என்று கேட்டான். அந்தக் கிழட்டுப் பிசாசு தமது இளைய மகன் அவளிடம் காதல் புரியத் தொடங்கினான் என்பதை அவனிடம் சொல்லி விட்டது. 'எகோரா?' என்று லெவான் (அதுதான் மூத்த மகன் பெயர், லெவான்) கேட்டான். 'ஆம். ஏகோர்தான்' என்றான் கிழவன். எனவே லெவான் எகோர்லேலை பார்த்து வரும் அறுவை ஆலைக்குச் சென்றான்; ஒரு இரும்புக் கம்பியை எடுத்து, தன் தம்பியைத் தேடிச் சென்று அவனது நெற்றிப் பொருத்தோடு ஓங்கி ஒரு அறை அறைந்தான்; அவ்வளவுதான்,அந்தப் பையன் கல்லாட்டம் செத்து விழுந்தான். பிறகு போலீஸ் வந்தது: பல்வேறு குமாஸ்தாக்களும் பிறரும் வந்தார்கள். இப்போது குறுக்கு விசாரணைக்காக அவர்கள் அந்தக் காட்டிரினாவைப் பாதுகாப்போடு அழைத்துச் சென்றிருக்கிறார்கள்."

"அந்தப் புதிய பாடகியைப் பற்றியா பேசிக் கொண்டிருக்கிறாய்?" என்று மங்கிய குரலில் கேட்டான் மாட்வி.

"ஆமாம். அவளைப் பற்றி வெளியே மோசமான வதந்திகள் நிலவுகின்றன. அதாவது அந்தக் கிழவன், அவளது வருங்கால மாமனார். அதற்கு முன்பே அவளோடு தொடர்பு வைத்திருந்தாராம். யாருக்குத் தெரியும்? அவள் ஒரு அனாதை: ஒரு அனாதைக்கு எதுவும் நேர முடியும்."

மாட்வி சிலுவையில் அறையப்பட்டதுபோல், வாசலின் இருபுறத்து நிலைகளையும் நீட்டிய கைகளால் பிடித்துக் கொண்டு நின்றான்.

"இது பொய் – பொய் –" என்று அவன் முணுமுணுத்தான்.

நடால்யா தனது கூற்றுக்களின் உண்மைத் தன்மையை நிரூபிக்கத் தீவிரமாக முனையத் தொடங்கினாள்; ஆனால் அவன் போய் விட்டான். அவன் தனது

சொந்த அறைக்குள் சென்று, ஜன்னல் வழியே வெளியே பார்த்தவண்ணம் நின்றான். தன்னைச் சுற்றிலும் விஷ மயமான வாயு எழுந்து சூழ்ந்து வருவது போலவும், இலையுதிர் காலம் திரும்பவும் வந்து விட்டது போலவும் ஒரு கனத்த பனி மூட்டம் ஆகாயத்திலே மிதந்து தொங்கி, வசந்தகால மாலையின் பிரகாசத்தையும், அந்த ஜன்னலின் பிரகாசமான சதுரத்தையும் மூடி மறைப்பது போலவும் அவனுக்குத் தோன்றியது.

ஈஸ்டர் வாரத்தின் முதல் நாளன்று அவன் கல்லறைக்குச் சென்று பெலாஜியாவின் சமாதி மீதும், தனது தந்தையின் சமாதி மீதும் உள்ள சிலுவைகளை முத்தமிட்டான். தான் நட்டு வந்த மரக்கன்றுகள் வேர் பிடித்து வளர்வதைக் கண்டு அவனுள்ளத்தில் அமைதியான ஆனந்தம் நிரம்பித் தளும்பியது. பெர்ச் மரங்களின் மெல்லிய கொம்புகளில் மலர் மொட்டுக்கள் கொத்தாகத் தோன்றின; பைன் மரக்கொம்புகளின் முனைகளில் சின்னஞ்சிறு மஞ்சள் நிறமான மெழுகு வத்திகள் தோன்றியிருந்தன; அவற்றில் பிசின் துளிகள் ஒட்டியிருந்தன; அவை சூரிய ஒளியில் தங்கம்போல் மினுமினுத்தன. சமாதிகளின் மீது வளர்ந்திருந்த புல்லின் மீது படிந்த பனித்துளிகள் வான் நோக்கி நாணத்தோடு எழுந்து மறைந்தன; மொட்டு ரோஜாக்களின் பட்டுப் போன்ற தாரகைத் துளிகள் காற்றிலே அசைந்தாடின; டாண்டிலியன் மலர் மொட்டுக்கள் தங்க மயமான ஜோதி வட்டங்களாக மலர்ந்து கொண்டிருந்தன.

சமாதிகளுக்கு மத்தியில் ஜனங்கள் மௌனமாக நடந்து திரிந்தார்கள். தூரத்திலிருந்து மாட்வி அந்த பரட்டைத் தலையனான குளுச்சாரெவின் தலையைக் கண்டறிந்தான். அந்தச் சங்கீதக்காரன் தலையில் எதுவும் அணியாமல் ஒரு சமாதியின் மீது அமர்ந்திருந்தான்; ஒரு பூவின் காம்பை, அதனைச் சூரியனுக்கும் பூமிக்கும் வணக்கம் செலுத்துமாறு செய்வதுபோல், ஒரு சிறு குச்சியால் முன்னும் பின்னும் தள்ளிக் கொண்டிருந்தான். அவர்கள் இருவரும் ஈஸ்டர் சம்பிரதாயப்படி முத்தமிட்டுக் கொண்டார்கள்; வசந்த காலம் முந்தி வந்து விட்டதைப் பற்றி குளுச்சாரெவ் ஏதோ முனகினான்.

"இங்கே உனக்குப் பிரியமானவர்கள் யார் அடக்கம் செய்யப் பட்டிருக்கிறார்கள்?" என்று மாட்வி அந்தச் சமாதியை நோக்கி தலையாட்டியவாறு கேட்டான்.

பதில் சொல்வதற்கு முன்னால் குளுச்சாரெவ் தரையை உதைத்தான்.

"யாருமில்லை" என்றான் அவன்; பின்னர் தனது தோளுக்கு மேலாகப் பார்த்து விட்டுப் பின்வருமாறு சொன்னான்: "நாம் போகலாம்: இங்கு ஒரே ஈரமாக இருக்கிறது."

அந்தச் சிலுவைகள் தரையில் வெளிறிய நிழல்களைப் பரப்பின; எனவே அவை விழுந்த இடத்தில் புல்லின் பசுமை நிறம் மேலும் அழுத்தம் பெற்றது.

"தனிமையா?" என்று அந்தப் பாடகன் தனது கடைக் கண்ணால் மாட்வியைப் பார்த்தவாறே கேட்டான்.

“இல்.......லை” என்று சிறிது நேரம் கழித்துச் சொன்னான் மாட்வி.

“ருஷ்யர்களான நாம் ஒரு தனிமையான மக்கள் என்று ஷாகிர் சொன்னது சரிதான்,” என்று மேலும் தொடர்ந்தான் அந்தப் பாடகன்: “மேலும், நமது தனிமைதான் நம்மைக் கற்பனைகள் பின்னுமாறு செய்கிறது. அதிலும் முக்கியமாக இந்த வட்டாரத்தில்,”

“ஆனால் ஷாகிரும் இந்த வட்டாரத்தைச் சேர்ந்தவன் தானே!”

குளுச்சாரெவ் தனது தொப்பியை மூக்கின் மீது இழுத்து விட்டுக் கொண்டான்.

“அவனும் புஷ்கார்யோவும் வேறு மாதிரி. ஒரு விஷயத்தில் அவர்கள் கடவுளிடம் நம்பிக்கை கொண்டவர்கள்.”

மாட்வி வியப்போடு நிமிர்ந்து பார்த்தான்.

“ஏன் உனக்கில்லையா?”

“நான் என்னைப்பற்றி பேசவில்லை; பொதுப்படையாகச் சொன்னேன்” என்று இழுத்தான் அந்தப் பாடகன்.

“பொதுப்படையாக என்று நீ எதைச் சொல்கிறாய்?” என்று மேலும் கேட்டான் மாட்வி.

“விசேஷமாக ஒன்றுமில்லை” என்று கொட்டாவி விட்டவாறே சொன்னான் குளுச்சாரெவ். ஆனால் அவன் தன்னைச் சுற்றி ஒரு பார்வை பார்த்து முடித்த பின்னர் ஒரு மர்மமான, சோகமான தொனியில் பின்வருமாறு சொன்னான்: “எனக்கு எப்படிச் சொல்வதென்று தெரியவில்லை. ஆனால் பாருங்கள்! கடவுள், ஏசு கிறிஸ்து இருக்கிறார்; பிறகு விதி வேறு இருக்கிறது. கடவுள் இருந்தால், பிறகு விதி இருக்க முடியாது. கடவுள் மட்டும்தான்; வேறொன்றும் இல்லை. கடவுள் எங்குமிருக்கிறார்; எல்லாம் அவரிடமிருந்தே வருகின்றன. ஆனால் கடவுள், சாத்தான், விதி, பிசாசுகள், கூளிப் பேய்கள், தண்ணீர் ஆவிகள் எல்லாம் நம்மிடம் உள்ளன; இவை தவிர காட்டு மோகினிகள் வேறு. சதுப்பு நிலங்களிலே மர்ம மனிதர்கள் வேறு. மேலும் மாந்தர்களோ – இவையனைத்தையுமே நம்புகிறார்கள். இதில் நமக்குத் தலையும் புரியவில்லை; வாலும் புரியவில்லை. கடவுளிடமிருந்து எது வருகிறது, விதியிடமிருந்து எது வருகிறது – எதுவும் புரிவதில்லை. இப்போது நான் இங்கே நின்று கொண்டிருப்பது எவ்வளவு நிச்சயமோ அவ்வளவு நிச்சயமாய் நமது பாதிரியாரும் இந்தக் கூளிப் பேய்களை நம்புகிறார். விதியையும் கூடத்தான். ‘அது உன் தலை விதி, யாக்கிம்! ஒன்றும் சொல்வதற்கில்லை’ என்று அவரே என்னிடம் சொல்லிக் கொண்டிருப்பார். ‘கடவுள் ஒருவர் இருந்தால் இது எப்படி என் தலைவிதியாக இருக்க முடியும்? என்று நான் ஒரு முறை அவரிடம் கேட்டுவிட்டேன். அவர் வெறுமனே சிரித்தார். ‘விதி. அது வெறுமனே ஒரு வார்த்தை’ என்கிறார் அவர்.” குளுச்சாரெவ் தன் கையை வீசியுயர்த்தி பயமுறுத்தும் குரலில் பின்வருமாறு சொன்னான்: “வெறுமனே ஒரு வார்த்தையா?

உங்களது அந்த வார்த்தைகளெல்லாம் எனக்கும் தெரியும். இல்லை, இல்லை. அது வெறுமனே ஒரு வார்த்தையல்ல!"

விதியைப் பற்றிப் பேசும்போது ஜனங்கள் அதை அப்படியே ஏற்பதையும், விதியைப் பற்றியுள்ள எண்ணற்ற கூற்றுகளையும் மாட்வி எண்ணிப் பார்த்தான். அந்த விஷயத்தைப் பற்றிய ஒரு விசாரணையைக் கேட்கக் கூடிய மனோ நிலையில் அவன் இல்லை; எனவே அவன் அந்தப் பாடகனிடம் விடை பெற்றுக் கொண்டான்.

சில தினங்களுக்குப் பின்னர் குளுச்சாரெவ் அவனை நோக்கி மேம்போக்கான, வெளிப்படையான முறையில் பின்வருமாறு கேட்டான்: "நீங்கள் பெண்கள் யாரோடும் போவதில்லையோ?"

"இல்லை" என்று கன்றிச் சிவந்தவாறு சொன்னான் மாட்வி.

"ஏன், இல்லை?"

"போவதற்கு யாருமில்லை" என்று சிறிது நேர யோசனைக்குப் பின்னர் புழுக்கத்தோடு பதில் சொன்னான் மாட்வி

"ஓ!" அந்த இளைஞனின் புலனடக்கத்துக்கு இது முற்றிலும் பொருத்தமான விளக்கம்தான் என்பதைத்தான் கண்டறிந்து கொண்டதைச் சுட்டிக் காட்டும் விதத்தில் அவன் குரல் கொடுத்தான். பிறகு அவன் உடனடியாகவே பின்வருமாறு சொன்னான்: "என்னோடு வாருங்கள். பயப்படாதீர்கள். நான் உங்களைக் கவனித்துக் கொள்கிறேன். நாம் நாளைக்குப் போகலாம்; இன்று சனிக்கிழமை. இன்று போனால் பாவம். ஆனால் நாளை......."

மாட்வி அந்த மனிதனின் உணர்ச்சியற்ற முகத்தைப் பார்த்தவாறே, தனக்குத் தானே பின்வருமாறு நினைத்துக் கொண்டான் – "நான் போகத்தான் வேண்டுமா? வெட்டப் போகும் காளை மாதிரி நடத்திச் செல்லப்பட வேண்டுமா? நேற்று இவன் விதியைப் பற்றிப் பேசினான்; இன்று இதைப் பற்றி; நாளை அவனது கனவுகளைப் பற்றிப் பேசுவான்......"

இத்தகைய விஷயங்களைப் பற்றிச் சிந்திப்பதைக் குற்றமென அவன் கண்டான்; என்றாலும் அவை வெட்ககரமானவை என்று கருதவில்லை. புலனடக்கத்தோடு வாழ்வது அவனுக்கு வரவர மிகவும் சிரமமாகி வந்தது; அவன் நடால்யாவைப் பார்க்கும் போதெல்லாம் பெலாஜியா அவனது அறைக்குள் அவளை அனுப்பி வைத்த அந்தத் துர்ப்பாக்கியமான இரவில் அவள் எப்படித் தோன்றினாளோ அதைத்தான் அவன் நினைத்தான்.

மற்றப் பெண்களைப் பற்றி அவன் நினையாதிருக்குமாறு செய்து வந்த பெலாஜியாவின் நினைவு தனது சக்தியை மெல்ல மெல்ல இழந்து விட்டது; எனவே அவன் அடிக்கடி சித்திரவதை செய்யும் எண்ணங்களுக்கு ஆளாகித் தவித்தான்.

மறு நாள் இரவில், குடியிருப்பிலுள்ள குடிசைகளில் ஒன்றிலுள்ள ஒரு சிறிய அறையில் அவன் தனது உணர்ச்சிக் கிளர்ச்சியை மூடி மறைக்க வீணில் முயன்றவனாய் அமர்ந்திருந்தான். அவனுக்கு முன்னாலிருந்த மேஜை மீது ஒரு தேநீர்ப் பாத்திரம் இருந்தது; தனது பளபளப்பான மஞ்சள் முகத்தைச் சிறுபிள்ளைத்தனமான சிரிப்புடன் வக்கரித்த வண்ணம், "ஸ்.....ஸ்......" என்று இரைந்து நீராவியை வெளிவிட்ட போது, அதுமாறி மாறிச் சுருங்கவும் விரிவதுமாக இருப்பது போலத் தோன்றியது. கால்களிலே ஆட்டுத் தோல் செருப்புக்கள் அணிந்த இளம் பெண் அந்த அறைக்குள் இங்குமங்கும் விரைவாக நடந்து சென்றபோது அவளது செருப்புகள் கீச்சிட்டன; தரைப் பலகைகளும் கிறீச்சிட்டன. அவள் சென்ற வேகத்தில் ஒரு கரிய ஜடையையும், வெண்மையான தோள்களையும், இளஞ்சிவப்பு நிறமான பாவாடையையும் மட்டுமே மாட்வியால் காண முடிந்தது.

"இதோ, குடியுங்கள்!" என்று உள்ளடங்கிய குரலில் குளுச்சாரெவ் அவனைத் தூண்டிக் கொண்டேயிருந்தான்; "இந்த மாதிரி இடத்திலே நீங்கள் குடிக்க வேண்டியது மிகவும் அவசியம்."

அவன் ஏற்கனவே நன்கு குடித்திருந்தான்; அத்துடன் ஒரு களிப்பான பெண்ணையும் தன் மடி மீது வைத்திருந்தான்.

"துன்யாஷா!" என்று அவன் கத்தினான்: "இவரைக் குடிக்க வை."

"அவர் சும்மா குடிக்க மாட்டார்"

"குடிக்க வை!"

துன்யாஷா தனது பெருத்த பாவாடையின் வீச்சின் மூலம் அவனை அந்த அறையிலிருந்தே தூர்த்துத் துடைத்து விட்ட மாதிரி, அந்தப் பாடகன் திடீரென்று மறைந்து போய் விட்டான்.

"உங்களை நான் கைகளால் தழுவலாமா?" என்று மாட்விக்கு அருகில் வந்தமர்ந்து அவள் அவனிடம் கேட்டாள்.

"ச.......ரி" என்று கண்களை வேறு பக்கம் திருப்பியவனாய் அவன் தடுமாடிச் சொன்னான்.

அவள் அவனைக் கைகளால் சுற்றி வளைத்தாள்; வெறிச்சென்றிருந்த கண்கள் கொண்ட அவன் முகத்தை ஊன்றிப் பார்த்தாள்.

"ஏன் இவ்வளவு சோர்வாக இருக்கிறீர்கள்?" என்று வியப்போடு கேட்டாள் அவள்.

மாட்வி நெருங்கி உட்கார்ந்தான்.

"இது...... இது ஒன்றும் லகுவாக இல்லை" என்று பராக்காகச் சொன்னான் அவன்.

“உங்களை நான் இதற்கு முன் பார்த்ததே இல்லை.”

அவள் ஒரு உல்லாசமான சிரிப்பை உதிர்த்தாள்.

“நானும் உன்னைப் பார்த்ததில்லை.”

அந்த முதல் இரவுக்குப் பிறகு, மிக உயர்ந்த கரும சிரத்தையோடு குளுச்சாரெவ் ஓகுரோவின் அதலபாதாளத்தின் எல்லா இருண்ட சந்து பொந்துகளுக்கும் மாட்வியை அழைத்துச் சென்றான். மேலும் அதற்கு அவன் பணமும் பெற்றான்; அந்தக் காசுகளை வெளிச்சத்திலே ஏந்திப் பார்த்தான்; அல்லது அவற்றைப் பைக்குள்ளே போட்டுக் கொள்வதற்கு முன்னர் அவற்றை உள்ளங்கையிலே தூக்கிப் போட்டுப் பார்த்தான்.

அவன் பணத்தைக் கோரவோ பணத்துக்காகக் கெஞ்வோ செய்யவில்லை; அதனைத் தனக்குரிய பங்காகவே வெறுமனே பெற்றுக் கொண்டான். ஆனால் அவன் அவ்வாறு பலமுறை – பணம் பெறுவதைக் கண்டு, மாட்வியே பல முறை அவனிடம் பின்வருமாறு சொன்னான்:

“நீ அதிகமாகப் பணம் பெறுகிறாய். இல்லையா! புஷ்கார்யோவ் கூட முணுமுணுக்கிறார்......”

“அவன் கிடக்கிறான்? யாருக்குக் கவலை?” என்று குளுச்சாரெவ் பதிலளித்தான்; மேலும் அந்தப் பெண்களுக்குப் பரிசுகளை வாங்கிக் கொடுத்துக் கொண்டேயிருந்தான்; அவர்களுக்குக் கடலை, கேக், மதுபானம் ஆகியவற்றையும் வாங்கிக் கொடுத்து உபசரித்தான்.

யாருக்குக் கவலை? இதுதான் மாட்வியின் இதயத்துக்குள் உள்ளடங்கிய எதிரொலியாக எதிரொலித்தது; அவன் சங்கிலியால் கட்டப் பெற்றது போன்று அந்தப் பாடகன் இழுத்துச் செல்லும் இடங்களுக்கெல்லாம் பின்னால் சென்றான்.

குளுச்சாரெவிடத்திலும் ஒரு மாறுதல் ஏற்பட்டு வருவதை மாட்வி கண்டான்: அவன் முன்னைக் காட்டிலும் தனது வாயாடித்தனத்தைக் குறைத்துக் கொண்டான்; குடிப்பதையும் மட்டுப்படுத்திக் கொண்டான்; அவனது முகம் நீண்டு தோன்றியது; கண்கள் ஒளி மங்கிப்போயின; அவன் தனது கால்களை இழுத்துப் போட்டு, தள்ளாடி மெதுவாக நடந்தான்; முன்னைக் காட்டிலும் கனமாகவும் அழுத்தமாகவும் மாறிவிட்ட தனது நிழலைத் தன்னோடு இழுத்துச் செல்வதில் அவன் மிகவும் சிரமப்படுவதாகத் தோன்றியது.

அவன் முன்னிலையில் நடால்யா கடுப்போடு காணப்பட்டாள். குளுச்சாரெவின் அடர்ந்த கரிய தாடியைக் கண்டதுமே ஷாகிர் தன் உதடுகளை இறுக மூடிப் பிதுக்கி விட்டு, அப்பால் சென்று விடுவான். புஷ்கார்யோவ் அவனைக் கண்டால் வசைபாடத் தொடங்கி விடுவான்.

“மீண்டுமா இங்கே? கடை கெட்ட குடிகாரா!” என்பான் அவன்.

“உனக்கு உடல் நலமில்லையா?” என்று ஏதோ ஒரு தவறான விஷயத்தை உணர்ந்தவனாய் அவனிடம் ஒரு முறை கேட்டான் மாட்வி.

அந்தப் பாடகனோ ஒரு கணம் தனது கனத்த கண்களால் தொலைவை வெறித்து நோக்கிவிட்டு, ஒகுரோவில் மிகவும் சர்வசாதாரணமான அந்த வார்த்தையை வாய் விட்டுக் கத்தினான்;

“எனக்குச் சலித்துப் போய் விட்டது.”

இந்த உருண்டு கனத்த வார்த்தையை, அவரது வெறுப்புடன் சேர்ந்து உலகமே கிடுகிடுக்கும் வண்ணம் சொல்லிய தன் தந்தையை, அந்த இளைஞன் நினைத்துப் பார்த்தான்.

ஒருநாள், கன்னியாஸ்திரீ மடத்துக்கு அப்பாலுள்ள வயல்களில் மாட்வியுடன் நடந்து சொல்லும் போது, தனது மந்தமான கனவுகளில் ஒன்றை அவனிடம் சொல்லுமளவுக்கு குளுச்சாரெவ் உற்சாகம் பெற்றிருந்தான்.:

“நீங்கள் நம்புவீர்களோ, என்னவோ? என் முன் ஒரு கடல் இருந்தது!” அவன் தனது இரு கைகளையும் விரித்துக் கொண்டு துடிப்பான கண்களோடு பேச முனைந்தான்: “மகா சமுத்திரம்! ஒரு பக்கத்தில் மேக மண்டலத்தையே தொடும் ஒரு மலை. அங்கு நான் ஏதோ வேட்டைக்குக் கிளம்பியவன் மாதிரி கையிலே ஒரு துப்பாக்கியுடன் பாதி மலையிலே பதுங்கியிருக்கிறேன்; திடீரென்று கந்தல் துணிகளை அணிந்த ஒரு முகமற்ற பிராணி என்னை நோக்கிவந்து, ‘இந்த மலைதான் எனது பாவங்கள்; சாத்தனின் சிம்மாசனம்’ என்று கத்தியது. பிறகு அந்தப் பிராணி தனது தோளை அந்த மலையின் மீது சாய்த்து அந்த மலையையும் அத்துடன் என்னையும் பிடித்துப் புரட்டித் தள்ளுகிறது.”

“நீ விழித்தெழுந்தபோதா இப்படிக் கண்டாய்?”

குளுச்சாரெவ் இதற்குப் பதிலளிக்கவில்லை. அவன் தன் கண்களைக் கையால் நிழலிட்டுக் கொண்டு தூரத்துக் குன்றுகளைக் கூர்ந்து பார்க்க முன்னால் குனிந்தான்.

மறுநாள் அதிகாலையில் நகரம் முழுவதிலும் யாரோ ஒருவன் போலீஸ் தலைமைக் காரியாலத்துக்குப் பின்னாலுள்ள தோட்டத்தில் தன்னைத்தானே சுட்டுக் கொண்டு விட்டதாக எங்கும் குரல்கள் எதிரொலித்தன.

தீயணைப்பு நிலையத்துக்குப் பின்னாலுள்ள ஒரு வளைந்த அழுமூஞ்சி மரத்துக்கடியில், குளுச்சாரெவ் தனது கனவுகளுக்கெல்லாம் ஒரு முடிவைத் தேடிக் கொண்டு விட்டான். அவன் ஒரு தடித்த மரக்கொம்பைக் கீழே வளைத்து, அதிலே ஒரு கயிற்றைக் கட்டி, அதில் தனது துப்பாக்கியையும் கட்டி வைத்து, துப்பாக்கிக் குதிரையிலிருந்து மற்றொரு கயிற்றைத் தன் விரலிலே சுற்றிக்கட்டி, தனது வாய்க்குள் சுட்டுக் கொண்டு விட்டான்; அந்தக் குண்டு அவனது உச்சந்தலையைப் பொத்துக்கொண்டு போய் விட்டது. அவனது நீண்டு மெலிந்த

உடம்புக்கருகில் மயிரோடு ஒட்டிய எலும்புத் துண்டுகள் சிதறிக் கிடந்தன; அந்த நிலையத்தின் குடிசை மீது ரத்தக் கறைகள் மிகவும் பழுத்துக் கருத்த இலந்தைப் பழங்கள் போல் படிந்திருந்தன; பாசிபிடித்த பலகைகளின் மீது கபில நிறமான மூளைத் துணுக்குகள் ஒட்டிக் கொண்டிருந்தன.

கண்டிப்பு மிகுந்த ஒகுரோவ் போலீஸார் பெரிய ஆர்ப்பாட்டம் பண்ணி விட்டார்கள். அவர்கள் கூனனான ஸாம்ஸனைக் கொண்டு அந்த எலும்புத் துண்டுகளையெல்லாம் பொறுக்கச் செய்தார்கள். மிதமிஞ்சிக் குடித்திருந்த அந்தக் கிழவனால் நிற்கக்கூட முடியவில்லை; அவன் தனது கூன் முதுகு வானை நோக்கி நிற்க, தரையிலே கைகளையும் ஊன்றி ஊர்ந்து சென்றவனாய், அந்த எலும்புகளை ஒரு மரப்பட்டைக் கூடையில் பொறுக்கிப் போட்டான்; அவன் ஒவ்வொரு எலும்பையும் கூடைக்குள் போடும்போது, அது ஏதோ தன் விரல்களைச் சுட்டுவிட்ட மாதிரி கைகளை உதறிக் கொண்டான்.

"யாரது?" என்று நகரவாசிகள் ஒருவருக்கொருவர் பயபீதி மிகுந்த குரலில் விசாரித்துக் கொண்டார்கள்.

"கடவுளே! அந்த தீயணைப்புக் காவலாள் தான்!"

"புனிதர் நிக்கோலா ஆலயத்தில் பாடுவானே, அவனா?"

"எல்லோருக்கும் அவனைத் தெரியும்."

"தலையையே வெடித்துக் கொண்டு விட்டான்!"

"இந்தக் கைவினைஞர்கள் – இவர்கள் இப்படித்தான் எப்போதும் ஏதாவது செய்து விடுவார்கள்!" என்று சந்தைப் பேட்டையிலுள்ள மனிதர்கள் சொன்னார்கள்.

"ஏன்? அவனென்ன கைவினைஞனா?"

"தீயணைக்கும் காவலாள்தான் – எல்லாம் ஒன்றுதான்!"

"இல்லை. அப்படியில்லை. கைவினைஞன் என்றால் ஞாயிற்றுக்கிழமையன்று இப்படிச் செய்ய மாட்டான். அவன் செவ்வாய்க் கிழமையைத்தான் தேர்ந்தெடுத்திருப்பான்."

"வாஸ்தவம் தான். அவன் குடித்தும் இருப்பான்."

"மேலும் கைவினைஞர்கள் திங்கட்கிழமையில்தான் பொதுவாகத் தூக்குப் போட்டுச் சாவதுதான் வழக்கம்."

பெரும்பாலோர் எதுவுமே சொல்லவில்லை; அவர்கள் வெறுமனே நின்று, ரத்தமும் மூளையும் சிதறிய தரையையும், தற்கொலை பண்ணிக்கொண்டவனின் அகன்ற முதுகையும் பேசிக்கொண்டிருந்த மனிதர்களின் முகங்களையும் தான் பார்த்துக் கொண்டிருந்தார்கள். அவர்களில் சிலர் மரணத்தின் தன்மைகளையும்,

அதன் வரவு எழுப்பும் வார்த்தைகளையும் மிகுந்த சிரமத்தோடு நினைவு கூர முயல்பவர்கள் போல் தோன்றினார்கள்.

“இவனை எங்கே புதைப்பார்கள்?” என்று யாரோ ஒருவன் பீதியடைந்த குரலோடு கேட்டான்.

“இப்படிப்பட்டவர்களையெல்லாம் எங்கே வழக்கமாகப் புதைப்பார்கள்? அங்கேதான் இவனும் புதைக்கப்படுவான்.”

“நான் கேட்பது என்னவென்றால் – என்ன இருந்தாலும் இவன் கோயிலிலே பாடியவனாயிற்றே.”

“அதெல்லாம் ஒன்றும் பயன்படாது.”

“என் வாழ்நாளில் இந்த மாதிரி முடிவுக்கு வந்தவர்களில் இவன் ஏழாவது” என்று ஒட்டியுலர்ந்த கிழவர் கிர்யாபோவ் கூறினார். முங்கி மூழ்கிப் போனவர்கள், பனியில் விறைத்துச் செத்தவர்கள், தூக்குப் போட்டுக்கொண்டவர்கள். சுட்டுக் கொண்டு மாண்டவர்கள், அல்லது வெறுமனே குடியினாலேயே மாண்டவர்கள் ஆகிய குடிகாரர்கள யார் யார் என்று நினைவுபடுத்திப் பார்த்துத் தம் விரல்களை மடக்கி எண்ணத் தொடங்கினார்.

பாஜூனோவ் தமது சுருண்ட நரைத்த தலைமயிரை உலுக்கிய வண்ணம், ஏதோ ஒரு சங்கீதப் பாடலை வாசிப்பது மாதிரி உரத்த குரலில் பின்வருமாறு சொன்னார்:

“தனது இதயத்திலே ஒரு மனிதனுக்குக் கடவுள் பயம் இல்லாவிட்டால், அவன் மனிதனேயல்ல; பூமிக்கு எந்த விதமான லாபத்தையும் கொண்டு வராத வயற்காட்டு மிருகங்களைப் போன்றவன்தான் அவன்.”

அப்போது ஆகஸ்ட் மாதம்; அந்த அழுமூஞ்சி மரத்தின் இலைகளிற் பலவும் மஞ்சளாக மாறி விட்டன. அவற்றில் இரண்டு நீளமான, கூரான இலைகள் குளுச்சாரெவின் முதுகின் மீது கிடந்தன; நகரத்தின் மீது சூரியன் எப்போதோ மேலெழுந்து வந்து விட்டது; ஆயினும் அந்தத் தோட்டத்தின் அந்த ஈரப்பசை மிகுந்த மூலையில் மண்ணில் இன்னும் பனி படிந்து நனைந்திருந்தது; மேலும் அந்தக் குடிசையின் நிழலால் அது இருண்டும் இருந்தது.

“வா, நாம் வீட்டுக்குப் போவோம்” என்று மாட்வியை லேசாக இடித்தவாறே சொன்னான் புஷ்கார்யோவ்.

அவர்கள் போனார்கள். அவர்களது காலுக்கடியில் பூமி அசைந்தாடுவது போல் தோன்றியது; பலநிறம் கொண்ட வீடுகள் குதித்து நடனமாடின; பயம், திகில், கள்ளம்மிகுந்த பணிவு முதலியவற்றின் கோரணித் தோற்றங்கள் ஜன்னல்களிலே பளிச்சிட்டன. அந்தப் பிரகாசமான காலை நேரத்தின் மௌனத்தை ஷாகிரின் குரல் குலைத்தது:

"ருஷ்யன் ஏன் இந்தக் காரியத்தைச் செய்கிறான்!" என்று கண்டிக்கும் பாவனையில் கேட்டான் அவன்.

"உனக்கு ரொம்பப் புரிந்த மாதிரிதான்!" என்று உறுமினான் புஷ்கார்யோவ்.

"எனக்குப் புரிகிறது. நான் வருந்துகிறேன். அவன் ஏன் அத்தனை வார்த்தைகளைப் பற்றிச் சிந்தித்தான்? எத்தனை பயங்கரமான வார்த்தைகள்! ஷ்...ஷ்! ரொம்ப மோசம். அவன் பயந்து போயிருந்தான்; மற்றவர்களையும் பயப்பட வைத்தான்."

"உன் வாயை மூடு!"

"ஏன்?" என்று அமைதியாகக் கேட்டான் அந்தத் தாத்தாரியன்: "வார்த்தைகளைப் பற்றி நினைத்ததால்தான் இந்த ருஷ்யன் சலித்துப் போய் விட்டான். போதுமான அளவுக்கு உழைக்கவும் இல்லை. சிரமமான விஷயங்களைப் பற்றித்தான் அவன் முக்கியமாக நினைத்தான். அவனுக்கு வேலை செய்வதும் பிடிக்கவில்லை."

"ஏ! சிள் வண்டே! வாயை மூடு!"

சுமார் ஒரு வார காலத்துக்கு மாட்வி வீட்டோடு இருந்தான். அந்தத் துப்பாக்கி வேட்டு தனது மார்புக்குள்ளேயே சுடப்பட்டுப் பாய்ந்து விட்டதுபோல், தெளிவற்றுத் தொல்லை தந்து கொண்டிருந்த எல்லாவற்றையுமே கிண்டிக் கிளறி விட்டதுபோல், எந்த விதமான போராட்டமும் இல்லாமல் வாழ்க்கைக்குத் தன்னைத் தானே சரணடையச் செய்துவிட்ட தனது அலட்சியத்தால் திணறிக் கொண்டிருந்த எல்லாவற்றையுமே தூண்டிவிட்டதுபோல், அவன் உணர்ந்து திக்பிரமையடித்துப் போயிருந்தான். அவனது எண்ணங்கள் தாமாகவே தன்னிச்சையாக உருவாயின: அவை தமது சொந்த பலத்தால், அவனது விருப்பத்துக்கு மாறாக, ஒரு கொழுகொழுத்த பசைப் பொருள்போல் திரண்டு வந்தன; கனவுகளுக்கும் காரணங்களுக்கும் பஞ்சப்பட்டுப் போன, உப்புச்சப்பற்ற, பயங்கரமான ஒரு வாழ்க்கையினுள் – ஒகுரோவின் வெறுக்கத் தக்க, மந்தப்பட்டுப் போன வாழ்க்கையினுள் மெல்ல மெல்ல அவனது உடம்பு உறிஞ்சப்பட்டுப் போவதைத் தடுக்கக் கூடிய எந்த ஒரு எண்ணத்தையும், எந்த ஒரு ஆட்சேபப் பொறியையும் விரைவிலேயே, அவை அணைத்து விட்டன: அவை நிராதரவான நிலையின் ஒரு சோகவுணர்வையே அவனுள் நிரப்பின.

ஒகுரோவின் மாய வலையிலே தப்பிக்கவொண்ணாதவாறு மாட்டிக் கொள்வதிலிருந்து விலகிக் கொள்ள வேண்டுமானால், முதலிலே பரிகாசம் செய்யப்பட்ட, ஆனால் ஒரு மனிதனிடமுள்ள மிருகத்தை உசுப்பிவிட்டு, பின்னர் மெல்ல மெல்ல அவனது ஆத்மாவைக் கொன்று, அவனைச் செயலற்ற அலட்சிய நிலைக்குக் கீழே தள்ளும். அந்தச் சலிப்புணர்ச்சியின் தளைகளை உடைத்தெறிய வேண்டுமானால், ஒருவன் தனது ஆத்மார்த்த சக்திகளை நிரந்தரமான முறுக்கில் வைத்துக் கொள்ளவும், பகுத்தறிவின்

சக்தியிலே ஆட்டங்காணாத விசுவாசம் வைக்கவும் வேண்டும். ஆனால் ஒரு உயர்தரமான வாழ்க்கையோடு ஐக்கியப்பட்டவர்களுக்குத்தான், உலகத்திலே அதுவரையிலே ஏற்றி வைக்கப்பட்ட நம்பிக்கைகள், விருப்பங்கள் ஆகியவற்றின் அணையாத நெருப்புத் தழல்களையெல்லாம் வானத்தில் தெரிகின்ற நட்சத்திரங்களைப்போல் தெள்ளத் தெளிவாகக் காணத் தெரிந்தவர்களுக்குத்தான், அத்தகையதொரு நம்பிக்கை உண்டாக முடியும்.

ஆனால் ஒகுரோவில் அத்தகைய தழல்களையே காண முடியவில்லை.

மாரிக் காலம் நீண்டதாகவும் அலுப்புத் தட்டுவதாகவும் இருந்தது. வசந்த காலத்திலே மாட்விக்கு இன்னொரு இழப்பும் நேர்ந்தது. ஒரு நாள் நடால்யா அவனிடம் ஓடோடி வந்தாள்.

"வாருங்கள், மாட்வி!" என்று அவள் கத்தினாள்; "புஷ்கார்யோவுக்கு என்னவோ நேர்ந்து விட்டது."

அந்தக் கிழட்டுச் சிப்பாய் தானியக் கிடங்கின் வாசல் நடையில் நிலையின்மீது சாய்ந்தவாறும், ஒரு பெரிய கயிற்றுச் சுருளையின் மீது உட்கார்ந்தவாறும் ரத்தம் கக்கினான்.

"ம்....ம்" என்று அவன் முனகினான்: "என் கதை முடிந்து போன மாதிரிதான் தெரிகிறது, மாட்வி. உடம்பை ரொம்பவும் அலட்டிக் கொண்டு விட்டேன் – அப்படிச் செய்திருக்கக் கூடாது. நிச்சயமாகச் சொல்கிறேன் – என் நுரையீரலில் ஏதோ கோளாறு –"

"நீங்கள் அவ்வளவு கனத்தைத் தூக்கியிருக்கக் கூடாது" என்று அவனுக்குப் பின்னால் நின்ற வேலைக்காரர்களில் ஒருவன் சொன்னான்.

"தூரப் போ!" என்று தனது உதட்டிலே வழிந்த ரத்தத்தைக் கையால் துடைத்தவாறே மங்கிய குரலில் சொன்னான் அந்தக் கிழட்டுச் சிப்பாய்: "பார் – இன்னும் பொங்கி வருகிறது –"

அவன் எழுந்திருக்க முயன்றான்; ஆனால் தள்ளாடி அநேகமாகக் கீழே விழுந்து விட்டான்.

"அருமையான விஷயம்!" என்று தன் தலையைக் குற்றபாவத்தோடு ஆட்டி முனகினான் அவன்: "நான் ஒரு வருஷத்துக்கு முன்னால் ஏதோ குடித்தேன்; அதற்கு இப்போது மயக்கம் வருகிறது."

அவனைத் தூக்கியபொழுது, அவன் அமர்ந்திருந்த அந்தக் கயிற்றுச் சுருளையும் அவனது ஆடையும் ரத்தத்தால் நனைந்து போயிருப்பது தெரிந்தது. அவர்கள் அவனைச் சமையலறைக்குள் கொண்டு சென்றார்கள்; அங்கு அவன் தேவதா வடிவங்களின் முன்னால் தனக்குத் தானே சிலுவைக் குறி கீறி விட்டு பெஞ்சின் மீது நீட்டி நிமிர்ந்து படுத்தான்.

“தூரப் போங்கள்” என்று வேலைக்காரர்களை நோக்கிச் சொன்னான் அவன்: “சமையற்காரி, கொஞ்சம் ஐஸ் கொண்டு வா. நான் உறிஞ்சுகிறேன்” நடால்யா வெளியே சென்றாள். மாட்வியுடன் அவன் தனிமையிலே விடப்பட்டபோது, அவன் தன் கண்களை அடுப்பின் இருண்ட வாயின் மீது நிலைக்கச் செய்தவாறு, மாட்வியிடம் விசாரத்துடன் பின்வருமாறு பேசினான்: “இதுதான் முடிவு. அந்தத் தாத்தாரியனிடம் ஒட்டிக் கொள், மாட்வி. அவனுக்கு எல்லாம் தெரியும்; ஆமாம், ஷாகிருக்குத் தெரியும். நான் சொன்னது நினைவிருக்கட்டும்; மிருகங்கள் என்று எடுத்துக் கொண்டால் நாய்கள்தான் சிறந்தவை; மனிதர்கள் என்று பார்த்தால், தாத்தாரியர்கள் தான். அவனைக் கவனித்துக்கொள்; அவன் சம்பளத்தை உயர்த்து. நீ மட்டும் இவ்வளவு இளைஞனாக இல்லாதிருந்தால்! இன்னும் ஒரு ஐந்து வருஷத்துக்கு நான் நன்றாயிருப்பேன் என்று எண்ணினேன். ஆனால் அது தவறு. இதுதான் எனக்கு முடிவு.”

அவன் தன் புருவங்களை ஒன்றுகூட்டி, கண்களை வெறித்து விழித்தான், ரத்தம் தரைமீது சொட்டி வடிந்தது. நடால்யா அவனுக்கு ஐஸைக் கொண்டு வந்து கொடுத்தாள்; பின்னர் வாசல் நடையிலே சிணுங்கிக் கொண்டு நின்றாள்.

“நீ ஏன் அங்கே நின்றுகொண்டிருக்கிறாய்? போ, வெளியே!”

அவள் போன பின்னர் அவன் காரியார்த்தமான தொனியில் பின்வருமாறு சொன்னான்: “அவளிடம் நல்லபடியாய் நடந்து கொள், அவள் ஒன்றும் மோசமானவள் அல்ல. ஷாகிர் அவளைக் கைப்பிடித்திருக்கிறான். பெண்கள் விஷயத்தில் நீ உன் போக்கைக் கவனித்துக் கொள். நீ உன் இன்பத்தைப் பெறலாம். ஆனால் பெண் மதிக்கப்பட வேண்டியவள். உனக்கு ஒரு மனைவி தேவையானால், நமது குடியிருப்பில் ஒருத்தியைத் தேடிக்கொள். அவர்கள் ஏழையாக, அரைப்பட்டினியாக இருக்கலாம்; ஆனால் நகரத்துப் பெண்களைக் காட்டிலும் அவர்கள் அறிவு மிக்கவர்கள். அதுதான் உண்மை.”

அவன் களைத்துப் போய்க் கண்களை மூடினான். அவனது முகம் கண்ணுக்குத் தோற்றாத நெருப்பால் கருகிப் போனது போல் இருண்டு கோடு விழுந்து தென்பட்டது. அவனது கொக்கிபோல் வளைந்த விரல்கள் மாட்வியின் முழங்காலின் மீது ஊர்ந்தன; அவற்றின் அசைவு அந்த இளைஞனின் முது கெலும்புக்குள் மெல்லிய நடுக்கங்களை உண்டாக்கியது.

“என்னவோ கருவண்டுகள் மொய்த்துக் கொண்டது போல், என் தலைக்குள்ளே ஏதோ சப்தம் கேட்கிறது,” என்றான் புஷ்கார்யோவ்: “கல்யாணத்துக்கு அவசரப்பட்டு விடாதே. எல்லாம் விதிப்படி தானே வந்து சேரும், அதிலிருந்து ஒன்றும் தப்பிக்க முடியாது.....”

மாட்வி அவனைத் தேற்ற விருப்பம் கொண்டான்; எனினும் அத்தகைய நேரத்தில் பொய் சொல்வது வெட்ககரமானது என்று அவன் உணர்ந்தான். எனவே அவன் வேதனைமிக்க மௌனத்தோடு சும்மா இருந்தான்.

“நான் இறந்துபோய் விட்டால்” என்று அந்தக் கிழட்டுச் சிப்பாய் மங்கிய கொரகொரத்த குரலில் மேலும் பேசினான்: “நாவிதனை அழைத்து வா; அவன் எனக்குச் சவரம் செய்யட்டும். ஈம விருந்து எதுவும் வைக்க வேண்டாம்; அந்த அட்டுப் பிடித்த அட்டைப் பூச்சிகளான பிச்சைக்காரர்களை நீ சகிக்க மாட்டாய் என்பது எனக்குத் தெரியும். எனக்கு இரண்டு மருமக்கள் – ஸாவட்டிக்கா, ஜோஸிமா என்று இருவர் இருக்கிறார்கள். நீ அவர்களுக்கு எப்போதாவது ஏதாவது கொடுத்து உதவு.”

“கொடுப்பேன்” என்று மாட்வி சிரமத்தோடு சொன்னான்.

“ரொம்ப வேண்டாம். அவர்கள் உன்னை வற்ற உறிஞ்சி விடுவார்கள். எல்லா அலங்காரத்தோடும் எனது ராணுவ யூனிபார்மை எனக்கு மாட்டிவிடு. அழுவதை நிறுத்து.”

“வருத்தம் –” மாட்வி மென்று விழுங்கினான்.

“எனக்குத் தெரியும்,” என்று கண்களைத் திறவாமலே சொன்னான் புஷ்கார்யோவ்; “எனக்கும் வருத்தம்தான்; சாவதற்கு வருத்தமாகத்தான் இருக்கிறது. யூனிபாரத்தைப் பற்றி மறந்து விடாதே... என்னை அழகாகத் தோன்றும்படி வை. ஒருவேளை நான் மாட்சிமை தங்கிய மன்னர் பிரான் ஜார் நிக்கோலாயைச் சந்தித்தாலும்.சந்திப்பேன்......” பின்னர் அவன் திடீரென்று சக்தி பெற்றவனாய், தெள்ளத் தெளிவாக மேலும் பேசினான்: “எழுபத்திரண்டு வருடம் என்னால் எவ்வளவு முடியுமோ அவ்வளவுக்கு உழைத்தேன். நான் எது செய்தாலும் நேர்மையோடு செய்தேன். கடவுளின் புத்தகத்திலே அவ்வளவுதான் எழுதப்பட்டுள்ளது. எந்த ஒரு ஜாரைக் காட்டிலும் கடவுள் நியாயமானவர்......” மீண்டும் அவனைப் பலவீனம் ஆட்கொண்டது; அவன் மாட்வியின் சட்டைக் கையைப் பற்றி இழுத்தான்: “ஏன் இன்னும் பாதிரியார் வரவில்லை? நான் மிகவும் மோசமான நிலையில் இருக்கிறேன். ஷாகிரை அனுப்பி அவரை வரவழை – சீக்கிரம்!”

மாட்வி வாசலை நோக்கி ஓடினான்; அங்கு அந்தத் தாத்தாரியன் தனது முகத்தைக் கைகளால் மூடிக் கொண்டு, ஒரு மூலையில் குந்தியமர்ந்து தனக்குத் தானே ஏதோ முணுமுணுத்துக் கொண்டிருப்பதை அவன் கண்டான். வெளி முற்றத்தில் நடால்யா அங்குமிங்கும் பறந்தோடிக் கொண்டிருந்தாள்; அவளது வெறி பிடித்த கூச்சலிலிருந்து, எவருமே எழுப்ப முடியாதபடி டாக்டர் அத்தனை குடி மயக்கத்தில் உறங்கிக் கொண்டிருக்கிறார் என்றும், புனிதர் நிக்கோலா தேவாலயத் திலிருந்து பாதிரியார் மில்–குளத்தில் மீன் பிடிக்கப் போய் விட்டார் என்றும், வார்வாரின்ஸ்கி பாதிரியாருக்கு தேனீக்கள் பலமாகக் கொட்டி விட்டதால், அவரது கண்கள் வீங்கிப் போய், கண் திறக்க மாட்டாமல் அவர் படுத்துக் கிடக்கிறார் என்றும் மாட்வி புரிந்து கொண்டான்.

வாயிற்கூடத்திலிருந்து மாட்வி திறந்துகிடந்த தானியக் கிடங்கின் கதவுகளின் வழியாக, கபில நிறமான சணல் கயிறுகள் சிதறிக் கிடக்கும் காலியிடத்தைப் பார்த்தான்.

‘இனி நான்தான் இவற்றையெல்லாம் கவனித்தாக வேண்டும்’ என்று அவன் தனக்குத் தானே நினைத்துக் கொண்டான்.

தான் மீண்டும் புஷ்கார்யோவின்பால் கவர்ந்திழுக்கப்படுவதை அவன் உணர்ந்தான்; சமையலறைச் சன்னல் திறந்து கிடந்தது. அங்கு அந்தச் சிப்பாய் கிசுகிசுத்துப் பேசுவதையும் ஷாகிர் சுருக்கமான சோகமான வார்த்தைகளைக் கூறுவதையும் அவனால் கேட்க முடிந்தது:

“நண்பா! உண்மை நண்பா! அமைதியாக இரு.”

பின்னர் அந்தத் தாத்தாரியனின் தலை ஜன்னலருகே தோன்றியது.

“எஜமான்!” என்று அவன் கூப்பிட்டான்.

அந்தச் சிப்பாய் முன்னைக் காட்டிலும் அதிகம் கருகிப் போய்த் தோற்றினான். அவனது நரைத்த தலையும் தாடியும் முள்ளம் பன்றி முட்கள்போல் சிலிர்த்து நின்றன; அவனது முகத்தில் ஒரு உறுதியான தெளிந்த தோற்றம் தென்பட்டது. இப்போது மரணக் கண்ணீர் ததும்பி நின்ற அவனது சின்னஞ் சிறிய கண்களில் உயிர்த் துடிப்பின் சிறு ஒளி கூடத் தென்படவில்லை. சிலுவைக் குறி கீறுவதற்காக வளைந்த அவனது வலது கையின் விரல்கள் அவனது இருதயத்தின்மேல் அசைவற்றுக் கிடந்தன.

“அவனுக்குக் காது கேட்கவில்லை” என்று ஷாகிர் தன் உச்சந் தலைத் தொப்பியை ஒரு காதிலிருந்து மறு காது பக்கம் தள்ளி வைத்தவாறு சொன்னான்: “கையும் அசையக் காணோம்.”

“மாட்வி...... நீ இங்கே தானே......?” என்று கேட்டான் அந்தச் சிப்பாய்: “என் விரல்களை... சிலுவைக் குறியாக.. வை.”

“ஏற்கெனவே வைத்து விட்டேன்” என்றான் ஷாகிர்.

“என் கரங்களை மார்பின்மீது மடித்து வை.. பாதிரியார் எங்கே!...... நீ பாழாய்ப் போக......”

கருத்த ரத்த ஒழுக்கு தரைமீது மெதுவாகச் கொட்டி வழிந்தது.

‘இது அரங்கு வீட்டை நனைத்து நாற்றமெடுக்கச் செய்யும்’ என்று மாட்வி சிறு நடுக்கத்தோடு எண்ணிக் கொண்டான்.

அந்தச் சிப்பாயின் தாடை திறந்து விழுந்தது; எனினும் அவனது உதடுகள் மட்டும் இறுதி வார்த்தைகளை முணுமுணுத்து அசைந்தன:

“உன் கையில் பிடித்துக் கொடுக்கிறேன்...... ஸாவட்டிக்காவையும் ஜோஸிமாவையும் மறந்து விடாதே...... விடை பெறுகிறேன், மாட்வி. ஷாகிர் இங்கே தானா?”

“இங்கேதான் நண்பா, இங்கேதான்.”

அந்தத் தாத்தாரியன் அவனது திறந்த உள்ளங்கைகளை வெறித்து நோக்கியவாறு, ஏதோ ஒரு கண்ணுக்குத் தெரியாத புத்தகத்தை வாசிப்பதுபோல் வாய்க்குள் முணுமுணுத்துக் கொண்டிருந்தான்.

"...... உன் மாமன் ரகமத்துல்லாவிடம் சொல்..... அவனது நட்புக்கு நான் நன்றி சொல்கிறேன்...... மாட்வி!.. உனக்கு ஏதாவது – தேவையானால் அவனை – ரக்மத்துல்லாவைக் கேள்... அவனால் எதுவும் செய்ய முடியும்...... நல்ல மனிதன்...... அவனிடம் சொல்.. அவனது நண்பனாக இருந்ததற்காக நான் மகிழ்கிறேன்......"

இந்தச் சமயத்தில் அந்த நெட்டையான நரைத் தலை கொண்ட கன்னியாஸ்திரீ மடத்துப் பாதிரியார் உள்ளே வந்தார்.

"எங்களைத் தனியே விடுங்கள்" என்று அந்தச் சாகும் மனிதனை ஒரு பார்வை பார்த்து விட்டு அமைதியாகச் சொன்னார் அவர்.

"நீங்கள் பார்த்தீர்களா?" என்று அவர்கள் இருவரும் முற்றத்துக்கு வந்ததும் அந்தத் தாத்தாரியன் மாட்வியிடம் சொன்னான்: "எவ்வளவு ரத்தம். கடைசிச் சொட்டு ரத்தம் வரையிலே வாழ்ந்து விட்டான்."

"அவர் இல்லாத குறையை உணர்வேன்; பயங்கரமாக உணர்வேன்" என்று மாட்வி உணர்ச்சியோடு சொன்னான்: "என் சொந்தத் தந்தை இறந்த போதும் கூட, நான் இவ்வளவு கவலைப்படவில்லை."

"நான் சிறு பையனாக இருந்த காலத்திலிருந்தே அவனைத் தெரியும். இப்போது நான் வளர்ந்து பெரியவனாகி விட்ட தாத்தாரியன்; எனினும் நான் அழுகிறேன். அவன் என்னைத் தன் முழங்காலிடையே பிடித்து அணைத்து, குழலும் மேளமும் வாசிப்பது போல் பாவனை செய்வான்; மாமா ரக்மத்துல்லா அவனிடம் 'நீ ஒரு ருஷ்யன்; எனினும் உனக்கு ஒரு நல்ல இதயம், தாத்தாரிய இதயம் இருக்கிறது. உன் உருண்ட தலை, அதுவும் தாத்தாரியர் தலைதான். உண்மையான தலை. ஒரே கடவுள்,' என்று சொல்வார்."

மாட்வி அந்தத் தாத்தாரியனை ஏறிட்டுப் பார்த்தான்.

"உனக்கு ருஷ்யர்களைப் பிடிக்காதோ?" என்று புண்பட்ட தொனியில் கேட்டான்.

"தாத்தாரியன் உண்மையைத்தான் பேசுவான்: எல்லா நல்ல மனிதர்களையும் அவன் விரும்புவான்; எல்லாக் கெட்ட மனிதர்களையும் அவன் வெறுப்பான். ருஷ்யனோ– நல்லவனாகட்டும், கெட்டவனாகட்டும் – அவனுக்கு யாரையுமே பிடிப்பதில்லை. ருஷ்யன் பல பொய்களைச் சொல்கிறான். புஷ்கார்யோவ் – அவன் பொய்யே சொன்னதில்லை; எப்போதும் சத்தியத்தையே கடைப் பிடித்தவன். எங்கள் ஜனங்கள் எளிமையான ஜனங்கள்; அவர்களுக்குச் சத்தியம் பிடிக்கும்."

அந்தத் தாத்தாரியன் பேசிக் கொண்டே போனான்; ஆனால் மாட்வி அவன் பேச்சைக் கேட்கவில்லை. ஜன்னலின் வழியே சுத்தமான பக்திரசத்தோடு

பிரார்த்தனை செய்யும் பாதிரியாரின் மிருதுவான குரல் மிதந்து வந்தது. பப்னோவ் குடும்பத்து வீட்டுக் கூரை மீது அமர்ந்திருந்த சில காக்கைகள் சூரிய ஒளியில் தமது இறகுகளைக் கோதி விட்டுக் கொண்டன.

சிறிது நேரத்தில் பாதிரியார் வெளியே வந்து, சாதாரணமாகப் பின்வருமாறு சொன்னார்:

“இப்போது நீங்கள் உள்ளே வந்து, மீளாத பயணத்துக்குப் புறப்பட்டுக் கொண்டிருக்கும் அந்த மனிதனிடம் விடைபெற்றுக் கொள்ளுங்கள்.”

ஷாகிர் வேலைக்காரர்களைக் கூப்பிட்டான். காகங்கள் தமது இறக்கைகளை அடித்துக் கொண்டன; முற்றத்திலே கூடியிருந்த ஜனங்களின்மீது சந்தேகக் கண்ணோடு பார்த்தன. எல்லாத் திசைகளிலிருந்தும் வேலைக்காரர்கள் திரண்டுவந்து, சமையலறையை நோக்கிச் சென்றார்கள்; அவர்கள் தமது கண்களைத் தரையிலே பதித்தும், கைகளால் இடைவாரை இறுக்கியும் அல்லது தமது தாடியிலே ஒட்டியுள்ள சணல் தும்புகளைச் சிக்கெடுத்துக் கொண்டும் நடந்து சென்றார்கள்.

அவர்கள் சமையலறைக்குள் நுழைந்ததும், நடால்யா உள்ளடங்கிய குரலில் வாய்க்குள் பின்வருமாறு கூறுவதை மாட்வி கேட்டான்.

“இவரது கண்களின்மீது அவர்கள் காசுகளை வைக்க வேண்டும்; இல்லாவிட்டால் அவை வெறிச்சென்று இருக்கும்; கண்கள் மூடாது...”

“நாடியையும் கட்ட வேண்டும்.” என்று அந்தச் சமையலறையில் கூடியிருந்த ஜனங்களின் தோளுக்கு மேலாக அந்த இறந்து போன மனிதனின் மங்கிப் போன முகத்தைப் பார்த்தவாறு, சோர்வுடன் சொன்னான் மாட்வி.

அத்துடன் அவன் வெளியிலுள்ள காலியிடத்துக்கு வந்து, அங்கேயே வெகுநேரம் அமர்ந்து, தாடிக்காரனான மிக்காலோ கயிற்றுக் கொடியின் போக்கில் மேலும் கீழும் நடந்து, அதனை முதலில் குதிரை முடியாலும், பின்னர் ஈரத் துணியாலும் மெருகு கொடுத்துக் கொண்டிருப்பதைப் பார்த்துக் கொண்டிருந்தான். அவன் முன்னால் நடக்க விரும்புகின்ற போது, தன்னையாரோ பின்னோக்கி நடக்க நிர்ப்பந்திப்பது போல், தன் கைகள் இரண்டையும் வீசியாட்டிக் கொண்டான். அவன் காலடியில் ஒரு கயிற்றுச் சிட்டம் உருண்டோடி வந்தது; அவன் அதைக் காலால் எற்றித் தள்ளினான். ஆனால் அந்த மரக்கட்டைச் சிட்டம் அரை வட்டம் போட்டுச் சுற்றி விட்டு, மீண்டும் அவன் காலடிக்கே வந்து சேர்ந்தது. மிக்காலோ அதைப் பாராமலே மீண்டும் அதனை எற்றித் தள்ளினான்; ஆனால் அது மீண்டும் உருண்டோடி வந்தது.

முட்டாள்! அதை ஏன் பலமாக எற்றக்கூடாது? என்று நினைத்தான் மாட்வி.

சின்னஞ் சிறு வெள்ளி ஊசிகள் போல் கழிவுச் சணல் நீட்டிக் கொண்டிருக்கும் அந்த எண்ணற்ற சணல் கயிறுகளை அவனது கண்கள் கண்டு அதன் ஒளியில்

கூசின. வெளிப்பரப்புக்குள் மேலும் மேலும் நீண்டு கொண்டே செல்வது போன்ற பிரமையை அளித்த அந்த நடுங்கித் திருகும் கபிலநிறக் கயிறுகளுடன் பிணைந்து நின்ற அந்த வேலைக்காரர்கள் இடையிடையே ஏதாவது ஒரு சிறு வார்த்தையை வாய்விட்டுச் சொன்னார்கள்.

'இதற்கும் எனக்கும் என்ன சம்பந்தம்? நான் ஏன் இவற்றையெல்லாம் உதறியடித்து விட்டு, எங்காவது போய்விடக்கூடாது?' என்று நினைத்தான் மாட்வி.

இதமான வசந்த காலப் பகற்பொழுது வெளிறிய வானத்தில் கரைந்து கொண்டிருந்தது; சென்ற ஆண்டின் களைகள் காற்றிலே சரசரத்தன; வயிறார உண்டு முடித்த கால்நடைகள் திருப்தியோடும் தூக்கச் சடைவோடும் வயல்களிலிருந்து திரும்பி–வரும்போது மெல்ல முக்காரம் இட்டன. புதிதாகப் பனி வழிந்தோடிய பூமியின் ஈரவாடை சத்துள்ள பச்சைப் பசும் புல்லும் காட்டுப் பூக்களும் ஏராளமாகத் தோன்றுவதற்கான உறுதியை அளித்தது. தொட்டிசெய்யும் தொழிலாளி ஒருவன் சுத்தியலால் தட்டிக் கொண்டிருந்தான்; உரத்து ஒலிக்கும் ஒரு சிறிய மணியின் ஓசை கோவில் பற்றைச் சேர்ந்தவர்களை லெண்டென் பிரார்த்தனைக்கு அறைகூவி அழைத்தது. சிட்டுக் குருவிகள் கீச்சிட்டன; வானம்பாடிகள் பாடின; நகரத்துக்கப்பாலுள்ள குன்றுகளிலிருந்து ஒரு நீல நிறமான ஒளி மயக்கம் எழுந்தது.

மேலும் இந்தச் சப்தங்கள், நடமாட்டங்கள் இவையனைத்துக்கும் பின்னால் மே மாதத்தின் மெல்லிய மூச்சு அசைவதைக் கண்டறிய முடிந்தது; இளம் புல்லின் பட்டுப் போன்ற அசைவு, ஈரம் பாய்ந்த புதிய இலைகள் மடல் விரிப்பது, பூங் கொம்புகளில் மலர்மொட்டுக்கள் வெடித்து மலர்வது ஆகி யவையே அதனை உணர்த்தின. எல்லாவற்றிலும் வசந்த பருவத்தின் போதை மிகுந்த ஒயின் மது புரையோடிப் பாய்ந்திருந்தது. விறைத்து முறுக்கேறிய தந்திகளால் ஆகாயம் வலைபின்னப்பட்டதுபோல் தோன்றியது; அந்தத் தந்திகளை ஏதோ கண்ணுக்குத் தெரியாத விரல்கள் மெல்லத் தொட்டு மீட்டியவுடன், அதிலிருந்து முதல் பூக்களை விழிப்புறச் செய்யவும், மனித இதயத்தில் புதிய நம்பிக்கைகளை எழுப்பச் செய்யவும் கூடிய இனிமையான சங்கீதம் வெளிப்பட்டுப் பாய்வது போலவும் தோன்றியது.

தனது சொந்த எதிர்காலத்தைப் பற்றியும், தன்னைச் சுற்றிலும் பரவிவரும், உவகையற்றுத் தாழ்ந்து தொங்கும் வானத்தோடு உருகிக் கலக்கும் எல்லாச் சஞ் சலத்தைப் பற்றியும் எண்ணிப் பார்த்தபோது அந்த இளைஞனுக்குக் கண்ணீர் வந்தது.

வெறுப்பின் வேதனை கொஞ்சங்கூட இல்லாமல், எல்லா நல்ல மனிதர்களும் இங்கிருந்து போகிறார்கள் என்று நினைத்தான் அவன். மற்றவர்களைக் காட்டிலும் கொஞ்சமாவது நல்லவர்களாயிருப்பவர்களெல்லாம் மரணம் அடைகிறார்கள்; அல்லது சோஜோன்டையும் மார்க்கோவையும் போல் ஓடிவிடுகிறார்கள்; அல்லது கோவிலதிகாரியைப் போல் விரட்டப்பட்டுப் போகிறார்கள்.

ஷாகிர் அங்கு வந்து, தொப்பியை அகற்றிவிட்டு, கொஞ்சம் பணம் கேட்டான்.

“உன் தொப்பியைத் தலையில் வை” என்று கலவரத்தோடு சொன்னான் மாட்வி: “நீ என்ன நினைத்துக் கொண்டிருக்கிறாய்?”

அந்தத் தாத்தாரியன் மங்கிய புன்னகை புரிந்தான்.

“நான் பேசுவதற்கு அஞ்சுகிறேன். நீங்கள் சிந்தித்துக் கொண்டிருக்கிறீர்கள்.”

“நீயும் அஞ்சிக்கொண்டிருக்க வேண்டாம்“ என்று மாட்வி மிருதுவாக, நட்புரிமை கொண்ட குரலில் சொன்னான்: “நான்தான் எல்லாவற்றையும் கண்டு அஞ்சிக் கொண்டிருக்கிறேன்.”

“உற்சாகமாக இருங்கள்” என்று அந்தத் தாத்தாரியன் தனது தலையை ஊக்கமூட்டும் விதத்தில் உலுக்கியவாறு சொன்னான்: “நீங்கள் மந்தமான சிந்தனைகளை எண்ணிப் பார்க்கவே கூடாது. எல்லாம் சரியாகத்தான் இருக்கும். வசந்த காலம் வரும்; நீங்களும் நானும் வியாபாரத்தைப் பற்றிப் பேசுவோம். நாம் ஒரு சமாதிக் குழி தோண்ட வேண்டும்; அந்தக் கிழவனை நாம் அடக்கம் செய்தாக வேண்டும்.”

புஷ்கார்யோவ் ஒரு மழை நாளில் அடக்கம் செய்யப்பட்டான்; ஒரு சிலரே அந்தச் சவ அடக்கத்துக்கு வந்திருந்தார்கள்; பிச்சைக்காரர்களில் கூட ஒரு சிலருக்கு வருவதற்குச் சோம்பேறித்தனமாகப் போய் விட்டது.

ஷாகிர் சவ ஊர்வலத்துக்குப் பக்கத்தில் நடந்து வந்தான்; அவன் தொப்பி எதுவும் அணியவில்லை; தனது தாத்தாரிய உச்சந்தலைக் குல்லாய் மட்டுமே அணிந்திருந்தான்; அது மழைநீர் பட்டுப் பளபளப்பேறியது; அதிலிருந்து தண்ணீர் அவனது கரும் பழுப்பு நிறமான கன்னத்தின் மீது சொட்டுச் சொட்டாக வழிந்தோடியது. இடையிடையே அவன் தன் கையை முகத்துக்கு உயர்த்தி, தலை வணங்கிக் கொண்டான். அவனது ஈரக்கைகள் பளபளத்து நடுங்கின; அவன் தான் எங்கு செல்கிறோம் என்பதைக்கூடப் பார்க்கவில்லை. அவன் சேற்றுக் குட்டைகளில் கால்தடுமாறிய வண்ணமே நடந்து வந்தான். அவன் அவ்வாறு செய்யும் போதெல்லாம் சவப்பெட்டியைத் தொடர்ந்து வந்த ஜனங்கள் புண்படுத்தும் வார்த்தைகளைக் கூறினார்கள். அவர்கள் அந்தத் தாத்தாரியனைச் சந்தேகக் கண்ணோடு பார்த்தார்கள் என்பதை மாட்வியால் காண முடிந்தது; தனக்குப் பின்னால் வந்த யாரோ ஒருவன் மனச் சம்மதமற்றுப் பின்வருவாறு முனகுவது அவனுக்குக் கேட்டது.

‘‘ஒரு கிருஸ்தவச் சவ ஊர்வலத்திலே இவனைப் போன்ற அஞ்ஞானி வருவதா?”

“நிச்சயம் இவனை அவர்கள் சமாதி ஸ்தலத்துக்குள் அனுமதிக்க மாட்டார்கள்!” என்று இதற்குப் பதில் வந்தது.

அந்தச் சமாதி ஸ்தலத்துக்குள் ஷாகிர் அனுமதிக்கப் படுவானா மாட்டானா என்பதைப் பற்றி மாட்விக்கே நிச்சயம் சொல்ல முடியவில்லை. அவன் மழையால்

தெப்பமாக நனைந்து வந்த அந்தத் தாத்தாரியனைப் பார்த்து, தனக்குள் பின்வருமாறு நினைத்துக் கொண்டான்; இவனுக்கு வாழ்க்கை சிரமமாகத்தான் இருக்க வேண்டும்.

மழை பலத்துக் கொண்டது. அது கூரைகளின் மீது பலத்த ஓசையுடன் பெய்தது; மரத்தின் கிளைகளை ஆட்டி உலுக்கியது. சாக்கடையிலே ஓடும் தண்ணீரின் களகளப்பு குதூகலமாக ஒலித்தது; அந்த நீண்ட, கனம் குறைந்த சவப்பெட்டியைத் தமது தோளில் தூக்கிக் கொண்டு வேகம்வேகமாக நடந்து சென்ற வேலையாட்களின் பூட்ஸ் கால்களுக்கடியில் சளப்பென்று பிதுங்கித் தெறித்த சேற்றின் ஓசையும் அதிகரித்தது. சவப் பெட்டிக்குப் பின்னால் பிச்சைக்காரர்களையும், இறந்தவனின் நெருங்கிய நண்பர்களையும் மட்டுமே தொடர்ந்து வர விட்டு விட்டு, நகரவாசிகளெல்லாம் புகலிடம் தேடி ஓடி விட்டார்கள்.

வீரம் மிக்க சிப்பாயான ஸ்டீபன் புஷ்கார்யோவ் பெலாஜியாவுக்கு அருகில் புதைக்கப்பட்டான். மழையில் நனைந்த, முகப் பருக்கள் கொண்ட முகம் கோண்ட புனிதர் நிக்கோலா ஆலயத்துப் பாதிரியார் சவ அடக்கப் பிரார்த்தனையை அவசர அவசரமாகச் சொன்னார்; கோவிலதிகாரி தூபகலசந்தை ஓசையெழும்ப ஆட்டினார்; பின்னர் அவர்கள் இருவரும் தமது நிலையங்களின் பாவாடை முனைகளைக் கையில் தூக்கிப்பிடித்துக் கொண்டு, காவல்காரனின் குடிசையை நோக்கி ஓடினார்கள். மிக்காலோ, ஐவான், யாக்கிம் மூவரும் சவப்பெட்டியை அவசரஅவசரமாக உள்ளே இறக்கி, அதன்மீது ஈர மண்ணைப் போடத் தொடங்கினார்கள். அவர்கள் அந்த மண்ணைத் தமது மண்வெட்டிகளாலும் பூட்சுகளாலும், உள்ளே தள்ளி, நமத்துப் போன ஒரு மத்தளத்தில் தட்டுவது போல், அந்தச் சவப் பெட்டியின் மூடிமேல் அந்த மண் விழுந்து ஓசை யெழும்பச் செய்தார்கள். பெர்ச் மரத்தின் மெல்லிய கிளைகளிலும், பைன் மரங்களின் உறுதியான கொம்புகளிலும் ஒட்டிக் கொண்டிருந்த பளபளப்பான மழைநீர்த் துளிகள் அந்த மண்ணோடு சமாதிக் குழிக்குள் விழுந்தன.

மாட்வி பெலாஜியாவின் சமாதி மீதிருந்த ஓக் மரச் சிலுவையின் மீது முகத்தை அழுத்திக் கொண்டு அழுதான்.

"வாருங்கள், வாருங்கள் மாட்வி!" என்று உள்ளடங்கிய குரலில் சொன்னான் மிக்காலோ: "வீடு செல்ல நேரமாகி விட்டது."

தனது கண்ணீரின் வழியாகவும், மழையின் நீர்த்திரை வழியாகவும், கிழக்கு நோக்கி முகத்தைத் திருப்பிய வண்ணம் நின்ற அந்தத் தாத்தாரியனை மாட்வி கண்டான். அவனது குல்லாய் அவனது காலடியில் புல்மீது கிடந்தது; மழையின் வேகத்தால் அது உருக்குலைந்து போயிருந்தது.

"பொறு" என்று அந்தத் தாத்தாரியன் இருந்த திசை நோக்கித் தலையையாட்டியவாறே சொன்னான் மாட்வி..

எல்லோரும் ஷாகிரினுடைய குனிந்த முதுகையும், மழையால் பளபளக்கும் உருண்ட தலையையும் பார்ப்பதற்காகத் திரும்பினார்கள்.

"ஹூம்!" என்று முணுமுணுத்தான் மிக்காலோ: "ஒரு அஞ்ஞானி; எனினும் அவனுக்கு உணர்ச்சிகள் உண்டெனத் தோன்றுகிறது."

"அந்தச் சிப்பாயும் நல்ல மனிதர், கொஞ்சம் முரடர். எனினும் நல்லவர்" என்றான் ஐவான்.

அவர்கள் தமது தாடிகளில் ஒட்டியுள்ள நீரை உலுப்பியவாறு கூனிய தோள்களுடன் அங்கு மௌனமாக நின்றார்கள்.

"இனி நமக்கெல்லாம் யார் பொறுப்பாளி?" என்று கேட்டான் மிக்காலோ.

மாட்வி பதில் கூறவில்லை.

"ஓ! நல்லது யாருக்குக் கவலை? எல்லாம் ஒன்றுதான் நமக்கு" என்று ஆழ்ந்த பெருமூச்சுடன் சொன்னான் ஐவான்.

பின்னர் அவர்கள் ஒவ்வொருவரும் தமது எஜமானையோ, அல்லது தம்மில் ஒருவருக்கொருவரையோ பாராமலே தத்தம் கருத்தைத் தெரிவித்தார்கள்:

"அவனுக்குத் தொழில் நுணுக்கமெல்லாம் தெரிகின்ற வரையிலும்......"

"அவன் தாத்தாரியனாகவோ அல்லது ஏன் ஒரு சுவாஷாகவோ அல்லது மோர்டேவியனாகத்தான் இருந்துவிட்டுப் போகட்டுமே..."

"யாரானாலும் நாம் வேலை பார்க்க வேண்டியவர்கள்தான்..."

அவர்களது இந்தக் கபடமான அலட்சியத்துக்குப் பின்னால், வளர்ந்து வரும் வெறுப்பும், கெட்டதனமாய் மூடிமறைக்கப்பட்ட நம்பிக்கைகளும் இருப்பதை மாட்வி கண்டுணர்ந்தான்.

ஷாகிருக்கும் சிரமம்தான் என்று நினைத்தான் அவன். ஒருவேளை தனக்கிருக்கும் சிரமத்தை விடவும் அதிகம்தான்.

அவன் வேலையாட்கள் பின்தொடர, ஷாகிருக்கருகில் நடந்து வீடு வந்தான். வரும் வழியில் அவர்களில் யாரேனும் ஒருவன் உரத்த சிணுங்கலோடு தன் தாடியிலுள்ள மழை நீரை உலுக்கித் தள்ளினான்.

அன்றுமுதல் ஒரு வழுவழுப்பான மழைக் காலப் பாதையில் வழுக்கு வண்டியில் ஏறிப் பிரயாணம் செய்யும் ஒரு பிரயாணியைப் போல் மாட்வி மாறி விட்டான். அந்த நீண்ட அலுப்புத் தட்டும் பயணம் எந்தவொரு லட்சியமும் நோக்கமும் இன்றிச் சென்றது: அந்த வழுக்கு வண்டியின் இயக்கம் எல்லாச் சிந்தனைகளையும் உணர்ச்சிகளையும் சிந்தியெறிந்து விடும் ஒரு தூக்கச் சோர்வு நிலையைத்தான் தூண்டிவிட்டது. இடையிடையே அந்த வண்டி ஒரு நொடியில் தூக்கிப் போட்டது; அல்லது ஒரு பக்கமாகத் திருகிச் சாய்ந்தது. அப்போதெல்லாம்

அந்தப் பிரயாணி தன் தலையைத் தூக்கிப் பார்க்கிறான்; ஆனால், அந்தப் பழக்கப்பட்டுப் போன காட்சியைத் தூக்கச் சடைவோடு பார்த்துவிட்டு, மீண்டும் தனது செயலற்ற நிலைக்குள் மூழ்கி விடுகிறான்.

பனிப் படிவத்துக்கடியில் புதைந்திருக்கும் பூமியைப் போல், அவனது நெஞ்சின் அடியாழத்தில் கைவரப்படாத எண்ணங்கள், உருச்சமைந்து வடிவு பெறாத உணர்ச்சிகள் ஆகியவற்றின் விதைகள் புதைந்திருந்தன. மேலும், அந்தப் புதிய கருத்துகளின் விதைகள் அவனது இதயத்தின் அந்தரங்க ஆழத்தினுள் உட்புகுந்து அதனைக் கீழே அழுத்திக் கொண்டிருந்த, அவனது சொந்தச் சக்திகளிலேயே அவனுக்கிருந்த பரிதாபகரமான நம்பிக்கைக் குறைவு, அவனது அலட்சிய பாவம் ஆகியவற்றின் கனத்த போர்வைப் படிவத்தைக் கிழித்துக் கொண்டு எதுவும் வெளித் தெரியாமலே, முளைவிட்டுக் கொண்டிருந்தன. ஆனால் பெரும்பாலான மனிதர்களில் அகம் அல்லது புறமான எல்லா வாழ்க்கையின் வளர்ச்சிக்கும் அத்தியாவசியமான ஒளியையும் உஷ்ணத்தையும் என்றைக்குமே எட்டிப் பார்க்காதவாறு, அந்த மனிதனோடேயே அந்த விதைகளும் மாண்டுபோய் விடும்.

இரண்டாம் பாகம்

சுமார் ஒரு வார காலமாக, அருமையான மழை பொழிந்தது; அது கூரைகளைச் சுரீர் எனத் தாக்கியது; பொருமிக் கொண்டும் அழுது கொண்டும் மரங்களின் மீது வீசி விளாசியது; அது ஒன்று அல்லது இரண்டு மணி நேரம் இடையிலே நிற்கும்: மீண்டும் தூவானமாகப் பெய்யத் தொடங்கிவிடும்.

நகரமே பொதுமிப் புடைத்துப் போய் விட்டது; அது உருகிக் கொண்டிருப்பதாகத் தோன்றியது. எங்கு பார்த்தாலும் சிற்றோடைகளும், பேரோடைகளும் ஓடின. நன்றாகப் பொதுமிக் கரைந்திருந்த பூமியானது அதற்குமேலும் ஈரத்தை உறிஞ்சச் சக்தியற்றுப் போய், கந்தலுக்குப் பதிலாகச் சேற்றுக் குட்டைகளைத் திட்டுத் திட்டாக அணிந்து, உடம்பெல்லாம் கொப்புளங்களுக்குப் பதிலாகக் குமிழிகள் வெடித்துத் தோன்றும் ஒரு கிழட்டுப் பிச்சைக்காரிபோல் தோற்றமளித்தது.

சூரியன் போயே போய் விட்டதுபோல் தோன்றியது: அதன் ஒளியானது குழம்பிய கபில நிறத்தில் பூமியின்மீது பரவலாகத் தென்பட்டது; எனவே மௌனமாகவும் ஆட்சேபணையற்றும் சேற்றுக்குள் புதைந்து கொண்டிருந்து ஆளரவமற்ற தெருக்களில் அப்போது நேரம் என்ன என்று சொல்வதற்கே இயலாததாகப் பண்ணி விட்டது.. ஆனாலுள் இடையிடையே எப்போதாவது ஒன்றிரண்டு மணி நேரத்துக்கு ஒரு குளிர்ந்த உருவமற்ற ஒளி மயக்கம் கபில நீல நிறமான வான மண்டலத்திலே தோன்றியது. கிழவிகள் அதனைச் "செத்த மனிதனின் சூரியன்" என்று கூறினார்கள்.

மாட்வி ஜன்னலில் அமர்ந்து, மரங்களிலிருந்து அவற்றின் கடைசி இலைகளையும் பறித்துப் போட்டுக் கொண்டிருந்த மழையின் நடுவில் தோன்றும் பழத் தோட்டத்தைப் பராக்காகப் பார்த்துக் கொண்டிருந்தகன். அந்த இலைகள் மழையோடு சேர்ந்து நேராக விழுந்தன; பின்னர் அவை ஓடுகின்ற சிற்றோடைகளின் பரப்பை நெருங்கியதும் துள்ளிக் குதித்தன.

ஷாகிர் உள்ளே வந்தான்.

"ஒரு பெண்ணும் ஒரு சிறு பையனும் சமையலறையில் இருக்கிறார்கள்; நனைந்து போயிருக்கிறார்கள்" என்று பல்லைக் காட்டியவாறே சொன்னான் அவன்.

"யார் அவர்கள்?" என்று வியப்போடு கேட்டான் மாட்வி.

"தெரியவில்லை. மூன்று நாட்களாக அவள் தங்குவதற்கு இடம் தேடி அலைந்திருக்கிறாள். இடமே கிட்டவில்லை."

"நமது நகரத்திலா இல்லை?"

ஷாகிர் தனது உச்சந்தலைக் குல்லாயைத் தலையின் பின்புறம் தள்ளி வைத்துவிட்டு, தனது மீசையின் முனையைத் தொட்டான்.

"நாம் அவளுக்குப் பரண் வீட்டைக் கொடுக்கலாமா?" என்றான் அவன்: "பரண் வீட்டில் யாருமில்லை. ஏன் கொடுக்கக் கூடாது?: அந்தச் சிறுவன் ரொம்ப வேடிக்கையானவன்."

"உன் பிரியப்படி செய்" என்று மாட்வி நிர்விசாரமாகச் சொன்னான்: "அது வசிப்பதற்கு லாயக்கானது தானா?"

"அவளே பார்த்துக் கொள்ளட்டும்."

"இதற்கு முன் எவரும் அங்கு வசித்ததில்லை."

நீங்கள் ஒரு ரூபிள் வாடகை வாங்குங்கள்" என்று கண்ணைச் சிமிட்டியவாறு சொல்லிவிட்டு, அந்தத் தாத்தாரியன் வெளியே சென்றான்.

மாட்வியின் சிந்தனைகள்– நாணமும் சோர்வும் கொண்ட சிறுசிந்தனைகள் – எப்போதும் நிழல்களோடு தான் தோன்றின: அவனுக்குத் தோன்றும் ஒவ்வொரு எண்ணத்துக்கும் பின்னால் ஒரு அக்கறையற்ற மறுப்பும் பின் தொடர்ந்து வந்தது. இதனால், ஒரு நிலையான, திடமான பரப்பின் மீது நுரைத்துக் கொண்டு செல்லும் மெதுவான நீரோட்டத்தில், அவனால் எந்த ஒரு குறிப்பிட்ட சிந்தனையின் மீதும் தனது கவனத்தைக் கேந்திரப்படுத்தவும் சிரமமாக இருந்தது. இந்தப் பரப்புத்தான் அவன் வாழ்ந்து வந்த வாழ்க்கைக்கு எதிராக அவனது ஆத்மா கொண்டிருந்த ஊமையான ஆட்சேபணையாகும்.

தலைக்குமேலுள்ள வீட்டில் மனிதர்கள் நடக்கும் சப்தத்தை அவன் கேட்டான்; அப்போது தனக்குத் தானே பின்வருமாறு சொல்லிக் கொண்டான்: அந்தக் குடிக்கூலிக்காரிதான். எனக்கு ஒரு நோய்போல் வந்திருக்கிறாள். அவள் இளம் பெண் என்றால் வதந்திகள் கிளம்பும்; அந்தக் குழந்தையும் ஒரு தொல்லைதான் – சத்தம் போடும்; கற்களை எறிந்து ஜன்னல்களை உடைக்கும். நான் ஏன் இதை அனுமதிக்க வேண்டும்?

ஷாகிர் திரும்பவும் வந்தான்.

"அவள் ஒரு ரூபிள் தந்து விடுவாள்" என்று குதூகலமாகச் சொன்னான்.

"இதைக் கேள். அவளை அமைதியாக இருக்கச் சொல்; வீட்டுக்காரருக்கு எந்த ஒரு சத்தமும் கேட்கக் கூடாது என்று சொல்."

"அவர்கள் அமைதியாகத்தான் இருக்கிறார்கள்" என்று கிளுகிளுத்துச் சிரித்தவாறே உறுதி கூறினான் அந்தத் தாத்தாரியன்.

'இவனுக்கென்ன இத்தனை குதூகலம்? என்ன காரணம்?' என்று அதிசயித்தான் மாட்வி.

மறுநாள் காலையுணவின்போது நடால்யா புன்னகை புரிந்த வண்ணம் பின்வருமாறு சொன்னாள்:

"மாட்வி! உங்கள் வீட்டுக்குக் குடி வந்துள்ள ஒரு வேடிக்கையான மனுஷி. அவள் எவ்வளவு வேடிக்கையானவள் என்பதை நீங்கள் எண்ணிக்கூடப் பார்க்க முடியாது."

ஷாகிர் தன் தலையைப் பின்னால் சாய்த்தான்; அவனது முகத்தில் சிரிப்பினால் சிறிய சுருக்கங்கள் தோன்றின; அவன் தன் எஜமானை நோக்கிக் குனிந்து, அவனது மூக்குக்கு முன்னால் தனது விரல்களை நெளித்தான்.

"அவள் தன் பற்களை ஒரு பிரஷ்ஷினால் சுத்தம் செய்கிறாள்" என்று சிரிப்புத் தாங்க மாட்டாமல் சொன்னான் அவன்.

"என்–னது?" என்று சந்தேகத்தோடு வியந்தான் மாட்வி.

"உண்மைதான் – உண்மைதான்!" என்று நடால்யா சொன்னாள்: "வெள்ளை நிறமான பொடியினால் விளக்குகிறாள். அவள் அதனை ஒரு சிறு டப்பாவில் வைத்திருக்கிறாள்."

"ஏன், அவளுக்குப் பல் வலியா?" என்றான் மாட்வி.

"அவள் அப்படிச் சொல்லவில்லை." நடால்யாவின் கொழுத்த முகத்தில் காதளவோடிய சிரிப்பு கோடு கீறியது; அவள் மேலும் பிதற்றிக் கொண்டே சென்றாள்: " அவள் ரொம்பத் தொலைவிலிருந்து வந்திருக்க வேண்டும்; அவளைப் பார்த்தால் அவள் ஒன்றும் சாதாரணமானவள் அல்ல என்று யாரும் சொல்லி விடலாம். ரொம்பப் பணிவு. எடுத்ததற்கெல்லாம் 'மிக்க நன்றி', 'தயவு செய்து' என்று சொல்லிக்கொண்டேயிருக்கிறாள். நான் அவளுக்கு ஒரு வாளி தண்ணீர் கொண்டு கொடுத்தேன். உடனே அவள் நன்றி கூறினாள். 'மிக்க நன்றி. ஆனால் நீங்கள் ஏன் இதனைச் செய்தீர்கள்? நானே கொண்டு வந்திருப்பேனே!' என்கிறாள் அவள். அப்புறம் 'தயவு செய்து நீங்கள் அலட்டிக் கொள்ள வேண்டாம்' என்கிறாள்."

"அவள் அழகாயிருக்கிறாளா?" என்று கேட்டான் மாட்வி.

"அழகுதான். நல்ல உருண்ட தோள்கள். கன்னிப் பெண்ணைப்போல், மார்பகங்கள். அவள் கண்களிலே மட்டும் ஒரு உறுத்த நோக்கு உண்டு. என்றாலும் அவள் மிகவும் மிருதுவாகவும் கண்ணியமாகவும் புன்னகை புரிகிறாள்."

"அவள் இளம் பெண்ணா?"

‘’பிள்ளையைக் கொண்டு தீர்மானித்தால் அவளுக்கு இருபத்தைந்து வயது இருக்க வேண்டும். அல்லது அதற்கு அதிகமாகவும் இருக்கலாம். அவள் எங்கிருந்து தான் வந்திருக்க முடியும்?” நடால்யா பெருமூச்சு விட்டுவிட்டு, மேலும் சொன்னாள்: “மிகவும் உள்ளத்தைத் தொடும் மாதுதான். அவளது சர்வ உடைமைகளும் இரண்டு கூடைகள், பித்தளைப் பிடிகள் கொண்ட ஒரு தோல் டிரங்குப் பெட்டி. அவ்வளவே தான்.”

காற்று ஜன்னலில் மோதியறைந்து அதன் மீது மழைநீரைத் தெளித்தது; முற்றத்திலிருந்த மழை நீர்த் தொட்டியில் நீர்ச் சொட்டுக்கள் சொட்டி விழுந்தன; ஷாகிர் தனது தேநீரை ருசித்துக் குடித்தவாறே திருப்தியோடு புன்னகை புரிந்தான்; நடால்யா உணர்ச்சிமிகுந்த பாடலொன்றைப் பாடினாள்; மாட்வி தன்னால் விளங்கிக் கொள்ள முடியாத ஒரு புழுக்கத்தோடு அங்குமிங்கும் சுற்றிப் பார்த்தான்.

“அவளைப் பற்றி இனி நாம் எதுவும் பேச வேண்டாம்“ என்று தன் கண்களைத் தாழ்த்தியவாறு கூறினான் அவன்: “அவள் இங்கு அமைதியாயிருக்கும் வரை எவ்வளவு காலத்துக்கு வேண்டுமானாலும் இருந்து விட்டுப் போகட்டும். அந்தக் குழந்தை எப்படி?”

“ரொம்பச் சிநேக பாவம் தான். நான் உள்ளே போனேன்: அந்தப் பையன் உடம்பெல்லாம் சோப்பைத் தடவிக்கொண்டு நின்றான். ‘ஹலோ! உங்கள் பெயரென்ன? என்று கேட்டான் அவன். ஆமாம். நிஜமாகத்தான்.”

“நல்லது. அவர்கள் சிநேகபாவத்தோடு இருந்தால், நாமும் சிநேகபாவத்தோடு இருப்போம்” என்று பொங்கிவந்த தாராளத்தோடு சொன்னான் அவர்களது எஜமான்.

ஷாகிர் அதனை ஏற்கும் பாவனையில் தலையசைத்தான்: ஆனால் நடால்யாவோ வெட்கமுற்றவள்போல் பின்வருமாறு சொன்னாள்:

“அந்தப் பல் விஷயம் மட்டும் இல்லாவிட்டால்! அது ரொம்ப வேடிக்கைதான்! ஒரு எலும்பு பிரஷ்ஷை வாய்க்குள் திணித்து, அதைக் கொண்டு துருவித் துருவித் தேய்க்கிறாள்! அவள் கன்னத்திலே ஒரு ஓட்டை போட்டுக் கொள்ளாத வரை யிலே க்ஷேமம்தான்!”

மதியச் சாப்பாட்டுக்குப் பின்னர் மேகங்கள் கலைந்தன; வானத்திலே ஒரு நீலத் திட்டு வெளிப்பட்டது; அது முற்றத்திலிருந்த குட்டைகளில் பிரதிபலித்தது. மேலும் அங்குள்ள பெரிய நீர்த் தேக்கத்துக்கருகில், சுருட்டை முடியும், கூரிய சின்ன மூக்கும் கொண்ட அந்தச் சிறுவன் குந்தியமர்ந்திருந்தான். அவன் ஒரு மரக் கட்டையை அந்தக் குட்டையினுள் தள்ளியவாறு ஏதோ சத்தமிட்டான்: அந்தக் குட்டையிலுள்ள நீரும் அவனுக்குப் பதிலுக்குப் புன்னகை புரிவது போல் சிற்றலை பரப்பிய வண்ணம் இருந்தது.

மாட்வி ஜன்னலை அமைதியாகத் திறந்தான். அந்தக் குழந்தையின் மணிக்குரல் அந்த அறைக்குள்ளே வந்து ஒலித்தது:

.......இல்லை
அழகியதோர் தோற்றம் தானா?
ஜார் எனது பிரார்த்தனையைக் காதில்
தானேற்றுக் கொண்டு விட்டாரா?

வாயிற் கூடத்துக்கருகில் ஷாகிர் தன் தலையை முன்னால் நீட்டியவாறு, ஒரு கையால் தனது தாடியை இழுத்து விட்டுக்கொண்டு நின்றான்; தானியக் கிடங்கின் வாசல் நடையில் சப்பாணிக் கால் கொண்ட அந்தக் காவலாளி மார்க்கூக்ஷா தனது வளைந்த கால்களால் அங்குமிங்கும் ஆடியவாறு நின்றான். அந்தக் குழந்தையின் கண்ணில் பட்டு விடாமல் அதனைக் கவனிப்பதற்காக, மாட்வி உள்வாங்கி நின்று கொண்டான்.

கொஞ்சம் மெலிவுதான். எலும்புக் கால்கள். அவன் வயதில் நான் வேறு மாதிரியாக, நன்றாக உண்டு கொழுத்து இருந்தேன் என்று நினைத்தான் அவன்.

அவனது இதயத்தைக் குளிர்வித்து, அவனது இளமை நினைவுகள் அவனுள் பொங்கியெழுந்தன. அந்தச் சிறுவன் எழுந்து நின்றான்: தனது கைகளைக் கால் சராயில் துடைத்துக் கொண்டான். பின்னர் கைகளை விரித்துக் கொண்டு, ஒவ்வொரு வார்த்தையையும் துண்டு துண்டாக்கியவாறு முன்னைவிட உரத்த குரலில் பாடினான்:

“ஆஹா! சு-தந்-தி-ரம்!
அருமையான சு-தந்-தி-ரம்!

பின்னர் அவன் கால் சராயைச் சுருட்டி விட்டுக் கொண்டு, வாத்தைப் போன்று சிவந்து மெலிந்திருந்த காலைத் தூக்கி, அந்தக் குட்டையினுள் தைரியமாக இறங்கியவனாய் ஆழ்ந்து கனத்த குரலில் கத்தினான்;

“எ–து–வுமே அத்தனை அருமையில்லை!”

அவனது கால் சராயின் இடது கால் தண்ணீருக்குள் விழுந்து விட்டது; அந்த இளம் பாடகன் துள்ளிக் குதித்து வழுக்கி விழுந்தான்: கீழே கைகளையும் ஊன்றிக் கொண்டு கிடந்தான்.

“பாழாய்ப் போக!” என்று கூறியவாறே, அவன் தன் விரல்களிலே அப்பிக் கொண்ட சேற்றை உதறினான்.

மாட்வி ஜன்னலின் வழியாக வெளியே குனிந்து அனுதாபத்தோடு சொன்னான்:

“உன் அம்மா உன்னை அடிக்கப் போகிறாள்!”

அந்தக் குழந்தை மீண்டும் குந்தி உட்கார்ந்து, அந்தக் குட்டையில் தன் கைகளை அலம்பியது.

“எனக்கொன்றும் பயமில்லை” என்று அந்தப் பையன் கரிய புருவங்களும், கண்ணிமைகளும் கொண்ட, அழகிய மயிர்ச் சுருள்களால் சூழப்பெற்ற முகத்தை உயர்த்தியவாறு புன்னகையுடன் சொன்னான்.

“உன் பெயரென்ன?”

“போரிஸ். உங்கள் பெயர்?”

“மாட்வி.”

மாட்வி தனது புன்னகையை மறைப்பதற்காகக் கையை மேலே உயர்த்தினான்; அவனது கை தாடியைத் தொட்டது. உடனே அவன் தனது கூற்றை அவசர அவசரமாகத் திருத்த முனைந்தான்: “மாட்வி மாமா. மாட்வி ஸாவ்லிவிச்.”

அந்தப் பையன் தனது பைகளுக்குள் கைகளைச் செலுத்தியவாறு கண்களை நெரித்துச் சுருக்கி விழித்தான்.

“நீங்கள் தான் இந்த வீட்டுக்காரரா?” என்று கேட்டான்.

“ஆமாம். ஏன்?”

“ஒன்றுமில்லை” என்றான் போரிஸ். ஆனால் சிறிது நேரம் கழித்து, பின்வருமாறு சொன்னான்: “நான் சொல்கிறேன். நீங்கள் கொழுத்திருக்கிறீர்கள்!”

“அப்படியென்றால் உண்மையிலேயே கொழுத்தவர்களை நீ பார்த்ததே இல்லை என்றுதான் அர்த்தம்.”

பின் வருமாறுஓ! நானா பார்க்கவில்லை?” என்று சின்னச் சிரிப்புடன் சொன்னான் போரீஸ்: “நான் எவ்வளவோ–எவ்வளவோ பேரைப் பார்த்திருக்கிறேன். ஏன்? நான் எங்கிருந்து வந்தேனோ, அந்தக் கெய்ன்ஸ்க்கில்–”

“அது எங்கே இருக்கிறது?”

“கெய்ன்ஸ்க். நீங்கள் கெய்ன்ஸ்க்கைப் பற்றிக் கேள்விப் பட்டதேயில்லை?”

“அது எந்த மாகாணத்தில் இருக்கிறது?”

“அது ஒரு மாகாணத்தில் இல்லை. அது சைபீரியாவில் இருக்கிறது” என்று அந்தப் பையன் வித்யா கர்வத்தோடு அதனைத் திருத்தினான்.

மாட்வி செடித் தொட்டிகளைத் தள்ளிவைத்து விட்டு, ஜன்னலுக்கு வெளியே நன்கு குனிந்தான். ஷாகிர் போய் விட்டான்; மார்க்கூஷா தானியக் கிடங்கருகில் கரடியைப் போல் துறு துறுத்துக் கொண்டிருந்தான்.

“நீங்கள் சைபீரியாவில் ஏன் வாழ்ந்தீர்கள்?” என்று மாட்வி தணிந்த குரலில் கேட்டான்,

அந்தப் பையன் அந்தக் கேள்விக்கு அகன்ற நகையுடன் பதிலளிப்பதற்கு முன் அவனை ஒரு கணம் வியப்போடு ஏறிட்டுப் பார்த்தான்:

“நீங்கள் வேடிக்கையானவர்! ஏனென்றால் அங்கே, சைபீரியாவில்தான் அவர்கள் நகரத்தைக் கட்டினார்கள். அவர்கள் இங்கே உங்கள் நகரத்தைக் கட்டினார்கள்; அங்கே அந்த நகரத்தைக் கட்டினார்கள், அவ்வளவுதான்!”

“சரிதான்” என்று அவசரமாகப் பதிலளித்தான் மாட்வி: “எங்கெங்கே நகரத்தைக் கட்டுகிறார்களோ அங்குதான் அது இருக்கும். சரி. உனக்கு எழுதப் படிக்கத் தெரியுமா?”

‘’ஓ! தெரியுமே” என்று வியப்புடன் உடம்பை உலுக்கியவாறு சொன்னான் போரிஸ்.

“எனக்கும் தெரியும்“ என்றான் மாட்வி; ஆனால் அவனது இந்தச் சம்பாஷணை எல்லாச் சுவையையுமே இழந்து விட்டது போல் தோன்றியது. அவன் ஒரு கம்பைக் கையில் எடுத்தவாறு, வானத்தைப் பார்த்தான்; அது மீண்டும் பூமியின் மீது ஈரமான தூவானத்தைத் தெளித்துக் கொண்டிருந்தது.

“போரிஸ்!” என்று ஒரு தெளிவான பெண் குரல் கேட்டது; “நீ உள்ளே வந்தாலென்ன... மழை பெய்கிறது.”

வாயிற் கூடத்தில் கறுப்புடையணிந்த ஒரு நெடிய பெண் நின்றுகொண்டிருந்தாள். அவளது தோற்றம் உளுத்தும், வெளுத்தும் தோன்றின; அவள் தன் தலையைப் பின்புறமாக வாளிப்பாகச் சீவியிருந்தாள்; அவள் ஒரு கன்னியாஸ்திரீ போலத் தோன்றினாள். அவளை அந்த மேகம் சூழ்ந்த மந்தாரப் பொழுதோடு ஐக்கியப்படுத்துவது போல், அவனது இயல்பில் மந்தாரமும் விறைப்பும் கொண்ட ஏதோ ஒன்று குடிகொண்டிருப்பதாகத் தென்பட்டது. மாட்வி ஜன்னலருகே நிற்பதை அவள் கண்டதும், அவன்தான் வீட்டுச் சொந்தக்காரன் என்பதை அவள் ஊகித்துக் கொண்டு விட்டாள் என்பதில் சந்தேகம் இல்லை; எனினும் அவள் அவனுக்கு வணக்கம் செய்யவில்லை.

“மகனே! தயவு செய்து உள்ளே வாடா!” என்றாள் அவள்.

“தயவுசெய்து!” என்று ஜன்னலை அடைத்தவாறே தனக்குத் தானே சொல்லிக் கொண்டான் மாட்வி; தன் சொந்தப் பிள்ளையிடமுமா “தயவு செய்து!’

இலையுதிர் காலத்தின் குறுகிய பகற் பொழுதை மாலை நேரத்தின் ஈரப்பசை மிகுந்த இருள் சீக்கிரமே விழுங்கித் தீர்த்து விட்டது. இலையற்ற ரோவான் மரக்கிளையொன்று ஜன்னலின் மீது மோதியது. காற்றின் வீச்சு ஜன்னல் கண்ணாடி மீது மெல்லிய தண்ணீர்த் துளிகளைத் தூவியிறைத்தது. அழுகுரலொத்த சிறு சப்தங்கள் வீட்டின் சுவர்களை ஊடுருவி உள்ளே வந்தன.

வீரனான புஷ்கார்யோவ் மாண்டு மறைந்த பின்னர், பதின்மூன்று இலையுதிர் காலங்கள் அவனுக்காக அழுது தீர்த்துவிட்டன. எல்லாமே ஒன்றுபோல் சலிப்புத் தட்டுவதாக இருந்த சூனியமான வருஷங்கள் அனைத்தும், எவ்வாறு

காலைக் கடிக்காத பூட்ஸை மாட்டியிருப்பதைப் பற்றிய பிரக்ஞை ஒருவருக்கு இல்லாதிருக்குமோ, அதைப் போன்று அதைப் பற்றிய பிரக்ஞையே இல்லாத அளவுக்குப் பழகிப் போய்விட்ட ஒரு சலிப்பைத் தவிர, வேறு எதையுமே தன் பின் விட்டுச் செல்லாத, காணிக்கை செலுத்தச் செல்லும் இருண்ட யாத்திரிகர்கள் தமது வழியே செல்வது போல், மெதுவாகக் கடந்து சென்று விட்டன.

ஆனால் இன்றோ அந்தச் சலிப்பில் ஒரு புழுக்கம் புரையோடியிருந்தது. மாட்வியின் மனத்தில் எரிச்சலூட்டும் எண்ணங்கள் கபிலநிறக் குமிழிகள் போல் வெடித்துக் கிளம்பின. அந்தப் பரண் வீட்டுக்குள் மேலேறிச் சென்று அந்தப் பெண்ணை நோக்கிப் பின்வருமாறு கேட்க வேண்டும் என்ற ஒரு உந்துணர்ச்சி அவனுக்கு ஏற்பட்டது:

'நீ யார்? நீ ஏன் சைபீரியாவிலிருந்து வந்திருக்கிறாய்? நீ ஏன் உன் சொந்தக் குழந்தையிடமே "தயவு செய்து" என்று சொல்கிறாய்? மேலும் நீ ஏன் உன் பற்களை வெள்ளைப் பொடியால் விளக்குகிறாய்?'

ஆனால் அந்தக் கருக்கல் நேரத்தில் அவன் தரையில் அங்குமிங்கும் நடந்த பொழுது, அவனது ஆத்மாவின் புதிதாக ஒளி பெற்றிருந்த ஒரு மூளை அத்தகைய கேள்விகளெல்லாம் முட்டாள்தனமானவை என்று அவனுக்கு எடுத்துக்கூறின. அந்தக் குழந்தையைப் பற்றிச் சிந்திப்பதே நல்லது.

சின்னச் சண்டைக் கோழிதான்! என்று அவன் தனக்குத்தானே சொல்லிக் கொண்டான்.

அவன் இவ்வாறு சொல்லியவுடனேயே, அந்தக் குழந்தையின் குளிரால் சிவந்து போயிருந்த சின்னக் கரங்கள் நினைவுச் சக்கரத்தைப் பிடித்து ஒரு தள்ளுத் தள்ளி கடந்த காலத்தின் வெளிறிப் போன சுருளையை மெதுவாகவும் வேண்டா வெறுப்பாகவும் நூற்கத் தொடங்கி விட்டதுபோல் தோன்றியது. மாட்வி தனது கம்பளிச் செருப்பையணிந்து அந்தத் தரை மீது மிருதுவாக நடக்க நடக்க அந்தச் சுருளையும் மேலும் மேலும் நூற்றுச் சுருண்டது. இறுதியில் அவன் நினைவு அவன்முன் பெலாஜியாவைக் கொண்டு வந்து நிறுத்தியது; இதனால் அவன் எண்ணங்கள் மீண்டும் அந்தப் புதிய பெண்ணிடமே திரும்பிச் சென்றன.

அவள் ஒரு அதிகாரியின் மனைவியாகத்தான் இருக்க வேண்டும் என்று அவன் நினைத்தான். அவள் ஒரு பெருமைக்காரி; எனக்கு வணக்கம் கூடச் செலுத்தவில்லையே!

நடால்யா உள்ளே வந்தாள்.

"நான் விளக்கை ஏற்றட்டுமா?" என்று அவள் மிருதுவாகக் கேட்டாள்.

"அதற்குள் வேண்டாம். நானே ஏற்றிக் கொள்கிறேன்."

பரண் வீட்டிலே அடுப்பைப் பற்ற வைத்ததும் அந்த அறை முழுவதும் புகை மண்டி விட்டதாகவும், எனவே அந்தப் பெண்ணும், அந்தச் சிறுவனும் மூச்சு

முட்டுவதைத் தவிர்க்க, தரையோடு படுத்துக் கிடக்க நேர்ந்ததாகவும் அவள் ஒரு பெருமூச்சுடன் அவனிடம் சொன்னாள்.

“அவர்கள் ஏன் கீழே இங்கு வரக்கூடாது?” என்று கேட்டான் மாட்வி: “நான் ஒன்றும் கடித்துவிட மாட்டேன்.”

“ஷாகிர் கூரைமீதேறி, அங்கு புகைக் கூண்டில் ஒரு காக்கை கூடு கட்டி யிருப்பதைக் கண்டான்.”

“வியப்பதற்கில்லை.”

மீண்டும் நடால்யா பெருமூச்செறிந்தாள்; பின்னர் தன் தலையைத் தொங்க விட்டவாறு குற்றக் குரலில் பின்வருமாறு சொன்னாள்;

“இங்கு ஒரு போலீஸ்காரன் வந்திருக்கிறான்.”

“அவனுக்கு என்ன வேண்டுமாம்?”

“எனக்குத் தெரியாது. ஏதோ அந்தப் புதிதாக வந்திருப்பவள் விஷயமாம்.”

“எனக்கு எல்லாம் தெரியும்“ என்று மொறு மொறுத்தான் மாட்வி: ‘’நீயும் ஷாகிரும் எப்போதும் ஏதாவது கற்பனை பண்ணிக் கொள்வீர்கள்.”

அவன் சமையலறைக்குள் சென்றான்; ஆனால் அதற்குள் அந்தப் போலீ ஸ்காரன் போய் விட்டான். மேஜைமீது ஒரு விளக்கு எரிந்து கொண்டிருந்தது; அதன் பக்கத்தில் பீர் வாசனையடித்த ஒரு மரக் கோப்பை கிடந்தது. அந்தக் கோப்பையைத் தனது விரலால் தட்டித் தாளமிட்டுக் கொண்டு ஷாகிர் மேஜைமுன் அமர்ந்திருந்தான். நடால்யா தனது மேலாடையின் மீது கைகளைச் சேர்த்துப் பிடித்தபடி, அடுப்பருகே சென்று அங்கு நின்றாள். இரண்டு பேரும் பயந்து போயிருக்கிறார்கள் என்பதை ஒரே பார்வையில் தெளிவாகத் தெரிந்து கொள்ள முடிந்தது. புதிதாக வந்தவளின் மேல் மிகவும் கவனமாக ஒரு கண் வைத்திருக்கும்படி அந்தப் போலீஸ்காரன் அவர்களுக்கு உத்தரவிட்டுச் சென்றுள்ளான் என்பதையும், மேலும் அவள் அந்த நகரத்தை விட்டுப் போகாமல் தடை செய்யப்பட்டுள்ளாள் என்றும் அவள் யார் வீட்டில் வசிக்கிறாளோ, அந்த வீட்டுக்காரர்கள் அவள் என்ன செய்தாள், என்ன பேசினாள் என்பதையெல்லாம் போலீசுக்குத் தெரிவிக்கக் கடமைப்பட்டவர்கள் என்றும் அவன் சொல்லிச் சென்றான் என்பதையும் கேள்விப்பட்டபோது மாட்விக்கே பயமாகத்தான் இருந்தது.

இது தெளிவற்ற பயபீதிகளைக் கிளப்பி விட்டன; ஆனால் அதே நேரத்தில் அவர்கள் பேசும் ஒவ்வொரு வார்த்தையோடும் அது ஒரு குறுகுறுப்பையும் தூண்டி விட்டது. அவர்கள் மூவரும் ஒருவரையொருவர் மாறி மாறிப் பார்த்துக் கொண்டும், திகிலோடு விழித்துக் கொண்டும், உள்ளடங்கிய தொனியில் பேசிக் கொண்டும் அமர்ந்திருந்தார்கள். ஷாகிர் விளக்கின் திரியைக் கூட இறக்கி விட்டு விட்டான்.

“அவள் என்னதான் செய்திருப்பாள்?” என்று விறைத்த குரலில் கேட்டான் மாட்வி.

“கள்ள நாணயம் தயாரிப்பாளோ?” என்றான் ஷாகிர்.

“அவள் அப்படிப் பட்டவளாகத் தெரியவில்லை” என்றாள் நடால்யா.

“தோற்றத்தைக் கண்டு அவர்கள் எப்படிப்பட்டவர்கள் என்று நீ ஒன்றும் சொல்லி விட முடியாது” என்றான் மாட்வி.

“ஒருவேளை அவள் தன் கணவனுக்கு ஏதாவது கேடு செய்திருப்பாளோ?” என்றாள் நடால்யா: “அவள் முகம் உறுதி வாய்ந்த முகம்தான். ஒருவேளை அவள் சமைத்த கேக்கில் எதையாவது கலந்து கொடுத்திருப்பாள்.”

“நாவை அடக்கு!” என்று கத்தினான் ஷாகிர்.

ஓகுரோவில் வசிக்கும் எல்லா மக்களிடையேயும் போலீஸார் பல்வேறு விதமான உணர்ச்சிகளை ஏற்படுத்தியிருந்தார்கள்; அவை தலைமுறை தலைமுறையாகக் கை மாறி நிலைத்து வந்திருந்தன. அவர்கள் எல்லோருமே போலீஸை வெறுத்தார்கள்; எனினும் அவர்களுக்குப் பயந்தார்கள்; அவர்களிடம் கெஞ்சித் தொங்கினார்கள். அத்தகையதோர் ஸ்தாபனம் ஏன் தேவை என்பதை அவர்களால் எண்ணிப் பார்க்க முடியவில்லை; எனினும் ஏதாவது நேர்ந்து விட்டால் உடனே அவர்கள் அதனிடம்தான் ஓடிச்சென்றார்கள். இப்போது, இந்தச் சந்தர்ப்பத்தில், அவர்கள் மனம் போலீஸின்பால் திரும்பியது.

“அந்தப் போலீஸ்காரனைப் பற்றி அவளிடம் நீ சொல்லி விட்டாயா?” என்று கேட்டான் மாட்வி.

“இல்லை.”

“சொல்லாமலிருப்பது நல்லது.”

“ஆமாம்“ என்றான் ஷாகிர்: “அவள் யார்? – எனக்குத் தெரியாது. ஆனால் போலீஸார் யார்?–அது எனக்கு நன்றாகத் தெரியும்.”

நடால்யா பதைபதைப்பு எய்தினாள்.

“அவள் ஒரு தனி ஜீவன்; புருஷன் கூட இல்லை. அவர்கள் அவளை என்ன செய்ய விரும்புகிறார்கள் என்று யாருக்குத் தெரியும்? மேலும் மிகவும் இளம் பெண். ஆமாம். நான் போய் அவளிடம் சொல்லி விடுகிறேன்.”

மாட்வி ஒரு கணம் சிந்தித்தான்.

“பொறு” என்றான் அவன்: தேநீர்ப் பாத்திரத்தைக கொதிக்க வை. ஷாகிர், வா என்னோடு.”

அவர்கள் அவனது அறைக்குள் வந்ததும் அவன் விளக்கை ஏற்றினான்; பின்னர் ஏதோ ஒரு பெரிய விஷயத்தைப் பற்றித் தீர்மானிக்கும் குரலில் அந்தத் தாத்தாரியனிடம் பின்வருமாறு சொன்னான்:

“போலீஸ் அல்லது இந்த விசித்திரமான பெண். நம்மைப் பொறுத்த வரையில் நமக்கு எல்லாம் ஒன்றுதான். மக்குத் தேவையானது ஒன்றே ஒன்று: அமைதியோடு சாந்தியோடும் வாழ்ந்து வரவேண்டும். எனவே நான் அவளைக் வரவழைத்து நேருக்குநேர் பட்டவர்த்தனமாகக் கேட்டு விடு கிறேன்; இதற்கெல்லாம் என்ன அர்த்தம் என்று. அதன் மூலம் ஏதாவது தவறான விஷயம் உண்மையில் நமக்குத் தெரிய வந்தால் – நல்லது, பிறகு அவள் வெளியேறி விடட்டும். அவ்வளவுதான்.”

“ம். சரி” என்று ஷாகிர் விசனத்துடன் கூறிவிட்டு தரையிலே விரித்திருந்த நடைபாவாடையின் முனையை நிமிர்ப்பதற்காகக் கீழே குனிந்தான். அவன் சுருண்ட நிமிர்ந்து எழுந்ததும், ஒரு பெருமூச்செறிந்து விட்டு வெளியே சென்றான்.

மாட்வி நிலைக்கண்ணாடி முன் சென்றான். அகன்ற நெற்றியும், இளம் மஞ்சள் நிறமான தாடியால் நீண்டு தோற்றிய புடைத்த கன்னங்களும், அத்தனை தெளிவா களகுல் தோல், உவகையற்ற ஒளியும் கொண்டு விளங்கிய நீல நிறக் கண்களும் கொண்ட ஒரு முகத்தை அந்தக் கண்ணாடி பிரதிபவித்தது. அவன் தன் முகத்தை எப்போதுமே விரும்பிய திடலில்; அதில் உணர்ச்சியேயற்று, தாடியிருந்த போதும் பெண்மைத் தன்மை குடிகொண்டு இருப்பதையே அவன் கண்டு வந்தான். இன்றோ அவன் அதில் புதிய குறைபாடுகளைக் கண்டறிந்தான்.

என்னைக் காட்டிலும் அவள் ஒன்றும் இளையவளாக இருக்க முடியாது என்று அவன் ஆர்வத்தோடு நினைத்தான்.

நடால்யா தேநீர்ப் பாத்திரத்தைக் கொண்டு வந்தாள்.

“போய் அவளைக் கூப்பிடு” என்று அமைதியாகச் சொன்னான் அவன்: “ போய் வீட்டுக்காரர் அவளிடம் பேச விரும்புவதாகச் சொல். கவனம், கண்ணியமாக நடந்து கொள். தயவுசெய்து – அவள் கீழ்வீட்டுக்கு வர வேண்டுமெனச் சொல். உனக்கு எதுவுமே தெரியாததுபோல் நடந்து கொள். அவளது உணர்ச்சிகளைப் புண்படுத்த ஒரு காரணமுமில்லை நமக்கு.”

நடால்யா சென்றவுடன் அவன் தன் சட்டையை இழுத்துவிட்டுக் கொண்டான். தனது கைகளைத் தனது அரைக் கோட்டுக்கு மேல் வைத்தவாறு, அறையின் மத்தியில் காதைத் தீட்டிக் கொண்டு நின்றான். சிறிது நேரத்தில் மாடிப் படியில் காலடிச் சப்தம் கேட்டது; கதவு திறந்தது; பின்னர் அந்த அறைக்குள் கறுப்புப் பாவாடையும் கம்பளிச் சால்வையும் தரித்த ஒரு பெண் வந்தாள். அவள் உயரமாகவும் வாளிப்பாகவும் இருந்தாள்; அவளது தலை மயிர் பின்னோக்கி மிருதுவாகச் சீவப்பட்டிருந்தது. அவளது கன்னங்களும் நெற்றியும் பனிக்கட்டியில் கடைந்தெடுத்தது போலிருந்தன; புருவங்கள் நீண்டிருந்தன; அவற்றுக்கிடையில் கோபக் குறி கொண்ட ஒரு சிறு வரிக் கோடு உருவாகியிருந்தது. அவளது கண்களுக்குக் கீழே சோகம் அல்லது களைப்பின் நிழல் பதிந்திருந்தது. அவளது பார்வையை நேர் நின்று நோக்க முடியாதவனாய், மாட்வி இலேசாகத் தலைவணங்கி விட்டு, கண்களை உயர்த்தாமலே ஒரு நாற்காலியை முன்னால் தள்ளினான்.

"குட் மார்னிங்!" அவன் தயக்கத்தோடு, கிட்டத்தட்ட வருந்தும் தொனியில் சொன்னான்: "தயவு செய்து-இங்கே, நான் உங்களுக்கு ஒரு கப் தேநீர் தரலாமா? நீங்கள் அதனை வித்தியாசமாகக் கருதாவிட்டால் –"

"இல்லையில்லை, நானொன்றும் நினைக்கவில்லை."

இம்முறை அவளது குரல் முன்னர் அவள் முற்றத்தில் நின்று பேசியதைக் காட்டிலும் மிருதுவாகவும் கண்ணியமாகவும் தொனித்தது. அவன் அவளை லேசாகப் பார்த்தான். அவளது முகம் கூட மாறியிருந்தது. புருவங்களுக்கிடையே தோன்றிய அந்த வரிக்கோடு அப்போதில்லை. அவளது கரிய கண்களும் கூட புன்னகை புரிந்தன.

பெண்கள் எப்போதுமே இப்படித்தான் என்று நினைத்தான் அவன். அவள் எப்படிப்பட்டவள் என்பதை முயன்றுதான் கண்டுபிடிக்க வேண்டும்!

அவன் கலவரத்தோடு இலேசாக இருமி விட்டு, அவள் பெயரைக் கேட்டான்.

"எவ்ஜெனியா பெட்ரோவ்னா மான்சுரோவா " என்று அவள் ஒவ்வொரு எழுத்தையும் மிகவும் சுத்தமாக உச்சரித்தாள்; பின்னர் ஒரு புன்னகையுடன் அவன் விரும்பிய தகவலைத் திடீரென்று தானாகவே சொல்ல முனைந்தாள்: "என்னிடம் பாஸ்போர்ட் கிடையாது. ஆனால் அதனால் நீங்கள் கவலைப்பட வேண்டாம். நான் போலீஸாரின் கண்காணிப்பின் கீழ் இருக்கிறேன்; மேலும் நான் உங்கள் வீட்டில் வசித்து வருவதும் அவர்களுக்கு ஏற்கனவே தெரியும்."

அவளது எளிமையையும் நேர்மையையும் கண்டு, மாட்வி வாயடைத்துப் போனான். அவனுக்கு வியர்த்துக் கொட்டியது; அவன் பின்வருமாறு தடுமாறிச் சொல்வதற்குள் சிறிது நேரம் கழிந்தது.

"ஓஹோ, அப்படியா?"

பயமுறுத்தும் சிறிய சிந்தனைகள் அவனது நெற்றிப் பொருத்தில் முட்டி மோதி, தலைக்குள்ளே குதியாட்டம் போட்டன: எனவே அவள் என் வீட்டில்தான் வசிக்கப் போகிறாள் – ஒருவேளை போலீஸாரே அவளுக்கு அவ்வாறு உத்தரவிட்டிருப்பார்களோ? – எனக்குத் தீங்கிழைக்கவா?– அல்லது என்னைக் கேலிக்கு இரையாக்கவா? – ஆனால் இங்கு வந்தானே, அந்தப் போலீஸ்காரன் விவகாரம் என்ன?

அவள் பேசிக் கொண்டே சென்றாள்; எனினும் அவள் உபயோகித்த வார்த்தைகள் அவனுக்குப் பழக்கமற்றவையாக இருந்தன. அதிலும் இந்தப் பண்படாத இளைஞனைத் தனது சுதந்திரமான அசைவுகளால் அலைக்கழித்த போதும், போலீஸ்காரர்களைப் பற்றி அவள் மனம் போன போக்கில் குறிப்பிட்டுப் பேசிய போதும், ஒவ்வொரு கணமும் அவள் புரிந்துகொள்ள இயலாதவளாகவே தோன்றினாள்.

"இங்கே எவ்வளவு கதகதப்பாயிருக்கிறது" என்று அவள் சொல்லக் கேட்டான் அவன். அவள் சொன்னதைத் தான் தவறாகக் கேட்டு விட்டோமோ என்பதை நிச்சயப்படுத்திக் கொள்வதற்காக, அவனும் அதனைத் திருப்பிச் சொன்னான்:

"ஆம். இந்த வீட்டில் கதகதப்பாயிருப்பதை நானும் விரும்புகிறேன்."

"இத்தனை இனிமையாக மணக்கிறதே, என்ன அது?"

"தேன். தேனடையிலுள்ள எலுமிச்சம்பூத் தேன்" என்று மேஜை மீது ஒரு விரலை அழுத்தமாகத் தள்ளி, நீராவி கிளம்பும் தேநீர்ப் பாத்திரத்தைத் தீவிரமாக ஆராய்ந்தவாறே சொன்னான் மாட்வி. "கொஞ்சம் கொண்டு போங்கள்– உங்கள் பையனுக்கு."

"மிக்க நன்றி" என்று அந்தப் பெண் மிகவும் தெளிவான குரலில் சொன்னாள்: "உங்கள் தாத்தாரியன் அவனோடு இருக்கிறான். அவன் ஒரு நல்ல மனிதனாகவே தோன்றுகிறான்."

மாட்விக்கு இது புரிந்தது.

"அவன் என்னோடு பதினான்கு வருஷங்களாக வாழ்ந்து வருகிறான்" என்று நிம்மதிப் பெருமூச்சுடன் சொன்னான் மாட்வி: "மிகவும் நேர்மையானவன். தாத்தாரியர்கள் எப்போதுமே நேர்மையானவர்கள்: அவன் எங்கள் குடும்பத்தில் ஒருவன் போலவே இருக்கிறான். கூலிக்காரனாக அல்ல,"

அவளது சால்வை அவளது உருண்ட தோள்களிலிருந்து நழுவிச் சரிந்தது. அப்போது அவளது மிருதுவான கேசம் அவளது முதுகுப்புறத்தில் அடர்த்தியான 'ஜடையாகத் தொங்குவதையும், அதன் முனையில் ஒரு கறுப்பு ரிப்பன் கட்டப்பட்டிருப்பதையும் அவனால் காண முடிந்தது.

இவள் ஒன்றும் இளம் யுவதியல்ல; பின் ஏன் இவள் தன் தலைமயிரை ஜடையாகப் பின்னித் தொங்கவிட்டிருக்கிறாள்? அவளுக்குக் கோப்பையிலே தேநீரை ஊற்றும்போது அவனுக்கேற்பட்ட சிந்தனை இது.

அந்தப் பெண்ணின் முகத்தில் ஒரு புன்னகை அரும்பியது: பேரெழிலாய் விரிந்தகன்றிருந்த அவளது கண்களின் அடியாத்திலே அந்தப் புன்னகை பிறந்து, அவளது நெருங்கிய புருவங்களுக்கிடையே பரவி, அவற்றை நடுநடுங்கி நேராகச் செய்துவிட்டு, பின்னர் அது அவளது சிறிய வெள்ளிய பற்களின் ஒளியை வெளிக் காட்டி விரிந்த அவளது இதழ்களிலே வந்து தங்கியது; அவளது கன்னங்களிலே குழிகள் தோன்றின; அவளது அங்க அவயவங்களிலே ஒரு அமைதியான ஒளி வீசிற்று; நினைவிலிருந்து கிட்டத்தட்ட துடைக்கப்பட்டுப்போன ஒரு முகத்தை மாட்வியின் நினைவில் ஒரு கணம் கொண்டு வந்து நிறுத்தியது.

இவை யாருடையதாக இருக்கக் கூடும்? என்று அவன் நினைத்தான். இவள் பெலாஜியாவைப்போலத் தோற்றமளிக்கவில்லை.

இப்போது அந்தப் புன்னகை மறைந்தது; மீண்டும் புருவ மத்தியில் அந்த வரிக்கோடு தோன்றியது; அவளது உதடுகள் இறுகின; அவன் முன்னால் அவனுள்ளத்தில் தெளிவற்ற சந்தேகங்களை எழுப்பும் ஒரு மந்தமான அன்னிய ஸ்திரீ அமர்ந்திருந்தாள்.

‘நான் அவளிடம் என்ன பேசுவது?’ என்று கேக்குகளும் பிஸ்கட்டுகளும் இருந்த ஒரு தட்டைத் தள்ளிக் கொண்டே நினைத்தான் அவன். அவள் மட்டும் மீண்டும் ஒரு முறை புன்னகை புரிந்தால்!

“இதோ, எடுத்துச் சாப்பிடுங்கள்” என்று உள்ளடங்கிய குரலில் சொன்னான்: “வீட்டில் செய்த கேக்குகள்......”

“மிக்க நன்றி” என்று சிநேகபாவமான தலையசைப்புடன் கூறிவிட்டு, அவள் ஒன்றை எடுத்துக் கொண்டாள்.

அவளது கரங்கள் ஒடுங்கி, அழகாக உருவாகியிருந்தன, அவள் ஏதாவதொரு பொருளைப் பற்றி எடுக்கும்போது அவளது மெல்லிய விரல்கள் அதனைச் சுற்றி வளைத்து உறுதியாகவும் அமைதியாகவும் எடுத்தன.

“ஆனால் நீங்கள் ஒன்றும் கவலைப்பட வேண்டாம்“ என்று அவள் மேலும் பேசினாள்: “ஓடிப் போக முயற்சி செய்யும் எண்ணம் எதுவும் எனக்கில்லை.”

‘இவள் என்ன சொல்கிறாள்?’ என்று அவளைக் கண்ணியமற்று வெறித்து நோக்கிய வண்ணம் வியப்புற்றான் மாட்வி. அதோ அவள் மீண்டும் புன்னகை புரிகிறாள்!

“ஓடிப் போவதா? ஏன் நீங்கள் ஓட வேண்டும்?” என்று அவளைத் தடுத்து நிறுத்துவதுபோல் சொன்னான் அவன்; ‘‘ஓடிப் போவதற்கு இங்கு ஓரிடமும் இல்லை–எங்கும் காடுகள்: சதுப்பு நிலங்கள். மேலும் இங்கு மோசமாகவும் இல்லை. குறைந்தபட்சம் வசந்தத்திலாவது, வேனிற் காலத்திலும் அப்படித்தான். உங்கள் சிறுவனுக்கும் அது பிடிக்கும். ஆற்றிலே மீன்கள் உண்டு. மேலும் அவன் பறவை பிடிக்கவும் போகலாம். காட்டில் ஏராளமான காளான்கள் உண்டு. இங்குள்ளவர்கள் காளான் பறிக்க வண்டிகளில்தான் செல்வார்கள் – அவ்வளவு காளான்களைக் கூடையிலே சுமந்து கொண்டு அவர்களால் வீடு திரும்ப இயலாது.”

“இந்த நகரத்திலே ‘ஜிம்நாஸியம்‘ இருக்கிறதா?”

“பள்ளிக்கூடத்தைத் தானே கேட்கிறீர்கள்?”

“ஆமாம்.”

“இங்கு ஒரு பள்ளிக்கூடம் இருக்கிறது.”

“எத்தனை பாரங்கள்?”

“மூன்று என்று நினைக்கிறேன்.”

“அப்படியென்றால் அது ‘ஜிம்நாஸியம்‘ இல்லை.”

மாட்வி பெருமூச்சு விட்டான்; ஒகுரோவில் ஒரு ‘ஜிம் நாஸியம்‘ இல்லாதது பரிதாபமாகத்தான் தோன்றியது.

“அத்தனை பிற்போக்கான நகரம்!” என்று அவளும் பதிலுக்குப் பெருமூச்செறிந்தவாறே சொன்னாள். மேலும் அவள் சத்திரத்தில் தங்கியிருந்தபொழுது நான்கு நாட்களாக ஜாகை தேடி அலைந்தும் ஒன்றும் கிடைக்காது போன விவரத்தை அவனிடம் கூறத் தொடங்கினாள். எங்கு சென்றாலும் அவளைச் சந்தேகக் கண்ணோடு அல்லது முரட்டுத்தனத்தோடு தான் ஜனங்கள் நடத்தினார்கள். அவள் யார், எங்கிருந்து வருகிறாள், ஏன் அங்கு வந்திருக்கிறாள், அவள் என்ன செய்ய விரும்புகிறாள், அவள் புருஷன் எங்கே.... என்று பற்பல கேள்விக் கணைகள் வேறு.

“எனக்குப் புரியவே இல்லை. நானும் ஒரு ருஷ்யப் பெண் அல்ல போலவும், நான் ஏதோ ஒரு வேற்று நாட்டில் இருப்பது போலவும், வேற்று மொழியைப் பேசுவது போலவும் அவர்களுக்கு எண்ணம். எல்லோருமே என்னைக் கண்டு பயப்படுகிறார்கள்!”

இந்த உணர்ச்சி அவனுக்குப் பரிச்சயமானதாக இருந்தது; இது அவனை அவள்பால் மேலும் ஈர்த்தது; அவனது அனுதாபத்தையும் தூண்டிவிட்டது.

“உங்கள் கணவர் எங்கே?” என்று அவன் கேட்டான்.

அதற்குச் சுருக்கமாகப் பதிலளிக்குமுன் அவள் அவனை ஒரு கணம் பார்த்தாள்:

“அவர் இறந்துவிட்டார்.”

வழக்கமாகச் சோகமாக இருக்கக் கூடிய இந்த வார்த்தைகள் அவளுக்கு வேதனை நிறைந்த எவ்விதமான முக்கியத்துவத்தையும் கொண்டிருப்பதாகத் தோற்றவில்லை.

“அவர் சளி பிடித்து மாண்டுவிட்டார்” என்று அவள் தெளிவாகச் சொன்னாள்: “சைபீரியாவில் ரொம்பக் குளிர்.”

“அவர் அங்கு வேலை பார்த்தாரா?”

அந்தப் பெண் தன் தோள்களை உலுக்கினாள்.

“அதெல்லாமில்லை” என்று சாதாரணமாகச் சொன்னாள் அவள்: “நாங்கள் சைபீரியாவுக்கு அனுப்பப்பட்டோம் என்று ஏற்கனவே உங்களிடம் சொன்னேனே. நாடு கடத்தப் பட்டு – புரிந்ததா?”

மேலும் அவன் அதற்கு மூன் கேட்டிராத புதிய வார்த்தைகள் சிலவற்றையும் அவள் உச்சரித்தாள். அவன் தன் நாற்காலியில் நிலைகொள்ளாமல் தவித்தான்.

“எதற்காக?”

அவள் தன் கீழுதட்டைக் கடித்துக் கொண்டு, தனது சால்வையைத் தோள் மீது இழுத்து விட்டுக் கொண்டாள்; பின்னர் அந்த அறையைச் சுற்றிப் பார்த்துவிட்டு, விசாரமாகச் சொன்னாள்:

“உங்களுக்கு அரசியல் என்றால் என்ன என்று தெரியுமா? அரசியல் குற்றங்களைப் பற்றிக் கேள்விப்பட்டிருக்கிறீர்களா?”

“இல்லை” என்று நிலை கொள்ளாமல் தவித்தவாறும் தன் மீது கனமாக விழுந்து அழுத்திய, தன்னைப் பின்வாங்கச் செய்த ஒரு கண் பார்வையைக் காண மாட்டாமல் கண்களைத் தாழ்த்தியவாறும் சொன்னான் மாட்வி.

“நல்லது. நான் எல்லாவற்றையும் இன்னொரு சமயம் விளக்குகிறேன்” என்று அவள் சொன்னது அவனுக்குக் கேட்டது. மீண்டும் அவள் குரல் மிருதுவாகவும் கண்ணியமாகவும் மாறியது “சரி. இப்போது நான் சென்று வருகிறேன். மிக்க நன்றி உங்களுக்கு. நீங்கள் மட்டும் உங்களது இந்த வசதியான சிறிய பரண் வீட்டை எனக்குத் தந்திராவிட்டால், நான் என்ன செய்திருப்பேன் என்பதே எனக்கு நிச்சயம் தெரியாது.”

அவள் வெளியேறிச் செல்லும்போது மீண்டும் புன்னகை புரிந்தாள்; “சைபீரியா”, “நாடு கடத்தல்” “அரசியல் குற்றங்கள்” என்பன போன்ற பயங்கரமான வார்த்தைகளால் பரபரப்புற்ற அவனது பய பீதியையெல்லாம் அந்தப் புன்னகை எப்படியோ சாந்தப் படுத்தியது; “அரசியல் “என்ற அந்த வார்த்தையைச் சொன்ன அந்த மாபெரும் வேளையானது ஏதோ ஒரு தீய விளைவோடு அந்த வார்த்தை சம்பந்தப்பட்டிருப்பதாக அவனுக்குப் பட்டது; அது எதுவாக இருக்கும், அந்த வார்த்தை எப்போது ஒலித்தது என்பதை யெல்லாம் தன் சக்தியையெல்லாம் ஒன்று திரட்டி அவன் நினைவுகூர முயன்றான்; ஆனால் பயனில்லை.

அந்தப் பெண்ணோடு அவன் நடத்திய பேச்சு வார்த்தை மணிக்கணக்காக நீடித்துவிட்டதுபோல் அவன் களைப்படைந்தான் அவன் தன் கரங்களைத் தலைக்குப் பின்னால் இறுகப் பிணைத்தவாறு அந்த மேஜை முன்பே வெகுநேரம் இருந்தான்; அப்போது “சைபீரியா”, “நாடு கடத்தல்” என்ற அந்த வார்த்தைகள் இலையுதிர் காலத்துக் காற்றின் வஞ்சகமான அழுத்தச் சக்தியோடு அவனது மனத்தில் புகுந்து சீட்டியடித்தன. எனினும் அவற்றுக்குப் பின்னால், மேலும் குதூகல மிக்க ஏனைய எண்ணங்களும் வளையமிட்டன.

அவளது மோவாய் பனியைப்போல் வெள்ளை வெளேரென்றிருக்கிறது; அதிலே குழந்தைக்கிருப்பதுபோல் ஒரு அழகிய குழி – குழந்தைகள் தூங்கும் போது தேவதைகள் அங்குதான் முத்தமிடுவார்கள்! மேலும் எத்தகைய வெள்ளைப் பற்கள்! அவள் ஏன் அதைப் பொடியினால் விளக்க வேண்டும்? அது தான் எனக்குப் புரியவில்லை.

திடீரென்று ஒரு இருண்ட நினைவு அவன் மனத்தில் தலை தூக்கியது. பல வருஷங்களுக்கு முன்னால் ஒருநாள், ஒரு திங்கட்கிழமையன்று மாலையில், எல்லா மணிக் கூண்டுகளிலுமுள்ள பெரிய மணிகளெல்லாம் ஒலிக்கத் தொடங்கின. கன்னியாஸ்திரீ மடத்து மணி ஒரு வெறிகொண்ட பெண்ணின் வேகத்தோடு ஒலித்தது; புனிதர் நிக்கோலா ஆலயத்து மணியோ நிதானத்தையே இழந்து

விட்டதுபோல் தோன் றியது; ஒரு சமயம் அது இடி முழக்கம் செய்தது; மறு சமயம் மணியின் நாக்கு மணியின் விளிம்பில் தொட்டும் தொடாமல் பட்டு அழுது பொருமுவதுபோல் ஒலியெழுப்பியது.

மாட்வி தெருவுக்கு ஓடி வந்தான்; ஷாகிரும் வேலைக்காரர்களும் பல்வேறு திசைகளை நோக்கி ஓடினார்கள்; சிலர் கூரை மீது ஏறிக் கொண்டு எங்கே தீப்பிடித்துள்ளது என்று பார்த்தார்கள்; ஆனால் எங்கும் தீப் பிழம்புகளைக் காணோம்: காற்றிலே புகை வாடைகூட அடிக்கவில்லை. நகரமே ஒரு பரபரப்பான அலைவீச்சில் சிக்கித் தவித்தது: ஜனங்கள் வீடுகளிலிருந்து வெளியே பாய்ந்தோடி வந்தார்கள்; கும்பலாக வந்தார்கள்; கூச்சலிட்டுக்கொண்டு சாடி ஓடினார்கள்; ஒரு கனத்த வசந்த காலப் பனிப் புயலில் மாட்டிக் கொண்டார்கள்.

ஒரு மனிதன் ஒரு கறுப்புக் குதிரையின் மீதேறி கன்னியாஸ்திரீ மடத்தை நோக்கி வேகமாகச் சென்றான்; தன் கையை நீட்டி தனது உச்சக் குரலிலே பின்வருமாறு சத்தம் போட்டான்:

“நிறுத்துங்கள்! மணியடிப்பதை நிறுத்துங்கள்!”

புனிதர் நிக்கோலா ஆலயத்தின் மணியோசை மேலும் பலமாகவும் பயங்கரமாகவும் ஒலித்தது.

அவர்கள் ஓடும்போதே, ஜனங்கள் அந்த அபாய அறிவிப்புக்கான காரணம் என்ன என்று ஊகிக்க முயன்றார்கள்; சிலர் தேவாலயம் கொள்ளையடிக்கப்பட்டு விட்டதாகச் சொன்னார்கள்: பிதா விட்டாலி திடீரென்று இறந்து விட்டதாக ஒரு கீச்சுக் குரல் அலறியது; முன்னாள் சிப்பாயான சாப்பகோவ் என்ற கிழவன், நெப்போலியனின் பேரன் நாற்பது நாடுகளின் சேனைகளைத் திரட்டிக் கொண்டு, எல்லையைத் தாண்டி ஸெயின்ட் பீட்டர்ஸ்பர்கைச் சுற்றி வளைத்து கொண்டு விட்டதாக அறிவித்தான். மேலும் பனியினால் ஜனங்கள் கண்களுக்கே தென்பட வில்லை; எனவே அவர்களது கூச்சல்கள் மேலும் பயங்கரமாக ஒலித்தன.

‘‘பருவத்துக்கு முன்பே ஆற்றின் மீது படிந்துள்ள பனிக் கட்டிப் படிவங்கள் உடைந்து விட்டன” என்று யாரோ ஒருவன் நிராதரவான நிலையில் அழுதான்: “தண்ணீர் மேலெழுந்து வந்து கொண்டிருக்கின்றது!”

“யார் சொன்னார்கள் அப்படி?”

“ஒரு தகவல் வந்திருக்கிறது!”

“நாங்கள் குன்றின்மீது வசிக்கிறோம். எந்த வெள்ளமும் எங்களை எட்டாது!”

மாலை நேரத்தின் இருளாலும், பனியின் சுழற்சியாலும் குரல்கள் உள்ளடங்கிப் பம்மின; வார்த்தைகள் சின்னஞ் சிறு கற்களைப்போல் கூட்டத்தினரின் தலைமேல் வந்து விழுந்தன. வீடுகள், ஜனங்கள் ஆகியவற்றின் வடிவங்கள் மேலெழுந்து மீண்டும் இருளில் மறைந்தன. அந்த நகரமே தனது பிடிப்பிலிருந்து

பிய்த்துப் பிடுங்கிக் கொண்டு மிதந்து செல்வது போலவும், போகும்போதே அது ஆடியசைந்து அழுது புலம்புவது போலவும் தோன்றியது.

பின்னர் தமது மகனும் மருமகனும் வழி நடத்திவர, கிழவர் பாஜூனோவ் வந்தார். அவர் தலையில் எதுவும் அணியவில்லை; இடைவார் மாட்டப்படாத சட்டையின் மீது ஒரு கறுப்புக் கோட்டு அணிந்திருந்தார். அவர் தமது உரத்த கரகரத்த குரலில் பின்வருமாறு அறிவித்ததன் மூலம் அங்கு நில விய களேபரத்துக்குத் திடீரென்று ஒரு முடிவைக் கொண்டு வந்தார்.

“நீங்கள் எதற்காக இப்படிக் கூப்பாடு போடுகிறீர்கள்? மணிகள் அடிப்பதிலிருந்து ஜார் மன்னர் அலெக்ஸாண்டர் இறந்துபோய் விட்டார் என்று உங்களுக்குச் சொல்லத் தெரியாதா? உங்கள் தொப்பிகளைக் கழற்றுங்கள்!”

உடனே எல்லோரும் மௌனமாகிவிட்டார்கள்; இதன்பின்னர் அந்த இருண்ட வாயடைத்த உருவங்களிடையே தெருவில் நடந்துபோவது திடீரென்று பயம் குறைந்த விஷயமாகப் போய் விட்டது.

பின்னர் மாட்வி தான் தேவாலயத்தில் நின்றுகொண்டிருப்பதைக் கண்டுணர்ந்தான்; அங்கு சிணுங்கிய முகம் கொண்ட ஒரு பாதிரியார் ஜார் மன்னர் கொல்லப் பட்டதைப் பற்றிய அறிவிப்பை வாசிப்பதை அவன் கேட்டுக் கொண்டிருந்தான். தனது வாழ்நாளெல்லாம் அவன் பயத்தைத் தூண்டும் அந்தச் சோகமான வார்த்தைகளை நினைவில் வைத்திருந்தான்:

“புரிந்துகொள்ள முடியாததான தெய்வ சித்தம் நிறைவேறிவிட்டது....”

அவன் அவற்றில் தொலைவான பரிசயம் உள்ள ஏதோ ஒன்றை, பல்வேறு வழிகளில் செல்லும் வாழ்க்கையின் முழுமையோடும் தொடர்பு கொண்ட ஏதோ ஒன்றைக் கண்டறிந்திருந்தான்.

அவன் ஷாகிரின் நடத்தையைக் கண்டும் மனச் சங்கடப்பட்டிருந்தான்; தேவாலயத்தில் தானும் வந்து நின்று கொண்டிருந்த ஷாகிர் தன் தலையை ஆட்டி, தனக்கு ஏதோ பல்வலி கண்ட மாதிரி தனக்குத் தானே ஏதோ முணுமுணுத்துக் கொண்டிருந்தான். நகரமக்கள் அவன் நிற்பதைக் கண்டு அவன்மீது பாய்ந்து விடுவார்கள் என்று மாட்வி பயந்து போயிருந்தான்.

ஆனால் தேவாலயம் அநேகமாக இருளில் மூழ்கிக் கிடந்தது. பீடத்தின் மீதும், குறிப்பாக வணக்கத்துக்குரிய தேவதா வடிவங்களின் முன்னிலையிலும்தான் விளக்குகளும் மெழுகுவத்திகளும் ஏற்றப்பட்டிருந்தன; அவை அந்த ஞானிகளின் கவலை ததும்பும் முகங்களின் மீது பலவீனமான மஞ்சள் ஒளித்திட்டுக்களைப் பரப்பின. நிழல்கள் வடிவங்களை மங்கச்செய்து, அவயங்களை மூடி மறைத்தன. தேவாலயமே ஒரு பெரும் அழுது வடியும் தலையற்ற முண்டத்தால் நிரம்பி நிற்பது போலவும், அதற்கு மேல் பிரசங்க பீடத்தில் பாதிரியாரின் வடிவம் காற்றிலே தொங்கி ஆடுவது போலவும் தோன்றியது.

மாட்வி கண் கூசியவாறே தேவாலயத்திலிருந்து வெளி வந்தான்; மேலும் அடுப்புக்கரிப் புகையினால் விஷப்பட்டுப் போனதுபோல் அவனுக்குத் தலைவலி வேறு. அவர்கள் வெறுந்தலைகளோடு ஆலய முற்றத்தில் நின்றபோது, ஷாகிர் தன் மார்பைச் சொறிந்து கொடுத்து விட்டு, நாக்கைச் சூள் கொட்டினான்.

"அவர்கள் ஏன் இந்தக் காரியத்தைச் செய்தார்கள்?" என்றான் அவன்; "ஆ! எத்தனை கெட்ட மனிதர்கள்! எத்தனை கெட்ட செய்கை!"

"உஷ்!" என்றான் மாட்வி: "அவர்கள் சொல்வதைக் கேள்."

அவர்கள் பல விஷயங்களைப் பல வழிகளில் சொன்னார்கள்; ஆனால் எல்லாவற்றையும் சஞ்சலமான, உள்ளடங்கிய ஜாக்கிரதையான குரல்களில்தான் சொன்னார்கள்."

"ஆங்கிலேயர்கள் தான் இவ்வாறு செய்யும்படி அவர்களுக்கு லஞ்சம் கொடுத்திருக்க வேண்டும். நான் பந்தயம் கட்டுகிறேன்."

"அல்லது துருக்கியர்கள்"

"ஆம். துருக்கியர்கள் தான். துருக்கியர்கள் தான் இப்படிச் செய்வார்கள்."

"ஏனென்றால் அவர் அவர்களை உதைத்தார்."

"ஜாக்கிரதை, ஷாகிர். அவர்கள் உன் மீது திரும்பிவிடக் கூடும்" என்று அந்தத் தாத்தாரியனிடம் கிசுகிசுத்தான் மாட்வி.

ஷாகிர் கோபாவேசம் கொண்டான்.

"நானா? நான் ஒன்றும் துருக்கியனல்ல. நான் ருஷ்யாவில் வாழ்கிறேன். ருஷ்யர்களை எனக்குப் பிடிக்கிறது."

ஆனால் அங்கு அந்தத் தணிந்த, அபசகுனமான, வலுக்குறைந்த முணு முணுப்பு கேட்டுக் கொண்டேயிருந்தது.

"அவர்கள் அவருக்கு இந்த மாதிரி செய்ய முயல்வது இது முதற் தடவையல்ல."

"யார் முயன்றார்கள்?"

"அவர்கள் – அதாவது–"

"அவர்கள் – யாரவர்கள்?"

"எனக்கெப்படித் தெரியும்? போலீஸைக் கேள். அவர்களுக்குத்தான் அந்த மாதிரி விஷயங்களெல்லாம் தெரியும்."

"நகரவாசிகளே! இப்போது பெரிய மாறுதல்களெல்லாம் எதிர்நோக்கப்படுகின்றன!" என்று ஒரு ஆர்வமிக்க கீச்சுக் குரல் கேட்டது.

இந்தக் கூற்றுக்கு நம்பிக்கை மிகுந்த உற்சாகம் ஏற்பட்டது.

“ஆமாம். வாஸ்தவம்–”

“மாறுதல்களா? ஹூம் –”

“ஜார் மன்னர் நிக்கோலாஸ் இறந்த பின்னர் மாறுதல்கள் ஏற்படவில்லையா?”

“அப்படித்தான் தெரிகிறது. முதன் முதலாக, வரி...”

“கடவுள் புண்ணியத்தில் இன்னொன்றும் போகட்டும்!”

“மேலும் விவசாயிகளுக்குச் சுதந்திரம் கிட்டியது.”

“மேலும் பொதுவான பெயர்ப் பதிவும்......”

“அது ஏராளமான பேர்களைப் பாதித்து விட்டது.”

“இன்னும் பலருக்குச் செல்வத்தையும் கொண்டு வந்தது.

“அத்தகைய மாறுதல்களிலிருந்து ஆண்டவன் நம்மை காப்பாற்றட்டும்!

மாட்விக்குப் பின்னால் நின்று கொண்டிருந்த யாரோ ஒருவன் மூர்க்கமாக மொறு மொறுத்தான்:

“இதெல்லாம் அந்தப் பெரிய மனிதர்கள், அந்தக் கிராமப்புறத்துப் பெருந்தனக்காரர்கள், அவர்களது அரசியல் –அவை செய்யும் காரியம்தான். செருப்பு காலைக் கடிக்கிறது. தெரிகிறதா? எல்லாம் அவர்கள் செய்ததுதான், அவர்கள் நமது விவசாயிகளை மீண்டும் விலங்கு பூட்டிப் பார்க்க விரும்புகிறார்கள்–”

“உண்மை” என்று கத்தினார் பாஜூனோவ்: “எல்லாம் அந்த நாட்டுப்புறத்துக் கனவான்கள் தான் – அவர்கள் வேலை தான் இது.’”

நகரத்து முக்கியப் பிரஜைகளின் சுமார் இருபது பேர் பணக்கார நிலப்பிரபுக்களையும் அவர்களது பேராசை, ஆடம்பரம், கொடுமை, தற்பெருமை, மற்றும் வெறுக்கப்பட்ட பெருந்தனக்காரர்களின் எல்லா விதமான தீமைகள் ஆகியவற்றைப் பழித்துக் கூறுவதில் ஒருவரோடொருவர் போட்டி போட்டுப் பேசினார்கள்.

“இந்த மனிதர்கள் தம்மை யாரென்று நினைத்துக் கொண்டிருக்கிறார்கள்?” என்று மொறுமொறுத்தான் ஷாகிர்.

“ஞானிகளென்று” என்று அமைதியாகப் பதில் சொன்னான் மாட்வி: “சரி. வா, நாம் வீட்டுக்குப் போகலாம்.”

அவர்கள் முன்னமேயே போயிருக்க வேண்டும். ஒரு கசங்கிய தொப்பியை அணிந்த நெட்டை மனிதன் ஜனங்களின் தலைக்கு மேல் தனது கையை ஆட்டிக் கொண்டு, பின்வருமாறு சத்தமிட்டான்:

“அடே, அயோக்கியா! பொறு! உன் பெயர் என்ன? ஏய், போலீஸ்காரா! இங்கு கலகமூட்டுபவனை நான் காட்டுகிறேன் உனக்கு; இவனைப் பிடி ஜக்கார்! ஏ, கிழவா! உன் பெயரென்ன? பாஜூனோவ், அப்படித் தானே? ஹா– ஹா!”

மாட்வியும் ஷாகிரும் போய்விட்டார்கள். பத்தடி தூரத்துக்கப்பால், ஜனக்கும்பலின் அழுகுரல்களைப் பனி அழுக்கி விழுங்கியது; தெரு அமைதியடைந்தது; எல்லாச் சப்தமும் நகரத்தை விட்டே நழுவியோடி, வெள்ளை வயல்களின் மோனத்துக்குள் புகுந்து விட்டதுபோல் தோன்றியது.

இன்று, இங்கு, அவனது அறையில் இருக்கும்போது, இவையனைத்தும் தெளிவான தீர்க்கமான நினைவாக அவன் மனத்தில் மீண்டும் தோன்றியது: கோயிலின் சுவரிலே எழுதப்பட்டுள்ள உத்வேகம் மிகுந்த எழுத்துக்களைப்போல் இவையனைத்தும் அவன் கண் முன்னால் எழுந்தது; அவனைப் பயமுறுத்தியும், மிரட்டியும், அவனுள் முரண்பட்ட சிந்தனைகளைத் தோற்றுவித்தது.

அவள் வேறு ஏதாவது இடத்தைத் தேடிச் சென்று வாழட்டும். அவள் மகன் ஜாரைப் பற்றிப் பாடுகிறான்– ஜாரைப் பற்றி – அவன் இதயம் நன்றாயிருக்கட்டும்!– ஆனால் அவனது தாயோ? அவளைத் தான் பாரேன்! அவள் எங்குதான் போவாள்? இங்கு எந்த ஜாகையும் கிடையாது அப்படியே இருந்தாலும் நகர மக்கள் அதனை அவளுக்குத் தர மாட்டார்கள். அவர்கள் அநேகமாக அவளை அடித்து நொறுக்கி விடுவார்கள். அது மட்டும் உண்மை.

நடால்யா உள்ளே வந்தாள்.

“நான் தேநீர்ப் பாத்திரத்தை எடுத்துப் போகலாமா?” என்று குதூகலத்துடன் கேட்டாள் அவள்..

“ஷாகிரை என்னிடம் சீக்கிரம் அனுப்பு!”

ஷாகிரும் குதூகலமான நிலையில் தான் இருந்தான்.

“ஏன் பல்லைக் காட்டுகிறாய்? உட்கார்.”

அந்தத் தாத்தாரியன் புன்னகை புரிந்து தலையை ஆட்டிய வண்ணம் உட்கார்ந்தான்.

“அவளை ஏன் சைபீரியாவுக்கு அனுப்பினார்கள் என்று உனக்குத் தெரியுமா?” என்று மிருதுவாகக் கேட்டான் மாட்வி: “ஜார் மன்னர் கொலை செய்யப்பட்டது உனக்கு நினைவிருக்கிறதா? அவள் அவர்களில் ஒருத்தி.”

ஷாகிர் தலையை அசைத்தான்.

“அவள் அதற்கு முன்பே சைபீரியாவுக்குப் போய் விட்டாள் நான்கு வருஷங்களுக்கு முன்பு.” மேலும் அவன் தனது எஜமான குறுக்கே விழுந்து பேசுவதற்குள் தன் பேச்சின் விஷயத்தையும் மாற்றி விட்டான்: “போரிஸுக்கு எல்லாம் தெரியும், எத்தனை அருமையான பையன்! ஓ! ஆமாம். அவர்கள் மிகவும் அருமையான ஜனங்கள்! ஓ! ஆமாம்!”

“அவர்களிடம் என்ன அத்தனை அருமையைக் கண்டு விட்டாய்?” என்று மகிழ்ச்சியோடு எனினும் திருப்தியற்றுக்கேட்டான் மாட்வி.

“ஓ! எல்லாம்தான். மிக அருமை!

“இந்த ஓ—வையெல்லாம் நிறுத்தி விட்டு, சாதாரண பாஷையிலே எனக்குச் சொல்.”

அந்தத் தாத்தாரியன் தன் கையை வீசியாட்டிவிட்டுச் சிரித்தான்.

“எல்லாமே அருமைதான்! அவனுக்கு எல்லோரையும் பிடித்திருக்கிறது —உங்களை, என்னை— எல்லோரையும் ஒரே மாதிரி விரும்புகிறான். அத்தனை குஷியான பையன்! நான் மாடம்‘ என்று சொன்னேன். ‘மாடம் வேண்டாம்: வெறுமனே எவ்ஜெனியா பெட்ரோவ்னா என்று சொன்னால் போதும்‘ என்கிறாள் அவள். நானோ ‘மாடம் எவ்ஜெனியா பெட்ரோவ்னா என்றே சொன்னேன். அவளோ ‘அப்படியானால் நடால்யாவையும் மாடம் என்று கூப்பிடுங்கள். எல்லாப் பெண்களுமே மாடம்தான்’ என்கிறாள். நான் சிரித்தேன்; போரிஸூம்சிரிக்கிறான்; அவளும் சிரிக்கிறாள்—சிரித்துக் கொண்டே கத்துகிறாள். ரொம்ப வேடிக்கைதான் போங்கள்!”

“அவள் சிரித்தாள் என்றா சொன்னாய்?” என்று சம்சயத்தோடு கேட்டான் மாட்வி.

“கொள்ளைச் சிரிப்பு சிரித்தாள். தலையைப் பின்னால் சாய்த்துக் கொண்டு சிரித்தாள், சிரித்தாள், அப்படிச் சிரித்தாள்.”

அவன் தன் தேநீரைத் தட்டிலிருந்து ஓசையெழும்ப உறிஞ்சிக் குடித்தான்; எனினும் நாக்கைச் சுட்டுக் கொண்டு விட்டான்; தட்டை ஒரு கை மாற்றி மறு கையில் வைத்த வண்ணம், தேநீரை ஊதி ஆற வைத்த வண்ணம் மேலும் பேசிக்கொண்டேயிருந்தான். அவனது உல்லாசமும், அவனது கண்ணில் தெரிந்த களிப்பின் ஒளியும் மாட்வியின் பயங்களைப் போக்கி விட்டன.

“அவள் என்ன சொன்னாள்?” என்று கேட்டான் அவன்.

“பல விஷயங்கள். ஓ! அவள் எவ்வளவு எளிமையாயிருக்கிறாள்!”

“நல்லது. போதும் அவளைப் பற்றி” என்று ஒரு நிம்மதிப் பெருமூச்சுடன் தீர்மானமாகச் சொன்னான் மாட்வி: “ஆனால் அவள்... வந்து... அவர்களில் ஒருத்தி என்பதை – நீ யாரிடமும் சொல்லித் தொலைக்காதே.”

“நான் ஏன் சொல்ல வேண்டும்? என்னை யார் நம்புவார்கள்?

“எல்லோரும் எந்த மோசமான விஷயத்தையும் நம்பத் தயாராயிருக்கிறார்கள். நமது ஜனங்கள் ஒரு பொறாமையுள்ளம் படைத்த கூட்டம்; அவர்கள் எதுவும் செய்வார்கள். அவளைப் பொறுத்தவரையில் அவள் யாராயிருந்தாலும் அது நமது வேலையல்ல. நமக்குத் தேவையானதெல்லாம் அவளும் நம்மைப்போல் அமைதியாகவும் அடுத்தவர் கண்ணுக்குப் படாமலும் வாழ வேண்டும். அவ்வளவுதான்.”

சிறிது நேரம் வரையிலும் அவன் தனக்கே தெளிவில்லாத ஏதோ விஷயங்களைப் பற்றி ஷாகிரிடம் விளக்கிக் கொண்டே போனான். அந்தத் தாத்தாரியன் முகத்திலிருந்து வியர்வை பொங்கி வழிய, தூங்கி விழுந்து விடாதவாறு கண்களைச் சொட்ட விழித்த வண்ணம் அமர்ந்திருந்தான்.

அன்றிரவு அவர்கள் சமையலறையில் இரவுச் சாப்பாடு சாப்பிட்டுக் கொண்டிருந்தபோது, நடால்யா அந்தப் புதிய பெண்ணைத் தவிர வேறு எதைப் பற்றியும் பேசவில்லை; அந்தத் தாயும் பிள்ளையும் அவளுக்கு மிகுந்த திருப்தியை அளித்தார்கள்; அவர்களைப் பற்றி மேலும் பலவற்றை அறிந்துகொள்ள அவள் குறுகுறுத்தாள்.

"அவள் மிகவும் கண்ணியத்தோடும் அருமையோடும் இருக்கிறாள். நிஜமான கனவான் வீட்டுப் பெண்போல!"

"நீ கண்ணியமான மனிதர்களைச் சந்தித்ததே இல்லை போலிருக்கிறது" என்று மெல்ல மெல்லத் தன்னம்பிக்கை பெற்று வந்த மாட்வி சொன்னான்: "நீ என்றும் யாரையுமே பார்த்ததில்லை. எனவே இவள்தான் உனக்கு எல்லாமாகத் தோன்றுகிறாள். ஆனால், நடால்யா, நீ பாட்டுக்குச் சந்தைப் பேட்டையிலும் வேறு இடங்களிலும் சளசளத்துக் கொண்டு திரியாதே, என்ன இருந்தாலும் அவள் போலீஸாரோடு சம்பந்தப்பட்டவள்."

அவர்கள் ஒரு வார்த்தை கூடப் பேசாமல் ஒருவரையொருவர் பார்த்துக் கொண்டார்கள்.

தனது வாழ்க்கையில் இப்போது ஒரு மர்மம் குடிகொண்டு விட்டது என்பதையும், அதிலிருந்து தப்பிக்க மார்க்கமில்லை என்பதையும் நன்கு தெரிந்தவனாய், மாட்வி மேஜைமீது தனது விரல்களால் தாளமிட்டுக் கொண்டிருந்தான்.

'அதைக் கூட நான் விரும்பவில்லை' என்று அவன் நிர்விசாரமாக நினைத்தான். என்ன வந்தாலும் வரட்டும். அதனால் என்ன நேர்ந்துவிடப் போகிறது?

ஷாகிர் தனது வீட்டுக்கு வந்து வசித்த அந்த முதல் வருஷத்தில் ஒரு குழந்தையைப்போல் நெஞ்சில் பாரமில்லாமல் வெகுளித்தனமாகச் சிரித்ததையும், பின்னர் வரவர அவன் அந்தச் சக்தியை இழந்து விட்டதையும் நினைத்துப் பார்த்தான்! அவனது சிரிப்பு ஒரு கனைப்பாக மாறிவிட்டது; விரும்பத்தகாததாகவும், போலியாகவும் இருந்தது. ஆனால் இப்போதோ அவன் மீண்டும் பழைய மாதிரியிலேயே சிரிக்கிறான்.

அவனுக்குக் குழந்தைகள் என்றாலும் பிரியம்; அதாவது அவர்கள் அவனைக் கல்லெடுத்து எறியாமலும், முள் செடியினால் தொந்தரவு செய்யாமலும் இருந்தால் அவனுக்கு ரொம்பப் பிடிக்கும் – என்றும் நினைத்தான் அவன்.

அவன் இரவில் தன் படுக்கையில் படுத்திருக்கும்போது மேல் மாடியில் மெல்லிய காலடியோசை கேட்டதை அறிந்தான்; அவன் அதை விரும்பவும் செய்தான். முன்பெல்லாம் அந்தப் பரண் வீட்டில் எலிகள் ஓடும் சப்தம் தான் கேட்டது: அல்லது உடைந்து போன ஜன்னலின் வழியாக உட்புகுந்த காற்று கதவுகளைப் படாரென்று அடித்தும், மூலைகளிலுள்ள பொருள்களை உழப்பித் தள்ளியும் எழுப்பும் சப்தமே கேட்டது. குளிரும் அமைதியும் மிக்க மாரிக்கால இரவுகளில், நகரை நோக்கியுள்ள வயல்வெளியில் ஓநாய்கள் பேராசையோடும் சோகத்தோடும் ஊளையிட்டு அழும் நேரத்தில், அந்தப் பரண் வீட்டில் ஒரு விசித்திரமான ரீங்காரம் கேட்கும்; அதுவே அந்த ஊளைக் குரலுக்களிக்கும் அனுதாபம் மிகுந்த பதிலாக விளங்கும்; அத்துடன் அந்தச் சப்தம் எல்லாவிதமான பயங்கரமான எண்ணங்களையும் எழுப்பி விட்டுவிடும்; பெலாஜியா ரத்தச் சோரியாகக் காட்சியளித்தது; அவனது தந்தை பக்கவாதத்தால் முடங்கிப் படுத்தது, சோஜோன்ட் காணாமற் போன மர்மம், குளுச்சாரெவின் மூளையின் கபிலநிறமான துண்டு துக்காணிகள், அவனது கனவுகளின் கபிலநிறத் துணுக்குகள் எல்லாம் நினைவுக்கு வரும். அவன் தாயம்மாவையும் பக்திமானான அரைப் பைத்திய அல்யோஷாவையும் நினைவு கூர்ந்தான்; அந்த ஷின்ஷான் என்ற பிச்சைக்காரன் எப்படித் தோற்றமளிப்பான் என்பதை நினைவுகூர மிகப் பெரும் முயற்சி செய்தான்.

மாரிக் காலத்துப் புயல்கள் நகரத்தின் மீது சுற்றிச் சுழன்று அலறித் திரிந்து, வீடுகளையெல்லாம் கூரை வரையிலும் பனிப் படிவத்திலே புதைத்து மூழ்கடித்து, தமது கிழிந்து கந்தலான இறக்கைகளின் மூலம் சுவர்களையும் கதவுகளையும் மோதியறைகின்ற சமயத்தில், ஏதோ ஒரு மிருதுவான, மௌனமான மாபெரும் மிருகம் தன்னைத் தானே ஒரு கந்தல் பந்துருளையாகச் சுற்றிச் சுருண்டு கொண்டு, உலகத்தின் ஒரு கோடியிலிருந்து மறு கோடி வரையில் உருண்டோடி, காடுகளைக் கீழே சாய்த்து, மேடுபள்ளங்களை மூடி நிரப்பி, நகரங்களையும் கிராமங்களையும் நொறுக்கித் தள்ளி, அவற்றின் இடி பாடுகளைப் பூமிக்குள் அல்லது தனது கோரமான தலையில்லா முண்ட உடலுக்குள்ளே அவற்றை இடித்துச் செலுத்துவதாக அவன் கற்பனை செய்தான். அது உருண்டு ஓட ஓட, பெரிதாகப் பெரிதாக, ஓசையற்றும், தடையற்றும் மனிதர்களையெல்லாம் விழுங்கித் தீர்ப்பதாகவும், தான் செல்லும் வழியெல்லாம் தவிடுபொடியான தரிசு நிலங்களையும், காற்றிலே கலந்து தொங்கும் “உ–தவி!” என்று சோகமயமான கூச்சலையும் தவிர வேறு எதனையும் விட்டு வைக்கவில்லை என்றும் தோன்றியது.

நாள் முழுவதும் சின்னச் சின்ன வேலைகள் நிறைந்து இருந்ததால், மாட்வியின் வீட்டில் குடிவந்துள்ள அந்தப் பெண் வந்து ஒரு மாத காலமாகியும் அது விரைவில் பறந்தோடி விட்டது என்பதை மாட்வி உணர்ந்தான். பரண் வீட்டிலுள்ள அடுப்பைப் புதுப்பிப்பது, புதிய தளம் போடுவது, மற்றும் எண்ணற்ற சில்லறை ரிப்பேர்கள் செய்வது ஆகியவை குறித்து ஷாகிர் அவனுடன் பேசினான். மாட்வி முகத்தைத் தொங்க வைத்தான்.

“அவள் இரண்டு வருஷத்தில் கொடுக்கும் வாடகைப் பணத்தைவிட, இதற்காகும் செலவுகள் எனக்கு அதிகமாகுமே” என்று ஆட்சேபித்தான் அவன்.

“அதனாலென்ன?” என்று அந்தத் தாத்தாரியன் குதூகலத்தோடு பதில் சொன்னான்: ‘”பணத்தைக் சாட்டிலும் நல்ல மனிதர்கள் தான் உயர்ந்தவர்கள்’ என்று தாத்தாரியர்கள் சொல்வார்கள்.”

“அவ்வளவு பணம் செலவழியுமே என்பதைப் பற்றி நான் கவலைப்படவில்லை; ஆனால், பலகைகளை அறுப்பதும், சுத்தியாலும் அடிப்பதும்......”

பரண் வீட்டை ரிப்பேர் செய்யத் தொடங்கிய பின்னர், அந்தப் புதியவளும் அவளது மகனும் கீழ்வீட்டில், பெலாஜியா இறந்து போன அறைக்கு மாற்றி வந்து விட்டார்கள். இந்த யோசனையை மாட்வியே தெரிவித்தான்; எனினும் அவள் தனக்கு அடுத்தாற்போல் வசித்து வந்ததைக் கண்டதுமே அவன் குழப்பமடைந்தான்: அவளது அருகாமையினால் பயம்கூட எய்தினான்: எனவே அவன் சணல் வாங்குவதற்காகப் பயணம் கிளம்பிப் போய் விட்டான்.

வழியெல்லாம் அவளைப் பற்றிய அதே சோர்வான, பாரமான இருமுகப்பட்ட எண்ணங்கள்தான் அவனது இதயத்தையே மேலெழும்ப விடாமல் அழுத்திக் கொண்டிருந்தன.

ஒரே ஒரு விஷயம் மட்டும் அவனுக்குத் தெளிவாகத் தெரிந்தது:

என்னைப் போலவே, அவளும் இங்கு ஓர் அன்னிய நபர்தான்.....

இது வரவேற்கத் தக்க எண்ணமாகவே இருந்தது: இந்த எண்ணம் அவளிடம் திரும்பிச் செல்லும் ஆர்வத்தையும் அவனுக்கு ஏற்படுத்தியது.

வீட்டுக்குத் திரும்பி வந்ததும், பெலாஜியாவின் அறை காலியாக இருப்பதைக் கண்டு அவன் பெருமூச்செறிந்தான்; வருத்தத்தின் வேதனையை உணர்ந்தான்.

மழைக் காலம் வந்தது. ஒவ்வொரு நாள் காலையிலும் ரோட்டின் சேறு, மரங்களின் மொட்டைக் கிளைகள், வீடுகள், தேவாலயங்கள் ஆகியவற்றின் தகரக் கூரைகள் ஆகியவையெல்லாம் நீல நிறமான உறைந்த வெண்பனியினால் மூடிக் கிடந்தன. ஒரு குளிர்ந்த காற்று இலையுதிர் காலத்தின் பனி மூட்டத்தைக் கலைத்தெறிந்தது; அது வரையிலும் பனி மூட்டமும் ஈரமும் படிந்திருந்த காற்று புத்துணர்வு பெற்றது. பரந்த காலி இடங்கள் கண்ணுக்குப் புலனாயின; காடுகள் கருமை எய்தின; நகரைச் சுற்றியுள்ள தரிசுக் குன்றுகளில் காய்ந்த புல் சோர்வோடு தலையசைப்பதும் தெரிந்தது.

பட்டாளத்துப் பயிற்சி வீரர்கள் தமது விடைபெறும் படலத்தை வழக்கத்துக்குக் குறைவான ஆர்ப்பாட்டத்தோடு இந்த ஆண்டில் ஏற்கனவே கொண்டாடி முடித்து விட்டார்கள்: அவர்கள் சந்தைப் பேட்டையிலுள்ள மூன்று விளக்குத் தூண்களையும் பிடுங்கியெறிந்தார்கள்; கிராம மேற்பார்வையாளரின் வீட்டுச் சன்னல்களை உடைத்தார்கள்; குடியிருப்புப் பையன்களோடு குத்துச் சண்டையில்

ஈடுபட்டபோது, குண்டாந் தடிகள் செய்வதற்காக புனிதர் நிக்கோலா தேவாலய முற்றத்தைச் சுற்றிலுமிருந்த வேலிக் கம்புகளில் ஒரு பகுதியைப் பிடுங்கினார்கள். அவர்கள் செய்ததெல்லாம் இவ்வளவேதான்.

பாலிமெரியில் பணக்கார விவசாயியான மோக்கி சாப்புனோவின் மருமகன் பட்டாளத்தில் பணியாற்றப் போகும் எண்ணத்தால் பய பீதி கொண்டு, தன்னைத் தானே தூக்குப் போட்டுக் கொண்டு சாக முயன்றான்; ஆனால் நல்ல சமயத்திலே கண்டுபிடிக்கப்பட்டு, அவனும் அனுப்பி வைக்கப்பட்டான்.

மாலைப் பொழுதெல்லாம் முடிவற்று நீண்டது. முன்பெல்லாம் மாட்வி சமையலறையில் அமர்ந்து, மத சம்பந்தமான பிரசுரங்களை வாய்விட்டுப் படிப்பதன்மூலம் மாலைப் பொழுதைக் கழித்து வந்தான்; அப்போது நடால்யா அமர்ந்து தைத்துக் கொண்டிருந்தாள்; ஷாகிர் புஷ்கார்யோவ் செய்துவந்த காரியங்களைச் செய்துவந்தான்; சப்பாணிக்கால் கொண்ட முற்றக் காவலாளி மார்க்கூஷா தரைமீது அமர்ந்து, சிறு சம்புகளைச் சீவி, அவற்றிலிருந்து உறுதியும் அலங்காரமும் மிகுந்த பறவைக் கூடுகளைச் செய்து வந்தான். சில சமயங்களிலே அவர்கள் “கழுதை” அல்லது “உன்னிடம்தான் துருப்பு–” போன்ற சாதாரண சீட்டு விளையாட்டுகளை விளையாடுவார்கள். மற்றச் சமயங்களிலே அவர்கள் வெறுமனே அமர்ந்து வம்பளந்தார்கள்; அல்லது சூன்யக்காரர்கள், சூன்யக்காரிகள், குட்டிச் சாத்தான்கள், அல்லது பிற தீய ஆவிகளின் சித்து வித்தைகள், புதையல்களைத் தேடி அலைதல் முதலியவற்றைப் பற்றி மக்கள் நம்பி வந்த பல்வேறு விஷயங்களைப் பற்றி மார்க்கூஷா சொல்லும் விவரங்களைக் கேட்டுக் கொண்டிருந்தார்கள்.

ஆனால் இப்போதோ சமையலறையில் எல்லோரது கவனத்தையும் கவர்ந்து ஆதிக்கம் செலுத்திய நபர் அந்தப் புதியவளின் மகன்தான், சுருண்ட தலை மயிரும் அழகிய மூக்கும் எல்லாவற்றையும் தன்பால் ஈர்க்கும் உயிர்ப்பு மிகுந்த கண்களும் கொண்ட அந்தத் துடியான சிறுவன் அதிகாலையிலேயே மாடிப் படியிலிருந்து இறங்கி ஓடி வந்து உடைந்த நகங்கள் கொண்ட தன் கரத்தை நீட்டுவான்:

“நடால்யா! நான் உங்களுக்கு உதவி செய்ய வந்திருக்கிறேன்” என்று காரியார்த்தமான முறையில் அறிவிப்பான்.

பின்னர் அவன் தனது முரட்டுக் கால்சராய், தோல் வைத்துத் தைத்த கம்பளிப் பூட்சுகள், ஒரு பெரிய நபரின் கோட்டிலிருந்து வெட்டித் தைத்ததுபோல் தோன்றிய கரும் பழுப்பு நிறச் சட்டை, அவனது தலையின் பின்புறமாக எப்போதும் தள்ளிப் போயிருக்கும் ஸீல்–தோல் தொப்பி ஆகிய அலங்காரத்தோடு அவளருகில் வந்து அமர்வான். காரட்டுகளைச் சுரண்டியும் உருளைக் கிழங்குகளை உரித்தும் அவளுக்கு உதவி செய்கின்ற அதே நேரத்தில் அவன் அவள் கேட்கும் எல்லாக் கேள்விகளுக்கும் ஒரு லௌகிகமான தொனியில் பதில் அளிக்கவும் செய்வான்:

“நீங்கள் எப்படி இவ்வளவு நெடுந் தூரத்திலிருந்து வந்து சேர்ந்தீர்கள்?” என்று அவள் ஒரு முறை கேட்டாள்.

“சாதாரணமாகத்தான். ஒரு கோச் வண்டியில்.”

“நீ எத்தனை எத்தனை நகரங்களையெல்லாம் பார்த்திருப்பாய்!”

அவன் தன் கண்களை நெரித்து, அவற்றை எண்ணத் தொடங்கினான்:

“ஏகாடெரின்பர்க், பெர்ம், ஸாரபூல்; ஆனால் மிகச்சிறந்தது காஜான்தான். அங்கு ஒரு சர்க்கஸ் இருக்கிறது. அந்தச் சர்க்கஸில் புலி மாதிரி காட்சியளிக்கும் ஒரு குதிரையை வைத்திருக்கிறார்கள்.”

“அட, கடவுளே!”

“மேலெல்லாம் வரி வரியாய், நீண்ட கால்களோடு இருக்கிறது அது; அந்தக் குதிரையிடமிருந்து எதையும் மூடி மறைத்துவிட முடியாது!”

அவன் அந்தப் புலி போன்ற குதிரையைப் பற்றி விரி வான விளக்கம் கொடுத்த பின்னர், தன் முழங்காலின் மீது கிடந்த உருளைக் கிழங்குத் தோல்களைத் துடைத்துப் போட்டு விட்டு, ஷாகிரிடம் திரும்பினான்.

“ஷாகிர்! எனக்குச் செய்வதற்கு வேறு ஏதாவது வேலை கொடுங்கள்.”

“வா என்னோடு. நாம் கயிற்றுத் தொழிற்சாலைக்குச் செல்வோம்.”

வேலையாட்கள் அந்தச் சிறுவனைக் குறுகுறுத்த பார்வையோடும் பல்லைக் காட்டிய சிரிப்போடும் வரவேற்றார்கள்.

“குட் மார்னிங்!”

“குட் மார்னிங், கனவான்களே!” என்று தன் தொப்பியை அகற்றி விட்டு, கம்பீரமாகச் சொன்னான் போரிஸ்: “கடவுள் உங்களைக் காக்கட்டும்.”

“மிக்க நன்றி” என்று தமது மரப்பட்டைச் செருப்புகளால் அந்தக் கட்டாந்தரை மண்ணின் மீது நிலைகுலைந்து நின்றவாறே பதிலளிப்பார்கள் அந்தக் “கனவான்கள்.”

“மார்க்கூஷா! எனக்கு ஏதாவது செய்யக் கொடுங்கள்!”

“இதோ தருகிறேன், பையா!” என்று கொரகொரப்பான் மார்க்கூஷா, புடைத்த கன்ன எலும்புகளும், மண்டி வளர்ந்த சிவந்த தாடியும் கொண்ட முகத்தில் அவனுக்கு இரண்டு சிறிய இல்லிக் கண்கள் இருந்தன; போரிஸுடன் அவன் பேசும்போது அவனது வாய் அதனுள் இருக்கும் பெரிய மஞ்சள் நிறப் பற்களை வெளிக் காட்டிய வண்ணம் அவனது கூரிய மயிரடர்ந்த காதுகள் வரையிலும் சிரித்து நீண்டது.

“அவனிடம் ஜாக்கிரதையாயிரு, போரிஸ்!” என்று வேலையாட்கள் அந்தப் பையனை ஒரு முறை எச்சரித்தார்கள்; “அவன் ஒரு சூனியக்காரன்; உன் மீது மந்திரம் போட்டு விடுவான்.”

"சூனியக்காரர்களெல்லாம் கற்பனைக் கதைகளில் தான் இருப்பார்கள்" என்று அந்த ஏழு வயதுப் பையன் ஏளனமாகச் சொன்னான்: "உண்மையான வாழ்க்கையில் அவர்கள் கிடையாது."

அந்த மனிதர்களின் கிளுகிளுத்த சிரிப்பு வைக்கோலின் இனிய மணம் நிரம்பியிருந்த ஈரக் காற்றில் கலகலத்தது.

"நல்லது, நான் மாட்ட மாட்டேன்!"

"அதைக் கேட்டாயா, மார்க்கூஷா?"

"மார்க்கூஷா! நீ தொலைந்தாய்."

அரைக் குருடனான ஐவான் அவனை முதுகில் தட்டிச் கொடுத்தான்.

"ஓ! எவ்வளவு கூர்மை! எத்தனை சாதுர்யமான எறும்பு!" என்று அவன் கிளுகிளுத்தான்.

மார்க்கூஷாவின் வயிறு நடுங்கியது; ஆனால் ஷாகிர் அந்த மனிதர்களை ஆர்வத்தோடு கண்களை நெரித்துப் பார்த்தான்.

அந்தப் பையனிடம் கண்டறிந்த விஷயத்தால் மிகவும் கலவரமுற்றுப் போயிருந்த மாட்வி அவனிடம் சம்பாஷிப்பதையே தவிர்த்து வந்தான். அதற்குமுன் நிகழ்ந்த பல முயற்சிகள் எல்லாம் அதிருப்திகரமாக முடிந்து போயின; போரிஸின் கேள்விகளையோ அல்லது பதில்களையோ அவன் புரிந்து கொள்ளவுமில்லை; மேலும் அவற்றில் பல மரியாதைக் குறைவாகவும் அவனுக்குத் தோன்றின.

"என்னோடு வாழ்வது உனக்குப் பிடிக்கிறதா?" என்று அவன் ஒரு முறை அந்தப் பையனைக் கேட்டான்.

அந்தப் பையன் விழித்து விட்டு, தன் தொப்பியைத் தலைக்குப் பின்னால் தள்ளி வைத்தான்.

"நான் உங்களோடு வாழ்கிறேன் என்று எதைக் கொண்டு சொல்கிறீர்கள்?"

"நல்லது. வந்து...... இது யார் வீடு? இந்த முற்றம் யாரது? இந்தக் கயிற்றுத் தொழிற்சாலை யாருடையது?"

"அப்புறம் இந்த நகரம்?"

"நகரம் ஜாருக்குச் சொந்தமானது." போரிஸ் சிந்தித்தான்.

"நீங்கள் என்ன வேலை செய்கிறீர்கள்?" என்று கடைசியில் கேட்டான்.

"நானா? நான் எனக்குச் சொந்தமாக ஒரு கயிற்று–"

"அதுவில்லை" என்று தன் காலை உதைத்துக் கொண்டே குறுக்கிட்டான் போரிஸ்: "நீங்கள் என்ன செய்கிறீர்கள்?"

“நானா? ஏன்? நான்தான் எஜமான்; எல்லாவற்றையும் மேற்பார்த்து வருகிறேன்,”

“நான் என்றும், உங்களை இங்கே பார்ப்பதில்லையே!”

“உன் தந்தை என்ன செய்தார்?”

“என் தந்தையா?”

“ஆமாம்.”

போரிஸ் முகத்தைச் சுழித்து மீண்டும் யோசித்தான்.

“அவர் புத்தகங்கள் படித்தார்; கடிதங்கள் எழுதினார்; வரைப்படங்கள் வரைந்தார். அவர் மிகவும் நோயாளியாக இருந்தார். எப்போதும், இரவில் கூட அவர் இருமினார், பிறகு அவர் செத்துப் போனார்.”

கனத்துப் போயிருந்த வானம் சூழ்ந்த அந்த முற்றத்தை அவன் சுற்று முற்றும் சட்டென்று பார்த்து விட்டு நடந்து போய் விட்டான்; அந்தப் பையன் போவதைப் பார்த்துக் கொண்டிருந்த அந்த முப்பது வயது மனிதன் பின்வருமாறு நினைத்தான்; இவன் எதையோ மறைத்துப் பொய் சொல்கிறான்.

மற்றொரு சமயம் மாட்வி அவனிடம் பின்வருமாறு சொன்னான்:

“உன் அம்மா எப்படியிருக்கிறாள்? சுகமாயிருக்கிறாளா?”

அந்தப் பையன் லேசாகத் தலைவணங்கினான்.

“ஆம். உங்களுக்கு நன்றி.”

இந்த வேடிக்கையைப் பாரேன்! என்று அந்தச் சிறுவனின் விநயத்தால் நெஞ்சு நெகிழ்ந்த மாட்வி தனக்குத் தானே வியந்து சொல்லிக் கொண்டான்.

“அவள் தனிமையில் இருக்கிறாளா?’

“அவள் பெரியவள்” என்று அந்தப் பையன் அறிவுறுத்துவதுபோல் சொன்னான்: “பிள்ளைகள் தான் தனிமையை உணர்வார்கள்.”

“நல்லது. நானும் பெரியவன்தான்; எனினும் தனிமையில்தான் இருக்கிறேன்.”

“அப்படியானால் எதையாவது படியுங்கள்” என்று ஆலோசனை கூறினான் போரிஸ்: “ராபின்சன் குரூஸோ அல்லது ருஷ்யப் பத்திரிகை. ஆனால் ராபின்சன் குரூஸோதான் நல்லது.”

‘ருஷ்யப் பத்திரிகை! அது எதைப் பற்றியதாக இருக்கும் என்று தெரியவில்லையே!’ என்று நினைத்தான் மாட்வி.

அவர்கள் இருவரும் உரையாடும் ஒவ்வொரு நேரத்திலும் அந்தப் பையன் மாட்வியின் மனத்தில் புதைந்து புண்ணாக்கும் ஒரு முள்ளை விட்டுச்

சென்றான். அந்தப் பையனின் துடியான பேச்சைக் கேட்டு அவன் வியந்தான். தனக்கு மூத்தவர்களிடம் போரிஸ் கண்ணியக் குறைவாக நடப்பது, மாட்வி அவனைக் கிட்டத்தட்ட வெறுக்க வைத்தது; மேலும் அவன் ஷாகிருடன் நட்புக் கொண்டிருப்பதை தனக்கேற்பட்ட இகழ்ச்சியாகவும் கருதினான். சில சமயங்களிலே அந்தப் பையன் விடைகளே இல்லாத கேள்விகளைக் கேட்டு விடுவான். அவனது தாய் செய்ததைப் போலவே அவனும் புருவங்களைச் சுருக்கி நெரித்தவாறு பின்வருமாறு கேட்டு விடுவான்:

"இங்கே ஏன் இத்தனை காக்கைகள் இருக்கின்றன."

"யாரால் சொல்ல முடியும்?"

"ஓ! உங்களுக்குச் சொல்வதற்கு அனுமதியில்லையா?"

"அதெல்லாமில்லை. சொல்லலாம். ஆனால், அதனால் என்ன லாபம்?"

"அவற்றை உங்களுக்குப் பிடிக்குமா?"

"காக்கைகளா? அவை தின்பதற்கு நன்றாயிராது."

"மைனாக்களும்தான் நன்றாயிராது. ஆனால் அவை உங்களுக்குப் பிடிக்கிறதே."

"ஏனென்றால் அவை பாடுகின்றன."

இந்தப் பதில் திருப்திகரமாக இருப்பதுபோல் தோன்றியது; ஆனால் போரிஸ் அடுத்தாற்போல் பின்வருமாறு கேட்டான்:

"ஜனங்களுக்குத் தாம் தின்பது மட்டும்தான் பிடிக்குமா? இல்லை, பாடுவது மட்டும் தான் பிடிக்குமா?"

இத்தகைய கேள்விகளால் மாட்வின் குழப்பமடைந்தான்; பெரியவர்களைக் காட்டிலும் தான் புத்திசாலியென்று காட்டிக் கொள்வதற்காகவே, அந்தச் சின்னக் குரங்கு அத்தகைய கேள்விகளைக் கேட்டதாக அவனுக்குத் தோன்றியது.

ஒரு நாள் அவர்கள் சமையலறையில் அமர்ந்திருந்தபோது மார்க்கூஷா போரிஸிடம் பின்வருமாறு சொன்னான்:

'பையா, பூனைதான் பிராணிகளிலேயே அதிபுத்திசாலி; தரைக்குள்ளே மூன்று முழத்துக்கு அப்பால் என்ன இருக்கிறது என்றுகூட அது கண்டு பிடித்துவிடும். அவற்றிடமிருந்து தமக்கு ஆலோசனைகள் பெறலாம் என்பதற்காகவே சூனியக்காரர்கள் எப்போதும் பூனைகளை வைத்திருக்கிறார்கள்; இந்தப் பூனைகள் எல்லாம் மாறு வேடத்திலே இருக்கும் பிசாசுகள். ஒரு பூனை செத்துப் போனால் அதன் கண்களிலிருந்து புகை வெளிவரும்; ஏனெனில் அவற்றிலே நெருப்பு இருக்கிறது. மேலும் ஒரு பூனையை நீ இரவில் தடவிக் கொடுத்தால், அதிலிருந்து தீப்பொறி பறக்கும். பூனை மிகவும் பழமையான பிராணி. கடவுள் மனிதர்களைப் படைத்தார்; ஆனால் பிசாசு பூனைகளைப் படைத்தது. 'மனிதர்கள்

என்ன செய்கிறார்கள் என்று கவனி; அவர்கள் மீது ஒரு கண் வைத்திரு' என்று அவற்றிடம் அது சொல்லி விட்டது.

"சரி. நீ எப்போதாவது ஒரு பிசாசைப் பார்த்திருக்கிறாயா?" என்று கண்டிப்போடு கேட்டான் போரிஸ்.

"கடவுள் நம்மைக் காப்பாற்றட்டும்! என்றுமே நான் பார்க்காமலிருந்தால் போதும்!"

"மாட்வி மாமா! நீங்கள் பார்த்திருக்கிறீர்களா?"

"ஊஹும். பார்த்ததில்லை. எங்கே போய்ப் பார்ப்பது?"

"பார்ப்பதா? நான் சிறுவன் ஆனதால் நீங்கள் சும்மா என்னைக் கேலி செய்து பார்க்கிறீர்கள். பிசாசை யாரும் பார்த்ததில்லை. மேலும் பிசாசுகள் எங்கும் இல்லை, பிசாசு என்பதெல்லாம் சுத்த அபத்தம் என்று அம்மா சொல்கிறாள்."

அவன் தன் கண்களைச் சுருக்கி, அந்தச் சமையலறையில் இருண்ட மூலைகளைக் கூர்ந்து நோக்கினான்.

"அப்படி ஏதாவது இருந்தால், குட்டிப் பிசாசுகள் என்று வைத்துக் கொண்டாலும், நான் அவற்றை வெகு நாட்களுக்கு முன்பே கண்டு பிடித்திருப்பேன். நான் எல்லா இடங்களிலும் ஏறுகிறேன்: எங்கும் எதையும் பார்க்கவில்லை. தூசியைத் தவிர வேறில்லை. உடம்பெல்லாம் தூசி படிந்து தும்மல் போடுவதுதான் மிச்சம். அவ்வளவு தான்."

அண்ணாந்து திறந்த வாயுடன் அவன் பேசுவதைக் கேட்டுக் கொண்டிருந்த மார்க்கூஷா பெருத்த சிரிப்புக்கு ஆளானான்; அதனால் அவனது உடம்பெல்லாம் குலுங்கியது; சுண்ணீர் வியர்வையைப்போல் அவனது தாடி முகத்தின் மீது வழிந்தோடியது. அந்தக் காவலாளியின் மூச்சு வாங்கும் சிரிப்பைக் கேட்டுக் கொண்டே, மாட்வி போரிஸைக் கடைக் கண்ணால் பார்த்தான்: பின்னர் தனக்குள்ளே பின்வருமாறு நினைத்துக் கொண்டான்:

இந்தப் பையன்–இவன் ஒரு கூர்மையான புத்திசாலி! நான் ஜாக்கிரதையாக இல்லாவிட்டால், இவன் என்றாவது ஒரு நாள் என்னையே சிரிப்புக்கு ஆளாக்கி விடுவான். இவனிடம் கொஞ்சம்கூடப் பயம் என்பதேயில்லை; நாய்க் குட்டியைப்போல் எல்லாவற்றிலும் வந்து தலையை ஒட்டிக் கொள்கிறான்.

அந்தப் பையன் தானியக் கிடங்கின் செங்குத்தான வழுக்கல் மிகுந்த கூரை மீது ஊர்ந்து ஏறிச் செல்வதையோ அல்லது மரங்களின் மொட்டைக் கிளைகளின் உச்சியில் ஏறியமர்ந்து கொண்டு இரண்டு கால்களையும் ஆட்டுவதையோ, அல்லது துருப்பிடித்த ஆணிகள் நீட்டிக் கொண்டிருக்கும் வேலியின் மீது ஏறி, அங்கிருந்து கீழே விழுந்து, தானே துள்ளியெழுந்து நின்று "பாழாய்ப் போக" என்று அதனைச் சபிக்கும்போதோ, யாரேனும் அவனைப் பார்த்தால் அப்படியே தலைமயிர் குத்திட்டுச் சிலிர்த்து நின்றுவிடும்.

அப்பனும் இல்லை, ஆதியும் தெரியவில்லை என்று நினைத்தான் மாட்வி.

எனினும் அந்தச் சிறுவனிடத்தில் அவனுக்கிருந்த அக்கறை நாளுக்கு நாள் அதிகரித்தது.

போரிஸின் கால்கள் தரை மீதிருந்தாலும், அல்லது கூரை மீதோ, காற்றில் ஆடிக்கொண்டோ இருந்தாலும், எந்த நேரத்திலும் அவன் சளைக்காது பாடும் அந்தப் பாட்டு மாட்வியின் காதில் ரீங்காரித்துக் கொண்டேயிருந்தது:

ஆர் நீ? ஓர் கனவுதானா? - இல்லை
அழகியதோர் தோற்றம் தானா?
ஜார் எனது பிரார்த்தனையைக் - காதில்
தானேற்றுக் கொண்டு விட்டாரா?

"இந்த ஜார் யார்?"

"விவசாயிகளை விடுதலை செய்தாரே அவர்."

மாட்வி அந்தப் பையனின் முகத்தைச் சிறிது நேரம் கூர்ந்து கவனித்து விட்டு, பின்னர் பின்வருமாறு சொன்னான்:

"அவர் விவசாயிகளை விடுதலை செய்தார்; எனினும் அவர்கள் அவரைக் கொன்று விட்டார்கள்."

"யுத்தத்திலா?" என்று அந்தப் பையன் ஆர்வத்துடன் கேட்டான்.

"இல்லை. தெருவில். ஒரு வெடிகுண்டால்."

"அது எப்படி நடக்க முடியும்?" என்று சந்தேகத்தோடு அதனை ஏற்காமல் கேட்டான் போரிஸ்; "ஜாரை யுத்தத்தில் தான் கொல்ல முடியும். வாஸ்தவத்தில் அவரைக் கொன்றது ஒரு வெடிகுண்டு என்றால் அது யுத்தத்தில்தான். தெருக்களிலே வெடிகுண்டுகள் எதுவும் இருப்பதில்லையே!"

மாட்வி புழுக்கம் மிகுந்த மௌனத்தைக் கடைப்பிடித்தான். பூரண வளர்ச்சி பெறாத அந்த ஒகுரோவ் பிரஜையின் இதயத்தில் அந்தத் தந்தையற்ற பையனுக்காக ஒரு பரிவுணர்ச்சியின் வேதனை சுள்ளென்று குத்தியது.

'அந்த யுத்தத்தில் அவனது பெற்றோர்களே பங்கெடுத்தார்கள் என்று தெரிய வந்து விட்டால்?' என்று நினைத்தான் அவன்.

அவனது தாய் தன் மகனிடம் நடந்துகொள்ளும் விதமும் மிகவும் விசித்திரமாக இருந்ததை அவன் கண்டான்.

'அவள் அவனை நேசிக்கவில்லையா?' என்று வியந்தான் அவன்.

ஒரு நாள் போரிஸைக் காணவில்லை. ஷாகிரும் நடால்யாவும் பீதியைக் கிளப்பினார்கள். ஆனால் அந்தப் பெண் சமையலறைக்குள் வந்ததும் பின்வருமாறு அமைதியோடு சொன்னாள்:

"அலட்டிக் கொள்ளத் தேவையேயில்லை. அவன் வந்துவிடுவான். இஷ்டப்பட்ட இடங்களுக்குப் போய்ப் பழகியவன்தான் அவன்."

"அட, அம்மா! அம்மா!" என்று நடால்யா பய பீதி கொண்ட பெட்டைக் கோழி போலக் கத்தினாள்: "இஷ்டப்பட்ட இடங்களுக்குப் போய்ப் பழக்கமா? நீங்கள் எப்படி அதனை அனுமதிக்கலாம்? இந்த நகரமோ பெரியது. மேலும் குடிகாரர்களும் நாய்களும் அதிகம். குடிவெறி இல்லாதவர்களும் கூட மோசமானவர்கள்!"

"வாழ்க்கை எப்படியிருக்கின்றதோ அப்படியே அவன் அதனைப் பார்த்து வரட்டுமே" என்று சின்னச் சிரிப்புடன் சொன்னாள் அந்தப் பையனின் தாய்.

இவளென்ன உண்மையிலேயே அத்தனை பயமற்றவள் தானா? என்று நினைத்தான் மாட்வி; அவளது சஞ்சலம் படியாத முகத்தை ஒரு பார்வை பார்த்ததும் அந்தப் பார்வை அவனை அவளிடம் பின்வருமாறு சொல்லத் தூண்டியது.

"அவனுக்கு ஏழு வயது தானே ஆகிறது."

"ஜனவரி வந்தால் அவனுக்கு எட்டு."

மாட்வி சட்டென்று ஒரு கணக்குப் போட்டான்; ஏப்ரலில் கருத்தரித்திருக்கிறாள்.

ஷாகிர் தனது தொப்பியைத் தலை மீது பளாரென அறைந்து கொண்டு தெருவுக்கு ஓடினான்; சிறிது நேரம் கழித்து அவன் போரிஸுடன் திரும்பி வந்தான்; அவனோ குளிரால் விறைத்துப் போயிருந்தும், தனது திக்விஜயத்தைக் குறித்து மகிழ்ச்சியோடிருந்தான். நடால்யா அவனது கைகளை வோட்காவினால் கரகரவெனத் தேய்த்தாள்; அப்போது அவன் தனது விஷயங்களையெல்லாம் சொல்லத் தொடங்கினான்.

"இரண்டு பையன்கள் என்னை விரட்டிக் கொண்டு வந்தார்கள்; ஆனால் நான் அவர்களிடம் என் முஷ்டியை உயர்த்தி ஆட்டிக் காட்டினேன்."

"பொய் சொல்லாதே, போரிஸ்" என்று அவனது தாய் கண்டித்தாள்.

"நான் பொய் சொல்கிறேன் என்று உனக்கு எப்படித் தெரியும்?" என்று சிந்தனையோடு கேட்டான் அந்தப் பையன்.

"ஏனென்றால் உன்னை எனக்குத் தெரியும்."

"உண்மையில் அவர்கள் அப்படிச் செய்யவில்லை. விசேஷமாக ஒன்றும் நடக்கவில்லை. ஜனங்கள் வெறுமனே அங்குமிங்கும் நடந்தார்கள். ரொம்பப் பேர் இல்லை. ஒரு மனிதன் நாயின் மீது பனிக் கட்டியை எடுத்து எறிந்தான்; போலீஸ்காரன் அவனைப் பார்த்துச் சிரித்தான். தேவாலயத்துக்குப் பக்கத்தில் தலையில்லாத ஒரு செத்த காகம் ஒன்று கிடக்கிறது."

"இப்போதுதான் நீ உண்மையைச் சொல்கிறாய்" என்று அவனது சுருண்ட தலைமயிரைத் தடவியவாறே அமைதியாகச் சொன்னாள் அவனது தாய்.

"ஆமாம்" என்று நீண்ட மூச்செறிந்தவாறே சொன்னான் அவன்.

மாட்வி அமைதியாகச் சிரித்தான்

"எத்தனை கதைகளைக் கண்டுபிடித்துக் கொண்டு வந்தான்; அம்மா அத்தனையையும் முளையிலேயே கிள்ளிவிட்டாள்!"

"இவன் பெரிய கற்பனைக்காரன்; ஆனால் அது கெடுதலானது. ஒருவன் வாழ்க்கையைத் தெரிந்து கொள்ள வேண்டும்; கண்டுபிடிக்கக் கூடாது."

அவள் இந்த வார்த்தைகளைப் பெரிய எழுத்துகளில் எழுதியதுபோல் தோன்றியது. அவை மாட்வியின் நினைவில் அந்தக் கணமே பதிந்து போய் விட்டன; ஆனால் அவற்றின் அர்த்தம் அவனுக்குத் தெளிவாகத் தெரியவில்லை.

"வாழ்க்கையைக் கண்டுபிடிப்பது சாத்தியம் தானா?"

அந்தப் புதியவள் இரண்டு விதமான முறைகளில் பேசுவதை அவன் கண்டான்; சில சமயங்களில் அவள் மனம்போன போக்கில் கிண்டலாக, ஏன் அகந்தை மிகுந்ததொனியில் கூட, பேசினாள்; மறு சமயங்களிலோ அவள் தான் சொல்வதை அடுத்தவர்கள் நம்ப வேண்டும் என்று கோருவதுபோல் அக்கறையோடும் பேசினாள். அடிக்கடி அவளது கரிய கண்களில் விரோதமும் வெறுப்பும் கொண்ட ஒரு பாவம் தோன்றியது; அப்போது அந்தக் கண்கள் அவளது புருவங்கள், கண்ணிமைகள் ஆகியவற்றின் கனத்தால் நெருங்கி ஒடுங்கின; அவளது உதடுகள் பிதுங்கி நெளிந்தன; அவளது வாய் செக்கச் சிவந்த மலர்போலத் தோன்றியது. அந்தச் சமயம் அவள் தன் பற்களை இறுகக் கடித்த வண்ணம் பின்வருமாறு சொல்வாள்:

"ஆனால் அது சுத்த அசட்டுத்தனம்! முட்டாள்தனம்!"

அவள் தன்னுடம்பை வீராவேசமாக நிமிர்த்தி நிற்பாள்; அப்போது அவளது உடையின் மடிப்புகளெல்லாம் செதுக்கப்பட்ட மரப்பாச்சிப் பொம்மைகள் அல்லது வர்ணம் பூசப்பெற்ற தேவதா வடிவங்கள் ஆகியவற்றின் மடிப்புக்களைப் போல் நேர்கோட்டில் வந்து விழும்.

அவள் முற்றத்துக்கோ சமையலறைக்கோ அபூர்வமாகத்தான் சென்றாள். அவள் காலை முதல் இரவு வரையிலும் அமர்ந்து கடிதங்கள் எழுதுகிறாள் என்றும், கிட்டத்தட்ட ஒவ்வொரு நாளும் ஷாகிர் அவற்றைத் தபாலாபீசுக்குக் கொண்டு செல்கிறான் என்றும் நடால்யா சொன்னாள். ஒரு முறை அந்தத் தாத்தாரியன் கையிலிருந்து மாட்வி ஒரு கவரை எடுத்து அதனை வியப்போடு படித்துப் பார்த்தான்.

“மாட்சிமை தங்கிய” – என்னது, ஆமாம் – மாட்சிமை தங்கிய ஜார்ஜி கான்ஸ்டான்டினோவிச் மான்சுரோவ் – கேட்டாயா, ஷாகிர்? இவள் பெயரும் மான்சுரோவாதான். இந்த மாட்சிமை தங்கியவர் அவளது மாமாவாக இருக்கக் கூடுமோ? இந்தா ஷாகிர், இதனைச் சீக்கிரம் தபாலில் சேர்த்து விடு. கவனம், தொலைத்து விடாதே!”

அன்றுதொட்டு, அவன் அவளைக் கண்டால் வணக்கம் செலுத்தத் தவறவில்லை; மேலும் அவனது வணக்கங்கள் ஆழமாகவும் மிகுந்த மரியாதைமிக்கதாகவும் இருந்தன.

எப்போதாவது அவன் வாசற்புறத்திலோ அல்லது வாயிற்கூடத்தில் நின்று தன் மகனை அவள் கூப்பிடும்போது அவளைச் சந்தித்தான். அவள் நடக்கும்போதே ஏதாவதொரு பாடலை முனகிக் கொண்டே நடந்தாள்; அப்போது அவளது புருவங்கள் லேசாக நடுங்கின; அவளது பெரிய நேரான மூக்கின் நாசித் துவாரங்கள் விரிந்து கொடுத்தன. அவளது பெரிய, உறுதியான, அழகிய உடம்புக்குப் பொருத்தமற்றதாகத் தோற்றிய ஒரு மூர்க்க சுபாவம் அவள் முகத்திலே தென்பட்டது. அவள் குளிரைப் பொருட்படுத்தவில்லை; நல்ல மழை நாளில் கூட, அவள் கோட்டுக் கூட அணியாமல் தன் மகனுக்காக வெகுநேரம் காத்து நிற்பாள். அவளது கன்னங்கள் சிவந்து போகும்; தலைமயிர் வெண்பனியால் மூடிப் போகும். அப்போதும் நடுக்குவதோ, தோள்களைக் குன்றுவதோ அவளிடம் தென்படவில்லை.

‘அவளுக்கு நல்லதுதான்!’ என்று நினைத்தான் மாட்வி. அவள் சைபீரியாவில் வாழ்ந்து பழகியவள்.

ஏதாவதொரு சாதாரணமான குதூகலமான விஷயத்தைப் பற்றி அவளிடம் பேச வேண்டுமென்று அவன் பெரிதும் ஆசைப்பட்டான்; ஆனால் அதற்கான வார்த்தைகளோ, துணிச்சலோ அவனுக்குக் கிட்டவில்லை.

ஒருநாள் போரிஸ் சணலை விளையாட்டாகச் சிக்கெடுத்துக் கொண்டிருந்தபோது தனது விரலை மோசமாக அறுத்துக் கொண்டு விட்டான். ரத்தம் பனிக்கட்டியின் மீது ஏகமாகச் சொட்டியது. வேலையாட்கள் அவன் தனது ரத்தக்கறை படிந்த முஷ்டியைத் திறப்பதும் மூடுவதுமாக இருப்பதைக் கவனித்தவாறு அவனைச் சுற்றிக் கும்பலாகச் சூழ்ந்து கொண்டார்கள்; அவர்கள் தமது நாக்கைச் சூள் கொட்டினார்கள்; கரகரத்த குரலில் முனகிக் கொண்டு, ஒரு விசித்திரமான நாய்க் குட்டியை நோக்கி, பெரிய நாய்கள் மூஞ்சியைச் சிணுங்கிக் கொள்வதுபோல், தமது கறுத்த முகங்களை அவனருகே நீட்டினார்கள்.

“ஒன்றும் வலிக்கவில்லை” என்று சொல்லியவாறே போரிஸ் தன் முகத்தை நெரித்த வண்ணம் கையை ஆட்டினான்.

“இதோ. நான் அந்த ரத்தத்தை மந்திரம் போட்டு நிறுத்திவிடுகிறேன்” என்றான் மார்க்கூஷா. அவன் கீழே முழங்காலிட்டு, தன் முன் சிலுவைக் குறி கீறி

விட்டு,ஏதோ ஒரு மூர்க்கமான முகபாவத்தை வருவித்துக் கொண்டு, போரிஸின் கையின் மீது பயங்கரமாக முணுமுணுத்தான்.

“வாத்தின் மீதுள்ள தண்ணீர் மறைவதுபோல், பிசாசின் துரதிருஷ்டம் நீங்குவதுபோல் இதோ ஒரு கபில நிறக் குதிரை வருகிறது. இதோ ஒரு கிழவன் தன்னால் முடிந்த மட்டும் வேகமாக வருகிறான். நில்! போய் விடு! அந்தக் குதிரை பாழாய்ப் போக! அதனைப் பலவந்தமாகப் பிடி! நீல நீலக் கடலில் நீல நீலக் கல்லாம்! நான் அந்தக் கல்லிடம் பிரார்த்திக்கிறேன்–”

“வேண்டாம்!” என்று அந்தப் பையன் கத்தினான் “நான் போகிறேன்!”

ஆனால் அவர்கள் அவனைச் சட்டை செய்யவே இல்லை,

“இது கையை அறுத்துக் கொள்வதற்கான மந்திரம் அல்ல; கோடரி வெட்டு விழுந்தால் சொல்ல வேண்டிய மந்திரம்” என்று நரைத்த தலையும் சிவந்த கண்ணும் கொண்ட, பார்வையிழந்தவனான ஐவான் ஆட்சேபித்தான்.

“உனக்குத் தேவையில்லாத விஷயங்களில் நீ வந்து தலையிடாதே!” என்றான் மார்க்கூஷா.

தானியக் கிடங்கில் தான் நின்ற இடத்திலிருந்து மாட்வி இத்தனையையும் கவனித்துக் கொண்டிருந்தான். முதலில் அவன் அதில் தலையிட முனையவில்லை; ஆனால் போரிஸ் கத்தத் தொடங்கியதும் அவன் பயந்து போய் விட்டான்; அவனைச் சமையலறைக்குள் தூக்கிச் சென்றான். அந்தப் புதிய பெண் கீழே இறங்கி வந்தாள். இந்தச் சமயம் அவள் நிலை குழம்பிப் போனாள்; தன் மகனின் கையைக் கழுவும்போதே அவள் அவனைக் கண்டித்தாள்.

“இது ஒன்றும் வலிக்கவில்லை. நான் வெறுமனே பயந்து போனேன்” என்று அவன் புழுக்கத்தோடு சொன்னான்.

“எதற்காகப் பயந்தாய்? குறும்புத்தனம் செய்வதற்குத்தான் உனக்குப் பயமே இல்லையே. அப்படித் தானே?”

“இல்லை. இதைக் கேள் அம்மா! அவர் வேடிக்கையான விஷயங்களையெல்லாம் சொன்னார்–மாட்வி மாமா! அவர் என்ன சொன்னார்?”

“ரத்தத்தை நிறுத்த மந்திரம்” என்று விளக்கினான் மாட்வி.

“நீங்கள் மந்திரங்களை நம்புகிறீர்களா?” என்று நிமிர்ந்து பார்க்காமலே கேட்டாள் அந்தப் பெண்.

“நம்பாமலென்ன? அது ரத்தத்தை நிறுத்திவிட்டது, இல்லையா?”

“பயம்தான் ரத்தத்தை நிறுத்தியது; மந்திரம் அல்ல” என்று அவள் விறைப்பாகச் சொன்னாள்.

“அம்மா, அவர்கள் சிவப்பு இந்தியர்கள் போல் இருந்தார்கள்; நான் ஒரு வெள்ளைக்காரக் கைதியாக இருந்தேன்.”

“அபத்தம். நீயும் ஒரு இந்தியன் தான்.”

அவள் மாட்வியின் பக்கமாக ஒரு வெறுப்பான பார்வை பார்த்து விட்டு, பயமுறுத்துவதுபோல் பின்வருமாறு சொன்னாள்: “அந்த... ஆமாம்... அந்த மந்திரக்காரனோடு நான் பேச விரும்புகிறேன்.”

இதனை ஒரு எதிர்ப்பாகக் கருதிய மாட்வி தனது தோள்களை உலுக்கி விட்டு, சமையலறையை விட்டு வெளியே சென்றான். பாதி திறந்து கிடந்த கதவின் வழியாக, அந்தத் தாத்தாரியன் உச்சமான அழுகுரலில் பேசிக் கொண்டிருப்பதை அவன் கேட்டான்:

“மிஸ்ஸியம்மா! நீங்கள் இவனை அங்கெல்லாம் தனியாக அனுப்பக் கூடாது. ஆ! அங்கு எவ்வளவு மோசமான காரியங்கள் நடக்கின்றன! அவர்கள் மோசமான வார்த்தைகளைப் பேசுகிறார்கள்; ரத்தத்தைப் பார்க்க விரும்புகிறார்கள். நீங்கள் இவனை அனுப்பவே கூடாது.

“ஷாகிர், நீங்கள் என் மகனை ஒரு கோழையாக்கி விடுவீர்கள். அவன் எல்லாவற்றையும் பார்க்க வேண்டும்.”

“இல்லையில்லை, மிஸ்ஸியம்மா! அவன் பார்க்கக் கூடாது. அவனுக்கு அது தேவையில்லை. மேலும் உங்களுக்கும் தேவையில்லை; எஜமானுக்கும் தேவை யில்லை. நல்ல மனிதர்களுக்கு அது தேவையில்லை. நல்ல மனிதர்கள் அதற்கு அஞ்சி வாழ்வது அவசியம்!”

அந்தப் பெண் கலகலவெனச் சிரித்தாள்

“இல்லை, ஷாகிர். நான் உங்களிடமிருந்து மாறுபடுகிறேன்.”

ஷாகிரின் அச்சத்தைப் பாராட்டிய மாட்வி, அவளது துணிச்சலைப் பாராட்டத் தவறி விட்டான். அவனுக்கு அதனால் எரிச்சலே ஏற்பட்டது.

‘கொஞ்சம் பொறுத்திரு. இளம் மாதே! நீயும் பயப்படக் கற்றுக்கொள்வாய்! உன்னுடைய அந்தக் கர்வம் தானே மறைந்தோடிப் போகும்; அப்புறம் நீயும் பணிவடக்கத்தோடு சாதுவாக மாறி விடுவாய்!’ என்று அவன் தனக்குத்தானே சொல்லிக் கொண்டான்.

அவளைப் பயமுறுத்திப் பார்க்க வேண்டும் என்ற விபரீத வேட்கை நிரம்பியவனாய், அவன் அவள் தான் அறிந்து கொள்ளாமலே மறுத்த, அனுபவித்தறியாமலே ஏளனம் செய்த ஒகுரோவ் வாழ்க்கையின் எல்லாப் பயங்கரங்களையும் நினைத்துப் பார்த்தான்.

அவள் பேசிய எல்லாக் கிண்டல் மொழிகளையும், அவள் பேசிய எல்லா போதனை வாசகங்களையும் அவன் தன் மனத்தில் நினைத்துப் பார்த்தான்; அவற்றை அவன் வெறுத்தான். அவனை அவள்பால் நெருங்க விடாமல் தடுத்து, அவர்கள் மத்தியிலே தொட்டுணர முடியாத, எனினும் மேலும் மேலும் நன்கு

புலனாகி வந்த ஒரு தடை மதிலை உருவாக்கும் அவளது குணாம்சத்தின் அன்னியமான, புரிந்துகொள்ள முடியாத அம்சங்களோடு தான் ஒத்துப் போக முடியாத தனது ஏலாத் தன்மையையும் அவன் ஒப்புக் கொண்டான். அவன் அவளோடு பேசுவதற்கு இடையறாத முயற்சிகள் செய்தான்; எனினும் ஒவ்வொரு தடவையும் அவன் முறியடிக்கப்பட்டான்; அவள் என்ன சொன்னாள் என்பதும் அவனுக்குப் புரிவதில்லை; அதனை வாய்விட்டுச் சொல்லவும் வெட்கப்பட்டான்.

அவள் பேசும்போது அவளது வார்த்தைகள் தமக்குள்தாமே பல்வேறு கண்ணிகளாகச் சுருக்கிட்டுக் கொள்வது போலவும், அந்தச் கண்ணிகளில் அவன் விடுபட முடியாமல் மாட்டிக் கொள்வது போலவும் தோன்றியது. அவள் ஏதோ ஒரு அன்னிய மொழியில் பேசுவதுபோல் அவனுக்கு விசித்திரமாக ஒலித்த அந்த வார்த்தைப் பின்னல்களினூடே அவளது அழகிய முகத்தின் மங்கலான தெளிவற்ற தோற்றம் ஒன்றை மட்டுமே அவன் கண்டான்.

ஒரு நாள் தனக்குப் பழக்கமான ஒவ்வொன்றிலிருந்தும் அவளை வேறுபடுத்திக் காட்டும் அந்த இடைவெளியைப்பற்றி அவன் குறிப்பாக உணர்ந்து கொள்ளவும் நேர்ந்தது. அவன் சமையலறையில் அமர்ந்து ஒரு கடிதம் எழுதிக் கொண்டிருந்தான்; ஷாகிர் கணக்குகளைச் சரிபார்த்துக் கொண்டிருந்தான்; நடால்யா தைத்துக் கொண்டிருந்தாள். மார்க்கூஷா அடுப்புக்கருகில் தரையில் அமர்ந்து, கம்புகளைச் சீவிக் கொண்டும். மனிதனின் தலைவிதியைப் பற்றி போரிஸுக்குச் சொல்லிக் கொண்டும் இருந்தான்.

சிறிது நேரத்தில் கதவு அமைதியாகத் திறக்கப்பட்டது; அந்தப் பெண் உள்ளே வந்தாள். அவள் மார்க்கூஷாவின் காலடியில் படுத்துக் கிடந்த தன் மகனை நோக்கி, விரலை உயர்த்திப் பத்திரம் காட்டிவிட்டு, நடால்யாவுக்கு அருகில் மெல்ல வந்து அமர்ந்து கொண்டாள்; அவள் யாரையோ துப்பறிய வந்தவள்போல் வந்தமர்ந்தாள்.

"நல்லது" என்று மார்க்கூஷா தனது கனத்துக் கரகரத்த குரலில் பேசிக் கொண்டிருந்தான்: " எனவே ஒரு மனிதனின் தலைவிதி அவனோடேயே பிறந்து, அவனது வாழ்நாள் முழுவதும் அவனை நிழல்போலத் தொடர்கிறது என்பதும் புலனாகின்றது. அவன் வலது பக்கம் திரும்பினால், அது அவனை இடதுபுறமாகப் பிடித்துத் தள்ளுகிறது. அவன் இடதுபுறம் திரும்பினால், அது அவனை வலது பக்கமாகப் பிடித்துத் தள்ளுகிறது. இவ்வாறே அவனது வாழ்நாள் முழுவதும் அது அவனை அங்குமிங்குமாகத் தள்ளி அலைக்கழிக்கிறது."

"விதி –அது எது மாதிரி இருக்கும்?" என்று சிந்தனையோடு கேட்டான் போரிஸ்.

"விதியா? ஒவ்வொருவருக்கும் ஒவ்வொரு மாதிரி இருக்கும். சிலருக்கு அது குடிக்கும் பானமாக இருக்கும்; மற்றவர்களுக்கு அது மூழ்கடிக்கும் வெள்ளமாக இருக்கும்."

“ஆனால் அது எப்படித் தோற்றம் அளிக்கும்?”

மாட்வி எழுதுவதை நிறுத்தி விட்டு அந்தப் பெண்ணைக் கவனித்தான். அவள் தலையை ஒரு பக்கமாகச் சாய்த்து, இறுகிய உதடுகளோடும், சுருங்கி நெரிந்த கண்களோடும். தனது சால்வையின் முனையோடு விளையாடிக் கொண்டிருந்த மெல்லிய விரல்களோடும், சுவரோடு சாய்ந்திருந்த வண்ணம் அதனைக் கவனமாகக் கேட்டுக் கொண்டிருந்தாள்.

“அது எப்படித் தோற்றம் அளிக்கும்?” என்று தன் நெற்றியைச் சுருக்கம் விழ உயர்த்தியவாறே, திரும்பச் சொன்னான் மார்க்கூஷா. “அது எல்லாப் பொருள்களையும் போலத்தான் இருக்கும். ஒரு முறை ஒரு விவசாயி அதனைக் காமா நதியின் மீது ஒரு மீன் மாதிரி கண்டான். அவன் தன் வலையை வெளியே இழுத்தான்; அதிலே அந்தச் சிறிய மீன் அகப்பட்டுக் கொண்டிருப்பதைக் கண்டான். அவன் அதனைச் செதிலைப்பிடித்துத் தூக்கினான். உடனே அது அவனை நோக்கி மனிதக் குரலில், ‘என்னைப் போக விட்டுவிடு, ஐவான். நான்தான் உன் தலைவிதி!’ என்று கூறிற்று. அவ்வளவு தான்; அவன் அதனைக் கீழே போட்டுவிட்டு, ஒரே ஓட்டம் பிடித்தான். நல்லது. அவன் என்னவோ அதிருஷ்டவசமாக அதிலிருந்து தப்பி விட்டான்; ஆனால் சீக்கிரத்திலேயே அவனது மனைவி சீக்காய்ப்படுத்தாள்; ஐந்தாவது மாதத்திலே அவள் உயிரை விட்டாள்.”

“ஏன்?” என்று அந்த அடுப்பின் வாயை ஜாக்கிரதையாகப் பார்த்தவாறு கேட்டான் போரிஸ்.

“இது புரியவில்லையா? அவள் தன் விதியை, தன் அழிவை எய்தி விட்டாள்.”

“அந்த மீன்?”

“அந்த மீன் அது பாட்டுக்கு நீந்திப் போய் விட்டது. பையா! விதி எல்லாவிதமான வடிவங்களையும் எடுக்கும். சில சமயங்களிலே அது முயல் மாதிரி; சில சமயங்களில் ஒரு நாய் அல்லது பூனை மாதிரி வடிவெடுக்கும். அல்லது ஒரு செத்த இலைச் சருகாகக் கூட மாறும். இதோ வோரோனேஷில் நடந்த ஒன்றைச் சொல்கிறேன். அப்போது இலையுதிர் காலம்; வட திசைக் காற்று வீசும் நேரத்தில் ஒரு பெண் தெருவில் மழையோடு நடந்து போனாள். அப்போது காற்று ஒரு செத்த இலைச் சருகை அவள் முகத்தில் கொண்டு வந்து அறைந்தது; அந்தச் சருகு அவள் கன்னத்தோடு ஒட்டிக் கொண்டு விட்டது. அவள் அதனைப் பிடுங்கியெடுத்துத் தூரப் போடப் போனாள். அப்போது ஒரு குரல் அவளது காதில் கிசுகிசுத்து ரகசியம் பேசியது. ‘என் அன்பே! நீ என்னை உனது ரவிக்கைக்குள்ளே போட்டு வைக்க வேண்டும். நான் உன் தலைவிதி’ என்று பேசியது. அந்தப் பெண் பயத்தால் அப்படியே வாயடைத்துப் போனாள்; தன்னால் முடிந்த மட்டுக்கும் ஓடத் தொடங்கினாள். வீட்டுக்குப் போனவுடன் தன் கணவனும் இரண்டு பிள்ளைகளும் காளான் விஷத்தால் விஷமுண்டு கிடந்தார்கள். ஆமாம். அவர்கள் இறந்து போனார்கள், அவளோ அதிலிருந்து காற்றிலடிபட்ட

இலை மாதிரி வாழ்ந்து வருகிறாள்; காற்று எந்தப் பக்கம் அடிக்கிறதோ, அந்தப் பக்கமாக அவளும் போகிறாள்.”

அவன் பேசுவதை நிறுத்திவிட்டு, நீண்ட அழுகுரல் போன்ற கொட்டாவி விட்டான். அவனது பரட்டைத் தலையின் நிழல் அடுப்பின் மட்டமான வெள்ளைத் தள வரிசையின்மீது விழுந்தது; அவனது முழங்காலிலிருந்து கம்புகளிலிருந்து சீவப்பெற்ற கபில நிறமான சீவல்கள் நிதானமாகவும் அமைதியாகவும் கீழே விழுந்துகொண்டிருந்தன.

போரிஸ் ஆழ்ந்த நெடுமூச்சு வாங்கினான்.

“அடுப்புக்குக் கீழே சிள் வண்டுகளா இவ்வாறு சப்தம் செய்கின்றன?” என்று கேட்டான் அவன்.

“வண்டுகளாக இருக்கும்; அல்லது எலிகளாக இருக்கும்“ என்றாள் நடால்யா.

“அல்லது குட்டிப் பிசாசு” என்று சொன்னான் மார்க்கூஷா: “அடுப்புக்கடியில் ஒளிந்து கொள்வதில் அதற்கு ரொம்பப் பிரியம். அதுதான் அதற்குப் பிரியமான இடம்” அந்தப் பெண் அசைந்து கொடுத்தாள்.

“படுப்பதற்கு நேரமாகி விட்டது, போரிஸ்” என்றான் அவள்.

“இன்னும் இல்லை, அம்மா. நேரமிருக்கிறதே.”

“இல்லை, நீ போகத்தான் வேண்டும்“ என்று அவள் தீர்மானமாகச் சொன்னாள்.

அந்தப் பையன் எழுந்தான்; தலையை அசைத்தான்; அந்தச் சமையலறையை முதன்முதலாகப் பார்ப்பவன்போல் அதனைச் சுற்று முற்றும் நோட்டம் பார்த்தான்.

“பின்னே நீயும் வா, அம்மா” என்றான் அவன்.

“இல்லை. நான் இன்னும் கொஞ்ச நேரம் இருக்கப் போகிறேன்.”

அவன் வேண்டா வெறுப்பாகக் கதவை நோக்கிச் சென்று, அதனைத் திறந்து, நடைகூடத்தை எட்டிப் பார்த்தான்; பின்னர் வாசற்படியை மெதுவாகத் தாண்டினான்.

“அவனோடு யாராவது துணைக்குப் போக வேண்டும்“ என்று–தன் தையலைக் கீழே வைத்து விட்டுச் சொன்னாள் நடால்யா; “ஷாகிர், நீ போ.”

அந்தத் தாத்தாரியன் துள்ளியெழுந்தான்; ஆனால் அந்தப் பெண்ணோ முன்னால் குனிந்து அவனைத் தடுத்து நிறுத்தி, பின்வருமாறு கண்டிப்போடு சொன்னாள்:

“தயவுசெய்து இருந்த இடத்திலேயே இருங்கள்.”

'ஏன்?' என்று வியந்து சிந்தித்தான் மாட்வி.

பின்னர் அவன் வாய் விட்டுச் சொன்னான்: "ஒருவேளை அந்தப் பையன் பயந்து போயிருப்பான்.".

"எதற்காகப் பயம்?" என்று ஏதோ சண்டைக்குச் சவால் விடுவதுபோல் அவனை ஒரு பார்வை பார்த்து விட்டுச் சொன்னாள் அந்தப் பெண்.

"இருட்டு" என்று கவர்ச்சிகரமான புன்னகையோடு சொன்னான் ஷாகிர்; மார்க்கூஷா ஒரு கனைப்புக் கனைத்து விட்டுத் தனக்குத் தானே கிளுகிளுத்துக் கொண்டான்.

"இரவில் இருட்டாகத்தான் இருக்கும் என்பது அவனுக்குத் தெரியும்" என்று அவனைத் தனது கடைக்கண்ணால் பார்த்தவாறு சொன்னாள் அந்தப் பெண்.

எல்லோரும் மௌனமாக உட்கார்ந்திருந்தார்கள்; மாடிப் படியின் மீது சின்னஞ்சிறு கால்கள் ஏறிச் செல்வதை அவர்கள் கேட்டார்கள்: அந்தக் கால்கள் மேலே கடைசிப் படியில் தடுமாறியது; பிறகு கதவு திறக்கப்படும்போது கிறீச்சிடும் சப்தத்தையும், பின்னர் அது படாரென்று சாத்தப்படும் சப்தத்தையும் அவர்கள் கேட்டார்கள்.

"போய்ச் சேர்ந்து விட்டான்" என்று நடால்யா நிம்மதிப் பெருமூச்சுடன் சொன்னாள்: "பாவம், அந்தச் சின்னஞ்சிறு இருதயம் எப்படித் துடியாய்த் துடிக்கும் என்பதை என்னால் உணர முடிகிறது."

அந்தப் பெண்ணை மூன்று ஜோடிக் கண்கள் வெறித்து நோக்குவதையும், அவற்றில் இரண்டு கண்டிக்கும் பாவனையிலும், ஒன்று குரோதம் மிகுந்த குதூகலத்தோடும் பார்ப்பதையும் மாட்வி கண்டான். அவன் அவளுக்காக வருத்தப்பட்டான். அவளது நடத்தையை அங்கீகரிக்காமல், அவளை வியந்தான்; அத்துடன் பொறாமையையொத்ததோர் உணர்ச்சியோடு பின்வருமாறு எண்ணிக் கொண்டான்: 'இவளிடம் அற்புதமான குணாம்சம் இருக்கிறது!'

அவள் மீண்டும் சுவரின்மீது உட்கார்ந்துகொண்டு, கிட்டத்தட்ட அதிகார தோரணை மிகுந்த உரத்த தொனியில் பின்வருமாறு சொன்னாள்:

"எங்களுக்கு வேறு ஏதாவது சொல்லுங்கள், மார்க்."

அந்தக் காவலாளியின் காதுகள் திருகின; அவன் தனது கண்களற்ற தாடியுள்ள முகத்தை நிமிர்த்தினான்.

"என் பெயர் மார்க் இல்லை; எலிஸி" என்று கரகரத்த குரலில் சொன்னான் அவன்; "என்னை வெறுமனே மார்க்– மார்க்கூஷா என்றுதான் கூப்பிடுகிறார்கள். ஏனெனில் என் கடைசிப் பெயர் மார்க்கோவ். என் முதற்பெயர் எலிஸி; என் தந்தை வழிப் பெயர் பெட்ரோவிச், என் முழுப்பெயர் எலிஸி பெட்ரோவிச் மார்க்கோவ் அதுதான் நான்."

அவள் தன் சால்வையைத் தன்மீது இழுத்துப் போர்த்திக் கொண்டு சின்னச் சிரிப்பு சிரித்தாள்;

“ரொம்ப நல்லது, நீங்கள் சொன்னதில் எனக்கு மிக்க மகிழ்ச்சி எலிஸி பெட்ரோவிச்! நீங்கள் பேசிக் கொண்டிருந்த அந்தத் தலைவிதிகள் எப்போதும் தீமையாகத்தான் இருக்குமோ?”

மார்க்கூஷா தன் முழங்கால் மீது கிடந்த மரச் சீவல்களைத் துடைத்துத் தள்ளிவிட்டு, மொறுமொறுத்தான்; பிறகு தன் வாய்க்குள்ளிருந்து அந்தச் சீவல்களைப் போலவே வார்த்தைகளையும் மீண்டும் இழுக்கத் தொடங்கினான்.

“அது வரும்போது அதனை அப்படியே ஏற்றுக் கொண்டால், அது ஒன்றும் அவ்வளவு மோசமாக இராது; ஆனால், அதனை நீங்கள் பொறுத்துக் கொள்ள முடியாது என்று நீங்கள் காட்டிக் கொண்டால், அது உங்களைத் துன்புறுத்தி விடும்.”

“நீங்கள் உங்கள் விதியை எப்போதாவது பார்த்திருக்கிறீர்களா?”

“இல்லை. ஆனால், முரோமில் ஒரு ரொட்டித் தொழிலாளி இருந்தான்; அவன் கிட்டத்தட்ட அவன் விதியைப் பார்த்து விட்டான். அவன் எவ்வளவோ முயற்சி செய்து பார்த்தான்; ஆனால் ஒன்றும் நடக்கவில்லை. பிறகு அவன் மந்திரப் புத்தகத்திலிருந்து ஒரு ரகசியமான மந்திரத்தை எப்படியோ சுற்றுக் கொண்டான். அவன் காட்டிலுள்ள நாற்சந்தி மூலைக்குச் சென்றான்; கழுத்தில் கிடந்த சிலுவையைக் கழற்றி விட்டு, அந்த மந்திரத்தைச் சொன்னான், ஒருமுறை– இருமுறை சொன்னான். ஒன்றும் நடக்கவில்லை. ஆனால் மூன்றாந்தரமாக அவன் அதனைச் சொல்லி வரும்போதே, ‘ஓ...! ஈ...!’ என்று காட்டுக்குள் ஒரு சப்தம் ஊளையிடுவதை அவன் கேட்டான். அவன் ஒரு தைரியசாலிதான். அவனுக்கு உடம்பெல்லாம் வியர்த்துக் கொட்டியது; நடுங்கியது. எனினும் மந்திரத்தைச் சொல்லிக் கொண்டே போனான். அவன் கடைசிவரையிலே சொல்லி, கடைசி வார்த்தையையும் சொன்னவுடன் அவனது விதி வந்துவிட்டது; அது தன்னால் முடிந்த மட்டுக்கும் முனகிக் கொண்டும் மொறுமொறுத்துக் கொண்டும் அவனை நோக்கி ஊர்ந்து வந்தது. அவ்வளவுதான். அவன் திரும்பி அவனால் எவ்வளவு வேசுமாக ஓட முடியுமோ அவ்வளவு வேகமாக ஓடி வந்து விட்டான். அன்று முதற்கொண்டு, அவனது இருதயம் அவனுக்குள்ளே திருகித் திரும்பி வேதனை கொடுத்து வருகிறது.”

“உங்களுக்குக் கடவுள் நம்பிக்கை உண்டா?” என்று முன்னால் குனிந்தவாறு சட்டென்று கேட்டாள் அந்தப் பெண்.

ஷாகிரும் நடால்யாவும் ஒருவரையொருவர் பார்த்துக் கொண்டார்கள். தன்னை யாரோ குண்டூசியால் குத்தி விட்டதுபோல் மாட்வி திடுக்கிட்டான்.

மார்க்கூஷா தன் தலையை அசைத்தான்; ஏதோ ஒரு ஈயை விரட்டுவது போலக் காற்றிலே வாயினால் ஊதினான்.

"வயல்களிலே திரியும் மிருகங்கள் கூடக் கடவுளைப் பிரார்த்திக்கின்றன, அம்மா. பாருங்கள். பூர்ண சந்திரன் தோன்றும்போது நாய்கள் குரைக்கின்றன. 'அது ஏன்? மேலும் சூரியன் பிரகாசமாகத் தெரிகிறபோது, நாய் தன் கண்களை வானுலகத்தை நோக்கி உயர்த்த முடிவதில்லை; அப்போது அது பூமியைச் சேர்ந்த மிருகமாதலால், கண்களைப் பூமியின் மீதே வைத்திருக்கிறது. ஆனால் சந்திரன் மேலெழுந்து வரும்போது, அது கண்களை மேல்நோக்கி உயர்த்துகிறது"

"பொறுங்கள்," என்று குறுக்கிட்டாள் அந்தப் பெண்; "நான் கேட்டது உங்களுக்குக் கடவுள் நம்பிக்கை உண்டா என்று."

அவன் சிந்தனைவயத்தோடு தன் தலையை நிமிர்த்தி, தனது அடர்ந்த புருவங்களின் கீழாக அவளை வெறித்து நோக்கினான்.

"நான் என்ன நாயைக் காட்டிலும் மோசமானவனா?" என்றான் அவன்.

"மேலும் கடவுள் சர்வ வல்லமை கொண்டவர் தானே?"

"ஆமாம். அதனாலென்ன?"

"பிறகு விதி என்பது என்ன?" என்று கேட்டாள் அவள்: "உங்களது அந்த 'அழிவு காலம்' எங்கிருந்து வருகிறது?"

மார்க்கூஷா இலேசாகக் கனைத்து விட்டு, தலையை அசைத்தான்; பிறகு தன் வேலையில் மீண்டும் குனிந்து ஈடுபட்டான்.

"விதியா?" என்று தனது உணர்ச்சியற்ற குரலில் சொன்னான் அவன்: "விதியும் கடவுளிடமிருந்துதான் வருகிறது. எல்லாமே கடவுளிடமிருந்துதான் வருகின்றன. ஒரு நபர் பிறந்தவுடன் – உதாரணமாக உங்களையே எடுத்துக் கொள்ளுங்கள் – நீங்கள் பிறந்தவுடன் கடவுள் தேவதூதர் தலைவனை அழைத்து 'இதோ, இவளுக்கு ஒரு தலைவிதியைக் கொடு!' என்று சொல்லி விடுகிறார். எனவே அவனும் உங்களுக்கு ஒன்றை வழங்கி, எல்லோரும் சொல்கிற மாதிரி "பிறக்கும்போதே எழுதப்பட்ட தலைவிதி' என்று எழுதி விடுகிறான். அப்புறம் அதிலிருந்து மீளவே முடியாது அம்மா!"

அவன் அவளைக் கோபமூட்ட வேண்டுமென்பதற்காகவே அத்தகைய கவலை தோய்ந்த தொனியில் பேசுவதாக மாட்வி நினைத்தான். அவள் அந்தப் பேச்சை அத்துடன் விட்டு விட்டால் நல்லது.

"எனவே உங்களுக்குத் தலைவிதி இதுதான், அம்மா. மேலும் ஜனங்களுக்கு மட்டும்தான் தலைவிதி உண்டென்பதில்லை. நகரங்களுக்கும் கிராமங்களுக்கும் கூட உண்டு. ஒரு நகரம் குன்றின் அடியில் கட்டப்படுவது அதன் தலைவிதி; இன்னொன்று காட்டுக்குள் கட்டப்படுவது அதன் தலைவிதி."

"அப்படியானால்" என்று அமைதியாகச் சொல்லத் தொடங்கினாள்: "கடவுள் செய்ய வேண்டியது"

ஆனால் அவள் தனது வாக்கியத்தை முடிக்க மார்க்கூஷா அனுமதிக்கவில்லை.

"அவர் என்ன செய்ய வேண்டும் என்று சொல்வது நமது வேலையல்ல. நமக்கு இவ்வளவு மட்டும்தான் தெரிந்து கொள்ளக் கொடுத்து வைத்திருக்கிறது. இதற்குமேல் இல்லை. மீதியையெல்லாம் நாம் இறக்கிறபோது கற்றுக் கொள்வோம்."

அவள் அவனது காதுக்குள்ளேயே பேசுமளவுக்கு முன்னால் குனிந்தவாறு, மீண்டும் அழுத்தமாகக் கேட்டாள்:

"காவல் தேவதைகள் என்றால் என்னவென்று உங்களுக்குத் தெரியுமா?"

"தேவதைகளா? ஆம், தெரியுமே!" என்று தலையை அசைத்தவாறு சொன்னான் அவன்; "தேவதைகள் – அவை பக்திமான்களான யாத்திரிகர்களுக்காக, மதத்தால் கட்டுண்ட பைத்தியக்காரத் தீர்க்கதரிசிகளுக்காக உள்ளன. அவர்களைக் காவல் காப்பதுதான் தேவதைகளின் வேலை. எனவேதான் அவர்கள் படுமோசமான மாரிக் காலத்தில் கூட வெறுங்கால்களோடு நடந்துசெல்ல முடிகிறது; அதனால் அவர்களுக்கு எதுவும் நேர்வதில்லை, எப்போது அவை காவல்தேவதைகள் என்று பெயரிடப்பட்டனவோ அப்போதே அவற்றின் வேலை காவல் காப்பதுதான்; அதாவது அவை காவல் காக்க அனுப்பப்படுகின்ற மனிதர்கள் கடவுளுக்குத் தேவை."

"சரி, விதியைப் பற்றி என்ன?"

"விதிக்கு வேறு வேலை உண்டு. அதன் வேலை மனிதர்களைச் சோதிப்பது. நீங்கள் இந்த உலகத்திலே பிறந்து வந்துவிட்டீர்கள் – இங்கு நீங்கள் எப்படிப்பட்ட நபராய் வாழப் போகிறீர்கள்; உங்கள் விதி இங்கே உள்ளது; அதனை நீங்கள் எப்படி ஏற்றுக் கொள்கிறீர்கள் என்பதுதான் விஷயம்."

அந்தப் பெண் கலவரமுற்று விட்டாள் என்பதை மாட்வி கண்டான். அவளது புருவங்கள் ஒன்றுசேர்ந்து ஒரே நெடுங்கோடாகத் தோன்றின; அவளது முகத்தில் சிறிய நிழல்கள் நிழலாடின. அவளை அவளிருந்த நாற்காலியிலிருந்து ஏதோ ஒரு சக்தி கிளப்பித் தூக்குவதுபோல், அவள் அதில் அமர்ந்திருப்பதிலேயே சிரமப்படுவதுபோல் அவனுக்குத் தோன்றியது. அவன் லேசாக இருமிவிட்டு, சமரசப்படுத்தும் தொனியில் பேச முனைந்தான்;

"எங்களது நம்பிக்கைகளெல்லாம் உங்களுக்கு விசித்திரமாகத்தான் தோன்றும்."

"இவை உங்களது நம்பிக்கைகளும் கூடத்தானா?" என்று மிகுந்த துணிச்சலோடு கேட்டாள் அவள்.

அவனால் அதுபற்றி நிச்சயம் சொல்ல முடியவில்லை; என்றாலும், அவன் தனது தற்பாதுகாப்பிலிருந்து விலக்கப்பட்டதால், அவனால் – பின்வருமாறு தான் சொல்ல முடிந்தது;

"ஆம். அப்படித்தான் நினைக்கிறேன்."

"நீங்களும் விதியை நம்புகிறீர்களா?"

"எல்லோரும்தான் விதியை நம்புகிறார்கள்" என்று ஷாகிரை ஒரு பார்வை பார்த்துவிட்டுச் சொன்னாள் நடால்யா: "விதியைப் பற்றிப் பாட்டுக்கள் கூடப் பாடுகிறார்கள்."

அந்தப் பெண் நடால்யாவிடம் ஏதோ சொல்லும் எண்ணத்துடன் அவளது தோள் மீது கையைப் போட்டாள்; ஆனால் அதற்குள் மார்க்கூஷா அவள் காட்டிய அதே விடாப்பிடித் தன்மையோடு மேலும் பேச முனைந்தான்.

"அம்மா, இரண்டு வார்த்தைகள் ஒன்றுக்கொன்று சண்டை போட்டுக் கொள்கின்றன" என்று புதிய தொனியில் சொன்னான் அவன்: "கடவுள் சொல்கிறார், 'உனக்கு விதிக்கப்பட்டிருக்கிறது என்று; பிசாசுசொல்கிறது 'நீ சுதந்திரமானவன் என்று, நம்மைத் தவறான பாதையில் செல்ல வைப்பதற்காக, அது நமது காதில் ரகசியமாக இதனைச் சொல்கிறது, எனவே எல்லாம் ஒரு மனிதன் தன் காதில் எதை வாங்கிக் கொள்கிறான் என்பதைப் பொறுத்த விஷயம்தான், பிசாசின் வார்த்தை சிலரது இதயத்திலே விழுகின்றது. பிறகு அவர்கள் 'நான் என் இஷ்டப்படி எதையும செய்யும் சுதந்திரம் பெற்றவன்' என்று நினைக்கிறார்கள். எனவே அவர்கள் ஏதாவது ஒரு பெரிய முட்டாள் தனத்தைச் செய்கிறார்கள்; அல்லது எங்காவது போய் ஒரு கொள்ளைக் கூட்டத்தோடு சேர்ந்து விடுகிறார்கள்.

மார்க்கூஷாவின் முசம் சுருக்கம் கண்டது; தாடிமயிர் முள்ளம் பன்றி முட்களைப்போல் குத்திட்டு நின்றன; இரண்டு ஆழமான கோடுகள் அவனது வாயின் கடையோரத்திலிருந்து காதுகள் வரையிலும் நீண்டு சென்றன, அவன் தன் தலையை அசைத்தான்.

'பாவிப் பயல், அவன் சிரிக்கிறான்' என்று மாட்வி தனக்குத் தானே சொல்விக் கொண்டான்.

"குலிகியில் – அதாவது ரையஜான் ஜில்லாவிலுள்ள ஊரில்–நான் வசித்து வந்தேனே, அந்த ஊருக்கு ஒரு பயல் வந்து சேர்ந்தான்" என்று தனது உருக்குலைந்த சிறு வார்த்தைகளை அந்தச் சமையலறைக்குள் ஊர்ந்து செல்ல விடுத்து, மேலும் பேசிக்கொண்டே போனான்: "அவன் பெயர் பியோடார் நாட்ரூஷ்கின், அவன் தன்னைத் தானே ஒரு பெரிய அறிவாளி என்று நினைத்துக்கொண்டு விட்டான். மாஸ்கோவில் வாழ்ந்தான்; அவன் ஒரு புதிய கொள்கையைக் கண்டுபிடித்ததற்காக, மாஸ்கோவிலிருந்து வெளியேற்றப்பட்டான். நல்லது. அவன் குலிகியிலிருந்த எங்களிடம் 'இது சரியில்லை, அது சரியில்லை, மற்றவர்கள் யாரும் சரியில்லை' என்று சொன்னான். எல்லோரிடமும்; ஏன் பாதிரியாரிடம்கூடச் சொன்னான். எது கடவுள் அம்சமானது, எது கடவுள் அம்சமற்றது என்று யாருக்குத் தெரியும்? அது ஒன்றும் யாராலும் ஊகித்துச் சொல்லக் கூடிய விஷயம் அல்ல, கொஞ்ச காலத்துக்கு விவசாயிகள் அவன் பேச்சைக் கேட்டார்கள்; கேட்டுச் சிரித்தார்கள். ஆனால் ஒரு நாள் அவர்கள் ஒரு குதிரைக் களவாணியைப் பிடித்து, அவனைத்

தமது முஷ்டிகளால் குத்தி உதைக்கத் தொடங்கினார்கள்; அப்போது நாட்ருஷ்கின் ஓடோடியும் வந்து, 'நிறுத்துங்கள்! அவனை நீங்கள் அடிக்கக் கூடாது!' என்று சொன்னான். உடனே அவர்கள் அவன் மீதும் பாய்ந்து விட்டார்கள்; அவனைக் கம்பாலோ, வேறு எதனாலோ அடித்தார்கள்; எதனால் அடிக்கிறோம் என்று கூட அவர்கள் பார்க்கவில்லை. கடைசியில் அவனைக் கொன்று போட்டார்கள். அதுதான் விஷயம். அவன் 'நான் சுதந்திரமானவன்' என்று நினைத்தான். ஆனால் அவனது விதியோ அவனைக் கீழே அடித்துக் கிடத்தி விட்டது. எல்லாம் அப்படித்தான், அம்மா. சுதந்திரமானவர்கள் சீக்கிரமே செத்துப் போவார்கள். ஆனால், விதியை அது வந்த வண்ணமே ஏற்றுக்கொண்டால், நாம் நெடுங்காலம் சாந்தியாகவும் அமைதியாகவும் வாழலாம். காற்றடிக்கிற திசைக்கு எதிராக ஒரு நிலை எடுப்பதில் அர்த்தமில்லை; அது நம் பக்கத்தில் எதை வீசும் என்று எப்போதும் சொல்ல முடியாது. எனக்குத் தெரிந்த வியாபாரி ஒருவரின் விஷயத்திலும் அப்படித்தாள் நடந்தது;–"

அந்தப் பெண் மார்க்கூஷாவின் மீது பாயப் போகிறவள் மாதிரி திடீரென்று முன்னால் குனிந்தவாறு தன் கரத்தை நீட்டினாள்.

"இத்தகைய விஷயங்களை நம்பினால் அழிவுதான்" என்று ஆழமும் அமைதியும் கொண்ட குரலில் சொன்னாள் அவள்: "மேலும் நீங்கள் மிகவும் கெட்டிக்காரர்தான். அவர்கள் உங்கள் ஆத்மாவை விலங்கிட்டு, உங்கள் மனத்தைப் படு பயங்கரமாக மயங்க வைத்திருக்கிறார்கள்."

மாட்வியும் முன்னால் குனிந்தான்; தன் கரத்தை மேஜையின் குறுக்காக நீட்டினான்; தனது கண்களைப் பாதி மூடியவாறும் என்ன நடக்கப் போகிறது என்று எதிர்பார்த்துப் புன்னகை புரிந்தவாறும், மேஜையின் மறு கோடியை எட்டியகையின் விரல்களை இறுக மூடிக் கொண்டான்.

சூனியக்காரனைப்போல் தோன்றிய இந்த எல்லாம் தெரிந்த வாயாடியை அவன் என்றுமே விரும்பியதில்லை. அவனை என்றும் விரும்பவில்லையெனினும், அவன் அவனைக் கண்டு பிரமித்தான்; கிட்டத்தட்ட அவனுக்குப் பயந்தான். முரட்டுத் தாடியும், அகன்ற மூக்கும், காதளவோடும் சிரிப்பும் கொண்ட மார்க்கூஷாவின் பரந்த முகத்தில் ஏதோ ஒரு வஞ்சகமான, மர்மமான, நேர்மையற்ற தன்மை குடிகொண்டிருந்தது; ஆனாலும் அவனது இல்லிக் கண்களில் ஏதோ ஒரு நிர்ப்பந்த சக்தி, மாட்வியைப் பணியச் செய்யும் சக்தி இருந்தது. மார்க்கூஷா ஒரு ஏழைப்பட்ட சோம்பேறி வேலையாள். அவன் செய்யும் வேலையெல்லாம் பறவைக் கூடுகள் செய்வதுதான். அவன் அந்தக் கூடுகளைச் சந்தையிலோ அல்லது கன்னியாஸ்திரீகளிடமோ விற்று வந்தான்; அந்தப் பணத்தையெல்லாம் அவன் எங்கு மறைத்து வைத்திருக்கிறான் என்று யாருக்குமே தெரியாது.

அவனை இப்படிக் காரியமில்லாத வேலைக்காரனாக வைத்திருப்பதை விடுத்து, அவனை வேலையிலிருந்து நீக்கி விடலாம் என்று ஷாகிர் பல முறை

யோசனை கூறிவிட்டான்; ஆனால் மாட்வியால் அதனைச் செய்வதற்கு துணிச்சலே வரவில்லை.

“அவன் இருந்து தொலைகிறான்” என்றே அவன் எப்போதும் சொன்னான்: “அவன் ஒன்றும் நமது வீட்டையும் சொத்தையும் தின்று தீர்த்துவிடப் போவதில்லை. நாம் அவனைப் போகச் சொன்னால், அவன் நம் மீதுள்ள வஞ் சத்தைக் கேவலமான முறையில் தீர்த்துக் கொள்ளக் கூடும்.”

மார்க்கூஷாவை வேலையிலிருந்து நீக்காமல் இருந்ததற்கு வேறு காரணமும் உண்டு. ஜனங்களின் வாழ்க்கை மீது ஆதிக்கம் செலுத்தும் மர்மமான, தடுத்து நிறுத்த முடியாத சக்திகளைப்பற்றி அவன் சொல்லிய கதைகள், மாட்வி என்னென்ன அனுபவித்தானோ, என்னென்ன தெரிந்து கொண்டானோ, இரவின் இருளிலே அவன் என்னென்னவற்றைப் பற்றிச் சிந்தித்தானோ, அவற்றோடெல்லாம் பொருந்துவதாகவும் இருந்தன. அவை கடந்து போனவற்றையெல்லாம் ஒரு உறுதி வாய்ந்த கட்டிடமாக உருச்சமைத்து ஒன்றாக்கின; ஒரு பெரிய, சுற்றி வளைந்த கபில நிறச் சுவராக எழுப்பின; அந்தச் சுவரில் ஒவ்வொரு புது நாளும் ஒரு புதிய செங்கல்லைப்போல் சேர்ந்து கொண்டது. வரும் நாளின் மந்தமான சலிப்புணர்ச்சிக்கு அப்பாலுள்ள ஏதோ ஒன்றைப் பார்க்க முயன்று அவ்வப்போது தலையை எட்டிப் பார்க்கும் ஒருவனுக்கு அவனது கதைகள் ஒரு போதைப் பொருள்போலப் பயன்பட்டன.

இங்கோ அடுப்பின் மீது விழுந்த மார்க்கூஷாவின் தலையின் இருண்ட நிழல் வடிவத்தை இந்தப் புதிய பெண் தனது நளினம் மிகுந்த கரத்தின் ஒரு வீச்சினால் துடைத்தெறிந்து கொண்டிருந்தாள்.

கண்களின் அன்பு கனிந்த ஒளியினால் ஒளிபெற்ற அவளது முகத்தில் தோன்றும் உணர்ச்சி விளையாட்டை மாட்வி கூர்ந்து கவனித்து வந்தான். அவன் அவளது இதழ்களின் உணர்ச்சித் துடிப்பைக் கண்டான்; அவளது நெஞ்சின் அடியாழத்திலிருந்து கிளம்பி, செழிப்பான ஆற்றொழுக்குப்போல் வந்து கொண்டிருந்த அவளது குரலின் அமைதியான தொனிவின்னியாசங்களை, ஆட்டங் காணாத நம்பிக்கையினால் தூண்டப் பெற்று, அவனுக்கே புதியதான ஒரு செய்தியைக் கொண்டு வந்து வழங்கும் அந்தக் குரலை, அவன் கேட்டுக் கொண்டிருந்தான். முதலில் அவள் மாட்விக்கு ரொம்ப நாட்களாகப் பழக்கப்பட்ட விஷயங்களான கிறிஸ்து, ஒரே கடவுள், சுவிசேஷங்கள் ஆகியவற்றைப் பற்றி, அதாவது எளிதான, புரிந்து கொள்ளக்கூடிய விஷயங்களைப் பற்றிப் பேசினாள்.

ஆனால் சீக்கிரத்திலேயே அவளது பேச்சில் ஆங்காங்கே புரிந்து கொள்வதற்கு ஏலாத இடைவெளிகளை உண்டுபண்ணும் தெரியாத வார்த்தைகளின் கரிய திட்டுகள் தென்படத் தொடங்கின. அத்தகையதொரு வார்த்தையின் அர்த்தத்தை அவன் ஊகித்து அறிவதற்குள், இப்போது அவள் சொல்லிக் கொண்டிருப்பதற்கும், இதற்குமுன் ஒரு கணத்துக்கு முன்னால் அவள் சொல்லியதற்கும் என்ன தொடர்பு என்று அவனை வியந்து கொண்டிருக்க விட்டு விட்டு, அவள் மேலே போய் விடுவாள்.

அவசரப்படாதே! என்று வாய்விட்டுச் சொல்வதற்கு வெட்கப்பட்டு, அவளிடம் தனது மனத்துக்குள்ளேயே சொல்லிக் கொண்டான்.

“இதெல்லாம் ரொம்பப் பழமையானவை; இவற்றுக்கும் கிறிஸ்தவத்துக்கும் சம்பந்தமே கிடையாது” என்று அவள் ஒரு குழந்தையிடம் தாய் சொல்வதுபோல் அமைதியாகச் சொல்லிக் கொண்டிருந்தாள்: “அதாவது ஸ்லாவ் மக்களான நாம்......”

“ஸ்லாவ்?” என்று நினைத்தான் மாட்வி.

“......ஒரு மதக் கோட்பாடு......”

கோட்பாடு? அவன் இந்த விசித்திரமான வார்த்தையைப் புதிரோடும், பயத்தோடும் தனக்குள் திருப்பிச் சொல்லிக் கொண்டான். இதற்குள் அவனது காதில் வேறு பல புதிய வார்த்தைகள் வந்து தாக்கின: கலாச்சாரம், கட்டுக் கதைகள், மருள்நெறிவாதம். இன்னும் எத்தனை எத்தனையோ வார்த்தைகள். அவை எவ்ஜெனியா பெட்ரோல்னாவை ஒரு ஒளிமூட்டம்போல் சுற்றி வளைந்து, அவளது தோற்றத்தை மங்கச் செய்து, அவளை விசித்திரமானவளாகவும் எட்ட முடியாதவளாகவும் ஆக்கின.

ஒரு பெருமூச்சுடன் அவன் தன்னைச் சுற்றிப் பார்த்தான். நடால்யா தூங்கி வழிந்தவாறே தன் கைவிரலை ஊசியால் குத்திக் கொண்டு விட்டாள்; அதனால் அவள் விழிப்புற்று, கண்களை அகலத் திறந்து, கையிலுள்ள ரத்தத்தை ஓசை யெழும்ப உறிஞ்சி, அதனைத் துப்பிக் கொண்டிருந்தாள். ஷாகிர் கையிலே ஒரு துருப்பிடித்த பேனாவைப் பிடித்துக் கொண்டு, மேஜை மீது குனிந்து ஒரு காகிதத்தின்மீது ஏதோ எழுதிக்கொண்டிருந்தான். கம்புகளிலிருந்து அரை வளையமாகவும், முழு வளையமாகவும் சீவல்களைச் சீவிச் சீவித் தள்ளும் மார்க்கூஷாவின் கத்தி முனை பளபளத்தவாறே இருந்தது.

அந்தப் பெண்ணின் குரல் அளவுக்கு மீறி முறுக்கேறி விட்ட தந்திபோல் திடீரென்று அறுந்து நின்றது. அவள் எழுந்தாள்; அங்கு அமர்ந்திருப்பவர்களை ஒரு பார்வை பார்த்துவிட்டு, தணிந்த வருத்தம் தெரிவிக்கும் குரலில் பின்வருமாறு சொன்னாள்:

“ஆனால் நான் சொல்வதொன்றும் உங்களுக்கு ரசிக்கவில்லை போலிருக்கிறது.”

மாட்வி குழம்பிப் போய் தன் கண்களைக் கீழே தாழ்த்தினான்; அவள் சொல்வதன் அர்த்தத்தைப் புரிந்துகொள்ள முடியாமல் அவள் அத்தனை வேகமாகப் பேசுகிறாள் என்று அவன் அவளிடம் சொல்ல வாயெடுத்தான்; ஆனால் அதற்குள் நடால்யா சாந்தமாகப் பின்வருமாறு பதில் சொல்லி விட்டாள்:

‘‘எங்களுக்கு ரசிக்கவில்லையாவது? எவ்ஜெனியா பெட் ரோவ்னா! நீங்கள் எப்படி அவ்வாறு சொல்லலாம்? வாஸ்தவத்தில் எங்களுக்கு ரசிக்கத்தான் செய்கிறது!”

"எங்கள் குரானும் இதே விஷயத்தைத்தான் சொல்கிறது" என்று தனது ரத்தவோட்டம் மரத்துப்போன விறைத்த விரல்களை, ஆட்டி அதற்கு ஓட்டத்தை உண்டாக்கியவாறே, ஷாகிர் அதனைக் கருத்தோடு ஆமோதித்தான்.

"மிக்க நன்றி, ஷாகிர்" என்றாள் அந்தப் பெண். அவள் தனது தோளிலிருந்து நழுவிவிட்ட சால்வையை நாசூக்கான கைவீச்சின் மூலம் சரி செய்து கொண்டாள்; பின்னர் பெருமூச்செறிந்தவாறே, வாசலை நோக்கிச் சென்றாள்.

"நல்லது, குட் நைட்."

அவள் மனம் புண்பட்டுவிட்டாளோ என்று மாட்வி பயந்தான். மார்க்கூஷா ஜாக்கிரதையோடு நிமிர்ந்து உட்கார்ந்து தலையை உயர்த்தினான்; அவனது வாய் காதளவு நீண்டது.

"அவள் ஒரு துளிக்கூடப் புரிந்துகொள்ளவில்லை, ஹி, ஹி!" என்று அவன் கிளுகிளுத்துச் சிரித்தான்; "நான் எல்லா உண்மைகளையும் அவள் காதில் போட்டேன்; ஆனால் அவை அவளுக்குப் புரிபடவேயில்லை. கடவுள் என்னைக் காப்பாற்றட்டும்! நமது இந்த உலகத்திலே எல்லா மனிதர்களும்தான் இருக்கிறார்கள். அவர்களால் என்ன பிரயோஜனம்?"

மாட்வி இடத்தைவிட்டு எழுந்து, முரட்டுத்தனமாகப் பின்வருமாறு சொன்னான்:

"ஒருவருக்குமே புரியவில்லை. அப்படித்தான் தோன்றுகிறது. புரியாதது அவள் ஒருத்தி மட்டும் அல்ல"

"அதைத்தான் நான் சொன்னேன்!"

ஷாகிர் மார்க்கூஷாவைப் பார்த்தான்; பல்லைக் காட்டி நகைத்தான்.

"நீ ஜனங்களைப் பயமுறுத்த முயல்கிறாய். அவள் கடவுளைப்பற்றிப் பேசுகிறாள்; ஆனால் ஜனங்களைப் பயமுறுத்துவதற்காக அல்ல."

"அவள் மிகவும் இளையவள்" என்று பதிலளித்தான் மார்க்கூஷா: 'இளையவர்களாக இருக்கும்போது எல்லோரும் தைரியசாலிகள்தான். அவளுக்கு வயதாகிப் போனால் அப்போது அவளும் பயப்படுவாள்.''

அவள் முதலில் பேசத் தொடங்கியபோது கிறிஸ்துவைப் பற்றி அவள் கூறியதை மாட்வி நினைவுகூர்ந்தான். அவள் உயிர் வாழ்ந்த கிறிஸ்துவைத் தெரிந்து வைத்திருந்தவள் போலவும், அவரோடு பூமியிலே நடந்து திரிந்தவள் போலவும் தோன்றியது; அவள் அவரைப்பற்றி அத்தனை எளிமையாகவும் இணக்கமாகவும் பேசினாள்.

அவன் தனது அறைக்குள் சென்று பைபிளை எடுத்தான்; அவள் குறிப்பிட்ட பகுதிகளை அவன் திரும்பத் திரும்பப் படித்துப் பார்த்தான். உண்மையிலேயே கிறிஸ்து மிகவும் எளிமை படைத்தவராகவும், தான் என்றும் நினைத்திருந்ததைக்

காட்டிலும் மிகவும் புரிந்துகொள்ளக் கூடியவராகவும் இருப்பதை அவன் வியப்போடு கண்டறிந்தான். மேலும் அதே சமயத்தில் மாட்விக்குத் தெரிந்த வாழ்க்கையிலிருந்து அவர் மிக மிக விலகியும் இருந்தார்; அவருக்கும், ஒகுரோவ் நகரத்துக்கும் இடையே ஒரு மிகப் பெரிய, ஊடுருவ முடியாத வனாந்தரமே குறுக்கே நிற்பது போலவும் தோன்றியது.

எனவே அவள் சொல்வது போலத்தான் எல்லாம் இருக்கிறது என்று வருத்தத்தோடு எண்ணமிட்டான் மாட்வி. தெளிவாகவும் எளிமையாகவும் எனினும் மிகமிகத் தூரத்தில் இருக்கிறது.

அன்றிரவு அவனால் தூங்க முடியவில்லை. அந்தப் பழக்கமற்ற வார்த்தைகள் அவனது மனத்தில் எதிரொலித்தன; குளிர் தாங்க மாட்டாமல் விறைக்கும் பறவைகள் ஜன்னல் கதவின் மேல் படபடத்து அடிப்பதுபோல் அவை அவனது இதயத்தில் மோதியடித்தன; அதே சமயம் அவனது மனக் கண் முன்னால் அந்தப் பெண்ணின் அன்பு முகத்தின் தோற்றமும் எழுந்தது. வெளியே காற்று ஓலமிட்டு அழுதது; பனித்துகள் மரங்கள், கூரை ஆகியவற்றின் மீது பொத்தென்று விழுந்து தெறித்தது; நிமிஷங்கள் கடப்பதைக் கணக்கிடுவது போல் தண்ணீர் சொட்டியது. அன்றிரவு பனி உருகி வழிந்தது.

ஒருமட்டும் அவன் தூங்கிய பின்னர் விசித்திரமான கனவுகள் அவனுக்குத் தோன்றின. தரிசுக் குன்றுகளின் மீதும் வயல்களின் மீதும் கபில நிற மேகங்கள் பறந்து செல்வதை அவன் கண்டான். அவை செல்லும்போதே பின்வருமாறு முணகிச் சென்றன:

“ஸ்லாவ்! ஸ்லாவ்!”

மார்க்கூஷா பறவைக் கூடுகளைத் தொங்கவிட்டுக் கொண்டு, பல்லைக் காட்டி முணுமுணுப்பதையும் அவன் கண்டான்:

“அதைத்தான் நான் சொன்னேன்!”

அந்தக் குன்றுகளின் ஒன்றின்மீது பனி மூடிப் போய் காற்றினால் ரத்தக் காயங்கள் ஏற்பட்ட யாரோ ஒருவர் கீழே கிடந்த வண்ணம் பின்வருமாறு கத்தியதும் கேட்டது:

“அது அவ்வாறில்லை! அவ்வாறில்லை!”

காகங்கள் கரையத் தொடங்கின. காடைகள் கூவத் தொடங்கின. சாமியார் மடத்து மணியோசை ஒரு மெலிந்த, தயக்கமான குரலில் மக்களைப் பிரார்த்தனைக்கு அழைத்தது.

மாட்வி மூடிய கண்களோடு மேலும் சுமார் அரைமணி நேரம் வரையிலும் படுத்தே கிடந்தான். பின்னர் அவன் வெறுங்கால்களோடு ஜன்னலுக்குச் சென்று, அதிகாலைப் பொழுதின் மந்தாரச் சூழ்நிலை மெதுவாகக் கரைந்து கலைவதை வெகுநேரம் பார்த்துக் கொண்டிருந்தான்.

‘நான் பிரார்த்தனைக்குப் போக வேண்டுமா?’ என்று தனக்குத் தானே கேட்டுக கொண்டான். என்ன காரணத்தாலோ மூன்றாண்டுகளுக்கு முன்னால் எப்படி நடால்யா தனது கையில் ஒரு சிறு குறிப்பைச் கொண்டுவந்து திணித்து, கபடமாகப் புன்னகை புரிந்த வண்ணம் பின்வருமாறு கிசுகிசுத்தாள் என்பதை அப்போது நினைவுகூர்ந்தான்:

“ஒரு சின்ன பரிசு, மாட்வி ஸாவ்லியேவிச்!”

அவன் அந்தக் குறிப்பைத் திறந்து, அதிலிருந்த அலங்காரமான எழுத்துகளை வாசித்துப் பார்த்தான்:

“உங்களால் ஒரு ரகசியத்தைக் காப்பாற்ற முடியுமானால் இன்றிரவு பதினொரு மணிக்கு, கன்னியாஸ்திரீ மடத்துச் சுவருக்கு அடுத்துள்ள குருவிக்காய்ச் செடிப் புதருக்கருகில் வரவும். மிகவும் முக்கியமான ஒரு விஷயத்தை நீங்கள் தெரிந்துகொள்வீர்கள்.”

கன்னியா ஸ்திரீகள்தான் தமது குறும்பைச் செய்ய முனைந்திருக்கிறார்கள் என்று அவன் வியப்பேதுமில்லாமல் தீர்மானித்தான்.

கன்னியா ஸ்திரீ மடத்திலே நடக்கும் விவகாரங்களைப் பற்றி நகரம் முழுவதுக்குமே தெரியும். ஒருமுறை ஜில்லாப் போலீஸ் அதிகாரி குடிபோதையில் இருக்கும்போது, ஒன்றுக்கொன்று வித்தியாசமான மார்பகங்களைக் கொண்ட ஒரு கன்னியாஸ்திரீயைத் தாம் தெரிந்து வைத்திருந்ததைக் குறித்துப் பெருமையடித்துக் கொண்டார். ஒரு பக்கத்து மார்பகம் ஐந்து பவுண்டும், அடுத்த பக்கத்து மார்பகம் ஆறே கால் பவுண்டும் இருந்ததாம். ஆனால்–”பாவம் செய்யாமல் பிராயச்சித்தம் இருக்க முடியாது; பிராயச்சித்தம் இல்லாவிட்டால் விமோசனமும் இருக்க முடியாது.” கன்னியாஸ்திரிகளின் லீலைகள் அவர்களது சொந்த விஷயம்; அவர்களது பிரார்த்தனைகள் மட்டும் உலகம் முழுவதற்கும் சொந்தமானது.

அவன் அந்தச் சந்திப்புக்கு வேட்கையைக் காட்டிலும் குறுகுறுப்பின் காரணமாகவே, வேண்டா வெறுப்பாகப் போய்ச் சேர்ந்தான்; அந்த இடத்துக்குச் சென்றதும், அவள் அங்கிருந்த கதகதப்பான பூமியில் படுத்து, சுவரில் தெரிந்த ஒரு இடைவெளி வழியாகப் பார்த்தான். அன்றிரவு நல்ல நிலவு நேரம்; நிழல்கள் வலைப்பின்னல் பின்னியிருந்த கன்னியாஸ்திரீ மடத்துத் தோட்டத்தினுள் ஒரு தூக்க மயக்கமான அமைதி நிலவியது. திடீரென்று அந்த நிழல்களில் ஒன்று அசைந்து கொடுத்தது; சரல்கற்கள் நெறுநெறுக்கும் சப்தம் கேட்டது; ஏதோ கருப்பான உருவமொன்று சுவரை நோக்கி ஆடியசைந்து வந்தது. அதன் உயரத்திலிருந்தும், நடையிலிருந்தும் அது ரெய்ஸாதான் என்று அவன் அந்தக் கணமே ஊகித்துக் கொண்டு விட்டான். அவள் குடிப் பழக்கத்துக்கு ஆளான மத்திய வயதுப் பெண். கன்னியா ஸ்திரீ மடத்தில் தங்கும் யாத்திரிகர்களுக்கு உபசாரங்கள் செய்து அனுப்புவதே அவள் வேலை. அவள் அவனைச் சந்திக்கும்போதெல்லாம் கொழுப்பினுள் புதைந்து தோன்றும் அவளது சிறிய கண்கள் அவனை இனிமையோடும் கூர்ந்து

நோக்கியதையும், சூடான அப்பத்தின்மீது வைத்த வெண்ணெயைப்போல் அவளது முகத்தில் புன்னகை படர்ந்து உருகியதையும் அவன் நினைவுகூர்ந்தான். அந்த நினைவு அவன் மனத்தில் கசப்பையும் வெட்கத்தையும் உண்டாக்கியது.

அவள் பெருமூச்சு விட்டதையும், தொண்டையைச் செருமிக் கொண்டதையும் தான் கேட்காததுபோல் அவன் பாவனை செய்தான். எழுந்திருந்து போவதற்குத் தைரியமில்லாமல், அவன் காலை வரையிலும் அங்கேயே தரையில் படுத்துக் கிடந்தான்; அருணோதயம் வரையிலும் அவன் அவ்வாறு அசையாமல் படுத்துக் கிடந்ததால், ஒரு பயந்த சுபாவமுள்ள சிறு பறவை கூட, அவனது முகத்தைக் கிட்டத்தட்டத் தொட்டுக் கொண்டிருந்த ஒரு கொம்பின் மீது வந்து உட்கார்ந்து விட்டது. அவனது விரிந்து விழிக்கும் கண்களைப் பார்த்த பிறகு தான் அந்தச் சின்னப் பறவை பறந்து போய் ஏதோ சில களைச் செடிகளின் வேர்களுக்கிடையே மறைந்து கொண்டது.

அவன் நகரத்து ஜோடி சேர்ப்பவளான பாபிக்காவையும் நினைவுகூர்ந்தான்; மற்றவர்கள் எவரும் விரும்பாத பெண்களையெல்லாம் அவள் இவனிடம் தள்ளிவிட முயற்சி செய்தாள். சிலர் ஒன்றரைக் கண் கொண்டவர்கள்; வேறு சிலரோ கொன்னிப் பேசுபவர்கள் அல்லது நொண்டிகள். அவர்களில் ஒருத்தி கள்ளத்தனமாகப் பெற்ற ஒரு குழந்தையைக் கூடச் சீதனமாகக் கொண்டுவரத் தயாராயிருந்தாள்!

“நீ ஏன் இந்த மாதிரிப் பெண்களை எனக்குப் பார்த்துக் கொடுக்க முன் வருகிறாய்?” என்று அவன் பாய்க்காவிடம் கேட்டான்.

“உங்களுக்கு எந்த மாதிரி பிடிக்கும்?”

“சாதாரணமானவர்கள்.”

“வாங்குகிறவர்களின் தரத்தைப் பொறுத்துத்தான் சரக்குகள் தேர்ந்தெடுக்கப்படுகின்றன” என்று அந்த மரியாதை கெட்ட கிழவி கண்ணைச் சிமிட்டிக் கொண்டே சொன்னாள்; “உங்கள் சிற்றன்னையைப் பற்றி நகர மக்களெல்லாம் மறந்து விட்டார்கள் என்று நினைத்தீர்களா? இல்லவே இல்லை. அவர்களுக்கெல்லாம் ஞாபக சக்தி ரொம்ப அதிகம், ரொம்ப அதிகம்!” அதன் பின் அவள் மௌனமான சிரிப்பால் உடம்பெல்லாம் குலுங்கியதிர்ந்தாள்.

வீட்டிலுள்ள மற்றோர் அனைவரும் விழித்தெழும் வரையிலும் அவன் ஜன்னலருகிலேயே நின்றான்; பின்னர் அவன் அவசர அவசரமாக முகம் கழுவி விட்டு, உடை உடுத்திக் கொண்டு சமையலறைக்குச் சென்று வாசல் நடையில் நின்றான். மார்க்கூஷா போரிஸைத் தனது முழங்கால்களுக்கிடையே பிடித்தவாறே மேஜை முன் அமர்ந்திருந்தான்.

“அப்படியென்றால் நான் ஒரு அஞ்ஞானி. அப்படித் தானே? ஆமாமாம். அவள் ஜனங்களுக்குப் பெயர் வைப்பதிலே கெட்டிக்காரிதான். அஞ்ஞானி.

ஊம்! பையா எனக்கு எல்லாவிதமான மந்திர தந்திரங்களும் தெரியும்; எனவே நீ ஜாக்கிரதையாயிரு. உதாரணமாக, பாலுண்ணிகளை எப்படிப் போக்குவது என்று அவளிடம் கேட்டுப்பார். இதோ, உன் கையில் கூட ஒரு பாலுண்ணி இருக்கிறது, பார்.

மாட்வி சமையலறைக்குள் நுழைந்து, தனக்குத் தானே வியப்புறும் வண்ணம் பின்வருமாறு கண்டிப்போடு சொன்னான்:

“உன் அபத்தங்களையெல்லாம் அந்தக் குழந்தையின் மூளையில் திணிக்காதே.”

இவ்வாறு சொல்லிவிட்டதில் அவனுக்குத் தன் மீதே பெரும் மகிழ்ச்சி ஏற்பட்டது.

சுத்தமாக, கவர்ச்சிகரமாக, இளஞ்சிவப்பு நிறமாகவிருந்த போரிஸ் தன் புருவங்களை உயர்த்தி, அவனை அன்பு கனிய வரவேற்றான்:

“குட் மார்னிங்.”

மாட்வி அவனுடன் கைகுலுக்கினான்.

“நீ நன்றாகத் தூங்கினாய் என்று நம்புகிறேன்” என்றான் அவன்.

“ஆமாம். மிக்க நன்றி,” என்று அந்தப் பையன் பதிலளித்தவாறே, தன் கால்குதிகளை மரியாதையோடு ஒன்றுசேர்த்து ஒலியெழுப்பினான்.

மாட்வி ஆனந்தத்தோடு சிரித்தவாறு, அந்தப் பையனைத் தனது கரங்களில் வாரியெடுத்துக் கொண்டான்.

“நாம் நண்பர்களாயிருப்போம். இருப்போமா?” என்றான் அவன்.

“இருப்போமே” என்றான் போரிஸ். அவன் மாட்வியின் தலையைத் தட்டிக் கொடுத்தவாறு பின்வருமாறு சொன்னான்: “உங்கள் தலைமயிர் எவ்வளவு மிருதுவாக இருக்கிறது! அம்மாவின் தலையைக் காட்டிலும் மிருதுவாக இருக்கிறது.”

“ஓ! அப்படியா?”

“உண்மையில் வாஸ்தவமாய்.”

“ரொம்ப நல்லது.”

“ஏன்?”

ஏனா? மாட்வி குழம்பிப் போனான். எத்தகைய விசித்திரமான குட்டிப் பிசாசு இது! என்று அந்தப் பையனைக் கீழே விட்டவாறு எண்ணிக் கொண்டான் அவன்.

“சரி. நீ சாப்பிட்டாயிற்றா?” என்று கேட்டான் அவன்.

"இல்லை. அம்மா இன்னும் உடை உடுத்தி முடியவில்லை."

"உடுத்தவில்லையா?" அவன் தன் கண்களை ஒரு விநாடி மூடினான்: "பின்னே நீயும் நானும் முதலில் சேர்ந்து சாப்பிடுவோம். நமக்குச் சில அப்பங்கள் தயாரித்துத் தருமாறு நடால்யாவிடம் கேட்போம். கேட்கலாமா?"

"கேட்போம்."

அவர்களது நட்பு காலைச் சாப்பாட்டின்போது மேலும் வளர்ந்தது. அந்தப் பையன் அவனுக்கு ராபின்ஸன் குரூஸோவைப் பற்றி உணர்ச்சிமிக்க விவரத்தைக் கூறினான்: அவனும் அந்த அற்புதமான கதையை ஒரு சிறு குழந்தையின் ஆர்வத்தோடு கேட்டான்.

"நீ அந்தப் புத்தகத்தை எனக்குப் படிக்கக் கொடுப்பாயா?" என்று அந்தக் கதை முடிந்தவுடன் கேட்டான் அவன்.

அன்றைத் தினத்தில் அவன் பின்னர் அந்தப் பெண்ணைச் சந்திக்க நேர்ந்தது.

"உங்கள் மகன் மிகவும் சுவாரசியமானவன்" என்று அவளிடம் சொன்னான் அவன்: "அத்துடன் மிகுந்த கெட்டிக்காரன்."

"இதனைக் கேட்டதற்கு நான் மகிழ்ச்சியடைகிறேன்" என்று சுமுகமான புன்னகையுடன் சொன்னாள் அவள்.

அந்தப் புன்னகை அவனுக்குத் தைரியத்தைக்கொடுத்தது;

"மேலும் அவனது அம்மாவைக் காட்டிலும் அன்புள்ளம் கொண்டவன்."

அந்தப் பெண் முகத்தைச் சுழித்துக் கொண்டே அவனைக் கடந்து சென்றாள்; போகும்போதே தோளுக்கு மேலாகத் திரும்பிப் பின்வரும் வார்த்தையை உதிர்த்தாள்:

"நான் ஒன்றும் குழந்தையல்ல."

அவள் ஏன் இப்படிச் சொல்ல வேண்டும்? என்று முகத்தைத் தொங்கவிட்டவாறு எண்ணினான் மாட்வி: அவள் என்ன, என்னையும் ஒரு குழந்தையாக மதித்து விட்டாளா?

அவன் தன் இதயத்தில் வன்மத்தோடு கயிற்றுத் தொழிற்சாலைக்குச் சென்றான்.

இந்தப் பெண்ணுக்கு மார்க்கூஷாவின் எஜமானைக் காட்டிலும் மார்க்கூஷா தான் மிகவும் பிடித்தமானவன் என்பதை அவன் தெளிவாக உணர்ந்தான். அன்று நடந்த அந்த முதல் விவாதத்துக்குப் பின்னர் அவள் சமையலறைக்கு அடிக்கடி வந்தாள்: சமயங்களில் பகல் நேரத்தில் கூட அந்த முற்றக் காவலாளியைத் தேடிச் சென்று, அவனது ஓய்வு நேரங்களில் அவனோடு பேசிக் கொண்டிருந்தாள். அந்தக் கிழவனின் கண்கள் அவற்றின் குழிகளுக்குள் மேலும் உள்வாங்கிப்

புதைந்து போய்விட்டன; அவன் தனது பரட்டைத் தலையை ஆட்டிக்கொண்டு, பயங்கரமாக ஏதோ முணுமுணுத்தான்.

'அவள் ஏன் அவனோடு இருக்க விரும்ப வேண்டும்?' என்று வியந்தான் மாட்வி. அவள் என்னைத் தட்டிக் கழிக்கிறாள்; அதே சமயம் –

ஒரு அமைதியான மாரிக்காலக் காலைப் பொழுதில் அவள் ஒரு குதூகலமான மனோநிலையோடு அவனிடம் வந்து சேர்ந்தாள். அவள் அன்று உயர்ந்து விறைத்த காலர் கொண்ட சிவப்பு மேற்சட்டை அணிந்திருந்தாள்; அது ஆண்களின் ருஷ்ய மேற்சட்டையைப்போல் பக்கவாட்டில் பொத்தானிடப்பட்டிருந்தது. அத்துடன் கறுப்புப் பாவாடையும், இலையுதிர் கால மேகத்தை அவனுக்கு நினைவூட்டிய ஒரு பனி மூட்டம் போன்ற கச்சையையும் கட்டியிருந்தாள். அவள் தன் ஜடையை வட்டமாகக் கொண்டையிட்டு, உச்சிமீது கிரீடம்போல் கட்டியிருந்தாள்; இதனால் அவள் மேலும் நெட்டையாகத் தோன்றினாள்.

"நான் உங்களிடம் ஒரு பெரும் உதவி கோரி வந்திருக்கிறேன்" என்று அந்த அறையின் மூலையிலுள்ள ஓடுகளாலான அடுப்புக்கருகில் ஒரு ஆசனத்தில் அமர்ந்தவாறே சொன்னாள் அவள்.

அந்தச் சிவப்பு மேற் சட்டை அவனைக் கிறுகிறுக்கச் செய்தது; அந்த: வெள்ளை ஓடுகளின் பின்னணியில் அவனால் அவளது முகத்தைச் சரியாகக் கூடப் பார்க்க முடியவில்லை.

தான் கொஞ்சம் பணம் சம்பாதித்தாக வேண்டும் என்றும், அதற்கான வேலையைத் தான் தேடிக் கொண்டு விட்டதாகவும் அவள் சொன்னாள்: அதாவது வியாபாரியான கிர்யாபோளின் பேரனுக்கும், நகரப் பொக்கிஷக் கணக்கரான மாட்டுஷ்கின்னின் மகளுக்கும் அவள் பாடம் கற்றுத் தர வேண்டும்.

"ஆ ! வான்யா !" என்று தான் ஏதோ சொல்ல வேண்டும் என்ற உணர்வுடன் சொன்னான் மாட்வி: "ஒரு நீராவிப் படகு தீப்பிடித்து மூழ்கியதில், அவனது தாயும் தந்தையும் மூழ்கிப் போய் விட்டார்கள்."

''ஆனால் குழந்தைகளுக்குப் பாடம் சொல்லித் தருவதற்கு எனக்குத் தடை விதிக்கப்பட்டுள்ளது; எனவே யார் காதிலும் இந்த விஷயம் விழக்கூடாது."

"யார் காதிலும் விழாது!" என்று ஆவேசத்தோடு சொன்னான் மாட்வி; ஆனால் 'அவர்களுக்குத் தெரியத்தான் போகிறது!" என்று தனக்குத் தானே அவன் எண்ணிக் கொண்ட போது அவனுக்குக் குப்பென்று வியர்த்துக் கொட்டியது.

ஒரு அற்புதமான யோசனை அவனுக்குத் தோன்றியது.

"அவர்களுக்குப் பாடம் கற்றுத் தராததுபோல் நீங்கள் பாவனை செய்ய வேண்டும்; அதாவது அவர்கள் இங்கு வெறுமனே போரிஸுடன் விளையாட வருவதாகவே காட்டிக்கொள்ள வேண்டும்."

“அதை நான் பார்த்துக் கொள்கிறேன்” என்று பளிச்சென்று சொன்னாள் அவள்: “மேலும் இன்னொரு விஷயம்: அவர்களுக்கு இங்கு, உங்கள் அறையில் பாடம் சொல்லிக் கொடுக்க என்னை அனுமதிப்பீர்களா?”

அவனுக்கு ஒரே குதூகலம்; அந்தப் பரவசத்தில் அவன் அப்படியே நாற்காலி யிலிருந்து துள்ளிக் குதித்தான்; வாய்விட்டுப் பின்வருமாறு கத்தி விட்டான்:

“அதற்கென்ன? எத்தனை தடவை வேண்டுமானாலும்!”

“வாரத்துக்கு மூன்று முறை; தினம் ஒரு மணி நேரம். இதனால் உங்களுக்கொன்றும் சிரமம் இருக்காதே?”

“எனக்கா?”

அவளது புருவங்கள் நடுங்கின; அவள் முகம் சுழித்தாள் ஆனால் மறு நிமிஷமே அவள் கவலையற்றுச் சிரித்தாள்.

“அவர்கள் இதனைச் சீக்கிரமே கண்டு பிடித்து, இதனை நிறுத்துமாறு என்னைப் பண்ணி விடுவார்கள். என்றாலும் முடிந்த மட்டுக்கும் என்னால் எவ்வளவு காலம் முடியுமோ அவ்வளவு காலம் இதனை நான் நீடித்து நடத்த வேண்டும். உங்களுக்கு மிக்க நன்றி.”

அவள் அவனது கையை இறுகப் பற்றி அழுத்தி விட்டு, தனக்குப் பின்னால் ஒரு கிறுகிறுக்க வைக்கும் நறுமணத்தை விடுத்து வெளியே சென்றாள். மாட்வி உணர்ச்சிப் பரவசத்தோடு அறைக்குள் மேலும் கீழும் நடந்தான்; நெற்றியில் பூத்திருந்த வியர்வையைத் துடைத்துவிட்டுத் தனக்குத் தானே சொல்லிக் கொண்டான்:

‘கண்டுபிடிப்பதா? அவர்களா? நான் அவர்களுக்கு லஞ்சம் கொடுத்து விடுவேன்: இதோ இதனை எடுத்துக் கொண்டு, உங்கள் ஆசை தீரக் குடித்துக் கொண்டாடுங்கள் என்று கூறி விடுவேன். அல்லது பிதா விட்டாலியிடம் முறையிட்டுக் கொள்வேன். கடைசியில் ஒரு மட்டும், கண்ணே......’

இத்தகையதொரு ஆசை வார்த்தையை அவன் இதற்குமுன் தனது கற்பனையில் கூட அவள்பால் கூறுவதற்குத் துணிந்ததில்லை. அவன் பயத்தால் சுற்றுமுற்றும் பார்த்துக் கொண்டான்; அந்த வார்த்தையை வாய்க்குள்ளேயே வெளிவராமல் புதைத்துவிடுவதுபோல் கையை வாய்க்கு உயர்த்தினான். நிலைக் சண்ணாடியில் பார்த்தபோது, குட்டை மேற் சட்டையும், பளிச்சிடும் இளஞ்சிவப்புச் சட்டையும் அணிந்து தலையைச் சுற்றிலும் நேர் கோடாக வெட்டிவிடப்பெற்ற நீண்ட தலை மயிரும், தாடியும் கொண்ட ஒரு தடித்த பெரிய மனிதன் அதில் தோன்றுவதைக் கண்டான். அவன் அந்த அறையின் மத்தியிலேயே, வியர்த்துச் சிவந்த முகத்தோடும், அசட்டுத்தனமான தன்னுணர்வு கொண்ட முறையில் தோன்றிய புன்னகையோடும் நின்றான்.

“அருமையான பயல்தான் நீ!” என்று ஜன்னல் பக்கமாகத் திரும்பியவாறே தனக்குத் தானே நொந்து கூறிக் கொண்டான்; பின்னர் தோட்டத்தில் தென்படும் நீல நிறமான நிழல்களைப் பார்த்துக் கொண்டிருந்தான்.

அந்த வீட்டின் பலகைச் சுவர்கள் பனிப் படிவங்கள் அழுத்தி மோதியதால் கிறீச்சிட்டன; சீக்கிரத்திலேயே நேரவிருக்கும் ஏதோ ஒன்றை, அவனது மனத்திலே தங்கி நிற்பதற்குப் பயங்கரமாக நாணும் ஏதோ ஒன்றை எதிர்நோக்கும். ஆனந்தத்தை எண்ணிப் பார்த்து மாட்வியின் இதயம் புல்லரித்தது.

அந்த மாதிரியான ஒரு பெண்ணைத் தன் கரங்களால் அனைத்து வளைக்க ஒருவன் துணிய மாட்டான் என்று அவன் வருந்தியுணரும் ஒரு சிறு புன்னகையோடு தனக்குத் தானே கூறிக் கொண்டான்; பின்னர் அவன் ஒரு இருண்ட மூலையிலே ஒதுங்கியவாறு பின்வருமாறு பிரார்த்தனை செய்தான்; “புனிதக் கன்னிமரியாளே! என் மீது இரக்கம் கொண்டு இந்தச் சோதனையிலிருந்து என்னைக் காப்பாற்று!”

இரண்டு முறை அங்கு வசந்தத்தின் பனிமாரி இருந்தது; “பேரன் தாத்தாவைக் கூட்டிப் போக வந்திருக்கிறான்” என்று இதனைச் சொல்வார்கள். வீடுகளும் மரங்களும் பஞ்சு போன்ற பனிப் படிவத்தைப் போர்த்தியிருந்தன; வெளிறிய, எனினும் உரத்து விழும் சூரியன் அந்தப் பனித் துகள்களின் மீது வானவில்லைத் தீட்டியது; கண் தெரிய வந்த குருடரைப் போல், வீடுகளின் ஜன்னல்கள் நீல வானவெளியை வெறித்து நோக்கின; காகங்களும் காடைகளும் தமது கூடுகளைப் பழுது பார்த்தன; பனி உருகி வழியும் வயல்களில் வானம்பாடிகள் பாடின; மார்க்கூஷாவும் போரிஸும் அவற்றை நிலைக் கண்ணாடித் துண்டுகளின் உதவியோடு பிடிக்கச் சென்றார்கள்.

மாட்வி ராபின்சன் குரூஸோ, ரோட்னோயி ஸ்லோவோ, குழந்தைகள் உலகம் முதலிய புத்தகங்களையும், வேறு ஐந்தாறு புத்தகங்களையும் படித்து முடித்தான். இந்த வழியில் அவனுக்கும் அந்தப் பெண்ணின் மகனுக்குமிடையே ஏற்பட்ட நட்பு பலப்பட்டது.

அவள் அவனை நோக்கி மின்னல் வேகத்தில் மிருதுவாகப் புன்னகை செய்து வந்தாள்; அவனைக் கடந்துசெல்லும் போதும், எப்போதும் அடக்கத்தோடும், மரியாதையோடும் நடந்து கொண்டாள். வாரத்துக்கு மூன்று தடவையாவது மாட்வி தனது அறைக்கும், பெலாஜியா இறுதியாக இருந்து மாண்டு போன அறைக்கும் இடையேயுள்ள கனக் குறைவான மறைவுத் தட்டியினருகே அரவம் காட்டாமல் பதியிட்டு நடந்து சென்று, அந்தப் பலகைகளின் மீது காதை வைத்து, அதற்கு மறுபுறத்தில் அந்தப் பெண் சுருட்டைத் தலையும், நீல நிறக் கண்களும் கொண்ட லையூபாவுக்கும், அவலட்சணமான, அகன்ற முகங்கொண்ட வான்யாவுக்கும் பாடம் சொல்லிக் கொடுப்பதைக் கேட்டு வந்தான்.

அவனால் எல்லாவற்றையும் நன்கு கேட்க முடிந்தது; அந்தப் பலகைகளும் சத்தத்தைத் தடுத்து நிறுத்தவில்லை. மேலும், அவன் அந்தப் பலகையிலிருந்த வெடிப்புக்களை ஒரு கோடாலி முனையினால் சிறுகச் சிறுக அகலப்படுத்தியும் வைத்திருந்தான்.

பாடம் சொல்லி முடித்த பிறகு அந்தப் பெண் அந்தப் பிள்ளைகளுக்கு ஒரு கதையை வாசித்துக் காட்டுவாள்; அல்லது சொல்வாள்; அப்போது அவளது அறிவின் விசாலத்தைக் கண்டு அவன் வியப்படைவான். அல்லது தனது மாணவர்கள் அன்றைத் தினத்தை எப்படிக் கழித்தார்கள் என்பதை அவர்களே சொல்லும்படி அவள் கேட்பாள்.

“வானம்பாடிகளைப் பிடிப்பது இப்படித்தான்” என்றான் போரிஸ்: “நிலைக் கண்ணாடித் துண்டைத் தரையிலே வைத்தால், அந்த வானம்பாடி அதிலே தன்னுருவைப் பார்த்துவிட்டு, அதனை வானமாக, நினைத்துக் கொண்டு, அந்தக் கண்ணாடிக்குள்ளேயே முட்டிமுட்டித் தாவும்; அந்த அசட்டுப் பிறவி கீழே நோக்கித் தான் மோதுகிறோம் என்று தெரியாமல், வானத்தில் பறப்பதாக நினைத்துக் கொள்ளும். வானம் பாடிகள் சுத்த அசட்டுப் பிறவிகள்.”

“உன்னைக் காட்டிலும் அவை அசட்டுப் பிறவியல்ல” என்று அவனது தாய் சொன்னாள்; பின்னர் வானம்பாடிகளின் வாழ்க்கையைப்பற்றி மனங்கவரும் விதத்தில் வருணிக்க முனைந்து விட்டாள்.

‘அவளுக்கு எல்லாம் தெரிகிறது!’ என்று அதிசயித்தான் மாட்வி. அவளது கல்வி ஞானம் அவன் மனத்தில் மரியாதையுணர்வை எழுப்பியது; எனினும் அவனை அவள்பால் தடுத்து நிறுத்த முடியாத வண்ணம் மேலும் ஈர்க்கின்ற அதே சமயத்தில், அவனது கனவுகளையெல்லாம் பயந்தோடச் செய்தது; அவனது ஆரம்ப வேட்கையையே அளித்துத் தணித்தது.

ஒரு நாள் அவள் செழுமையும் சோகமும் கலந்த குரலில் பின்வரும் பாடலைச் சொல்வதை அவன் கேட்டான்:

நானிருக்கும் சிறையிதனில் உள்ளிருளும் சஞ்சலமும்
தானிருக்கும்; பசும்பாசி சுவர்களிலே படர்ந்திருக்கும்;
எலிகள்பல குடிவாழும்; இறக்கமுள்ள வளைவுகளில்
துளித்துளியாய் நீர்சுரந்து சொட்டிவிழும்; இச்சிறைக்கு
வெளியிலுள்ள உலகமதோ வசந்தத்தின் இன்வரவால்
களி துலங்கித் துள்ளாடும்; கண்ணுறங்க எனக்கமைந்த
மெத்தையிதோ நாறுகின்ற வைக்கோலின் படப்பாகும்;
இத்தோடு சென்னுகளும் இன்னும்பல் பூச்சிகளும்
என்னோடு குடியிருக்கும்; என்றாலும் இச்சிறையின்
முன்னமைந்த கோபுரத்தின் முகடிருந்து பார்த்திட்டால்
பரந்திருக்கும் வயல்வெளியும், பழுப்புநிறக் குன்றுகளும்

சிறந்திருக்கக் கண்டிடலாம் என்பதுவும் தெரிந்தவன்நான்.
என்னிதயம் நிராசையினால் ஏங்கிவிடும் பெருமூச்சும்
தன்னைத்தம் செவிவாங்கத் தான்நாதி யில்லாமல்
சலனமிலா வெளியினிலே செத்தழியும்; எனைப்பிணித்த
விலங்குகளும் நானங்கு நடந்தசையும் வேளையிலே
கிலுகிலுக்கும்; அந்நேரம் குன்றுகளின் திசையிருந்து
கலகலக்கும் பறவையொன்றின் கானசுகம் மிதந்துவரும்!

அன்று மாலை சமையலறையில் அவளைப் பார்த்தபோது அவன் பின்வருமாறு சொன்னான்:

"இன்று நான் வாசலைக் கடந்து செல்லும்போது, நீங்கள் ஒரு பாட்டுச் சொல்வதை நான் கேட்டேன். அந்தப் பாட்டை நீங்கள் எனக்குத் தர முடியுமா?"

"முடியாது. நான் அதனை மனப்பாடமாகத்தான் சொன்னேன். என்னிடம் அந்தப் புத்தகம் இல்லை."

"பின்னே அதனை எழுதியாவது தர இயலுமா?"

"நல்லது. அது உங்களுக்குப் பிடித்திருந்ததா?"

"ரொம்ப ரொம்ப."

"அது சேர்பினா எழுதிய பாட்டு" என்று மெதுவாகச் சொன்னாள் அவள்: " ஒரு சமயம், ரொம்ப ரொம்ப காலத்துக்கு முன்னால், அவரை எனக்கு மிகவும் பிடித்திருந்தது."

"அதனை எழுதிக் கொடுங்கள்." நான் அதை என் நோட்டுப் புத்தகத்தில் பிரதி செய்து கொள்கிறேன்."

அவள் அவனை ஆராய்வதுபோல் சட்டென்று கூர்ந்து நோக்கினாள்.

"உங்கள் நோட்டுப் புத்தகமா?" என்று சிரித்தாள் அவள்! "ஒருவேளை நீங்களும் கவிதை எழுதுகிறீர்களோ?"

"இல்லையில்லை. சும்மா பொழுது போவதற்காக, நான் இந்த மாதிரி விஷயங்களையெல்லாம் வெறுமனே எழுதி வைப்பேன்." என்று சொன்னான் அவன்.

"உண்மையாகவா?" என்றாள் அவள்; அவளது கண்கள் அகன்று விரிவதுபோல் அவன் கற்பனை செய்து கொண்டான். "ரசமாக இருக்கிறதே. அவற்றை நீங்கள் என்னிடம் காட்ட மாட்டீர்களா?" என்று கேட்டாள் அவள்.

அவளது குரல் வழக்கத்துக்கு மாறாக நட்புரிமை மிகுந்து ஒலித்தது; அவள் அந்த மாதிரி அவனிடம் என்றுமே பேசியதில்லை; இதனால் புதிய நம்பிக்கையோடு பேசுவதற்கு அது அவனுக்கு ஊக்கம் அளித்தது:

“எனக்கு அது அவ்வளவாக விருப்பமில்லைதான்; அதில் பல்வேறு விஷயங்களும் அடங்கியுள்ளன. எனினும் உங்களுக்கு ஓய்விருக்கும் நேரத்தில் எப்போதாவது என்னை வந்து பார்த்தால், நான் ஏதாவது ஒரு பகுதியை உங்களுக்கு வாசித்துக் காட்டுகிறேன்.”

அவள் மௌனமாகவும் சிந்தனையோடும் வேறு பக்கமாகப் பார்த்துக் கொண்டிருந்தாள்; அவனோ அவளது கண்களையே பார்த்தான்; அவனது இதயம் அவள் என்ன பதில் சொல்வாளோ என்ற பயத்தால் குன்றியது.

“நல்லது. நான் வருகிறேன்” என்று நிமிர்ந்தவாறு திடீர்த் தீர்மானத்தோடு சொன்னாள் அவள்; “எப்போது!”

“நீங்கள் விரும்பினால் இந்த நிமிஷமே!”

“அட கடவுளே! இந்த எழுத்தாளர்களாகிய நீங்கள்!” என்று மிருதுவாகச் சிரித்தாள் அவள்; பின்னர் வேறுபட்ட குரலில், கிட்டத்தட்ட குறும்பாகப் பின்வருமாறு கேட்டாள்; “உங்களுக்கு வயதென்ன?”

“முப்பத்தி ஒன்று – இரண்டு–”

“இருக்கவே முடியாது! உங்களுக்குப் பதினைந்து வயதுதான்” என்று மேலும் வேறுபட்ட தொனியில் சொன்னாள் அவள்.

மாட்வி திடுக்கிட்டான்.

‘இவள் என்னோடு சரசமாடுகிறாளா?’ என்று நினைத்தான் அவன்.

அவள் வாசல் பக்கமாக நடந்தாள்; பின்னர் திரும்பி நின்று சட்டென்று பின்வருமாறு சொன்னாள்:

“நான் இன்னும் ஒரு மணி நேரத்தில் வருகிறேன்.”

அவன் தேநீர்ப்பாத்திரத்தைக் கொதிக்க வைக்குமாறு நடால்யாவுக்கு உத்தரவிட்டான்; தனது அறைக்குள் அவசரமாக வந்தான்; புத்தக அலமாரி யிலிருந்து இரண்டு தடித்த நோட்டுப் புத்தகங்களை எடுத்து, அவற்றை மேஜை மீது எறிந்தான்; அந்தச் சந்தர்ப்பத்துக்கேற்ப உடையணிந்து கொள்ள வேண்டும் என்று தீர்மானித்துக் கொண்டான்.

ஒருமட்டும் அவனது வாழ்க்கையின் நெடிய ஒரு மணி நேரங்களில் ஒன்றும் ஓடி முடிந்தது. நடால்யா தனது எஜமானைக் கடைக்கண்ணால் நோக்கியவாறும், அர்த்த புஷ்டியுடன் புன்னகை புரிந்தவாறும் கொதித்துக் கொண்டிருந்த தேநீர்ப் பாத்திரத்தை மேஜைமீது வைத்துச் சென்றாள்; மாட்வி அந்த மேஜை முன்னால் ஒரு ஆசனத்தில் அமர்ந்து கொண்டான். அவன் கன்னியாஸ்தி ரீகளால் தங்க ஜரிகை வேலைப்பாடுகள் செய்யப்பட்ட ஒரு கருநீல நிறமான காஷ்மீரி சட்டையையும், பிரஞ்சு வெல்வெட் துணியில் தைத்த தொள தொளத்த

கால்சராயையும் அணிந்திருந்தான். மேலும் அவன் மிகுந்த சிரமத்தோடு ஒரு ஜோடி புதிய நவநாகரிக பூட்சுகளையும் காலில் மாட்டிக் கொண்டிருந்தான்; தலை மயிரிலும் வாசனைத் தைலம் தடவிக் கொண்டிருந்தான், அவன் தன் தந்தையின் பெரிய தங்கக் கடிகாரத்தையும் அணிந்துகொள்ள நினைத்தான்; எனினும் அவனது சட்டைப் பைக்குள் அது செல்லவில்லை; மேலும் அதற்குமேல் அரைக் கோட் அணிந்து கொள்வதென்றாலும், அறைக்குள் மிகவும் புழுக்கமாக இருந்தது. அந்தப் பித்தளைத் தேநீர்ப் பாத்திரத்தின் முதுகிலே வக்கரித்துத் தெரியும் தனது பிரதி பிம்பத்தைத் திரும்பத் திரும்பப் பார்க்காமலிருக்க முயற்சி செய்தவாறே அவன் ஆடாது அசையாமல் அமர்ந்திருந்தான்; அதே சமயம் அவளது உறுதியான காலடியோசை மாடிப்படி மீது கேட்கிறதா என்றும் கவனமாகக் காதுகொடுத்துக் கேட்டுக் கொண்டிருந்தான்.

பதினேழு நிமிஷம்– பதினெட்டு-உதய சந்திரனைப்போல் பெரிதாகவும், வட்டமாகவும், கள்ளமாகவும் தோற்றிய சுவர்க் கடிகாரத்தின் மஞ்சள் நிறமான முகத்தை உவகையற்று வெறித்துப் பார்த்தவாறே அவன் கணக்கிட்டுக் கொண்டிருந்தான்.

அவனது சட்டையின் உயர்ந்த இறுகிய காலர் கழுத்தை இறுக்கித் திணற வடித்தது; பூட்சுகள் விரல்களைக் கடித்து வருத்தின; மேலும் அவன் அசையும் போதெல்லாம் அவை கிறீச்சிட்டன.

இருபத்திரண்டு நிமிஷங்கள் கழிந்ததும் அவள் கதவைத் திறந்தாள். அவன் எழுந்து நின்று வணங்கினான்.

அவள் அரவமற்று மேஜையருகே வந்தாள்; அவனை உச்சிமுதல் உள்ளங்கால் வரையிலும் கண்களால் அளந்து பார்த்தாள்; பின்னர் பின்வருமாறு சொன்னாள்:

"ஏன் இப்படி கோச்சு வண்டிக்காரன் மாதிரி உடையணிந்திருக்கிறீர்கள்?"

மாட்வி உட்கார்ந்தான்.

"ஆனால், நீங்களும் கூடத்தான்... உங்கள் சிவப்பு அரைக் கோட்டில்...." அவன் தன்னைப் பாதுகாப்பதற்காக ஏதோ முணுமுணுத்தான்.

"அதனாலென்ன!"

"எனக்குத் தெரியாது" என்று மாட்வி விசனத்தோடு சொன்னான்.

திடீரென்று அவள் ஒரு நாற்காலியில் தொப்பென்று சாய்ந்து, தனது தலையைப் பின்னால் சாய்த்தவாறு கடகடவென்று சிரித்தாள்; சிரிப்பின் வேகத்தால் மூச்சு வாங்கியவாறு பின்வருமாறு திக்கித் திணறிச் சொன்னாள்:

"என்னை மன்னித்து விடுங்கள் – ஆனால் நீங்கள் ரொம்பவும் வேடிக்கையானவர்-ரொம்ப ரொம்ப வேடிக்கையானவர் – ஆமாம். உண்மை யிலேயே நீங்கள் அப்படித்தான்"

அவன் மனம் களித்தான். அவன் தன் வெல்வெட் முழங்கால்களைத் தட்டிக் கொடுத்துக் கொண்டும், திறந்த வாயோடு முன்னும் பின்னும் ஆடிக் கொண்டும், அவளது சிரிப்பை ஆழ்ந்து கனத்த குரலில் எதிரொலித்தான்.

"நீங்கள் விசித்திரமாய் இருக்கிறீர்கள்" என்று அவள் கண்ணீரைத் துடைத்துக் கொண்டே சொன்னாள். அவளது அமைதியான கண்களில் ஒரு சோகத் தோற்றம் நிலவியது.

அவன் நடுநடுங்கும் கரத்தால் அவளுக்கு ஒரு கோப்பையில் தேநீர் ஊற்றினான்.

"நான் நாகரிகமற்றவன்; ஆமாம். நான் அப்படித்தான் இருக்கிறேன். இங்குள்ள எல்லோருமே நாகரிகமற்றவர்கள்தான்; அதிலும் முக்கியமாக நான்தான் என்று கருதுகிறேன். இந்தமாதிரி, எனக்குள் நானே வாழ்ந்து கொண்டு–"

அவளது புருவங்களுக்கிடையில் அந்தக் கோடு தோன்றியது.

"நானே தேநீரை ஊற்றிக் கொள்கிறேன்; நீங்கள் வாசியுங்கள்" என்று காரியார்த்தமான தொனியில் சொன்னாள் அவள். அவளது முகத்திலும் குரலிலும் தோன்றிய மாறுதலை மாட்வி கண்டான். அவன் எழுந்தான்; அவனது பூட்சுகள் இரக்கமற்றுக் கிறீச்சிட்டன. அவனது இதயத்தில் ஒரு பெரும் கசப்புணர்ச்சி பொங்கியது; அவன் தன் கண்களைத் தாழ்த்திக் கொண்டான்.

"அத்துடன் நான் ஒரு முட்டாளும் கூடத்தான்" என்றான் அவன்.

"நீங்கள் ஏன் இவ்வாறெல்லாம் பேச வேண்டும்!" என்று சிறிது நேரம் கழித்து, அவள் அமைதியாகக் கேட்டாள்.

"நீங்களே பார்த்துக் கொள்ளலாம். உங்களுக்காக நான் எல்லாமே அருமையாக அமைய வேண்டும் என்று விரும்பினேன்; ஆனால் அது வேடிக்கையாகப் போய்விட்டது."

அவன் ஒரு உத்வேகத்தோடு தனது காலரின் இரண்டு பொத்தான்களையும் கழற்றினான்; மேஜை முன்னால் உட்கார்ந்தான்; தன் நோட்டுப் புத்தகத்தைத் திறந்தான்.

"படியுங்கள்" என்று சாந்தப்படுத்தும் தொனியில் கூறினாள் அவள்.

அவன் தொண்டையைச் செருமிவிட்டு, "வீனஸுக்கு வாழ்த்து" என்ற பாடலைப் படித்துவிட்டு, தனது விருந்தாளியைப் பார்த்தான்.

"இந்தப் பாட்டு மிகவும் பழைய பாணியில் படுமோசமாக உள்ளது" என்று அவள் புன்னகையோடு சொன்னாள்! "மேலும் நீங்கள் என்னவோ செத்துக் கொண்டிருப்பவர் போல் அதை வாசிக்கிறீர்கள்."

"என்னால் அவ்வளவுதான் முடியும்" என்றான் அவன்.

“சும்மா பேசுவது மாதிரி, சாதாரணமாக வாசியுங்கள்” என்றாள் அவள். அங்கு இரண்டு பெண்கள் இருப்பதாக அவன் கற்பனை பண்ணிக் கொண்டான்; ஒருத்தி அவனை மகிழ்வுறச் செய்து அவனுக்கு நிம்மதியளிக்கும் அன்புள்ளம் கொண்ட நல்லவள்; மற்றொருத்தியோ அதிகார தோரணையும் கிண்டல் சுபாவமும் கொண்டவள்.

“இதோ இன்னொரு கவிதை:

உனைத்தான் மனிதா! உறக்கம் தவிர்த்தெழு!
தனையே பக்குவப் படுத்திடு! தனக்கொரு
உன்னதப் பெரும்பணி இருப்பதை உணர்ந்திடு!
முன்னிராப் பொழுதினை நெருங்கிடு - முன்னருன்
நற்பணி யாவையும் முடித்திடு! நாளை-உன்
முற்படும் சாவினை ஏற்கவும் முனைந்திடு!”

“மிகவும் கவர்ச்சிகரமாகவும் குதூகலமாகவும் உள்ளது” என்று அவள் விமர்சித்தாள்.

மாட்வி ஆழ்ந்த நெடுமூச்சு வாங்கியவாறே மேலும் வாசித்தான்;

அரியபே ரறிஞரும் அந்தகா ரத்தினில்
திரிதர, வீணிலே திணறும் வேளையில்
நீயோ தத்துவ விசாரணை நிகழ்த்திட
வாயெடுக் கின்றனை? மானிடா! வாழ்வினில்
உழைக்கவும், துன்பினில் உவக்கவும்,பிழைபல
இழைக்கவும் தானடா இப்பிறப் புற்றனம்!

“இத்தகைய ஞானோதயத்தை நீங்கள் எங்கே கண்டெடுத்தீர்கள்!” என்று அவள் தோளை உலுக்கியவாறே கேட்டாள்.

“நான் ஜன்னல்களுக்காகச் சில பித்தளைச் சாமான்கள் வாங்கினேன்; அவற்றுக்கான திருகாணிகள் இந்தக் கவிதையில் சுற்றி வைக்கப்பட்டிருந்தன” என்று வேண்டா வெறுப்பாகச் சொன்னான் அவன்.

‘‘உங்களுக்கு ஏன் இது பிடித்தது?”

“இதன் அர்த்தம்தான்” என்று தற்காப்புணர்வோடு சொன்னான் அவன்; “இங்கே யாருக்கு இந்த மாதிரியான எண்ணங்கள் தோன்றப் போகிறது?”

“ஓஹோ. நீங்கள் அப்படி நினைக்கிறீர்களா!” என்று சிரித்தாள் அவள்: “இத்தகைய உணர்ச்சிகள் உங்களுக்கு உதவும்படியாக இருக்காதென்றே அஞ்சுகிறேன். சரி. அதில் எப்படிப் போட்டிருக்கிறது?– ‘தன்னையே பக்குவப்படுத்திடு – அப்படித்தானே?”

‘அவள் முன்னால் நான் ஒன்றும் சட்டை மாட்டும் கொக்கி மாதிரி வளைந்து கொடுக்கப் போவதில்லை’ என்று மாட்வி தனக்குத் தானே சொல்லிக்

கொண்டான்; பின்னர் அவன் உடனேயே பல பக்கங்களைத் திருப்பினான்; இறுதியில் அதே சலிப்புத் தட்டும் குரலில் ஒவ்வொரு வார்த்தையையும் மெதுவாக நிறுத்தி உச்சரித்தவாறு, மீண்டும் வாசிக்கத் தொடங்கினான்;

"நேற்றைக்கு முந்திய நாள், அதாவது 1875 மே மாதம் 21ம் தேதியன்று பெட்டுகோவ் குன்றே கிட்டத்தட்ட நெருப்பினால் தரைமட்டமாகி விட்டது; பத்தொன்பது வீடுகள் எரிந்து சாம்பலாகி விட்டன. என்னிடம் கிண்டல் செய்வானே, செருப்புத் தொழிலாளி செட்டுனோவ், அவன் தான் தனது அண்டை வீட்டானின் வீட்டுக்குக் குரோதம் காரணமாகத் தீ வைத்து விட்டான் என்று சொல்கிறார்கள். ஆனால் நான் அதை நம்பவில்லை. நேற்றுக் காலையில் அவன் எரிந்து சாம்பலாய்ப் போன தனது வீட்டின் சாம்பலுக்கிடையே தனது அடுப்பின் உலோகப் பாகங்களைத் தேடிச் சேகரிக்க முயன்று கொண்டிருந்த நேரத்தில் அவர்கள் அவனைப் பிடித்து விட்டார்கள்; பின்னர் அவனைப் போலீஸ் தலைமைக் காரியாலயத்துக்குக் கொண்டு சென்றார்கள்; அன்றிரவு அவன் இறந்து விட்டான்."

"அவர்கள் அவனை அடித்தார்களா?" என்று கேட்டாள் அவள்.

"எனக்குத் தெரியாது. அநேகமாக இருக்கலாம்" என்று அந்தச் சரித்திராசிரியன் குறிப்பிட்டான்; "அடிதடியெல்லாம் இங்கே சர்வ சாதாரணம்."

"ஃபீட்டர் தொழிலாளியான கோப்டேவின் மனைவி அவனுக்கு விஷம் கொடுத்து விட்டாள்; ஒரு வாரத்துக்கு முன்னர் அவன் குடிபோதையிலிருந்தபோது, அவளது வாயைக் காதுவரையிலும் கிழித்துவிட்டான்; அவளது தாயிடமிருந்து அவளுக்குச் சீதனமாகக் கிடைத்த அவளது மழைக்காலக் கோட்டையும் பட்டு அங்கியையும் கிழித்தெறிந்து விட்டான். அவர்கள் அவளைச் சிறைக்கு அழைத்துச் சென்றார்கள்; அவர்கள் சந்தைப் பேட்டைக்குச் சென்றபோது, ஏறத்தாழப் புத்தி மாறாட்டத்துக்கு ஆளாகியிருந்த அவள் நிர்வாணமாகக் காட்சியளித்தாள்"

"நீங்கள் பொருட்படுத்தா விட்டாலும், நான் குறையையும் வாசிக்க மாட்டேன். அது ஒன்றும் பொருத்தமாக இல்லை."

"நீங்கள் ஏன் இதையெல்லாம் எழுதி வைத்திருக்கிறீர்கள்?" என்று அமைதியாகக் கேட்டாள் அவள்.

''எனக்குத் தெரியாது." பின்னர் ஒரு கணச் சிந்தனைக்குப் பின்னர் அவன் பின்வருமாறு சொன்னான்: "மிகவும் முக்கியமான விஷயங்களை மட்டும் தான் நான் எழுதுவேன். இதோ, இது ரசமானது:

"அதே வருஷம். செப்டம்பர் 20.

"மாக்லகோவ் குடும்பத்தாருக்குத் தொல்லை: பியோடாரின் மாமா மாந்திரிக வைத்தியம் செய்யும் கிழவி டியூனோவவைக் கொன்று விட்டார். அவள் அவருக்கு 'வாத்து' வைத்தியம் செய்து கொண்டிருந்தபோது, அவள் அவரது

முதுகில் கோடரியைப் போட்டு விட்டாள்; ஏனெனில் அவள் குடித்திருந்தாள்; ஒருவேளை வயோதிகத்தின் காரணமாகவும் இருக்கலாம். ஆனால் அவரோ துள்ளியெழுந்து, அவளைத் தலைமயிரைப் பிடித்திழுத்து, அவளது தலையை வாசல் நிலையோடு மோதி விட்டார்; அதனால் அவள் மண்டை பிளந்து அந்த இடத்திலேயே மாண்டுவிட்டாள். விசாரணை நடைபெறும் என்று வதந்திகள் நடமாடுகின்றன; ஆனால் மாக்லகோவ் குடும்பத்தார் பணக்காரர்கள்; மேலும் டியூனோவா ஒரு மிடாக் குடிகாரி என்று எல்லோருக்கும் தெரியும். அநேகமாக, வழக்கு ஒன்றுமில்லாமல் போய்விடும். அந்தக் கிழவி மாரடைப்பால் செத்துப் போனாள் என்று அவர்கள் கூறி விடுவார்கள்."

அந்தப் பெண் தனது நாற்காலியைச் சமீபமாக இழுத்துப் போட்டுக் கொண்டாள்; அவன் அவளை ஏறிட்டுப் பார்த்துவிட்டு, பயந்து போனான்; அவளது முகம் வேதனை கொண்டதுபோல் சுருங்கியிருந்தது; கண்கள் பெரிதாகவும் கருமையாகவும் தென்பட்டன.

"எனக்குப் புரியவில்லையே" என்று வதங்கிய புன்னகையுடன் சொன்னாள் அவள்:" 'வாத்து' என்றால் என்ன? மேலும் அவள் ஏன் கோடரி வைத்திருந்தாள்?"

'அப்படியென்றால் உனக்கு எல்லாமே தெரியும் என்பதில்லையா?' என்று மாட்வி தனக்குத் தானே கூறிக் கொண்டான்.

"கோடரி ஒரு பழைய காலத்து மருந்து" என்று ஆரம்பித்தான் அவன்.

"என்னது? கோடரி ஒரு மருந்தா?" என்றாள் அவள்; "எவ்வளவு விசித்திரமாக இருக்கிறது? அப்புறம் அந்த "வாத்து?"

"முதுகின் கீழ்ப் பாகத்தில் வலியேற்படும் போது அப்படித்தான் அதனைச் சொல்வார்கள். இதற்கு ஒரு இரும்புத்தடியும் தேவை. நோயாளியை வாசல் நடையிலே படுக்க வைத்து, அந்த இரும்புத் தடியை அவன் முதுகிலே வைப்பார்கள்; பிறகு அந்த இரும்புத் தடியைக் கோடரியால்–மெதுவாகத்தான் – மூன்று முறை மும்முறை அடிப்பார்கள். ஒவ்வொரு மூன்றாவது அடிவிழும் போதும் அந்த நோயாளி 'என்னத்தை அடிக்கிறாய்?" என்று கேட்க வேண்டும். உடனே அந்த மந்திர வைத்தியர் 'நான் வாத்தை அடிக்கிறேன்' என்று' பதில் சொல்ல வேண்டும். பிறகு அந்த நோயாளி, வாத்தை நன்றாய் அடி; வாத்தை விரைவாய் அடி; வாத்தையும் தடியையும் பன்னிரண்டு பாதைகளிலும் விரட்டியடி; பன்னிரண்டு பாதை வழியாகவும் இருண்ட இடங்களுக்குள் விரட்டி, அது என்றென்றும் திரும்பி வராமல், சாக்கிலே போட்டுக் கட்டு புனிதமான பிராஸ்கோவாயா! என் வலியெடுத்துப் போன எலும்புகளின் மீது கருணை காட்டு!" என்ற மந்திரத்தை உச்சரிக்க வேண்டும். அப்புறம் அந்தத் தடி வாசலுக்கடியில் போடப்படும்; அதிகாலையிலே ஒரு பூனை அதனை மோந்து பார்த்துச் சிணுங்கினால், அது ஒரு நல்ல சகுனம்."

அந்தப் பெண் நிமிர்ந்து உட்கார்ந்து, அந்த அறையைச் சுற்றுமுற்றும் பார்த்தாள்.

“வேறு... வேறு ஏதாவது வாசிக்கட்டுமா!” என்று புழுக்கத்துடன் கேட்டான் மாட்வி.

“வேண்டாம், மிக்க நன்றி.”

“ஒருவேளை எனது வாசிப்பு அதிகமாகி உங்களுக்குச் சலித்துவிட்டதோ என்னவோ?”

“அதெல்லாமில்லை, சரி. இந்த நகரத்தில் டாக்டர் யாருமே இல்லையா? அதைச் சொல்லுங்கள்.”

“இருக்கிறார். ஒரு பழைய ராணுவ டாக்டர். அவர் நல்ல டாக்டர்தான்; ஆனால் அவர் குடிப்பார்.”

“சரி. வாசியுங்கள் “ என்று தலையைக் குனிந்தவாறே சொன்னாள் அவள்.

“அதே வருஷம். அக்டோபர் 6.

“அனுமதி கிடைத்த சமயத்தில், தீயணைப்பு நிலையத்துக் குடிசையருகே நாடகம் நடத்தும் கோஷ்டியைச் சேர்ந்த ஒரு நடிகையை இன்று அடக்கம் செய்தார்கள். மூன்று நாட்களுக்கு முன்னால் அவள் ரத்தச் சேதத்தால் இறந்து போனாள்; ஏனென்று எவருக்கும் தெரியாது; ஆனால் அடிபட்டதனால்தான் மாண்டாள் என்று வதந்திகள் உலாவுகின்றன. முதல் தேதியன்று அவள் உயிரோடிருந்தாள்; நான் பார்த்தேன். அவள் ஒரு சீமாட்டியின் வேடத்தில் நடித்தாள். அந்த நாடகத்தில் ஒரு அட்டைத் தலைக் கவசம் அணிந்த ஒரு சிப்பாய் அவளை மயிரைப் பிடித்திழுத்து, கத்தியால் குத்துகின்ற காட்சி வரும் வரையிலும் அந்த நாடகம் மந்தமாகத்தான் இருந்தது. சிப்பாயாக நடித்த அந்த நடிகன் தான் அவளது கணவன் என்று சொல்கிறார்கள். அது மிகவும் பயங்கரமானதொரு காட்சி. அதில் அவள் நெட்டையாகவும் ஒல்லியாகவும் இருந்தாள்; குரலும் கரகரத்த குரல்தான். நாடகம் நடந்து கொண்டிருந்த வேளையில், பாஜுனோவ் ‘ஏய்,சீமாட்டி! இருமுவதை நிறுத்து. நான் தினம் தினம் காசு எதுவும் கொடுக்காமலே என் வாழ்வில் இதைக் கேட்டுத்தான் வருகிறேன்’ என்று மேடையை நோக்கிச் சத்தம் போட்டு, எல்லோரையும் சிரிப்புக்கு ஆளாக்கி விட்டார். (அவரது மருமகளுக்குக் காசநோய்.) இரண்டு தீயணைப்புக் காவலாட்களும் அவளது சக ஊழியர்களில் இருவரும் அவளது சவப் பெட்டியை நமது வீட்டு வாசல் வழியே தூக்கிச் சென்றார்கள். அவளது கணவன் என்று கருதப்பட்டவன் ஒரு போலீஸ்காரனோடு பின்னால் நடந்து சென்றான். அவன் நன்றாகக் குடித்திருந்தான்; அவனது கண்களிலிருந்து கண்ணீர் கன்னத்தின் வழியே மளமளவென்று வழிந்தது; அவன் தனது உச்சக் குரலில் ‘நிரந்தர சாந்தி’ என்று கத்திக் கொண்டே சென்றான். அந்தப் போலீஸ்காரன் அவனைத் தன்னிலையுணர்ந்து நடக்கச் செய்ய எவ்வளவோ முயன்றான்; எனினும் முடியவில்லை, அவர்கள் அவனைக் கல்லறை மைதானத்துக்குள் அனுமதிக்க வில்லை; குளுச்சாரொவும், அவனையொத்தவர்களும் புதைக்கப் பட்டிருந்த அந்த மூலையில் அவளைப் புதைத்து விட்டார்கள்.”

"அவ்வளவுதான்."

"இந்த விஷயங்களையெல்லாம் எழுதி வைப்பதென்பது மிகவும் நல்ல காரியம்தான்" என்று அந்தப் பெண் சிந்தனையோடு சொன்னாள்: "மிகவும் நல்ல காரியம்."

"ஏன்?" என்று கேட்டான் அவன்: "சில சமயங்களில் இவற்றை நான் படித்துப் பார்க்கும்போது, இவை எவ்வளவு சப்பென்றிருக்கின்றன என்று நானே எண்ணுவதுண்டு."

"சப்பென்றா? வேறொன்றும் இல்லையா?"

'இவள் என்ன சொல்கிறாள் என்றே புரியவில்லையே!' என்று வியந்து எண்ணினான் மாட்வி; எனினும் அவன் அடுத்த பகுதியை அவள் கேட்காமலேயே வாசிக்கத் தொடங்கினான்:

"ஏப்ரல் 29. 1876.

"நேற்று பைஸ்ட்ரெட்சோவ் என்ற பெயருள்ள குமாஸ்தா சந்தைப் பேட்டையில் ஒரு இனம் தெரியாத பயலைப் பிடித்தான். அவனைச் சிறையில் போட்டார்கள்; எனினும் அவன் இரவில் தப்பியோடி விட்டான். இன்று காலைமுதல் கால்நடையாகவும், குதிரைமீதும் திரிந்து அவர்கள் அவனைத் தேடியலைந்து கொண்டிருக்கிறார்கள். அவர்களில் வழியிலே போன ஒருவனைப் பிடித்து அடித்து விட்டார்கள்; பிறகுதான் அவர்கள் தேடிச் சென்ற மனிதன் அவனில்லை என்று தெரிய வந்தது. சிறையிலிருந்து தப்பியோடிய அந்த மனிதன் சர்க்காரின் காடுட் நிலங்களுக்குத் தீ வைப்பதற்காக போலிஷ்காரர்களால் அனுப்பி வைக்கப்பட்டவன் என்றும், அவனிடத்திலே அதற்கான தஸ்தாவேஜுகள் இருந்ததைக் கண்டுபிடித்தார்கள் என்றும் பாஜுனோவ் கூறினார். அவன் எப்படி ஓடிப் போனான் என்பதைக் கற்பனைகூடப் பண்ண முடியவில்லை. ஏனெனில் சந்தைப் பேட்டையில் அவர்கள் அவனைப் பிடித்தபோது, அவனது கரம் ஒன்றை அதன் மூட்டிலிருந்து திருகி இறக்கி விட்டு விட்டார்கள். டோலோகோன்னிகோவ் தான்தான் அதைச் செய்தவன் என்று சளசளத்தான். அவன் சொல்வதை நான் நம்புகிறேன்; ஏனெனில் அவன் ஒரு மிருகமேதான்."

அந்தப் பெண் தன் முகத்தை ஒரு கையால் துடைத்து விட்டு, கைகளை மடித்தவாறே தனது நாற்காலியில் மீண்டும் சாய்ந்தாள்.

"அவர்கள் அவனைக் கண்டுபிடித்தார்களா, என்ன?" என்று கேட்டாள் அவள்.

"இல்லை. உங்களுக்குச் சலித்துவிட்டதா?"

"வாசியுங்கள்" என்று கண்களை மூடிக் கொண்டே சொன்னாள் அவள்.

மாட்வி தனது நோட்டுப் புத்தகத்தின் மீது மீண்டும் குனிந்தான்.

“மற்றவையெல்லாம், 1879ம் ஆண்டு முடிய, அநேகமாக வீட்டு விஷயங்களைப் பற்றியவைதான். உதாரணமாக. நடால்யா விஷயமாக, அவர்கள் எப்படி ஷாகிரை அடித்தார்கள் என்பது பற்றி–”

“யார் அடித்தார்கள்?”

“நகரவாசிகள். பிறகு வேலையாட்களைப் பற்றிய சில எண்ணங்கள்”

“யாருடைய எண்ணங்கள்?”

“என்னதுதான். பிறகு வீட்டைப்பற்றி; அதன்பின் என்னைப் பற்றி. இவற்றையெல்லாம் நான் விட்டுவிடட்டுமா?”

“உங்கள் இஷ்டம்“ என்று அந்த அறையிலே உஷ்ணம் மிகுந்திருந்தும் கூட, தனது சால்வையைத் தோள் மீது இறுக இழுத்துப் போர்த்தியவாறு பெருமூச்சுடன் சொன்னாள் அவள்.

‘நான் இதனை வாசிக்கவே தொடங்கியிருக்கக் கூடாது என்றே கருதுகிறேன்’ என்று அவளது வதங்கிய முகத்தையும், கண்களுக்குக் கீழே தெரிந்த கரிய வளையங்களையும் பார்த்தவாறே, தனக்குத் தானே சஞ்சலத்தோடு நினைத்துக் கொண்டான் மாட்வி. அவன் பேசிக்கொண்டே போனான்; அந்தப் பக்கங்களைப் புரட்டிக்கொண்டிருக்கும்போதே, அவன் தனது சொந்தக் குரலில் தொனிக்கும் சப்பற்ற ரீங்காரத்தையும் கேட்டுக் கொண்டிருந்தான்:

“இதோ புதிய தேவாலயத்தைக் கட்டி முடித்து, அதற்குச் சமர்ப்பண வைபவம் நடந்தது பற்றிய குறிப்பு; அந்தக் கொத்தர்களில் ஒருவன் அன்று குடித்து விட்டான். ஆனால் இது ஒன்றும் சுவாரசியமானதில்லை. இதோ கைவினைஞர் குடியிருப்பிலிருந்து வந்த மூன்று சண்டைக்காரர்கள், தம்மை எதிர்த்துச் சண்டை போட்டவர்கள் முஷ்டிகளுக்குள்ளே கனத்த குண்டுகள் வைத்திருந்ததால் எப்படிச் செத்தார்கள் என்பது பற்றி. மேலும் வாட்டின்ஸ் குடும்பத்தாரின் வீட்டு முற்றத்துக்குள் எப்படி ஒரு ஓநாய் புகுந்து அங்கிருந்த நாயைக் கொன்றது என்பது பற்றி, பிறகு மேலும் சில அசட்டுத்தனமான குறிப்புகள்: தையல்காரன் சினுகின் தன் மைத்துனியின் மூக்கைக் கடித்து விட்டான்; காலிஸ்ட்ரெட்டோவ் குடும்பத்தாரின் வாசல் கதவின் மீது யாரோ தவறுதலாகக் கீலெண்ணையைத் தடவிவைத்து விட்டார்கள். அப்புறம் புதிதாக வந்த மணியைப் பற்றி; அந்த மணியைப் புதிய தேவாலயத்தின் மணிக் கூண்டில் தொங்கவிடப் போவதற்குச் சற்றே முன்பு அதனை அடித்துப் பார்த்தார்கள்; ஆனால் அது உடனே விரிசல்கண்டு உடைந்துவிட்டது. (அந்த மணியின் எடை அறுநூற்றி இருபது பூடு எடையாகும்). அவர்கள் 1882ஆம் ஆண்டின் கன்னிமரியாள் வான் செல்லும் வைபவ நாள் வரையிலும் அதனைத் தொங்கவிடவில்லை. பிறகு தீ விபத்துகளைப் பற்றித்தான். இங்கு ஒவ்வொரு வருஷமும் தீ விபத்துகள் இருந்தன. அவற்றைக் கவனிப்பதிலே கூட, சுவாரசியம் இல்லை; அப்புறம் எழுதுவதில் என்ன இருக்க முடியும்? வசந்த காலத்தின்போது, ஆறு பொங்கி வரும் வேளையில், சில சின்னப்

பையன்கள் ஆற்றுப் பரப்பின் மீது படிந்திருந்த பனிக் கட்டிப் படிவத்தைக் கீழே மிதித்தமுக்க முயன்றார்கள்; இதனால் ஏழு பேர் உள்ளே விழுந்தார்கள்; அவர்களில் மூவர் மூழ்கி விட்டார்கள், மேலும் ஒருவன்–அதாவது ஸாவட்டிக்கா புஷ்கார்யோவ் – அவனுக்கு நான்தான் போஷகராக இருந்தேன்–அவன் நிமோனியா ஜுரத்தால் மாண்டுவிட்டான். செக்லெட்டியா டோபிசினா என்ற ஒரு பெண் காட்டுக்குக் காளான் பொறுக்கச் சென்றாள்; சென்றவள் திரும்பி வரவேயில்லை. சிலர் அவள் சதுப்பு நிலத்தின் புதைமணலில் மூழ்கி விட்டாள் என்கிறார்கள்; வேறு சிலர் செர்னோபோர்ஸ்கி கன்னியாஸ்திரீ மடத்துக்குப்போய், கன்னி விரதம் மேற்கொள்ள அவள் போய்விட்டாள் என்று சொல்கிறார்கள். புனிதர் நிக்கோலா ஆலயத்தைச் சேர்ந்த பிதா விட்டாலியுடன் அவள் ஏதோ வம்பிலே மாட்டிக் கொண்டு விட்டாள் என்றே தோன்றுகிறது–”

இவையனைத்தையும் பிரார்த்தனையை வாசிக்கும் ஒரு கோவிலதிகாரியின் குரலில் அவன் வாசித்துக் கொண்டிருக்கையில், அவள் எழுந்திருந்து ஜன்னலருகே சென்றாள்; அங்கு நிலவிய அந்தி நேரக் கருக்கல் நிழல் சூழ, அங்கேயே நின்றாள்.

‘அவள் ஏன் இப்படி அமைதியிழந்து தவிக்கிறாள்?’ என்று அவளைத் தனது கடைக் கண்ணால் பார்த்தவாறும், அவளது முன்னிலையில் தான் மேலும் மேலும் நிலைகொள்ளாமல் தத்தளிப்பதை உணர்ந்தவாறும் சொன்னான் அவன்.

“பிறகு இதோ இதுதான்” என்று ஒரு உயிராற்றல் மிகுந்த குரலில் வாசிக்க முயன்றவாறே சொன்னான் அவன்:

“ஜுன் 3. 1879.

“சந்தைப் பேட்டையில் ஓர் உயிருள்ள மச்சக் கன்னியை அவர்கள் கண்காட்சிக்காக வைத்திருந்தார்கள்; அவள் டைகிரிஸ் நதியில் பிடிக்கப்பட்டாள். அவளது உடம்பின் மேற்பாதி பெண் வடிவத்திலும், கீழ்ப்பாதி மீன் வடிவத்திலும் இருந்தது. அவர்கள் அவளை ஒரு ஸ்நானத் தொட்டி போன்ற ஏதோ ஒன்றில் வைத்திருந்தார்கள். அவளது சொந்தக்காரன் அவளை நோக்கி அவளது ஊர், பெயர் முதலியவற்றைக் கேட்கும்போது, அவள் ஸகாராவிலிருந்து வந்த ஸாரா’ என்று எப்போதும் பதிலளித்தாள். அவளது திகம்பரமான தோள்களில் மனிதர்களுக்கு உள்ளது போலவே பருக்கள் நிறைந்திருந்தன. பெரும்பாலான மக்கள் அவள் ஒரு போலி என்றே நினைத்தார்கள். பாஜுனோவ் கிழவரோ ஸகாரா டைகிரிஸ் கரைமீது இல்லையென்றும், டைகிரிஸ் நதி வெகுகாலத்திற்கு முன்பே வற்றி வறண்டு போய் விட்டது என்றும் கத்தினார்; ஆனால் அந்த மச்சக் கன்னியின் உரிமையாளனோ ஸகாரா என்று சொன்னால், கிணற்றங்கரையோரத்தில் ஏழு கணவர்களைக் கொண்ட பெண்ணொருத்தி ஏக கிறிஸ்துவுடன் பேசியதாக பைபிளிலே சொல்லப்படும் இடமான ஸமாரியாவைத்தான் குறிக்கும் என்று சாதித்தான். பாஜுனோவ் வெட்கித் தலை குனிந்தார்; அவர் அந்த மனிதனை நோக்கித் தமது முஷ்டியை வெறுமனே உயர்த்திக் காட்டி விட்டு, அங்கிருந்து அகன்று நடந்தார். அவரது வாழ்க்கையில் அவர் இந்த மாதிரியான நிலைக்கு

ஆளானதேயில்லை; பலர் அவருக்காக வருத்தப்பட்டார்கள்; ஆனால் அவர்களில் சிலர் அவர் அவமானப்பட்டுச் சென்றதை கண்டு ஆனந்தப்பட்டார்கள். பாஜுனோவ் கிழவருக்குத் தொன்னூறு வயதாகிறது, அதே கண்காட்சியில் ஒரு தண்ணீர்ப் பாத்திரமும் இருந்தது; மக்கள் அதில் ஒன்று அல்லது இரண்டு கோபெக் வெள்ளி நாணயங்களை விட்டெறிந்தார்கள்; பின்னர் அந்தப் பாத்திரத்தின் நீரில் கைவிட்டுத் துழாவித் தமது காசுகளை அவர்கள் எடுக்க முயன்றபோது, அவர்களால் அவற்றை எடுக்க முடியவில்லை. ஏதோ ஒரு மந்திர சக்தி அவர்களது கைகளை வெளியே உதறித் தள்ளியது; அத்துடன் அவர்களது கை விரல்களையும் குறுக்கு வலிக்கச் செய்தது.

அதன் சொந்தக்காரன் அந்தத் தண்ணீரைப் புட்டி ஒன்றுக்குப் பத்து கோபெக்குகள் என்று சொல்லி விற்றான்; அந்தத் தண்ணீர் ஜுரங்களைக் குணப்படுத்தும் என்று சொன்னான்."

"நீங்கள் யுத்தத்தைப் பற்றி ஏதாவது எழுதி வைத்திருக்கிறீர்களா?" என்று கேட்டாள் அந்தப் பெண்.

அவள் அழுது கொண்டிருப்பதுபோல் மாட்விக்குப் பட்டது; அதனால் அவன் பயந்துபோய் அவசர அவசரமாகப் பின்வருமாறு சொன்னான்;

"யுத்தம் பற்றியா; ஒரு நிமிஷம். இது திட்டமாக யுத்தத்தைப் பற்றிய குறிப்பு இல்லை; ஆனால் ஒரு துருக்கியனைப் பற்றியது. இதோ வாசிக்கிறேன்:

"வோயிவோடின் எஸ்டேட்டின் எஜமானி ஒரு துருக்கியக் கைதியைத் திரும்பவும் கொண்டு வந்திருக்கிறாள்; நகரவாசிகள் அனைவரும் அவனைப் பார்ப்பதற்காக, ஆற்றைக் கடந்து செல்கிறார்கள்; நானும் சென்றேன். அவன் நெட்டையாகவும் பெரிய தலையும் மீசையும் கொண்ட கரும் பழுப்பு முகமுடையவனாகவும் இருக்கிறான்; அவன் ருஷ்ய உடைகள் தரித்திருந்தான்; யூனிபாரம் உடுப்பல்ல; கரும் பழுப்பு நிறமான கோட்டும், கறுப்புக் கால் சராயும்தான். தலையிலே பூந்தொட்டி போன்று ஒரு சிவப்புத் தொப்பியும் வைத்திருந்தான். அவன் ஏதோ ஒரு குற்றவுணர்ச்சி கொண்டவன்போல் புன்னகை புரிகிறான்; ஆனால் அதில் மூர்க்கமே சிறிதும் இல்லை. அவன் குடியிருப்புக்கு அப்பாலுள்ள குன்றுகளின் மீது அந்த வோயிவோடின் பெண்ணோடு உலாவச் சென்றான். அவள் நன்றாகக் கொழுத்திருக்கிறாள்; அவனுக்குத் தோள்மட்ட உயரத்துக்குத்தான் இருக்கிறாள்; புடைத்த கண்கள் அவளுக்கு; எனினும் அதில் ஒரு அன்பு கனிந்த பார்வை இருக்கிறது; அவள் சிரிக்கும்போது அவளது குரல் கரகரப்பாக இருக்கிறது. அந்தத் துருக்கியன் கையிலே ஒரு கம்பை எடுத்துச் செல்கிறான்; வலது காலை இழுத்து இழுத்து நடக்கிறான்; அவன் காயப்பட்டவன் என்றே நான் கருதுகிறேன். அந்தப் பெண்ணைப் பற்றி நகரத்தில் ஆபாசமான வதந்திகள் பரவுகின்றன; அதிகாரியிடம் புகார் செய்யப் போவதாக பாஜுனோவ் கூறுகிறார். இதற்கு ஏதாவது ஒரு வழி செய்யாவிட்டால், துருக்கிய ரத்தம் நமது ரத்தத்தோடு கலந்து, ஒரு துருக்கிய இனத்தையே உருவாக்கிவிட ஏதுவாகி விடும்

என்று அவர் சொல்கிறார். இப்போதே நமது பெருந்தன வர்க்கத்தார் உடம்பிலே ருஷ்ய ரத்தம் ஏழே ஏழு சொட்டுக்கள் தான் மிஞ்சியுள்ளது என்றும் அவர் கூறுகிறார்.

"பிறகு, இதுவும் அதே விஷயத்தைக் குறித்ததுதான்:

"அக்டோபர் 29.

"அந்த வோயிவோடின் பெண் 'காய்ட்டர்' எனப்படும் துருக்கிய நோயினால் செத்துக் கொண்டிருப்பதால் அவளை வோர்கோராடுக்குக் கொண்டு சென்றிருக்கிறார்கள் என்று பிதா விட்டாலி என்னிடம் சொன்னார். இந்த நோயினால் நோயாளியின் கண்கள் பிதுங்கி வெளி வந்துவிடும்; இதற்கு எவ்வித மருந்தும் இல்லாததால் நோயாளி மரணமடைவதும் நிச்சயமாம். "பார். ஒரு பெண்ணின் காம வேட்கை அவளை எந்தக் கதிக்கு ஆளாக்கி விடுமென்பதைப் பார்த்தாயா?' என்றார் பிதா விட்டாலி."

இவள் ஒன்றும் இதனை; வித்தியாசமாக நினைத்துக் கொள்ள மாட்டாள் என்றே நம்புகிறேன் என்று தனது விருந்தாளியை நிமிர்ந்து பார்த்தவாறு தனக்குள் எண்ணிக் கொண்டான் மாட்வி. அவளோ கைகளை மார்பின்மீது கட்டியவாறு, அடுப்புக்கருகில் குனிந்த தலையோடு நின்று கொண்டிருந்தாள்.

"இதோ" என்று அவன் அவசரமாகச் சொன்னான்: "நாம் பிளெவ்னாவைப் கைப்பற்றினோம் என்பதை எழுதியுள் ளேன்; ஆனால் அந்தச் சமயத்தில் நான் வோயிவோடினின் கிராமத்தில் இருந்தேன்: சந்தைப் பேட்டையில் ஸ்டெப்பி வெளியிலிருந்து வந்த ஒரு மனிதனின் மீது அவர்கள் கீலெண்ணெயைப் பூசி விட்டார்கள் என்பதைத் தவிர வேறு முக்கியமான சம்பவம் எதுவும் நிகழவில்லை.

ஜூன் 5, 1880.

"குமாஸ்தா பைஸ்ட்ரெட்சோவுக்கு துர்ப்பாக்கியம் நேர்ந்துவிட்டது; அதிகாரியான அவனது சகோதரர் அவனைப் பார்க்க வந்திருந்தார்; அவர் எதிர்பாராத விதமாக இறந்து போனார். மேலும் அவர்கள் முச்சந்தி மூலையில் செத்த சோப்பை எறிவதற்கும் மறந்து போய் விட்டார்கள்–"

"என்ன சோப்?" என்று அந்தப் பெண் பெருமூச்சுப் போன்று மிருதுவாக இருந்த குரலில் கேட்டாள்.

"செத்த சோப். அதாவது பிணத்தைக் குளிப்பாட்டுவதற்கு உபயோகிக்கும் சோப்" என்று விளக்க முனைந்தான் அவன்: "அது தீமை விளைவிப்பது. அதனைக் காற்றோடு காற்றாக விட்டெறிந்து விடத்தான் வேண்டும்; ஆனால் பைஸ்ட்ரெட்சோவ் அவ்வாறு எறிய மறந்து விட்டான். அவனது மனைவி அந்தச் சோப்பைத் தேய்த்துக் குளித்து விட்டாள் போலிருக்கிறது; ஏனெனில் அவளது உடம்பெல்லாம் புண்கள் வெடித்தன. மன்னிக்க வேண்டும் – அவை மேகப் புண்கள். அவளது கணவன் அதற்காக அவளை அடித்தான். வெட்கக்கேடு. அவள் அத்தனை இளமையும் அழகும் கொண்டிருந்தாள் –"

“அட, தெய்வமே!” என்று காற்றில் நடப்பதுபோல் சிறிதும் அரவமற்று மேஜையருகே வந்தவாறே அந்தப் பெண் மூச்செறிந்தாள்; “எத்தனை பயங்கரமான சரித்திரக் குறிப்பு! உங்களுக்கு அப்படித் தோன்றவில்லையா?”

அவன் வியப்புற்றான்; அத்துடன் அவளது பரபரப்பைக் கண்டு பயப்படவும் செய்தான்,

“பயங்கரமொன்றுமில்லை” என்று கிட்டத்தட்ட வருத்தம் தெரிவிக்கும் தொனியில் சொன்னான் அவன்: “பயங்கரமில்லை. ஆனால் ஒரே அலுப்புத் தட்டும் விஷயம். இது எவ்வளவு அலுப்புத் தட்டச் செய்கிறது என்பதை விளக்க வார்த்தையே இல்லை.”

இது பொய் என்று அவன் தனக்குத் தானே சொல்லிக் கொண்டான்; இது பொய்; ஏனெனில் உண்மையில் இது பயங்கரமாகத்தான் இருக்கிறது.

“நீங்கள் அப்படிச் சொல்லிவிட முடியாது” என்று அவனது எண்ணங்களையே கற்றறிந்தவள்போல் அவள் பேசினாள்: “சரி. 1881ஆம் ஆண்டில் நீங்கள் எழுதி வைத்தவற்றை வாசியுங்கள்.”

‘மாட்டிக் கொண்டாயா!’ என்று அவன் தனக்குள்ளாகவே கூறிக் கொண்டான்: ‘நான் இதனைத் தொடங்கியிருக்கவே கூடாது. எனது இந்த நோட்டுப் புத்தகத்தை இவளிடம் காட்டுவதன் மூலம் இவளை வெற்றி கொள்ளலாம் என்று நம்பினேன்; மாறாக, எங்களுக்கிடையில் ஒரு பெரிய குப்பை மேட்டைத்தான் குவித்திருக்கிறேன். மேலும் இப்போதோ இந்த நிலை!’

அவன் தன் குரலைத் தாழ்த்திக் கொண்டு, தொடர்பற்றும் துரிதமாகவும் வாசிக்க முனைந்தான்:

“மார்ச்சு 5, 1881.

“ஸெயீன்ட் பீட்டர்ஸ்பர்க்கில் ஜார் படுகொலை செய்யப்பட்டார்; பிரபுக்களைத்தான் இதற்கு குறை சொன்னார்கள்; எனினும் யாரும் இதுபற்றிப் பேச அனுமதிக்கப்படவில்லை. பாஜுனோவ் பிரபுக்களைக் குறை கூறிப் பேசியபோது, அந்தப் போலீஸ் அதிகாரி அவரை மார்பில் அடித்தான்; சிறையில் தள்ளிவிடுவதாகப் பயமுறுத்தினான்; பாஜுனோவ் கிழவர் பிரபலமானவர். எனவே அவர்கள் கடைக்காரனான குக்கிஷேவைக் கைது செய்து கொண்டு போனார்கள்: அவன் தான் முதலில் அவர்களைக் குறை சொன்னானாம். ஜாரைக் கொல்வதற்குப் பல முயற்சிகள் நடந்து தோல்வி கண்டிருந்தன; இப்போதோ அவர்கள் ஒருமட்டும் அவரை வெடிகுண்டினால் கொன்று தள்ளி விட்டார்கள். அவர்கள் ஏன் இத்தகைய காரியத்தைச் செய்திருக்க வேண்டும் என்று எவருக்கும் புரியவில்லை.”

அவன் வாசிப்பதை நிறுத்தினான்.

“அவ்வளவுதானா?” என்று அந்தப் பெண் கேட்டாள்.

அவளது குரலில் பயமும் அதே சமயம் கோபமும் தொனிப்பதாக, அவன் கற்பனை செய்து கொண்டான். அவள் குருடரைப் போன்று அதே நிதானமற்ற நடையில் மேஜையருகே மீண்டும் மெல்ல நடந்து வந்தாள். அவளது முகம் வதங்கியிருந்தது; அகன்ற கண்கள் பூனைக் கண்களைப்போல் பளபளத்தன.

"ஆமாம். அவ்வளவுதான்," அவன் தன்னை அத்தனை பளுவாக அழுத்திக் கொண்டிருந்த திக்பிரமையை உதறியடிக்க விரும்புபவன்போல், உரத்த குரலில் பதிலளித்தான்.

அவள் ஆயாசத்தோடு நாற்காலியின் விளிம்பின்மீது அப்படியே சாய்ந்தாள்; துக்கம் கலந்த புன்னகை புரிந்தாள்.

"ஜனங்கள் அழுதார்களா? வருத்தப்படுவதுபோலத் தோன்றினார்களா?" என்று ஒரு விசித்திரமான குரலில் கேட்டாள் அவள்.

"என்னால் சொல்ல இயலவில்லை. கிழவிகள் அழுதார்கள்; ஆனால் யார் செத்தாலும் அவர்கள் அழத்தான் செய்வார்கள்."

"ஆனால் அவர் மக்களுக்கு எவ்வளவோ நன்மைகள் செய்திருந்தாரே!" என்று அவள் வியந்து கூறினாள்; அப்போது அவள் தன் கை விரல்களை அழுத்தமாகப் பின்னிக் கொண்ட வேகத்தில் அவை சொடக்கு விட்டு ஒலித்தன: "அது தெரியாதா, உங்களுக்கு?"

எனவே இவள் அதில் எவ்விதப் பங்கும் பெறவில்லை! என்று திடீரென்று தோன்றிய சந்தோஷ மிகுதியோடு தீர்மானித்துக் கொண்டான். இதற்காகக் கடவுளுக்கு நன்றி சொல்ல வேண்டும்!

"எனக்குக் கொஞ்சம்தான் தெரியும்" என்று அவளை நோக்கி குனிந்தவாறும், தன்னால் முடிந்த மட்டுக்கும் தன்னம்பிக்கையோடும், அமைதியோடும் பேச முனைந்தான்: "ஒருவேளை சில பேர் வருத்தப்பட்டிருக்கலாம். ஆனால் பெரும்பாலோர்"

"ஏனப்படி?" என்று அவனது கண்களை நிலைத்த நோக்கில் பார்த்தவாறே கேட்டாள் அவள்.

"எனக்குத் தெரியாது. மனிதர்களோடு எப்படிப் பழகுவது என்பதே எனக்குத் தெரியாது – உண்மையைச் சொல்லப் போனால், நான் அப்படிப் பழகுவதற்கு இங்கு 'யாருமே இல்லை. ஒரு நபரிடம் நாம் கொஞ்சம் நட்புக் கொள்ளத் தொடங்கியவுடனேயே அந்த நபர் நம்மை ஏமாற்றியோ, புண்படுத்தியோ விடுவது சர்வநிச்சயம்."

அவள் மீண்டும் எழுந்து மேலும் கீழும் நடக்கத் தொடங்கினாள். அவளது சால்வை தோளிலிருந்து நழுவத் தொடங்கி, அவளுக்குப் பின்னால் தரையிலே இழுபட்டுக் கொண்டு சென்றது.

"என்றாலும் அவரைப்பற்றி ஜனங்கள் சொன்ன விஷயங்களாவது உங்களுக்கு நிச்சயம் நினைவிலிருக்கக் கூடுமே?"

"அவர்கள் குறிப்பாக எதுவும் சொல்லி விடவில்லை. அவரை யார் கொன்றிருப்பார்கள். ஏன் கொன்றார்கள் என்று மட்டும் தான் வெறுமனே வியந்தார்கள். மேலும் அது பிரபுக்களின் செயலாகத்தான் இருக்கும் என்பதையும் எல்லோரும் ஆமோதித்தார்கள். அது பெருத்த பரபரப்பை உண்டுபண்ணிற்று – அதற்கு முன்னால் அந்த மாதிரியான சம்பவம் எதுவும் என்றும் நடந்ததில்லை."

"முன்னால் என்றுமே நடந்ததில்லையா?" என்று அவள் மிருதுவாக வியப்புத் தெரிவித்தாள்.

"அவர் எங்கள் நகருக்கு வந்ததில்லைதான்; ஜனங்கள் அவரைப் படங்கள் மூலமும், காலண்டர்கள் மூலமும்தான் பார்த்திருந்தார்கள். மேலும் எல்லோரிடமும் காலண்டரும் படமும் கிடையாது. நாங்கள் மிகவும் தொலைவில் வாழ்ந்து வருகிறோம்."

"அவர்கள் அதுபற்றி ரொம்ப காலத்துக்குப் பேசிக் கொண்டிருந்தார்களா?"

"அப்படி நான் கருதவில்லை. இங்கு விஷயங்கள் சீக்கிரமே மறக்கப்பட்டுப் போய்விடும். ஒவ்வொருவனுக்கும் அவனவன் சொந்த வாழ்க்கையும், சொந்த நலன்களும் உண்டு"

அவன் பேச்சை நிறுத்தினான்; அவளது நெடிய தோற்றத்தை ஒரு கணம் பார்த்துச் சிந்தித்து விட்டு, மேலும் பேசினான்:

"உங்களுக்குக் களைப்பாக இல்லையென்றால், அது எப்படி நிகழ்ந்தது என்பதைக் கூறுகிறேன்."

அவள் சட்டென்று திரும்பினாள்.

"சொல்லுங்கள். தயவுசெய்து சொல்லுங்கள்."

தன் மீது அவளுக்குப் பிரியம்தான் என்று எண்ணிக் கொண்டான் அவன்.

பின்னர், சில நாட்களுக்கு முன்னர் அவன் நினைவு கூர்ந்து பார்த்த அதே பயங்கரமான மாலைப் பொழுதைப் பற்றி அவன் அவளுக்குச் சொல்லத் தொடங்கினான்; அவன் பேசிக் கொண்டிருந்த சமயத்தில் அந்தப் பெண் ஒரு கடிகாரத்தின் பெண்டுலம் மாதிரி ஆடியசைந்தவாறே, அங்கு ஓசையின்றி அங்குமிங்கும் நடந்து கொண்டிருந்தாள்.

ஒரு வெறிபிடித்த காற்று வயல் வெளிகளிலிருந்து பொடி போன்ற பனித் துகளை வாரியெடுத்துச் சென்றது; ஜன்னல்களுக்கப்பால் வெண்ணிற மேகங்கள் மிதந்து சென்றன; இடையிடையே பனிப் படிவங்கள் கதவுகளில் மோதின. பின்னர் வானம் திடீரென்று வெளி வாங்கியது; தூரத்து ஜன்னலின் வழியாக, சந்திரனின் நிலவுக் கதிர் ஒன்று உள்ளே பாய்ந்தது. அது அந்தப் பெண்ணின்

பாதங்களின் மீது ஜன்னலின் பளபளக்கும் சும்பிகளால் ஏற்பட்ட ஒரு கறுப்புச் சிலுவைக் குறியோடு தோன்றிய ஒளித்திட்டைப் பரப்பியது.

மாட்வி தனது கதையை முடித்தான். அந்தப் பெண் அவனை ஏறிட்டுப் பார்த்தாள்; கிண்டல் தொனியில் சின்னச் சிரிப்பு சிரித்தாள்.

"உண்மையில் செத்த சோப்புத்தான்" என்று அவள் மிருதுவாகச் சொன்னாள்: "இன்னும் கொஞ்சம் வாசிக்கலாமல்லவா?"

'இவளுக்கு விசித்திரமான ஆசைகள்' என்று ஒரு சிறு பெருமூச்சுடன் நினைத்தான் அவன். அவளுக்கு எது திருப்தியளிக்கும் என்றே சொல்ல முடியவில்லை.

"ஏப்ரல் 7, 1881.

"நேற்றைக்கு முந்திய நாள் காலையில் கிழவர் பாஜுனோவ் தமது வீட்டு வாசலருகே கிடந்த பெஞ்சிலிருந்து கீழே விழுந்து விட்டார்; அவருக்கு மார்பு ஒரு முறை அடைத்தது; எனவே அவர்கள் அவரது இருதயத்தின் மீது கதகதப்பான உரத்தினால் ஒத்தடம் கொடுத்து, சதகுப்பைப் படுக்கையின் மீது படுக்கப் போட்டு விட்டார்கள்."

அவன் வாசிப்பதை நிறுத்திவிட்டான். அந்தப் பெண் சிரிக்கிறாளா அழுகிறாளா என்பதை அவனால் திட்டப்படுத்தி உணர முடியவில்லை.

"நூறு வருஷத்துக்கு முன்னால்" என்று அவள் ஏறத்தாழ வெறி கொண்ட நிலையில் சொல்ல முனைந்தாள்: "அவர்கள் ஏதோ ஒரு இளவரசனைச் சதகுப்பை மீது படுக்க வைத்தார்கள் – அது இளவரசர் விளாடிமிர்க்கோ தானா! கடவுளே?"

'இவளுக்குப் பைத்தியம் தான்' என்று மாட்வி எரிச்சலுடன் நினைத்தான்.

"மாரடைப்பு வந்தால் அவனது இருதயத்தின் மீது கதகதப்பான உரத்தால் ஒத்தடம் கொடுத்து, சதகுப்பைப் படுக்கை மீது தான் எப்போதும் அவர்கள் படுக்க வைப்பார்கள்" என்று அவளை ஓரக் கண்ணால் பார்த்தவாறே விளக்கினான் அவன்.

"செத்த சோப்" என்று அவள் முணுமுணுத்தாள்.

அங்கிருந்த ஆறிக் கொண்டிருந்த தேநீர்ப் பாத்திரம், மிட்டாய்கள் நிரம்பிய தட்டு,பழச்சாறு, நிலைக்கண்ணாடியின் அலங்கார பிரேம், சுவரிலுள்ள கடிகாரம், மேலும் கேக், வாசனைத் தைலம், விளக்கு எண்ணெய் ஆகியவற்றின் கதம்ப மணம் நிரம்பிய அந்தப் பெரிய, கவர்ச்சியற்ற அறை ஆகியவற்றையெல்லாம் தான் முதன்முதல் அப்போதுதான் பார்ப்பவள் மாதிரி, அவள் சுற்று முற்றும் பார்த்தாள். அவளது கலைந்த கூந்தல் அவளது தலை மயிரின் இருபுறத்திலும் கரிய சிறகுகள்போல் தோன்றின.

மாட்வி தன் நோட்டுப் புத்தகத்துக்குத் திரும்பினான்:

"அவர் இரண்டு முறை 'இல்லை' என்று சொல்லி விட்டு, உயிரை விட்டார். இன்று ஒரு மகத்தான சவ அடக்கம் நடந்தது; பாதிரியார்கள் அனைவருடனும், இரண்டு தேவாலயங்களையும் சேர்ந்த சங்கீதக் கோஷ்டியாரும் அதில் பங்கெடுத்தனர்; நகரம் முழுவதுமே அதற்குத் திரண்டு வந்திருந்தது. நமது பிரஜைகளிலேயே அவர்தான் மிகவும் வயதானவர்; மிகுந்த புத்திசாலி. விவாதத்தில் அவரை யாரும் மிஞ்சிவிட முடியாது. அவர் எனக்கு நண்பரில்லை எனினும், என் விஷயத்தில் அவர் இருநூற்றி எழுபது ரூபிள்களை மோசடி செய்து ஏமாற்றியிருந்தபோதிலும், அவர் செத்ததைக் கண்டு எனக்கு வருத்தம்தான், அவரது சவப் பெட்டி சமாதிக்குள் இறக்கப்பட்டபோது, என் கண்களில் கண்ணீர் வந்து விட்டது."

"மற்றவையெல்லாம் என்னைப் பற்றித்தான்."

"அவருக்கு என்ன தொழில்?" என்று இடத்தைவிட்டு எழுந்தவாறே கேட்டாள் அந்தப் பெண்.

"எல்லாம் தான். அவர் ஒரு லேவாதேவிக்காரராகவும் இருந்தார்."

அவள் வெளிறிய வலிந்த புன்னகை புரிந்தாள்.

"மிக்க நன்றி" என்றாள் அவள்; "இனி நான் மேற் கொண்டும் கேட்க விரும்பவில்லை."

அவள் தன் கரத்தை நீட்டினாள். " நீங்கள் ஒரு விசித்திரமான நபர்– ரொம்ப விசித்திரமானவர். இவற்றுக்கெல்லாம் மத்தியிலே உங்களால் எப்படி வாழ–சந்தோஷமாக வாழ – முடியும்? இது பயங்கரமானது. மேலும் இது வெட்கக்கரமானது. என்னை மன்னித்து விடுங்கள். ஆனால் உண்மை என்னவோ அதுதான், இது அவமானகரமானது."

மேலும் அவன் அதற்கொரு பதிலை உருவாக்குமுன்பே, அவள் வெளியேறி விட்டாள்; வாசல் நடைக்குச் சென்றதும் திரும்பி நின்று மீண்டும் பின்வருமாறு சொன்னாள்.

"மிக்க நன்றி."

மாட்வி தனது நோட்டுப் புத்தகங்களைத் தரைமீது விட்டெறிந்தான்; முழங்கைகளை மேஜைமீது ஊன்றி தலையைக் கைகளில் தாங்கிக் கொண்டான்; பின்னர் தேநீர்ப் பாத்திரத்தில் தெரிந்த தனது வக்கரித்த பிரதிபிம்பத்தை வெறித்து நோக்கினான்.

'அவமானமானதா? அதைப்பற்றி உனக்கென்ன வந்ததாம்?' என்று கசப்போடு நினைத்தான் அவன். நீ யார் எனக்கு? என் அக்காவா, இல்லை என் அம்மாவா? இல்லை, நீ எனக்கு ஒன்றுமேயில்லை, ஆம். ஒன்றுமேயில்லை!

அவன் அவ்வாறு அவளோடு மனோகற்பிதமாக வாதாடுகின்ற அதே நேரத்தில், அநேகமாக மறந்தே போயிருந்த, நெடுங்காலமாகத் தொடப்படாதிருந்த

அவனது இதயத்தின் புண்ணான பகுதியையும் கண்டறிந்தான்; இப்போதோ அவள் அந்தப் பகுதியைத் தொட்டுவிட்டாள்; அது மிகவும் கொடூரமாக வேதனையளித்துக் கொண்டிருந்தது.

"நான் தேநீர்ப் பாத்திரத்தை எடுத்துப் கொண்டு போகட்டுமா?" என்று தன் தலையை வாசல் வழியே உள்ளே நீட்டியவாறே இனிமையாகக் கேட்டாள் நடால்யா.

"சரி; அத்துடன் என் இந்தப் பூட்சுகளையும் கழற்ற உதவு."

அவள் அவன் முன்னால் குந்தியமர்ந்தாள். அவளது புன்னகை புண்படுத்துவதாக இருந்ததை மாட்வி கண்டான்; அவன் தன் கண்களை வேறுபுறம் திருப்பியவனாய், எரிச்சலுடன் முணுமுணுத்தான்:

"எதற்காகப் பல்லைக் காட்டுகிறாய்? உனக்கு ஒரு மண்ணும் புரியாது."

"ஆமாம், புரியாதுதான். எனக்குப் புரியுமென்று நான் எப்படி எதிர்பார்க்க முடியும்?" என்று அவனது பூட்சை வெட்டி இழுத்தவாறே, பணிவோடு சொன்னாள் அவள்.

"பின்னே பல்லைக் காட்டுவதற்கு ஒன்றுமில்லை" என்று தனது கடிபட்ட கால்விரல்களை மேலும் கீழும் வளைத்து அவற்றுக்குப பயிற்சி கொடுத்தவனாய் சுமுகமாகச் சொன்னான் அவன்: "எனக்காகக் காத்திருந்து இரவுச் சாப்பாட்டைச் தாமதப் படுத்த வேண்டாம்; நான் இப்போது வெளியே உலாவப் போகிறேன்."

"இரவுச் சாப்பாடா? இரவுச் சாப்பாட்டைப் பற்றி என்ன பேசுகிறீர்கள்? கடிகாரத்தைப் பாருங்கள். இப்போதே நேரம் நடுச்சாமத்தைக் கடந்து விட்டது," என்றாள் அவள்: "மேலும் உலாவப் போவதற்கும் இது ரொம்ப அகாலம்."

"உன் வேலையைப் பாரு!" என்று கத்தினான் அவன்: "என்ன செய்ய வேண்டுமென்று எல்லோருமாக எனக்குக் கற்றுக்கொடுக்க ஏன்தான் முனைகிறீர்களோ?"

அரைமணி நேரத்துக்குப் பின்னர் அவன் நகரத்துக்கு வெளியேயுள்ள கன்னங்கரிய ரோட்டுப் பாதையில் விறுவிறுப்பாக நடந்துகொண்டிருந்தான்; அதே சமயம் மனத்துக்குள் அந்தப் பெண்ணுடன் தர்க்கித்துக் கொண்டிருந்தான்:

'நான் ஒன்றும் எங்கள் ஜனங்களைக் காட்டிலும் மட்டமானவனல்ல; எனவே நீ என்னைக் கேலி செய்வதற்குக் காரணமேயில்லை.'

நிலவு கீழிறங்கியது; நட்சத்திரங்கள் பெரிதாகவும் பிரகாசமாகவும் தெரிந்தன. ரோட்டின் இருபுறத்திலும் மாலையில் வீசிய லேசான காற்றில் புதிதாகப் பனித்துகள் பொடியாகத் தூவப் பெற்றிருந்த, உருகாத பனிப் படிவங்கள் நீலநிறமான திட்டுக்களாகப் பளபளத்தன. மாரிக்காலத்தின் வெண்பட்டுக் கவுண் இப்போது கிழிந்து கந்தலாகப் போய் விட்டது; உலகம் திகம்பரமாகிச் சுருங்கி வற்றி, இருளிலே மிகவும் சிறியதாகத் தெரிந்தது. ரோட்டோரத்தில் வரிசையாக

நின்ற பெர்ச் மரங்களின் புள்ளி விழுந்த அடிமரங்களும், கரிய கிளைகளும் எவ்வித நிழல்களையும் பரப்பவில்லை. தடியடி பெற்ற உடம்பிலே தோன்றும் கறுப்பும் நீலமும் கொண்ட அடையாளங்களைப்போல் வீங்கிப் போயிருந்த குன்றுகளைத் தவிர, மற்றவையெல்லாமே குளிர்ந்து குறுகிப் போயிருந்தன. தண்ணீர்க் குட்டைகளின் மீது படர்ந்திருந்த பனிப் படிவம் அவன் அவற்றின்மீது நடந்து சென்றபோது மொறுமொறுத்து நொறுங்கிச் சப்தித்தன; அத்துடன் அது நட்சத்திரங்களின் பிரதிபலிப்பாக, நீல ஒளிச்சிதறலையும் வழங்கியது.

ஒரு குளத்தின் அடியாழத்திலே நிலவும் அமைதியைப் போல் அங்கு அமைதி நிலவியது; மேலும் அந்த இருளிலிருந்து அவனது இதயத்தைச் சில்லிட வைக்கும் கடந்த கால நினைவுகள் தோன்றிவந்தன; தெளிவற்ற, மங்கலான முகங்கள்; மந்தமான, சோகமான குரல்கள்.

சிவந்த கன்னமும் தட்டைமூக்கும் கொண்ட துன்யாஷா தனது பளபளக்கும் கண்களால் அவனை நோக்கிக் கண் சிமிட்டினாள்; (ஏற்கெனவே டஜன் கணக்கான மனிதர்களால் முத்தமிடப்பெற்ற) தனது வடிவான உதடுகளை நக்கினாள்; பின்னர் தூக்கத்தில் முனகுவதுபோல் பேசினாள்:

"மாட்வி, என்னை ஏன் நீங்கள் மணந்துகொள்ளக் கூடாது? எந்த ஒரு கண்ணியமான பெண்ணையும் உங்களை மணந்து கொள்ளும்படி என்றும் அனுமதிக்க மாட்டார்கள். அது உங்களுக்கே தெரியும்."

அவர்கள் குடித்திருந்தார்கள்; அவளது தடித்த நாக்கின் சளசளப்பு அவனுக்கு வேடிக்கையாகத் தோன்றியது.

"ஏன் மணக்க மாட்டாள்?"

"உங்களுக்கு என்ன வதந்தி நிலவுகிறது என்பது தெரியாதா?" என்று அவள் தனது கொழுத்த விரல்களால், தனது விறைத்த தலைமயிரை ஜடை பின்னியவாறே சொன்னாள்: "நீங்களும் உங்களிடமுள்ள அந்தத் தாத்தாரியனும் ஒரே பெண்ணை வைத்திருப்பதாக ஊரில் பேசிக்கொள்கிறார்கள்."

அவள் இதைச் சொன்னது முட்டாள்தனம் தான் என்று அவன் நகரத்துக்கு வெளியே மேலும் மேலும் நடந்து செல்லும்போதே நினைத்துக் கொண்டான். யாரோ அவளிடம் இந்த மாதிரி கூறியிருக்க வேண்டும். ஆனால் நான் அவளை மணக்க வேண்டும் என்று அவளால் நிச்சயம் நினைத்திருக்க முடியாது.

அவன் அனாதையாகிவிட்ட செருப்புத் தொழிலாளியின் மகளான ஸாஷா செட்டுனோவாவை நினைத்துப் பார்த்தான். டோலோ கோன்னிக்கோவ்தான் அவளை அடைந்து அனுபவித்த முதல் மனிதன்; அதன்பின் அவள் உயிர் வாழவேண்டிய அவசியத்தின் காரணமாக, ஒருவர் மாறி ஒருவராகப் பலரிடம் கைமாறி வந்தாள். மாட்வி அவளை மணந்து கொள்வதாகச் சொன்னான்; ஆனால் அவளோ ஏளனமாகப் பதிலளித்து விட்டாள்:

"அசட்டுத்தனமாய்ப் பேசாதீர்கள்."

அவள் சதைப்பற்றுள்ள கால்களுடன் ஒல்லியாக, சிறிதாக இருந்தாள்; சுண்டெலிக் கண்களைப் போல் கரிய சிறிய கண்கள் கொண்ட, கூர்மையும் முரட்டுத் தன்மையும் கொண்டது அவள் முகம். அவளது சுபாவத்தில் பலமும் நேர்மையும் மிகுந்த ஏதோ ஒன்று புலப்பட்டது; தன்னை மணந்துகொள்ளுமாறு அவன் அவளிடம் எவ்வளவோ பேசி, அவளைச் சம்மதிக்க வைக்கப் பாடுபட்டான்; ஆனால் அவனது வேண்டுகோள்களெல்லாம் அவளை உவகையற்றுச் சிரிக்கவும் பின்வருமாறு பேசவும் தான் வைத்தன;

"வியாபாரி! இந்த ஏமாற்று வேலை எதுவும் எனக்கு வேண்டாம்! ஏன், நான் உங்களை மணந்து கொண்டால், ஒரே வார காலத்தில் நீங்கள் என் மயிரைப் பிடித்துக் கரகரவென்று இழுத்து, என் வயிற்றிலே உதைப்பீர்கள். இப்போதுள்ள நிலையிலே நான் சீக்கிரமே செத்துப் போய்விடுவேன். எனவே இனி அந்தப் பேச்சு வேண்டாம்; சரி, எனக்கு இன்னொரு கிளாஸ் ஊற்றுங்கள்!"

குடிபோதையில் இருக்கும்போது, அவள் வெளுத்துப் போனாள்; அப்போது அவள் தன் கண்களை வெறி வேகத்திலே உருட்டி விழித்தவாறு, அவன் மனப்பூர்வமாக வெறுக்கின்ற ஒரு பாடலைப் பாடினாள்.

என்னைப்-போலொரு-பெண்ணை இங்கு
யார்-விரும்புகின்-றார்?
இதற்குத்-தானந்தச்-சீமாட்டி -யம்மாள்
இப்படிப்-பதிலளித்-தாள்:
நானோ-அதற்குள் அடிபல பட்டு
நைந்து கழிந்து-விட்டேன்!

"தயவு செய்து பாடாதே" என்று அவன் ஒருமுறை கெஞ்சிக் கேட்டுக் கொண்டான்: "நீ என்னை அழவைக்க விரும்புகிறாயா? நான் ஒன்றும் அதற்காக உன்னைப் பார்க்க வரவில்லை."

தனது பாசிபடிந்த பற்களை வெளிக்காட்டும் ஒரு குடிகாரப் புன்னகையோடு, அவள் தனது உடைகளையெல்லாம் சடாரென்று களைந்துவிட்டு, அவளது தந்தை பேசுகின்ற பாணியில் பின்வருமாறு சொன்னாள்:

"என்னை மன்னியுங்கள், ஸார்! ஆயிரம் மன்னிப்புகள், ஸார்!"

அவள் வேண்டுமென்றே வெட்கத்தைக் கைவிட்டாள். மறுநாள் அவன் அந்த அனுபவத்தை வெறுப்போடும் பீதியோடும் எண்ணிப் பார்த்தான்.

ஒரு நாள் இரவு அவள் அவனது பையிலிருந்த பணம் அனைத்தையும் திருடிக் கொண்டு மறைந்துவிட்டாள்; தனது பிரார்த்தனைப் புத்தகத்திலிருந்து கிழித்தெடுத்த ஒரு துண்டுக் காகிதத்தில் ஒரு குறிப்பு மட்டும் எழுதி வைத்து விட்டுப் போய்விட்டாள். அந்தத் திருட்டுப் பற்றிப் போலீஸிடம் அவன் புகார் செய்ய வேண்டாமென்றும், அவனிடம் பணம் கேட்பதற்கான துணிச்சல் தனக்கில்லாது போய்விட்டது என்றும், மேலும் எவ்வாறாயினும் அவன் தனக்குப்

பணம் தருவான் என்ற நம்பிக்கையும் அவளுக்கில்லாது போய்விட்டது என்றும் அவள் எழுதியிருந்தாள்.

யாருக்கும் யாரிடத்திலும் நம்பிக்கையில்லை என்று தான் நடக்கும்போது தடுமாறியவனாய் அவன் நினைத்துக்கொண்டான்.

புஷ்கார்யோவின் மரணத்துக்குப் பின்னர், அவன் தந்தைக்கு விலாஸ்யேவ்னா எந்த மாதிரி உறவுடன் இருந்தாளோ, அதே மாதிரி உறவுடன் அவனுடன் இருக்க வேண்டுமென்று நடால்யா பலவாறு முயற்சி செய்ததையும் அவன் நினைவுகூர்ந்தான். ஆனால், நகரத்துப் பெண்களெல்லாம் ஒருமுறை சந்தைப் பேட்டையிலே வைத்து, அவள் அந்தத் தாத்தாரியனோடு வாழ்வது குறித்து அவளைக் குத்திப் பேசியவுடன், அவள் வீட்டுக்கு ஓடோடியும் வந்தாள்; அவளது மனத்திலிருந்து ஏனைய எண்ணங்கள் அனைத்தும் விரட்டப்பட்டுப் போயின; அவள் நேராக ஷாகிரிடம்தான் வந்து விழுந்தாள்.

"என் அன்பான, நல்லவனான ஷாகிர்! அவர்கள் நம்மை உண்மையிலேயே பிரித்துவிடுவார்களா?" என்று அவள் அழுதாள்,

அந்தத் தாத்தாரியன் பயத்தாலும் கோபத்தாலும் வெளிறியவனாய், தனது பற்களை நெறுநெறுவெனக் கடித்தவாறு, பின்வருமாறு உறுமினான்:

"நாம் என்னதான் செய்வது? நீயும் கெட்டவள்; நானும் கெட்டவன்; அவர்கள் மட்டுமே நல்லவர்கள். ஒருவேளை நாம் ஓடிப் போய்விடலாமா?"

ஒருநாள் அவன் சந்தையிலிருந்து அடிபட்ட ரத்தக் காயங்களோடு திரும்பி வந்தான். அவன் ஒரு நாற்காலியில் தொப்பென்று சாய்ந்தான்; ஆட்டங் கண்டுபோன தனது பற்களைத் தொட்டுப் பார்த்தான்; பின்னர் கீழே துப்பிவிட்டு, அழுதான்.

"ஆ! ஆ! ஷாகிர், இந்த உலகைவிட்டுப் போய்விடு! ஷாகிர் ஒரு முட்டாள்!"

அடுப்புக்கருகில் நின்றுகொண்டிருந்த மாட்வி, தான் நேசித்த, தனக்குத் தேவைப்பட்ட இந்த இருவருக்கும், தான் எந்த விதத்திலும் உதவுவதற்கில்லையென்பதைக் கசப்போடு தெரிந்திருந்தான்; ஆறுதலாகப் பேசுவதற்குக் கூட அவனுக்கு வார்த்தைகள் கிடைக்கவில்லை; அவர்களது ரத்தத்தையும் கண்ணீரையும் கண்டு நாணி வெட்கியவனாய், அவனால் அங்கு வெறுமனே ஊமையனாகத்தான் நிற்க முடிந்தது.

நடால்யா ஷாகிரின் ரத்தம் வடியும் தலையைக் கழுவ முயற்சி செய்தாள்; ஆனால் அவனோ அவளைத் தள்ளிவிட்டு விட்டான்.

"அவர்கள் உன் தலையையும்கூட உடைத்து விடுவார்கள். ஆ! எஜமான்! உங்கள் தீர்க்கதரிசியான, மரியாளின் குமாரனான ஏசு என்ன சொல்கிறார்? யாரையும் பகைக்காதே, எந்த நண்பனையும் துன்புறுத்தாதே என்றுதானே. குரானில் என்ன சொல்லப்பட்டிருக்கிறது என்பதை

நான் உங்களுக்குச் சொல்கிறேன், பைபிளில் என்ன சொல்லியிருக்கிறது என்று நீங்கள் எனக்குச் சொல்கிறீர்கள், ஆனால் இங்கோ என்னையும் ஒருவரும் விரும்பவில்லை; உங்களையும் எவரும் விரும்பவில்லை!"

பின், "இதுதான் நாங்கள் வாழ்ந்துவரும் வாழ்க்கையின் லக்ஷணம்!" அவனது வீட்டில் வாழ வந்துவிட்ட அந்தப் பெண்ணிடம் அவன் தன் மனத்துக்குள்ளாகவே இப்படிக் கத்திக் கூறினான்.

அதைப்பற்றி மேலும் சிந்திக்கச் சிந்திக்க, அவனைச் சுற்றியுள்ள வாழ்க்கையே, நல்ல விஷயங்களெல்லாம் நம்பிக்கையின் வெறும் மின்னல் வீச்சாக வெட்டிமினுக்கிவிட்டுப் பறந்தோடிவிடுகின்ற ஒரு கெட்ட கனவு போலவே அவனுக்குத் தோன்றியது.

அதிகப்படியான உஷ்ணம் ஏற்றப்பட்ட பிதா விட்டாலியின் அறையில் தான் அமர்ந்திருந்ததை அவன் எண்ணிப் பார்த்தான். அவனுக்கு முன்னால், முழங்கை வரையிலும் சுருட்டிவிடப் பெற்றிருந்த லினன் அங்கியைத் தரித்த ஒரு பெருத்த மனிதராக, அந்தப் பாதிரியார் அமர்ந்திருந்தார். அவர் தமது ஒரு கையில் ஒரு சிற்றுளியை வைத்திருந்தார்; தரையின்மீது மரத்துண்டுகளும், மரச்சீவல்களும் சிதறிக் கிடந்தன; ஏனெனில் பிதா விட்டாவியின் பொழுதுபோக்கு மரக்கட்டைகளிலிருந்து தேனீக் கூடுகள் செய்வதாகும். அவர் ஒரு மாரிக்கால அவகாசத்தில் கிட்டத்தட்ட ஒரு டஜன் கூடுகளைச் செய்து முடிப்பார்; பின்னர் அவற்றைத் தேவைப்படுபவர்களுக்கு, அவர்கள் யாராக இருந்தாலும் பரிசாக வழங்கிவிடுவார்.

"ம்" என்று அவர் தமது கருணைமிகுந்த சிறிய கண்களை நெரித்தவாறே சொன்னார். பெரிய நரைத்த தாடியும், உயர்ந்த நெற்றியும், இரண்டு கொழுத்த கன்னங்களுக்கிடையில் நசுக்குண்ட சிவந்த சின்ன மூக்கும், அவரது கழுத்துக்கே நழுவி இறங்கிவிட்டதுபோல் தோன்றும் வாயும் கொண்டு காட்சியளித்தார் அவர்.

"அப்படியா? அப்படியென்றால் உன்னிடமுள்ள அந்த முகம்மதியன் கிறிஸ்தவனாக மாற விரும்பவில்லையாக்கும், நல்லது. அப்படியென்றால், இத்தகைய துரதிருஷ்டமான சந்தர்ப்பத்தில் உனது பணிவான வேலையாள் என்ன நடவடிக்கையைத்தான் மேற்கொள்வதாம்? அவன் புரிந்து விட்ட பாவத்தை நான் எப்படி மூடிமறைத்துவிட முடியும்? என் நண்பா! அது என் சக்திக்கு அப்பாற்பட்டது. நமது நகரவாசிகள் அயோக்கியர்கள்; மூர்க்கம் படைத்த மாபெரும் அயோக்கியர்கள். சலிப்பும் சோம்பேறித்தனமும் அவர்களது புத்தியையெல்லாம் மழுங்கடித்துவிட்டது; புத்தி மழுங்கிப் போய் விட்டதால் தொல்லைகளைத் தூண்டிவிட அவர்கள் எதையும் காரணமாக்கிக் கொள்கிறார்கள். இத்தகைய மிருகப் பிறவிகளின் மத்தியிலே வாழும் நிர்ப்பந்தத்துக்கு ஆளாகிவிட்ட சமாதான விரும்பிகளான ஆத்மாக்களின் நிலைமை – அந்தோ பரிதாபம்! என்னைப் போன்ற ஒரு மதகுரு இத்தகைய விஷயங்களையெல்லாம் உன்னிடம் சொல்வதென்றால், அது ஒரு அவமானம்தான். ஆனால் வேறு விதியில்லை. ஆஹா! நான் – நான் – எத்தகைய பாதிரியார்!"

அவர் தமது சிற்றுளியின் கைப்பிடியினால் தமது முழங்காலில் அறைந்து கொண்டார்; அதனால் அவருக்கு நிச்சயம் வலியேற்பட்டிருக்கும்; ஏனெனில் அவர் உடல் பதறியது; எனினும் அவர் அறைந்து கொண்டேதான் இருந்தார்.

“என் ஆடுகளைப் பராமரி’ என்றுதான் சொல்லப்பட்டிருக்கிறதே தவிர, பன்றிகளைப்பற்றி ஒரு வார்த்தைகூட சொல்லப்படவில்லை. கிறிஸ்து பிசாசுகளை அவற்றின் மந்தையாக விரட்டியடித்த இடத்தில் மட்டும் ஒரே தடவை சொல்லப்பட்டுள்ளது. ஆம், இவையெல்லாம் மிகவும் பரிதாபகரமானது. மகனே! நீ ஒரு குற்றமற்ற கோவில்பற்றுக் குடியிருப்புவாசி; எனினும் இந்தச் சந்தர்ப்பத்தில் ஏற்பட்டுள்ள இந்த விவகாரத்தில் நீ உனது தாத்தாரியனை என்னிடம் அனுப்பி வைக்குமாறு, நான் உன்னிடம் கேட்டுக் கொள்வதைத் தவிர, உனக்கு உதவிகரமாக வேறெதுவும் செய்வதற்கில்லை. அவனிடம் நான் பேசிப்பார்க்கிறேன்! ஒருவேளை அவனுக்கு ஆறுதலளிக்கும் வகையில் நானும் சில சொல்ல முடியும். அவனை அனுப்பு, என் நிலைமை உனக்குத் தெரியும்; இந்தப் பன்றிகள் என்னை நோக்கி எப்போதும் உறுமிக்கொண்டிருப்பதும் உனக்குத் தெரியும். எனவே உனக்கு உதவ முடியாமல் இருப்பதற்காக, நீ நல்ல மனசு வைத்து என்னை மன்னித்து விடுவாய் என்பதும் எனக்குத் தெரியும். மனிதர்களாகிய நாம் எத்தனை பரிதாபத்துக்குரிய ஜந்துக்களாக இருக்கிறோம். என் மகனே! ஆண்டவனின் சாந்தி உனக்கு அனுக்கிரகமாகட்டும்! செக்லெட்டியா! இவனை வாசலில் கொண்டுபோய் வழியனுப்பு.”

மூலையிலமர்ந்திருந்த ஒரு சின்ன மாது எழுந்து அவனை நோக்கி வந்தாள்; அவள் பெரிய கண்களும் எடுப்பான மூக்கும் மெல்லிய புருவங்களும் கொண்டு விளங்கினாள்.

பிதா விட்டாலியின் மருமகனும், அந்த ஆண்டின் மாரிக் காலத்தில் நேர்ந்த பனிப்புயலொன்றுக்குப் பலியானவருமான ஒரு பள்ளியாசிரியரின் விதவை மனைவியான செக்லெட்டியா டோபிசினாதான் அவள் என்பதை மாட்வி ஊகித்துக் கொண்டான். அவள் ஒகுரோவுக்கு வந்து வெகுநாட்கள் ஆகவில்லை; என்றாலும், நீர்க்கோவை நோயினால் படுக்கையில் விழுந்துவிட்ட பிதா விட்டாலியின் மனைவியின் ஸ்தானத்தை அவள்தான் நிரப்பிக் கொண்டிருந்தாள் என்று வதந்தி நிலவியது. செக்லெட்டியா மிகவும் சுமுகபாவம் கொண்ட நபராகத் தோன்றவில்லை. அவள் நடக்கும்போது, தன் முழங்கைகளை இறக்கைகள் மாதிரி வைத்துக்கொண்டாள்; அதனால் அவள் பறக்கத் தயாராகும் கோழிக் குஞ்சைப்போல் தோற்றமளித்தாள்.

அவன் கோடைக்காலத்தில் ஒருநாள் மாலையில் தான் பாலிமெரியிலிருந்து திரும்பி வரும் வழியில் அவளை மீண்டும் ஒரு முறை சந்தித்தான். அவள் ரோட்டோரத்தில் ஒரு பெர்ச் மரத்தடியில், தோளில் தொங்கவிட்டிருந்த காளான் கூடையோடு அமர்ந்திருந்தாள். அந்த மரத்தின் வேர்கள் அவளது காலுக்கடியில் எல்லாத் திசைகளிலும் கால்பரப்பி ஓடியிருந்தன. அவள் ஒரு நீலப்பாவாடையும், வெள்ளை ரவிக்கையும் அணிந்து,

தலையில் ஒரு மஞ்சள் நிறமான கச்சையும் கட்டியிருந்தாள்; மொத்தத்தில் அவள் எதிர்பாராதவிதமாகப் பிரகாசமாகவும் மிகவும் அழகாகவும் தோன்றினாள். அவள் தனது ஒரு காதுக்குப் பின்புறத்தில் ஒரு வெண் மலர்க்கொத்தைச் சொருகி யிருந்தாள்; அந்த வெளிறிய மலர்கள் அவளது கன்னத்தின்மீது ஒரு காதணிபோல் தொங்கிக் கொண்டிருந்தன.

“நான் உன்னை வீட்டுக்கு அழைத்துச் செல்லட்டுமா?” என்று அவன் தன் குதிரையை இழுத்து நிறுத்தியவாறே கேட்டான்.

“வேண்டாம். மிக்க நன்றி. நான் நடந்தே போய்விடுவேன்; ஆனால் நீங்கள் விரும்பினால், எனது கூடையைமட்டும் கொண்டு வாருங்கள்” என்றாள் அவள். ஒகுரோவிலுள்ள மாதர்கள் பொதுவாக வெளிப்படுத்தும் சாகசப் பேச்சின் ஜாடைகூட அதில் தொனிக்கவில்லை, “அவர்கள் உங்கள் தாத்தாரியனுக்குத் தொல்லை கொடுப்பதை நிறுத்தி விட்டார்களா?”

“இன்னும் அவர்கள் அவனை ஏசத்தான் செய்கிறார்கள்; என்றாலும் குறைந்தபட்சம் அவர்கள் அவனை அடிப்பதையேனும் நிறுத்தியிருக்கிறார்கள்.”

“நீங்கள் அன்று பேசியதையெல்லாம் நானும் கேட்டேன்; இது விஷயத்தில் நீங்கள் இவ்வளவு மனம் புண்பட்டுப் போயிருப்பதைக் கண்டு நான் ஆச்சரியப்பட்டேன்.”

“அவன் மிகவும் நல்ல மனிதன்” என்று ஏதோ கலவரத்தோடு சொன்னான் மாட்வி.

“ஆமாம். பிதா விட்டாலிகூட, அவனிடம் மிகவும் ஈடுபட்டு விட்டார்” என்று சொல்லிவிட்டு, அவள் சோகமும் வாட்டமும் கொண்ட புன்னகை புரிந்தாள். எனது கோவில் பற்றுக் குடியிருப்பு வாசிகள் சிலரைக் காட்டிலும், அந்த முகம்மதியன்தான் பெருமளவுக்குக் கிறிஸ்தவனாக இருக்கிறான் என்று அவர் ஒருமுறை சொன்னார். ஆனால் இருவேறு மத நம்பிக்கைகள் கொண்ட இருவர் ஒருவர் மீதொருவர் காதல் கொள்வதால் என்ன தீமை விளைந்து விடமுடியும் என்று எனக்குத் தெரியவில்லை. இதைப்பற்றி அவள் நெடுங்காலமாகச் சிந்தித்து முடிவு கண்டவள்போல் உத் வேகத்தோடு சொன்னாள்: “என்ன இருந்தாலும், என்றாவது ஒருநாள் எல்லா மனிதர்களும் ஒரே கடவுளைத்தான் அங்கீகரிக்கப் போகிறார்கள்.”

“ஆ–மாம்” என்று அவளது வார்த்தையில் பொதிந்திருந்த ஞான விசாலத்தைக் கண்டு வியப்புற்றவனாகச் சொன்னான் மாட்வி; “அதுதான் எத்தனை பெரிய உண்மை!”

“வருகிறேன்” என்று செக்லெட்டியா தலையை அசைத்துச் சொன்னாள்; பின்னர் நகரை நோக்கியுள்ள வயல் வெளிகளின் வழியே குறுக்காக நடந்து சேல்லும் நோக்கத்தோடு திரும்பியவாறே, அவள் ரோட்டில் நடந்தாள்.

அவள் நடந்து செல்வதைப் பார்த்தபோது, அவள் ஒருவேளை தன் வாழ்நாள் முழுவதுமே இதே முறையில்தான் நடந்து தீர்த்திருந்தாள் என்று அவன் தனக்குத்தானே எண்ணிக்கொண்டான்; தனது லட்சியத்தை நோக்கி நேராக நிமிர்ந்து நளினத்தோடு நடந்து சென்றாள் அவள்.

இதன் பின்னர் சில நாட்களில் அந்தப் பெண் ஒகுரோவ் வாழ்க்கையிலிருந்து பிரிந்துசென்று விட்டாள். அவளை நினைத்துப் பார்க்கும் போதெல்லாம், அவளது காலுக்கடியில் பரவியிருந்த வேர்களின் கூட்டமும், அவளது கன்னத்தின்மீது நடுங்கியசைந்த பூக்களும்தான் அவனுக்கு நினைவு வந்தன.

அவன் முன்னால் நிலவிய இருட்டில் ஒரு வீட்டளவு பெரியதான ஏதோ ஒன்று கிறீச்சிட்டு, ஒலியெழுப்பியவாறு அசைந்தது.

நிழல் இருட்டிலிருந்து செடி மிளாறுகளைப் பாரம் ஏற்றிய இரண்டு வண்டிகள் வந்தன; அவற்றின் உச்சியில் கால்கள் தெரியாத தடித்த விவசாயிகளின் வடிவங்கள் அமர்ந்திருப்பதும் தெரிந்தன. ஒகுரோவுக்கேயுரிய ஆபாசமான வசைமாரி குளிர்ந்த காற்றில் பரவியொலித்தது.

"ஏய், உன்னைத்தான். இந்த நேரத்தில் நீ என்ன இழவுக்கு இங்கே நடந்து செல்கிறாய்?..."

பின்னால் கடந்து செல்லும் அந்த வண்டிகளைத் திரும்பிப் பார்த்தவாறு, வாய் திறந்து வசை பாடாமல் ஒரு மனிதனைக் கடந்து செல்ல இவர்களுக்கு முடியாது போலிருக்கிறது என்று மாட்வி நினைத்துக் கொண்டான். அவர்கள் கண்ணியமான மனிதர்களைச் சந்திப்பதே அரிது; எனவே சந்திக்க நேர்பவர்களையெல்லாம் அவர்கள் வசை பாடுகிறார்கள்.

கீழ்வானத்தில் ஒரு ஆரஞ்சு நிறமான திட்டுத் தோன்றியது; அந்த ஒளிக்கெதிராகச் சிக்கலான வலைப்பின்னலைப் பின்னிக் கொண்டிருந்த பழைய மரங்களின் கிளைகளின் மீது அந்தத் திட்டு ஒளி செய்தது. பனிப்படிவம் தனது நில நிறப் புரை யோட்டத்தை இழந்து விட்டது; பூமி கறுப்பாக இருந்தது. தூரத்தில் நகரத்தின் வரிவடிவமான பகைப்புலம் மங்கலாகத் தென்பட்டது; சிலுவை வடிவத்தில் குழுமியிருந்த பற்பல வீடுகள் கதகதப்புக்காகப் பூமியோடு ஒண்டி ஒதுங்கிக் கொண்டிருந்தன; அவற்றின் புகைக் கூண்டுகளிலிருந்து, இரவுக் கனவுகளின் சோகமான போக்கைப்போல், புகைச் சுருள்கள் அங்குமிங்குமாக மேலெழும்பிச் சென்றன. பழத் தோட்டங்களிலுள்ள மரங்கள் தமது இருண்ட சல்லடை வலையில் வீடுகளைப் பிடித்துப் போட்டன. அந்த நகரமானது பிடிபட்டுக் கட்டி உருட்டப் பெற்று, அசைவதற்குக் கூடச் சீவனற்றுப் போய், கால்களை நெருக்கி நீட்டி, கைகளை அகலப் பரப்பிச் செத்த சவம்போல் கிடக்கும் ஒரு அசுரனைப் போலந் தோன்றியது: கன்னியாஸ்திரீ மடம் அந்த அசுரனின்

தலை போலவும், புனிதர் நிக்கோலா ஆலயத்தின் மணிக்கூண்டு அவனது மார்பிலே பாய்ந்து முறிந்த ஒரு ஈட்டி போலவும் தோன்றின.

தனது கைகளைப் பாக்கெட்டுக்குள் சொருகியவாறு இந்தக் காட்சியைப் பார்த்துச் சிந்தித்துக் கொண்டிருந்தபோது, மாட்வியின் உள்ளத்தில், அந்த நகரத்தைப் பார்க்கும்போது மனத்தில் வழக்கமாக எழும் பயத்தையும் சலிப்புணர்ச்சியையும் போக்கிவிட்டு, பரிவுணர்ச்சியோடு சம்பந்தப்பட்ட ஏதோ ஒரு புதிய, பழக்கமற்ற உணர்ச்சி பொங்கியெழுந்தது.

'இந்த நகரத்திலே பத்துப் பன்னிரண்டு வருஷம் வாழ்ந்து பார்! வாழ்ந்துதான் பாரேன்!' என்று அவன் அந்தப் பெண்ணிடம் மனத்தாலேயே பேசிக்கொண்டான்.

வெளிக் கதவுகள் கிறீச்சிட்டன; கதவுகள் ஓசைப்பட்டன; நாதாங்கிகள் திறக்கப்பட்டன; ஜனங்கள் தெருவில் சாவதானமாக வரத்தொடங்கினார்கள். விழிப்புற்றெழும் அந்த நகரம் இருமிக் கொண்டும், தொண்டையைச் செருமிக் கொண்டும், கறுத்த சளித்துண்டுகளைக் காரித் துப்பிக்கொண்டும் இருப்பதாகத் தோன்றியது.

ஷாகிர் மண்வெட்டியும் கையுமாக வாசலிலே நின்றுகொண்டிருந்தான். தனது எஜமானைக் கண்டதும் அவன் தன் கால்களைக் கோமாளித்தனமாக உதைத்துக் கொண்டான்.

"அதற்குள்ளே எழுந்துவிட்டாயா?" என்று குதூகலமாகக் குரல் கொடுத்தான் மாட்வி.

"அப்போதே எழுந்துவிட்டேன்."

"ஏன் இவ்வளவு சீக்கிரம்?"

"என் இதயத்துக்குத் தூங்கவே முடியவில்லை.

"நான் சமாதி ஸ்தலத்துக்குச் சென்றிருந்தேன்."

"உங்கள் இதயமும் தூங்கவில்லையா?"

மாட்வி சோகத்தோடு புன்னகை புரிந்தவாறே அந்த அன்பு ததும்பும் முகத்தைப் பார்த்தான்; பின்னர் அந்தத் தாத்தாரியனைத் தனது முழங்கையால் மெல்ல இடித்தான்.

"உனக்கு எல்லாம் புரிகிறது. இல்லையா, முகம்மது?"

"எனக்குப் புரிகிறது; உங்களுக்கும் புரிகிறது. அவசரத்தில் எந்த நல்ல காரியத்தையும் செய்ய முடிவதில்லை. நாம் இன்னும் சிறிது காலத்துக்குப் பொறுமையாகத்தான் இருக்க வேண்டும்."

அந்தத் தாத்தாரியன் தன் தொப்பியைத் தலையின் பின்னுக்குத் தள்ளிவைத்துவிட்டு, பெருமூச்செறிந்தான்; ரோட்டில் காரித் துப்பினான்.

"அவர்கள் வெளிவாசல் பலகையில் சாக்குக்கட்டி அல்லது கரியினால் கெட்ட வார்த்தைகளெல்லாம் எழுதிவைக்கிறார்கள். அவர்கள் ஏன் எழுதப் படிக்கக் கற்றுக் கொண்டார்கள்? கெட்ட வார்த்தைகளை எழுதத்தானா?"

"எங்கே?" என்று வாசல் கதவைப் பார்த்தவாறு, விஷயம் தெரியாமல் கேட்டான் மாட்வி.

"நான் அதனை அழித்துவிட்டேன்."

அவர்கள் இருவரும் ஒருவரையொருவர் பார்த்துக் கொண்டார்கள்; பின்னர் தெருவைப் பார்த்தார்கள்.

"அநேகமாகச் சங்கீதக் கோஷ்டியைச் சேர்ந்த சின்னப் பயல்களாகத்தான் இருக்கும்" என்றான் மாட்வி: "அந்தக் கோஷ்டித் தலைவன் அவர்களுக்கு இந்த மாதிரியான குறும்புகளையெல்லாம் கற்றுக் கொடுக்கக் கூடியவன்தான். சரி, இந்த வார்த்தைகளெல்லாம் அவள் கண்ணிலும் போரிஸ் கண்ணிலும் படாதவாறு பார்த்துக்கொள்."

"கவனித்துக் கொள்கிறேன்."

வழக்கமாக ஒரு கரும்பழுப்பு நிறக் கோட்டையே அணியும், நீண்ட தலைமயிரும், பசிய கண்களும் படைத்த அந்தச் சங்கீதக் கோஷ்டித் தலைவனை எண்ணிப்பார்த்தவாறே மாட்வி வீட்டுக்குள் நுழைந்தான்.

சமீப காலத்தில் அவர்களது வீட்டு வாசலை அவன் அநேகமாகத் தினந்தோறும் மாலை வேளையில் கடந்து செல்லும்போது மிருதுவாக, எனினும் தெளிவாகப் பாடிச் செல்வான்:

இருளடர்ந்த காட்டில் நானும்
என்றும் கையில் கத்தி யேந்தித்
திருடவில்லை; குழியில் எந்தத்
தினமும் பதுங்கிக் கிடந்ததில்லை!

அந்தப் பாட்டு சோகமாகவும் அழுத்தமாகவும் இருந்தது; பாடகனோ பருக்கள் நிறைந்த நீண்டு ஒடுங்கிய முகமும், மெலிந்த திரேகமும் குட்டைத் தோற்றமும் கொண்டவனாக இருந்தான்.

அவர்களது வீட்டு வாசலை வேறொருவனும் கடந்து செல்வதுண்டு; அவன் நகரக் கவுன்சிலில் வேலைபார்த்து வந்த குமாஸ்தா, அவன் எப்போதும் முட்டக் குடித்திருப்பான்; மேலும் அவன் என்றும் பாடியதும் இல்லை.

தனக்கே என்னவென்று தெரியாத ஒரு எதிர்நோக்கும் ஆர்வத்தோடு மாட்வி ஐந்து நாட்களைக் கழித்து விட்டான். அந்தப் பெண் முன்னைக் காட்டிலும் பிரியத்தோடு தன்னை நோக்கித் தலையசைப்பதாகவும், அவளது புன்னகை முன்னைக் காட்டிலும் இனிமையாக இருப்பதோடு, அது நெடு நேரம் மறையாது நிலைப்பதாகவும் மாட்வி எண்ணிக் கொண்டான்.

ஆனாலும் அவன் தனக்குத்தானே மறுப்புரையாகப் பின்வருமாறு கூறிக் கொண்டான்: நான் ஒன்றும் அவளது தயவுக்காகக் கெஞ்சப் போவதில்லை!

மேலும் அவனது எதிர்நோக்கு இன்னும் அதிகமான ஆர்வத்தைப் பெற்றது; அவள் என்றேனும் அவனது நட்புக்கு ஆளாவாளா? என்றேனும் அவன் அவளைப் புரிந்து கொள்ளக் சுற்றுக் கொள்வானா?

திடீரென்று நடந்த ஏதோ ஒன்று அவனை முற்றிலும் ஆட்கொண்டது. ஒருநாள் மாலையில் காட்டுப் பாதைகளின் இடைவழிகளில் வசிக்கும் சுச்சர் என்ற மர்மமான பறவையைப்பற்றி, மார்க்கூஷா சமையலறையில் போரிஸிடம் சொல்லிக் கொண்டிருந்தான்; அப்போது அந்தப் பெண் உள்ளே வந்தாள்; அவனது பேச்சைச் சிறிதுநேரம் கேட் டிருந்துவிட்டு, பின்னர் இடை மறித்துப் பேசினாள்:

"மார்க்கூஷா! ஆனால் நீங்கள் சொல்லும் விஷயங்களை நீங்களே நம்பக் காணோமே!"

மார்க்கூஷா தன் தலையைக் கோபமாக உலுக்கினான்.

"அம்மா, எனக்கு ஐம்பத்திரண்டு வயசாகிறது" என்று தன் காதுகளை நெரித்துக்கொண்டு கத்தினான் மார்க்கூஷா: "இத்தகைய பிதற்றலையெல்லாம் நான் நம்பினால் அது எனக்கே அவமானம்"

அவள் தனது பெரிய கண்களால் வியப்பினால் விழித்து நோக்கிக்கொண்டு, அவனையே வெகுநேரம் மௌனமாகப் பார்த்துக்கொண்டிருந்தாள். கடைசியில், அவள் தன்னைச் சுற்றியிருந்தவர்களைப் பார்த்தவாறு, பின்வருமாறு மிருதுவாகச் சொல்லத் துணிந்தாள்:

"பின் நீங்கள் ஏன் அந்தப் பிதற்றலையெல்லாம் மற்றவர்களை நம்ப வைக்க முயற்சி செய்கிறீர்கள்?"

"கொஞ்சம் மனச்சாந்திக்காக, அதற்காகத்தான்" என்று இழுத்தான் அவன்: "நான் இந்த நாட்டை இக்கரை தொட்டு அக்கரை வரையிலும் அலைந்து பார்த்திருக்கிறேன். நான் ஆர்க்கேஞ்சலுக்கும், ஒடெஸ்ஸாவுக்கும், அஸ்ட்ரகானுக்கும் சென்றிருக்கிறேன். மற்றவர்களுக்குத் தலையிலிருப்பதைக் காட்டிலும் எனது உள்ளங்காலிலே எனக்கு அறிவு அதிகம். என்னை ஒன்றும் முட்டாளாக்கிவிட முடியாது –"

அந்தப் பெண் பயத்தால் திடுக்கிடுவதுபோல் அதிர்ந்து போனதை மாட்வி கண்டான். அவளது முகம் வெளிறித் தொங்கிப் போயிற்று; அவளது கண்களில் ஒரு கடினப் பார்வை குடி புகுந்தது.

"ஆனால் நீங்களே நம்பாத பிற விஷயங்களைப் பற்றி நீங்கள் ஏன் மற்றவர்களுக்குக் கற்றுக்கொடுக்க வேண்டும்? அவர்களை நீங்கள் ஏமாற்றுகிறீர்கள் என்பதை நீங்கள் உணரவில்லையா?"

அவன் தன் முதுகை ஒரு பூனையைப்போல் வளைத்தான்; தலையை அசைத்துவிட்டு, தணிந்த குரலில் சிரித்தான்.

“இருந்தாலும் அவர்கள் என்னைத் தொல்லைப் படுத்துகிறார்களே!”

இவனைக் கணக்குத் தீர்த்து அனுப்பிவைத்து விடுகிறேன் என்று மாட்வி கோபத்தோடு எண்ணிக் கொண்டான்.

அந்தப் பெண் நிதானமற்ற நடையோடு மேலும் கீழும் நடந்தாள்.

“இது குட்டிப் பிசாசுகளையும், கூளிப் பேய்களையும் காட்டிலும், தலைவிதியையும் அழிவு காலத்தையும் காட்டிலும் பயங்கரமானது. மாட்வி ஸாவ்லிவிச்! உங்கள் நோட்டுப் புத்தகங்களிலுள்ள குறிப்புகளைக் காட்டிலும் பயங்கரமானது” என்று அவள் திகைப்பு மிகுந்த புன்னகையோடு சொன்னாள்; “உங்களுக்குப் புரிகிறதா இது? நடால்யா! தயவு செய்து போரிஸை மாடிக்கு அழைத்துச் செல், போரிஸ்! ஓடிப் போ.”

மனமகிழ்ச்சி கொண்ட மார்க்கூஷா சிரிப்பால் களகளத்தான்.

“இருந்தாலும் ஜனங்கள் என்னைத் தொல்லைப்படுத்திக் கொண்டேயிருக்கிறார்கள்” என்று கத்தினான் அவன்: ‘மற்றவர்களைக் காட்டிலும் எனக்குப் பெரிய இதயவலி இருக்கலாம்; இருந்தாலும் ஜனங்கள் அவர்களது அபத்தமான கேள்விக் கணைகளால் என்னைத் தொல்லைப் படுத்துகிறார்கள்; இதற்கு அர்த்தம் என்ன? அதற்கு என்ன பொருள்? என்றெல்லாம் உயிரை வாங்கினார்கள். எனவே நானும் இதற்கு அர்த்தம் இது, அதற்குப் பொருள் இது என்று பதில் சொல்கிறேன். மேலும், நீங்கள் எப்படியும் நாசமாய்ப் போங்கள், என்னைத் தனியே விட்டுத் தொலையுங்கள் என்றும் எந்த நேரமும் நினைத்துக் கொள்கிறேன். அவர்களும் அவ்வாறே செய்கிறார்கள். நான் அவர்களிடம் பொய்யைச் சொன்னாலும் சரி, உண்மையைச் சொன்னாலும் சரி, அவர்கள் அத்துடன் என்னைத் தொல்லைப் படுத்துவதை நிறுத்துகிறார்கள் அவர்கள் என்னை என்னவென்று நினைத்துக் கொண்டிருக்கிறார்கள்? சர்வ வல்லமை மிகுந்த கடவுள் என்றா? நான் சர்வ வல்லமையுள்ள கடவுள் என்றால், அவர்களை மகிழ்விக்கச் செய்யும் வேலைகளைச் செய்து காட்டுவேன். ஆனால் நான் கடவுள் அல்லவாதலால், அவர்களுக்கு என்னால் கதைகள் மட்டுமே சொல்ல முடிகிறது. என்னை நான்தான் இதப்படுத்திக் கொள்ளவேண்டும்; மற்றவர்களைக் காட்டிலும் நான் என்னைப் பற்றித்தான் அதிக அக்கறை கொள்கிறேன். எல்லோருமே அப்படித்தான். பாதிரியார் ஞானோபதேசம் செய்யும் போது, அவர் அதனைத் தமக்காகவே செய்து கொள்கிறார். எல்லோரும் தத்தமக்காகவே காரியங்களைச் செய்கிறார்கள். ஜனங்கள் நம்மை நிம்மதியாக இருக்க ட்டால், நாம் அவர்களுக்கு எதைச் சொல்கிறோம் என்பதைப் பற்றிக் கவலையில்லை. பிசாசுகள் உண்டா? ஆமாம், உண்டு–என்னை நிம்மதியாக இருக்க விடு! ஒருவேளை பிசாசுகள் இல்லையோ? – நல்லது; ஆமாம். அவை இல்லைதான் – என்னை நிம்மதியாக இருக்கவிடு! இதனுடைய விளக்கமும் சுருக்கமும் இவ்வளவு தான், அம்மா.

அவை இருந்தாலும் என்னை நிம்மதியாக இருக்க விடு, அவை இல்லாவிட்டாலும் என்னை நிம்மதியாக இருக்கவிடு, எல்லோரும் இதைத்தான் செய்கிறார்கள், நானும் அதைத்தான் செய்கிறேன். இந்த உலகத்தில் ஒன்றே ஒன்று மட்டும்தான் நிச்சயமானது: அதாவது நாம் எதை நம்பினாலும், நாம் எல்லோரும் செத்துப் போவோம். மரணத்தை வார்த்தைகளால் மிரட்டி ஓட்டிவிட முடியாது; மேலும் எவரும் சொர்க்கத்துக்கே கூண்டோடு போய்விடவும் முடியாது. அதுதான் விஷயம், அம்மா.”

ஆனால் அவளோ திக்பிரமையூட்டும் அடியைப் பெற்றது போல், அந்தச் சமையலறையை விட்டு, குனிந்த தலையோடு அமைதியாக நடந்து வெளியேறிக் கொண்டிருந்தாள்.

“மார்க்கூஷா! நீ உன் வாயைக் கட்டிப் போட்டிருந்தால் மிகவும் நல்லது. நீ இந்த மாதிரியான பொய்களைக் கட்டிச் சொல்வதை நான் இனியும் அனுமதிக்க மாட்டேன்” என்று கடுமையாகச் சொன்னான் மாட்வி.

“என்னைத் தனியே விட்டு வையுங்கள்; நான் பொய் சொல்ல மாட்டேன்” என்று ஒரு கரகரத்த, முரட்டுத்தனமான, வழக்கமற்ற குரலில் பதில் வந்தது: “அவள் எதற்காக என்னைத் தொல்லைப்படுத்துகிறாள்? எப்போது பார்த்தாலும் அவள் ஏன் என்னையே விரட்டுகிறாள்? என்னை அவள் என்னவென்று நினைத்துக் கொண்டாள்? அவளுக்கு மகிழ்வூட்ட வந்த கோமாளிக்கூத்தனென்றா? இந்தக் கடவுளாம், அந்தக் கடவுளாம்! எப்போது பார்த்தாலும் அவள் எதற்காக என் ஆத்மாவையே கிண்டிக் கிளறுகிறாள்? இது சரியில்லை, அது சரியில்லை என்று! எது சரியில்லா விட்டாலும் எனக்கென்ன அக்கறை? நான் என் வாழ்வை வாழ்ந்து பார்த்து விட்டேன்: அதில் எது சரி, எது தப்பு என்பதுபற்றி நான் ஒரு ஓட்டை உடைசலுக்குக்கூட மதிக்கவில்லை. எல்லோருக்கும் கல்லறைக்குப் போவதற்கு வழி தெரியும்; நான் ஒன்றும் அங்கு நானாகப் போக வேண்டியதில்லை – மற்றவர்கள் என்னைத் தூக்கிச் செல்வார்கள். எனவே வழி தவறிப் போகிற ஆபத்து எதுவும் இல்லை!”

அவன் கம்புகளைச் செதுக்குவதை நிறுத்திவிட்டு, தனது வார்த்தைகளுக்கு ஒரு முடிவே இல்லாதது போல், கரகரப்போடும். ஆங்காரத்தோடும் வார்த்தைகளைக் கத்தித் தீர்த்தான்.

ஷாகிர் துள்ளியெழுந்து நின்றான்.

“ஆஹா! எத்தனை வெட்கம்! எத்தனை வெட்ககரமான கிழவன்!” என்று தன் கரங்களைக் காற்றிலாட்டியவாறே கத்தினான் அவன்.

மார்க்கூஷாவோ தன் தலையை அங்குமிங்கும் வெட்டியவாறு முணுமுணுத்த வண்ணம் இருந்தான்:

“என்னை நிம்மதியாக இருக்கவிடு. அவ்வளவுதான். நிம்மதியாக இருக்க விடு.”

“நிறுத்து, ஷாகிர்!” என்று இடத்தைவிட்டு எழுந்து வெளியில் சென்றவாறே தன் கரத்தை ஆட்டிச் சொன்னான் மாட்வி.

பின்னர் அவன் களைப்போடும், விரக்தியோடும் வாயிற் கூடத்தில் வந்து அமர்ந்து, நடந்துபோனவற்றை எண்ணிப் பார்க்க முயன்றான்.

உண்மையிலேயே நான் அவனுக்குப் பயந்துதான் போயிருந்தேன் என்று நினைத்தான் அவன்; அவன் ஏதோ ஒரு பிரத்தியேகமான, தனிப்பட்ட நபர் என்று நினைத்திருந்தேன்; ஆனால் அவன் ஒன்றுமற்றவன் என்பது இப்போது தான் புரிகிறது! திடீரென்று அவன் தனக்குத்தானே பின்வருமாறு சொல்லிக் கொண்டான்: ஓஹோ! இதனால் தான் அவள் அவனை விரட்டி வேட்டையாடினாள் போலிருக்கிறது! ஒரு மட்டும் அவள் அவனை வீழ்த்தி விட்டாள்! நல்லதுதான் அவளுக்கு!

பப்னோவ் குடும்பத்தாரின் உள்வாங்கிப்போன வீட்டுக் கூரைக்குமேல், பிறைச் சந்திரன் தொங்கியது; அது வானத்தில் பூத்துக் கொண்டிருந்த ஒரு சில நட்சத்திரங்களையும் வெட்டி வீழ்த்துவது போலத் தோன்றியது. நாய்களின் குரைப்பு, ஆணியறையப்பட்ட பலகைகளைத் திருகும் சப்தம், தானியக் கிடங்கின் நிழலிலுள்ள பனிப் படிவத்தின்மீது பாதங்கள் பட்டு நெறுநெறுக்கும் ஒலி,விம்மல் போன்ற ஏதோ ஒரு ஓசை ஆகியவற்றை அவன் கேட்டான்.

“யாரது? நீங்களா?” என்று திடுக்கிட்டுக் கேட்டான் மாட்வி.

“ஆம்” என்று சிறிது மரத்துக்குப் பின்னர் பதிலளித்தாள் அந்தப் பெண். பின்னர் நெடிதாகவும் கருமையாகவும் அவள் ஒளிப்பக்கமாக அசைந்து வந்தாள்.

“அதென்ன திருகும் சப்தம்?” என்று அவள் கேட்டாள்.

“பப்னோவ் குடும்பத்து வீட்டை ஏழைமக்கள் விறகுக்காகப் பிய்த்துப் பிடுங்கும் சப்தமாகத் தான் இருக்கவேண்டும்“ என்று மரியாதையோடும், எல்லாம் தெரிந்த மார்க்கூஷாவை அவனே ஒருமுறை அச்சுறுத்தியது போன்ற அதே அச்சத்தின் சாயையோடும் அவளைப் பார்த்தவாறே சொன்னான் அவன்.

“இந்த மாதிரி விஷயங்கள் இங்கே எளிதாகச் செய்யப்பட்டு விடுகின்றன” என்றாள் அவள்.

“அந்த வீடு வாரிசில்லாத சொத்தாக நகரத்துக்குக் கை மாறிவிட்டது. ஆனால் அதனைக் கவனித்துக் கொள்ள யாருமில்லை.” அவன் அவளது வெளிறிய முகத்தைப் பார்த்தவாறு, உள்ளடங்கிய குரலில் பின்வருமாறு கேட்டான்: “மார்க்கூஷா உங்கள் உணர்ச்சிகளைப் புண்படுத்தி விட்டானா?”

“ஆம்” என்று பதிலளித்தவாறே, அவள் படிக்கட்டின் ஒரு படி மீது தொப்பென்று உட்கார்ந்தாள்: “அதாவது அவன் ஒன்றும் என் உணர்ச்சிகளைப் புண்படுத்தி விடவில்லை. ஆனால் – அதை எப்படிச் சொல்வதென்றே

எனக்குத் தெரியவில்லை. அவன் நேர்மையற்றவன், அந்தரங்கத்திலே அருவருப்பு மிக்கவன் என்றே நான் எப்போதும் உணர்ந்து வந்திருக்கிறேன். அதாவது அவன் சொல்வதையே அவன் நம்பவில்லை என்று உணர்ந்து வந்தேன். நான் என் வாழ்க்கையில் பல மனிதர்களைச் சந்தித்திருக்கிறேன்; பெரும்பாலான விவசாயிகள் தமது உணர்ச்சிகளை மூடிமறைப்பவர்கள், நம்பிக்கைக்குப் பாத்திரமற்றவர்கள் என்பதையும் கண்டறிந்திருக்கிறேன். அவர்களோடு இருந்தால், இதயம் கனப்பதும், திகைப்புணர்ச்சி அதிகரிப்பதும்தான் வழக்கமாகிவிட்டது. இன்றிரவு அதெல்லாம் வெளிப்பட்டு விட்டது." அவள் ஒரு கணம் சிந்தித்துவிட்டு, கிட்டத்தட்ட இரங்கத்தக்க முறையில், ஒரு அமைதியான வேகத்தோடு பின்வருமாறு சொன்னாள்: "நான் தவறு என்று நிரூபிக்கப்பட்டு விடவேண்டும் என்று பழியாய் விரும்பினேன்! அது மிகவும் பயங்கரமானது! உங்கள் நோட்டுப் புத்தகத்திலுள்ள குறிப்புகளையெல்லாம் நான் நினைவுகூர்ந்தேன். அந்த 'செத்த சோப்' மற்றும்..."

'இவள் ஏன் இதனைச் சொல்கிறாள்?' என்று அவளது வார்த்தை ஒவ்வொன்றையும் புரிய முயன்றவாறே தனக்குள் நினைத்தான் மாட்வி.

"நான் அவனை விரட்டியடிக்கிறேன்" என்றான் அவன்.

"பார்த்தீர்களா? ஏன் விரட்ட வேண்டும்?" என்று அவள் உவகையற்றுக் கேட்டாள்.

"இது மிகவும் நிலைகுழப்பமாகி விட்டது" என்று விளக்கினான் அவன்: "அவன் பேசுவதைக் கேட்கும்போது, நான் அவனைக் கண்டு வியப்புறுவது வழக்கம். இதோ எல்லாம் தெரிந்த ஒரு மனிதன் இருக்கிறான், இவன் எல்லாவற்றையும் விளக்கி விடுவான் என்று நம்பினேன். ஆனால் மற்றவர்கள் தான் பேசுவதைக் கேட்க வேண்டுமென்பதறகாகவே அவன் இப்படியெல்லாம் பேசினான் என்பது இப்போது புரிந்து போய் விட்டது."

"அவனது அவநம்பிக்கையைக் காட்டிலும் அதிர்ச்சி தரும் விஷயம் வேறு இருக்க முடியாது." என்று மார்க்கூஷா அப்போது தான் செய்ததுபோலவே, ஏதோ ஒரு குறையை முறையிடுவதுபோல் அவள் சொன்னாள்: "நம்பிக்கை யில்லாத படித்த மனிதர்களைப் பார்க்கும்போது – (அப்படிப்பட்டவர்கள் இருந்தார்கள்; இன்னும் பலர் இருக்கிறார்கள்) – 'நல்லது, வேறு வழியில்லை; அவர்களிடம் போதுமான பலம் இல்லை; அவர்கள் வளர்ச்சியிழந்த செடிகளைப் போன்றவர்கள்' என்று நினைத்து விட்டுப் போகிறோம். ஆனால் அவன்? அவன் மண்ணிலேயே இருப்பவன்; அவன் மக்களோடு சேர்ந்தவன். அத்தகையவன் தானே நம்பாத விஷயங்களைப் பற்றி, பல வருஷக்கணக்காக மக்களுக்குக் கற்றுக் கொடுத்து வருகிறான் என்றால் அதைக் கொஞ்சம் எண்ணிப் பாருங்கள்! இது அருவருக்கத்தக்கது! இந்த மாதிரியான நபர்கள் இருந்ததையே நான் என்றும் தெரிந்ததில்லை, இப்போதோ இத்தகையவர்களை நான் ஏராளமாகச் சந்தித்திருப்பதாகவே எனக்குத் தோன்றுகிறது. அதாவது தாம் 'ஆம்' என்றோ 'இல்லை' என்றோ சொல்லும்போது, அவர்கள், என்னை நிம்மதியாக இருக்க

விடு' என்ற அர்த்தத்தில்தான் சொல்கிறார்கள் என்பதை உணர்த்தும் மனிதர்கள்! தனக்கும் மற்றவர்களுக்கும் இடையில், தனக்கும் உலகம் முழுவதுக்கும் இடையில் ஒரு மனிதன் எவ்வளவு பயங்கரமான இடைவெளியை உண்டாக்கி விடுகிறான்! நிம்மதிக்காக அவன் எதையும் சொல்லத் தயாராகி விடுகிறான். என்ன நிம்மதி? நம்பிக்கையற்ற மற்ற மனிதர்களுக்கு தம்மிடத்திலேனும், தமது சொந்த ஆற்றலிலேனும், தமது மனோவுறுதியின் பலத்திலேனும் நம்பிக்கை இருக்கிறது. ஆனால் இந்த மாதிரியான மனிதன் தன்னைக் கூடத் தெரிந்து வைத்துக் கொள்ளவில்லை. விதியைப் பற்றி அவன் என்ன சொன்னான் என்பது உங்களுக்கு நினைவிருக்கிறதா? எத்தகைய உபசாரமான, அதல பாதாளமான விரக்தி நிலை அது! உங்களுக்குப் புரிகிறதா?"

இல்லை. அவனுக்கு அது புரியவில்லை. அவன் அவளது வார்த்தைகளை எண்ணிப் பார்த்து, அவற்றைத் தன் நினைவில் சேமித்து வைத்துக் கொண்டான்; என்றாலும் அவற்றின் அர்த்தபாவம் அவனுக்குப் பிடிபடவில்லை. அதனை ஒப்புக்கொள்ளவும் அவன் வெட்கினான்; அவளது குறைபாட்டைக் கேட்பதிலும் குறுக்கிட்டுவிட விரும்பவில்லை; ஆனால் அவள் பேசப்பேச, அவனது புரியும் ஆற்றலில் மேலும் மேலும் பல இடைவெளிகள் விழுந்து வந்தன. அவனது மனத்தில் கேள்விக் குறிகள் தலை தூக்கின; ஆனால் அவன் ஒரு கேள்வியைக் கேட்கு முன்பே, மற்றொரு கேள்வி அதனைத் தூரத் தள்ளிவிட்டு, தானே கேட்கப்படவேண்டும் என்று கோரியது. அவனுக்குள் உள்ள ஏதோ ஒன்று முண்டியடித்து விரைந்தது. அவளோடு சமநடை போட்டுச் செல்ல, அவளது கருத்துகளை பற்றிப் பிடித்துக்கொள்ள முனைந்தது. என்றாலும் எல்லாவற்றையும் குழப்பிக் கொள்வதில்தான் அவன் வெற்றி கண்டான். அவனது சொந்தக் கருத்துகளோடு ஒத்துப்போகும் சில கருத்துகள் இருந்ததை மட்டும் அவன் சர்வ நிச்சயமாகக் கண்டான்.

"வாழ்க்கை ஓடிக்கொண்டே இருக்கிறது; பின்னர் திடீரென்று நாம் ஏதோ ஒரு விசித்திரமான பூமியில், விசித்திரமான மக்களின் மத்தியில் வாழ்வதாகக் கண்டறிகிறோம். எந்தவிதமான தளைகளும் இல்லாமல், அதாவது எந்த விதமான உயிருள்ள தளைகளும் இல்லாமல், ஒவ்வொருவரும் அடுத்தவரின் மீது பரிதாபப்படுவதாகத் தோன்றுகிறது. மக்களின் மூச்சை இறுக்கிக் கொல்லும் சுருக்குக் கயிற்றைத் தவிர வேறெதுவும் இல்லை–"

"ஆமாம். சுருக்குக் கயிறு."

"தனது சக மனிதர்களிடமிருந்து தன்னைப் பிரித்து வைக்கும் இடைவெளியை நிரப்பிவிட ஒவ்வொருவனும் விரும்புகிறான். ஆனால் அந்த இடைவெளியோ மேலும் மேலும் விரிவாகவும் ஆழமாகவும் வளர்ந்து கொண்டேயிருக்கிறது."

"ஆம். விரிவாகவும் ஆழமாகவும்."

புரிந்து கொள்ளக்கூடிய இந்தத் துண்டு துக்காணி வார்த்தைகள் அவள் மீது நம்பிக்கை கொள்ளுமாறு அவனை உந்தி உற்சாகமூட்டின; அவள் மௌனமாகி, சிந்தனையில் மூழ்கியவுடன், மற்றவர்கள் யாரும் கேட்டு விடக் கூடாதே என்று

அஞ்சுபவன் போல், சுற்றும் முற்றும் முதலில் பார்த்துவிட்டு, பின்வருமாறு சொன்னான்:

“இதை எப்படி விளக்குவீர்கள், எவ்ஜெனியா பெட்ரோவ்னா? நீங்களும் ஒரு ருஷ்யப் பெண்; நானும் ஒரு ருஷ்யன். எனினும் நீங்கள் சொல்வதைப் புரிந்து கொள்ள எனக்குச் சிரமமாக இருப்பது ஏன்?”

அவள் சட்டென்று அவன் பக்கம் திரும்பினாள்.

“சிரமமா?”

“ஆம். நீங்கள் உபயோகிக்கும் சில வார்த்தைகள்–”

“ஆஹா! வார்த்தைகளா?” என்று அவள் வருத்தத்தோடு மூச்சு விட்டாள்; “ஆனால் ஜனங்கள் நன்றாயிருக்க வேண்டுமென நான் விரும்புவதை நீங்கள் புரிந்து கொள்கிறீர்கள். இல்லையா? மேலும் நான் நேர்மையோடிருக்கிறேன் என்பதையும்–”

“ஆமாமாம்” என்றான் அவன்: “நீங்கள் நேர்மை மிக்கவர் என்பதைத் தவிர நான் வேறு எதுவும் எண்ணமுடியாது.”

அவன் தனது சத்தியத் தன்மைக்கு அழுத்தம் கொடுப்பதற்காக, சிலுவைக் குறி கூடக் கீறத் தயாராகி விட்டான்.

“மிக்க நன்றி” என்று அவனது கரத்தைப்பற்றிப் பிடித்தவாறு மிருதுவாகச் சொன்னாள் அவள்: பின்னர் அந்த முற்றத்தையும் வானத்தையும் சுற்றும் முற்றும் பார்த்தவாறே இலேசாக நடுங்கிய வண்ணம் பின்வருமாறு சொன்னான்:

“இங்கே ஏதோ விசித்திரமாகத் தான் இருக்கிறது – அத்துடன் குளிர் வேறு.”

‘‘நாம் உள்ளே போவோம்“ என்றான் அவன்; அவள் ஒரு வார்த்தை கூடச் சொல்லாமல் அவனுக்கு முன்னால் உள்ளே சென்றபோது, அவர்களுக்கிடையே நிலவிய உறவில் ஒரு முக்கியமான மாறுதல் நிகழப் போகும் இனிய சூசகத்தைத் திடீரென்று உணர்ந்தான்.

அவள் புருவங்களை உயர்த்தியவாறு அறைக்குள் சிந்தனைவசத்தோடு நடந்தவண்ணம் பின்வருமாறு சொன்னாள்:

அதுவும் கூட வருந்தத்தக்கதுதான். அதாவது “நீங்களும் ருஷ்யன், நானும் ருஷ்யக்காரி: எனினும் நாம் வேறுபட்ட பாஷையிலே பேசுகிறோம்; ஒருவரையொருவர் புரிந்துகொள்ளவில்லை என்றீர்களே, அது.”

அவன் சாய்மான ஆசனத்தில் அமர்ந்தவாறே, அவளது முகபாவத்தில் தோன்றிய சாயைகளை, வியப்பிலிருந்து பயமாகவும், பயத்திலிருந்து வேட்கையாகவும் மாறிக்கொண்டிருந்த பாவங்களைக் கவனித்தான்! அப்போது அவனது இதயம் பின்வருமாறு நினைத்துத் துடியாய்த் துடித்தது: இன்றிரவு! இன்றிரவு.

அவன் அவளுக்குத் தனது நோட்டுப் புத்தகத்தைப் படித்துக் காட்டியபோது அவளிடம் தென்பட்ட மனோநிலையைக் காட்டிலும் வேறுபட்ட, அதாவது கர்வத்திலும், அகந்தையிலும், கிண்டல் பாவத்திலும் குறைந்துபட்ட ஒரு மனோநிலை அப்போது அவளிடம் தென்படுவதாகக் கண்டறிந்தான்! மேலும் அவளது குரலிலே அவன் கண்டுபிடித்த உணர்ச்சி வேகத்தையும் அவனால் புரிந்து கொள்ள முடியும் எனத் தோன்றியது.

அப்படியென்றால் அவளும் அதனை உணர்கிறாளா? என்று ஏதோ ஒரு வெற்றிக் களிப்பில், அதைக் காட்டிலும் பரிவுணர்ச்சியோடு நினைத்துக் கொண்டான் அவன்.

அவள் நடுங்கினாள்; தனது சால்வையை இறுக இழுந்து மூடிக்கொண்டாள்; தனது கன்னத்தின்மீது வந்து புரளும் கரிய ரோமச் சுருளை ஒதுக்கித் தள்ளியவாறு, தனது நெற்றியைக் கையால் தடவிக் கொடுத்தவண்ணம் இருந்தாள்."

"உங்களையும் நான் புரிந்து கொள்ளவில்லை" என்று அவள் சொல்லியதை அவன் கேட்டான்: "முதலில் நானும் உங்களை – இதனைச் சொல்வதற்கு என்னை மன்னித்து விடுங்கள் – மிகவும் சாதாரணமானவர் என்று எண்ணியிருந்தேன்."

இவள் ஏன் மன்னிப்புக் கேட்கவேண்டும்? என்று அதிசயித்தான்' அவன்.

"பின்னர் எதிர்பாராத விதமாக, அந்தப் பயங்கரமான நோட்டுப் புத்தகங்களைக் கண்டேன்! அவற்றை நீங்கள் படித்தபோது, மிக மிகத் தொலைவான, கடந்த காலத்திலிருந்து ஏதோ ஒரு கண்டனக் குரல் என்னை நோக்கிப் பேசுவது போல் எனக்குக் கேட்டது: உனக்கு என்ன நேர்ந்துவிட்டது? உனக்கு பிரஞ்சு மொழி தெரியும்; ருஷ்ய மொழி தெரியுமா? நீ நாவல்களை விரும்பிப் படிக்கிறாய்; அழகிய இலக்கிய நடையிலே நீ ஆனந்தம் கொள்கிறாய். நல்லது. இதோ உனக்கு ஒரு நாவல் கிட்டியுள்ளது! 'செத்த சோப்பைப் பற்றிய நாவல் இது! உனக்கு உலக சரித்திரம் தெரியும்! ஆனால் உனக்கு ஒகுரோவின் சரித்திரம் தெரியுமா? என்று கேட்பதுபோல் தோன்றியது." அவள் மெல்லச் சிரித்தாள்: "அன்றிரவு நான் உங்கள் கையில் பிடிபட்ட ஒரு பறவை போலிருந்தேன். நீங்கள் எனது இறக்கைகளிலுள்ள இறகுகளை, – வெறுப் போடு அல்ல, வெறுமனே விளையாட்டாக, – ஒவ்வொன்றாக, மெதுவாகப் பிடுங்கி எறிய முனைந்தீர்கள். மறுநாள் நான் உலாவப் போனேன். நான் நகரத்துக்கு அப்பாலுள்ள குன்றின் மீது ஏறி நின்று, முற்றிலும் வேறுபட்ட கண்களோடு கீழே பார்த்தேன். அங்கு பூமியின் மீது பனியின் மேல் ஒரு பெரிய கரிய சிலந்திப் பூச்சி கிடந்தது; அத்துடன் அந்த செத்த சோப்பின் விஷத்தன்மை மிக்க நுரைக் குமிழிகளான உங்களது ஒகுரோவ் நகரத்தின் எண்ணங்கள், நம்பிக்கைகள் ஆகியவற்றால் ஆன சிலந்தி வலை எல்லாத் திசைகளிலுமுள்ள சுற்றுப்புறக் கிராமங்களுக்கெல்லாம் பரவித் தோன்றியது; அது வெகு தொலைவுக்குப் பரந்து விரிந்து, எண்ணற்ற மக்களைத் தனது வலை யிலே சிக்கவைத்து, காட்டுமிராண்டித் தனமாக மூடநம்பிக்கைகளை அவர்கள்

மனத்திலே விஷம் போல் ஏற்றி, அவர்களை உணர்ச்சியற்ற, மரத்துப்போன கொடுமனத்தோடு சித்திரவதை செய்தது. அந்த பயங்கரமான ஞானி – அவர் பெயர் என்ன?"

"பாஜுனோவ்?" என்று மாட்வி. சோர்வோடு சொன்னான்

அவள் நகரத்தைப் பற்றிக் குறிப்பிட்ட விஷயம் குறித்து, அவன் தெளிவற்றுத் தன் கோபத்தைக் காட்டினான். சிறிது காலத்துக்கு முன்னர் ஒகுரோவைப் பற்றித் தான் கருதியிருந்ததை நினைவு கூர்ந்தவனாய், அவன் ஒரு பெரு மூச்சுடன் பின்வருமாறு சொன்னான்: "இது ஒரு சின்ன நகரம் தான்! எனவே இயல்பாகவே எங்கள் எண்ணங்களும் சிறிதாகவே இருக்கின்றன.

"நான் ஒரு பெண்ணாயிருப்பது எத்தனை பரிதாபமானது!" என்று தன் கரங்களைத் தலைக்குப் பின்னால் வீசியவாறே சொன்னாள் அவள்.

அந்த வார்த்தைகளில் ஒரு பரிசயமான தொனி இருந்தது.

"பரிதாபம் எதற்கு?"

"நான் விரும்பும் செயல்களைச் செய்வதினின்றும் அது என்னைத் தடுத்து நிறுத்துகிறது'' என்று சிந்தனை செய்தவாறே சொன்னாள் அவள்: பெரிய பிரச்சினைகளைக் கிளப்புவதற்கும், பெரிய பணிகளை மேற்கொள்வதற்கும் இது நேரமல்ல என்றும், நாம் மிகவும் எளிய, மிகவும் அன்றாடமான காரியங்களைத்தான் செய்யவேண்டும் என்றும் – சில மனிதர்கள் சொல்லியிருக்கிறார்கள். அது எனக்குத் தெரியும், அத்தகைய மனிதர்களை நோக்கி நான் சிரிப்பது தான் வழக்கம். ஆனால் ஒருவேளை அவர்கள் சொல்வதே சரியாக இருந்திருக்கலாம். ஒருவேளை சாதாரணமான காரியங்களைச் செய்வதே இன்றைக்கு நமது மிகவும் அத்தியாவசியமான பிரச்சினையாகவும் இருக்கலாம். மேலும் இதில்தான் உண்மையான வீரமும் அடங்கியுள்ளது.

மீண்டும் அந்தப் புரியாத சிந்தனைகளும் தெரியாத வார்த்தைகளும் தமது புதிர் நாட்டியத்தைத் தொடங்கி விட்டன. அவை நாற்சந்தியிலே சுழித்து வீசும் காற்றைப் போல் அவளைச் சுழன்று சுற்றி, அவளை அப்பால் தள்ளி, அந்த இருண்ட மூலையிலே தன்னந்தனியனாக அமர்திருந்த, அந்த மனிதனை அவள் எட்ட முடியாதவண்ணம் தடுத்து நிறுத்தின. அவள் அங்கு மிங்கும் அலைக் கழித்தவளாய் ஒரு சமயம் அவனுக்கு அருகில் வரவும், மறுசமயம் அவனை வேட்கையால் உருக்குலைய விடுத்து, கருத்துகளின் ஒளி மூட்டத்தில் பின் வாங்கி மறையவுமாக இருந்தாள்.

'இவள் என்னிடம் பேசவில்லை, தனக்குத் தானே பேசிக் கொள்கிறாள்' என்று நினைத்தான் மாட்வி. மார்க்கூஷா சொன்னது அடியோடு தவறாகிவிடவில்லை.

மேலும் அவள் – அப்படியே கரைந்துபோனவள் மாதிரி திடீரென்று, பலவந்தமற்று – வெளியே சென்று விட்ட போது, அவளது வார்த்தைகள் எந்த

ஒரு தெளிவான நிலையான எண்ணத்தையும் பதித்துச் செல்லவில்லை என்பதை அவன் உணர்ந்தான்; பரிட்சயமற்ற கருத்துகளின் மங்கலான தோற்றம் தவிர வேறு எதுவுமே மிஞ்சி நிற்கவில்லை.

ஆனால் அவன் நினைத்தது தவறு. அன்றிரவு முதல் அவளைப் பற்றிய அவனது எண்ணங்கள் தைரியம் பெற்றன; அவற்றில் பரிவுணர்ச்சி புரையோடி யிருந்தது. அவன் அவளது பலவீனத்தைக் கண்டுபிடித்து விட்டான்.

விசித்திரம். இல்லையா! விசித்திரமான ஒரு பூமியில் நீ இருப்பதாக எண்ணுகிறாய் இல்லையா? அவன் அவளது அந்த வார்த்தைகளை நினைவு கூர்ந்து பார்த்தபோது, ஒரு வாட்டமான சிறு புன்னகை புரிந்தான்; அதே நேரம் சில அம்சங்களில் தான் அவளைக் காட்டிலும் உறுதி வாய்ந்தவன் என்பதையும் உணர்ந்தான்.

மறுநாள் காலையில் போரிஸ் அவனிடம் ஓடிவந்தான். தனது தாய் நோய்வாய்ப்பட்டு, எழுந்திருக்க முடியாமல் கிடப்பதாகச் சொன்னான்.

"நோயா?" என்று பீதியோடு கேட்டான் மாட்வி.

அவன் தைரியமாக மாடிக்குச் சென்றான்; ஆனால் சவப்பெட்டியின் சாய்ந்த மூடியைப் போன்ற முகட்டையுடைய அந்தச் சிறிய அறைக்குள் நுழைந்தவுடன் அவனது தைரியம் அவனைக் கைவிட்டது,

"என்ன விஷயம்?"

அவள் மங்கலாகப் புன்னகை புரிந்தாள்.

"ஜுரம் – தலைவலி –"

ஒரு வெள்ளைத் தலையணை மீது அடர்ந்து. கறுத்த கேசக் கருமேகத்ினூடே ஒரு கன்றிப்போன முகம் தென்பட்டது; அதைத் தவிர அவன் கண்ணில் எதுவுமே படவில்லை.

"உங்களுக்குக் குடிப்பதற்குச் சிறிது கிரான் பெர்ரி பழச் சாறு பிடிக்குமா?"

"மிகவும் பிடிக்கும்" என்றாள் அவள்.

"நான் உங்களுக்குக் கொண்டு வந்து தருமாறு அவர்களிடம் சொல்கிறேன். மார்க்கூஷாவிடம் நீங்கள் பேசிய பேச்சினால் தான் இந்த நிலை ஏற்பட்டிருக்குமோ?" என்று கண்களைத் தாழ்த்தியவாறே பயந்தொடுங்கிக் கேட்டான் அவன்.

"நிச்சயமாக இல்லை. மேலும், இருந்தாலும் அது ஒரு விதத்தில் என்னைப் பாதிக்கத்தான் செய்தது." அவள் தனது தாழ்ந்த கண் இரப்பைகளின் வழியாகப் புன்னகை பூத்தாள்; "நான் நிலைதடுமாறி, என்னை மிகவும் மோசமாக அலட்டிக் கொண்டு விட்டது போல் உணர்கிறேன்."

மாட்வி சிந்திக்கத் தொடங்கினான்; இவள் தான் என்னிடம் எவ்வளவு அருமையாகவும் நட்புரிமையோடும் நடந்து கொண்டாள்!

அவள் கிட்டத்தட்ட ஐந்து வார காலமாகப் படுக்கையிலிருந்தாள் – ஐந்து வாரங்களும் அவனுக்கு விடுமுறை நாட்கள்தாம். கிட்டத்தட்ட ஒவ்வொரு நாளும் அவள் எப்படியிருக்கிறாள் என்பதை அவன் பார்க்க வந்து விட்டான்; அப்போதெல்லாம் அந்தச் சின்னஞ் சிறிய அறையில், அவள் களைத்துப் போய், மேலும் பேச முடியாது போகும் வரையிலும் அவன் அங்கேயே படுக்கையின் கால்மாட்டில் அமர்ந்திருப்பான்.

அவள் விருப்பத்தோடும் அதிகமாகவும் பேசினாள்; அவளது பேச்சிலிருந்தெல்லாம் அவன் கண்டறிந்த மிகவும் முக்கியமான உண்மை ஒன்றிருந்தது; (இது அவனை அவன் கண்முன்னாலேயே கணிசமான அளவுக்கு உயர்த்திக் காட்டியது); அதாவது அவள் சொன்ன எல்லா விஷயங்களும் புத்தகங்களிலிருந்து வந்தவைதான். அவளது சகல அறிவும் படிப்பினால் சேகரம் செய்யப்பட்டவையே.

"நீங்கள் குணம் பெற்று எழுந்தவுடனே, எனக்கு நீங்கள் புத்தகங்கள் கொடுக்கவேண்டும்," என்று அழுத்தமாகக் கூறினான் அவன்.

"தாராளமாய், நீங்கள் படிக்க விரும்புவது குறித்து எனக்கு மெத்த மகிழ்ச்சி."

"எனக்கும் அப்படித்தான்."

அவன் மனத்துக்குள்ளாகவே பின்வருமாறு சேர்த்துக் சொல்லிக்கொண்டான்: 'சீக்கிரமே நீ கற்றுக் கொண்டிருக்கிற அளவுக்கு நானும் கற்றுக்கொண்டு விடுவேன்.'

அவனைக் காட்டிலும் அவள் மேம்பட்டதாக இருப்பது புத்தகப் படிப்பினால்தான் என்பதை அறிய அவனுக்கு மகிழ்ச்சியாக இருந்தது.

ஜனங்கள் கட்டாயம் கல்வி கற்கவேண்டும் என்றும், அப்போதுதான் அவர்கள் மேம்பட்டவர்களாகி, மனிதர்களைப் போல் வாழ முடியும் என்றும் அவள் திரும்பத் திரும்பச் சொல்லிக்கொண்டிருந்தாள். மேலும் மற்றவர்களை நிமிர்ந்து நிற்கச் செய்வதற்காவும், கல்வியறிவின்பால் அவர்களுக்கு ஒரு மதிப்புணர்ச்சியை உருவாக்குவதற்காகவும் முயன்று, தமது வாழ்க்கை முழுவதையுமே அதற்கென அர்ப்பணித்த மனிதர்களைப் பற்றியும் அவள் அவனுக்குச் சொன்னாள். அதன் காரணமாக அந்த மனிதர்கள் சிறையில் தள்ளப்பட்டார்கள்; சைபீரியாவுக்கு நாடு கடத்தப் பட்டார்கள்.

தாங்கள் கண்டறிந்த வாழ்க்கைக்கு எதிராகப் போராடத் துணிந்த மனிதர்களும் இருந்தார்கள் என்பதைக் கேட்க – அதிசயமாக இருந்தது. ஆனால் அவனது சொந்தத் தந்தையை எண்ணிப் பார்த்தபோது, அவரும் சில அம்சங்களில் அவர்களை ஒத்திருந்ததை அறிந்ததால், அதனை நம்புவதும் எளிதாக இருந்தது. அந்தப் பெண் அத்தகைய மனிதர்கள் பலரைப் பற்றி, ஏராளமான பேரைப்

பற்றிச் சொன்னாள். அவள் அவர்களை ஆழமாக நேசிக்கிறாள் என்பதையும் அவனால் காண முடிந்தது; அவர்களைப் பற்றி அவள் பேசும் போதெல்லாம் அவளது கண்கள் அன்பாலும் பரிவாலும் பிரகாசித்தன. சீக்கிரத்திலேயே அவன் அவளது கதைகளின் அழகில் மயங்கிவிட்டான்; மேலும் அவன் மார்க்கூஷாவின் பிசாசுகளையும் கூளிப் பேய்களையும் எந்த அளவுக்கு ஏற்றுக்கோண்டானோ, அதே அளவுக்குச் சத்தியத்துக்காகவும் நியாயத்துக்காகவும் போராடிய அந்த வீரர்களையும் ஏற்றுக்கொள்ள முனைந்தான்; அவன் ஒரு காலத்தில் துறவிகளின் வாழ்க்கை வரலாறுகளை எத்தனை பயபக்தியோடு கேட்டானோ, அதே பயபக்தியோடு அந்த மனிதர்களின் வாழ்க்கையையும் சேவைகளையும் பற்றிக் காது கொடுத்துக் கேட்டான். ஆனாலும் அத்தகைய மனிதர்களை ஒகுரோவின் தெருக்களில் காண்பதாக அவனால் கற்பனைக்கூடப் பண்ணிப் பார்க்க முடியவில்லை.

அவள் அந்த மனிதர்கள் பட்ட துன்பங்களைப் பற்றிய விவரங்களையெல்லாம் கூறியபோது, அவனது தந்தை அவனிடம் ஒரு காலத்தில் சொன்ன கதைகளை, அதாவது கடந்த காலத்து மனிதர்கள் எவ்வாறு தமது இளமைக் காலத்தில் திருடர்களாகவும் கொள்ளைக்காரர்களாகவும் இருந்தார்கள் என்பதையும் பின்னர் அவர்கள் தமது முதுமைக் காலத்தில் சாமியார் மடங்களிலே ரகசியமாக அடைக்கலம் புகுந்து, "தமது ஆத்மாக்களின் விமோசனத்துக்காகப் பிரார்த்தனை" செய்தார்கள் என்பதையும் பற்றி அவர் சொன்ன தெள்ளத் தெளிவான கதைகளை அவன் நினைவுகூர்ந்தான். அவனைப் பொறுத்த வரையில் சரிசமமான அன்னியத் தன்மை கொண்ட இந்த இருவேறு விதமான மனிதர்களுக்குள்ளும் ஒரு பொதுவான அம்சம், அதாவது ஒரு வேறுபட்ட வாழ்க்கை முறை இருப்பதை அவன் உணர்ந்தான். அதனைக் கண்டு வியந்த அதே நேரத்தில், கற்பனைக் கதையிலே காணும் வாழ்க்கையிடத்துக் காட்டிலும் அவன் அந்த வாழ்க்கையிலேயே பெரிதும் கவர்ந்திழுக்கப்பட்டான்.

"இந்த நல்ல மனிதர்கள் தமது அறிவையும் சத்தியத்தையும் சுதந்திரமாகப் பரப்ப வேண்டுமெனில் நாம் என்ன செய்ய வேண்டும்?" என்று கேட்டான் அவன்.

அந்தப் பெண் சுதந்திரத்தை எப்படிப் போராடிப் பெற வேண்டும் என்பதை அவனுக்கு விரிவாக விளக்கினாள்; (அவள் அத்தகைய விஷயங்களைப் பற்றிப் பேசும்போது, அவள் முன்னெப்போதைக் காட்டிலும் மிக மிக அழகாகத் தோற்றமளித்தாள்); எனினும் அவளது வார்த்தைகள் அவனை வியப்பிலேயே ஆழ்த்தின.

"அது நல்லதுதான்" என்று அவன் கவனத்தோடு மறு தளிக்க முனைந்தான்; "ஆனால் ருஷ்ய நாடு முழுவதையும் ஒரே நிலைக்கு எப்படிக் கொண்டு வர முடியும்? உதாரணமாக, இந்த நகரத்தை எடுத்துக் கொள்ளுங்கள்: எங்கள் ஜனங்களால் ராஜ்யத்துக்கு என்ன நன்மை விளைந்துவிட முடியும்? இங்குள்ள எவனுமே தனது வீட்டையும் குடும்பத்தையும் தவிர வேறு எதைப் பற்றியும் அக்கறை கொள்வதில்லையே."

“அவர்களிடையே வேறு பல நலன்கள் விழிப்பூட்டப்படும்.”

“எங்கள் ஜனங்களைச் செயலாற்ற அழைத்தால் என்ன நடக்கும்?” என்று சிந்தித்தவாறே சொன்னான் அவன்: “அவர்களுக்கு எதுவும் தெரியாது; மேலும் ஒகுரோவைத் தவிர, வேறு எதையும் தெரிந்துகொள்ளவும் விரும்பவில்லை. டிரெமோவ் ஜனங்களுக்கு டிரெமோவைத் தவிர வேறு கவலையில்லை; மியாமிலின்வாசிகளுக்கு மியாமிலினைத் தவிர வேறு கவலையில்லை; இவ்வாறே எங்கள் மாகாணத்திலுள்ள பதினொன்று ஜில்லாக்களும் தன்னைப் பற்றியே தான் கவலை கொள்கின்றன. அவர்கள் எல்லாவிதமான சண்டைகளையும் குழப்பங்களையும்தான் கிளப்பி விடுவார்கள்; மற்றவர்களைக் காட்டிலும் வோர்கோ நாடைச் சேர்ந்த ஜனங்கள் கெட்டிக்காரர்கள்; முரண்டு பிடித்தவர்கள். எனவே அவர்கள்தான் மேல் ஸ்தானத்துக்கு வந்து விடுவார்கள். மேலும் இயல்பாகவே அவர்கள் பணக்கார ஜில்லாக்களுக்கு ஆதரவளிப்பார்கள். முதன்முதலில் எங்களது பாவங்களிலிருந்து எங்களை மீட்க, நீங்கள் எங்கள்மீது வெந்நீரைக் கொட்டவேண்டும் அல்லது ஈஸ்டர் வாரத்தின் ஆரம்பத்தில் கொப்பரையை தீ மூட்டிக் கொதிக்க வைப்பதுபோல், எங்களை நெருப்பில் வாட்டியெடுக்க வேண்டும் என்றே நான் அஞ்சுகிறேன்.”

அவள் பொறுமையையிழந்து தன் கையை வீசினாள்; அவளது சட்டைக் கை முழங்கைக்கு மேலே நழுவிச் சரிந்தது; இடையிடையே அவளது அங்கி மார்பின் பக்கம் திறந்து விரிந்து கொண்டது. அவன் தன் கண்களைத் தாழ்த்திக் கொண்டான். அவனது இதயத் துடிப்பு துரித கதி பெற்றது; தலையிலே ஒரு சுத்தியல் ஓங்கியடித்தது; சில நிமிஷ நேரம் வரையிலும் அவன் எதையும் கேட்கவோ, புரியவோ இல்லை.

அவள் அவனிடம் தன்னைப்பற்றிச் சொன்னாள்: அவள் ஒரு ராணுவ அதிகாரியின் மகளென்றும், அவள் சிறு குழந்தையாக இருக்கும்போதே அவளது பெற்றோர் இறந்து விட்டார்கள் என்றும், கர்னலாக இருந்த தனது மாமா ஒருவரால் தான் வளர்க்கப்பட்டதாகவும் தெரிவித்தாள். அதிகாரபூர்வமான பாடப் புத்தகங்களைக் காட்டிலும், தமது மனச்சாட்சியையே தமக்கு வழிகாட்டியாகக் கொண்டிருந்த ஒரு பள்ளியாசிரியரை அவள் மணந்து கொண்டாள். இது விஷயத்தில் அவளும் அவளது திறமைக்கேற்ப அவருக்கு முழு ஒத்துழைப்பும் நல்கினாள். ஒருநாள் அவர்களது அறைகள் சோதனையிடப் பெற்றன; தடைசெய்யப்பட்ட புத்தகங்கள் கண்டெடுக்கப்பட்டன; பின்னர் அவர்கள் இருவரும் சைபீரியாவுக்கு நாடு கடத்தப்பட்டார்கள். அவ்வளவுதான்.

ஒரு அதிசயமான எளிய கதைதான். அந்தக் கதை மிகவும் நீளமாகவும், பயங்கரமான சம்பவங்கள் நிறைந்ததாகவும் இருக்குமென அவன் எதிர்பார்த்தான். அவள் அதனைச் சுருக்கமாகவும், வேண்டா வெறுப்பாகவும், இகழ்ச்சியோடு முகத்தைச் சுழித்து, மூக்கைச் சிணுங்கியவாறே சொல்லி முடித்தாள். அவள் தன் கணவனை நேசித்தாளா, அவர்கள் இருவரும் ஆனந்தமாகக் கூடி வாழ்ந்தார்களா என்பதை அவளிடம் கேட்டுத் தெரிய வேண்டும் என அவன் வேட்கை

கொண்டான். அவளது அந்தரங்கமான வாழ்க்கையையும் உணர்ச்சியையும் பற்றி அவள் தனக்குச் சொல்ல வேண்டும் என்றும் அவன் விரும்பினான். எனினும் அவன் அதனை வாய் திறந்து கேட்கத் துணியவில்லை.

“உங்கள் மாமா உயிரோடிருக்கிறாரா?” என்று கேட்டான் அவன்.

“ஆம். அவர் இப்போது துணை கவர்னராக இருக்கிறார்”' என்று சிறு கொட்டாவியுடன் சொன்னாள் அவள்.

“அது... அந்தச் சம்பவம் நிகழ்ந்தபோது, அவர் உதவ முன் வந்தாரா?”

“அவரும் நானும் வெவ்வேறு நிலையிலிருந்து விஷயங்களைப் பார்க்கிறோம்.”

‘'இருந்த போதிலும் நீங்கள் உறவுக்காரராயிற்றே.”

“உறவுக்காரர் என்றால் என்ன?' என்று முகத்தைச் சுழித்தவாறு கேட்டாள் அவள்.

“ஒரே ரத்தத்தை, ஒரே இனத்தைச் சேர்ந்தவர்கள்.”

“ரத்தம், இனம்–காலாவதியாகிவிட்ட கருத்துகள்” என்று சிரித்தாள் அவள்; பின்னர் அவள் தன் கண்களை மூடியவாறு, வாட்டத்தோடு பின்வருமாறு சொன்னாள்: “எனது உணர்ச்சிக்கு நெருங்கியிருப்பவர்கள்தான் எனக்கு உறவுக்காரர்கள்.”

‘இவள் என்னோடு சரசமாடுகிறாளா?' என்று மாட்வி மீண்டும் நினைத்தான்; அவனது இதயம் குன்றியது.

அவளது பேச்சினால் உணர்ச்சிக் குதுகுதுப்புக்கு ஆளாகியும், அவனது சின்னஞ்சிறிய சொந்த உலகத்துக்கு அப்பால் வாழ்ந்து வந்தவர்களோடு ஒரு பாந்தவ்ய உணர்ச்சி நெஞ்சில் நிரம்பப் பெற்றும், அவன் அடிக்கடி வயற்புறங்களை நோக்கி நடந்து, ஒரு குன்றின்மீது ஏறியமர்ந்து, நகரத்தின்மீது அந்திக் கருக்கலொளி இறங்கித் தேங்குவதையும், இருளுக்கும் ஒளிக்கும் போராட்டம் நடப்பதையும் பார்த்துக் கொண்டிருப்பான். இரவுதான் பூமியின்மீது பனி நீரைத் தெளித்த வண்ணம் எத்தனை அமைதியாகப் படர்கிறது! மேலும் புதிய பகற்பொழுதுக்கு இடம் கொடுத்து அது எத்தனை அமைதியாக விலகிக் கொள்கிறது!

அத்தகைய தனிமை நேரங்களில் இரண்டு விருப்பங்கள் அவனை மாறி மாறி ஆட்கொண்டன. ஒன்று: ஏதாவது ஒரு காரியத்தை அவன் செய்வதன்மூலம் அவள்முன்னால் வந்து நின்று, ‘நான் உனக்குத் தகுதி படைத்தவனில்லையா?' என்று கேட்கும் உரிமையை அவன் பெறுவது; மற்றொன்று மௌனமாக அவளிடம் திரும்பிச் சென்று, அவள் காலடியில் நாய் மாதிரி படுத்துக் கிடப்பது.

அவளிடம் எல்லாவற்றையும்– தனது சொத்துச் சுகங்கள் உடைமைகள் அனைத்தையும்–வாரி வழங்கி விட்டு, சோஜோன்ட் செய்ததுபோல் தானும்

எங்காவது போய் விட்டால் எவ்வளவு நன்றாக இருக்கும் என்று அவன் வருத்தத்தின் சாயையோடு நினைத்துக் கொண்டான். ஆனாலும் மேலும் மேலும் அடிக்கடி அவளிடம் பின்வருமாறு சொல்லிவிட வேண்டும் என்ற ஆனந்தமான உத்வேகம்தான் அவனுக்கு ஏற்பட்டது:

"நீயும் நானும் இருவருமே தனிமையில் வாடுகிறோம்; நாம் இருவருமே இங்கு அன்னியர்கள் தான்; நாம் நமது வாழ்க்கையைச் சேர்ந்து வாழ்ந்து விடுவோம்."

ஜனங்களின் தேவையின்றி, அவர்களைப் பற்றிய வெறுப்பின்றி, பயமின்றி, தானும் அவளும் வாழக்கூடிய அமைதியான வாழ்க்கையைப் பற்றி அவன் கனவு கண்டான்: அவளும் அவனும் மட்டுமே நெஞ்சத்தோடு நெஞ்சமாய் வாழலாம். இந்த எண்ணத்திலே திளைப்பது அவனுக்கு இனிமையாக இருந்தது; அவனது இதயத்திலே அருணோதயம் தோன்றுவது மாதிரி, அவனது உடம்பில் ஒளியும் கதகதப்பும் வெள்ளமாய்ப் பரவியது.

நீராவி கிளம்பும் பூமியின்மீது வெள்ளிப் பனித்துளியைச் சிலிர்த்து: உதிர்த்த வண்ணம் குன்றின்மீதுள்ள இளம்புல் காலைப் பொழுதுக்குக் குதூகலமாகத் தலைவணங்கியது; மாட்வி வீட்டைநோக்கி நடந்துவந்தபோது, நகரம் இளஞ் சிவப்பான ஒளிமூட்டத்தில் கவிந்திருந்தது.

அந்தப் பெண் அவனிடம் எப்போதாவது கவிதைகளை வாசித்துக் காட்டினாள்; அப்போது அவள் "காதல்" என்ற வார்த்தையை உச்சரிக்க நேரும்போதெல்லாம் அவன் மனக்குழப்பமுற்றவனாய்த் தன் கண்களைத் தாழ்த்தித் தனக்குத் தானே பின்வருமாறு சொல்லிக் கொள்வான்:"

'இவள் என்னிடம் சரசமாடித்தான் பார்க்கிறாளா?'

ஒருநாள், வாசிப்புக்கு மத்தியில், அவள் தன் கண்களைச் சோர்வோடு மூடிக் கொண்டாள். அவன் சிறிதுகூட அசையப் பயந்தவனாய் அந்த இடத்திலேயே அப்படியே உறைந்து சமைந்துபோய்விட்டான். இரண்டு மூன்று நிமிஷங்களுக்குப் பிறகு அவள் மீண்டும் கண்களைத் திறந்து, சின்னஞ் சிரிப்புடன் பின்வருமாறு சொன்னாள்:

"நான் ஒரு கனவு கண்டேன்."

"இன்பக் கனவா?"

"ஆம். இன்பக் கனவுகள் சீக்கிரமே மறைந்துபோவதுதான் எத்தனை பரிதாபம்?"

'இவள் என்னுடன் சரசமாடத்தான் செய்கிறாள்' என்று தீர்மானித்தான் மாட்வி.

பெர்ச் மரங்கள் ஈரப்பசை மிகுந்த மஞ்சள் இலைகளைத் தளிர்த்துச் செழித்த பருவத்தில், பொறாமை கொண்ட குருவியினங்களும், வானம்பாடிகளும் தென்

திசையிலிருந்து) திரும்பி வந்த காலத்தில், அவள் முதன்முதலாகப் படுக் கையை விட்டு எழுந்தாள்.

கதகதப்பும் பிரகாசமும் பொருந்திய ஒருநாள் மதியப் பொழுதில், ஒகுரோவில்கூட சூரியனானது உருகிப் பரந்தோடியதுபோல் தோன்றிய வேளையில், அந்தச் சூரிய ஒளி வான மண்டலம் முழுவதையுமே ஒரு கண்ணைக் கூசவைக்கும் பிரகாசமான சூரிய ஜோதியாக மாற்றியிருந்த நேரத்தில், வெளுத்து மெலிந்து போயிருந்த அந்தப் பெண் சிவப்பு மேற்சட்டையும், கறுப்புப் பாவாடையும் அணிந்து பழத்தோட்டத்துக்குச் சென்றாள்; அவள் ஏதோ பிரார்த்தனையை முணுமுணுப்பதுபோல் தனக்குத்தானே பாடிக்கொண்டு ஆனந்தமாகப் புன்னகை புரிந்தவாறு அங்குள்ள நடைபாதைகளில் வெகுநேரம் மேலும் கீழும் நடந்தாள்; பெர்ச் மரங்களின் பட்டுப் போன்ற மரப்பட்டையை நன்றியுணர்வோடு தொட்டுப் பார்த்தாள்; பாதை யிலுள்ள இளம் புல்லிதழ்களையும், வாழையின் குருத்துக்களையும் நசுக்கி மிதித்து விடக்கூடாதே என்று பயந்தவள் போல் ஈரத்தரைமீது பதனமாக அடியெடுத்து வைத்து நடந்தாள்.

அவளது கரிய கேசம் தலையின்மீது வட்டமாகச் சுற்றிக் கட்டப்பெற்று, தங்கப் பொடி தூவியதுபோல் பளபளத்தது. அவள் தனது மெலிந்து வெளிறிவிட்ட கரங்களைத் தூக்கி அவற்றைச் சூரிய ஒளியில் பார்த்தாள். அவளுக்கருகில் நடந்து வந்த மாட்வியும் உள்ளுக்குள் ஓடும் சிவப்பான ரத்த நாளங்களைக் காட்டிக் கொண்டிருந்த அவளது ஒளி ஊடுருவும் விரல்களைப் பார்த்தான்; அப்போது அவன் பின்வருமாறு நினைத்தான்:

'கற்பனைக் கதையிலே வரும் நரமாமிச பட்சணியான அசுரனின் பிடியிலிருந்து தப்பி வந்த ராணி போலத்தான் இவள் இருக்கிறாள்.'

சூரிய ஒளியைக் கண்ட ஆனந்தத்தால் வியர்வை பூத்துப் போனதுபோல், குளோவர் செடிகளின் பட்டுப்போன்ற இலைகளில், ஈரத்தின் சின்னஞ் சிறு துளிகள் படித்திருந்தன; பான்ஸி மலர்கள் தமது அமைதியான கண்களைச் சிமிட்டின. நீலமணி மலர்கள் தமது ஒடிசலான தண்டுகளின்மீது கிலுகிலுத்தன; செர்ரி மரங்களின் கிளைகளில் பொன்னிறப் பிசின் துளிகள் பளபளத்தன; ஆப்பிள் மரங்கள் வாய் மலராத வெளிறிய மலர்மொட்டுக்களோடு இளஞ்சிவப்பாகக் காட்சி தந்தன. ஜீவரசம் ததும்பியோடும் மெல்லிய செடிகொடிகள் காற்றில் நடுங்கியசைந்தன; காஞ்சிரைச் செடியின் காரநெடி காற்றில் பரவிக் கொண்டிருந்தது.

தெருக்களிலே குழந்தைகள் குதூகலமாகச் சத்தமிட்டார்கள்; வயல்வெளியில் ஒரு மேய்ப்பன் தனது குழலை ஊதிக்கொண்டிருந்தான்; கன்னியாஸ்திரீ மடத்துத் தோட்டத்தில் கன்னியாஸ்திரீகள் குழிதோண்டிக் கொண்டிருந்தார்கள்; அவர்கள் நன்றியறிவிப்புக்கான ஒரு பாட்டை உச்ச ஸ்தாயியில் கணீரென்ற குரலில் பாடிக் கொண்டிருந்தார்கள்:

பாடல்பல பெற்ற கன்னி மரியாளே!
பரம பிதா தனைப் பெற்ற கன்னி மரித்தாயே!

அந்தப் பெண் தனது குழிந்த கண்களால் மாட்வியின் பக்கம் திரும்பி மிருதுவாகப் பார்த்தாள்.

" 'பாடல் பல பெற்ற கன்னிமரியாள்' தான் வசந்தம்; கடவுள்தான் சூரியன். அப்படித்தான் மக்கள் ஒரு காலத்தில் நம்பினார்கள், மேலும் அது ஒரு நல்ல நம்பிக்கைதான். வசந்தம் நல்ல அன்பான கடவுள்களைத் தான் பெற்றெடுக்க முடியும். சரி. நாம் உட்காருவோம்."

அவர்கள் ஒரு செர்ரி மரத்தடியில் கிடந்த பெஞ்சின்மீது அமர்ந்தார்கள். அவளது தோள்மீதும், மார்பின்மீதும், முழங்காலின்மீதும் பொன்னிறக் கதிர்கள் பொழிந்தன; அவள் அவற்றைத் தனது வெளிறிய கரங்களால் தடவிக் கொடுத்தாள்; அவளது தோலுக்கடியில் சூரியோதயத்தைப் போலவே பிரகாசமாகவும் பளபளப்பாகவும் ரத்தம் தென்பட்டது.

மாட்விக்குத் தலை கிறுகிறுத்தது; அவனது இதயம் ஸ்தம்பித்து விட்டதுபோல் தோன்றியது; அவனது கண்களின் முன்னால் பற்பல வண்ணப் புள்ளிகள் நடனமாடிச் சென்றன. அவன் ஏதோ ஒரு பெரிய பாரத்தைத் தூக்குபவன்போல் தரையிலிருந்து மெல்ல எழுந்தவனாய், தணிந்த குரலில் பின்வருமாறு சொன்னான்:

"எவ்ஜெனியா பெட்ரோவ்னா, நான் உன்னை ஆழ்ந்து காதலித்து வருகிறேன். நீ என்னை மணந்து கொள்வாயா? தயது செய்து மணந்துகொள்."

அவன் தன்னுள் ஆனந்தத்தின் கொதிப்பு மிகுந்த ஒரு அலைவீச்சு விம்மியெழுவதை உணர்ந்தான்; அவள் கோபப் படவில்லை; முகத்தைச் சுழிக்கவில்லை; ஏதோ ஒரு விசித்திரமான நட்புரிமை பாவத்தோடு புன்னகை புரிந்தாள்; பின்னர் மிருதுவாகப் பேசினாள்:

"ஆ! என்ன பரிதாபம்!"

அவன் அவளருகில் அமர்ந்தான்; அவளது கரத்தைப் பற்றிப் பிடித்து, தன் கன்னத்தோடு அதனை அழுத்திக் கொண்டான்.

"என்னால் காத்திருக்க முடியாது. நான் உன்னை மணம் செய்ய மிக மிக விரும்புகிறேன். எனக்கு அவ்வளவு பயமாக இருக்கிறது. சொல், நீ என்னை மணந்து கொள்வாயா?"

"இல்லை" என்றாள் அவள்.

அவன் அவளை நம்பவில்லை.

"காத்திருக்கவா?"

"இல்லை. ஏற்கெனவே நான் வெகுகாலம் காத்திருந்து விட்டேன்."

"நீ ஏன் வெகுகாலம் காத்திருந்தாய்?"

“நீங்கள் என்னிடம் கேட்குமுன்பே நான் உங்களிடம் சொல்லியிருக்க வேண்டும்” என்று அமைதியான தெளிவோடு சொன்னாள் அவள்; அவள் சொன்னவிதத்தில் அவனால் அவளது பேச்சையே நம்புவதற்கு அசாத்தியமாக இருந்தது.

“நான் இங்கு முதன்முதலில் வந்தபோதே – அது எப்போது என்பது உங்களுக்கு நினைவிருக்கிறதல்லவா, மாட்வி ஸாவ்லிவிச்? – அப்போதே நான் எனக்குள் சொல்லிக் கொண்டேன். இந்த மனிதர் என்மீது காதல் கொள்ளப் போகிறார் என்று. நான் அதைக் கண்டு பயந்தேன். அதற்காகவே உங்களைக் கூடிய மட்டிலும் தவிர்த்து வந்தேன். நீங்கள் அதனைக் கவனித்தீர்களா?”

“கவனித்தேன்” என்று ஆர்வத்தோடு கேட்டவனாகப் பதிலளித்தான் அவன்.

“ஆனால் சந்தர்ப்பச் சூழ்நிலைகளால் அது சிரமமாகத் தான் இருந்தது. பிறகு நீங்கள் எவ்வளவு நல்ல மனிதர் என்றும், மற்றவர்களிடமிருந்து எவ்வளவு வேறுபட்டவர் என்றும், நீங்கள் எத்தகைய அவமானத்தைச் சகித்து வந்தீர்கள் என்றும் ஷாகிரும் நடால்யாவும் சொன்னார்கள்...”

“ஆமாமாம்!”

“அவர்களும்கூட நான் உங்களை மணப்பதை விரும்புவார்கள்.”

“எனக்குத் தெரியும்“ என்று குதூகலத்தால் துள்ளியவாறு கத்தினான் அவன்: “அவர்கள் இருவரும் உன்னை நேசிக்கிறார்கள். ஆமாம், உண்மையாகத்தான். எனவே நாம் அப்படியே வாழ்வோம்; நாம் நால்வர் மட்டும் ஒரு கோட்டைக்குள் வாழ்வதுபோல் வாழ்வோம்.”

அவள் ஆழ்ந்த பெருமூச்சு வாங்கிவிட்டு, தனது கால் விரலால் தரையில் முன்னும் பின்னும் கோடு கீறினாள்.

“நான் உங்களை நன்றாகத் தெரிந்துகொள்ள விரும்பினேன்.”

‘இவள் ஏன் இதனைச் சொல்ல வேண்டும்?’ என்று ஆர்வத்தோடு நினைத்தான் அவன்.

“நாம் நண்பர்களாகத்தான் இருக்கமுடியும். நான் என்றும் உங்கள் மனைவியாக மாட்டேன்,” என்றாள் அவள்; அவளது வார்த்தைகள் தண்ணீரின்மீது விழும் நீர்த்துளிகள்போல் அவன்மீது விழுந்தன. “அதைப் பற்றி மேலும் நினைத்துக் கொண்டிருக்க வேண்டாம்.” அவனது காதுக்குள் ஏற்பட்ட இரைச்சலில் அவள் சொன்னதே அவனுக்குச் சரியாகக் காதில் விழவில்லை. அவள் இடத்தைவிட்டு எழுந்து மெதுவாக நடந்து சென்றாள்; தனது காலுக்கடியில் பூமி கிறுகிறுத்துச் சுழலுவதை உணர்ந்தவாறே, அவன் அவள் போவதைப் பார்த்துக் கொண்டு நின்றான்.

சிரமமான நாட்கள் தொடர்ந்து வந்தன; ஒவ்வொரு நாளும் அவன் அதற்குமுன் என்றுமே இரையாகியிராத திடுக்கிடும் புதிய அதிர்ச்சிகளையும், ஜூரவேகங்கொண்ட எண்ணங்களையும் மனோநிலைகளையும் அவனுக்கு வழங்கின. சில சமயங்களில் அவனது நெஞ்சே வெடித்துத் திறந்து கொண்டது போலவும், அந்த வெடிப்புக் காயத்தின் வழியே உலகத்திலுள்ள எல்லாத் துன்பமும், தீமையும் அவனது உடம்புக்குள் புகுந்து, அவனது இருதயத்தை நசுக்கிப் பிழிவதாகவும் தோன்றியது.

அவனுக்கு எதுவுமே இருக்கவில்லை. இதற்கு முன்பும் கூட அவன் கயிற்றுத் தொழிற்சாலையில் கவனமே செலுத்தவில்லை; (ஷாகிர்தான் அந்தத் தொழிலை மிகுந்த திறமையுடன் நிர்வகித்து வந்தான்); எனினும் அவன் தனது தொழிலாளர்களிடம் அக்கறை கொண்டிருந்தான்; அவர்களோடு வேலை நேரத்திலும் சமையலறையிலும் பொழுதைப் போக்கினான்; அவர்கள் பேசுவதைக் கேட்டான்; அவர்களிடம் செய்திகளைக் கேட்டுத் தெரிந்தான்.ஆனால் இப்போதோ அந்தப் பெண்ணைத்தவிர அவன் வேறு யாரையும் கவனிக்கவில்லை; அவள் எங்கெங்கு சென்றாலும் அவளையே அவன் பின்தொடர்ந்தான்.

'நான் அவளது நாய்மாதிரி ஆகிவிட்டேன்' என்று நினைத்தான் அவன்.

வீட்டுக்கு வெளியிலேயே பெரும்பொழுதைக் கழித்துவந்த போரிஸை அவன் சந்திக்க நேரும்போதெல்லாம், அவன் அவனைத் தன் கரங்களிலே தூக்கியெடுத்து, அவனைக் கிள்ளினான்; தனது தாடியினால் கூச்சம் காட்டினான்; அத்துடன் உத்வேகத்தோடு பின்வருமாறு அவனை நோக்கிக் கேட்பான்:

"நீ என்னை நேசிக்கிறாயா? வா, உண்மையைச் சொல்லி விடு. நேசிக்கிறாயா?"

அந்தப் பையனோ தனது கால்களையும் கைகளையும் ஆட்டியவாறு சிரித்துக் கூப்பாடு போட்டான்.

"என்னைப் போக விடுங்கள், மாட்வி மாமா! என்னைப் போகவிடுங்கள். எனக்கு நேரமேயில்லை. நான் லையூபாவோடும் வான்யாவோடும் காட்டுக்குப் போகிறேன்."

அவன் மாட்வியைத் தரையை நோக்கி வெறித்து நிற்கச் செய்துவிட்டு, தான் மட்டும் ஓடிப்போய் விடுவான். மாட்வியோ தனக்குத்தானே பின்வருமாறு கணக்குப் போட்டுக் கொள்வான்:

"இப்போது இவனுக்கு வயது எட்டு. எனக்கு நாற்பது ஆகும்போது இவனுக்குப் பதினாறு வயதாகும். எனக்கு ஐம்பதாகும்போது, இவனுக்கு இருபத்தாறு ஆகும். அருமைக் கடவுளே! அவளது இதயத்தை நெகிழ வை!"

ஒரு முறை அவன் அவளிடம் பின்வருமாறு ரகசியமாகச் சொன்னான்: "நீ எனக்கு என்ன இழைத்துக் கொண்டிருக்கிறாய் என்பதை எண்ணிப்பார், எவ்ஜெனியா பெட்ரோவ்னா!"

“வேறு வழி எனக்கில்லை. என்னால் முடியாது!” என்று அவள் ஒவ்வொரு வார்த்தையையும் அவன்மீது விட்டெறிந்த ஒவ்வொரு கல்லைப் போன்று சொல்லி முடித்தாள்.

“காத்திரு. அவசரப்பட்டு முடிவு செய்து விடாதே. எனக்குக் குறைந்தபட்சம் நம்பிக்கையாவது இருக்கட்டும்.”

“இல்லை. உங்களுக்கு நம்பிக்கை இருக்கக் கூடாது.”

“ஏன் அப்படி? கிறிஸ்துவின் பேரால் கேட்கிறேன் – உன்னால் முடிந்தால் அதனை விளக்கிச் சொல். நான் ஒரு நல்ல மனிதன் என்றும், உனக்கு ஒரு நண்பனென்றும் நீயே சொல்கிறாய்; நீயும் எனக்கு ஒரு நல்ல மனுஷிதான்; சிநேகிதிதான். மேலும் நாம் இருவருமே ருஷ்யர்கள் தான். இருந்தாலும் – நாம் நமது வாழ்க்கைகளை ஏன் இணைக்க முடியாது? நான் விரும்பும் பொருள்களுக்கு உனக்கு எந்த உபயோகமும் இல்லை; நீ நினைக்கும் விஷயங்கள் எனக்குப் புரியவே இல்லை ஏன் அப்படி இருக்கவேண்டும்?”

அவள் விளக்க முயன்றாள்; ஆனால் அவளது பேச்சின் நிதானமான போக்கைக் கேட்டுக்கொண்டிருந்த அவனோ கோபாவேசம் அடைந்தான்; அவளைத் தனது இதயத்துக்குள்ளே பின்வருமாறு பயமுறுத்தினான்;

“நான் பணிவடக்கத்தோடு இருப்பது உனது அதிருஷ்டம் தான். உனது வார்த்தைகளின் மாயாஜாலத்தாலும், உன்மீது நான் கொண்டுள்ள ஆழ்ந்த காதலாலும் நான் காலும் கையும் கட்டுண்டு கிடக்கிறேன்.

“உனக்கு இரக்கம் என்பதே கிடையாதா?” என்று அவன் மற்றொரு முறை அவளிடம் கேட்டான்.

“இரக்கத்தின் காரணமாக ஒருவர் காதலிப்பதில்லை” என்று நிமிர்ந்து நின்றவாறு கண்டிப்போடு பதில் சொன்னாள் அவள்.

“என்ன?” என்று வியப்போடு கேட்டான் அவன்: “அப்படியில்லை, எவ்ஜெனியா பெட்ரோவ்னா. அதன் காரணமாகத் தான் ஒரு மனிதன் காதலிக்கிறான். ஏனெனில் அவன் மற்றவருக்காக வருந்துகிறான்; மற்றவர்கள் தனது தனிமையிலே ஆனந்தமற்றுத் தவிப்பதைக் கண்டு வருந்துகிறான்.”

ஆனாலும், மந்திரவாத வைத்தியன் மந்திரத்தைப் போட்டு வியாதியை ஓட்டுவது மாதிரி, அவளும் அவனது ஆசையை மந்திரம் போட்டு விரட்டியடிப்பதாக, அவன் பல சமயங்களில் உணர்ந்தான்; அந்தச் சமயங்களில் இரண்டு மூன்று நாட்களுக்கு அவன் தான் வெகு நாட்களாகக் காத்துக்கொண்டிருந்த அன்பு நிரம்பிய சகோதரியைப் போல், அவன் அவளைக் கருதுவான்; அப்போதெல்லாம் அவன் வேறொரு மனிதனிடம் பேசுவது மாதிரி தட்டுத் தடங்கலின்றி, தாராளமாக அவளிடம் எல்லாவற்றையும் பேசி விடுவான். தனது தந்தை, பெலாஜியா, மற்றும் தனது வாழ்க்கை முதலியவற்றைப் பற்றியெல்லாம் முழுமையாகச் சொல்லித் தீர்த்து விடுவான்.

சில சமயங்களில் இதனைக் கண்டு அவனே வியப்புற்றான்.

'நான் என்ன சொல்லிக்கொண்டிருக்கிறேன்?' என்று தனக்குத் தானே கேட்டுக்கொள்வான்.

மேலும் அவளைப் பார்க்கும்போது, மிகுந்த கவனமும் பரிவும் கொண்ட அவளது அன்பான கண்களை, பிரிந்த இதழ்களை, அவளது புருவங்களுக்கிடையே தோற்றும் வட்டமான கோட்டையெல்லாம் பார்ப்பான். அவனுக்கு என்றென்றைக்கும் அருமையான ஒருவரின் முகமாகவே அது தோன்றும்.

நீண்ட நெடிய மாரிக்கால இரவு நேரங்களில் கேட்கும் காற்றின் ஊளைக் குரலுக்கும், பனியின் நெறு நெறுப்புக்கும் மத்தியில் அவன் தூங்க முயன்று, படுக்கையில் அங்குமிங்கும் தலையைப்போட்டுப் புரட்டி அலட்டிக் கொண்ட காலங்களில் அவன் முன் தோன்றிய அதே முகம் தான் இது; வசந்த கால இரவு நேரங்களில் நகரத்துக்கு அப்பாலுள்ள வயல்வெளிகளில் அவன் அலைந்து திரிந்தபோது, அவன் முன் நிழலாடி மிதந்த முகமும் இதுதான்.

மீண்டும் அவன் பெலாஜியாவை முத்தமிட்டதுபோல் அவளையும் மார்போடு இறுகத் தழுவி அணைத்து முத்தமிடவேண்டும் என்றும், பெலாஜியா அழுதுகொண்டு, தனது கண்ணீருக்கு மத்தியில் பின்வருமாறு முணுமுணுத்தது போல், அவளும் நன்றியுணர்ச்சியோடு அழுது முணுமுணுப்பதைக் கேட்கவேண்டும் என்றும், அவன் மனத்தில் ஒரு தடுக்க முடியாத வேட்கை பொங்கியது:

"நான் ஒரு நறும்புனலிலே குளித்த மாதிரி இருக்கிறது; உனது அன்பினால் எனது ஆத்மா சுத்தமாகக் கழுவி விடப்பட்டதுபோல் இருக்கிறது..."

ஒரு வேளை நான் அவளை நிர்ப்பந்தித்துத் தான் தீரவேண்டும் என்று அவன் மேலும் மேலும் அடிக்கடி நினைத்தான்.

ஆனால் அவன் அவ்வாறு செய்யத் துணியவில்லை. பலாத்காரத்தை உபயோகிப்பதைப் பற்றி எண்ணிப் பார்ப்பதைக் கூட அசாத்தியமாக்கும் அளவுக்கு அவளிடம் ஏதோ ஒரு சக்தி இருந்தது. இந்தச் சித்திரவதையினால் அவன் நோய்வாய்ப்பட்டும் படாமலும், அவள்மீதும் தன்மீதும் கோபம் கொண்டான். அப்போது அவன் தன்னைத்தானே பின்வருமாறு கேட்டுக்கொள்வான்:

'இதெல்லாம் எப்படி முடியப் போகிறது? எப்படி?'

மீண்டும் அவன் அவளது கருணையுணர்ச்சியிடம் முறையிட்டு முயன்று பார்ப்பான்.

"ஆனால் நீ பெலாஜியாவின் மீது இரக்கம் காட்டுகிறாய்; சாதாரண மக்கள் மீது இரக்கம் காட்டுகிறாய்; துன்பப்படும் உனது தோழர்கள்மீது இரக்கம் காட்டுகிறாய்..."

"அது முற்றிலும் வேறுபட்ட விஷயம்" என்று தலையை அசைத்தவாறு அவள் பதில் சொல்வாள்: "அதே வழியில்தான் நான் உங்கள்மீதும் இரக்கம் கொள்கிறேன். நீங்கள் ஆனந்தமாக இருக்கவேண்டும் என்று நான் விரும்புகிறேன்; விரும்பப்படாத, தேவைப்படாத உணர்ச்சி எதுவும் இல்லாமல் நீங்கள் உங்களது சக மனிதர்களின் மத்தியில் வாழும் வண்ணம் நீங்கள் வளர்ச்சி பெறவேண்டும் என்றும் நான் விரும்புகிறேன். இந்த அவமானகரமான, அருவருக்கத்தக்க, அதலமான வாழ்க்கையின் இருண்ட சுருள்களின் பிடியிலிருந்து தப்பித்து வெளியேறி, தமது நல்வாழ்க்கையைக் காண்பதற்காக, சாதாரண மக்களையும் நேசிக்க வேண்டும்; அவர்களைப் புரிந்து கொள்ளவேண்டும்; அவர்களுக்கு உதவியாக வேண்டும்."

ஒகுரோவைப் போலவே வேறுபல நூற்றுக்கணக்கான சின்னஞ்சிறு நகரங்களும் விரக்தி நிலைக்குக்கொண்டு செல்லும் அளவுக்கு அதளபாதாளமாகிவிட்ட சலிப்புணர்ச்சியாலும், புதிதாக வரும் எதைக் கண்டாலும் ஏற்படும் பயபீதி'யாலும் கட்டுண்டு கிடப்பதைப் பற்றியெல்லாம் அவள் அவனுக்குக் கூறினாள்.

தமது வாழ்க்கையின் அவமானகரமான சுய திருப்தியைக் குலைக்காமலும், தம்மை நிலை குலைக்காமலும் இருக்கும் எதையும் நம்பிவிடத் தயாராயிருக்கும் பாமர மக்களை நிரம்பக் கொண்ட இத்தகைய நகரங்கள், ஒன்று மற்றெல்லாவற்றுக்கும் அன்னியமான நிலையிலுள்ள இந்த நகரங்கள், யாரோ ஒருவர் பிரம்மாண்டமான அளவில் ஒரு மாபெரும் கட்டிடத்தைக் கட்ட விரும்பி செங்கற்களையும் உத்திரக் கட்டைகளையும் கொண்டுவந்து குவித்துவிட்டு, பின்னர் அந்த விலைமதிப்புயர்ந்த பொருள்களையெல்லாம் கவனிப்பாரற்று, காவலற்று, மாரிக்காலத்துப் பனியிலும், இலையுதிர் காலத்தின் மழையிலும் சீர்குலைந்து சிதிலமாக விட்டு விட்டு, எங்கோ மறைந்து போய்விட்டது போல், இவையும் பரந்த உலகத்தில் குவிந்து கிடக்கின்றன.

அவள் அழகாகவும் ஆர்வத்தோடும் நன்றாகப் பேசினாள்; தேவ குமாரனை ஈன்றெடுக்கும் பாக்கியத்துக்கு ஆளான கன்னிமரியாளை வியந்து போற்றியும் அவள்மீது பொறாமை கொண்டும், விசுவாச வேட்கை மிகுந்த ஒரு இளம் மாணாக்கன் பிரசித்த சரிதத்தின் கதையை ஒப்புவிப்பது போல் அவள் பேசினாள்.

அவள் பேசும்போது, அவள் ஒரு கண்ணுக்குத் தெரியாத கஸ்லி வாத்தியத்தின் தந்திகளை மீட்டுவதுபோல், அல்லது நோவ்கோராட், புஷ்கோவ் ஆகிய நகரங்களில் பழங்காலத்து வாழ்க்கைச் சித்திரங்களைப் பிரகாசமாகப் பின்னுவதுபோல் அவளது மெல்லிய விரல்கள் நெளிந்து கொடுத்தன. அவளது கண்கள் குழந்தைத் தன்மையொத்த குதூகலத்தோடு பிரகாசித்தன; முகமும் களை பெற்றுத் துவங்கியது.

"பார்த்தீர்களா? நமது ஜனங்கள் அவ்வளவு மோசமானவர்கள் அல்ல! ஒரு காலத்தில் அவர்கள் எப்படி வாழவேண்டும் என்பதைத் தெரிந்துதான் வைத்திருந்தார்கள்!" என்று அவள் தன் தலையைப் பின்னால் உலுப்பியவாறே சொன்னாள்.

அவளது பேச்சைக் கேட்கும்போது, அவன் அடிக்கடி தன் கண்களை அரைகுறையாக மூடியவாறு, தனது தந்தை சொல்வதை ஒரு சிறுவன் கேட்பதுபோல் கற்பனை செய்து கொண்டான். (அவளது குரல் மட்டும்தான் வேறு பட்டிருந்தது); மற்றப்படி அவனது தந்தை அவனுக்குச் சொன்ன கதைகளைப் போலவே அவளது கதைகளும் இருந்தன.

"ஆனால் நிலைமைகள் இப்போது மாறிவிட்டன" என்று அவன் வருத்தத்தோடு சொன்னான்.

அவன் அவளையும் தன்னையும் ஏமாற்றிக் கொள்வதை வெறுத்தான்; அந்தக் கதைகளைக் கெடுப்பது ஒரு பரிதாபம் தான்; என்றாலும் தனக்கும் சில விஷயங்கள் தெரியும் என்பதை அவன் அவளிடம் காட்டிக் கொள்ள வேண்டி யிருந்தது: அவன் ருஷ்ய மக்களின் யதார்த்தமான வாழ்க்கையை, ஒகுரோவ், கினிலிஷ்சி, மியாம்லின், டிரெமோவ் ஆகிய வோர்கோ ராட் மாகாணத்தின் பல்வேறு ஜில்லாக்களில் வாழும் மக்களின் வாழ்க்கையை அறிந்திருந்தான்.

தான் கிராமங்களுக்குச் சணல் கொள்முதலுக்காகப் போகும் சமயங்களில் அங்குள்ள மக்கள் அவனை எப்படி ஏமாற்றினார்கள், அங்குள்ள விவசா யிகள் எப்படிக் குடித்தார்கள், சண்டையிட்டார்கள், திருடினார்கள், மனைவி மக்களை எப்படி அடித்தார்கள், தமது மருமகள்களோடு எப்படி வாழ்ந்தார்கள் என்பதையெல்லாம் தாழ்ந்த கண்களோடும், ஈமப் பிரார்த்தனையை வாசிக்கும் ஒரு பாதிரியாரின் ராகக் குரலோடும் அவன் அவளிடம் சொல்லி முடித்தான்.

முதலில் அவள் அவன் கூறுவதையெல்லாம் கவனமாகக் கேட்டாள்; கேள்விகள் கேட்டாள்; அவனோடு சேர்ந்து தானும் அனுதாபப்பட்டாள். ஆனால் சிறிது நேரத்தில் அவள் தனது உதடுகளைக் கடித்தவாறு, வேறு பக்கம் திரும்பிப் பார்த்தாள்.

"அவர்கள் ஒருவருக்கொருவர் கண்களைத் தோண்டியெடுப்பார்கள்; அவர்கள் மத்தியிலே எவனாவது ஒரு புத்திசாலியான மனிதன் தென்பட நேர்ந்தால், அவர்கள் அவன்மீது ஓநாய்க் கூட்டம்போல் பாய்ந்து விழுவார்கள்" என்று தாழ்ந்த தொனியில் சொன்னான் அவன்: "நாட்ருஷ்கின் என்ற மனிதனைப்பற்றி மார்க்கூஷா சொன்னதை நீ கேட்டாயல்லவா? நல்லது. அத்தகைய நாட்ருஷ்கின் ஒருவனைத் தீர்த்துக் கட்டாத எந்த ஒரு கிராமமுமே இருப்பதாக நான் கருதவில்லை."

"ஆ! பார்த்தீர்களா? வேறுவிதமான மனிதர்களும் இருக்கிறார்கள் இல்லையா?" என்று அவள் வெற்றிக் களிப்போடு சொன்னாள்.

"ஆயிரத்தில் ஒருவர்."

அவன் அவளுக்கு ஸாவ்காவைப் பற்றியும், அவன் "எ–ஜ–மான்" என்று இழுத்துச் சொல்லும் விசித்திரமான விதத்தை பற்றியும் சொன்னான்.

“அவன் ஒரு யதார்த்தமான விவசாயி. அவன் ஒரு ரூபிளுக்காகத் தன் தாயையும் தந்தையையும் கூட விற்று விடுவான்; அத்துடன் கள்ள நாணயங்களையும் கைமாறச் செய்து விடுவான்.”

அந்தப் பெண் தலையை அசைத்தாள்; அது அவனது கசப்பான நினைவுகளைப் பெரு வேகத்தோடு நினைவின் மேல் தளத்துக்கு எழும்பி வரச் செய்தது. அவன் மீது நெடுங்காலமாகச் சூழ்ந்து கவிந்திருந்த கடந்த காலத்தின் எல்லாவிதமான கீழ்த்தரமும் தீமையும் நிரம்பிய செய்கைகளின் நிழல்களுக்கெல்லாம் வழி விடுத்து ஒதுக்குவது போல், அவன் உணர்ச்சி வேகத்தோடு தன் கரத்தைக் காற்றில் வீசினான்: அந்த உணர்ச்சி வேகத்தில் அவன் பாவமன்னிப்புக்கான பாதிரியாரிடம் குற்றங்களை ஒப்புக்கொள்வது போல் அவனிடம் பேசினான்:

“நான் காதலித்த அந்தப் பெண் அடிக்கப்பட்டபோது நான் பழத்தோட்டத்தில் படுத்து, அது நடக்கிறதா இல்லையா என்று வியந்து கொண்டிருந்தேன். நான் அவளுக்காகப் பரிந்து நிற்கவில்லை; அவளுக்கு உதவி செய்யவும் போகவில்லை. என் தந்தை தான் அவ்வாறு செய்தார் என்பது உண்மைதான்; என்றாலும் நான் குறைந்த பட்சம் அவரது காலடியிலாவது போய் விழுந்திருக்கலாம். நானோ அவளது வயிற்றிலிருந்த சிசுவை உதைத்து வெளியேற்றும்படி விட்டுவிட்டேன். அந்தச் சிசு உயிரோடிருந்திருந்தால் இப்போது அதற்குப் பதினைந்து வயது நிரம்பியிருக்கும்...”

“அதைப் பற்றி மீண்டும் பேசாதீர்கள்” என்று அவனை ஏறெடுத்துப் பாராமலே அவள் கண்டித்தாள்.

அவன் முதன் முறையாக அவளிடம் தான் பெலாஜியாவோடு பாவச்செயல் புரிந்தது எவ்வாறு என்பதையும், தன் தந்தை அவளை எப்படிக் கொன்றார் என்பதையும் எடுத்துச் சொன்னபோது, அவள் அதற்கு முன் என்றுமே வெளிப் படுத்தாத ஒரு ஆர்வத்தோடு அதனைக் கேட்டாள்; அவளது கண்களிலே ஒரு கரிய ஜோதிச்சுடர் துள்ளியெழுந்தது; அவளது முகத்தில் பல்வேறு முகபாவ உணர்ச்சிகள் தோன்றி மறைந்தன. திடீரென்று சோகம் ததும்பிய அவளது முகத்தில் கண்ணீர் பொலபொலவென்று உதிர்ந்து வழிந்தது; அவளது தலை அவளது விருப்பத்துக்கு மாறாக, யாரோ அதனைப் பிடித்து அமுக்கியது போல் கீழே மெல்லக் குனிந்தது.

அவன் அவளது கரத்தைப் பற்றிப் பிடித்து, அதனை உத்வேகத்தோடு மூன்று முறை முத்தமிட்டான்; பின்னர் அங்கிருந்து புறப்பட்டுச் சென்றவாறே, பின்வருமாறு முணுமுணுத்தான்:

“மிக்க நன்றி, எவ்ஜெனியா பெட்ரோவ்னா. நான் அவளது சமாதிக்குச் சென்று அவளிடம் சொல்லிவிடப் போகிறேன்... மிக்க நன்றி.”

வறட்சியின் பயமுறுத்தலோடு கூடிய உஷ்ணமான வசந்த காலம் அது. சதுப்பு நிலத்திலிருந்து ஒரு அடர்த்தியான ஆவி மூட்டம் மேலெழும்பி, காற்றின் அசைவற்ற வானத்தில் பரந்து நின்றது; அது அழுகிப்போன பொருள்களின் புளித்த, குமட்டும்

நாற்றத்தை நகரத்துக்குள் சுமந்து வந்தது. கதிர்களற்று மங்கலாகத் தெரிந்த உஷ்ணமான சூரியன் வாடிப்போன சூரியகாந்தி மலரைப்போல தோற்றமளித்தது. புத்துணர்வூட்டும் காற்றைக் கொணர்வதற்குப் பதிலாக, இரவு நேரங்கள் நகரத்தை விதவையின் துக்க உடையைப் போல் கறுத்தும் கனத்தும் இருந்த நிழல்களால் போர்த்தி மூடின. சந்திரன் மாபெரும் சக்கரமாகத் தோன்றியது. கள் ளத்தனமும் சிவப்பு நிறமும் பொருந்திய அந்தச் சந்திரன் நகரத்தின்மீது மெல்ல எழுந்து வந்தது; அதுவும்கூட, அந்தக் காற்றின் நெருக்கமான புழுக்கத்தை அதிகரிப்பதாகவே தோன்றியது. மாரிக்காலக் கோதுமைப் பயிர் தனது பசு மையை இழந்து விட்டது; புல்லெல்லாம் வாடி வதங்கின; மஞ்சள் நிறமான கிண்ண மலர்கள், சிவந்த கசகசா மலர்கள், நீலமணி மலர்கள், மற்றும் மலடுதட்டிப்போன வயல் வெளிகளின் ஏனைய எளிய மலர்கள் எல்லாமும் தமது இதழ்களைச் சுருட்டி, பணிவடக்கத்தோடு தமது தலைகளைத் தொங்கவிட்டன; தாகத்தின் சித்திரவதையால் வக்கரித்துப்போன உதடுகளைப்போல், பூமியின்மீது குறுக்கு மறுக்குமான வெடிப்புக்கள் வலைப்பின்னல் இட்டிருந்தன.

பகல் நேரத்தில் ஈக்கூட்டங்கள் மீட்டிவிட்ட தந்திகள் போல் ரீங்காரித்து, வானில் வட்டமிட்டன; கரிச்சான் குருவிகள் தெருவில் கீச்சிட்டுக் கீழே பாய்ந்தன; ஏனைய பறவைகளெல்லாம் நிழல்களிலே அடைக்கலம் புகுந்தன; மாலை நேரத்தில் சேற்று நிலங்களிலிருந்து கொசுக்களின் மேகக் கூட்டம் பறந்து வந்து, இரவு முழுவதும் ரீங்காரம் செய்து மொய்த்துப் பிடுங்கின.

வியர்வை கொட்டும் நகரவாசிகள் சோர்ந்தாற்போல் நடமாடினார்கள்! அவர்கள் ‘கோபாவேசமான கண்டனத்துடன் வானை ஏறிட்டுப் பார்த்தார்கள்;. வேண்டா வெறுப்பாக, உற்சாகமற்று, களைத்துச் சோர்ந்து, நம்பிக்கையற்று ஒருவருக்கொருவர் பேசிக் கொண்டார்கள்; சின்னஞ் சிறிய ஆத்திர மூட்டலுக்குக்கூட, அவர்கள் இரையாகித் தமது நிதானத்தை இழந்தார்கள்; ஒருவருக்கொருவர் எரிந்து விழுந்தார்கள்; ஆபாசமான மொழியில் வசை பாடினார்கள்.

மாட்வியால் இரவில் தூங்க முடியவில்லை. தூக்கமின்மை வியாதியால் அவனுக்குத் தலையை வலித்தது; அவனது நெற்றிப் பொருத்துகளிலுள்ள மயிர் வெளிறிவிட்டது; அவனது தசைக்கோளமோ நாளுக்கு நாள் அதிகரிக்கும் ஒரு ஆசை வேகத்தால் அலைக்கழிந்தது; அதற்கொரு நிவர்த்தி காணாமல் நாளுக்கு நாள் தேய்ந்து மெலிந்தது; முகம் வாடிப் போய்விட்டது; கண்களிலே ஒரு நிராதரவான, விரக்தி நிலையான நோக்கம் குடிகொண்டிருந்தது. ஏதோ ஒரு புகைமூட்டத்தின் வழியே பார்ப்பதுபோல், ஷாகிர், நடால்யா ஆகியோரின் அனுதாபம் மிகுந்த பார்வைகளையும், வேலைக்காரர்களின் கிண்டலான புன்னகைகளையும் அவன் பார்த்தான்; அவனையும் அந்தப் பெண்ணையும் பற்றிக் கீழ்த்தரமான வதந்திகளைப் பரப்பும் வம்புப் பேச்சுக்கள் நிலவுகின்றன என்பதையும் அவன் அறிந்தான். ஆனால் உள்ளுக்குள் அவன் தன் தோள்களை உலுக்கியவாறு பின்வருமாறு சொல்லிக் கொண்டான்;

அதனால் என்ன?

இரவு நேரத்தில் அவன் வயல் வெளிக்குச் சென்று, காய்ந்துபோன புல்லின் பரிதாபகரமான கிசுகிசுப்பு, பசி கொண்ட வயற்காட்டுச் சுண்டெலிகளின் சலசலப்பு, வெட்டுக் கிளிகளின் ஆர்வமிக்க இரைச்சல் ஆகியவற்றைக் காது கொடுத்துக் கேட்டான்; எங்கு பார்த்தாலும் சித்திரவதைக்கு உள்ளான பூமியின் மிருதுவான பெருமூச்சைப்போல் ஏதோ ஒரு விசித்திரமான, வறண்ட முணுமுணுப்புத்தான் நிலவியது. அவன் நடந்து செல்லும்போது அவனுக்கு நெடுநாட்களாகப் பரிசயமாகிவிட்ட அந்த வார்த்தைகளே திரும்பத் திரும்ப மனத்தில் எழுந்து ஒலித்தன:

'என்மீது காதல்கொள்! என்மீது இரக்கம் காட்டு!'

அவனைச் சுற்றியுள்ள எல்லாமே இதே வார்த்தைகளை ஒரு உணர்ச்சிமிக்க, நிதானமான கிசுகிசுப்புக் குரலில் திரும்பத்திரும்ப எதிரொலிப்பதாக, அவன் கற்பனை செய்து கொண்டான்.

அவன் தன் தந்தை நடந்தது மாதிரி, குனிந்த தலையோடும், வளைந்த முதுகோடும், கைகளைப் பின்புறமாகக் கட்டிக் கோத்துக் கொண்டு, பாதங்களை இழுத்து இழுத்துப் போட்டு நடந்தான். அவன் தான் விரும்புகின்ற பெண்ணை மனத்தால் துகிலுரிந்து, அவளை அந்தப் புழுங்கிய காற்றில் அவளைத் தன் முன்னால் தூக்கி நிறுத்தி, அவளிடம் பின்வருமாறு சொன்னான்:

"என் தந்தை நல்ல மனிதர்தான்; என்றாலும் அவர் ஒரு மிருகம். நான் ஒரு மிருகம் அல்ல: உன் மூலமாக எனக்குப் பிறக்கும் குழந்தைகள் இன்னும் அதிகமாக மனிதர்களைப் போல் இருப்பார்கள். எவ்ஜெனியாக் கண்ணே! அந்த வழியில்தான், காதலின் மூலமாகத்தான் புதிய, சிறந்த மனிதர்கள் பிறக்க முடியும்!"

அவன் அவளது மார்பகங்களைப் பார்த்தான்; அவை புதிய ஜீவன்கள் உறிஞ்சிக் குடிப்பதற்கேற்ற பழுத்த பழமாகத் திரண்டிருந்தன; சிறு குழந்தையின் இதழ்களை நாடி நிற்பதுபோல், நிமிர்ந்து விறைத்து நின்ற பெலாஜியாவின் மார்பகங்களின் இளஞ் சிவப்பு நிறமான முலைக் காம்புகளை அவன் நினைவு கூர்ந்தான். இந்தச் சித்திரங்கள் கரடுமுரடான சித்திரங்களுக்கு இடம் விட்டு ஒதுங்கி மறைந்தன; அவன் தன் முஷ்டிகளை இறுகப் பிடித்துக் கொண்டு விரைவாக நடந்தான்; அவனுக்கு உடம்பெல்லாம் வியர்த்துக் கொட்டியது; பின்னர் அவன் களைத்துப் போய் நெடுமூச்சு வாங்கியவாறு, ரோட்டோரத்திலுள்ள புழுதிபடிந்த புல்லின் மீது மல்லாந்து படுத்தான்.

சில சமயங்களில் அவன் வீடு திரும்பியவுடன், பரண் வீட்டு ஜன்னலைச் சுருங்கி நெரித்த கண்களோடு ஏறிட்டுப் பார்த்து. உதடுகளைக் கடித்தவாறு, முற்றத்தில் ஒரு புலியைப் போல் மேலும் கீழும் நடந்தான். அவளை நோக்கி உரத்தும், அதிகாரத் தோரணையோடும் பின்வருமாறு கூப்பிடுவதிலிருந்து தன்னைத் தடுத்து நிறுத்துவதற்காக அவன் செய்த முயற்சிகள் தான் இவையெல்லாம்:

“வா இங்கே!”

ஆனால் ஒவ்வொரு முறையும் அவனது துணிச்சல் அவனைக் கைவிட்டது. அவன் மனமுடைந்து, களைத்துச் சோர்ந்து, அடங்கி அவிந்து போய் உள்ளே செல்வான்; படுக்கையிலே படுத்து, தனது மனக் காட்சிகளின் பயங்கரத்துக்குத் தன்னைத் தானே ஒப்புக் கொடுத்து விடுவான்.

என் தந்தையின் மனோவேகம் மட்டும் எனக்கிருந்திருந்தால், நான் இதனையெல்லாம் எப்போதோ தீர்த்துக் கட்டியிருப்பேன்! நான் பலாத்காரத்தை உபயோகித்தே தீர வேண்டும்! என்று தனக்குள் சொல்லிக் கொண்டான் அவன்.

இந்தச் சந்தர்ப்பத்தையொட்டி, முற்றத்துக்கு ஒரு புதிய வேலையாள் வந்து சேர்ந்தான். அவன் சின்னவனாக, எலும்பும் தோலுமாகக் காட்சியளித்தான்; குச்சி போன்ற கால்களும் பசலை பாய்ந்த முகமும், முகத்துக்குப் பொருந்தாத சிறிய தாடியும் கொண்டிருந்தான். அவனது கண்கள் வேடிக்கையான மாறு கண்களாக இருந்தன; அதனை மறைப்பதற்காக, அவன் தன் கண்களை ஏறச் சொருகினான்; அதனால் அவனது கண்ணிமைகள் ஒன்றைக் காட்டிலும் மற்றொன்று நீளமாக அமைந்த ஒரு பேனாக் கத்தியின் இரண்டு கத்தி முனைகளைப்போல் தோற்றின.

மார்க்கூஷாவுக்குப் பதிலாக வந்தவன் அவன்; வந்தவுடனேயே அவன் தனது அடக்கமும் கவர்ச்சியும் மிகுந்த புன்னகையாலும், சட்டென்று குத்தலாகப் பேசிவிடும் சாமர்த்தியத்தாலும் எல்லோரது கவனத்தையும் கவர்ந்து விட்டான். வேலையாட்கள் அவனை ஏளனமான குரோதத்தோடு பார்த்தார்கள். அவனைக் கவனமாகப் பரிசீலித்து முடிந்த பின், மெலிந்த, உருண்ட தோள்களும், மண்வெட்டி போன்ற முகமும் கொண்ட, வோயிவோடினிலிருந்து வந்த விவசாயியான போமா பின்வருமாறு சொன்னான்:

“இவனைப் போன்ற ஐந்துக்கள்தான் வறட்சியைக் கொண்டு வருகின்றன.”

அந்தப் புதிய முற்றக் காவலாள் ஷாகிரின் அகன்ற முதுகுக்குப் பின்னால் அடைக்கலம் புகுந்து கொண்டான்; அங்கிருந்தவாறு அவன் தனது எதிர்பாராத பதிலை உச்சமான கீச்சுக் குரலில் சொன்னான்:

“என் நல்ல மனிதா! நான் ஒன்றும் வறட்சியைக் கொண்டு வரவில்லை. கடவுக்குழிகள்தான் வறட்சியைக் கொண்டு வருகின்றன. இதனை மிகவும் படித்த அறிவாளியான ஒரு கனவான் என்னிடம் சொன்னார். பொறுப்பிலுள்ளவர்கள் கடவுக்குழிகளை வளரவிட்டு, அவற்றிலே தண்ணீரை வடிந்தோடச் செய்து விட்டார்கள்; நல்ல மனிதர்களே! எனவேதான் மிகவும் கொடுமையானதொரு வறட்சிக் காலம் நம்மை எதிர்நோக்கி நிற்கிறது.”

போமா தன் வாயைத் திறந்து, தனது கூட்டாளிகளைச் சுற்று முற்றும் பார்த்தான்.

“தம்பி, நீ நிச்சயமாக ஒரு முட்டாள்தான்; உதவாக் கரையான முட்டாள்!” என்று அவன் ஷாகிரின் தோளின் மீதாக அந்த மனிதனைப் பார்த்தவாறு சொன்னான்.

ஷாகிரைத் தவிர எல்லோரும் வாய்விட்டுச் சிரித்தார்கள். அவன் அந்தப் புதிய காவலாளியைத் தானியக்கிடங்குக்குக் கூட்டிச் சென்று, அவனிடம் பின்வருமாறு சொன்னான்:

“நீ உன் வாயைக் கட்டிக் கொண்டிரு; இல்லையெனில் அவர்கள் உன்னை அடித்து நொறுக்கி விடுவார்கள்.”

“முஷ்டிகளின்மீது எனக்கு நம்பிக்கையில்லை” என்றான் அந்தச் சின்ன மனிதன்.

‘மற்றொரு விசித்திரமான பிறவி!’ என்று தானியக் கிடங்கின் நிழலிலேயமர்ந்திருந்த மாட்வி நினைத்துக் கொண்டான்.

அந்தக் காவலாளை நியமித்தபோது, அவனது பாஸ்போர்ட்டிலிருந்து அந்த மனிதனின் பெயர் அலெக்ஸி இலிச் டிவெர்ட்சேவ் என்பதையும், அவனுக்கு வயது இருபத்தி ஏழு என்பதையும், அவன் டுப்போய் உகோல் நகரத்திலிருந்து வருகிறான் என்பதையும் அவன் தெரிந்து கொண்டான். அவன் அந்த மனிதனை இலேசாகப் பார்த்துவிட்டு, பின்வருமாறு சொன்னான்:

“நீ ஒரு கோவிலதிகாரிபோல் தோன்றுகிறாய்.”

“இருக்கலாம்” என்று பணிவோடு பதில் சொன்னான் அந்த மனிதன்: “உகோலில் உள்ளவர்கள் எவரும் எப்படித் தோற்ற வேண்டுமோ, அப்படித் தோன்றுவதில்லை. நாங்கள் எப்படி வருகிறோமோ அப்படித்தான் நீங்கள் எங்களை ஏற்றுக்கொள்ள வேண்டும்.”

அந்த மனிதனிடம் ஏதோ கபடமான, நம்பகமற்ற தன்மை இருப்பதாக மாட்வி உணர்ந்தான்; எனவே அவனோடு எவ்ஜெனியா பெட்ரோவ்னா நீண்ட, சூடான விவாதங்களை நடத்துவதையும், அவன் அவள் கூறுவதைக் கவனமாகச் கேட்டு, அவளுக்குத் திட்பமாகவும், சுருக்கமாகவும், நறுக்குத் தெறித்தாற்போல் பதிலளிப்பதையும் கண்டு அவன் வியப்படைந்தான்.

அவள் அந்த வீட்டுக்கு முதன்முதலில் குடிவந்த புதிதில் அவள் அடிக்கடி கயிற்றுத் தொழிற்சாலைக்குச் சென்று, அங்கு நடுங்கிக் கொண்டே உட்கார்ந்தவாறு. வேலையாட்களிங்கு சம்பாஷிக்க முயன்றதையும், அவர்கள் தமக்குள் ஒருவருக்கொருவர் அர்த்த புஷ்டியோடு பார்வைகள் பரிமாறிக்கொண்டும், தமது தாடிக்குள்ளாகச் சிரித்துக் கொண்டும் அவளுக்கு வெடுக்கென்று பதிலளித்ததையும் அவன் நினைவுகூர்ந்தான்; அவள் அவர்களைவிட்டுச் சென்றபின், அவர்கள் அவளைப்பற்றி மோசமான வார்த்தைகளைப் பேசிக் கொண்டார்கள்; அவர்கள் சொன்னவற்றில் குரோதபாவம் இல்லாவிட்டாலும், குரோதத்தைக் காட்டிலும் மோசமான வறட்டு அலட்சியம் தொனித்தது.

பின்னர் அவர்களது எஜமான் அவளை மிகுந்த மரியாதையோடு நடத்துவதை அவர்கள் கண்டதும், அவளைக் காணும்போதெல்லாம் அவர்கள் தமது தொப்பிகளைக் கழற்றியெடுத்து விட்டு, அவளுக்குத் தலை வணங்கி, அவள் பின்னால் பிச்சைக்காரர்கள்போல் நடந்தார்கள்: மேலும் அவளிடம் பேசும் போது, அவள் சொல்லும் யாவற்றையும் ஒப்புக்கொண்டும் பெருமூச்செறிந்தும், ஒரு பணிவுள்ள தொனியில் பேசினார்கள்.

"உங்களது வேலைக்காரர்கள் எத்தனை தாழ்த்தப்பட்ட மனிதர்களாக இருக்கிறார்கள்!" என்று அவள் ஒருமுறை அவனிடம் வருத்தத்தோடு சொன்னாள்.

மாட்வி தனக்குள் பின்வருமாறு எண்ணிக் கொண்டான்:

"அவர்களில் ஒருவனை மணந்து கொள்; அப்போது தெரியும், அவர்கள் எவ்வளவு தாழ்த்தப்பட்டவர்கள் என்று!"

சாதாரண ஜனங்களிடம் அவள் காட்டிய கவனத்தை அவன் எப்போதுமே வெறுத்து வந்தான். அவர்களைக் காட்டிலும் தனக்கு மிகவும் தேவையான ஒன்றை, தனக்கு உரிமையான ஒன்றை அவள் அவர்களுக்கு வழங்குவதாக அவன் உணர்ந்தான். மேலும் இப்போதோ அவள் அந்தக் குச்சிக் காலனான அலெக்ஸியிடம் மாலைப் பொழுதையெல்லாம் பேசிப் போக்கிக் கொண்டிருந்தாள். அவள் ஏன் அப்படிச் செய்ய வேண்டும்?

இரவுச் சாப்பாட்டுக்குப் பின்னர், வேலையெல்லாம் முடிந்து, நகரமானது ஆயிரக்கணக்கான பூச்சிகளின் ரீங்கார அழுகுரலால் நிரம்பப்பெற்ற மற்றொரு புழுக்கம் மிகுந்த இரவின் வியர்வை பிசு பிசுக்கும் தழுவலுக்கு வசப்பட்ட பின்பு, அந்த வீட்டிலுள்ள ஐந்து நபர்களும் வெளியே சென்று, வாயிற் கூடத்தின் படிக்கட்டிலோ அல்லது-பழத்தோட்டத்திலோ உட்கார்ந்து கொள்வார்கள். ஷாகிர் ஒரு சிறிய தீயை மூட்டுவான்; பின்னர் காஞ்சிரைச் செடியின் கிளை களைக் கொண்டு அதனை விசிறி, கொசுக்களை விரட்டியடிப்பதற்காக, அந்தத் தீயிலிருந்து எழும் நீல நிறமான புகைச் சுருள்களை மாட்வியும் அந்தப் பெண்ணும் அமர்ந்திருக்கும் திசை நோக்கித் திருப்பி விடுவான். அவர்கள் இருமியும் தும்மல் போட்டும் பார்த்தார்கள்; எனினும் அந்தக் கொசுக்களோ அவை பாட்டுக்கு இரைந்து கொண்டு, கொஞ்சம் கூட அஞ்சாமல் அவர்களைக் கடித்துக் கொண்டிருந்தன.

புதிதாக வந்தவனான அலெக்ஸியின் உச்சக்குரல் அந்தப் பூச்சிகளின் ரீங்காரத்தோடு கலந்து சங்கமித்தது.

"எங்கள் ஊரில் ஏராளமான தண்ணீர் இருக்கிறது; ஏனென்றால், அங்கு ஏராளமான சிற்றோடைகள் உண்டு. ஆனால் அங்கு அதிகப்படியான நிலம் இல்லை; இருப்பவையும் தரிசு நிலம் தான். எனவே பெரும்பாலான ஜனங்கள் தமது ஜீவனோபாயத்துக்கு வேறிடங்களை நாடிச்சென்று விட்டார்கள். பழங்காலத்தில் எங்களுக்காக எங்கள் தோல்களைப் போலிஷ்காரர்கள் பதப்படுத்தி வந்தார்கள்;

ஆனால் அதனால் நாங்கள் எதுவும் கற்றுக் கொள்ளவில்லை. எங்களது பெண்கள் காலுறைகள் பின்னியும், கறிக்குழம்பு வைத்தும் அவற்றை விற்ற வரைக்குமே கண்ட பலன். மாஸ்கோவிலுள்ள ஜனங்கள் எவ்வளவு கறிக்குழம்பைத்தான் சாப்பிட முடிகிறது என்பதை அறிந்தால், நீங்கள் வியப்படைவீர்கள்! விவசாயிகள் அதிகமாக உழைப்பதில்லை; ஆனால் குறைப்பட மட்டும் செய்வார்கள். அவர்கள் கடவுள் தம்மை மறந்து விட்டார் என்றும், அதிகாரிகள் தம்மைக் கவனிப்பதில்லை யென்றும், பாதிரியார் அவர்களுக்கு எதுவும் சொல்லிக் கொடுப்பதில்லையென்றும் தமது சிரமங்களைச் சொல்லிக் கொண்டே திரிவார்கள்; தாம் எதற்காகப் பிறந்தோம், டுப்போய் உகோல் போன்ற அத்துவானமான பிரதேசத்தில் வாழ்வதிலே என்ன அர்த்தம் இருக்கிறது என்பதையெல்லாம் சற்றும் தெரிந்து கொள்ளாமலும், தாம் கற்றறிய வேண்டும் என்ற அக்கறையும் சிறிதும் இல்லாமலும் அவர்கள் இப்படிக் குறைப்பட்டுக் கொள்வார்கள்."

தனது மாறுகண்ணான சிறிய கண்களை எல்லாத் திசைகளிலும் அவன் திரியவிட்டவாறு, அடக்கத்தோடு புன்னகை புரிந்தான்; கொசுக்களை அடித்தான்; அதே சமயம் அவனது வார்த்தைகள் மட்டும் ஒரு வாளியின் ஓட்டையிலிருந்து ஒழுகும் தண்ணீரைப்போல் சொட்டுச் சொட்டாக வடிந்த வண்ணமே இருந்தன.

"என்னைக் கேட்டால், மனிதர்கள் வெறுமனே உட்கார்ந்திருப்பதைக் காட்டிலும், அதிகமாக எதையும் செய்து விடவில்லை என்றே சொல்வேன். ஐம்பது வருஷகாலம் அவர்கள் உட்கார்ந்திருந்தவாறு, தமக்குத் தாமே மகிழ்வுகாண என்ன செய்யலாம் என்று எண்ணமிடுகிறார்கள்; ஐம்பத்தோராவது வயதில், அவர்களது மோவாயிலே முளைத்துள்ள நரைத்த தாடியைத் தவிர, மற்றபடி அவர்கள் மீண்டும் பிறந்த குழந்தைகளாகக் காலை உதைத்துக் கொண்டு மாண்டு மடிகிறார்கள்."

அந்தக் குழம்பிப்போன ஆகாயத்தோடு பசையிட்டு ஓட்டப் பெற்றதுபோல், சந்திரன் பழத்தோட்டத்துக்குமேல் அசைவற்றுத் தொங்கியது. நிழல்கள் குறுகியதாகவும் தடித்ததாகவும் இருந்தன; தூசி படிந்த மரத்திலைகள் உயிரற்றுக் கீழ்நோக்கித் தொங்கின; எல்லாமே பலவீன மூட்டும் அமைதியான உஷ்ணத்தில் சோர்ந்து வாடின.

எப்போதாவது கீச்சிடும் ஒரு இராக்குருவியின் சப்தம், சதுப்பு நிலத்தில் அலறுகின்ற ஒரு ஆந்தையின் சப்தம், வீடு வாசலற்ற பூனைகள் பாழடைந்து போன பப்னோவ் குடும்ப வீட்டினுள் சண்டை பிடித்துக் கொள்ளும் சப்தம் ஆகியவற்றைத் தவிர வேறு எந்த ஒலியுமே கேட்கவில்லை.

அந்தப் பெண் குனிந்த தலையோடு முகத்தை மறைத்துக் கொண்டு, அலெக்ஸி பேசுவதைக் கேட்டுக் கொண்டும், அவன் பேசும்போது ஆடியசையும் அவனது பொருத்தமற்ற தாடியையும், அவன் தனது நசுங்கிய தொப்பியை ஒரு காதிலிருந்து மறுகாதுக்குத் தள்ளி வைப்பதையும் கவனித்தவாறு அமர்ந்திருந்தாள். இடையிடையே அவள் அவனிடம் ஒரு கேள்வியைக் கேட்டுவிட்டு மீண்டும்

மௌனமானாள்; தனது கழுத்தையோ கன்னத்தையோ கையினால் இடையிடையே தட்டிக் கொள்ளவும் செய்தாள்.

இப்போதெல்லாம் இவள் பேசுவதைக் குறைத்துக் கொண்டு கேள்விகளை அதிகமாகக் கேட்கிறாள் என்று அந்த இருட்டில் அவளது கரம் ஒரு வெள்ளைப் பறவை போல் துள்ளிப் பாய்வதைக் கவனித்தவாறே, மாட்வி தனக்குள் எண்ணிக் கொண்டான்.

அவன் அங்கமர்ந்திருந்தபோது, ஒரு சோர்ந்த சிறு எண்ணம் அவனுக்குத் தோன்றியது:

ஒவ்வொருவரும் ஒவ்வொரு விதமாகவுள்ள நாங்கள் ஐந்து பேரும் இங்கு அமர்ந்திருக்கிறோம்; எனினும் எல்லோரும் இந்தப் பூமியின் மீது வீடு வாசலற்ற நாடோடிகள் போலத்தான் இருக்கிறோம்.

“அட தெய்வமே!” என்று முனகினாள் நடால்யா: “தூங்குவதென்றாலும் உஷ்ணம் அதிகம்; விழித்திருப்பதென்றாலும் உஷ்ணம் அதிகம்!”

“நீ ஏன் இத்தகைய விஷயங்களைச் சொல்கிறாய்?” என்று அந்தப் புதிய முற்றக் காவலாளை நோக்கி ஷாகிர் இதமாகக் கேட்டான்: “கடவுள் ‘உழை’ என்று சொல்கிறார்; ருஷ்யனோ உழைப்பதில் அர்த்தமில்லை, எப்படியும் சாகத்தான் போகிறாய்’ என்று சொல்கிறான். அத்தகைய விஷயங்களை ஏன் சொல்ல வேண்டும்? ருஷ்யன் கபடமானவன்; அவன் உழைப்பதை விரும்பவில்லை.”

இத்தகைய ஒரு மாலைப் பொழுதுக்குப் பின்னர் மாட்வி அந்தப் பெண்ணிடம் பொறாமையுணர்ச்சியோடு பின்வருமாறு சொன்னான்:

“நீ ஏன் அந்த அலெக்ஸியிடம் அத்தனை நட்புரிமையோடு பழகுகிறாய்?”

‘’அவன் எனக்கு ருசிகரமான நபராக இருக்கிறான்’’ என்றாள் எவ்ஜெனியா பெட்ரோவ்னா.

“மார்க்கூஷாவைப் போல், இவனும் எல்லா விஷயத்திலும் ஏளனமாகவே நடப்பதாகவே எனக்குத் தோன்றுகிறது.” பின்னர் ஒரு நிமிஷம் யோசித்து விட்டு அவன் மேலும் பின்வருமாறு சொன்னான்: “இவன் வேறொரு கோணத்திலிருந்து விஷயங்களைப்: பார்க்கிறான். அவ்வளவு தான்.”

அவள் எதையோ தேடுவதுபோல் சுற்றுமுற்றும் பார்த்தாள்.

“அந்த நாட்டுஷ்கின் – அவனை நினைவிக்கிறதா உங்களுக்கு?” என்று வாட்டமாக்க் கேட்டாள் அவள்.

“எவ்ஜெனியா பெட்ரோவ்னா” என்று அவன் மிருதுவான மன்றாடும் குரலில் பேசினான்: “ என் மீது இரக்கம் காட்டு. என்னைக் காதலி. நான் ஒரு யாசகனைப் போல் உன்னிடம் வேண்டுகிறேன். நீ கேட்கும் எதையும், ஆமாம் என்னை நம்பு, – நீ சொல்லும் எதையும் நான் செய்யத் தயாரா யிருக்கிறேன். என்னிடமுள்ள

சகலவற்றையும் எனது வேலையாட்களிடம் கொடுத்துவிட வேண்டுமென்று சொல்; அப்படியே செய்து காட்டுகிறேன்."

"நான் என்ன தீர்மானித்திருக்கிறேன் என்று உங்களுக்குத் தெரியுமா?" என்று அவள் அமைதியோடு சொல்வது அவனுக்குக் கேட்டது: "நான் போகப் போகிறேன்; அதுவும் சீக்கிரத்திலேயே. நீங்கள் எப்படி உணர்கிறீர்கள் என்பதை எல்லோருமே கண்டு கொள்ளமுடியும்; அது எனக்கு வேதனையாயிருக்கிறது. அன்றொரு நாள் போரிஸும் கூட, 'அவர் ஏன் உன்னை இப்படி சிவப்பு இந்தியனைப்போல் வெறிக்க வெறிக்கப் பார்க்கிறார்?' என்று என்னிடம் கேட்டு விட்டான்."

"அப்படியென்றால் அதுவே எனக்கு முடிவுகாலமாகி விடும்."

அவள் தன் தோள்களை உயர்த்திவிட்டு, தலையை அசைத்தவாறு சாவதானமாக நடந்து சென்று விட்டாள்.

அவள் அவ்வாறு சாவதானமாக நடந்தேகி விட்டதைக் கண்டு. அவன் ஒரு நம்பிக்கையின் வேதனையோடு பின்வருமாறு நினைத்தான்:

அவள் 'ஆம்' என்று சொல்ல அஞ்சுகிறாள்; நான் அவளை ஏமாற்றி விடுவேன் என்று, நான் அவளை மணக்க மாட்டேன் என்று பயப்படுகிறாள். பாவம்! நான் இன்னும் தைரியமாக இருக்கவேண்டும். நான் எதற்காகப் பயப்படவேண்டும்?

சில நாட்களுக்குப் பின்னர் மேல்திசையிலிருந்து ஒரு ஈரவாடைக் காற்று வீசியது; கருநீல நிறமான மேகங்கள் லையாகோவ்ஸ் கோயி சதுப்பு நிலத்துக்கு மேலாகத் திரண்டன; எரிந்து கொண்டிருந்த வானப் பரப்பில் துக்கப் பதாகைகள் போல் விரிந்து பரந்தன; நகரை நோக்கி மிதந்து வந்தன.

காடைகளும் காக்கைகளும் உரக்கக் கத்தின; அந்தக் காற்று மரச்சீவல்களையும், சணல் தும்புகளையும் வீசியடித்துக் கொண்டு வந்தன; சின்னஞ் சிறு சுழிக்காற்றில் தும்புப்பிதிர்கள் சிக்கிக்கொண்டு சுழன்றன; ஒரு கதவு துப்பாக்கி வேட்டு போல் படாரென்று மோதிக்கொண்டது; எல்லா முற்றங்களிலிருந்தும் குழந்தைகளின் கூச்சல் கேட்டது; மழைத்தண்ணீரைப் பிடிப்பதற்காகத் தொட்டிகளை எடுத்து வைக்கும் பெண்களின் கீச்சுக் குரல்களும் கேட்டன.

கன்னியாஸ்திரி மடத்து மணிக்கூண்டை அடுத்து வளர்ந்திருந்த ஒரு எலுமிச்சை மரத்தின் கிளை மணியின் மீது மோதியடித்து, அதனை குதூகலமாக ஒலிக்கச் செய்தது. வயல்வெளிகளில் மாட்டுக்காரன் தனது குழலை ஊதி, மந்தையை அழைத்துக் கொண்டிருந்தான்; ஏனெனில் அப்போதே மின்னல் வெட்டவும் இடி புரண்டு ஒலிக்கவும் தொடங்கி விட்டன.

மாட்வி வெளிவராந்தாவுக்குச் சென்று, கண்களிலே புழுதி விழுந்து விடாதவாறு அவற்றை அரைக்கண் போட்டு மூடியவாறு நின்றான்; தாகத்தால் சித்திரவதைப்பட்ட பூமியின் முணுமுணுப்பைக் காது கொடுத்துக் கேட்டான்.

அந்தப் பெண்ணோ தனது சிறிய மாணவ அறிவாளிகளுக்கு அப்போதுதான் ஒரு புதிய பாடத்தைச் சொல்லித்தர முனைந்திருந்தாள்; ஆனால் இப்போதோ அவர்களும் முற்றத்துக்கு ஓடிவந்து விட்டார்கள்; ஓடிவந்து அங்குச் சுற்றிச் சுழலும் மரச்சீவல்களோடும், உதிர்ந்த இலைகளோடும் தாமும் சுற்றிச் சுழன்றார்கள். பறவைத்தூவிபோல் வெள்ளையாகவும் பூரிப்பாகவும் இருந்த லையூபா தனது பாவாடையை முழங் கால்களுக்கிடையில் இருக்கிக்கொண்டு, போரிஸும், கொழுத்தவனான வான்யா கிர்யாபோவும் காட்டுமிராண்டிகள் போல் ஆட்டம் போடுவதைக் கண்டு களித்தவாறு, கைகளைக் குதூகலத்தோடு தட்டினாள். அவர்கள் ஒருவர் கரத்தை ஒருவர் பற்றிப் பிடித்துக்கொண்டு, தரையைத் தம்மால் முடிந்த மட்டுக்கும் பலமாக உதைத்துக்கொண்டு, முகமெல்லாம் சிவந்து சுன்றிப்போகும் வரையிலும் சத்தமிட்டார்கள்:

வானத்தை நீர் திறந்து விட்டு,
தானியத்தில் நீர் பொழிந்து
வயல்வெளிக்கும் சமவெளிக்கும்
மழையனுப்பும் கடவுளே;

“அப்படிப் பாடக்கூடாது!” என்று கத்தினாள் லையூபா.

ஆனால் அவர்களோ புழுதிப் படலத்துக்கு மத்தியில் சுற்றிச் சுழன்றாடியவாறு மேலும் உரக்கத் தான் கத்தினார்கள்:

கன்னிமரித் தாய் எமக்கு
இந்நிலத்தில் இத்தினத்தில்
மழையனுப்பு! பயிர்களெல்லாம்
தழைத்து வாழ மழையனுப்பு!

“பாருங்கள், என் மகனும்கூட ஒரு ‘அஞ்ஞானி’ யாக மாறிவிட்டான்” என்று தனக்குப் பின்னாலிருந்து யாரோ சொல்லும் குரலை மாட்வி கேட்டான். அவன் திரும்பிப் பார்த்து அந்தப் பெண்ணைப் பசி மிகுந்த கண்களால் உண்டு தீர்த்தான்.

அவள் காலரில்லாத, விரிந்த மோர்டேவியன் வெள்ளைச் சட்டையை அணிந்திருந்தாள். அந்த அழகிய லினன் துணி மிருதுவான மடிப்புகளாக மடிந்து, அவளது தோள்கள், மார்பகங்கள் ஆகியவற்றின் கவர்ச்சிகரமான வளைவுகளுக்கு அழுத்தம் கொடுத்தது.

கதகதப்பான மழையின் நீர்த்துளிகள் அங்கொன்றும் இங்கொன்றுமாகக் கூரையின்மீது ஓசையெழுப்பி விழுந்தன; அவை முற்றத்தின் கொதிப்புற்ற பூமியின்மீது பாய்ந்து விழுந்து துள்ளியெழுந்தன; அவற்றுக்குப் பின்னால் துள்ளியெழுந்த தூசிப்படலம் அவற்றை விழுங்கித் தீர்த்தன. முற்றத்துக்கு மேல் மேகங்கள் நெருங்கித் திரண்டபோது, அங்கு இருள் சூழ்ந்தது. மின்னல் வெட்டியது; எல்லாமே நடுங்கின; பப்னோவ் வீட்டின் இடிபாடுகள் துள்ளியெழுந்து செவிடுபடும் ஓசையுடன் படாரென்று விழுந்தன; குழந்தைகள் கீச்சிட்டு அலறிக்கொண்டு,

தானியக் கிடங்கை நோக்கி ஓடினார்கள்; மறுகணத்தில் வானத்திலிருந்து ஒரு நதியே கொட்டிக் கவிழ்ந்தது போன்று மழையின் பேரொலி முழங்கிப்பொழியத் தொடங்கி விட்டது.

புழுதிப்படலம் மேகம்போல் திரண்டெழுந்தது; எனினும் அது முறியடிக்கப்பட்டு, அழித்தொழிக்கப்பட்டு; மஞ்சள் நிறமான நீர்த்தாரைகள் முற்றத்தில் நெளிந்து வளைந்து ஓடத்தொடங்கின; பளபளப்பான நீரொழுக்குகள் கூரைகளிலிருந்து வழிந்திறங்கின. அந்தப் பெரு மழை மேலும் அதிகரித்தபோது, பளபளக்கும் நீர்ச்சுவரைத் தவிர வேறு எதுவுமே கண்ணில் தென்படவில்லை.

“எவ்வளவு நன்றாயிருக்கிறது! எத்தனை அற்புதம்!” என்று அந்தக் குதூகலமான முழக்கத்துக்கும் கலகலப்புக்குமிடையில் அவள் சொல்லியதை மாட்வி கேட்டான்.

அவனது காதுகளில் ஒரு ரீங்காரம் ஒலிப்பதையும், நெஞ்சில் இதமான கதகதப்பின் அலைகள் எழும்புவதையும் அவன் உணர்ந்தான்.

“ஒரே குளிராகவும் ஈரமாகவும் இருக்கிறது” என்று சுற்றுமுற்றும் பாராமலே சொன்னான் அவன்: “ நாம் உள்ளே போவது நல்லது”

“பழத் தோட்டத்தில் என்ன நடந்துகொண்டிருக்கும் என்பதைச் சற்றே எண்ணிப் பாருங்கள்!” என்று வியந்தாள் அவள்.

இவள் போக மாட்டாள் என்று தனக்குத் தானே சொல்லிக் கொண்டான் அவன்.

பின்னர் திடீரென்று அவள் உள்ளே போய் விட்டதை அவன் கண்டுணர்ந்தான்.

ஒரு குருடனைப்போல் தள்ளாடித் தடுமாடி நடந்தவாறே அவன் பெலாஜியாவின் அறைக்குள் சென்றான். அங்கு எவ்ஜெனியா தனது கைகளைத் தலைக்குப் பின்னால் சேர்த்துக் கோத்தவாறு, பழத்தோட்டத்தைப் பார்த்த வண்ணம் நின்று கொண்டிருந்தாள். அவன் ஓசையின்றிக் கதவைத் தாளிட்டு விட்டு, அவளருகே சென்று, அவளைத் தன் கரங்களால் வளைத்து அணைத்தான்.

“எவ்ஜெனியாக் கண்ணே!” என்று அவன் கிசுகிசுத்தான்: “வேண்டுமென்றால் என்னைப் பின்னால் கொன்று தள்ளி விடு. அதனால் பரவாயில்லை......”

அந்தப் பெண்ணின் உடம்பு அவனது கைகளைச் சுட்டது. அவன் தன் பிடியை மேலும் இறுக்கினான்; அவள் பாதி திரும்பினாள்; அவன் அவளது கனிவான கண்களையும் விரிந்த இதழ்களையும் பார்த்தான்; அத்துடன் அவள் பின்வருமாறு மிருதுவாக முணுமுணுப்பதையும் அவன் கேட்டான்:

“வேண்டாம், அன்பே, நீங்கள் இவ்வாறு செய்யக் கூடாது.”

அவன் ஒரு குழந்தையைத் தூக்குவதுபோல் அவளைத் தன் கரங்களில் லகுவாகத் தூக்கியெடுத்து, அவளைத் தன் இருதயத்தோடு சேர்த்து அணைத்தான்;

அவள் தன் மார்பகத்தை அவன் பக்கமாக லாகவத்தோடு திருப்பினாள்; ஒரே ஒரு கணப் பொழுதுக்குத் தனது ஈரம் படிந்த இதழ்களை அவனது வறண்ட உதடுகளோடு இணை சேர்த்தாள். அவன் ஒரு சிவந்த ஒளி மூட்டத்தினூடே அவளோடு தள்ளாடினான்; ஆனால் திடீரென்று அவள் திமிறி விடுபடத் தொடங்கியவாறே பின்வருமாறு கத்தினாள்:

"என்னைக் கீழே விடுங்கள்!"

அவள் அவன் கையிலிருந்து ஒரு மீனைப்போல் நழுவி விலகி, கதவை நோக்கி ஓடினாள்; ஒரு கையினால் நாதாங்கியைத் திறந்து கொண்டும், மறு கையினால் தனது ரவிக்கையைச் சரி செய்து கொண்டும், அவனிடமுள்ள பலத்தையெல்லாம் உறிஞ்சித் தீர்க்கும் விதத்தில் பின்வருமாறு சொல்லி முடித்தாள்:

"நான் உங்களை ஏமாற்ற முடியாது– என்னை எனக்கு, மிக நன்றாகத் தெரியும். இந்தக் காரியம் நடந்து விட்டால் நான் என்னையே வெறுப்பேன்; உங்களையும் பகைப்பேன்.

இது ஒன்றும் இலேசாகக் கருதக் கூடிய விஷயமல்ல. என்மீது தான் குற்றமென்றால் என்னை மன்னித்து விடுங்கள்."

அவன் ஒரே ஒரு விஷயத்தைப் பற்றிய உணர்வோடு நாற்காலியில் பொத்தென்று அமர்ந்தான்; ஆம். அவள் போய்க் கொண்டிருந்தாள். அவள் அவனது கரங்களிலிருந்து நழுவியபோது, அவள் அவனிடமிருந்து தனது உடம்பை மட்டும் பறித்துக் கொண்டு போய் விடவில்லை; அவனது சொந்தத் துணிச்சலையும் பலத்தையும்கூடப் பறித்தெடுத்துப் போய் விட்டாள். எல்லாமே நடந்து முடிந்துவிட்டது என்பதை அவன் அந்தக் கணமே உணர்ந்தான்: இனி என்றும் அவன் அவளை அடையப் போவதில்லை. அவன் நாற்காலியை முன்னும் பின்னும் ஆட்டியவாறு, தலையைக் கைகளால் பிடித்த வண்ணம் அமர்ந்திருந்தான்; அதே சமயம் அவளது கன்றிச் சிவந்த உணர்ச்சி வேகம் கொண்ட முகத்தையும், பளபளக்கும் கண்களையும் பார்த்தான்; அவள் உருகிக் கரைவதாக அவன் கற்பனை செய்து கொண்டான். அவள் அவனது இதயத்தை ஒரு கோப்பையைப்போல் ஏந்தியெடுத்து, அவமானம், வேட்கை ஆகியவற்றின் அடிமண்டியைத் தவிர அதிலிருந்து மற்றெல்லாவற்றையும் குடித்துத் தீர்த்துவிட்டாள்.

''போய் விடு'' என்று தனது கையை நிராதரவாக வீசியவாறே சொன்னான் அவன்.

அவள் போய் விட்டாள். கதவின் கொக்கி இலேசாகக் கிளிக்கிட்டவாறு முன்னும் பின்னும் ஆடியது. தரையின் மீது இரண்டு கொண்டை ஊசிகளும், பந்தாகச் சுருண்டிருந்த ஒரு சிறிய வெள்ளைக் கைக்குட்டையும் கிடந்தன.

அவற்றை யாரேனும் பார்க்க நேர்ந்தாலும், என்றுமே நேராத ஏதோ ஒன்றை அவர்கள் கற்பனை செய்து கொள்வார்கள் என்று அவன் நினைத்தான்.

அந்தக் கொண்டை ஊசிகளைப் பொறுக்கி, அவற்றை மேஜை மீது சுண்டி விட்டெறிந்தான்; அந்தக் கைக்குட்டையைக் காலால் மிதித்து மூடி மறைத்தவாறு, அந்தக் கணத்திலேயே அதனை மறக்கவும் செய்தான்.

மழை ஓய்ந்துவிட்டது. பழத் தோட்டத்தின் பூமிப் பரப்பின் மீது பொன்னிறமான சூரிய ஒளித் திட்டுக்கள் தென்பட்டன; புதிதாகக் குளிப்பாட்டப் பெற்ற மரங்கள் தமது கிளைகளை அலைத்து உலுப்பின; பாதரசம் போன்று பளபளப்பும் உயிர்த் துடிப்பும் மிகுந்த மழைத் துளிகள் இலை களிலிருந்து உருண்டோடி வழிந்தன; கதகதப்பான ஆகாயம் ஆவியுமிழும் இலைச் செறிவின் மணத்தால் நனைந்து கமழ்ந்தது.

முற்றத்திலிருந்து களிப்பான குரல்கள் கேட்டன.

"ஆலங்கட்டி மழை விழுமென்று எண்ணினேன்" என்றாள் நடால்யா.

குழந்தைகள், சிரித்தார்கள். ஷாகிரும் தனக்கே உரிய உவகையற்ற, விம்மலையொத்த முறையில் சிரித்தான்; அலெக்ஸி பின்வருமாறு கூறியதும் கேட்டது:

"இந்தா, மூக்கால் முகர்ந்து பார்த்து விட்டுப் போங்கள் என்று கொடுக்க வந்தவன் குரோத புத்தியோடு பிச்சையை நம்முன் தூக்கியெறிவதுபோல் வந்திருக்கிறது இது!"

தனது கூடான மார்பில் அந்த வார்த்தைகள் மோதியொலிப்பதைக் கேட்டவாறே அமர்ந்திருந்த மாட்வி பின்வருமாறு தனக்குள் நினைத்தான்:

அவள் எனக்குப் பிச்சை போட மறுத்து விட்டாள்.

திடீரென்று அவன் கோபம் கொள்ளும் அளவுக்கு அவமானத்தை உணர்ந்தான்; அவனுக்குத் தன் தலைமயிரைப் பற்றிப் பிடித்துக்கொண்டு, ஜன்னலின் வழியே வெளியே தாண்டிக் குதித்து, சேற்றிலே பன்றியைப்போல் படுத்துப் புரள வேண்டும் அல்லது தனது உச்சக் குரலில் கூச்சலிட்டு, வசைமாரி பொழிய வேண்டும் என்று ஒரு உத்வேக உணர்ச்சி தோன்றியது.

சிட்டுக் குருவிகள் சளசளவென்று கீச்சிட்டன; ஒரு ரோவான் மரத்திலிருந்து ஒரு குருவி எட்டிப் பார்த்தது; காக்கைகள் தமது ஆமோதிப்பைக் கரைந்து தெரி வித்தன. லையூபா பின்வருமாறு கத்தினாள்;

"ஐயையோ! நீ மூழ்கிப் போவாய்!"

"நிறுத்து, போரிஸ்!" என்று எவ்ஜெனியாவின் கூரிய ஆணைச் சொல் பிறந்தது.

"எப்படியானாலும் அவன் ஏற்கெனவே நன்கு நனைந்து போய் விட்டான்" என்று மழலை மொழியில் சொன்னான் வான்யா.

தனது கன்னங்களின் மீது கண்ணீர் மெதுவாக உருண் டோடி வழிவதை மாட்வி உணர்ந்தான். அதில் ஒரு துளி அவனது வாய்க்குள் புகுந்தது; அதன் குளிர்ந்த உப்புக் கரிப்பானது ஒரு ஓநாயைப்போல் கத்த வேண்டும் என்ற விருப் பத்தை அவனில் எழுப்பியது.

அவள் போய்விடுவாள் என்று நினைத்தான் அவன்.

மறுநாளோ அதற்குப் பின்னர் எந்த நாளிலோ அவன் அவளைப் பார்ப்பதென்பது சகிக்க முடியாத வேதனைதான் என்பது அவனுக்கே சர்வ நிச்சயமாகத் தெரிந்தது; தனது புண்பட்ட ஆண்மைக் கௌரவத்தை அவனால் எவ்வாறு மறந்திருக்க முடியும்? அல்லது அவனுள் எழுந்து பொங்கும் கோபத்தைத்தான் எப்படி அடக்கியொடுக்க முடியும்?

நானும் போய் விடுவேன்; நானே வருந்தும் அளவுக்கு அவளிடம் ஏதாவது சொல்லி விடுவேன்.

கதவு பதனமாகத் திறக்கப்பட்டது. மாட்வி தன் முகத்தைச் சட்டென்று துடைத்துக் கொண்டு திரும்பிப் பார்த்தான். வந்தது ஷாகிர்.

“தேநீருக்கு நேரமாகி விட்டது.”

“எனக்கு எதுவும் வேண்டாம். குதிரைக்குச் சேணம் பூட்டுமாறு அலெக்ஸியிடம் சொல். அநேகமாக நான் இன்றிரவை பாலிமெரியில் கழிக்கக் கூடும்.”

அந்தத் தாத்தாரியன் போய் மறைந்தான்; அவன் வருத்தத்தோடு பின்வருமாறு கூறியதை மாட்வி கேட்டான்:

“அவர் பாலிமெரிக்குப் போகிறாராம்.”

மீண்டும் கதவு திறக்கப்பட்டது; நம்பிக்கை அவனுள்ளே துள்ளியெழுந்தது. அவன் தன் தலையைத் தொங்க விட்டான்; அவன் காதில் ஒரு அமைதியான, சாந்தமான குரல் பின்வருமாறு ஒலித்தது:

“மாட்வி ஸாவ்லிவிச். நாம் இதனையெல்லாம், இந்த இருண்ட விஷயத்தையெல்லாம் மறந்து விடுவோம். நாம் நட்புரிமையோடு பேசுவோம்.”

“ஆ, எவ்ஜெனியா பெட்ரோவ்னா” என்று அவளை நிமிர்ந்து பாராமலே சொன்னான் அவன்; “என் வாழ்நாள் முழுவதுமே நீ என்மீது ஒரு மாய மந்திரத்தைப் போட்டு விட்டாய். நான் வெட்கப்படுகிறேன். தயவுசெய்து போய்..”

அவள்மீது தாவிப் பாய்ந்து அவளைப் பற்றிப் பிடித்து, அவள் வேதனை தாங்கமாட்டாமல் வாய்விட்டுக் கத்துகின்ற வரையிலும் அவளைத் திருகி வளைக்கவேண்டும் என்ற ஒரு பயங்கரமான வேட்கையோடு அவன் போராடிக் கொண்டிருந்தான்.

“உங்களுக்குத் தெரியவில்லையா?... என்னால் முடியாது. ஏனென்றால்.. ஏனென்றால்–”

“போய்விடு” என்று அவன் மந்தக் குரலில் மேலும் வலியுறுத்தினான்.

அவளும் மறுசப்தமின்றி வெளியே சென்றாள்.

அரைமணி நேரத்துக்குப் பின்னர் அவன் பிரம்பாலான ஒரு சிறிய ரேக்ளா வண்டியில் அமர்ந்தவாறு, தனது குதிரையை மூர்க்கமாக விரட்டி யோட்டிக் கொண்டிருந்தான். தெறித்துப் பறந்து வந்த சேறு அவனது முகத்திலும் மார்பிலும் மோதியடித்தது; வறண்டுபோன பூமிப் பரப்பால் இன்னும் உறிஞ்சித் தீர்க்கப்படாத நீர்க் குட்டைகளின்மீது கால் தெறிக்க ஓடிய அந்தப் பளபளப்பான குதிரை கனைத்தது.

தனது பற்களை இறுகக் கடித்தவாறு மாட்வி பின்னால் திரும்பிப் பார்த்தான். தெளிந்த பிரகாசமான வானத்தில் சூரியன் தாழ்ந்து இறங்கியிருந்தது; வீட்டு ஜன்னல்களின்மீது நெருப்பைப் பொழிந்த அதன் கிரணங்கள் அவன்மீது கதகதப்பாக மூச்செறிந்தன.

அவன் தன் சட்டைக் காலரைத் திறந்து விட்டுக் கொண்டு, தலையைப் பின்னால் சாய்த்தான்; பறந்துவரும் சேற்றிலிருந்து பாதுகாப்பதற்காகத் தனது கண்களை அரைக் கண் போட்டு மூடிக்கொண்டான். அவன் கனவேகத்தில் முன்னால் செல்லும் அதே நேரத்தில் அவனுக்கருகில் துன்பந்தரும் எண்ணங்களும் பாய்ந்தோடி வந்தன.

நான் எந்தவொரு பெண்ணையும் கைநீட்டி அடித்ததில்லை – மேலும் அந்தத் துன்யாஷாவும் ஷாஷ்காவும் – அவர்களெல்லாம் என்ன பெண்கள்? – அவர்களோடு அவளை ஒப்பிட முடியுமா என்ன? இருந்த போதிலும், நான் அவளைத் துன்புறுத்த விரும்புகிறேன். ஆ! என் அன்பே! என் கண்ணே! நீ என் இதயத்தைப் மின்னலைப்போல் தாக்கிவிட்டாய்! நான் மட்டும் உன்னை அடிக்க நேர்ந்தால்! பிறகு நான் உன் காலடியிலே புரண்டுழன்று, உன் கண்ணீரையள்ளிக் குடிப்பேன்! இப்போதோ நான் மோக்கி சாப்புனோவின் வீடு நோக்கிச் சென்று கொண்டிருக்கிறேன். மோக்கி – அவன் ஒரு மோசமான நபர்தான் – தனது சொந்த மருமகளையே திருடிக்கொண்ட பேர்வழி அவன். நான் என்னையே, என் ஆத்மாவையும் உடலையுமே, சுட்டெரித்துக் கொள்கிறேன்! ஏன் கூடாது? சாத்தானைத் தவிர என்னைப் பற்றிக் கவலை கொள்பவர்கள் யார் இருக்கிறார்கள்?

இந்த எண்ணங்கள் மேலும் கீழும் எல்லாத் திசைகளிலிருந்தும் வந்து ஈக்களைப் போல் மொய்த்து அவனை அழுத்தின; பின்னர் அவனது இதயத்தின்மீது பெருத்த பாரமாய்க் கிடக்கும் சுமையின்மீது எந்தவொரு சிறிய தடத்தையும் விட்டுச் செல்லாமல், அவனது இறுக மூடிய கண்களிலிருந்து கண்ணீரை மட்டும் பிதுக்கித் தள்ளிவிட்டு மறைந்து விட்டன.

முப்பது வயதுக்கு மேலாகிறது; இன்னும் நான் ஒரு முட்டாள்தான்! என்று அவன் தனக்குத்தானே கண்டனத்தோடு கூறிக் கொண்டான்; அப்போது அவனது

கண்முன்னால் தூரத்தில் கிராமத்தின் தெரு மேலெழுந்து தோன்றியது; அத்துடன் தெத்துக் குத்தான அழுகிய பற்கள் நிறைந்த கொட்டாவி விடும் அகன்ற வாயைப் போல் அந்தத் தெரு விரைவாகவும், பசி வேகத்தோடும் அவன்மீது பாய்ந்து வந்தது.

அவன் மோக்கியின் பெரிய குடிசையின் முன்னால் குதிரையை இழுத்துப் பிடித்து நிறுத்தினான்; குடிசைக்கு வெளியே அமர்ந்திருந்த மோக்கி முட்டையைப்போல் வழுக்கை விழுந்திருந்த தனது தலையை அசைத்து அவனை வரவேற்றான்:

"சௌக்கியமா?"

"என் குதிரையைப் பார்த்துக்கொள்" என்று கீழே சேற்றில் குதித்தவாறு சொன்னான் மாட்வி: "நான் உல்லாசமாகப் பொழுதைக் கழிக்க வந்துள்ளேன்."

அந்த வளைந்த கால்களும் வெற்றுப் பாதங்களும் கொண்ட விவசாயி தன் முகத்தைச் சுருக்கி நெளித்தான்; இடுப்பில் கட்டிய இடைவாருக்குமேல் புடைத்துப் போயிருந்த தொந்தியைச் சொறிந்து கொடுத்தான்; பின்னர் அதிகார தோரணை மிகுந்த கனத்த குரலில் பின்வருமாறு கூப்பிட்டான்:

"அன்னா! லையூபா! கதவைத்திற!"

பின்னர் அவன் தனது வெளிறிய, சூன்யமான கண்களை நெரித்தவாறு, கூடார்த்தமாகப் பின்வருமாறு சொன்னான்:

"மழைக்குப் பின்னால் கொஞ்சம் குஷியாக இருக்க வேண்டுமென்று தோன்றி விட்டதாக்கும்? சரிதானே. பூமியின் தாகம் தீர்ந்தது; மனிதனுக்குத் தீர வேண்டுமல்லவா?"

மாட்வி நகரிருக்கும் திசையைத் திரும்பிப் பார்த்தான். வயல் வெளிகளின்மீது ஒரு செக்கரொளி மூட்டம் கவிந்திருந்தது; அதன் வழியாகப் பொன்னிறம் பெற்ற சிவந்த ஒளித் திட்டுக்களைக் காணமுடிந்தது; அவை ஏதோ ஒரு தாராளமான கரத்தால் தூவிச் சிதறப்பட்ட துணித் துண்டுகள் போல் காட்சி தந்தன. தூராதொலைக் குன்றுகளுக்குப் பின்னால் சூரியன் இறங்கி விட்டது; நகரம் கண்ணுக்குப் புலப்படவில்லை. தலைக்குமேல் வானமண்டலத்தில் அஸ்தமன காலத்தின் தழல்போன்ற கதிர்வீச்சுக்கள் நீண்டு தோற்றின; நெருப்புக் கடலிலே ஏதோ ஒரு பிரம்மாண்டமான ராக்ஷஸ மீன் நீந்திச் செல்வதுபோல் ஒரே ஒரு கரிய மேகத்திரள் மிதந்து சென்றது.

"மியம்லின் காட்டில் தீப்பற்றிக் கொண்டது. மூன்று நாட்களாக அது பற்றியெரிந்து கொண்டிருக்கிறது. அது இன்னும் அணையவில்லையா?"

"எனக்கெப்படித் தெரியும்?" என்று கடுப்போடு சொன்னான் மாட்வி.

தண்ணீர் தேங்கிநின்ற வண்டித் தடங்கள் ஒகுரோவுக்குத் திரும்பிச் செல்லும் வழியைச் சுட்டிக் காட்டியவாறு, பட்டு ரிப்பன்களைப்போல் பளபளத்தன.

மாட்வியின் கண்கள் அவற்றைத் தொடர்ந்து சென்று நோக்கியபோது, அந்தச் சிவந்த வானத்தின் பகைப்புலத்தில் ஒரு குதிரைக்காரனின் (ஷாகிர் அல்லது அலெக்ஸியின்) கரிய நிழல் வடிவத் தோற்றும் என்றும், அந்தக் குதிரைக்காரன் தனது முழங்கைகள் விலாவெலும்புகளோடு முட்டி மோதியவாறு பாய்ந்தோடி வருவான் என்றும், தூரத்தில் வரும்போதே அவனை நோக்கிப் பின்வருமாறு குரல் கொடுத்துக் கத்துவான் என்றும் அவன் அந்தரங்கமாகக் காத்திருந்தான்:

"எவ்ஜெனியா பெட்ரோவ்னா உங்களை அழைத்து வரச் சொன்னாள்!"

காக்கைகள் வயல்வெளிகளின்மீது தாழப் பறந்தன; எப் போதாவது ஒரு பறவை நீர்த் தேக்கத்தின் மீதாகப் பறந்து செல்லும்போது அது இரண்டு பறவையாகத் தெரிந்தது. கனத்த புருவங்களும் முகத்திலே சோகமான பாவமும் கொண்ட ஒரு நெடிய பெண் வெளியே வந்து, மாட்வியை வணங்கினாள்.

"சாவிக்கொத்தைக் கொடுங்கள்" என்று அவள் மோக்கியிடம் சொன்னாள்.

"இவள்தான் எனக்குத் தேவை – அன்னா!" என்று அந்தப் பெண் போனவுடனேயே மொட்டையாகத் தெரிவித்தான் மாட்வி.

அந்த விவசாயி தனது இடைவாரைத் திரும்பவும் கட்டியவாறு, முகத்தைக் கோணினான்.

"இவளா? அன்னாவா?" என்று கேட்டான் அவன்.

"ஆமாம், அவளைத் தான்."

"அவளை அடைய முடியாது" என்று கிளுகிளுத்தான் அவன்; "ஏனென்று உங்களுக்கே தெரியும்."

"ஏனாம்?"

"அவள் என் மகனின் மனைவியென்று கருதப்படுபவள்; என் மருமகள். அது உங்களுக்குத் தெரியும்."

மாட்வி சண்டை பிடிக்கவும் கூச்சல் போடவும் கூடிய ஒரு மனோநிலையில் இருந்தான்.

"நீ ஒரு வேசிமகன், மோக்கி! உன் மகன் எங்கே இருக்கிறான்?"

"எங்கே இருக்க வேண்டுமோ, அங்கே. அவன் ஒரு திருடன்."

"அவனொன்றும் உன் பணத்தைத் திருடவில்லை. அது உனக்கே தெரியும்! அவனது மனைவியை அபகரித்துக் கொள்வதற்காக, அவனை நீ வசமாக மாட்டிவிட்டு விட்டாய்! அதனை மறுக்காதே!"

அந்த விவசாயி கொட்டாவி விட்டான்; வாய்க்கு முன்னால் சிலுவைக் குறி கீறினான்; பின்னர் சுமுகமாகப் பின்வருமாறு பதிலளித்தான்:

“அத்தகைய ஒரு விஷயத்தை யாராலும் நிரூபிக்க முடியாது. எல்லாம் ஒரே புளுகு மூட்டை! அவற்றை நம்பாதீர்கள். சட்டம் என்றால் சட்டம்தான், சட்டத்தின் பிரகாரம் என் மகன் வாஸ்யா சிறையில் இருக்க நேர்ந்து விட்டது. நீங்களும் நானும் நமது இஷ்டம்போல் நடக்கவும் சுதந்திரம் கிட்டிவிட்டது. சரி, உள்ளே போவோம்.”

மாட்வியின் சண்டை பிடிக்கும் மனோநிலை தீர்ந்து போய் விட்டது. சண்டை பிடிப்பதற்கேற்ற ஆள் யாருமில்லை. மேலும் அவன் மீண்டும் ரோட்டையே வெறித்துப் பார்க்கவும் அக்கறை கொள்ளவில்லை. அஸ்தமன வேளை மங்கி விட்டது; பளப்பளப்பான துணித் துண்டுகளும் கூட்டப் பெற்று விட்டன; அந்தப் பட்டு ரிப்பன் போன்ற தடங்களும் அவ்வாறே. நீர்த்தேக்கங்கள் மட்டும் இப்போது கருநீலமாகக் காட்சி தந்தன.

குடிசைக்குள் அவர்கள் முன் லையூபா எதிர்ப்பட்டாள்; ராணுவத்தில் வேலை பார்த்து வரும் மோக்கியின் மருமகனின் மனைவி அவள். அவள் ஈரம் படிந்த கண்களும் நெற்றியின்மீது ஒரு பெரிய வடுவும் கொண்ட, மெலிந்த சின்னஞ்சிறிய பெண்ணாக இருந்தாள். அவள் இடை வரையிலும் குனிந்து வணங்கியவாறே பின்வருமாறு சொன்னாள்:

“மாட்வி ஸாவ்லிவிச் ஐயா! உங்களுக்கு நன்னாள்!”

பெரும்பாலான விவசாயக் குடிசைகளைக் காட்டிலும் பெரிதாகவும் சுத்தமாகவும் இருந்த அந்த குடிசைக்கு அவன் வருகை புரிந்து வெகு காலமாகி விட்டது; என்ற போதிலும் கூட, அந்தக் குடிசையிலிருந்த ஐந்து தேவதா வடிவங்களைக் கொண்ட மாட மூலை, கூம்பிய பிரேம் கொண்ட நிலைக் கண்ணாடி, அசைவற்றுத் தொங்கும் பெண்டுலத்துடன் கூடிய சுவர்க்கடிகாரம், சங்கிலிகளில் ஒன்றில் கனப்பொருளாக கட்டித் தொங்க விட்டிருந்த குதிரை லாடம். தாழ்ந்தகன்ற படுக்கை அறைகள் ஆகிய எல்லாவற்றையுமே நேற்றுத்தான் பார்த்து விட்டுச் சென்றது போல் அவன் உணர்ந்தான்.

லையூபா ஒரு தட்டில் உணவும் வோட்காவும் கொண்டு வந்தாள். அவன் மூன்று தம்ளர் வோட்காவைக் குடித்துத் தீர்த்தான்; அது மறுகணமே அவனது தலைக்கு ஏறி அவனைப் போதை கொள்ளச் செய்தது அவன் மது அருந்துவதை அனுபவித்து ரசிக்கவில்லை; அவன் வோட்காவின் ருசியையும், அதைப்போல் அது அவனில் கிளப்பி விட்ட போதையையுமே வெறுத்தான். அது அவனது பலத்தை உறிஞ்சித் தீர்த்தது; அவனது அறிவையெல்லாம் அவனிடமிருந்து முற்றும் பறித்து விடாமல், அவற்றை மழுக்க மட்டுமே செய்தது, அதனால் அவனுக்கு எல்லாவற்றையும் மங்கலாகவும் தெளிவற்றும்தான். தெரிந்து கொள்ள முடிந்தது.

மூன்று நாட்களாக, அவன் ஒரு கிராமத்து விபசார வாழ்க்கைச் சேற்றில் உவகையில்லாமலும், இதயமில்லாமலும் உழன்று புரண்டான். சில சமயங்களில் அவன் குடிகாரக் கண்ணீரைப் பொழிந்தான்; வக்கரித்த தோற்றமாகத் தோன்றும் லையூபாவின் முகத்தை நோக்கி அழுது ஓலமிட்டான்:

"லையூபா! அவளை மாதிரி காட்சியளிக்க முயற்சி செய்யேன். ஒரே ஒரு முறை மட்டும் – ஒரே ஒரு கணம் மட்டும் முயற்சி செய்ய மாட்டாயா? நான் என்னிடமுள்ள சர்வத்தையும் உனக்குத் தந்து விடுவேன்! உன்னால் முடியாது; உன்னால் முடியாதா? உன்னைத்தான் ஏ, விபசாரி!

மோக்கியும் கத்தினான்; கத்திக் கூச்சலிட்டான்:

"நீங்கள் மாட்வி; நான் மோக்கி, நமக்குள்ளே அவ்வளவு தான் வித்தியாசம். தெரிந்ததா? கடவுள் முன்னிலையில் நாம் எல்லோருமே மனிதர்கள். உங்களுக்கும் எனக்கும் எல்லா நாய்களும் நாய்கள் தான். நாமெல்லாம் கடவுளுக்கு மனிதர்கள், அவ்வளவுதான். வேறு வி–த்–தி–யாசமே இல்லை. தெரிகிறதா?"

"இது பொய்!" என்று தனது முஷ்டியால் மார்பில் அறைந்துக் கொண்டு கத்தினான் மாட்வி: "அவள் வேறுபட்ட பிறவி. அவளைப் போன்ற நல்லவர்கள் யாருமே இல்லை – யாருமே இல்லை!"

மோக்கி அவனது கன்னத்தின்மீது முத்தமிட்டான்.

"அப்படி வாருங்கள்! நாமெல்லோரும் வெறுமனே மனிதப் பிறவிகள் தான். உண்மை எங்கே இருக்கிறது? ஒரு வேளை நான் தான் உண்மையோ?" நான் ஒன்றுக்கும் உதவாதவன்; நான் ஒரு அயோக்கியன்; ஒரு போக்கிரி – அது தான் உண்மை; கடவுளின் சொந்த உண்மை! "அவன் தன் முன் சிலுவை கீறிக் கொண்டான்: "இரக்கமுள்ள கடவுளே! எங்களை எப்படிச் சகித்துக் கொண்டு இருக்கிறீர்?"

மாட்வி பெரிய வாயுடன் நுரைத் தள்ளிக் கொண்டிருந்த லையூபாவின் முன்னால் முழங்காலிட்டு வீழ்ந்தான்:

"நான் ஒரு குறிப்பிட்ட பெண்ணைச் சந்தித்தேன்; அவள் ஒருத்திதான் இத்தகைய வாழ்க்கையிலிருந்து என்னை மீட்டுக் காப்பாற்றியிருக்க முடியும். இப்போதோ எல்லாம் முடிந்து விட்டது" என்றான் அவன்: "குதிரை மீது யாருமே வரக்காணோம். அவள் யாரையுமே அனுப்பவில்லை. அவள் எனக்காகப் புதிய நகரங்களைக் கட்டிக் கொடுத்தாள்; அவற்றில் அருமையான மனிதர்களைக் குடிவைத்து நிரப்பினாள்; என்னை அவளோடு மணிக் கூண்டின் மீது ஏறி வருமாறு அழைத்தாள் – இறுதியில் என்னைக் கீழே பிடித்து தள்ளி விட்டாள். நான் இங்கு வந்து விழுந்து விட்டேன். அவள் போய் விட்டாள். வேறு வார்த்தையில் சொன்னால், நான் ஒன்றும் அவளுக்குப் போதுமான அளவுக்கு ஏற்றவனல்ல."

அவன் படுக்கையறைச் சுவரின் மீது தன் தலையை முட்டி மோதிக் கொண்டான்.

"அவளுக்கு நான் தகுதியற்றவனாகி விட்டால், பின்னர் நான் எதற்குத்தான் தகுதியானவனாக இருப்பேன்?" என்று அவன் விம்மிப் பொருமினான்: "அருமைக்

கடவுளே! அவளை எனக்குக் காட்டியதன் மூலம் என்னுள்ளிருந்த ஜீவனுள்ள ஆத்மாவைக் கொன்று விட்டீரே! ஏன்?”

குடிபோதையிலிருந்த லையூபா அவனைத் தரையிலிருந்து தூக்கி நிறுத்த முயன்றாள். அவளது கண்ணீர் அவனது தலை மீதும், கழுத்தின்மீதும் சொட்டின; அவள் அழுது முனகுவது அவனுக்குக் கேட்டது:

“சந்தோஷமிழந்த துர்ப்பாக்கியக் குழந்தாய்! ஒரு தேன் கேக்கை வாங்குங்கள்; அதன்மீது உசின்யா, போரோடின்யா, நிகிதா மாமென்டி ஆகிய மூன்று சகோதரர்களுக்கும் பிரார்த்தனை செய்யுங்கள்; அவர்கள் உங்களுக்கு வந்து உதவக் கோரி, இந்த மந்திர வார்த்தைகளை அவர்களுக்கு உச்சரியுங்கள். ‘மூன்று சகோதரர்களே! விரைவில் வாருங்கள்; மூன்று தாய் மார்களின் பேரால் அழைக்கிறேன். வாருங்கள்; காற்றை வாரி வீசுங்கள்; பனிக்கட்டியைக் கரையுங்கள்; எனக்குத் தெரிந்தவனின் இதயத்தையும் கரையுங்கள்!’ என்று உச்சாடனம் செய்யுங்கள். பிறகு அவளது பெயரைச் சொல்லுங்கள்.”

தரைமீது அமர்ந்திருந்த மோக்கி, மாட்வியைத் தன் பக்கமாகப் பிடித்திழுத்தான்:

“நீங்கள் என் இதயத்தைத் தொட்டு விட்டீர்கள். லையூபா! அன்னாவைக் கூப்பிடு, அன்னாதான் உங்களுக்கு வேண்டுமென்றால் அவளையும் நீங்கள் அடையலாம். இருபத்தைந்து ரூபிள்கள். அந்தத் தேவடியாள் அன்னாவுக்கு இருபத்தைந்து ரூபிள்; எனக்கு இருபத்தைந்து ரூபிள்! நான் ஒரு போக்கிரி, தம்பி! அவள் உங்களுக்கு இனிமையாக இருப்பாள். நீங்கள் விரும்பும் எதையும் அவள் உங்களுக்கு அளிப்பாள். நீங்கள் என் இதயத்தைத் தொட்டு விட்டீர்கள், தம்பி!” பின்னர் அவன் தனது உச்சக் குரலில் கர்ஜித்தான்: “பரமண்டத்திலுள்ள கடவுளே! என்னை மாதிரியான உதவாக் கரையோடு நீர் ஏன் மாரடித்துக் கொண்டிருக்கிறீர்?”

அந்த அறை விம்மியது; மெல்ல வட்டமிட்டுச் சுழன்றது. பின்னர் அங்குள்ள அடுப்புக் கருகில் ஒரு காவல்காரியைப் போல் அன்னா மௌனமாகவும் நெடிதாகவும் நின்று கொண்டிருந்தாள்; அவள் தன் கரங்களை மார்பின்மீது மடித்துக் கட்டியவாறு, முகட்டையே பார்த்த வண்ணம் நின்றாள். அவள் கல்லில் செதுக்கிய சிலைபோல் நின்றாள்; அவளது கண்கள் இறந்து போனவரின் கண்களைப்போல் திரை படர்ந்து தோற்றின.

“ஏ, செத்த பசுமாடே! போ வெளியே!” என்று மோக்கி அவளை நோக்கிக் கத்தினான்.

“அமைதியாயிரு, கிழவா! நான் எங்கே போவதாம்?” என்று உணர்ச்சியற்ற குரலில் மொட்டையாகப் பதில் வந்தது.

“மாட்வி ஸாவ்லிவிச்!” என்று தரைமீது சிலந்தியைப் போல் ஊர்ந்தவாறே மோக்கி ஓலமிட்டான்: “அவளைப் பார்த்தீர்களா? அவள்தான் எனது சர்வநாசம்! எனது பாவங்களுக்குத் தண்டனையாகக் கடவுள் இவளை அனுப்பி வைத்திருக்கிறார்!”

திடீரென்று அவன் ஆவேசமாகப் பாடத் தொடங்கி விட்டான்;

பட்டணத்துக்கு வெளியிலுள்ள குன்றின்மீது அங்கு பனிப்பந்து மரமொன்று வளர்கின்றது...

“ஏ, சூனியக்காரி! ஏ, அன்னா! பாடு.”

அந்த நெடிய பெண் தன் கண்களை மூடியவாறு, எதிர் பாராத விதத்தில் அருமையாக அமைந்த சோகக் குரலில் பாடத் தொடங்கினாள்:

அந்த மரத் தடியிலொரு கல்லுமுண்டு - அதன்
அடியில் என் காதலன்தான் தூங்குகின்றான்!

“மாட்வி! அந்தச் சூனியக்காரியைப் பாருங்கள்!”

இனந்தெரியாக் கரமொன்றால் பயங்கரமான
இரவொன்றில் வெட்டுப்பட்டுச் செத்து விழுந்தான்!

லையூபா பெஞ்சின்மீது அங்குமிங்கும் ஆடியவாறு, பசி கொண்ட ஓநாய்போல் ஊளையிட்டாள்:

எலும்புமுறிந்து மார்புபிளந்து, பூங்கரங்களும்
இரத்தம் தோய்ந்து வெட்டுபட்டுச் செத்து விழுந்தான்!

மோக்கி எழுந்து நிற்க முயன்றான்; எனினும் அவனால் கைகளையும் ஊன்றித்தான் நிற்க முடிந்தது. அவனோ கர கரத்துப் பாடிக்கொண்டே யிருந்தான்:

எனதருமைக் கள்ளர் தலைவா! இறந்து விட்டாயே!
ஐயோ இறந்து விட்டாயே!

பாலிமெரியிலிருந்து ஒகுரோவுக்குத் திரும்பிவரும் வழி யெல்லாம், அந்த மனிதர்கள், அவர்களது பாட்டுக்கள், பேச்சுக்கள் ஆகியவற்றின் பேய்க்கனவான நினைவுகள் மாட்வியைப் பற்றிப் பிடித்து அலைத்தன. பழக்கமற்ற பெருங்குடி யினால் நோயுற்றும்,வெட்கம், துயரம் ஆகிய உணர்ச்சியால் மனம் குன்றியும், அவன் இரவில் வீடு வந்து சேர்ந்தான்.

இதனைப் போய்ப் பொழுதைக் குஷியாகப் போக்குவது என்று அவர்கள் சொல்கிறார்கள்! என்று அவன் தனக்குத் தானே சொல்லிக் கொண்டான். எப்போதுமே இப்படித் தான்: எல்லாமே கண்ணீரில்தான் நனைந்திருக்கும்; ஆமாம். அந்தப் பாட்டுக்கள், நடனங்கள், வெற்றுக்கூச்சல்கள், ஆர வாரங்கள் எல்லாம்தான். ‘நான் சத்தம் போடத் தொடங்கினால் என்ன நடக்கும் தெரியுமா?’ என்று ஒரு மனிதன் சொல்வதைப் போலத்தான்!

இருண்ட வானில் நட்சத்திரங்கள் பூத்துக் கொண்டிருந்தன. அவற்றை அவனது தந்தை ஒரு முறை ருஷ்ய நட்சத்திரங்கள் என்று குறிப்பிட்டதையும், எவ்ஜெனியாவுக்கு அவற்றின் பெரிய நட்சத்திரங்களின் பெயரெல்லாம் தெரியும்

என்பதையும் அவன் நினைவு கூர்ந்தான். அவள் பூக்களையும் கூடப் பரிசயமில்லாத பெயர்களால்தான் குறிப்பிட்டுப் பேசினாள்.

காற்றில் ஏதோ கருகிய வாடை பரவியது; ஒரு சதுப்பு நிலப் பாசிப் பற்றை தீப்பிடித்துக் கொண்டு விட்டது; அந்தக் காரமான நெடி அவனது மூக்கை உறுத்தி, தலையைக் கிறுகிறுக்க வைத்தது. லையா கோவ்ஸ் கோயி சதுப்பு நிலத்தில் ஆந்தைகள் பூனைகளைப்போல் சுத்திக் கொண்டிருந்தன.

எவ்ஜெனியா தனது பாவாடையைத் தூக்கிப் பிடித்துக் கொண்டு, முற்றத்தைக் கடந்து நேர்த்தியாக நடந்துசெல்லும் போதெல்லாம் அவள் அவனுக்கு ஒரு பூனையைத்தான் நினைவூட்டினாள். மேலும் ஒரு சமயங்களில் அவளை யாரும் பார்க்காத நேரத்தில், அவள் தன் பாவாடையால் மூடி மறைத்த வண்ணம், ஒரு பூனை தனது பாதங்களை ஆட்டுவது போல், அவள் தன் பாதங்களில் படிந்திருந்த தூசியைத் தட்டிவிட்டுக் கொண்டாள். ஆனால் அவள் வண்ணக் கலர்ச்சிமிக்க உடைகளை உடுத்தியிருந்த போதும்கூட, அவளது பற்றற்ற தன்மையால், அவளைப் பார்க்கும்போது அவனுக்கு ஒரு கன்னியாஸ்திரீயின் நினைவுதான் தோன்றியது. அவள்

தேவாலயத்துக்குப் போனதேயில்லை; எனினும் அவள் கிறிஸ்துவைப்பற்றி எளிமையாகவும், பயமில்லாமலும், ஆர்வத்தோடும் பேசினாள்.

ஒருமுறை அவன் அவளிடம் பின்வருமாறு சொன்னான்: "எவ்ஜெனியா, நீங்கள் தெய்வத்தை வணங்கும் முறை எங்கள் முறையிலிருந்து வேறுபட்டது."

அதற்கு அவள் பின்வருமாறு பதிலளித்தாள்:

"ஏனென்றால் நீங்கள் கடவுள் இருக்கிறார் என்பதை அங்கீகரிக்கிறீர்கள்; ஆனால் அவரை வணங்குவதில்லை."

"நீங்கள் என்ன அர்த்தத்தில் சொல்கிறீர்கள்?"

"சொன்ன அர்த்தத்தில்தான்."

"கடவுள் இருக்கிறார் என்பதை எல்லோரும்தான் அங்கீகரிக்கிறார்கள்."

"அதுதான். கடவுளும் இருக்கிறார்; நீங்களும் இருக்கிறீர்கள். ஆனால் உங்கள் இருவருக்கும் இடையில் எந்தவிதமான பந்தத் தளைகளும் இல்லை."

அவள் ஒரு பேராபத்தான தெய்வதூஷணை வார்த்தையைச் சொல்லி விட்டதாக அவன் உணர்ந்தான்; எனவே அந்த விஷயம் பற்றி அவளிடம் மீண்டும் பேசுவதையே அவன் தவிர்த்து வந்தான்.

இப்போது வீடு நோக்கிச் செல்லும் சமயத்தில் பின்வருமாறு தனக்குள் சொல்லிக் கொண்டான்; நான் எப்படி அவளது முகத்தில் விழிக்கப் போகிறேன்? நான் கோரமாகத்தான் காட்சியளிப்பேன்! என்னை நானே பன்றிபோல எவ்வளவு

ஆபாசப்படுத்திக்கொண்டு விட்டேன்! நான் அவர் களைக் குளிப்பறையில் நெருப்பு மூட்டச்செய்து, என்னை நானே தேய்த்துக் குளித்துக் கொள்வேன்.

அவன் சேற்றிலே உழன்று புரண்டிருந்தான்; தனது உடம்பையும் மாசுபடுத்தித் தண்டித்துக் கொண்டு விட்டான்; இதனால் அவன் தன்னைத்தானே ஏளனத்தோடும் நிந்தனையோடும் மதித்தான்; ஆனால் அந்தப் பெண்மீது அவன் கொண்ட காதலோ மேலும் புனிதமும் நிர்மலமான தன்மையும் பெற்றிருந்தது. தான் அவளுக்கு ஒரு துரோகம் செய்து விட்டதாக அவன் உணர்ந்தான்.

அவன் தனது குதிரையை இரவு நேரத்துத் திருடன் போல் பிடித்துக் கொண்டு, வெளிவாசலருகே சென்றான்; கீழே இறங்கி, இரும்பு நாதாங்கியை ஒன்றிரண்டு முறை பதனமாகத் தூக்கினான். அப்போது அந்த இருளில், வேலிச் சுவரின்மீது வெள்ளைச் சாக்குக் கட்டியால் எழுதப்பெற்ற ஒரு ஆபாசமான வார்த்தை வெள்ளையாகப் பளபளப்பதை அவன் கண்டான்.

"அவர்கள் பாழாய்ப்போக!" என்று வாய்க்குள்ளாகவே சபித்து விட்டு, அவன் தன் தொப்பியைப் பிடுங்கியெடுத்து, அதனை அழித்தான்.

வெற்றுக்கால்களின் துரித நடைச் சப்தம் கேட்பதை அவன் உணர்ந்தான்; பின்னர் கொக்கியின் கிளிக்கென்ற சப்தத்தோடு கதவு திறக்கப்பட்டது. பாதம் வரையிலும் நீண்டு தொங்கிய சட்டையை அணிந்திருந்த ஷாகிர் வாய் பேசாமல் குதிரையின் கடிவாளத்தைப் பற்றிப் பிடித்தான்.

"ஷ்! நீ எல்லோரையும் எழுப்பிவிடப் போகிறாய்" என்றான் மாட்வி.

"இல்லை" என்று ஷாகிர் மந்தமாகச் சொன்னான்.

"வாசற்புறத்தில் மீண்டும் யாரோ எழுதி வைத்திருந்தார்கள்."

"அவர்கள் எப்போதும் அப்படிச் செய்கிறார்கள்."

மாட்வி படிக்கட்டின்மீது ஏறிச் செல்லும்போது, பின்னால் திரும்பிப் பின்வருமாறு கேட்டான்:

"போரிஸ் சௌக்கியமா?"

குதிரைக்கு மறுபுறத்திலிருந்து தேவையற்ற உரத்த குரலில் ஷாகிர் பின்வருமாறு பதிலுரைத்தான்:

"அவர்கள் போய்விட்டார்கள்–இருவரும் போய் விட்டார்கள்."

மாட்வி அப்படியே படிக்கட்டில் பொத்தென்று உட்கார்ந்துவிட்டான்.

"அவர்கள் நகரக் கணக்கர் வீட்டில் குடியிருக்கப் போய் விட்டார்கள்."

தனது காதுகளையே நம்ப முடியாமல் திக்பிரமை கொண்டவனாய் மாட்வி அங்கேயே அமர்ந்து தனக்குள் பின்வருமாறு முணுமுணுத்துக் கொண்டான்:

“போய்விட்டாள். எப்படிப் போயிருக்க முடியும்? ஒரு வார்த்தைகூடச் சொல்லிக் கொள்ளாமலா? நான் திரும்பி வரும் வரையில் அவள் காத்திருந்திருக்கத்தான் வேண்டும். நீ ஏன் அவளைப் போகவிட்டாய்?” பின்னர் அவன் தனது விருப்பத்துக்கு மாறாகவே பின்வருமாறும் சொல்லிக் கொண்டான்; “இனி என் கதி என்னவாகும்?”

தன்னுடைய மறைவுக்குத் தானே காத்திருப்பதுபோல், குறுகிய வேனற்கால இரவுப் பொழுது உயர்ந்த புற்கள், பப்னோவ் வீட்டின் அழிபாடுகள் ஆகியவற்றின் ஒதுங்கிய மூலைகளில் மறைந்தொளிந்து கொண்டன. அதன் இருள் மண்டலம்தான் அருணோதயப் பொழுதின் இளஞ்சிவப்பான ஒளிக்கு இடங்கொடுத்துச் சூழ்நிலையைத் தெளிவுபடுத்துவதற்காக, தானியக் கிடங்குகள், மரங்கள். கூரைகள் ஆகிய பற்பல வடிவங்களாக உருத்திரண்டு விட்டதுபோல் தோற்றியது. அதன் சில நிழல்கள் இந்த மனிதனின் மார்புக்குள்ளும் புகுந்து, அவனது இருதயத்தின்மீது அசைவற்றுப் பனச போல் அப்பிக்கொண்டு விட்டன.

அவனது தளர்ந்த, விஷப்பட்டுப்போன உடம்பில் ஒரு சோர்வுணர்ச்சி பரவியது; அவனது மனத்தில் லையூபாவின் கீச்சுக்குரல் பாட்டு ஒலித்தது:

ஐயோ! நானும் ஆயாமற்ற அனாதையாகிப் போனேன்!

தனது நீண்ட இரவுச் சட்டையின் காரணமாகப் பிணத்தைப் போர்த்தி நிறுத்தியதுபோல் காட்சியளித்த ஷாகிர் பின்வருமாறு மிருதுவாகச் சொன்னான்:

“அவள் உங்களுக்கு ஒரு கடிதம் கொடுத்திருக்கிறாள்.”

“கடிதமா?” என்று நிராதரவாகச் சொன்னான் மாட்வி: ‘‘கடிதத்தால் எனக்கு ஆகப்போவது என்ன?”

“கடவுள் சித்தம்..” என்று வீட்டுக்குள் செல்லும்போது அந்தத் தாத்தாரியன் ஏதோ முனகிவிட்டுப் போனான். கதவு கிறீச்சிட்டது.

‘எல்லாம் முடிந்தது’ என்று திரும்பிப் பார்த்தவாறே நினைத்தான் மாட்வி

அவன் பொழுது விடியும் வரையிலும், தன் கையில் அழகாக எழுதப்பெற்ற ஒரு காகிதத்துடன் அங்கேயே அமர்ந்திருந்தான். அதிலுள்ள எழுத்துகள் கரிய வரிகளோடு, கலந்தன; அவற்றைப் படித்துத் தெரிந்து கொள்ளவும் அவனால் முடியவில்லை; தெரிந்து கொள்ள வேண்டும் என்ற அக்கறையும் அவனுக்கில்லை. இறுதியில் ஒரு மட்டும் வானம் வெளிறிய பசுமையாக மாறியது; பழத்தோட்டத்தில் பறவைகள் விழித்தெழத் தொடங்கின; போக மறுத்து மறைந்து கொண்டிருந்த இரவை, காலைப் பொழுது பயமுறுத்தி விரட்டுவதுபோல், மரங்களிலிருந்தும், வேலிகளிலிருந்தும் நிழல்கள் பதுங்கியோடத் தொடங்கின. பின்னர் அவன் அந்த நீண்ட கடிதத்தை வரிவரியாக மெதுவாகப் படிக்கத் தொடங்கினான்.

“அன்புள்ள மாட்வி ஸாவ்லிவிச்,

எனது இருப்பு உங்களுக்கு ஒரு சுமையாக இருக்கக்கூடாதே என்பதற்காகத்தான் நான் போய்விட்டேன்; சீக்கிரமே நான் ஒகுரோவை விட்டும் போய் விடுவேன்.

உங்களுக்கும் எனக்கும் இடையில் நிலவும் சந்தர்ப்பச் சூழ்நிலைகளை நான் விளக்க முனையவில்லை; அவற்றை நினைத்துப் பார்க்கவே எனக்கு மிகவும் வேதனையாக இருக்கிறது; நான் சொன்ன எதுவும் நீங்கள் ஏற்றுக் கொள்ளும்படியாக இருந்ததென நீங்கள் கருதுவீர்களா என்பதில் எனக்குச் சந்தேகம் தான். நான் உங்களுக்குத் தகுதியான மனைவியாக இருக்க இயலாது என்று நான் சொல்வதை நீங்கள் நம்பத்தான் வேண்டும்; உங்களுக்கு இரக்கம் காட்டுவதென்பது– அதுவும் அசாத்தியம்; ஏற்கெனவே நான் வேறொருவருக்கு அதனைக் காட்டினேன்; அதன் காரணமாக, அவரிடம் மட்டுமல்லாமல் எனக்குமே நான் நான்கு வருஷ காலமாகப் பொய் சொல்லி வாழ நேர்ந்தது.

"உங்களை மணக்க நான் ஏன் மறுக்கிறேன் என்பதற்கு வேறொரு காரணமும் உண்டு; ஆனால் அதனை என்னவென்று நான் உங்களுக்கு எடுத்துக் கூறுவதால் உங்களுக்கு எந்த ஆறுதலும் விளையப் போவதில்லை என்றே நான் எண்ணுகிறேன்.

"நீங்கள் என்னிடம் காட்டிய அன்புக்கும், என் மகனிடம் நீங்கள் அன்பாய் நடந்து கொண்டதற்கும், பல விஷயங்களை நான் புரிந்துகொள்ள நீங்கள் எனக்கு உதவியதற்கும் நான் உங்களுக்கு நன்றிகூற விரும்புகிறேன். ஒரு பயங்கரமான வாழ்க்கை முறையை ஓரளவு காணும் வாய்ப்பு எனக்குக் கிட்டியது; அதன்மூலம் மனிதர்களை எளிதாக ஏற்றுக்கொள்வதற்கும், என்மீதும் பிறர்மீதும் மிகவும் திட்பமான ஒரு போக்கைக் கடைப்பிடிப்பதற்கும் அது என்னை ஆளாக்கியது. ஒருவேளை, 'அன்பு உழைப்பு, சகிப்புத்தன்மை ஆகியவையே வீரத்தின் உச்சபட்ச வடிவமாகத் திகழ்கின்றன' என்பதைக் காட்டிலும் ஆழமும் அழுத்தமும் மிகுந்த கருத்து எதுவும் இல்லாமலும் இருக்கலாம். ருஷ்யாவைப் பற்றியும், அதன் மக்களைக் குதூகலமற்றவர்களாகவும், வெறி பிடித்தவர்களாகவும் அல்லது குதூகலமற்றவர்களாகவும் காச நோயாளிகளாகவும் ஆக்குகின்ற காரணங்களைப்பற்றியும் நீங்கள் எவ்வாறு சிந்தித்துப் பார்க்கவேண்டும் என்பதை மட்டும் நீங்கள் தெரிந்தால் போதும். கற்றுக் கொள்ளத் தொடங்குவதற்கு, உங்களுக்கு இன்னும் காலம் கடந்துவிடவில்லை; நீங்கள் இன்னும் நெஞ்சத்தில் இளைஞராகவேயிருக்கிறீர்கள்; மற்றவர்களுக்கு மிகவும் தேவைப்படுவதும், உங்களிடம் மிகுதியாக இருப்பதுமான உங்களது நல்ல குணம் ஒன்றுக்கும் உதவாமற் போவதை அறிந்ததாலும், நீங்கள் நடத்துகின்ற பரிதாபகரமான வாழ்க்கையாலும் நீங்கள் மிகவும் பயங்கரமாக வருந்துகிறீர்கள். நான் உயிரோடு இருக்குமட்டும் உங்களை, சிறையைப் போன்றிருக்கும் ஒரு சிறு நகரத்தில், அந்தச் சிறைக்குள்ளிருப்பவர்களெல்லாம் சலிப்பின் காரணமாக, ஒருவரையொருவர் வேவு பார்க்கும் காவலாளிகளாக மாறிவிட்ட ஒரு சிறு நகரத்தில், தன்னந்தனியராக வாழும் ஒரு மனிதனை நிச்சயம் நினைவில் வைத்திருப்பேன். உங்களைப் பற்றி நினைக்க எனக்கு மனம் புண்படுகிறது. விடைபெறுகிறேன். என்மீது கோபம் கொள்ளாதீர்கள்; நான் உங்களுக்கு எந்த விதத்திலேனும் தீங்கு இழைத்திருந்தால் என்னை மன்னித்து விடுங்கள்.

எவ்ஜெனியா பெட்ரோவ்னா."

அவள் எத்தனை அழகாக எழுதுகிறாள்! என்று நினைத்தான் மாட்வி; அவன் அந்தக் கடிதத்தை மீண்டும் வாசிக்கத் தொடங்கினான். மற்றவர்களுக்கு எனது நல்ல குணம் தேவைப்படுகிறதா? அவளுக்கு மட்டும் என்னவாம்? அவளுக்கு அது தேவைப்படாவிட்டால், மற்றவர்களுக்கு மட்டும் அது எதற்காம்? ஆ! அவள் என்னிடம் அன்பாயிருந்தாள்; என் தலையில் தட்டிக் கொடுத்துவிட்டு - என்னை விட்டுச் சென்று விட்டாள்.

என்றாலும் பற்பல அடித்தல் திருத்தல்களோடு எழுதப்பெற்ற (அவள் மிகவும் அவசரத்தில்தான் எழுதியிருக்கிறாள் என்பது தெளிவாகத் தெரிந்தது) அழகிய கையெழுத்தாலான அந்தச் சின்னஞ்சிறு கரிய எழுத்துகளில் அவளது குரலின், அவளது பார்வையின் இதசுகம் இருக்கத்தான் செய்தது. அவன் அந்தக் கடிதத்தை மீண்டும் ஒருமுறை வாசித்தான்; அதன் முடிவுக்கு வந்தவுடன் ஏதோ ஒரு திடீர் நினைவு அவனுக்குத் தோன்றியது; அதன் காரணமாக, அவன் அந்தக் கடிதத்தை விரல் முனைகளால் மட்டுமே தொட்டு ஜாக்கிரதையாக மடித்து வைத்தான்.

"ஷாகிர்!" என்று அவன் அழைத்தான்.

அந்தத் தாத்தாரியன் அவனுக்குப் பின்னால் வந்தான்.

"குளிப்பறையைக் கொதிக்கவை. வழக்கத்தைவிட அதிகமாகச் சூடேற்றிவை."

ஷாகிர் ஏதோ சொல்வதற்காக வாயெடுத்தான்.

"தயவு செய்து என்னைத் தனியே இருக்கவிடு" என்று அவசரமாகச் சொன்னான் மாட்வி: "நான் கொஞ்ச நேரம் தூங்கப் போகிறேன். குளிப்பறை தயாரானதும் என்னைக் கூப்பிடு."

ஒரு வாரகாலமாக அவன் நிரந்தரமான ஒரு எதிர் நோக்கும் நிலையிலேயே வாழ்ந்தான்; நாட்கள் செல்லச் செல்ல அவனது அந்த எதிர்நோக்கானது அழிவை அறிவுறுத்தும் பீதியினால் நிரம்பத் தொடங்கியது.

எல்லாமே முடிந்துவிட்டது என்று அவன் நம்பவில்லை. எவ்ஜெனியா இல்லாமல் அந்த வீடே விசித்திரமாகத் தோன்றியது; அவள் அங்கில்லாத நிலைக்குத் தான் என்றுமே பழக்கப்படப்போவதில்லை என்று அவன் உணர்ந்தான். ஷாகிர், நடால்யா ஆகியோரின் விருப்பிழந்த முகங்களையும், அலெக்ஸியின் திடீர்ப் புன்னகைகளையும் அவன் கண்டனம் தெரிவிப்பவையாகக் கருதினான்.

அன்றிரவில் நான் அவளை அணைத்துப் பிடித்த விஷயத்தை அவள் இவர்களிடம் சொல்லியிருக்கக் கூடுமோ? என்று பழத்தோட்டத்தில் தன்னந்தனியனாக நடந்து திரிந்த வண்ணம் எண்ணிப் பார்த்தான் அவன்.

போரிஸின் இடையறாத சளசளப்பினால் ஒவ்வொரு நாள் காலையிலும் தனது சலிப்புணர்ச்சி கலைந்து மறைவதைக் கண்டு அவனுக்குப் பழகிப்

போயிருந்தது, அவன் எவ்ஜெனியாவிடம் பற்பல விதமான விஷயங்களைப் பற்றியும் தன்னைப்பற்றியும்கூட, மனக்கலவரம் எதுவுமின்றி, தாராளமாகப் பேசியும் பழகி யிருந்தான்: அவளது நிதானமான ஊக்கமளிக்கும் குரலின் தொனியை அவன் விரும்பி நேசிக்கவும் கற்றுக் கொண்டிருந்தான். அவளது கதைகள், கருத்துகள், அவள் சொல்லிய எல்லாமே, தனக்கு எவ்வளவு அத்தியாவசியமாக இருந்தன என்பதையும், அவையெல்லாம் எவ்வளவு பெரியனவாகவும் புரிந்துகொள்ள இயலாததாகவும் அவனுக்கிருந்த போதிலும்கூட, அவை புதிய எண்ணங்களையும் உணர்ச்சிகளையும் எப்போதுமே கிளறிவிட்டன என்பதையும் அவன் மேலும் மேலும் தெள்ளத் தெளிவாக உணர்ந்தான்.

அவள்தான் மார்க்கூஷாவை எப்படி அம்பலப் படுத்தினாள்!

கடந்த நான்கு மாதகால வாழ்க்கையோடு அதற்கு முந்திய நீண்ட நெடும் சலிப்பான வாழ்க்கைப் பாதையைத் தன்னையறியாமலே அவன் ஒப்பிட்டு நோக்கியபோது, ஏதோ ஒரு மூலையிலே மண்ணாங்கட்டிபோல் ஒதுங்கிக் கிடந்து வாழ்ந்த அவனை அந்தப் பெண் வெளியில் இழுத்து விட்டதோடு, ஏதோ புதியதொன்றின் தலைவாசலிலும் அவனைக் கொண்டு நிறுத்தினாள் என்பதை அவன் தெளிவாகக் கண்டறிந்தான். பின்னர் அவனது ஆத்மாவை ஒரு உலுக்கு உலுக்கிவிட்டு, அவனால் என்றென்றும் தவிர்க்க முடியாததொரு நிம்மதியற்ற நிலையில் அவனைத் தூக்கியெறிந்துவிட்டு, அவள் போய் விட்டாள்.

அடிக்கடி அவன் வெறுப்புணர்ச்சிக்கு ஆளானான்.

‘நீ வாக்குறுதியளித்த அந்தப் புத்தகங்களை எனக்குக் கொடு! அவை எங்கே இருக்கின்றன? அவற்றை மறைத்து வைக்காதே! விஷயங்களை அந்தரத்தில் விட்டு விடாதே நீ சொல்ல வேண்டியதைச் சொல்லி முடித்துவிடு. அப்போது தான் நான் உன்னைப் புரிந்துகொள்ள முடியும்; உன்னோடு விவாதிக்க முடியும். ஒருவேளை நீ சொன்னவை எல்லாம், சாதாரண மக்களைப்பற்றி நீ சொன்னவை எல்லாமும் உண்மையல்ல என்றுகூட நான் நிரூபித்து விடுவேன்.’

அவன் நாள் முழுதும் அவளைக் கிண்டலும் கேலியும் கண்டனமும் கண்டிப்பும் செய்யும் பிரசங்கங்களைத் தனக்குள் செய்வதிலேயே பொழுதைப் போக்குவான்: பின்னர் தனது ஆட்சேபனைகள் எல்லாம் சூன்யமானவையென்றும் போலியானவை என்று உணரும் நேரமும், ஒரு பரந்த, அளவிட முடியாத தாகத்தில் ஈடுபட்டுவிடும் நேரமும் வந்து சேரும்.

அவள் அவனுக்குத் தேவை என்பதன் தெளிவானது சகிக்க முடியாததாக இருந்தது. ஏற்கெனவே, அஸ்திவாரமே கலகலத்துப்போயிருந்த அவனுக்கு, அவள் இல்லாமற்போனது அவனது அழிவையே அறிவுறுத்தியது. குடிக்கும், தூர்த்தமான வாழ்க்கைக்கும், விபசாரிகளின் காதலுக்கும் இரையாகவும், தன்னைத்தானே ஏமாற்ற எதையும் செய்யத் துணியவும், அதற்குமுன் அவன் என்றுமே உணர்ந்திராத அளவுக்குப் பெருவேகத்தோடு தன்மீது பாய்ந்து அமுக்கி விட்ட

தனது படுபயங்கரமான தனிமையிலிருந்து தப்பிப் பதற்காக எதிலும் புகலிடம் தேடவும், தான் துணிந்துவிடக் கூடும் என்றும் அவன் உணர்ந்தான்.

அச்சுறுத்தும் ஏக்கத்தின் பிடியில் அகப்பட்டு, அவன் பழத்தோட்டத்தின் ஒரு ஒதுங்கிய மூலையில் அமர்ந்து, தனக்குள் பின்வருமாறு எண்ணமிடுவான்:

நான் அவளிடம் சென்று, 'நீ விரும்பும் எதையும் எனக்குச் செய்துவிடு; ஆனால் என்னை விட்டுவிட்டு மட்டும் போகாதே!' என்று சொல்வேன். அவளும் 'நான் எதையும் விரும்பவில்லை' என்று பதில் சொல்வாள்.

இந்த எண்ணத்தால் நசுக்குண்டவனாய், தனக்கு மனப்பாடமாகிவிட்ட அந்தக் கசங்கிய கடிதத்தை அவன் மீண்டும் படிப்பான்; அதில் ஏதோ சிறிது ஆறுதலைப் பெறுவான்.

இது ஒரு சாசனம் என்று அவன் தனக்குள் சொல்லிக் கொள்வான்: ஆமாம். சாசனம்தான். அதனை மறுப்பதற்கில்லை.

ஒரு நாள் இரவில் சாப்பாட்டுக்குப் பின்னர் அவன் தனது அறையின் ஜன்னலின் அருகில் அமர்ந்திருந்தான்; அப்போது அலெக்ஸி ஒரு குதூகலமான குரலில் தனது வழக்கமான விக்ரக நிக்ரகப் பிரசங்கமொன்றைச் செய்து கொண்டிருப்பதை அவன் கேட்டான்:

"கொப்புளத்துக்கு ஒத்தடம் கொடுப்பதுபோல் ஜனங்களை வெறுமனே தேற்றுவதற்காக மட்டுமே சில கூற்றுக்கள் கண்டுபிடிக்கப்பட்டன. 'எல்லா மனிதர்களும் ஒரே நூலில் நெய்யப்பட்டவர்கள் தான்' அல்லது 'ஒவ்வொருவரும் மற்ற வரைப்போல் நல்லவர்கள் தான்' என்பன போன்ற கூற்றுக்கள். "ஒரே புளுகு மூட்டைதான்! எல்லா மனிதர்களும் வேறுபட்டவர்கள்தான்; அப்படித்தான் அவர்கள் இருக்கவேண்டும் – உதாரணமாக எவ்ஜெனியா பெட்ரோவ்னாவைப் பாருங்கள். அவள் எல்லோரையும் போலவா இருக்கிறாள்? கிரான்பெர்ரிப் பழத்தை எப்படி நட்சத்திரமெனச் சொல்ல முடியாதோ. அப்படித்தான். அல்லது நமது எஜமானைப் பாருங்கள். அவர் ஒரு வியாபாரி என்று யார் நினைப்பார்கள்? அருமையான வியாபாரிதான் அவர்! இதைக் காட்டிலும் ஆட்டுரலை ஆட்டுவதுதான் அவருக்கு மிகவும பொருத்தம்!"

அவன் ஏன் ஆட்டுரலை என்மீது சுமத்த வேண்டும்? என்று அந்தப் பேச்சைக் குற்றமாக எடுத்துக் கொள்ளாமல், தனக்குத் தானே சிரித்துக் கொண்டான் மாட்வி.

"நான் மட்டும்? நான் யார் போல் இருக்கிறேனாம்? இல்லையில்லை. இப்போது எல்லா மக்களும் வெவ்வேறு திசைகளில் பிரிந்துபோய் விட்டார்கள்; ஒவ்வொருவனும் அவனவன் பாட்டைக் கவனித்தாக வேண்டும். உதாரணமாக, நாள் வோலோக்டாவில் வசித்து வந்தபோது, நான் ஒரு பைத்தியக்கார விடுதியில் வேலைபார்த்தேன். அங்குள்ள டாக்டர்களில் மிகவும் புத்திசாலியான ஒருவர், 'ஒவ்வொரு வருஷமும் அதிகம் பேருக்குப் பைத்தியம் பிடிக்கிறது' என்று என்னிடம் சொன்னார். ஏனெனில் அவர்கள் சிந்திக்கத் தொடங்கி விட்டார்கள்.

அவர்களுக்கு அது பழக்கமில்லை. எனவே அவர்கள் போய் விடுகிறார்கள். துறைமுகத்தில் பெட்டிகளை எப்படி இழுத்துக் கரை சேர்ப்பது என்பதில் பழக்கமில்லாவிட்டால், என்னைப்போல் உங்களுக்கும் ஏதாவது வெடிப்புக் காயம் ஏற்படும். மூளையை உபயோகிப்பதும் அதைப் போலத்தான்; அத்தனை அளவு சிந்தனையைத் தாங்கமாட்டாமல் அதுவும் போய்விடுகிறது."

"சமீப காலத்தில் மந்திரப் புத்தகத்தைப் பலபேர் படிக்கத் தொடங்கி யிருப்பதாக நகரமக்கள் பேசிக் கொள்கிறார்கள் ஆனால் எவ்ஜெனியா அவர்களை நோக்கிக் கேலியாகச் சிரிக்கிறாள். மந்திரப் புத்தகம் என்பதெல்லாம் சுத்த அபத்தம் என்கிறாள் அவள்." என்று நடால்யா சொன்னாள்.

"அலெக்ஸி!" என்று ஜன்னலுக்கு வெளியே குனிந்தவாறு மாட்வி கூப்பிட்டான்.

அந்த மாறு கண்ணனான முற்றக் காவலாள் அவனிடம் வந்தபோது, சுமுகமான பாவத்தோடு மாட்வி பின்வருமாறு கேட்டான்:

"நீ ஏன் நான் ஆட்டுரலை ஆட்ட வேண்டும் என்று சொன்னாய்?

அந்தக் காவலாள் விழித்தான்; எந்தவிதத்திலும் தடுமாற்றமில்லாமல் தோள்களை உலுக்கினான்.

"எடுத்த எடுப்பில் என் புத்திக்குப் பட்டதைத் தான் நான் சொன்னேன். என்னை மன்னித்து விடுங்கள். அவ்வாறு சொல்ல, எனக்கு நிச்சயமாக உரிமை யில்லைதான்."

மாட்வி சிரித்தான்.

'பரவாயில்லை. நான் கவலைப்படவில்லை. நீ விரும்புவது போல் சிந்திக்க உனக்கும் உரிமை உண்டு; எனக்கும் உண்டு. சரி, நீ எதைப் பற்றி பேசிக் கொண்டிருந்தாய்?"

"எவ்ஜெனியா பெட்ரோவ்னாவைப் பற்றி" என்று அந்த மனிதன் வேண்டா வெறுப்பாகச் சொன்னான்; பின்னர் பளிச்சிடும் கண்ணோடும், திடுமென எழுந்த நம்பிக்கையோடும் பின்வருமாறு சொன்னான்: "அத்துடன் பொதுவாக ருஷ்ய நாட்டு மக்களையும் பற்றித்தான். நான் பார்த்த அளவுக்கு பெரும்பாலான மக்கள் வட்டத் துளைகளிலே சேராத சதுர முளைகள் தான்; அவர்கள் ஒருவரையொருவர் புரிந்து கொள்வதில்லை. இயற்கையாகவே இந்த மனிதன் சாராயக் கடைக்காரனாக இருக்க வேண்டியவன்; ஆனால் இங்கோ அவன் ஏதோ ஒரு பைத்தியக்காரத்தனமான காரணத்தால் சாமியார் மடத்திலே துறவியாக இருக்கிறான் – நான் என் மாமாவை மனத்தில் கொண்டு இதனைச் சொல்கிறேன். அல்லது திடுதிப்பென்று ஒரு கண்ணியமான மனிதன் பன்றி மாதிரி மிடாக் குடியனாக மாறி விடுகிறான். அல்லது பென்ஸாவில் நான் வேலை பார்த்து வந்தேனே, அந்த நீதிபதியை எடுத்துக் கொள்ளுங்கள். அவர்

ஆபாசமான வேடிக்கைப் பாட்டுகள் எழுதுகிறார்! எண்ணிப் பாருங்கள், அவர் ஒரு நீதிபதி! நான் அவருக்கு வேலை பார்த்தேன்; என் வாழ்வே அவர் கையில் இருந்தது; அவரோ ரசாபாசமான பாட்டுகள் எழுதிவதில் தமது பொழுதைப் போக்கி வந்தார். இந்த மாதிரி எத்தனை எத்தனையோ உதாரணங்கள். நான் உங்களைப் பற்றியும் கூட எண்ணிப் பார்த்தேன். இதோ நீங்கள் ஒரு வியாபாரியாக இருக்கிறீர்கள். ஆனால் நீங்கள் ஜனங்களிடமிருந்து எதையும் கசக்கிப் பிழிந்து பெறுவதில்லை. எல்லோரது வழிக்கும் அப்பாற்பட்டு, நிச்சயமாக ஒரு வியாபாரி மாதிரியாக இல்லாமல், உங்களுக்குள்ளாகவே வாழ்ந்து வருகிறீர்கள். வியாபாரி என்றால்... நல்லது என்னை மன்னிக்க வேண்டும்... உதாரணமாக, வியாபாரி என்றால்... அவருக்கு நிறைய குழந்தைகள் இருக்கும்."

"அது சரிதான்" என்று ஊக்கமூட்டும் வகையில் மாட்வி சொல்லிவிட்டு, தனக்குத்தானே பின்வருமாறு எண்ணிக் கொண்டான்!

'இவன் எந்த விதமான பயமுமின்றித் தைரியமாகத்தான் பேசுகிறான்; இவன் நல்ல பயலாகத்தான் இருக்க வேண்டும்.'

அடுத்த இரண்டு நாளும் அலெக்ஸி சோர்வோடு காணப்பட்டான்; அதன் பின் அவன் முற்றத்தில் நின்ற தன் எஜமானிடம் வந்து, தன் தொப்பியை அகற்றி விட்டு, தனக்குக் கணக்குத் தீர்த்து தன்னை அனுப்பிவிடும்படி பணிவோடு கேட்டுக் கொண்டான்.

"என்ன இது?" என்று மாட்வி வியப்புடன் கேட்டான். "என்னிடம் வேலை பார்ப்பது உனக்குப் பிடிக்கவில்லையா?"

"நான் ஒன்றும் முன்னறிவிப்புக் கொடுக்காமல் போய் விடமாட்டேன். ஆனால் தயவு செய்து என்னிடத்தில் வேலை பார்க்க வேறொரு ஆளைத் தேடிக் கொள்ளுங்கள்;" என்று தன் தொப்பியை ஆட்டியவாறே சொன்னான் அலெக்ஸி; "என்னை மன்னிக்க வேண்டும். எனக்குச் சொல்வதற்கு எந்தக் குறைப்பாடும் இல்லை; எனினும் இந்த இடம் எனக்கு ஒத்து வரவில்லை" வேறு புறமாக திரும்பி சின்னச் சிரிப்புச் சிரித்து விட்டு, அவன் உற்சாகமாகப் பேசினான்: "எனக்கு நாய்போன்ற ஒரு எஜமான் தேவை. என்னை நோக்கிப் பல்லைக் காட்டி உறுமி, என்னையும் எதிர்த்துச் சண்டையிடச் செய்யும் ஒருவர் தேவை, அது தான் என் சுபாவம்; வேறு விதியில்லை. எனக்குச் சண்டையும் சச்சரவும் தான் பிடிக்கும்,"

"நீ ஒரு விசித்திரமான பிறவிதான், தம்பி" என்று அந்த மனிதனின் நோஞ்சான் உடம்பைச் சோர்வான குறு குறுப்போடு மேலும் கீழும் பார்த்தவாறு சொன்னான் மாட்வி: "நீ விலகிட விரும்புவது நிச்சயம் தானா? நீ ஒன்றும் முரட்டு நபரல்ல. இன்னும் சில நாட்களில் ஒரு நீ சண்டை பிடித்துக் கொள்வாய்; அதுவே உனது முடிவாகவும் இருக்கும்."

"வேறு விதியில்லை. என் சுபாவம் அப்படி" என்று தன் தோளை ஒரு உலுக்கு உலுக்கியவாறு அதையே திருப்பிச்சொன்னான் அவன்; "இந்த நகரம்

ஒரே மந்தமாக இருக்கிறது கடவுளே! எத்தனை மந்தம்! வாதம் புரிவதற்கு ஒரு ஜீவனைக்கூடக் காணோம். நீங்கள் எவனாவது ஒரு பயலைப் பார்த்து, 'உனக்குச் செய்தி தெரியுமா? அடுத்த வெள்ளிக்கிழமையன்று எல்லாக் காக்கைகளும் கத்துவதை நிறுத்திவிட வேண்டும் என்று ஜார் மன்னர் உத்திரவு போட்டிருக்கிறார்' என்று சொல்லுங்கள்; அவன் தன் கண்களை விழித்துக் கொண்டு, 'அப்படியா? காக்கைக் கத்துவதை அவர் அவ்வளவு தூரமாக பொருட்படுத்துகிறார்?' என்று தான் கேட்பான். அவ்வளவு தான் செய்வான். ரொம்ப அசமந்தம்!"

"நீ சொல்வது சரியென்றே நினைக்கிறேன்" என்று மிருதுவாக ஒப்புக் கொண்டான் மாட்வி: "இருபது வருஷங்களுக்கு முன்னால் என் தந்தையும் இப்படித்தான் சொல்வது வழக்கம்."

அந்த முற்றக் காவலாள் அவனைக் கூர்ந்து பார்த்துவிட்டு, தன் கையை வாய்மீது வைத்தவாறு, வாய்க்குள் அடக்கமாக, சிறிதாக இருமிக் கொண்டான்.

"உண்மை இதுதான். எங்குமே மந்தமாகத்தான் இருக்கிறது. நான் ஒரு டஜன் மாகாணங்களுக்குச் சென்றிருக்கிறேன். எதுவுமே மேலானதாக இல்லை. எங்கே போனாலும் ஜனங்கள் கல்லறைக் குழியில் புழுக்கள் மாதிரிதான் இருக்கிறார்கள்; புதிதாக ஒரு பிணம் வந்தால் அவையெல்லாம் ஒன்றுகூடி, அதனைத் தின்று தீர்க்கும்; அதனைத் தீர்த்து முடித்தவுடன், அவை மீண்டும் நெளிந்துகொண்டு கிடக்கத் தொடங்கிவிடும்."

அவன் தனது மஞ்சள் நிறமான கன்னங்களைப் புடைக்க வைத்தான்; அப்போது அவனது பொருத்தமற்ற தாடி முள்ளம்பன்றியின் முட்களைப்போல் சிலிர்த்து எழும்பி நின்றது.

"நேற்று நான் அந்தத் தற்கொலையைப் பார்க்கச் சென்றேன்."

"யார்? நகரக் கவுன்சில் குமாஸ்தாவா?"

"ஆம். அவன் ஒரு ஆணிமாதிரி செத்துக் கிடந்தான். என்றாலும் அவனது முகத்தில் ஒரு ஆனந்தமான பார்வை தென்பட்டது; 'தம்பி, நான் செத்துப் போய்விட்டேன்; அதிலே எனக்கு மெத்த மகிழ்ச்சி' என்று சொல்வதுபோலக் கிடந்தான். நான் இங்கே நின்று கொண்டிருப்பதுபோல் அத்தனை உண்மைதான். அவனோ உலகத்திலேயே கெட்டிக்காரத்தனமான வித்தையைச் செய்துவிட்டவன்போல் அவன் கிடந்தான்."

"அவன் குடித்தான்."

அந்த முற்றக்காவலாள் ஓரடி பின்வாங்கி, தன் தொப்பியைத் தலைமீது வைத்தவாறு, வெடுக்கென்று பின்வருமாறு சொன்னான்:

"எப்படியும் அபரிமிதமான ஆனந்தத்தால் சாகவில்லை என்றே நான் நினைக்கிறேன்."

“இல்லைதான்” என்று ஒப்புக் கொண்டான் மாட்வி.

“சில சமயங்களில் எல்லோருமே கொஞ்சம் குஷியாக இருக்க விரும்புகிறார்கள். நாம் ஒரே ஒருமுறை மட்டும்தான் வாழ்கிறோம். என்னை மன்னிக்க வேண்டும். எனவேதான் நான் வாழ்வதற்கேற்ற உயிர்த்துடிப்புள்ள இடத்தை நாடிச் செல்ல முனைகிறேன்.”

“அது உன் இஷ்டம். சரி. நீ எங்கே போகிறாய்?”

அந்தக் கேள்வியைச் சிந்தித்துப் பார்த்தவாறே, அலெக்ஸி தன்னைச் சுற்றிலும் பார்த்தான்.

“நான் வோர்கோராடுக்கு ஒரு நடிகனாகப் போக எண்ணினேன்; ஆனால் எனக்கு வெடிப்புக் காயம் ஏற்பட்டிருப்பதைப் பார்க்கும் போதும், நடிகன் என்றால் ரொம்ப ரொம்பச் சத்தம் போட வேண்டியிருக்கும் என்று எண்ணும்போதும், எவ்ஜெனியா பெட்ரோவ்னா சொல்லியதுபோல், அவர்கள் என்னை ஏற்றுக்கொள்ள மாட்டார்கள்.”

“அவள் எப்போது சொன்னாள்?”

“நேற்று.”

“ஏன், நீ அவளைப் பார்க்கச் செல்கிறாயா?” என்று மங்கிய குரலில் கேட்டான் மாட்வி.

“ஆமாம். பார்க்கத்தான். அவள் மிகவும் புத்திசாலியான பெண்; அவள் பேசுவதைக் கேட்பதே ஒரு ஆனந்தம்.”

“அது உண்மைதான்” என்று தன்னையறியாமலே சொன்னான் அவன்: “நல்லது. சரி. நீ போய்வா, தம்பி.”

“போய் வருகிறேன். மிக்க நன்றி” என்று தன் எஜமான் நீட்டிய கையைப்பற்றிக் குலுக்கியவாறே பதிலளித்தான் அலெக்ஸி.

‘நான் எப்போதும் யாராவது ஒருவருக்கு விடைகொடுத்து வழியனுப்பிவைத்துக் கொண்டிருக்கிறேன் என்றே தோன்றுகிறது’ என்று பழத்தோட்டத்தில் அலைந்து திரிந்தவாறே நினைத்துக்கொண்டான் மாட்வி. ஒரு மனிதனிடம் உணர்ச்சி வேகம் ஏதேனும் இருக்குமானால் அவன் நிச்சயம் போய்விடத் தான் செய்வான்! பாழாய்போன எங்களது இந்த நகரம் இருக்கிறதே!

அவன் தன் கண்களை ஒரு விநாடிக்கு மூடினான்; தனது சொந்த வீட்டைக் குரோதத்தின் தெளிவோடு பார்த்தான். அந்த வேலியிலுள்ள ஒவ்வொரு பலகையும், தரைப் பலகை களிலுள்ள ஒவ்வொரு முண்டும் முடிச்சும் சுவர்களிலுள்ள ஒவ்வொரு வெடிப்பும், பழத்தோட்டத்திலுள்ள ஒவ்வொரு மரத்தின் உயரமும், வேனற்காலத்தில் புதிதாக முளைத்துவந்த ஒவ்வொரு புதிய கிளையின் நீளமும் அவனுக்குத் தெரியும். மேலும் ஷாகிரின் தலையின்மீது எத்தனை ரோமங்கள்

இருக்கின்றன என்பதுகூடத் தனக்குத் தெரியும் என உணர்ந்தான் அவன்; அத்துடன் தனது வேலையாட்கள் என்னவெல்லாம் சொல்லக் கூடியவர்கள் என்பதையும் அவன் நிச்சயமாகத் தெரிந்திருந்தான்.

முன்பெல்லாம் அவன் அவனது சொந்த எண்ணங்கள் எல்லாவற்றையும் தெரிந்திருந்தான்; அவை மிகவும் அற்பம் தான்; மேலும் அவை தொடர்பற்று, தன்னிச்சையாகத் தோன்றும்; அவை அவனிடம் எதுவும் கோராமல், அல்லது அவனது அமைதியை எந்த விதத்திலும் குலைக்காமல் அமைதியாக வரும்; சோகத்தோடு அவனை விட்டுப் பிரியும்; உண்மையில் அவை ஒரு தூக்க மருந்தாகத்தான் பயன்பட்டன. இப்போதோ அத்தகைய எண்ணங்கள் போய்விட்டன; அவை போனதும் நல்லதுதான். அவற்றின் இடத்தைப் பிடித்துக் கொண்ட புதிய எண்ணங்கள் ஒரு நீண்ட சங்கிலித்தொடர் போல் அவனிடம் வந்தன; அவை ஒன்றன்பின் ஒன்றை இழுத்துக்கொண்டு வந்தன; ஒவ்வொன்றும் ஒவ்வொரு திசையில் நடுநடுங்கும் கதிர் வீச்சுக்களைப் பரப்பியது.

என்றென்றைக்கும் மீளமுடியாத ஒரு குழப்பத்தில் அவள் என்னை ஆழ்த்தி விட்டாள் என்பதை அவளிடம்போய் நான் சொல்லிவிடப் போகிறேன் என்று அவன் தனக்குத் தானே சொல்லிக் கொண்டான்.

ஞாயிற்றுக் கிழமையன்று மாலையில் அவன் அந்த நகரக் கணக்கரின் சுத்தமான வீட்டின் நுழைவாயிலினருகே தான் நிற்பதைக் கண்டான்; அப்போது அவன் அந்த வீட்டின் முன்வாசலுக்குச் செல்வதா, அல்லது முற்றத்தின் வழியாகச் சமையலறை வாசலுக்குச் செல்வதா என்று தனக்குள் தர்க்கித்துக்கொண்டு நின்றான்.

அவன் கஜானா அலுவலகத்தில் மாட்டுஷ்கின்னைப் பல தடவை பார்த்திருக்கிறான். அவர் கொடியதொரு வாயும் மழுங்கச் சவரம் செய்த முகமும் கொண்ட ஒரு பற்றற்ற மனிதர். அவர் எப்போதும் ஒரு கரகரத்த முரட்டு சுபாவத்தோடுதான் பேசினார்; அத்துடன் மனிதர்களைக் கண்ணுக்கு நேரே வெறித்து நோக்கி அவர்களை எடை போடுவார்.

நான் முன்வாசல் வழியாகப் போனால் அவர் ஒருவேளை கோபித்துக் கொள்ளக்கூடும் என்று வாட்டமாக எண்ணினான் மாட்வி.

உச்சியில் ஆணிகள் பலவும் சிலிர்த்துக் குத்திட்டு நின்ற வேலிப் பலகைக்கு அப்பாலிருந்து போரிஸின் சப்தம் வருவதைக் கேட்டதும் அவனது இருதயம் படபடவென்று வேகமாகத் துடித்தது. அவன் அந்தப் பலகைகளைப் பிய்த்துக்கொண்டு அந்தத் துடியான சிறுபயலிடம் போய்ச் சேர்ந்துகொள்ள வேண்டும் என்று ஆவல் கொண்டான்.

அவன் அந்தப் பலகையில் தெரிந்த ஒரு வெடிப்பின் முன்னால் குந்தியமர்ந்து, அந்தப் பையனைக் குரல் கொடுத்துக் கூப்பிட்டான். ஆனால் அவன் அவ்வாறு செய்து முடிக்கு முன்பே நாதாங்கி திறக்கப்படும் ஓசை கேட்டது; எவ்ஜெனியாவே

வெளியில் வந்து சேர்ந்தாள். மாட்வி எழுந்து நின்று, தொப்பியை எடுத்து, அவளுக்குத் தலைவணங்கினான்.

“குட் ஈவினிங்” என்று ஒரு நட்புரிமையான குரலில் அவள் கூறியது அவன் காதில் விழுந்தது; ஒரு உஷ்ணம் பாய்ந்த கரம் தன் கரத்தை இறுகப் பற்றிப் பிடித்ததையும் அவன் உணர்ந்தான் “நீங்கள் ஏன் வருவதற்கு இத்தனை நாட்களாகி விட்டது?”

‘ஒன்றுமே நடக்காதது மாதிரியல்லவா!’ என்று சொல்ல விரும்பினான் அவன்.

“நான் உங்களை ஜன்னலிலிருந்தே பார்த்து விட்டேன். தோட்டத்துக்குள் வந்து எங்கள் வீட்டுக்கார அம்மாவைச் சந்தியுங்கள். அவளுக்குப் பக்க வாதம். ஒருவேளை அது உங்களுக்குத் தெரிந்திருக்கலாம்.”

“நானும் அப்படித்தான். நான் என்றும் உள்ளே அடியெடுத்து வைக்க முடியாது என்றே நிச்சயித்திருந்தேன்” என்று முணுமுணுத்தான் அவன்.

ஒரு பரிட்சயமான புன்னகை அவளது முகத்தில் தோன்றிச் சென்றது.

“நகரக் கணக்கரைக் கண்டு பயமா? அவர் ஒரு நீண்ட விடுமுறையில் வெளியூர் போய் விட்டார். போரிஸ், யார் வந்திருக்கிறார்கள் என்று பார்!”

போரிஸ் புதர்களினிடையேயிருந்து துள்ளிக் குதித்து வந்து, ஆனந்தமாகக் கூவிக் கொண்டு, விருந்தாளியின் மீது பாய்ந்து ஒரு வளையம்போல் தொத்திப் பிடித்துக் கொண்டான்.

“என்னைப் பற்றி எல்லாம் மறந்து விட்டாயா?” என்று அழுகை வந்து விடுமோ என்று பயந்தவனாய், உள்ளடங்கிய குரலில் சொன்னான் மாட்வி.

“இல்லவேயில்லை, – மாட்வி மாமா! உண்மையாக நான் மறந்துவிடவில்லை!”

“இரண்டு வாரமாகிறது, நீ புறப்பட்டு”

“பதினோரு நாட்கள்” என்று திருத்தினாள் எவ்ஜெனியா.

அவள் கணக்கிட்டுப் பார்த்திருக்கிறாள் என்று ஆனந்தத்தோடு தனக்குள் சொல்லிக் கொண்டான் அவன்.

‘எனக்கு – ரொம்ப வேலை!” என்று கத்தினான் போரிஸ்.

மாட்வி வான்யா கிர்யாபோவின் உலைந்த தலையைக் கண்டான்.

“கயிற்று வியாபாரி வந்திருக்கிறார்!”

“ஹலோ, ஹலோ!” என்று மண் படிந்த தனது கரத்தை அவனை நோக்கி ஆட்டிக் கொண்டே சத்தமிட்டாள் சுருட்டைத் தலை கொண்ட லையூபா.

"இவர்கள் தான் வார்வாரா டிமிட்ரியேவ்னா."

அவன் ஒரு பெரிய பிரம்பு நாற்காலியில் பாதி சாய்ந்தவாறு அமர்ந்திருந்த ஒரு சிறிய மாதின் மெலிந்து வற்றிய வடிவத்தைக் கண்டான். அவள் தனது குழந்தையைப் போன்றதொரு கையை அவனிடம் நீட்டினாள்.

"உங்களைக் கண்டதில் எனக்கு மகிழ்ச்சி" என்றாள் அவள்; அவளது குரல் எங்கோ தூரத்திலிருந்து ஒலிப்பது போல் கேட்டது.

"பொறுங்கள், வார்வாரா மாமி. முதலில் நாங்கள் அவருக்கு – " என்று காரியார்த்தமான குரலில் தொடங்கினான் போரிஸ்.

"ஓடிப் போ, போரிஸ்!"

எவ்ஜெனியா தன் மகனோடு மரங்களுக்கிடையில் மறைந்து சென்றாள். அவள் காரியமாகத்தான் போய் விட்டாள் என்று மாட்வி உணர்ந்தான்; பின்னர் அவன் ஒரு ஆழ்ந்த நெடுமூச்சு வாங்கினான்.

"உங்களைப் பற்றி எவ்ஜெனியா பெட்ரோவ்னா எவ்வளவோ அருமையான விஷயங்களையெல்லாம் என்னிடம் சொல்லியிருக்கிறாள்!"

அவன் தன்னுணர்வோடு புன்னகை புரிந்தான்; ஏறத்தாழக் கண்ணாடிபோல் தோன்றிய அவளது முகத்தில் அமைந்த அந்த மாதின் பெரிய கண்களை அவன் கூர்ந்து பார்த்தான்.

'இவள் எவ்வளவு நோயாளியாகத் தோன்றுகிறாள்!' என்று நினைத்தான் அவன்.

அமைதியான பகற் பொழுதில் இலையுதிர் காலத்தின் இலைகள் உதிர்வதைப்போல் அவளது வார்த்தைகள் மெதுவாக விழுந்து ஒலித்தன; (எனினும் அவற்றைக் கேட்பதற்கு இன்பமாக இருந்தது.) அவன் அவளைப் பற்றிக் கேள்விப்பட்டதையெல்லாம் தன் நினைவு மண்டலத்தில் துருவிப் பார்த்தவாறே அவளுக்கு ஒற்றைச் சொற்களால் பதிலளித்துக்கொண்டே வந்தான். ஒரு முறை அவளைப் பற்றி ஏராளமான, பொறாமை மிக்க வதந்திகள் நடமாடின. அந்த நகரத்துக்கு அவள் முதன் முதலில் வந்த புதிதில், அவள் எல்லோருடனும் நட்புரிமை கொண்டாடிப் பழக முயன்றாள். அவளது கணவரோ ஒரு பொறாமைக்காரர்; எனவே அவர் குடிப்பழக்கத்துக்கு ஆளாகி, அதன்பின் தமக்கென்று ஒரு வைப்பாட்டியைத் தேடிக் கொண்டு விட்டார். இந்த அவமானத்தால் அவள் தனிமையில் அடைக்கலம் புக நேர்ந்து விட்டது; இப்போதோ அவள் இறந்து போனவள் போலவே ஆகிவிட்டாள்; எவரும் அவள் பெயரைக் குறிப்பிட்டுப் பேசுவதாகவே தெரியவில்லை.

எவ்ஜெனியா தனக்குத்தானே ஏதோ பாடிக் கொண்டும், ஒரு பர்டாக் இலையினால் தன் முகத்தை விசிறிக் கொண்டும் வந்து சேர்ந்தாள்.

“காட்டுத் தீயினால் ரொம்ப சேதமாமோ?”

“நான் கேள்விப்படவில்லை. அது இன்னும் எரிந்து கொண்டிருக்கிறது.”

“உண்மையில் விவசாயிகள் தான் அதற்குத் தீ வைத்து விட்டார்களா?” என்று அந்த வீட்டுக்காரியின் பாதத்துக்கருகில் உட்கார்ந்தவாறே கேட்டாள் அவள்.

“இருக்கலாம், காடு கவனிப்பற்றுக் கிடந்தது. எங்கு பார்த்தாலும் விழுந்து கிடக்கும் உத்திரங்களும் புதர்களும் தான் நிரம்பிக் கிடந்தன. நெருப்புக்குத் தின்று தீர்க்க கொண்டாட்டம் தான்.”

“அடுத்த மாரிக் காலத்தில் விவசாயிகளுக்கு அடுப்பெரிக்க விறகு கிடைக்காதே.”

“காடுகள் அழிகின்றன, மக்களும் அழிகிறார்கள்” என்று வீட்டுக்காரி யோசித்தவாறே சொன்னாள்.

“நீங்கள் அந்தத் தற்கொலையைப் பற்றி நினைக்கிறீர்களா?”

“அதை மட்டுமல்ல; இங்குள்ள மக்கள் எல்லோரையும்தான்.”

அவர்கள் வியாகூலமான விஷயங்களைப் பற்றிப் பேசினார்கள்; எனினும் ஒரு வகையில், அது ஒன்றும் சோர்வு தருவதாக இல்லை. அவற்றைக் கேட்பதில் அவன் ஒரு விசித்திரமான இன்பத்தைக் கூடக் கண்டான்.”

அந்த நோயாளிப் பெண்ணின் நெற்றிப் பொருத்துக்களிலிருந்த தோல் அநேகமாக நீலம் பாரித்திருந்தது; அவளது கண்களுக்குக் கீழே கரிய வளையங்கள் தென்பட்டன; அவளது காதுக்குக் கீழே, அவளது கழுத்தில் நாடி துடித்துக் கொண்டிருந்தது. அவளைப் பற்றிய எல்லாமும், அவள் தனது அந்திமக் காலத்தையே வாழ்ந்து தீர்க்கிறாள் என்ற எண்ணத்தையே ஏற்படுத்தின.

எவ்ஜெனியாவும் இங்கு வாழ்ந்து வருவாளானால், அவளும் ஒரு நாள் இவளைப்போல் ஆகி விடுவாள் என்று நினைத்தான் மாட்வி; அந்த எண்ணம் அவனை திடுக்கிட வைத்தது.

அந்த வீட்டுக்காரி அவனது பேச்சைக் கேட்டதானது, அவன் முன்னாட்களில் எவ்ஜெனியாவுடன் தன்னந்தனிமையில் இருக்கும்போது, அவள் ஒரு பெண் என்பதையே மறந்து விட்டு இருந்த நிலையைப்போல், இப்போதும் அவனை நிம்மதியாக இருக்கச் செய்தது. அவர்கள் இரண்டு பெரிய எலுமிச்சை மரங்களின் நிழலில் உட்கார்ந்திருந்தார்கள்; அவற்றின் விரிந்து பரந்த கிளைகள் தோட்டத்தின்மீது ஒரு பச்சை நிற விதானம் போல் படர்ந்து, புகை மண்டிய வான மண்டலத்தை மறைத்தன.

“அலெக்ஸி என்னை விட்டுப் போகிறான்” என்று மாட்வி எவ்ஜெனியாவிடம் தெரிவித்தான். “நான்தான் அவ்வாறு செய்யுமாறு அவனுக்கு ஆலோசனை கூறினேன்” என்று அந்தப் பர்டாக் இலையினால் தனது முகத்தை மறைத்துக்

கொண்டே சொன்னாள் அவள்; அதனால் அவளது கண்களை மட்டுமே காண முடிந்தது; "அவன் ஏதாவது ஒரு பெரிய நகரத்துக்குப் போகட்டும். அங்கு. வாழ்க்கைக்கு மிகுந்த அர்த்தம் உண்டு. நீங்களும் கூட இங்கிருந்து போய்விடத்தான் வேண்டும்."

"எல்லோரும் போய் விட்டால் அப்புறம் என்னதான் நேரும்?" என்று சின்னச் சிரிப்புடன் சொன்னான் அவன்: "யாராவது இங்கு தங்கத் தானே வேண்டும்."

"ஆனால் நீங்கள் எதற்காகத் தங்க வேண்டும்?"

"காரணமாகத்தான். பெரிய நகரம் எனக்கு ஒத்து வராது. நான் மிகவும் சங்கோஜி."

பின்னர் அவன் தான் முதன்முதலில் வோர்கோராடுக்குச் சென்ற அனுபவத்தை அவர்களிடம் சொன்னான். அங்கு சென்றவிடத்தில், அவன் ஒரு சாராயக் கடையில் சில மனிதர்களோடு பழக்கமானான்; அவர்கள் அவனைத் தம்மோடு சீட்டு விளையாடத் தூண்டினார்கள். மறுத்துப் பேசத் துணிவில்லாமல், அவன் அவர்களோடு மேஜைமுன் அமர்ந்தான். ஆனால், அவன் அவ்வாறு செய்த சிறிது நேரத்திலேயே, ஒரு வயோதிகச் சித்திரத் தையல்காரன் அவனை நடைகூடத்துக்குள் அழைத்துச் சென்று, அந்த மனிதர்கள் சீட்டு விளையாட்டில் ஏமாற்றுக்காரர்கள் என்றும், அவனது பாக்கெட்டை அவர்கள் நிச்சயம் காலி செய்து துடைத்து அனுப்பி விடுவார்கள் என்றும் கூறினான். அத்துடன் அந்தக் கிழவன் அவனை ஒரு காலியான அறையில் அடைத்து வைத்திருந்து, அவன் அவசரமான வேலையாகத் திடீரென்று அழைப்பு வந்ததால் போக நேர்ந்து விட்டது என்று அவர்களிடம் சொல்லி விடுவதாகக் கூறினான். இவ்வாறாக அவன் மூன்று மணி நேரமாக அடைப்பட்டுக் கிடந்தான். இந்த நேரத்தில் அவனது அறையில் படுக்கையில் கிடந்த பறவைத் தூவித் தலையணைகளை யாரோ திருடிக் கொண்டு போய் விட்டார்கள். அவன் வெளியே செல்லும் போதெல்லாம் வோர்கோராடிலுள்ள நகரவாசிகள் அத்தகை பேரும் தனது பரம விரோதிகள் என்றே உணரத் தொடங்கினான்; வீட்டுக்கு வெள்ளையடிப்பவன் ஒருவன் அவன் மீது பச்சை வர்ணத்தைக் கொட்டி விட்டான்; அவன் சரக்குகளை விற்கச் சென்றிருந்த வியாபாரிகளோ அவன் இளைஞனாக இருப்பதைக் கண்டு, அவனிடம் விளையாடினார்கள்; அவன் குடிவெறி கொள்ளும் வரையிலும் அவனுக்கு ஒயின் மதுவை நிர்ப்பந்தப்படுத்திக் குடிக்க வைத்தார்கள்.

"அதன்பின்னர் என்னென்ன நடந்தது என்பதை நான் உங்களிடம் சொல்லக் கூட துணியமாட்டேன்" என்று அந்தப் பெண்களின் கண்களைப் பார்ப்பதைத் தவிர்த்தவாறே, நாணிய முகத்தோடு ஒப்புக் கொண்டான்: "அவர்கள் புனித நீரால் அல்ல, மாறாக அட்டுப் பிடித்த சாராயத்தால், உண்மையான மத நம்பிக்கைக்கு மதம் மாற்றம் செய்ய முயன்ற அஞ்ஞானி என்று வேண்டுமானால் என்னை நினைத்து விட்டுப் போங்கள்."

அந்த நோயாளிப் பெண்ணின் வெளிறிய முகத்தில் ஒரு கரிய செம்மை படர்ந்தது.

“எல்லோரும் எங்கும் தமது வழிமுறைகளை மற்றவர்கள் மீது திணிப்பதற்கு ஏன் முயல்கிறார்கள்?” என்று தனது சிறிய கைகளால் தன் தலை மயிரைப் பின்னால் ஒதுக்கித் தள்ளியவாறே சொன்னாள் அவள்: “யாராவது ஒருவர் தம்மிலிருந்து கொஞ்சம் வேறுப்பட்டவராகத் தோன்றியவுடனேயே, ஜனங்கள் அவனைக் கடித்துக் குதறி, அவனை அறுத்து வதைத்து, அவனுக்கென ஒரு தனித் தன்மையை அளிக்கும் எதையும் அகற்றிவிடத் தொடங்குகிறார்கள்.”

எவ்ஜெனியா தனது வழக்கமான ஆத்திரத்தோடு பதிலளித்தாள்:

“அவர்கள் ஆனந்தமென்பது சமநிலையில், அமைதியில், மாறுதலற்ற நிலை யில்தான் காணப்படும் என்று நினைக்கிறார்கள்; அவர்களது அமைதியைக் குலைப்பதாகப் பயமுறுத்தும் எதையும் அவர்கள் வெறுக்கிறார்கள்.”

இவள் எப்போதும் ஒரே விஷயத்தைத்தான் சொல்கிறாள்! என்று நினைத்தான் மாட்வி. இவள் விஷயத்தில் இது ஒரு பிரார்த்தனை மாதிரிதான்.

அங்கு அடக்கமாகவும் அமைதியாகவும் இருந்தது; குழந்தைகளின் குரல்களும் குதூகலமாக இருந்தன; அந்தப் பெண்களோடு இருப்பதில் அவன் ஆனந்தமும் நிவர்த்தியும் பெற்றான்; எனினும் அதே பொழுதில் அவன் அவர்களுக்காக வருத்தப்படவும் செய்தான்.

அவர்களது பேச்சு, அசைப்புக்கள், முகங்கள், ஏன் அவர்களது உடையும் செருப்புகளும் கூட வேறுபட்டவையாகத்தான் இருந்தன; அவை ஒகுரோவ் வகையைச் சேர்ந்தவையல்ல. ஏதோ ஒரு தூரதொலைப் பிரதேசத்திலிருந்து, காற்று விதைகளைச் சுமந்து கொண்டு வந்து, அவற்றை குப்பை கூளம் நிறைந்த, களைகள் மண்டி வளர்ந்த ஒரு வெம் பரப்பான தரிசு நிலத்தில் சிதறிவிட்டுப் போனது போலவும், அந்த விதைகளிலிருந்து அந்த நிலத்துக்கே அன்னியமான இரண்டு அழகிய மலர்கள் சிறிது காலத்துக்குப் பூத்து ஒளிர்வதுபோலவும் தோன்றியது.

அவர்கள் சொல்லிய ஒவ்வொரு விஷயத்துக்குப் பின்னாலும், ஜனங்களை மன்னித்துவிட முனையும் ஒரு பரிவுணர்ச்சி தென்பட்டது. குறிப்பாக, இது கேட்பதற்கு இனிமையாக இருந்தது; இதுவே அவனது அனுதாபத்தையும் தூண்டி விட்டது.

அவன் தன் விதியை எவ்வாறோ ஓரளவுக்குச் சமாளித்துக் கொண்டு வீடு திரும்பியபோது இரவு நேரமாகி விட்டது.

அப்படியென்றால், நீ அமைதியைக் குலைக்கத்தான் கிளம்பியிருக்கிறாயா? நல்லது. நீ நிச்சயமாக, என் அமைதியைக் குலைத்து விட்டாய்! என்று வருத்தத்தோடு நினைத்தான் அவன். இப்போது நான் என்ன செய்வது?

அவன் அந்த நகரக் கணக்கரின் வீட்டுக்கு அடிக்கடி செல்லவும், அங்கு அதிக நேரத்தைக் கழிக்கவும் தொடங்கினான். எவ்ஜெனியா வீட்டிலில்லாவிட்டால், அவன் தனது இதயத்தின் ஆதங்கத்தைபெல்லாம் அந்த வீட்டுக்காரியிடம் கொட்டித் தீர்ப்பான்: அவனது வாழ்க்கையே நிலைகுலைந்து போய்விட்டது;

பழைய முறையில் அவனால் வாழவே முடியவில்லை; வேறு வழியில் எப்படி வாழ்வது என்பதும் அவனுக்குத் தெரியவில்லை. ஒரு நாள் அவன் தான் அநேகமாகக் குடிப்பழக்கத்துக்கு ஆளாகிவிடக்கூடும் என்று அவளிடம் சொன்னான்.

"அதைப்பற்றி நினைக்காதீர்கள்!" என்று செத்துக் கொண்டிருக்கும் தனது கண்களில் பயம் தொனிக்க விழித்தவாறே அவள் கத்திவிட்டாள்: "ஒருமட்டும் நீங்கள் வளர்ந்து விட்டதால் தான் உங்களது கண்கள் புதிய ஒளியைக் காண இன்னும் பழக்கப்படாமல் இருக்கின்றன."

அவள் சொன்னதை அவன் விரும்பவில்லை. அந்த வார்த்தைகள் சூனியமாக, உபசாரமாக, இனிமையற்று, மேம்போக்காகத்தான் ஒலித்தன. அவன் வரும்போதெல்லாம் வீட்டில் இல்லாது போவதன் மூலம் தன்னைக் காண்பதை அவள் தவிர்த்து வருகிறாள் என்று அவன் உணர்ந்த காரணத்தால், அவன் தனது மனோநிலையை அந்தப் பெண் எவ்ஜெனியாவிடம் தெரிவிக்க வேண்டும் என்று மட்டுமே விரும்பினான்.

அவன் அவளிடம் மீண்டும் காதலைப் பற்றிப் பேசத் துணியவில்லை; என்றாலும் அவர்கள் தமக்குள் ஏதாவது இறுதியாக, ஏதாவது முடிவாகப் பேசிவிட வேண்டுமென்பதற்காக, அவன் அவளை மீண்டும் ஒரு முறை தனிமையில் சந்திக்க விரும்பினான். ஆனால் அவளோ அவனுக்கு அந்தச் சந்தர்ப்பத்தை அளிக்கவில்லை.

ஒருநாள், அவள் அவனை வாசற்புறத்தில் சந்தித்து, எந்தவிதமான எச்சரிக்கையுமின்றிப் பின்வருமாறு அறிவித்தாள்:

"மூன்று தினங்களில் நான் போகப் போகிறேன்."

அவள் இதனை உரத்த, தைரியமான குரலில் சொன்னாள்; அப்போது அவளது கண்கள் கறுத்திருந்தன; உதடுகள் ஒரு இணக்கமற்ற புன்னகையாக வளைந்தன.

அவன் குன்றிப் போனான்; ஒரு வார்த்தை கூடப் பேச முடியாமல், திக்பிரமையோடு நின்றான்.

"வாருங்கள், நாம் வயல்வெளிக்குப் போவோம்" என்று அவனது கையைப் பற்றிப் பிடித்தெடுத்தவாறே சொன்னாள் அவள்.

அவர்கள் நடந்து செல்லும்போதே அவள் அவனது முழங்கையைத் தனது விலாவோடு அழுத்தியவாறு பின்வருமாறு அமைதியாகச் சொன்னாள்:

"என் பெரிய பையா! நான் எப்படி ஒரு சகோதரனுக்கு அல்லது மகனுக்காக வருந்துவேனோ, அதேபோல் உங்களுக்காக வருந்துகிறேன்..."

"எவ்ஜெனியா!" என்று முணுமுணுத்தான் அவன்: "நான் என்ன செய்வது?"

"எனது முடிவு எனது எண்ணங்களால் தீர்மானிக்கப் படவில்லை; உங்களால்தான் தீர்மானிக்கப்பட்டது; நான் உங்களை ஏமாற்ற விரும்பவில்லை."

அவன் அவளது முகத்தைக் கூர்ந்து பார்த்தான்; அவளை அவன் இனம் காணவேயில்லை; அவள் அவனுக்கு அத்தனை நெருக்கமானவளாகத் தோற்றினாள். அவனால் மூச்சுவிடக் கூட முடியவில்லை; தனது இருதயம் உருகிப்போய், தனது ரத்த நாளங்களிலே ஒரு புத்துணர்ச்சியூட்டும் ஜீவரசம்போல் ஓடிப்பெருகுவதாக அவன் உணர்ந்தான்.

"கண்ணே!" என்று கிசுகிசுத்தான் அவன்: "அதனால் பரவாயில்லை. நான் உன்னை மணப்பது பற்றி இன்னும் கனவு காணவில்லை; அவ்வாறு செய்தால் அது அபத்தம்தான். உங்கள் வீட்டுக்காரியைத் திருமணம் எந்த நிலைக்குக் கொண்டு வந்திருக்கிறது என்று பாரேன். இது விஷயத்தில் நான் உன்னைப்பற்றிப் பெரிதும் நினைத்துப் பார்க்கிறேன். உனக்கு ஒரு நாய் எதற்காகத் தேவை? நானோ உன் காலைச் சுற்றிச் சுற்றி வரும் நாயாகத்தான் இருக்க வேண்டும்"

"அப்படிச் சொல்லாதீர்கள்!" என்று சுற்றுமுற்றும் பார்த்தவாறே சொன்னாள் அவள்.

"ஆனால் நான் உன்னிடம் ஒரு விஷயம் கேட்க விரும்புகிறேன்" என்று அவன் ஆர்வத்தோடு சொன்னான். "நீ எனக்கு ஒரு நல்ல சகோதரியாக இரு; என்னைக் கைவிட்டு விடாதே. என்னை மறந்து விடாதே. எனக்குக் கடிதம் எழுது. நீ எப்படியிருக்கிறாய் என்பதை எனக்குத் தெரிவி..."

"நிச்சயமாகச் செய்கிறேன். நீங்கள் இன்னொரு பெண்ணை, என்னைக் காட்டிலும் சிறந்த ஒருத்தியைச் சந்திப்பீர்கள்..." என்று தன் ரவிக்கையின் காலரை இழுத்து விட்டவாறே சொன்னாள் அவள்.

அவன் அதனை மறுத்துரைப்பதுபோல் தன் கையை வீசினான்.

"நான் இன்னொரு பெண்ணுக்குத் தவறிழைக்க மாட்டேன். அவளிடத்தில் நான் என்றும் உன்னையேதான் காண்பேன்; அது அவளுக்குத் துரோகமாகவே முடியும், இல்லையா?"

அவர்கள் ஒரு பழைய மோர்டேவியன் குடியிருப்புப்பகுதி வரையிலும் நடந்து சென்று விட்டார்கள்; அந்தக் குடியிருப்பு இப்போது மண்ணோடு மண்ணாகி, புல் மண்டிய நான்கு திரடுகளாக மட்டும்தான் மிஞ்சி நின்றது. அங்குதான் ஒகுரோவ் நகரவாசிகள் குடிகாரர்களையும், தற்கொலை செய்தவர்களையும் புதைத்தார்கள். சமீபத்திலே தோண்டப் பெற்ற ஒரு சமாதியின்மீது இன்னும் புல் வளர்ந்து மூடுவதற்கான காலம் வரவில்லை; பூமிப் பரப்பின்மீது அந்த இடத்தில் தோலை உரித் தெடுத்துவிட்ட மாதிரி அது தோற்றமளித்தது.

"நாம் உட்காருவோம்" என்றாள் அவள்.

அவன் பணிவோடு, கீழே உட்கார்ந்தவாறு, அவளது கரத்தைத் தன் கையின்மீது எடுத்து வைத்து, அதனைத் தடவிக் கொடுத்த வண்ணம் பின்வருமாறு சொன்னான்:

"போய் வா, எவ்ஜெனியா! போய் வா, என் அன்பே!"

"மாட்வி" என்று அவள் தன் கையை உருவிக் கொள்ளாமலும், தனது தோள் அவனது தோள்மீது பட்டு உரச அனுமதித்தவாறும் பேசினாள்: "நீங்கள் எனக்குக் கொஞ்சம் பணம் கொடுத்தால்"

"எவ்வளவு வேண்டுமானாலும் தருகிறேன்."

"எனக்காக அல்ல" என்று தன் கையை உருவியவாறு சட்டென்று சொன்னாள் அவள்: "அதைக் கொண்டு நான் புத்தகங்கள் வாங்கி, உங்களுக்கு அனுப்பி வைப்பேன்."

அவர்கள் நகரத்துக்குத் திரும்பி வந்தபொழுது, அவன் தன்னுள் ஒரு புதிய பலமும், உறுதிப்பாடும் தோன்றியிருப்பதை உணர்ந்தான்; எவ்ஜெனியா ஒரு காலத்தில் அவனிடத்தில் கிளப்பிவிட்ட கவலையூட்டும் சந்தேகங்களையும் முரண்பாடுகளையும் அவை முற்றிலும் வெற்றி கண்டன.

ஆனால் அன்றிரவு வீட்டுக்கு வந்தபின், அன்று மதியம் அவள் சொன்ன எல்லாமே, அவனைத் தேற்றுவதற்காகச் சொன்ன வெற்றுவார்த்தைகளைத் தவிர வேறில்லை என்று மீண்டும் எண்ணிக் கொண்டான்.

அவன் மார்க்கூஷாவின் குறும்புத்தனமான கருத்தை நினைவுகூர்ந்தான்:

"நீங்கள் ஜனங்களை அமைதியாக இருக்க விடுகிற வரையிலும் நீங்கள் அவர்களிடம் என்ன சொன்னாலும், எதுவும் நேர்ந்துவிடப் போவதில்லை."

அந்த வார்த்தைகள் அவனையொரு அரங்கு வீட்டிலே போட்டுச் சிறைபிடித்து விட்டதுபோல், ஒரு உணர்ச்சியற்ற இறுக்க நிலை அவனை ஆட்கொண்டது.

அவள் போய்விடுவாள்; என்னைப்பற்றிய எல்லாவற்றையும் மறந்து விடுவாள், நானோ ஒரு காட்டுப் பன்றி மாதிரி காட்டுமிராண்டித்தனமாக மாறி, கடைசியிலே எனது துன்பத்தாலேயே செத்து மடிவேன்.

ஆனால் தனது பணத்தால் அவளைத் தலையிட்டுக் கட்டுப்படுத்தமுடியும் என்ற எண்ணம் அவனுக்குத் திடீரென்று தோன்றியது; என்னதான் இருந்தாலும் அவளிடம் ஒரு காசு கூடக் கிடையாது; மேலும் அவள் தன் மகனைக் கல்வி கற்கச் செய்யவும் வேண்டும்.

'அதுதான் சரி!' என்று வளர்ந்தோங்கும் நம்பிக்கையுடன் நினைத்தான் அவன். அவள் பணத்தை எடுத்துக் கொள்வாள்; அதன் மூலம் எனக்குக் கடமைப்பட்டவளாகத் தன்னைக் கருதுவாள். அதுதான் சரி!

மறுநாள் அவன் அவளிடம் பின்வருமாறு சொன்னான்:

"தயவு செய்து நான் உனக்குச் சிறிது பணம் தர அனுமதி, எவ்ஜெனியா.'

“ஆகட்டும்“ என்று அவள் அவசரமாகப் பதிலளித்தாள்: “வழிச் செலவுக்கு என்னிடம் கொஞ்சமும் பணமில்லை. நீங்கள் எனக்கு இருபது ரூபிள் பணம் கொடுத்தால்”

“வழிச்செலவுக்கா? அது அற்பம்!” என்று உதாசீனமாகச் சொன்னான் மாட்வி: நான் குறிப்பிட்டது போரிஸுக்காக... மேலும்... பொதுவாக... வாழ்க்கை நடத்த......

அவள் நிமிர்ந்து நின்றாள்; அவளது கண்களில் ஒரு கோபாவேசமான ஒளி பளிச்சிட்டது; ஆனால் மறுகணமே வேறுபுறம் திரும்பியவளாய், பட்டுக் கொள்ளாத தொனியில் பின்வருமாறு பதிலளித்தாள்:

“நல்லது. அதைப் பற்றி நாம் பின்னர் விவாதிப்போம்; அதாவது எனக்கு எப்போதாவது தேவை ஏற்படுமானால்.’

“இப்போது ஏற்றுக்கொள்ள மாட்டாயா?”

“இப்போதா?” அவள் ஒரு கணம் யோசித்தாள்; பின்னர் ஏதோ ஒரு பெருத்த பேரத்தைப் பேசி முடிப்பதுபோல் காரியார்த்தமான குரலில் பின்வருமாறு சொன்னாள்: “நல்லது. நான் இருபத்தைந்து ரூபிள் வாங்கிக் கொள்கிறேன் – இருபது வேண்டாம்; அதற்குப் பதிலாக, இருபத்தைந்து.”

‘நான் ஒரு முட்டாள்!’ என்று தன் கண்களைக் குழப்பத்தால் தாழ்த்தியவாறே நினைத்தான் மாட்வி. அவளை ஒருவன் பணத்தால் விலைக்கு வாங்கி விட முடியுமா என்ன? அவளுக்குப் பணத்தின் மதிப்புக் கூடத் தெரியவில்லை.

அவள் நகரமெல்லாம் விழிப்பதற்கு முன்பே, அருணோதயப் பொழுது வருவதற்கு முன்பாகவே, குளிர்ந்த இருட்டு நேரத்தில், கடைச்சாமப் பொழுதில் புறப்பட்டுச் சென்றாள்

அவளது முகம் கன்றிச் சிவந்து உணர்ச்சி வேகத்தோடு காணப்பட்டது; அவளது கண்களில் ஒரு வறண்ட, தளர்ந்த பளபளப்பு தென்பட்டது. கபில நிறமான லினன் மேற்கோட்டும், தலையில் ஒரு வெள்ளை முகத்திரையும் அணிந்து, கைகளை வீசியாட்டியவாறு வண்டியினருகில் அங்குமிங்குமாக விசுக் விசுக்கென்று திரிந்து கொண்டிருந்தாள்; அதைப் பார்க்கும் போது, இலையுதிர்காலத்தில் தென் திசை நோக்கிச் செல்ல வேண்டிய ஒரு பறவை காலதாமதமாகிப் பரபரப்போடு கிளம்புவதுதான் மாட்விக்கு நினைவு வந்தது.

வேளையற்ற வேளையில் கடைச் சாமப் பொழுதில், படுக்கையிலிருந்து கண்விழித்து எழநேர்ந்த போரிஸ் தனது தூக்கச் சடைவான கண்களோடு கொட்டக் கொட்ட விழித்தவாறு, எரிந்து விழுந்து கொண்டிருந்தான்.

“இந்தக் குதிரைகள் ஏன் இத்தனை சிறிதாக இருக்கின்றன?” என்று அவன் ஷாகிரிடம் குறைப்பட்டான்.

“கால்நடைகளெல்லாம் இங்கு சின்னவையாகத்தான் இருக்கும்” என்று ஷாகிர் வருத்தத்தோடு சொன்னான்

“இத்தகைய குதிரைகளைக் கொண்டு, நாம் எங்கேயும் ஒழுங்காகப் போய்ச் சேர முடியாது. இவை குதிரைகள் போல் வேஷம் போட்டுள்ள நாய்களே தான்.”

நடால்யா தனது வீங்கிப்போன கண்களைத் துடைத்தவாறு, முற்றத்தில் அங்குமிங்கும் பரபரத்துக் கொண்டிருந்தாள்.

“கேக்குகளை மறந்து விடாதீர்கள், அன்பே” என்று அவள் எவ்ஜெனியாவிடம் சொன்னாள். “அவை ஆசனத்துக்கடியிலுள்ள பையில் உள்ளன.’

ஷாகிர் வண்டியின் பின்புறத்தோடு அந்தப் பழைய தோல் டிரங்குப் பெட்டியைக் கட்டியபோது, தனது மொட்டையடித்த தலையை மேலும் கீழும் அசைத்தான். அவனுக்குப் பக்கத்தில், அடர்த்தியாகப் புள்ளிகள் விழுந்த பரந்த முகத்தோடு கூடிய இளைஞனான ஒரு வண்டிக்காரனும் வேலை செய்துகொண்டிருந்தான்.

மாட்வி வாசல் வழியில் நின்று, போரிஸின் தலைமயிரைத் தடவிக் கொடுத்தவாறே அவனிடம் பின்வருமாறு சொன்னான்;

“எங்களை மறந்து விடாதே. எனக்குக் கடிதம் எழுது. கேட்கிறாயா? எனக்கு அம்மாவைப் பற்றியும்... உன்னைப் பற்றியும் எல்லாவற்றையும் எழுது. மறந்து விடமாட்டாயா?”

“நிச்சயமாக, மாட்டேன்.” அந்தப் பையன் வாட்டத்தோடு பதிலளித்தான்.

நகரக் கணக்கரின் மனைவி தனது கலைந்த தலையை ஜன்னலின் வழியே நீட்டினாள்; பின்னர் சில ரத்தப்பசையற்ற வார்த்தைகளை மெதுவாக வாயசைத்துச் சொன்னாள்:

“மாட்வி ஸாவ்லிவிச், நீங்கள் இங்கு தங்கி, காலையில் என்னோடு சாப்பிட்டுவிட்டுப் போங்கள்.”

“மிக்க நன்றி” என்று தனது கண்களால் எவ்ஜெனியாவைப் பின் தொடர்ந்தவாறே, முணுமுணுத்தான் மாட்வி.

அவள் அநாவசியமாகச் சளசளத்தாள்; அவளது கண்கள் இங்கு மங்குமாக அச்சத்தோடு, அல்லது ஒருவேளை குழப்பத்தோடு அலைந்து திரிந்தன; அவளது பரபரப்பான நடமாட்டங்கள் மாட்விக்கு மீண்டும் ஒரு பறவையைத்தான் நினைவூட்டியது. இப்போதோ அந்தப் பறவை திறந்த கதவுடைய ஒரு கூட்டினுள் இருந்தது; அது தனது சுதந்திரத்தின் மீது கண்வைத்தவாறு அங்குமிங்கும் தத்திக் குதிப்பது போல் இருந்தது; அந்தத் திறந்த சுதவு பட்டென்று மூடிக் கொள் ளும் ஒரு பத்தயமாக இருக்குமோ என்ற பயத்தில் தான் பறந்து செல்வதைப் பற்றி முடிவு செய்யமாட்டாமல் தயங்கித் தவித்தது.

அவன் அவள் மீது இரக்கம் கொண்டான்.

தன்னந்தனியாய்... இந்த மாதிரி தன்னந்தனியளாய்ப் போகிறாளே.

"தயார்!" என்று அறிவித்தான் ஷாகிர்.

எவ்ஜெனியா மாட்வியின் அருகே சென்று, தன் முகத் திரையை விலக்கினாள்.

"நல்லது"... என்று சொல்லியவாறே, அவள் அவனது கையைப் பற்றி அவனை வீட்டுக்குள் இழுத்துச் சென்றாள். போகும்போதே அவள் பின்வருமாறு முணுமுணுத்தாள்: "முதலில் நான் வார்வாரா டிமிட்ரியேவ்னாவிடம் விடை பெற்றுக்கொள்ள வேண்டும். பிறகு லையூபாவிடம் விடை பெறவேண்டும். அவள் தூங்கிக்கொண்டிருக்கிறாள்."

அவள் சொல்ல விரும்பியது அதுவல்ல என்பதை மாட்வி உணர்ந்தான்; எனினும் அவன் அவளைப் பேசவிடுத்தான்.

அறையின் உள்ளிருந்து வரும் முத்தங்களையும், சிணுங்கலையும் கேட்டவாறு அவன் வெளிக்கூடத்தில் நின்று கொண்டிருந்தான்; தனது மனக்கண்முன்னால் பற்பல குன்றுகளும் அதில் சிலிர்த்து நிற்கும் காடுகளும் கொண்ட ஒரு நிலப்பரப்பையும், கரிய மரங்கள் நிறைந்த ஒரு பள்ளத்தாக்கையும், அந்த மரங்களுக்கிடையில் ஒரு குளிர்ந்த நதி வளைந்து நெளிந்து செல்வதையும், ஒரு முடிவற்ற புழுதி படிந்த ரோட்டுப் பாதை அந்தக் காட்சியில் ஊடு பாய்ந்து செல்வதையும் அவன் கண்டான்.

"போய் வருகிறேன், அருமை நண்பரே!

அவள் தனது உறுதியான கரங்களை அவனது தோள் மீது போட்டவாறு, நனைந்து பளபளக்கும் கண்களால் அவனை உற்று நோக்கினாள். அவள் அவசர அவசரமான ஆறுதல் வார்த்தைகளைப் பேசத்தொடங்கினாள்; ஆனால் அவனோ அவளை ஆரத்தழுவி, அவளது கன்னங்களிலும், நெற்றியிலும் முத்தமிட்டான்; அத்துடன் அவள் என்ன பேசுகிறாள் என்று காதில் வாங்காமலே அவளுக்குப் பதிலளித்தான்:

"என்னை மறந்துவிடாதே, புனிதமான எல்லாவற்றின் பேராலும் சொல்கிறேன். என்னை மறந்துவிடாதே. என்னதான் இருந்தாலும், நான் ஒரு மனிதப் பிறவிதானே."

பின்னர் வாயிற்கூடத்தில் நின்றவாறு, அவள் தன்னை முத்தமிட்ட வண்ணமே, ஷாகிரையும் முத்தமிடுவதைப் பொறாமையுடன் கவனித்தான்; அந்தத் தாத்தாரியன் தனது காலை ஒரு குதிரையைப் போல் உதைத்துக்கொண்டு, தனது மொட்டைத் தலையை அவளது தோள் மீது அழுத்தியவாறு அழுதான்:

"நீங்கள் ரொம்ப நல்லவர்கள் – ரொம்ப ரொம்ப நல்லவர்கள்!"

நடால்யா அழுதுகொண்டே ஓடிவந்தாள்; அவர்கள் மூவரும் ஒருவரையொருவர் கட்டியணைத்துக்கொண்டு, ஏதோ ஒரு கண்றாவியான நடனத்தை ஆடினார்கள்.

எல்லோரும் அவளை நேசிக்கிறார்கள் என்று நினைத்தான் மாட்வி.

"சீக்கிரம்!.. என்று வண்டிக்குள் ஏறிக்குதித்தவாறே கத்தினான் போரிஸ்: "மாட்வி மாமா! இங்கே வாருங்கள்!" அவன் அந்தப் பையனிடம் சென்றான்.

"எனக்குக் கடிதம் எழுது. தயவு செய்து எழுது" என்று சோர்ந்தாற்போல் சொன்னான் அவன்.

"எழுதுகிறேன். பெரிய, நீண்ட கடிதங்கள் எழுதுவேன்."

அந்தப் பையன் அவனது கன்னத்தையும் காதையும் தட்டிக் கொண்டான்; முட்டிவரும் அழுகையைத் தடுப்பதற்காக, மூக்கைச் சிணுங்கினான்; எனினும் கண்ணீர் உருண்டோடி வந்து, அவனது மோவாயில் தொங்கி நின்றது.

அவர்கள் ஒரு புழுதிப் படலத்தினூடே வண்டியை ஓட்டிச் சென்றார்கள். அந்த வண்டி அந்தச் சமதளமற்ற ரோட்டின் மீது கிறிச்சிட்டுக்கொண்டும், துள்ளியாடிக்கொண்டும் சென்றது. வண்டிக்குமேல் ஒரு வெள்ளை முகத்திரையும், எவ்ஜெனியாவின் கையும் ஆடியசைந்தன; நகரக்கணக்கரின் மனைவி ஜன்னலிலிருந்து ஒரு கைக்குட்டையை ஆட்டிக் காட்டினாள்.

நாய்கள் ரோட்டுக்கு ஓடிவந்து, அந்தக் குதிரைகளுக்குப் பின்னால், தமது உடம்புகளை ரப்பர் மாதிரி நீட்டியவாறு ஓடத் தொடங்கின.

"எனவே, நமது அருமை விருந்தாளி போய்விட்டாள்" என்று மூக்கைச் சிந்தியவாறே சொன்னாள் அந்தக் கணக்கரின் மனைவி: "மாட்வி ஸாவ்லிவிச், வாருங்கள், வந்து என்னோடு காலையுணவு அருந்துங்கள். நாம் அவளைப்பற்றி பேசுவோம்."

மாட்வி திடுக்கிட்டான்.

"மிக்க நன்றி. சீக்கிரமே வருகிறேன்" என்று முணுமுணுத்தவாறே, அந்த வண்டியைப் பின்தொடர்ந்து சென்றான்.

அவன் தடுக்க முடியாதவாறு தன்னைக் கவர்ந்திழுக்கும் ஏதோ ஒன்றுக்குப் பின்னால் பதியிட்டுச் செல்வது போல் அந்த ரோட்டின் மீதே தன் கண்களைப் பதித்த வண்ணம் மெதுவாக நடந்தான்; அவன் அதைத் தெரிந்து கொள்ளுமுன்பே, அவன் நகரத்துக்கு வெளியே வந்துவிட்டான்.

அவனது கவனத்துக்குரிய பொருள் முன்னால் துள்ளியெழுந்த தூசி மண்டலத்தில் ஒரு சின்னஞ்சிறிய கறுப்புத் திட்டுப்போல் தென்பட்டது; அது ஒரு மரத்துக்குப் பின்புறமோ, அல்லது ஒரு தானியக்கிடங்கின் மறைவிலோ கண் மறைந்தபோது, அவனது இதயம் குன்றிக் குறுகியது. ஒருமட்டும் அது கடைசிக் குன்றின் மீது ஏறி, அதன் கரடுமுரடான பாதையில் ஆடியசைந்து, பின்னர் மறைந்துபோய்விட்டது.

மாட்வி நடப்பதை நிறுத்திவிட்டு, தன் தொப்பியை எடுத்தான்.

'போய்வா, எவ்ஜெனியா பெட்ரோவ்னா.'

அவள் தன்னை விட்டுச்சென்றுவிட்டால் தன் கதி என்னவாகும் என்று எண்ணிப் பார்க்கக்கூட, ஒரு மணி நேரத்துக்கு முன்னால் துணிந்திருக்கமாட்டான்; இப்போதோ அவள் போயே போய்விட்டாள்! அது மிகவும் வருத்தமாக இருந்தது; எனினும் இதைக்காட்டிலும் வேதனை மிகுந்த, கடுமையான உணர்ச்சிகளையெல்லாம் அவன் அனுபவித்திருந்தான்.

தான் எதிர்பார்த்ததைக் காட்டிலும் வேதனை குறைவாகத்தான் இருக்கிறது என்பதைக் கண்டறிந்து திடுக்கிட்டவனாய், அவன் தன் இதயத்தையே துருவி ஆராய்ந்தவனாய், அதே திசையில் வேகமாக நடக்கத் தொடங்கினான்.

கடந்த சில நாட்கள் என்னைக் களைப்புறச் செய்து விட்டன என்று சுய நியாயம் கற்பிப்பது போல் சிந்தித்தான் அவன். நான் இதற்காகக் காத்திருந்தேன்; இப்போதோ அது வந்து முடிந்து விட்டது; கிட்டத்திட்ட ஒரு நிவர்த்திதான் எனக்கு. யாராவது இறந்துபோன மாதிரிதான்; வீட்டிலே பிணம் கிடக்கும் வரையில் சகிக்கமுடியாத வேதனைதான்; ஆனால் புதைத்து முடித்தபின்னர் அது ஒரு நிவர்த்திதான்.

"ஏற்கெனவே மஞ்சள் நிற இலைகள் அங்குமிங்குமாக அள்ளித் தெளிக்கப்பட்டிருந்த வெள்ளை பெர்ச் மரங்கள் இலையுதிர் காலத்தின் தெளிவான காலைப்பொழுதில், பிரார்த்தனை பீடத்தின் மெழுகுவத்திகளைப்போல் தெள்ளத்தெளிவாக அசைந்தாடின; குட்டையான குதிரைகள் உழுத தடத்தின் மீது மெதுவாக நடந்து சென்றவாறே, தமது தலைகளை மேலும் கீழும் அசைத்தன; நீலமாகவும் சிவப்பாகவும் தோற்றிய விவசாயிகள் வறண்ட கரும் பழுப்பு நிறமான நிலத்தின் மீது குனிந்தவாறே, அந்தக் குதிரைகளை மௌனமாகப் பின்பற்றி நடந்தார்கள்; ரோட்டின் இருபுறத்திலும் கால்பட்டுத் தேய்ந்திருந்த குண்டுகுழிகளில் வெளிறிய மஞ்சள், இளஞ் சிவப்பு நிறங்கள் கொண்ட மலர்கள் பளபளத்தன. விறைப்பான வாடாமலர்கள் புழுதிபடிந்த புல்வெளியிலிருந்து தலை தூக்கி மலர்ந்திருந்தன; அவற்றைப் பார்த்தபோது மாட்வி அவளது வார்த்தைகளை நினைவுகூர்ந்தான்:

"ஒருவர் நேசிக்க வேண்டும்; பின்னர் அந்த நபர் பயத்தையோ, தனிமையையோ உணர்வதில்லை. ஒருவர் நேசிக்கத் தான் வேண்டும்."

அந்த வண்டி ஏறிச் சென்று மறைந்த குன்று' வரையிலும் அவன் நடந்து சென்றான்; பின்னர் அங்கே நின்று, ஈரம் படிந்த கண்களோடு, ரோட்டுப் பாதையால் பிளந்து நிறுத் தப்பட்ட அந்த கருநீல நிறமான காடுகளின் சுவரை வெறித்து நோக்கினான்; பின்னர் தன்னைச் சுற்றிப் பார்த் தான்; சமதளமற்ற தெத்துக் குத்தான வயல் வெளிகளின் மீது ஒரு பிரகாசமான நதித்தடம் வளைந்து சென்றது; அந்த நதி எங்கு செல்வதெனத் தெரியாமல் சுற்றிச் சுழன்று

சென்றது; பூமியானது கட்டங்கள் எல்லாம் ஒன்று கூடிவிட்ட ஒரு கறைபடிந்த சதுரங்கப் பலகைபோல் தோற்றமளித்தது; வயல்வெளியின் ஓரத்திலிருந்த ஒரு காடு சூனியமான வானவெளியை எட்டி நோக்கியது; அந்தப் பருவத்தின் மிஞ்சிநின்ற மார்ட்டின் குருவிகள் வானில் மின்னல் வீச்சைப் போல் வீச்சிட்டுப் பறந்து சென்றன; வெட்டுக் கிளிகளின் மெல்லிய சப்தம் கேட்டது; உழுதுபோடப்பட்ட நிலங்களிலிருந்து சோர்ந்த பெருமூச்சுக்கள் எழுந்து வந்தன: “ஆ, நான்! ஆ, நான்!”

மாட்வியிடம் எந்த வேட்கையுமே இல்லை; அவனது மார்பு ஒரு மணியின் உட்பாகம் போல் காலியாகக் கிடந்தது; அதற்குள் மணியின் நாக்கைப் போல் அவனது இருதயம் விறைத்துக் கனத்துத் தொங்கியது.

தூரத்தில் தனது சிலுவைகளை வான்வெளியின் பிரகாசமான சூனியத்தில் நீட்டியவாறு நகரம் பரந்து தென்பட்டது. அவன் மணிகளின் கம்மிப்போன ஒலியையும், பெட்டி செய்பவர்களின் மந்தமான சுத்தியல் அடியோசையையும் கேட்டான்; அவர்களுக்குச் சுறுசுறுப்பான பருவம் வந்துவிட்டது; (மாரிக் காலத்துக்காக, முட்டைக் கோசுக்கும், காளான்களுக்கும் உரம் போடும் பருவம் வந்துவிட்டது.)

பெண்களுக்கு இதனால் நல்ல நேரம் தான் என்று பொறாமையுடன் நினைத்தான். அவர்கள் சுறுசுறுப்பாக இருப்பதற்கு அவர்களுக்குப் பல்வேறு விதமான அலுவல்கள் உண்டு;... அத்துடன் குழந்தைகளையும் பார்த்துக் கொள்ள...

வெளிறிய இலையுதிர் காலச் சூரியன் சொனோரா மென்ஸ்கி காட்டின் மீது மேலேழுந்து வந்தது. ஒரு இருண்ட பொந்திலிருந்து தப்பித்து வெளியே ஓடிவரும் எலிக்குஞ்சுகளைப் போல் பரபரத்துத் திரிந்த வண்ணம், மக்களின் கரிய புள்ளிகள் போன்ற வடிவங்கள் ரோட்டின் வழியாக வரத் தொடங்கின.

நகரம் எண்ணற்ற வர்ணங்களையும் சாயைகளையும் பெற்றது. மாட்வி பொம்மை போன்ற அந்த வீடுகளைக்கவனித்துப் பார்த்தான். அவை ஒவ்வொன்றுக்கும் ஒரு பழத்தோட்டமும் வேலியும் இருந்தது; ஒவ்வொன்றும் மற்றவற்றிலிருந்து ஆழ்ந்த இடைவெளியால் துண்டுபட்டிருந்தது; வெற்றுச் குனியம்தான் அவற்றைச் சூழ்ந்து கவிந்து நின்றது.

அவனது மார்பே வெடித்துவிடும் போல் தோன்றும் அளவுக்கு அவனது உள்ளத்தில் பரிவுணர்ச்சி பொங்கிப்பெருகுவதை அவன் உணர்ந்தான்; அது அவனது கண்களில் கண்ணீரைப் பிதுக்கிக்கொண்டு வந்தது. ஆனால் அந்தப்பரிவுணர்ச்சி வெறுப்பும் கலந்திருந்தது, அவன் நகரத்துக்குள் திரும்பவும் ஓடிவந்து, சந்தைப் பேட்டையில் எல்லோரும் பார்க்கத்தக்க விதத்தில் நின்று கொண்டு, போவோர் வருவோரை நோக்கிப் பின்வருமாறு கத்தவேண்டும் என்று வேட்கைகொண்டான்!

"அருமை ஜனங்களே! துர்ப்பாக்கியமான அருமை மக்களே! எல்லோரும் வெறுத்தொதுக்கும், எல்லோரும் கண்டனம் செய்யும், எவருமே நேசிக்காமலும் எவருமே நட்புரிமை கொண்டாடாமலும் இருக்கும் உங்கள் மீது நான் கொள்ளும் பரிவுணர்ச்சி சொல்லில் அடங்காது! ஆ! என் அன்புக்குரிய எளிய மக்களே!"

சிறிது நேரம் வரையிலும் அவன் இவ்வாறாகச் சிந்தனை செய்த வண்ணம் இருந்தான்; பின்னர் தனது முழங்கையினால்.. கண்களைத் துடைத்து விட்டுக் கொண்டு, பின்வருமாறு தனக்குள் கூறியவாறு, அந்த மனவுணர்ச்சிக் கற்பி தங்களுக்கெல்லாம் ஒரு முடிவு கண்டான்.

நான் சொல்வதை யாரும் கேட்க மாட்டார்கள்; அப்படியே கேட்டாலும் அவர்கள் என்னைப் பார்த்துச் சிரிக்கத்தான் செய்வார்கள். வேறொன்றும் நடக்காது.

பின்னர் அவன் தனக்குத் தானும்கூட அன்னியனாக உணர்ந்தவனாய், தன் தலையைத் தொங்கவிட்டான்.

மூன்றாம் பாகம்

தேவாலய மணி இரண்டு முறை ஒலித்தது; ஜன்னல் கதவுகள் அதிர்ந்தன; இரவுக் காவலாளி விழித்தெழுந்தான்; அவனது கிலுகிலுப்பை சோர்ந்து தளர்ந்து ஒலி செய்தது; யாரோ ஒருவர் பெருமூச்செறிந்தவண்ணம் பழத்தோட்டத்து மரங்களை மிருதுவான கரத்தால் தடவி அரவணைத்தது போல ஆகாயம் சிலிர்ப்புற்று அசைந்து கொடுத்தது.

மாட்வி கோஸிமியாகின் பச்சைநிற விளக்கால் ஒளி செய்யப்பட்ட தமது நரைத்த தலையைச் சிரமத்தோடு உயர்த்தி, தமது கையால் கண்களை நிழலிட்டு மறைத்துக் கொண்டு, சுவர்க் கடிகாரத்தைப் பார்த்தார். மூன்றடிக்க இன்னும் கால்மணி நேரம் இருந்தது.

மணியோசையால் நிலைகுலைந்த அந்த நிலவற்ற இரவின் மோன சமாதி நிலை விழிப்புற்றெழுந்த பூனையைப் போல ஒரு கணத்துக்குச் சுறுசுறுப்படைந்தது; பின்னர் மீண்டும் பூமியோடு ஒன்றி உறங்கிப் போய்விட்டது.

அந்தக் கிழவர் ஆழ்ந்த நெடுமூச்சு வாங்கியவாறு, தமது பேனாவை மைப்புட்டியில் முக்கினார்; பின்னர்த் தமது தோட்டுப் புத்தகத்தின் வெள்ளைக் காகிதத்தின்மீது பின்வரும் வார்த்தைகளை மிகவும் சிரமத்தோடு எழுதுவதற்காக மேஜை மீது குனிந்தார்:

"என் தூரத்து நண்பா, என் வாழ்க்கையின் இறுதி நாட்களும், இந்தக் குறிப்புகளும் ஒரு முடிவை நெருங்கிக் கொண்டிருக்கும்போது, இதைத்தான் நான் உன்னிடம் சொல்வேன்: மரணம் எனக்குப் பயங்கரமானதாகவும், கசப்பானதாகவும் தோன்றவில்லை; இந்தத் தனிமையான, அந்தகாரமான வாழ்க்கைதான் 'அப்படித் தோன்றுகிறது. உலகமெல்லாம் மக்கள் கூட்டம் பெருகியிருந்த போதிலும், நான் என்ற ஒன்றே இல்லாதது போல நான்மட்டும் அவர்கள் மத்தியிலே எப்படி வாழ்ந்து வருகிறேன்? சின்னக் கோழிக் குஞ்சானது தனது கூட்டுக்குள் இருப்பதையே உண்டு வளர்வது போல, நான் என்னைப்பற்றிய எண்ணங்களையே உண்டு வாழ்ந்து வந்திருக்கிறேன்; ஆனால் அந்தக் கூட்டை உடைத்துக்கொண்டு வெளிவருவதற்கான பலத்தை நான் என்றுமே பெற்றதில்லை.

நான் இந்த எண்ணங்களைச் சிந்தித்துப் பார்க்கின்ற பொழுது, அவை எனக்கு ஆனந்தமான எண்ணங்களாகத்தான் தோன்றுகின்றன; எவருக்கும் தெரியாத, எனினும் எல்லோருக்கும் தேவையான எண்ணங்கள்; ஆனால், இப்போது நான் அவற்றை எழுதி முடித்து விட்டதால், அவை எல்லாமே ஒன்றுபோலிருக்கும். கொதிப்புற்றுக் கண்ணீர் ஒழுகும் நோயுண்ட கண்களோடு அரைக் குருடாகிவிட்ட சப்பை மூக்குக் கொண்ட காட்டுமிராண்டிகளைப் போல, காகிதத்திலிருந்து என்னை வெறித்துப் பார்க்கின்றன.”

இந்த வரிகளை எழுதி முடித்த பின், அவர் கண்களை நெரித்துக்கொண்டு அவற்றைப் பரிசீலனை செய்தார். தமது கருத்துகளை வெறுமனே வார்த்தைகளாக்குவதன் மூலம் அவை முடமாக்கப்பட்டும், வர்ணம் போக்கப்பட்டும் போய் விட்டன என்பதை அவர் மீண்டும் தெரிந்துகொண்டார். பின்னர் அவர் வார்த்தைகளின் மர்மமான அர்த்தத்தைப் பற்றிய சிந்தனையில் ஈடுபட்டு விட்டார். சில சமயங்களில், சிறிதும் எதிர்பாராத விதத்தில், அவை அவருக்கு மிகப் பெரும் ஆழமான அர்த்தபாவங்களையும், விசித்திரமான பரஸ்பரத் தொடர்புகளையும் புலப்படுத்தின.

ஒரு முறை ‘சினம்‘என்ற வார்த்தை, ‘கனல்’ என்ற வார்த்தையை அடுத்து வந்ததையும், அவற்றின் ஒத்த தன்னம தம்மைப் பெரிதும் கவர்ந்ததையும் அவர் நினைவு கூர்ந்தார். அப்போது அவர் தமக்குள் பின்வருமாறு சொல்லிக் கொண்டார்: சினம் என்பதும் கனவிலிருந்துதான் பிறக்கிறது. நெஞ்சில் கனலுள்ள மனிதன்தான் சினத்தையும் உணர முடியும். நான் எப்போதாவது அதனை உணர்ந்திருக்கிறேனா? என்றுமே இல்லை. என்னிடத்தில் கனல் இல்லாத காரணத்தால் என் இதயமும் குளிர்ந்து விறைத்துப் போய் விட்டது. எனவே, என் வார்த்தைகள், எண்ணங்கள் எல்லாம் ரத்தமற்று, உயிரற்று இருக்கின்றன...

அலமாரிக்குப் பின்னால், ஒரு சுண்டெலி தரையைச் சுரண்டிக்கொண்டிருந்தது. மாட்விக்கு அந்தச் சுண்டெலியைத் தெரியும்: கறுப்புப் பொத்தான்களைக் கண்களாகக் கொண்ட ஒரு சின்னஞ்சிறிய கபில நிறத்துப் பந்தாக, அந்தச் சுண்டெலி இரவுநேரத்தில் குடுகுடுவென்று வெளியே வந்து ஓடித் திரியும்; தரையின் மத்தியில் வந்து அமர்ந்து கொண்டு, தனது பாதங்களால் தனது கூரிய முகத்தைச் சுத்தம் செய்யும்.

அந்தக் குறிப்பிட்ட இரவில் அதன் சுரண்டும் சப்தம் அவரது ஆத்மாவின் மோனத்தின்மீது அரோசிதமாய் விழுந்தது.

“சூ! உன்னைத்தான்! போய்த் தொலை!” என்று மிருதுவாகச் சொன்னார் அவர்.

அவர் சிரமப்பட்டு எழுந்து நின்றார்; திடீரென்று மயக்கம் வருவதாக உணர்ந்தார்; அவரது உடம்பு முழுவதுமே விறைத்து மரத்தது. அவரது தசைகள் அவருக்குக் கீழ்ப்படிய மறுத்தன; தடித்து, அசமந்தமாகிவிட்ட அவரது ரத்தம் அவரது ரத்த நாளங்களிலே ஓடாமல் நின்று விடும் போலத் தோன்றியது.

உடல் நலக் குறைவும், கிறுகிறுப்பும் அவரது எண்ணங்களைப் பசை போல ஒட்டும் ஏதோ உருவமற்ற ஒன்றாக மாற்றி விட்டன. சுவரைப் பிடித்தவாறே, அவர் ஜன்னல் பக்கமாக வந்தார்; ஜன்னல் கதவுகளைத் தள்ளித் திறந்தார்; ஜன்னல் விளிம்பின் மீது சாய்ந்து விட்டார்.

கரிய வானத்தில் பொன்னிறமான நட்சத்திர கோடிகள் நடு நடுங்கின; உலகமானது வெட்ட வெளியில் சுற்றிச் சுழல்வதை நிறுத்தி விட்டு, உடைந்துபோன கடிகாரத்தின் பெண்டுலம் போல அசைவற்றுத் தொங்குவதுபோல் ஸ்தம்பித்து நின்றது.

மேலும், இந்த அமைதியில், ஆழமான கிணற்றின் அடித்தளத்து நீரைப் போலச் சாந்தமான அந்த அமைதியில், எல்லாமும் – மரங்கள், வீடுகளின்கும்பல்கள், இரண்டு தடித்த விரல்களைப்போலக் குத்திட்டு நின்ற தீயணைப்புக் காவல் கூடம், தேவாலய மணிக்கூண்டு ஆகிய எல்லாமும் – ஒரு பாதிரியார் ஈமச்சடங்குக்கணியும் ஆடையணிகளைப் போர்த்துக்கொண்டிருப்பது போலத் தோன்றின.

ஈக்கடியினாலோ அல்லது கெட்ட கனவினாலோ விழித்தெழுந்த ஒரு நாய் தூக்கச் சடைவோடு ஊளையிட்டது; புல் சரசரத்தது; ஒரு முள்ளம்பன்றி குடுகுடுத்து ஓடும் வேளையில் தன் பற்களை மூன்று தடவை கடுக்கென்று கடித்தது; எனினும், இந்தத் தேவையற்ற ஓசைகள் எதுவும், எலுமிச்சம் மலரின் தெவிட்டும் இனிமை கலந்த அந்தக் கதகதப்பான இரவின் அமைதியைக் குலைத்துவிடவில்லை.

எங்கோ மிகவும் சமீபத்திலிருந்து, இராக் காவலாளியின் கிலுகிலுப்பையின் வறண்ட கிளிக்கொலியும், களைத்துப் போன கால்களைத் தரைமீது இழுத்து நடக்கும் ஓசையும், “அட, கடவுளே! கடவுளே!” என்று முணுமுணுக்கும் கிழடு தட்டிய குரலும் கேட்டன.

‘எங்கள் இரவுக் காவலாளுக்கு வயது எண்பதுக்கு மேல் ஆகிவிட்டது’ என்று நினைத்தார் மாட்வி கோஸிமியாகின்: இருந்தாலும் இரவில் மக்களுக்குத் துன்பம் எதுவும் நேர்ந்து விடாமல், அவன் அமைதியைப் பாதுகாத்துக்கொண்டே இருக்கிறான். தனது மரணவேளை வரும்வரையிலும் தான் இவ்வாறே காவல் காக்க வேண்டும் என்றும், காவல் காக்க முடியும் என்றும் அவன் எண்ணிக்கொண்டிருக்கிறான்.

மாட்வி அமைதியோடு தம் கண்களை மூடினார்.

ஏதோ ஓர் அருமையான இரவில் எனது சொந்த மரணவேளையும் வந்து சேரும்.

இந்த எண்ணத்தின் பயங்கரம் அவரது இருதயத்தில் குத்தியது; எனவே, அது மிகவும் பலமாகவும் ஒழுங்காகவும் துடிக்க வைத்தது. அவர் தம் புருவங்களை உறுதியோடு நெரித்தவாறு, படுக்கைக்குச் சென்று அதில் படுத்தார்; தமது

குறிப்புகளில் முக்கியமான எதுவும் விடுபட்டுப் போகாமல் இருக்கின்றதா என்று பார்ப்பதற்காக, அவற்றைப் படித்துப் பார்க்கத் தொடங்கினார்.

"அவள் போய் மூன்று வாரங்கள் கழிந்து விட்டன; எனது சிறைப்பட்ட ஆத்மா அவளுக்காக முன்னைக்காட்டிலும் ஏங்கித் தவிக்கிறது; அவளைத் தவிர வேறு எதையுமே நான் பார்க்க விரும்பவில்லை; எதைப்பற்றியும் நினைக்க விரும்பவில்லை. பகல் நேரத்தில் நான் வாய்விட்டுச் சொல்ல முடியாத ஏக்கத்தினால் சித்திரவதைப் படுகிறேன்; இரவிலோ, காமாதூரமான மனக் காட்சிகளுக்கும் பொறாமைக்கும் நான் இரையாகிறேன்; அவளது காலடித் தடம் கண்ணில் படாதா என்று முற்றத்திலும் பழத்தோட்டத்திலும் அலைந்து திரிகிறேன்; அவள் சொன்ன நல்ல விஷயங்களையெல்லாம் நினைவுகூர்கிறேன்; அவளது புன்னகை தவழும் முகத்தைக் காண்கிறேன்; அவளது உருவம் என்னை அலைத்தாட்டுகிறது; என்னைப் பைத்தியம் கொள்ளச் செய்கிறது. நான் விறகு வெட்டுவதன் மூலம் பொழுதைப் போக்குகிறேன்; கால்கடுத்துச் சோர்ந்து சாயும் நிலை வரும் வரையிலும் வயல்வெளியில் நடந்து திரிகிறேன்; எனினும், எந்தப் பயனும் விளைவதில்லை. இரவில் நான் பரண் வீட்டுக்கு ஏறிச் சென்று, அவளது படுக்கையில் படுக்கிறேன்; அழுகிறேன்; வேட்கையால் தகிதகிக்கிறேன்; ஆவேசத் தீயில் வெந்து கருகுகிறேன். ஏ, விரியன் பாம்பே, உன்னைத்தான்! நீ என் இதயத்தில் வந்து குடியமர்ந்து விட்டாய்; எதுவும் என்னை உன்னிடமிருந்து விடுவிக்கப்போவதில்லை! நீ என்னோடு விளையாடிவிட்டாய் – உன்னால் இதை மறுக்க முடியுமா? – நான் உனக்குத் தேவையில்லையென்றால், பின் நீ ஏன் இப்படிச் செய்திருக்க வேண்டும்? இப்போது எவனோ ஒருவன் ஆர்வம் மிகுந்த கண்களால் உன்னைப் பார்த்துக் கொண்டுதான் இருக்கிறான். அதில் சந்தேகமில்லை. நீயும் பதிலுக்கு அவனை நோக்கிப் புன்னகை புரிகிறாய்; அவனைக் கவர்ந்திருக்கிறாய்; எதனாலுமே அணைக்க முடியாத நெருப்புக்கு அவனை ஆளாக்குகிறாய். நான் [6]ஸ்கோப்ட்ஸி மதத்தாரை என்றுமே வெறுத்துத்தான் வந்திருக்கிறேன். ஆனால் இப்போதோ, வெறிபிடித்த நாயைக் காட்டிலும் மனிதனைப் படுகேவலமாக்கும் சதை வெறியிலிருந்து அவனைப் பாதுகாக்கும் வழிமுறையை அவர்கள் மட்டுமே ஒருவேளை கண்டறிந்துகொண்டிருக்கிறார்களோ என்று எண்ணுகிறேன். எவ்ஜெனியாக் கண்ணே! உன்னருகே படுத்து, காதலின் இன்ப வேதனைகளை ஒரே ஒரு முறை மட்டும் அனுபவித்து ஆனந்திக்கும் வாய்ப்பு எனக்குக் கிட்டினால், நான் மனமகிழ்வோடு என்றுமே எழுந்திருக்க மாட்டேன்; உனது அருமைப் பாதங்களின்மீது எண்ணற்ற முத்தமாரியைச் சொரிந்தவாறே, நான் ஆனந்தமாக மாண்டு மடிவேன்."

இந்தப் பகுதியைப் படித்து முடித்தவுடன் மாட்வி கோஸிமியாகின் ஒரு சிறிய பெருமூச்செறிந்தார்; தமது மூக்குக் கண்ணாடியை மேலே தள்ளி வைத்தார்; பின்னர் வேறு யாரையோ விமர்சனம் செய்வது போலத் தமக்குத்தாமே பின்வருமாறு சொல்லிக்கொண்டார்.

---

[6] ஸ்கோப்ட்ஸி: காயடித்துத் தம்மைத் தாமே நபுஞ்சகமாக்கும் ஒரு மதப் பிரிவினர்

இங்குக் காதலைக் காட்டிலும் வெறுப்புத்தான் அதிகமாக இருக்கிறது... அற்பம்... அற்பம்... அற்பமான சின்ன ஆத்மா... உடனே அவர் பல பக்கங்களைத் திருப்பியவராய், மேலும் படித்துப் பார்த்தார்:

"இன்று காலையில் நான் எனது பிரார்த்தனைப் புத்தகத்தைப் புரட்டிக்கொண்டிருந்தபோது அதன் பக்கங்களுக்கிடையில் அவள் எனக்கு அனுப்பிய ஒரு சிறு கடிதத்தைக் கண்டெடுத்தேன். அவள் பின்வருமாறு எழுதியிருந்தாள்:

"நாங்கள் இங்கு வோர்கோராடில் இருக்கிறோம். இங்கு இரண்டு நாட்கள் ஓய்வு பெற்றபின், நாங்கள் இந்த அழகிய நதியின் வழியாகப் படகில் புறப்பட்டுச் செல்வோம்.'

"தொலைவு வரையிலும் நீண்டு பரந்து, குன்றுகளுக்கும் புல்வெளிகளுக்கும் ஊடே சென்று மறைந்து, பூமியின் மத்தியப் பாகத்துக்கே ஓடிச் செல்வது போல, வழிந்தோடிச் செல்லும் அகன்ற கபிலநிற ரிபன் போன்ற அந்த நதியை நான் கற்பனைசெய்து பார்த்தேன்; தெத்துக் குத்தான ரோட்டின்மீது தபால் வண்டி செல்வது போல, அந்த நீர்ப் பரப்பின்மீது சின்னஞ்சிறு குழந்தை துள்ளியாடுவதுபோல், மிதந்து செல்லும் அந்தப் படகையும், அந்தப் படகில் ஈக்கள் அளவே பெரிதாகத் தோன்றும் ஒரு வாட்டமான பெண்ணும், சுருட்டைத் தலைகொண்ட ஒரு சிறுவனும் மட்டுமே அமர்ந்து செல்வதையும் நான் கண்முன்னால் கற்பனை செய்தேன்.

"இந்த அசட்டு ஜனங்கள் அனைவருக்கும் மத்தியில், இந்தப் பாழாய்ப்போன நகரத்தில் ஒருவர் வாழ்ந்துதான் தீரவேண்டும் என்றும், இந்த ஜனங்களுக்கு நன்மை செய்ய முயல வேண்டும் என்றும் அவள் சொன்னாள். ஆனால், சொன்ன அவளே போய்விட்டாள். அவள் மார்க்கூஷாவிடம் வாதாடும்போது, அவள் அவனை அம்பலப்படுத்தினாள். எனினும், அவள் சொன்னதுதான் உண்மை; 'ஒவ்வொருவனும் தனக்காகத்தான்' என்றானே, அது மறுக்க முடியாத உண்மை.'

"மீண்டும் நான் தேவாலயத்துக்குப் போகத் தொடங்கியிருக்கிறேன். அங்கிருப்பது நன்றாகத்தானிருக்கிறது – நம்மைச் சுற்றிலும் ஏராளமான ஜனங்கள். கடவுள் எப்படி உலகத்துக்கும் அதன் ஜனங்களுக்கும் அப்பாற்பட்டு மேலே தனியாக இருக்கிறாரோ, அது போல அவர்களுக்கு மத்தியில் தன்னந்தனிமையாக இருக்கிறோம். மேலும், புதிய பாதிரியான பிதா அலெக்ஸாண்டர் பிரசங்கங்களை உபதேசிப்பதில்லை; ஆனால், வெறுமனே கையிலே சிலுவையைத் தாங்கியவாறு வருகிறார்; எல்லோருக்கும் ஏதோ அருமையான ஒன்றை அளிக்க உறுதி கூறுவது போல ஒவ்வொருவரையும் நோக்கிப் புன்னகை புரிகிறார். அதுவும் நன்றாகத்தான் இருக்கிறது. அவர் செய்த ஏதோ ஒரு காரியத்தால், பிராயச்சித்தத் தண்டனை போல அவரை வோர்கோராடிலிருந்து இங்கு அனுப்பியிருந்தார்கள். பிதா பாவெல் காலமாவதற்கு முன்னால், அவர் ஒவ்வொரு ஞாயிற்றுக்கிழமையும் பிரசங்கங்களை உபதேசிப்பார், அவை எல்லோருடைய உயிரையும் வாங்குமளவுக்குச்

சலிப்பூட்டும்; அதனால் அவர்கள் கோபமடைந்தார்கள்; 'வீட்டுக்குச் சாப்பிடச் செல்ல நேரமாகி விட்டது; இங்கோ எல்லோரும் நின்றுகொண்டிருக்கிறார்கள்; அத்துடன் அவர்கள் என்னென்ன அவபக்தியான வாழ்க்கையையெல்லாம் நடத்திவந்தார்கள் என்பதைப்பற்றி வேறு கேட்டுக்கொண்டிருக்கிறார்கள்.' ஆனால், இந்தப் பாதிரியாருக்கோ வார்த்தைகள், காலம் ஆகியவற்றை அளவோடு அறிந்து பயன்படுத்தத் தெரிந்திருந்தது; அவர் பிரார்த்தனை வாசகத்தை ஒரு மிருதுவான ஆன்ம நிறைவுகொண்ட குரலில் வாசித்தார். அவரது முகம் அவலட்சணமாக இருந்தது. எனினும், அதில் அன்பும் சாந்தமும் குடிகொண்டிருந்தன. அவரது ஒரு பக்கத்துக் கன்னம் வெட்டிவெட்டிச் சுருங்கியது; இதனால், அவர் நம்மை நோக்கிக் கண்ணைச் சிமிட்டிக்கொண்டு, 'ஒரே வினாடி–உங்களுக்கு நான் ஒரு வித்தை செய்து காட்டுகிறேன் – ஒரே வினாடிதான்!" என்று சொல்லது போலத் தோன்றியது. நாம் அவரையே பார்த்துக் கொண்டு நிற்கிறோம்; அவர் எதையோ செய்யப்போவதை அல்லது எல்லோரையும் மகிழ்விக்கும் ஏதோ ஒன்றைச் சொல்லப்போவதை எதிர்நோக்கி நாம் அவருக்காகக் காத்து நிற்கிறோம்; அங்குள்ள ஓர் இருண்ட மூலையில், குதூகலமூட்டும் ஏதோ ஒன்று நிகழப்போவதை எதிர்நோக்கி வெறுமனே நின்றுகொண்டிருப்பது அருமையாகத்தான் இருக்கிறது."

"இரவெல்லாம், பொழுதே புலர்கின்ற வரையிலும், நான் வயல் வெளியில் சுற்றித் திரிந்தேன்; எங்களுடையதைப் போன்ற தன்னந்தனியான சிறிய நகரத்தைப் பற்றி எவ்ஜெனியா சொன்ன விஷயத்தை எண்ணிப் பார்த்தேன்; இங்குப் பூமியின்மீது எண்ணூறு பேருக்குமேல் சிதறிப்பரவிக்கிடந்தாலும், ஒருவர் இருப்பதை மற்றவர்கள் அறியாமலுங் கூட இருக்கிறார்கள் என்று அவள் சொன்னாள்; ஒருவேளை அவர்கள் ஒவ்வொருவரிடத்திலும் என்னைப் போல வாழ்க்கையே நொந்து சலித்துப்போய், இரவெல்லாம் வயல்வெளிகளில் சுற்றித் திரியும் ஒரு பைத்தியக்கார மனிதனே குடிகொண்டிருக்கலாம். இந்த நகரங்களையும், என்னையொத்த மனிதர்களையும் பற்றிக் கடவுள் என்னதான் நினைக்கிறார் என்று நான் எண்ணி வியக்கிறேன். நாங்கள் உயிரோடிருப்பதற்கு எங்களது சமாதானந்தான் என்ன?

"அன்று பூரணச் சந்திரன் இருந்தது; நடுச்சாம வேளையில் பூமியை வெண்பனி மூட்டம் கவிந்து மூடியிருந்தது; எனவே, எல்லாம் பிரகாசமாகவும் வெள்ளி மயமாகவும் இருந்தன. அருணோதய வானமண்டலம் மேகமற்று நிர்மலமாக இருந்தது. எண்ணற்ற தூப கலசங்களிலிருந்து எழும் புகை மண்டலம் போலப் புகைபோக்கியிலிருந்து எழும் புகையும் இளஞ்சிவப்பான பனியும் கவிந்து மூடிய நகரத்தைப் பார்க்கும்போது, கண்களுக்கும் ஆத்மாவுக்கும் இதமூட்டுவதாக இருந்தது. மீண்டும் நான் அவளது வார்த்தைகளை நினைவுகூர்ந்தேன்: உலகம் ஒரு கோயில், வாழ்க்கை ஒரு வணக்கம் என்றாள் அவள். நல்ல வார்த்தைகள்தான். மேலும், காலையில் ஜனங்கள் எழுந்திருக்குமுன், இந்த வார்த்தைகள் உண்மை போலத்தான் ஒலிக்கின்றன; ஆனால், பகற்பொழுது வாழ்க்கையோ அவற்றைப் பொய்யாக்கி விடுகின்றன. வாழ்க்கை ஒரு சந்தைப்பேட்டை; கோயிலல்ல; வெட்டும் குத்தும் சண்டையுந்தான் இங்கு நடைபெறுகின்றன; வணக்கமல்ல!

“சில சமயங்களில், நான் கண்ணுக்குப் புலனாகாமல் மறைந்து, வீடு வீடாகப் புகுந்து, ஒவ்வொரு குடும்பத்தையும் உற்றுப்பார்த்து, அவர்கள் என்ன செய்கிறார்கள் என்பதைப் பார்த்தும், என்ன பேசுகிறார்கள் என்பதைக் கேட்டும், எதை எதிர்நோக்கி அவர்கள் வாழ்ந்து வருகிறார்கள் என்பதை அறிந்தும் வரவேண்டுமென விரும்புகின்றேன். ஒருவேளை அவர்களும் என்னைப்போலவே, ஏன் வாழ்கிறோம் என்பதை அறியாமலே வாழலாம்; ஒருவேளை எனக்கிருப்பதைப் போலவே அவர்களுக்கும் வாழ்க்கை ஒரு புதிராகவே இருக்கலாம்; அவர்களது எண்ணங்களும் வெறுமனே குறிக்கோளற்றதாக இருக்கலாம்.

“எங்கள் நகரத்தில் எல்லாவிதமான விஷயங்களும் நடைபெறுகின்றன; வருத்தமான விஷயங்கள், விசித்திரமான விஷயங்கள் எல்லாந்தான். ஆனால், அவற்றையெல்லாம் எழுதிவைக்கும் விருப்பம் எனக்கில்லை. ஆற்றின் நீர்ப்பரப்பின்மீது எல்லாவிதமானகுப்பைக்கூளங்களுந்தான் மிதக்கின்றன. மிதந்துவிட்டுப் போகட்டும். ஆனால். அதன் அடியாழத்தினுள்ளே என்னென்ன நடக்கிறது என்று எவருக்குமே தெரியாது. உதாரணமாக, ஸ்டோயாகின் குடும்பத்தாரின் மூன்று வயதுக் குழந்தை மண்ணெண்ணெயைக் குடித்துவிட்டது; கூடைத் தொழிலாளியான மிகுனோவின் சகோதரி ஓடிப்போய்விட்டாள்; கடைக்காரனான லாக்ட்யேவ் தன் மனைவியை மண்டையில் ஓங்கியறைந்து விட்டான்; அதனால் அவளுக்கு நினைவும், பேசும் சக்தியும் இழந்துபோய், பைத்தியம் பிடித்துவிட்டது. டிட்டோவ் வீட்டில் நடந்த கலியாண விருந்தில் எல்லோரும் நன்றாகக் குடித்துத் தீர்த்துவிட்டு, கண்ட கண்ட இடங்களில் படுக்கப் போய்விட்டார்கள். காலையில் யாகோவ் டிட்டோவ் விழித்தெழுந்தபோது, அவனது மணப் பெண்ணின் சகோதரி தனக்கருகில் படுத்துக்கிடப்பதைக் கண்டான். அவன் அவளை உலுக்கி எழுப்பினான். அவளோ, என் கணவன் எங்கே என்று கத்தினாள். கடைசியில் அவளது கணவன் கலியாணத் தரகுக்காரியோடு கூடத்தில் படுத்துக்கிடந்தான் என்பது தெரிய வந்தது. அவர்கள் சத்தம் போடவும், சண்டை போடவும், கூச்சலிடவும் தொடங்கினார்கள்; பின்னர் அவர்கள் மீண்டும் குடித்துக் கொண்டாடத் தொடங்கிவிட்டார்கள்; கலியாண வீடுகளிலே பெண்களுங்கூடக் குடிக்கிறார்கள். ஆனால், இத்தகைய விஷயங்களையெல்லாம் ஏன் ஒருவர் நினைவுகூரவேண்டும்? அதனால் என்ன நன்மை விளையப் போகிறது? ஒன்றுமேயில்லை.”

“இன்று காலையில் நான் சோர்ந்து வாடியிருப்பதை ஷாகிர் கண்டான்; அவன் என்னைக் குஷிப்படுத்த முயன்றான், நல்ல மனிதன் அவன். ‘உலகத்தில் அவள் ஒருத்திமட்டுந்தானா பெண்?’ என்றான் அவன். தாத்தாரியரின் வழியில் பார்த்தால், அவள் மட்டுமல்ல என்பது உண்மைதான். ஆனால், எங்கள் விஷயம் வேறு. எங்களுக்கோ ஒரு மனிதன் தனது நிழல்போலத் தன்னை ஒட்டிக்கொண்டிருக்கும் ஒரே ஒரு காதலியை மட்டுந்தான் வைத்திருக்கலாம் என்று ஆணையிட்டிருப்பது போலல்லவா தோன்றுகிறது. அவன் தனது உடைந்து உருக்குலைந்த வார்த்தைகளால் மேலும் என்னிடம் பேசிக்கொண்டே போனான்: ‘நீங்கள் உங்கள் அறிவை இழந்துகொண்டே போகிறீர்கள், எஜமான். அறிவில்லாமல்

நீங்கள் எப்படி வாழ்ந்துகொண்டு போக முடியும்? மேலும், உங்கள் அறிவை யார் விரும்புகிறார்கள்? நீங்கள் காதலிப்பதே இல்லை. நீங்கள் வேறொரு பெண்ணைக் காதலிக்கத்தான் வேண்டும். பிறகு நீங்கள் உங்களையே மறந்துவிடுவீர்கள்; அப்புறம் எல்லாம் சரியாகிவிடும்.' பிதா விட்டாலி அவனிடம் எவ்வளவு நல்லபடியாய் நடந்துகொண்டார் என்பதை ஷாகிர் என்னிடம் சொன்னான். அவன் ஒரு தாத்தாரியனாக இருந்தபோதிலுங்கூட, அந்த அப்பாவிப் பாதிரியார் குடித்தே உயிரை விட்டபோது, அவன் அவருக்காக ஒரு சொட்டுக் கண்ணீர் வடித்தான். நல்லவரான அந்தப் பிதா அரை நிர்வாணமாகவும், ரத்தம் பாய்ந்த கண்களோடும் தெருவிலே வருவது வழக்கம். அப்போது அவர் ஜனங்களைத் தடுத்து நிறுத்தி, பின்வருமாறு சொல்வார்:

'ஆனால், டியோஸ்கோர் ஒரு யூதனா? பாழாய்ப் போக! இதனை ஏன் நீங்கள் என்னிடம் சொல்லவில்லை? என்னிடமிருந்து ஏன் இதனை மறைத்தீர்கள்? நான்தான் டியோஸ்கோர்; என் பெயர் டியோஸ்கோரோவ் – இல்லையா? உங்களுக்கு அது தெரியும். இதனை ரொம்ப நாளாகத் தெரிந்தும் வந்திருக்கிறீர்கள்!'

"அவரது பைத்திய வெறியில் அவர் ஜனங்களின்மீது காட்டு மிருகம் போலப் பாய்வார். நல்ல மனிதர் நாசமாகப் போய்விட்டார். எத்தனையோ நல்ல மனிதர்கள் ஏன் இத்தகைய படுமோசமான வாழ்க்கையை வாழ்ந்து, இத்தகைய படுபயங்கரமான சாவை எய்துகிறார்கள்? ஆ! நாம் பரிதாபத்துக்குரிய ஜனங்கள்!"

"இது ஒரு கொடிய இரவு; காற்று ஊளையிடுகிறது; என் நிலையை என்றைக்கும் இல்லாதவாறு படுமோசமாக உணரும்படி என்னை ஆக்குகிறது; இந்தச் சஞ் சலமான பூமியை விட்டுப் போய்விட வேண்டும் என்று முயல்வது போல, மேகங்க ளெல்லாம் விரைந்து செல்கின்றன; அதோ சந்திரனின் மெல்லிய பிறைக்கோடு தெரிகிறது. மேகங்களால் மூடி மறைக்கப்படாதபோது, குப்பைமேட்டின் அடியிலே கிடந்து மினுக்கும் ஓர் உடைந்த பாட்டில் துண்டைப்போல அது மங்கலாகப் பளபளக்கிறது."

"அக்டோபர் வந்து விட்டது. இது வறண்ட, குளிர் மிகுந்த இலையுதிர்காலம். பழத் தோட்டத்தில் பழுத்து உதிர்ந்த இலைகள் சிதறிக்கிடக்கின்றன; பூமியின்மீது நடந்து செல்லும்போது, அது இரும்பைப்போலத் தொனி செய்கிறது. எங்கள் நகரத்தில் பக்திமானான ஒரு கிழவர் வந்திருக்கிறார். அவர் ஜனங்களைக் கூட்டிவைத்துக்கொண்டு, அவர்களுக்கு ஆத்மாக்களைப்பற்றி உபதேசிக்கிறார். நடால்யா அவர் உபதேசத்தைக் கேட்க, இன்று சென்றாள். இப்போதோ அவள் சமையலறையில் உட்கார்ந்து, அழுதுகொண்டிருக்கிறாள். அவளிடமிருந்து நாங்கள் மிகவும் சிரமப்பட்டுப் பெற முடிந்தது, 'எனக்கு ஒரே பயமாக இருக்கிறது!' என்ற வார்த்தைகள்தான் அவள் அருவருக்கத்தக்க அளவுக்குக் கொழுத்துப் பெருத்துப்போய்விட்டாள். அதன் காரணமாக அவளுக்கு மூச்சுவிடக்கூடத் திணறுகிறது. எனினும், அவள் இன்னும் பன்றிமாதிரிதான் தின்று தீர்க்கிறாள். எவ் ஜெனியாவிடமிருந்து தகவலே இல்லை. அவள் என்னை மறந்து விட்டாள்."

“அந்த உபதேசியார் சிச்சுகோவ் குடும்பத்தாருடன் வசித்து வருகிறார். அவர் ஒரு சிறிய கிழவர். அவரது உடம்பு ஒரு பையனின் உடம்பளவே இருக்கிறது. அவர் மிகவும் பழமையானவர்; ஒரு காது முதல் மறு காதுவரை குஞ்சம் போலப் படர்ந்த மெல்லிய நரைமயிரைத் தவிர, மற்றப்படி அவரது தலை முழுக்க வழுக்கையாகத்தான் இருக்கிறது. அவருக்குக் கூரிய காதுகள். அவை எலியின் காதைப் போல நிமிர்ந்து உயர்கின்றன. அவரது மூக்கு நீளமாகவும் வளைந்தும் இருக்கிறது; ஒரு மஞ்சள் நிறமான தாடியும் மீசையும் வாயை மறைத்திருக்கின்றன. அவரது கண்களுங்கூட, ஆழ்ந்து போயிருந்தன. அவரது கருஞ் சிவப்பு நிறமான கன்னங்களின் வழியே வழிந்தோடும் கண்ணீர் மட்டும் இல்லாவிட்டால், அந்தக் கண்கள் எங்கே இருக்கின்றன என்றுகூடத் தெரிந்துகொள்ள முடியாது. அவர் அவலக்ஷணமாக இருக்கிறார்; தெளிவற்று, சிரமத்தோடு பேசுகிறார்; மேஜைமீது கைகளை வைத்து, கஸ்லி வாத்தியத்தின் தந்திகளை மீட்டுவது போலத் தமது நகங்களொத்த வளைந்த விரல்களை நெளித்து வளைக்கும் ஒரு பழக்கம் அவரிடம் இருக்கிறது. அவர்கள் தேவதா விக்ரகங்கள் உள்ள ஒரு மூலையில் அவருக்கு ஓர் ஆசனம் அளித்தார்கள். நீலநிறமான தேவதா வடிவ விளக்கின் ஒளி அவரது வழுக்கைத் தலையின் மீது விழுந்து ஓர் அமானுஷ்யமான தோற்றத்தை அவருக்கு அளித்தது.

“அவர் ஆத்மாவைப் பற்றிப் பேசினார்; நாம் அதனை நேசிக்க வேண்டும், போற்ற வேண்டும் என்றும், ஆனால், நாமோ அதன் இறக்கைகளை வெட்டிவிட்டு, அதனைக் கிறிஸ்துவை நோக்கிப் பறக்கவிடாமல் தடுத்து விடுகிறோம் என்றும் சொன்னார். ஆத்மாவின் முதல்தரமான பரம விரோதி சதைதான்; சதையிலே அடங்கியுள்ள ஆத்மா சிறையிலகப்பட்ட கைதிபோல உள்ளது. மனிதனுக்கு இரண்டு சுபாவங்கள் உண்டு. அதில்தான் அவனது நிரந்தரமான துயரம் அடங்கிக் கிடக்கிறது. சதை சாத்தானுக்குரியது; ஆத்மா கடவுளுக்குரியது. சாத்தானோ மனிதர்கள் சதையால் செய்யும் எல்லா விதமான பாவங்களுக்கும் ஆத்மாவையும் உடந்தையாக்க விரும்புகிறான். ஆனால், ஒரு மனிதன் இதனை அனுமதிக்கவே கூடாது. அந்தவரைக்கும் நல்லதுதான். ஆனால், இதற்கு மேல் அவர் சொன்னதெல்லாம் குழப்பமாகவும், நம்ப முடியாமலுந்தான் இருந்தது. சதையின் ஆதிக்கத்தை ஒருவன் எப்படி வெற்றி காண்பது என்று எவனோ ஒருவன் அவரிடம் கேட்டான். ‘சாந்தியோடும், புனிதத்தோடும் ஆத்மாவைக் கடவுளை நோக்கி வணங்குமாறு சுதந்தரமாக இருக்க விட்டுவிட்டு, சதையை அதன் போக்கில் போகவிடு; அது தானாகவே அழிந்து பட்டுவிடும்,” என்றார் அவர்.

“அவருக்கு அடுத்தாற்போல அவரை இங்கு அழைத்து வந்த ஒரு கொழுத்த மனிதன் அமர்ந்திருந்தான். அவனை இதற்கு முன் நான் எங்கோ பார்த்திருப்பதாகத் தோன்றியது. அவனது கண்கள் நண்டுக் கண்களைப் போல வெளியே தள்ளிப் புடைத்து அவலட்சணமாக இருந்தன. அவன் அவற்றை அங்குமிங்கும் பயங்கரமாகத் திருப்பினான். அவனது முகம் அப்பம் போல வட்டமாகவும், எண்ணெய்ப் பசையோடும் தென்பட்டது. இடையிடையே அவன் அந்தக் கிழவர் என்ன சொன்னார் என்பதை விளக்கினான். அதனை அவன் எப்போதும்

பொறுமையின்மையுடன் செய்தான்: "உங்களது ஆத்மாவின் விமோசனத்துக்காக, எல்லாவிதமான லௌகிக ஆணைகளுக்கும் மாறாக நடவுங்கள்," என்றான் அவன். அவன் பேசும்போது, அவன் தனது கன்னங்களைக் கோபமாகப் புடைக்க வைத்தவாறு கனைத்தான். அவன் குரல் பரிட்சயமானதுபோல தொனித்த கரகரத்த குரலாக இருந்தது. அங்கு ஓர் ஒற்றைக் கண் மனிதனும் இருந்தான். அந்த ஒற்றைக் கண்ணன் இவனிடம் பின்வருமாறு சொன்னான்:

'வேறு மாதிரியாகச் சொன்னால், பாவம் இன்றேல், வருந்துவதும் இல்லை. வருத்தம் இல்லையென்றால் விமோசனமும் இல்லை. அப்படித்தானே? இதை நாங்கள் முன்னமேயே கேட்டிருக்கிறோம்.'

"எல்லோரும் அவனது வாயை அடக்க முனைந்தார்கள்; அந்தக் கொழுத்த மனிதன் எந்தப் பதிலும் கூறவில்லை. பின்னர் ஒவ்வொருவரும் ஆத்மா எந்த இடத்தில் இருக்கிறது என்பது பற்றிச் சர்ச்சை செய்யத் தொடங்கினார்கள். சிலர் அது இருதயத்தில் இருக்கிறது என்றார்கள்; வேறு சிலர் கபாலத்தினுள்ளே, மூளையில் இருக்கிறது என்றார்கள். மீண்டும் அந்த ஒற்றைக் கண்ணன் கிண்டலாகப் பேசினான்:

'அது எங்கே இருக்கிறது, அது எப்படியிருக்கும் என்பதெல்லாம் எவருக்கும் தெரியாது. என்றாலும், ஆத்மாதான் பிரதானம் என்று நீங்கள் சொல்கிறீர்கள்.'

"அவன் அந்த மாதிரிப் பேசுவதைக் கேட்க அதிசயமாக இருந்தது; எனினும், எவரும் அவனைச் சட்டை செய்யவில்லை. அந்தக் கிழவர் தூங்கி வழிந்துகொண்டிருந்தார். அவரது சகா அவரை முரட்டுத்தனமாக உலுக்கினான்.

"உங்களைத்தான். என்று கேட்டான் அவன். ஆத்மா எங்கே இருக்கிறது"

அந்தக்கிழவர் பயந்தே போனார்; அதனால் சில நிமிஷ நேரம் அவர் நடுநடுங்கி, விம்மிப் பொருமியவாறு உட்கார்ந்திருந்தார்; பின்னர்ப் பின்வருமாறு திக்கித்திக்கிச் சொன்னார்: ஆத்மாவானது சதைக்குள் சோதனைக்குள்ளாகி யிருக்கிறது; இந்தப் பதிலில் எல்லோரும் திருப்தியடைந்துவிட்டார்கள்; மேற்கொண்டு கேள்விகள் எதுவும் கேட்கவில்லை. நான் அந்த ஜனங்களைக் கவனித்துக்கொண்டும், பேச்சுகளைக் கேட்டுக் கொண்டும் அமர்ந்திருந்தபோது, இவையனைத்தையும் பற்றி முன்னமேயே ஒரு முறை, ஒருவேளை ஒரு கனவில் நான் தெரிந்துகொண்டிருந்ததாக எனக்கு ஓர் உணர்ச்சி ஏற்பட்டது.

"அங்கு ஒரு கம்பத்தைப் போல நெடிது மெலிந்த வேறொரு மனிதனும் இருந்தான். பொத்தானைப் போன்ற வேடிக்கையான மூக்கும், தெளிவான கண்களும், பெரிய நெற்றியும், அடர்த்தியான மீசையும், அவனது உடம்புக்கு மிகவும் சிறியதாக அமைந்த முகமும் கொண்டவனாக இருந்தான் அவன். அவன் பேசாமலே நின்ற வண்ணம், அங்கிருப்பவர்கள் அனைவருமே அவனது நண்பர்களெனக் கருதும் வண்ணம் சுற்றுமுற்றும் திரும்பி, ஒவ்வொருவரையும் நோக்கிப் புன்னகை புரிந்தான். நான் வீடு திரும்பும்போது அவன் என்னோடு

துணை சேர்ந்துகொண்டான். படகு தீப்பற்றியெரிந்த காரணத்தால் நீரில் மூழ்கி இறந்துபோன கிர்யாபோவின் மருமகளுக்கு அவன் தாயாதிக்காரன் என்று தெரிய வந்தது. அவன் பெயர் ஸெம்யோன் ட்ரோஜ்டோவ், அவன் எனக்கு ஒரு வேடிக்கையான நபராகத் தோன்றினான். ஒரு கோப்பை தேநீர் அருந்துவதற்காக, நான் அவனுடன் மதுபானக் கடைக்குச் சென்றேன். அங்கு நாங்கள் கலியாணத் தரகுக்காரியும் மருத்துவச்சியுமான ஜீவதீர்த்தத்தின் மகனான ஒற்றைக் கண்ணன் டியுனோவ் என்பவனைக் கண்டோம். அவன் ஒரு பரதேசி; ஒன்றுக்கும் உதவாதவன்; தைரியமாகப் பேசமட்டும் விரும்புகிறான். ட்ரோஜ் டோவ் அவனோடு விவாதம் புரியத் தொடங்கிவிட்டான்.

'மனிதர்கள் தமது ஆத்மாக்களைத் தேடிப்பார்க்க முனைந்திருப்பது நல்ல காரியந்தான்; அவையில்லாமலே நாம் நெடுங்காலம் வாழ்ந்து வந்து விட்டோம்,' என்றான் ட்ரோஜ்டோவ்.

"டியுனோவ் தன் விரலின்மீது தாடியைச் சுற்றிக் கொண்டே, பல்லைக் காட்டினான்."

'இந்தப் பேச்செல்லாம் பிச்சைக்காரனின் கந்தலில் தங்கப் பொத்தான்களும், ஒன்றுமற்ற தலையின்மீது வெல்வெட் தொப்பியும் இருப்பது போலத்தான்!' என்றான் அவன்: 'தமக்கென்று எந்த ஒரு மந்தையுமே கிடையாது என்பதை மறந்தவர்களாய், அவர்கள் தமது மந்தைகளைக் காவல் காக்கப் புறப்பட்டுவிட்டார்கள். அவர்கள் தமது ஆத்மாக்களைத் தேடப் புறப்படுவதற்கு முன்னால், அவர்கள் வோட்காவை மிடாக்குடியாகக் குடிப்பதை நிறுத்த வேண்டும்; அத்துடன் எடுத்த எடுப்பில் கையில் கிடைத்த எதையும் தூக்கித் தமது மனைவி மக்களை அடித்து நொறுக்குவதையும் நிறுத்தியாக வேண்டும்.'

'இல்லை,' என்றான் ட்ரோஜ்டோவ்: 'தனது ஆத்மாவைப் பற்றி நிச்சயப்படுத்தாத வரையிலும் ஒரு மனிதன் சரியாக வாழ முடியாது.'

"இந்த உபதேசியார்களையெல்லாம் காதைப் பிடித்துத் தூக்கி வெளியே எறிய வேண்டும்," என்று மேலும் பேசினான் டியுனோவ்: 'அவர்கள் தமது கைக்கு எட்டியதையெல்லாம் திருடியெடுத்து, விழுங்கித் தீர்த்துவிடுகிறார்கள்: மற்றவர்கள் மட்டும் அப்படிச் செய்யக்கூடாது என்று சொல்கிறார்கள்.

"ஆனால், இந்தக் கிழவர் அப்படியல்ல. இவர் உங்கள் இஷ்டம்போல எதையும் செய்யலாம் என்றுதான் சொல்கிறார்."

டியுனோவ் தனது நாற்காலியிலிருந்து அரையும் குறையுமாக எழுந்தவாறே, யாரையோ கடிக்க விரும்புவது போலப் பார்த்தான்.

'அதெல்லாம் அவர் சொல்லாமலே நமக்குத் தெரியும். ஆனால், எது பிரதானமான விஷயம் என்று நீ சொல்லு. அதாவது – நானாகட்டும் அல்லது வேறு எவருமாகட்டும் – எவருக்கும் இன்றியமையாததான விஷயம் –'

'ஆத்மா. அதுதான் பிரதான விஷயம்.'

"டியுனோவ் தனது நிதானத்தையே இழந்துவிட்டான். அவன் ட்ரோஜ் டோவின் முகத்தில் தனது அழுக்கடைந்த விரலால் குத்தி, உச்சக் குரலில் கத்தத் தொடங்கிவிட்டான்:

"நீங்கள் உங்களது அந்த ஆத்மாவைத் தேடிக் கண்டு பிடிப்பதற்குள், உங்கள் மூக்கை உடைத்துக்கொண்டு சேற்றில் கிடந்து அழுந்தப் போகிறீர்கள். நீங்களொன்றும் அதற்குள் ஓர் ஆத்மாவுக்குத் தகுதியாகி விடவில்லை. நீங்கள் என்றுமே விதைக்காத ஒன்றை, நீங்கள் அறுவடை செய்ய முடியாது. நீங்கள் உங்களது ஆத்மாவைத் தேடும்போதே, ஒருவருக்கொருவர் தொண்டையை நெரித்துக்கொண்டு சாவீர்கள். உங்கள் மத்தியிலே வாழ்வதென்பது காட்டு மிருகங்களுக்கு மத்தியில் வாழ்வதைப்போல அத்தனை அபாயகரமானதுதான். எல்லாப் புறங்களிலும் தண்ணீர் சூழ்ந்த ஒரு கரிய சதுப்பு நிலத்தில் ஒரு திரட்டின் மீது ஒருவன் ஏறி நிற்பது போலத்தான், இந்த உலகத்தில் ஒரு மனிதன் தன்னந்தனியனாக இருக்கிறான். ஒவ்வொருவனும் தன்னந்தனியனாக, வீடு வாசலற்று, திக்குத் திசாந்திரமற்று, முற்றிலும் பயத்தோடுதான் இருக்கிறான். உங்களது ஆத்மாக்களைத் தேடிப் புறப்படுவதற்கு முன்னால், நீங்கள் உங்களையே ஒருவருக்கொருவர் கண்டறிந்துகொள்வது மிகவும் நல்லது; நீங்கள் ஒருவருக்கொருவர் உங்கள் கரங்களை நீட்டி, அவற்றை இறுகப் பற்றிப் பிடித்துக்கொள்ள வேண்டும்.'

"அவன் இந்தக் கடைசி வாக்கியத்தை அமைதியாகச் சொன்னான். எனினும் அவன், இன்னும் உரக்கச் சத்தம் போடுவதுமாதிரிதான் தோன்றியது. அங்குள்ள மனிதர்களெல்லாம் அவன்மீது பாய்ந்து சாடிவிடுவார்கள் என்று நான் பயந்தேன். (அந்த மதுபானக் கடையில் சுமார் பதினைந்து பேர் இருந்தார்கள்; அத்தனைபேரும் பயங்கரமான பேர்வழிகள்) ஆனால், அவர்களோ அவன் தம்மைக் குறித்து எதுவும் சொல்லிவிடவில்லை என்று எண்ணுவது போல, அவன் பேசுவதைக் கேட்டவாறு வெறுமனே உட்கார்ந்திருக்கச் செய்தார்கள். நான் பெரிதும் வியப்படைந்தேன்: மேலும், மனிதர்களை, குறிப்பாகக் குடியிருப்புவாசிகளை, ஒரு வேறுபட்ட புதிய ஒளியில் காணத் தொடங்கினேன்.

"நான் அந்தக் கிழவரை மறந்திருக்க முடியாது; அத்தனை அசட்டுத்தனமும் வயதும் ஆகியுங்கூட, அவர் மற்றவர்களைப் பற்றிக் கவலைப்படுகிறார்; அவர்கள் என்ன செய்ய வேண்டும் என்பதை அவர்களுக்குக் கற்றுக்கொடுக்க முயல்கிறார்! பெரும்பாலான மனிதர்கள், நிறைந்த பலமும், தெளிவான சிந்தனையும் பெற்ற தமது வாழ்க்கையின் பொற்காலத்திலுங்கூட, எந்த விதமான இடையூறுமின்றி வாழ்க்கையை அனுபவிப்பதற்காக, தமது சக மனிதர்களைப் புறக்கணித்து விடுகிறார்கள்.

"ட்ரோஜ்டோவ் அன்றிரவைக் கழிக்க என்னோடு வீட்டுக்கு வந்துவிட்டான். ஏனெனில், கிர்யாபோவ் குடும்பத்தார் எட்டுமணிக்கே கதவைச் சாத்திப்

பூட்டிவிடுவார்கள். நாங்கள் மதுபானக் கடையைவிட்டுக்கிளம்பும்போதே மணி பதினொன்று ஆகிவிட்டது. அவன் இப்போதும் என்னுடன் தான் வாழ்ந்து வருகிறான்.”

“ட்ரோஜ்டோவ் கடிகாரத்தைப் பிரித்துப்போட்டு விட்டான்; அவற்றை மீண்டும் ஒன்றுசேர்த்துப் பூட்ட அவனால் முடியவில்லை. ஒரு மூன்றுபக்கமுள்ள சக்கரத்தைக் காணவில்லை என்று அவன் சொன்னான். ஆனால், மூன்று பக்கச் சக்கரத்தைப் பற்றி யார் கேள்விப்பட்டிருக்கிறார்கள்? அவன் மிகவும் வேடிக்கையானவன். அவன் புதையலைப் பற்றிப் பேசிக்கொண்டே இருக்கிறான்; அதை எப்படிக் கண்டு பிடிப்பது என்று அவனுக்குத் தெரியும் என்றும், ஏனெனில் அவனுக்கு ஏராளமான சக்தி வாய்ந்த மந்திரங்கள் தெரியும் என்றும் சொல்கிறான். ஆனால், அவன் வெறுமனே உளறுகிறான் என்றே நான் கருதுகிறேன். எங்களது சொந்த ஜனங்களைக் காட்டிலும், ஏனைய இடங்களிலிருந்து வருபவர்கள் பெரும்பாலும் உயிர்த்துடிப்பும், குதூகலமும் மிக்கவர்களாகத்தான் தெரிய வருகிறது. எங்களது புதிய முற்றக் காவலாளியான மாக்ஸிமையே பார்க்கலாம்: அவன் யாரோஸ்லாவிலிருந்து வருகிறான்; புத்திசாலிதான்; அத்துடன் பார்ப்பதற்கும் அசாதாரணமான அழகுடன் இருக்கிறான். பொன்னிறமான தலைமயிர், நீலநிறக் கண்கள், கரிய புருவங்கள், ஒரு பெண்ணின் வாயைப் போல இனிமையான, சிறியதான வாய் எல்லாம் கொண்டவன் அவன். அவன் ஒரு நல்ல வேலைக்காரன்; எப்போதும் அவசரப்படுவதில்லை; ஆனால், வேலை என்பது ஓர் உணவு என்று கருதுவது போல அதனை ஓர் உவப்போடு முழுமையாகச் செய்து முடிக்கிறான். முதலில் அவன் தனக்கிடும் பணியைப் பல கோணங்களிலிருந்தும், அதனைச் செய்து முடிப்பதற்கு எது சிறந்த வழி என்று சிந்தித்துப் பார்க்கிறான். ஷாகிர் அவனைப் போதுமான அளவுக்குப் புகழ்வதில்லை. அவன் ஏனைய ஜனங்களைப் போல, ஒரு ருஷ்யனைப் போல இல்லை என்று அவன் சொல்கிறான். அவன் இவ்வாறு சொல்வதைக் கேட்க மனம் புண்படுகிறது. நான் அந்த மாக்ஸிமைப் பற்றி அப்படியெல்லாம் நினைக்கவில்லை. அவனிடம் ஏராளமான புத்தகங்கள் இருக்கின்றன. அவன் அவற்றை எப்போதும் பூட்டப்பெற்றிருக்கும் ஒரு கறுத்த டிரங்குப் பெட்டியில் வைத்திருக்கிறான். இரவில் அவன் அவற்றை எங்களுக்கு வாசித்துக் காட்டுகிறான். கொஞ்ச நாட்களுக்கு முன் அவன் ஒரு மாபெரும் காதல் வசப்பட்டு, படுக்கையில் விழுந்து, பெலாஜியாவைப் போல அதனால் இறந்துபோய்விட்ட ஒரு பெண்ணின் உள்ளத்தைத் தொடும் உருக்கமான கதையை வாசித்தான். எல்லாப் பெண்களுமே அவ்வாறு செய்துவிட்டால் நல்லதுதான். “ட்ரோஜ்டோவை நான் பலமுறை புரிந்துகொள்ள முடியாது போனாலுங்கூட, அவன் பெண்களைப் பற்றி ஏராளமாகப் பேசுகிறான். அவனும் மாக்ஸிமும் எப்போதும் சண்டை பிடித்துக்கொள்கிறார்கள். எல்லாவற்றுக்கும் மாக்ஸிம் ஒரே பதிலைத்தான் சொல்கிறான். ‘அது பொய்!’ தன் தாய் தொடர்பு கொண்டிருந்த ஒரு பிரபுவுக்குக் கள்ளப் பிறப்பாகப் பிறந்த மகன்தான் தானென்று ட்ரோஜ்டோவ் உரிமை கொண்டாடுகிறான்.

“மாக்ஸிம் ஒரு நல்ல உபதேசியாராக இருக்கத் தகுந்தவன்.இளைஞனான அவன் இலகுவில் திருப்தியடையாத கண்டிப்பான பேர்வழி.

'ஒருமுறை அவன் பின்வருமாறு சொன்னான்: 'ஜனங்களால் எனக்கு எந்த உபயோகமும் இல்லை. அவர்கள் சோம்பேறிகள். அவர்கள் பொதுவாக, குறிப்பாக மாரிக்காலத்தில், வெறுமனே சோம்பித் திரியத்தான் விரும்புகிறார்கள். அவர்களுக்கு உழைப்பின் மீது ஆசையும் இல்லை. எனவேதான் அவர்கள் இத்தனை நிம்மதியற்றுத் தவிக்கிறார்கள். அவர்கள் தமது வாயைத் திறந்து சளசளக்கிறார்கள் என்றால், அது தமது குறைபாடுகளை மூடி மறைப்பதற்காகத்தான்; அதே போல அவர்கள் வாயைக் கட்டிக்கொண்டு இருந்தாலும் அதுவும் அவர்களுக்கு எதிலும் நம்பிக்கையில்லை என்பதால் தான். அவர்களது அந்தரங்கமெல்லாம் உறைப்பானது; அவர்களைக் கண்காணிப்பதற்காகப் பல்வேறு விதமான அதிகாரிகளையெல்லாம் நியமிப்பதில் பயனேயில்லை. நற்குணம் என்பது உள்ளுக்குள்ளிருந்து வெளிப்படாவிட்டால், அதனை வெளியிலிருந்தும் அவர்கள்மீது நிர்ப்பந்தமாகப் புகுத்திவிட முடியாது. அவர்கள் ஒரு விசுவாசமற்ற, நம்ப முடியாத கூட்டம்."

"அவன் நாடு பூராவும் சுற்றித் திரிந்தவன். மேலும், ஜனங்களிடத்தில் நான் கண்டறிந்தவை அவன் சொல்வதோடு ஒத்துப்போய் உறுதிப்படுகின்றன. அவர்கள் ஒரு புதிர்தான்; அவர்கள் எல்லோருமே உச்சபட்சமாகச் சலித்துப் போயிருக்கிறார்கள். இதற்கென்ன காரணம்? அது அவர்களது முட்டாள் தனத்தின் விளைவு என்று மாக்ஸிம் சொல்கிறான். நான் விழிக்கிறேன். என்ன இருந்தாலும் ஒரு முட்டாள் தனக்குத்தானே வாழ்க்கையை இன்பமாக அனுபவிக்கிறான்; அத்துடன் மற்றவர்களுக்கும் குதூகலத்தை வழங்குகிறான்."

"ட்ரோஜ்டோவ் ஜீவனோபாயத்துக்கு என்ன செய்கிறான் என்று நான் அவனையே கேட்டேன்.

"நான் வெறுமனே நல்ல மனிதர்களைத் தேடிச் செல்கிறேன்; அவர்களைக் கண்டதும், அவர்களோடு ஒட்டிக் கொண்டு வருகிறேன்,' என்றான் அவன்: 'உதாரணமாக, உங்களையே எடுத்துக்கொள்ளுங்கள். அந்தக்கிழவர் பேசிக் கொண்டிருந்த சமயத்தில், ஏதோ ஒரு கனவில் இருப்பதைப் போன்று நீங்கள் அங்கே அமர்ந்திருப்பதை நான் கண்டேன்; அந்தப் பொழுதிலேயே நீங்கள் அந்தப் பேராசைக்காரர்களைப் போன்றவர் அல்ல என்பதையும், உங்களுக்கென்று நீங்கள் எதையும் கேட்டதில்லை என்பதையும் கண்டுணர்ந்தேன். எனவே, நான் உங்களோடு ஒட்டிக்கொண்டு இங்கே வந்துவிட்டேன்.'

'அவன் இருந்துவிட்டுப் போகட்டும். அவன் நல்ல இதயம் படைத்த பயல்தான். ஆனால், அளவுக்கு மீறிய ஆர்வம் அவனுக்கு. அவனால் செய்து முடிக்க முடியாத வேலைகளையெல்லாம் அவன் எப்போதும் ஏற்றுக்கொண்டு விடுகிறான். அவன் தானியக்கிடங்கின் கதவில் கிடந்த பூட்டை ரிப்பேர் செய்வதாக ஏற்றுக்கொண்டான்; ஆனால், அதை உடைத்து உருக்குலைத்துத் தூக்கியெறிந்துவிட்டு, 'இது ஒன்றும் பாதுகாப்புப் பூட்டல்ல,' என்று சொல்லிவிட்டான். எவருமே என்றும் அதனை அப்படிச் சொன்னதில்லை. அவன் செய்துவிட்ட காரியத்துக்காக, ஷாகிர் அவனை ஏசத் தொடங்கியவுடன், அவன் மிகவும் குன்றிப்போய்த் தன் கண்களைத் திருகத் திருக விழித்தான்; தோள்களை

உலுக்கிக்கொண்டு, ஒரு ஞானியைப் போலப் பணிவடக்கத்துடன் சிரித்தான். ஷாகிரால் அவனைப் பொறுத்துக்கொள்ள முடியவில்லை. ஒருமுறை அவன் என்னிடம் பின்வருமாறு சொன்னான்:

"இத்தகைய மனிதர்களைக் கண்டால் எனக்குப் பயமாக இருக்கிறது. அவர்கள் எப்போதும் குறுக்கீடு செய்வார்கள். எல்லாவற்றிலும் தலையை ஒட்டிக்கொள்வார்கள். வெறுமனே என்னவென்று பார்ப்பதற்காகவே எதிலும் கைவைத்து விடுவார்கள். இத்தகைய பேர்கள் மிகவும் ஆபத்தானவர்கள்"

"நடால்யா அவனைக் கொழுக்க வைக்கப் பெருமுயற்சி செய்கிறாள். ஆனால், அவனோ எதையும் சரியாகச் சாப்பிடுவதில்லை. சாப்பிடும் போதெல்லாம் அவன் கொஞ்சங்கூட நிறுத்தாமல் உச்சஸ்தாயியில் பேசிக் கொண்டேயிருக்கிறான். நேற்றுக் காலைச் சாப்பாட்டின்போது, அவன் பின்வருமாறு சொல்லி, மாக்ஸிமைத் திடுக்கிட வைத்துவிட்டான்.

'நீயுங்கூடக் கள்ளத்தனமாய்ப் பிறந்த பிள்ளையென்றே எனக்குத் தோன்றுகிறது.'

'அது பொய். என் தாயும் தந்தையும் திருமணம் புரிந்திருந்தார்கள்.'

'அதில் அர்த்தமேயில்லை,' என்றான் ட்ரோஜ்டோவ்: 'ஓர் இளம்பெண் தெருவழியாக நடந்து செல்கிறாள். ஓர் அருமையான கனவான் அவள்மீது கண் போடுகிறார். அவர் அவளைத் தன்னோடு சேரும்படி அழைக்கிறார்; அப்புறம் நீ வருகிறாய்! அத்தகைய தருணத்தில் கணவன் என்பவன் அர்த்தமற்றவன். பெண்ணைத்தான் கணக்கில் எடுத்துக்கொள்ள வேண்டும். அவள் தனது உணர்ச்சிகளின்படியே வாழ்கிறாள். அவள் பூமியைப் போன்றவள். விதை வந்தால் சரிதான். அது எங்கிருந்து வருகிறது என்ற கவலை அவளுக்கில்லை. அவள் அதற்காகத்தான் இருக்கிறாள். பூமிக்குரிய பங்கைக் கொடு; அவ்வளவுதான்! மற்றப்படி ஏன், எப்படி என்ற கேள்விக்கே இடமில்லை! சில சமயம் ஒரு பெண் தனக்கென்று விதிக்கப்பெற்ற மனிதனைத் தேடி வாழ்நாள் பூராவும் அலைந்து திரிகிறாள்; ஒருவேளை அவள் அவனைக் காணாமலே போகவும் கூடும். அப்படியானால், அவள் அதோடு அழிந்தாள்!'

"பெண்களைப் பற்றிப் பேசும்போது அவனது கண்கள் ஆழமும் கருமையும் பெற்று ஒளிர்ந்தன. அவனது குரலும் இரகசியம் போலக் கீழிறங்கி விடுகிறது; அவன் பயந்துபோனவன் போல, தனது தோள்களையும் குன்றிக்கூனி வைத்துக் கொள்கிறான்."

'ஒரு பெண் இருபதுக்கு மேற்பட்ட ஆத்மாக்களைக் கூட, தன்னுள் கொண்டிருக்க முடியும். எனவேதான், அவள் நிலைகொள்ளாமல், எப்போதும் அலைந்து திரிந்து கொண்டேயிருக்கிறாள். ஒரு பெண்ணைப் புரிந்துகொள்வது சிரமந்தான்.'

"மாக்ஸிம் தன் மூக்கைச் சுழித்தான்."

‘நீ சொல்வது ஒரு பொய்,’ என்று கத்தினான் அவன்.

“இல்லை; இல்லவேயில்லை. குழந்தைகள் எங்கிருந்து பிறக்கின்றன? பெண்களிடமிருந்து, நல்லது. அப்படியென்றால், அவற்றுக்கு ஆத்மாக்களை வழங்குவது யார்? பார்த்தாயா? சில பெண்கள் இருபது குழந்தைகளைக்கூடப் பெற்றிருக்கிறார்கள். எனவே, அவர்களுக்குள்ளே இருபது ஆத்மாக்கள் இருந்திருக்க வேண்டும். மேலும், அவர்கள் இரண்டே குழந்தைகளை மட்டும் பெற்றெடுத்தால், உள்ளுக்குள் மிஞ்சியுள்ள ஏனைய ஆத்மாக்களெல்லாம் சதையோடும் எலும்போடும் பிறப்பதற்காகக் கெஞ்சுகின்றன. இதனைத் தனது கணவன் தனக்குச் செய்ய முடியாது என்று ஒரு பெண் உணர்கிறாள் எனவே, அவள் அவனுக்கு எதிராக நடக்கிறாள். சிலர் அதனை விபசாரம் என்கிறார்கள்; என்றாலும், அவளது தொழிலைப்பற்றிய கோணத்திலிருந்து நீ அதனைப் பார்த்தால், அந்த மாதிரியெல்லாம் ஒன்றுமில்லை என்பது தெரிய வரும்.’

பெண்களையும் ஆத்மாவையும் குறித்து அவ்வளவு பேசுவதைக்காட்டிலும், வேறு எதைப்பற்றிப் பேசுவதிலும் அவனுக்கு விருப்பம் இல்லை. அவன் சொல்வதில் பெரும்பகுதி தெளிவாக இல்லாவிட்டாலுங்கூட, அவன் பேசுவதைக் கேட்பதற்குச் சுவையாகத்தான் இருக்கிறது. மரியாதையோடு, சொல்லப் போனால் பயபக்தியோடு பேசுவது போலத் தோற்றும். எனினும், தாராளமாய்ப் பெண்களைப் பற்றி இவ்வாறு வேறு எவரும் பேசி நான் கேட்டதில்லை.

“ட்ரோஜ்டோவ் தனது மாமனாருக்கு விஷம் வைப்பதற்காக அவனது உதவியைக் கோரி வற்புறுத்திய ஒரு வியாபாரியின் மனைவியைப் பற்றி என்னிடம் சொன்னான்:

“அவளது மாமனார் முடமாகிவிட்ட ஒரு கிழவர்; சக்கரங்களில் துணிகள் சுற்றப்பெற்ற ஒரு சக்கர நாற்காலியில் தான் அவர் வீட்டுக்குள் அங்குமிங்கும் திரிந்தார். அவர் தமது தலையை வெட்டி வெட்டி ஆட்டிக்கொண்டு, வண்டியை உருட்டிச் செல்வார்; எவரைக் கண்டாலும் எரிந்து விழுந்து கத்துவார். (அந்த வீட்டில் சமாதியைப் போன்ற அமைதிதான் குடிகொண்டிருக்கும்). நான் சொல்லவந்த காலத்தில், எனக்குப் பதினைந்து வயது; அந்தக்கிழவருக்கு நான் ஒரு வீட்டு வேலைக்காரப் பையன் போல இருந்து வந்தேன். அவரது அறையை நான் சுத்தம் செய்தேன்; அவருக்குக் கடிதங்கள் படித்துக் காட்டினேன். அவரோ என்மீது மிகுந்த கவனம் வைத்திருந்தார். அவர் என்னை நோக்கி, ‘முட்டாளே! உன்னைத்தான். நான் சொல்வதை நீ ஏனடா காது கொடுத்துக் கேட்க மறுக்கிறாய்? நான் உன்னை ஒரு மனிதனாக்க முயற்சி செய்கிறேனேடா!’ என்றுகூடச் சத்தம் போடுவார். எனவே, நான் அவர் சொல்வதைக் கேட்டேன். ஏன் கேட்கக் கூடாது? அவரது மகன் ஓர் அடக்கமான ஜந்து; அவன் குரோதபுத்தி மிக்கவன்; அவன் தன் மனைவியை அதட்டி மிரட்டினான்; ஆனால், அவன் தன் தந்தையை மட்டும் எப்போதும் எதிர்த்துப் பேசியதில்லை. அந்தக் கிழவர் அவனைப் புரட்டி எடுத்து, நெருக்கிப் பிடிக்கும்போது, கிரில்லோ (அது தான் அந்த மகனின் பெயர்) வெறுமனே நின்று, தரையையே நோக்கியவனாய், “ஆம், அப்பா; இல்லை, அப்பா!” என்று

சொல்லுவான். அவன் இரகசியமாகக் குடிப்பது வழக்கம் – சரியான குடிகாரனாக ஆகும் அளவுக்குக் குடிப்பதில்லை. என்றாலும், தான் நடத்தி வந்த மோசமான வாழ்க்கையிலிருந்து தப்பித்துக்கொள்ளும் அளவுக்குக் குடிக்கப் பழகியிருந்தான். அவனது மனைவி ஓர் ஏழையான நகரவாசிக் குடும்பத்திலிருந்து வந்தவள். எனினும், அவள் ஓர் அழகான பெண்; உணர்ச்சி மிக்கவள். அவள் எப்போதும் ஏதேதோ கற்பனைகளையெல்லாம் வளர்த்துக்கொள்வாள்.

“சீக்கிரமே அவள் என்னைச் சரிப்படுத்தத் தொடங்கினாள். ஒரு முறை அவள் எனக்கு மிட்டாய்கள் வழங்கினாள்; இன்னொரு தடவை என்னை நோக்கிக் கண்ணைச் சிமிட்டினாள் – அந்த வயதில் ஒரு பையனின் மனத்தில் எத்தகைய எண்ணம் இருக்கும் என்பது எல்லோருக்கும் தெரிந்ததுதானே. ஓர் உயிரற்ற கல்லைக்கூட, அவளது காலடியில் உருண்டோடி வந்து விழச்செய்து விடுவதற்கு அவளது சிரிப்பொன்றே போதுமானது.அப்புறம் மார்புக்குள் இருதயத்தைப் பெற்ற ஒரு ஜந்துக்குக் கேட்பானேன்? குறிப்பிடத்தக்க எந்த ஒரு மாறுதலுமின்றி விஷயங்கள் இப்படியே ஏறத்தாழ மூன்றுமாத காலம் நடந்துகொண்டிருந்தன. ஆனாலும், இந்தக் காலமெல்லாம் அவை ஒரு முடிவை நோக்கியே சென்றுகொண்டிருந்தன. ஒருநாள் அவள் நேராக என்னிடம் நடந்து வந்து, என்னைத் தன் கரங்களால் வளைத்து முத்தமிட்டாள்.

“நீ மிகவும் நல்ல பையன், ஸென்யா!” என்றாள் அவள்: “இங்கே என்ன நடக்கிறது என்பதை நீயே நிச்சயமாக நன்கு காணமுடியும். நான் அத்தனை ஆனந்தமற்றவளாகப் போய்விட்டேன். எனக்கு உதவு, அன்பே. கிரில்லோவோ கள்ளத்தனமாகக் குடிக்கிறார். கிழவர் சாவதற்கு முன்பே, இவர் என்னைச் சமாதிக் குழிக்குள் இறக்கிவிட்டு விடுவார். எனக்குதவு; தயவு செய்து எனக்கு உதவு. இத்தகைய வாழ்க்கையை வாழத்தானா நான் பிறந்தேன்?”

“அவள் சொன்னதெல்லாம் வாஸ்தவந்தான். அத்தகைய வாழ்க்கை உண்மையில் அவளுக்கு ஏற்றதில்லைதான். நான் அவளுக்கு உதவ விரும்பினேன்; அவள்மீது பரிவு கொண்டேன்; ஆனால், நான் பயந்தும் போயிருந்தேன். “கொஞ்சம் பொறு,” என்றேன் நான். அவளோ நான் இதனை யாரிடமும் எப்போதும் சொல்ல மாட்டேன் என்று ஸ்மோலென்ஸ்க் கன்னி மரித்தாயின் பேரால் என்னைச் சத்தியம் செய்ய வைத்தாள். என்றாலும், அவள் என்னைச் செய்யுமாறு கேட்ட அந்த விஷயத்தை நான் அந்தக் கிழவரிடம் சொல்லிவிடுவேனோ என்று அவள் பயந்துபோய் விட்டாள் போலிருக்கிறது. ஏனென்றால், அவள் எனது சீமை இலந்தைப் பழ உணவில் வெள்ளைப் பாஷாணத்தைக் கலந்து வைத்துவிட்டாள். அதனைத் தின்னும்போது அதன் ருசி விசித்திரமாக இருப்பதாக நான் நினைத்தேன். ஆனால், அது உள்ளே போனவுடனே – அட, கடவுளே! – நான் என்ன பாடு பட்டேன்! எனக்கு எதையும்பற்றிக் கொஞ்சங்கூடச் சொல்லவும் ரொம்பப் பயம். பிறகு நான் என்னை ஆஸ்பத்திரிக்குக் கொண்டுபோய்ச் சேர்க்கும்படி அவர்களிடம் சொன்னேன். அவர்களும் அவ்வாறே செய்தார்கள். பிறகு நான் குணமடையத் தொடங்கினேன். ஐந்தாவது நாள் மாலைக்குள் பலவீனத்தையும், உடம்பெல்லாம் தோன்றியிருந்த

கரும் பழுப்பான திட்டுக்களையும் தவிர, மற்றப்படி நான் கிட்டத்தட்ட பூரண குணம் பெற்றுவிட்டேன். அது எப்படி நேர்ந்தது, எங்கு நேர்ந்தது என்று என்னென்னவோ விஷயங்களையெல்லாம் என்னிடம் அவர்கள் கேட்டார்கள். ஆனால், நானோ அவர்களிடம் பொய் சொன்னேன் – எனது இலந்தைப் பழ உணவின்மீது சர்க்கரையைத் தூவுவதாக நினைத்துக் கொண்டு, நான்தான் தவறு செய்துவிட்டதாகச் சொன்னேன்.

"அங்கு நான் படுத்துக்கிடந்த சமயத்தில் திடீரென்று அவள் உள்ளே வந்தாள். அவளது முகம் வெளிறிப்போயிருந்தது – கிட்டத்தட்ட நீலம் பாரித்துவிட்டது – அவளது கண்கள் பளபளத்தன. அவள் முகத்தைச் சுழித்தவாறு, ஏதோ ஒரு சங்கிலியால் கட்டியிழுக்கப்பட்டது போல, என்னருகே நெருங்கி வந்தாள். அவள் என் கட்டிலின்மீது உட்கார்ந்தாள்; "இதோ உனக்கு ஒரு விருந்து கொணர்ந்திருக்கிறேன்," என்று சொன்னாள்; பின்னர் ஏதேதோ கூறிவிட்டு, கடைசியில் மெல்லக் கிசுகிசுத்தாள்:

"நான்தான் என்பதை அவர்களிடம் சொல்லிவிட்டாயா?"

"நிச்சயமாக இல்லை," என்றேன் நான்: "நான் கன்னிமரியாள் விக்கிரகத்தின்மீது சத்தியம் செய்து கொடுக்க வில்லையா?"

"பொய் சொல்லாதே!" என்றாள் அவள்: "உன் கண்களைப் பார்த்தாலே தெரிகிறதே! ஆனாலும் அதனால் பயனில்லை. உன்னால் அதை நிரூபிக்க முடியாது."

அவள் இவ்வாறு சொன்னதும் நான் மனம் புண்பட்டுப் போனேன்.

"போ வெளியே!" என்றேன் நான்: "நீ என்னை நம்பவில்லையென்றால், இனி நான் உன்னோடு எந்தவித உறவும் வைத்துக்கொள்ள விரும்பவில்லை."

பிறகு நான் அவர்களிடம் என்ன சொன்னேன் என்பதை அவளிடம் சொன்னேன். அவள் மிருதுவாக அழத் தொடங்கினாள்.

"கடவுளின் அன்னையே!" என்றாள் அவள்: "நீ அவர்களிடம் சொல்லிவிடுவாய் என்று நான் எவ்வளவு பயந்து போயிருந்தேன். மிக்க நன்றி, அன்பே," என்றாள் அவள். "அந்தக் கன்னிமரித்தாய் உனக்கு அருள் புரியட்டும்; அந்த ராக்ஷஸ மிருகத்தைப் பொறுத்தவரையில் உன் உதவி இல்லாமலே நான் அவரைச் சமாளித்துக்கொள்கிறேன். அதனை எப்படிச் செய்வது என்று எனக்கு இப்போது தெரியும் கொஞ்சம் கொஞ்சமாக – ஒரே வேளையில் அல்ல." (அவள் வெள்ளைப் பாஷாணத்தைத்தான் குறிப்பிட்டாள்.)

அவள் மூன்று பச்சை பாங்கி நோட்டுக்களை என் கையில் திணித்துவிட்டு, என் நெற்றிமீது முத்தமிட்டாள்.

"தயவு செய்து நீ போய்விடு. ஏனென்றால், இங்கு ஏதாவது நடக்குமானால், அதைச் செய்தது யார் என்று உனக்கு நிச்சயம் தெரியும்; ஒருவேளை சந்தர்ப்ப

வசத்தால் நீ வாய் தவறி ஏதாவது சொல்லிவிடக் கூடும். எனவே, உன்னை மன்றாடிக் கேட்டுக்கொள்கிறன். நீ போய்விடு," என்றாள் அவள்.

"நானும் நிச்சயம் போய்விடத்தான் செய்தேன் – ஏன் கூடாது? ஒரு நகரத்தைப் போல மற்ற நகரமும் எனக்கு நல்ல நகரந்தான்" மேலும் அவள் பேச்சை மறுத்துப் பேச எனக்கு மனமில்லை. நான் அங்கிருந்து கிளம்பி, ஸாவட்மாவுக்குப் போய்ச் சேர்ந்தேன்."

'அதன்பின் என்ன நடந்தது?' என்று நான் கேட்டேன்.

'எனக்குத் தெரியாது,' என்றான் அவன்.

"அவள் தன் மாமனாருக்கு விஷம் வைத்தாளா?"

"அதைப்பற்றி நான் கேள்விப்படவேயில்லை. என் சுபாவம் அப்படி. ஓர் இடத்தைவிட்டு நான் போய்விட்டால், அப்புறம் அதைப்பற்றிய அக்கறை எதுவும் எனக்கு இருப்பதில்லை."

அவன் பேசுவதைக் கேட்டுக்கொண்டிருந்தபோது, எது நல்லது எது கெட்டது என்று என்னால் தீர்மானிக்க முடியவில்லை. நான் இத்தகைய பல கதைகளைக் கேட்டிருந்தேன். எங்கெங்குத் திரும்பினாலும், உண்மையில் கெட்டவர்களாக இல்லாத பல ஜனங்கள் இருக்கிறார்கள்; அவர்கள் அன்புள்ளம் கொண்டவர்களாகக் கூட இருக்கிறார்கள்; அடுத்தவருக்கு நல்லது செய்யவும் கூட விரும்புகிறார்கள். ஆனால், அதனை எப்போதும் மூன்றாம் நபரைப் பலியாக்கித்தான் செய்கிறார்கள்.

"ட்ரோஜ்டோவுக்குக் கதை சொல்வது எப்படி என்று தெரியும்? மேலும், அவன் அதில் ஆனந்தமும் கொள்கிறான். அவன் சொல்லும் போது எல்லாமே எளிதாகவும் இயல்பாகவும் தோன்றுகின்றன. அவன் ஜனங்கள் மீது தீர்ப்புக் கூறுவதில்லை; ஏதோ அவர்கள் இறந்துவிடடார்கள் போலக் கருதி, அவர்களைப்பற்றிப் பேசுகிறான்."

இன்று பிரார்த்தனை வேளையின்போது பிதா அலெக்ஸாண்டர் ஒரு குறிப்பிட்ட சிநேகபாவத்தோடு என்னையே பார்த்துக்கொண்டிருப்பதாக எனக்கு ஓர் உணர்ச்சி ஏற்பட்டது. நான் அவருக்காக வாயிற்கூடத்தில் காத்து நின்றேன்; அவர் வந்து என்னை ஆசீர்வதித்தபோது, நான் அவரை வேறொரு சமயம் வந்து பார்க்கலாமா என்று அவரிடம் கேட்டேன். அவர் என் கோட்டுக் கையைப் பற்றிப் பிடித்து, அவசர அவசரமாகப் பின்வருமாறு சொன்னார்:

'எப்போது வேண்டுமானாலும் வாருங்கள்; உங்களைப் பார்ப்பதில் நான் பெருமகிழ்ச்சி அடைவேன்.'

"பின்னர், அவர் என்னைத் தம்மோடு இழுத்துச் சென்றார். அவர் குறுகிய நடையோடு, வேகமாக நடக்கிறார். அவரது கம்பளிக் கோட்டு நைந்து

கிழிந்து, அவருக்குப் பொருத்தமற்றிருந்தது. அதைப் பார்ப்பவர்கள் யாரும் அது அவருக்காகத் தைக்கப்பட்டது அல்ல என்பதைத் தெரிந்துகொள்ளலாம். அவர் இளைஞராகவும், மெலிந்தும், இலகுவில் உணர்ச்சிவசப்படுபவராகவும் இருந்தார். அவரது வீட்டுக்குச் சென்றவுடன், அவர் அவரது ஸ்தானத்துக்கு ஏற்காத ஒரு முறையில் அங்குமிங்கும் பறந்து திரிந்தார்; காலை நாற்காலிகளில் முட்டி மோதிக்கொண்டார். ஓர் அறையிலிருந்து மற்றோர் அறைக்குப் பாய்ந்து செல்லும் வேகத்தில் அவர் தமது நிலையங்கியின் கையினால் மேஜைமீதிருந்த சாமான்களையெல்லாம் கீழே தள்ளிவிட்டார்; அத்துடன் தமது வாய்க்குள்ளா கவே பின்வருமாறு சொல்லிக்கொண்டார்:

‘அட, கடவுளே! நான் எத்தனை அலங்கோலமாயிருக்கிறேன்! என்னை மன்னித்துவிடு!’

“ஒரு கன்னம் வெட்டி வெட்டி இழுத்தது; அவரது மெல்லிய தலைமயிர் அவரது தலையைச்சுற்றி ஒரு மேகம் போலச் சூழ்ந்திருந்தது. அவரது கண்கள் பெரிதாகவும், கபில நிறமாகவும் இருந்தன. அவை பெரும்பாலும் முகட்டின்மீதே நிலைகுத்தியிருந்தன. அவரது ஒடுங்கி மெலிந்த முகத்தில் ஒரு புன்னகை தத்தித் தவழ்ந்தவாறே இருந்தது. அவர் தமது மெலிந்த கரத்தால், அதனைத் துடைத்துவிட்டுக்கொள்வது போல, தமது கன்னங்களை அடிக்கொருதரம் தடவிவிட்டுக் கொண்டார். தேவாலயப் பிரார்த்தனை வாசகத்தை வாசிக்கும் பாதிரியாரிலிருந்து அவர் முற்றிலும் வேறுபட்டவராக இருந்தார் – ஒருவேளை இவர் கபடமானவராக அல்லது மிகவும் அசட்டுத்தனம் மிக்கவராக இருக்கலாம். பொதுவாக, அவர் ஏதோ ஒரு கெட்ட பயபீதிக்கு ஆளானவர் போலவும், என்னிடத்தும் அவரது மனைவியிடத்தும் குற்றம் கண்டு உணர்ந்தவர் போலவுந்தான் நடந்துகொள்கிறார். அவள் அவரைக் காட்டிலும் வயதில் மூத்தவள்; அத்துடன் நிதானம் மிக்கவளுங்கூட. அவள் மூக்குக்கண்ணாடி அணிகிறாள்; தட்டையான மார்பு கொண்டவள்; அவளுக்குப் புருவங்களே இல்லை. அவள் ஒரு சிப்பாயைப் போலத்தான் நடந்து திரிகிறாள். அவள் சம்பந்தப்பட்ட எல்லாம் – அவளது முகமும், உடை முதலியன எல்லாமும் – கவர்ச்சியற்றேயிருந்தன.

“அவள் தனது மூக்குக்கண்ணாடியின் வழியே நம்மை ஏதோ அலைக்கழிக்கும் விதத்தில் வெறித்துப் பார்க்கிறாள். பாதிரியார் தமது உணவை விழுங்குகிறார்; கத்தியையும் முள் கரண்டியையும் கீழே வைக்கிறார். அவர் தமது ரொட்டியை உதிர்த்து, அந்த உதிர்ந்த துண்டுகளைச் சின்ன உருண்டைகளாக உருட்டி, அவற்றைத் தமது தட்டின் விளிம்பைச் சுற்றிலும் ஒட்டி வைக்கிறார். அவரது மனைவி தனது நீண்ட விரல்களால் அவற்றை எடுத்துக்கொள்கிறாள். ஒரு தாய் தன் குழந்தையைக் கவனிப்பதுபோல, அவள் அவர்மீது ஒரு கண் வைத்திருக்கிறாள். அதாவது ஒரு சமயம் அவரது கழுத்தில் கட்டப் பெற்ற துண்டை இழுத்து நேராக்குகிறாள்; ஒரு சமயம் ஒரு துண்டு ரொட்டியை அவர் முன்னால் தள்ளி வைக்கிறாள்; வேறொரு சமயம் அவரது நிலையங்கியின் கையை மேலே மடக்கி விடுகிறாள்; இத்தனையையும் ஒரு வார்த்தைகூடப் பேசாமல் அவள் செய்து முடிக்கிறாள்.”

அந்தக் கிழவர் ஆத்மாவைப் பற்றிச் சொன்ன விஷயத்தை நான் அவரிடம் சொன்னேன். அவர் பறக்கப்போவது போலத் தமது கைகளை விரித்து ஆட்டிக்கொண்டு, தம் மனைவியை நோக்கிப் பின்வருமாறு சொன்னார்:

“ஹாஹா! இதைக் கேட்டாயா, அன்னா? ஹூம்!”

‘அறியாமையின் விளைவு அது,’ என்று அழுத்தமாகச் சொன்னாள் அவள்.

“மேலும் சொல்லுங்கள், மாட்வி ஸாவ்லிவிச்.”

“அந்தக் கிழவரின் பிரசங்கம் பற்றி என்னால் சரியான விவரம் கொடுக்க முடியவில்லையென்றும், ஏனென்றால் எனக்குப் பேசிப் பழக்கமில்லையென்றும், மேலும் எனக்குக் கல்வியறிவு இல்லையென்றும் சொன்னேன். இதனால் என் எண்ணங்கள் துள்ளித்துள்ளி ஓடுவதாகச் சொன்னேன். ஆனால், இந்தச் சந்தர்ப்பத்தில் அவர் என் பேச்சில் மீண்டும் குறுக்கிட்டார்.

“சரியாகச் சொன்னீர்கள் – துள்ளி ஓடுகிறது!’ என்றார் அவர்: ‘நமது எண்ணங்கள் துள்ளித் துள்ளி ஓடுகின்றன; சரியான முறையில்தான் சொல்லிவிட்டீர்கள். இது நம் எல்லோருக்கும், ருஷ்யர்களான நம் அனைவருக்கும் பொருந்தும். ஆமாம். சாதாரண ஜனங்களின் எண்ணங்களோ பின்னோக்கி, கிழக்கு நோக்கித் துள்ளி ஓடுகின்றன; படித்தவர்களின் எண்ணங்களோ முன்னோக்கி, மேற்கு நோக்கித் துள்ளி ஓடுகின்றன; இதில்தான் நமது மாபெரும் ஏற்றுக்கொள்ளப் படாத சோகமும், பல நூற்றாண்டுகளாக நாம் எதிலும் முன்னேறாமல் இருப்பதன் காரணமும் அடங்கியுள்ளன. இந்த இருவேறு பாதைகளுக்கும் இடையில், சரித்திரம் நம்மைக் கழுத்துவரையிலும் குழிதோண்டிப் புதைத்துவிட்டிருக்கிறது. அந்தக் கிழவரின் எண்ணங்கள் ஆயிரத்து எழுநூறு ஆண்டுகளுக்குப் பின்னால் துள்ளிக் குதித்துச் சென்றுள்ளன: கிறிஸ்துவுக்குப் பின் இரண்டாவது நூற்றாண்டில் சதையை அதன் போக்கில் முழுக்க விட்டுவிட வேண்டும். அதனால் ஆத்மாவுக்கு எந்தக் கேடும் விளையாது என்று கருதிய மனிதர்கள் சிலர் இருந்தார்கள். சதைக்கு எந்த அளவுக்கு அதிகமான அனுமதி வழங்குகிறோமோ, அந்த அளவுக்கு ஆத்மாவும் புனிதமாக இருக்கும் என்றுகூட அவர்கள் உறுதி கூறினார்கள். அத்தகைய மனிதர்கள் தம்மை அனுபூதிவாதிகள் என்று சொல்லிக்கொண்டார்கள். அவர்களைப் பற்றி எழுதியுள்ள ஒரு புத்தகத்தை நான் உங்களுக்குத் தருகிறேன். அது ஒரு வாக்கு வன்மை மிகுந்த, கவர்ச்சிகரமான புத்தகம்.’

சுமார் இரண்டு மணிநேரம் அவர் பல்வேறு மத பேதங்களையும் பற்றித் திறமையோடும், உத்வேகத்தோடும் எனக்கு எடுத்துச் சொன்னார். அவர் பேசிய விதத்தில் அப்படியே வாயடைத்துப் போய், வெறுமனே உட்கார்ந்து வியந்துகொண்டிருக்கத்தான் என்னால் முடிந்தது. அவர் தமது நிலையங்கியைக் கழற்றியெறிந்துவிட்டு, தமது கிழிந்த கறுப்பு உடையோடு, கூட்டில் அடைபட்ட குருவி போல, தமது வலது கையை ஒரு வாளைச் சுழற்றுவது போல வீசியாட்டிக்கொண்டு, அறைக்குள்ளே தத்தித் தாவித் திரிந்தார்.

அவரது மனைவி தனது மூக்குக் கண்ணாடியை நெற்றியின்மீது தூக்கிவிட்டுக்கொண்டாள்.

'ஷா ஷா!' என்று அமைதியாகச் சொன்னாள் அவள்.

ஆனால் அவர் அவள் கூப்பிட்டதைக் கேட்கவில்லை.

'ஆத்மா என்பது என்ன?' என்று கேட்டார் அவர். "மனித வாழ்க்கையின் எல்லாக் காலக் கட்டங்களையும், பரிசுத்த ஆவியின் ஒளியால் ஒளி செய்யப்படாத மிகவும் சமீப காலக்கட்டம் வரையிலுங்கூட, பதிவு செய்துகொள்ளும் ஒரு பத்திரச் சுருள்தான் ஆத்மா. இந்தப் பத்திரச் சுருளைத் திறந்து பார்க்க வேண்டும். வாழ்க்கையின் கூரிய விரலால் அதில் வரையப் பெற்றுள்ள வாசகங்களை அன்பு மிகுந்த அக்கறையோடு படித்துப் பார்க்க வேண்டும்.

மீண்டும் அவர் மனைவி குறுக்கிட்டாள்; இந்தத் தடவை மிகவும் கடுமையாகக் கூப்பிட்டாள்:

'ஷா ஷா!'

அவர் அதனைக் கேட்டு, அவளைப் பார்த்தார்; வாட்டமடைந்தார்; புன்னகை புரிந்தார்; பின்னர் அவரது கன்னம் வெட்டி இழுக்கத் தொடங்கியது.

'ஆமாம், நல்லது, அன்னா, ' என்றார் அவர்.

"அவர் ஒரு மூலையிலே அமர்ந்து, தம் தலைமயிரைத் தட்டிக் கொடுத்தார். அதன் பின் எங்கள் நகரத்தில் நடைபெறும் விஷயங்களைப் பற்றி நாங்கள் மேலும் சிறிது நேரம் பேசினோம்; ஆனால் ஈடுபாடற்ற, பலவந்தமான முறையில் தான்; சீக்கிரமே நான் விடைபெற்றுக்கொண்டு விட்டேன். பாதிரியாரின் மனைவி என்னை வாசல் வரைக்கும் வந்து வழியனுப்பினாள். நாங்கள் கூடத்துக்கு வந்துசேர்ந்த போது, அவள் தன்னுணர்வு மிக்க சின்னச் சிரிப்புடன் என்னைப் பார்த்துப் பின்வருமாறு சொன்னாள்:

'அவர் சொன்னதை நீங்கள் யாரிடமும் சொல்ல மாட்டீர்கள் என்று நம்புகிறேன்.'

'சொல்வதற்கு யாருமே இல்லை, ' என்றேன் நான்.

"அவள் என் கையைச் சிரத்தையோடு பிடித்தமுக்கினாள்; மீண்டும் வருமாறு என்னிடம் கேட்டுக்கொண்டாள். அவள் அவ்வாறு செய்தது என்மீது ஒரு குறிப்பிட்ட பொறுப்பைச் சுமத்தியது எனினும், அது என்னவென்று என்னால் தெளிவாகக் காண முடியவில்லை. அந்தப் பாதிரியார் ஒரு விசித்திரமான பிறவி; அத்துடன் மிகவும் கவரும் தன்மை பெற்றவர். எனினும், அவரிடம் ஏதோ உறுதியற்ற தன்மை தென்பட்டது. அவர் சொன்னவையனைத்தும் எனக்கு நினைவில்லைதான்; என்றாலும், அவரது கருத்துகளில் மதாசாரிய விரோதமான ஏதோ ஒன்று இருந்ததை நான் உணர்ந்தேன்.

"அவர்கள் மிகுந்த ஏழ்மையில் வாழ்கிறார்கள்: மேஜை நாற்காலிகள், தட்டுமுட்டுச் சாமான்கள் எல்லாமே ஓட்டை உடைசல்கள் தான்; அவரது மனைவியின் உடைகளும், பூட்சுகளும் ஒட்டுப் போடப்பட்டிருந்தன. அவர்களிடம் ஏராளமாகவுள்ள ஒரே பொருள் புத்தகங்கள் தான்; அடுத்த அறையில் இரண்டு அலமாரிகள் நிறையப் புத்தகங்கள் பிதுங்கி வழிவதை நான் கண்டேன்; அவையெல்லாமே பெரிய பெரிய புத்தகங்கள். அவர் எனக்கு ஒரு புத்தகத்தை, தடித்த புத்தகத்தைக் கடனாகக் கொடுத்தார். அது மதபேதத்தைப் பற்றிய புத்தகமானாலும், அதனை ஒரு மதச்சார்பற்ற அச்சகமே வெளியிட்டிருந்தது.

"நான் அதிகமான ஜனங்களைச் சந்திக்கச் சந்திக்க, அவர்கள் எல்லோரும் வெளித்தோற்றத்தில்தான் வேறுபட்டவர்களாகத் தோன்றுகிறார்கள் என்ற கருத்து எனக்கு மேன்மேலும் உறுதிப்பட்டது; அவர்களது அகத்தினுள் இருப்பதை இலேசாகக் கண்டறிந்தவுடனேயே, அவர்கள் எல்லோரும் ஒருவரைப்போலத்தான் மற்றவர்களும் இருக்கிறார்கள் என்று தெரிய வந்தது; அதாவது எல்லோருமே நிம்மதியிழந்து ஆனந்தமற்றுத்தான் இருக்கிறார்கள்."

"மாக்ஸிம் தனது கைகளைத் தாராளமாக விளையாட விடுகிறான். நேற்று அவன் எனது வேலையாட்களில் இரண்டு இளைஞர்களைப் பிடித்து அடித்துவிட்டான். அவர்கள் இரத்தக் காயங்களோடு என்னிடம் முறையிட வந்தார்கள். நான் அவனுக்கு ஆளனுப்பி வரவழைத்து, அவனிடம் பேசினேன். ஆனால், அவனோ கண்ணைக்கூட விழிக்காமல், அந்த இரண்டு வேலையாட்களும் அங்கு நின்று கேட்டுக்கொண்டிருக்கும் போதே என் முன் தைரியமாகப் பின்வருமாறு பேசிவிட்டான்:

'அவர்கள் ஷாகிரிடம் பன்றிக் காதுகளை வக்கணை காட்டி, அவனது மதத்தைப் பழித்துக் கேலி செய்தால், அடுத்த தடவை அவர்கள் என்னிடமிருந்து இதைக் காட்டிலும் மோசமாக உதை வாங்குவார்கள்!'

"நானோ, இங்கு எஜமானாக இருப்பது அவனல்ல என்ற விஷயத்தை அவனுக்குப் புரிய வைத்தேன். ஆனாலும், அவன் சொன்ன விஷயம் எனக்குப் பிடித்திருந்தது. கயிற்றுத் தொழிற்சாலையிலுள்ள வேலையாட்கள் ஒரு குறும்புக்காரக் கூட்டம். மேலும், பொதுவாக ஜனங்கள், குறிப்பாகக் கைவினைஞர் குடியிருப்பிலிருந்து வருபவர்கள், மேலும் மேலும் கேவலமாக நடந்து வருவதாகவே தோன்றியது.

"மதுபானக் கடைக்காரனான ஸாவெல்யேவின் மகனான வாஸ்யாவிடமிருந்து மாக்ஸிம் **ருஷ்ய வாழ்க்கையின் ஒளி மிகுந்த, இருண்ட பகுதிகள்** என்ற கிழிந்துபோன புத்தகமொன்றை வாங்கி வந்தான்; அதனை அந்தக் கடையில் யாரோ விட்டுச் சென்றுவிட்டார்களாம். அவன் அந்தப் புத்தகத்தை ஐந்து இரவுகள் தொடர்ச்சியாக வாசித்தான். அது மனத்தைப் புண்படுத்தும் கூர்மைகொண்ட புத்தகம்; அதனைக் கேட்பதற்கு வேதனையாகத்தான் இருந்தது. எனினும், அதிலுள்ள உண்மையை மறுப்பதற்கில்லை. ஓகுரோவில்

நாங்கள் எப்படி வாழ்கிறோம் என்பதைத் தெரிந்த சத்தியத்தை நாடிச் செல்லும் நபர்கள் இருக்கிறார்கள் என்றே தோன்றுகிறது. இதனால், அவர்கள் எங்களது வாழ்க்கைக்குள்ளே கண்காணாத முறையில் ஊடுபுகுந்து நோக்கி, அதற்காக எங்களைக் கண்டிப்பது போல, அவர்கள் சொல்லும் ஒவ்வொன்றும் உள்ளத்தைத் தொடுவதாக உள்ளது. மாக்ஸிமுக்கும் ஷாகிருக்கும் அந்தப் புத்தகம் பிடித்திருக்கிறது; ஆனால், எனக்கும் ட்ரோஜ்டோவுக்கும் அது பிடிக்கவில்லை. விமர்சனத்தைத் தவிர வேறு எதுவும் அதிலில்லை; ஒவ்வொருவரும் மற்றவரின் மீது தீர்ப்புக் கூறுகிறார்கள்; எல்லோரும் அதிருப்தியடைந்துள்ளார்கள்; எனினும், எவரும் நிலைமைகளைச் சீர்திருத்த எதுவும் செய்ய முயலக் காணோம். ட்ரோஜ் டோவ் மீண்டும் தனக்கு அவமானத்தைத் தேடிக்கொண்டு விட்டான். ஷாகிருக்குப் பல் வலி; அதனைக் குணப்படுத்த முயன்ற ட்ரோஜ்டோவ், அவனது ஈறுகளில் ஏதோ தைலத்தைத் தடவி, அவற்றை வெந்துபோகச் செய்துவிட்டான்; அத்துடன் அவனது பற்களும் பொடிந்து ஆடத் தொடங்கிவிட்டன. ட்ரோஜ்டோவ் வியப்படைந்தான். அந்த மருந்தை ரையஜான் கவர்னரிடம் தான் பிரயோகித்துப் பார்த்ததாகவும், அவருக்கு எவ்விதக் கெடுதியும் விளையவில்லை என்றும் அவன் சொன்னான்.

"நான் ஐந்து வாரங்களுக்கு இடைவெளியே இல்லாமல் குடித்தேன். இப்போது நான் செத்த சவம் போலிருக்கிறேன்; எனது தலை ஒரு சாராயக்கடையின் உட்புறம் போல் இருக்கிறது; என் இருதயம் எனக்குத் தொல்லை கொடுத்து வருகிறது."

மாட்வி கோஸிமியாகின் அந்தக் குடி போதையின் பேய்க் கனவு நிலையை எண்ணிப் பார்த்து, அருவருப்பினால் ஒரு நடுக்கம் கொண்டார். அவரையும் மீறி, அவரது மனத்தில் பல்வேறு மக்களும், பல்வேறு காட்சிகளும் மாறி மாறித் தோன்றின...

இப்போது அவர் ட்ரோஜ்டோவ் சாப்பிட்டுக்கொண்டு அமர்ந்திருப்பதைப் பார்த்தார்; அவன் தன் உதடுகளைச் சப்புக்கொட்டியவாறு, வாய்க்குள் புகுந்த மீசையை வெளியே இழுத்து விட்டு, அவற்றைப் பின்னோக்கித் தள்ளித் தடவிக் கொடுத்த வண்ணம் ஒரு கண்ணியம் மிக்க ராகக் குரலில் பின்வரும் பாட்டை ஒப்பித்தான்:

ஆத்மாவுக்கு ஊட்டம் அவசியம்;
ஆத்மாவுக்குக் குடியும் அவசியம்;
ஆதலினால் சபலவுலகம் எதைநினைத்த போதிலும்
ஆத்மாவை நீ ஊட்டி வளர்த்திடு!

"வாயை மூடிக்கொண்டு சாப்பிடு!" என்று மொறு மொறுத்தாள் நடால்யா.

மாக்ஸிமுங்கூட அவனை வெறுப்போடு பார்த்துவிட்டு, பின்வருமாறு முணுமுணுத்தான்:

'அவன் ஒரு கொசு மாதிரி இரைச்சலிடுகிறான்.'

ஷாகிர் பயத்தினால் தனது நிறம் மாறிப் போய்விட்ட பற்களை வெளிக்காட்டியவாறே, மாட்வியைச் சமையலறையின் மூலைக்கு அழைத்துச் சென்று பின்வருமாறு கிசுகிசுத் தான்:

“கிர்யாபோவ் கிழவர் ட்ரோஜ்டோவ் ஜெயிலில் இருந்ததாகச் சொல்கிறார்; அவன் திருடிவிட்டானாம்.”

மாட்வி அந்த விஷயத்தை நம்ப மறுத்தான்.

“அவன் ஒன்றும் திருடன் மாதிரித் தோன்றவில்லை,” என்று ஆட்சேபித்தான் அவன்.

“அவனை உங்களுக்கு ரொம்பத் தெரியுமோ? ஜனங்கள் ஒரு மாதிரி, திருடர்கள் ஒரு மாதிரி,” என்று மேலும் அழுத்தினான் ஷாகிர்.

அலுப்பும் குரோத பாவமும் அங்கு நிலவின; ட்ரோஜ்டோவைத் தவிர வேறு எவரும் புன்னகை புரியவில்லை; அவனும் உவகையற்றுப் புன்னகை புரிந்தவாறே, ஒரு நாடோடி நாயைப் போல ஒவ்வொருவரிடமும் நெருங்கிப் பார்த்தான்

நான் அந்தப் பாதிரியாரைப் பார்க்கப் போகிறேன் என்று தனது சலிப்புணர்ச்சி சகிக்க முடியாதவாறு இருந்த போது, ஒருநாள் மாட்வி தனக்குத்தானே சொல்லிக்கொண்டான்.

இத்தகைய நிலையில்தான் அந்தச் சம்பவம் நிகழ்ந்தது. அவன் வீட்டு வாசலைவிட்டு வெளியே வந்ததும், மூக்குவரையிலும் தொப்பியை இழுத்துவிட்டுக்கொண்ட ஒரு கோட்டணிந்த மனிதன் தெருவின் எதிர்சாரியில் நிற்பதை அவன் கண்டான். அவன் தனது தொப்பிக்கடியிலிருந்து கூர்ந்து எட்டிப் பார்த்தான். அவனது தலை ஒரு காளையின் தலையைப் போல முன்னுக்கு நீண்டிருந்தது; கண்கள் தலையிலிருந்து தெறித்து வந்துவிடும் போல இருந்தன. அவனது தொப்பியிலும் காலரிலும் வெண்பனி சிதறிப் படிந்திருந்தது.

இது கோஸிமியாகினின் வீடுதானே?”

“ஆமாம்.”

“பெரியவர் இறந்து விட்டாரா?”

“ரொம்ப காலமாயிற்று.”

“நீங்கள் அவரது மகனா?”

“ஆமாம்.”

அந்த மனிதன் நடைபாதையின்மீது ஏறி, பளப்பளப்பூட்டிய செருப்புகளும், தோல் பட்டிகளும் கொண்ட கால்களைச் சிரமத்தோடு தூக்கிவைத்தவாறு மெதுவாக நடந்து சென்றான். அவனைப் பின்தொடர்ந்து செல்வதைத் தவிர

வேறு வழியற்றுப்போன மாட்வி, அவனைத் தாண்டிக் கொண்டு முன்னால் செல்ல வேண்டியதில்லை என்று முடிவு கட்டிக்கொண்டு, அந்த மனிதன் யாராக இருப்பான் என்று அதிசயித்தவாறே நடந்தான்.

"என்னைத் தெரியவில்லையா? அல்லது தெரிந்ததை ஒப்புக்கொள்ள விரும்பவில்லையா?" என்று அந்த மனிதன் சட்டென்று நின்று, தனது சிவந்த முகத்தை மாட்வியை நோக்கித் திருப்பி, முன்னைக்காட்டிலும் துடிப்பான ஏளனத்தோடு கேட்டான்.

"உன்னைத் தெரிந்தமாதிரிதான் தோன்றுகிறது," என்று வசைமாரி வரக்கூடும் என்ற பயத்தோடு தட்டுத் தடுமாறிச் சொன்னான் மாட்வி.

ஆனால். அந்த மனிதனோ மாட்விக்கருகில் வந்து அவனோடு ஒட்டி நடந்தவாறு, அவனை முழங்கையால் இலேசாக இடித்தான்; தனது தொந்தியை முன்னால் தள்ளியவாறு அவனோடு நடந்தான்.

"என்னைத் தெரிந்தால் சரிதான்," என்று கரகரத்த குரலில் சொன்னான் அவன்: "நான் உன் தந்தையிடம் வேலை பார்த்து வந்தேன். ஸாவ்காவை நினைவிருக்கிறதா? அவர்கள் என்னை அடித்து நொறுக்கினார்களே, அது நினைவிருக்கிறதா? நீதான் எவ்வளவு பயந்துபோய், எனக்கு வோட்காவும் பணமும் கொண்டுவந்தாய். ஆமாம். நீ கொண்டு வரவில்லை; பெலாஜியாதான். அவர் அவளைக் கொன்றுவிட்டதாகச் சொல்கிறார்களே, உண்மைதானா?" அவன் மாட்வியை உச்சி முதல் உள்ளங்கால் வரையிலும் கண்களால் அளந்துபார்த்துவிட்டு, பின்னர் வாட்டத்தோடு மேலும் பேசினான்: "ஆமாம். நீ சொல்லவே மாட்டாய். நீயும் அப்போது மிகவும் இளையவனாக இருந்தாய். ஆனால், நீ உன் சிற்றன்னையோடு காதல் புரிந்ததாகச் சொல்கிறார்களே. நான் உன்னை சிச்சுகோவ் குடும்பத்தாரின் வீட்டில் பார்த்தேன். அப்போதே நான் உன்னை அடையாளம் கண்டுகொண்டு விட்டேன் – அதே கண்கள்தான் உனக்கு. சரி. நாம் மதுபானக் கடைக்குச் சென்று, பழங்காலத்தைப்பற்றிப் பேசலாமா?"

மாட்விக்கு அதனை மறுத்துப் பேசத் துணிவில்லை. அந்தச் சந்திப்பே ஒரு கெட்ட கனவு போலிருந்தது; அவனது இருதயம் பெலாஜியாவின் நினைவாலும், ஸாவ்காவைப்பற்றிய பயத்தாலும் படபடத்துத் துடித்தது.

எனவே, அவன் மதுபானக் கடையின் பெரிய அறையொன்றின் மூலையில் உட்கார நேர்ந்தது. ஸாவ்கா தனது தடித்த உதடுகளை நீட்டி நெளித்து, கம்பளி போன்ற தலை மயிர் கொண்ட தனது உருண்டத் தலையை உலுக்கியவாறு, பின்வருமாறு கூப்பிட்டான்:

"ஏ! பையா!"

மாட்வி வெட்கமுற்றான். அந்தக் கடையில் பரிமாறிக் கொண்டிருந்த ஒரே நபர் அமைதியும், மங்கிய தோற்றமும் கொண்டவனும், புத்தகப் பிரியனும், அக்கார்டியன் வாத்தியம் வாசிப்பவனும், மாக்ஸிமின் நண்பனும், ஸாவெல்யேவின் மகனுமான வாஸ்யாதான்.

“அப்படியென்றால், அந்த உபதேசியாரோடு சுற்றித்திரியும் நபர் நீதானா?” என்று கேட்டான் மாட்வி.

“நான்தான். அந்த உபதேசியார் விஷயம் முடிந்தமாதிரி தான். சரி, இதோ பெலாஜியாவின் ஆத்மாவுக்காக!”

அவர்கள் குடித்தார்கள். பின் ஸாவ்கா வாட்டத்தோடு சொன்னான்:

“நீ கலியாணம் செய்துகொள்ளவில்லை என்று கேள்விப்படுகிறேனே. ஏன் செய்யவில்லை?”

“அதுவா? எனக்குத் தெரியாது.”

“ஹூம்,” என்று தம்ளர்களில் மதுவை நிறைத்தவாறே இழுத்தான் ஸாவ்கா: “நீ யாரோ ஒரு சீமாட்டியை வைப்பாக வைத்திருந்தாய் என்று சொல்கிறார்களே.”

“அது உண்மையல்ல.”

“அவள் உன்னை உதறித் தள்ளிவிட்டதால், அதனை ஒப்புக்கொள்ள உனக்கு வெட்கமாக இருக்கிறதா? அவள் உன்னை உதறித் தள்ளிவிட்டாள். இல்லையா?”

மாட்வி விரக்தியோடு அந்த அறையைச் சுற்றுமுற்றும் பார்த்தான். அங்குள்ள சுவர்க் காகிதம் பச்சை நிறமாக இருந்தது; அதில் பெரிய சிவப்பு நிறப் பூக்கள் வரையப்பெற்றிருந்தன; மேஜைகள் சிவப்புத் துணியால் மூடப்பட்டிருந்தன; ஜன்னல்களில் கவனிப்பற்றுப்போன நாரைமூக்குச் செடிகள் கொண்ட தொட்டிகள் இருந்தன. அவற்றின் இலைகள் மஞ்சளாக நிறம் மாறியிருந்தன. தூரத்து மூலையில் மங்கிய தோற்றம் கொண்ட வாஸ்யா தனது அக்கார்டியன் வாத்தியத்தை வாசித்துக்கொண்டிருந்தான். அந்தக் கனத்த சுரஸ்தாயிகள் கரகரத்து ஒலித்தன; உச்சஸ்தாயிகள் நிமிர்வு மிகுந்த எரிச்சலூட்டும் கீச்சுக் குரலாக ஒலித்தன.

“அவ்வளவு மகிழ்ச்சியாக இல்லை, அப்படித்தானே?” என்று உதடுகளைச் சப்புக் கொட்டியவாறே கேட்டான் ஸாவ்கா.

மாட்வி வெளியே போய்விட விரும்பினான். ஆனால், அவன் அவ்வாறு செய்வதற்கான சந்தர்ப்பம் கிட்டுமுன்பே, ஸாவ்கா மேலும் வோட்காவுக்கு உத்தரவு கொடுத்தான். மேலும், இரண்டு தம்ளர் நிறைய வோட்காவைக் குடித்துத் தீர்த்தான். பின்னர் முகம் இளஞ்சிவப்பாக மாற, கண்கள் துவேஷத்தோடு பளபளக்க, அவன் தன் கதையைச் சொல்லத் தொடங்கிவிட்டான்:

“அந்தப் பலத்த அடிக்குப் பிறகு எழுந்து நடக்கவே எனக்கு வெகு காலமாகிவிட்டது. என் அத்தை என்னை ஒரு சாமியார் மடத்துக்கு அழைத்துச் சென்றாள். அங்கு ஜனங்களுக்கு வைத்தியம் செய்யும் ஒரு சாமியார் இருந்தார். நான் அங்கேயே குதிரை லாயக்காரனாகத் தங்கிவிட்டேன். நான்கு வருஷங்கள் அங்கேயே கழித்தேன். சுலபமான வாழ்க்கை தான் – அந்தச் சாமியார்கள் மிகவும் நல்ல மனம் படைத்தவர்கள் – ஆனால், அங்கே சலிப்பால் உயிரே போய்விட்டது.”

"சலிப்பு," என்று அந்தப் பழக்கப்பட்ட வார்த்தையை மாட்வி திருப்பிச் சொன்னான். அந்த வார்த்தையின் ஒலி அவனுக்குப் புத்துணர்வு ஊட்டுவது போலத் தோன்றியது.

"ஒரு மனிதனால் தாங்க முடியாத அளவுக்குச் சலித்துப் போயிற்று. எனவே, நான் குடிக்கத் தொடங்கினேன். அதனால் சாமியார்கள் என்னைப் போகச் சொல்லிவிட்டார்கள்.

"எல்லோரும் சலித்துப் போயிருக்கிறார்கள்," என்று மாட்வி மிருதுவாகச் சொன்னான். அவனது கண்கள் ஸாவ்காவின் சிவந்த புறங்கைகளின்மீது முளைத்துச் சிலிர்த்து நின்ற கறுப்பு ரோமத்தின்மீது பதிந்திருந்தன. அவன் நடுங்கினான்: அந்த மனிதனிடமிருந்து வெங்காயம், மெழுகு வர்த்தி, தேவதா வடிவ விளக்கிடும் எண்ணெய் ஆகியவற்றின் அரோசிதமான ஒரு கலவை நாற்றம் வெளிப்பட்டது.

"எல்லோரும் முழுக்க முழுக்கச் சலித்துப் போயிருக்கிறார்கள்," என்று திருப்தியுணர்வோடு உதட்டை ஓசையெழும்பச் சப்புக் கொட்டியவாறு அதனை ஒப்புக்கொண்டான் ஸாவ்கா. "அதிலிருந்து தப்பிப்பதற்காக அவர்கள் செய்யும் காரியங்கள்! குதிரைப் பந்தயம், புறா வேட்டை, சீட்டு விளையாட்டு, கோழிச் சண்டை – ஆனால் எதுவும் உதவும்படி)யாக இல்லை. மதுவும் மங்கையுங்கூடத்தான்; பணவேட்டையுந்தான். ஆனால், எதுவும் உதவக் காணோம். அவையெல்லாம் அவர்களது இருதயத்துக்குள்ளேயே புகவில்லை."

அவன் தன் கன்னங்களைப் புடைக்க வைத்தான்; கண்களைப் பெரிதாகவும் பயங்கரமாகவும் பண்ணிக்கொண்டான்; தனது கை விரல்களைக் கற்றையாக அடர்ந்திருந்த தலைமயிரினுள் புகுத்தினான். சிறிது நேரம் மௌனமாக இருந்தான். பின்னர் ஓர் அசட்டுப் புன்னகையோடும், களைப்போடும் மீண்டும் ஒரு தம்ளர் நிறைய வோட்காவை ஊற்றி அதனைக் குடித்துத் தீர்த்துவிட்டு, தலையைப் பின்னால் சாய்த்தான்.

"குடி! எதற்காகக் காத்துக்கொண்டிருக்கிறாய்?" என்றான் அவன்: "நான் ஒன்றிரண்டு விஷயங்களைப் பார்த்திருக்கிறேன், தம்பி. தாம் ஆனந்தமாக இருப்பதாக உணர்வது போலத் தோன்றும் சிலர் இருக்கிறார்கள். அவர்கள் நாயின் தோலின் மீது ஒட்டிக்கொள்ளும் அட்டைப் பூச்சியைப்போல ஒரு வேலையில் ஒட்டிக்கொண்டு, அதனையே உறிஞ்சி உறிஞ்சித் தீர்க்கிறார்கள். அவர்கள் குடிகாரர்கள் மாதிரி; அவர்களுக்கு அது பழக்கமாகி விடுகிறது. ஆனால், அவர்கள் உண்மையிலேயே குடிப்பழக்கத்துக்கு, அல்லது அதைப் போலவே மோசமான ஏதாவதொன்றுக்கு அவர்கள் ஆளாகும் காலமும் வருகிறது. பிறகு, அதே கதை நடக்கத் தொடங்கி விடுகிறது."

அவன் எவ்வளவுக்கெவ்வளவு அதிகமாகக் குடித்தானோ, அவ்வளவுக்கு அவன் முகம் பழுப்பாக மாறியது. அத்துடன் அவனது வாயும் கட்டிழந்து பேசத் தொடங்கியது. அவன் வேகமாகவும் முன்னைக்காட்டிலும் மிருதுவாகவும்

பேசினான். அந்த அசட்டுப் புன்னகையும் அவனது உதட்டை விட்டு நீங்கவேயில்லை.

“கஷ்டமான உழைப்புக்கு நானே அநேகமாக இரையாகிப் போனேன். ஒரு நாள் நான் எனக்குள்ளேயே சொல்லிக்கொண்டேன்: நீ ஒரு விவசாயியாகத்தான் பிறந்தாய்; விவசாயியாகத்தான் சாவாய். அதுதான் உன் தலைவிதி என்று. எனவே, நான் ஒரு கிராம சமுதாயத்தில் சேர்ந்தேன்; எனக்கு வேலை செய்யக் கொஞ்சம் நிலம் வழங்கினார்கள். கலியாணத்தைப் பண்ணிக்கொண்டு, குடித்தனம் தொடங்கினேன்; ஆறு வருஷ காலம் கலப்பையோடு மாரடித்தேன்; பிறகு நான் ஓடிவிட்டேன். அது பாழாய்ப் போக! என் மனைவியையும் பிள்ளைகளையும் விட்டுப் பிரிந்தேன். இரண்டு சின்னப் பையன்கள் எனக்கு. அந்தக் கிராமத்தில் என் வாழ்க்கையே கிட்டத்தட்ட இருண்டு போய் விட்டது. இவனுக்குக் கொடு, அவனுக்குக் கொடு என்று ஒரே பிடுங்கல். உறவினர்களின் ஒரு பெரிய மந்தையே என்னைச் சுற்றிச் சளசளத்து வந்தது. எல்லோரும் தேவா லயத்திலுள்ள எலிகள் மாதிரிப் பட்டினிப் பட்டாளந்தான். ஒருவன் பிச்சை கேட்டு வருவான்; இன்னொருவன் திருட வருவான்; வேறொருவனோ என் தொண்டைக் குழியிலேயே கையை வைத்துப் பிடித்து, ‘இருப்பதைக் கொடு. அதற்காகத்தானே நீ இங்கிருக்கிறாய்!’ என்று அதிகாரம் செய்வான்.”

அவன் கிளுகிளுத்துச் சிரித்தான்; பின்னர்த் தனது அண்ணாந்த வாய்க்குள் மேலும் ஒரு தம்ளர் வோட்காவை ஊற்றுவதன் மூலம் தனது சிரிப்பைத் தணித்துக்கொண்டான்.

“நான் எவனுக்கும் முட்டாள் அல்ல; அங்கிருந்து நடந்து வெளியேறிவிட்டேன்; நகரத்துக்கு வந்தேன்; அங்கலைந்தேன்; இங்கலைந்தேன் – அலுத்துப்போனவனுக்கு எங்கும் ஓய்வில்லை. மீண்டும் சாமியார் மடத்துக்குச் சென்றேன். ஆனால், அந்த வேலை எனக்கு மிகவும் சிரமம் தருவதாக இருந்தது. விவசாயம் எனது சக்தியையெல்லாம் உறிஞ்சிக்கொண்டு விட்டது; நகர வாழ்க்கை என்னை மிருது வாக்கிவிட்டது; நான் பட்ட அடி என் இருதயத்தைப் பாதித்துப் பாழாக்கிவிட்டது. அந்தச் சமயத்தில் ஓர் உபதேசியார் வந்தார். நீ பார்த்தவரல்ல; இவர் வேறொருவர். இவர் ஒரு போலி; ஒரு தூர்த்தன். நான் அவரோடு சேர்ந்துகொண்டேன். அட கடவுளே! அந்த மனிதர் என்னமாய் உபதேசிப்பார்? அவரது வார்த்தைகள் நமது கண்களில் கண்ணீரை வருவித்துவிடும். அவர் எல்லோரையுமே பிதற்றல்காரர்கள் என்று சொன்னார்; எல்லாவற்றையும் அம்பலப்படுத்தினார்; எவருக்கும் அவர் பயப்படவில்லை. ஆனால், நாங்கள் தனியாக இருக்கும்போதோ அவர் சிரித்துக் கொண்டே, ‘கைகளைக் கொண்டு சம்பாதிப்பதைவிட, நாக்கைக் கொண்டு சம்பாதிப்பது சுலபம், ’ என்பார்.”

“அவரது உபதேசத்தை நீ நம்பினாயா?” என்று மங்கிய குரலில் கேட்டான் மாட்வி.

“யாருக்குத் தெரியும்? அவர் கடவுளை நம்பினார் என்றும், ஆனால் மனிதர்களைத்தான் நம்பவில்லையென்றும் எனக்குத் தோன்றியது. என் முகமெல்லாம் நரக வேதனையால் நடுங்கிக் குலையுமாறு அவர் என் வாணாளை வாங்கிவிட்டார். அவரோ தம்மையும் பிறர் எல்லோரையும் நாசத்துக்கு ஆளாக்கினார்; குடி, கூத்தடிப்பு, விபசாரம், அழுகை ஆகிய எல்லாவற்றையும் ஒன்றாகக் குழப்பியடித்து வாழ்ந்தார். ஒருநாள் அவர் அளவுக்கு மீறித் தின்றுவிட்டார்; அதுவே அவரது உயிருக்கு எமனாக முடிந்தது. நான் அவரைப் போன்ற வேறொருவரைத் தேடிப் புறப்பட்டேன். வெட்லுகாப் பிரதேசத்திலுள்ள ஒரு சிறிய கிராமத்தில் பக்திமயமான சிந்தனைகளை முணுமுணுக்கும் ஒரு கிழவரைக் கண்டேன். அவர் பேச்சைச் சிறிது நேரம் கேட்டேன்; அவர்தான் எனக்கு ஏற்ற நபர் என்று தீர்மானித்துக்கொண்டேன். ‘வாருங்கள், தாத்தா. நீங்கள் அருமையான போதனையைச் சொல்கிறீர்கள். ஆனால், இந்த நரகக் குழியில் அதனை யார் காது கொடுத்துக் கேட்பார்கள்? உங்களது திறமையை மூடி வைத்திருப்பது பாவம், ’ என்றேன்.”

ஸாவ்கா தன் கண்களைப் பயங்கரமான முறையில் திருப்பியவாறே, பற்களை வெளிக்காட்டி, தனது பெரிய தலையை ஆட்டினான்.

“அதற்குள் நானும் அந்த உபதேசிக்கும் தொழிலில் தயாராகிவிட்டேன். ‘எனக்கு வயதாகிவிட்டது. நான் உயிரை விடுவதற்கான காலம் வந்துவிட்டது. இனியும் நான் ஜனங்களுக்கு உபதேசித்துக்கொண்டு இருக்கப்போவதில்லை, ’ என்றார் அந்த உபதேசியார். ‘அதெல்லாம் நடவாது, தாத்தா,” என்றேன் நான். நல்லது. நான் அவரைத் தொற்றிக்கொண்டு, அந்தக் கிழட்டுக் கடல் யானையை அன்று முதல் எங்கும் இழுத்தடித்தேன்! அந்தத் துறையில் எனக்கு நீ எதுவும் கற்றுத் தருவதற்கில்லை, தம்பி!”

திடீரென்று ஒற்றைக்கண்ணன் டியுனோவ் அங்குத் தென்பட்டான்.

“உங்களோடு நானும் சேர்ந்துகொள்ளலாமா?” என்று கேட்டவாறு, அவன் ஒரு நாற்காலியின்மீது தொப்பென்று உட்கார்ந்தான்.

“வாஸ்யா! வோட்கா கொண்டு வா!” என்று குரல் கொடுத்தான் அவன்: “அப்படியென்றால் உங்கள் உபதேசியாருக்கு எதிலும் நம்பிக்கை இல்லை என்று சொல்?” என்று அமைதியாகக் கேட்டவாறே, அவன் தனது ஒற்றைக்கண்ணால் மாட்வியின் முகத்தைத் துளைத்தான்: “சொர்க்கத்திலும் நம்பிக்கையில்லை; நரகத்திலும் நம்பிக்கையில்லை. பூனைகளிலும் நம்பிக்கை யில்லை; சூனியக்காரிகளின் மந்திரங்களிலும் நம்பிக்கையில்லை. அப்படித்தானே? அவரைப் போன்ற பலரையும் நான் சந்தித்திருக்கிறேன்.”

அந்த அறையே சுற்றிச் சுழன்றது; சுவர்களிலெல்லாம் பாய்மரங்கள் போன்று அலை பாய்ந்தன; மாட்விக்குப் பின்னாலிருந்து பரிசயமான ஒரு குரல் பின்வருமாறு வாசிக்கக் கேட்டது:

"மனிதத் தன்மையற்ற கொடுங்கோலனே! இப்போது உனது கூச்சல்களால் காடுகளை நிரப்பு!......"

"கேடு கெட்டவன்!" என்று முணுமுணுத்தான் வாஸ்யா.

அந்தக் குரல் மேலும் வாசித்தது: "மேலும், நீ உனது சொந்த, சுதந்தரமான விருப்பத்தின் காரணமாக, என்னைக் காதலிப்பதை நிறுத்திக்கொண்டால், நான் ஒன்றும் உனது மானத்தைக் குலைத்து, உன்னை அந்தச் செயலுக்குப் பலவந்தம் செய்வேன்......"

மாட்வி திரும்பிப் பார்த்தான்; அவனுக்குப் பின்னாலுள்ள மேஜையொன்றின் முன் வாஸ்யாவும் மாக்ஸிமும் இருவர் தலையும் ஒரு புத்தகத்தைத் தொடும் அளவுக்குக் குனிந்தவண்ணம் அமர்ந்திருந்தனர்; ஈமக்கிரியையின் போது வாசிக்கும் ஒரு கோவிலதிகாரியின் குரலில், மாக்ஸிம் அந்தப் புத்தகத்தை உரக்க வாசித்துக்கொண்டிருந்தான்.

எல்லா மனிதர்களின் அந்தரங்கமும் எப்படி வேலை செய்கிறது என்பதையும், அவர்கள் என்ன சொல்வார்கள் என்பதை முன்கூட்டியே தெரிந்துகொள்ளவும் என்னால் தெரிய முடியும் என்று எனக்கு எப்படித் தோன்றுகிறது? என்று மாட்வி தன்னைத்தானே கேட்டுக்கொண்டான்.

"அவகிராமத்தில் ஓர் அயோக்கியன், குடிகாரன், முரடன் என்றுதான் பெயர்," என்று ஒரு கரகரத்த சிரிப்புடன் ஸாவ்கா சொல்லிக்கொண்டிருந்தான்.

"பார்த்தாயா?" என்று டியுனோவ் ஊளையிட்டான்;

"அவர்கள் தனது இஷ்டம் போல நடக்கிறார்கள்; அவர்கள் ஜனங்களின் ஈரற்குலையையே பிழிந்தெடுத்து விடுவார்கள். பிறகு அவர்களுக்கு வயதான பிறகு, அவர்கள் ஆண்டவனின் கண்களைத் திரையிட்டு மூட முயல்கிறார்கள்."

"வாஸ்தவந்தான். சரி, உன் பெயரென்ன?"

"டியுனோவ்."

"இதோ நீ உண்மையைச் சொன்னதற்காக ஒரு கிளாஸ்!"

ஸாவ்கா ஓர் ஆபாசமான வஞ்சின வசைமொழியைக் கூறிவிட்டு, தனது குத்தலான கருத்துகளை மேலும் கூறிக் கொண்டே சென்றான்:

"தமது ஆத்மாக்களின் புனிதத் தன்மையைப் பாதுகாப்பதற்காகவே, தாம் தவறான வழியில் சென்றதாக, அவர்கள் கடவுளை நினைக்க வைக்க முயற்சி செய்கிறார்கள்.."

ஸாவ்காவின் பெரிய தலை அவனது மார்புக்குள் புதைந்தது; அவனது சிவந்த கைவிரல்கள் மேஜைமீது ஊர்ந்து சென்று, கோப்பைகளையும் தம்ளர்களையும் கொட்டிக் கவிழ்த்ததை அவன் ஒரு கரகரத்த சிரிப்புச் சிரித்துவிட்டு, உதடுகளைச் சப்புக்கொட்டிக்கொண்டான்.

"உண்மை, உண்மை," என்று முணுமுணுத்தான் அவன்.

"நீ பல பேரைப் பார்த்திருக்கிறாய்," என்று உச்சமான, கீச்சுக் குரலில் சொன்னான் டியுனோவ்: "ஒரு மனிதன் கண்ணியமாக வாழ்வதற்கு அவன் எப்படியிருக்க வேண்டும்!"

"அதைப் பற்றி யாருக்குக் கவலை?" என்று மேஜையை அறைந்துகொண்டும், கரகரத்து வெடித்த சிரிப்போடும் சத்தம் போட்டான் ஸாவ்கா.

அவனது சிரிப்பு மாட்வியைச் சுய நினைவுக்குக் கொண்டு வந்தது.

"நல்லது. நான் போக வேண்டும்," என்று எழுந்தவாறே சொன்னான் அவன்.

"ஆனால் நான் நிஜமாகத்தான் கேட்கிறேன்..." என்று அழுத்தினான் டியுனோவ்.

"யாருக்குக் கவலை? பொறு, மாட்வி..."

"இந்த உலகத்தில் முட்டாளாக இருந்தால், சுலபமாகச் சமாளித்துக்கொண்டு போய்விடலாம் என்று நீ நினைக்கிறாய். இல்லையா?"

"எவ்வளவோ சுலபமாய்."

"இல்லை; அப்படியில்லை. முட்டாளுக்கு உணர்ச்சி என்பதே கிடையாது. அவன் களிமண் மாதிரி. மோசமான பரு வத்தில் அவன் நம் காலில் அப்பி ஒட்டிக்கொள்வான்; நல்ல பருவத்தில் அவனுக்கும் நமக்கும் சம்பந்தமே இருக்காது."

"அதைப்பற்றி எனக்குக் கவலையில்லை."

தனது ஒரு கையைத் தூக்கியவாறு, தனது கண்களை உருட்டிக்கொண்டு, ஸாவ்கா மூர்க்கமாகக் கூப்பாடு போடத்தொடங்கிவிட்டான்:

தாயொருத்தி உலகிலென்னைப் பெற்றெடுத்து விட்டாள்!-ஆ!
தரணியில் நான் துயர், கவலை தன்னில் வாழ விட்டாள்! -ஆ!
தாயவள்தான் வழியெதுவும் எனக்குக் காட்டவில்லை! -ஆ!
தனயன் நான் எங்குச்செல்வேன்? வழியைச் சொல்லுவீரே!

குடிகாரக் கண்ணீர் அவனது அட்டுப் பிடித்த கபில நிறக் கன்னங்களின்மீது வழிந்தோடியது; மாட்வி திடீரென்று அவனுக்காக வருத்தப்பட்டான்.

"என்ன விஷயம், சகோதரா?" என்று தனது கன்னங்களிலும் கண்ணீர் வழிந்தோடக் கேட்டான் அவன்: "என்ன விஷயம்?"

மேஜையின்மீது சாய்ந்தவாறே, அவர்கள் ஒருவரையொருவர் தழுவி முத்தமிட்டுக்கொண்டார்கள். உடைந்துபோன பண்ட பாத்திரங்களின் துண்டு துக்காணிகள் அவர்களது கால்களுக்கடியில் நொறுங்கின; இறுதியில், குடிகாரப்

பரவசத்தின் பாசத்தோடு அவர்கள் ஒன்றுபட்டு, தெருவை நோக்கித் தள்ளாடி நடக்கத் தொடங்கினார்கள்.

தெருவுக்குள் வந்ததும், மாக்ஸிம் ஸாவ்காவை ஒரு தள்ளுத் தள்ளினான்.

"ஏ, பன்றியே! தூரப்போய்த் தொலை!" என்று சொல்லியவாறே அவன் மாட்வியின் கையைப் பிடித்துக்கொண்டான். அந்தக் குறுக்கீட்டை மறுதளித்தவனாய், மாட்வி தன்னைத்தானே விடுவித்துக்கொண்டான்.

"நீ போய்த் தொலை! நீ என்னை யாரென்று நினைத்துக் கொண்டாய்?" என்று அவன் சத்தமிட்டான்.

"சும்மா வாருங்கள். உங்கள் செய்கையைக் கண்டு நீங்களே வெட்கப்பட வேண்டும்," என்று மாக்ஸிம் அவனை முன்னால் தள்ளிச்சென்றவாறே பதில் சொன்னான்.

அவர்கள் வீட்டுக்கு வந்தவுடன், ட்ரோஜ்டோவைத் தட்டியெழுப்பிக்கொண்டு, சமையலறைக்குள் சென்றார்கள்; அங்கு அவர்கள் மேலும் சிறிது வோட்காவும், தேநீரும் அருந்தினார்கள். ஷாகிர் கோபாவேசத்தோடு தன் கால்களை உதைத்துக்கொண்டான்.

"இந்தப் பன்றிகளையெல்லாம் இங்கே ஏன் கூட்டி வருகிறாய்?" என்று அவன் மாக்ஸிமை நோக்கிச் சத்தமிட்டான்.

"பொறு, தாத்தாரியனே, பொறு," என்று கால்கள் தள்ளாடியவாறே சொன்னான் டியுனோவ்: "ஒரு பெரிய விஷயத்தை முடிவு கட்ட வேண்டியிருக்கிறது."

நடால்யா அடுப்புக்கருகில் ஒரு சிலை போல நின்றாள். அவள் தன் மூக்கைச் சிந்தும் போதுதான் இலேசாக அசைந்தாள்; அதனையும் அவள் பலமாக உரத்துச் சிந்தினாள். இதனால் அவள் சிந்தும் ஒவ்வொரு முறையும் மாட்வி திடுக்கிட்டான். பசிய நிறமான நிழலாட்டங்கள் சமையலறைச் சுவர்களின் மீதும் அங்குள்ளவர்களின் முகங்களின்மீதும் பூஞ்சைப் பாசி படர்ந்தது போல, ஊர்ந்து பரவி விளையாடின. ஸாவ்காவின் பெரிய தலை ஷீட் மீனைப் போலத் தோன்றியது; மாக்ஸிமின் தலை துருப்பிடித்த மண்வெட்டி மாதிரி தோன்றியது. டியுனோவ் தள்ளாடியவாறே ஷாகிரை ஒரு மூலையில் இழுத்துக் கொண்டுபோய், அவனது தோள் மீது கைகளைப் போட்டான்.

"நாம் எல்லோருமே ஒரே ஜார் மன்னரை வணங்கவில்லையா?" என்றான் அவன்.

இன்னும் அரைத்தூக்க நிலையிலேயேயிருந்த ட்ரோஜ் டோவ் தன் மூக்கை நிமிர்த்தி, கண்களை ஏளனத்தோடு நெரித்துச் சுருக்கியவாறே, ஸாவ்காவிடம் பின்வருமாறு சொன்னான்:

"என் நல்லவனே! நீ ஆத்மாவைப் பற்றிப் பேசியதாகவா சொல்கிறாய்?"

"வாயை மூடு, ஏ, அட்டுப்பிடித்த வால் கொண்டவனே!–"

ஆனால், ட்ரோஜ்டோவ் வாயை மூடுவதாக இல்லை.

"எனவே, நீதான் அந்த உபதேசியாரை இழுத்தடிக்கிறாயா?" என்றான் அவன்.

இருட்டிலே அமர்ந்திருக்கும் பூனை சவ அமைதியோடு பார்ப்பது போல, ஸாவ்கா வெறித்து நோக்கியபடியே அவன் முன்னால் அமர்ந்திருந்தான்.

"ஆஹா!" என்று கீச்சுக்குரலில் சத்தமிட்டான் ட்ரோஜ்டோவ்: வேறு வார்த்தையில் சொன்னால் நீ..." "வேறு வார்த்தையில் சொன்னால்... நீ...

ஸாவ்கா மேஜைமீதிருந்து ஒரு வெள்ளரிக்காயை எடுத்து, அதனை ட்ரோஜ்டோவின் வாயக்குள் திணித்து அடைத்தான். எல்லோரும் குபீரென்று சிரித்தார்கள். மாட்வியுங்கூடச் சிரித்தான். என்றாலும் பின்வருமாறு சொல்ல வேண்டும் என்று உணர்ந்தான்:

"வாருங்கள், நண்பர்களே! நாம் ஒருவருக்கொருவர் புண்படுத்திக்கொள்ளக் கூடாது."

"நான் எதையும் மன்னித்துவிடுவேன்," என்று கத்தினான் ட்ரோஜ்டோவ்: "நான் எதையேனும் ஒன்றை மதிக்கத் தொடங்கிவிட்டால்..."

'சிறையைப் பற்றி என்ன? நீ அதனை மதிக்கிறாயா? என்று ஷாகிரின் அமைதியான குரல் கேட்டது.

"என்–னது?" என்று குலைத்தான் டியுனோவ் "பொறு... நாம் இதனைக் கவனித்தாக வேண்டும். நாம் தெளிவுபடுத்தியாக வேண்டிய விஷயமொன்று இதோ இருக்கிறது."

ட்ரோஜ்டோவ் ஆத்திரத்தோடு விம்மிப் பொருமியவாறு, ஷாகிரை அந்த மூலையில் மேலும் இழுத்துக்கொண்டு போய், தனது கண்ணியமான பிறப்பைப்பற்றி அவனிடம் உணர்த்த முயன்றான்.

"இதோ பார். என் தாய் மூன்று மாத காலம் ரூடால்ப் பிரபுவோடு வாழ்ந்தாள்....."

சிவந்த தலை கொண்ட மாக்ஸிம் அவனை அப்பால் இழுத்தான்; ஸாவ்காவோ பின்வருமாறு சொல்லிக்கொண்டேயிருந்தான்:

"அவனை அடி; நொறுக்கு; அவனது உளுத்துப்போன எலும்புகளைப் பொடிப் பொடியாக்கு; அவனது வாலை வெட்டி நறுக்கு!"

"கையை எடு! நான் ஒரு முக்கியத்துவம் வாய்ந்த நபராக்கும்," என்று கத்தினான் ட்ரோஜ்டோவ். அதே சமயத்தில் ட்ரோஜ்டோவின் மீசை தனது கழுத்தின்மீது

பட்டு, கிளுகிளுப்பு மூட்டுவதையும், தனது காதில் அவன் கிசுகிசுத்துப் பேசுவதையும் மாட்வி உணர்ந்தான்: "சில பெண்களுக்கு ஆளனுப்புங்கள்; அதற்கொரு நல்ல பயல் இருக்கிறான்!" பின்னர்த் தனது முஷ்டிகளால் மார்பில் அறைந்து கொண்டு, அவன் டியுனோவிடம் பின்வருமாறு பெருமையடித்துக்கொண்டான்: "நான் என்ன சாதாரணமானவனாகவா தோன்றுகிறேன்? என் மாதிரி வேறொருவனை நீ இதற்குமுன் பார்த்ததுண்டா?"

டியுனோவ் தனது ஒற்றைக்கண்ணை மெச்சுவது போல விழித்தான்:

"உனக்கு ஈடாக யாரையும் சொல்ல முடியுமா, என்ன? இங்குள்ள அத்தனை உருளைக்கிழங்குகளின் மத்தியிலும் நீ ஒருவன்தானே வெங்காயம் மாதிரி இருக்கிறாய்!"

"நண்பர்களே! மேலும் ஒரு குடி!" என்று தலையைத் தூக்கியவாறே கத்தினான் ஸாவ்கா: "ஏ! குட்டைவால்! குடி!" அவன் தனது முஷ்டியால் மேஜையை ஓங்கியறைந்தவாறே. உச்சக் குரலில் உரக்கப் பாட ஆரம்பித்தான்: "ஹல்லி லூஜா! ஹல்லி லூஜா!"

"தலை கொழுத்தவன்!" என்று கையை வீசியவாறே சொன்னான் டியுனோவ். அதன்பின் அவர்கள் எல்லோருமே சூனியத்துள் மறைந்து போனது போலத் தோன்றினார்கள்; பின்னர் அதனுள்ளிருந்து கைகளை ஆட்டிக்கொண்டும், சத்தமிட்டுக்கொண்டும், முணுமுணுத்துக்கொண்டும் மெல்ல வெளிப்பட்டார்கள். எவருக்கும் நேரத்தைப் பற்றிய பிரக்ஞையே இல்லை; அது இரவா, பகலா என்றுகூட அவர்களுக்குத் தெரியவில்லை; எல்லாமே மங்கலாக இருந்தன; எல்லாக் காட்சிகளும் பூசி மெழுகினாற்போலத் தோன்றின. இறுதியில் அவர்கள் எல்லோரும் குளிப்பறைக்குச் சென்றார்கள். அங்கு அவர்கள் நீராவி ஸ்நானம் செய்துவிட்டு, பீர் அருந்தினார்கள். பின்னர் அவர்கள் பழத்தோட்டத்தின் வழியாக, ஒருவரையொருவர் பனிக்கட்டிக்குள் இடித்துத் தள்ளியவாறே நிர்வாணமாக வீட்டுக்குத் திரும்பவும் தள்ளாடி நடந்துவந்து சேர்ந்தார்கள்.

மூன்று பெண் பிள்ளைகள் வந்து சேர்ந்தார்கள். அவர்களில் ஒருத்தி திருகிய கழுத்தும், மாறு கண்ணும் கொண்ட மெலிந்த பெண்; மற்றவர்கள் இருவரும் நன்றாகக் கொழுத்திருந்தார்கள். மேலும் இருவரும் ஒரே மாதிரி உடையணிந்து ஒரே மாதிரித் தோற்றமளித்தார்கள். ஸாவ்காவும் ட்ரோஜ்டோவும் அந்தப் பெண்களோடு பழகி, அவர்களுக்காகத் தமக்குள் சண்டை பிடித்துக்கொண்டார்கள். இறுதியாக, ட்ரோஜ்டோவ் ஸாவ்காவை நோக்கி அவனுக்குப் பிடித்த பெண்ணின் முகத்தில் கரியைத் தடவுமாறு யோசனை கூறினான். அவனும் அவ்வாறே செய்தான். இதனால் அவள் ஒரு கனத்த குரலில் அதனை ஆட்சேபித்தாள்.

அந்த மாறு கண்ணுள்ள பெண் மாட்வியின் மடிமீது உட்கார்ந்தவாறு, அவனது தாடியைப் பிடித்திழுத்து, பின்வருமாறு கேட்டுக்கொண்டேயிருந்தாள்:

"ஏ, பெரிய, மோசமான ஓநாயே! நீ என்னை நேசிக்கிறாயா?"

“ஆமாம்,” என்று அவன் பணிவோடு பதிலளித்தான்.

ஸாவ்கா தரையின்மீது உட்கார்ந்து, “ஹல்லிலூஜா!” என்று கத்தினான்; தனது விரல்களைக் கண்ணுக்குள் திணிப்பதன் மூலம் கண்களை மூட முயன்றான். ஆனால், அவையோ அவனையும் மீறித் தானாகவே திறந்துகொண்டன. ட்ரோஜ் டோவ் டியுனோவின்மீது தனது கரங்களைப் போட்டு வளைத்து, அவனை முத்தமிட்டான்.

“யாகோவ்! நீ ஓர் ஒருபக்கத்துப் பேர்வழி,” என்றான் அவன்: “நீ ஒருபக்கத்து விஷயங்களை மட்டுந்தான் பார்க்கிறாய்; ஒருபக்கம் மட்டுந்தான். ஆனால், இரண்டு கண் பெற்றவர்களோ, இரண்டு பக்கமும் பார்க்கிறார்கள். எனவே, தான் ஒருவன் தன் கண்களைப் பாதி மூடிக்கொண்டு விஷயங்களைப் பார்க்க வேண்டும் என்று நான் எப்போதும் சொல்கிறேன். நானே ஒரு விசித்திரமான பேர்வழி. ஆனால் அதைப் பற்றிக் கவலைப்படாதே. எதெது எப்படியென்பதை நான் எப்போதுமே பார்க்க முடியும். நமது இந்த வாழ்க்கையை நான் எப்போதுமே பார்க்க முடியும். நமது இந்த வாழ்க்கையை யார் தொடங்கி வைத்தது? சொல் பார்க்கலாம். யார் தொடங்கி வைத்தது? பெண்கள்! இல்லையா?”

“மேலும் நீ ஒரு குட்டைவால்!” என்று தனது கண்களுக்குள் விரலைத் திணித்தவண்ணமே, பிடிவாதமான குரலில் உறுதியாகக் கூறினான்.

அந்த மாறுகண்ணுள்ள பெண் மாட்வியின் தலைமயிரைத் தடவிக் கொடுத்தவாறே, பின்வருமாறு மிருதுவாகச் சொன்னாள்:

“என்னிடம் ஒரு பூனை இருக்கிறது. அது என்மீது உயிரையே வைத்திருக்கிறது. அட கடவுளே! அந்தப் பூனை என்னை எப்படி நேசிக்கிறது, தெரியுமா? நான் எங்கெங்குப் போனாலும், அது என் நிழலைப் போல என்னையே தொடர்ந்து வருகிறது. இரவிலோ அது என் மார்பின்மீது படுத்து, மொறுமொறுக்கிறது. நான் அந்தச் சப்தத்தைக் கேட்டு, அது என்ன சொல்ல விரும்புகிறது என்பதைப் புரிந்துகொள்வேன்; ஆமாம், உண்மையிலேயே புரிந்துகொள்கிறேன். மேலும், அந்தப் பூனை என் மார்பின்மீது படுத்திருப்பது எனக்குக் கதகதப்பாகவும் அணைப்பாகவும் இருக்கிறது.”

மாட்வி அவளைக் கண்டு பயந்தான். அவளுக்குப் பைத்தியந்தான் என்றும், ஆனால் அவளிடமிருந்து தப்பிப்பதற்கு வழியே தனக்கில்லையென்றும் அவன் நினைத்தான். எனவே, அவன் தனது உடற்பாரத்தால் அடிக்கொருதரம் அமுங்கிக் கிறீச்சிடும் ஏதோ ஒன்றின்மீது அவளைத் தள்ளிவிட்டவாறே இருந்தான். திடீரென்று அந்த மாறுகண்ணுள்ள பெண் அவனது தோளைக் கடித்துவிட்டு, தரைமீது விழுந்தாள்; தரைமீது தூக்கிப்போட்ட மீனைப் போலத் துள்ளித் துள்ளி விழத் தொடங்கினாள். ஸாவ்கா அவளது கால்களைப் பிடித்து, அவளை வாசலை நோக்கிக் கரகரவென இழுத்துச் சென்றான்.

“இவளுக்கு வலிப்பு வந்துவிட்டது!” என்று கத்தினான் அவன்.

அவர்கள் எல்லோருமே துள்ளியெழுந்தார்கள்; கத்தினார்கள்; அங்குமிங்கும் ஓடினார்கள்; பின்னர்ப் பூமியே அவர்கள் அனைவரையும் விழுங்கிவிட்டது போல, ஒரு பயங்கரமான கம்பலையொலியோடு மறைந்துவிட்டார்கள்.

மாட்வி தனது அறையில் தலையணைகளின்மீது தான் அமர்ந்திருக்கக் கண்டான். அவனது உடம்பெல்லாம் ஈரமான துணிகளால் போர்த்தப்பட்டிருந்தன. அவன் தன் தலையை எவ்வளவு ஆடாமல் அசையாமல் பிடிக்க முடியுமோ, அவ்வளவு ஆடாமல் அசையாமல் கைகளால் பிடித்துக் கொண்டிருந்தான்; ஏனெனில், இலேசாக அசைந்தாலுங்கூட, அவனுக்குக் குமட்டல் உணர்ச்சி பொங்கி வந்தது; மேலும், அதனால் அவனது இருதயமும் ஸ்தம்பித்து நிற்பது போலத் தோன்றியது.

மாக்ஸிம் மேஜைமுன் அமர்ந்து, எதையோ உரக்க வாசித்துக்கொண்டிருந்தான். அவற்றில் சில விசித்திரமான வார்த்தைகள் மட்டும் மாட்வியின் நினைவில் ஒட்டிக்கொண்டன:

"என் சீமாட்டியே! கருணை காட்டு! நீ எவ்வளவு நேரந்தான் இந்த அகந்தையான தோற்றத்தை நிலைநிறுத்த முடியும்?"

அவனுக்கு டியுனோவின் நீண்ட, ஒற்றைக்கண் கொண்ட தலையானது அவனது மெலிந்த கழுத்தின்மேல் ஒரு காய்ந்துபோன கசகசாத் தோட்டைப்போல ஆடும் காட்சி தோன்றியது.

"நாம் நேரடியாகப் பேசுவோம்.." என்று அவன் சொல்வது போலும் தோன்றியது.

"டியுனோவ் போய்விட்டானா?" என்று மிருதுவாகக் கேட்டான் மாட்வி.

புத்தகத்திலிருந்து கண்களை உயர்த்தாமலே, மாக்ஸிம் வாட்டமாகப் பதில் சொன்னான்:

"அவன் அவனாகத்தான் வெளியேறினான்; ஆனால் ஸாவ்கா தூக்கியெறிந்துதான் வெளியேற்றப்பட்டான். ட்ரோஜ்டோவையும் நாங்கள் வெளியேற்ற வேண்டியதாயிற்று. டியுனோவ் அத்தனை மோசமானவனல்ல." சிறிது நேரம் கழித்து அவன் மேலும் பின்வருமாறு சொன்னான்: "அவன் ஒரு நங்கூரம் போலத் தோற்றமளிக்கிறாள்."

வெளியே பனி கனமாகப் பெய்துகொண்டிருந்தது. அந்தப் பனி கீழிறங்கி வந்து, ஜன்னல் கதவின்மேல் துணிச் சுருள்கள் போல மோதுவதைக் கவனித்தான்.

"கடவுளே, என்னை நானே எவ்வளவு வெறுக்கிறேன்!" என்று நினைத்தான் அவன்.

மீண்டும் அந்தப் புத்தகத்திலுள்ள வார்த்தைகள் அவனதுமனோவுணர்வில் ஊடு புகுந்தன:

“இரவின் நிழல்களையெல்லாம் விரட்டியடிக்கும் பிரகாசமான கதிர்களைக்கொண்ட சூரியனின் வரவுக்காக, இளஞ்சிவப்பான அருணோதயப் பொழுது தனது கதவுகளைத் திறந்து விட்டபொழுது–’

இரவாகிவிட்டது. என்ன காரணத்தாலோ, தரைமீது நின்றிருந்த விளக்கும், டியுனோவின் கூரிய கண்ணையொத்த அதன் பசிய ஒளியும் கேந்திர ஸ்தானமாக விளங்கின; சூழ்ந்து வந்த நிழல்களனைத்தும், ஒரு படுமோசமான கண்காணிப்போடு, அவற்றின்மீதே நிலைத்து நின்றன. அந்த அறை முழுவதிலும் நவச்சார நாற்றமும், முட்டைக்கோஸ் கறியின் வாடையும் நிரம்பி நின்றன. படுக்கையின் கால்மாட்டில் கிடந்த நாற்காலியொன்றில், மாக்ஸிம் வெற்றுக் கால்களோடும், இடைவாரற்றும், சட்டைக் காலரைக் கழற்றித் திறந்துவிட்டுக்கொண்டும், தனது தலையை ஒரு முறை மார் பின்மீது தொங்கவிட்டவாறும், மறுமுறை பின்னால் திரும்பியவாறுமாய் அமர்ந்திருந்தான்.

“எனக்கு மிகவும் முடியாமல் இருக்கிறது,” என்று முனகினான் மாட்வி.

“நான் கொஞ்சம் முட்டைக்கோஸ் ரசம் தரட்டுமா?” என்று கொட்டாவியைக் கையால் மறைத்தவாறே கேட்டான் மாக்ஸிம்.

“அதைவிட, நீ ஏதாவது சொன்னால் நன்றாயிருக்கும்.”

“கதையா?”

“இல்லை உன்னைப் பற்றியே ஏதாவது.”

மாக்ஸிம் ஆலோசித்தவாறே, தனது காதைச் சொறிந்தான்:

“என்னைப்பற்றி எனக்கொன்றும் தெரியாதே,” என்று அவன் நிச்சயமற்றுச் சொன்னான்; பின்னர்த் திடீரென்று தன் நாற்காலியை முன்னால் இழுத்துப் போட்டுக்கொண்டு, உற்சாகத்தோடு பேசத் தொடங்கினான்:

“ஒரு காக்கை என்மீது எப்படிக் காதல்கொண்டது என்ற கதையைச் சொல்கிறேன். மிகவும் வேடிக்கையான கதை அது. அது நடந்தபோது எனக்குப் பதினாறு வயது தான் இருக்கும். தோட்டத்திலுள்ள ஏதோ புதரில் நான் இறக்கையிலே இரத்தம் படிந்த, ஒடிந்த காலுடைய ஒரு காக்கையைக் கண்டெடுத்தேன். அந்த அப்பாவி ஜந்துவை நான் கழுவி, அதன் ஒடிந்த காலுக்குச் சின்னஞ்சிறிய. மரச் சிம்புகளை வைத்துக் கட்டினேன். அதனைச் செய்தபோது, அந்தப் பறவை என்னை எப்படிக் கொத்திற்று தெரியுமா? என் கை முழுவதுமே வீங்கிப் போய்விட்டது. அதற்கு நான் ஒரு புதிய கட்டுப் போடும்போதெல்லாம் அது. கத்திச் சிறகடித்துக் கொண்டு, கிட்டத்தட்ட என் கண்ணையே ஒவ்வொரு முறையும் கொத்தப் பார்த்தது. அந்தக் கொத்தலால் எனக்கு உயிரே போய்விட்டது.”

அவன் சிரித்தான்; அந்தப் பழம் நினைவினால் தலையை ஆட்டிக்கொண்டான்; அவனது முகத்திலிருந்து ஏதோ ஒரு முகமூடி கழன்று விழுந்துவிட்டது போல,

அவனது முகம் முழுவதுமே மாறிப் போயிற்று. “பிறகு அது என்னிடம் பழகிப் போய்விட்டது; ஒரு நாயைப்போலவே இருந்தது அது. நான் எங்கெங்குச் சென்றாலும், அது தன் இறக்கையைத் தரையோடு இழுத்துக் கொண்டும், கத்திக்கொண்டும், என் கண்களுக்குள் கூர்ந்து பார்க்க முயல்வது போலத் தலையைத் திருகி நோக்கிக்கொண்டும், என் பின்னாலேயே தத்தித் தத்தி வந்தது.”

அவன் அழுத்தமாகச் சொல்வதற்காக, மாட்வியின் பக்கமாக, ஓர் உறுத்த, கண்டனம் செய்யும் நோக்குடன் திரும்பினான்:

“காக்கையின் கண்களில் ஒன்றுமே உணர்ச்சி கிடையாது என்று சொல்வதெல்லாம் சுத்தத் தவறு. காக்கை மிகவும் புத்திசாலியான பறவை.”

அவன் மிருதுவான, தன்னுணர்வு மிக்க புன்னகை புரிந்தான்; பிறகு கனவு காண்பது போல மேலும் பேசினான்:

“என்னைக் கண்ட மாத்திரத்திலேயே, அது என் காலைச் சுற்றித் தத்திவரத் தொடங்கிவிடும் – காலை அசைத்தால், எங்கே அதனை மிதித்து விடுவோமோ என்று பயந்தேன் நான். ஆனால், அதனை எடுத்து, என் தோள்மீது விட்டுக் கொள்ளுமாறு அது என்னிடம் கேட்கும் முறை அதுதான். நான் அதை எடுத்து, தோளின் மீது விட்டுக்கொள்வேன். அது என் காதைக் கொத்தும்; குறட்டைச் சப்தம் போன்ற ஏதோ ஓர் ஒலியை எழுப்பும். அதைக் கேட்க மிகவும் வேடிக்கையாக இருக்கும். எல்லோரும் அதைப் பார்த்துச் சிரித்தார்கள்.

அவன் பேசுவதை நிறுத்தி விட்டு, தலையைத் தொங்கவிட்டான். மாட்வி தனக்குத்தானே பின்வருமாறு நினைத்துக்கொண்டான்: ஜனங்கள் ஏன் ஜனங்களைப் பற்றியே பேசாமல், எப்போதும் தாம் நேசித்த பூனை, நாய், பறவை, குதிரை ஆகியவற்றைப் பற்றியே பேசுகிறார்கள்? அவர்களுக்கு வெட்கமாக இருக்கிறதா?

மீண்டும் மாக்ஸிம் பேசத் தொடங்கினான்; இம்முறை அவனது குரல் மொட்டையாக, உணர்ச்சி குன்றிப் போயிருந்தது:

“பின்னர் யாரோ அதனை அடித்துவிட்டார்கள் போலிருக்கிறது; அல்லது ஏதாவதொரு பூனை அதனை வதைத்திருக்கவும் கூடும். அது செத்துக்கொண்டிருந்ததை என்னால் பார்க்க முடிந்தது. நான் அதனைக் கையிலெடுத்து, அதன் தலையை எனது கைத்தடியில் கொடுத்து, அதனை என் மார்போடு எவ்வளவு நெருக்கமாக முடியுமோ அவ்வளவு அணைத்துக்கொண்டேன். ஆனால், அதுவோ இலேசாகச் சிறகடித்துவிட்டு, இறந்துவிட்டது.”

இவன் இளமையும் நல்ல தோற்றமும் கொண்டவனாக இருக்கிறான் என்று தன் கண்களை மூடித் தூங்குவது போலப் பாவனை செய்தவாறே நினைத்தான் மாட்வி. இவன் அக்கார்டியன் வாத்தியத்தை வாசித்துக்கொண்டு, பெண்களைக் காதல் செய்து திரிய வேண்டியவன்; ஆனால், இவனோ ஒரு சாமியார் மாதிரி வாழ்கிறான்; ஒரு கோபெக்கைக்கூடச் செலவழிப்பதில்லை; இவனது பூட்சுகளும்

ரிப்பேர் செய்யப் பட வேண்டியவை; இவனிடம் ஒரு ஞாயிற்றுக்கிழமை உடைகூட இல்லை. எப்போது பார்த்தாலும் ஜனங்களை விமர்சித்துக்கொண்டே இருக்கும் ஒரு மந்தமான இரகத்தைச் சேர்ந்த பயல் இவன். பொந்தில் அடங்கியொடுங்கி வாழ்கிறான். கெட்டவர்களெல்லாம் எப்போதும் தெருவிலே அட்டகாசம் செய்துகொண்டு திரிகிறார்கள்; நல்லவர்கள் எல்லாம் பொந்துகளிலே பம்மிப் பதுங்கி வாழ்கிறார்கள்.

அவன் தன்னுள் தானே பல்கிப்பெருகும் எல்லாவிதமான உள்பயங்களையும் கவலைகளையும் கொண்ட தனது எண்ணங்கள் யாவற்றையும் திட்பமாக ஒழுங்குபடுத்தி, எழுதி வைத்து, அவற்றைப் பாதுகாக்க வேண்டுமென ஒரு வேட்கை கொண்டிருந்தான். அவன் சாந்தமும் அமைதியும் நிறைந்த ஒரு வாழ்க்கையை விரும்பினான்; ஆனால், ஏதோ ஒன்று அதனை எய்தவிடாமல் அவனைத் தடுத்தது. அவன் தனது பாதி மூடிய கண்களின் கண்ணிமைகளின் வழியாக, மாக்ஸிமின் கட்டுமஸ்தான வடிவத்தைப் பார்த்துக்கொண்டிருந்தபோது, இந்த இளைஞன்தான் தனக்குத் தொல்லை கொடுப்பதாகவும், இவன்தான் ஏதோ ஒரு புதிய, இன்னும் புரிந்துகொள்ள முடியாத ஒன்றை, எனினும் தான் வெறுத் தொதுக்கும் ஏதோ ஒன்றைத் தனது ஆத்மாவினுள் கிண்டிக் கிளறி விட்டுவிட்டான் என்பதாகவும் ஓர் எண்ணம் அவனுக்குத் தோன்றியது.

கொஞ்சம் பொறு, என்னை நானே சுதாரித்துக்கொள்கிறேன் என்ற எண்ணந்தான் தாங்கத் தொடங்கிய அவனது மனத்தில் ஊடாடிச் சென்றது.

பின்னர் அதிர்ச்சி தரும் விசித்திரமான, வேடிக்கையான ஏதோ ஒன்று நிகழ்ந்தது. மாட்வி கதவிலும், தரைப் பலகைகளிலும் கேட்ட கிறீச்சிடும் சப்தத்தைக் கேட்டு விழித்தெழுந்தான். அவன் இருளுக்குள் கூர்ந்து நோக்கியபோது, அவன் பலவீனமடைந்தான்; அத்துடன் திடீரென்று வியர்த்துக்கொட்டி உடம்பு குளிர்ந்தது. அவன் சத்தம் போடுவதற்குக்கூட இயலாமல் பயந்து போய்விட்டான். ஒரு நெடிய கபில நிறமான உருவம் தனது மெலிந்த கரமொன்றை முன்னால் நீட்டியவாறு, நசுங்கிப்போன ஒரு தவளையின் அசைவுகளோடு, படுக்கையை நோக்கித் தரையில் மெதுவாகவும் அரவமற்றும் நெளிந்து ஊர்ந்து வருவது தெரிந்தது.

திருடன். தன்னைத்தானே சுதாரித்துக்கொண்டபின் அது மாக்ஸிம்தான் என்று மாட்வி முடிவு கட்டிக்கொண்டான்; பின்னர் அந்தத் திருடனின் தலை படுக்கைக்கடியில் சென்றதும், அவன் தன் முதுகை முன்னால் வளைத்து, அவனது தலைமயிரைப் பற்றிப் பிடித்து, அவனது தலையைத் தரையோடு மோதத் தொடங்கினான்.

"உதவுங்கள்!" என்று கத்தினான் அவன்.

அந்தத் திருடன் தன் கால்களை வீசி, அவனை உதைக்கத் தொடங்கினான்; அத்துடன் தரையை நகங்களால் பற்றிக்கொண்டு, கதகதப்பான பீரைப்போல உஸ்ஸென்று இரைந்தான்.

"பிடித்துவிட்டேன்!" என்று கிசுகிசுத்தான் மாட்வி. எனினும், அவனுக்கேற்பட்ட பெரும் உணர்ச்சி வேகத்தில் அவனது இருதயமே நின்று போய்விட்டது; அவனது கைகளிலிருந்து பலம் கழன்றோடியது. அந்தத் திருடன் அவனது பிடியிலிருந்து திருகி விடுபட்டவாறு, ட்ரோஜ்டோவின் குரலில் பேசினான்:

"பொறுங்கள். கிறிஸ்துவின் பேரால் கேட்கிறேன். சத்தம் போடாதீர்கள்... பொறுங்கள்... சொல்வதைக் கேளுங்கள்..."

"நீ-யா?" என்று ஆச்சரியத்தால் வாயைப் பிளந்தான் மாட்வி. அவன் அந்தக் கணமே நிம்மதி உணர்ச்சி பெற்றான் எனினும், மறுகணத்தில் அந்தத் திருடன் மாக்ஸிமாக இல்லையே என்று வருத்தப்பட்டான்.

ட்ரோஜ்டோவ் தரைமீது அமர்ந்து, பூனை தனது மீசையைச் சுத்தப்படுத்துவது போலத் தன் முகத்தைக் கைகளால் துடைத்தான்.

"நீங்களே என்னை அடியுங்கள். நான் ஒன்றும் உங்களிடம் கருணை கோர மாட்டேன். இதோ, அடியுங்கள் என்னை. ஆனால், வேறு யாரையும் கூப்பிட்டு விடாதீர்கள்," என்று அவசர அவசரமாகக் கிசுகிசுத்தான் அவன்.

அவன் தன் தலையை மாட்வியின் மார்பின் மீது முட்டினான்; கதகதப்பான கண்ணீர் மாட்வியின் வெற்றுப் பாதங்களின்மீது சொட்டியது.

"அமைதியாயிரு!"" என்று அவனது தலையில் அடித்து சத்தம் வருகிறதா என்று கேட்டவாறே சொன்னான் மாட்வி. மௌனம். யாரும் வரவில்லை. ட்ரோஜ்டோவ் தனது சட்டை விளிம்பின் மீது மூக்கை ஓசையெழும்பச் சிந்திவிட்டு, பின்னர் மாட்வியின் கால்களைத் தன் கைகளால் வளைத்து, தனது நனைந்த முகத்தை அவனது முழங்காலின்மீது வைத்து அழுத்தினான்.

"உன்னை யார் இந்த வேலைக்குத் தூண்டியது?"

"மாக்ஸிம்," என்று அவன் சொல்வான் என மாட்வி எதிர்பார்த்தான். ஆனால், ட்ரோஜ்டோவோ பின்வருமாறு முணுமுணுத்தான்:

"சைத்தான்தான். வேறு யார்?"

"இந்த உலகத்தில் முட்டாளென்று ஒருவன் இருந்தால், அது நீதான்," என்று அங்கிருந்து எழுந்தவாறே, கோபத்தோடும், பயமில்லாமலும் சொன்னான் மாட்வி. அவன் விளக்கை ஏற்றினான். உடனே அவன் திடுக்கிட்டான் அவனது காலடியில் ஓர் உடைந்த கத்தி கிடந்தது.

"நீ என்னை... என்னை..." என்று விறைத்துக் குளிர்ந்தவனாய்த் தடுமாறினான் அவன்.

ட்ரோஜ்டோவ் தன் முழங்காலில் அமர்ந்துகொண்டு, கைகளை வீசியாட்டி, அவசர அவசரமாக விம்மினான்:

"இல்லையில்லை! கடவுள்தான் எனக்குச் சாட்சி. நான் வெறுமனே பணப்பெட்டியைத் திறக்கத்தான் விரும்பினேன். உங்களைத் தொடவும் நினைக்கவில்லை. சத்தியமாகச் சொல்கிறேன்."

"நீ ஒரு முட்டாள்தான்," என்று பரிவையொத்த ஓர் உணர்வோடு திரும்பவும் சொன்னான் மாட்வி: "இதைக் கொண்டு அதைத் திறந்து விடலாமென்று நினைத்தாயாக்கும்! அதன் மீது உலோகப் பட்டிகள் உண்டு; அத்துடன் அதற்கு இரட்டைப் பூட்டு. தெரிந்ததா, முட்டாளே!"

தான் கூறியது சந்தர்ப்பத்துக்கு மாறுபட்ட விஷயம் என்று உணர்ந்தவனாய், மாட்வி கதவை நோக்கிச் சென்றான். ட்ரோஜ்டோவும் அவனது கால்களைப் பற்றியவாறே, அவன் பின் சிலந்தி போல ஊர்ந்து சென்றவண்ணம் பின்வருமாறு முறையிட்டான்:

"போய்விடாதீர்கள். என்னை இப்போதே அடித்து விடுங்கள் – ஆனால், பலமாக மட்டும் அடித்துவிடாதீர்கள். மேலும் ஒருவரையும் கூப்பிடாதீர்கள்."

அவனது முகம் திட்டுத் திட்டாகக் காயப்பட்டிருந்தது; மூக்கிலிருந்து இரத்தம் ஒழுகிற்று. அவன் அதனைத் தன் சட்டைக் கையிலும் முந்தியிலும் துடைத்தான்; அதனால் அந்தக் கபில நிறமான லினன் துணியில் கரிய கோலங்கள் விழுந்தன.

இவனுக்குப் போதுமான அளவுக்குக் கொடுத்தாயிற்று என்று திருப்தியுடன் நினைத்தவாறே, நாற்காலியில் அமர்ந்தான் மாட்வி.

"கடைகெட்டவனே! உன்னை நான் என் வீட்டுக்குள் வரவழைத்தேன்; உன்னை ஊட்டி வளர்த்தேன்; உன்னைக் கவனித்துக்கொண்டேன்; உனக்காகப் பணமும் செலவழித்தேன்…" என்று மனத்தில் வேறு எதையோ நினைத்தவாறு, அவன் மெதுவாகச் சொன்னான்.

"என்னை வெளியேற்றி விடுங்கள்!" என்று ஒரு கணச் சிந்தனைக்குப் பின்னர் சொன்னான் ட்ரோஜ்டோவ்.

"உனக்கு வெட்கமாக இல்லை?" என்று என்ன சொல்வதெனத் தெரியாமல், அந்தத் திருடனின் கண்களைப் பாராமலே முணுமுணுத்தான் மாட்வி. ட்ரோஜ் டோவ் அவனது கையைப் பிடுங்கி, அதனைத் தனது ஈர உதட்டால் சப்பினான்.

"நான் பலவீனமானவன். என்னால் கஷ்டமான வேலையைச் செய்ய முடிவதில்லை. சுளுவான வேலைதான் எனக்கு ஏற்றது. நான் நிச்சயம் பத்து ரூபிள்கள் மட்டுந்தான் எடுத்திருப்பேன். சத்தியமாகச் சொல்கிறேன். அவ்வளவே தான் – கூடிப்போனால் பதினைந்து. அதனைத் திருட்டு என்று நீங்கள் சொல்கிறீர்களா? நான் இங்கு என்றென்றும் வாழ்ந்து வர முடியாது; நான் போக வேண்டிய காலம் வந்து விட்டது"

"நான் போலீஸைக் கூப்பிட வேண்டும்," என்று நிர்விசாரமாகச் சொன்னான் அவன்.

“பின்னே, கூப்பிடுங்கள்!” என்று தன் மூக்கை மேலும் உரக்கச் சிந்தியவாறே, சத்தம் போட்டுச் சொன்னான் ட்ரோஜ்டோவ்: “அதனால் உங்களுக்குத்தான் ஏராளமான பணம் செலவாகும். போலீஸ் ஒன்றும் என்னைப் போன்றவர்கள் அல்ல. ஒரு மனிதனின் பணப்பெட்டியிலிருந்து பணத்தை எப்படிக் கறப்பது என்று அவர்களுக்குத் தெரியும்!’

திடீரென்று அவன் தாராளமாகவும், பயமற்றும், குற்றம் சாட்டும் ரீதியிலும் பேசத் தொடங்கினான்.

“நல்ல மனிதர்தான் நீங்கள்! ஒரு மனிதனைப் போலிஸிடம் பிடித்துக்கொடுத்து, அவனைச் சிறையில் தள்ளி, எல்லாம் செய்வீர்கள் –எல்லாம் ஒரு பத்து ரூபிள் காசுக்காக! இல்லையா? என்மீது தீர்ப்புக் கூற நீங்கள் யார்? நல்லது. நீங்கள் விரும்பினால், என்னைத் தாராளமாகப் பிடித்துக்கொடுங்கள். அதனால் உங்களுக்குத் தொல்லையைத்தான் சம்பாதித்துக் கொள்வீர்கள்!”

மாட்வி வெட்கமும் மனக்குழப்பமும் அடைந்தான்.

“பன்றிப் பயலே! வாயை மூடு!”

அவனுக்கு என்ன செய்ய வேண்டும் என்றும் தெரியவில்லை; எதனையும் திட்டவட்டமாகத் தீர்மானிக்கவும் முடியவில்லை. அவனுக்குப் போலீஸை வரவழைக்கும் எண்ணமே இல்லை; அது ரசாபாசமாகவும், தொல்லையாகவுந்தான் இருக்கும். மேலும், அவன் ட்ரோஜ்டோவின்மீது மீண்டும் கை வைத்து அடிப்பதற்கும் கூசினான்; ஒரு முறை அடித்தது போதும்.

கூடத்தில் ஏதோ சப்தம் கேட்டதும், அவன் திடுக்கிட்டான். உடனே அவன் துள்ளிக் குதித்தவாறு, ட்ரோஜ்டோவிடம் பரபரப்போடு பின்வருமாறு சொன்னான்:

“யாரோ வருகிறார்கள்! ஏதாவது பொய்யைச் சொல்லித் தொலை! நீ பாழாய்ப் போக! நான் இந்த விஷயம் வெளியில் செல்வதை விரும்பவில்லை.”

“நிச்சயமாய்!” என்று தன் தலையை அசைத்து, எழுந்து நின்றவாறு சொன்னான் ட்ரோஜ்டோவ்.

ஷாகிர் தன் கையில் ஒரு குண்டாந்தடியைத் தாங்கியவாறே, வாசல் நடையில் தோன்றினான். அந்தத் தடி நடுங்கியது; அவனது தலை முன்னால் நீட்டிக்கொண்டிருந்தது; கண்கள் நெரிந்து சுருங்கியிருந்தன; பற்கள் வெளித்தெரிந்தன; அவனது தோளுக்குப் பின்புறத்தில் கலைந்த தலையும், வெளுத்துச் சுருங்கிய முகமும் கொண்ட மாக்ஸிம் தென் பட்டான்.

“திரும்பவும் படுக்கப் போங்கள்,” என்று தன் கையை இகழ்ச்சியோடு வீசியவாறே சொன்னான் மாட்வி: “இவன் தான்.”

“நான் ஒரு பைத்தியம்,” என்று தன்முன் சிலுவை கீறி, தலையை அசைத்தவாறே சொன்னான் ட்ரோஜ்டோவ்: “உண்மையில் நான்தான் நிலவில் நடப்பதற்காகத் தூக்கத்தில் எழுந்து வந்து, கதவோடு மோதிக்கொண்டு விட்டேன்.”

"படுக்கப் போங்கள்," என்று சோர்ந்தாற்போலச் சொன்னான் மாட்வி. அவர்கள் வேண்டா வெறுப்பாகச் சொன்னார்கள். ட்ரோஜ்டோவ் சாவித் துவாரத்தின் வழியாகக் காதுகொடுத்துக் கேட்பதற்காகக் குனிந்தான்; பின்னர்க் கபடமான புன்னகையுடன் பின்வருமாறு சொன்னான்:

"அவர்கள் கூடத்தில் காத்துக்கொண்டிருக்கிறார்கள்!"

இவன் தனது ஆப்த நண்பன் போலல்லவா என்னிடம் பேசுகிறான் என்று நினைத்தான் மாட்வி.

"நான் செய்யவேண்டியதெல்லாம் அவர்களை மீண்டும் உள்ளே கூப்பிட வேண்டியதுதான். பிறகு உன்னை அவர்கள் கவனித்துக்கொள்வார்கள்!" என்று கோபத்தோடு கத்தினான் மாட்வி.

"ஆமாம். நீங்கள் செய்ய வேண்டியதெல்லாம் அது தான்," என்று அசட்டுத்தனமாக விழித்தவாறே முணுமுணுத்தான் ட்ரோஜ்டோவ்: "அடுத்தவனைத் தூக்கியெறிவதைப் போல ஒரு மனிதனுக்கு ஆனந்தமளிப்பது வேறில்லைதான்."

ட்ரோஜ்டோவ் தனது பாதுகாப்புகளையெல்லாம் முறியடிப்பதாக மாட்வி உணர்ந்தான்.

"ஏ, மிருகமே! போய்த் தொலை!" என்றான் அவன்.

ஆனால், ட்ரோஜ்டோவோ தனது தோள்களை உலுக்கியவாறு, வியப்போடு பின்வருமாறு சொன்னான்:

"நான் எங்கே போவேன்? நான் சொன்னதை அவர்கள் நம்பிவிட்டார்கள் என்று நீங்கள் நினைக்கிறீர்களா? இல்லவே இல்லை. அவர்கள் எனக்காக வெளியே காத்துக் கொண்டிருக்கிறார்கள். ஊஹூம். நான் இந்த அறையை விட்டுப் போக மாட்டேன். நான் சோபாவின்மீது சுருண்டு படுத்துக்கொள்வேன்."

அவன் அவ்வாறே சோபாவின் அருகில் சென்று அதில் படுத்துக்கொண்டான்.

"என்னை நம்புங்கள். இங்குக் கதகதப்பாகவும் அருமையாகவும் இருக்கிறது," என்று நீண்ட கொட்டாவியுடன் சொன்னான் அவன்.

மாட்வி சிரித்தான்; மெழுகுவர்த்தியை அணைத்துவிட்டு, படுக்கையின் ஓரத்தில் அமர்ந்துகொண்டான். கறுத்த ஜன்னல் கண்ணாடிகள் அப்போதுதான் யாரோ அவற்றை விளக்கியது போலப் பளபளத்தன; நிழற்படலங்கள் தரைமீது ஊர்ந்து, கதவருகே சென்றன; வீட்டுச் சுவரின்மீது மோதிக் கடந்த காற்று சரசரத்தது.

"நீ ஓர் அரைப் பைத்தியம் மாதிரி நடந்துகொள்கிறாய்," என்று கண்டிக்கும் குரலில் சொன்னான் மாட்வி: "உன்னைக் கவனித்துக்கொள்வதற்கே உனக்கு ஒரு காவல் தேவதை வேண்டும்."

“ஆமாம்,” என்று ஒரு கணம் கழித்து ஒப்புக்கொண்டான் ட்ரோஜ்டோவ்: “எப்படி நடந்திருக்கக் கூடுமோ, அதைக் காட்டிலிலும் நன்றாகத்தான் விஷயங்கள் நடந்தேறி விட்டன. போலீஸ் வந்திருந்தால்கூட, இவ்வளவு நன்றாய் இருந்திருக்காது: அந்த ஆர்ப்பாட்டமும், செலவும்! அப்பப்பா! இப்போதுள்ளபடி, ஒருவேளை நீங்களே நாளை எனக்கு ஏதாவது தரக்கூடும்; நானும் இங்கிருந்து நல்லபடி யாய்ப் போய்விடுவேன்.”

“இந்தக் காரியத்தை நீ எனக்குச் செய்ததைப் பற்றி உனக்கு வெட்கமாக இல்லை?”

“பணம் கேட்பதற்கு எனக்கு இதைக்காட்டிலும் வெட்கமாக இருந்தது.”

“திருடுவதற்குமட்டும் வெட்கமில்லையா?”

ட்ரோஜ்டோவ் பெருமூச்செறிந்தான்.

“திருடுவது சிரமமானதுதான்; ஆனாலும், என்னதான் இருந்தாலும் நாம்தானே திருடுகிறோம். வேறு யாரும் அதைப் பார்ப்பதில்லை. ஒருவருக்கும் அது தெரிவதில்லை.”

‘அயோக்கியன்!’ என்று மாட்வி தனக்குள் சொல்லிக் கொண்டான்.

“ஆனால், உனக்குப் பயமாக இல்லையா?’

“கொஞ்சந்தான். இருந்தாலும் அதில் ஒருவன் சுதந்தரமாக உணர்கிறான். வெறுமனே திருடிக்கொண்டு, எவருக்கும் எந்தவிதமான கடமையும் இல்லாமல் போய்விடுகிறான்.” “உனக்குத் தரம் என்பதே சிறிதும் கிடையாது, மனிதா! உனக்கு எது நல்லது, எது கெட்டது என்று தெரியவில்லை.”

“இல்லை, எனக்குத் தெரியும். உதாரணமாக, நீங்கள் நல்லவர்.”

“நான் நல்லவனா? எனினும், நீ என்னிடந்தானே திருட விரும்பினாய்?”

“நீங்கள் கெட்டவராக இருந்தால், நீங்களே அந்தத் திருட்டைச் செய்வீர்கள்.”

உன்னோடு வாதாட முடியாது,” என்று சிரித்தான் மாட்வி. “மேலும், நீ குழந்தையா அல்லது வெறுமனே அசடன்தானா என்றும் சொல்வதற்கில்லை. உன் தலையில் புத்தி என்பதே சிறிதும் இல்லை.”

அவர்கள் இருவரும் கிட்டத்தட்ட அருணோதயம் வரை பேசிக்கொண்டிருந்தார்கள்.

“நீங்கள் மிகவும் மோசமான வாழ்க்கையை வாழ்ந்து வருகிறீர்கள்,” என்று அழுத்தமாகச் சொன்னான் டரோஜ்டோவ்: “ஓர் இன்பமா, மாற்றமா, எதுவுமில்லை...”

“பின்னே நான் எப்படி வாழ வேண்டுமென்று நீ நினைக்கிறாய்?” என்று கடுமையாகக் கேட்டான் மாட்வி.

“அதாவது இன்று ஒரு மாதிரி, நாளை ஒரு மாதிரி. அடுத்த மாதம் மீண்டும் வேறொரு மாதிரி இருக்குமாறு வாழ வேண்டும்.”

“அப்படியென்றால் நிச்சயம் சிறைக்குச் செல்ல அது தான் மார்க்கம்!”

“எங்கிருந்தாலும் ஜனங்கள் ஒரே மாதிரிதான் இருக்கிறார்கள்.”

“நீ அதையும் முயன்று பார்த்துவிட்டாயா?”

“எது? சிறையா? ஆமாம், பதினோரு மாதம்.”

“பிரமாதம்! அங்கே எப்படிப் போய்ச் சேர்ந்தாய்?”

“பணந்தான்! எல்லாத் தீமைகளுக்கும் காரணமான பணந்தான்!” என்று தூக்கச் சடைவோடு சொன்னான் ட்ரோஜ்டோவ்.

“திருட்டா?”

“அப்படித்தான் சொல்வார்கள்.”

“எவ்வளவு?”

“முன்னூற்று நாற்பத்து ஏழு ரூபிளும், இருபது கோபெக்குகளும்.”

அவன் எழுந்து உட்கார்ந்து, கால்களைச் சோபாவின் கீழே தொங்கவிட்டவாறு, முழங்கைகளைத் தனது முழங்காலின்மீது ஊன்றினான்; முன்புறமாகக் குனிந்தவாறே, உற்சாகத்தோடு பேசத் தொடங்கினான்: “ஒரு யூதன்தான் என்னைக் காட்டிக்கொடுத்துவிட்டான். அவன் பாழாய்ப் போக! நான் வசித்து வந்த ஜெவிரிவோவில் படுகொலை நடந்தபோது நிகழ்ந்தது அது. அவர்கள் யூதர்களை – சுமைக் கூலிகள், வண்டிக்காரர்கள், கசாப்பு வியாபாரிகள் எல்லோரையும் அடித்தார்கள்! கடவுளே! அவர்கள் எப்படி அடித்தார்கள், தெரியுமா? சாகுமட்டும் அடித்தே கொன்றார்கள். அவர்கள் பெண்களையும், யுவதிகளையும் பாவாடையையும் தலைமயிரையும் பிடித்து, இழுத்தார்கள்; அவர்களது உடைகளைப் பறித்து, அவர்களைத் தெருக்களிலே நிர்வாணமாக இழுத்துச் சென்றார்கள்; அவர்களை வயிற்றில் மிதித்தார்கள்! ஆமாம். நினைத்துப் பாருங்கள்–சலவைக் கல்லைப் போன்ற உடம்புகள் கொண்ட பெண்களையும் யுவதிகளையும் வயிற்றில் மிதித்தார்கள்! அத்தகைய காட்சியைப் பார்த்தால் எவனுக்கும் பைத்தியம் பிடித்துவிடும். என்னதான் இருந்தாலும், எல்லோரும் – கிறிஸ்துவாகட்டும், ஜாராகட்டும், ஞானிகளாகட்டும்–எல்லோரும் ஒரு பெண்ணின் வயிற்றிலிருந்தும் மார்பிலிருந்தும் பிறந்து வளர்ந்தவர்கள்தானே; அங்கோ மனிதர்கள் பெண்களைத் தமது பெரிய பூட்சுகளால் மிதித்தார்கள்...”

“நான் உன் பேச்சை நம்பவில்லை,” என்று பயபீதியின் நடுக்கத்தோடு கத்தினான் மாட்வி. அவனும் படுக்கையில் எழுந்து உட்கார்ந்துகொண்டான். ஆனால், ட்ரோஜ்டோவ் அவனை அலட்சியப்படுத்தியவாறே, பெரும் பரபரப்போடு பேசிக்கொண்டே போனான்:

"பெண்களை அடிப்பதைக் காண எனக்குச் சகிக்கவில்லை. நான் ஒரு கூரைமீதேறி, ஒரு புகைக்கூட்டுக்குப் பின்னால் மறைந்துகொண்டேன். குளிர் ஜுரம் வந்த மாதிரி எனக்கு உடம்பெல்லாம் நடுங்கியது. என்னால் நிலைநிற்கவே முடிய வில்லை; என் கைகளெல்லாம் அப்படி நடுங்கின. கீழேயோ– கடவுளே! அவர்கள் என்ன காரியம் செய்தார்கள்! 'அவிசாரிப் பயல்கள் அடித்து நொறுக்கு!' என்று கூச்சல்கள்! இறகுகளெல்லாம் பறந்தன.அட, கடவுளே! நான் அங்கேயே அமர்ந்து, அவற்றையெல்லாம் என் விருப்பத்திற்கு மாறாகக் கவனித்துக்கொண்டிருந்தேன். என்னால் கண்களையே மூட முடியவில்லை. அந்த நிர்வாணமான பெண்களை அடித்து நொறுக்கிய காட்சி!"

"ஆனால், ஏன் அப்படி? "என்று ஆரோக்கியமற்ற குறுகுறுப்போடு கேட்டான் மாட்வி.

"ஏனென்றால் அவர்கள் யூதர்கள்."

"நான் அதை நம்ப மாட்டேன்."

"கடவுள் சத்தியமாக, அது உண்மை. அவர்கள் யூதர்கள் என்ற ஒரே காரணந்தான்."

ட்ரோஜ்டோவ் மிகவும் முன்னால் குனிந்து வந்துவிட்டான்; அவன் இருந்ததைப் பார்த்தால், அவன் மாட்வியின் படுக்கையின்மீது குப்புறவடித்து விழுந்துவிடுவானோ என்று தோன்றியது.

"அப்போதுதான் நீ பணத்தைத் திருடினாயா?"

"இல்லையில்லை. அது அதற்குப் பிறகு ஒரு வாரம் இருக்கும்."

"யூதர்களிடமிருந்தா?"

"நிச்சயமாக இல்லை. பிரேத விசாரணை செய்யும் அதிகாரியிடமிருந்து. அந்தப் பயத்தினால், எனது மூளையே இளகிப் போயிருக்க வேண்டும். பெண்களை அந்த மாதிரிக் கொன்று தள்ளுவதென்றால்! ஏன், பெண்களை நாம் கொன்றால், நாம் எல்லாரையுந்தான் கொல்கிறோம். பிறகு அது தான் முடிவு. மேலும் அவர்கள் கொஞ்சங்கூட ஈவிரக்கமின்றி, அவர்களைத் தும்புத் தும்பாகக் கிழித்தெறிந்ததைப் பார்த்தால்!

"அதைப்பற்றிப் பேசுவதை நிறுத்து!" என்று அதனை நம்பமாட்டாமலே, கண்டிப்பாகச் சொன்னான் மாட்வி; எனினும், அதே சமயத்தில் தனது பிதிர்ந்த தலைமயிரைக் கைவிரலில் சுற்றியவாறு, பழத்தோட்டத்திலுள்ள பாதை வழியாக பெலாஜியா எவ்வாறு நடந்து சென்றாள் என்பதையும் அவன் தன் மனக்கண் முன் கண்டான். "சரி. உன்னைப்பற்றிச் சொல்லு."

"அதைத்தானே செய்துகொண்டிருக்கிறேன். நல்லது. அதன்பின் நான் ஏதோ பிரமை பிடித்த நிலையில் சுற்றி திரிந்தேன்; ஒருநாள் என் நண்பனொருவனைச்

சந்தித்தேன். அவன் ‘படுகொலையை நீ பார்த்தாயா? போ. பிரேத விசாரணை அதிகாரியிடம் போய், அந்த நாய்க்குப் பிறந்த பயல்கள் செய்த காரியத்தைச் சொல்!’ என்று சொன்னான். அதன்பேரில் நானும் போனேன். அந்த அதிகாரி ஒரு பல் குச்சியால் பல்லைக் குத்திக்கொண்டு உட்கார்ந்திருந்தான். சின்னஞ்சிறிய கறுப்பு மீசையும், தங்க பிரேம் மூக்குக் கண்ணாடியும் கொண்ட ஓர் இளைஞன் அவன். அவன் என்னிடம் நான் என்னென்ன பார்த்தேன் என்று கேட்டான். நான் சொன்னேன். எனினும், எனக்கு அந்தப் பயலைச் சகிக்க முடியவில்லை. நானோ ஆட்களைக் கொன்று தள்ளியதையும், பெண்களைத் தும்புத் தும்பாகக் கிழித்தெறிந்ததையும் பற்றிப் பேசுகிறேன்; அவனோ தனக்கு மிகவும் அக்கறையுள்ள விஷயம் பல்தான் என்பதுபோலப் பல்லைக் குத்திக்கொண்டிருந்தான். பிறகு அவன் மூலையிலிருந்த ஓர் அறை மறைவுக்குச் சென்று எதையோ எடுப்பதற்காகக் குனிந்தான்; எனக்கருகிலிருந்த மேஜைமீது பற்பல சாமான்கள் இருந்தன; அத்துடன் ஒரு பணப்பையும் இருந்தது. இதுதான் சந்தர்ப்பம்! என்று நினைத்தேன் நான்; உடனே அந்தப் பையை எடுத்து, என் கோட்டுக்குள் செருகிக்கொண்டுவிட்டேன். அவன் என்னைப் போகவிட்டவுடனேயே, நான் எனக்குத் தெரிந்த ஒரு யூதனிடம் போனேன். அவன் ஒரு தொப்பித் தொழிலாளி; அருமையான கிழவன்; மிகுந்த புத்திசாலி; எல்லோருக்கும் அவனைத் தெரியும்; மேலும், அவன் ஒரு மாஜிச் சிப்பாய். அவன் என்னென்ன நடந்தது என்று என்னிடம் சொன்னான். அதைக் கேட்டதும் என் மயிரே குத்திட்டு நின்றது! அந்த அறையில் ஒரே குழந்தைகள் கூட்டம் – எல்லாம் அவனது பேரக்குழந்தைகள், மருமகள்கள், மருமகன்கள் எல்லாருந்தான் – அவர்கள்மீது மிதித்துவிடாதபடி நான் பார்த்துக்கொள்ள வேண்டியிருந்தது. அவனும் பாதிக்கப்பட்டிருந்தான் – அவனது வீட்டின் ஜன்னல்களெல்லாம் நொறுக்கப்பட்டிருந்தன; மேஜை நாற்காலிகள் உடைக்கப்பட்டிருந்தன; ஆனால், குறைந்த பட்சம் அவனது குடும்பத்திலுள்ள எல்லோரும் எப்படியோ தலைமறைந்திருந்து உயிர்தப்பி விட்டார்கள். நான் அவனிடம் முன்னூற்று நாற்பத்தியேழு ரூபிள்களையும் இருபது கோபெக்கையும் கொடுத்தேன்; பாதிக்கப்பட்டவர்களுக்கு அதனைப் பங்கு வைத்துக் கொடுக்குமாறு அவனிடம் சொன்னேன். ஆனால், அவனுக்கு அது புரியவில்லை; அவன் நேராகப் போய், போலீஸில் புகார் செய்துவிட்டான். எனவே, ஓர் அதிகாரி என்னிடம் வந்தான்; ‘அந்தக் கிழட்டு யூதனுக்குப் பணம் கொடுத்தது நீதானா?” என்று கேட்டான். ‘நான்தான், ’ என்றேன் நான். ‘எங்கிருந்து உனக்குப் பணம் கிடைத்தது?’ என்றான் அவன். ‘கண்டெடுத்தேன், ’ என்றேன் நான். அவன் என்னை நம்பவில்லை. இதற்கிடையில், (அந்தப் பல்குத்தி அதிகாரி தனது பணப்பை காணாமற்போய்விட்டது பற்றிப் புகார் செய்துவிட்டான். எனவே, என்னைச் சிறைக்கு அனுப்பிவைத்து விட்டார்கள் அவர்கள்.”

“உண்மையில் உனக்கு மூளை இளகித்தான் போயிருக்கிறது,” என்று முணுமுணுத்தான் மாட்வி.

“எனக்குத் தெரியும்,” என்று தலையை அசைத்தான் ட்ரோஜ்டோவ்: “அந்தச் சமயத்தில் நான் முற்றிலும் முட்டாளாகத்தான் இருந்தேன். வக்கீலும் அப்படிச் சொன்னார்; நீதிபதியும் அப்படித்தான் சொன்னார்.”

“உனக்கு விசாரணை நடந்ததா?”

“ஆமாம், நிச்சயமாக,” என்று பெருமையோடு கூறிக் கொண்டான் ட்ரோஜ்டோவ்: “எல்லா ஆடம்பரத்தோடுங் கூடிய அருமையான விசாரணை அது! அந்த யூதனும் விசாரணைக்கு வந்திருந்தான். அங்குதான் அவன் தான் செய்துவிட்ட தவற்றை உணர்ந்தான்; அவன் வாய்விட்டு அழுது புலம்பியவண்ணம், என்னைச் சிறைக்கு அனுப்ப வேண்டாமென்றுகூடக் கெஞ்சிக் கேட்டான். அவர்களோ அவனது வாயை மூட முயன்றார்கள். அவனோ மேலும் மேலும் கெஞ்சிக் கேட்டான். இறுதியில் அவர்கள் அவனை வெளியே இழுத்துச்சென்று விட்டார்கள். நான் உண்மையில் அவனுக்காகப் பெரிதும் வருந்தினேன். அந்தக் கிழட்டு முட்டாள்! முற்றிலும் அமுங்கிப்போய்விட்டான்! நான் அந்தப் பணத்தைப் படுகொலையின்போது யூதர்களிடமிருந்தே திருடிக் கொண்டுவந்துவிட்டதாக அவன் முதலில் எண்ணிக்கொண்டு விட்டான்.”

மாட்வி துள்ளியெழுந்தான்; மெழுகுவர்த்தியை ஏற்றினான்; அந்தச் சுடரை ட்ரோஜ்டோவின் முகத்துக்கு நேராகப் பிடித்தான்.

“இது ஒன்றும் உனது கட்டுக்கதையல்ல என்பது நிச்சயந்தானா?' என்று கேட்டான் அவன்.

“நிச்சயமாக இல்லை. நான் ஏன் கட்டிச் சொல்ல வேண்டும்?” என்று கனவு காண்பது போல விழித்து, புன்னகை புரிந்தவாறே சொன்னான் ட்ரோஜ்டோவ் “அத்தனையும் உண்மைதான்.”

மாட்வி மெழுகுவர்த்தியை ஒரு நாற்காலிமீது வைத்து விட்டு, அந்த அறையில் குறுக்கும் நெடுக்குமாக ஒன்றிரண்டு தடவை நெடுக நடந்தான்.

இவன் பொய் சொல்லவில்லை; இவன் வெறுமனே ஒரு முட்டாள்தான் என்று தனக்குத்தானே சொல்லிக்கொண்டான் அவன்.

ட்ரோஜ்டோவ் கொட்டாவி விட்டவாறு, சோபாவில் மீண்டும் சுருண்டு படுத்துக்கொண்டான்.

“சொல்வதை நம்புங்கள். எனக்குத் தூக்கம் வருகிறது,” என்றான் அவன்.

“தலைக்கு ஒரு தலையணையாவது வைத்துக்கொள்ளேன்,” என்று அந்த அறையின் மூலையொன்றுக்குத் திரும்பவும் நடந்தவாறே சொன்னான் மாட்வி.

ட்ரோஜ்டோவ் பதிலே பேசவில்லை; மாட்வி திரும்பி வந்தபோது, அவன் உரக்கக் குறட்டைவிட்டுக்கொண்டிருந்தாள். ஒரு குழம்பிய உணர்வோடு, மாட்வி அவனது குழந்தை போன்ற முகத்தைப் பார்த்தவாறே நின்றான்.

ட்ரோஜ்டோவ் யூதனுக்காக வருந்த “நேர்ந்தது”; அதன் காரணமாக, அவன் பணத்தைத் திருடவும் “நேர்த்தது”. இதற்கு என்ன அர்த்தம்? என்று நினைத்தான் அவன்.

அருணோதயம் வந்தது. மெழுகுவர்த்தியின் ஒளி வெளிறியது; படுக்கைக்கருகே தரைமீதுள்ள கறுத்த கறைகளின் மீது துடிதுடிக்கும் நிழல்களைப் பரப்பியது. சுடரின் மஞ்சள் நிதமான நாக்கு அந்த மெழுகுவர்த்தியிலிருந்து தப்பியோட முயல்வது போல இங்குமங்குமாக ஏச்சம் காட்டிப் பாய்ந்தது; அந்தக் கறைகளும் ஏதோ ஒரு மறைவிடத்தை நாடி ஓட முயல்வது போல, அசைகின்ற ஒரு பிரமையுணர்ச்சியை ஏற்படுத்தின.

மாட்வி ஆழ்ந்த பெருமூச்செறிந்தவாறு, சாவதானமான முறையில் உடை உடுத்திக்கொள்ளத் தொடங்கினான்; அதே சமயம் அவனைப்பற்றி எந்த ஒரு திட்டவட்டமான அபிப்பிராயத்துக்கு வராமலும், அல்லது எந்த ஒரு தெளிவான உணர்ச்சியையும் அனுபவியாமலும், சோபாவின் மீது கிடந்த அவனது உருவத்தை இடையிடையே கடைக்கண்ணால் பார்த்துக்கொள்ளவும் செய்தான்.

அவன் போய்விடுவதே நல்லது என்று நினைத்தான் அவன்; எனக்குத் தெரிந்தவரையில் அவன் ஞானியாகக்கூட இருக்கலாம்; இருந்தாலும் என்றாவது ஒரு நல்ல நாளில், அவன் யாருடைய சூப்பிலாவது வெள்ளைப் பாஷாணத்தைப் போட்டுவிட "நேர்ந்துவிடும்."

உடை உடுத்தி முடித்த பின்னால், அவன் மூன்று பழைய ஐந்து ரூபிள் நோட்டுக்களை வெளியே எடுத்தான்; ட்ரோஜ்டோவை எழுப்பி, அவற்றை அவனிடம் கொடுத்து, பின்வருமாறு சொன்னான்: "நண்பா! இதோ எடுத்துக்கொண்டு, போய்த் தொலை!"

ட்ரோஜ்டோவ் அவனது கையைப் பற்றி, அதனைப் பிடித்துப் பிழிந்தவாறே, பின்வருமாறு மகிழ்ச்சியோடு சொன்னான்:

"மிக்க நன்றி! மிக்க நன்றி! நான் என்ன செய்வதெனத் திகைத்திருந்தேன்; எப்படி வெளியேறுவதென்றே எனக்குத் தெரியவில்லை; அடைபட்டுக்கொண்டது போல் உணர்ந்தேன். இப்போதோ நான் பறந்து போய்விடுவேன்!" மாட்வி அவனது முகத்தில் தோன்றும் உணர்ச்சியைக் காண விரும்பாதவனாய், வேறு பக்கம் திரும்பிக்கொண்டான். ஒரு மணி நேரத்துக்குப் பின்னர், ஏதோ பெயருக்குக் காலையுணவைச் சாப்பிட்டுவிட்டு, செம்யோன் ட்ரோஜ்டோவ் தன் மீசையைச் சுண்டிவிட்டுக்கொண்டு, எல்லோரிடமும் தனது மெலிந்த கையை நீட்டிய்வாறு, ஒளி மிகுந்த புன்னகையோடு பின்வருமாறு சொன்னான்:

'விடை பெறுகிறேன், நண்பர்களே! உங்களுக்குச் செல் வமும், க்ஷேமமும், ஆனந்தமும் உண்டாகட்டும்!"

அவர்கள் வலிந்து புன்னகை புரிந்தவாறே, அவனுக்கும் பதிலுக்கு வாழ்த்துக் கூறினார்கள். மாட்வி அவர்களது வேண்டா வெறுப்பைக் கண்டு வெறுத்தான் அவன் ட்ரோஜ்டோவை முத்தமிட்டுவிட்டுத் தனது அறைக்குள் சென்றான்.

நீங்கள் எனக்குச் செய்த உபகாரத்தையெல்லாம் நான் சாகின்ற நாள் வரையிலும் மறக்க மாட்டேன், மாட்வி ஸாவ்லிவிச் என்று அவனை நோக்கிக் குரல் கொடுத்தான் ட்ரோஜ்டோவ்.

உண்மையிலேயே அவன் ஒரு முட்டாள்தான் என்று ஒரு பெருமூச்சுடன் நினைத்தான் மாட்வி; அதே சமயம் அவன் போவதற்காக வருந்தி, தன்னுள் அதனை ஆழ்ந்து உணர்ந்துகொண்டான்.

இன்னொருவனும் போய்விட்டான். எங்குப் போகிறான் என்று எவருக்கும் தெரியாது! என்ற சோக எண்ணம் அவனது மனத்தில் மெல்ல வடிவெடுத்தது. அவன் போய்விட்டான்; நான் இருக்கிறேன். மீண்டும் நான் அவனைக் கனவில் மட்டும் கண்டது போலத்தான் இருக்கிறது. இதெல்லாம் மனிதனின் புரியும் சக்திக்கு அப்பாற்பட்டதே.

அதே தினத்தில், சாப்பாட்டுக்குப் பிறகு நடால்யா திடீரென்று இறந்து போனாள். மாட்வி தனது நோட்டுப் புத்தகத்தில் பின்வரும் குறிப்பை எழுதி வைத்தான்:

"சாப்பாட்டுக்குப் பின்னர்த் திடீரென்று நடால்யாவுக்கு உடம்புக்கு மிகவும் முடியாமல் போய்விட்டது. அவள் தன் தலையைப் பின்னோக்கிச் சாய்த்தாள். முகமெல்லாம் நீலம் பாரித்துப் போய்விட்டது; மூச்சுவிடத் திணறியவாறே அவள் பின்வருமாறு சொன்னாள்:

"புனித மாதா! நான் எதையோ தின்றுவிட்டேன்!"

"மாக்ஸிம் பின்வருமாறு சொன்னான்:

"நீ தின்றுவிட்டாய் என்றே நான் எண்ண வேண்டும். நீ என்னவோ உனக்கு வாளி நிறையக் கொடுத்தது போலல்லவா தின்று தீர்க்கிறாய்!"

அவள் சில காலமாக ஒரு குதிரை மாதிரி தின்று வந்தாள் என்பது உண்மைதான். அவள் தனது கண்கள் விழி பிதுங்கும் வரையிலும், கைகள் மரத்துப்போகிற வரையிலும் தின்பாள்; அப்போது அவளுக்கு மூச்சுக்கூடச் சரியாக வராது; அந்த மயக்கம் போகிறவரையில் அது நின்ற மாதிரிதான். அத்தகைய வேளைகளில் அவளைப் பார்ப்பதே ஒரு கண்ணறாவியான காட்சிதான்; மாக்ஸிம் அவளிடம் இதுபற்றிப் பேசிப் பார்த்துவிட்டான். ஷாகிரோ அவளுக்காக வெட்கப்பட்டான்; அவனது காதுகள் தீப்பிடித்து விட்டன என்று தோன்றுமளவுக்கு அவன் முகம் கன்றிச் சிவந்தான்.

"எங்களுக்கு இது ரொம்பவும் பழகிப் போய்விட்டது; எனவே, இம்முறையும் நாங்கள் அவள்மீது கவனமே செலுத்தவில்லை. அவள் எழுந்து, வாசலை நோக்கி நடந்தாள்; பின்னர்த் திடீரென்று தன் கைகளைத் தொண்டைக் குழிக்கு உயர்த்தியவாறே, வாசல் நடையில் தொப்பென்று விழுந்தாள். அவர்கள் அவளைத் தூக்கி வந்து, ஒரு பெஞ்சின்மீது கிடத்தினார்கள். அவளது மூக்கிலிருந்து ரத்தம் வழிந்தது. அவள் மூச்சுவிடத் திணறியவாறே, பின்வருமாறு வாய் பிளந்து சொன்னாள்:

"நான்... இறந்துகொண்டிருக்கிறேன்..."

"அவர்கள் பாதிரியாருக்கு ஆளனுப்பினார்கள்; அவளுக்கு விக்கல் தொடங்கியது; பின்னர் எங்களுக்குக்கூடத் தெரியாமலே அவள் இறந்து

போய்விட்டாள். பாதிரியார் வந்த பிறகு, அவள் இறந்துவிட்டாள் என்பதை அவர்தான் எங்களுக்குச் சொன்னார். ஷாகிர் தன் முகத்தைச் சுருக்கி நெரித்தான்; பக்கவாட்டில் ஊர்ந்து, வெளியிலுள்ள கூடத்துக்குச் சென்றான்; பின்னர்ப் பரண்வீட்டுக்குச் செல்லும் படிக்கட்டில் குடிகாரனைப் போல, படிக்கட்டின் கைப்பிடிக் கம்பியைப் பிடித்தவாறு ஏறினான். நான் அவன் பின்னால் சென்றேன். 'நீ எங்கே போகிறாய்?' என்றேன் நான்; ஆனால், அவனோ நான் சொன்னதையே காதில் வாங்கியதாகத் தோன்றவில்லை; அவன் படிக்கட்டின் படியொன்றின் மீது அமர்ந்தவாறு, தனக்குத்தானே 'அல்லா! அல்லா!" என்று முணுமுணுத்தவண்ணம் இருந்தான். நான் அவனைத் தேற்றுவதற்காக ஏதாவது சொல்ல வேண்டுமென முயன்றேன்; ஆனால் மரணத்தை இலகுவாக்குவதற்கு என்னதான் சொல்லிவிட முடியும்? நான் வெறுமனே அவனைச் சுற்றிக் கரங்களை மட்டும் போட்டேன்; எதுவும் பேசவில்லை. அங்கு நாங்கள் ஒரு மணி நேரத்துக்கு மேலாகவே இருந்திருக்க வேண்டும்.

"அவளைப்பற்றிச் சொல்லக்கூடியதாக என்னிடம் எதுவும் இல்லை. எனக்கு அவளை என்றும் பிடித்ததும் இல்லை; நான் அவளைச் சரியாகக்கூடப் பார்த்ததும் இல்லை. அவளோ வெறுமனே வேலை செய்யவும், தின்பதையும் தவிர வேறு எதுவும் செய்யவில்லை. அவளைப் பற்றிச் சொல்வதற்கு என்ன விஷயம் இருக்க முடியும்? நான் அவளுக்காக வருந்தத்தான் செய்தேன்; அது ஒருவிதமான ஊமை வருத்தந்தான்.

"இன்று காலையில் நாங்கள் அவளை அடக்கம் செய்தோம். ஷாகிரைப் பார்க்கப் பரிதாபமாக இருந்தது; அவன் சவப் பெட்டிக்குப் பின்னால், தனது எஜமானால் அடித்து விரட்டப்பட்ட நாய் போல, மீண்டும் துணிந்து திரும்பி வந்து, அவனிடம் மன்னிப்புக் கேட்பதா வேண்டாமா என்று தெரியாது விழிக்கும் நாய் போல, ஒரு பக்கமாக ஒதுங்கி, வேலியோரமாக ஒண்டி உரசியவாறு நடந்து வந்தான். பிச்சைக்காரர்கள் அவனைக் கடைக்கண்ணால் நோக்கி, ஆபாசமும் குரோதமும் நிறைந்த வார்த்தைகளைக் கூறினார்கள். பிச்சைக்காரர்களைத் தான் நான் எப்படி வெறுக்கிறேன்!

"ஷாகிர் சமாதி ஸ்தலத்துக்குள் போகவில்லை; அவனில்லாமலே அவர்கள் அவளைப் புதைத்துவிட்டார்கள். அவன் அங்கில்லை என்று தெரிந்ததும் நான் பயந்தே போனேன்; அந்தத் திறந்த சமாதிக்குள் ஒரு பிடி மண்ணைக் கூட அள்ளிப் போடாமல், நான் அவனைத் தேடி ஓடினேன். அவன் வேலிப்புறத்துக்கு அப்பாலுள்ள ஒரு வயலில் முழங்காலிட்டுப் பிரார்த்தித்துக்கொண்டிருந்தான். நான் அவனை வீட்டுக்கு அழைத்து வந்தேன்; அன்றைய குறைப் பொழுதுக்கும் நாங்கள் பேசிக்கொண்டேயிருந்தோம். அவன் புனிதமான ஆத்மா கொண்ட மிகவும் நல்ல மனிதன். அவன் அழுதுவிட்டு, என்னிடம் பின்வருமாறு சொன்னான்:

" அவள் ஒரு நல்ல ருஷ்யப் பெண்; மிகுந்த கெட்டிக்காரி; சகலத்தையும் பார்த்தவள் அவள். அன்பு மிகுந்த இதயமுங்கூட அவளுக்கு. தான் துன்பப்படுத்த வேண்டாத ஒரு நபர் துன்பப்படுவதைக்காட்டிலும், அவள் அதற்காகப்

பொய்கூடச் சொல்வாள். ஒரு மனிதன் மோசமான மனோ நிலையில் இருந்தால், என்ன செய்ய வேண்டுமென்பது அவளுக்குத் தெரியும்; அவள் அவனைத் தன் கரங்களால் வளைத்து, எல்லாம் சரியாய்ப் போய்விடும். கவலைப்படாதீர்கள், பொறுமையாயிருங்கள், ' என்று சொன்னாள். அவள் கன்னி மரித் தாயைப் போலவே இருந்தாள்; கன்னிமரியாளைப் பற்றியே எப்போதும் பேசினாள். அவள் தனக்கு எதுவுமே தெரியாதது போலப் பேசினாள். ஆனால், அவள் எல்லாவற்றையும் தெரிந்து வைத்திருந்தாள். இரவிலோ, 'நாம் ஒன்றும் மற்றவர்களைவிட உயர்ந்தவர்கள் அல்ல; மற்றவர்கள் நமக்குத் தீங்கு இழைக்கும்போது, நாம் அவற்றை நினைவில் வைத்திருக்கக் கூடாது; நாம் பிறருக்குத் தீங்கிழைக்கும்போது, அவற்றை நாம் நினைத்துப் பார்ப்பதில்லை, ' என்று சொல்வாள் அவள்.

"பின்னர் அவன் என்னிடம் பின்வருமாறு சொன்னான்:

"நீங்கள் என் எஜமான் அல்ல; என் சகோதரர்," என்றான் அவன்; நானும் அதே வார்த்தையை என் இதய பூர்வமாகத் திருப்பிச் சொன்னேன். ஏனெனில், நான் அவனை அத்தனை அன்போடு நேசிக்கிறேன்.

"அவன் என் அறையில் தூங்க வந்தான். சவ அடக்கத்துக்குப் பின்னால் தன்னந்தனியாகத் தூங்குவதற்கு எனக்குப் பயமாக இருக்கும் என்று நான் அவனிடம் சொன்னேன்; ஆனால், உண்மையில் நான் அவனுக்காகத்தான் பயந்தேன். எங்கள் வீட்டிலோ கயிற்றுக்குப் பஞ்சமில்லை; சோகம் என்பதோ சாத்தானின் கையாள்தான். இரவில் அவன் தன் தலையைத் தூக்கி, நான் தூங்கிவிட்டேனா, இல்லையா என்று காதுகொடுத்துக் கூர்ந்து கவனிப்பான்; பின்னர் முழங்காலிட்டுப் பிரார்த்திக்கத் தொடங்கிவிடுவான். இரவு முழுவதும் இப்படியே நடந்தது. காலையில் அவன் என்னைப் பார்த்தான்; தோளை நிராசையோடு இலேசாக உலுக்கிவிட்டு, வெளியே சென்றுவிட்டான். நான் அவனைப் பின்தொடர்ந்து செல்லவில்லை; ஏனெனில், அவன் சோகத்தோடு போராடி வெற்றி கண்டுவிட்டான் என்பதை அவனது முகத்திலிருந்தே என்னால் தெரிந்துகொள்ள முடிந்தது. நடால்யாவைப் பற்றி அருமையாக எதுவும் சொல்வதற்கு, எனக்கு முடியாமல் போனதுதான் எத்தனை பரிதாபம்! நான் யாரைப் பற்றியாவது அருமையான, பக்திபூர்வமான, உணர்ச்சியூட்டும் வார்த்தைகளை எழுதத்தான் வேண்டும்!

"பிதா அலெக்ஸாண்டர் ஈமப்பிரார்த்தனையை வாசித்தார். அவர் அதனை நன்றாகவே, மிகுந்த அழுத்தத்தோடும், ஆழ்ந்த உணர்ச்சியோடும் ஒரு நடுங்கும் குரலில் வாசித்து முடித்தார். நாங்கள் சமாதி ஸ்தலத்திலிருந்து வீடு திரும்பும் வழியில், அவர் என்னை நோக்கி நட்புரிமையான முறையில் பின்வருமாறு சொன்னார்:

"நீங்கள் ஏன் அதன்பின் என்னைப் பார்க்க வரவே காணோம்? என் மனைவியின் சித்தப்பா இங்கு வந்திருக்கிறார். எங்களிடம் ஒரு வாத்தியம் இருக்கிறது. என் மனைவி உங்களுக்கு அதனை வாசித்துக் காட்டுவாள்.'

"நான் போக வேண்டும் என்றே எண்ணுகிறேன்."

அவன் போகவும் செய்தான்; ஏதோ வேறோர் உலகத்திலிருந்து இறக்குமதி செய்யப்பட்டு வந்தவர் போல, இதற்கு முன் அவன் கண்டிருந்த எல்லோரிடமிருந்தும் வேறுபட்டிருந்த ஒரு புதுமையான மனிதரை அங்கு அவன் சந்தித்தான்.

அந்த மனிதரின் தோற்றம் அசாதாரணமாக இருந்தது; அந்த மனிதரின் வயதொத்த நபர்களிடம் வழக்கமாகக் காணப்படாத ஒரு துறுதுறுப்பு அவரது அசைவுகளிலே தென்பட்டது. இந்தத் தன்மை மாட்வியின் மனத்தைச் சட்டென்று தொட்டது. அதனால் அவன் நிலைகுலையக்கூடச் செய்தான். அந்த மனிதர் மாட்வியை வரவேற்ற தோரணையிலுங்கூட, ஏதோ ஒரு வழக்கத்துக்கு மாறான புரியாத தன்மை இருந்தது: "சௌக்கியமா?" என்று ஓர் ஆழ்ந்த கனத்த குரலில் விசாரித்தவாறே, அவர் மாட்வியின் கரத்தைக் கீழ்நோக்கி ஒரு வெட்டு வெட்டி இழுத்தார்: "உங்களைச் சந்தித்ததில் மிகுந்த மகிழ்ச்சி; ஆமாம். மிகுந்த மகிழ்ச்சிதான். சரி, உட்காருங்கள் உங்கள் பெயர் மாட்வி ஸாவ்லிவிச். அப்படித் தானே? என் பெயர் மார்க் வாஸிலிவிச்."

மறுகணம் அவர் மாட்வி அங்கிருப்பதையே முற்றிலும் மறந்துவிட்டவர் போல, அந்த நெருக்கமான சிறிய அறையின் தரைமீது கைகளை வீசி நடந்தவாறே பின்வருமாறு சொன்னார்:

"அங்குள்ள காடுகள் அற்புதமான அழகுள்ளவை; ஆறுகள் அகலமும் வேகமும் பொருந்தியவை; கால்நடைகள் எல்லாம் பெரியவை; பளபளப்பானவை. ஜனங்கள்–நல்லது, இங்கிருப்பதைக் காட்டிலும் அங்கு அதிகமான கட்டுப்பாடு உடையவர்கள் தான்; ஒரு விதத்தில் அது மோசமானது; இன்னொரு விதத்தில் அது நல்லதுதான். அதாவது, அவர்கள் தங்கள் தகுதியைத் தாங்களே தெரிந்திருக்கிறார்கள் என்று அர்த்தம்."

அவர் இடைவாரினால் கட்டப்பெற்ற ஒரு கபிலநிறச் சட்டை அணிந்திருந்தார்; அதன் மார்புப் புறத்தில் ஓர் ஒட்டுப்பை இருந்தது. அவரது அழுக்கடைந்த கால்சராயின் கால்கள், அவரது மெருகேற்றப்படாத பூட்சுகளின் உச்சிகளுக்குள் திணிக்கப்பட்டிருந்தன; ருஷ்யமோஸ்தரில் அவரது கண்களிலிருந்து தோள்பட்டை வரையிலும் நீண்டு பரவியிருந்த தாடியால் மூடப்பெற்ற அவரது தட்டை மூக்கு கொண்ட அகன்ற முகத்தோடு சேர்ந்து, அந்த உடைகளும் மோசமாக இருந்தன. அவரது கழுத்து முழுவதுமே ஒரே தாடிமயந்தான். அது அவரது காதிலிருந்துங்கூட வளர்ந்து வந்தது. ஆனால், அவரது தலையோ அவரது நெற்றிப் பொருத்துக்களிலிருந்து தொடங்கிப் பின்புறமாகத் தொங்கும் ஒரு சில நரைத்த மயிர்ச் சுருள்களைத் தவிர, மற்றப்படி முழுவதும் வழுக்கையாகத்தான் இருந்தது. அவரது கால்கள் வளைந்திருந்தன; வயிறு முன் தள்ளியிருந்தது; கைகள் குட்டையாக இருந்தன. அவை அவர் தமது விரல்களால் சாமான்களின் மிருதுத் தன்மையைத் தொட்டுப் பார்ப்பது, அல்லது கால் சராயை இழுத்துவிட்டுக்கொள்வது, அல்லது காற்றில் கைக் கரணம் காட்டிப் பேசுவது ஆகிய காரியங்களால் ஓய்வற்று, எப்போதும் இயங்கிக்கொண்டேயிருந்தன.

இவர் அவலட்சணமானவர்தான்; என்றாலும், இவரது முகத்தில் அப்போஸ்தலத் தன்மையென்றுகூடச் சொல்லக்கூடிய ஏதோ ஒரு கவர்ச்சி இருக்கத்தான் செய்கிறது என்று அவரைக் கூர்ந்து கவனித்தவாறு தனக்குள் நினைத்துக் கொண்டான் மாட்வி.

அவரது நெற்றியில் சிராய்ப்புகளைப் போலத் தோன்றும் ஆழமான சிவந்த வரிக்கோடுகள் உழுது பள்ளம் பாய்ந்திருந்தன. பக்கவாட்டிலும் பின்புறத்திலும் அடர்ந்த மயிரும், உச்சியிலே வழுக்கையும் கொண்ட அவரது பெரிய கபாலம் இதோ ஒரு பிடிவாதமான உறுதி படைத்த ஒரு மனிதர் இருக்கிறார் என்ற எண்ணத்தைத் தோற்றுவித்தது; என்றாலும், அவரது சின்னஞ்சிறிய கண்களில் தோன்றும் மிருதுவான, ஜீவன் மிகுந்த ஒளியோ அந்தப் பிடிவாத குணத்தோடு ஒத்துப்போவதாகத் தோன்றவில்லை.

மார்க் வாஸிலிவிச்சின் முகம் இலையுதிர்க் காலப்பொழுதைப் போல நேரத்துக்கொரு தோற்றம் கொண்டது. ஒரு சமயத்தில் அதில் முதுமையும் நிதானமும் தென்பட்டன; மறு சமயத்திலோ இளமையும் குதூகலமும் தென்பட்டன. அவரது கண்களின் மினுமினுப்புத்தான் அவரது தோற்றத்தின் அம்சங்களை மாற்றியவண்ணம் இருந்தது.

அவர் எப்போதும் தமது குட்டை விரல்களால் தாடியைக் கோதியவண்ணம், ஒரு கிண்ணிக்கோழியின் அமுத்தலோடு தமது முட்டில் வளைந்த கால்களை எடுத்து வைத்து அங்குமிங்கும் நடந்தார். அவரது நிதானமான நடையானது, அவரது தலையும் கைகளும் இடைவிடாமல் ஆடியசைந்து கொண்டிருப்பதோடும், அவரது முகபாவத்தில் தோன்றும் ஜீவனுள்ள மாறுதல்களோடும் சிறிதும் இணக்கமற்றுத் தோன்றியது. அவரிடம் ஏதோ கோமாளித்தன்மையான ஒன்று இருந்தது; அவரைப் பார்த்த மாத்திரத்தில் ஒருவருக்குப் புன்னகை தோன்றியது; ஆனால், அவரது செம்பாகமான, தெளிந்த பேச்சோ உடன் கவனத்தைக் கவர்ந்தது: அத்துடன் அது அவர்மீது ஆழ்ந்த எண்ணத்தையும் உண்டாக்கியது.

பாதிரியாரின் மந்தமான சின்ன மனைவி தனது மூக்குக் கண்ணாடியை நெற்றி யின்மீது தூக்கி விட்டுக்கொண்டு, கைகளையும் தையல் வேலையையும் மடியில் சோரப் போட்டவாறு, இடையிடையே ஒன்றிரண்டு அமைதியான வார்த்தைகளை உதிர்த்தவண்ணம் ஜன்னலுக்கருகில் அமர்ந்து கேட்டுக் கொண்டிருந்தாள். இதற்கு மாறாக, அந்தக் கலைந்த தலையையுடைய பாதிரியாரோ துள்ளிக் குதித்தவண்ணம், அறையில் அங்குமிங்கும் சாடித் திரிந்து, நாற்காலிகளோடு மோதியவராகவும், விரக்தியோடு சோபாவின்மீது சாய்ந்தவராகவும் இருந்தவாறு, தமது தலையை இரு கைகளாலும் பிடித்துக்கொண்டு, பின்வருமாறு கத்திக்கொண்டுமிருந்தார்:

"ஆனால், பாருங்கள் மார்க் மாமா–"

ஆனால், மார்க் மாமாவோ தமது நிர்விசாரமான கனத்த குரலில் அவருக்குப் பின்வருமாறு பதிலளித்தார்:

“துள்ளித் திரிவதை நிறுத்துங்கள்; அது உங்கள் தகுதிக்கு ஏற்றதல்ல. நான் சொல்ல வந்தது என்னவெனில், நீங்கள் ஜனங்களிடமிருந்து எல்லாவிதமான விலங்குகளையும் அகற்ற வேண்டும். ஆம். எல்லாவிதமான விலங்குகளையும் நிரந்தரமாக நீக்கிவிட வேண்டும். ஆனால், நீங்களோ ஒரு விலங்குக்குப் பதிலாக, இன்னொரு விலங்கை மாற்றிப் பூட்ட விரும்புகிறீர்கள்.”

“ஆனால், நீங்கள் சொல்லும் அந்தச் சுதந்தரம் காரிய சாத்தியமற்றது. அதனை அடையவே முடியாது!”

“நீங்களும் உங்கள் வகையறாக்களும் ஒரு மனிதனுக்கு எதைச் சொல்கிறீர்கள்? ‘நீ கெட்டவன்; முழுக்க முழுக்கக் கெட்டவன்; நீ பாவச் சேற்றில் மூழ்கி, ஒரு மிருகம் போலாகி விட்டாய், ’ என்பதைத் தவிர வேறென்ன? அந்த மனிதனும் உங்கள் பேச்சை நம்புகிறான். ஏனெனில் சொல்லிலும் சரி, செயலிலும் சரி, நீங்கள் அவனிடமுள்ள மூலாரம்பமான நற்குணத்தை மறுக்கிறீர்கள். நீங்கள் அவனது நம்பிக்கைகளையெல்லாம் கொள்ளை கொள்வதற்கு எல்லாம் செய்கிறீர்கள்; தீமையின் தடுத்து நிறுத்த முடியாத சக்தியைப் பற்றி அவனை நம்பவும் வைத்து விடுகிறீர்கள். அவனுக்குத் தன் னிடத்திலும், தனது சொந்த விருப்பத்துக்கிசைந்த சிருஷ்டி சக்தியிலும் உள்ள அவனது விசுவாசத்தையே வேரோடு பறித்து விடுகிறீர்கள்; அவனது இறக்கைகளை வெட்டி விடுவதன் மூலம் அவனை மேலும் மேலும் உழைச்சேற்றில் ஆழ்ந்து அமிழச் செய்து விடுகிறீர்கள்.”

“நீங்கள் என்ன சொல்கிறீர்கள்?” என்று துள்ளிக் குதித்தவாறும், கோபம் கொண்ட குழந்தையைப் போலக் காலைத் தரையில் உதைத்துக்கொண்டும் கத்தினார் பாதிரியார்.

மூலையிலிருந்து நிதானப்படுத்தும் குரல் ஒன்று வந்தது: “ஷாஷா!”

அந்தப் பாதிரியார் தமது தலையை வெட்டியிழுத்தவாறு சோபாவின்மீது தொப்பென்று உட்கார்ந்தார்; மீண்டும் அந்த மனிதர் ஆழமும் நிதானமும் கொண்ட குரலில் பேசினார்:

“ஒரு மனிதனிடம் அவனும், அவன் செய்யும் எல்லாக் காரியங்களும் மோசமானவையென்றும், வாழ்க்கையே மோசமானது, அதை என்றும் மேம்படுத்த முடியாது என்றும் சொல்லிக்கொண்டே இராதீர்கள். அதற்கு மாறாக, அவன் மேம்பட முடியும் என்றும், ஏனெனில் அவன்தான் எல்லா வற்றுக்கும் மூலாதாரம் என்றும், எல்லாச் செயல்களும் வெளிப்பட்டுத் தோற்றும் ஆணிவேரே அவன்தான் என்றும் அவனிடம் சொல்லுங்கள்.”

“இது உங்களுக்குப் பிடித்திருக்கிறதா?” என்று யாரோ தன் காதுக்கருகில் கிசுகிசுப்பதை மாட்வி கேட்டான். திடுக்கிட்டவனாய், அவன் தன் தலையை நிமிர்த்தினான்; அப்போது அவன் பக்கமாகக் குனிந்து நின்ற, அந்தப் பாதிரியார் மனைவியின் நெரித்துச் சுருங்கிய கபில நிறக் கண்களை அவன் கண்டான்.

அவன் புழுக்கத்தோடு தன் கையை நெற்றியின்மீது வைத்துத் தடவியவாறு, ஆழ்ந்த நெடுமூச்சு வாங்கிவிட்டுப் பின்வருமாறு சொன்னான்:

“ஆம், நிச்சயமாக. இதுதான் எனக்குத் தேவை. ஆனால், அவர் சொல்வதைப் புரிந்துகொள்வது எனக்குச் சிரமமாக இருக்கிறது.”

“உங்கள் கருத்தில், யார் சொல்வது சரி?” என்று புன்னகையோடு, தனது மூக்குக்கண்ணாடியை மீண்டும் அணிந்தவாறு கேட்டாள் அவள்.

“உங்கள் சித்தப்பாதான்,” என்று தனக்குங்கூட வியப்பாக இருந்த ஓர் அறுதியோடு அவன் பதில் சொன்னான்.

பாதிரியாரின் மனைவி நிமிர்ந்து நின்றாள்.

“இதைக் கேட்டீர்களா, ஷாஷா?” என்றாள் அவள்.

அவளது சித்தப்பா புகைத்தவாறும், கனைத்தவாறும் மாட்வியைப் பார்த்தவண்ணம் அறையின் மத்தியில் நின்று கொண்டிருந்தார்.

“ஆமாம், நாம் சொன்னதுதான் சரி,” “என்று கண்ணைச் சிமிட்டியவாறே சொன்னார் அவர்: “நெற்றிப் பொருத்தில் இலேசாக நரை தோன்றும் வரைக்கும் வாழ்ந்துவிட்ட எவருமே நான் சொல்வதை ஒப்புக்கொள்ளத்தான் செய்வார்கள். ஏனெனில், அந்த நபர் வாழ்க்கையை ஓரளவுக் கண்டிருக்கத்தான் செய்வார். ஆனால் உபதேசியார்களான நீங்களோ? உங்களுக்கு வாழ்க்கையின் உண்மைகளும் தெரியாது; அவற்றை நீங்கள் கணக்கில் எடுத்துக்கொள்வதும் இல்லை.”

“ஆனால் நீங்களும் ஒரு உபதேசியார்தானே! அதிலும் வெறி பிடித்த உபதேசியார்!” என்று வியந்து சொன்னார் பாதிரியார்.

மார்க் மாமா அதனை மறுத்துரைப்பது போலக் கையை வீசிவிட்டு, மாட்விக்கு அடுத்தாற்போல அமர்ந்துகொண்டார்

“மாட்வி ஸாவ்லிவிச்! “என்று தொடங்கினார் அவர்: “எனக்கு ஏதாவது ஓர் அறை தேவை. நானும் ஒரு வாரக் காலமாகத் தேடிப் பார்க்கிறேன்; ஒன்றும் கிட்டவில்லை.”

“நான் நினைப்பது என்னவென்றால் நீங்கள் அவ்வாறு...” என்று தடுமாறினார் பாதிரியார்.

மாட்வி தன்னிடத்தைவிட்டு எழுந்து, தலை வணங்கிவிட்டு, சிறு நடுக்கத்துடன் பின்வருமாறு சொன்னான்:

“நானே ஒன்றைத் தர அனுமதியுங்கள். ஒரு வீடு நிறைய என்னிடம் ஏராளமான அறைகள் உள்ளன. மேலும் நான் மட்டுந்தான் அங்கு வசிக்கிறேன்.”

அந்த மனிதர் தன்னருகே வாழ வேண்டும் என்று அவன் விரும்பினான்; அவரைத் தினமும் பார்க்கவும், தினமும் அவரது பேச்சைக் கேட்கவும் அவன் விரும்பினான். அவன் தனது குரலின் தொனியே தன்னைக் காட்டிக் கொடுத்தது என்பதை உணர்ந்தான். அதாவது, அவன் இந்தச் சலுகையை ஒரு

பிச்சைக்காரனைப் போலக் கெஞ்சிக் கேட்டான்; மேலும் அது அசட்டுத்தனம் என்பதையும், தனக்கு ஏற்றதல்ல என்பதையும் உணர்ந்தான்; என்றாலும், அவர் மறுத்துவிடுவாரோ என்ற பயத்தில், தலையைக் குனிந்துகொண்டு, வாய்க்குள் ளாகவே முணுமுணுக்கத் தொடங்கினான்.

பாதிரியாரின் மனைவி ஒரு புரிந்துகொள்ள முடியாத, உறுதியும் வறட்சியும் மிகுந்த குரலில் பின்வருமாறு சொன்னாள்:

"மாட்வி ஸாவ்லிவிச்! எனது சித்தப்பா இப்போதுதான் சைபீரியாவிலிருந்து திரும்பி வந்திருக்கிறார் என்பதையும், அரசியல் காரணங்களுக்காக, அவர் அங்கு நாடு கடத்தப்பட்டிருந்தார் என்பதையும் நீங்கள் தெரிந்துகொள்ள வேண்டியது அவசியம்."

மாட்வி கீழே அமர்ந்து, ஆனந்தமாகப் புன்னகை புரிந்தான்.

"எனக்குத் தெரியும்," என்றான் அவன்.

"ஏற்கெனவே தெரியுமா?"

"ஆமாம், நான் ஊகித்துக்கொண்டேன். அவர் பேசிய பேச்சிலிருந்தே அதைப் புரிந்துகொண்டேன்."

"ஓ! அப்படியா?" என்று பாதிரியாரின் மனைவி அமைதியாகச் சொன்னாள். பாதிரியாரும் மார்க் மாமாவும் ஒருவரையொருவர் பார்த்துப் புன்னகை புரிந்துகொண்டார்கள்.

"நல்லது, பாதிரியாரே? "என்று அந்த மாமா அர்த்த புஷ்டி நிறைந்த பார்வையோடு சொன்னார்.

பாதிரியார் அவரது கரத்தை எடுத்து, தன் உடம்போடு அணைத்துக்கொண்டு, பின்வருமாறு சொன்னார்:

"இதெல்லாம் இயல்புதான், மாமா. உங்களை எனக்கு ரொம்பவும் பிடித்திருக்கிறது; ஒவ்வொரு நாளும் அந்தப்பிடிப்பு மேலோங்குகிறது."

மாட்வி திடீரென்று முற்றிலும் நிவர்த்தியுணர்ச்சி பெற்றான்.

"சென்ற வருஷம் ஒரு சீமாட்டி என்னோடு வசித்து வந்தாள். பெயர் எவ்ஜெனியா பெட்ரோவ்னா மன்சுரோவா..."

"மன்சுரோவாவா? நீங்கள் சொல்லவே வேண்டாம்!' என்று கத்தினார் மார்க் மாமா: "ஏன், அவளை எனக்குத் தெரியும். அன்னா, நினைவிருக்கிறதா? சிஸோயேவாவைத் தெரியுமல்லவா? அவளேதான் இவள். நல்லது, நல்லது. அவளை நான் இரண்டு மாதங்களுக்கு முன்னர்தான் பார்த்தேன்."

அவர் மாட்வியைக் கூர்மையாகப் பார்த்தவாறு, தமது தாடியைப் பற்றிப் பிடித்தார்; புகையிலைப் புகையின் ஒரு சுருளை வெளியே விட்டார்.

“உங்கள் நகரம் அவளுக்கு ஒரு பலத்த அடிதான்.”

“அடியா? நீங்கள் என்ன சொல்கிறீர்கள்?” என்று மிருதுவாகக் கேட்டான் மாட்வி,

“அவள் தலைமீது ஓர் அடி. அவள் வீரம் பொருந்திய வாழ்க்கையைப் பற்றியும், அசகாயமான பெருங்காரியங்களைச் செய்வது பற்றியும் கனவு காண்பதையே வழக்கமாகக் கொண்டிருந்தாள். ஆனால் இப்போதோ, இது ஒன்றும் வீர சாகசங்களுக்கேற்ற காலம் அல்லவென்றும், எளிய வாழ்க்கைக்குப் பழகிக்கொள்ள வேண்டுமென்றும், இந்த மாதிரியான சின்ன நகரங்களுக்குச் சென்று வாழ வேண்டும் என்றும் வேறு பலரும் கூறுவதைப் போலவே அவளும் வற்புறுத்துகிறாள்; உண்மையில், அவள் இதனை ஊரறியக் கூறுகிறாள்.”

“அவள் திரும்பி வர விரும்புகிறாளா?” என்று நம்பிக்கையின் மங்கிய சிறு பொறி தெறிக்கக் கேட்டான் மாட்வி. “இங்கேயா? இல்லை. அவள் என்றும் இங்குத் திரும்பி வர மாட்டாள்.”

மார்க் மாமா தமது பளிச்சிடும் கண்களை மாட்வியின் பால் திருப்பினார்; தமது வழுக்கைத் தலையை ஆட்டிக் கொண்டார்.

“இல்லை. அவள் என்றும் இங்குத் திரும்பி வர மாட்டாள்,” என்று திருப்பிச் சொன்னார் அவர்: “தரிசு நிலத்திலே விதைகள் விதைப்பதென்பது – வேண்டாம், அவை வலுவற்ற வார்த்தைகள். என் அருமை மனிதரே, ருஷ்யாவிலுள்ள ஒவ்வொருவரும் குறைந்தபட்ச உழைப்போடு, கூடிய படசமான ஆனந்தத்தைப் பெற வேண்டும் என்று விரும்புகிறார்கள். கீழை நாட்டிலிருந்து நாம் சுவீகரித்துக்கொண்டதே ஒரு குணாம்சம் அது. முயற்சியே இல்லாமல் ஆனந்தத்துக்கு வேட்கைப்படுவது, ஒரு நாசகரமான வேட்கை. இருந்தாலும் இதோ நமது பாதிரியார் அதைத்தான் ஆதரிக்கிறார்–” “சித்தப்பா!” என்று அந்த மாது மிருதுவாகக் கண்டித்தாள்.

மார்க் மாமா மீண்டும் தரைமீது நடக்கத் தொடங்கினார்.

“உழைப்பிலே ஆனந்தம் காண நாம் கற்றுக்கொள்ளும் வரையிலும், எந்த ஒரு நன்மையும் நமக்கு விளையப் போவதில்லை,” என்று அழுத்தமாகச் சொன்னார் அவர்: “எந்த ஒரு வாழ்க்கையும் ஆனந்தத்தை மட்டுமே அடிப்படையாகக் கொண்டிருக்க முடியாது. ஏனெனில், வாழ்க்கை என்பது அதன் சாராம்சத்திலேயே செயலாற்றல்தான்; என்றாலும், நாம் செயலாற்றலின் தகுதியைப் பற்றிச் சந்தேகிக்கிறோம். அது முட்டாள்தனமானது; சொல்லப்போனால், அது பன்றித்தனமானது. ஏனெனில், நெடுநாள் துன்பப்பட்ட நமது மூதாதையர்களின் உழைப்பின் பலனையெல்லாம் சுவீகரித்துக் கொண்டே நாம், அவர்களது எலும்பிலும் இரத்தத்திலும் மீதுதான் வாழ்கிறோம்; அவர்கள் படைத்துத் தந்த எல்லா நன்மைகளையும் அனுபவிக்கிறோம்; ஆனால், இந்த நன்மைகளை நமக்காகவோ, அல்லது நமது சந்ததியாருக்காகவோ பல்கிப் பெருக்குவதற்கு நாம் எதுவுமே செய்வதில்லை. இத்தகைய செயலானது, ஓர் ஓக் மரத்தடியில் தரைமீது

கிடக்கும் விதைகளைத் தின்று தீர்க்கும் பன்றிகளின் நடத்தைக்கே சமானமாகும் என்றே நான் சொல்வேன்; சொல்லிக்கொண்டும் இருப்பேன்."

அவர் தமது கால்சராயைப் பலமாக மேலே வெட்டியிழுத்தார். அவ்வாறு இழுத்த வேகத்தில் அதன் காலொன்று அவரது பூட்சின் உச்சிக்குள்ளிருந்து இழுபட்டு வெளிப்பட்டு விட்டது. அவர் அதனை மீண்டும் செருகி வைப்பதற்காகக் குனிந்தபோது, ஒரு முட்ட வரும் ஆட்டுக்கிடாவைப் போலவே அவர் காட்சியளித்தார்.

"ஒரு சோம்பேறியான மனிதன் இந்த உலகில் மாபெரும் பொய்யன்; மாய்மாலக்காரன். ஏனெனில், சோம்பேறித் தனத்தை நியாயப்படுத்துவதைப் போலச் சிரமமான காரியம் வேறில்லை. வாழ்க்கை நமக்காக அளிக்கப்பட்டது; ஆனால், அதனைப் பரிபூரணமாகப் பக்குவப்படுத்த வேண்டியது நமது கடமைதான். மேலும், உழைப்பதற்கு விருப்பம் இல்லாதவர்கள்தான், எல்லா வாழ்க்கையும் முயற்சியும் அர்த்த மற்றது என்ற வாதத்தில் சரண்புக வேண்டியவர்களாகி விடுகிறார்கள்."

அவர் புடைத்துச் சிவந்த முகத்தோடு நிமிர்ந்து உட்கார்ந்தார்.

"அதனைப் பயன்படுத்திக்கொள்வது: அப்புறம் அதனை இகழ்வதா? எத்தனை கீழ்த்தரமானது."

எனவே, இவருக்கு எவ்ஜெனியாவைத் தெரியும் என்று மகிழ்ச்சியோடு நினைத்தான் மாட்வி. அத்தகைய கூர்மையான விஷயங்களை, அவர் ஆத்திரப்பட்டுச் சத்தம் போடாமல், ஓர் அமைதியான ஆழ்ந்த குரலில் கூறுவதைக் கேட்க விசித்திரமாகத்தான் இருந்தது. என்றாலும், அவரது பேச்சைத் தொடர்ந்து கேட்கவிடாமல் எவ்ஜெனியாவைப் பற்றிய எண்ணங்கள் மாட்வியின் மனத்தை ஆக்கிரமித்தன.

அவள் என்றும் திரும்பி வர மாட்டாள் என்று தனக்குத் தானே திரும்பக் கூறிக்கொண்டான் அவன்.

அந்தக் கணம் வரையிலும் அவளைத் திரும்பவும் பார்க்க முடியும் என்ற நம்பிக்கை அவனுள்ளே உயிரோடு நிலைத்திருந்தது; இப்போதோ அது செத்துப் போய்விட்டது; அதனால் அவன் துன்பப்பட்டான்.

பாதிரியாரின் மனைவி விளக்கை ஏற்றினாள். மாட்வி துள்ளியெழுந்து, அந்தப் புகை மண்டிய அறையைச் சுற்று முற்றும் பார்த்தான்; அந்தக் கபில நிற மூட்டத்தில் மிதந்துகொண்டிருப்பது போலத் தோன்றிய அந்தக் கிழவருக்குத் தலைவணங்கிவிட்டு, அவசரம் மிகுந்த கலவரத்தோடு அவன் விடை பெற்றுக்கொண்டான்.

"வெகுநேரம் தங்கிவிட்டதற்காக என்னை மன்னியுங்கள். நான் நேரத்தையே கவனிக்கவில்லை."

அவர்கள் மூன்று பேருமே அவனை வாசல் வரையிலும் வந்து வழியனுப்பினார்கள்; மேலும், வழக்கமாகச் சொல்லும் அதே வார்த்தைகளை, அதன் உண்மையான முக்கியத்துவத்தை உணர்ந்தவர்களாய் இதயம் நிறைந்த எளிமையோடு சொல்லி வழியனுப்பினார்கள். ஏதோ ஒரு குளிப்பறையிலிருந்து வெளிப்பட்டவன் போல அவன் அந்த ஆளரவமற்ற தெருவுக்குள் வந்தான். அவன் அத்தனை சுத்தமாகவும், புத்துணர்ச்சி பெற்றதாகவும் உணர்ந்தான்; அந்த எளிமையான வீட்டில் வைத்து, தனது இதயத்தில் நிரம்பிவிட்ட அந்த அருளில் எதுவும் தளும்பிச் சிந்திப் போய்விடுமோ என்று பயந்தவனாய், அவன் வீடு நோக்கி மெதுவாக நடந்தான். ஆனால், அந்த இதயத்தின் அடியில் மட்டும் ஒரு கனத்த, கனமான மண்டி படர்ந்திருந்தது:

அவள் என்றும் திரும்பி வர மாட்டாள்.

இரண்டு நாட்களுக்குப் பின்னர் மார்க் மாமா மாட்வியின் வீட்டுக்குக் குடி வந்து விட்டார். அவர் காலையில் வந்தார். அவர் வந்த மாத்திரத்திலேயே, அந்த வீட்டிலுள்ள ஜன்னல்களையெல்லாம் அகலத் திறந்து போட்டது போலவும், வசந்த காலத்தின் போதையூட்டும் சூழ்நிலை அறைகளிலெல்லாம் வெள்ளமெனப் பொங்கி நிறைவது போலவும் தோன்றியது. ஷாகிரை மார்க் மாமாவுக்கு அறிமுகப்படுத்தி வைத்தபோது, அவர் அந்தத் தாத்தாரியனின் ஒட்ட வெட்டி விடப்பெற்ற மீசையும் தாடியும் கொண்ட கபில நிறமான முகத்தை ஒரு கணம் கூர்ந்து பார்த்தவாறு நின்றார்; பின்னர்த் திடீரென்று அவனைத் தாத்தாரிய மொழியிலேயே கூப்பிட்டுப் பேசினார். ஷாகிர் கிட்டத்தட்டப் பயந்தே போனான். அவன் தன் புருவங்களை உயர்த்தினான்; மூச்சுவிடத் திணறுபவன் போல வாயைப் பிளந்து, தனது நொறுங்கி வரும் பற்களின் கரிய முளைகளை வெளிக் காட்டினான்; பின்னர்க் கீச்சுக் குரலில் குதூகலமாக வாய்விட்டுச் சிரித்தான்.

"தாத்தாரியர்கள் அருமையான ஜனங்கள்," என்று மார்க் மாமா மாட்வியிடம் சொன்னார்: "அவர்கள் மனம் துரிதமாக வேலை செய்வதில்லை; எனினும், அவர்கள் நேர்மையானவர்கள், தம்மால் இன்னும் என்ன செய்ய முடியும் என்பதை அவர்கள் நமக்குக் காட்டத்தான் போகிறார்கள். பொறுத்திருந்து பாருங்கள்."

பின்னர்ப் பாரசீகத்தில் ஒரு புதிய கோட்பாட்டை உபதேசிக்கும் தீர்க்க தரிசிகள் தோன்றியிருப்பதாக, அவர் ஷாகிரிடம் ருஷ்ய மொழியில் சொல்லத் தொடங்கினார். அவர்களது பெயர்கள் பாப், யாக்கியா, பெக்கா–உல்லா என்பனவாகும்; அத்துடன் கிதாபி–அக்டெஸ் என்ற புனித வேதம் ஒன்றும் எழுதப்பட்டுள்ளது.

"அதில், 'ஒரு மனிதன் மனித வர்க்கத்தின்மீது தான் கொண்டுள்ள நேசத்தினால் பெருமை கொள்ளட்டும்,' என்று சொல்லப்பட்டிருக்கிறது."

ஷாகிர் அவரிடம் ருஷ்ய மொழியும், தாத்தாரிய மொழியும் கலந்த ஒரு கலவை மொழியில் ஆர்வத்தோடு கேள்விகள் கேட்டான்; அதே சமயம் புதிதாகக்

குடிவந்தவரின் பெரிய தோல் டிரங்குப் பெட்டியின்மீது சுற்றியிருந்த கயிற்றை அவிழ்த்துக்கொண்டு ஒரு மூலையில் அமர்ந்திருந்த மாக்ஸிம் தன் தலையை உலுக்கியவாறே, பின்வருமாறு சொன்னான்:

“தாத்தாரியரும், யூதர்களும் எல்லோரையும் நேசிப்பது இயல்புதான்; ஏனெனில், அவர்கள் அந்நியர்கள் மத்தியில் வாழ்கிறார்கள்.”

“நீ ஒன்றும் உன் முடிவைச் சொல்வதற்கு அத்தனை அவசரப்படாதே,” என்று மாட்வி அவனைக் கண்டித்தான்.

“ருஷ்யர்களான நாம் மட்டும் என்னவாம்?” என்று தமது தாடியை வெட்டியாட்டியவாறே சொன்னார் மார்க் மாமா.

“நாமா? நாம் நம் வீட்டில் வாழ்கிறோம்,” என்று ஒரு கயிற்றை வெட்டியிழுத்தவாறு சொன்னான் மாக்ஸிம்

“அவன் துடுக்காகப் பேசுகிறான்,” என்று சிரித்தான் ஷாகிர் “அவன் இன்னும் இளைஞன் தான்.”

இதைக் கேட்டதும் மாக்ஸிம் தன் தோள்களை நிமிர்த்தியவாறு, எல்லோரையும் வரிசையாகப் பார்த்தான்; பின்னர்த் தன் கைகளில் அந்தக் கயிற்றை எடுத்துக்கொண்டு அறையை விட்டு வெளியேறினான். அப்போது அவன் போகிற போக்கில் பின்வருமாறு சொன்னான்:

“இளைஞனாக இருப்பது ஒன்றும் பாவமல்ல; அது முட்டாள்தனமும் அல்ல.”

“தொட்டால் வாடிப் பயல்தான்,” என்று சிரித்தார் மார்க் மாமா.

“உண்மையில் அவன் இளைஞன்தான்; முட்டாள்தான்,” என்று மன்னிப்புக்கோரும் தோரணையில் சொன்னான் மாட்வி: “அவனைச் சட்டை செய்யாதீர்கள்.”

மார்க் மாமா மாட்வியின் தோள்மீது கையைப் போட்டார்.

“அராபியர்களிடம் ஒரு பழமொழி இருக்கிறது. அதாவது, ‘கெட்டுப் போகாத இளைஞனின் முட்டாள்தனமானது, விசாரப்பட்ட முதுமையின் அறிவாற்றலைக்காட்டிலும் மேலானது.”

பின்னர் அவர் பெட்டியிலிருந்து துணிமணிகள், புத்தகங்கள், காகிதக் கட்டுக்கள் முதலியவற்றை வெளியில் எடுத்தவாறே, மாக்ஸிமைப் பற்றிப் பல விசாரணைகள் செய்து கேட்டுக்கொண்டார்.

இவர் என்னை ஒரு குழந்தை மாதிரி மதித்து நடத்துகிறார் என்று சுமுக பாவத்தோடு தனக்குள் எண்ணிக்கொண்டான் மாட்வி.

மார்க் மாமா எல்லோரிடமும் ஒரே மாதிரிதான் நடந்து கொண்டார். அவர் தம் மனத்திலுள்ளதை அப்படியப்படியே ஒவ்வொன்றையும் சொல்வதாகத் தோன்றியது; அவர் சொன்னவை ஒவ்வொன்றும் நம்பத்தக்கதாகவே ஒலித்தது; மேலும், ஜனங்களின்பால் ஒரு கண்டிப்பும் அதிகாரமும் கொண்ட, எனினும் அதே சமயம் நட்புரிமையும் நலம் நாடும் தன்மையும் கொண்ட ஒரு போக்கையும் அது வெளிப்படுத்திற்று.

அவர் அங்கு வந்து சேர்ந்த முதல் நாளன்று அவர் மாக்ஸிமைக் காரணமாக்கிப் பல ஹாஸ்ய மொழிகளைச் சொன்னார்; அன்று மாலையில் அவர் அந்த இளைஞனின் திறந்த டிரங்குப் பெட்டியின் முன்னால் மண்டியிட்டு அமர்ந்தவாறு, அவனது புத்தகங்களைப் பரிசீலனை செய்தார்; அவற்றை அலட்சியமாகத் தரையில் சுண்டிவிட்டவாறு, பின்வருமாறு சொன்னார்:

"இது ஒரு குப்பை – இதுவும் அப்படித்தான் – இதுவும் –"

மாக்ஸிம் தன் கைகளைப் பின்புறமாகக் கட்டியவாறும், முகத்தில் ஒரு கோணற் புன்னகை புரிந்தவாறும் அவரருகே நின்றுகொண்டிருந்தான். அவர் செய்வதைப் பொறுக்க மாட்டாமல் ஆனபோது, அவன் குத்தலாகப் பின்வருமாறு சொன்னான்:

"நீங்கள் இவையெல்லாவற்றையும் படித்து முடித்து விட்டீர்கள் என்று நினைக்கிறேன்."

மார்க் மாமா தாம் கழித்துப்போட்ட புத்தகங்களில் ஒரு கத்தையைக் கையில் அள்ளி, அவன் முன் நீட்டியவாறு பின்வருமாறு சொன்னார்:

"இவற்றில் எதை வேண்டுமானாலும் தேர்ந்தெடு. அதில் உள்ள விஷயம் எல்லாவற்றையும் நான் உனக்குச் சொல்கிறேன்."

மாக்ஸிம் ஒரு பெருமூச்செறிந்தான்

"என்னையொன்றும் தொல்லைப்படுத்த முடியாது," என்றான் அவன்.

"ஏன் கூடாது? நான் உன்னை அம்பலப்படுத்தி விடுவேன் என்று பயமா?"

"அதெல்லாம் ஒன்றுமில்லை."

"எனக்குத் தெரியாதா, என்ன? ஆனால் நான் உனக்கு இவற்றைக் காட்டிலும் சிறந்த புத்தகங்களைத் தர முடியும்."

மாக்ஸிம் அவரருகே மண்டியிட்டு அமர்ந்தான்.

"உண்மையாகவே தருவீர்களா?" என்று சந்தேகப் பாவத்தோடு கேட்டான்.

"நிச்சயம் தருவேன்."

"உங்கள் புத்தகங்கள் எதைப் பற்றியது?"

“எல்லாவற்றையுந்தான்: வாழ்க்கை, ஜனங்கள்...”

“புத்தகங்கள் இல்லாமலே ஜனங்களைப்பற்றி எனக்குப் போதுமான அளவுக்குத் தெரியும்,” என்று மற்றொரு பெருமூச்சுடன் சொன்னான் அந்த இளைஞன். மார்க் மாமா கனைத்தார்; தரையின்மீது உட்கார்ந்து, தமது முழங்கால்களைக் கைகளால் சுற்றிக் கட்டிக்கொண்டார்.

“உனக்குத் தெரியுமா? இப்போதே?” என்றார் அவர்.

“நிச்சயமாய். அது ஒன்றும் சிரமமல்ல.”

“நல்லது. பின்னே, என் அருமைப் பையா, அப்படியென்றால் நீ ஜனங்களைப் பற்றி என்ன தெரிந்துகொண்டிருக்கிறாய் என்பதை எனக்கு அன்பு கூர்ந்து சொல்லேன், பார்க்கலாம்.” அந்தக் கிழவரின் குரல் வாட்டமாக இருந்தது. ஆனால் ஷாகிர் வாய்விட்டுச் சிரித்தான்; மாட்வியுங்கூடக் குதூகலப்பட்டான்.

“சிரிப்பது சுலபம்,” என்று இடத்தைவிட்டு எழுந்து, முகத்தைச் சுருக்கியவாறு சொன்னான் மாக்ஸிம். அவன் தன் தொப்பியைக் கையிலெடுத்து, அதனைத் தலைமீது தட்டி வைத்துவிட்டு, வெளியேறிவிட்டான்.

“சிரிப்பதற்கு அத்தனை மூளை தேவையில்லை,” என்று போகிற போக்கில் முணுமுணுத்து விட்டுச் சென்றான் அவன்.

“ஓஹோ!” என்று தமது கண்கள் மினுமினுக்கக் கத்தினார் அந்தக் கிழவர்.

“அவன் காதைப் பிடித்துத் திருகத்தான் வேண்டும்,” என்று கையைப் பொறுமையிழந்து வீசியவாறே சொன்னான் ஷாகிர்.

“ஏன்? நாம் அவனது மூளையையே திருகி வைப்போம்.” மார்க் மாமா இலகுவாக எழுந்து, நிமிர்ந்தவாறே பின்வருமாறு சொன்னார்:

“கொஞ்சம் தேநீர் அருந்தினால் என்ன?”

‘ஆண்டவன் அவரது ஆத்மாவைச் சாந்தியடையச் செய்யட்டும்’ என்று தம்முன் சிலுவைக்குறி கீறியவாறே முணுமுணுத்தார் மாட்வி கோஸிமியாகின். பின்னர் அவர் தமது நோட்டுப் புத்தகத்தை எடுத்து, மீண்டும் தமது நினைவுகளில் ஆழ்ந்து போய்விட்டார்.

“மார்க் மாமா தாம் சந்திக்கும் ஒவ்வொருவரையும் அந்த நபரைத் தம் வாழ்நாள் முழுவதும் தெரிந்து பழகியவர் போலவே நடத்துகிறார்; அந்த நபரை நோக்கிப் பின்வருமாறு சொல்வது போன்று கண்ணுக்கு நேரே கூர்ந்து பார்க்கிறார்:

‘என்னைக் கண்டு பயப்படாதே, நண்பா. உன்னைவிட மோசமானவர்கள் பலரை நான் பார்த்திருக்கிறேன். உன் கவலை என்னவென்பதை என்னிடம் சொல்.’

“மேலும் அவர்கள் எல்லோருமே அவரிடம் சொல்கிறார்கள்; முக்கியமாக மாக்ஸிம் சொல்லிவிடுகிறான். அன்றொரு நாள் அவன் அவரிடம் பின்வருமாறு சொன்னான்:

நான் ஜனங்களை நம்பவில்லை; அவர்களில் யாருமே உண்மை சொல்வதில்லை; அவர்களது அன்புங்கூட ஓர் ஏமாற்றுத்தான். நான் அவர்களோடு எந்தச் சம்பந்தமும் வைத்துக்கொள்ள விரும்பவில்லை.

மார்க் மாமாவோ வெறுமனே சிரித்தார்.

“அவர்களோடு எந்தச் சம்பந்தமும் வைத்துக்கொள்ள விரும்பவில்லையா? அப்படித்தானா? அதற்குள்ளே நீ கரைவதற்கு அவசரப்படாதே. நீ இன்னும் ஒரு சின்னக்குஞ்சுதான்.”

“மாக்ஸிம் இதைக் கேட்டுப் புண்பட்டான்; எனினும், அவனது கடுகடுப்பு வெயிலில் கிடந்த துணி போல வெளிர்வதாகத் தோன்றியது; மேலும் வழக்கமாக இருப்பது போல அவன் அத்தனைத் துடுக்காகவும் பேசவில்லை.”

“நேற்றிரவு மார்க் மாமா தாம் படித்த ஒரு தாத்தாரிய நூலைப் பற்றி ஷாகிரிடம் வாசித்துக்கொண்டிருந்தார். அதிலுள்ள சில வாக்கியங்களை நான் குறித்து வைத்துக் கொண்டேன்:

“ஆண்டவனின் நியதிகளை உறுதியும் பலமும் வாய்ந்த கரங்களால் இறுகப் பற்றிக்கொள்; அறியாமையின் நியதிகளைத் தூக்கி எறிந்துவிடு.’

‘நாம் செய்யும் நல்ல காரியங்களைத் தவிர, மற்றவையெல்லாம் எந்தவித எச்ச மச்சமுமின்றிச் சீக்கிரமே மறைந்து போய்விடும்.’

“மாக்ஸிம் வாசித்துக்கொண்டிருந்த வேளையில் உள்ளே வந்தான்; அவன் தாத்தாரிய உபதேசியார்களைக் காட்டிலும் ருஷ்ய உபதேசியார்களே அறிவிற் சிறந்தவர்கள் என்று வற்புறுத்தினான்; ஆனால், மார்க் மாமாவோ பின்வருமாறு சொல்வதன் மூலம் அவனது ஆத்திரத்தை அப்போதே அணைத்துவிட்டார்:

‘உனக்குப் பிசாசுகளின்மீது நம்பிக்கையில்லை என்று போன தடவை நீ சொல்லவில்லையா?’

‘நான் நம்பவில்லைதான்.’

‘நல்லது. பிரபல ருஷ்ய எழுத்தாளரான ஸெராபிம் சிவ்யாடோகோரெட்ஸ் என்ன ‘சொல்கிறார்? ‘பிசாசுகள் இருப்பதை நாம் மறுத்தால், நாம் புனித வேதங்களையும் தேவாலயத்தையுமே மறுத்தாக வேண்டும்; அத்தகைய சுதந்தர சிந்தனைக்கு, லெண்ட் வாரத்தின் முதல் ஞாயிற்றுக்கிழமையன்று சாபம் பிரகடனப்படுத்தப்படுகிறது.’ வேதப் புரட்டனே! இது உனக்கு எப்படிப் பிடித்திருக்கிறது?’

அவன் பம்மியவாறே, பின்வருமாறு கடுப்போடு சொன்னான்:

"இவ்வாறு சொன்னவர் அவர் ஒருவராகத்தான் இருக்க வேண்டும்.'

"ஆனால் இதே விஷயத்தையே சொன்ன ஒரு டஜன் எழுத்தாளர்களை எடுத்துக் காட்டுவதாக அவனுக்கு உறுதியளித்தார் அவர்.

"அந்த ஸெராபிமின் புத்தகத்தை எனக்குப் படிக்கக் கொடுங்கள்,' என்றான் மாக்ஸிம்.

அந்தக்கிழவர் சிரித்தார்.

"ஏன், என்மீது உனக்கு நம்பிக்கையில்லையா?"

"அவரைத்தான் நான் நம்பவில்லை," என்று மூர்க்கமாகச் சொன்னான் அவன்.

ஆனால், இம்முறை அவன் ஓடிப்போய் விடவில்லை. மேலும், அந்தத் தாத்தாரியக்கிழட்டுப் பிசாசு ஷாகிருக்கு ஒரே குஷி; அவன் சந்தோஷத்தால் அப்படியே பொங்கி வழிந்தான்; அவன் எவ்ஜெனியா பெட்ரோவ்னாவின்மீது கூடச் செலுத்தாத ஓர் அன்பு கலந்த பார்வையை அவருக்குப் பரிசாக வழங்கினான். திடமான மனமும் அன்புள்ளமும் கொண்ட ஒரு மனிதர் மிகவும் உயர்ந்தவராகவும், அழகாகவுந்தான் இருக்கிறார்; வசந்த காலத்துச் சூரிய ஒளியைக் காட்டிலும் அவரைப் பெரிதும் விரும்ப முடியும் என்று சொன்னால் அது மிகையல்ல.

நாட்கள் வியப்பூட்டும் வேகத்தோடு பறந்து செல்கின்றன; ஒவ்வொரு நாளும் ஒரு நல்ல நினைவை விட்டுச் செல்கிறது; கொஞ்ச நேரத்துக்கு முன்னால்கூட அப்படி யொன்று நிகழும் என்று என்னால் சொல்லியிருக்க முடியாது.

போலீஸ் தலைமைக் காரியாலயத்திலிருந்து என்னைப் பார்க்க ஒரு குமாஸ்தா வந்தான்; அவன் என்னை ஒரு பக்கமாகக் கூட்டிச் சென்று, நான் மீண்டும் ஒரு சந்தேகத்துக்குரிய நபருக்குத் தங்க இடம் கொடுத்தது பற்றிக் கண்டித்துப் பேசினான்.

"ஆனால் எங்காவது ஓரிடத்தில் வசிக்கத்தானே வேண்டும்,' என்றேன் நான்.

அந்தக் கிழவர் என்ன சொல்கிறார், என்ன செய்கிறார் என்றெல்லாம் அவன் என்னிடம் கேள்விகள் கேட்டான். ஆனால், நானோ அவனுக்கு நம்பிக்கையாகப் பேசி, கையில் மூன்று ரூபிளும் கொடுத்து, வாசல் வரையிலும் சென்று கூட அவனை வழியனுப்பினேன். மேலும் பின்வருமாறு அவனிடம் என்னால் சொல்லாமலும் இருக்க முடியவில்லை:

"போலீஸ்காரர்களான நீங்கள். நீங்கள் செய்யும் காரியத்தையே, குறிப்பாகச் சந்தை நாளன்று, நீங்கள் செய்யும் காரியத்தையே, கவனித்து வந்தால் நல்லது. நீங்கள் சுத்தமான, நேர்மையான மனிதர்களின்மீதே கண் வைக்கிறீர்கள்; ஆனால், உங்கள் சொந்த விவகாரங்களோ ஒரே நாற்றந்தான்! நீயே அதற்கு ஒரு நல்ல உதாரணம்!"

நான் அவனது வருகை பற்றி மார்க் மாமாவிடம் கூற மாட்டேன்; அவனது வருகையால் நான் எனது நகரவாசிகளுக்காகவே வெட்கப்படுகிறேன். என்றோ ஒரு நாள் அத்தி பூத்தாற்போல ஒரு கண்ணியமான மனிதர் இங்கே வருகிறார்: ஆனால், அவரைக் காணவே இவர்களுக்கு வயிற்றைக் குமட்டுகிறது.

"நேற்று அவர் தொழிலாளர்களிடம் நாட்டுப்பாடல்களையும், பழமொழிகளையும் கேட்டுத் தெரிந்துகொள்வதை நான் கேட்டேன்; பின்னர் நாங்கள் தேநீர் அருந்திக்கொண்டிருந்தபோது, அவர் என்னிடம் பின்வருமாறு சொன்னார்:

"பழமொழி ஒரு பெரிய விஷயம்; ஜனங்களின் விஷய ஞானம் அதில் வெண்ணெயைப் போலத் திரண்டு வந்து விடுகிறது. உதாரணமாக, 'யுத்தத்தில் பானைத் தொந்தியான காப்டன் சமாதானத்தில் பூனைத் தொந்தியாகி விடுகிறார், என்பதைப் பாருங்கள். அல்லது 'நகரத்தை உருவாக்குவது தலைகள் தானே தவிர வீடுகளல்ல, ' என்பதைப் பாருங்கள். மனத்தின் தகுதியைப் போற்றி வாழ்ந்த காலத்தில் கண்டுபிடிக்கப்பட்ட வாக்கியங்கள் இவை. காலம் மாறியது; 'மனத்தின் இடத்தைப் பணமும் தடியும் பறித்துக்கொண்டன, ' என்று மக்கள் சொன்னார்கள்; பக்கத்தில் போகாமல் விலகியிருப்பதற்கேற்ற நல்ல இடம் நகரந்தான், ' என்றார்கள். இந்த இரண்டு வாக்கியங்களும் முற்றிலும் வேறுபட்ட இருவிதமான மக்களால் கண்டுபிடிக்கப்பட்டது போலத் தோன்றுவதைக் கவனியுங்கள். ஒன்று தைரியமும் விவேகமும் நிறைந்த ரகம்; மற்றதுவோ தந்திரமான, எனினும் தாழ்ந்து பட்ட, ஓரளவுக்கு இச்சகமான ரகம்.'

அவருக்கு நூற்றுக்கணக்கான பழமொழிகள் தெரியும் எனத் தோன்றுகிறது. மனிதன் பேசும் ஒவ்வொரு வார்த்தையையும் சிந்தித்துப் பார்த்தால், எல்லாவற்றையுமே ஒருவர் புரிந்துகொள்ளலாமென நான் நினைக்கிறேன். ஆனால், நானோ எப்போது பார்த்தாலும் வெறுமனே எனது வாயைப் பிளந்துகொண்டும், ஜனங்களின் தலைக்குமேலே பார்த்துக்கொண்டும் இருந்துவிட்டேன். அதனால்தான் நான் அசடனாகிவிட்டேன்.

எவ்ஜெனியாவைப் போல அவரும் சைபீரியாவுக்கு நாடு கடத்தப்பட்டவர்தான். அவரது நாடு கடத்தலுக்கு முன்பு, அவர் ஒரு மதச்சார்பான வித்தியாலயத்தில் தலைமைப் பிதாவாக இருந்தார்; அங்குதான் அவர் தடை செய்யப்பட்ட புத்தகங்களைப் படித்ததற்காகக் கைது செய்யப்பட்டார். அவரது வாழ்க்கை மிகமிகச் சிக்கலானது; அவர் எத்தனை முறை சிறைக்குச் சென்றார் என்பதைக்கூட என்னால் கணக்கிட முடியவில்லை. எனக்கு அவரிடம் கேட்கவும் வெட்கம்; அவர் தன்னைப்பற்றிப் பேசுவதை விரும்புவதில்லை; அவர் அதனை எப்போதும் வேண்டாவெறுப்பாகவும், கேலியாகவுந்தான் குறிப்பிடுகிறார். அவரது கேலி வார்த்தையில் எனக்குப் பிடிக்காத ஏதோ ஒன்று இருக்கிறது; அது என்னைக் குன்றச் செய்கிறது. அவர் பெரும்பாலான நேரத்தை உட்கார்ந்தே கழித்ததன் விளைவுதான் அவரது நிலைகொள்ளாத் தன்மை என்று நான் நினைக்கிறேன். அவர் சேர்ந்தாற் போல ஐந்து நிமிஷம் அமைதியாக உட்கார்ந்திருந்ததில்லை.

அவரிடம் வேடிக்கையான பழக்கங்கள் உள்ளன. உதாரணமாக, அவர் தமது தாடியின் முனையை அள்ளி, வாயின்மீது வைத்து, புகையிலைப் புகையை அதன் வழியாக விட்டு, மூக்கைச் சிணுங்குகிறார். இது அவருக்கு மிகுந்த இன்பத்தைத் தருவதாகத் தோன்றுகிறது. அத்துடன் அவர் எப்போதும் தமது இடதுகாலுக்கு மேலுள்ள அதே இடத்தைத் தமது வலது கையின் சிறு விரலால் சொறிந்து கொடுக்கிறார்; மேலும் ஏதோ ஒரு விளையாட்டுக்குத் தயாராகும் சிறுவனைப் போல, அவர் தம் கால்சராயையும் மேலே அடிக்கடி இழுத்து விட்டுக்கொள்கிறார்.

அவருக்கு எல்லா விஷயமும் தெரிகிறது. எங்கள் குதிரைகளில் ஒன்றான வெண்தாரகை நோய்வாய்ப்பட்டு விட்டது; அவர் அதனைக் குணப்படுத்தும் பொறுப்பை ஏற்றுக்கொண்டார். நாலே நாட்களில் அது குணம் பெற்றுவிட்டது. அது அவரை நன்றியுணர்வோடு பார்த்து, அவரது காதை அன்போடு நக்கிக்கொடுத்தது–அருமையான காட்சி.

“உன் விளையாட்டெல்லாம் போதும், அம்மா!” என்று அவர் அதனிடம் சொன்னார்; ‘நீ உன்னை ஒரு குதிரையென்றா சொல்கிறாய்? நீ ஒரு பூனை; ஒரு பூனை; வீட்டுப் பூனை. ஆமாம். நீ அப்படித்தான்’ பின்னர் அவர் அதனிடம் தம் நாக்கைத் துருத்திக் காட்டினார். ஒரு விசித்திரமான நபர்தான்! அவர் தன்னை நேசிப்பதை வெண்தாரகை கண்டறிந்தது; எனவே, அது தன் பற்களைச் சிரிப்பது போலத் திறந்து காட்டி, அவரோடு விளையாடத் தொடங்கியது.

நல்ல மனிதர் ஒருவரின் அருகில் இருப்பது எவ்வளவு இன்பமாக இருக்கிறது! மிருகங்களுங்கூட நல்ல மனிதரைப் புரிந்துகொண்டு, அவரை நேசிக்கின்றன. எனினும், நாமோ அத்தகைய மனிதரைச் சைபீரியாவுக்கு அனுப்பி, சிறையில் தள்ளுகிறோம். இதனை யாரால் புரிந்துகொள்ள முடியும்? இதனைப் புரிந்துகொள்ளவே முடியாது. எவ்வாறு ஒரு குடிகாரப் பிச்சைக்காரன் தனக்குக் கொடுக்கப்பட்ட தங்க நாணயத்தைத் தவறுதலாக விட்டெறிகிறானோ, அதே போல நாம் மனிதர்களையும் விட்டெறிந்து விடுகிறோம். அதற்கு முன் தங்கத்தையே பார்த்திராத காரணத்தால், அந்தப் பிச்சைக்காரனுக்கு அதன் மதிப்புத் தெரிவதில்லை.

இன்று அன்னிய நாட்டார்கள் ருஷ்யர்களாகிய நம்மைப் பற்றிப் பழங்காலத்தில் என்ன எழுதி வைத்தார்கள் என்பதை மார்க் எடுத்துரைத்தார். கிரேக்க மன்னர்களில் ஒருவன் ஸ்லாவ் மக்கள் தமது மானத்தையும் சுதந்தரத்தையும் மிகுந்த பொறாமையுணர்ச்சியோடு பாதுகாக்கிறார்கள்; எனவே, உலகிலுள்ள எந்தச் சக்தியும் அவர்களைப் பணிய வைக்க முடியாது, ’ என்று எழுதினான். அராபியர்கள் மிகுந்த முகஸ்துதியாக எழுதியிருந்தார்கள்; நார்வீஜியர்களும் பிறரும் அப்படித்தான். அவர்களெல்லாம் ஸ்லாவ் மக்கள் மிகுந்த புத்திசாலிகளென்றும், கடும் உழைப்பும், துணிச்சலும் மிக்கவர்கள் என்றும், எனினும் பிற்காலத்தில் இந்தக் குணங்களெல்லாம் மறைந்து, மக்கள் மாறுவது போலத் தோன்றினார்கள் என்றும் சொன்னார்கள். ஜெர்மானிய அரசனான பிரெடெரிக் அவர்கள் ‘ஓர் அசட்டுத்தனமான, சந்தேக நோக்குள்ள, பரிதாபத்துக்குரிய குடிகார இனம், ’ என்று

சொல்வி வைத்தான். அன்னிய நாட்டுத் தூதர்களில் ஒருவன் ‘அந்த மக்களுக்கு அடிமைப்பட்டுக்கிடப்பதும், தமக்கு மிகவும் கீழ்த்தரமாக, மனிதத்தன்மையே அற்ற முறையில் துன்பம் இழைப்பவர்கள் பின்பு வால்பிடித்துத் திரிவதும் பழகிப் போய் விட்டது, ’ என்று எழுதி வைத்தான்; இன்னொரு தூதன் ‘ருஷ்யர்களுக்குச் சுயமரியாதையே கிடையாது, என்று எழுதினான். மூன்றாமவனோ, ‘அதிகாரத்தில் இருப்பவர்கள் அவர்கள் இஷ்டப்படி அவர்களுக்கு எதுவும் செய்யலாம்; அவர்களுக்கு எதுவும் புரிவதில்லை; எதிலும் அவர்களுக்கு அக்கறையும் இல்லை; அவர் குடிகாரர்களாகவும் சோம்பேறிகளாகவும் இருக்கிறார்கள்; கனவில் வாழ்வது போல வாழ்கிறார்கள், ’ என்று எழுதி வைத்தான்.

வருத்தத்தோடும் வெறுப்போடும் நான் அந்தப் பழங்காலத்துப் பாராட்டுரைகளில் பதினேழையும், பிற்காலத்துக் கடுமையான கருத்துகளில் இருபத்திரண்டையும் பிரதி செய்து எழுதி வைத்தேன். நான் ஏன் இதைச் செய்தேன் என்று எனக்கே தெரியாது. எங்களைக் கேவலமாகப் பேசும் அந்தச் சிலரது கூற்றுக்களை சில ருஷ்யர்கள் ஏற்கத்தான் வேண்டும் என்பது மிகவும் விசித்திரமாகத்தான் எனக்குத் தோன்றுகிறது: உதாரணமாக, டியுனோவ், ஒற்றைக்கண்ணன் அலெக்ஸி ஆகியோர்; மாக்ஸிமும் கூடத்தான். மார்க் மாமா மாக்ஸிமிடம் மிகவும் நல்லபடியாய் நடந்து கொள்கிறார்; அவனைக் கிட்டத்தட்ட தம் மகன் போலவே நடத்துகிறார்; ஆனால், அவர் கட்டாந்தரையிலே விதைகளை விதைக்கிறார் என்றே நான் அஞ்சுகிறேன்.

இந்தப் பேச்சுக்குப் பின்னர் மார்க் மாமாவும் நானும் சிறிது ஒயினும், வீட்டில் காய்ச்சிய பீரும் அருந்தினோம்; இரண்டு பேருமே ஓரளவுக்குப் போதை வசப்பட்டோம். அவர் ஏதோ ஒரு பழைய ருஷ்யப் பாடலைத் தமது கனத்த குரலில் பாடினார்; மீண்டும் முற்றிலும் வேறுபட்ட இரு வேறுவிதமான மக்கள்தான் அந்தப் பாடல்களை எழுதியதாகத் தோன்றியது. ஒன்று குதூகலமும் சுதந்தர வேட்கையும் கொண்டது; மற்றது சோகமும் செயலின்மையும் கொண்டது. அவர் பாடிக்கொண்டே அழுதார்; நானும் அழுதேன் நான் ரொம்பவும் அழுதுவிட்டேன்; எனினும், அதுபற்றி நான் சிறிதும் வெட்கப்படவில்லை.

“மார்க் மாமா தந்த புத்தகங்களை மாக்ஸிம் இரவும் பகலும் விடாமல் படிக்கிறான்; அதனால் அவன் எடை குறைந்து மெலிந்து போனான்; தனது வேலையையும் கவனிக்கக் காணோம். நேற்று அவன் அடுப்பின்மீதுள்ள ஈரம் வாங்கும் மூடியை மூட மறந்துவிட்டான்; அதனால் நானும் மார்க் மாமாவும் இரவு முழுவதும் குளிரால் நடுங்கிப் போனோம். ஆனால், அவன் நல்லது எது என்பதைக் கற்றுக்கொள்கிற வரையிலும் இதெல்லாம் என்ன பெரிய காரியம்? ஆனால், எனக்கோ படிப்பதற்குப் போதுமான தெம்பு இல்லை. நான் கேட்கிறேன்; கஷ்டப்பட்டுக் கேட்கிறேன். அது எனக்கொரு நல்ல உணர்ச்சியைத் தருகிறது. ஆனால், நான் கேட்பதையெல்லாம் என் மனத்தில் வாங்கிக்கொள்ள முடிவதில்லை. ஞானத்தைக் கிரகிப்பதற்கு உனக்குக் காலம் கடந்து போய் விட்டது என்று நான் அஞ்சுகிறேன், மாட்வி.”

“இன்று ஒரு மணி நேரத்துக்கு முன்னர்தான் அவர் ஒரு விஷயத்தைச் சொன்னார்: விஷயம் என்னவென்றால், இந்த உலகத்தில் எத்தனையோ ஏழைப்பட்ட தாழ்த்தப்பட்ட மக்கள் இருக்கிறார்கள்; அதே போல முட்டாள் தனமும் கெட்ட குணமும் படைத்தவர்களும் ஏராளமாக இருக்கிறார்கள். அவர்கள் இருக்கும் வரையிலும் நீங்கள் எவ்வளவுதான் உங்கள் மூளையைப் போட்டுக் குழப்பிக்கொண்டாலும், நீங்கள் விரும்புமளவுக்கு எவ்வளவுதான் உங்களையே ஏமாற்றிக்கொண்டு படுத்துக்கிடந்தாலும், வாழ்க்கையை எவ ரொருவருக்கும் தகுதியானதாக நீங்கள் மாற்றியமைத்துவிட முடியாது. இத்தகைய பாழாய்ப்போன துன்பங்களால் சூழப்பெற்ற நிலையில், காரிய சாத்தியமான ஒரே ஒரு வாழ்க்கை, பொய்யின்மீது உருவாக்கப்பட்ட ஒரு திருடனின் வாழ்க்கைதான்; அல்லது தனது பற்களைக் காட்டி, சுற்றுமுற் றும்கள்ளத்தனமாக நோக்கும் ஒரு மிருகத்தின் வாழ்க்கை தான். நமது நேரத்தை அறிவு, நன்மை, அழகு ஆகியவற்றை நேசிப்பதை வளர்க்கும் பணியிலே செலவிடாமல், நாம் அதனைப் பசித்தவர்களிடமிருந்தும் அனாதைகளிடமிருந்தும் நம்மைப் பாதுகாத்துக்கொள்வதற்காகச் செலவிடுகிறோம்; ஏனெனில், நாம் அவர்கள்மீது ஒரு கூரிய கண்ணை வைத்தவராய், ‘உங்களது அட்டுப் பிடித்த வாழ்வையும் தேவையையும் பணிவடக்கமான பவ்வியத்தோடு ஏற்றுக்கொண்டு விடுங்கள்; ஏனெனில், அதைவிட்டால் உங்களுக்கு வேறு வழி யில்லை, என்று மாய்மாலமாக அவர்களுக்குச் சொல்ல வேண்டி நேர்கிறது. ஆனால் அவர்கள் மெல்ல மெல்ல நாம் சொல்வதை நம்ப மறுக்கிறார்கள்; ‘ஆனால் நீங்கள் மட்டும் வழியைக் கண்டு பிடித்துக்கொண்டதாகத் தோன்றுகிறதே, ’ என்று சொல்கிறார்கள். அதற்கு நாம் பின்வருமாறு பதிலளிக்கிறோம்:” அது எதைச் சுட்டிக் காட்டுகிறது? எல்லா மனிதர்களும் இறக்கப்போகிறவர்கள் தான்; பரலோக சாம்ராஜ்யம் இந்த உலகத்தில் இல்லை.” ஆனால், அவர்களது சந்தேகங்கள் திருப்தியடைவதில்லை. இதுவரையில் அவர்கள் தமக்குத் தாமே அவற்றை வைத்துக்கொண்டிருக்கிறார்கள். ஆனால் அவர்கள் அதனை வாய்விட்டுப் பகிரங்கமாகப் பிரகடனப்படுத்தும் காலமும் வரத்தான் செய்யும். அப்போது போதாத காலம் நம் எல்லோருக்குமே வந்து சேரும்.”

இந்த வார்த்தைகள் எனது வாழ்க்கை முழுமையின் மீதும் ஒளியைப் பாய்ச்சியது; அவற்றின் எளிமையைக் கண்டே நான் திடுக்கிட்டேன். ஏக்கத்தினால் வாடி வதங்கிப்போன என் இதயம் அவருக்காகத் திறந்து கொடுத்தது; நான் அவரிடம் என்னைப் பற்றியே சொல்லத் தொடங்கினேன்.

“நான் இந்த உலகத்தில் பிறந்து நாற்பது வருஷங்கள் ஆவதற்கு இன்னும் கொஞ்ச காலமே இருக்கிறது, ’ என்றேன் நான்; ‘ஆனால் நான் இதுவரையிலும் எந்தவோர் ஆனந்தம் நிறைந்த மனிதனையும் சந்தித்ததில்லை. ஒரு காலத்தில் நான் மனிதர்களையே குறை கூறினேன். இப்போதோ எனக்கு வயது ஏற ஏற, நான் அவர்களுக்காக வருத்தம் அடைகிறேன்.”

அவர் கண்ணைச் சிமிட்டியவாறே பின்வருமாறு சொன்னார்:

“நல்லவர்கள் துன்பப்படுவதாலும், கெட்டவர்கள் வெறுமனே கெட்டவர்களாகவே இருப்பதாலும் நீங்கள் அவர்கள்மீது இரக்கம் கொள்கிறீர்கள், இல்லையா?’

எந்த ஒரு விஷயத்துக்கும் சரியான வார்த்தையைத் தேர்ந்தெடுத்துச் சொல்லும் திறமை அவரிடம் இருந்தது.

“ஆனால் இரக்கம் என்பது ஒரு தந்திரோபாயமான உணர்வேயாகும்,” ’ என்றார் அவர்: ‘ஒரு மனிதன் இரக்கம் காட்டும்போது, அவன் தன்னால் செய்ய முடிந்ததையெல்லாம், செய்ய வேண்டியதையெல்லாம் செய்துவிட்டதாகக் கற்பனை செய்துகொள்கிறான்; இரக்கம் காட்டியதோடு அவன் திருப்தியடைந்து விடுகிறான். ஆனால், எல்லாமும் அதே நிலையில்தான் இருக்கின்றன. இரக்கம் இருக்கிறதே. அது ஒரு கல்லறை உணர்ச்சி; இறந்தவர்களுக்குத்தான் அது தகுதியானது; உயிரோடிருப்பவர்களுக்கு அது அவமானத்தையும் துன்பத்தையுந்தான் தரும்.’

நாள் முழுவதும், அதிகாலையிலிருந்து இரவு அகாலம் வரையிலும், ஓர் ஆழ்ந்து கனத்த குரலின் ரீங்காரம் எனது அமைதியான வீட்டில் கேட்டுக்கொண்டே யிருந்தது; ஒரு வழுக்கைத் தலை சில சமயம் இங்கும், சில சமயம் அங்குமாகத் தென்பட்டுக்கொண்டிருந்தது; மணம் மிகுந்த புகையிலைப் புகை மண்டலம் எங்கும் பரவி அலைந்தது; கிழடு தட்டிப் போன இரண்டு உதடுகளுக்கிடை யிலிருந்து பிரகாசமான புதிய வார்த்தைகள் ஆற்றொழுக்குப் போலப் பொழிந்து வந்தவண்ணம் இருந்தன.

“இது என் மனத்தை ஆழமாகத் தொட்டுவிட்டது. இரவில் படுக்கைக்குப் போனபின், தாம் சிருஷ்டித்துவிட்ட இந்த மனிதரின் அழகுக்காக நான் பரமபிதாவுக்கு நன்றி செலுத்துகிறேன்.”

அந்தச் சிவந்த தலைப் பிசாசான மாக்ஸிம் பெரிய சண்டையை உண்டாக்கிவிட்டான்; அதனால் அவன் சிறைக்குச் செல்ல நேருமோ என்று நான் அஞ்சுகிறேன். அவன் மார்க் மாமாவின் புத்தகம் ஒன்றை, மதுபானக் கடைக்காரன் எபிமின் மகனான வாஸ்யா ஸாவெல்யேவிடம் கொடுத்தான்; எபிம் அதைக் கண்டுபிடித்து, அந்தப் புத்தகத்தை அடுப்புக்குள் எறிந்துவிட்டான்; அத்துடன் தன் மகனுக்கும் சரியான உதை கொடுத்தான்; அதன் காரணமாக அந்தப் பையன் இன்னும் படுக்கையில் கிடக்கிறான். மாக்ஸிம் அந்த மதுபானக் கடைக்குச் சென்று, எபிமின் காதுகளையும் தலை மயிரையும் பிடித்து இழுத்துவிட்டான். அந்தப் பயலுக்கு அவன் எப்படிச் சண்டைபோட வேண்டுமோ அதுகூட முடியாது. பெரிய மனிதனின் காதைப் பிடித்துத் திருகுவதை யார் இதுவரை யிலே கேள்விப்பட்டிருக்கிறார்கள்? அவனைத் தள்ளலாம், அடிக்கலாம். ஆனால் காதை மட்டும் திருகி விடக்கூடாது அவன் மற்றவர்களைப் போல எதுவும் செய்வதில்லை; எப்போதும் பெரிய பம்மாத்துப் பண்ணிக்கொண்டு திரிவான். எபிம் தனது காதுகளுக்குக் கட்டுப்போட்டுக் கொண்டு, இங்கு வந்தான்; அவனைத்

தொடர்ந்து போலீஸ் காரர்களும் வந்தார்கள். ஏராளமான சப்தமும், வசவுகளும் கேட்டன. எபிம் உடம்பெல்லாம் நடுங்கிக் குலுங்கிய வண்ணம் உச்சக்குரலில் பின்வருமாறு சத்தம் போட்டான்:

“இரகசியப் பேர்வழிகள்! மத விரோதிகள்!”

“கோபத்தால் அல்லது ஒருவேளை பயத்தால் நிறம் கறுத்துப்போய்விட்ட மாக்ஸிம் ஒன்றுமே பேசாமல், வெறுமனே நின்றான்.

“நீ வேறொரு எஜமானனைத் தேடிக்கொள்ள வேண்டியதுதான்,” என்றேன் நான்.

அப்போதும் அவன் ஒன்றும் சொல்லவில்லை; வாயிலே உருளைக்கிழங்கை வைத்து அடைத்தது போல நின்றான்.

என்ன காரணத்தாலோ ஷாகிர் தன் நிதானத்தை ‘இழந்துவிட்டான். அவன் முகம் வெளிற, கண்கள் பளிச்சிட, எபிமை நோக்கிப் பின்வருமாறு சத்தமிட்டான்:

“நீ ஏன் புத்தகத்தை நெருப்பில் எறிந்தாய்? புத்தகங்கள் புனிதமானவை; கடவுள்தான் புத்தகங்களை வழங்குகிறார்; நீ எப்படி புத்தகங்களை எரிக்கத் துணிந்தாய்? அதற்காக நீதான் சிறைக்குச் செல்ல வேண்டியவன்.”

இதைக் கேட்டு எபிம் அதிர்ந்துபோய்விட்டதாகத் தோன்றியது. அவன் அமைதியடையத் தொடங்கினான்; (அந்தத் தாத்தாரியனுக்கு அவனது நேர்மை காரணமாக நகர மக்களிடம் பெருத்த மதிப்பு; எவனும் அவனைப் புரிந்து கொள்ள முடியாது) என்ற போதிலுங்கூட, அவர்கள் எல்லாவற்றையும் எழுதி வாங்கிக்கொண்டு, மாக்ஸிமையும் போலீஸ் தலைமைக் காரியாலயத்துக்கு இழுத்துச் சென்றார்கள்; அங்கு அவனைக் குறுக்கு விசாரணை செய்து விட்டு விட்டார்கள். இப்போதோ அவன் பேயடித்தவன் போல முகம் கருத்துச் சுற்றி வருகிறான். அவர்கள் அவனைக் கைது செய்வது உறுதிதான்.

மார்க் மாமாவோ ஒரு மனிதனை அடிப்பது தவறு என்றும், பயனற்றது என்றும், ஏனெனில் அது அவனுக்கு எதையும் கற்றுக்கொடுக்காமல் வெறுமனே அவனைப் பயமுறுத்தத்தான் செய்கிறது என்றும் அவனுக்குச் சுட்டிக் காட்டினார். முதலில் அவரது முகத்தில் தனது கண்களை அட்டை மாதிரி அப்பி ஒட்டியவண்ணம் அவன் அவரது பேச்சைக் கேட்டான்; பின்னர் அவனது கன்னங்கள் செம்மை பெற்றது; கண்களில் ஒரு கடுமையான பளபளப்பு தென்பட்டது. அவன் பின்வருமாறு முணுமுணுத்தான்:

“அவன் ஒரு மிருகம்; அத்தகையவர்களையெல்லாம் நான் எப்போதும் சண்டை பிடிக்கத்தான் செய்வேன்.”

விவாதத்தில் தோற்க நேரும்போதெல்லாம், அவன் தனது சிவந்த தலையைப் பின்னுக்கு வெட்டியவாறும், பற்களைக் கடித்தவாறும் வெளியே போய் விடுகிறான். இந்த முறையும் அவன் அப்படித்தான் செய்தான்.

மார்க் மாமா அவனுக்குப் பின்னால் ஒரு புகை மண்டலத்தை ஊதிவிட்டார்.

“இவன் ஒரு கல்நெஞ்சக்காரன்; இவனோடு சம்பந்தம் வைத்திருப்பவர்கள் பாடெல்லாம் சங்கடந்தான், ’ என்றார்

அவர். “ருஷ்யர்களுக்கு நிதான புத்தியே கிடையாது” என்று சொல்லத் தொடங்கினார். அவர்களுக்குத் தமது பலத்தை எப்படி அளவோடு உபயோகிப்பது என்பதே தெரியாது. அடக்கு முறையினால் துன்பப்பட்ட ஒருவன் அதி காரத்துக்கு வந்தால், அவன் மற்றவர்களை அடக்கியொடுக்குவது நிச்சயம்; அதன்மூலம் அவன் கொடுங்கோலனாகிவிடு கிறான். அவர் மகா ஐவானைப் பற்றியும், அவ்வாக்கும்மைப் பற்றியும், ஆரக்செயேவைப் பற்றியும், மற்றும் தமது கொடுமையினால் பிரபலமான பிறரைப் பற்றியும் சொன்னார். அவர்கள் தமது கன்னங்களில் கண்ணீர் வழிந்தோட, ஜனங்களைச் சித்திரவதை செய்தார்கள்.

ஒருவேளை அவர்கள் நல்லது செய்ய வேண்டும் என்ற மூர்க்கமான வேட்கைக்கு ஆளான காரணத்தால்தானோ, அவர்களைச் சித்திரவதை செய்தார்கள்; அல்லது ஒருவேளை அவர்களுக்கு எது நல்லது என்பது தெரியாமலும், அதனை எப்படிச் செய்ய முனைவது என்பது தெரியாமலும் இருந்த தால்தானோ, அவர்கள் அழுதார்கள்.’

அவரது அற்புதமான வழக்கங்களில் இது ஒன்று. அவர் எப்போதுமே கெட்டதுக்குப் பின்னால் மறைந்து கிடக்கும் நல்லதையும் சுட்டிக் காட்டுவார்; மனித ராசிகளின் இறுகிக் கெட்டிதட்டிப்போன முட்டாள்தனந்தான் மிகுந்த தொல்லைக்கெல்லாம் காரணம் என்ற விஷயத்தையும் அவர் எடுத்துக் காட்டுவார்.

அவர் விரிவாகப் பேசினார்; அவ்வாக்கும்மைப் பற்றி அன்போடு பேசினார்; ஆனால், நானோ அந்தப் பிரதானப் பாதிரியாரை மனதார வெறுத்தேன்: ஜனங்கள் விஷயத்திலோ அவர் மிருகத்தனமான வெறியோடு நடந்துகொண்டார்; கடவுள் சம்பந்தமானதிலோ அவர் அகந்தையும் தற்பெருமையும் கொண்டவராக நடந்தார். ‘சொர்க்கத்தையும் பூமியையும் அதிலுள்ள எல்லா ஜீவராசிகளையும் என்னுள்ளே குடியேற்றுவதே தகுதி எனக் கடவுள் காண்கிறார்” என்று அவர் சொல்லியுள்ளார். அதுதான் அகந்தை என்பது!

நான் இதனை மார்க் மாமாவிடம் கூறியதும், அவர் என்னைச் சோர்வோடு கூர்ந்து பார்த்தார்.

“நீங்கள் சொல்வதிலும் ஓரளவு உண்மை இருக்கிறது,” என்று ஒப்புக்கொண்டார் அவர்: ‘அந்தப் பைத்தியக்காரப் பாதிரியார் நமக்கு நாசம் விளைவிக்க எவ்வளவோ செய்தார். அவரது அறியாமையினாலும், தவறுகளாலும், நமது ஜனங்களுக்குப் பெருந்தீங்கு விளைந்தது: அவர்கள் ஆழ்ந்த இருட் கிடங்கில் தள்ளப்பட்டார்கள்; அங்கேயே தமது தவறுகளை வளர்த்துக்கொண்டு, வேறு எதுவும் தெரியாமல் மூன்று நூற்றாண்டுக் காலமாக உழன்றுகொண்டிருந்தார்கள்.’

அவரது கருத்துகளைப் பார்க்கும்போது எவ்ஜெனியாவின் கருத்துகளெல்லாம் சிறுபிள்ளைத்தனமாக இருந்தன. அவரது மனம் மனித ஆத்மாவின் அடியாழத்துக்கே சென்று விடுகிறது. அதன் காரணமாகத்தான் அவர் சிரமமான விஷயங்களைச் சொல்லும்போது, அவரது கண்கள் ஒரு தந்தையின் கண்களைப் போல, வருத்தமும் அமைதியும் கொள்கின்றன என்று நான் கருதுகிறேன். அவர் பாதிரியாரைப் பார்க்கப் போவதே இல்லையென்பதை அறிய எனக்கு விசித்திரமாக இருக்கிறது: பாதிரியார்தான் எங்களை இரண்டுமுறை வந்து பார்த்தார்; இரண்டு தடவையும் சனிக்கிழமையன்று பிரார்த்தனை முடிந்த பின்புதான் வந்தார். அவரும் மார்க் மாமாவும் மனம், ஆத்மா, கடவுள் ஆகிய விஷயங்களைக் குறித்துக் கிட்டத்தட்ட பொழுது விடியும்வரையிலும் உட்கார்ந்து பேசினார்கள். அந்தப் பாதிரியார் கடவுளிடம் அதிருப்தி கொண்டிருந்தார் என்றும் அவரைக் கண்டு பயந்தார் என்றும் நான் உணர்ந்தேன். ஆனால், மார்க் மாமாவோ கடவுளைப் பற்றிப் பயமின்றிப் பேசினார்.

அவர் பின்வருமாறு சொன்னார்: "பூரணமடையாத மனிதப் பிறவிகளான நம்மிடத்தில், இன்னும் தக்கதொரு அர்த்த பாவத்தைக் கண்டறியாத, உலகத்தின் மனமாகக் கடவுளைக் காணுங்கள். அது எல்லாவற்றையும் எளிதாகவும் மகோன்னதமாகவும் ஆக்கிவிடும்."

பாதிரியார் சொல்வதெல்லாம் புத்தக மேற்கோள்கள் தான்; எனக்குப் புரிவது சிரமமாக இருக்கிறது. அவர் பரபரப்போடும், அவலட்சணத்தோடும் அங்குமிங்கும் சாடுகிறார்; ஏதோ ஒன்றைக் கூப்பிடுவது போலவும், மற்றொன் றைத் தூரத் தள்ளுவது போலவும் கைக்கரணம் காட்டுகிறார். அவரைப் பார்த்து மார்க் மாமா குன்றிப்போவதையும், மிருதுவாகவும், உறுதியாகவும் பின்வருமாறு கூறுவதையும் என்னால் பார்க்க முடிகிறது:

"அவ்வளவு தூரத்துக்குப் போக வேண்டாம். உங்கள் சிந்தனை எளிதாகவே இருக்கட்டும்."

அவர்களது வாதப் பிரதிவாதங்கள் சூடாக இருந்தன; ஆனால் பொங்கிப் புடைத்துக்கொண்டும், அதட்டிக்கொண்டும், அங்குமிங்கும் தாவிக்கொண்டும், பின்னர் ஏதோ ஒருமனோராஜ்யத்தில் மூழ்கிக்கொண்டும் இருந்த அந்தப் பாதிரியாரை, மார்க் மாமா எப்போதும் தோற்கடித்து விடுகிறார். ஒருமுறை அவர் துள்ளிப்பாய்ந்து, மார்க் மாமாவின் தோளைப் பற்றிப் பிடித்துக்கொண்டு பின்வருமாறு சொன்னார்:

"நீங்கள் ஒரு நல்ல ரகப் பேர்வழி; புத்திசாலித்தனமும், தாராள மனப்பான்மையும் மிகுந்தவர்!"

மார்க் மாமா அவரைத் தடுத்து நிறுத்தினார்.

"சும்மா பாராட்டை அள்ளி விடாதீர்கள். பாராட்டைப்பற்றிப் பிஷப் சினிஸி என்ன சொல்லியிருக்கிறார் என்பது நினைவிருக்கிறதா? 'பாராட்டு என்பது

முகஸ்துதி தான்; ஆனால், அது ஆபத்தானது; இறக்க வேண்டியவர்களுக்குத் தேனில் கலந்து வழங்கப்படும் விஷம் அது.'

எனக்கு இது பிடித்திருந்தது; ஆனால், அந்த விஷ விவ காரம் மட்டும் எனக்குப் புரியவில்லை. எனவே, அவர் கடவுள் இருப்பதை மறுத்ததற்காக, மக்களால் விஷம் கொடுத்துக் கொல்லப்பட்ட தத்துவவாதி சாக்ரட்டீஸின் கதையை எனக்குச் சொன்னார். எவ்வளவு முக்கியமான அறிவு அது! பழங்காலத்தில் நிகழ்ந்த எல்லாமே சுவையாகத்தான் இருக்கின்றன. அவை நமக்கு எதையாவது கற்றுத் தருகின்றன இங்கோ நான் ஒளி காண முடியாத பிள்ளைப்பூச்சி மாதிரி மண்ணில் புதைந்திருக்கிறேன்.

அந்தப் பாதிரியார் வந்த இரண்டு சந்தர்ப்பங்களிலும் அவரது மனைவியும் அவரைப் பின் தொடர்ந்து வந்தாள். அவள் தனது தட்டையான மார்பின்மீது கைகளை மடித்துக் கட்டியவாறு, மூலையில் காவல் காப்பது போல உட்கார்ந்து கொண்டாள். அவள் எதுவும் பேசவில்லை: இடையிடையே மட்டும் எழுந்து சென்று, ஜன்னலின் வழியாக இருட்டில் வெளியே கூர்ந்து பார்த்துவிட்டு, திரும்பவும் வந்து அமர்ந்து கொண்டாள். மார்க் மாமா அவளைப் பார்த்துச் சிரித்தார். ஒருமுறை அவர் அவளிடம் பின்வருமாறு சொன்னார்:

"ஒன்றும் பயப்படாதே. அங்கே நீ யாரையும் காண முடியாது."

"இது ஒன்றும் சிரிப்பதற்கான விஷயமல்ல," என்று சுற்றிப் பார்த்தவண்ணம் சொன்னாள் அவள்.

அவள் மனத்தில் என்ன நினைத்தாள் என்று எனக்குத் தெரியவில்லை; எனினும், அவளிடம் அதனைக் கேட்கும் துணிச்சல் எனக்கில்லை.

மாட்டுஷ்கினா (நகரக் கணக்கரின் மனைவி) இறந்துவிட்டாள்; இன்றுதான் சவ அடக்கம்; கிட்டத்தட்ட நகரம் முழுவதுமே சவப்பெட்டியைத் தொடர்ந்து சமாதி ஸ்தலத்துக்கு வந்தது. அவள் அத்தகைய ஒதுங்கிய வாழ்க்கையை வாழ்ந்து வந்திருந்த போதிலுங்கூட, அவளை எல்லோருமே தெரிந்து வைத்திருந்தார்கள் என்பதை அறிய விசித்திரமாக இருந்தது; சமாதி ஸ்தலத்துக்குச் செல்லும் வழியில் அவளைப் பற்றிய அன்பான, அனுதாபம் மிகுந்த பல விஷயங்கள் என் காதில் விழுந்தன. அந்த நகரக் கணக்கர் சவப்பெட்டிக்கு நேர்பின்னால் குன்றிக் கூனி நடந்து வந்தார்; அவர் தமது தலையை வாளுக்கோ அல்லது கோடரிக்கோ வெட்டச் சாய்த்தது போலத் தொங்கவிட்டவண்ணம் தமது கால்களை இழுத்துப் போட்டு நடந்தார்; அவரது முகம் சிவந்திருந்தது; கண்கள் வீங்கிப் போயிருந்தன; அவர் ஒரு காட்டுப் பன்றி மாதிரித் தோற்றமளித்தார். ஒரு பழைய அணில் கோட்டும், சீல்– தோல் தொப்பியும் அணிந்து, லையூபா அவரருகில் நடந்து வந்தாள்; அவள் அத்தனை நிராதரவானவளாகத் தோன்றினாள்; எனவே. எனது கண்களைக்கூட அவள்மீது நிலைத்துப் பார்க்க என்னால் முடியவில்லை. அவள் அழவில்லை. அவள் வெறுமனே தன் உதடுகள் இரண்டையும் இறுக மூடி யிருந்தாள்; அவளது முகம் துணியைப் போல வெளிறிப் போயிருந்தது. நாங்கள்

சமாதி ஸ்தலத்தை விட்டுக் கிளம்பி வரும் வழியில் நான் அவளுக்கு வணக்கம் தெரிவித்தேன். அதில் அவள் மகிழ்ச்சியடைந்ததாகத் தோன்றியது; ஆனால், அவளது தந்தையோ அவளது கையைப் பற்றிப் பிடித்தவாறு, என்மீது உறுமி விழுந்தார்:

“யார் நீ?’

“மாட்வி கோஸிமியாகின். நான் உங்களைக் கஜானாக் காரியாலயத்தில் அடிக்கடி பார்க்கிறேன். உங்கள் மகளோடு எனக்குப் பரிச்சயம் உண்டு.’

“நீ இவளைப் பாழாக்கி விட்டாய்,” என்று அவர் உறுமிக்கொண்டே, அவளைத் தம்மோடு இழுத்துச் சென்றார். அவர் அவளை நீர்க் குட்டைகளின் வழியாக, அவை தெறித்துச் சிதற இழுத்துச் சென்றபோது, ஒரு தடித்த அடிமரத் திலிருந்து கிளைத்து வந்த ஓர் இளங்கொம்பு காற்றினால் அடிபட்டுச் செல்வது போல அவள் தோன்றினாள். அது ஒரு வருத்தந்தரும் காட்சிதான். அவள் கதி என்னவாகும் என்று வியக்கிறேன் நான்.

ஏற்கெனவே மார்ச் மாதம் வந்துவிட்டது; நேற்று புனிதர் அலெக்ஸியின் தினம்; குன்றுகளின் வழியே வெள்ளம் பொழிந்தோடி வந்திருக்க வேண்டும்; ஆனால், எல்லாமே உறைந்துபோய்க்கிடக்கிறது. எவ்வாறாயினும், வானம் மட்டும் வசந்தத்தின் பிரகாசத்தோடு காட்சி தருகிறது; இன்று நானும் மார்க் மாமாவும் நகரத்துக்குள் உலாவச் சென்றோம். அவர் ருஷ்ய மக்கள் பட்ட துன்பங்களையும் போராட்டங்களையும் எனக்குச் சொன்னார்; அவர் மக்களை ஆழமாக நேசிக்கிறார்; மற்றவர்களையும் அவர்களை (அத்துடன் அவரையும்) நேசிக்குமாறு செய்கிறார். மாக்ஸிம் புது மாதிரியான நபராகத் தோன்றுகிறான்; அவன் அன்பும் அமைதியும் கொண்டவனாகவும், ஏதோ காதல் வசப்பட்டவன் போல எப்போது பார்த்தாலும் புன்னகை புரிபவனாகவும் மாறிவிட்டான். ஆனால், முன்னைக்காட்டிலும் அவனுக்கு ஞாபகமறதியும் அதிகமாகிவிட்டது; எல்லாம் அந்தப் புத்தகங்கள் தான் காரணம். வசந்த காலத்தில் குதிரைக்குட்டி புல்லைத் தின்று தீர்ப்பதைப் போல, அவன் புத்தகங்களைப் படித்துத் தீர்க்கிறான்.

என்னைக்காட்டிலும் மார்க் மாமா அவனை அதிகம் விரும்புவதை நான் காண்கிறேன். அவர் அவனிடம் அடிக்கடி அதிகமான ஆனந்தத்தோடு பேசுகிறார். அந்தப் பயலுக்குத் தலைக்கனம் ஏற்படாமல் இருக்க வேண்டும்.

நேற்று மார்க் மாமா அவனிடம் குதூகலமாகப் பின்வருமாறு சொன்னார்:

“நமது உடம்புகள்தான் அடிபட்டுப் போய்விட்டன; ஆனால், நமது ஆத்மாக்களோ, அவை இன்னும் ஒளியின் எல்லைக்குள் வராவிட்டாலுங்கூட, உறுதியாகத்தான் உள்ளன. அவை சாமியார் மடங்களிலும், காடுகளிலும், இருண்ட மூலைகளிலும், குடிபோதையிலும், துன்மார்க்கத்திலும், நாடோடி வாழ்க்கையிலும் குன்றிக் கூனிக்கிடக்கின்றன. ஆத்மார்த்தமாகப் பார்த்தால், நாமெல்லோருமே இன்னும் வாலிபப் பருவத்தில்தான் இருக்கிறோம்; நம் முன்னே வாழ்க்கை விரிந்து

பரந்து, இன்னும் பலவற்றைக் கண்டறியும் விதத்தில் எதிர்நோக்கியிருக்கிறது. ஆனால், நண்பர்களே, பயப்படாதீர்கள்! நாம் நிச்சயம் ஒளியைக் காணத்தான் போகிறோம்! நாம் அவளிடம் நம்பிக்கை மட்டும் வைத்திருந்தால், ருஷ்ய மாதாவானவள் இனியும் எழுந்து நிற்கத்தான் செய்வாள். ஏனெனில், நல்ல காரியங்கள் அனைத்துமே நம்பிக்கையின் மூலந்தான் சாதிக்கப் பெற்றுள்ளன. நம்பிக்கை மட்டும் நம்மிடம் இருந்தால், நாம் மலைகளைக் கூடப் புரட்டிவிட முடியும்.'

என்னால் அவரை என் மனத்திலிருந்து விலக்க முடியவில்லை. அவர் ஏதோ பெரும் ஆனந்தத்தைத் தெரிந்து வைத்திருப்பவராகத் தோன்றுகிறது; அவரது வாழ்க்கையில் ஏதோ ஒரு காலத்தில், என்றென்றும் அணைந்து போகாத ஒரு நெருப்பை அவரது உள்ளத்திலே தூண்டிவிட்ட ஏதோ ஒரு பெரிய, பயங்கரமான ஆனந்தத்தை அவர் அனுபவித்திருக்க வேண்டும்; அந்த ஒளி இந்த நாள் வரையிலும் மற்றவர்களின் மீது தனது ஒளியைப் பரப்புகிறது; மேலும், அவர் உயிரோடு இருக்கும் வரையிலும் அது பரப்பிக்கொண்டேயிருக்கும்.

நேற்று அவர் மாக்ஸிமிடம் சொன்ன விஷயம் எனக்குப் பிடித்திருந்தது:

" 'நாம் ஒருவரையொருவர் ஏளனம் செய்யக் கூடாது; நாம் ஒருவருக்கொருவர் நம்பிக்கையோடு கைபிடித்து, நமது தாய்நாட்டின் மேன்மைக்காக, அருகருகில் அமைதியாக உழைக்கவேண்டும்; நெடுங்காலமாகத் துன்புறும் நமது இந்த ருஷ்யாவை நேசிக்க எப்போதோ நாம் கற்றுக்கொண்டிருக்க வேண்டும்."

அவர் இதனைக் கூறக் கேட்டதில் எனக்கு மகிழ்ச்சி. நாம் ஒருவருக்கொருவர் ஏளனம் செய்கிறோம் என்பதும், அண்டை வீட்டானைப் பலியாக்கி, ஒவ்வொருவரும் தத்தம் சொந்த நலன்களையே மேம்படுத்திக்கொள்வதிலேயே அக் கறை காட்டுகிறோம் என்பதும், எனவேதான் பகைமையும் முரண்பாடும் எங்கும் நிலவுகின்றன என்பதும் உண்மை தான். சில வேளைகளில் நான் இரவில் படுக்கையில் படுத்திருக்கும்போது, என் ஆத்மாவுக்குள் பெரும் குழப்பமே நிறைந்துவிடும். அப்போது நான் வெளியே ஓடிவந்து, பின்வருமாறு வாய்விட்டுக் கத்த வேண்டுமென விரும்புவேன்;

"சகோதரர்களே! நமது முன்னோர்களின் எலும்பிலும், இரத்தத்திலுமிருந்து பிறந்த பழம்பெரும் பூமியான நமது ருஷ்யாவின் மீது கருணை காட்டுங்கள்!"

வாஸ்யா ஸாவெல்யேவ் காணாமற்போய்விட்டான். மூன்று நாட்களாக அவர்கள் அவனைத் தேடி அலைகிறார்கள். எபிம் புத்தியே மாறிப் போய்விட்டான்; அவன் உடம்பெல்லாம் நடுங்க, வாயில் நுரை தள்ள என் வீட்டுக்குள் ஓடோடி வந்தான்.

"மத விரோதிகளான நீங்கள் தான் அவனை இந்தக் கதிக்கு ஆளாக்கிவிட்டீர்கள்!" என்று அவன் கத்தினான்: 'மாக்ஸிம்! அவன் எங்கிருக்கிறான் என்பது உனக்குத் தெரியத்தான் வேண்டும். வாய் திறந்து சொல்!" பின்னர் அவன் தன் தொப்பியைத் தரைமீது வீசியெறிந்தான்.

மாக்ஸிமின் முகம் கறுத்தது; அவன் எபிமை ஒரு ஓநாயைப் போல வெறித்துப் பார்த்தான்; எனினும், எதுவும் பேசவில்லை. வாஸ்யா காணாமற்போன அன்று மாலை அவன் கோருஷினா என்ற பெயருள்ள தையற்காரியைப் பார்க்கப் போயிருந்தான்; அவளை எனக்குப் பரிச்சயம் இல்லை. எபிம் அவளது வீட்டுக்கு ஓடிப்போய், அவளை ஏசினான்; அடித்தான்; எனினும், அவன் அவ்வாறு செய்வதற்குக் காரணமே இல்லையென்று ஜனங்கள் சொல்கிறார்கள். மாக்ஸிம் அவளை அறிவான்: அவள் இளமையானவள் என்றும், எனினும் மிகுந்த அடக்கம் உடையவள் என்றும், அவள் ஒன்றும் எதற்கும் இடம் கொடுக்கும் வகையைச் சேர்ந்தவளல்ல வென்றும் அவன் சொல்கிறான். அவள் அவ்வாறு இடம் கொடுத்தாலும், வாஸ்யாவும், மாக்ஸிமும் அவளை வந்து பார்த்துப் போக மட்டுமே அனுமதித்தாள். அவள் பாதிரியாரின் மனைவியுடன் நட்பாக இருந்தாள். அவள் நடத்தை கெட்டவளாக இருந்தால், பாதிரியாரின் மனைவி அவளோடு எந்தச் சம்பந்தமும் வைத்திருக்க மாட்டாள் என்றும் அவன் சொன்னான்.

கடந்த இரண்டு நாட்களாக, மார்க் மாமா தன்னிலை யிலேயே இல்லை; அவர் நாள் முழுவதும் புகை பிடித்தவாறும், சீட்டியடித்தவாறும் மேலும் கீழும் நடந்தவண்ணமே இருக்கிறார். அவரது கண்கள் குழிந்து பளபளப்பது போலத் தோன்றின. அவருக்குக் கேட்கும் சக்திகூடக் குறைந்து போய்விட்டது. கேட்பதையெல்லாம் திரும்பவும் சொல்லச் சொல்கிறார்: அவரது காதில் ஏதோ ஓர் இரைச்சல் இருப்பதுதான் இதற்குக் காரணம் என்கிறார். வீடு இலையுதிர் காலத்தின் மழை நாளைப் போன்று பயங்கரமாக இருக்கிறது; வானம் நிலமாகவும், சூரியன் கதகதப்பாகவும் இருந்துங்கூட, காற்று வேதனை தருவதாக இருந்தது வசந்தம் வருவதற்குப் பிந்தி விட்டது.

மார்க் மாமா என்னிடம் வந்து, புன்னகையோடு பின்வருமாறு சொன்னார்:

“நாம் எப்போது மோசமாக உணர்கிறோம்? இலையுதிர் காலத்திலா, வசந்தத்திலா?’

“மாரிக்காலத்தில்தான்,” என்றேன் நான்.

“வசந்தம்தான் என்னை மோசமாக்கிவிடுகிறது. வானம் வெளிவாங்கித் தெளிவானவுடனேயே, ஏதோ ஒன்று என் இதயத்தைப் பிடித்து லெட்டியிழுக்கிறது. நான் கூடாரத்தைக் கிளப்பிக்கொண்டு, புறப்பட்டுச் செல்ல ஏங்குகிறேன்; நகரங்களையும் கிராமங்களையும் தாண்டித் தாண்டி நடந்து, உலகத்தின் கோடிக்கே சென்றுவிட வேட்கை கொள்கிறேன்.”

நான் அவரைப் பார்த்தேன்; ஆனால், எனக்கு என்ன சொல்வதெனத் தெரியவில்லை. நல்ல வேளை. அவர் இங்கிருந்து போய்விட முடியாது; ஏனெனில், அவர் எங்கள் நகரத்திலேயே இரண்டு வருஷ காலம் தங்கியிருக்க வேண்டும் என்பது சட்டத்தின் ஆணை.

திடீரென்று சூரியன் கதகதப்பைக் கொணர்ந்தது; இரண்டே தினங்களில் தரையில் பனி உருகத் தொடங்கியது. நேற்றிரவு புட்டானிட்ஸா நதியின்மீதுள்ள

பனிக்கட்டிப் படிவம் உடைந்து போயிற்று; வாஸ்யாவின் சடலம் பாலத்துக்கடியில் கண்டெடுக்கப்பட்டது. அவனது சடலம் படுமோசமாகச் சிதைந்திருந்தது. ஆனாலும் அவனாகத்தான் விழுந்தானா அல்லது யாரேனும் அவனைத் தூக்கியெறிந்திருப்பார்களா என்று இன்னும் யாருக்கும் தெரியவில்லை. போலீஸாரோ எபிமைக் குறை கூறி, அவனைக் கேள்விகள் கேட்டார்கள். ஆனால், அவன் மிகுந்த சோகமயமாக இருப்பதால், அவனது புத்தி எங்கெங்கோ திரிகிறது. அவர்களால் அவனிடமிருந்து எதையும் கேட்டுத் தெரிய முடியவில்லை. மாக்ஸிமோ தன் கைகளைப் பின்புறமாகக் கட்டிக்கொள்கிறான். அவனும் எதுவும் சொல்வதில்லை; அவன் ஏதோ பிரமை பிடித்தவன் போல மங்கிய கண்களோடும், இறுக மூடிய பற்களோடும் தென்படுகிறான்.

நேற்று மத்தியான வேளையில் மார்க் மாமா பாதிரியாரைப் பார்க்கச் சென்றார். இரவு அங்கேயே தங்கிவிட்டார்; ஒருவேளை அவர் இன்றிரவும் அங்கேதான் தங்க எண்ணுகிறார் போலிருக்கிறது. ஏனெனில், இப்போதோ மணி கிட்டத்தட்ட பத்தாகிறது; அவர் இன்னும் வீடு திரும்பவில்லை.

வாஸ்யாவின் சவ அடக்கத்தின்போது நான் கோருஷினாவைப் பார்த்தேன்; அவள் லையூபா மாட்டுஷ்கினாவுடன் கையோடு கைகோத்து நடந்து வந்தாள். அவளது உடைகள் மிகவும் எளிமையாகவும் அழகாகவும் இருந்தன என்பதைத் தவிர அவளிடம் அசாதாரணமான எதுவும் தென்படவில்லை.

பாதிரியார் என்னைத் தம்மோடு வீட்டுக்கு வருமாறு அழைத்தார்; அத்துடன் கோருஷினாவும் லையூபாவும் வந்தார்கள். நாங்கள் தேநீர் அருந்தினோம்; எங்கள் நகரத்தில் ஒரு நாடகக் கொட்டகையை நாங்கள் தொடங்கினால் அது நன்றாயிருக்கும் என்று மார்க் மாமா சொன்னார். சிறிது நேரம் கழித்து, பாதிரியாரின் மனைவி ஆர்மோனியப் பெட்டியில் அழகாக வாசித்தாள்; லையூபா திடீரென்று கண்ணீர் சிந்தினாள்; அவர்கள் எல்லோரும் அடுத்த அறைக்குள் சென்றார்கள். பாதிரியாரின் மனைவியோடு கோருஷினா மிகவும் நெருங்கிய பழக்கமுடையவளாகத் தோன்றுகிறது; பாதிரியார் அவளைத் துன்யா என்று அழைக்கிறார்; ஒருவேளை ஏதாவதொரு வகையில் அவள் உறவுக்காரியாக இருக்கக் கூடும். என்னோடும் மார்க் மாமாவோடும் தாம் தனியாக விடப்பட்டவுடனேயே, அந்தப் பாதிரியார் கடவுளைப்பற்றிப் பேசத் தொடங்கிவிட்டார். அவர் தமது முகத்தில் ஒரு சுருக்கத்தோடு அறையின் மத்தியில் நின்றவண்ணம், தம் உடம்பை நிமிர்த்தினார்; ஒரு கையை மேலே தூக்கித் தமது நீண்ட தலைமயிரைப் பின்னால் தட்டிவிட்டார். அவரது மாமாவோ அவரிடம் பொறுமையற்றும் வினயமற்றும் நடந்துகொண்டார்.

கடவுளுக்குச் செயலும் விருப்பமும் இருப்பதாகக் கூறுவதன் மூலம் நீங்கள் அவருக்கு நமது மனிதத் தன்மைகளையே உருவேற்றுகிறீர்கள்," என்றார் பாதிரியார்: "மேலும் நீங்கள் அவரது ஏகத்தன்மையையும் அழிக்கிறீர்கள்."

"'பழைய கதை, ' என்று உறுமினார் மார்க் மாமா.

“‘ஆனால், பொறுங்கள். கடவுளே எல்லாமாக இருக்கும்போது அவர் எப்படி எதையேனும் விரும்ப முடியும்? அவருக்கப்பால் எதுவுமே இல்லையென்னும்போது, கடவுள் எப்படிச் செயல்பட முடியும்? எந்த முடிவை நோக்கி அவர் தமது செயலைத் திசை திருப்ப முடியும்?’

“இதெல்லாம் கீழை நாட்டுச் சிந்தனை முறை ஷாஷா, அதனை விட்டுத் தள்ளுங்கள். அதையெல்லாம் நாங்கள் பார்த்து முடித்தாகிவிட்டது,” என்றார் அவரது மாமா.

“நான் அவற்றைப் பார்த்து முடிக்காவிட்டால்தான் என்ன? அது எனக்கு இன்னும் ஓர் அலைக்கழிக்கும் பிரச்சினையாக இருந்தால்தான் என்ன?”

“அதனை நீங்களே கற்பனை பண்ணிப் பாருங்கள்,” என்று சொன்னார் மாமா. பின்னர் அவர் என்னிடம் திரும்பி, நாங்கள் வீட்டுக்குப் போகலாம் என்று தெரிவித்தார். பாதிரியார் ஒரு மூலைக்குப் பாய்ந்து, ஒரு சாய்வு நாற்காலியில் சுருண்டு அமர்ந்துகொண்டார்; அவர் மனம் புண்பட்டுப் போனார் என்று நன்கு தெரிந்தது; ஏனெனில், அவர் என்னிடம் ஒரு வார்த்தை கூடப் பேசாமல் கையை நீட்டினார். மாமாவிடமோ அவர் தலையை மட்டும் அசைத்ததோடு சரி.

வீட்டுக்கு வரும் வழியில், இன்னும் சோர்ந்தாற் போலவே தென்பட்ட மார்க் மாமாவை நோக்கி, என்ன விஷயமெனக் கேட்டேன் நான்; அவரும் அதனை எனக்கு உடனடியாக விளக்கினார்.

தொல்லை என்னவென்றால் அவரிடம் எளிமையான, அசைக்க முடியாத கோட்பாடு இல்லை; எனவே, அவர் அதனைக் கண்டுபிடிக்க முயற்சி செய்கிறார். ஆனால், இல்லாத ஒன்றை எவர்தான் கண்டு பிடிக்க இயலும்?

வெளிவாசலருகே வந்ததும், அவர் பின்வருமாறு குறிப்பிட்டார்:

“எங்கும் இதே கதைதான். கீழை நாட்டுக்கும், கீழை நாட்டுச் சாந்தத்துக்கும், செயலற்ற தன்மையை நியாயப்படுத்துதலுக்கும் நாம் கவர்ந்திழுக்கப்பட்டிருக்கிறோம். இதனால் செயலாற்றலே எல்லாவற்றிலும் மிகவும் அத்தியாவசியமாகிறது.”

நாங்கள் உள்ளே வந்ததும், அந்தப் பாதிரியார் ஒரு முறை தமது பாவ அறிவிப்புப் பிதாவிடம் தாம் சந்தேகங்களால் சித்திரவதைப்படுவதாகச் சொல்லிவிட்டதாக அவர் என்னிடம் சொன்னார். அந்தப் பாவ அறிவிப்புப் பாதிரியாரோ அதனை அத்தியக்ஷ குருவிடம் தெரிவித்து விட்டார். இதற்கும் முன்பே, அந்தப் பாதிரியார் சுதந்தரமாகச் சிந்தனை செய்கிறார் எனச் சந்தேகிக்கப்பட்டு வந்தார். எனவே, அவருக்கு ஒரு தண்டனையாக, அவர் எங்கள் நகரத்துத் தேவாலயத்துக்கு அனுப்பப்பட்டார். இப்போதோ அவரை எங்கே ஒரு சாமியார் மடத்துக்கு அனுப்பி விடுவார்களோ என்ற நடுக்கத்தில் அவரது மனைவி பயந்து போய் வாழ்கிறாள். எனவேதான், அவள் அடிக்கொரு தடவை ‘ஷாஷா! ஷாஷா!’ என்று எப்போதும் எச்சரிக்கிறாள்.

“அவர் இதனை மந்தமான தொனியில்தான் என்னிடம் சொன்னார். அந்தக் கதையே மந்தமானதுதான். அந்தப் பாதிரியார் பீதியுற்று, பாவ மன்னிப்புக்

கோரினார். அந்தப் பாவமன்னிப்புப் பிதாவோ அதனைக் கேட்டு, புகார் செய்தார். அதன் விளைவாக, இந்தப் பாதிரியார் நாய்க்கு எறியப்பட்ட எச்சில் பண்டங்களைப் போன்று, எங்களது இந்த ஏழை ஒகுரோவ் நகரத்தின்மீது தூக்கியெறியப்பட்டு விட்டார்"

வாஸ்யாவின் சவ அடக்கத்துக்குச் சில தினங்களுக்குப் பின்னர், வீட்டின் வெளிவாசலுக்கு வெளியே கிடந்த ஒரு பெஞ்சில் மார்க் மாமாவும் மாட்வியும் அமர்ந்திருந்தார்கள்; அவர்கள் நிர்மலமான வானவெளி விதானத்தையும், இதன் இதய மத்தியில் பழுக்கக் காய்ந்த உலோகம் போலப் பளபளக்கும் தேவாலய மணிக்கூண்டின் முலாம் பூசிய சிலுவையையும் நிமிர்ந்து பார்த்துக்கொண்டிருந்தார்கள்.

"அதெப்படி இருக்க முடியும்?" என்று மார்க் மாமா கேட்டார். "இங்கே நதி இருக்கிறது; ஆனால், அதில் மீன்கள் இல்லையா?"

"ஆமாம். ஆனால் ஏன் என்று எனக்குத் தெரியவில்லை," என்று புன்னகையோடு சொன்னான் மாட்வி.

"நல்லது, நான் வந்திருக்கிறேன்," என்று யாரோ மன்னிப்புக் கோரும் விதத்தில் சொல்வது கேட்டது.

"ரொம்ப நல்ல காரியம்," என்றான் மார்க் மாமா: "வா, இங்கே உட்கார்."

புதிதாக வந்த நபரை வரவேற்பதற்காக, மாட்வி தன் இடத்தைவிட்டு இலேசாக எழுந்து, அந்தப் பெண்ணின் மிருதுவான கரத்தைத் தொட்ட தனது கைவிரல்களைப் பிடித்தவாறே மீண்டும் உட்கார்ந்துகொண்டான்.

"எனவே, அந்தக் குற்றவாளிக்கெதிராக நீ புகார் எதுவும் தாக்கல் செய்ய விருப்பமில்லையென்று சொல்?" என்று தம்மைப் புகைமண்டலத்தால் திரையிட்டவாறே கேட்டார் மார்க் மாமா.

"ஊஹூம், இல்லை," என்று அந்தப் பெண் ஏறத்தாழக் கெஞ்சுவது போன்ற தொனியில் பதிலளித்தாள்: "அவன் போதுமான அளவுக்குத் தண்டிக்கப்பட்டு விட்டான்."

"ரொம்ப சரி. நல்லவர்கள் மிருகங்களிடங்கூட இரக்கம் காட்டுகிறார்கள்."

'மேலும், இது லெண்ட் வாரம்."

"ஹூம். இல்லையென்றால், ஒருவேளை உன்மீது தொடுத்த இத்தகைய தாக்குதலுக்குத் தண்டனை வாங்கிக் கொடுக்காமல் விடமாட்டாயாக்கும்?"

"அதனால் என்ன விளைந்துவிடப் போகிறது?" என்று கேட்டாள் அவள்; பின்னர்ப் பிரார்த்தனையின்போது சிலுவையை முத்தமிடும் முன்னர், மத்தியதர

வர்க்கத்துப் பெண்கள் செய்வது போல, அவள் தன் இடுப்பிலுள்ள பையிலிருந்து கைக்குட்டையை எடுத்து, உதட்டைத் துடைத்துவிட்டுக் கொண்டாள். பின்னர் பெருமூச்செறிந்தவாறே பின்வருமாறு சொன்னாள்: "எந்த நியாயஸ்தலமும் வாஸ்யாவைத் திரும்பக் கொண்டுவரப் போவதில்லை."

'இவள் எத்தனை சாதாரணமாக இருக்கிறாள்!' என்று அவளைப் பதனமாகக் கடைக்கண்ணால் பார்த்தவாறே எண்ணிக்கொண்டான் மாட்வி.

அவள் சதைப் பிடிப்போடு இருந்தாள்; அதிக உயரமாகவும் இல்லை; கறுப்பு உடைகளும், தலைமீது ஒரு கறுப்புச் சால்வையும் அணிந்திருந்தாள். அதனால் அவள் ஒரு கன்னியாஸ்திரி மாதிரித் தோற்றமளித்தாள். அவள் அழகாயிருக்கிறாளா, இல்லையா என்று சொல்வதும் சிரம சாத்தியமாக இருந்தது. அவளது கண்கள் பாதி மூடியவாறு, கண்ணிமைகளால் திரையிடப் பெற்றிருந்தன. இதனால் அவள் குருடியோ என்ற எண்ணம் தோன்றியது. அவளிடம் துடிப்பாக எதுவும் தென்படவில்லை. அதாவது, அவளது வாழ்க்கையையும் மனப் பாங்கையும் பற்றி, அவள் என்ன விரும்புகிறாள், அவள்மீது ஒருவர் நம்பிக்கை வைக்கலாமா என்பதைப்பற்றியெல்லாம் ஒருவரை ஊகிக்கத் தூண்டும் எதுவும் அவளிடம் தென்படவில்லை.

மாக்ஸிமின் சிவந்த தலை வாசலருகே தென்பட்டது. அவனது நீல நிறக் கண்கள் கணநேரத்துக்குப் பளிச்சிட்டது. பின்னர் அவன் வெளியே வந்தான்; தன் தலையைப் பெருமிதத்தோடு மேல்நிமிர்த்தியவாறு, புன்னகை புரிந்தான். தனது கறுத்த புருவங்களை மேலுயர்த்தினான்.

கோருஷினா எழுந்து நின்று அவனிடம் தன் கையை நீட்டினாள்.

"குட் ஈவ்னிங், மாக்ஸிம் ஸ்டீபானோவிச்," என்றாள் அவள்.

மாக்ஸிம் ஒரு வார்த்தைகூடப் பேசாமல் அவளோடு கைகுலுக்கிவிட்டு, வாசலின் வழியாக மீண்டும் முற்றத்திற்குள் பின்வாங்கிவிட்டான். அவள் தன் உதடுகளை மீண்டும் கைக்குட்டையால் துடைத்துவிட்டு, பெஞ்சின்மீது மெல்ல உட்கார்ந்தாள்.

இவர்களுக்கிடையே ஏதோ விஷயம் இருப்பது போலத் தெரிகிறது என்று மாட்வி அலட்சியமாக நினைத்தான். காற்றில் வசந்தம் கமழ்கிறது.

"நாம் உள்ளே போகலாமா?" என்று அரை மனதாகச் சொன்னான் அவன்.

"இல்லை. இங்கேயே இருப்போம்," என்று தமது முழங்காலின்மீது கையைத் தட்டியவாறே சொன்னார் மார்க் மாமா.

மாட்வி எழுந்து நின்றான்; மாலை நேரத்தின் செக்கரொளியை வாங்கிக்கொண்டிருந்த வானத்தையும், நகரத்துக்கப்பாலுள்ள கரிய குன்றுகளையும், அந்தத் தெருவையும் கொட்டாவிவிட்டவாறு வெறித்து நோக்கினான்; பின்னர் வேண்டாவெறுப்பாக வீட்டினுள் சென்றான்.

பின்னர், தனது தொடர்ந்த நடத்தை பலவற்றின் தன்மைகளையும் சீர்தூக்கிப் பார்த்தபோது, திரும்பிச் செல்ல இயலாதவாறு தனக்கென்றே தான் தேர்ந்தெடுத்துக் கொண்ட பாதையெனத் தான் நினைத்திருந்த பாதையிலிருந்து, தன்னைப் புரிந்துகொள்ள முடியாத விருப்போடு, தடம் மாறிச் செல்லும் காரியத்தைத் தொடங்கி வைத்தது அந்த இரவுதான் என்ற முடிவுக்கு அவன் வந்தான்.

சீக்கிரத்திலேயே, மாட்வியின் வீட்டில் ஒரு சிறு கூட்டம் அடிக்கடி கூடத் தொடங்கியது. அவர்கள் மார்க் மாமாவைப் பார்த்துப் பேசுவதற்காக வந்தார்கள். அவர்களிலே பிரபலமடையாத கோருஷினாவும், தேவாலயக் கோவிலதிகாரி ஒருவரின் மகனும், கல்லூரியிலிருந்து வெளியேற்றப்பட்டவனும், கூனனுமான ஸென்யா கோமரோவ்ஸ்கியும் இருந்தனர். பின்னர் நகரக் கவுன்சிலில் வேலை பார்த்து வந்த சுருட்டைத் தலையும், பருக்கள் நிறைந்த முகமும் கொண்ட ஸ்வெட்டயேவ், ஒரு டாக்டரின் துணையாளாக இருந்த வழுக்கைத் தலையும், பெரிய மூக்கும், அவலட்சணமும் கொண்ட ரோகாசோவ், தேவாலயத்துத் துணைப் பாதிரியாரின் மருமகளும், சிவப்பும் சினப்பும் கொண்ட முகமுடைய குதூகலமான யுவதியுமான காப்பிடோலினா காலட்ஸ்காயா ஆகியோரெல்லாம் அந்தக் கும்பலில் வந்து சேர்ந்துகொண்டனர். அவர்கள் ஒவ்வொரு சனிக்கிழமை மாலையிலும் மாலைப் பிரார்த்தனை நேரத்தில் மார்க் மாமாவின் அறையில் ஒழுங்காகக் கூடினார்கள்; அல்லது அங்குப் புழுக்கமாக இருந்தால், பழத்தோட்டத்தில் குளிப்பறைக்கு அருகிலுள்ள பெர்ச் மரங்களுக்கடியில் கூடினார்கள். சில சமயங்களில் பாதிரியாரின் மனைவியும் அவர்களோடு கலந்துகொண்டாள். அவள் ஒரு மூலையிலே அமர்ந்து, அங்கிருந்தவண்ணம் தனது மூக்குக் கண்ணாடி வழியாக அவர்களை மௌனமாகப் பார்ப்பாள்; அதே சமயம் அவளது கைகளோ அவளது தவிர்க்க முடியாத பின்னல், அல்லது பூத்தையல் வேலையிலே மும்முரமாக ஈடுபட்டிருக்கும். மாக்ஸிமும்கூட, ஒரு சுதந்தரமான தன்மையோடு அங்குமிங்கும் சுற்றி வருவான்; அவன் மார்க் மாமா அத்தனை உத்வேகத்தோடும், உணர்ச்சியோடும் விளக்குகின்ற விஷயங்களையெல்லாம் துடைத்து விடுபவன் மாதிரி, தனது சிவந்த தலைமயிரை ஒரு சமயம் ஒரு கையாலும் மறு சமயம் மறுகையாலும் தடவிக் கொடுத்தவாறு இருப்பான். ஷாகிரும் அங்குத் தனது உச்சந்தலைத் தொப்பியை ஒரு பக்கமாக ஒதுக்கி வைத்தவாறு, கால்மாற்றி அப்படியும் இப்படியும் நின்றவண்ணம் இருப்பான்; அவன் தன் கைகளைப் பின்புறமாகக் கட்டியவாறும், ஏதோ ஓர் அந்தரங்கமான புன்னகை புரிந்தவாறும், அங்கு என்ன சொல்லப்படுகிறது என்பதைக் கேட்பதற்காக இரண்டு காதையும் மாறிமாறித் திருப்பிக் கூர்ந்து கேட்டவண்ணம் இருப்பான்; ஏதோ ஓர் அவசர வேலைக்குத் திரும்பவும் போவதற்கு முன்னால், அவசர அவசரமாகப் பிரார்த்தனையைச் சொல்லி முடித்துவிட்டுப் போவதற்காக, தலையைக் காட்ட வந்தவன் போலத் தோன்றினான் அவன்.

அங்கு மாட்வியும் இருக்கும் போதெல்லாம் அவன் புழுக்கத்தோடு முகத்தைச் சுழிப்பான்; ஒவ்வொரு புதிய நபர் வரும்போதும் வாய் பேசாமல் தலையை

அசைப்பான்; முன்னால் நடந்து சென்று மார்க் மாமாவின் அருகில் ஓரிடத்தில் அமர்ந்துகொள்வான்; 'தான் மிகவும் தாராளமாகவும் நிதானமாகவும் இருப்பதாகக் காட்டிக்கொள்ள முயல்வான்; உண்மையில் அந்த மனிதர்களின் முன்னிலையில் அவன் தன்னால் வெற்றி காணமுடியாத ஒரு கலவர உணர்ச்சியைத் தான் உணர்ந்து வந்தான்.

மெல்லமெல்ல அவன் மார்க் மாமா சொல்லி வரும் விஷயத்தில் ஈடுபட்டு விடுவான்; அதன் பின்னர் அவன் அவர்களைப் பற்றியும், தன்னைப் பற்றியுங்கூட. எல்லாவற்றையும் மறந்துவிட்டு அமர்ந்திருப்பான். அவன் கவனமாகக் கேட்டான்; மற்றவர்களோடு சேர்ந்து சிரித்தான்; வாழ்க்கையின் மோசமான அம்சங்களை வருணிக்கும்போது, ஆழ்ந்து பெருமூச்சு விட்டான்; ஜனங்களின் சோம்பேறித்தனம், கோழைத்தனம், கொடுமைக் குணம், மற்றும் எதற்கும் ஒத்துப் போகாத மானக்கேடான போக்கு ஆகியவற்றை மார்க் மாமா கண்டித்துப் பேசும்போது, அவன் குற்றவுணர்வோடு தலையைத் தொங்கவிட்டுக்கொண்டான். ருஷ்ய குணாம்சத்தின் இத்தகைய எத்தனை எத்தனையோ அவமானகரமான அம்சங்களைப் பற்றி அவர் விளக்கமாகப் பேசினார், ஆனால், அந்தக் கிழவர் களைத்துப் போய்ப் பேச்சை நிறுத்திக்கொள்ளும்போது, அதன் பின்னர் அவரது சீடர்கள் மணிக்கூண்டைச் சுற்றி வட்டமிட்டுக் கரையும் காக்கைகளைப் போல இறையத் தொடங்கும்பொழுது, மாட்வி மீண்டும் தன்னுணர்வு பெற்றான்; பின்னர்த் தனக்கும் அந்த மனிதர்களுக்கும் இடையேயுள்ள பெரிய வித்தியாசத்தைப்பற்றிய ஓர் ஞானம் அவனது இருதயத்துக்குள் மெதுவாக, திருட்டுத்தனமாக, எனினும் வளர்ந்தோங்கி வரும் தெளிவோடு, ஊர்ந்து புகத் தொடங்கும்.

அவன் அமர்ந்திருந்த இடத்திலிருந்து அவன் எல்லோரையும் பார்க்க முடிந்தது. அவர்கள் அவனைக் காட்டிலும் இளையவர்களாக இருந்தார்கள். அவர்கள் எல்லோரும் விசித்திரமாகவும் ஓரளவுக்குக் கோமாளித்தனமாகவும் இருப்பதை அவன் கண்டறிந்தான். மெலிந்தவனான ஸ்வெட்டயேவ் தனது எலும்பு தென்படும் முழங்கால்களை முன்னால் நீட்டியவாறு உட்கார்ந்திருந்தான்; அவன் உஷ்ணம் மிகுந்த பகல் வேளையில் ஒரு தூக்கச் சடைவுகொண்ட காக்கை எப்படி அங்குமிங்கும் பார்க்குமோ, அது போலத் தன் மூக்கை அங்குமிங்கும் திருப்பினான்; அத்துடன் அடிக்கடி உச்சஸ்தா யியான சில்லுக்குரலாக மாறும், ஒரு நடுங்கும் குரலில் பின்வருமாறு சொன்னான்:

"அப்படியென்றால், நம்மை இரண்டு பிரச்சினைகள் எதிர்நோக்குகின்றன: ஒன்று தனி நபர் பிரச்சினை; மற்றது சமுதாயப் பிரச்சினை."

அவன் மிகுந்த உறுதியோடுதான் பேசினான்; எனினும், அவன் என்ன சொல்ல முயல்கிறான் என்று எவருக்கும் புரியவில்லை. அவன் தன் கண்களை மூடியவண்ணம், ஒரு விரலால் காற்றில் ஏதேதோ வரைந்து காட்டினான்; இறுதியில் தனது கையை நெற்றியின் மீது வைத்து, ஏதோ ஒரு மனோராஜ்யத்தில் இலயித்து விட்டான்:

"முடித்தாயிற்றா?" என்று மார்க் மாமா அவனிடம் கேட்டார்.

“இன்னும் ஒரே ஒரு கேள்வி...’

மீண்டும் எல்லோரது கண்களும் அந்தப் பருக்கள் நிரம் பிய முகத்தின்பால் திரும்பின. மார்க் மாமா மேஜைமீது தமது விரல்களால் தாளம் போட்டவாறே, தமது அடர்ந்த புருவங்களைப் பொறுமையற்று மேலும் கீழுமாக அசைத்துக் கொண்டிருந்தார்.

ஸ்வெட்டயேவ் பேசி முடித்த பின்னர், எப்போதும் போலவே காலட்ஸ்காயா அவனைத் தொடர்ந்து, வழக்கம்போலவே அந்த வாக்கியத்தைச் சொல்ல முனைந்தாள்:

“ஆனால் நாம் ஏன் தனிப்பட்ட விஷயங்களை விவாதிப்பதில் பொழுதை வீணாக்க வேண்டும்?”

அவளது முகம் முன்னைக்காட்டிலும் சிவந்து தோன்றும்; அவள் மளமளவென்று பேசும்போது அவளது வாய் திறக்கும்; பின்னர்ச் சட்டென்று மூடிக்கொள்ளும். இவற்றைச் சோந்தாற்போலப் பார்க்கும்போது, மனம் குன்றும்; தனித் தனியாகப் பார்த்தாலோ, எரிச்சலாக இருக்கும். மாட்வி நிலை கொள்ளாமல் சுற்று முற்றும் பார்த்தான். அவனது கண்கள் பாதிரியாரின் மனைவிமீது விழுந்தன; தனது சுற்றுச் சார்பின்மீது கொள்ளும் அவளது அலட்சிய பாவம் அதிகரிக்க அதிகரிக்க, அவளது தலை மேலும் மேலும் கீழே குனிந்து வேலையில் ஈடுபட்டது. அவளது மிருதுவான கபில நிறமான தலைக்குள் கடினமான, உண்மையான, எனினும் ஜாக்கிரதையான எண்ணங்கள் நிரம்பியிருப்பதாக அவன் உணர்ந்தான். இது அவனை இதப்படுத்தியது.

காலட்ஸ்காயா பேசி முடித்தவுடனேயே, ஸ்வெட்டயேவும், ரோகாசோவும் அவளோடு வாதிடத் தொடங்கி விட்டார்கள். முன்னவன் புண்பட்ட கீச்சுக் குரலிலும், பின்னவன் துடிப்பாகத் தெரிந்த வால்காப் பிரதேசத்து உச்சரிப்போடு கூடிய குதூகலமான கனத்த குரலிலும் பேசினான்.

“ஆனால், அது விஷயத்துக்குப் புறம்பானது,” என்றான் அவன்.

அவன் அளவுக்கு மீறிப் பயன்படுத்திவிட்ட ஆயுதம் போலத் தோன்றினான். அகன்ற தோள்களும் கட்டுமஸ்தான உடம்பும் கொண்ட அவன், நைந்து போய்விட்ட தன்மைகளோடு கூடிய ஓர் “இரண்டாம் தரத்து”டன் சேர்ந்த தலையையும், நீர் கசியும் சிறிய கண்களையும் கொண்டிருந்தான். அவனது அசைவுகள் மேம்போக்காகவும் உத்தேசமாகவுந்தான் இருந்தன. அவனது மார்புக்குள் ஏதோ ஒன்று அறுத்துக்கொண்டேயிருந்தது; அவன் அடிக்கொரு தரம் இருமலால் அவஸ்தைப்பட்டான்.

ஸென்யா கோமரோவ்ஸ்கி எப்போதாவதுதான் பேசினான். அவன் தனது கூனிய தோள்களுக்குள் தலையை இழுத்துக்கொண்டும், கைகளைப் பாக்கெட்டுக்குள் திணித்துக் கொண்டும், குட்டைக்கால்களை வெளியே நீட்டிக்கொண்டும், எல்லோரையும் தனது உருண்ட, கொட்டி விழிக்காத

கண்களோடு சுற்றிப் பார்த்தவாறே அமர்ந்திருந்தான். இடையிடையே அவனது மெல்லிய உதடுகள் அகன்ற சிரிப்பினால் படர்ந்து நீண்டது. அது மாட்விக்கு அருவருப்பாகத் தோன்றியது. அவன் அந்தக் கூனனைப் பார்க்காமலிருக்க முயன்றான். எனினும், குறுகுறுப்பின் உந்தலின் காரணமாக, அவனை மேலும் மேலும் பார்க்கத்தான் அவனால் முடிந்தது.

கோருஷினா தனது வட்டமான வாயைத் திறந்தவண்ணம் வாதப் பிரதிவாதங்களையும் பேச்சுகளையும் கேட்டுக் கொண்டிருந்தாள்; பேசுபவரின் வார்த்தைகளையெல்லாம் தன்னுள் உறிஞ்சிக்கொள்வது போல, அவளது மூச்சு ஆழ்ந்த திணறல்களோடு வெளிப்பட்டது; அவளது உயிரற்ற கண்களும் கொட்டக் கொட்ட விழித்தன.

இந்த மந்தமான சூழ்நிலையில் மாக்ஸிமின் சுழித்த முகம் ஒரு பிரகாசமான திட்டுப் போலத் தோன்றியது. அவன் தன் தலைமயிரைத் தடவுவதற்காக, முதலில் ஒரு கரத்தையும், பிறகு மற்றொரு கரத்தையும் உயர்த்தியபோது, அவன் ஏதோ ஒரு கண்ணுக்குத் தெரியாத ஏணியின்மீது மெதுவாகவும் கவனமாகவும் ஏறுவது போன்று தோன்றினான். அவனது நீலநிறமான கண்கள் கோருஷினாவின்மீது விழும்போதெல்லாம் அவை கருமையும் ஈரப்பசையும் பெற்றன; அவனது நாசித் துவாரங்கள் நடுங்கின. இதனைப் பார்த்ததும் மாட்வி தனக்குத் தானே பின்வருமாறு சொல்லிக்கொண்டான்:

'நாய்க்குட்டி! இங்கே இவர்கள் இவனது தலைக்குள் கொஞ்சம் அறிவைச் செலுத்த முயன்றுகொண்டிருக்கிறார்கள். இவனுக்கோ இந்தச் சமயத்திலே சிந்தனை வேறு எங்கோ ஓடுகிறது!'

கோமரோவ்ஸ்கியின் கரிய கண்களுங்கூட, அந்தப் பெண்ணின் உருவத்தின்மீதும், முகத்தின்மீதும் இடையிடையே பாய்ந்தன. அத்தகைய சமயங்களில் அவனது கண்ணின் கருமணிகள் அகன்று விரிந்து, கண்ணின் வெண்மையையே விழுங்கி விடுவது போலத் தோற்றின.

'ஆந்தைக் கண்களைப் போலத்தான்!' என்று நினைத்தான் மாட்வி.

அங்குக் குழுமிய அத்தனை பேர்களும் சுதந்தரமாகவும் தாராளமாகவுந்தான் பழகினார்கள், கிட்டத்தட்ட ஒவ்வொரு பேச்சுக்கும் ஒரு டஜன் எதிர்ப்புக்கள் கிளம்பின. முதலில் மாட்வி இதைக் கண்டு வியப்படைந்தான்.

'ஜனங்களுக்குத்தான் எத்தனை விதமான கருத்துகள் இருக்கின்றன!' என்று ஏறத்தாழ ஒரு பரவசத்தோடு எண்ணமிட்டான் அவன். வாழ்க்கையின் சிக்கலான பிரச்சினைகளுக்கு எளிய வழிமுறைகளை வழங்கும் அந்த எளிய, புரிந்து கொள்ளக்கூடிய கருத்துகளின் அபரிமிதத் தன்மையைக் கண்டு அவன் ஊக்கமடைந்தான். அவை அவனிடத்தில் மனோ பலத்தையும், மக்களின்பால் நம்பிக்கையையும், மக்களின் நல்ல எண்ணங்களின்பால் ஒரு மதிப்புணர்ச்சியையும் தூண்டிவிட்டன. அவனது நகரத்திலேயே தீவிரமாகச் சிந்திக்கும் இளைஞர்கள்

இத்தனை பேர் இருக்கிறார்களே என்பதிலும், அவனது சொந்த வீட்டிலேயே இத்தகைய தைரியமான வார்த்தைகள் பேசப்படுகின்றதே என்பதிலும் அவன் திருப்தியடைந்தான். அவர்கள் சொன்ன காரசாரமான விஷயங்களைக் கண்டு அவன் இப்போதெல்லாம் பயப்படுவதில்லை காலட்ஸ்காயா தனது பெரிய வாயைத் திறக்கும்போது மட்டும், அவன் அவளைப் பார்க்க விரும்பாமல், தலையை அச்சத்தோடு குனிந்துகொண்டான். மேலும், புயல் வேகத்தில் வெளிவரும் அவளது வார்த்தைகளை யாராவது குறுக்கிட்டு நிறுத்த மாட்டார்களா என்றும் அந்தரங்கத்தில் ஆசைப்பட்டான்.

அவன் தன் நோட்டுப் புத்தகத்தில் பின்வருமாறு எழுதி வைத்தான்:

"வெளித் தோற்றத்தில் காலட்ஸ்காயா ஆபத்தில்லாத நபராகவும், எளிமையான ஆத்மாவாகவுந்தான் தோன்றுகிறாள். ஆனால் அவளைப் போல, வேறு யாரும் அத்தனை பொறுப்பில்லாமல் பேசவில்லை. அவளோ கோபமும் வறுமையுந்தான் வாழ்க்கையின் காரண சக்திகள் என்று நம்மை நம்பச் செய்கிறாள். இந்த வருஷத்தில் எதிர்நோக்கியிருக்கும் பஞ்சத்தைப் பற்றி அவள் ஒளிவு மறைவற்ற உவகையோடு பேசுகிறாள்; அவளது கருத்துப்படி, ஒரு மனிதன் எவ்வளவுக்கெவ்வளவு மோசமாகவாழ்கிறானோ, அவ்வளவுக்கு நல்லதாம்; அவன் எவ்வளவுக்கு அதிகமாகத் துன்புறுகிறானோ, அவ்வளவுக்கு அவனுக்கு நன்மையாம். துன்பம் ஒன்றுதான் மனித ஆத்மாவைத் தட்டியெழுப்ப முடியும் என்பது உண்மையானால், அது ஒரு கசப்பான உண்மைதான்; கேட்கவும் ஒப்புக்கொள்ளவும் கஷ்ட மாயிருக்கும் உண்மைதான். மேலும், இதனை அவர்களில் பலர் மறுத்துப் பேசுவதும், சித்திரவதையில் கண்விழித்து இருப்பதைக்காட்டிலும், மயக்க நிலையில் வாழ்வதே ஒரு மனிதனுக்கு நல்லது என்று அவர்கள் சொல்வதும் இயற்கைதான். அந்தக் கூனன் கோமரோவ்ஸ்கி மிகவும் உண்மையாகக் கூறியபடி, விழிப்போ, தூக்கமோ – எதுவானாலும் எல்லாம் மரணத்தில்தான் முடிவடைகிறது.

"மேலும் காலட்ஸ்காயா ஒரு மரியாதை தெரியாத வேசி மகள்; அவள் என்னைப் பெயர் சொல்லியே அழைப்பதில்லை; வெறுமனே 'இதோ இந்த வியாபாரி' என்றோ, 'இதோ இந்த வீட்டுக்காரர்' என்றேதான் குறிப்பிடுகிறாள். நானும் பதிலுக்கு ஏதாவதொரு மோசமான பெயரைச் சொல்லி – உதாரணமாக, 'அடி முட்டாளே' என்று சொல்லி – அவளை அழைத்துவிட முடியும்; ஆனால், அவள் அவமானப்படுத்தும், தவறான முறையில் அழைக்கும் நபர் நான் ஒருவன் மட்டும் அல்ல. அவளுக்குக் கபில நிறமான பூனைகளிடம் ஓர் ஈடுபாடு இருப்பதை நான் கண்டிருக்கிறேன். எப்போதாவது கபிலநிறப் பூனைக்குட்டிகளைக் காணும்போது, அவள் முகம் பிரகாசமடைகிறது; அவள் அப்போது நல்ல சுபாவமும் கொள்கிறாள்; எனினும், அதைக் கண்டு அவள் வெட்கப்படுவதாகவே தோன்றுகிறது.

"அவளைப் புரிந்துகொள்ளவே சிரமமாயிருக்கின்றது; என்னால் அவளிடம் எழுந்துபோய், எளிதாகவும், தன்னம்பிக்கையோடும் எப்போதும் பேசவே முடியாது.

அவள் எப்போதுமே ஏளனத்தோடு கத்தத் தொடங்கி விடுகிறாள். அவள் அழுக்கடைந்த முறையில்தான் உடை உடுத்துகிறாள்; எனினும், படுமோசமாக இல்லை. அவளது சட்டைகள் எப்போதும் கைகளின் அக்குளுக்கடியில் வியர்வைக் கறை படிந்தே இருக்கின்றன. மேலும், அவற்றிலுள்ள கொக்கிகள் பலவும் அறுந்து போய்விட்டன. எனவே, அதனுள் அடியில் என்ன இருக்கிறது என்று யாரும் பார்க்க முடியும்; நான் அவளைப் பார்க்கும்போது, இவளை எவன் காதலிக்க முடியும் என்று வியக்கிறேன்; எவனும் இவளை என்றும் காதலிக்க மாட்டான் என்றே நான் கருதுகிறேன்."

அந்த மனிதர்களோடு பழக்கப்பட்ட பின்பு, அவர்களது சிந்தனை வட்டத்துக்குள் தானும் ஈடுபட்ட பின்பு, அவனும் தனது கருத்துகளைத் தெரிவிக்கவும், அவர்களது வாதப் பிரதிவாதங்களில் தான் தவறு என்று நினைப்பதை எடுத்துக் கூறவும் விரும்பினான். முதலில் தயக்கத்தோடும், தன்னுணர்வோடும், பின்னர்த் தைரியத்தோடும் அழுத்தத்தோடும் அவன் அந்த விவாதங்களில் பங்கெடுத்தான்.

"நான் ஒரு வார்த்தை சொல்லலாமா? "என்று தன் நாற்காலியிலிருந்து பாதி எழுந்தவாறும், இருதயத்திலே இரத்தம் முட்டி மோத, முகத்திலுள்ள இரத்தம் மறைந்து வெளுத்தவாறும் அவன் கேட்பான்.

மார்க் மாமாவின் அன்பின் தலையசைப்போடு கூடிய அனுமதி கிடைத்ததும், அவன் ஒரே விஷயத்தைத் திரும்பத் திரும்பச் சொல்லியவாறும், ஆடம்பரமான வார்த்தைகளோடும் ஒரு பிரசங்கம் புரியத் தொடங்கி விடுவான்:

"இங்குக் கூடியுள்ள நீங்கள் அனைவரும் நமது தாய் நாட்டின் நலனுக்காக, மிகவும் மனமார உங்களை அர்ப்பணித்துள்ளீர்கள் என்பதில் எனக்குச் சந்தேகமில்லை. எனினும், அந்த இலட்சியத்துக்கு எப்படிச் சிறந்த பணியாற்றுவது என்பதில் ஏற்படும் அபிப்பிராய வித்தியாசங்களின் காரணத்தால், நீங்கள் ஒருவரையொருவர் பழித்துக் கொள்ளும் அளவுக்குக் காரசாரமான விவாதத்தில் இறங்கி விடுகிறீர்கள். இது மிகவும் தவறு என்றும், சொல்லப்படும் பல்வேறு கருத்துகளையும் புரிந்துகொள்வதற்கு இது பெரும் தடையாக இருக்கிறது என்றும் என் மனத்துக்குப்படுகிறது; எனவே, நீங்கள் ஒருவருக்கொருவர் மிகுந்த பொறுமையும் அமைதியும் கொண்டு பேச முயல வேண்டும் என்று நான் உங்களைக் கேட்டுக்கொள்கிறேன். இத்தகைய... அதாவது நான் இவ்வாறு சொன்னால்... இத்தகைய அசாதாரண மக்கள் ஒருவருக்கொருவர் உணர்ச்சிகளைப் புண்படுத்திக்கொள்வதற்காகவா, பொது நலத்தின் பேரால் ஒன்று பட்டு உழைக்க முன்வர வேண்டும் என்று எண்ணும்போது அது ஒரு பெரும் பரிதாபமாகத் தோன்றுகிறது..."

சில சமயங்களில் தான் பேசிவிட்டதைக் கண்டும், அந்தச் சக மனிதர்களுக்காகத் தனது இதயத்தில் பொங்கிப் பெருகும் அன்பினாலும் அவன் இதயம் நெகிழ்ந்தான்;

அப்போது கண்களிலே முட்டு மோதி வரும் கண்ணீரைத் தடுத்து நிறுத்துவதே அவனுக்கு வேலையாகிவிடும். இது அங்கிருந்தவர்களையும் பாதிக்கத்தான் செய்தது; அவர்கள் தன்னுணர்வோடு சிரித்தவர்களாய், அவனைப் பாசத்தோடு பார்ப்பார்கள்; மார்க் மாமாவோ புகை மண்டலத்தின் வழியாக அதனை அங்கீகரித்துப் புன்னகை புரிவார்.

"மிகவும் வாஸ்தவம்," என்ற விமர்சனம் சமயங்களிலே நகைச்சுவையான தொனியிலும், சமயங்களிலே அமைதியும் வருத்தமும் கலந்த தொனியிலும் வரும்.

நான் பேசும்போது, அவர்கள் பதிலுக்குப் பேசுவதில்லை என்று ஒரு பெருமித உணர்ச்சியோடு தனக்குத்தானே எண்ணிக்கொண்டான் மாட்வி.

ஒரு நாள் அவன் தனது பிரசங்கத்தை விரிவுபடுத்தவும் ஊக்கம் பெற்றுவிட்டான்:

"இரண்டாம் தடவையும் நான் இதனைச் சொல்ல விரும்புகிறேன்," என்று ஆரம்பித்தான் அவன்: "இங்குள்ள எல்லோரும்... மற்றவர்களெல்லாம், குறையைத்தான் என்றாலும், குறிப்பாகக் காலட்ஸ்காயாவும்–வியாபாரிகளையும், பெருந்தனக்காரர்களையும், பணக்காரர்கள் எல்லோரையும் அவர்கள் பேராசைக்காரர்களென்றும், பொறாமைக்காரர்களென்றும் குற்றம் சாட்டித் தாக்கிப் பேசுகிறீகள், முற்றிலும் உண்மை. எனினும், கோஸ்போடின் ஸ்வெட்டயேவ் நமக்கு நிரூபித்துக் காட்டியவாறும், மார்க் வாஸிலிவிச் எப்போதும் சுட்டிக்காட்டுகிறவாறும், ஒரு மனிதன் சந்தர்ப்பச் சூழ்நிலைகளுக்கே இரையானவனாக இருக்கிறான்; வாழ்க்கை அவனை எப்படி ஆக்கிப் படைத்திருக்கிறதோ, அப்படியல்லாமல் அவன் வேறு மாதிரி இருக்கவே முடியாது. எனவே நீங்கள் அவன்மீது தீர்ப்புக் கூறி, அவள் செய்கிற காரியத்துக்காக அவன்மீது குற்றம் சாட்டும்போது, அவன் ஒரு சுதந்தரமான நபர் அல்ல என்பதையும், ஆனால் விதி அவனை எப்படி வாழ வேண்டும் என்று விதித்திருக்கிறதோ, அத்தகைய வாழ்வை வாழ்ந்து வருபவன்தான் என்பதையும், எனவே அவனது வாழ்க்கையின் தவறு, அவனது பிழை ஆகியவற்றின் வேர்களை அவனுக்குச் சுட்டிக் காட்ட வேண்டும் என்பதையும் நீங்கள் மறந்துவிடக் கூடாது. அவனது உணர்ச்சிகளைப் புண்படுத்தாமல், அவற்றை அன்போடும், பொறுமையோடும் சுட்டிக்காட்டினால், அதாவது ஒரு சகோதரத்துவ உணர்ச்சியோடு சுட்டிக்காட்டினால், பின்னர் அது அவனுக்கும் மற்றவர்களுக்கும் உதவிகரமாயிருக்கும்..."

அவன் எவ்வளவு அமைதியாகவும், புண்படுத்தாமலும் பேச முடியுமோ அவ்வளவுக்குப் பேச முயன்றான்; ஆயினும், காலட்ஸ்காயா இலேசாகக் கனைத்துக் காட்டுவதை அவன் கேட்டான். எல்லோரும் இன்னும் அதே தன்னுணர்வு மிகுந்த பார்வையோடு இருந்தபோதிலும், அவர்கள் முன்னை மாதிரி இருக்கவில்லை. அவர்களது முகங்கள் தொங்கி, விசனித்துப் போய்விட்டன; மார்க் வாஸிலிவிச்சின் முகத்தோற்றம் ஒரு வைதீகமான மதத் தலைவரின் முகம் போலப் புரிந்துகொள்ள இயலாவண்ணம் இருந்தது. அவர் அவனது கண்களைப் பாராமல், தமது புகைக்குழாயை மேலும் பலமாக இழுத்தார்.

எவ்வாறாயினும் அவர்கள் அவன் பேச்சில் குறுக்கிடவில்லை. ஸ்வெட்டயேவின் கண்கள் காலட்ஸ்காயாவின் கண்களைச் சந்திக்க நேரும்போதெல்லாம் அவன் புன்னகை புரிந்தான்; அவளோ முகத்தை வக்கரித்து நீட்டிக்கொண்டாள். இதனைக் கவனித்ததும், மாட்வி அவசர அவசரமாகத் தன் பேச்சை முடிக்க முனைந்தான். இதனால் அவன் தனது வார்த்தைகளுக்குள்ளேயே சிக்கிக்கொள்ள நேர்ந்தது. அவனது பேச்சு முடிந்ததும் யாரோ ஒருவர் பின்வருமாறு விமர்சித்தார்.

"மொத்தத்தில் நீங்கள் சொல்வதென்னவோ உண்மையானதுதான்."

வழக்கமாக, மற்றவர்களைக்காட்டிலும் அன்பாகவும் கவனமாகக் கேட்டுப் பதிலளிப்பவனாகவும் ரோகாசோவ் தான் இருப்பான்; இந்தச் சந்தர்ப்பத்திலோ என்ன சொல்வ தெனத் தோன்றாமல் அவன் ஒரே வார்த்தையில் பதிலளிப்பது போலத்தான் தோன்றியது:

"ஆம். வாஸ்தவந்தான்."

இத்தகைய சில பிரசங்க முயற்சிகளுக்குப் பின்னர், தனது வார்த்தைகளுக்கு முகஸ்துதியான கவனங்கூடக்கிட்டவில்லை என்பதை மாட்வி கண்டுகொண்டான். அவனது பேச்சுகள் எந்த ஒரு விவாதத்தையும் கிளப்பவில்லை; மேலும், அவன் எப்போது பேச்சை முடிக்கப் போகிறான் என்று காத்துக் கொண்டிருப்பவர்களின் பொறுமையின்மையும் கண்டுகொள்ளும் அளவுக்கு அதிகரித்துவிட்டது. அவன் பேசி முடித்ததும், அவர்கள் அவனை நோக்கித் தலையை அசைத்துவிட்டு, அவசர அவசரமாகப் பின்வருமாறு சொல்வார்கள்:

"ஆம், ஆம்."

"கிட்டத்தட்ட உண்மைதான். சந்தேகமில்லை. நான் –"

காலட்ஸ்காயாவும் ஸ்வெட்டயேவும் அவனது பேச்சில் குறுக்கிடத் தொடங்கிய ஒரு காலமும் வந்தது.

"இதையெல்லாம் நாங்கள் ஏற்கெனவே கேட்டிருக்கிறோம், " என்பார்கள் அவர்கள்.

பல சமயங்களில் மார்க் மாமாவே தலையிட நேர்ந்தது:

"பொறுங்கள். அவர் பேசி முடிக்கட்டும்."

மாட்வி மனம் நொந்தான்; வியப்புற்றான்.

அவர்கள் என்னோடு வாதம் புரிவது இருக்கட்டும், அவர்கள் என் பேச்சைக் கேட்பதுகூட இல்லை என்று நினைத்தான்.

அவர்கள் மட்டும் வேண்டுமட்டும் பேசுகிறார்கள்: ஆனால், நான் பேசுவதைக் கேட்க மட்டும் அவர்களுக்குப் பொறுமையில்லை.

“பின்னர் ஒருநாள், எழுந்துகூட நிற்காமல், மாக்ஸிம் ஓர் அசாதாரணமான பிரசங்கம் அடித்தான். அது வழக்கத்துக்கும் அதிகமாக அகந்தை நிரம்பியதாக இருந்தது.

“மாட்வி ஸாவ்லிவிச்! நீங்கள் ஒரே விஷயத்தைத் திரும்பத் திரும்பச் சொல்லிக்கொண்டேயிருக்கிறீர்கள் என்பதைக்கூட, நீங்கள் கவனித்ததாகத் தோன்றவில்லை; மேலும், எப்போதும் உங்கள் வர்க்கத்துக்கு அனுசரணையாகத்தான் நீங்கள் பேசுகிறீர்கள்; ஆனால், உண்மையில் வியாபாரிகள் ஒன்றும் அதிகமாகத் துன்பப்படவில்லை; மாறாக, அவர்கள் தான் மற்ற மனிதர்களைத் துன்பப்பட வைக்கிறார்கள்.”

அவன் மிகவும் உறுத்த முகத்தோடு, அழகாகத் தோற்றி னான்; அவனது குரல் உயர உயர, கேட்பவர்கள் மேலும் அமைதியாக இருந்தார்கள். மாட்வியோ தன்னுணர்வோடு தன் தலையைத் தாழ்த்தியவாறு அந்த ஜனங்களைக் கவனித்தான். அந்தக் கூனனையும், பாதிரியாரின் மனைவியையும் தவிர, மற்றெல்லோரும் மாக்ஸிமையே பார்த்துக்கொண்டிருந்தார்கள். அந்தக் கூனனின் சுருங்கிப்போன கண்மணிகள் கொண்ட, அவற்றைச் சுற்றிலும் நீல வெள்ளையான வலையங்கள் தென்பட்ட கண்கள் இரண்டும், மாட்வியின் பார்வைக்காகக் காத்து நிற்பது போல, மாட்வியின் முகத்தின்மீதே பதிந்திருந்தன; பாதிரியாரின் மனைவி தனது வேலையை நிறுத்திவிட்டு, கைகளை மடிமீது மடித்துப் போட்டவாறு, தனது மூக்குக் கண்ணாடி வழியாக முகட்டைப் பார்த்தவண்ணம் அமர்ந்திருந்தாள்.

மாக்ஸிம் தான் சொல்ல வேண்டியதைச் சொல்லி முடித்துவிட்டு, தன் தலைமயிரை விரல்களால் கோதிக் கொண்டான்.

“நல்லது. ரொம்ப சரி,” என்று உணர்ச்சி வேகத்தோடு சோபாவின்மீது நெளிந்தவாறு சொன்னாள் காலட்ஸ்காயா; “வியாபாரியவர்களே, இதற்கு நீங்கள் என்ன சொல்கிறீர்கள்?”

தமது வெறுப்பைக் காட்டிக்கொள்ளும் அறிகுறியாக வெளிவந்த மார்க் மாமாவின் ஆழ்ந்த நெடுமூச்சு ஒன்று மட்டுந்தான் அங்குக் கேட்டது.

மாட்வி எழுந்து நின்று, தன் கைகளை மேஜைமீது ஊன்றியவாறு கோபத்தை உள்ளடக்க மாட்டாதவனாய்ப் பின்வருமாறு சொன்னான்:

“எந்தவொரு கண்ணியமான மனிதனும் காது கொடுத்துக் கேட்க விரும்பாத விதத்தில் நீ பேசுகிறாய், மாக்ஸிம்...”

ஓர் எதிர்ப்பின் மெல்லிய மொறுமொறுப்பு இதற்குப் பதிலாக அங்குப் பரவியது.

“மிருதுவாக, மிருதுவாகப் பேசுங்கள், மாட்வி ஸாவ்லிவிச்,” என்று மார்க் மாமா அமைதியான கண்டிப்போடு சொன்னார்.

“இங்கு ஆரவாரம் செய்யுமளவுக்கு நான் ஒன்றும் சொல்லிவிடவில்லை,” என்று அங்கு நிலவிய குரோதம் மிகுந்த இரைச்சல் மனத்தில் சுரீரென்று தைத்தவனாய்ப்

பேசினான் மாட்வி: "அவன் சொன்னது உண்மையல்ல. நான் என்னவோ எனது வர்க்கத்தைப்பற்றி ரொம்பவும் அக்கறை கொண்டவன் போலத்தான்! நானோ எனக்குள் நானே வாழ்கிறேன்; எனது அண்டை அயலார்கள் என்னைப் பார்த்துச் சிரிக்கிறார்கள்; சந்தேகிக்கிறார்கள். எல்லோருக்கும் அது தெரியும். நான் சொல்ல முயன்றது ஒன்றே ஒன்றுதான் ; எல்லோரும் சமம் என்று நாம் சொன்னால், பின்னர் எல்லோரும் சமமாகவே குறை கூறப்பட வேண்டியவர்கள்; எல்லோரையும் சமமாகத்தான் சீர்தூக்கிப் பார்க்க வேண்டும். அதைத்தான் நான் சொல்கிறேன். திருடனுங்கூட, தேவையின் காரணமாகத்தான் திருடுகிறான் என்பது உண்மையானால், அதே உண்மை வியாபார வர்க்கத்துக்குந்தான் பொருந்தும்."

காலட்ஸ்காயா கூச்சநாச்சமற்று உரக்க வாய்விட்டுச்சிரித்தாள்; ஸ்வெட்டயேவ் கனைத்தான்; அந்தக் கூனனின் முகத்தில் ஓர் அவலட்சணமான புன்னகை மெல்லப் படர்ந்தது. மாட்விக்கு உடல் குன்றியது. அவன் தட்டுத் தடுமாறியவாறு பேச்சை நிறுத்திவிட்டு, தனது நாற்காலியில் தொப்பென்று விழுந்தான்.

"பொறுங்கள்!" என்று எல்லோரது குரல்களையும் மௌனமாக்கியவண்ணம் அந்தக் கணமே மார்க் மாமாவின் குரல் ஒலித்தது. அவர் ஓர் இலேசான சமரசப் பேச்சில் இறங்கினார். ஆனால், அவர் என்ன சொன்னார் என்பதை மாட்வி புரிந்துகொள்ளவில்லை; அவன் வெறுமனே அந்தக் குரலின் சப்தத்துக்கும், தனது சொந்த, புண்பட்ட உணர்ச்சிக்கும் உவகையற்றுப் பணிந்து போனான்.

'என்னைக்காட்டிலும் அவர்கள் அந்த நாய்க்குட்டியைத் தான் பெரிதாய் நினைக்கிறார்கள்,' என்று நினைத்தான் மாட்வி.

அன்றிரவு அவன் தன் நோட்டுப் புத்தகத்தில் பின்வருமாறு எழுதினான்:

"இன்று மாக்ஸிம் எத்தனை மரியாதை கெட்ட பயல் என்பதைக் காட்டிக்கொண்டுவிட்டான்; அவன் எல்லோரது முன்னிலையிலும், எனக்கெதிரான நிலையில் நின்று, நான் விரிவாகப் பேசியதனைத்தையும் மறுத்துப் பேசிவிட்டான்; அவர்கள் எல்லோரும் எனக்கு எதிராகவும் அவனுக்கு ஆதரவாகவுந்தான் இருந்தார்கள். இயல்பாகவே இதனை நான் மிகவும் மோசமாகக் கருதினேன்; என் சொந்த வீட்டில், என் சொந்த வேலையாளோடு வாதத்தில் இறங்குவதென்பது எனது தகுதிக்கு இழுக்குத்தான். இதற்கெல்லாம் பொறுப்பாளியான மார்க் வாஸிலிவிச் இது எப்படி சந்தர்ப்பத்துக்கொவ்வாத பேச்சு என்பதை உணர்ந்து, அவனைப் பேச விடாமல் தடுத்திருக்க வேண்டும். ஷாகிராக இருந்தால்கூட, நான் இதனைப் பொருட்படுத்த மாட்டேன்; அவன் வயதிலும் பெரியவன்; அத்துடன் மிகுந்த ஒழுக்க பலமும் உள்ளவன். ஆனால், மாக்ஸிமோ மிகவும் சிறியவன்; ஆட்டுகின்ற போதெல்லாம் அடிக்கின்ற மணி மாதிரி இருக்கிறான் அவன், மார்க் வாஸிலிவிச் ஜனங்களைக்காட்டிலும் கருத்துகளின் பக்கம் பெரிதும் சார்ந்து நிற்கிறார் என்பதை நான் புரிந்து கொள்ளத்தான் செய்கிறேன். ஆனால், மாக்ஸிம் தனது கருத்துகளை யாரிடமிருந்து பெற்றுக்கொண்டான்? எங்கள் எல்லோரது கருத்துகளும் ஒரே மாதிரிதான்; அவை எமக்கு வந்து கிட்டுவதற்கு மூலாதாரமாக

இருப்பதும் ஒரே நபர் தான்: மார்க்வாஸிலிவிச். இப்போதெல்லாம் அவர் மிகவும் சுறுசுறுப்பாக இருக்கிறார்; அவர் வீட்டிலேயே அநேகமாகத் தங்குவதில்லை; இரவு அகாலம் வரையிலும் வயல்களிலே சுற்றித் திரிகிறார். எனவே, நெடுநாட்களாக அவரோடு பேசும் வாய்ப்பே எனக்குக்கிட்டவில்லை. மீண்டும் வேறு யாருடைய மூக்கிலோ இருக்கும் பருவைப் போல நான் அன்னியமாகிப் போனதாக உணர்கிறேன்.”

மே மாதம் சரியாகத் தொடங்குவதற்கு முன்பே கிட்டத்தட்ட முடிந்துபோய் விட்டது – அந்த வருஷத்திலே வறட்சியும் உஷ்ணமும் மிகுந்த மாதம் இது. பழத்தோட்டத்தின் புதிய பசும் இலைகள் தளிர்த்திருந்தன; வெண்ணீலப் பூக்கள் மலர்ந்தன; ஒரு வானம்பாடி பாடியது; ஒரு ராபின் குருவி இனம் தளிர்களிடையே பளிச்சிட்டது. வசந்தத்தின் நறுமணம் ஜனங்களைக் கிறுகிறுக்க வைத்தது; ஓர் இனிமையான ஆயாசம் மனத்தை மழுக்கியது.

பசிய குன்றுகளுக்கு மேலே வானம்பாடிகள் பாடிக்களிக்கும், நதிகளும் காடுகளும் கோலாகலமாகக் காட்சியளிக்கும் நகரத்துக்கப்பாலுள்ள நாட்டுப்புறத்துக்குச் செல்ல வேண்டுமென ஜனங்கள் ஆசை கொண்டார்கள். மார்க் மாமாவின் நண்பர்கள் பழத்தோட்டத்தில் குளிப்பறைக்கு அருகிலுள்ள பெர்ச் மரங்களின் நிழலில், தேநீர்ப் பாத்திரத்தைச் சுமந்துகொண்டு நின்ற மேஜையைச் சுற்றிலுங் கூடத் தொடங்கினார்கள். சில சமயங்களில் ஞாயிற்றுக்கிழமைகளில் அவர்கள் வயல்வெளிகளின் குறுக்காகச் சென்று, ஒரு பள்ளத்தாக்குக்கு மறுபுறத்திலிருந்த ‘எலியின் கூனல்’ என்ற பெயருள்ள உயரமான இடத்துக்கே போய்விடுவார்கள்; அங்கிருந்து நிலத் தோற்றத்தின்மீது வர்ணப் பசையினால் தீட்டப்பெற்ற ஓவியம் போலத் தோற்றும் நகரத்தைப் பார்த்தார்கள்.

“இங்கிருந்து பார்த்தால் அவள் நன்றாகத்தான் இருக்கிறாள்! ராக்ஷஸி!” என்று ஸென்யா கோமரோவ்ஸ்கி ஒரு நாள் சிரித்தான்: “வெளித் தோற்றத்தில் மிகவும் நன்றாக உடை உடுத்திக்கொண்டு, சந்தைப்பேட்டையிலேயே திரியும் திருடன் மாதிரி; ஆனால், உள்ளேயோ ஒரே அழுகல் நாற்றம்!”

அவ்தோட்யா கோருஷினா தனது உயிரற்ற கண்களால் அவனை வெறித்துப் பார்த்துவிட்டு, சாந்தமாகப் பின்வருமாறு சொன்னாள்:

“நல்ல மனிதர்களை எங்குந்தான் காணலாம்.”

“அத்துடன் எல்லாக் கடைகளும் காடியைத்தான் விற்கின்றன” என்று அவளைப் பாராமலே சொன்னான் அந்தக் கூனன். அவள் பெருமூச்செறிந்தவாறே, மாட்வியிடம் திரும்பினாள்.

“அதென்ன காடியைப்பற்றி? எனக்கு அது புரியவில்லை,” என்றாள் அவள்.

ஒருவேளை அவள் அவனிடம் நேரடியாகப் பேசியதே இதுதான் முதல் தடவையாக இருக்கும். இதனை உணர்ந்த அவன் மகிழ்ச்சியடைந்தான்.

“ஸென்யா எப்போதுமே புதிர் போட்டுப் பேசுவதை விரும்புபவன்,” என்று சிரித்தான் அவன்.

“நீ எதையும் புரிந்துகொள்ள வேண்டுமென்று எவரும் எதிர்பார்க்கவில்லை,” என்று தன் கண்களை அவளை நோக்கிக் கடுமையாக நெருக்கிச் சுருக்கியவாறே சொன்னான் அந்தக் கூனன்: “நீ கலியாணம் செய்துகொள்வதைத்தான் எதிர்பார்க்கப்படுகிறது.”

“அட, கடவுளே! என்னதான் பேசுவது என்றில்லையா?” என்று முகம் சிவக்க, கண்கள் தாழக் கேட்டாள் அவள்.

“அப்படியா? மாட்வி ஸாவ்லிவிச்?” என்று கேட்டான் கூனன்.

“எல்லாம் அவள் யாரைக் கலியாணம் செய்துகொள்கிறாள் என்பதைப் பொறுத்ததுதான்,” என்றான் மாட்வி: “இயல்பாகவே, ஓர் இளம்பெண்ணுக்குக் கலியாணம் என்பது–”

இந்தச் சமயத்தில் காலட்ஸ்காயா தனது கைக்குட் டையை வீசியாட்டிக்கொண்டு அங்கே வந்தாள். அங்குப் பேசப்படுவதைக் கேட்டதும் அவள் முகத்தைக் கோணி வக்கணை காட்டினாள்.

“பூ! எத்தனை சர்வ சாதாரணமான விஷயம்!” என்று சொன்னாள் அவள்; பின்னர் வாழ்க்கை தியாகத்தைத்தான் வேண்டுகிறது என்று பெரும் வேகத்தோடு சொன்னாள். “நீ வாழ்க்கையை என்னவென்று நினைத்துக்கொண்டாய்? தன்னிடம் எறியப்படும் எந்த ஒரு பழம் எலும்பையும் ஏற்றுக்கொள்ளும் கிழட்டுப் பிச்சைக்காரி என்றா?” என்று அவள் பேசி முடித்ததுமே இகழ்ச்சியாகச் சொன்னான் ஸென்யா.

காலட்ஸ்காயா கோபத்தால் முகம் சிவந்தவளாய், அவனை நோக்கிச் சத்தம் போட்டாள். மாட்வி தனக்குத் தானே பின்வருமாறு நினைத்துக்கொண்டான்:

கோருஷினா இருக்கும்போது இவன் ஏன் எப்போதுமே முரட்டுத்தனமாக நடந்துகொள்கிறாள்? அவன் அவள்மீது ஆசை வைத்திருந்தால், அது ஒன்றும் அவனுக்கு உதவப் போவதில்லை.

மேலும், அவன் தனக்கு அடுத்தாற்போல அமர்ந்திருந்த கோருஷினாவின் இளமையான, வாளிப்பான உடம்பின்மீது தன் கணகளைத் திரியவிட்டான்.

ஒரு வாரத்துக்குப் பின்னர்ப் பழத்தோட்டத்தில் யாரோ பின்வருமாறு கிசுகிசுக்கும் சப்தத்தை அவன் கேட்டான்;

“என்னைத் தொடாதே...’ தனியே விட்டுச் செல் – என்னைத் தொடாதே...’

‘அதனாலென்ன வந்துவிட்டது, இப்போது?” என்று மாக்ஸிமின் குரல் ஒலித்தது.

மாட்வி திடுக்கிட்டான்; ஜன்னல் வழியாக எட்டிப் பார்த்தான். மீண்டும் அந்தப் பெண்ணின் குரல் – இப்போது தயக்கமும் கண்டிப்பும் மிகுந்த தொனியில் – கேட்டது.

"இந்த மாதிரிக் காரியம் –இங்குள்ளவர்கள் எப்படிப்பட்டவர்கள் என்று உனக்குத் தெரியும்…"

"நான் உணர்வதை என்னால் தடுக்க முடியாது!" என்று தெளிவாகவும், அழுத்தமாகவும், கிட்டத்தட்டக் கோபமாகவும் பதிலளித்தான் மாக்ஸிம்.

"விளைந்த பயல்! என்று மாட்வி தனக்குத்தானே வியந்து கொண்டான்; ஆனால், அதற்குள் அவன் தன்னையறியாமலே மாக்ஸிமைக் கூப்பிட்டுவிட்டான். மறுகணமே அவன் ஜன்னலிலிருந்து துள்ளிக் குதித்து, தரையில் அங்குமிங்கும் நடந்தவாறு, தனக்குத்தானே பயத்தோடு பின்வருமாறு கூறிக் கொண்டான்:

"நான் ஏன் இவ்வாறு செய்தேன்? எனக்கென்ன அதில் சம்பந்தம்?"

மாக்ஸிம் வாசல்நடையில் வந்து நின்றபோது, அவள் கலவரத்தோடு பின்வருமாறு கேட்டான்:

"வந்து… தேநீர்ப் பாத்திரம் தயாராகிவிட்டதா?"

"இன்னும் இல்லை."

"ஏன் இல்லை? யாரோ வந்திருக்கிறாற்போலத் தோன்றுகிறதே."

"கோருஷினா."

மாட்வி அவனையே நிலையாக வெறித்துப் பார்த்தான்; அந்த முற்றக் காவலாளியின் முகம் மெலிந்து வதங்கிப் போயிருந்தது; எனினும், அந்த முகத்தில் அதைக்காட்டிலும் மேலாக, சுதந்தரமும், தீர்மானமும் மிகுந்த ஒரு பாவம் பிரதிபலிப்பதை அவன் கண்டான்

'இவன் அவளை அடைந்துவிடுவான்!' என்று வேறு பக்கமாகத் திரும்பியவாறு வருத்தத்தோடு நினைத்தான் அவன். இவன் அவளைத் தனக்கு இணங்க வைத்து விடுவான்.

"நல்லது. போய்த் தொலை!" என்று கையை வீசியவாறு சொன்னான் அவன்.

மீண்டும் அவன் அறையின் மத்தியில் நின்றவாறு, பின்வருமாறு கோபத்தோடு எண்ணிக்கொண்டான்:

அவன் ஏன் சமையற்காரியோடு சம்பந்தம் வைத்துக் கொள்ளக் கூடாது? அவளிடம் இன்னும் கொஞ்சம் சாரம் இருக்கத்தானே செய்கிறது. மேலும், அது அங்கீகரிக்கப் பட்ட விவகாரம்: முற்றக் காவலாள் சமையற்காரியுடன் தொடர்பு வைத்திருப்பதுதான் வழக்கம். ஆனால், இவன் வைக்கமாட்டான். இவன் உயரப் பறந்தாக வேண்டுமே!

அவன் தன்னுருவத்தை நிலைக்கண்ணாடியில் பார்த்து, பெருமூச்சு வாங்கினான்; பின்னர் ஒரு தெளிவற்ற, பரிச்சயமில்லாத நிலைகொள்ளாத் தன்மைக்கு ஆட்பட்டவனாய், பழத்தோட்டத்துக்குள் சென்றான்.

கோருஷினா ஓர் ஆப்பிள் மரத்தினடியில் கிடந்த ஒரு பெஞ்சின்மீது அமர்ந்திருந்தாள். அவள் வெளிறிய நீல நிற மேற்சட்டையும், கபில நிறப் பாவாடையும் அணிந்திருந்தாள்; அவள் தனது வெண்பட்டுத் தலைக் கச்சையைத் தலையிலிருந்து தோள்மீது நழுவ விட்டிருந்தாள். இளஞ் சிவப்பான சூரிய ஒளித் திட்டுக்கள் அவளது அழகிய தலைமயிர்மீதும், பட்டுக் கச்சையின்மீதும் விழுந்து விளையாடின. அவள் தன் உதடுகளை ஏதோ பிரார்த்தனை செய்வது போல அசைத்தவாறும், வானத்தைச் சிந்தனை வயத்தோடு பார்த்தவாறும், ஒரு பெர்ச் மரத்தின் இளங்கிளை ஒன்றினால் தன் கன்னத்தைத் தொட்டுக்கொண்டு உட்கார்ந்திருந்தாள்.

மாட்வி அவளுக்கு வணக்கம் கூறிவிட்டு, அவளருகில் அமர்ந்தான்.

'இவள் எவ்வளவு அமைதியாகவும் பணிவாகவும் இருக்கிறாள்!' என்று அவன் நினைத்தான். இவள் நிச்சயம் அவனுக்கு இடம் கொடுத்து விடுவாள்.

தேனீக்கள் இரைந்துகொண்டிருந்தன; அந்தச் சப்தம் அவன் மனத்தில் எதிர்பாராத எண்ணங்களையெல்லாம் கிளப்பிவிட்டவாறு, அவனது மார்பையும் தலையையும் துளைத்தது.

"நீ ஒரு விதவை. அப்படித்தானே?" என்று அவன் மிருதுவாகக் கேட்டான்.

"ஆமாம். கிட்டத்தட்ட மூன்று வருஷமாய்."

"ரொம்ப காலம். மணவாழ்க்கை நடத்தினாயா?"

"ஒரு வருஷமும் ஐந்து மாதமும்."

அவள் அவசரப்படாமல், எனினும் உடனுக்குடன், சிந்திப்பதற்கே இடமளியாமல் பதில் சொன்னாள். அவளது வார்த்தைகளெல்லாம் அவற்றின் வர்ண ஜாலத்தையெல்லாம் உறிஞ்சிக்கொண்டு விடும், ஒரே ஒரு சிந்தனை வலையிலிருந்துதான் வடிகட்டப் பெற்று வந்தன என்றும் அவன் கற்பனை செய்துகொண்டான். அவள் தான் சொல்வதற்கும் தனக்கும் எந்தவிதச் சம்பந்தமுமே இல்லாதது போல, உணர்ச்சியற்ற, சலிப்புத்தட்டும் குரலில் அவனிடம் பேசினாள். அவளுக்குப் பதினேழு வயதாக இருக்கும்போது, ஒரு பொதுக் கட்டடத்தின் இரவுக் காவலாளியாக வேலை பார்த்துவந்த அவளது தகப்பன், அவளை அந்தக் காரியாலயத்தில் வேலை பார்த்துவந்த அதிகாரிகளில் ஒருவனுக்குத் திருமணம் செய்து வைத்தான். கலியாணம் ஆன பின் சீக்கிரத்திலேயே அவளது கணவன் குடிப் பழக்கத்துக்கு ஆளானான். ஒரு நாள் அவன்மீது பாய்ந்து வந்த ஒரு நாயைக் கண்டு பயந்தவனாய், அவன் தெருவிலேயே செத்து விழுந்தான்.

'அவன் உன்னிடம் அன்பாக இருந்தானா?" என்று அனுதாபத்தோடு கேட்டான் மாட்வி.

“எனக்கு அது தெரியாது,” என்று அவள் சிந்தனையோடு சொன்னாள்; பின்னர் அவள் மீண்டும் தன்னிலைக்கு வந்தவ ளாய், அழகாகப் புன்னகை புரிந்தவண்ணம், பின்வருமாறு விளக்கினாள் “அதனைக் கண்டறிய எனக்குச் சந்தர்ப்பமே இல்லை. எப்போது பார்த்தாலும் அவர் குடிவெறியிலிருந்தார்; அல்லது நோய்வாய்ப்பட்டிருந்தார். அவரது இருதயமும் ஈரலும் கெட்டுப் போயிருந்தன; பெரும்பாலான நேரம் அவர் நிதானம் இழந்தவராகவே இருந்தார்; அதற்குக் காரணம் நானல்ல; அவரது நோய்தான். பின்னர்த் திடீரென்று ஒரு நாள், அவர்கள் அவரது பிணத்தைக் கொண்டு வந்து சேர்த்தார்கள்.”

“எனவே, நீ அவனோடு உண்மையில் வாழவேயில்லை. அப்படித்தானே?”

அவள் தன் கையிலிருந்த பெர்ச் மரக்கிளையை இரண்டாக ஒடித்தாள்; அந்த நேரத்தில் தனது கசங்கிய, எண்ணெய் மக்குப்பிடித்த தொப்பியைக் கையில் எடுத்துக்கொண்டு, அவர்களை நோக்கி வந்து சேர்ந்த ஸென்யாவின் காலடியில் அந்தக் குச்சிகளைப் போட்டாள்.

“நான் பிந்தி விடுவேனோ என்று பயந்தேன்,” என்று நம்பிக்கையூட்டாத ஒரு குரலில் அவன் சொன்னான். அவன் கை குலுக்கிவிட்டு, கோருஷினாவுக்கு அடுத்தாற்போல மறு பக்கத்தில் அமர்ந்துகொண்டான். அவளுக்கு ரொம்பவும் நெருங்கியிருப்பதாக நினைத்துக்கொண்டான் மாட்வி.

அவனைத் தொடர்ந்து ஸ்வெட்டயேவும், காலட்ஸ்காயாவும் வந்து சேர்ந்தார்கள். மாட்வி மேஜையருகே சென்றான்; அப்போது அவன் மாக்ஸிமைக் கண்டான். அவன் குளிப்பறையின் வாயிற்கூடத்தில் அமர்ந்து வானத்தைப் பார்த்துக் கொண்டிருந்தான்; வானத்தில் எலுமிச்சை மரக்கிளைகளுக்கு மத்தியில் கன்னியாஸ்திரீ மடத்து மணிக்கூண்டும், அதற்குக் கீழே வட்டமிட்டுத் தெரியும் வெண்புறாக்களும் தெரிந்தன.

“இதில் அர்த்தமேயில்லை!” என்று அந்தக் கூனன் ஸென்யாவின் ஆண்மை மிகுந்த குரல் கேட்டது.

“ஓ வரட்டுமே!” என்று ஸ்வெட்டயேவ் அகந்தையுடன் ஆட்சேபித்தான்.

“என்னது? என்னது?” என்று கத்துகின்ற பெட்டைக் கோழி போலக் கேட்டாள் காலட்ஸ்காயா.

“நாமெல்லாம் நாற்பது வருஷ காலத்துக்குக் காடுகளிலே வசிக்குமாறு தண்டிக்கப்படப் போகிறோம், ” என்று பேசிக்கொண்டே போனான் அந்தக் கூனன்: “மேலும் நாம் அழிந்தாலும், இந்த உலகத்துக்கு உதவி புரிய, நாம் பலம் வாய்ந்த மனிதர்களைப் பெற்றுத் தள்ளுவோம்.”

மாட்வி சிரித்துக்கொண்டே, மாக்ஸிமிடம் பின்வருமாறு சொன்னான்:

“கூனர்களே இப்படித்தான் – அவர்கள் ரொம்ப காலத்துக்கு ஊமையாகவே இருப்பார்கள்; பிறகு இந்த மாதிரி கைதட்டல் வாங்கும் விதத்தில் பேசி விடுவார்கள்.”

அவன் வியப்புறும்வண்ணம் மாக்ஸிம் பின்வருமாறு சொன்னான்:

“அவன் மிகவும் கெட்டிக்காரப் பயல்.”

ஸென்யாவின் குரலோ மேலும் மேலும் உயர்ந்தது:

“அவர்கள் பேச்சைக் கேளாதே, அன்பே! நீ தேர்ந்தெடுத்துக்கொண்ட பாதையிலேயே அடக்கமாக நடந்து செல்; எவனொருவன் ஆனந்தத்துக்கு அருகதையுள்ளவனோ, அவனுக்கு அதை வழங்கு: ஏனெனில், நீ கடவுளால்–”

“கடவுளால்,” என்று இடக்காகச் சொன்னாள் காலட்ஸ் காயா.

“– தேர்ந்தெடுக்கப்பட்ட ஒருவனுக்கு ஆனந்தம் தருவதற்காகப் பிறப்பிக்கப்பட்டிருக்கிறாய். நீ தாயாவதற்காகப் பிறந்தவள்...”

“கேட்டீர்களா?” என்று தனது வெளிறிய முகத்தில் ஒரு கோணற்புன்னகையுடன் எழுந்தவாறே சொன்னான் மாக்ஸிம்: “கெட்டிக்காரன்தான்.”

“மற்றவர்களையும் கூப்பிடு,” என்றான் மாட்வி. அங்கிருந்து அசையாமலே தன் கைகளைப் பின்னால் கட்டியவாறு, அவன் பின்வருமாறு குரல் கொடுத்தான்:

“தேநீர் தயார்!”

‘பொறாமைக்காரன்’ என்று திருப்தியோடு நினைத்துக்கொண்டான் மாட்வி. அவன் ஒரு திடீரென விரக்தியடைந்தான். பெருமூச்சுவிட்டான்;

தமது விவாதத்தைத் தடை செய்யாமலே, அவர்கள் மேஜையை நோக்கி வந்தார்கள். ஸென்யா தனது புடைத்த நெற்றியைத் துடைத்துக்கொண்டும், விஷமத்தனமாகப் புன்னகை புரிந்துகொண்டும் கடைசியில் வந்தான். கோருஷினா கன்றிச் சிவந்து கலவரமுற்றவளாய் அவனருகே அமர்ந்தாள்; மாட்வியோ தனது விருப்பத்துக்கு மாறாக மணமேடைக்கு அழைத்துச் செல்லப்படும் மணப்பெண் போன்று அவள் இருக்கிறாள் என்று கற்பனை செய்துகொண்டான். ஸென்யாவோ ஒருசமயம் வலமும் மறுசமயம் இடமுமாகச் சாய்ந்து, திருகித் திரும்பி, பதியிட்டுத் தாவும் ஓநாய் போல எதிர்த்துக்கொண்டிருந்தான். காலட்ஸ்காயாவும், ஸ்வெட்டயேவும் அவனை வன்மத்தோடு தாக்கினார்கள்; ஆனால், மாக்ஸிமோ தன் கண்களைத் தரைமீது பதித்தவாறு தனியாக நின்றுகொண்டிருந்தான். அந்தக் கூனனின் கூர்மையான தாக்குதல் மொழிகளின் அர்த்தத்தைத் தெரிந்துகொள்வதில் மாட்விக்கு மகிழ்ச்சிதான். ஆனால் அவன், மனத்திலோ கோருஷினாவையும் மாக்ஸிமையும் பற்றிய எண்ணங்கள் தான் நிறைந்திருந்தன.

இவள் அமைதியும் பணிவும் உள்ளவள் என்று அவன் தனக்குத்தானே சொல்லிக்கொண்டேயிருந்தான்.

ஏதோ ஓர் அதிர்ச்சியில், அந்தக் கூனன் பின்வருமாறு கடுரையாகத் தாக்குவதை அவன் கேட்டான்:

“நீங்கள் எல்லோரும் நாற்சந்தி மூலையில் சூறைக்காற் றில் அடிபட்டுச் சுழலும்குப்பை கூளங்கள் மாதிரிச் சுழல்கிறீர்கள்; அந்தச் சுழற்சியினாலேயே உங்கள் தலை கிறுகிறுத்துப்போய்விட்டது. ஆனால் நானோ ஓர் ஓரமாக நின்று அதனைப் பார்க்கிறேன். ஆம். என்னால் பார்க்க முடிகிறது–”

உணர்ச்சி வேகத்தினால் வியர்த்துக்கொட்டிய காலட்ஸ் காயா தன் கையால் மேஜைமீது அறைந்தாள்; ஸ்வெட்டயேவ் சிவந்த முகத்தோடும், பிதுங்கிய உதட்டோடும் இருந்தான்; அவன் எதுவும் பேசவில்லை. ரோகாசோவ் இருமிக் கொண்டும், விடாமல் துப்பிக்கொண்டும் இருந்தான்; அத்துடன் பின்வருமாறு முணுமுணுத்தான்:

“போதும், நல்ல மனிதர்களே!”

“எனக்கு எல்லாம் தெளிவாய்த் தெரிகிறது: இந்தச் சுழற்சியிலே எந்தக் குதூகலமும் இல்லை,” என்று கத்தினான் ஸென்யா: “உதிர்ந்து போன சருகு ஒன்றும் அதன் விருப்பப்படி காற்றினால் அடித்துச் செல்லப்படுவதில்லை...”

இந்தச் சமயத்தில் ரோகாசோவ் தனது நிதானத்தை இழந்து, இடத்தைவிட்டு எழுந்து, காலட்ஸ்காயாவை நோக்கிப் பின்வருமாறு சொன்னான்:

“அதை நிறுத்து. அவனால் வாதிக்க முடியாது. அவன் வெறுமனே பம்மாத்து காட்டுகிறான். சுயமாக ஏதோ சொல்வது போலப் பாவனை பண்ணுகிறான்!”

சூரியன் கீழிறங்கியது; கன்னியாஸ்திரீ தேவாலயங்களிலுள்ள கலசக் கூடங்களின்மீதுள்ள சிலுவைகள் திரண்டு வரும் இருளில் உருகிப்போவது போலத் தோன்றின; அவை ஒரு செழிப்பான ஒளியோடு பளபளத்தன; பெர்ச் மரங்களுக்கு மேலே சிள்வண்டுகள் இரைச்சலிட்டன; வானத்திலே தட்டு மறித்து விளையாடும் குருவிகள் ஒன்றுக்கொன்று குரல் கொடுத்தன; ஒரு மேய்ப்பன் தனது குழலைச் சோகம்ததும்ப வாசித்தான்; சுற்றியுள்ள எல்லாமே அமைதியை நாடின.

‘இவர்கள் சண்டைகளையெல்லாம் இங்கு ஏன் கொண்டு வர வேண்டும்?’ என்று வெறுப்போடு நினைத்தான் மாட்வி. பின்னர், அவன் வாய்விட்டுப் பின்வருமாறு சொன்னான்:

“மார்க் வாஸிலிவிச் ஏன் இன்னும் வரக் காணோம்?” கோருஷினா திடுக்கிட்டாள்; குற்றவுணர்வோடு சுற்று முற்றும் பார்த்தாள்; பின்னர் மார்க் மாமா அன்று வர மாட்டார் என்றும், ஏனெனில் பிதா அலெக்ஸாண்டருக்கு ஜுரம் என்றும், மார்க் மாமா அவரைக் கவனித்து வருகிறார். என்றும் முணுமுணுத்தாள்.

“அது ஒன்றும் ஜுரமல்ல,” என்று பரிகாசமாகப் பேசினான் ஸென்யா: “அவர் குடிவெறிக் கூத்தைத் தொடங்கியிருக்கிறார்.”

கோருஷினா பெருமூச்செறிந்தவாறு, கண்களைத் தாழ்த்திக்கொண்டாள்.

ஆட்டுக்குட்டிதான்! என்று அவளது தலைமயிரின் நீலநிறமான வகிட்டைப் பார்த்தவாறும், அவளுக்கு ஆதரவாக ஏதாவது சொல்ல வேண்டும் என்ற

வேட்கையோடும் தனக்குள் நினைத்துக்கொண்டான் மாட்வி. ஆனால், அந்தச் சமயத்தில், அதே பரிகாசமான தொனியில் ஸென்யா அவளிடம் பின்வருமாறு கேட்டான்:

'அவர் குடிவெறியில் இருக்கிறார் என்பது உனக்குத் தெரிந்திருந்தும் நீ ஏன் அவருக்கு ஜுரம் என்று சொல்கிறாய்?"

"அவரைப்பற்றி நான் ஏன் மோசமான விஷயங்களைச்சொல்ல வேண்டும்?" என்று பதிலளித்தாள் அவள்.

"அதுதான் சரி," என்றான் மாட்வி.

ஸென்யா தன் பார்வையை அவனிடமிருந்து அவளிடம் திருப்பி, விஷமத்தனமாக மீண்டும் பின்வருமாறு கேட்டான்: "உண்மையை மறைத்துவிட்டால், அது மாறிப்போய் விடும் என்று நீ நினைக்கிறாயா?"

மாட்விக்குப் பின்னால் நின்றுகொண்டிருந்த மாக்ஸிம் பின்வருமாறு சொன்னான்:

"எப்போது பார்த்தாலும் ஏதாவது வம்பிழுப்பதுதான் உன் தொழில். கோருஷினா! அவனுக்குப் பதிலளிக்காதே."

நான் அவளுக்காக வாதாட வேண்டும் என்றே நினைக்கிறேன் என்று தனக்குள் சொல்லிக்கொண்டான் மாட்வி.

"நல்லது, நாங்கள் போகிறோம்," என்று சிவப்பு முடிச்சுப் போட்ட தன் வைக்கோல் தொப்பியை நோக்கியவாறே சொன்னாள் காலட்ஸ்காயா.

ஸ்வெட்டயேவ் தனக்கு ஏதோ தலைவலி வந்துவிட்டது போலத் தனது வெள்ளைத் தொப்பியைத் தலைமீது வைத்தான்; அந்தத் தொப்பியைத் தொடுவதே அவனுக்கு வேதனையாக இருந்தது. ஏதோ ஒரு பெரிய பாரத்தைத் தூக்கியெறிபவன் போல ரோகாசோவ் தன் தோள்களை உலுக்கிவிட்டுக் கொண்டு, பின்வருமாறு முணுமுணுத்தான்:

"குட்பை."

பின்னர் ஒருவர்பின் ஒருவராய் அவர்கள் பாதை வழியே நடந்து சென்றார்கள்.

"அவள் தன் தொப்பியைச் சரிசெய்துகொண்டபோது, அவள் தேநீர்ப் பாத்திரத்தில் தன்னுருவத்தை எப்படிப் பார்த்துக்கொண்டாள் என்பதை நீ கவனித்தாயா?" என்று கேட்டான் ஸென்யா.

"அதிலென்ன தவறு இருக்கிறதாம்?" என்றாள் கோருஷினா.

"தவறில்லை. ஆனால் நகைப்புக்குரியது."

கோருஷினா அவனை வெறுப்போடு பார்த்தாள்.

“அவள் தன் தொப்பியைக் கோணலாக வைத்துக் கொண்டு சென்றால், அதைவிடத்தான் நகைப்புக்குரியதாகும் அது,” என்றாள் அவள்.

“இல்லையில்லை,” என்று கர்வத்தோடு இழுத்தான் ஸென்யா: “மனோராஜ்யம் செய்யும் நபர் தன்னைத்தானே பார்த்துக்கொள்வது ஒரு வேடிக்கைதான்.”

“மனோராஜ்யம் செய்யும் நபரைப் பார்ப்பது அதைக் காட்டிலும் பெரிய வேடிக்கை,” என்று வெடுவெடுப்போடு சொன்னான் மாக்ஸிம்.

அந்த முற்றக்காவலாளியும். அந்தக் கூனனும் சண்டைக்கு முன்னர்த் தம்மைத் தயார் செய்துகொள்ளும் கோழிகளைப் போல ஒருவரையொருவர் முறைத்துக் கொண்டு நிற்பதை மாட்வி கண்டறிந்தான்: அவர்களது தசைகள் விறைத்தன; தலைகள் முன்னோக்கி நீண்டிருந்தன; அவர்கள் ஒருவரையொருவர் போர்க்குணத்தோடு வெறித்துப் பார்த்தார்கள். மாட்வி பதட்டமடைந்தான்; ஆனாலும், அதைக்காட்டிலும் மகிழ்ச்சியடைந்தான். அவன் கோருஷினாவைப் பார்த்தான். மாக்ஸிமும் அந்தக் கூனனும் ஒருவருக் கொருவர் மோதிக்கொள்வதைக் காதில் வாங்காமல், அவள் தன் கையில் பிடித்திருந்த கோப்பையில் வரையப் பெற்றிருந்த பூக்களைக் கவனமாகப் பார்த்துக்கொண்டிருந்தாள். அவளது முகம் வெளுத்திருந்தது; அவளது உயிரற்ற கண்களில் ஏதோ ஒரு திரை படர்ந்த தோற்றம் தென்பட்டது. அவன் அவளைப் பார்த்த போது அவள் அந்த நிமிஷமே அங்கிருந்து நிரந்தரமாகப் போய்விடத் தயாராயிருப்பது போலத் தன்னுள் உணர்ந்தாள். எனவே, அவன் அவளது தொங்கிய தலை, வெகுளித்தனமான முகம், அறியாத் தன்மை மிகுந்த சின்ன வாய், மெலிந்து உருண்ட தோள்கள், சின்னஞ்சிறு கன்னி மார்பகங்கள், ஊசி குத்திய விரல்களோடு கூடிய நீண்ட கைகள் ஆகிய யாவற்றையும் தனது நினைவில் பதித்துவிட விரும்பினான்.

இவர்கள் அவளைத் தும்புத் தும்பாகக் கிழித்துப் புசித்து விடுவார்கள் என்று தன்னைத்தானே எதனாலாவது நம்ப வைக்கும் ஆர்வத்தோடு, தனக்குள் நினைத்துக்கொண்டாள் அவன். இவர்கள் அவளது ரகம் அல்ல.

அஸ்தமனச் சூரியன் இளஞ்சிவப்பான பொடியால் தூவப் பெற்று இன்னும் தோற்றிய அந்தப் பழத்தோட்டத்தின் அமைதியினூடே, இடையிடையே புல்லாங்குழலின் இசை போன்ற சுரவிந்நியாசங்களோடு விசித்திரமாக ஒலித்தவண்ணம், அந்தக் கூனனின் சில்லுக்குரல் ஒலித்துக் கொண்டேயிருந்தது.

“ஒருவன் சாந்தியிலும் அமைதியிலும் வாழத்தான் விரும்புகிறான்; ஆம்; அவ்வாறே அவன் விரும்புகிறான்; அது தான் மிகுந்த பாதுகாப்பும் இன்பமும் உள்ள வழியாகும்; அதற்காக அவன் ஒரு முயற்சியும் செய்வதில்லை. ஆனால், அத்தகைய வாழ்க்கையை அவன் வாழ முயன்றவுடனேயே, ஏதாவதொரு காட்டு மிருகம் அவன்மீது பாய்ந்து விழுந்து அதற்கு ஒரு முடிவு கட்டி விடுகிறது. எனவே, என் அருமை நண்பா–”

அவனது ஆந்தைக் கண்கள் ஏளனத்தால் மேலும் வட்டமாக விரிந்து கொடுத்தன; அவனது முகமோ அதில் தோன்றிய ஒரு மெல்லிய புன்னகையால் ஒன்றுக்கொன்று ஒவ்வாத சம பாகமுள்ள இரு வேறு பகுதிகளாகப் பிரிந்து தோன்றியது; அவன் எப்படியிருந்தானோ, அதற்கும் அவன் சொல்வதற்கும் எந்த விதச் சம்பந்தமுமே இல்லாதது போல, அவனது தோற்றம் முழுவதுமே, அவனது தொனியின் இலாகவத்தோடு முரண்பட்டுத் தோன்றியது. மாக்ஸிம் இதனை உணர்ந்துகொண்டான். அவன் இறுகிய உதட்டோடும், நெரித்துக் கூட்டிய புருவத்தோடும் அந்தக் கூனனை ஒரு குரோத பாவமான முறையில் வெறித்துப் பார்த்தவாறே இருந்தான்.

"சில மனிதர்கள் இருக்கிறார்கள்," என்று வேறுபட்ட தொனியில் பேசினான் அந்தக் கூனன்: "அவர்களோ மிருகந்தான் எப்போதும் இறுதியில் வெல்லும் என்றும், மனிதனிடமுள்ள மனிதத் தன்மை தோல்வியடையத்தான் செய்யும் என்றும் கற்றுக்கொடுக்கிறார்கள். உதாரணமாக, சுவிசேஷங்களைக் கற்றுக் கொடுப்பதைக்காட்டிலும் இது மிகவும் எளிதில் நம்பக்கூடியதாக இருக்கிறது. பலம் வாய்ந்த முஷ்டிகளும், பலவீனமான மனச்சாட்சியும் உள்ள மனிதர்களிடம் இதற்கொரு பிரத்தியேகக் கவர்ச்சி இருக்கிறது. நீ விரும்பினால் இத்தகையோரின் கருத்துகளை மிகவும் எளிதாகவும் தெளிவாகவும் விளக்கியுள்ள ஒரு புத்தகத்தை நான் உனக்குத் தருகிறேன்."

"நான் விரும்பவில்லை, " என்றான் மாக்ஸிம்.

'ஓ! நீ விரும்பவில்லையா? ரொம்ப நல்லது. இந்தப் போதனையை எந்தப் புத்தகமும் இல்லாமலே நீ வெற்றிகரமாகப் பயின்றுகொள்ள முடியும்."

மாக்ஸிம் தனது விருப்பத்துக்கு மாறாகச் செல்வது போல அவனருகே மெதுவாகச் சென்றான். மாட்வி தன் தொண்டையைச் செருமிக்கொண்டு, பீதியோடு சுற்று முற்றும் பார்த்தான். கோருஷினா நிதானமிழந்து எழுந்தவாறே, கண்களைப் பரக்கப் பரக்க விழித்தாள்; தன் கரத்தை மாட்வியிடம் நீட்டினாள்.

"குட்பை, நான் போவதற்கு நேரமாகிவிட்டது," என்றாள் அவள்.

"எனக்குந்தான்," என்றான் கூனன்.

மாக்ஸிம் தன் கால்கள் இரண்டையும் கூட்டி ஒலி யெழுப்பினான்; அவர்கள் பழத்தோட்டத்தை விட்டுச் செல்வதைப் பார்த்தவாறு நின்றான். கோருஷினா, தனது பாவாடை எதிலாவது பட்டுச் சிக்கி, தன்னைத் தடுத்து நிறுத்திவிடுமோ என்று பயத்தவள் போல, அதனைத் தூக்கிப் பிடித்தவாறு பதனமாக நடந்து சென்றாள்.

வெட்டுக்கிளிகளின் இரைச்சல் நிரம்பியொலித்தது;

சிள்வண்டுகள் தமது இறக்கைகள் ஈரம் படிந்த இளம் தளிர்ச் செறிவில் சிக்சியதால் ரீங்காரித்தன; அப்போது பெர்ச் மரங்களின் தளிர்த்து வரும் இலைகள் அசைந்து கொடுத்தன.

“நான் தண்ணீர் கொண்டு வரப் போகிறேன்,” என்று சொன்னவாறு மாக்ஸிம் எழுந்து அவசரமாக வெளியே நடந்தான்.

அவன் தண்ணீருக்காகப் போகவில்லை, ஆனால் அவளை நோட்டம் பார்க்கத்தான் போகிறான் என்று ஒரு சின்னச் சிரிப்புடன் நினைத்துக்கொண்டான் மாட்வி. அவனுள்ளத்தில் வெகு காலத்துக்கு முன்பே இறந்து போன எண்ணங்கள் புத்துயிர் பெற்றன; அத்துடன் ஜனங்களைப் பற்றிய ஓர் அச்சம் தரும் அவநம்பிக்கையும் சேர்ந்துகொண்டது.

இரவு முழுவதும் அவன் இதனால் துன்பப்பட்டான்; காலையில் அவன் தன் நோட்டுப் புத்தகத்தில் பின்வருமாறு எழுதினான்: “மீண்டும் என் ஆத்மா காயப்பட்டு விட்டது; இரவில் கேட்பதற்கு நாதியற்று அழுதுகொண்டிருக்கும் – ஒரு சிறு குழந்தையைப் போல அது வேதனைப்படுகிறது. ‘நாம் பொதுவான இலட்சியத்துக்காக ஒன்றுபட வேண்டும்,’ என்று அவர்கள் சொல்கிறார்கள்; எனினும், எப்போதும் அவர்களே சண்டை பிடித்துக்கொள்கிறார்கள். ஒரு சூடான வார்த்தை வந்தால், அதற்குப் பத்துச் சூடான வார்த்தைகளில் பதில் கொடுக்கிறார்கள்; அந்தப் பத்தும் மீண்டும் நூறாகவும், அதற்கு மேலும் பெருகிப் பதிலாக வருகின்றன. அவர்கள் நட்பைப் பற்றியும் சக்திகளை ஒன்று திரட்டுவது பற்றியும் பேசுகிறார்கள். எனினும், அவர்கள் எப்போதும் சண்டை பிடிக்கிறார்கள். அவர்களது இதயங்களோ ஒன்றுக்கொன்று எதிராக இருக்கின்றன. மார்க் வாஸிலிவிச்சுங்கூட, தமக்கு ஏற்காத விஷயங்களுக்கும் வளைந்து கொடுக்கிறார். ஸ்வெட்டயேவ் நகரங்களையும் தொழிற்சாலைகளையும் பற்றிப் பேசும் போதெல்லாம் ஸ்வெட்டயேவின் வார்த்தைகளுக்கு எவ்வித மதிப்பும் கிடையாது என்பது போல, அவர் முகத்தைக் கோண. வைத்தவாறு, அவன் பேசுவதைக் கேட்பதே இல்லை. மார்க் மாமாவின் வயதில் அவனுக்குப் பாதிதான் இருக்கும் என்பதும், அவன் எப்போதும் விநயமாக நடந்துகொள்வதில்லை என்பதும் உண்மைதான். என்றாலும், அவன் தன் மனத்தில் பற்பல விஷயங்களைக்கொண்டிருக்கிறான். மேலும், ஒரு மனிதனின் சிந்தனைகள் அவனுக்கு மிகவும் அருமையானவைதான்; அவற்றை மற்றவர்கள் மதிக்கத்தான் வேண்டும். காலட்ஸ்காயா, ஸ்வெட்டயேவ் ஒரு பாதிரியார் போலவும், தான் அவனது கோவிலதிகாரி போலவும் நடிக்கிறாள். சொல்லப் போனால், அவள் ஒரு கோவிலதிகாரி மாதிரிதான் தோற்றமளிக்கிறாள்.

“அந்த டாக்டரின் துணையாள் வேறுமாதிரித் தோன்றுகிறான். பெரும்பாலும் அவன் அமைதியாக இருந்து, இருமிக் கொண்டேயிருக்கிறான். அவன் அந்தக் கூனனோடு தவிர, அதுவும் எப்போதும் பைபிளைப் பற்றித் தவிர, மற்றப்படி விவாதத்திலேயே பங்கெடுப்பதில்லை. பரலோக சாம்ராஜ்யம் நம்முள்ளேயே இருக்கிறது என்று அவன் மிகுந்த உத்வேகத்தோடு கூறுகிறான். அது எனக்கு ஒரு விசித்திரமான விஷயமாகத் தோன்றுகிறது; மனிதனுக்குள்ளே என்ன இருக்கின்றது என்று யாரால் சொல்ல முடியும்? அவனுக்குள்ளே எத்தனையோ எதிர்பாராத லிஷயங்கள், அவை எங்கிருந்து வந்தன என்பதையே புரிந்துகொள்ள முடியாமல் அவன் திகைத்துத் தடுமாறும் வகையில் திடீரென்று தாம் இருப்பதை

அவனுக்கு உணர்த்தும் விஷயங்கள் எல்லாம் உள்ளன. அந்தக் கூனன் அவனை நோக்கிப் பின்வருமாறு நன்றாகத்தான் கேட்டான்: 'மனிதனுக்குள்ளே அறிவு இல்லாவிட்டால், அவன் எப்படித் தன்னுள்ளே பரலோக சாம்ராஜ்யத்தைக் கொண்டிருக்க முடியும்?' அறிவுக்கும் இதற்கும் சம்பந்தமில்லையென்றும், அறிவு வாழ்க்கையைக் கட்டுப் படுத்துவதற்குப் பதிலாக, மனிதர்களைக் குழப்பத்தான் செய்கிறது என்றும் ரோகாசோவ் பதிலடி கொடுத்தான். இதனை எப்படிப் புரிந்துகொள்வது? பின் கடவுள் என்பது அறிவுக்குப் புறம்பான ஜந்துவா? கடவுளைப் பற்றி மக்கள் எவ்வளவுக்கெவ்வளவு அதிகமாகப் பேசுகிறார்களோ, அவ்வளவுக்கவ்வளவு அவர்கள் சிரமங்களிலும் சிக்கல்களிலும் மாட்டிக் கொள்கிறார்கள் என்பதையே நான் காண்கிறேன். அவர்கள் கடவுளைச் சும்மா அமைதியாக இருக்கவிட்டால் நல்லது என்று தோன்றுகிறது. ஏனெனில், அவர்களது சண்டைகளோ, அத்தனை மகோன்னதமான விஷயத்துக்குச் சிறிதும் தகுதியற்ற, அவலட்சணமான, சின்னத்தனமான ஒன்றாக நிலையிறங்கிப் போய்விடுகின்றன. அந்தக் கூனன் எல்லோரிலும் மோசமானவன்; அவன் பொறுப்பில்லாமல் எந்த உச்சிக்கும் ஏறி விடுகிறான்; ஒரு சந்தேகாஸ்பதத் தாமஸைப் போன்று, அவன் எல்லோரது நம்பிக்கைக்கும் அடியிலே வேட்டுவைக்கப் பார்க்கிறான்; ஆனால், அதுவோ எல்லோரையும் அவனுக்கு எதிராகக் கிளப்பிவிட்டு விடுகிறது. அவர்கள் ஏதாவது ஒரு விஷயத்தில் ஓர் உடன்பாட்டுக்கு வருவதாகத் தோன்றியவுடனேயே, அவன் 'உண்மையிலேயே அப்படித் தானா?' என்ற ஒரு கேள்வியைப் போட்டு வைக்கிறான். எனவே, மீண்டும் சச்சரவு தொடங்கி விடுகிறது; எல்லாம் தலைகீழாக மாறுகிறது; மார்க் வாஸிலிவிச் கோபம் கொள்கிறார்: ஸென்யாவோ (அயோக்கியன்!) ஆனந்தப்படுகிறான். டாக்டரின் துணையாள் அவனை நோக்கி ஒருமுறை பின்வருமாறு சத்தமிட்டான்: 'கோட்பாட்டைத் தேடும் நபர்களோடு நீ ஏன் சேர வேண்டும்? கோட்பாட்டுக் குறைவைத்தான் உன்னைப் போன்ற பரிதாபத்துக்குரிய துரதிருஷ்டசாலிகள் தேடித் திரிகிறார்கள். உண்மையில் பிசாசு நெருப்புத் தழலை வைத்து விளையாடுவது போலத்தான், அந்தக் கூனன் பயங்கரமான வார்த்தைகளை வைத்து விளையாடுகிறான். அவன் அதில் ஆனந்தம் காண்கிறான் என்பதை எவரும் கண்டு கொள்ள முடியும்.

"ஓகுரோவ் நகரத்தில் ஒரு புது மாதிரியான மக்களை நான் கண்டுபிடித்துவிட்டதாக எண்ணியபோது மகிழ்ச்சியடைந்தேன்; ஆனால், நான் அவசரப்பட்டு மகிழ்ந்துவிட்டேன் என்பது தெளிவாகிவிட்டது. இவர்களிடம் என்ன வித்தியாசம் இருக்கிறது? இதுவரையிலே வார்த்தைகள் மட்டுந்தான்; மற்றவர்களைப் போலவே இவர்களும் பருக்களாகவே இருக்கிறார்கள்; பருக்கள் வெடித்து வரும்போதெல்லாம் அவை எவ்வளவு தூரம் வீங்கிப் புடைத்து வேதனை தர இயலுமோ அந்த அளவுக்கு வீங்கிப் புடைத்து வேதனை தரவே முயல்கின்றன. அந்தக் கூனன் அப்படிப்பட்டவனே தான்: அவன் ஒரு பரு.

"மாக்ஸிமைப் பொறுத்த வரையில், அவனைப் பற்றி நினைக்கவே எனக்குச் சகிக்கவில்லை; அவன் வரவரத் தைரியமும் மரியாதை கெட்ட தனமும், அகந்தையும் மிகுந்தவனாக மாறிவிட்டான். வேறு எவரைக்காட்டிலும் அவன்மீது

அதி கக் கவனம் செலுத்தப்படுகிறது. எல்லோருக்கும் குமட்டல் ஏற்படும் விதத்தில் அவன் பிலுக்கிக்கொண்டு திரிகிறான்; அவனை என்னால் பொறுத்துக்கொள்ள இயலாது; வாஸ்யாவைப் பொறுத்த வரையிலும், அவன் மரணத்துக்கு யார் பொறுப்பாளி என்று எவருக்குமே தெரியவில்லை."

காலைச் சாப்பாட்டின்போது ஒரு நாள் காலையில் மாட்விக்கு ஒரு சீட்டு வந்தது; பாதிரியாரின் மனைவி அவனைத் தன்னை வந்து பார்க்குமாறு அதில் எழுதியிருந்தாள்.

மீண்டும் பணம் கடன் கேட்க விரும்புவாள் என்று சோர்ந்த அலட்சியத்தோடு எண்ணிக்கொண்டான் மாட்வி.

அவன் வேண்டா வெறுப்பாக உடை உடுத்திக்கொண்டு, பாதிரியாரின் வீட்டுக்குச் சாவதானமாக நடந்து சென்றான்; அங்கு அந்தப் பாதிரியாரின் மனைவி தோட்டத்தில் அமர்ந்திருக்கக் கண்டான். அங்கு அவள் மிகவும் அலுத்துச் சலித்துத் தோன்றியவாறு, இலந்தைச் செடிகளின்மீது குனிந்து நின்றாள்.

"என் கைகள் அழுக்காயிருக்கின்றன," என்று அவனை வரவேற்பது போலக் கூறிவிட்டு, அவனது கையைப் பிடித்துக் குலுக்குவதுபோலத் தன் கைகளை முன்னே பரப்பி நீட்டினாள். அவள் தான் தூக்கிச் செருகியிருந்த பாவாடையின் முனையைக் கீழே இறக்கிவிட்டு, கட்டையில் செதுக்கியது போலத் தோற்றும் தனது நெற்றியைச் சுருக்கி நெளித்தவாறே, தன் கைவிரல்களைச் சிறிது நேரம் வரையிலும் தனது மேல்துணி மேல் துடைத்தவண்ணம் நின்றாள்.

மாட்வி பாதிரியாரின் உடல் நலம் பற்றி விசாரித்தான்; அவளோ அதற்கு வெடுக்கென்று பதிலளித்தாள்.

"அவர் இரவு தூங்கவேயில்லை; இப்போதுதான் தூங்கத் தொடங்கியிருக்கிறார். சித்தப்பா கீழே படுத்திருக்கிறார்."

அவள் உண்மையைச் சொல்வாளா என்று வியந்தவண்ணம் மாட்வி பின்வருமாறு கேட்டான்:

"அவருக்கென்ன உடம்புக்கு?"

"ருஷ்யச் சீக்குத்தான் – குடி," என்று பட்டென்று சொல்லிவிட்டு, அவள் வேனல் வீட்டுக்கு நடந்து சென்றாள். அங்கு அவள் தனது மூக்குக் கண்ணாடியின் மேலாகக் கூர்ந்து பார்த்தவாறே பின்வருமாறு சொன்னாள்: "உங்களிடம் ஸென்யா கோமரோவ்ஸ்கி விஷயத்தைச் சொல்லவில்லையா?"

"இல்லை. அதாவது, சொன்னான். ஆனால்–" மாட்வி கலவரத்தோடு முணுமுணுத்தான்.

“அவன் சொன்னதை நீங்கள் நம்பவில்லையா? நல்லது. நீங்கள் நம்பிருக்க வேண்டும். அவனுக்கு உங்களைப் பற்றி மிகவும் உயர்ந்த அபிப்பிராயம்.”

அவள் வேனல் வீட்டின் ஒரு மூலையில் அமர்ந்துகொண்டாள்; தன் மூக்குக்கண்ணாடியை நெற்றியின் மீது தள்ளி விட்டுக்கொண்டாள். ஒரு பெருமூச்சை அவளது மார்பிலிருந்து வெளிக்கொணர்ந்த ஏதோ ஒரு சிந்தனையில் சிறிது நேரம் ஆழ்ந்துவிட்டு, அவள் தனது விருந்தாளியைத் தனது கிட்டத்துப் பார்வைகொண்ட கண்களால் அளந்து பார்த்தாள்; பின்னர் அபரிமிதமான அழுத்தத்தோடு பின்வருமாறு சொன்னாள்:

“ஸென்யாவைப் பற்றிச் சொல்வதற்காகத்தான் நான் உங்களுக்குத் தகவல் அனுப்பினேன். அவன் ஒரு துரதிருஷ்ட சாலி; எனவேதான், அவன் அத்தனை கசப்போடு நடந்து கொள்கிறான். அவன் எல்லோரையுமே ஒரு வக்கிரமான, ஏளனமான நோக்கில்தான் காண விரும்புகிறான். ரசாபாசமானவற்றையும் கேவலமானவற்றையும் துப்பறிவதிலே அவனுக்கு ஓர் ஆனந்தம். அதென்னவோ அவனது உரிமை கடமை என்று அவன் நினைக்கிறான்.

‘இவள் என்ன சொல்ல வருகிறாள்?’ என்று வியந்தான் மாட்வி.

அவள் ஒரு சலிப்புத் தட்டும் தொனியில் பேசிக் கொண்டே சென்றவாறு தன் தலைமயிரைத் தடவிக் கொடுப் பதற்காகக் கையை உயர்த்தினாள். அந்த வேனல் வீட்டின் சுவர்களிலும் முகட்டிலும் இனிமையான பணம் கமழும் மூலிகைச் செடிகொடிகள் தொங்கிக்கொண்டிருந்தன; சூரியனின் மெல்லிய கதிரிழைகள் அவற்றைக் காயவைத்துக் கருக்கிச் சுருக்கியிருந்தன. அவற்றின் கொடிமீது மெதுவாகச் சுற்றி மலர்ந்திருந்த வெளிறிய மலர்களின் நிறத்தையும் அவை பறித்திருந்தன. கபில நிறமும், இஞ்சி நிறமும் கொண்ட இரண்டு பூனைக்குட்டிகள் ஒன்றுக்கொன்று முறைத்து உறுமிக்கொண்டு, வாசல் நடையிலே குட்டிக் கரணங்கள் போட்டுக்கொண்டிருந்தன. மாட்வி அவற்றைக் கவனித்துக்கொணடிருந்த வேளையில் அவனது காதுகள் விசித்திரமான வார்த்தைகளால் தாக்குண்டன.

“மேலும், அது உண்மைதான்: நீங்கள் கலியாணம் செய்துகொள்ளத்தான் வேண்டும்.

மாட்வி திடுக்கிட்டான்.

“யார் அப்படிச் சொன்னது?” என்று சட்டென்று கேட்டவனாய், அவன் எழுந்தான்: “நிச்சயமாக, ஸென்யா இல்லையே?”

“ஆம். ஸென்யாதான். அவன் சொல்வதை நான் ஒப்புக்கொள்கிறேன். உண்மையில் அவன் அந்தரங்கத்தில் மிகவும் உணர்வு மிகுந்த நபர்; இதனை நான் ஏற்கெனவே உங்களிடம் சொல்லியிருக்கிறேன். அவன் மூளையைப் பற்றிச் சொல்ல வேண்டியதில்லை. அவன் இதனை உணர்வது அவளுக்காக–”

“யாருக்காக?– கோருஷினாவுக்காகவா?” என்று கேட்டான் மாட்வி.

அவள் தனது மூக்குக்கண்ணாடியைக் கீழே இழுத்துவிட்டுக்கொண்டு, பதில் சொல்வதற்கு முன் அவனை மௌனமாக ஒரு நிமிஷம் பார்த்தாள்:

“அப்படியென்றால் நான் சொல்வதையே நீங்கள் காதில் வாங்கவில்லையா?”

“ஓ! ஆம் – நான் – வந்து –’

அவளது குரல் கடினமும, போதிக்கும் தொனியும் பெற்றது; அவள் தன் வார்த்தைகளைக் காரியார்த்தமான, நிதானமான தொனியில் உச்சரித்தாள்:

“கோருஷினாவை நான் நெடுங்காலமாக அறிவேன்; நானும் அவளும் ஒரே நகரிலிருந்து வந்தவர்கள் தான். அவள் ஓர் அசாதாரணமான, அருமையான பெண். மேலும் ஸென்யா சொல்வதும் சரி. மாக்ஸிம் அவளுக்கு நாசத்தைத் தான் விளைவிப்பான்; அதில் சந்தேகமே இல்லை.”

“ஆமாமாம்,” என்று ஆனந்தமாக அங்கீகரித்தான் மாடவி.

அவன் கனவில் பார்ப்பது மாதிரி அகன்று விரிந்த கண்களோடு அந்தப் பாதிரியாரின் மனைவியைப் பார்த்தான்; அவனது முதுகிலே அவனுக்கு ஒரு பிடிப்பு தோன்றும் வரையிலும், அவன் அதிலிருந்து விழிப்புறப் பயந்தவனாய், விறைப்பாக உட்கார்ந்திருந்தான். மூலையிலிருந்த அந்தப் பெண் ஒரு மயிலின் வர்ண ஜாலங்களைக் கைக்கொண்டாள்; அவளது குரல் இனிமையும் நளினமும் பெற்று ஒலித்தது.

‘இவள் எத்தனை சாமர்த்தியசாலி, எவ்வளவு அன்பாக இருக்கிறாள்’ என்று அவள் பேசுவதைக் கேட்டவாறே நினைத்தான் அவன்.

கோருஷினா தன்னலமே அற்றவள்; தான் மற்றவர்களுக்குச் சேவை செய்வதற்காகவே பிறந்தோம் என்றும், தன்னிடமிருந்து எதையும், தனது உயிரையுங்கூட எவரும் கோருவதற்கு உரிமையுண்டு என்றும் அவள் நம்பியிருக்கிறாள். மிகவும் வற்புறுத்தக்கூடிய எந்த ஒரு முதல் மனிதனுக்கும் அவள் இடம் கொடுத்து விடுவாள். நான் சொல்வதன் அர்த்தம் புரிகிறதா?”

‘ஆமாம். அது உண்மைதான். அவள் அதிசயமாகத் தான் அடக்கமும் பணிவும் உள்ளவளாக இருக்கிறாள்.”

“அவர்கள் அதாவது மாக்ஸிமும் அவளும், ஒன்று சேர்ந்தால், அது அவர்கள் இருவருக்குமே பெருத்த துரதிருஷ்டந்தான். அவனுக்குக் கலியாணம் பண்ணிக்கொள்வதற்கான காலம் இன்னும் வரவில்லை. நீங்கள் எப்படி நினைக்கிறீர்கள்?”

“கலியாணம் பண்ணுவதற்கு அவனிடம் என்ன இருக்கிறது?” என்று வியந்தான் மாட்வி.

“ஆமாம் அதுவும் ஒரு விஷயந்தான்.”

அவள் சுவர்மீது சாய்ந்துகொண்டு, தன் கைகள் இரண்டையும் மார்பின் மீது கட்டியவண்ணம் மிகுந்த அமைதியோடு மேலும் பேசினாள்:

“வேறு மாதிரியாகச் சொன்னால், அவளை மணந்து கொள்வதன் மூலம், நீங்கள் இரண்டு நல்ல நபர்களை ஒரு படுமோசமான தவற்றிலிருந்து காப்பாற்றுகிறீர்கள். மேலும், உங்களது வாழ்நாளின் குறைப் பகுதிக்கும், நீங்கள் வாழ்வில் ஓர் உண்மையான சிநேகிதியையும் சம்பாதித்துக்கொள்வீர்கள்.”

மாட்வி அவசரமாக எழுந்தான்.

“எங்கே போகிறீர்கள்?” என்று பாதிரியாரின் மனைவி வெடுக்கென்று கேட்டாள்.

“குறிப்பாக எங்குமில்லை.”

“இப்போதைக்கு இந்த விஷயம் எவருக்கும் தெரிய வேண்டாம்.”

“நீங்கள் அவளிடம் பேசிவிட்டீர்களா?”

“இன்னும் இல்லை. நான் முதலில் உங்கள் சம்மதத்தைப் பெற வேண்டியிருந்தது.”

“நீங்கள் இதுபற்றி நினைத்ததற்கு ரொம்ப மகிழ்ச்சி, அன்னா கிரில்லோவ்னா,” என்று ஆனந்தமான வியப்புடன் சொன்னான் மாட்வி:

“உண்மையைச் சொன்னால், நானே அவள்மீது ஒரு கண் வைத்திருந்தேன்...”

“எனக்கு அது புரியும்,” என்று தன் தோள்களை இலேசாகத் தூக்கியவாறு சொன்னாள் அவள். மீண்டும் அவள் ஒரு நீண்ட, அழுத்தமான பேச்சில் இறங்கிவிட்டாள். அது அவனது பொறுமையைச் சோதித்தது.

“எனவே, அவளது பதிலைத் தெரிந்துகொள்ள இன்றிரவு எட்டு மணிக்கு நீங்கள் என்னிடம் வாருங்கள்,” என்று பேச்சை முடித்துவிட்டு, அவள் எழுந்து, அவனிடம் கையை நீட்டினாள்.

அவன் அவளது மெலிந்த கரத்தை மனதாரப் பற்றிக் குலுக்கினான்; அவனுள் எழுந்து பொங்கிய புதிய உணர்ச்சிகள் திட்டவட்டமானதாக இருந்த காரணத்தால் ஏற்பட்ட இன்பத்தில் அவனால் பேசக்கூட முடியவில்லை.

அவன் ஓர் இனிய கிறுகிறுப்பை உணர்ந்தான்; அவனது இருதயம் படபடத்தது; அவனது மூளைக்குள் சின்னஞ்சிறு நம்பிக்கைகள் முட்டி மோதின:

‘எனவே, நான் ஒருமட்டும் ஒரு நிலைக்கு வந்துவிட்டேன்! பிதா அலெக்ஸாண்டர் எங்களுக்கு அமைதியாகத் திருமணம் செய்து வைப்பார். நானும் கோருஷினாவும் வோர்கோராடுக்குப் பயணம் போவோம். இந்தப் பாதிரியாரின் மனைவி தான் எத்தனை சாமர்த்தியசாலி! ஜனங்களை எப்படி ஜோடி சேர்த்து

வைப்பது என்பதைத் தெரிந்தல்லவா வைத்திருக்கிறாள். கோருஷினா என்னைக் காதலிக்க மூன்வருவது நிச்சயம்; குணாம்சத்தில் எனது சகோதரியாக இருப்பதற்குப் போதுமான தன்மை பெற்றவள் அவள். இதைப்பற்றி நானே எப்படி இதுவரை சிந்திக்காமல் இருந்தேன்?'

ஒரு சிறிய வெற்றிப் புன்னகையோடு, அந்த அகந்தை பிடித்த மாக்ஸிமின் எரிச்சலை அவன் கற்பனை செய்து பார்த்தபின், மனத்துக்குள்ளாகவே, அவனை நோக்கி விரலையாட்டிப் பத்திரம் காட்டினான்:

'உன் தகுதியைத் தெரிந்தாயாடா, பயலே!'

நகரம் உஷ்ணத்தில் மூழ்கிக்கிடந்தது. வேலிகள், சுவர்கள், பூமிப் பரப்பு எல்லாமே உஷ்ணப் பெருமூச்செறிந்தன. அசைவற்ற ஆகாயத்தில் ஒரு தூசிப் படலத்தின் மூட்டம் தேங்கித் தொங்கி நின்றது; சூரியனின் பேரொளி கண்ணை மழுக்கியது. தோட்டச் சுவர்களின்மீது தொங்கிக்கொண்டிருந்த கிளைகள் உயிரற்றுத் தளர்ந்து போயிருந்தன. நிழல்கள் திணற வைத்தன. தெருக்களிலே அழுக்கும் கந்தலும் அணிந்த விவசாயிகள் நிறைந்திருந்தனர் – கைக் குழந்தைகளை ஏந்திக்கொண்டிருந்த பெண்கள், புழுதியிலே அளைந்து கொண்டும், பிச்சை கேட்டுக் கைகளை நீட்டிக் கொண்டும் திரியும் அரை நிர்வாணமான குழந்தைகள் ஆகியோர் தென்பட்டார்கள்.

எவ்வளவு பெரியகும்பல்! என்ற எண்ணம் அவர்களுக் குச் செப்புக் காசுகளை விட்டெறிந்த வேளையில் மாட்வியின் மனத்தில் பளிச்சிட்டுச் சென்றது; அவனோ மயான அழுகை போன்ற பசிக்குரலைக் கேட்காமலும், கனவில் காண்பது போலிருந்தாலும், அந்தப் பிடுங்கும் கரங்களையும், மெலிந்த தாடி மண்டிய முகங்களையும், களைத்துச் சோர்ந்த, நிராதரவான கண்களையும் பார்க்காமலும் இருக்க முயன்றவனாகச் சென்றான்.

வியர்வையால் நனைந்தும், உஷ்ணத்தால் களைத்து ஆயாசப்பட்டும் அவன் அவசர அவசரமாக வீடு வந்து சேர்ந்து, தன் உடைகளைக் களைந்தான்; பின்னர்த் தனது தாடியைச் சிக்கெடுத்தவாறும், நிலைக்கண்ணாடியினுள் தன்னுருவத்தைக் கள்ளத்தனமாகப் பார்த்தவாறும் அறைக்குள் மேலும் கீழும் நடந்தான். அந்தக் கண்ணாடியினுள்ளோ, நெற்றிப் பொருத்துக்களிலே நரைமயிர்க் கோடுகளும், கண்களுக்கடியில் தொங்கு சதையும் தோன்றிவிட்ட ஒரு வட்டமான, பசலை பாய்ந்த முகம் அவனை நோக்கி, சௌஜன்யத்தோடு பதிலுக்குப் புன்னகை புரிந்தது.

மாலை நேரத்துக்குள் அவன் தன்னைத்தானே திருமணம் பற்றிய கருத்தினுள் பூரணமாக ஈடுபடுத்திவிட்டான்; அவனது கற்பனை அவனது எதிர்கால வாழ்க்கையைப்பற்றிய காட்சிகளை ஒன்றன்பின் ஒன்றாகத் தீட்டி அழகு பார்த்தது; வளர்ந்தோங்கும் திருப்தியுணர்ச்சியோடு, தான் நெடுங்காலமாக எதிர்நோக்கிக்கொண்டிருந்த ஒன்றை ஒருமட்டும் கண்டுபிடித்துவிட்டதாகத்

தீர்மானித்துக்கொண்டான்: அதாவது, அவனுக்குப் பொருத்தமாக அமைந்த சௌகரியமான ஒரு பொந்து.

நாங்கள் எங்களுக்குள்ளாகவே, எங்களது சொந்தத்துக்கே உரிய ஏதோ ஒரு சாமியார் மடத்து வாழ்க்கை மாதிரி, அமைதியாக வாழ்வோம்! என்று நினைத்தான் அவன்.

இத்தகைய இதம் தரும் கனவுகளின் நெருக்கமான அணி வகுப்பைப் பிளந்துகொண்டு, ஒரு தொல்லைதரும் எண்ணம் ஊடுபாய்ந்துவரப் பெரிதும் முயற்சி செய்தது. அந்த எண்ணம் அவனுக்கு நினைவூட்ட முயன்ற விஷயத்தைக் காது கொடுத்துக் கேட்க மனமில்லாதவனாய், அவன் அதனை விரட்டியடித்தான்.

ஏழுமணிக்கெல்லாம் அவன் பாதிரியாரின் மனைவியைப் போய்ப் பார்ப்பதற்காக, உடை உடுத்திக்கொண்டான்; ஆனால் திடீரென்று அவளே அங்கு வந்து தோன்றிவிட்டாள். எப்போதும் போலவே எளிமையோடும், தட்டையான மார்போடும், தீர்மான புத்தியோடும் அவள் அறைக்குள் வந்தாள்; வாய் திறவாமலே தலையை மட்டும் அசைத்து விட்டு உட்கார்ந்தாள்; தனது மூக்குக்கண்ணாடியைக் கழற்றி, அதனைக் கைக்குடடையால் துடைத்தவாறே, தணிந்த தொனியில் பின்வருமாறு சொன்னாள்:

"நாம் பிந்தி விட்டோம்."

அவளது வார்த்தைகளின் அர்த்தத்தைப் புரிந்துகொள்ளாமல், மாட்வி தனது முகத்தில் ஓர் அன்பு கனியும் புன்னகை ததும்ப அவளையே பார்த்தவாறே நின்றான்.

அவள் பெருமூச்செறிந்தாள்; வழக்கத்துக்கும் அதிகமான கனிவு நிறைந்த ஒரு மங்கிப்போன குரலில் பேசத் தொடங்கினாள்; அவளது கண்களோ ஏதோ தரைமீது திறந்து கிடக்கும் புத்தகத்தை வாசிப்பது போலத் தரை மீதே பதிந்திருந்தன.

"அவர்கள் ஏற்கெனவே கூடி வாழ்ந்து வருகிறார்கள். ஆமாம், அவனோடு சேர்ந்து வாழ்ந்தால் அவளுக்குத் துன்பத்தைத் தவிர வேறு எதுவும் தெரிய வராது என்று நான் அவளை எச்சரித்திருந்துங்கூட, அந்தத் துர்ப்பாக்கியம் நிகழ்ந்து விடத்தான் செய்தது."

"மாக்ஸிமுடனா?" என்று பிரமித்துப்போய்க் கேட்டான் மாட்வி. அவன் திக்பிரமை கொண்டவனாய், நாற்காலியில் தொப்பென்று அமர்ந்தான்.

"நான் இன்று அவளிடம் அதே விஷயத்தை மீண்டும் சொன்னேன். ஆனால் அவளோ, 'அவனுக்கு நான் தேவைப்படும் போது, அது அதிக நாட்கள் இல்லாவிட்டாலுங்கூடப் பரவாயில்லை,' என்றாள் அவள். இத்தகைய ஒரு போக்கை நீங்கள் புரிந்துகொள்ள முடியுமா?"

“அவள் ஏன் என்னைக்காட்டிலும் அவனை விரும்புகிறாள்?” என்று தன் தோள்களை உலுக்கியவாறும், கோபமாக மாறி வருவதாகத் தான் உணரும் ஒரு மோசமான வெறுப்புணர்ச்சி நெஞ்சில் நிறைந்தவாறும் சொன்னான் மாட்வி. “அவன் பெயருக்குப் பின்னால் சொல்வதற்கு எதுவுமில்லாத உதவாக்கரைப் பயல் அவன். அவளிடம் நானே நேரில் போய்ப் பேசிப் பார்க்கிறேன்.”

அவள் தன் மூக்குக்கண்ணாடியை அணிந்தாள்; அவனை ஒருகணம் நிலையாக வெறித்துப் பார்த்தாள்; பின்னர், ஒருகளைத்துப் போன கிழவியின் குரலில் பின்வருமாறு சொன்னாள்:

“முயன்று பாருங்கள். ஒரு நபரைக் காப்பாற்ற, தன்னைப் பற்றிய நினைவேயில்லாமல் ஒருவர் எந்த அளவுக்கும் போக வேண்டியதுதான்.”

“அந்தச் செந்தலை நாய்க்குட்டியை எனக்கு என்றுமே பிடித்ததில்லை,” என்று மிருதுவாகவும் இரங்கத்தக்கக் குரலிலும் சொன்னான் மாட்வி: “நான் நாளையே அவனுக்குக் கல்தா கொடுக்கிறேன். அப்புறம் பார்க்கலாம் நாம்!”

“நீங்கள் அவ்வாறு செய்யக் கூடாது!” என்று கடுப்பாகச் சொன்னாள் அவள்.

“ஏன் கூடாது? இங்கே எஜமான் நான்தான். என்னால் முடியும்”

“இல்லை. உங்களால் முடியாது!”

அவன் தன் கோபத்தை அடக்கியவாறு பேச்சை நிறுத்தினான்; அவளது எதிர்ப் பதிலால் அவன் சிறிது பயந்து போய் விட்டான். அவள் அவன் கண்களைக் கூர்ந்து நோக்கியபோது, அவளது மூக்குக்கண்ணாடியின் கண்ணாடிகள் இரண்டும் பளிச்சிட்டன; அவள் தனது வழக்கமான, நீண்டு பரந்த முறையிலேயே பேசினாள். அவள் பின்வரும் வார்த்தைகளைக் கூறும் வரையிலும் அவன் எதையுமே புரிந்துகொள்ளாமல்தான் அதனைக் காதில் வாங்கிக்கொண்டிருந்தான்;

“அவனுக்கு உங்களைக்காட்டிலும் ஒரு வாய்ப்பு இருக்கின்றது என்பதை மறந்து விடாதீர்கள். அவன் இளைஞன்; அழகானவன். அத்துடன் உங்களிடம் இல்லாத ஒரு தன்னம்பிக்கையும் அவனுக்கு உண்டு.”

அந்த மெலிந்த, வறண்ட, இரக்கமற்ற பெண் அவனது மார்பில் ஓங்கி மூன்று அறைகள் கொடுத்துவிட்டது போல இருந்தது அவனுக்கு. அவள் அவலட்சணமாகவும், விரும்பத் தகாதவளாகவும் இருப்பதாக அவன் கண்டான்.

உண்மையில், என்னைவிட எல்லோரும் அவனைத்தான் விரும்புகிறார்கள் என்று தன் கால்மீது நின்று அங்குமிங்கும் ஆடியவாறும், அந்தச் சூனியமான அறையை ஒரு பார்வை பார்த்தவாறும் நினைத்தான் அவன்.

“நீங்கள் பொறாமைக்கும் வெறுப்புக்கும் இடம் தரக்கூடாது,” என்று அந்தச் சலித்த குரல் ஒலித்தது.

அவனது முரண்பட்ட எண்ணங்களின் அழுத்தம் மிகப் பெரிதாக இருந்ததால், அவள் வெளியேறிச் சென்றதைக் கூட, அவன் சரியாகக் கவனிக்கவில்லை. அவன் தன் உடைகளைக் களைந்து, அவற்றைக் கைபோன போக்கில் எங்கெங்கோ விட்டெறிந்தான்; பின்னர் நடந்துபோனதைக் கண்டு நொந்து சமித்து, விரக்தியும் வெறுப்பும் அடைந்து, புரியாமல் விழித்தவனாய் ஜன்னலருகே அமர்ந்து, பழத்தோட்டத்தைப் பார்த்துக்கொண்டிருந்தான்.

'இவள் என்னைக் காலைவாரி விடுகிறாளா, என்ன?' என்று அவன் நினைத்தான். என்னைக் கவர்ந்திழுத்து, சீண்டிவிட்டு, பின்னர் அந்தப் பொம்மையை என்னிடமிருந்து தட்டிப் பறித்துவிட்டு, "அது உனக்கில்லை," என்று சொல்கிறாளே. என் நம்பிக்கைகளை வளர்த்து விட்டுவிட்டு, பிறகு "நீ பொறாமை கொள்ளக்கூடாது?" என்கிறாளே. பொறாமையா? என்று அவன் தனக்குத்தானே கேட்டுக்கொண்டான். இல்லை, நான் ஒன்றும் பொறாமைப்படவில்லை. அவளுக்குப் பைத்தியம்.

எனினும், அவனது பதில் அவனுக்கே திருப்தியில்லாதிருப்பதை உணர்ந்தான்; இதனால் அவன் எவ்ஜெனியாவைப் பற்றி நினைக்க நேர்ந்தது. அவன் உடனே அவளைக் கோருஷினாவின் அருகில் நிறுத்திப் பார்த்தான்; இரண்டு பேரையும் வேண்டுமென்றே ஒன்றாகச் சேர்த்துப் பார்த்தான்; அவ்வாறு செய்தபோது, அவன் தெளிவற்று விரும்பி வந்த ஒன்றை எய்தியதாக உணர்ந்தான்: கோருஷினாவின் வடிவம் எவ்ஜெனியாவின் வடிவத்தோடு ஒன்றிக் கலந்தது. அதன் காரணமாக, ஒரு காலத்தில் அவனைப் பெரும் சித்திரவதைக்கு ஆளாக்கிய, சமீப காலத்திய எண்ணங்களால் இப்போது துரிதப்பட்டுவிட்ட, ஒரு பெண்ணையடையும் மூர்க்கமான வேட்கை அவனுள்ளே புத்துயிர் பெற்றுக் கிளர்ந்தது. கொசுக்கள் இரைந்து, இருட்டில் அவனைக் கடித்தன; அவன் அவற்றை ஆயாசத்தோடு அடித்துக்கொண்டான். அவனது மனமோ கோருஷினாவைப் போல அடக்கமும் எளிமையும் முன்னொரு காலத்தில் எவ்ஜெனியாவிடம் அவன் கண்ட அழகும். அன்பும் கொண்ட ஒரு பெண்ணின் தோற்றத்திலேயே நிலைத்திருந்தது. இந்த நினைவிலே ஈடுபட்டிருந்த பொழுது, தனக்குள்ளே ஒரு சிதைமாற்றச் சீர்குலைவு நிகழ்ந்து வருவதையும், அந்த இடிபாடுகளிலிருந்து அவனது பழைய துன்பமெல்லாம் மேலெழுந்து வருவதையும் அவன் உணரத் தலைப்பட்டான். திடீரென்று அவன் பயத்துக்கும் ஆத்திரத்துக்கும் இரையாகித் துள்ளியெழுந்தான். வெளி முற்றத்தில் யாரோ ஒருவன் வேலிச் சுவரின்மீது ஏறிக்கொண்டிருந்தான்.

மாக்ஸிம்தான் அவளை நாடிப் போகிறான் என்று அறைக்குள் விரைவாக நடந்தவாறே எண்ணமிட்டான் அவன். சிறிது நேரத்தில் அவன் தனது படுக்கையறைச் செருப்புக்களையணிந்துகொண்டு, முற்றத்துக்கு அவசரமாக வெளிவந்தான்; வெளி வாசற்கதவின் நாதாங்கியை ஓசையற்றுத் தூக்கிக் கதவைத் திறந்தான்; சந்திர ஒளியற்ற அந்த இரவின் இருட்டில் பாய்ந்து சென்றான். அவனது இருதயம் படபடத்துத் துடித்தது; அவனுக்கு உடம்பெல்லாம் வியர்த்துக் கொட்டியது; செருப்புக்கள் பட்பட்டென்று குதியங்காலில் மோதிக்கொண்டன.

அவன் அவற்றைக் கழற்றிக் கையில் எடுத்தவண்ணம், தனக்கு முன்னால் வேகமாகவும் உறுதியாகவும் கேட்ட காலடியோசையைத் தொடர்ந்து, வேலி யோரமாகத் திருட்டுத்தனமாக ஊர்ந்து சென்றான்.

அதற்கு முன் என்றுமே உணர்ந்திராத ஓர் உணர்ச்சியின் பிடிக்குள் அவன் முற்றிலும் சிக்கியிருந்தான். விறைப்பும் இன்பமும் மிகுந்த விழிப்புணர்ச்சியோடு அவன் தன் தலையை முன்னே நீட்டி, தனக்கு மிகவும் நன்கு தெரிந்த அந்தக் கட்டுமஸ்தான வடிவத்தைக் கண்ணால் காண முயன்றவண்ணம் இருளுக்குள் வெறித்துப் பார்த்தான். அவன் மோப்பம் பிடித்துச் செல்லும் நாய் மாதிரி ஊர்ந்து சென்றான்; சின்னச் சப்தம் கேட்டாலும் நடுக்குற்று நின்றான்; தான் அங்கிருப்பதைக் கண்டுகொள்வானோ என்ற பயம் மட்டுந்தான் அவனுக்கு. திடீரென்று ஒரு கதவின் பித்தளை வளையம் கலகலப்பதையும், ஒரு நாதாங்கி கிறீச்சிடுவதையும் அவன் கேட்டான். அவன் வியப்போடு நின்று காதுகொடுத்துக் கேடடான். மாக்ஸிமின் காலடியோசை மேலும் கேட்கவில்லை.

அவள் இங்குக் குடியிருக்கவில்லை என்று ஒரு நிம்மதியுணர்ச்சியுடன் நினைத்தான் அவன். அவன் வெட்கப்பட்டவனாய், தன் செருப்புகளை மீண்டும் போட்டுக்கொண்டான்.

அவன் மேலும் நடந்து சென்றான்; மூன்று ஜன்னல்களைக் கொண்ட ஒரு சிறு வீட்டருகே அவன் வந்ததும், அந்தத் தெருவில் நிலவிய மௌனத்தைக் குலைத்து, ஸ்வெட்டயேவின் சில்லுக்குரல் ஒலிப்பதை அவன் கேட்டான்:

“ஒரு பயங்கரமான பஞ்சம் வரப்போகிறது...”

அவள் ஒருவேளை உள்ளே இருப்பாளோ? என்று அந்த ஜன்னல்களினருகே திருடனைப் போல நடந்து சென்றவண் ணம் தனக்குத்தானே கேட்டுக்கொண்டான் அவன்.

அவன் தெருவைக் குறுக்காக நடந்து கடந்து, திரும்பி வந்தான்; அவன் மீண்டும் அந்த வீட்டைக் கடக்கும்போது, அவன் விரல்களை ஊன்றி நின்று அந்த அறைக்குள் என்ன நடக்கிறது என்று பார்க்க முனைந்தான். ஜன்னல் விளிம்பின் மீதிருந்த செடித் தொட்டிகள் அவன் பார்வையை மறித் தன; எனினும், அவற்றுக்கிடையேயிருந்த இடைவெளி வழியாக, அவன் ரோகாசோவின் குனிந்த முதுகையும் காலட்ஸ் காயாவின் கலைந்த தலையையும் மட்டும் பார்க்க முடிந்தது. அங்குச் சில நிமிஷநேரம் நின்று, உள்ளிருந்து வந்த பரபரப்பான குரல்களின் தணிந்த ஒலியைக் கேட்ட பின்னால், அவன் தனக்குத்தானே பின்வருமாறு சொல்லிக்கொண்டவனாய், வீடு நோக்கி விரைவாக நடந்தான்:

நாளை நானே அவளைப் போய்ப் பார்த்து, அவளிடம் பேசுவேன்.

அன்றிரவு முழுவதும் அவனது முடிவைப் பற்றிய சிந் தனையாலும், அது சரியான முடிவுதான் என்று தனக்குத் தானே திருப்திப்படுத்த முயலும் முயற்சியாலும் அவன் தூங்கவே முடியவில்லை. அருணோதய வேளையில்

மாக்ஸிம் வேலியின் மீது ஏறித் திரும்பவும் உள்ளே வருவதையும், அவனை மனத்துக்குள் பின்வருமாறு பயமுறுத்துவதையும் அவன் கேட்டான்:

அயோக்கியப் பயலே! கொஞ்சம் பொறு! வேலியேறிக் குதிக்க உனக்கும் கற்றுக் கொடுக்கிறேன்!

பின்னர் அவன் பின் வருமாறு எண்ணியவாறு, தூங்கினான்;

நகரத்தைவிட்டு அவனை நிர்பந்தமாக வெளியேற்றி விடவேண்டும்; இல்லையேல், கோருஷினா... அவள் ஒரு பல வீனமான குணம் படைத்தவள். நான் பாதிரியாரின் மனைவியிடம் இதனைக் கவனிக்குமாறு சொல்கிறேன். அவளே அவனைப் போகுமாறு சொல்லட்டும். என்ன இருந்தாலும், இவற்றையெல்லாம் ஆரம்பித்து வைத்தவளே, அவள் தானே.

அவன் முற்பகலில் நேரத்தோடேயே கோருஷினாவைக் காணச் சென்றான்; அந்த வெயில் நேரத்தில் யாரும் வெளியே வரமாட்டார்கள் என்று அவன் கணக்குப் போட்டான்: அவன் கணித்ததில் தவறில்லை. தெருக்களெல்லாம் அமைதியாகவும் சூன்யமாகவும் கிடந்தன. திறந்து கிடந்த ஜன்னல்களிலுங்கூட எந்தவிதமான மனித நடமாட்டமோ, சப்தமோ கேட்கவில்லை.

கோருஷினா வசித்து வந்த வீட்டையும் தெருவையும் பார்க்குமளவுக்கு, தேவாலயத்தின் சுவரருகே நெருங்கி வந்ததும், அவன் தனது படபடக்கும் இருதயத்தைச் சமனப் படுத்தவும் தனது எண்ணங்களை ஒன்று திரட்டிக்கொள்ளவும் கருதி, அங்கு நின்றான். வெப்பமானது அவனது பலத்தை யெல்லாம் வற்றவடித்து விட்டது; அவனது தலையே இளகிக் குழம்பான ஈயத்தால் நிரம்பியிருப்பது போல அவன் உணர்ந்தான். எல்லாமே இளகிக் குழம்பாகி, தரையின்மீது கொழுகொழுத்த ஓடைகளாக ஓடத் தயாராயிருப்பது போலத் தோன்றுமளவுக்கு அத்தனை உஷ்ணமாக இருந்தது.

உடம்பெல்லாம் வங்கு படர்ந்த ஓர் அவலட்சணமான நாய், ஒடுங்கிய சிறு நிழலில் முடங்கிப் படுத்திருந்தது; அது தன் முழு உடம்பையும் சூரிய ஒளி படாமல் சுருட்டிக் கொள்ள வேண்டும் என்று அப்படியும் இப்படியும் கெளிந்து சுருண்டது; எனினும், அதன் தலைப் பகுதியோ அல்லது வால் பகுதியோ வெயிலில் பட்டுக்கொண்டுதான் இருந்தது. பசி மிகுந்த ஈக்கள் அதனைச் சுற்றி வட்டமிட்டுப் பறந்தன; தலையைத் தூக்கிப் பார்க்கச் சோம்பல்பட்ட அந்த நாய், தூசி படிந்த தரையின் மீது அங்குமிங்கும் பாய்ந்து திரியும் அந்த ஈக்களின் நிழலைப் போய்க் கடித்தது. அதன் வலது கண்ணின் மீது ஒரு திரை படர்ந்திருந்தது. சூரிய ஒளி அதன்மீது பட்டுத்தெறித்தபோது, அது பித்தளை போலப் பளபளத்தது.

கோருஷினா வசித்து வந்த சின்னஞ்சிறிய இருண்ட வீடு அந்த வரிசையிலுள்ள ஏனைய வீடுகளோடு பொருந்து நிற்க வில்லை; அதென்னவோ ஓரடி முன்னால் அடியெடுத்து வைத்து நிற்பது போலத் தோன்றியது; ஒருபுறமாகச் சாய்ந்த அதன் தோற்றமானது மிகவும் ஆவலோடு தலை வணங்கிக் காட்டுவது போல இருந்தது.

அதன் ஜன்னல் கதவுகளில் இரண் டைக் காணவே காணோம்; மூன்றாவதோ வளைந்து தொங்கியது. அதன் பாசி படர்ந்து வளர்ந்த கூரையின் மீது கரி படர்ந்த ஒரு புகைக்கூண்டு இருந்தது; அதிலும் பல செங்கற்களைக் காணவில்லை. அந்த வீட்டின் பயங்கரமான நிலை மாட்வியின் மனத்தில் ஒரு படுமோசமான விளைவைத்தான் ஏற்படுத்தியது. அவனது சக்தி வழிந்து மறைந்தது; அவனது மூச்சு திக்கித் திணறி வெளி வந்தது; கோருஷினாவோடு பேச வேண்டும் என்ற வேட்கையே மறைந்துவிட்டது.

அத்தகைய காரியத்துக்கு இது ஒன்றும் சரியான நேர மல்ல என்று தன்னைத்தானே கண்டிப்பது போலச் சொல்லிக் கொண்டான். வியர்த்து விதிர்வி திர்த்து, இந்த மாதிரி மேல் மூச்சு வாங்கிக்கொண்டு – அருமையான மாப்பிள்ளை தான்! மேலும் இரவு முழுவதும் நான் தூங்கவும் இல்லை என் முக லட்சணம் எப்படியிருக்கும் என்று நானே கற்பனை பண்ணிப் பார்க்க முடியுமே!

ஒரு மந்தமான அரோசித உணர்ச்சியோடு, அவன் அந்த நாயின் பித்தளைக் கண்ணையும், ஈக்களின் நிழலின்மீது பாய்ந் தடிக்கும் அதன் பாதத்தையும் கவனித்தவாறு அங்கேயே நின்றான். நதியிருந்த திக்கிலிருந்து விளையாடும் குழந்தைகளின் கரகரத்த குரல்கள் வந்தன.

அவளை மாலையில் வந்து பார்ப்பதே நல்லது. இப்போது அவள் வேலையில் ஈடுபட்டிருப்பாள். மேலும் மேலும் எல்லாம்தான்.

திடீரென எழுந்த மூர்க்க வெறியோடு, அவன் தன் காலை உதைத்து, அந்த நாயை நோக்கிக் கத்தினான்;

“தூரப் போய்த் தொலை!”

அந்த நாய் தனது நல்ல கண்ணை அவனை நோக்கித் திருப்பி, பித்தளைக் கண்ணைப் பளிச்சிடச் செய்து, பின்னர்த் தன் முதுகை வளைத்து நீட்டிக் காட்டியது; அதன் பின் வாயைத் திறந்து கொட்டாவி விட்டு, அதனை ஊளையாக மாற்றியது. பக்கத்துச் சந்திலிருந்து மூன்று விவசாயிகள் ஒருவர் பின் ஒருவராக வெளிப்பட்டு, சதுக்கத்தினுள்ளே காட்டுப் பாதையிலே புகும் ஓநாய்களைப் போலச் சென்றார்கள். கந்தலும் கிழிசலும் தரித்துப் பரிதாபமாகக் காட்சியளித்த அவர்கள் கொளுத்தும் வெயிலில் தமது கைகளைச் சோர்ந்தவாறு வீசிய வண்ணம் ஏதோ தணித்த குரலில் ஆலோசிப்பதற்காகக் கூடி நின்றார்கள்; பின்னர்த் தமது மரப்பட்டைச் செருப்புக்களால், ஒரு பெரும் தூசிப் படலத்தைக்கிளப்பியவாறு, தேவாலயத்தை நோக்கிச் சோர்ந்து நடந்தார்கள். எங்கோ ஒரு சிக்குக்காரக் குழந்தை அழுதுகொண்டிருந்தது. ஒரு வெளிக் கதவு படாரெனச் சாத்தப்பட்டது. ஒரு குரல் எரிச்சலோடு கத்தியது

“அதை விரட்டியடி”

மாட்வி அந்த விவசாயிகளைப் பார்த்துப் பெருமூச்சுவிட்டான்; வீடு நோக்கி மெதுவாக நடந்து வந்தான். வீட்டுக்கு வந்ததும், அன்று மாலை

கட்டாயம் கோருஷினாவைப் போய்ப் பார்த்துவிடுவது என்று உறுதியாகத் தீர்மானித்தவனாய், ஒரு தூக்கம் போடுவதற்காகப் படுத்தான்.

அவன் விழித்தெழுந்து பார்த்தபோது, சூரியன் அஸ்தமித்துக்கொண்டிருந்தது; பழத்தோட்டம் செக்கரொளியில் பளபளத்தது. முற்றத்தில் ஷாகிர் கோபத்தோடு சத்தமிடும் குரலும் கேட்டது:

"அடுத்து என்ன? அவன் ஒரு வேலையும் செய்யவில்லை; தண்ணீர் எடுத்து வரவில்லை. அவன் என்ன நினைத்துக் கொண்டிருக்கிறான்? அவன் உழைக்கத்தானே வேண்டும்!"

"நான் அப்படித்தான் நினைத்தேன்!" என்று கத்தினான் மாட்வி. துள்ளியெழுந்தவாறு அவன் அந்தத் தாத்தாரியனைக் கூப்பிட்டான்; போகிற போக்கில் நிலைக்கண்ணாடியில் தான் போதுமான அளவுக்குக் கடுமையாக இருக்கிறோமா என்று ஒரு பார்வை பார்த்துக்கொண்டான். அவனால் தனது புடைத்த கண்களையே அடையாளம் காண முடியவில்லை; அவனது வலது கன்னம் தூக்கத்தில் அழுந்திச் சிவந்து போயிருந்தது; அவனது தலை கலைந்து போயிருந்தது; மொத்தத்தில் அவன் உருக்குலைந்து தோன்றினான்.

அருமையான மாப்பிள்ளை! என்று எரிச்சலான விரக்தியுடன் தனக்குத்தானே சொல்லிக்கொண்டான் ஷாகிர் உள்ளே வந்ததும் அவன் முதுகைக் காட்டித் திரும்பி நின்ற வண்ணம், வலிய வரவழைத்த இருமலோடு பின்வருமாறு சொன்னான்:

"மாக்ஸிமுக்குச் சீட்டுக் கொடுத்துவிடு!"

"ஆ!" என்று வெளிப்படையாகத் திடுக்கிட்டு வருந்தியவனாய், மிருதுவாக ஒலியெழுப்பினான் அந்தத் தாத்தாரியன். "சொன்னதைக் கேட்டாயல்லவா?" என்று முணுமுணுத்தான் மாட்வி. அவன் மீண்டும் நிலைக்கண்ணாடியைத் திருட்டுத்தனமாகப் பார்த்தான்; அதில் அந்தத் தாத்தாரியனின் சுருங்கிய முகத்தில் தோன்றிய அசட்டுப் புன்னகையைக் கண்டதும், அவன் அந்த முற்றக்காவலாளிக்கு ஆதரவாகத் தன்னிடம் முறையிடுவானோ எனப் பயந்தான்.

"போ, நான் சொன்னபடியே செய்," என்று தன்னால் தன் குரலை எவ்வளவு கடுமையாக்கிக்கொள்ள முடியுமோ அவ்வளவு கடுமையோடு சொன்னான். அப்போதும் அவன் ஷாகிருக்குத் தன் முதுகைக் காட்டியவாறே நின்றான். "எனக்குப் போதும் போதும் என்றாகிவிட்டது. அவன் மாதிரிச் சோமாறிப் பயலோடு எனக்கு என்ன வேண்டிக்கிடக்கிறது? அவன் இன்றே, இந்த நிமிஷமே போய்ச் சேரட்டும். நாம் அவனைப் போதுமான அளவுக்குக் கொழுக்க வைத்துவிட்டோம். சரி, போ இங்கிருந்து."

ஷாகிர் அரவம் காட்டாமல் போய்விட்டான். அவனது எஜமான் அறையின் மத்தியில் கிடந்த நாற்காலியில் தொப்பென்று உட்கார்ந்து, அவனது

வெற்றுக்கால்களின் விரல்களைப் பரிசீலனை செய்தவாறே தனக்குள் பின்வருமாறு கூறிக் கொண்டான்:

அவன் என்னிடம் விடைபெற்றுச் செல்ல வருவான். நான் அவனுக்கு ஒரு பிரசங்கம் அடிக்கலாமா? ஒருவேளை எனக்குப் பதிலாக அவனே ஒரு பிரசங்கம் அடித்தாலும் அடிப்பான்! அகம்பாவம் பிடித்த பயல்!

"அவர் கிடக்கிறார்!" என்று முற்றத்திலிருந்து மாக்ஸியின் குரல் வந்தது.

'நிச்சயம் என்னைத்தான் குறிப்பிடுகிறான்!' என்று தன் தலையைத் தாழ்த்திக் கேட்டவாறே தனக்குள் கூறிக்கொண்டான் மாட்வி. அந்த முற்றக்காவலாளிக்காக ஷாகிர் வந்து முறையிட்டாலோ அல்லது மாக்ஸிமே நேரில் வந்து பின்வருமாறு கேட்டாலோ, அவன் தனது தீர்மானத்தை மாற்றிக்கொள்வான் என்று அவனுக்கே தெரிந்தது.

"என்னை ஏன் வேலையைவிட்டு நீக்குகிறீர்கள்?"

ஒரு சமயம் கூடத்திலிருந்தும், மறு சமயம் சமையலறையிலிருந்தும், வேறு சமயம் முற்றத்திலிருந்தும் ஒரு கோபாவேசமான முணுமுணுப்பு கேட்கும் போதெல்லாம் அவனுக்குத் திருப்தியுணர்ச்சி ஏற்பட்டது. மாக்ஸிம் வசைபாடிக் கொண்டிருந்தான். இது மாட்வி என்ற மனிதனுக்கு இதமளிக்காவிட்டாலும், மாட்வி என்ற எஜமானுக்குத் திருப்தியளிப்பதாகவே இருந்தது; மேலும், அவனைக் கை கழுவிவிட வேண்டும் என்ற தீர்மானத்தையும் அது பலப்படுத்தியது.

ஷாகிர் திரும்ப வந்தான். அவன் தனக்குப் பின் கதவைச் சிறுகச் சாத்திவிட்டு திறந்து கிடந்த ஜன்னலின்மீது திருட்டுத்தனமாகப் பார்வையை அடிக்கொருதரம் செலுத்திய வண்ணம் ஒரு பெருமூச்சுடன் சொன்னான்:

"நீங்கள் மாக்ஸிமுக்குப் பதினோரு ரூபிள்களும் இருபது கோபெக்குகளும் சம்பளப் பாக்கி கொடுக்க வேண்டும்."

"பதினைந்தாகக் கொடு," என்று வாய்க்குள்ளாகவே சொன்னான் மாட்வி.

ஷாகிரின் நீண்ட முகத்தில் ஒரு மாறுதல் தோன்றியது: அவன் தன் கையை நீட்டி, வாயைத் திறந்தான்.

"எனக்குத் தெரியும், தெரியும்," என்று அவசரமாகச் சொன்னான் மாட்வி: "நீ என்ன சொல்ல விரும்புகிறாய் என்று எனக்குத் தெரியும். மேலும் –"

அந்தத் தாத்தாரியன் குனிந்தான்; அறைக் கதவைத் தனது முதுகினால் தள்ளித் திறந்தவாறு வெளிச் சென்று விட்டான். மாட்வி எழுந்து, ஜன்னலுக்கப்பால் நடந்து சென்று, தன்னுள்ளே வளர்ந்தோங்கி வரும் ஏதோ ஒரு துர்ப்பாக்கியத்தைப் பற்றிய சூசகத்தை எதிர்நோக்கும் பயம் தோன்றாதவாறு, தனது மூளையிலிருந்து எல்லாச் சிந்தனைகளையும் தீர்மான புத்தியோடு விரட்டியடித்த வண்ணம், தரையை வெறித்துப் பார்த்துக்கொண்டு நின்றான்.

"குட்பை, நண்பா!" என்று வெளியில் யாரோ சொல்லும் குரல் கேட்டது: "மிக்க நன்றி."

வெளி வாசற்கதவு படாரென்று சாத்தியது; அவன் கடினமான தரையின்மீது உறுதியாக நடந்து செல்லும் காலடியோசை மெல்ல மெல்ல மறைவதைக் கேட்டான்; ஒன்று– இரண்டு–மூன்று...

...பதினைந்து, பதினாறு, பதினேழு... அவன் எண்ணினான். விடைகூடப் பெற்றுக்கொள்ளாமல் போய்விட்டானே; ஒரு நாயைப் போல நழுவியோடி விட்டான்.

அவன் அநியாயத்துக்கு ஆளாகிவிட்டதாக உணர விரும்பினான்; தான் செய்த காரியத்துக்கு நியாயம் கற்பிக்கும் எண்ணங்களைப் பெற விரும்பினான். ஆனால், அவனது மனமோ திமிர் பிடித்து, பயபீதி நிறைந்துதான் இருந்தது. '

திக்குமுக்காட வைக்கும் அந்திக் கருக்கலொளியின் மயக்கம் பழத்தோட்டத்தைச் சூழ்ந்திருந்தது. தூசி படிந்த இலைச்செறிவு அசைவற்றுத் தொங்கிற்று. தாகம்கொண்ட புல்லினூடே ஏதோ சரசரத்தவண்ணம் இருந்தது; மினுக்குவதில் களைத்துப்போன சின்னஞ்சிறு நட்சத்திரங்களுங்கூட, இருண்ட வானத்தை உறுத்திக்கொண்டிருந்தன. கன்னியாஸ்திரீ மடத்து வெளிக் கதவை யாரோ இலேசாகத் தட்டினார்கள்; அங்கு நிலவிய கனத்த மௌனத்தினிடையே ஒரு மெலிந்த குரல் பரிதாபகரமாக விம்மியது:

"எங்களுக்குப் போவதற்கு வேறு போக்கிடமே இல்லை, அக்கா. நாங்கள் எங்கும் முயன்று பார்த்து விட்டோம்"

நான் இப்போது அவளிடம் போக வேண்டுமா? என்று வாய்விட்டுச் சொல்ல முடியாத சலிப்புணர்ச்சியால் அலுத்துக்களைத்துப் போன மாட்வி யோசித்தான். இப்போதே நேரமாகிவிட்டது. மேலும், அநேகமாக அவனும் அங்கு இருக்கலாம். நிச்சயம் அவன் அங்கிருப்பான்.

அவனது எண்ணங்கள் அனைத்துமே இரு முகமாகவும் முரண்பாடாகவுமே இருந்தன. மெதுவாக உடை தரித்து முடிந்த பின்னர் அவன் வாசலைக் கடந்து வெளியே சென்றான்; ஒரு கணம் நகரத்தை நோக்கியவாறு நின்றான்; பின்னர்த் திரும்பி, வெப்பமான இருண்ட வயல் வெளிகளை நோக்கி நடந்தான்.

அந்த மோர்டேவியன் குடியிருப்பின் இடிபாடுகளுக் கருகே வந்ததும், அவன் அங்குள்ள திரடுகளில் ஒன்றின் மீது ஏதோ அசைவதைக் கண்டான். ஒரு தீக்குச்சி கொளுத்தப்பட்டது. அது காற்றின் அசைவற்ற வெளியில் வெகுநேரம் எரிந்தது. அந்தச் சிறு ஒளி அதனைப் பிடித்திருந்த கையையும், மஞ்சள் நிறமான ஒரு முக வட்டத்தையும் புலப்படுத்திற்று.

மாட்வி சட்டென்று திரும்பினான்.

இந்த இடத்துக்கு எல்லாவிதமான படுமோசமான பிறவிகளுந்தான் வருகின்றன என்று அவன் தனக்குத்தானே எண்ணிக்கொண்டான்.

அவன் வேறு திசையில் இரண்டு எட்டு எடுத்து வைப்பதற்குள்ளாகவே, ஸென்யா கோமரோவ்ஸ்கி பின்வருமாறு கூப்பிடும் குரல் அவன் காதில் விழுந்தது:

"மாட்வி ஸாவ்லிவிச்! நீங்கள்தானா அது?"

"ஆம்."

"இங்கே வாருங்கள். வந்து உட்கார்ந்து என்னோடு. பேசுங்கள்."

அந்தக் கூனனை அங்குச் சந்தித்ததில் மாட்விக்கு மகிழ்ச்சிதான. எனினும், சிறிது யோசித்த பின் அவன் பின்வருமாறு சொன்னான்:

"இல்லை. நான் உன்னிடத்துக்கு வர மாட்டேன். நீ வேண்டுமானால் என்னோடு வா."

அந்தக் கூனன் தனக்குத்தானே சீட்டியடித்துக்கொண்டு, பாதத்தைத் தரையில் தேய்த்தவாறும், தோள்களைக் கூனிய வாறும், உல்லாச நடை நடந்து வந்து சேர்ந்தான். அவன் மாட்வியோடு கைகுலுக்கி விட்டு, தனது மெல்லிய சீட்டிச் சப்தம் அவர்களுக்குப் பின்னேயுள்ள காற்றோடு கலந்து தொடர, மாட்வியின் அருகில் நடக்கத் தொடங்கினான்.

"அப்படியென்றால், நீங்கள் மாக்ஸிமுக்குக் கல்தா கொடுத்துவிட்டீர்களா?" என்று அவன் திடீரெனக் கேட்டான்.

"ஆம்," என்று மெல்லத் திடுக்கிட்டவனாய்ப் பதில் சொன்னான் மாட்வி.

"நான் அவனைப் பார்த்தேன்," என்று தனது பையிலுள்ள ஏதோ காகிதத்தை ஓசையெழும்பச் சுருட்டியவாறு, யோசனையோடு சொன்னான் கூனன்: "அவன் மேலே நோக்கிப் பார்த்தவாறு நடந்து சென்றான். அவனது செல்வமெல்லாம் அடங்கிய ஒரு கறுப்புப் பெட்டியை ஒரு தோளின்மீது சுமந்துகொண்டிருந்தான்; காலில் புதிய பூட்சுகள் அணிந்திருந்தான்; ஒரு குதிரையைப் போலக் காலை உதைத்துக் கொண்டு, உங்களைப் பற்றி எல்லாவிதமான மோசமான விஷயங்களையும் சொன்னான்."

"என்னைப் பற்றியா?"

"ஆம்."

"நீ அது பற்றி என்ன நினைக்கிறாய்?" என்று சிறிது நேரம் கழித்துக் கேட்டான் மாட்வி. "நீ ஒன்றும் குறிப்பாக அவனுக்கென்று வருந்துவாய் என்று நான் நினைக்கவில்லை. என்ன அப்படித்தானே?"

"நான் யாருக்காகவும் வருந்துவதில்லை," என்று இயல் புக்கு மாறான எளிமையோடு சொன்னான் அந்தக் கூனன்.

இவன் பொய் சொல்கிறான் என்று தனக்குத்தானே சொல்லிக்கொண்டான் மாட்வி.

"ஆனால், அவனை வெளியேற்றியதன் மூலம் உங்கள் நண்பர்களின் முன்னிலையில் உங்களை நீங்களே தாழ்த்திக் கொண்டு விட்டீர்கள் என்பதை உணர்கிறீர்களா?" என்று அந்தப் பித்தளைக் கண்ணுள்ள நாய் கொட்டாவி விட்டது போல, கொட்டாவி விட்டவாறே கேட்டான் அந்தக் கூனன்.

மாட்வி பதறிப் போனான்.

"நீ ஏன் அப்படி நினைக்கிறாய்?" என்று தயக்கத்தோடு கேட்டான் அவன்.

"அவர்கள் உங்களை என்றும் மன்னிக்க மாட்டார்கள்."

"இதில் மன்னிப்பதற்கு எதுவுமில்லை. மேலும், நான் ஒன்றும் மன்னிப்புக் கேட்கும் எண்ணத்தில் இல்லை," என்று எரிச்சலோடு சொன்னான் மாட்வி.

ஸென்யா தனக்காக யாரோ காத்துக்கொண்டிருப்பதைத் திடீரென்று நினைவு கூர்ந்தவன் போலத் தனது நடையைத் துரிதப்படுத்தினான். மாட்வி அவனோடு நடையை எட்டிப் போட முயன்றவாறே, பின்வருமாறு சொன்னான்:

"அவன் சோம்பேறியாக இருந்து, தனது வேலையை அலட்சியப்படுத்தினால் அது என் குற்றமா? நான்தான் எஜமான்; எனது சொந்த விவகாரங்களை நிர்வகிக்கும் உரிமை எனக்குண்டு."

"உண்மையில் அவர்கள்தான் உங்களை நிர்வகிக்கிறார்கள்," என்று பராக்காகச் சொன்னான் அந்தக் கூனன்.

அப்போதுதான் பூமியிலிருந்து முளைத்தெழுந்த மாதிரி இருளினூடே ஒரு பெரிய மரம் திடீரென எதிர்ப்பட்டது. ஸென்யா அதற்கடியில் நின்றான்.

"நாம் கீழே உட்காரலாமா?" என்றான் அவன்.

"எனக்கு ஆட்சேபமில்லை," என்றான் மாட்வி.

அந்தக் கூனன் அடிமரத்தின்மீது சாய்ந்திருந்துகொண்டு, தனது பைகளிலிருந்து ஒரு தீக்குச்சியைத் தேடி எடுத்தான்; பின்னர் அதனைத் தன் கால்சராயில் உரசிப் பற்ற வைத்து, அதன் ஒளியைக் கவனித்தான்; அதே சமயம் உணர்ச்சிபாவமற்ற குரலில் பின்வருமாறு சொன்னான்:

"நான் உங்களைப் பார்த்து, 'போய், மாக்ஸிமிடம் மன்னிப்புக் கேளுங்கள், என்று சொன்னால், அநேகமாக 'எனக்கு ஆட்சேபமில்லை,' என்ற இதே வார்த்தையை நீங்கள் சொல்லக் கூடும்."

'இவன் என்ன சொல்ல வருகிறான்' என்று வியந்து, கவனமாகக் கேட்டவாறே தன்னுள் நினைத்தான் மாட்வி.

"நான் உங்களைப் பார்த்து, 'அவனது மூக்கில் ஒரு குத்து விடுங்கள்,' என்று சொன்னாலும், 'எனக்கு ஆட்சேபமில்லை, என்றுதான் சொல்வீர்கள்."

“இல்லை, சொல்ல மாட்டேன்,” என்று மந்தமாகச் சொன்னான் மாட்வி.

ஒரு கணம் கழித்து, அந்தக் கூனன் குரோத பாவத்தின் சாயையேயில்லாமல் பின்வருமாறு சொன்னான்:

“நீங்கள் ஒரு மோசமான மனிதர் அல்ல; மோசத்தைக் காட்டிலும் நீங்கள் மோசமானவர், மோசமான மனிதன் என்றால் அவனோடு சண்டை போடுமாறு எதிரியைச் செய்து விடுவான். ஆனால், நீங்களோ ஒருவனை வருத்த உணர்ச்சிகொள்ள வைக்கிறீர்கள். நான் உங்களுக்காக வருந்துகிறேன். ஆனால் அத்துடன் எல்லாம் சரி. நீங்கள் முழுக்க முழுக்க ஒரு ருஷ்யன்தான். உங்கள் மாதிரி நபர்களையெல்லாம் நாற்பது வருஷக் காலத்துக்குக் காட்டுக்குள் விரட்டியடிக்க வேண்டும். அவளையுந்தான்.”

“கோருஷினாவையா?” என்று அவன் பக்கமாகச் சாய்ந்தவாறு மிருதுவாகக் கேட்டான் மாட்வி.

“ஆமாம். நீங்கள் எதற்காகவும் இருக்கவில்லை; எதையும் மதிப்பதும் இல்லை. நீங்களெல்லாம் ஏன் பிறந்தீர்கள் என்றே சொல்ல முடியவில்லை.”

அந்தக் கூனன் மற்றொரு தீக்குச்சியையும் கிழித்தான்: அதனை மாட்வியின் முகத்துக்கெதிரில் பிடித்தான்; அது அணைவதற்கு முன் அதனைச் சுண்டி விட்டெறிந்தான்.

“நீ புகை பிடிப்பதில்லை; வெறுமனே தீக்குச்சிகளை மட்டும் வீணாக்குகிறாயே,” என்று வேறு ஏதாவது சொல்வதற்கு இயலாமல் சொன்னான் மாட்வி.

“இருட்டிலே தீக்குச்சிகளைக் கிழித்துப் பார்ப்பது எனக்குப் பிடிக்கும்,” என்று இருளினூடேயிருந்து சிந்தனைவயப்பட்ட பதில் வந்தது: “வீட்டில் படுக்கையில் படுத்துக் கொண்டே இவற்றைக் கிழித்துப் பார்ப்பேன்; நான் எங்கேயிருந்தாலும் இதனைச் செய்வேன்.”

“ஏன்?”

“மேலும், அவை கந்தகக் குச்சிகளாக இருக்க வேண்டும். அதுவும் ருஷ்யக் குச்சிகள்; ஸ்வீஷ் குச்சிகள் அல்ல. ருஷ்யக் குச்சிகள் மெதுவாகவும் பல நிறத்தோடும் எரிகின்றன; அத்துடன் ஒரு மோசமான வாடையையும் உமிழ்கின்றன.”

சொந்தமாக ஏதோ சொல்ல முயல்கிறான் என்று அவனைச் சுற்றிலும் பார்த்தவாறே எண்ணமிட்டான் மாட்வி.

“காட்டுக்குள்ளே நாற்பது வருஷம்,” என்று குடித்திருப்பவன் போலச் சொன்னான் அந்தக் கூனன்.

தூரத்திலே, வயல்களைச் சுற்றி வளைத்து, ஓர் இருண்ட கிட்டத்தட்ட கண்ணுக்குத் தோற்றாத சுவர் போன்று காடு நின்றது. பூமியானது சின்னஞ்சிறு

இறுகிய பந்தாகச் சுருட்டி வைக்கப்பட்டது போலத் தோன்றியது. எனினும், அந்த இறுக்கத்திலும் சிறுமையிலும் ஆழமாக உள்ளத்தைத் தொடுகின்ற, இதமாகப் பழகிப்போன ஏதோ ஒன்று இருப்பதாகத் தோன்றியது.

"நீ ஓர் அதிருப்திக்காரப் பேர்வழி," என்று குறை கூறினான் மாட்வி: "எதுவும் உன்னை மகிழ்விப்பதில்லை."

"எதுவுந்தான்," என்று ஒப்புக்கொண்டான் அந்தக்கூனன்.

அவன் சர்வ சாதாரணமாக அதனை ஒப்புக்கொண்டது மாட்விக்கு ஒரு குறுகுறுப்பை ஏற்படுத்தியது. அவன் அந்த விஷயம் குறித்து அவனிடமிருந்து விரிவாகக் கேட்க விரும்பினான் – அந்த இரவின் அந்தகாரத்திலே அவனது வார்த்தைகள் ஓர் இனிய முக்கியத்துவம் பெற்றன. மக்களைப் பற்றியும், கடவுளைப் பற்றியும், எல்லாவற்றைப் பற்றியும் அவனைப் பேசுமாறு தூண்டி விடவும், அதனை வியப்போடு கேட்டுத் தன்னைத்தானே மறந்திருக்கவும் விரும்பினான் மாட்வி.

"நீ ரொம்பவும் பெருமைக்காரன்," என்றான் அவன்: "அப்படியிருப்பது நல்லதுதானா?"

"மிகவும் நல்லது," என்று தூங்கிவிழப் போகிறவன் போல அசையாதிருந்த ஸென்யா பதிலளித்தான்.

எதிர்பாராத விதமாக விழுந்த அடியைப் போன்று அவன் திடீரென்று பின்வருமாறு கேட்டான்:

"நீங்கள் அவளைக் காதலிக்கிறீர்களா?"

மாட்வி வியப்பினால் திடுக்கிட்டான்.

"நானா? நான்–வந்து – நான் அவளை விரும்புகிறேன்."

"ஹூம்," என்று உணர்ச்சியற்று உறுமினான் ஸென்யா; ஆனால், அவனது அலட்சியம் வலிந்துகொண்ட போலிதான் என்றுணர்ந்த மாட்வி ஆறுதல் கூறுவது போலப் பின்வருமாறு கூறினான்:

"நான் அவளை மணக்க விரும்புவேன்–"

"நீங்கள் மணம் புரிய வேண்டியதுதான்," என்றான் ஸென்யா: "நீங்கள் செய்யக்கூடிய நல்ல காரியம் அதுதான்."

"நல்லது. மாக்ஸிம் எல்லாவற்றையும் கெடுத்துவிட்டான்," என்று பெருமூச்சுடன் சொன்னான் மாட்வி.

"மாக்ஸிமை மறந்து விடுங்கள். கோருஷினாவையும் கூடத்தான். அவர்கள் இருவருமே உங்கள் துறைக்கு முற்றிலும் அப்பாற்பட்டவர்கள்."

பின்னர் அவன் ஒரு பரிச்சயமான பாட்டைச் சீட்டியடிக்கத் தொடங்கினான். காட்டுக்குமேல் ஒரு மங்கிய கருக்கரிவாள் போன்ற பிறைச் சந்திரன் பளிச்சிட்டது; அது அந்தக் காட்டை மேலும் கருமையாகத்தான் தோற்றச் செய்தது.

மாட்வி அந்தக் கூனனைப் புண்படுத்த வேண்டும் என்ற ஒரு வேகத்தை உணர்ந்தான்.

"மேலும் நீ மட்டும் என்னவாம்? உன்னையும் அந்தரத்திலே விட்டுவிட்டார்கள், இல்லையா?"

ஸென்யா எழுந்தான்; தனது நீண்ட கைகளால் தனது உடையில் ஒட்டியிருந்த தூசியைத் தட்டிவிட்டவாறு, குரோதத்தின் சாயையே இல்லாமல் பின்வருமாறு சொன்னான்:"

"மாட்வி ஸாவ்லிவிச்! சொல்லப் போனால், நீங்கள் ஓர் அசடு – அசட்டுத்தனமும் அருவருக்கத்தக்க குணமும் கொண்டவர்,"

அவன் தரையை உதைத்துவிட்டு, தனக்குத்தானே இன்னும் சீட்டியடித்தவாறே, வயலுக்குள் இறங்கி நடந்தான்.

மாட்வி தன் தொப்பியை எடுத்துவிட்டு, அந்த இருளில் மறைந்து செல்லும் மனித உருவத்துக்குச் சிறிதும் பொருத்த மற்ற அந்த வடிவத்தைப் பார்த்தவாறு நின்றான். அவன் அந்தக் கூனனை நோக்கி ஏதாவதொரு வசைமொழியை வாய்விட்டுக் கத்த வேண்டும் என்ற விருப்பத்தோடு, தன் தசைகளை அலட்டி, கன்னங்களைப் புடைக்க வைத்தான். எனினும், எந்த வார்த்தையும் அவனது வாய்க்கு வரவில்லை; மேலும், வேறோர் எண்ணத்தில் குறுக்கிட்டால், அவன் அதனை நிறுத்தியும் விட்டான்.

உண்மையில் நான் ஓர் அசடுதான். மேலும், ட்ரோஜ்டோவைப் போல, நான் சாதிக்கும் எதுவும் வெறும் சந்தர்ப்ப வசத்தால்தான்.

"மாட்வி கோஸிமியாகின்!" என்று தூரத்திலிருந்து அந்தக் கூனனின் குரல் வந்தது.

"ஹலோ," என்று மாட்வி பதிலுக்குக் குரல் கொடுத்தான்.

"என்மீது உங்களுக்குக் கோபமில்லையே?"

"ஊஹூம். இல்லை. என்ன இருந்தாலும், நீ மற்றவர்கள் முன்னிலையில் இதைச் சொல்லவில்லையல்லவா?"

கண்ணுக்குத் தோன்றாத அந்தக் கூனன் சிரிப்பது போல ஒரு கிளுகிளுத்த ஒலியை எழுப்பினான்; பின்னர் அவனது குரல் மீண்டும் ஒலித்தது:

"நீங்கள் கொஞ்ச நாளைக்கு வேறு எங்காவது போய்விட வேண்டும்."

"ஏன்?" என்றான் மாட்வி. ஆனால், ஸென்யா அதற்குப் பதில் கூறவில்லை.

காய்ந்துபோன புல்லின்மீது நடக்கும் நெறுநெறுத்த சப்தம் வயல்வெளியிலிருந்து வந்தது. வானம் மிகவும் இலேசாக ஒளி பெற்றது; மஞ் சள் நிறமான நட்சத்திரங்கள் குளிர்ந்து நிறம் மங்கின; பூமி மட்டும் எப்போதும் போலவே வெப்பத்தோடும் வறட்சியோடும் இருந்தது.

இந்தக் கூனன் ஒரு நல்ல ஆத்மா என்று பாதிரியாரின் மனைவி சொன்னது சரிதான் என்று வீட்டுக்கு மெதுவாக நடந்துவரும் வழியில் நினைத்தான் மாட்வி. மேலும், 'நான் கொஞ்சநாளைக்கு எங்காவது போக வேண்டும்' என்று அவன் சொன்னதும் சரிதான். உண்மையில் நான் எதையுமே விரும்பவில்லை. என்ன இருந்தாலும் நான் அவளைப் போய்ப் பார்க்கவில்லை. நான் அவளை விரும்பியதாகக் கற்பனை செய்து கொண்டேன். ஆனால், அதுவும் அந்த நாய்ப்பயல் மாக்ஸிமின்மீது நான் கொண்ட பொறாமையின் காரணமாகத்தான். எனினும், உண்மையில் நான் திருமணம் செய்துகொள்ளத் தான் வேண்டும். ஒருவேளை அவளைப் போலவே ஒருத்தியை, பேசாமடந்தையான யாராவது ஒருத்தியை நான் கண்டுபிடிக்கவும் கூடும். இப்போதெல்லாம் பேச்சு என்னை அலுப்படையச் செய்து விடுகிறது.

அவன் அமைதியோடும், தன் விதியை ஏற்றுக்கொண்டவனாகவும் வீடு வந்து சேர்ந்தான். இதே மனோநிலையில் தன்னைச் சுற்றியுள்ள சூனியத்தைப்பற்றிய பிரக்ஞையேயில்லாமல் அவன் பல நாட்களைக் கழித்துவிட்டான். ஆனால், அவன் சூனியத்துக்குப் பழகிப்போய் விட்டவனல்ல. எனவே, அது அவனை மெல்ல மெல்ல மீண்டும் நிலைகொள்ளாமல் தவிக்கச் செய்தது. இறுதியில் அது பயபீதியையும் கிளப்பி விட்டது.

அந்தப் பாதிரியார் மனைவி இதையெல்லாம் ஏன்தான் தொடங்கி வைத்தாள்? என்று தனக்குள் சொல்லிக்கொண்டான் அவன். அவள் என்னைத் திருமணம் செய்யும் மனோ நிலைக்கு ஆளாக்கி, பின்னர்–சொல்லப் போனால்–என்னைக் கை நழுவ விட்டுவிட்டாள். அவள் பாழாய்ப் போக!

புதிய முற்றக்காவலாளியான போக்காவுக்கு எதெது எங்குள்ளன, என்னென்ன செய்ய வேண்டும் என்ற விவரங்களையெல்லாம் விளக்கிக்கொண்டு, ஷாகிர் முற்றத்தில் அமைழியாக நடமாடிக்கொண்டிருந்தான். போக்கா நெடிய உருவமும் உருண்ட தோள்களும் கொண்ட விவசாயி அவனது கெட்டியான முகத்தை, சூரிய ஒளியால் முற்றிலும் வெளிறிப்போய்விட்ட அடர்த்தியான தாடி வளைத்திருந்தது. அவனது கரிய கண்கள் ஓர் அலட்சியமான, அசைவற்ற நோக்கோடு பொருள்களின்மீது நிலைத்துப் பதிந்தன. அந்தத் தாத்தாரியன் சொல்லும் ஒவ்வொன்றுக்கும் அவன் தனது வழுக்கை விழுந்த, கூம்பிய தலையைப் பதில் பேசாமல் வெறுமனே ஆட்டிக்கொண்டான்.

"நீ எங்கிருந்து வருகிறாய்?" என்று அவனை வேலைக்கமர்த்திய நாளில் மாட்வி அவனிடம் கேட்டான்.

அதற்குப் பின்வருமாறு பதிலளிக்குமுன் அந்த விவசாயி சிறிது நேரம் தரையையே பார்த்தவண்ணம் நின்றான்:

"எல்லாம் என் பாஸ்போர்ட்டில் எழுதியிருக்கிறது."

"உங்கள் ஊர்ப்பக்கத்திலும் பஞ்சந்தானா?"

"ஆம்."

"நல்லது. இங்கேயே அமைதியோடு வாழ்ந்திரு. ஒருவேளை நீ உன் இழந்த பலத்தை மீண்டும் பெறுவாய்."

"நான் அமைதியாகத்தான் இருக்கிறேன்," என்று கால் மாறி நின்றவாறும், கரிய மயிர் அடர்ந்திருந்த நாசித் துவாரத்தோடு கூடிய மூக்கை எதிர்பாராதவிதமாகப் பலத்துச் சிந்தியவாறும் பதில் சொன்னான் அவன்.

அவன் மெதுவாகத்தான் இயங்கினான்; 'பொருள்களைத் தயக்கத்தோடுதான் கையிலெடுத்தான்; நடக்கும்போதோ, அவனது கால்கள் முழங்காலருகே ஒடிந்துவிட்டது போல, அங்குமிங்கும் ஆடியவாறே நடந்தான். மொத்தத்தில் அவன் மனம் குன்றச்செய்யும் ஒரு பிறவியாகத்தான் இருந்தான்.

தண்ணீர் கொண்டுவரப் போவதாகக் குதிரையை வண்டியில் பூட்டும்போது, அவன் அதன் முகத்தில் இரண்டு குத்து விட்டான். மாக்ஸிமின் பெருந்தன்மையால் அசமந்தமாகிவிட்ட அந்த அப்பாவி மிருகம் அந்தக் குத்தை வாங்கிக் கொண்டு, தனது காதுகளைப் பின்னால் நிமிர்த்திக்கொண்டும், கண்களைப் பயத்தால் அகலத் திறந்துகொண்டும் பக்கவாட் டில் துள்ளிக்குதிக்கும்போது, அவன் தனது நீண்ட காலைத் தூக்கி, அதன் வயிற்றிலே ஓர் உதை கொடுத்தான்.

இதனை ஜன்னலிலிருந்து கவனித்துக்கொண்டிருந்த மாட்வி பின்வருமாறு பதில் கொடுத்தான்."

"ஏய், உன்னைத்தான்? என்ன செய்கிறாய்? நீ அப்படியெல்லாம் செய்யக் கூடாது"

"செய்யக் கூடாது என்றால் செய்ய மாட்டேன்," என்று பதிலளித்துவிட்டு, அந்தக் குதிரையை நுகக்காலுக்கிடையில் தள்ளும்போது அதன் தலையை அநாவசியமாகத் திருகினான். அதனால் அந்தப் பிராணி நடுநடுங்கி விழித்தது. அதன் கண்களிலிருந்து பெரிய கண்ணீர்த் துளிகள் கசிந்து வந்தன.

"நிறுத்து!" என்று மாட்வி கோபத்தோடு கத்தினான்; "அத்தகைய செயலுக்கு அது பழக்கப்பட்டதில்லை."

"சீக்கிரத்திலேயே பழகிப்போய்விடும்," என்று தீர்மானமான முறையில் பதில் சொன்னான் அந்த விவசாயி.

"நீ ஏன் இவ்வளவு முரட்டுத்தனமாய் நடக்கிறாய்?"

"இதற்குத் தெரிந்துகொள்ளத்தான்."

“என்ன தெரிய? யாரைத் தெரிய? உன்னையா?

“ஆம். என்னைத்தான்.” என்று சேணத்தைப் பூட்டியவாறே சொன்னான் போக்கா: “நான் புதியவனில்லையா?”

“அதற்குப் பெருந்தன்மையோடு கற்றுக் கொடு.”

“இது ஒன்றும் பெருந்தன்மையோடு கற்றுக்கொடுக்கப்படவேண்டிய பெட்டையல்ல,” என்று தன் தோள்களை உலுக்கியவாறும், நாசித்துவாரங்களை விரித்தவாறும் பதிலளித்தான் அந்தப் புதிய முற்றக்காவலாள்.

“நீ ஒரு காட்டுமிராண்டி!” என்று தனது தோல்வியை உணர்ந்தவனாய், பெருமூச்சுடன் சொன்னான் மாட்வி.

அவனைப் போன்ற காட்டுமிராண்டிகளுக்கெல்லாம் ஏதாவது செய்வதற்குக் காலம் வந்து விட்டது என்று நினைத்தான் மாட்வி. ஆனால் ஏதாவது செய்ய வேண்டிய அவர்களோ, கருத்துகளை எடை போட்டுப் பார்த்து, வார்த்தைகள்மீது விவாதிக்கத் தொடங்கி விடுகிறார்கள்.

“ஏதாவது செய்யப்பட வேண்டிய அவர்களிடம் அவன் கொண்டிருந்த மனப்பான்மையோ, மேலும் மேலும் குரோதத் தன்மை பெற்றுத்தான் வளர்ந்தது. ஏனெனில், அவர்கள் இப்போதெல்லாம் அவனைப் பார்க்க வருவதே மில்லை. அவன் தனிமையை எண்ணிப் பார்த்தான்; அதனால் கோபமும் வெறுப்பும் அடைந்தான்.

இறுதியில், ஒரு முடிவான பேச்சுக்குப் போதுமான அளவுக்குத் தயாராகி விட்டோம் என்று உணர்ந்ததும், அவன் தனது சிறந்த உடைகளைத் தரித்துக்கொண்டு, ஞாயிற்றுக்கிழமையன்று, கடைசிப் பிரார்த்தனை முடிந்த பின்பு, பாதிரியாரின் வீடு நோக்கிச் சென்றான். அவன் தைரியமும், விவேகமும் நிறைந்ததாக உணர்ந்தவண்ணம் மிகவும் சுறுசுறுப்பாக நடந்து சென்றான்; கவனத்தைக் கவர வேண்டும் என்பதற்காக, அவன் புருவங்களை நெரித்தவண்ணம் பின்வருமாறு தனக்குத்தானே நினைத்துக்கொண்டான்:

நான் அவர்களுக்குப் போக்காவைப் பற்றிச் சொல்வேன்; அத்தகையதொரு பயலோடு என்னதான் செய்ய வேண்டுமென்று அவர்கள் நினைக்கிறார்கள்?

ஆனால் தாளிடப்படாத அந்தக் கதவைத் திறந்ததுமே, அவன் சட்டென்று நின்றான்; அவனது இருதயம் குன்றிப் போயிற்று. முற்றத்தைக் கடந்து அவனுக்கெதிரே, ஏதோ தனது திருமணத்துக்குப் புறப்பட்டுச் செல்பவன் போலச் சுத்தமாகவும், கச்சிதமாகவும் ஒரு புதிய நீலச் சட்டையை அணிந்து, மாக்ஸிம் வந்தான். அவன் மாட்வியின் முகத்தைக் கண்டதும் தயங்கினான்; பின்னர்த் தன் தோள்களை உலுக்கிக்கொண்டு, மாட்விக்குத் தனது அகன்ற முதுகையும் அவனது வலிமை வாய்ந்த கழுத்தினுள் புதைந்திருந்த சட்டைக் காலரையும் திருப்பிக் காட்டியவாறு வீட்டினுள் திரும்பச் சென்றான்.

அவன் விசித்திரமாகக் கிராப்பும் வெட்டிக்கொண்டிருக்கிறான் என்பதைப் பின்னால் வந்து, அந்தக் கதவை அரவமற்றுச் சாத்த முயன்றவாறே, ஆத்திரத்தோடு கவனித்துக் கொண்டான் மாட்வி. ஆனால் அந்தத் தருணத்தில், மார்க் மாமா வராந்தாவில் காட்சியளித்து, அவனைக் குஷாலான குரலில் பின்வருமாறு கூப்பிட்டார்:

"ஹலோ! உள்ளே வாருங்கள்!"

அவர் அவனிடம் வந்து, மாட்வியின் கையைப் பிடித்து, அவனைப் பாதை வழியாகக் கூட்டிச் சென்றார்.

"பஞ்சம் எப்படிப் பரவியிருக்கிறது என்று நீங்கள் கேள்விப்பட்டீர்களா? ஆயிரக்கணக்கில் சாகிறார்கள்," என்றார் அவர்.

மாட்வி பதில் சொல்லாமல் பெருமூச்செறிந்தான். அவன் வேறு மாதிரியான வரவேற்பை எதிர்பார்த்திருந்தான்.

அவர்கள் தோட்டத்திலுள்ள வேனல் வீட்டுக்குச் சென்றார்கள். அங்குப் பாதிரியாரின் மனைவி ஒரு பத்திரிகையைத் தனது முகத்துக்கருகில் தூக்கிப் பிடித்தவண்ணம் அதனை உரக்க வாசித்துக்கொண்டிருந்தாள். கோருஷினா அவளருகில் அமர்ந்திருந்தாள்; புடைத்த முகமும், கலைந்த தலையும் கொண்ட பாதிரியார் தமது கைகளைத் தலைக்குப் பின் புறத்தில் சேர்த்துக் கோத்தவராய், ஒரு பெரிய பிரம்பு நாற்காலியில் பாதிச் சாய்ந்தவாறு அமர்ந்திருந்தார். எல்லோர்மீதும் சூரிய ஒளி திட்டுத் திட்டாக விழுந்தது.

"என்ன, சௌக்கியமா?" என்று துள்ளியெழுந்து நின்றவாறே, இயற்கைக்கு மாறான உரத்த குரலில் கத்தினார் அந்தப் பாதிரியார். கோருஷினாவின் வெளுத்த, களைத்த முகத்தின்மீது ஒரு செம்மை படர்ந்தது. அவள் நிமிர்ந்து உட்கார்ந்தாள்; எதுவும் பேசவில்லை. அந்த விருந்தாளியிடம் தனது கையை நீட்டியபோது, அவள் கண்களைத் தாழ்த்திக்கொண்டாள். பாதிரியாரின் மனைவி, பத்ரி கையை மடிமீது போட்டவண்ணம், ஒரு வலிந்து சொல்லும் குரலில் பின்வருமாறு கேட்டாள்:

"என்ன, எப்படி இருக்கிறீர்கள்?"

ஒவ்வொருவரும் நிலைகொள்ளாத நிலையை உணர்ந்தார்கள். மாட்வி உட்கார்ந்தான்; தன் தொப்பியை முழங்காலின்மீது வைத்துவிட்டு, தொண்டையைச் செருமிக் கொண்டான்.

"என்ன, வெப்பம்?" என்று பாதிரியார் மன்னிப்புக்கோருவது போல வியந்தார்; "படுபயங்கரம். இல்லையா?"

"ஆமாம்," என்றான் மாட்வி.

"கோருஷினா," என்று அழைத்தாள் பாதிரியாரின் மனைவி: "தயவு செய்து உள்ளே சென்று, சாப்பாடு தயாராகிவிட்டதா என்று பார்."

“விஷயம் என்னவென்றால்,” என்று தன் மாமாவின் சட்டைக் கையை ஒரு வெட்டு வெட்டி இழுத்தவாறு, பேச முனைந்தார் பாதிரியார்: “விவசாயி ஒவ்வோர் இடமாக அலைந்தலைந்து திரிகிறான். அவனால்–”

“மாட்வி ஸாவ்லிவிச்!” என்று குரல் கொடுத்தாள் அவரது மனைவி.

“நான் உங்களிடம் தனியாக ஒரு வார்த்தை பேச வேண்டும்.”

அவள் தோட்டத்தினுள் சென்றாள்; பாதிரியார் இருமி விட்டு, பின்வருமாறு கெஞ்சிக் கேட்டுக்கொண்டார்:’

“ரொம்ப நேரம் போய்விடாதே. போகமாட்டாயே?”

அவருக்குப் பதிலளிக்கவே அக்கறை கொள்ளாதவளாய், அவள் மாட்வியிடம் பின்வருமாறு சொன்னாள்:

“மாக்ஸிம் இங்கிருக்கிறான்.”

“நான் அவனைப் பார்த்தேன்.”

“நீங்கள் செய்த காரியம் தவறானது.”

அவன் அவளைக் கடைக்கண்ணால் பார்த்து விட்டுத் தனக்குள் பின்வருமாறு சொல்லிக்கொண்டான்: நீதான் எல்லாவற்றையும் தொடங்கி வைத்தாய்!

தன்னிடமிருந்து ஏதாவதொரு பதிலை அவள் எதிர்பார்க்கிறாள் என்று அஞ்சியவனாய், அவன் தன் புத்தியில் அந்தச் சமயத்தில் பட்ட விஷயத்தைச் சட்டென்று சொன்னான்:

“ஒவ்வோர் எஜமானனுக்கும் தனது வேலையாட்களை வேலையை விட்டு நீக்க உரிமை உண்டு.”

“அப்படியா? உரிமை உண்டா! காரணமில்லாமலா?” என்று இழுத்தாள் அவள்.

“மாக்ஸிம் ஒரு சோம்பேறி; அத்தோடு வாய்த் துடுக்கானவன்,” என்று வெறுப்போடு சொன்னான் மாட்வி “மொத்தத்தில் அவன் நல்லவனல்ல.”

“அது உண்மையல்ல,” என்று பாதிரியார் மனைவி கிட்டத்தட்ட கூச்சலே போட்டுவிட்டாள்; பின்னர், அவள் தன் குரலைத் தாழ்த்தியவண்ணம், அவனை வேலியை அடுத்திருந்த பாதையில் கூட்டிச் சென்றவாறு, தனது வழக்கமான, சுருக்கமான வார்த்தைகளால் அவனிடம் பிரசங்கம் புரியத் தொடங்கிவிட்டாள்.

“சமீப காலத்தில் நீங்கள் மிகுந்த உற்சாகம் காட்டி வரும் விஷயங்களில் நீங்கள் உண்மையிலேயே நம்பிக்கை கொண்டவராக இருந்தால், நீங்கள் முதலிலேயே நன்கு ஆலோசித்திருக்க வேண்டும்.”

அவனது பூட்சின்மீது புல்லின் தண்டுகள் மோதி குருவிக்காய்ச்செடிகள் அவனது இழுத்தன; சதகுப்பைச்செடி கால் தனது முறிபட்டன; சராயில் சிக்கி நெடி வாடையைப் பரப்பியது; வேலிக்கு மறுபுறத்தில் ஒரு பெட்டைக்கோழி கத்தியது. அந்தச் சப்தம் அவளது வார்த்தைகளின் சலிப்புத் தட்டும் சளசளப்பை மூழ்கடித்தது. அவள் சொல்வதைக் கேட்கவொட்டாமலும், புரியவொட்டாமலும் செய்த அந்தக் கெத்தல் சப்தத்தைக் கேட்டு மாட்வி மகிழ்ச்சியடைந்தான். அவளது தொனியைக் கொண்டு தீர்மானித்தால், அவள் கூறி வந்தது விரோதபாவமானதுதான். அவன் அவளுக்குப் பின்னால், பக்க வாட்டில் சிறிது விலகி, சூரிய வெப்பத்தால் சிவந்து தோலுரிந்து போயிருந்த அவளது காதைப் பார்த்தவாறு நடந்தான். அப்போது அவன் களைப்பினால் வாய் புடைத்து ஊதிய வண்ணம் பின்வருமாறு சிந்தித்தான்:

நீதான் பாதிரியாராக இருந்திருக்க வேண்டும்.

“நீங்கள் தவறாக நடந்துகொண்டதையறிய எனக்கு வேதனையாயிருக்கிறது–”

மாட்வி நின்றவாறு சொன்னான்:

“மார்க் மாமா இது பற்றி என்ன நினைக்கிறார்?”

அவளும் நின்றாள். அவள் அவனை நோக்கி நின்று நிமிர்ந்து பார்த்தபோது, அவளது முகத்தில் சுருக்கங்கள் சிற்றலை பரப்பிச் சென்றன.

“அப்படியென்றால், எனது அபிப்பிராயம் பற்றி உங்களுக்கு அக்கறையே இல்லையா?” என்று அவன் மனத்தில் ஒரு குளவியை நினைவூட்டியவண்ணம் சொன்னாள் அவள். பின்னர், அவள் தன் தோள்களை ஓர் உலுக்கு உலுக்கிவிட்டு அப்பால் திரும்பிக்கொண்டாள்.

“நான் அவரை உங்களிடம் அனுப்பி வைக்கிறேன்,” என்றாள் அவள்.

மாட்வி தன்னைச் சுற்றிப் பார்த்தான். அவன் களைகள் நெருங்கிப் பிதுங்கி வளர்ந்த தோட்டத்தின் ஒரு மூலையில் நின்றுகொண்டிருந்தான்; மஞ்சள் நிறமான கோலிக்கீரைகளும், நாயுருவியும், வெள்ளி நிறமான காஞ்சிரைச்செடிகளும், இலந்தை, சீமை இலந்தைப் புதர்களுக்கு மத்தியில் மண்டி வளர்ந்திருந்தன. சாய்ந்து ஆட்டங்கண்டு வாய் பிளந்து நின்ற வேலிச் சுவரில் பாசி படர்ந்திருந்தது.

சூரியனை மறைத்துக்கொண்டு ஒரு வெண்கல் நிறமான மேகம் மிதந்து சென்றபோது, அந்தப் புதர்களின்மீது ஒரு நிழல் போர்த்திப் படர்ந்தது. அடிப் புதரில் ஏதோ முறியும் சப்தம் கேட்டது.

“நல்லது.” என்று தமது கால்சராயை மேலே வெட்டியிழுத்துத் தூக்கிப் பிடித்தவாறு, மாட்வியை நோக்கி வந்த மார்க் மாமா குரல் கொடுத்தார்: “நாம் பேசுவோம்.”

மாட்வி தனது தொப்பியை எடுத்துவிட்டு, தனக்கு மிகவும் நன்கு தெரிந்த அந்தக் குதூகலமான முகத்தை உற்றுப் பார்த்தான். என்ன காரணத்தாலோ அன்று அந்த முகம் அந்தப் பாதிரியார் மனைவியின் முகத்தோடு ஒரு விசித்திரமான ஒற்றுமை பெற்றிருந்தது. அது வெறுமனே மொட்டையாக, கவர்ச்சியற்றுத் தோன்றியது.

"இந்தச் சிறு புயலை அதன் தொடக்கத்திலேயே தடுத்து நிறுத்தியாக வேண்டும்," என்று அவர் சொல்வது அவனுக்குக் கேட்டது: "அந்தப் பையன் இறுமாப்போடிருக்கிறான். மேலும் அவன் அநியாயமாகப் புண்பட்டுவிட்டான். சரி. தொப்பியை வைத்துக்கொள்ளுங்கள். வெயில் கொளுத்துகிறது."

அவர் தன்னைக் குறை கூறுகிறார் என்று நினைத்தான் மாட்வி. எனினும், அவன் நம்பிக்கையுடன் பின்வருமாறு கேட்டான்:

"என்மீது உங்களுக்குக் கோபமா?"

"அப்படிச் சொல்ல முடியாது," என்று தமது சிகரெட்டை இழுத்தவாறே சொன்னார் அந்தக்கிழவர்: "விஷயம் என்னவென்றால், நீங்கள் ஜனங்களை இந்த மாதிரித் தாக்கக் கூடாது."

மீண்டும் மாட்வி அந்த வேலியை அடுத்த பாதை வழியாக நடந்தான்; ஆனால் இந்தமுறை மார்க் மாமாவுடன் நடந்தவாறு, மிருதுவாகவும் அமைதியாகவும் இருந்தபோதிலுங்கூட, எதிர்த்துத் தாக்க வேண்டும் என்ற உணர்வை அவனுள் ஏற்படுத்தும் அவரது வார்த்தைகளை அரைமனதாகக் கேட்டுக்கொண்டிருந்தான். கொஞ்ச நாட்களுக்கு முன்னர்தான் அந்த வார்த்தைகள் அவனுக்கு உத்வேகம் ஊட்டி, அவனை உன்னதமடையச் செய்தன. இன்றோ அவை இலையுதிர்காலத்தில் தொல்லை கொடுக்கும் ஈக்களைப்போல அவனது இதயத்தைத் தொடாமலே வெறுமனே வட்டமிட்டுச் சுற்றிச் சுற்றி இரைவது போலத் தோன்றின. "வேசி மகன்!" என்று அவன் திடீரென்று கிசுகிசுத்தான்.

"யாரைச் சொல்கிறீர்கள்? மாக்ஸிமையா?" என்று மார்க் மாமா ஒரு திடுக்கிட்ட தொனியில் கேட்டார்

"வேறு யாரை? அவன்தான் குற்றத்துக்குரியவன்..."

"ஹூம்," என்று தலையை அசைத்தவாறே சொன்னார் அந்தக்கிழவர்: "நீங்கள் இவ்வாறு நினைப்பதனால், நிலைமைகள் நான் நினைத்ததையும்விட மோசமாகத்தான் உள்ளன. அட கடவுளே! நான் நினைத்தது என்னவென்றால், நீங்கள்... நீங்கள் அவனிடம் மன்னிப்புக் கோர வேண்டும் என்று சொல்வதற்கு இருந்தேன்."

"மாக்ஸிமிடமா?" என்று தன் காதுகளையே நம்பமாட்டாமல் கேட்டான் மாட்வி. அவன் மார்க் மாமாவை ஓரக்கண்ணால் ஒரு பார்வை பார்த்தான். அவரோ தன் தாடியை இலேசாகத் தட்டி விட்டு விட்டு, மிருதுவாகச் சொன்னார்:

“அப்படியென்றால், நாம் எல்லாவற்றையும் சரிப்படுத்தி விடலாம்.”

“நான் எதற்காக மன்னிப்புக் கோர வேண்டும்?”

“உங்களுக்கு உண்மையிலேயே புரியவில்லையா?”

“நான்தான் புண்பட்டுப் போனவன்.”

“பின்னே அவன்?”

அவர்கள் ஒரு கணம் எதுவுமே பேசவில்லை. பின்னர், மாட்வியை ஒரு புழுக்கமான பார்வையோடு பார்த்துவிட்டு, மார்க் மாமா பின்வருமாறு சொன்னார்:

“நல்லது. இதற்கென்ன முடிவு?”

“நான் வீட்டுக்குப் போகிறேன்,” என்று வேறு பக்கம் பார்த்தவாறே பதில் சொன்னான் மாட்வி: “நான் இது பற்றி யோசித்தாக வேண்டும்.”

“அது சரி. என் நண்பரே, யோசித்துப் பாருங்கள். ஆமாம். யோசியுங்கள். இல்லாவிட்டால், அந்தப் பையனை நாம் என்றுமே கட்டுப்படுத்த முடியாது. என் வார்த்தையை நம்புங்கள். அவன் ஓர் அருமையான பையன். இப்படி நேர்ந்ததுதான் எத்தனை பரிதாபம்?”

மாட்வி, மார்க் மாமாவுடன் ஒப்புக்குக் கைகுலுக்கிவிட்டு, நிமிர்ந்த தலையோடு தோட்டத்தைவிட்டு வெளியேறினான், அந்தத் தலை சூன்யமாக இருந்தபோதிலும், விசித்திரமான கனத்தோடும் இருந்தது.

வேறு வார்த்தையில் சொன்னால் அவருக்கு எல்லாம் ஒன்றுதான்; மாக்ஸிம் அல்லது நான். அவர் மாக்ஸிமைப் பற்றித்தான் அதிகமாக நினைக்கிறார் என்று தெருவில் மெதுவாக நடந்தவண்ணம் சிந்தித்தான் அவன்.

பக்கத்துச் சந்து ஒன்றிலிருந்து ஒரு பெட்டைப் பன்றி வேகத்தோடும் வெறுப்போடும் உறுமிக்கொண்டு வந்தது. அது மூக்கைச் சிணுங்கிக்கொண்டும், காதுகளைத் திருகி நிமிர்த்திக்கொண்டும் நின்றது. ஐந்து பன்றிக் குட்டிகள் அதனைச் சுற்றி வந்தன. அவை ஒன்றோடொன்று மோதிக்கொண்டும், துள்ளிக்கொண்டும், வீலென்று கத்திக்கொண்டும், சேறு படிந்து காய்ந்த அதன் தாயின் மடிப்புறத்தில் தமது மூக்கைக்கொண்டு இடித்தன. அந்தத் தாய்ப்பன்றி தெருப் புழுதியை மூக்கால் சிணுங்கி ஊதியவாறு, தனது குத்திட்ட தோலை அசைத்து உலுப்பியது; அத்தகைய உஷ்ணத்திலிருந்து தப்பி எங்குப் புகலிடம் தேடுவது என்று தெரியாமல் திகைப்பது போலத் தனது சிறிய கண்களைப் பரக்கப் பரக்க விழித்தது. அதன் முதுகுக்குமேல் மஞ்சள் நிறமான இரண்டு வண்ணாத்திப் பூச்சிகள் ஒன்றையொன்று துரத்திக்கொண்டிருந்தன; ஒரு குளவியின் ரீங்கார ஒலியும் கேட்டது. சுற்றுமுற்றும் திருட்டுத்தனமாக ஒரு நோட்டம் பார்த்து விட்டு, மாட்வி அந்தப் பெட்டைப் பன்றியின் அருகில் செனறான்; அதன் இடுப்பில்

தனது பலத்தையெல்லாம் காட்டி, ஓர் உதை விட்டான். அந்தப் பிராணி பலமாக வீலிட்டவாறே பாய்ந்தோடியது. அவன் அந்த வெறிச்சோடிய தெருவை மீண்டும் மேலும் கீழும் பார்த்துவிட்டு, தன் நடையைத் தொடர்ந்தான்.

அவன் வீடு வந்து சேர்ந்த பொழுது, வெப்பத்தால் முற்றிலும் களைத்துப் போய்விட்டான். தனது உள்ளாடைகளைத் தவிர, மற்றவையனைத்தையும் களைந்துவிட்டு, அவன் தரைமீது படுத்துக்கொண்டான். எல்லோராலும் தான் நிராகரிக்கப்பட்டு, தவறிழைக்கப்பட்டுப் போனதாக அவன் மனம் புண்பட்டான். அவனது கண் முன்னால் மாறி மாறித் தோன்றும் தன்மையோடு, மார்க் மாமாவின் ஆர்வமிகுந்த முகம் தோன்றி மறைந்தது. இப்போதோ அந்த முகம் அந்தப் பாதிரியார் மனைவியின் முகம் போலவே அத்தனை அன்னியமாக அவனுக்குத் தோன்றியது.

அப்படியென்றால், நான் அவனது மன்னிப்பைக் கோர வேண்டும். நானா கோர வேண்டும்? மாக்ஸிமின் நம்புதற்கியலாத கண்கள், வளைந்த புருவங்கள், அவனது தலையின் பின் புறத்தை ஒரு கசாப்புக் கடைக்காரன் மாதிரித் தோற்றச் செய்த அவனது ஒட்ட வெட்டிய கிராப் ஆகியவற்றின் நினைவால், தன் உதட்டை நிந்தனையோடு பிதுக்கி நெளித்தவாறு தனக்குத்தானே முணுமுணுத்தான் மாட்வி.

அவர்கள் அவனுக்கு என்னமாய்த்தான் உபசாரம் செய்கிறார்கள்! என்று ஆத்திரத்தோடு நினைத்தான் அவன். அவன் ஒரு பெண்ணை விரும்புகிறான்; அவர்களும் ஒருத்தியை வழங்குகிறார்கள். அவன் தன் முன்னால் நான் மண்டியிட வேண்டும் என்று விரும்புகிறான்; அவர்களும் என்னை மண்டியிடச் செய்ய முயல்கிறார்கள். பெருந்தனக்காரர்களுக்கெதிராக அவர்கள் பேசும் பேச்செல்லாம் ஒருபுறமிருக்க, அவர்கள் இந்த விவசாயப் பையனைக் கெடுத்துக் குட்டிச்சுவராக்குவதைத் தவிர வேறு என்னதான் செய்கிறார்கள்? இந்த மாக்ஸிம்தான் எவனாம் இவன்? ஓர் எதிர்பாராத அதிருஷ்டசாலி. இந்த நாள் வரையிலும் வாஸ்யாவைத் தீர்த்துக் கட்டியது யாரென்று எவருக்கும் தெரியவில்லை.

ஆனால், மாக்ஸிமின்மீது அவன் கொண்ட குரோதம் தனது உச்சநிலையை எய்திய கணத்தில் வஞ்சகமாக நுழைந்துவிட்ட இந்த எண்ணத்தை அவன் அந்தக் கணத்திலேயே விட்டொழித்தான். அவனது ஏனைய எண்ணங்கள் எல்லாம் எதையும் விளக்கவில்லை. மாறாக, அவனது கசப்பையும் வெறுப்பையும் அதிகரிக்க மட்டுமே உதவின. அவற்றின் கனம் அவனைத் தரையோடு தரையாக அழுத்தி, அவனை முக்கி முனகவும், சுருண்டு புரளவும் வைத்தன.

அட கடவுளே! கடவுளே!

மீண்டும் மீண்டும் அவனது கண்ணின் கடையோரத்தில் ஒரு துளி கண்ணீர் திரண்டு வந்தது. அவன் அதனைத் தன் விரலால் எடுத்து, உதடுகளை இறுக மடித்தவாறு, அந்தக் கண் ணீர்த் துளியைத் தனது சட்டையின்மீது ஒரு பூச்சியை நசுக்கிக் கொல்வது போலத் துடைத்துக்கொள்ளு முன்னர், அதனை வெளிச்சத்தில்

தூக்கிப் பிடித்து ஒரு கணம் சிந்தனை செய்தான். அந்த வெப்பத்திலேயே கரைந்து போய்விட்ட மாதிரி, நகரம் அத்தனை மௌனமாகக் கிடந்தது. இடையிடையே நடைபாதைமீது கேட்கும் காலடியோசையைத் தவிர வேறு சப்தமே இல்லை. அதுவுங்கூட அந்தப் பசி வேட்கை பிடித்த, வெப்பத்தையே உண்டுறங்கிய, பிச்சை கேட்டுத் திரியும் விவசாயிகளாகத்தான் இருக்கக்கூடும்.

மாட்வி தூக்கத்தில் ஆழ்ந்தான். அப்போது பல பேய்க் கனவுகள் அவன்மீது படையெடுத்தன. அவன் தனது அறைக்குள் பெலாஜியா நுழைவதைக் கண்டான். அரை நிர்வாணமாகக் கந்தலுடுத்தி, கலைந்த தலையோடு அவள் அவனை நோக்கி விரலை ஊன்றிப் பதனமாக நடந்து வந்தாள்; ஒரு விரலையாட்டி, “காலை வரையிலும் காத்திரு! மறக்காதே– காலை வரையில் காத்திரு!” என்று கவர்ச்சிகரமாகச் சொன்னாள். அத்துடன் அவள் அவன்மீது மிதித்து நடந்து, ஜன்னல் வழியாக மிதந்து மறைந்து விட்டாள். பின்னர் அவன் வயல் வெளிக்கு மாற்றப்பட்டான். அங்கு அவன் தனது மார்பில் ஒரு குத்தலான வலியெடுக்க, தரைமீதுகுப்புறப் படுத்துக்கிடந்தான். அந்த மயக்கத்திலே தனது இடது முன் காலை நொண்டியவாறு நடந்துவரும் ஒரு கறுப்புக் குதிரை குன்றுகளின்மீது தாவி யிறங்கி வந்தது. அது மிகவும் சமீபத்தில் வந்துவிட்டது; வலியினால் கனைப்பது போன்ற அதன் கனைப்பையும் அவனால் கேட்க முடிந்தது அவன் எழுந்திருந்து ஓட முயன்றான்; ஆனால் அவனது மார்பின் வழியாகப் பாய்ச்சப் பெற்று, தரையோடு முளை பாய்ந்து நின்ற ஓர் ஈட்டி அவனைத் தடுத்து நிறுத்தியது. அந்தக் குதிரை அவனை வந்து சேரும் அந்த நேரத்துக்குச் சிறிது முன்னால், அவன் குளிப் பறையிலே தான் இருக்கக் கண்டான். அங்குச் சூடேற்றப் பெற்ற கற்களின்மீது க்வாஸ்பீர் வழிந்தோடியது; அது திணறவடிக்கும் நீராவிப் புகை மண்டலத்தைக் கிளப்பிக் கொண்டிருந்தது. தரையின்மீது அவனுக்கு அடுத்தாற் போல உடம்பெல்லாம் புண்கள் நிறைந்த ஒரு ஜந்து உட்கார்ந்திருந்தது; அதன் முகம் ட்ரோஜ்டோவின் முகமாக இருந்தது. அந்த ஜந்து தனது மீசையை இழுத்துவிட்டவாறே, அபூதமான குரலில் பின்வருமாறு சொல்லிக்கொண்டே யிருந்தது:

“நான் உங்களிடம் கெஞ்சிக் கேட்டேன்; நான் உங்களிடம் கெஞ்சிக் கேட்டேன்; நான் உங்களிடம் கெஞ்சிக் கேட்டேன்...”

திடீரென்று ஜன்னல் படாரென்று திறந்துகொண்டது கபில நிறமான கனத்தடர்ந்த மேகங்கள் புகை மண்டலம் போல உள்ளே புகுந்தன; அவனைப் போர்த்திச் சுற்றி, தூக்கியெடுத்துச் சென்று, ஏதோ ஒரு முட்புதரின் மீது போட்டுவிட்டன. அங்கேயே அவன் மூச்சுத் திணறியவாறும் முக்கி முனகியவாறும் கிடந்த வேளையில், கண்ணுக்குத் தெரியாத ஒரு நாய் ஊளையிட்டுக்கொண்டும், குரைத்துக்கொண்டும், அந்தப் புதரைச் சுற்றிச் சுற்றி வந்தது. ஒரு மிருதுவான கண்களில் லாத முகம் அவன்மீது குனிந்தது; நீண்ட கரங்கள் அவனை நோக்கி நீண்டு வந்தன. அவை தன்னை வளைத்துப் பிடித்துத் தூக்கி நிறுத்தியதை அவன் உணர்ந்தான். யாரோ அவனை அங்குமிங்குமாகப்

பிடித்துத் தள்ளினார்கள். அது ஸாவ்கா தான். அவன் குட்டிக்கரணங்கள் போட்டு, தரைமீது உருண்டவாறு, பின்வருமாறு சத்தம் போட்டான்:

“ஹல்லிலூஜா! ஹல்லிலூஜா!”

இருண்ட முகமற்ற ஜனங்களின் ஒரு கூட்டம் “நெருப்பு!” என்று கத்தியவண்ணம் ஓடோடி வந்தது. அவர்கள் ஒரே குரலில் கத்தியவண்ணம் தரைமீது விழுந்தார்கள்; தமக்கு அடியில் கிடந்த புதர்களை நசுக்கினார்கள்: ஒருவரையொருவர் பற்றியிழுத்தார்கள். அவர்கள் மாட்வியின் முகத்தையும் மார்பையும் கொதிக்கும் கைகளால் பற்றிப் பிடித்தார்கள்; இறுதியில் மூச்சே நின்றுவிடும் வண்ணம் அத்தனை வேகமாக அவர்கள் எல்லோரும் ஒன்றாக விழுந்தடித்து ஓடினார்கள். அந்தக் கூனன் ஸென்யாவின் பிடியிலிருந்து திமிறி விடுபட முயன்றவனாய், மாட்வி கூச்சலிட்டான். அதில் வெற்றி கண்டபோது, அவன் தரையில் விழுந்து, மண்டையை மோதிக்கொண்டு விட்டான். இந்தச் சந்தர்ப்பத்தில் மாட்வி கனவு கலைந்து விழித்தெழுந்தான்; தான் மூச்சுத் திணறியவாறு விறைப்பாக உட்கார்ந்திருப்பதையும், உடம்பெல்லாம் வியர்வையால் நனைந்து, ஈக்கள் அப்பிக் கொண்டிருப்பதையும் அவன் கண்டான்.

அவன் அங்கிருந்து எழுந்து, கொஞ்சம் க்வாஸ்பீர் குடித்தான்; பின்னர் குடிவெறி கொண்டவன் போலச் சோபாவில் தொப்பென்று விழுந்தான்.

‘இப்படித்தான் நான் சாவேன்; ஒரு நாடோடி நாயைப் போலத் தன்னந்தனிமையாக!’ என்று முகட்டை வெறித்துப் பார்த்தவாறு படுத்துக்கிடந்த அவன் பயபீதியோடு எண்ணமிட்டான்.

மாலைப் பொழுது வந்தது அது வெப்பத்திலிருந்து ஓரளவு நிவர்த்தியளித்தது. அன்றைய கசப்பான அனுபவங்களையெல்லாம் தன் மனத்தில் அவன் எண்ணிப் பார்க்கத் தொடங்கினான். இப்போது அவன் மிகவும் அமைதியாக இருந்ததால், அவன் அத்தனை விறைப்பாக இல்லை; ஒரு சமரசத்தின் சாத்தியப்பாட்டை, அவன் சிரமத்தோடாயினும் ஒப்புக்கொண்டான்.

“இப்போது நான் அவனோடு தனிமையில் பேச நேர்ந்தால், பின்வருமாறு சொல்ல நேர்ந்தால்: என்ன இருந்தாலும் நான் உன் எஜமான் என்பதையும், உன்னைக்காட்டிலும் கிட்டத்தட்ட வயதில் இரு மடங்கு மூத்தவன் என்பதையும் நீ புரிந்துகொள்ளத்தான் வேண்டும்; எனவே –”

‘எனவே என்னவாம்?’ என்று ஓர் உட்குரல் ஒலித்தது. அதற்கு எந்தவிதமான பதிலும் வராததைக் கண்டு, அது மீண்டும் கேட்டது; எனவே என்னவாம்?

‘எல்லாமே முடிந்துபோய் விட்டால்!’ என்று ஈக்களை விரட்டியவாறு எண்ணி வியந்தான் அவன். அவனது சிந்தனைகள் மனம்போன போக்கில் திரிந்தன: இது காளான்கள் பூக்கும் பருவம்; ஒருவேளை இந்த வருஷம் எதுவுமே இல்லாமற்போகலாம். இந்தப் பஞ்சத்தால்–

வெளிவாசல் தாழ்ப்பாள் கிளிக்கிட்டது; மெல்லிய காலடியோசை முற்றத்தின் வழியாக ஓடி வந்தது.

'பாதிரியாரின் மனைவியாக இருக்குமோ?' என்று தனக்குத் தானே கேட்டவாறு, அவன் துள்ளியெழுந்தான்; ஆனால் அந்தத் தருணத்தில் வாசல் நடையில் கோருஷினா தோன்றினாள்.

"ஓ! ஏதாவது உடுத்திக்கொள்ளுங்கள்."

அவள் அங்கு கன்றிச் சிவந்து மூச்சு வாங்கியவாறு நின்று கொண்டிருந்தாள்; அவளது தலைமயிரின் மீது ஒரு கச்சை அவசரக் கோலத்தில் கட்டப்பெற்றிருந்தது; அவளது ஒரு கை முகத்தைத் துடைத்தது; மற்றொரு கை மார்பைப் பற்றிப் பிடித்திருந்தது. அவள் எதையோ கேட்டவண்ணம் தொடர் பற்றும், விரைவாகவும் பேசினாள். அவன் தனது கழுத்தின் மீது ஒரு கையை வைத்தவாறு அவளை நோக்கி ஓட முனைந்தான்; பின்னர்ப் பின்னால் துள்ளிப் பாய்ந்து, தனது கோட்டை இழுத்துக்கொண்டு, ஒரு மூலையை நோக்கி ஓடினான்; தனது கால்சராயின் கால்களுக்குள் தனது கால்களை ஒழுங்காகச் செலுத்த முடியாமல் திண்டாடியவாறு அவன் பரபரப்போடு பின்வருமாறு முணுமுணுத்தான்:

"வருந்துகிறேன்– வருந்துகிறேன்"

அவள் தன் குரலை இரகசியம் போலத் தாழ்த்திக்கொண்டு தலையைக் குனிந்து, ஏதோ தனது பாவங்களை வாய்விட்டுச் சொல்வது போலப் பேசினாள்:

"அன்னா–பாதிரியாரின் மனைவி. அன்னா கிரில்லோவ்னா – அவனிடம் எல்லாவற்றையும் சொல்லிவிட்டாள் – நீங்கள் அவனை உதவாக்கரை என்று சொன்னதையும் – மற்றெல்லாவற்றையும் சொல்லிவிட்டாள்–அவன் கோபாவேசமாய் இருக்கிறான் –கோபத்தால் வெறியே பிடித்திருக்கிறது அவனுக்கு – அவன் உங்களோடு மோதிக்கொள்வதற்காக இங்கே வந்துகொண்டிருக்கிறான்–"

"ஆ" என்று இழுத்தான் மாட்வி: "எல்லாம் மீண்டும் தொடங்கி விட்டதா? அட கடவுளே?"

"நான் உங்களிடம் கேட்க வந்தது – நீங்கள் கொஞ்ச காலத்துக்கு எங்காவது போய்விட முடியாதா? தயவு செய்து, தயவு செய்து போய் விடுங்கள்! கோபப்படாதீர்கள் – நீங்கள் மிகவும் நல்லவர் –ஆனால் அதனால் எதுவும் விளையப் போவதில்லை தயவு செய்து, உங்களைக் கெஞ்சிக் கேட்டுக்கொள்கிறேன் – நீங்கள் இங்கே தங்குவதால் என்ன நன்மை விளைந்துவிட முடியும்? கொஞ்ச காலத்துக்கு, இதெல்லாம் அடங்கி ஓய்கிற வரையிலும் –"

'அன்புள்ளம் கொண்ட ஆத்மாதான்!' என்று அவளது பரபரப்பு உள்ளத்தைத் தொட நினைத்தான் மாட்வி. அவன் அவளருகே சென்று, அவளை ஓர் அவலட்சணமான சைகையால் உள்ளே அழைத்தான்.

"வா. வந்து உட்கார்," என்றான் அவன்.

"நான் ஓடோடி வந்தேன் – ஒரே வெப்பம்..."

அவள் உட்கார்ந்தாள்; தனது தலைக்கச்சையை முழங்காலின்மீது விரித்துப் போட்டுக்கொண்டாள்.

"பிதா அலெக்ஸாண்டரைத் தவிர, மற்றவர்கள் எல்லோரும், – முக்கியமாக ஸென்யாதான். – உங்களைக் குற்றம் சாட்டுகிறார்கள்," என்று தன் கச்சையின் சுருக்கங்களைத் தடவி நிமிர்ந்தவாறே அமைதியாகச் சொன்னாள் அவள்.

"அந்தக் கூனனா? அருமையானவன்தான் அவன்!" என்று வியப்போடு கூறினான் மாட்வி.

"ஆனால், நான் உங்களைக் குறை கூறவில்லை. நான் அவர்களோடு வாதிடுவதே இல்லை. எப்படி வாதிடுவது என்றும் எனக்குத் தெரியாது. ஆனால், அவர்கள் சொல்வதை நான் ஒப்புக்கொள்ளவில்லை. அவன் கோபமாயிருக்கிறான். சத்தம் போடுகிறான். அவர்கள் அதைப்பற்றியே பேசிக் கொண்டிருக்கிறார்கள்; அது அவனைத் தூண்டித்தான் விடுகிறது. அவன் இறுமாப்பும், ஆத்திரமும் கொண்டவனாக இருக்கிறான். அவன் என்னை நம்புவதில்லை. நீங்கள் அந்தரங்கத்தில் உண்மையில் மிகவும் நல்லவர் என்று நான் கூறுகிறேன்; அதனால் அவனுக்கு என்மீதே சந்தேகம் தோன்றுகிறது. என்னை ஏதேதோ சொல்லிப் பயமுறுக்கிறான். எனவேதான் உங்களிடம் சொல்வதற்காக நான் ஓடி வந்தேன். கடவுளே! நான் எவ்வளவு பயந்து போயிருக்கிறேன் என்று உங்களால் கற்பனைகூடப் பண்ண முடியாது! என்னை முன்னிட்டு, இதற்கு முன் எதுவுமே நடந்ததில்லை. எதுவுமே நடந்துவிட நான் விரும்பவில்லை. ஐயோ! எதுவும் நடந்துவிடக் கூடாது!"

அவள் தனது கண்ணீர்க் கறை படிந்த வட்ட முகத்தை உயர்த்தியவாறு, விம்மியழுதாள்:

"இது என் குற்றமல்ல; எதுவும் நடந்துவிடும் என்று எனக்கு அவ்வளவு பயமாயிருக்கிறது! தயவு செய்து போய் விடுங்கள்."

"போகிறேன். உனக்காக நான் அதைச் செய்கிறேன்," என்று முற்றிலும் வெற்றி கொண்டவனாக முணுமுணுத்தான் மாட்வி.

அவனது பயமும், வியப்பும், எக்களிப்பையொத்த ஆனந்தத்துக்கு இடங்கொடுத்து, மறைந்து போய்விட்டன. அவன் அவளது தலைமயிரைத் தடவிக் கொடுத்து, கன்னங்களைத் தொட்டான்.

"எல்லாம் சரியாகிப் போய்விடும்," என்று வளர்ந்தோங்கும் தன்னம்பிக்கையோடு சொன்னான் அவன். பின்னர் அவன் தன்னை அறியாமலே அவளைத் தன் கரங்களால் வளைத்து, பின்வருமாறு சொன்னான்:

"நாம் இருவருமே போய்விடுவோம். அவன் ஒன்றும் உனக்குத் தகுந்த ஜோடியல்ல."

மாக்ஸிம் கார்க்கி

ஆனால் அவளோ அவனது அரவணைப்பிலிருந்து நழுவி விடுபட்டு, அவனை எட்ட நிற்க வைத்து, பின்வருமாறு உறுதியோடு சொன்னாள்:

"நீங்கள் என்ன நினைத்துக்கொண்டிருக்கிறீர்கள்? நான் அதைச் செய்ய முடியாது!"

"ஏன் முடியாது?" என்று ஆத்திரத்தோடு கேட்டான் அவன்: "நாம் வெறுமனே நழுவி ஓடி விடுவோம். எவருக்குமே அது தெரிய வராது."

"இல்லை. என்னால் முடியாது," என்று பெருமூச்சுடன் சொன்னாள் அவள்.

"நான் சொன்னது– அப்படியொன்றும் அல்ல. நான் உன்னை மணந்துகொள்கிறேன்"

அவள் தன் தலையைத் தொங்கவிட்டாள்; அவளது விரல்கள் அவளது ஈரக் கச்சையை நசுக்கிப் பிழிந்தன; அவள் அந்த இடத்தை விட்டுப்போக விரும்புவது போலவும், ஆனால் அவளால் தனது கால்களைத் தரையிலிருந்து பெயர்த்தெடுக்க முடியாதது போலவும், அங்குமிங்கும் அவளது உடம்பு அசைந்தாடியது. அவள் என்ன சொல்கிறாள் என்பதைக் காதில் வாங்காமலேயே, அவன் மீண்டும் அவளைத் தன் கரங்களால் வளைத்தான்.

"நாம் இரவோடு போய்விடுவோம். அவர்கள் கிடக்கிறார்கள்!" என்று அவன் உணர்ச்சி வேகத்தோடு அவளைத் தூண்டினான்: "அவர்கள் செய்வதெல்லாம் வாதிடுவதும், அடுத்தவரைக் குறை கூறுவதுந்தான். அவர்கள் ஒருவருக் கொருவர் உண்மையில் நட்புரிமையோடுகூட. என்றும் இருக்க வில்லை. ஆனால், நீயும் நானும் சாந்தியிலும் அமைதியிலும் சேர்ந்து வாழ்வோம். நாம் போய் விடுவோம், கோருஷினா. நான் உன்னிடம் நல்லபடியாய் நடப்பேன்; உன்னைக் காதலிப்பேன். ஆமாம். உண்மையில் நான் உன்னைக் காதலிப்பேன். நான் ஒன்றும் இளம் பையனல்ல. நான் எப்படியிருக்கிறேனோ அப்படியே நீ என்னைப் பார். என்னையே, எல்லாவற்றையுமே நான் உனக்கு முழுமையாகத் தந்து விடுவேன்."

அவன் தனது வெற்றி நிச்சயம் என்ற உணர்வோடு, தன் கைகளை அவளது தோள்களின்மீது போட்டான். ஆனால், அவளோ திடீரென்று வாசலை நோக்கிச் சென்றாள்.

"இல்லை. என்னால் முடியாது," என்று அவள் எளிமையாகவும் தெளிவாகவும் சொன்னாள்: "நான் ஏற்கெனவே வேறொருவனுக்கு உரிமையானவள். இப்போது நீங்கள் என்னை விரும்ப முடியாது."

இது உண்மைதான் என்பதை அவன் அன்று காலையில் தான் உணர்ந்திருந்தான். அதன் காரணமாக அவன் மாக்ஸிமின்மீது பொறாமையுணர்ச்சியைக்கூட உணரவில்லை. ஆனால் இந்தத் தருணத்திலோ, அவளது வார்த்தைகள் ஒரு சவுக்கடிபோல அவன்மீது விழுந்தன. அவன் பின்னால் தடுமாறியவாறு, கோபாவேசத்தால் மூச்சடைக்க, பின்வருமாறு திக்கித் திணறினான்:

“ஏற்கெனவேயா? ஓஹோ! எனவே, உன்னால் அதைத் தடுக்க முடியாதாக்கும்!”

நடுநடுங்கியவாறும், வாயில் எச்சில் தெறித்தவாறும் அவன் அவளை நோக்கி முஷ்டியை உயர்த்திப் பத்திரம் காட்டினான்; அவள்மீது வசைமாரி பொழிவதற்குத் தன் மனத்துக்குள் வார்த்தைகளைத் தேடினான். ஆனால், திடீரென்று அவள் பின்வருமாறு தெள்ளத்தெளிவாகக் கூறுவதை அவன் கேட்டான்:

“அவன் என்னை அவனது இஷ்டத்துக்கு வளைத்துவிட்டான். நீங்கள் முதலிலேயே வந்திருந்தால்– அப்போது எவ்வளவு நன்றாயிருந்திருக்கும்! குட்பை! கடவுள் உங்களை ஆசீர்வதிக்கட்டும்!”

நம்பிக்கையின் ஒரு புதிய அலைவீச்சு அவனுள்ளே பொங்கி விம்மியது; அது அவளை நெருப்பினால் சுத்தப்படுத்துவது போல, அவள்மீது ஓர் ஒளியைப் பாய்ச்சியது. அவன் அவள் மீது பாய்ந்து தாவி, அவளது கையைப் பற்றிப் பிடித்து, அவளது கண்களுக்குள் கூர்ந்து பார்த்தான்.

“அவன்தான் உன்னை அதற்குப் பலவந்தப்படுத்தினானா, கோருஷினா? அவன் அவ்வாறு செய்திருந்தால், உன்னைப் பலவந்தப்படுத்தியிருந்தால், அதனால் பாதகமில்லை. என்ன இருந்தாலும் நீ ஒரு கன்னிப் பெண் அல்ல; நீ ஒரு விதவை.”

“இல்லை, இல்லை!” என்று பயத்தால் கத்தினாள் அவள். தான் முற்றிலும் நெட்டையாகத் தோன்றும்வண்ணம் நிமிர்ந்து நின்றவாறு, அவள் தனது கையை அவனிடமிருந்து பிடுங்கிக்கொண்டு, கதவின் கைப்பிடியைப் பற்றினாள்.

அவள் வேறு ஏதோ சொன்னாள்; ஆனால், அவன் அவள் சொன்னதைக் கேட்கவில்லை.

“போ வெளியே! போ வெளியே!” என்று மத்திய அறையில் தான் நின்ற இடத்திலிருந்தே அவன் அலறினான்.

பின்னர் அவள் போய்விட்டாள். அவன் தன் கோட்டை விட்டெறிந்தான். அவள் அந்த வீட்டைவிட்டுப் போவதற்கான அவகாசம் கிட்டு முன்பே, கதவு மீண்டும் படாரென்று ஒலித்தது. அவள் இருளுக்குள் மீண்டும் தோன்றினாள்; அவளது சிறிய வடிவம் அவனை நோக்கிப் பின்வருமாறு சத்தமிட்டவாறும், கைகளை ஆட்டியவாறும்பம்மிக் குன்றியது:

“மறைந்துகொள்ளுங்கள்! அவன் வருகிறான்!”

அவன் கர்ஜித்தான்; அவளை அப்பால் பிடித்துத் தள்ளினான்; கூடத்துக்கு ஓடினான்; வாயில் முற்றத்தை ஒரு தாண்டுத் தாண்டினான்; மாக்ஸிமின்மீது பாய்ந்து, அவனைக் கீழே பிடித்துத் தள்ளி, அவன்மீது தாவி விழுந்தான்; தனது முஷ்டிகளால் அவனது தசைப்பிடிப்பான உடம்பை வாய் பேசாமல் குத்தத் தொடங்கினான்; தன் தலைமீது ஓர் அடி விழுந்ததால் கண் மயங்கிய அவன் பின்னால் தள்ளாடினான்; பின்னர் ஓர் ஊளைக்குரலோடு முன்னால் பாய்ந்து, தரைமீது நெளிந்து கொண்டிருந்த ஓர் உருவமற்ற சதைக்கோளத்தை உதைக்கத் தொடங்கினான். பெண்களின் கூச்சல், ஷாகிரின் தாழ்ந்த ஓலம், டோக்காவின்

கனைப்பு, ஒரு நாயின் குலைப்பைப் போல தொனித்த மாக்ஸிமின் உறுமல்கள் ஆகியவற்றையெல்லாம் உணர்ந்தான்: அவன் அந்தச் சப்த பேதங்களோடு இணைந்து நாட்டியமாடிக் குதித்தான்; அவனது காலுக்கடியில் நசுக்குகின்ற சதைக்கோளம் மிதிபடும் போதெல்லாம் ஓர் இனிமையான எக்களிப்பு அவனுள்ளே நிரம்பி வழிந்தது.

அந்த உருவமற்ற சதைக்கோளம் வேலியை நோக்கி உருண்டோடியது; இரண்டாகப் பிளந்தது; அதில் ஒரு பாதி மேலே துள்ளித் தாவி, பின்வருமாறு கத்தியவாறு இருளுக்குள் பாய்ந்து சென்றது:

"நான் இதை மறக்க மாட்டேன்!"

மறுகணமே மாட்வியின் இருதயத்தின் மூர்க்கமான படபடப்பைத் தவிர மற்றவையெல்லாம் அமைதி அடைந்தன. அந்தப் படபடப்பு அவனது அவயவங்களினுள்ளே ஏதோ ஒரு போதையைப் பாய்ச்சியது போல அவனைத் தளரச் செய்தது. அவன் மூச்சு வாங்குவதற்காக, படிக்கட்டின்மீது உட்கார்ந்தான்; தனது கிழிந்த சட்டையைத் தன் பக்கமாக இழுத்துவிட்டுக்கொண்டான்; அவனது நனைந்த நெற்றியின் மீது ஒட்டியிருந்த தலைமயிரைப் பின்னுக்குத் தள்ளிவிட்டான், போக்கா தனது கைகளை நீந்துவதுபோல வீசிப் போட்டவாறும், உறுமியவாறும், காரித்துப்பியவாறும் தரையின்மீது ஊர்ந்து திரும்பி வந்தான்.' வாசலருகே ஷாகிரும், தொண்டைக் கரள தொங்கும் செவிட்டுச் சமையற்காரியும் துறுதுறுத்துக்கொண்டிருந்தார்கள்.'

சிறிது நேரத்தில் மாட்வி குளிர்ந்த க்வாஸ்பீரை அருந்திக் கொண்டிருந்தான்; அவனது காலடியில் அமர்ந்திருந்த போக்கா அங்கீகரிக்கும் தொனியில் பின்வருமாறுசொன்னான்:

"மாக்ஸிம் ஒரு நல்ல சண்டைக்காரன்."

"ஆனால் இந்தத் தடவை அவன் சரியாக வாங்கிக் கட்டினான். இல்லையா?"

"ஆமாம். வாங்கிக் கட்டினான். ஆனால், உங்கள் உதையையெல்லாம் வாங்கிக் கட்டியது நான்தான், எஜமான்."

"நீயா?"

"பரவாயில்லை. உங்கள் பாதம் மெத்தென்றுதான் இருக்கிறது."

ஷாகிர் அவர்களுக்குப் பின்னால் நின்று தலையைச் சொறிந்தவண்ணம் ஆழ்ந்து மூச்செறிவது அவர்களுக்குக் கேட்டது.

"நாம் ஏன் அவனை அடித்தோம்?" என்று கேட்டான் போக்கா.

மாட்வி அதற்கு உடனே பதிலளிக்கவில்லை; சிறிது நேரம் கழித்து, அந்தத் தாத்தாரியன் பின்வருமாறு அமைதியாகச் சொன்னான்:

“முதலில் கேட்டுக்கொண்டு பிறகு சண்டை போடுவது நல்லது.”

அந்த விவசாயி தனது தாடியில் ஒட்டியிருந்த மண்ணைப் பிடுங்கியெறிந்தவாறு, சிந்தனை வயத்தோடு பதில் சொன்னான்:

“நான் ஏன் தெரிந்துகொள்ள வேண்டும்? சும்மா தெரிந்து கொள்ளலாம் என்றுதான் கேட்டேன். சரி. என் புகைக் குழாய் எங்கே? நான் விளக்கையெடுத்து வருகிறேன்.”

ஒரு பெருமூச்சுடன் அவன் மேலும் சொன்னான்:

“எஜமான். நான் பட்டபாட்டுக்குக் குடிப்பதற்குக் கொஞ்சம் கொடுங்கள்.”

“உள்ளே போய், உனக்கு வேண்டுமட்டும் குடித்துக்கொள்,” என்று பராக்காகச் சொன்னான் மாட்வி,

வெளிறிய நட்சத்திரங்கள் தலைக்குமேல் தோன்றத் தொடங்கின; கீழ்த்திசையின் இருண்ட அடிவானத்தில் ஓர் ஒளிமூட்டம் பளிச்சிட்டது: ஒருவேளை ஒரு கிராமம் எரிந்து கொண்டிருக்கலாம். அங்கு நிலவிய மௌனத்தினூடே, ஜன்னிகொண்ட நகரத்தின் பிதற்றல்களான, சம்பந்தா சம்பந்தமற்ற சப்தங்களெல்லாம் வந்தன. சரியாகக்கூடக் கேட்காத ஒரு குடிகாரக் குரல் ஆயாசத்தோடு ஓலமிட்டது:

“ஈ... ஈ...யோ...யோ...!”

போக்கா ஒரு விளக்கோடு முற்றத்துக்கு வந்தாள். அவன் முன்னால் குனிந்து, பூமி தன் முகத்தைப் பார்க்க வேண்டுமென்பது போல, விளக்கைத் தன் முகத்துக்கருகில் பிடித்தவாறு அங்குமிங்கும் அலைந்தான்.

மாட்வி எழுந்து நின்றான். அவர்கள் எல்லோருமே எதையோ எதிர்பார்த்து இருந்ததாகக் கற்பனை செய்து கொண்டான் அவன். அந்தச் சமையற்காரியின் பசலை பாய்ந்து வெளுத்த முகம், தொண்டைக் கரளையால் நீண்டு தோற்றி ஜன்னலில் பளபளத்தது; தரைமீது விளக்கை வைத்துவிட்டு நின்ற போக்கா ஓர் ஒளி வட்டத்துக்குள் மிதந்து தொங்கிக்கொண்டிருந்தான்; ஷாகிர் தரையோடு முளையறைந்தாற்போல அசையாமல் நின்றுகொண்டிருந்தான்.

நிச்சயம் இவன் என்னைக் குறை கூறுகிறான் என்று தனது ஆட்டம் கண்ட கால்களால் தள்ளாடி நடந்தவாறு நினைத்தான் மாட்வி. எல்லோரும் இப்போது என்னைத்தான் குறை கூறுவார்கள்.

அவன் மார்க் மாமாவின் அப்போஸ்தலத் தன்மை கொண்ட தலை, அவரது கருணைமிகுந்த குரல், குழந்தை போன்ற கண்கள், அவரது உயர்ந்த நெற்றியின்மீது வகிடு பாய்ந்துள்ள சுருக்கங்கள் எல்லாவற்றையும் நினைவு கூர்ந்தான்; அத்துடன் அந்தப் பாதிரியார் மனைவியின் புருவங்களற்ற முகத்தையும், அந்த முகத்துக்கு அவளது மூக்குக் கண்ணாடியின் பளபளப்பு ஒரு கண்ணாடி போன்ற தோற்றத்தை அளிப்பதையும் நினைவு கூர்ந்தான்.

மாக்ஸிம்தான் எனக்குக் காலனாக வரப்போகிறான் என்று வீட்டுக்குள் திருடனைப் போல நுழைந்தவண்ணம் அவன் தன்னைத்தானே எச்சரித்துக்கொண்டான். தனது அறைக்குள் வந்ததும், அவன் ஜன்னலுக்கருகில் பழத்தோட்டத்தை எதிர்நோக்கியிருக்கும் தனது வழக்கமான ஆசனத் தில் அமர்ந்தான்; ஏதோ ஓர் இருண்ட சாக்குக்குள் நுழைவது போல, வரப்போகும் நாளைப் பற்றிய சிந்தனைகளில் புகுந்துவிட்டான். அவையோ புரிந்துகொள்ள முடியாத கும்மிருட்டிலும், ஜனங்களிடமிருந்து ஒதுங்கி வாழ வேண்டும் என்ற முன்னைக்காட்டிலும் அதிகமான விருப்பத்திலுந்தான் அவனைக் கொண்டு செலுத்தின.

அவர்கள் என்னை இந்த நிலைக்குக் கொண்டுவந்து விட்டார்கள் என்று அவன் கூறிக்கொண்டான். எனினும், அது உண்மையல்ல என்றும் அவன் தெரிந்திருந்தான்.

மறுநாள் பாதிரியாரும் ஸென்யாவும் அவனைப் பார்க்க வந்தார்கள். கலைந்த தலையோடு கறுத்துப் போயிருந்த அந்தப் பாதிரியார் தமது கரங்களை வீசியாட்டியவாறு மேலும் கீழும் குதித்தார்; முதலில் ஓர் உரத்த, கோபாவேசமான கிசுகிசுப்போடு, அவர் மாட்வியைக் கடிந்துகொள்வது போலத் தோன்றியது; ஆனால் பின்போ அவரது வார்த்தைகள் புரிந்துகொள்ளக் கூடியவையாகவும் இருந்தன. மேலும், அவர் சொன்ன விஷயம் மாட்வியைத் திடுக்கிட வைத்ததோடு, அவனை நேராக நிற்கவும் வைத்தன.

“அவன் அவளை அடித்தான். சொல்வது கேட்கிறதா? அவனுக்குப் பைத்தியந்தான்! அவனோடு எதுவும் செய்ய முடியாது!”

அந்தக் கூனனோ ஒரு பாறையைப் போல உருண்டு திரண்டவனாய், தனது கைகளைப் பைகளுக்குள் செலுத்தியவாறு நின்றான்; அவன் நிர்விசாரமாகப் பேசினான்:

“காலந்தான் இந்தக் குழப்பத்தின்மீது ஒளி பாய்ச்ச வேண்டும். அதுவரையில் உங்களுக்கு இடமில்லை.”

“அப்படியா?” என்று பேசினான் மாட்வி: “எனக்கு இங்கு இடமில்லை. நான் இங்கு உரியவனில்லை; நான் என்றும் உரியவனாக இருந்ததில்லை.”

அந்தக் கூனன் வெளியே சென்றான்; பாதிரியாரும் தமது ஒரு கையைத் தலைக்குமேல் உயர்த்தி, பின்வருமாறு சொன்னவாறு அங்குமிங்கும் திரிந்தார்:

“நீங்கள் பெருந்தவறு செய்துவிட்டீர்கள், பெருந்தவறு எனினும், நான் உங்களுக்காக வருந்துகிறேன். ஒரு சகப் பிராணியைத் தாக்க வேண்டுமென்றால், ஒரு மனிதன் எத்தகைய பயங்கரமான சித்திரவதைகளுக்கு ஆளாகியிருக்க வேண்டும்? ஓ! அது எப்படி நேர்ந்தது என்று எனக்குப் புரியத்தான் செய்கிறது. அப்படித்தானே?”

"நான் நிதானம் இழந்துவிட்டேன்," என்று நொந்தவாறு முணுமுணுத்தான் மாட்வி.

அவர்கள் எல்லோரிடமும் மாக்ஸிம் உட்பட எல்லோரிடமும் அவன் மன்னிப்புக் கோரத் தயாராக இருந்தான். தனது க்ஷேமநலம் குறித்த இந்த எதிர்பாராத விசாரணையானது அவன் மனத்தில் மன்னிக்கப்பட வேண்டும் என்ற விருப்பத்தையும், பச்சாத்தாபத்தையும் நிரப்பியது. ஆனால் அந்தப் பாதிரியாரோ, அவனது கூக்குரலையெல்லாம் புறக்கணித்தவராய், அவனது கையை வெடுக்கென்று இழுத்து, உத்வேகத்தோடு பின்வருமாறு கிசுகிசுத்தார்:

"தீர்ப்பளிக்கப்பட்டவர்களும், தீர்ப்பளித்தவர்களும் இருவருமே நாணித் தலை குனியும் நாள் வரத்தான் செய்யும்."

"நான் எந்த நிபந்தனைக்கும் ஒத்துக்கொள்கிறேன்," என்று உறுதி கூறினான் மாட்வி. ஆனால் அந்தப் பாதிரியார் அவனை ஒரு பக்கமாக இழுத்துச் சென்று, மர்மமாகப் பேசினார்:

"ஒவ்வொரு நாளும் ஒவ்வொரு பக்கத்திலும் நாம் தீமையால் பாதிக்கப்படுகிறோம்; ஆனால் நன்மையோ எதிர்பாராத நேரங்களில், தெரியாத இடங்களிலிருந்து அரிதாகத் தான் நம்மை வந்து அடைகிறது–"

"உண்மை," என்று பொறுமினான் மாட்வி.

"எனவே, நன்மையை வரவேற்க நமது இதயங்கள் எப்போதும் தயாராக இருக்க வேண்டும்."

"போதும்," என்று கடுமையாகக் கூறியவாறே அவர்கள் இருவரையும் பிரித்து விலக்கினான் அந்தக் கூனன்.

"உங்கள் இதயத்தில் அடியாழத்திலே என்ன இருக்கிறது என்று எனக்கு எழுதுங்கள். நான் மிகுந்த பொறுமை வின்மையோடு உங்களைப் பற்றிய செய்திகளை எதிர்நோக்கியிருப்பேன்," என்று அவனைத் தழுவி, தமது வெப்பமான, வறண்ட உதடுகளால் முத்தமிட்டவாறே சொன்னார் பாதிரியார்.

ஷாகிர் உள்ளே வந்து பின்வருமாறு சொன்னான்:

"குதிரை காத்து நிற்கிறது."

மாட்வி கீழே அமர்ந்து, தன்னைச் சுற்றிலும் பார்த்தான்; ஜன்னலுக்கு வெளியே இருளிலிருந்து செதுக்கியெடுத்தது. போலக் கபில நிற வானத்தின் பின்னணியில் மரங்களின் வரி வடிவங்கள் கன்னங்கரேலெனத் தெரிந்தன.

"நீங்கள் சீக்கிரம் புறப்பட வேண்டும்," என்று உரத்த, கரகரத்த குரலில் சொன்னான் அந்தக் கூனன்.

தனது முகத்தில் இருண்ட, குடிபோதை கொண்ட பார்வை தோன்ற, போக்கா வந்தான்; அவன் தன் இரு கைகளையும் சிலுவையில் அறைந்தது போல நீட்டியவண்ணம் வாசல் நடையில் நின்றான்.

"நீங்கள் எப்பொழுது திரும்பி வருவீர்கள்?" என்று பெருமூச்சுடன் கேட்டான் ஷாகிர்.

பாதிரியார் மாட்வியை வாசலை நோக்கித் தள்ளிச் சென்றார்.

"எல்லாம் சரியாய்ப் போய்விடும்," என்றார் அவர்.

"பிதாவே, உங்கள் உபதேசமெல்லாம் போதும்!" என்று கத்தினான் அந்தக் கூனன்.

பின்னர்ச் சில நிமிஷங்களுக்கு அங்கு அவசரமும் ஆரவாரமும் நிலவின; அங்குமிங்கும் ஓடவும், தள்ளவும், முனகவும், ஒருவரோடு ஒருவர் மோதவும் இருந்தது.

இரண்டு வாடகைக் குதிரைகளால் இழுக்கப்பெற்றுச் செல்லும் தனது வண்டி, நகரத்தின் எல்லைப்புறத்தைக் கடந்ததுமே, மாட்வி தன்னிலைக்கு வந்தான். அந்தக் குதிரைகள் ஒரு குன்றின்மீது ஏறிக்கொண்டிருந்தன. எனவே, அவை ஓட்டத்தை நிறுத்தி, நடந்து சென்றன. அவன் நிமிர்ந்து நின்றவாறு தன் தொப்பியின் உச்சியைப் பிடித்துத் தூக்கினாள். அவனுக்கு முன்னால், பெர்ச் மரங்களையெல்லாம் கண்ணைப் பறிக்கும் செம்பொன் குழம்பால் பூசியவாறு, சூரியன் அஸ்தமித்துக்கொண்டிருந்தது. அவன் தன் கண்களைச் சுருக்கி, தனக்குப் பின்னால் ஏறிட்டும் பார்த்தான். தனது அருமையான ஆடையணிகளையெல்லாம் தரித்து அலங்கரித்த ஓர் இளம் யுவதி யைப் போல ஓகுரோவ் நகரம் கலகலப்பாகவும், கவர்ச்சிகரமாகவும் தோன்றியது; செல்லச் செல்ல, அது குன்றுகளுக்குப் பின்னால் மறைந்தது; அந்தக் குன்றுகளோ, சுருண்ட மயிர் மண்டி வளர்ந்த ஸாவ்காவின் குட்டையான, தடித்த கைவிரல்களைப் போல அவற்றின்மீது பாய்ந்து மறைத்தன. அந்தக் குன்றுகளுக்கு உள்ளும் வெளியும் பாதரசம் போலப் பளபளத்துச் செல்லும் புட்டானிட்ஸா நதி சுற்றி வளைந்து சென்றது. மெல்ல மெல்ல, அந்த வீடுகளெல்லாம் தமது வரிவடிவங்களை இழந்து வர்ண ஜாலங்களைக் குழப்பி, ஒன்றாகக் கலந்தன. பழத்தோட்டங்களின் பசிய நிறம் இளஞ்சிவப்பும் வெள்ளியும் கலந்த ஒரு நிறச் சாயையைப் பெற்றன. அவற்றின்மீது ஒரு நீல ஒளிமயக்கம் மிதந்து நின்றது. இறுதியில் ஏதோ ஒரு கண்காணாத பலத்த கரம் அந்த நகரத்தை மாவைப் பிசைந்தது போலப் பல வர்ணக் கலவைக் கறையாக மாற்றி விட்டது.

மாட்வி கோஸிமியாகின் தூங்க விருப்பம் கொண்டான்; எனினும் அதற்கு முன், முதலில் எல்லாவற்றையும் ஒன்று கூட்டிச் சொல்லும் ஒரு கச்சிதமான வார்த்தையை அவன் கண்டறிய விரும்பினான். அவன் மோவாயை மார்பின்மீது புதைத்தவாறு, தனது சக்தியையெல்லாம் பிரயோகித்து, தனது களைத்துப்போன மூளைக்குள்ளிருந்து, முழுக்க முழுக்க வெறுப்புக் கலந்த ஒரு தனி வாக்கியத்தைப் பிழிந்தெடுத்தான்:

'அவர்கள் என்னை விரட்டியடித்துவிட்டார்கள்!'

நான்காம் பாகம்

வோர்கோராடுக்கு ஏழு வெர்ஸ்ட் தூரத்தில், பிரகாசமான ஓக்ஷா நதிக்கு மேலுள்ள மலைப் பள்ளத்தாக்கில், தீர்க்கதரிசி எலிஜாவின் பெயரால் வழங்கப்பெற்ற ஒரு செல்வ வளம் மிகுந்த சாமியார் மடம் ஆழமாகக் காலூன்றி நின்றது.

பழங்காலத்து ஊசியிலை மரங்களின் பசிய கிளைகள், செம்பு நிறமான அடிமரங்கள் ஆகியவற்றினூடே, நான்கு மூலைகளிலும் கோபுரங்களால் அமைக்கப்பெற்ற, அதன் அகன்ற வெள்ளிய ரிபன் போன்ற சுவரைக் காணலாம் மற்றவற்றைக்காட்டிலும் அகலமாகவும் உயரமாகவும் உள்ள. ஓர் ஐந்தாவது கோபுரம் முன்சுவரின் நட்ட நடுமத்தியில், முற்றச் சதுக்கத்துக்குச் செல்லும் வாயிலின் மேலே எழுந்து நின்றது; அந்த முற்றச் சதுக்கத்தில் மாரிக் காலத்துக்கும் கோடைக் காலத்துக்குமாக இரண்டு ஜெபாலயங்கள் இருந்தன; அவற்றைச் சுற்றிலும் வேறு லௌகிகமான காரியங்களுக்காகக் கட்டப்பெற்ற சின்னஞ்சிறு கட்டடங்கள் தென்பட்டன. உணவு விடுதி, பண்டகசாலை, தொழுவங்கள் ஆகியவற்றின் கூரைகளுக்கு மேலே ஜெபாலயங்களின் வரிவரியான பொன்னிறங் கொண்ட வெங்காய வடிவம் வாய்ந்த கலசக் கூடங்கள் பளபளத்தன. தங்கச் சங்கிலிகள் தொங்கவிடப் பெற்று, ஏராளமான வேலைப்பாடுகளுடன் காட்சியளித்த அவற்றின் சிலுவைகள் ஊசியிலே மரங்களின் உயரத்துக்கும் மேலாக உயர்ந்து தோன்றின. குன்றின் மேற் புறத்தில் ஒரு பெரிய பழத்தோட்டம் இருந்தது. ஆப்பிள், செர்ரி, காட்டிலந்தை, பேரிக்காய் முதலிய பழ மரங்கள் செர்ந்த அந்தத் தோட்டத்தின் மத்தியில், பல்வேறு வர்ணச் சாயைகளும் கலந்த செழுமைக் கடலில், நங்கூரம் பாய்ச்சிய படகுகளைப் போலத் துறவிகளின் இருண்ட குடில்கள் தென்பட்டன; தூரத்துச் சுவரையொட்டி, சூரிய ஒளி மிகுந்த, அகன்ற சோலைவழிப் பாதையில் நீலநிறக் கதவுகளோடு கூடிய மூன்று ஜன்னல்களைக் கொண்ட ஒரு தணிவான வீடு தென்பட்டது. அந்த வீட்டில்தான் ஏழைகளுக்கும் துன்பப்படுபவர்களுக்கும் தமது அருள் வசனத்தால் மனச்சாந்தியை அளிப்பவர் என அந்த வட்டாரத்தில் பிரபலம் எய்தியிருந்த துறவியாரான பூஜ்யர் அயோன் என்னும் பெயர் கொண்ட முதியவர் வாழ்ந்து வந்தார்.

வறட்சி மிகுந்த அந்த வருஷத்தின் பயங்கரமான வெப்பத்தைச் சிறிதும் தளர்த்தாமலே, நடு வேனில் வந்தது, சென்றது. எலிஜாத் திருநாளின் தேவாலய விடுமுறை தினம் அந்தச் சாமியார் மடத்துக்கு ஆயிரத்துக்கு மேற்பட்ட யாத்திரிகர்களை வரவழைத்தது. அதன்பின், அந்தச் சாமியார் மடத்தின் மந்தமான சலிப்பூட்டும் அன்றாட வாழ்க்கை மேலும் துலாம்பரமாகத் தெரியத் தொடங்கியது. எரிச்சலும் களைப்பும் மிகுந்த சாமியார்கள், ஜன்னல் கண்ணாடியின்மீது திரியும் ஈக்களைப் போல, மடத்து நிலங்களின் பிசுபிசுக்கும் உஷ்ணத்தில் அங்குமிங்கும் ஊர்ந்து திரிந்தார்கள். ஒரு கிழட்டு ஆடு தொழுவத்தின் கதவின்மேல் ஓர் அழுத்தலான தோரணையோடு நின்றது. தொழுவக்காரன் அக்கறையோடு சிக்கெடுத்துச் சீவி விட்டிருந்த தனது தாடியை அசைத்துக்கொண்டும், கட்டடங்களின் நிழலில் ஒண்டி ஒதுங்கும் மனிதர்களைத் தனது அறிவு மிகுந்த, கரும் பழுப்புக் கண்களால் வெறித்துப் பார்த்துக்கொண்டும் அது நின்றது. சீடச் சாமியார்கள் யாத்திரிகர்களின் வருகைக்குப் பின்னர்த் தரைகளைச் சுத்தப்படுத்திக்கொண்டும், விசாலமான உணவு விடுதியின் தள வரிசைகளைக் கழுவிக்கொண்டும் இருந்தார்கள். ஜன்னலின் வழியாக அவர்கள் குப்பை கூளங்கள், ரொட்டித் துண்டுகள், எண்ணெய்த் தாள் சுருள்கள் முதலியவற்றை விட்டெறிந்தார்கள்; அத்துடன் அவர்கள் வெளியே கொட்டிய பல வாளித் தண்ணீரும் அங்குள்ள கொதித்த தளக் கற்களின்மீது விழுந்ததுமே ஆவியாக மாறி மறைந்தது.

அந்தப் பெரிய தர்மசாலையான ஸ்தாபனம் முழுமையும் இப்போது நிலைமையை மீண்டும் ஒழுங்குபடுத்துவதில் முனைந்திருந்தது. சாமியார்கள் தமது காரியங்களைப் பார்த்துக்கொண்டு சோர்வாக நடந்து திரிந்தார்கள்; அதே சமயம் குன்றின் உச்சியில் அரை வட்ட வடிவத்தில் நின்ற ஒரு ஜனக்கூட்டம், பூஜ்யர் அயோனின் வீட்டின் முன்னால், அவரது வருகைக்காகவும், தமக்கு இதமளிக்கக் கூடிய அவரது வார்த்தைகளுக்காகவும் காத்து நின்றார்கள்.

அவர்களோடு மாட்வி கோஸிமியாகினும் இருந்தார். அவர் கிட்டத்தட்ட ஒரு மாத காலமாய் அந்தச் சாமியார் மடத்தில் வாழ்ந்து வந்தார்; ஒவ்வொரு நாளும் மூன்று மணிக்கு, முண்டும் முடிச்சுமான ஊசியிலை மரங்களின் வேர்களாலும் தெத்தும் குத்துமாகக் கிளம்பிய சரற்கற்களாலும் உடைந்து உருக்குலைந்த கடினமான தரையைக்கொண்ட, நடந்து நடந்து தடம் பாய்ந்து போன ஒரு பாதை வழியாக, அவர் மலைமீது ஏறிச் சென்றார். அந்த முதியவரது வீட்டின் ஜன்னல்கள் கண்ணில் பட்டதுமே, அவர் எப்போதும் தமது தொப்பியை அகற்றி விடுவார்; அங்குக் கூடிநிற்கும் ஜனக் கூட்டத்தின் அருகில் வந்ததும், அவர்கள் அனைவரிலும் தாமே மாபெரும் பாவி என்ற உறுதியோடு, அவர் அவர்களுக்கு மூன்று முறை தலை வணக்கம் செய்தார். அங்கு வாயில் முற்றத்தின் அருகில் கிடக்கும் மூன்று பெஞ்சுகளில் ஏதாவதொன்றின்மீது அவர் உட்காருவார்; அல்லது ஓரமாகச் சென்று ஓர் ஊசியிலை மரத்துக்கடியில் நின்றவாறு, இதயத்தில் சாந்தியையும், சகிப்புத் தன்மையையும் நிறைக்கும் எளிய வார்த்தைகளைப் பேசும் அந்த முதியவரின் வரவுக்காக, வணக்க உணர்வோடு காத்து நிற்பார்.

பூஜ்யர் அயோன் சரியாக மூன்றரை மணிக்குத் தமது குடிலை விட்டு வெளியே வந்தார். சராசரி உயரமும், சிப்பாயைப் போன்ற நிமிர்வும், காக்கையைப் போன்ற மெலிவும் கொண்ட அவர் ஒரு நீண்ட வெண்மையான கரத்தை நீட்டி ஆசீர்வாதம் செய்தார்; அதே சமயம் மெல்லிய தலைமயிரும் நீலக் கண்களுங்கொண்ட ஒரு சீடச் சாமியார் ஒரு தாழ்ந்ததோல் வைத்துத் தைத்த சோபாவை அவருக்குப் பின்னால் போட்டார். சுற்றுமுற்றும் திரும்பிப் பார்க்காமலே அவர் அதில் புதைந்து உட்கார்ந்தார். ஒன்றிரண்டு கருமயிர்களைத் தவிர, மற்றப்படி சுத்தமான வெள்ளி போலத் தோன்றிய கலக்கமான தாடிக்குத் தமது விரல்களை அவர் உயர்த்தினார்; பின்னர்த் தமது தலையையும், கனத்த கறுத்த புருவங்களையும் நிமிர்த்தினார். அப்போதுதான் அவரது வெளிறிய எனினும் கூர்மையான கண்களை ஒருவர் பார்க்க முடிந்தது. புங்கமரக் கட்டையில் செதுக்கியெடுத்தது போல அமைதியும், மேன்மையும் கொண்டு விளங்கிய அவரது முகம், புதிய பிரஞ்சுக் கலா மரபின்படிச் செய்த தேவதா வடிவங்களின் நிர்மலமான, அருள் நிறைந்த முகங்களோடு ஏதோ ஒரு விதத்தில் துடிப்பாக ஒத்திருந்தது.

தம்முன் வணங்கிக்கொண்டிருந்த மக்களைக் கூர்ந்து நோக்கியபோது, அவரது கண்கள் நெரிந்து சுருங்கிக் கருமை எய்தின; அவரது முகம் ஒரு கடினமான, உறுதியான முகபாவத்தைப் பெற்றது. ஆனால், மறுகணமே அவரது நாசூக்கான நாசித்துவாரங்கள், மெல்லிய உதடுகள் ஆகியவற்றின் இரு பக்கங்களிலும் சுருக்கங்கள் பலவாறாகத் தோன்றின: அவரது கண்களின் உறைந்துபோன பளபளப்பு மிருதுத் தன்மையும், தேறுதலும் மிகுந்த ஒரு புன்னகையாக உருகி வழிந்தது; மேலும், அவரது நரைத்த மீசைக்குக் கீழிருந்து, பலமும், தெளிவும், அத்தாட்சிப்பூர்வமுமான ஒரு குரல் வெளிப்பட்டது:

“என் சகோதரர்களே! பரமபிதாவின் பேராலும், தேவகுமாரனின் பேராலும், பரிசுத்த ஆவியின் பேராலும் நான் உங்களை வாழ்த்துகிறேன்.”

அந்த ஜனங்கள் தலைவணங்கி முழங்காலிட்டு, பின்வருமாறு முணுமுணுத்தார்கள்: “மத்தியஸ்தரே! நடுவரே! அருள்பெற்ற பிதாவே!”

அந்தக் கிழவர் பூச்செடித் தொட்டிகளின் பின்னணியில் தமது அழகிய கைகளை முழங்காலின்மீது வைத்தவாறு, நிமிர்ந்து, அசையாமல் உட்கார்ந்திருந்தார்; பின்னணியில் ரோஜா, நாரைமூக்குப் பூ, ஹைட்ராங்கியா, மற்றும் பல்வேறு விதமான பிரகாசமான மலர்கள் செழுமையான பசுமைக்கிடையே பதித்தாற்போலத் தோன்றின. அவரது இருண்ட வடிவம் ஒரு செழுமையான சட்டத்தில் அமைந்த தேவதா வடிவம் போலத் தோன்றியது: பூக்களெல்லாம் அந்தத் தேவதா வடிவச் சட்டத்தில் பதித்த பளிச்சிடும் நவரத்தினங்கள் போலவும், அந்தச் சுருண்ட தலையும், சிவந்த கன்னமுங்கொண்ட சீடச் சாமியார் ஒரு தேவதூதன் போலவும் தோன்றின.

விம்மிப் பொருமும் அந்த விண்ணப்பதாரிகள், அவரது அங்கிகளையும், பாதங்களையும் நடுங்கும் விரல்களோடு தொடவும், பிதுங்கிய உதடுகளோடு

அவற்றை முத்தமிடவும் வாயில் முற்றத்துக்கு ஊர்ந்து வந்தபோது, அவர் குறுகிப் பின்வாங்கி, தமது கால்களை ஆசனத்துக்கடியில் இழுத்துக் கொண்டார்; முகம் சுழித்த அந்தச் சீடச் சாமியார் கையை வீசியாட்டி அந்த ஜனங்களை விலகிப் போகச் சொன்னார். அவர்கள் கலைந்து குழம்பிப் பின்வாங்கினார்கள்; மேலும், அந்தக் கிழவரின் இதமான வார்த்தைகளைக் கேட்பதற்காகப் பொறுமையிழந்து நின்ற அந்த மக்கள் அப்போது தமக்குள் ஒருவருக்கொருவர் முன்கோபமும் எரிச்சலும் கொள்ள முனைந்தார்கள்.

"பிதாவே! நான் தங்களிடம் தனியாகப் பேச விரும்புகிறேன்," என்று ஒரு குரல் ஆர்வத்தோடு கெஞ்சியது; உடனே சிலர் மிருதுவாகவும், சிலர் உரத்தும், சிலர் பணிவடக்கத்தோடும், சிலர் பிடிவாதத்தோடும் இதே விஷயத்தை எதிரொலித்தார்கள்.

"நானுங்கூட – நான் – நான்"

சில சமயங்களில், யாராவது ஒரு விண்ணப்பதாரியை வெகுநேரம் பார்த்துவிட்டு, அந்தக் கிழவர் பின்வருமாறு சொல்வார்:

"ஒதுங்கி நில்; நீ சொல்வதை நான் கேட்கிறேன்."

ஆனால், வழக்கமாக அவர் ஒரு நிதானமான, ஆனால் சாந்தமிழந்த தொனியில் பின்வருமாறுதான் பதிலளித்தார்:

"என்னால் முடியாது. அது சாத்தியமே அல்ல. உங்களில் எத்தனை பேர் இருக்கிறீர்கள் என்பதை நீங்களே பார்க்கலாம். ஒவ்வொருவரோடும் தனியாகப் பேசுவதற்கு எனக்கு நேரமில்லை. நீங்கள் என்ன சொல்ல விரும்புகிறீர்கள்? உங்கள் இதயத்தில் என்ன இருக்கிறது?"

அவர்களது புலம்பல் மிகவும் பழையதுதான். மாட்வி கோஸிமியாகின் அதனைப் பல முறை கேட்டாகி விட்டது. அது அவரது சொந்த இதயத்தின் மீதே ஒரு கல்லைப் போல அமுத்திக்கொண்டிருந்தது.

"எனக்குச் சாந்தியே இல்லை; மனிதர்களிலேயே நான்தான் மிகவும் பரிதாபகரமானவன்; எனக்கு எந்தவொரு விமோசனமும் இருப்பதாகத் தோன்றவில்லை......"

பின்னர் அங்கு நிலவிய ஊசியிலை மரங்கள், பழுத்து வரும் ஆப்பிள் ஆகியவற்றின் இனிய மணத்தினூடே, ஒரு சாதுவான, உறுதியான குரல் ஒலித்தது:

"ஆண்டவனின் மடியிலன்றி, நாம் எங்குமே சாந்தியையும் ஆறுதலையும் காண முடியாது. ஆண்டவரின் நல்ல குணத்திலே நம்பிக்கை வைத்து, நாம் எளிமையாக வாழ வேண்டும். நாம் சின்னஞ்சிறு குழந்தைகள் போல வாழ வேண்டும். அதாவது, ஆண்டவர் நாம் அப்படி வாழ வேண்டுமென்று தான் விதித்தார். நமது ரட்சகரே இதயத்தில் ஒரு குழந்தை தான். அவர் சிறு குழந்தைகளை நேசித்தார்; 'பரலோக சாம்ராஜ்யம் உங்களுடையது," என்று அவர்களுக்குச் சொன்னார்."

மெழுகுவர்த்திகளைப் போல நேராக நின்றுகொண்டிருந்த ஊசியிலை மரங்களிலிருந்து சாந்தி கமழ்ந்து பரவியது. அவற்றின் அடிமரங்கள் இறுகிப் போன கோந்தின் தங்கமயமான பிசினால் அலங்கரிக்கப்பட்டிருந்தன. அவற்றின் கிளைகள் பூமியின்மீது இனிமையான நிழலின் அருளைப் பொழிந்தன. அவற்றின் சிகரங்கள் சூரிய ஒளியில் மரகதத் தழல் போலப் பளபளத்தன. அலை பாய்ந்து அசையும் பசுமையான இலைச் செறிவினூடே, ஜெபாலயக் கலசக்கூடங்களின் தங்கம், ஆற்று நீரின் வெள்ளிப் பரப்பு, மணலின் மஞ்சள் நிறம் யாவும் பளபளத்துத் தெரிந்தன. ஏராளமான கனிகளோடு தொங்கும் ஆப்பிள், பேரி ஆகிய மரங்கள் குன்றுச் சரிவில் ஒரு பக்திமயமான ஊர்வலம் போல இறங்கிச் சென்றன; எல்லாமே ஓர் அழகிய கனவின் இனிய அமைதியில் மூழ்கியிருந்தன. வேதனையான சிந்தனையால் சுருக்கங்கள் வகிடு பாய்ந்து துன்பங்களால் உணர்ச்சி மழுங்கிப் போயிருந்த அந்த ஜனங்களின் முகங்களை மாட்வி கவனித்துப் பார்த்த போது, விரக் தியால் சோர்வும் மந்தமும் படிந்த கண்களையும், ஒரு வெறி பிடித்த ஒளியோடு கனன்றெரியும் கண்களையும் கண்டார்; நடுங்கும் உதடுகளையும், வலிக்கும் கன்னங்களையும், பொய்மையும் நிச்சயமின்மையும் கொண்ட அசைவுகளையும், விசித் திரமான, புரிந்துகொள்ள முடியாத புன்னகைகளையும், வாய் வார்த்தைக்கு மீறிய கண்ணீரையும் அவர் கண்டார். சில சமயங்களில் துயரத்தினால் சித்திரவதை செய்யப்பட்டு, தரை மீது கிடந்து வெட்டி வலிக்கும் ஒரு பெரிய உடலை அவர் தியானம் செய்து பார்ப்பது போலத் தோற்றினார்; துன்ப வாதைப்படும் ஒரு பெரிய ஆத்மா மேலும் அவ்வாறு பார்த்தபோது, அவர் தம்முள் பின்வருமாறு எண்ணிக் கொண்டார்:

இவர்களா சின்னஞ்சிறு குழந்தைகளாய் இருக்கப் போகிறார்கள்? இவர்களா குழந்தைகளை முன்மாதிரியாகக் கொள்ளப் போகிறார்கள்? ஏன், இவர்கள்தானே குழந்தைகளை அடிக்கிறார்கள்! கொடூரமாக அடிக்கிறார்கள்!

ஆனால், அந்த முதியவரோ தமது முகத்தில் ஓர் அமைதியான புன்னகையோடு, தமது மந்தையை நோக்கி இதோப தேசம் செய்யத் தொடங்கினார்:

“இந்த உலகத்தின் துன்பங்களைச் சகித்துக்கொள்ளுமாறே ஆண்டவர் நமக்குப் போதித்துள்ளார். அவர் கெத் செமனேயில் எப்படிப் பிரார்த்தனை செய்தார் என்பதை நினைவுகூருங்கள். ‘பிதாவே! இந்தக் கோப்பை என்னிடமிருந்து கைமாறட்டும்!’ அவருக்குச் சிரமமாக இருந்தது. நம்மைக்காட்டிலும் சிரமமாக இருந்தது; எனினும், நமது விமோசனத்துக்காக, அவர் பரமபிதாவின் சித்தத்துக்குப் பணிந்து போனார். இந்த வாழ்க்கை நமக்கு ஒரு சோதனையாகவும் பரீட்சையாகவும் வழங்கப்பட்டுள்ளது. நமது சிருஷ்டிகர்த்தாவை எதிர்ப்பதற்காகவா, அவரது நீதிகளைக் குலைப்பதற்காகவா, அவற்றுக்கு மேலாக நமது நீதிகளை நிலை நிறுத்துவதற்காகவா நாம் பிறந்தோம்? உங்களை வெறுப்பவர்களையும், தூஷிப்பவர்களையும் வஞ்சம் தீர்க்க வேண்டும் என்று உங்கள் மனத்திலே எழும் அந்தச் சாத்தானின் அகந்தையான விருப்பத்தை உங்கள் இதயங்களிலிருந்து களைந்தெறியுங்கள். ஏனெனில், அடங்கி நடப்பவர்கள் பாக்கியவான்கள்,’

என்று சொல்லப்பட்டிருக்கிறது. சகிப்புத் தன்மையின் வஸ்திரங்களைத் தரித்துக்கொள்ளுங்கள்; உங்கள் சுபாவத்தின் மூர்க்கத் தன்மையை வசப்படுத்துங்கள்; எல்லாவிதமான அறிவையும் கடந்த ஆண்டவரின் சாந்தியை அனுபவித்து மகிழுங்கள். தீமையை எதிர்த்து நின்றால் மேலும் தீமைதான் விளைகிறது."

அவர் எப்போதும் ஒரே மாதிரியான விஷயங்களைத்தான் பேசினார்: பொறுமை, பணிவு, அன்பு இவைதான். மேலும் எப்போதும் தமது பேச்சை அதே நேரத்தில் – அதாவது சரியாக நாலரை மணிக்கு முடித்துக்கொண்டார்.

விசுவாசம் மிக்க மனிதர் ஒருவர் இதோ இருக்கிறார் என்று பூஜ்யர் அயோனின் அருமையான, பற்றற்ற முகத் தோற்றத்தைப் பார்த்தவாறே தமக்குள் நினைத்துக்கொண்டார் மாட்வி.

அந்தக் கிழவர் ஜனக்கூட்டத்தை ஒரு பெரும் உயரத்திலிருந்து பார்த்தார். அந்த ஜனங்களோ வறண்ட மணற் பரப்பில் தூக்கியெறிந்த மீனைப் போல வாயைத் திறந்து திறந்து மூடிக்கொண்டும், கைகளை வெறிவேகத்தில் ஆட்டிக் கொண்டும் அவரது காலடியில் துடித்து நெளிந்தார்கள். அவர்களது முறையீடுகளெல்லாம் சோர்வோடும், தயக்கத்தோடும், விரக்தியோடும், சத்தத்தோடும், விஸ்தாரத்தோடும் சொல்லப்பட்டன. அந்த ஜனங்கள் ஒவ்வொருவரும் வெவ்வேறு விதமாக இருந்தார்கள். பல்வகைப்பட்ட துன்பங்களால் அவர்கள் ஒற்றுமை குலைந்து போயிருந்தார்கள்; ஒவ்வொருவரது துன்பமும், தனது சொந்தத் துன்பத்தைத் தவிர, பிறவற்றையெல்லாம் காணாத, கேட்காத வகையில் அவர்களைக் குருடாகவும் செவிடாகவும் ஆக்கியிருந்தது. எல்லாவிதமான பிணிகளாலும் அவதிப்பட்ட அந்த மக்களின்மீது, அந்தக் கிழவரின் சாந்தமான வார்த்தைகள் கோடைக்கால மழையின் இதமூட்டும் மழைத்துளிகள் போன்று விழுந்தன:

"சிறு குழந்தைகளைப் போல இருங்கள்."

இவரிடம் விசுவாசம் இருக்கிறது என்று நினைத்தார் மாட்வி. ஆனால், இந்த ஜனங்கள் என்றுமே சிறு குழந்தைகள் போல இருக்க முடியாது என்பதையும், அவர்கள் எப்படி வாழ்கிறார்களோ அப்படியன்றி, வேறு மாதிரியாக வாழ முடியாது என்பதையும் அவர் வளர்ந்தோங்கும் தெளிவோடு உணரவும் செய்தார். அவர்களுக்குள்ளேயே அமைதியில்லை; அவர்களது உடைந்த உருக்குலைந்த இதயங்களில் மேலும் கொண்டுசெலுத்துவதற்கான பலமும் இல்லை. இங்கு, இந்த முதியவரின் முன்னிலையில் மட்டுமல்லாமல், கீழேயுள்ள விடுதியிலுங்கூட, அவர் இவற்றைக் கண்டறிந்தார். ஒவ்வொருவரது உள்ளத்தினுள்ளும் ஒரு கனன்றெரியும் நெருப்பு இருப்பதையும், அந்த நெருப்பு அவர்களது இறுதிக் காலம் வரையிலும் கனன்று எரிந்துகொண்டே இருக்கும் என்பதையும், அல்லது அவர்களது ஜீவசக்திகளையெல்லாம் தின்று தீர்த்து, அவர்களையே இறுதியில் தின்று தீர்க்கும் வரையிலும் அது எரியத்தான் செய்யும் என்பதையும் அவர் தெரிந்திருந்தார்.

எனினும், இந்த உண்மையை அவர் மேலும் மேலும் தெரிந்து தெளியத் தெளிய, சாந்தியையும் அமைதியையும் நாடித் தாகத்தோடு தவிக்கும் அந்த

மக்களை நோக்கி, அந்த முதியவர் அமைதியான அமுத்தத்தோடு சொல்லும் அந்த வார்த்தையும் அவரது மனத்தில் மேலும் மேலும் உறைத்தது:

“சகித்துக்கொள்ளுங்கள் !”

அவரது பேச்சை அவர்கள் ஆர்வத்தோடு கேட்டார்கள்; அவர்களது முகங்களின்மீது, மாலை நேரத்தின் நிழல்களோடு, அமைதியின் நிழல்களும் படிந்தன. அவர்களது வடிவங்கள் ஏதோ ஒரு மனோராஜ்யத்தில் மூழ்கி விட்டதைப் போன்று இதமும், கனமும், அதிகமான ஓய்வும் பெற்றது போலத் தோன்றின.

மாட்வி தமக்குத்தாமே பலமுறை பின்வருமாறு சொல்லிக்கொண்டார்:

‘நான் கூறுவதைக் கேட்டருள எனக்குமொரு சந்தர்ப்பம் தருமாறு அவரிடம் கேட்பேன்; பின்னர் நான் என் ஆத்மா வையே அவரிடம் திறந்து காட்டுவேன்.’

மேலும், தமது இதயத்தில் இந்த எண்ணத்தைத் தாங்கியவாறு, அவர் குன்றை விட்டு இறங்கி நடந்தார்.

உணவு விடுதியிலுள்ள அவரது அறைக்கு, கிட்டத்தட்ட ஒவ்வொரு நாளும் பிதா ஜக்காரியா வருகை தந்தார். கறுப்புக் கண்ணாடியால் மறைக்கப்பட்டிருந்த புண்ணான கண்களும், வீங்கிய இமைகளும் கொண்ட ஒரு கொழுத்த, குஷாலான சாமியார் அவர். சிலுவைக் குறி கீறிக்கொண்டபின், தேநீர்ப் பாத்திரத்தைச் சுமந்து நிற்கும் மேஜை முன்னால் பிதா ஜக்காரியா உட்காருவார்; ஒவ்வொரு நாளும் ஒரே விஷயத்தைத் தான் சொல்வார்:

“பக்தியுள்ள கிறிஸ்தவரே, நீங்கள் இங்கு வந்து எங்களோடு வாழுங்கள்; வருகிறீர்களா? இங்கு அமைதியாகவும் இருக்கும்; நீங்களும் இந்தப் பரிதாபகரமான உலகத்துக்காகப் பிரார்த்தனை செய்வதில் உங்கள் நேரத்தையெல்லாம் அர்ப்பணித்து விடலாம். நீங்கள் உங்களுக்குள்ளாகவே தனிமையில் ஏன் வாழ்ந்துகொண்டிருக்க வேண்டும்? உங்களைப் பற்றி நினைத்துப் பார்க்க வேண்டிய வயதும் உங்களுக்கு வந்து விட்டது. மேலும், உங்களது ஆரோக்கியமும் அவ்வளவு நன்றாக இல்லை என்று அவர்கள் சொல்கிறார்கள்.”

ஒருவேளை, அவர் சொல்வது சரிதான் என்று நினைத்தார் மாட்வி. மேலும், அவர் தம்மைப்பற்றிய ஓர் இனிய சித்திரத்தையும் தீட்டிப் பார்த்தார்: இதயத்தில் மனித குலத்திற்காக அன்பும் அமைதியும் நிரம்பப்பெற்ற, பக்தி சிரத்தையான, நரைத்த தாடி கொண்ட ஒரு கிழவர், பூஜ்யர் அயோனைப் போல ஜனங்களின் முன்னால் ஒரு சோபாவில் அமர்ந்து, தமது ஆத்மாவின் அடியாழத்திலிருந்து வெளிக் கொணர்ந்து பேசும் வார்த்தைகளால் அந்த மனிதர்களுக்கு இதமளிக்கும் ஒரு சித்திரம் அது. ஒரு மெல்லிய, கண்டிக்கும் சிந்தனை அவரது மனத்தினுள் ஊர்ந்து புகுந்தது. எனினும், அது அவரைக் குறிப்பாக ஒன்றும் குலைத்து விடவில்லை.

'எனவே, எல்லோரையும் போல நானும் எனது சகமனிதர்களிடமிருந்து பிரிந்து வந்துவிட வேண்டுமா?'

சில சமயங்களில் மார்க் மாமாவின் தாடிகொண்ட முகம் அவரது முன்னால் எழுந்து தோன்றும்; ஆனால், அந்தத் தோற்றம் வரவரத் தொலைவில் சென்றது; மங்கலாகத் தெரிந்தது; வேதனைமயமான பழங்காலத்தோடு பின் வாங்கிக்கொண்டது.

'இங்கு நான் நிச்சயம் சாந்தி பெறுவேன்: முக்கியமாக, இவர்களுக்கு ஒரு தாராளமான நன்கொடையை வழங்கினால் நிச்சயம் பெறுவேன்.'

ஆனால், ஒருநாள் அவர் பூஜ்யர் அயோனைக் காணச் சென்ற பொழுது, அங்கு அவரது பார்வை அவரது ஒகுரோவ் நண்பனான ஒற்றைக்கண்ணன் டியுனோவின் மீது பட்டு நிலைத்தது. அவன் அங்குக் கூட்டத்தாரிடையே நின்றான். அவன் தன் கைகளைப் பின்புறமாகக் கட்டியவாறு, ஓர் ஊசியிலை மரத்தின் அடிமரத்தின்மீது சாய்ந்துகொண்டும், தன் தலையை ஒரு பக்கமாகச் சாய்த்துக்கொண்டும், அந்தப் புனிதமான மனிதரைக் கூர்ந்து நோக்கும் அதே சமயம் தனது நீலம் பாய்ந்த உதடுகளை அசைத்துக்கொண்டும் நின்றான். மாட்வி வேறு பக்கம் திரும்ப முனைந்தார்; ஆனால், அதற்குள் டியுனோவ் அவரைக் கண்டுகொண்டு, நட்புரிமையோடு தலையை இலேசாக அசைத்துக் காட்டினான்.

'அவன் என்னைப் பார்த்துவிட்டான்' என்று எரிச்சலோடு நினைத்துக்கொண்டார் அவர்.

சிறிது நேரம் கழித்து, டியுனோவ் பின்வருமாறு கூறுவதை அவர் கேட்டார்:

"அயோன் பிதாவே! ஒரு குறிப்பிட்ட பிரச்சினையில் என் மனத்தில் சில சந்தேகங்கள் உள்ளன: அதாவது, மிகவும் சமீபத்தில், நியாயமன்றம் ஸ்கோப்ட்ஸி மதப் பிரிவினரை சைபீரியாவுக்கு நாடு கடத்துமாறு தீர்ப்புக் கூறியுள்ளது. ஆனால், புனித வேதத்திலோ ஸ்கோப்ட்ஸியின்மீது தீர்ப்பு வழங்காதீர்கள்; ஏனெனில், பரலோக சாம்ராஜ்யத்தை தாம் அடையக்கூடும் என்பதற்காக, அவர்கள் தம்மைத் தாமே சிதைத்துக்கொள்கிறார்கள் என்று கூறப்பட்டுள்ளது. எனவே, என்னைப் போன்ற ஒரு மரமண்டைக்கு இதனைக் கருணைகூர்ந்து விளக்குங்கள். அவர்கள் பரலோகத்துக்குச் செல்ல விரும்பினார்கள்; ஆனால், சைபீரியாவுக்கு அனுப்பப்பட்டிருக்கிறார்கள்."

அந்தச் சீடச் சாமியார் தமது புருவங்களை உயர்த்தி, டியுனோவை மௌனமாக இருக்குமாறு சமிக்ஞை செய்தார். ஆனால், அந்த முதியவரோ தமது கண்களைச் சுருக்கி, அழுத்தமாகப் பேசினார்:

"நீதானா மீண்டும்? என் நல்ல மனிதனே? இந்த வாழ்க்கையின் கவலைகளால் நொந்து சலித்தவர்களின் இதயங்களுக்கு இதமளிப்பதற்காகத்தான் நான் இங்கு வருகிறேனே தவிர, பயனற்ற வாக்குவாதங்களில் ஈடுபட வரவில்லை என்பதை ஏற்கெனவே முன்னொருமுறை உனக்கு விளக்கியிருக்கிறேன். நான் ஒரு நியாயாதிபதி அல்ல; எனவே, தீர்ப்புக் கூறுவது எனது அரங்கத்துக்குட்பட்டதல்ல.

ஜனங்கள் டியுனோவைக் கூர்ந்து பார்த்தார்கள்; தமது வாய்க்குள் ஏதேதோ முணுமுணுத்துக்கொண்டார்கள். அந்தச் சீடச்சாமியார் அந்தக் கிழவரின் காதுக்குள் ஏதோ சொல்வதற்காகக் குனிந்தார். அப்போது அவரது அடர்த்தியான கரும் பழுப்பு நிறமான சுருண்ட தலைமயிர் அவரது கழுத்தை மறைத்தது. அந்தக் கிழவர் தலையை அசைத்தார்.

அவர்கள் அவனுக்குப் பேசுவதற்குச் சந்தர்ப்பமளிக்க மாட்டார்கள் என்று மாட்வி நிம்மதியோடு நினைத்துக் கொண்டார்.

ஆனால், டியுனோவ் ஒரு பக்கமாக நின்றவாறு, தனது தாடியை விரலில் சுற்றியவண்ணம் அந்தக் கிழவரையே கவனத்தோடு பார்த்துக்கொண்டிருந்தான். அவரோ இப்போது குரலை உயர்த்திப் பேசிக்கொண்டிருந்தார்:

"நமது பிரார்த்தனைகளைக் கடவுள் கேட்கத் தவறுகிறார் என்பதனால் நாம் துன்பப்படவில்லை; மாறாக, பக்திமயமான வாழ்க்கையிலும், கடவுளின் விருப்பத்துக்கு நம்மை நாமே ஒப்புக் கொடுப்பதிலும் நாம் சாந்தி காண்பதற்குப் பதிலாக, அவரது கட்டளைகளை நாம் மதிக்கத் தவறுவதாலும், அவரது நீதிகளை நாம் சந்தேகித்து, நமது நீதிகளை அவற்றுக்கெதிராக நிலைநிறுத்துவதாலுந்தான் நாம் துன்பப்படுகிறோம்."

"முற்றிலும் சரி, பிதாவே!" என்று உரத்த குரலில் சொன்னான் டியுனோவ்: "நாம் ஒரு மேய்ப்பனைத் தேடி, இங்குமங்கும் ஆடுகளைப் போல ஓடுகிறோம். ஆனால், அப்படியொருவரை நாம் காண இயலவில்லை."

"ஆண்டவன்தான் நமது மேய்ப்பர்; அவரைத் தவிர, வேறு யாருமில்லை."

'நான் இதைக் கேட்க விரும்பவில்லை' என்று முடிவு கட்டினார் மாட்வி; பின்னர் ஜனக்கூட்டத்தின் வழியே புகுந்து, ஆப்பிள் மரங்களுக்கும், ஹேஸல்செடிப் புதர்களுக்கும் இடையே வளைந்து செல்லும் பாதை வழியாக நடக்கத் தொடங்கினார். பழத்தோட்டத்திலிருந்து உணவு விடுதியின் முற்றச் சதுக்கத்துக்குச் செல்லும் வாசலின் வழியாக அவர் செல்லும் சமயத்தில், டியுனோவ் அவரை மரியாதையான வார்த்தைகளோடு அழைக்கும் குரல் அவரது காதில் விழுந்தது; அத்துடன் அவனது கேள்விகளும் தம்மீது விளையாடும் நகங்களைப் போல மேல் விழுந்து பிறாண்டுவதையும் அவர் உணர்ந்தார்.

"மாட்வி ஸாவ்லிவிச்! தங்களுக்கு நன்னாள்! இந்தப் புனித ஸ்தானத்தில் தாங்கள் ரொம்ப காலமாக இருக்கிறீர்களா? ஒகுரோவிலுள்ள நமது நண்பர்களெல்லாம் க்ஷேமமாகவும் மகிழ்ச்சியாகவும் இருக்கிறார்களா? தங்களுக்கு ஸெம்யோன் ட்ரோஜ்டோவை நினைவிருக்கிறதா?"

இந்தக் கடைசிக் கேள்வி அவரது மனத்துள் பாய்ந்தது.

"அவன் இப்போது எங்கிருக்கிறான்?" என்று கேட்டார் மாட்வி.

"இங்கு வோர்கோராடில்தான். நகரத்தில்."

மேலும் ஓர் ஏளனமான, எனினும் தீங்கற்ற தொனியில், ட்ரோஜ்டோவ் அங்குள்ள ஒரு ரொட்டிக் கடைச் சொந்தக்காரியுடன் தங்கிவிட்டான் என்பதைச் சொன்னான். அவனைக்காட்டிலும் ஏறத்தாழ ஐந்து வயது மூத்தவளான அந்த விதவை அவனைத் தனது தொழிலில் மட்டுமல்லாமல், வாழ்விலும் ஏற்றுக்கொண்டுவிட்டாள். இப்போது அவன் வாழ்க்கையின் எல்லா ஆனந்தங்களையும் அனுபவித்துக் கொண்டிருக்கிறான். உணவு; துணிமணிகள்; விடுமுறை நாட்களிலே குடியுங்கூட அவனுக்குக் கிட்டுகின்றது. என்றாலும், அந்த விதவையின் கழுகுக் கண் பார்வைக்கப்பால் அவன் எங்குமே செல்ல அனுமதிக்கப்படுவதில்லை.

“அவள் அவனை ஒரு சிறு குழந்தையைக் காட்டிலும் அதிகமாக நம்பிவிடவில்லை. ஏனெனில், அவன் கற்பனையிலே கெட்டிக்காரன் என்பது உங்களுக்குத் தெரியும். மேலும், அந்த விதவை ஒரு துடியான பேர்வழி, அவள் சிறிது காலத்துக்குக் [7]சிலிஸ்டி மதஸ்தர்களுக்குக் கன்னிப் பெண்ணாகப் பணியாற்றினாள் என்றும், அங்கிருந்துதான் அவள் தன் பணத்தைச் சம்பாதித்தாள் என்றுங்கூட வதந்திகள் நடமாடுகின்றன. ட்ரோஜ்டோவ் சாரங்கி வாத்தியத்தை வாசிக்கக் கற்றுக்கொண்டிருக்கிறான்; அத்துடன் கவிதையிலும் அவனுக்கு ஒரு வெறி ஏற்பட்டிருக்கிறது.”

“அப்படியென்றால் அவன் குடித்தனம் தொடங்கிவிட்டான். இல்லையா?” என்று சிந்தனையோடு கேட்டார் மாட்வி.

“அப்படித்தான் தோன்றுகிறது. நல்லது. அவள் செழிப்பாக இருப்பதால், எந்தத் தீமையும் விளைந்துவிடவில்லை. அவன் ஒரு பேராசைக்காரனல்ல.”

“பேராசை தீமையானதா?”

“நிச்சயமாக முட்டாள்தனத்தைப் போன்று தீமை பயப்பதில்லைதான். சாமர்த்தியமான பேராசை இலட்சியத்தைக் குலைப்பதில்லை.”

“என்ன இலட்சியம்?”

“ஓ! எந்த இலட்சியமும் சொல்லப் போனால், பொதுவாகத்தான்.”

மாட்விக்குத் தாகமெடுத்தது. ஆனால், டியுனோவை உள்ளே அழைப்பதா இல்லையா என்றும் அவரால் முடிவு கட்ட முடியவில்லை; அல்லது அவனுக்கு விடை கொடுத்துப் போகச் சொல்லவும் முடியவில்லை. ஆனால் அவரை அறியாமலே, ஆற்றங்கரையிலுள்ள சாமியார் மடத்தின் படித் துறைக்குச் செல்லும் புதர் வழியிலுள்ள ஒரு தளம் போடப் பெற்ற பாதை வழியே, அவர் அவனுக்கருகில் நடந்து செல்வதை உணர்ந்தார். ஒரு நாடகத்தில் பல பாத்திரங்களை அவன் ஏற்று நடிப்பது போல, டியுனோவ் பல்வேறு குரல்களில் எல்லாவிதமான ருசிகரமான விஷயங்களையும் அவருக்குச் சொல்லி வந்தான். ஒரு சமயம் அவன் தன் வார்த்தைகளுக்கிடையே பெருமூச்சுக்களைத் தெளித்து, வாட்டத்தோடு

7 சிலிஸ்டி - ஒரு மதப் பிரிவு

பேசினான்; ஒருசமயம் பளிச்சென்று, சில வார்த்தைகளை அழுத்தமாக உச்சரித்து, ஓர் அநாயாசமான உச்சக் குரலில் பேசினான்; பின்னர்த் திடீரென்று அவரோகண கதியில் கீழே பாய்ந்து, ஆழ்ந்த, உள்ளடங்கிய குரலில் பேசினான். மேலும், அவன் சொன்னவை அனைத்திலும், கேட்பவரின் அக்கறையைத் தூண்டிவிடுகின்ற ஒரு கேலியான சாயை மறைமுகமாகவேனும் குடிகொண்டிருப்பதைக் கண்டறிய முடிந்தது. "நீங்கள் பூஜ்யர் அயோனை இனம் கண்டுகொண்டீர்களா?"

"இல்லை. யாரவர்?"

"ஒகுரோவிலிருந்து வந்தவர்தான்."

"ஒகுரோவா?" டியுனோவ் சொன்னது நிச்சயமாகத் தவறாகத்தான் இருக்கும் என்ற எண்ணத்தில் பிரமிப்போடு திருப்பிக் கேட்டார் அவர்.

"அப்படித்தான். அவரைப்பற்றிக் கேள்விப்பட்டதில்லையா? பெயர் இப்போலிட் வோயிவோடின்."

"உண்மையாகவா?"

"அவர் ஓர் அதிகாரியாக இருந்தார் என நினைக்கிறேன். அவர் ஓர் அருமையான போர்வீரர். இப்போது அவர் எப்படியாகிவிட்டார் பார்த்தீர்களா?"

அவர்கள் அந்தச் சுத்தமான, செழிப்பான சாமியார் மடத்தைச் சேர்ந்த குடியிருப்பின் தெரு வழியே, முன்பக் கத்துத் தோட்டங்களுக்குப் பின்னால் ஒன்றோடொன்று நெருங்கியிருந்த குதூகலம் மிகுந்த சிறிய வீடுகளைக் கடந்து நடந்து சென்றார்கள். அந்த வீடுகளெல்லாம் ஒரு பச்சை நிறமான விதானத்திலிருந்து குதித்து வெளியேறி, நதிக்கரையில் ஒரு சிநேக பாவத்தோடு உலாவ வந்தது போலத் தோற்றும் வண்ணம் அந்தப் பசிய நிறக் காடுகளின் பின்னணி உதவியது. நன்கு உடையுடுத்திய, நன்கு உண்டு செழித்த குடியிருப்பு வாசிகளையும், பெரியவர்களாகவும், சிவந்த கன்னம் கொண்டவர்களாகவும் உள்ள பெண்களையும், மாட்வியும் டியுனோவும் வழியில் சந்தித்தார்கள். அங்குத் தென்பட்ட குழந்தைகளுங்கூட, தமது வயதுக்கு மீறிய அமைதியும், கம்பீரமும் கொண்டவர்களாக இருந்தார்கள்.

"சாமியார் மடத்தில் அவர் எதனால் வந்து சேர்ந்தார்?" என்று ஓரளவு வேண்டாவெறுப்பாகக் கேட்டார் மாட்வி.

"தெரியாது. பசிதான் என்று நினைக்கிறேன்," என்று சொன்னான் டியுனோவ், அவன் தன் தொப்பியை அடிக்கடி நீக்கித் தர்ப்பூசணிப்பழம் போலிருந்த தன் மண்டையை வெளிக்காட்டியவண்ணம் இருந்தான்: "உயர்ந்த குடும்பத்தில் பிறந்த கனவானுக்கு இந்தக் காலத்தில் இரண்டே இரண்டு பாதைகள்தான் உள்ளன. ஒன்று, அவர் சாமியார் மடத்தில் சேர்கிறார்; இல்லாவிட்டால் சூதாட்டத்தில் இறங்குகிறார் – சீட்டு விளையாட்டு மோசடிக்காரராக மாறுகிறார்."

"அவர் ஓர் அரசாங்க அதிகாரியாக ஆக முடியாதா?"

“ஓ! அது முடியுந்தான். அது பட்டாளத்தில் சேர்வது மாதிரி. யாரும் சேரலாம்.”

“சாமியார் மடத்தில் சேர்வதும் அப்படித்தான்.”

“ஆனாலும், அந்தத் துறையில் எல்லோரும் உயரே வந்துவிட முடியாது.”

“எவ்வளவு உயரே?”

“பிரசங்கங்களை உபதேசிக்கும் அளவுக்கு. அத்தகைய உயர்ந்த பதவிகளுக்கு அவர்கள் எப்போதும் பெருந்தனக் காரர்களைத்தான் எப்படியாவது தள்ளிவிட்டு விடுகிறார்கள்– பூஜ்யர்களும் அவரையொத்தவர்களுந்தான் பிரசங்கங்களை உபதேசிக்கிறார்கள் – ஏனென்றால், அவர்கள் எப்போதும் விஷயங்களை வெளியே விட்டுவிட மாட்டார்கள்.”

“எந்த விதமான விஷயங்கள்?”

“எல்லா விதங்களுந்தான். இரகசிய வேலை முறைகள் முதலியவற்றைத்தான்” என்று பட்டுக்கொள்ளாமல் சொல்லியவாறே, டியுனோவ் ஒரு வான்கோழியின் அமுத்தலோடு தன் தலையைப் பின்னால் தூக்கி, தனது கூரிய தாடி ஓர் ஆயுதம் போல நீண்டு நிற்க, உல்லாசமாக நடந்தான்.

அந்தச் சாமியார் மடத்துச் சூழ்நிலையால் மனத்தில் எழுந்த அமைதியான மரியாதை உணர்ச்சி அவனது வார்த்தைகளால் கலைந்து போயிற்று.

“இதைக் கவனியுங்கள்: ருஷ்ய நாட்டின் எல்லா ஞானிகளும் பிரபுக்கள் அல்லது சீமான்கள் அல்லது அந்த மாதிரி யாராவதுதான். வியாபாரிகள் அல்லது கைவினைஞர்கள் அல்லது விவசாயிகள் மத்தியிலிருந்து எந்த ஞானிகளும் என்றும் வந்ததில்லை – ஒருவேளை பழைய கோட்பாட்டுக்காரர்கள் மத்தியில் யாராவது இருக்கலாம். ஆனால், அவர்கள் கணக்கிலே சேர்த்தியில்லை.

“ம்” என்று தெளிவற்றுச் சொன்னார் மாட்வி. “உண்மை தான். ஞானிகளின் வாழ்க்கை வரலாற்றில் கூறுகின்றபடி, பிரபுக்களில் பலர்தான் புனித மனிதர்களாக மாறினார்கள்.”

“பொதுவாக, பெருந்தனக்காரர்கள்தான் கடவுளிடம் முதலில் போய் அடைபவர்கள் என்று தோன்றுகிறது. ஆனால், அந்த வாழ்க்கை வரலாற்றை ஒரு விவசாயி எழுதியிருந்தால் அது எப்படியிருந்திருக்கும் என்று எண்ணி வியக்கிறேன் நான். எப்படி?”

டியுனோவ் தனது ஒற்றைக்கண்ணைச் சுருக்கி, கிளு கிளுத்து நகைத்தான். மாட்வியுங்கூட, சிரிக்காமலிருக்க முடியவில்லை. பிறகு அவர் சொன்னார்:

“ஆனால் விவசாயிகள் அதை எழுதியிருக்க முடியாது. அவர்கள் எழுத்தறிவற்றவர்கள்.”

“உண்மை, உண்மை” என்று சட்டென்று நின்று, தன் குரலைத் தாழ்த்தியவாறு கத்தினான் டியுனோவ்.

“ருஷ்யர்களான நாம் தவறான பாதையில் செல்கிறோம். தங்கத்தையும் வெள்ளியையும் சம்பாதிப்பதில் நாம் நமது சக்திகளைச் செலவிட விரும்பவில்லை; மாறாகப் படிப்பில் செலவிட விரும்புகிறோம். ஒரு மனிதன் செல்வ பலத்தையும், அதன் மூலம் அதிகார பலத்தையும் பெற்றிருக்க வேண்டுமென்றால் அவனிடம் ஏராளமான தங்கமும் வெள்ளியும் இருந்தாக வேண்டி நேர்கிறது. ஆனால், கல்வியறிவையோ எவனிடமிருந்தும் எவரும் பறித்துக்கொள்ள முடியாது. அது அவனது எலும்புக் குருத்தின் அடியாழத்துக்குள்ளேயே புகுந்துகொள்கிறது.”

அவர்களைப் போல எனக்கும் அத்தனை கல்வியறிவு இருந்தால் நானும் அவர்களுக்கு ஒன்றிரண்டு விஷயங்களைச் சொல்ல மாட்டேனா! என்ற எண்ணம் மாட்வியின் மனத்தில் பளீரென்று எழுந்தது. அதே சமயம் அவரது மனத்தில் உலகத்தின்பால் அத்தனை கசப்பான உணர்ச்சி ஏற்படுவதற்கு ஏதுவாகவிருந்த அவரது சமீப காலத்திய அனுபவங்களைப் பற்றிய நினைவுகள் மின் வேகத்தில் தோன்றியபோது, அந்த எண்ணம் திடீரென்று செத்தொழிந்தது.

“வருகின்ற ஒவ்வொரு பயலும் நம்மீது தீர்ப்புக் கூற, தனக்கு ஓர் உரிமை உண்டு என்று நினைக்கிறான், ” என்று’ மூகத்தைச் சுழித்தவாறு முணுமுணுத்தார் அவர்: “மேலும் நமக்கோ நம்மைப் பாதுகாக்கத் தெரியவில்லை.”

“நாமெல்லாம் நாக்கில்லாத மணிகள்; எனவே, வெளியிலிருந்து யாராவது நம் மீது ஓர் அடி கொடுத்தால் மட்டுமே நாம் ஒலிக்கிறோம்,” என்றான் டியுனோவ்.

“அது உண்மைதான்.”

முகத்தில் தெரியும் மூக்குப் போன்ற உண்மை அது. நீங்கள் இதனை வாழ்க்கை என்றா சொல்கிறீர்கள் – அதிகாரத் தில் இருப்பவர்கள் கண்காணித்து விடுவார்களோ என்ற பயத்தில் நம்மில் ஒவ்வொருவரும் தரைக்குள்ளுள்ள பொந் துக்கள் முடங்கிக்கிடந்து வாழ்வதா வாழ்க்கை? ஆனால், ‘களத்தில் நிற்கும் தனி மனிதன் வீரனாக மாட்டான்’ என்று சொல்லப்படுமானால், பின்னர்த் தரைக்கடி யிலுள்ள பொந்தில் இருக்கும் தனி மனிதன் மட்டும் எத்தகைய வீரனாம்?”

“நாம் போய், ஒரு கோப்பை தேநீர் அருந்துவோம்,” என்று உத்வேகத்தோடு கூறியவாறே, மாட்வி டியுனோவின் கையைப் பிடித்துக்கொண்டார்.

தமது ஆத்மாவையும், அத்துடன் தமது உடம்பையும் சேர்த்துப் போர்த்தியிருந்த ஏதோ ஒரு கனத்த அங்கியைக்களைந்தெறிந்தது போல, தாம் ஓர் இருண்ட மேகத்தினுள்ளிருந்து ஒளிக்குள் பிரவேசித்தது போல, அவர் உணர்ந்தார். தம்முள்ளே ஏற்பட்டு வரும் கலகத்தை உணர்ந்தவாறே, அவர் மதுபானக் கடையின் படிக்கட்டுக்களின்மீது உறுதியாக நடந்தார்; பிரகாசமான அறையைக் கடந்து சென்று, உப்பரிகை மாடத்திலிருந்த மேஜை முன்னாலுள்ள நாற்காலியில், தமது கோட்டை அகலத் திறந்து போட்டவாறு உட்கார்ந்தார்.

“உட்கார்,” என்றார் அவர்.

“இங்கே ரொம்ப நன்றாயிருக்கிறது,” என்று சொல்லியவாறே டியுனோவ் தனது கைகளைச் சேர்த்துத் தேய்த்தான்; அங்குள்ள ஒவ்வொருவரையும், ஒவ்வொன்றையும் ஒரு பார்வை பார்த்தவண்ணம் மாட்விக்கு எதிரேயுள்ள ஆசனத்தில் அமர்ந்தான், மாட்வியும் தம்மைச் சுற்றிலும் ஒருபார்வை பார்த்துக்கொண்டார்; அத்துடன் கீழே தெரியும் தெருவையும் கைப்பிடிக் கம்பிக்கு மேலாகப் பார்த்தார்.

“அந்தக் கிழவரைப் பற்றி உனது அபிப்பிராயம் என்ன?” என்று அமைதியாகவும் அந்தரங்கமாகவும் கேட்டார் அவர்.

\‘ஓ! அவரா? அவர் பொல்லாதவர்; ரொம்பப் பொல்லாதவர்!” என்று அழுத்தத்துக்காக ஒரு விரலைக் காட்டியவாறு சொன்னான் டியுனோவ்.

அவனது சிதைந்த முகத்தில் ஒரு மகிழ்ச்சியற்ற புன்னகை தோன்றியது; அது அவனது வலது கண் இருந்த இடத்தில் தென்பட்ட சிவந்த வடுவினுள் புகுந்து மறைந்தது.

“நான் அவரோடு கிட்டத்தட்ட ஐந்து முறைகளாவது மோதிக்கொண்டிருக்கிறேன்,” என்று மாட்வியை நோக்கிக் கண்ணைச் சிமிட்டியவாறே, அவன் மிருதுவாகப் பேசினான்: “ஒரு முறை அவர்கள் என்னைக் குன்றுக்குக் கீழே வலுக்கட்டாயமாகத் தூக்கித்தான் கொண்டுவர நேர்ந்துவிட்டது. நான் அன்று அவ்வளவு தூரம் நிதானம் இழந்து போனேன். ரொம்ப ரொம்பப் பொல்லாத கிழவர் அவர்!”

“பொல்லாதவரா?” முள்ளைப் பிடுங்கியெடுத்த பின் ஏற்படுகின்ற இன்பமும் வேதனையும் கலந்த கலவையுணர்ச்சியோடு மாட்வி அதே வார்த்தையைத் திருப்பிக் கேட்டார்.

“அதேதான்: பொல்லாதவர்தான்,” என்று கிசுகிசுத்தான் டியுனோவ்; ஒரு பசிய ஒளி அவன் கண்ணில் பளிச்சிட்டது: “நான் சொல்லப்போவதைக் கேளுங்கள்: இது ஏதோ இந்தக் கணத்திலே நான் எண்ணிய ஒன்று அல்ல; பல்லாண்டுக் காலத்தின் கடினமான அனுபவத்தினால் என்னுள் திணிக்கப் பெற்ற கருத்து இது.”

அவன் தன் மார்பை மேஜைமீது சாய்த்தவாறும், தனது ஒற்றைக்கண்ணைத் தன் கூட்டாளியின்மீது ஆழப் பதித்தவாறும், ஒரு தணிந்த, உத்வேகம் மிக்க குரலில் பேசினான்:

“நாம் யார்? ஒரு சிரம மயமான வாழ்க்கையால் அஞ்சி, அனாதையாகி, அம்மணமாகி, அலுத்து நொந்து போய்விட்ட மக்கள்; நம்மைப் பாதுகாத்துக்கொள்வதற்கு நம்மிடம் ஒரு பல்குத்தும் குச்சிகூட இல்லாத மக்கள். நாமெல்லாம் உறவினர்கள் என்பதையே நாம் மறந்துவிட்டோம்; எதிர் காலத்தில் நாம் நம்பிக்கை இழந்து விட்டோம். எனவே, நாம் வருவதையெல்லாம் ஏற்றுக்கொண்டு, ஒவ்வொரு நாளும் வாய்க்கும் கைக்குமாக, வாழ்க்கையின் ஒரு சிறிய ஒளிப் பொறியைக்கூடக் காணாமல், வெறுமனே வாழ்ந்து வருகிறோம். இது ஒரு நாய்ப் பிழைப்பு: ஒரு நரக வாழ்க்கை; ஆனால், நாம் ஒரு சோம்பேறிக் கூட்டம் என்பதையும் மறுப்பதற்கில்லை. இதை நீங்கள் ஒப்புக்கொள்கிறீர்களா?”

"ஒப்புக்கொள்கிறேன்," என்றார் மாட்வி.

"சரி. இப்போது பார்த்தீர்களா?" என்று கத்தினான் டியுனோவ். "நாம் சோம்பேறிகள் மட்டுமல்ல; சாமர்த்திய சாலிகளுங்கூட," என்று ஒரு பூரிப்பான கிசுகிசுப்போடு சொன்னான். "நாம் விஷயங்களை விரைவில் புரிந்துகொள்கிறோம்; நம்மைப் பற்றிய ஹாஸ்ய மொழிகளும் நம்மிடம் உண்டு; நமது சொந்த வழியில் நாம் விவேகம் நிறைந்தவர்களுங்கூடத்தான்."

"அந்தக்கிழவரும் கூடவா?" என்று கேட்டார் மாட்வி ஸாவ்லிவிச்.

"அவர் விஷயத்துக்குப் பின்னர் வருவோம். முதலில் மக்களைப் பார்ப்போம். அவர்களது மூளை எப்படி இருக்கிறது? உண்மையைச் சொல்லப் போனால், அது நரைதட்டி, பலவீனமாகத்தான் இருக்கின்றது. அவர்களுக்குச் சிந்திப்பதற்கே திராணியில்லை; காரியங்களைச் செய்வதற்குப் புதிய வழிமுறைகளைக் கண்டறிவதற்கும் அவர்களுக்கு அக்கறையில்லை. 'தாத்தாவிடம் கலப்பையும் பெட்டைப் பன்றியும் இருந்தன; இப்போது பேரனிடமும் அவை இருக்கின்றன,' என்ற மனப் பான்மைதான். விவசாயிகளிடம் ஏராளமான தசை இருக்கிறது; ஆனால், மூளை மட்டுந்தான் இல்லை. மேலும், அவர்கள் மூளையை மதிப்பதுமில்லை. அதெல்லாம் கனதனவான்களின் சொத்து என்று அவர்கள் கருதுகிறார்கள்; கனதனவான்களிடமிருந்துதான் என்ன நன்மை என்று விளைந்தது? எனவே, இந்த ஏழைப் பிச்சைக்காரர்கள் ஆறுதலுக்கு எங்கே செல்வது? சாராயப்புட்டியிடம் – அத்துடன் இப்போலிட் வோயிவோடினிடந்தான். முகத்தில் மூக்கிருப்பது போன்ற உண்மை இது. நல்லது. நான் ஒருமுறை அந்தப் பூஜ்யரிடம் சென்று, 'பிதாவே! நான் எத்தகைய வாழ்க்கையை நடத்த வேண்டும் என்று எனக்குத் தெரியவில்லை,' என்று சொன்னேன். அவரோ 'நீ ஏன் நடத்த வேண்டும்? உன்னிடம் எதிர்பார்க்கப்படுவது அதுவல்ல. உன்னிடம் எதிர்பார்க்கப்படுவதெல்லாம் நீ சாவதற்குத் தயாராயிருக்க வேண்டும் என்பதுதான். ஒரு மனிதன் இந்த உலகத்தில் எப்படி வாழ்ந்த போதிலும், அவன் இறுதியில் சாகத்தான் போகிறான். எனவே, பிரதான விஷயம் சொர்க்கந்தான்; பரலோக சாம்ராஜ்யந்தான்!' என்று கூறிவிட்டார் அவர். அவர் ஏன் அத்தனைப் பொல்லாதவர் என்று இப்போது தெரிகிறதா? பரலோக சாம்ராஜ்யம் சோம்பேறியான ஊர்ச்சுற்றிகளுக்குக் கிட்டுமா? கிட்டாது ஆனால், அவரைப் போன்ற பேர்வழிகளெல்லாம் இந்த ஊர்ச்சுற்றிக் கூட்டத்தைப் பெருக்கத்தான் உதவுகிறார்கள். ஆனால், அவர்களது உதவியில்லாமலே ஏராளமான பேர் ஏற்கெனவே இருக்கிறார்கள். அவரது இதோபதேச வார்த்தைகள்தான் என்ன? பொறுமையாயிரு, கடவுளின் சித்தத்துக்குத் தலை வணங்கு, தீமையை எதிர்த்து நில்லாதே, இந்த உலகத்து வாழ்க்கையில் வேரூன்றி நில்லாதே. ஏனெனில், பரலோக சாம்ராஜ்யம் இந்த உலகத்தைச் சேர்ந்ததல்ல. மேலும், கடவுளை உண்மையில்தான் காண முடியுமேயன்றி, உன்னை உருக்குலைக்கும் இந்தச் சக்திகளில் காண முடியாது– என்பவைதானே. நல்லது. பின்னே, உண்மை என்பது தான் என்ன? உண்மை ஒரு சக்தி; அதைக் கண்டறியத் தான் வேண்டும்; இந்த

வாழ்க்கையின் தீமைகளிலிருந்தெல்லாம் நம்மை நாமே பாதுகாத்துக்கொள்வதற்கு நாம் அதனை ஒரு குண்டாந்தடியைப் போல, நமது கையில் எடுத்தாக வேண்டும். அறிவின் சக்தியில்தான் கடவுளைக் கண்டறிய வேண்டும்; மேலும் அறிவுதான் உண்மை. அறிவு, உண்மை, அவற்றிலிருந்து வரும் கடவுளின் பலம்– இவைதான் நமக்குத் திரித்துவம்."

அவனது முகம் செம்மை பெற்றது; அந்த முகத்திலுள்ள வடு நெருப்புத் தணல் போலப் பளபளத்தது. அவன் பேசிய உற்சாகத்தில் அவனது குரல் ஒரு கரகரத்த கிசுகிசுப்பாகக் குன்றியது.

"ஆண்டவன் என்ன சொன்னார்? 'இதோ இருக்கிறது பூமி; நெற்றி வியர்வை நிலத்தில் சிந்த அதில் நீ பாடுபடு; அதனை ஒரு சொர்க்கமாக மாற்றிக்கொள்' என்றுதானே. மேலும் கிறிஸ்துவானவர் 'எனது ராஜ்யம் இந்த உலகத்துக் குரியதல்ல' என்று சொன்னபோது, அவர் இந்த உலகத்தையே பொதுப்படையாகக் குறிப்பிடவில்லை. அவர் ரோமானிய, யூத உலகத்தைத்தான் குறிப்பிட்டார். அவர் சொன்னதன் அர்த்தம் இதுதான்: இந்த உலகம் முழுவதும் எனது ரொட்டி. யூதர்களும், ரோமானியர்களும் அதிலிருந்து வெட்டியெடுத்துள்ள இந்த ஒரு சின்னஞ்சிறிய துண்டு மட்டும் அல்ல. வேறு வார்த்தையில் சொன்னால், பரலோக சாம்ராஜ்யம் இங்கு இந்த உலகத்திலேயே இருக்கிறது. எனவே, மக்களே! சுறுசுறுப்படையுங்கள்: கடவுள் உங்களுக்குத் துணை நிற்பார்!–என்பதுதான். அந்தக் கிழவரைப் போன்றவர்கள் சொல்லும் இதோபதேசங்கள் எல்லாம் நம்மை என்றுமில்லாத அளவுக்கு முழுச்சோம்பேறிகளாகத்தான் ஆக்கிவிடும். அவர்கள் பாழாய்ப்போக! இதோபதேசம் எதுவும் இனி வேண்டாம். மிக்க நன்றி உங்களுக்கு! உண்மையைத் தவிர, வேறு எதுவும் வேண்டாம்! ஒரு மனிதன் உற்சாகமிழந்து கிடக்கிறானா? உழைக்கட்டும் அவன்! பலமில்லையா? பலத்தைத் தேடிக்கொள்! முடியவில்லையா? போய்விடு. குட்பை! சுருக்கமாக நறுக்குத் தெறித்தாற்போலச் சொல்லி விடுங்கள். அவனை ஒரு போர்வீரன் மாதிரி நடத்துங்கள்: திரும்பி நில் முன்னேறு! அதுதான் விஷயம்!"

இது மாட்வியின் ரசனைக்கு ஒத்துவரவில்லை. அவர் முகத்தைத் திருப்பிக்கொண்டு பின்வருமாறு முணுமுணுத்தார்:

"இது ஓரளவுக்குக் கல்நெஞ்சமில்லையா?"

"இளகிய நெஞ்சம் ஏனாம்?"

டியுனோவின் உறுத்த முகம் வலித்து அசைந்தது; அவனது பற்களற்ற வாய் பல்லைக்காட்டி விரிந்தது; அவனது ஒற்றைக்கண் கொட்டி விழித்தது.

"இந்த உலகத்தின் ஒரு கோடியிலிருந்து மறுகோடி வரையிலும், எல்லாவிதமான இடங்களிலும் நான் அவரைப் போன்ற தீர்க்கத்தரிசிகள் எத்தனை எத்தனையோ பேர்கள் பேசுவதையெல்லாம் கேட்டாயிற்று," என்று அவன் தன் குரலை உயர்த்தியவாறும், வாயின் ஓரங்களைக் கீழே இழுத்தவாறும் பேசினான்:

"நான் உங்களிடம் வெளிப்படையாகவே சொல்லி விடுகிறேன்: அவர்கள் பேசுவது சாராயப் புட்டியைக்காட்டிலும் மோசமானது; நிராதரவான நிலை பல் அழுந்திக்கிடக்கும் நமது ஜனங்களையொத்த மக்களுக்கு அது சுத்தமான வடிகட்டின விஷந்தான். நமது ஜனங்களுக்குத் தமது துன்பங்களை வெறுமனே சகித்துக்கொண்டே போகாமல், அவற்றை எதிர்த்துப் போராடக் கற்றுக் கொடுக்க வேண்டும். அவர்கள் உழைப்பை நேசிக்கவும், நிமிர்ந்து நிற்கவும், செயலாற்றவும் கற்றுக்கொடுக்கப்பட வேண்டும்."

மார்க் வாஸிலிவிச் சொன்ன அதே விஷயந்தான் என்று நினைத்தார் மாட்வி. இதில் ஓரளவு உண்மை இருக்கத்தான் வேண்டும். ஏனெனில், வாழ்க்கையின் வேறுபட்ட துறைகளில் ஈடுபட்டுள்ள இத்தகைய பேர்கள்–

அவன் கூறுவதைக் கேட்டவாறே, அவர் அங்குத் தெரியும் கூரைகளுக்கப்பால் தென்பட்ட ஆற்றின் அமைதியான போக்கைக் கவனித்தார். ஆற்றின் அக்கரையில் ஊசியிலை மரங்களும் பெர்ச் மரங்களும் வளர்ந்தோங்கி, தொலைவில் ஓர் அடர்ந்த காடாக உருவாகும்வண்ணம் அணி வகுத்துச் சென்றன. அந்த நீர்ப் பரப்பின்மீது தெரியும் பிரதிபிம்பங்களைப் பார்த்தபோது, அவை அதன் அடியாழத்திலிருந்து எழுந்து வந்து, உலகத்தின் கடைக்கோடியை நோக்கி மெதுவாகவும், கண்டுகொள்ள இயலாமலும் அசைந்து செல்வதாக அவர் கற்பனை செய்தார். வெட்டவெளிகளில் வைக்கோல் போர்கள் தென்பட்டன; அங்கு நீலநிற, சிவப்பு நிறச் சட்டைகள் அணிந்த விவசாயிகள் வண்டிகளின்மீது வைக்கோலை அள்ளிப்போட்டவாறு அங்குமிங்கும் அந்தப் போர்களிடையே நடமாடிக்கொண்டிருந்தார்கள். தண்ணீரின்மீது பிரதிபலிக்கும் மரங்களின் சிகரங்கள்மீது ஒரு படகு அசைவற்று நின்றது; அதன் முனைப் பகுதியில் வெளியே நோக்கி நீண்டுகொண்டிருந்த இரண்டு மீன் பிடிக்கும் தூண்டில்களும், ஒரு மாபெரும் வண்டின் மீசைகளைப் போலத் தோற்றின. ஒரு பெரிய கறுப்பு நிறமான தோணியில் இரண்டு கரிய சாமியார்கள் சுங்கான் வலித்துக்கொண்டிருந்தார்கள்; மூன்றாவது சாமியார் சக்கரத்தினருகில் அமர்ந்திருந்தார். அந்தத் தோணி அதன் பாதையின் இருபுறத்திலும் அலை மோதிப் பரவும் இறக்கைகளைத் தோற்றுவித்தது; அவை நீர்ப் பரப்பின்மீது தெரிந்த பிரதி பிம்பங்களை அசைத்து உயிரூட்டி, அவற்றைப் பசிய நிறமான கரைகளில் புகலிடம் தேடி ஓடச் செய்வது போன்ற ஒரு தோற்றத்தை எழுப்பியது.

இவன் அந்தக் கிழவரைத் தொலைத்துக் கட்டவே விரும்புவான் என்று டியுனோவின் கொதிப்புற்ற வார்த்தைகளைத் தாம் கேட்டுக்கொண்டிருந்த அலட்சியத்தைக் கண்டு வியந்தவராய்த் தம்முள் நினைத்துக்கொண்டார் மாட்வி. அவனோ தனது போதனையை அரைத்துத் தள்ளிக்கொண்டே இருந்தான்:

"ஒவ்வொரு மனிதனும் தனது இதயத்தை ஏதாவதொன்றில் ஈடுபடுத்தத்தான் வேண்டும். இதயத்தை எதிலாவது ஈடுபடுத்தாவிட்டால் அப்புறம் வாழ்க்கைதான் என்னவாம்? உதாரணமாக, உங்களையே பாருங்கள்."

"என்னையா?" என்று திடுக்கிட்டவராய்க் கேடடார் மாட்வி.

“உங்களையென்றால் உங்களையல்ல; பொதுவாக, வியாபாரிகளைச் சொல்கிறேன். உங்கள் வர்க்கத்தைச் சொல்கிறேன்.”

“சரி?”

“எத்தகைய வர்க்கம் அது?”

“நீ சொல்வது..?”

“அது ஓர் உண்மையான சக்தி.”

“ஓ! சக்தி என்றா சொல்கிறாய்?”

“ஆம். அப்படித்தான்,” என்றான் டியுனோவ்: “இந்தக் காலத்தில் பெருந்தனக்காரர்கள் எங்கிருக்கிறார்கள்? அவர்கள் எதில் சுறுசுறுப்பாக இருக்கிறார்கள்? கோர்ட்டு, விசாரணை இவற்றைத் தவிர வேறில்லை. எனவே, அவர்களை உங்களது வர்க்கம் மிஞ்சிக்கொண்டு வளர்ந்தது சரிதான். தேவாலயங்களையும், ஆஸ்பத்திரிகள், தர்ம ஸ்தாபனங்கள், ரயில்வேக்கள் முதலியவற்றையெல்லாம் கட்டுபவர்கள் வியாபாரிகள்தானே. இல்லையா? வியாபாரிகள்தானே நாடு முழுவதையும் அறுத்து, குடைந்து தோண்டி, நல்ல பயன் தரத்தக்க பொருளைக் கண்டுபிடித்துத் தேடியெடுப்பதற்காகப் பாடுபடுகிறார்கள். இல்லையா? உங்களைத்தான் கேட்கிறேன். உண்டா, இல்லையா?”

மாட்வி தலையை அசைத்தார்; டியுனோவ் முகத்தைச் சுழித்தும், மூர்க்கமான சிரிப்போடு முகத்தை நெரித்தும், அவரை நோக்கி ஏறத்தாழ உரத்தே கத்தத் தொடங்கினான்:

“ஆனால், அவர்கள் பிரதான விஷயத்தைக் கண்டுகொள்ளவில்லை. அவர்கள் உண்மையிலேயே மேல்மட்டத்துக்கு வரவேண்டும் என்றால், அவர்களுக்குத் தேவைப்படுவது தான் என்ன? படிப்பு! அறிவு! அவர்கள் கட்ட வேண்டியது ஆஸ்பத்திரிகள் அல்ல; பள்ளிக்கூடங்கள்! எனவே, அதன் மூலம் எல்லா மக்களும் உண்மையிலேயே பயன் தரத்தக்க விதத்தில் ஏதாவது கற்க முடியும்; தமது தாய் நாட்டின் தகுதியையும் அவர்கள் தெரிய முடியும். வியாபாரியைத் தவிர, வேறு யார் சாதாரண மக்களுக்கு உதவ முன் வர முடியும்? பெரும்பான்மையான பேர்களுக்கு மனிதனைப் பற்றியுள்ள மதிப்பெல்லாம் அவனைக் கொள்ளையடிக்க முடியும் என்பது மட்டுந்தான்; ஆனால், வியாபாரியோ மனிதனை வேறுவிதமாகப் பார்க்கிறான். தனக்கு ஒரு நல்ல வேலையைச் செய்து தரக்கூடிய மனிதனை வியாபாரி நாடுகிறான். ஏனெனில், வியாபாரி காரியத்திலே கண்ணுள்ள பேர்வழி. எனவே, தனது சொந்தத் தகுதியையும், தனது நாட்டின் தகுதியையும் கற்றுத் தரக்கூடிய ஒரு கல்வியைச் சாதாரண மக்களுக்கு வழங்கும் பொறுப்பு வியாபாரிக்கே உரியது. ஒரு மனிதனை அறிவின் உச்ச நிலைக்கு உயர்த்து; அதன் மூலம் அவன் எல்லாவற்றையும் சுற்று முற்றும் பார்த்து, தனக்குப் பிடித்த ஒரு வேலையை அவன் தேர்ந்தெடுத்துக்கொள்ளட்டும். எடுத்த எடுப்பில் அவன் அதற்குப் பொருந்துகிறானா, இல்லையா என்பதையே தெரிந்துகொள்ளாமல்

எந்தவொரு பொந்திலும் அவனைப் பிடித்துத் தள்ளாதீர்கள். அவன் ஒன்றுக்கும் உதவாதவனாகக்கூட இருக்கலாம். எனினும், அவன் ஓர் உயிருள்ள பிராணி. அந்த மாதிரிப் பிடித்துத் தள்ளினால், அவன் புண்பட்டுப் போகிறான்." "வியாபாரி' என்ற வார்த்தையே சில பேருக்குக் கிட்டத்தட்ட ஒரு சாபக் கேடாக ஆகிவிட்டது," என்று காலட்ஸ்காயை நினைவு கூர்ந்தவாறே சொன்னார் மாட்வி.

"ஏனாம்?" என்று கத்தினான் டியுனோவ், "பலத்தை ஏன் ஜனங்கள் பழிக்க வேண்டும்? எல்லாம் அந்த இப்போலிட் வோயி வோடின்கள் செய்த காரியந்தான்; ஆமாம். அவர்கள் வேலைதான். நான் நிச்சயமாகச் சொல்வேன் அடங்கி நடப்பவன் உடம்பிலிருந்து அவனது சட்டையைத் திருடியெடுப்பது மிகவும் சுலபமான விஷயம், போதும் அதெல்லாம்! அவர்களது பக்தி மயமான பிதற்றல்களுக்கெல்லாம் ஒரு முடிவு கட்ட வேண்டிய காலம் வந்துவிட்டது! நாம் அனைவருமே ஒருவருக்கொருவர் உடம்பிலுள்ள சட்டையை மட்டுமல்ல, முதுகையே உரித்தெடுக்கப் பழகிப் போய் விட்டோம்; ஆனால் இதனால் நமக்கு எந்த நன்மையும் விளைவதில்லை; நாமெல்லாம் ஒருவருக்கொருவர் அடுத்தவனின் தொண்டைக்குழியை நெரித்துப் பிடித்தவாறு வட்டமிட்டு நடனமாடுகிறோம். பூமியின் கனிகளைப் பறித்து அதன் சாற்றை உண்டு வளர்வதற்குப் பதிலாக, நாம் ஒருவருக்கொருவர் அடுத்தவனின் ரத்தத்தையே உறிஞ்சிக் குடிக்கிறோம். அந்த ரத்தமும் கெட்டுப் போன ரத்தம்; வோட் காவினால் விஷம்பட்டுப் போன ரத்தம். நாம் செய்ய வேண்டுவது என்னவென்றால், மனிதனை ஒரு மனிதப் பிறவிக்குத் தகுந்த முறையில் உடை உடுத்த வேண்டும்; அவன் கையிலே ஆயுதங்களையும் கருவிகளையும் அளிக்க வேண்டும்; நமது சக்திக்குட்பட்ட அனைத்தையும் அவனுக்கு அளிக்க வேண்டும்; நாம் அளிக்கின்ற ஒவ்வொன்றுக்கும் அவன் நூறு மடங்காக நமக்குத் திருப்பித் தருவான். புத்தியுள்ள மனிதன் எப்போ துமே தனது கடன்களை அடைக்கவே செய்வான்; முட்டான் தான் ஒரு நூறு ரூபிள்களைத் திருடிக்கொண்டு எங்கேயாவது ஓடிப்போகக் கனவு காண்பான்."

"நீ சொல்வது வாஸ்தவந்தான்," என்று தமது உற்சாகத்தால் பாதிக்கப்பட்டவராகக் கூறினார் மாட்வி.

"இந்தத் தலை இருக்கிறதே, இது சில அருமையான சிந்தனையையெல்லாம் சிரமப்பட்டுச் செய்திருக்கிறது," என்று தனது நெற்றியைத் தட்டிக் காட்டியவாறே பெருமையோடு சொன்னான் டியுனோவ். "என்னைச் சுற்றிலும் நான் பார்க்கும் போது, எங்குப் பார்த்தாலும் குவிந்து கிடக்கும் செல்வங்களைக் கண்டு, என்னால் வியக்காமல் இருக்க முடியவில்லை. ஆ–ஹா; நமது இந்த நாட்டில் இல்லாது போனதுதான் என்ன? அறிவைத் தவிர வேறில்லை. என்ன நடந்து கொண்டிருக்கிறது என்பதைப் பார்த்தால் போதும், ஒரு மனிதனுக்குத் தானே அழுகை வந்து விடும்: நிலங்களெல்லாம் பள்ளங்களால் அறுத்துப் பிடுங்கப்பட்டுள்ளன; ஆறுகளெல்லாம் மணலால் அடைபட்டுக்கிடக்கின்றன; காடுகள் எரிந்து சாம்பலாகிக் குவிகின்றன; கிராமங்களுங்கூட அப்படித்தான்; கால்நடைகளெல்லாம் பேன்கள் அளவுக்குச் சிறுத்துப் போய் விட்டன;

விவசாயிகளோ காட்டுமிராண்டிகள் மாதிரி வாழ்கிறார்கள்: அறியாமையும், அழுக்கும், பசியும், மூர்க்கமும் அவர்களைப் பற்றிப் பிடித்துள்ளன. மேலும், எவரும் கவலைப்படுவதில்லை. அவர்கள் கவலைகொண்டு, தமது நிலைமையை உயர்த்திக்கொள்ள முயலவுங்கூடும்; ஆனால், அதற்கும் நம்பிக்கையில்லை –ஏனெனில் அது சட்டத்துக்கு விரோதம். நாம் கைதிகளைப் போல வாழ்கிறோம்; எவ்வாறு நன்றாக வாழ்வது என்று நக்குச் சொல்லிக் கொடுப்பார் யாருமில்லை. அரசாங்கத்தின் கவலையெல்லாம் வரிப்பணந்தான்: உன் வரிப்பணத்தைக் கொடு, அது மட்டுமே எங்கள் கவலை' என்கிறது அது."

அவன் தன் பளபளக்கும் கண்ணை மூடினான்; ஒரு பெரிய கண்ணீர்த் துளி கண்ணிமைகளுக்கிடையே திரண்டு உருண்டது. அது மாட்வியின் உள்ளத்தை ஆழமாகத் தொட்டுவிட்டது. அவர் பூஜ்யர் அயோனின் அழகாகச் செதுக்கியது போலுள்ள சித்திர முகத்தை நினைவு கூர்ந்து பின்வருமாறு நினைத்தார்:

அவர் என்றும் அழவே மாட்டார். ஆனால், மார்க் வாஸிலிவிச் அழுதார்.

"என்னை மன்னியுங்கள்," என்று மிருதுவாகச் சொன்னவாறே முகத்தைத் திருப்பிக்கொண்டான் டியுனோவ்: "பழைய புண்களையெல்லாம் கிண்டிக்கிளறி விட்ட மாதிரி ஆகிவிட்டது."

மாட்வி பெருமூச்சு விட்டுவிட்டு, வாய் பேசாமல் வேறு பக்கம் திரும்பிக்கொண்டார். குன்றுகளிலிருந்து ஒரு மாலைக் காற்று வீசத் தொடங்கியது. பிரார்த்தனைக்கு மணி ஒலித்தது; அந்தச் சப்தம், ஏற்கெனவே அஸ்தமன வேளையின் அந்தியொளியில் தீப்பிழம்பாய் ஜொலித்த ஊசியிலை மரங்களின் உச்சிகளைக்கொண்ட நீலநிறமான காடுகளை நோக்கி, ஆற்றைக் கடந்து மிதந்து சென்றது.

இவன் போய் விடுவான் என்று நினைத்தார் மாட்வி. பிறகு நான் மட்டுந்தான் எனது சிந்தனைகளே துணையாக, மீண்டும் தனிமையில் விடப்பட்டுப் போவேன். பிதா ஜக்காரியாவோ என்னைச் சாமியாராகச் சொல்லி, தொடர்ந்து தொந்தரவு செய்வார்; நானும் அவரிடமிருந்து தப்பிப்பதற்காகவே, என்னையறியாமல் அதற்கு இணங்கியும் விடுவேன். அந்தக்கிழவரைப் பற்றி இவன் சொன்னதை மறுப்பதற்கில்லை. "பொறுமையாயிருங்கள்," என்கிறார் அவர். ஆனால், நாம் ஏன் அப்படியிருக்க வேண்டும்? டியுனோவ் ஒரு தைரியமான முறையில்தான் பேசுகிறான்; எனினும் – ஹூம் –அவன் எனது நல்லெண்ணத்துக்கு ஆளாக முயற்சி செய்வதாகவே தோன்றுகிறது.

டியுனோவ் தான் மீதி வைத்திருந்த தேநீர்க் கோப்பையை விலக்கித் தள்ளினான்.

"பிரார்த்தனைக்குப் போகிறீர்களா?" என்று கேட்டான் அவன்.

"இல்லை. அதற்கான மனோநிலை இல்லை," என்று கனவு காண்பது போலச் சொன்னார் மாட்வி.

‘நானும் போகவில்லை.”

டியுனோவ் வானத்தையும், ஆற்றையும், மாட்வியையும் பார்த்தான்; ஆனால், பார்க்கவேண்டும் என்ற அர்த்தத்தில் பார்த்ததாகத் தோன்றவில்லை; பின்னர்ச் சிறிது நேரம் கழித்து, அவன் தன் கண்ணை நெரித்தவாறு பின்வருமாறு சொன்னான்:

“இன்றிரவை ஆற்றுப் போக்கில் சுமார் மூன்று வெர்ஸ்ட் தூரத்திலுள்ள சில செம்படவர்களோடு கழிப்பதைப் பற்றி நீங்கள் என்ன நினைக்கிறீர்கள்? அவர்கள் அருமையான மீன் வறுவல் தயாரிக்கிறார்கள்.”

“எனக்கு ஆட்சேபமில்லை,” என்றார் மாட்வி. “உண்மையைச் சொன்னால், உன்னை விட்டுப் பிரியவே நான் விரும்பவில்லை.”

“நானும் அப்படித்தான்.”

அவர்கள் அவசரமின்றித் தெருவுக்கு இறங்கி நடந்தார்கள்: அப்போது அந்தத் தெரு அந்திநேரச் சூரியனின் மஞ்சளொளியால் வர்ணம் பூசப்பெற்றிருந்தது.

மாட்வி எவ்வளவுக்கெவ்வளவு டியுனோவோடு பேசினாரோ அவ்வளவுக்கு அவர் அவனை மேலும் விரும்பினார். அவனது கூட்டுறவில் அவர் தாம் தாழ்ந்து போய்விட்டதாக உணரவில்லை; அவர் அவனைத் தமக்குச் சமதையாகவே உணர்ந்தார். இன்னும் அவர் அவனை நம்பிவிடவில்லை; எனினும், டியுனோவ் சொல்ல வந்த விஷயத்தில் அவருக்கிருந்த அக்கறை அந்த அவநம்பிக்கையை மூடி மறைத்து விட்டது. அவர் அந்த மனிதனைப் பற்றித் தமக்கேற்பட்ட முதல் எண் ணத்தை நினைவுபடுத்திப் பார்த்தார்:

இவன் மிருதுவாகத்தான் பேசுகிறான்; எனினும், தனது உச்சஸ்தாயியில் உரக்கச் சத்தம் போடுவது போலத்தான் அது இருக்கிறது.

அவர்கள் ஆற்றை நோக்கி நடந்தார்கள்; நடந்தார்கள் என்பதைக் காட்டிலும் மணலோடு வழுக்கிக்கொண்டு சென்றார்கள் என்றே சொல்ல வேண்டும்.

இறங்கு துறையின் ஒரு பக்கத்தில், ஒரு நீல நிறமான படகின் மேல் முனைக்கு மேலாக, ஒரு சுருட்டையான நரைத்த தலை தென்பட்டது.

“ஏ! நாஜரிச்!”

“ஹலோ! எனவே நீங்கள் வந்துவிட்டீர்களா?”

கனத்த உடம்பும், விரிந்தகன்ற தோள்களும், சிவந்த முகமும் கொண்ட ஒரு கிழவன் படகின்மீது எழுந்து நின்றான். அவன் அதனைக் கரையை நோக்கி ஓட்டி வந்தான்; படகின் முன் பாகம் மணலில் தரை தட்டியதும், அவன் ஓர் ஆழ்ந்த சிநேகபாவமான குரலில் பின்வருமாறு சொன்னான்:

“ஏறிக்கொள்ளுங்கள்.”

“ஓர் அருமையான மாதிரி ரகம். இல்லையா?” என்று அந்தப் படகோட்டியின் பக்கமாகக் கண்ணைச் சிமிட்டியவாறே, மாட்வியிடம் சொன்னான் டியுனோவ்.

“மோசமில்லை,” என்று படகில் அமர்ந்தவாறே சொன்னார் மாட்வி. அதே சமயம் அவரது மனத்தில் வேறோர் எண்ணமும் பளிச்சிட்டது: இவர்கள் என்னை எங்காவது கொண்டுபோய், என் கழுத்தை அறுத்தாலும் அறுத்து விடுவார்கள்.

அந்தக்கிழவனின் கண்கள் மான் கண்களைப் போலிருந்தன. அவன் படகையோட்டிச் செல்லும்போது அந்தக் கண்கள் அவர்களை நோக்கிப் புன்னகை புரிந்தன. “மோசமில்லை – பெண்களும் என்னைப் பற்றி இதே வார்த்தையைத்தான் சொல்கிறார்கள்,” என்று கிளுகிளுத்துச் சிரித்தான் அவன். “நீ ஒரு பெரிய பாவி, நாஜரிச்!” என்று குஷியாகச் சொன்னான் டியுனோவ்.

“கடவுளின் கண்களுக்கு ஜார் மன்னருங்கூடப் பாவி தான்.”

நாஜரிச் தான் படகோட்டும்போதுகூட, குனியாமல் நேராகத்தான் இருந்தான். மேலும் அவன் தன் கைகளைத் தான் மிகவும் மெதுவாகவும் சப்தமில்லாமல் படகோட்டப் பயன்படுத்தினான்; எனவே, துடுப்புப் பூட்டுக்களின் கிளிக்கிடும் சப்தத்தையும், கரைமீது வரிசையாகவுள்ள கட்டடங்களின் இருண்ட பிரதி பிம்பங்களைக் கலைத்து, அலை பாயச் செய்து நீரைக்கிழித்துச் செல்லும் படகையொட்டிக் கலகலக்கும் நீரின் சப்தத்தையும் தவிர வேறு எதுவும் கேட்கவில்லை. அந்தக் கிழவனின் முன்னிலையில் மாட்வி அச்சவுணர்ச்சி பெற்றார். அவர்கள் நீரை எதிர்த்து முன்னேறிக் கொண்டிருந்தார்கள். அப்போது அவர்களெல்லாம் ஒரு கரிய பிலவாய்க்குள் சிறுகச் சிறுகக் குலுங்கி இறங்கிச் செல்வதாக மாட்வி கற்பனை செய்துகொண்டார். டியுனோவ் கேலி யினால் தீட்டிக் கூர்மை பெற்ற அவனது சப்பிட்ட குரல் அந்தத் தண்ணீரின் அமைதியான களகளப்போடு சுருதி சேர்ந்து ரீங்காரித்தது.

“அவனைப் பாருங்கள்! அபூர்வமான அழகும், ஆயாசமறியாத பலமுங்கொண்ட ஒரு மனிதன் அவன்! அவன் அறுபது வருஷங்களை இருபது வருஷங்கள் போலச் சுமந்து கொண்டிருக்கிறான்; இன்னும் ஒரு நூறு வருஷத்தைக்கூடத் தாங்குவான். நீங்கள் நிச்சயமாக நம்பலாம். மேலும், இந்த வாழ்க்கையில் தான் அனுபவிக்க வேண்டியதில் அவன் எதையுமே பாக்கி வைக்கவில்லை. இல்லையா, நாஜரிச்?”

“இருப்பதாகத் தெரியவில்லை எனக்கு. நான் ஏன் தெரியாமல் இருக்க வேண்டும்? கடவுள் எனக்கு அத்தனை பலத்தைக் கொடுத்திருக்கிறார் என்றால், நான் அதனைப் பயன்படுத்த வேண்டும் என்பதற்காகத்தானே அவர் அதை அளித்திருக்க வேண்டும்.”

“நீ அதனை உபயோகித்ததெல்லாம் சரிதான். ஆனால், அந்தவொரு நல்ல காரியத்துக்கும் இல்லை. உனக்குப் பின்னால் நீ எத்தகைய பெயரை விட்டுச் சென்றிருக்கிறாய் என்பதைப் பற்றி நீ என்றுமே கவலைப்பட்டதில்லை. நீ அவ்வாறு கவலை கொண்டிருந்தால், நீ பெரிய காரியங்களையெல்லாம்

சாதித்திருக்கலாம். ஜனங்களுக்கு நன்மையைக் கொண்டுவந்திருப்பாய்; நீயும் பணக்காரனாகியிருப்பாய்."

அந்தப் படகின் ஓட்டத்தோடு தம்மையும் இணைய விட்டவாறு, டியுனோவின் கூம்பிய தலையையும், காலத்தால் காய்த்துப்போன ஒற்றைக்கண் முகத்தையும் வெறித்துப் பார்த்தவாறே மாட்வி உட்கார்ந்திருந்தார். அப்போது அவர் பின்வருமாறு நினைத்தார்:

இவனைத் திருப்திப்படுத்தவே முடியாது. எப்போது பார்த்தாலும் பணப் பேச்சுத்தான். பேராசைக்காரனாகத் தான் இருக்க வேண்டும்.

பின்னர் அவர் வாய்விட்டுச் சொன்னார்:

"செல்வத்தால் என்ன நன்மை?"

"ஒன்றுமில்லை," என்று உறுதிப்படுத்தினான் அந்தச் செம்படவன்: "கிறிஸ்துவே ஓர் ஏழைச் செம்படவர்தான்; அவரது சீடர்களும் அப்படித்தான்."

"இல்லையில்லை; ஒரு மனிதன் தன் ஆத்மாவைப் பணத்துக்குள் செலுத்தாவிட்டால், அவன் அதனைப் புத்தியோடு பயன்படுத்தினால், அது அவனுக்கு இலாபத்தைத் தரும்; மற்றவர்களுக்கு நன்மையைக் கொண்டுவரும். நமக்குச் செல்வம் மிகமிகத் தேவை. நமது நாடு செல்வ வளம் மிக்கது; எனினும், அதில் உழைத்துப் பாடுபட ஒருவருமில்லை. எனவே, ஒவ்வொருவரும் வறுமையில் வாழ்கிறார்கள்."

"வந்துவிட்டோம்," என்று சொல்லியவாறே, அந்தக் கிழவன் படகை மணற்பாங்கான கரையை நோக்கிச் சிரமத்தோடு செலுத்தினான். பின்னர் அவன் வெளியே குதித்து, படகின் முன் பாகத்தைத் தூக்கி, படகை அந்த ஈர மணலின் மீது அநாயாசமாக இழுத்தான். அதன்பின் அவன் நிமிர்ந்து நின்றவாறு, ஒரு பலத்த அதிகார தோரணை மிக்க குரலில் சத்தம் போட்டான்:

"நிக்கோலாய்!"

அவன் கால்களை எட்டிப் போட்டு, ஒரு குன்றின் சரிவில் கட்டப்பட்டிருந்த ஒரு குகை வீட்டை நோக்கிச் சென்றான். அதன் முன்னால் எரிந்துகொண்டிருந்த நெருப்பு அதன் நுழைவாயிலின் இருண்ட பொந்தின்மீது ஒளி பாய்ச்சியது. அந்தச் செம்படவனின் நெடிய உருவத்துக்குப் பின்னால் இரு நிழல்கள் மணலைக் கடந்து வந்தன. பின்னால் வந்த உருவம் கறுப்பாகவும், நெருப்பொளியால் குட்டையாகவும் தோன்றியது. முன்னால் வந்த உருவம் நெடிதாகவும், நில வொளியால் வெளுத்தும் தோன்றியது. நெருப்புக்கருகே ஒரு மெலிந்த நாசூக்கான தோற்றம் கொண்ட, பத்து வயதுக்கு மேற்பட்ட ஒரு பையன் நின்றுகொண்டிருந்தான்; ஒரு சாமியாரைப் போன்று விசாரம் பாய்ந்த அவனது முகத்தில் உருண்ட கண்கள் தென்பட்டன.

"இவனுக்குப் புத்தி சரியாக இல்லை," என்றான் டியுனேவ்! "இவனது புத்தியெல்லாம் இவனை விட்டுப் பயந்தோடி விட்டது. நெருப்புத்தான்.

அதில் இவனது தாயும் சகோதரியும் வெந்து மாண்டுவிட்டார்கள். அத்துடன் இவனுக்கும் மூளை புரண்டுவிட்டது. இவன் கொஞ்ச நாட்களுக்கு ஒரு சாமியார் மடத்தில் வாழ்ந்தான்; ஆனால், அவர்கள் இவனை வெளியேற்றி விட்டார்கள் – அவனுக்கு அது ஏற்ற இடமில்லையென்று நினைத்து விட்டார்கள். இவன்மட்டும் கொஞ்சம் பெரியவனாக இருந்திருந்தால், அவர்கள் நிச்சயம் ஒரு ஞானியாக மாற்றியிருப்பார்கள். ஆமாம்."

டியுனோவ் மிருதுவாகச் சிரித்தான்.

தட்டியெடுத்த செம்புத் தகடு போன்ற சந்திரன் நீல வானத்தில் தொங்கிக்கொண்டிருந்தது; ஆற்றுக்கு அக்கரையில் காடு தண்ணீரின் விளிம்பு வரையிலும் எட்டியிருந்தது. அதன் ஊசியிலை மரங்களின் சிகரங்கள் ஒரு பெரிய ரம்பத்தின் பற்களைப் போலத் தோன்றின; அந்தக் குகை வீட்டின் பின்புறமிருந்த செங்குத்தான குன்றின் சரிவில் வளர்ந்திருந்த அடர்ந்த புதர்கள் அதற்கொரு மங்கலான, மர்மமான தோற்றத்தை வழங்கின; சுற்றுச் சார்பிலுள்ள எல்லாமே ஒரு கற்பனைக் கதையில் வருவதைப் போன்று மங்கலாகவும் மர்மமாகவுமே தோன்றின. ஆற்றிலும் ஒரு மந்தமான பளபளப்பு தென்பட்டது; மேலும் ஓடுவதற்குப் பதிலாக, அது முன்னே செல்லாமல் மேலும் கீழும் பொங்கியடங்குவதாகவே தோன்றியது. அந்த நெருப்பு அதற்குமேல் தொங்கிய கரிய பானையைத் தொட்டுத் தழுவுவதற்காகத் துள்ளித் துள்ளிப் பாய்ந்தது; மரண வேதனையில் துடிக்கும் காயமுற்ற பறவைகளைப் போல, நிழல்கள் மணற்பரப்பின்மீது நடன மாடின.

"ஆமாம். நீ உன் வாழ்க்கையை வீணடித்துவிட்டாய்," என்று நளினமாக அழுத்திச் சொன்னான் டியுனோவ்.

"அதனாலென்ன?" என்றான் நாஜரிச். அவனது பெருத்த உருவத்தின்மீது நெருப்பு ஒரு படபடக்கும் சிவந்த ஒளியைப் பரப்பியது.

மாட்வி குகை வீட்டுக்கு அருகில் கிடந்த ஒரு மரப் பட்டைப் பாயின்மீது படுத்துக்கொண்டார்.

இத்தகைய பேச்சைக் கேட்காமல் தப்பிக்கவே முடியாது போலிருக்கிறது என்று நினைத்தார் அவர்.

படபடத்துப் பொரியும் நெருப்பின் சப்தமும், நெருப்புக்கருகே அமர்ந்து பேசிக்கொண்டிருந்த அந்த இரு மனிதர்களின் பேச்சும் அவரது காதில் விழுந்தன.

"கடவுள் மக்களுக்குப் பணிபுரியத்தான் சொன்னார்; நமது ஒளியை ஒரு குடத்துக்குள் மறைத்து வைக்கச் சொல்லவில்லை."

"பின்னே ஏன் புனிதமான மனிதர்களெல்லாம் காடுகளுக்கும் பாலைவனங்களுக்கும் தனிமையை நாடி வாழச் சென்று விடுகிறார்கள்?" என்று அந்தக் கிழவன் சோம்பிய குரலில் கேட்டான்.

"பொறு..."

"ஆனால் இந்தக் காலத்தில் புனிதமான மனிதர்களை அதிகமாகக் காணோம். ஜனங்களோ நாளுக்குநாள் முரடாகவும் மோசமாகவும் மாறி வருகிறார்கள்."

"அவர்களது மூளையை உபயோகிக்க, அவர்களுக்குக் கற்றுக்கொடுக்க வேண்டுவது அவசியம்."

அவர்கள் பல்வேறு ரகங்களாகப் பிரிந்து போய்விட்டார்கள்; வெறுமனே விவசாயிகள், பெருந்தனக்காரர்கள், சாமியார்கள் என்று முன்னே இருந்தார்கள். அவ்வளவு தான்."

"வியாபாரிகளும் சிப்பாய்களும் என்ன ஆனார்கள்?"

"அவர்களெல்லாம் வெறுமனே விவசாயிகளாகத்தான் இருந்தார்கள். ஆனால், இந்தக் காலத்திலோ பல ரகமான பேர்களும் இருக்கிறார்கள்: அதிகாரிகள், வக்கீல்கள், ஆசிரியர்கள், நதிப் போலீஸார்கள் என்று பற்பல ரகங்கள். பெருந்தனக்காரர்களெல்லாம் ஓய்ந்து மறைந்து போய்விட்டார்கள். ஏன் என்று தெரியவில்லை."

மாட்வியின் மனத்தில் விரக்தி பாய்ந்தது.

இல்லை, இத்தகைய பேச்சிலிருந்து தப்ப முடியாது என்று நினைத்தார் அவர். அந்தப் பேச்சுக்குக் காது கொடுக்காமல் இருப்பதற்காக, சமீப காலத்தில் அவர் கேள்விப்பட்ட ஒரு வேடிக்கையான எனினும் பயங்கரமான கதையை நினைவு கூர்ந்தார். ஒரு நாள் இரவில், அவர் சாமியார் மடத்தின் உணவு விடுதியிலுள்ள சின்னஞ்சிறிய நீல நிறமான அறையில் படுக்கையில் படுத்துக்கொண்டிருந்தபொழுது, அடுத்த அறையிலுள்ள யாரோ ஒரு நபர் பின்வருமாறு பேசுவதைக் கேட்டார்:

"கிரிஷாவின் தந்தை அவனை ஒரு வண்டிப் பன்றிக் கொழுப்பை விற்று வருமாறு ஸெயின்ட் பீட்டர்ஸ்பர்க்குக்கு அனுப்பியபோது அவனுக்கு வயது முப்பத்து ஆறு. அவன் மந்தையை ஏமாற்றுவதாக நினைத்துக்கொண்டு, அந்தக் கொழுப்பை யாரும் வாங்க முன் வரவில்லை என்ற செய்தியைத் தன் தந்தைக்கு அனுப்பினான். அந்தச் செய்தி கிட்டியவுடனே, அந்தக்கிழவர் ஒரு பித்தளைப் பாத்திரத்தை எடுத்து, அதனைக் கூடத்தில் தரைமீது வைத்தார்; அதன் முன் முழங்காலிட்டு நின்று, தன் தலையை அதன்மீது குனிந்து, தன் கழுத்தை வெட்டிக்கொண்டு விட்டார். அந்த இடத்திலேயே அவர் செத்துப் போனார்."

"ச்–ச்–சூ!"

"ஆமாம். அவர் அப்படித்தான் செய்து விட்டார்."

"அந்தப் பாத்திரம் எதற்காக?"

"ரத்தம் தரையிலே சிந்தாமல் இருப்பதற்காக, ரத்தத்தைத் தரையிலிருந்து கழுவிவிட முடியாது. அதனைச் சுரண்டித்தான் எடுக்க வேண்டி நேரும். அந்தத் தரை கெட்டுப் போய்விடக் கூடாதே என்று நினைத்து விட்டார் அவர்."

"சிக்கனக்காரக் கிழவன்தான்"

'போகட்டும். அந்தச் செய்தி பொய்யானதுதான். அந்தக் கொழுப்புக்குக் கிரிஷாவுக்கு நல்ல விலை கிடைத்தது. அவன் வீட்டுக்கு வந்தான்; இஷ்டம் போல வாழ்ந்தான். ஓர் ஏழைப் பெண்ணைக் கலியாணம் செய்துகொண்டான்: அவளை வீட்டிலே பூட்டிவைத்து விட்டு, வேட்டைக்குப் புறப்பட்ட ஓநாய் மாதிரி, நாட்டுப்புறத்தில் சுற்றித் திரிந்தான். அவன் பஷ்கிர்களிடம் சென்று நிலத்துக்குப் பிரதியாகத் தேயிலை, சர்க்கரை, வோட்கா முதலியவற்றைப் பண்டமாற்று வியாபாரம் செய்தான். பணம் அவனது கையில் ஆறு மாதிரி வந்து பொழிந்தது. முப்பது வருஷங்கள் கடந்தன–"

"முப்பதா?"

"திட்டமாகச் சொல்ல முடியாது; அதிகமாகக்கூட இருக்கலாம். கிரிஷாவின் மகன் பெரியவனானான் – கொஞ்ச நேரத்துக்கு முன்னால் நாம் சந்தித்தோமே அந்த வாஸ்யா தான் அவன் – அதே கதை பழையபடியும் தொடர்ந்தது. கிரிஷா ஸெயின்ட் மக்காரியாவிலுள்ள சந்தையில் ஆட்டுத் தோல்களை விற்று வருவதற்காக, வாஸ்யாவை அனுப்பினான். வாஸ்யாவும் அதே போன்ற செய்தியை அனுப்பினான். தனது தாத்தா செய்தது போலத் தனது தந்தையும் தற்கொலை செய்துகொள்வார் என்று அவன் நினைத்தான். ஆனால்– கிரிஷாவா? அவன் பதிலுக்கு வேறொரு செய்தியை அனுப்பி வைத்தான்: 'வந்த விலைக்கு விற்றுவிட்டு, வீடு வந்து சேர்,' என்று. நல்லது. வாஸ்யா அவற்றை விற்று விட்டு வீடு வந்தான்; கிரிஷா தனது தந்தை கழுத்தை வெட்டிக்கொண்டு செத்த அதே இடத்தில் தன் மகனைச் சந்தித்தான்; உடனே அவனைத் தலையில் ஓர் இரும்புக் கம்பியால் பலமாக அடித்தான். அன்று முதல் வாஸ்யா அடங்கி ஒடுங்கிச் சாதுவாக இருந்து வருகிறான்."

அந்தக் குரல் ஒரு கணத்துக்கு நின்றது; முற்றத்தில் ஒரு சாமியார் குதிரை லாயப் பையனின்மீது வசைமாரி பொழிவது கேட்டது:

"ஏ! தைரியமில்லாத நாய்க்குப் பிறந்த பயலே!"

ஒரு கரகரத்த குரல் பின்வருமாறு கேட்டது:

"அவன் – அந்தக் கிரிஷா எப்படிச் செத்தான்?"

"முதுமைதான் காரணமாக இருக்கும்; அத்துடன் மோசமான உணவும் கூடத்தான். அவன் சந்தைக்குச் செல்வது வழக்கம். அங்குக் கெட்டுப்போன முட்டைகள், அழுகிப்போன ஆப்பிள் பழங்கள் நசுங்கிப்போன இலந்தைப் பழங்கள் முதலியவற்றை விற்கும் ஒரு பெண்ணைக் கண்டு விட்டால், உடனே அந்தப் பெண்ணைப் பார்த்து, 'இதெல்லாம் என்ன? எங்கள் நகரமே காலராவுக்குப் பெயர் போனது; நீ இங்கே வந்து கெட்டுப்போன உணவுப் பண்டங்களை விற்கிறாயா? நான் போலீஸிடம் புகார் செய்து விடுவேன்!' என்று கத்துவான். இயல்பாகவே அந்தப் பெண் பயந்தே போவாள். கிரிஷா ஒரு முக்கியமான நகரப் பிரஜை. அவன் ஒரு நபரைப்பற்றிப் போலீஸில் புகார் செய்தால், அப்புறம்

தொல்லைதான். எனவே, அவள் எல்லாவற்றையும் போட்டுவிட்டு, ஓடத் தயாராக இருப்பாள். ஆனால் கிரிஷாவோ, அம்மா, நல்லவளே! அது ரொம்ப மோசம். இதோ நான் உனக்கு ஒரு கோபெக் தருகிறேன்; இந்தச் சரக்குகளையும் நான் எடுத்துக்கொள்கிறேன்,' என்பான். பிறகு அவையனைத்தும் அவனது சாக்குக்குள் புகுந்துவிடும்; அவனது குடும்பமும் ஒரே கோபெக்கில் உண்டுகளித்து விடும்."

"லட்சக்கணக்கில் அவனுக்குப் பணம் இருந்துமா?"

"லட்சங்கள் தான்."

நானூறு லட்சம் என்று சொல்கிறார்களே?"

"அப்படித்தான் சொல்கிறார்கள்."

"நல்லது. ஒரு மனிதனிடம் லட்சங்களுங்கூடத் தமது கோரிக்கைகளைச் சுமத்தும் போலிருக்கிறது."

மாட்வி இது பற்றிச் சிந்தித்துப் பார்த்தார்; இதில் அர்த்தமே இல்லை என்று நினைத்துக்கொண்டார்.

அவர் தமது மனோராஜ்யத்திலிருந்து அந்தச் செம்படவனின் குரல் கேட்டு விடுபட்டார்.

"மீன் வறுவல் தயார்!" என்று உதடுகளைச் சப்பியவாறே கத்தினான் அவன்: "வியாபாரி அவர்களே! வந்து சாப்பிடுங்கள்!" என்று அடுத்துக் கத்தினான் அவன்.

"அவரைத் தனியே இருக்க விடு. எழுப்பாதே," என்றான் டியுனோவ்: "அவர் சாத்தானோடு மல்லாடிக்கொண்டிருக்கிறார்."

அவர்கள் இருவரும் மீண்டும் கிசுகிசுக்கத் தொடங்கினார்கள்; அந்தச் சப்தம் மாட்வியைத் தாலாட்டித் தூங்க வைத்தது.

அவர் சூரியோதயத்தின்போதுதான் எழுந்தார். வெள்ளி மயமாக ஆற்றிலிருந்து பனி மூட்டம் எழுந்துகொண்டிருந்தது. அந்த மூட்டத்தினூடே, அந்தக் கிழவன் நின்றுகொண்டிருந்த ஒரு படகு மிதந்து சென்றது. அவனது கத்தையான வெள்ளைத் தலைமயிரின்மீது அதிகாலைப் பொழுதின் இளஞ்சிவப்பான ஒளி மயக்கம் படிந்திருந்தது; அவன் வெறுந்தலையனாய், அருணோதயத்தை வணங்கி, காட்டுக்கு மேலாக இன்னும் எழுந்து வராத சூரியனை வரவழைப்பது போலத் தனது கைகளை உயர்த்திக் குனிந்து குனிந்து நிமிர்ந்தவண்ணம் இருந்தான். மணற்பரப்பில் மாட்விக்கருகில் டியுனோவ் ஒரு சாக்குத் துண்டினால் உடம்பைப் போர்த்தியவாறு படுத்துக்கிடந்தான். காணாமற் போய்விட்ட அவனது வலது கண்ணின் சிவந்த குழி வானத்தை நேராக வெறித்து நோக்கியது. அவனது இடது கண் இறுக மூடிக்கிடந்தது; புருவம் அதன்மீது கவிந்து மூடியிருந்தது. அவனது விறைத்த முகத்தின்மீது கண்ணீர்த் துளிகளைப் போல வியர்வைத் துளிகள் தங்கி

நின்றன; தூக்கத்திலுங்கூடப் பேசிக்கொண்டே இருப்பது போல, அவன் தன் உதடுகளை அசைத்துக்கொண்டேயிருந்தான்.

இவனுங்கூட, ஒரு தனிமையான ஆத்மாதான் என்று எழுந்து நிற்க முயன்றவாறே அன்போடு நினைத்தார் மாட்வி. இவன் ஏன் சுற்றித் திரிந்து, ஜனங்களைக் கிண்டிக் கிளறிவிட வேண்டும்? எவ்ஜெனியாவும், மார்க் வாஸிலிவிச்சும் – அவர்களுக்குத் தீங்கிழைக்கப்பட்டது. எனவே அவர்கள் பழி தீர்க்க வேண்டும் என்று விரும்புவது இயற்கைதான். ஆனால் இவன் எதற்காகச் செய்கிறான்?

தூரத்தில் ஒரு நீராவிப் படகின் துடுப்புச் சக்கரம் தண்ணீரைத் தாள லயத்தோடு தட்டித் திருகியது.

"சாப், சாப், சாப்," என்று களகளத்தது தண்ணீர்.

பறவைகள் விழித்தெழுந்தன. புதர்களிடையேயிருந்து ஒரு குருவியின் தெளிவான குரல் கேட்டது. ஒரு பெட்டைக் குயில் குன்றின்மீதிருந்து சரசமாகச் சிரித்தது: அதன் துணைக் குயில் "குக்கூ! குக்கூ!" என்று விட்டு விட்டுப் பதிலளித்தது. மாட்வி தண்ணீர்க் கரைக்குச் சென்றார். இரண்டு உள்ளான்குருவிகள் அவரைக் கடந்து மணலின்மீது பறந்தோடிச் சென்றன. அவர் உடைகளைக்களைந்துவிட்டுத் தண்ணீருக்குள் இறங்கினார். அதன் குளிர்ச்சி அவரது தசைகளை இறுக்கியது; அவரது உடம்பில் சக்தியைப் பொழிந்தது.

'எனக்குச் சாமியார் மடம் புளித்துப் போய்விட்டது. இன்றே நான் நகரத்துக்குத் திரும்பப் போகிறேன், ' என்று அவர் திடீரென்று முடிவு கட்டினார்.

அவர் குளிர்ந்து விறைத்துக் கரையேறினார்; இப்போது நதிக்கு மேல் எழுந்து வந்துவிட்ட சூரிய ஒளியில் தமது உடம்பை உலர்த்தியவாறே, மணலின்மீது வெகுநேரம் அமர்ந்திருந்தார்.

"அருமையாக இருக்கிறது, இல்லையா?" என்று அவருக்குப் பின்னாலிருந்து அந்தச் செம்படவனின் இதயம் நிரம்பிய குரல் வந்தது: "நாங்கள் எங்கள் வலைகளை விரித்திருக்கிறோம். சரி. இப்போது நாம் காலை உணவைச் சாப்பிடலாம். இங்கே பிடித்திருக்கிறதா உங்களுக்கு?"

"ஆம். நிச்சயமாக," என்று அந்தக் கிழவனை வரவேற்ற வண்ணம் சொன்னார் மாட்வி. அந்தக் கிழவன் அவருக்கு முன்னால் வந்து, தன் கால்களை அகலமாக ஊன்றிக்கொண்டும் தனது நனைந்த தலையில் படிந்திருந்த தண்ணீரை உலுப்பிக்கொண்டும் நின்றான். அப்போது அவன் உலுப்பிய குளிர்ந்த நீர்த்துளிகள் மாட்வியின் திறந்த உடம்பின்மீது தெறித்து விழுந்தன.

"நானும் அப்படித்தான் நினைத்தேன்," என்று அந்தக் கிழவன் குந்தியமர்ந்தவாறும், தனது மார்பைச் சொறிந்தவாறும் சொன்னான்.

"கலகக்காரன் என்று ஒருவர் இருந்தால் அது டியுனோவ் தான். இப்போது அவர் தூங்குகிறார்; தூங்கட்டும்! அவருக்கு நிறைய மூளை இருக்கிறது; ஆமாம்.

நமக்கு எதுவுமே தெரியாத விஷயங்களையெல்லாம் அவர் பார்த்திருக்கிறார். காலை வரையிலும் அவர் என்னிடம் என்னென்னவோ கூறிப் பார்த்தார்; ஆனால் நான் மசியவே இல்லை–நானா மசிவேன்?"

அவனது பரந்த புன்னகை கொட்டாவியாக மாறியது.

"அவர் நிலைமைகளைச் சீர்ப்படுத்த வேண்டும் என்று விரும்புவது எனக்குத் தெரிகிறது," என்று அவன் மேலும் தொடர்ந்தான்: "ஆனால், அவை ஒன்றும் என்றைக்கும் சீர்ப்படப் போவதில்லை. அவை மோசமாகத்தான் போகும்; சீருக்கு வராது. எல்லாம் மக்களைப் பொறுத்துத்தான் இந்தக் காலத்திலோ அளவுக்கு மீறிய மக்கள் இருக்கிறார்கள்; அத்துடன் அத்தனை பேரும் வெவ்வேறு மாதிரி."

அவன் மாட்வியைத் தனது பெரிய மான் கண்களால் கனிவோடு பார்த்தான்; பின்னர்க் கடகடவெனச் சிரித்தான்:

"இந்த வட்டாரத்திலுள்ள ஜனங்கள் வசந்த காலத்தில் நாட்டுப்புறத்துக்குச் செல்கிறார்கள்; கேட்டால், 'சுத்தமான காற்றைச் சுவாசிக்க,' என்கிறார்கள். உண்மையில் அதற்கு மாறாக, அவர்கள் நாள் முழுதும் புகையிலைப் புகையைத்தான் சுவாசிக்கிறார்கள். இதைப் பற்றி நீங்கள் என்ன நினைக்கிறீர்கள்? உங்களுக்குச் சுத்தமான காற்று இருக்கத்தான் செய்கிறது! அல்லது கொஞ்ச நாட்களுக்கு முன்னால் ஓர் அன்னியன் இங்குச் செய்துகொண்ட மாதிரி, அவர்கள் போய், தம்மைத் தாமே சுட்டுக்கொள்கிறார்கள். சிச்செனாவில் ஒரு மனிதன் தன்னைத் தானே சுட்டுக்கொண்டு விட்டான். நல்லது. நாம் போய்ச் சாப்பாட்டை முடிப்போம்."

அவன் மாட்விக்கு அருகில் நடந்து வரும்போதே பின்வருமாறு குரல் கொடுத்தான்:

"டியுனோவ்! எழுந்திருக்க நேரமாகிவிட்டது. எழுந்து சூரியன் எங்கே வந்திருக்கிறது என்று பாருங்கள்!"

டியுனோவ் துள்ளி எழுந்தான்; சுற்றுமுற்றும் பார்த்தான்; தனது உடைகளைக் கழற்றிக்கொண்டே, ஆற்றை நோக்கி ஓடினான். அவன் தண்ணீருக்குள் பாய்ந்து, மூன்றுமுறை ஓசையெழும்ப முழுக்குப் போட்டுவிட்டு, வெளியேவந்து, பிரார்த்தனை செய்யத் தொடங்கினான். நிர்வாணமாகவிருந்த அவனது உடம்பு சூரிய ஒளியில் பளபளத்தது; அவனது முழங்கைகள் விலாப்புறத்தோடு ஓட்டி யிருந்தன. அவன் மெல்ல மெல்லக் குனிந்து அவசரக் கோலத்தில் சிலுவை கிறிக் கொண்டான். அவனது தலையாட்டத்தால் சிதறி விழுந்த நீர்த்துளிகள் அவனது தோள்களின்மீது பளபளத்தன. பின்னர் அவன் தன் துணிகளை அணிந்துகொண்டு, குகை வீட்டுக்கு வந்தான்; அங்கு வந்து எல்லோருக்கும் முகமன் கூறிவிட்டு, மணல்மீது அமர்ந்தவாறு, திருப்தியோடு கூறினான்:

"சுத்தமான காற்றில், சூரியோதயப் பொழுதில் ஆண்ட வனைப் பிரார்த்திப்பது ஒரு பெரிய விஷயந்தான்."

"ஆனால் உங்கள் பிரார்த்தனைகளை நிர்வாணமாக நின்று சொல்வது சரிதானா?" என்று கேட்டான் அந்தச் செம்படவன்.

"ஒருவேளை சரியில்லைதான். ஆனால், நான் என் உடம்பை உலர்த்த வேண்டியிருந்ததே."

சாப்பாட்டுக்குப் பின்னர் அவர்கள் ஒரு படகில் ஏறிக் கொண்டார்கள்; அந்த அரைப் பைத்தியமான சிறுவன் துடுப்புகளை வலித்தான். அந்தக்கிழவன் முழங்காலளவுத் தண்ணீரில் நின்றுகொண்டு, மாட்வியை நோக்கிப் பின்வருமாறு கூறினான்:

"மீண்டும் வாருங்கள். அவர் வந்து அழைத்து வர வேண்டும் என்று காத்திராதீர்கள். நாம் வெறுமனே பேசாமலே உட்கார்ந்திருப்போம். எனக்கு அமைதியான நபர்களைப் பிடிக்கும். பேச்சாளிகள் என்றாலே எனக்கு எரிச்சல் தான்; அதிலும் முக்கியமாக ஒற்றைக்கண் பேச்சாளிகள்!"

அவன் தனது அடர்ந்த நரைத்த தலையைப் பின்னுக்குச் சாய்த்தவாறும், தாடி மண்டிய வாயை அகலத் திறந்தவாறும், ஒரு குட்டிப் பிசாசு மாதிரி சிரித்தான். அப்போது சூரிய ஒளி அவன்மீது பொழிந்து வழிந்தது; அவனது ஒட்டுப் போட்ட நிலக் கால்சராயையும், இளஞ்சிவப்பான சட்டையையும் அந்த ஒளி துலாம்பரமாக எடுத்துக் காட்டியது.

"உங்களுக்கு ஒரு மனிதன் அகப்பட்டுவிட்டான்!" என்று தனது கலைந்த சிறிய தாடியை ஆட்டியவாறே சொன்னான். டியுனோவ்: இவனைப் போன்ற சிறந்த நாணயமுள்ள மனிதனை நான் பார்த்ததில்லை. மேலும் இவன் புத்திசாலியும் கூட—காது கொடுத்துக் கேட்கும் அளவுக்கு இவனிடம் சொல்வதற்கு ஏதாவது விஷயம் உண்டு. ஆனால் அதனால் என்ன பயன்? சில சமயங்களில் இவன் சோம்பேறியாக இருப்பதால்தான் நல்லவனாக இருக்கிறான் என்று என்னால் நினைக்காதிருக்க முடியவில்லை. இதோ பார். என்னிடம் உள்ளதை ஏற்றுக்கொண்டு, 'என்னை அமைதியாக இருக்க விடு, என்பதைப் போலத்தான்."

'இதை நான் முன்பே கேட்டிருக்கிறேன்' என்று மார்க் கூஷாவை நினைவு கூர்ந்து திடுக்கிட்டவராக எண்ணிக் கொண்டார் மாட்வி.

டியுனோவ் சிறிது யோசித்து விட்டு, பின்னர்ப் பேசினான்;

"இவனைப் போன்று நான் சந்தித்த எல்லா மனிதர்களையும் நினைத்துப் பார்க்கும் போது! உங்களால் எண்ணிக்கூடப் பார்க்க முடியாத அளவுக்கு எவ்வளவோ பேர்கள். அவர்கள் அனைவரும் நல்லவர்கள்; அத்துடன் அத்தனை பேரும் சோம்பேறிகள். எல்லாத் தொழில்களிலும் மிக மிகச் சோம்பேறித்தனமான தொழில் மீன் பிடிப்பதுதான்."

'இவன் எனக்குப் புஷ்கார்யோவை நினைவூட்டுகிறான்' என்று நினைத்தார் மாட்வி. 'ஷாகிர் இறக்க நேர்ந்தால். நான் இவனை அவனது ஸ்தானத்தில் ஏற்றுக்கொள்வேன்.'

சில தினங்களிலேயே இந்த உறுத்த முகம் கொண்ட ஒற்றைக்கண் கூட்டாளி தமக்கு இன்றியமையாதவனாக ஆகி விட்டான் என்பதையும் அவன் தம்மீது ஒரு பெரும் ஆதிக்கம் செலுத்துவதையும் மாட்வி உணர்ந்தறிந்தார்.

"முக்கியமான விஷயம் என்னவென்றால்," என்று டியுனோவ் மர்மமாகப் பேசத் தொடங்குவான்: "ஒவ்வொரு மனிதனும் தான் வந்துள்ள வர்க்கத்தைத் தெரிந்து, அதனை மதிக்க வேண்டும். அவனது வர்க்கந்தான் அவனது குடும்பம். ஒரு மனிதன் 'நான் ஒரு விவசாயியல்ல; நான் ஒரு செம்படவன்' என்றோ, அல்லது 'நான் மத்தியதர வர்க்கத்தைச் சேர்ந்தவனல்ல; நான் ஒரு வியாபாரி' என்றோ சொல்வானேயானால், அதெல்லாம் தவறு. அது மக்களைப் பிளவு படுத்துகிறது; அவர்களுக்குத் தேவையானது என்னவென்றால் அவர்கள் ஒன்றுபட வேண்டும்; தமது அணிகளை இறுகச் செய்ய வேண்டும். பெருந்தனக்காரர்களைப் பாருங்கள். அவர்கள் தமக்கு வேண்டிய போலீஸ் அதிகாரிகளைத் தமக்குள்ளேயே தேர்ந்தெடுத்துக்கொண்ட ஒரு காலமும் இருந்தது; இந்த நாள் வரையிலும் பிரபுத்துவ வர்க்கத்தின் மார்ஷல்களெல்லாம் அவர்கள் சொந்தமாகத் தேர்ந்தெடுத்தவர்கள் தான். எல்லா ஜனங்களும் தத்தம் சொந்த அணிகளிலே ஒன்றுதிரண்டு நின்றால், எங்கே பலம் இருக்கிறது என்பதையும், யார் அதிகாரத்தை வைத்திருக்க வேண்டும் என்பதையும் காண்பது சுலபமாகி விடும். முகத்தில் மூக்கிருப்பது போன்ற உண்மை இது. ஒவ்வொரு எண்ணிக்கையும் பல ஒற்றைக் கோடுகளால் உருவானதுதான்; எல்லா ஒற்றைக்கோடுகளும் ஒன்றாக ஒட்டி இணைந்துகொள்ளத்தான் வேண்டும்; ஒவ்வொருவனும் தான் வெறுமனே பென்சிலால் கீறிய கோடு மட்டுமல்ல என்பதைத் தெரிந்துகொள்ள வேண்டும் அவன் ஒரு ஜீவ சக்தி. அனாமத்துக்களெல்லாம் அவனை மதிப்பதற்கான ஒரே வழி அதுதான். ஒரு மனிதன் அங்கும், இங்கும், எங்குமாகப் பாய்ந்தோடிக்கொண்டிருந்தால், அவன் தனக்கும் தன் வர்க்கத்துக்குமாக விளையாட்டைக் குட்டிச் சுவராக்கி விடுகிறான். எனவேதான், சிப்பாய்கள் கூட முட்டாள்தனமாக ராஜாக்களாக மாறிவிடுவதை நாம் பார்க்கிறோம்."

"உண்மைதான்," என்று மாக்ஸிமைப் பற்றி நினைத்தவாறே சொன்னார் மாட்வி.

பஞ்சத்தால் பாதிக்கப்பட்டவர்களின் சகாயத்துக்காக, உள்ளூரிலுள்ள குதிரைச் சவாரிக் கல்வி நிலையத்தின் ஆதரவில் நடை பெற்ற ஒரு சங்கீதக் கச்சேரிக்கு, டியுனோவ் மாட்வியை அழைத்துச் சென்றான். அந்தக் கட்டடத்தில் கூட்டமும் உஷ்ணமும் நிறைந்திருந்தது; ஓர் இராணுவ பாண்டுக் கோஷ்டி வாசித்துக்கொண்டிருந்தது. தற்காலிகமாக அமைந்த அந்த மேடையில் வர்ண ஜாலமான கவுன்கள் அணிந்த அரை நிர்வாணமான பெண்கள் தோன்றினார்கள்: அவர்கள் உச்சஸ்தாயியில் கீச்சுக்குரலில் பாடினார்கள். அவர்கள் தனியாகவும், ஜோடியாகவும், பின்னர் எளிய மாலையுடைகள் தரித்த ஆண்களோடு சேர்ந்து கோஷ்டியாகவும் பாடினார்கள்.

"பாருங்கள்," என்று இரையத்தொடங்கினான் டியுனோவ்: "இந்தத் துர்ப்பாக்கிய சம்பவத்தின் காரணமாக, சில மனி தர்கள் அரங்கத்துக்கு வருகிறார்கள். மேலும்

யார் அவர்கள்? அதோ அவள் ஓர் இஞ்சினியரின் மனைவி: அதோ அவள் ஓர் உபாத்தியாயினி: அதோ அந்தப் பெண் ஒரு வக்கீலின் மனைவி; மேலும், அவள் ஒரு யூதப் பெண். இங்கே பெரும்பாலும் யூதர்களும் ஜெர்மானியர்களுந்தான் இருக்கிறார்கள். ருஷ்யர்கள் ரொம்ப ரொம்பக் குறைவு. வியாபாரிகளே கிடையாது. ஏன் அப்படி? பட்டினியால் வாடும் விவசாயிக்கு மிகவும் நெருங்கியவன் யார்? இந்த அன்னியர்களா அல்லது ருஷ்ய வியாபாரிகளா? என்ன நடக்கிறது என்று பாருங்கள்: ஒரு கோஷ்டி ஓய்வு பெறுகிறது; மற்றொன்றுக்கு இடம் அளிக்கிறது. இந்தப் பஞ்சம் மட்டும் வந்திரா விட்டால், இவர்களெல்லாம் யார் என்றே எவரும் தெரிந்து கொண்டிருக்க முடியாது. ஆனால், பஞ்சத்தின் புண்ணியத்தால் இவர்களெல்லாம் பெரியவர்களென்றும், தருமவான்களென்றும் பெயர் சம்பாதித்து விடுகிறார்கள்."

அவனும் மாட்வியும் இரண்டு கோழிகளைப் போல உயர்ந்த பெஞ்சுகளின்மீது ஏறியமர்ந்திருந்தார்கள்: அவர்களைச் சுற்றிலும் சோர்வும் சலிப்பும் கொண்ட மக்கள்தான் சூழந்திருந்தார்கள். அதற்கும் உயரமான இடத்தில் அமர்ந்திருந்து இளைஞர்கள் கைதட்டிக்கொண்டும், கத்திக் கொண்டும், கால்களை உதைத்துக்கொண்டும் இருந்தார்கள். அவர்கள் அமர்ந்திருந்த பலகைகள் பாரம் தாங்காமல் கிறீச்சிட்டு முனகின. மாட்வியோ அந்தப் பலகைக் கட்டடம் முழுவதுமே முறிந்து விழுந்து, அவர்களையெல்லாம் கௌரவமான பிரஜைகள் அமர்ந்திருந்த ஒழுங்கான ஆசன வரிசைகளின்மேல் அடிசாய்ந்து விழச் செய்யப் போகிறது என்று பயத்தோடும் நடுக்கத்தோடும் எதிர்பார்த்துக்கொண்டிருந்தார். அந்தப் பிரமுகர்களின் வரிசையில் அமர்ந்திருந்த பெண்மணிகளின் திறந்த புஜங்கள் விளக்கு வெளிச்சத்தில் பிரகாசித்தன; அவர்கள் தமது செம்மை பாய்ந்த முகங்களை விசிறியால் வீசிக்கொள்ளும் போது அவர்களது கரங்கள் பளிச்சிட்டன.

"தொல்லை என்னவென்றால் ஜனங்களுக்குத் தாம் எங்கே சேர்ந்தவர்கள் என்பதே தெரியவில்லை," என்று கிசுகிசுத் தான் டியுனோவ்.

அந்தக் கச்சேரி முடிந்த பின்னர், மாட்வியும் டியுனோவும் அந்த நகரத்தின் தெருக்களின் வழியே நடந்து வந்தார்கள்; டியுனோவ் அங்குள்ள கடைகளின் விளம்பரப் பெயர்ப் பலகைகளை உரக்க வாசித்து வந்தான்:

"சூல்ட்ஸ்– ஒரு ஜெர்மன் கடை, வென்ட்ஸெல் – இன்னொரு ஜெர்மன் கடை. புச் அண்டு மிச் செல். நாப் – எத்தனை இருக்கின்றனவென்று நீங்களே பாருங்கள்! ஐஸக்ஸன், மெய்ஜெல் – இவை யூதர்கள் கடைகள். ருஷ்யர்கள் எங்கே? நாம் முட்டாள்களாக இருப்பதனால் நமக்குக்கிட்டிய பலன் இதுதான்."

அந்த விளம்பரப் பலகைகளில் ருஷ்யப் பெயர்களையே காணமுடியாததைக் கண்டு, மாட்வியுங்கூட வியப்படைந்தார். ஆனால், அதன்மீது தமது கவனத்தை டியுனோவ் திருப்புவதை அவர் வெறுத்தார்; ஏனெனில், அவனது வார்த்தைகளில் அவர் பேராசையும் பகைமையும் குடிகொண்டிருப்பதைக் கண்டறிந்தார்.

“ஒரு மனிதன் எந்தத் தேசத்தைச் சேர்ந்தவனானாலும், அவனும் உண்ணத்தானே வேண்டும்,” என்றார் அவர்.

“முகத்தில் மூக்கிருப்பது போன்ற உண்மை இது. அவன் உண்ண வேண்டும் என்பது சரிதான். ஆனால், ஒவ்வொருவனும் அவனவன் சொந்த இடத்தில் இருந்து உண்ணட்டுமே.”

“ஆனால், யூதர்களுக்குத் தமக்கென்று எந்த ஒரு சொந்த இடமும் இல்லாது போனால் என்ன செய்வது?”

“யூதர்கள் அத்தனை மோசமானவர்கள் அல்ல. ‘யூதன் எவனோடும் ஒத்துப் போவான்’ என்பது பழமொழி. ஆனால், ஜெர்மானியர்கள்? இன்று அவர்கள் வியாபாரிகள்: நாளை அவர்கள் நமது அதிகாரிகள்; நாளை மறுநாள் அவர்கள் நமது ஜெனரல்கள். அதுவே நமக்கு அழிவுகாலமாகிவிடும்!”

அந்தப் பெரிய நகரத்தின் ஆரவாரம் மாட்வியின் காதைச் செவிடுபடச் செய்தது. அவரைக் கடந்து சென்று கொண்டிருந்த ஜனக்கும்பலும், ஏராளமான புதிய புதிய காட்சிகளும் அவரது எண்ணங்களை யெல்லாம் ஒன்று திரட்டுவதையே அவருக்கு அசாத்தியமாக்கின. ஒவ்வொரு நாளும் அவர் டியுனோவோடும், அவனது உபதேச மொழிகளோடும் அதன் தெருக்களில் மேலும் கீழும் நடந்து திரிந்தார். மாலை நேரத்தில் அவர் முற்றிலும் அலுத்துக்களைத்தவராய், ஏதாவதொரு மதுபானக் கடைக்குள் நுழைந்து அங்கு அமர்வார்; அந்த நகரத்தின் உரத்த, ஆபாசமான, மாய்மாலம் நிறைந்த நகரவாசிகளைக் கவனித்து, தமக்குள் பின்வருமாறு நினைப்பார்:

ஒகுரோவ் நகர வாழ்க்கை மிகவும் அமைதியும் மரியாதையும் மிக்கது.

எங்குப் பார்த்தாலும் தென்பட்ட ஆரவாரம், பேராசை, செயலாற்றலின் வீணான சுழற்சி ஆகியவற்றைக் கண்டும் கேட்டும் அவர் தமக்கே எரிச்சலும் மனச் சோர்வும் ஏற்படுவதைக் கண்டார். ஏதோ ஒரு சந்திப்புக்குத் தாமதமாகச் சென்று விடுவோமோ என்று பயந்தோடுவது போல ஜனங்கள் பரபரத்து ஓடித் திரிந்தார்கள். பகல் நேரத்திலோ பிச்சைக்காரர்கள், சில்லறை வியாபாரிகள் இவர்களின் நச்சரிப்பிலிருந்து தப்ப வழியில்லை; மாலையிலோ சந்து முனை விபசாரிகள், போலீஸ்காரர்கள், மோசமான சந்தேகப் பேர்வழிகள் ஆகியோரின் வெறித்த நோக்கிலிருந்து தப்ப முடியாது.

சில சமயங்களில் அந்தச் சந்து மோகினிகளில் எவளாவது ஒருத்தியின்பால் அவருக்குக் கவர்ச்சி ஏற்படும்; அவளது அரவணைப்பை விலை கொடுத்து வாங்க மனம் விழையும். ஆனால், அவரை நிழல் போல ஒட்டிக்கொண்டிருந்த டியுனோவினால் அவர் எப்போதுமே அதிலிருந்து தடுத்தாளப் பட்டார்.

“அடேயப்பா! எவ்வளவு பேர்கள் இருக்கிறார்கள் இவர்கள்!” என்று அவர் ஒருநாள் சொன்னார். அவ்வாறு சொல்வதன் மூலம் தமது கூட்டாளியை ஒரு பிரசங்கத்தில் இறங்கச் செய்து, அதன்மூலம் தமது தாகத்தைத் தணித்துக்கொள்ளலாம் என்ற நம்பிக்கை அவருக்கு.

அதேபோன்று, எதற்கும் ஒரு விளக்கத்தைத் தயாராக வைத்திருக்கும் டியுனோவ், விறைக்க வைக்கும் வித்தியா கர்வத்தோடு பின்வருமாறு பேசினான்:

“ரொம்ப ரொம்பப் பேர்கள். இது ஒன்றும் மிகவும் பாராட்டத் தக்க தொழிலல்ல; ஆனால், அவர்களைப் பற்றித் தீர்ப்புச் சொல்ல நான் ஆளல்ல. எல்லாப் பெண்களுக்கும் கணவர்கள் கிடைப்பார்கள் என்று எதிர்பார்க்க முடியாது. அது ரொம்பத் தெளிவு. மேலும் இந்த உலகத்தில் பிச்சைக்காரர்களைப் பெற்றுத் தள்ள யார் விரும்புகிறார்கள்? இது தவிர, ஆண்களுக்கு இத்தகைய பெண்கள் விளையாடுவதற்குக் கிடைக்காவிட்டால், அவர்கள் குடும்பங்களில் புகுந்து குடிகெடுக்கத் தொடங்கி விடுவார்கள். இந்தக் காலத்தில் பெண்கள் தமது மானத்தை மிகவும் விலை மதிப்பு உயர்ந்ததாகக் கொள்ளவில்லை என்பதை நீங்களும் நானும் நன்றாக அறிவோம். எனவே, பாருங்கள். தீமையிலுங்கூட ஏதாவது கொஞ்சம் நன்மை இருக்கிறது.”

ஒற்றைக்கண் பிசாசு! இவன் சொல்வதும் சரிதான்! என்று தமக்குத் தாமே கூறிக்கொண்டார் மாட்வி. அவரது உள்ளத்தில் அவன் எழுப்பிய எரிச்சல் ஒருபுறம் இருந்தாலும், தமது ஆலோசகன்மீது அவருள்ளத்தில் வளர்ந்தோங்கும் மதிப்பை அவரால் அடக்க முடியவில்லை.

மாட்வி வேறொரு விதமான வாழ்க்கைச் சித்திரத்தையும் தம் மனத்தில் கற்பனை செய்து பார்த்தார்: அவர் ஒகுரோவிலுள்ள தமது சொந்த மக்களின் மத்தியில் இருப்பதையும், அவர்களுக்கு எல்லா விதமான விஷயங்களையும் அமைதியான, அழுத்தமான தொனியில் எடுத்துக் கூறுவதையும், அவர்கள் அதனை மிகுந்த கவனத்தோடு கேட்டவாறு அமர்ந்திருப்பதையும் அவர் அதில் கண்டார்.

இப்போது அவர்களுக்கு நான் ஏராளமான விஷயங்களைச் சொல்ல முடியும் என்று நினைத்தார் அவர். ஆனால், நான் எப்படி வீடு திரும்புவது? அது ஒரு பரபரப்பை உண்டு பண்ணுமே!

பின்னர் அவர் டியுனோவிடம் திரும்பிக் கேட்டார்

“உனக்கு எப்போதாவது கோர்ட் அனுபவங்கள் ஏற்பட்டதுண்டா?”

“ஆமாம், நிச்சயமாய்– ஜில்லாக் கோர்ட்டில் பிரசங்கங்கள் செய்து பழக்கந்தான்,” என்று தன் தலையைப் பெருமையோடு உலுக்கியவாறு சொன்னான் அவன்: ‘தாழ்த்தப் பட்டவர்களின் சார்பில் நடத்திய பேச்சுகள்தான். ஆனால், இப்போது அது தடை செய்யப்பட்டு விட்டது–பட்டம் பெற்ற வக்கீல்களைத் தவிர, வேறு யாரும் அங்குப் பிரசங்கம் புரிய அனுமதிக்கப்படுவதில்லை. வக்கீல்கள் அவ்வாறு நடக்குமாறு செய்துவிட்டார்கள். ஏனெனில் ஏழை மக்களான நாம், நமது வழக்கை நாமே வாதாடும்பொழுது அவர்களுக்கு வரும்படியில்லை. தெரிந்ததா? எங்கும் அதே பழைய கதைதான். மேலும், இப்போதெல்லாம் ஒவ்வொருவரும் அரசாங்க அதிகாரிகளால் விசாரணை செய்யப்பட்டு,

தீர்ப்பு வழங்கப்படுகிறார்கள். ஆனால், அரசாங்க அதிகாரி எல்லா விதமான ஜனங்களையும் புரிந்துகொள்ள முடியும் என்று நினைக்கிறீர்களா?"

அவர்கள் ஒரு ஜனநெருக்கடி மிகுந்த மதுபானக் கடையில் அமர்ந்திருந்தார்கள். மாட்வி தனது தணிந்த புருவங்களின் கீழாக அங்குக் குழுமியிருந்த ஜனங்களைப் பரிசீலனை செய்தார். அவர்கள் வெறும் மாய்மாலந்தான் பண்ணுகிறார்கள் என்றும் அவர் முடிவு கட்டினார். ஈக்களும் புகையிலைப் புகையும் நிரம்பிய அந்த நெருக்கமான புழுக்கமான அறையில் அவர்கள் குதூகலமாகப் பொழுதைக் கழிப்பது போலத்தான் தோன்றியது; ஆனால், அதெல்லாம் வெறும் வேஷம்; பாசாங்கு, அவர்களது முகமெல்லாம் பீராலும், வோட்காவாலும், உஷ்ணத்தாலும் சிவந்து போயிருந்தன. அவர்கள் மூழ்குவதைப் போல அல்லது சண்டைக்குத் தயாராவது போலக் கைகளை ஆட்டினார்கள்; காரணமில்லாமல் சத்தம் போட்டார்கள்; ஒருவருக்கொருவர் அபரிமிதமான, அளவுக்கு மீறிய புகழ் மொழிகளை வாரி வழங்கிக் குவித்தார்கள்; அல்லது அற்ப விஷயத்துக்காகவுங்கூட ஒருவரையொருவர் மனமார வைது வசை பாடினார்கள்; மறுநிமிஷமே சமரசம் அடைந்து ஓசையெழும்ப முத்தமிட்டுக்கொண்டார்கள்.

ஒரு சங்கீதப் பெட்டி பாடிக்கொண்டிருந்தது; கரகரத்த குழல் வாத்தியங்கள் ஊதப்பெற்றன; எவ்வளவு உரக்கத் தட்ட முடியுமோ அவ்வளவு உரக்க, வெடிப்புக் கண்ட மேளங்கள் தட்டப் பெற்றன; ஜனங்களுங்கூட – இந்தக் கடைச் சிப்பந்திகள், கைவினைஞர்கள், குமாஸ்தாக்கள், வியாபாரிகள் எல்லோருமே – அந்தச் சங்கீதப் பெட்டியைப் போலவே குதூகலமாக இருப்பதற்காகச் சாவி கொடுத்து முடுக்கிவிட்டவர்களைப் போலவும், ஆனால் அந்தப் பெட்டியைப் போலவே உள்ளுக்குள் உடைந்து போனவர்கள் போலவும் தோன்றினார்கள். அவர்களிடம் உண்மையான குதூகலம் காணப்படவில்லை; அதனை அவர்களும் தெரிந்திருந்தார்கள். எனினும், ஒருவருக்கொருவர் அதனை மறைக்கவே முயன்றார்கள். இடையிடையே அதுவரையிலும் குடிபோதையோடு ஆரவாரம் செய்தவர்கள் திடீரென்று அமைதியடைந்து, தமது தலைகளை ஒன்றாகச் சேர்த்துக் குனிந்து, சாந்தமும், நிதானமும் கொண்ட குரல்களில் பேச முனைந்தார்கள். அவர்களைக் கவனித்தவாறே மாட்வி தமக்குள் சொல்லிக் கொண்டார்: அவர்கள் அத்தனை பேரும் அயோக்கியர்கள்; சந்தேகமேயில்லை.

மூழ்கியிறந்த மனிதனைப் போன்று உயிரற்றுப் புடைத்துத் தோன்றிய, வெறித்த கண்களோடு கூடிய ஒரு கொடிய முகத்தை அவர் கண்டார். பயபீதியும், மன்னிப்புக் கேட்கும் பாவனையும் கொண்ட புன்னகைகள், மூர்க்கமான முகச் சுழிப்புக்கள், இளித்து வெளித் தோன்றும் பற்கள், தாமாகவே அமர்வோரின் இறுக மூடிய முஷ்டிகள் ஆகிய பற்பல விதமான காட்சிகளையும் அவர் கண்டார். இடையிடையே அவர்களில் ஒருவன் குனிந்த தலையோடு எழுந்து, வாசனை நோக்கிப் பதனமாகத் தனது நடையைக் கட்டுவான். அவன் யாரையோ அடிப்பதற்காகத்தான் வெளியே சென்றிருக்கிறான் என்றோ, அல்லது தான் செய்துவிட்ட ஒரு குற்றத்தை ஒப்புக்கொடுக்கச் சென்றிருக்கிறான் என்றோ ஒருவன் கற்பனை செய்துகொள்வான்.

மேலும், கெட்டுப்போன தோலுக்குள் லகுவாகப் பாயும் ஊசியைப் போன்று, அந்தச் சப்தத்துக்கும், குழப்பத்துக்குமூடே டியுனோவின் குரல் அநாயாசமாகப் புகுந்து தைத்தது:

“இதில் சந்தேகமேயில்லை. மனிதர்கள் ஒன்றுபடாவிட்டால், அவர்கள் பயத்திலும் நடுக்கத்திலும் வாழ நேர்வது நிச்சயம். ஏனென்றால், அவர்களது நம்பிக்கைக் குறைவு, உற்சாகக் குறைவு...”

“எல்லாமே பாழாய்ப் போக!’ என்று நினைத்தார் மாட்வி. நான் போகப் போகிறேன்.”

அவர்கள் சத்திரத்துக்குத் திரும்பி வரும் வழியில், அவர் டியுனோவிடம் கேட்டார்:

“நீ எப்போது வீடு திரும்புகிறாய்?”

“என்ன சொன்னீர்கள்? – வீடா?”

“ஓகுரோவுக்கு.”

“ஆ! அதைப்பற்றி நான் நினைக்கவே இல்லை.”

நகரத்தின் பெரிய, பரிசயமில்லாத கட்டடங்கள் ஒன்றாக நெருங்கி, மூக்குக்கண்ணாடி அணிந்த கண்டிப்பான எஜமானர்கள் போன்று மக்களைச் சுழித்துப் பார்த்தன.வாகனங்கள் கடகடத்து ஓடின; நாற்சந்தி மூலைகளில் சந்தேகமான தோற்றம் கொண்ட பேர்வழிகள் தெரு முனைகளிலே மறைந்துகொண்டார்கள்; சந்து மோகினிகள் வாடிக்கைக்காரர்களைத் தேடி, அவசரமாகச் சென்றார்கள்; அவர்களில் அவலட்சணமானவர்கள் வாசல் நடைகளின் இருளோரத்தில் மறைந்து நின்று, தெருவில் வருவோர் போவோரைக் கைநீட்டித் தொட்டு, அவர்களது சட்டைக் கைகளைப் பிடித்து இழுத்தார்கள்; இளமையும் அழகும் கொண்டவர்களோ தெரு விளக்குகளின் அடியிலே தயங்கி நின்றவாறு, நாணமற்று வாய்விட்டு உரக்க நகைத்தார்கள். போலீஸ்காரர்களின் பித்தளைப் பொத்தான்கள் ‘இருளினூடே பளபளத்தன. துண்டு துக்காணியான விசித்திரமான’ பேச்சுக் குரல்கள் காதில் விழுந்தன:

“அவனிடமிருந்து கசக்கிப் பிழிந்து விடுவேன்...”

“பயங்கரமான காதல் அது..’

இரண்டு குடிகாரர்கள் தெரு வழியே தள்ளாடி நடந்தார்கள்; அவர்களில் ஒருவன் மற்றவனிடம் சொன்னான்:

“நம்மைப் போன்ற முரட்டுப் பேர்வழிகளுக்குத்தான்..”

டியுனோவ் தணிந்த குரலில் பேசினான்; எனினும், வழக்கம் போல அவன் உரக்கக் கத்துவது போலவே தோன்றியது.

“ஓகுரோவின்மீது எனக்கொன்றும் கவர்ச்சி இல்லை. அது ஒரு நகரம் மாதிரியே இல்லை – அங்கு ஒரு ரயில் பாதைகூடக்கிடையாது. சும்மா இருந்துவிட்டுப் போவதற்கான இடம் மாதிரிதான் அது.”

“நாம் இருவருமே திரும்பிப் போகலாம் என்று எண்ணியிருந்தேன்,” என்றார் மாட்வி.

“அப்படியானால் வழிச் செலவுக்கு ஒன்பது ரூபிள்களும் முப்பது கோபெக்குகளும், சாப்பாட்டுச் செலவுக்கு முழுசாக இரண்டு ரூபிள்களும் எனக்குச் செலவாகும்.”

“அந்தச் செலவை நான் மகிழ்ச்சியோடு ஏற்றுக்கொள்கிறேன்.”

டியுனோவ் ஒரு கணம் யோசித்துவிட்டுப் பிறகு சொன்னான்;.

“நான் யோசித்துச் சொல்கிறேன். மிக்க நன்றி உங்களுக்கு.”

மாட்விக்கு அவனது பதில் பிடிக்கவில்லை. அந்த “மிக்க நன்றி உங்களுக்கு,” என்ற வார்த்தைகளில் ஏதோ ஓர் அவமானப்படுத்தும் ஏளனம் இருப்பதாகத் தோன்றியது.

அவர் படுக்கையில் படுத்திருந்தபோது, தமக்குள் பின்வருமாறு நினைத்தார்:

தனியாகப் போகவேண்டி நேர்ந்தாலும், நான் நாளை ஊருக்குத் திரும்புகிறேன். நான் தனிமையாயிருப்பதில் புதுமை எதுவும் இல்லை. தண்ணீரைவிட்டு வெளியே இழுத்துப் போட்ட மீன் மாதிரி, இங்கேயே சுற்றித் திரிந்து பொழுதை வீணடித்து விட்டேன்–ஏறத்தாழ மாதம் இரண்டாகிவிட்டது. நான் எப்படியாவது ஊர் விவகாரங்களைச் சமாளித்துச் சரிக்கட்டி விடுவேன். நான் போய், மார்க் வாஸிலிவிச்சிடம் பேசுவேன். அவர் எனக்கும் மாக்ஸிமுக்கும் இடையில் சமரசம் பேசும் தூதராக இருக்கட்டும். ஒருவேளை மாக்ஸிமுக்கு நான் செய்த கொடுமைக்குப் பிரதியாக, அவன் என்னிடம் பணம் பெற்றுக்கொண்டாலும் கொள்ளலாம்.

காலையில் அவர் டியுனோவைச் சந்தித்ததும் பின்வருமாறு சொன்னார்:

“இன்று மாலையில் நான் புறப்படுகிறேன்.”

“இன்று மாலையா?”

டியுனோவ் தன் உதடுகளை இறுக்கினான்; அவரைத் தனது கரிய கண்ணால் நிலைத்துப் பார்த்துவிட்டு, பிறகு பேசினான்:

“நல்லது. அப்படியானால், உங்களுக்கு அதிருஷ்டம் உண்டாகட்டும்.”

“நீ எப்போதாவது ஒகுரோவுக்கு வந்தால், என்னை வந்து பார்.”

“நிச்சயமாகப் பார்ப்பேன்.”

“உன்னைப் பார்ப்பதில் எனக்கும் மகிழ்ச்சிதான்.”

“மிக்க நன்றி உங்களுக்கு.”

டியுனோவ் போவதற்கு அவசரப்படுகிறான் என்று தெளிவாகத் தெரிந்தது. அவன் கால் மாற்றி மாற்றி நின்ற வண்ணம், தனது பொருத்தமற்ற தாடியைப் பிடித்து இடித்துக்கொண்டும், சுற்றுமுற்றும் பார்த்துக்கொண்டும் இருந்தான்.

‘உணர்ச்சியற்ற பயல்’ என்று அவனிடம் விடைபெறும் போது நினைத்துக்கொண்டார் மாட்வி. இவனை ஒன்றும் மார்க் வாஸிலிவிச்சுடன் ஒப்பிட்டுப் பார்க்க முடியாது.காடி யைப்பற்றி ஒருமுறை ஸென்யா கோமரோவ்ஸ்கி சொன்னது தான் இவனைப் பார்க்கும்போது நினைவுக்கு வருகிறது: இவன் காடியேதான். மார்க் மாமாவோ வெல்லப் பாகு. இருப்பினும், நான் என்றும் டியுனோவையும், மறந்து விடமாட்டேன். அவன் மனத்துக்குள்ளே என்ன நடக்கிறது என்று வியக்கிறேன் நான். இவனுக்குக் கர்வம் அதிகம் எனத் தோன்றுகிறது. ஜனங்கள் சொல்வது வாஸ்தவந்தான். அடுத்தவன் ஆத்மாவுக்குள் புகுந்து பார்த்துவிட முடியாதுதான்.

அதிகாலை வேளையில் அவர் தமது சொந்த நகரில் வந்து சேர்ந்தபோது தரிசாகக்கிடக்கும் வயல்களின்மீது ஒரு நாரைக் கூட்டம் பறந்து வந்து அவரை வரவேற்றது; நிர்மலமான வானவெளியில், நீலப் பரப்பில் விழுந்த ஒரு வெறும் புள்ளி போல, ஒரு பருந்து தொங்கிக்கொண்டு நின்றது.

மாட்வி வண்டிக்காரனின் முதுகுக்குப் பின்னாலிருந்து நகரத்தை நோக்கினார். தெத்தும் குத்துமான கரும்பழுப்பு நிறங்கொண்ட குன்றுகளின் இடையிலுள்ள ஒடுங்கிய பள்ளத் தாக்கில் நெருங்கிக்கிடந்த அந்த நகரம் எவ்வளவு சிறிதாக வாடி மெலிந்து தோற்றியது என்பதைக் கண்டு அவர் முகம் சுழித்தார். அந்தக் கோடைக் காலத்தில் அது வற்றிச் சுருங்கி விட்டதாகத் தோன்றியது.

காலை நேரத்தின் மோன அமைதியில், அவர் தமக்குப் பழக்கமான சப்தங்கள் காதில் விழுவதை உணர்ந்தார்: ஒரு பெட்டித் தொழிலாளி தட்டிக்கொண்டிருந்தான்.

“பட்–பட்–பட்–பட்.”

அந்த நாரைக் கூட்டமும் கத்தியது:

“கிக்கீ! கிக்கீ!”

அவர் முற்றத்துக்குள் நுழையும்போதே, ஏதோ நடந்து போயிருக்கிறது என்ற ஒரு மனம் குன்றும் சூசக உணர்ச்சி அவருக்கு ஏற்பட்டது. முன்னெப்போதும் இருந்ததைக் காட்டிலும், வெளுத்தும் மெலிந்தும் போயிருந்த ஷாகிர் பாதி அழுகையும் பாதிச் சிரிப்புமாக விம்மிக்கொண்டும், மூக்கை உறிஞ்சிக்கொண்டும் அவரைச் சந்திப்பதற்காக வெளியே ஓடி வந்தான். அவன் அவரைச் சுற்றி நடனமாடினான்; அவரைக் கையைப் பிடித்து இழுத்துக்கொண்டு, வீட்டுக்குள் அவசரமாகச் சென்றான். அங்கு அவன் கதவைச்

சாத்திக்கொண்டு, அவர் முன்னால் நின்று, தனது சுருக்கம் விழுந்த கழுத்தை முன்னால் நீட்டிக்கொண்டு, பின்வருமாறு திக்கித் திணறினான்:

“தொல்லை, தொல்லை, ஐயோ, எத்தனை தொல்லை!”

பய பீதியினால் உறைந்து போனவராய், அந்தத் தாத்தாரியன் தாழ்ந்த கிசுகிசுப்புக் குரலில், கைகளை மிகவும் அலட்டி ஆட்டிக்கொண்டு என்னதான் சொல்ல விரும்புகிறான் என் பதைப் புரிந்துகொள்ள மாட்வி வீணில் முயன்றார். இறுதியில் காலட்ஸ்காயாவும், ஸ்வெட்டயேவும் பஞ்சத்தால் வாடும் விவசாயிகளுக்கு உணவை எடுத்துக்கொண்டு நாட்டுப்புறத்துக்குச் சென்றதாகவும், அங்குப் போலீஸார் அவர்களைப் பிடித்து, கைது செய்து நகரத்துக்குத் திரும்பவும் கொண்டுவந்து விட்டதாகவும் அவர் புரிந்துகொண்டார்; அதன்பின் போலீஸார் மாட்வியின் வீட்டைச் சோதனை போட்டதாகவும், ஷாகிரையும், போக்காவையும் அவர்களது எஜமான் எங்கிருக்கிறார் என்பதைப் பற்றிப் பற்பல கேள்விகள் கேட்டு விசாரித்ததாகவும் அவர்' கேட்டறிந்தார்.

“நீங்கள் மாக்ஸிமை அடித்ததாகவும், அவன் ரொம்ப மோசமான பேர்வழி என்றும், எனவே நீங்கள் அவனை வைத்துச் சமாளிக்க முடியவில்லையென்றும் போக்கா அவர்களிடம் கூறினான்.”

அங்குமிங்கும் பரபரப்போடு துள்ளித் திரிந்தவனாய், மார்க் மாமா, ஸென்யா கோமரோவ்ஸ்கி, ரோகாசோவ், மற்றும் நகரக் கவுன்சிலில் வேலை பார்த்த ஒருவன். அவனது மனைவி ஆகியோரைப் பிடித்து, அவர்களை நகரத்துக்கு வெளியே அனுப்பி விட்டதாகவும் ஷாகிர் சொல்ல முனைந்தான்.

மாட்வி குன்றிக் குறுகும் இதயத்தோடு சீட்டியடித்தார்.

“ஒரு போலீஸ்காரன் என் மூக்கில் குத்தினான்; என்னை அவன் சிறையில் தள்ளிவிடுவதாகக் கத்தினான்.”

“அவர்களை நான் என் வீட்டைப் பயன்படுத்திக் கொள்ளுமாறு அனுமதித்ததற்காக, என்னையுங்கூடச் சிறையில் தள்ளி விடுவார்கள் என்று தோன்றுகிறது,” என்று தரை மீது அங்குமிங்கும் நடந்தவண்ணம் முணுமுணுத்தார் மாட்வி; “அவர்கள் மாக்ஸிமையும் பிடித்துச் சென்றார்களா?”

“நீங்கள் இங்கிருந்து சென்றவுடனேயே பாதிரியாரின் மனைவி அவனையும் கோருஷினாவையும் ஒரு மரமறுக்கும் முகாமுக்கு அனுப்பி வைத்து விட்டாள்.”

எனவே, அவன் போய்விட்டான் என்று நிம்மதியோடு நினைத்தார் மாட்வி. இப்போது அவர் அந்த விஷயம் குறித்து யாரிடமும் பேசவும் தேவையில்லை; அதைப்பற்றி நினைக்கக்கூடத் தேவையில்லை.

அவரது பயத்தில் பாதியை மார்க் வாஸிலிவிச்சை இழந்ததால் ஏற்பட்ட வருத்தம் ஆட்கொண்டு விட்டது. அவர் மற்றவர்களைப் பற்றிக் கவலைப்படவில்லை. போலீஸாரைப்பற்றிய எண்ணங்கள் அவரை அலைக்கழித்தன.

“அந்தப் போலீஸார் என்னைப்பற்றி அதிகம் விசாரித்தார்களா?”

“போக்காதான் அவற்றைச் சொன்னான். அவன் ஒரு முட்டாள். அவன் எல்லோரையும் அடிக்கிறான்; என்னைக் கூட அடித்து விட்டான். அவனுக்கு வேலை செய்ய இஷ்டமில்லை.”

“நான் அவனை அனுப்பி விடுகிறேன்.”

அவர் ஏதோ நிகழப் போவதை எதிர்பார்த்துக் காத்திருப்பது போல, எந்நேரமும் வீட்டிலேயே தங்கி, அமைதியானதொரு வாழ்க்கையில் ஈடுபட்டார். அவர் தேவாலயத்துக்கும் ஒழுங்காகச் சென்றார்; பாதிரியாரை அங்குச் சந்தித்தார். பிதா அலெக்ஸாண்டர் என்றுமில்லாதவாறு சோர்ந்து வாடிப் போயிருந்தார்; எனினும், அவர் மிகவும் கதியிறங்கிப் போயிருப்பதாகத் தோன்றியது. அவர் தேவாலயப் பிரார்த்தனையை அவசர அவசரமாக முடித்தார்; முன்னைக்காட்டிலும் மிகவும் அரிதாகவும், நம்பிக்கைக்குறைவோடும் புன்னகை புரிந்தார். பல சந்தர்ப்பங்களில் அவரிடம் சென்று அவரது ஆசீர்வாதத்தைக் கோர வேண்டும் என்றும், அவரது நண்பர்களைப் பற்றி விசாரிக்க வேண்டும் என்றும் ஓர் உத்வேக உணர்ச்சிக்கு மாட்வி ஆளானார்; எனினும், ஏதோ ஒன்று எப்போதும் அவரைத் தடுத்து நிறுத்தியது.

பழைய சலிப்புணர்ச்சியைக் கொண்டுவந்து வழங்கியவாறு காலம் கழிந்தது. அவர் ஜனங்கள் மத்தியில் சென்று பழகவும், அவர்களோடு பேசவும் வேட்கைப்பட்டார். அவர் ஷாகிரிடம் பேசிப் பார்த்தார்; அந்தத் தாத்தாரியன் டியுனோவைப் பற்றியும் அந்தப் பெரிய நகரத்தைப் பற்றியும் அவர் வருணித்ததைக் கேட்டான்; எந்தவிதமான அபிப்பிராயமும் சொல்லாமல் வெறுமனே பெருமூச்செறிந்தான்; இப்போது மங்கிப் போய், நீர் கசிந்து தோன்றிய தன் கண்களைத் தாழ்த்திக்கொண்டான்.

ஒரு நாள் அவர் பின்வருமாறு சொன்னார்:

“வாழ்க்கை நல்லபடியாக இருக்க முடியாது. நல்ல மனிதர்கள் விரட்டியடிக்கப்பட்டு விட்டார்கள். அவர்கள் வாழ அனுமதிக்கப்படவில்லை. எல்லாவற்றையும் ஆள்வதற்கு ஒரு பலமான கை, சாமர்த்தியமான கை இருக்க வேண்டும். ஜனங்கள் நல்லவர்களாக இருக்காவிட்டால், நல்ல வாழ்க்கையும் இருக்க முடியாது.”

போக்கா சிவப்புச் சட்டையும், கறுப்புக் கால்சராயும் அணிந்திருந்தான்: அவன் கன்னியாஸ்திரீகளால் செய்யப்பட்ட ஓர் இடைவாரை இடுப்பில் கட்டி யிருந்தான்; அதனால் அவன் ஒரு வரி வசூலிப்பவன் போலத் தோற்றமளித்தான். அவனுங்கூட எதற்காகவோ காத்திருப்பது போலத் தோன்றியது, அவன் முற்றத்துக்குச் சென்று, தன் கால்களை அகல ஊன்றியவாறும், பெரு விரல்களைத் தனது இடைவாருக்குள் சொருகியவாறும், தனது கண்ணாடிக் கண்களால் வெளிவாசலையே வெறித்து நோக்கிய வாறு நின்றுகொண்டிருப்பான்.

“நீ அங்கே என்ன செய்துகொண்டிருக்கிறாய்?” என்று மாட்வி ஒருமுறை அவனிடம் கேட்டார்.

அவன் காரித்துப்பினான்.

“ஒன்றுமில்லை,” என்றான் அவன்.

“யாருக்காகவாவது காத்திருக்கிறாயா?”

“யாருக்காக நான் காத்திருக்க வேண்டும்? நான் இந்த வட்டாரத்தைச் சேர்ந்தவனில்லை.”

சமையலறையில் இரவுச் சாப்பாட்டுக்குப் பின்னர், அந்தத் தொண்டைக் கரளை கொண்ட ஓரினா என்ற சமையற்காரி அவனது தலையில் பேன் பார்ப்பாள்; அவனை ஏதோ சிறு குழந்தைமாதிரி எண்ணிக்கொண்டு, அவனுக்கு அத்தைப் பாட்டிக் கதைகளைச் சொல்வாள். இடையிடையே அவன் ஒரு கனைப்புக் கனைத்துவிட்டு, அவளது முகத்தை நிமிர்ந்து பார்த்தவாறு கத்துவான்:

“மெதுவாகப் பாரு. நீ என் தலைமயிரைப் பிடித்து இழுக்கிறாய்! இந்தக் கதையை நான் முன்பே கேட்டிருக்கிறேன். வேறொரு கதை சொல்.”

மாட்வி அவனைக் கண்டு அஞ்சத் தொடங்கினார். அவனை வேலையைவிட்டு நீக்குவதற்குப் போதிய தைரியமில்லாமல், அவர் கயிற்றுத் தொழிற்சாலையை விற்றுவிட்டு, ஷாகிரோடு மட்டும் தனியாக இருப்பதெனத் தீர்மானித்தார். ஆனால் அந்த வீட்டை விட்டுப் பிரிந்து செல்ல அவர் வருந்தினார். ‘வசந்தம் வந்ததும் நான் வெறுமனே எனது வியாபாரத்தை மூடிவிடுவேன்’ என்று இறுதியாக முடிவு செய்தார். ‘எனக்கு இது இருந்து ஆகப்போவதென்ன?’ அவர் மார்க் மாமா தம்மிடம் விட்டுச் சென்றிருந்த புத்தகங்களைப் படித்துப் பார்க்க முயன்றார். அவற்றில் ஒரு புத்தகம் பின்வருமாறு தொடங்கியது:

“இதற்கு முந்திய தொகுதியில்.”

இன்னொரு புத்தகம் பின்வருமாறு தொடங்கியது:

“கலாசாரம், அல்லது சரியாகச் சொன்னால் நாகரிகமானது. மொத்தத்தில், அந்த வார்த்தையின் விரிந்த, இன வரலாற்றியலின் அர்த்தபாவப்படி பார்க்கும்போது எதில் அடங்கியிருக்கிறதென்றால்–”

‘இது எனக்கு இலாயக்கானதல்ல’ என்று அதன் முதல் பக்கம் முழுவதையும் முக்கித் தக்கிப் படித்து முடித்தவுடன் முடிவு கட்டினார் மாட்வி. அவர் புத்தகத்தை மூடினார்.

மனிதக் கூட்டுறவின்பால் தமக்கிருந்த வேட்கையில், டியுனோவ் அவரிடம் கூறிய வார்த்தைகளை எண்ணி, ஊக்கம் பெற்றார்:

“ஒரு மனிதன் தனது சொந்த வர்க்கத்துடன் வாழ்ந்தாக வேண்டும். குடும்பம். மனிதனின் வர்க்கம்தான் அவனது குடும்பம்.”

மேலும் திடீரென்று அவரையே வியப்புறுத்திய ஓர் அநாயாச பாவத்தோடு, அவர் அந்தக் குடும்பத்தில் சேர்ந்து விட்டார். ஒருநாள் அவர் தமது கசாப்புக் கடைப் பாக்கியைக் கொடுப்பதற்காகப் போசுலோவின் கடைக்குள் நுழைந்தார்; அங்கு அவனோடு சிறிது நேரம் சம்பாஷித்த பின்னர், போசுலோவ் அவரை வருகிற ஞாயிற்றுக்கிழமையன்று தன் வீட்டுக்குச் சாப்பிட வருமாறு அழைத்தான்.

அலெக்ஸி ஐவானோவிச் போசுலோவ் நிதானமான உயரம் கொண்ட ஒரு கட்டுமஸ்தான மனிதன். அவனது கழுத்து மிகவும் நீண்டிருந்ததால், அவனுக்குப் 'பாட்டில்' என்ற கேலிப்பெயரும் கிட்டியிருந்தது. அவன் முகம் சிவந்திருந்தது; மேலும், அதில் ஓர் அலியைப் போல அவனுக்குத் தாடி முளைக்காமலும் இருந்தது. வாயின் ஓரங்களில் மட்டும் செம்பட்டையான பூமயிர்க் கற்றையாக, மயிர் வளர்ந்திருந்தது. அவனது தலையில் பல புடைப்புக்கள் நிறைந்திருந்தன. புருவங்களுக்குப் பதிலாக, அவனது சிறிய இடைவெளியான கண்களின்மீது இரண்டு சதைக் கோளங்கள் தொங்கிக்கொண்டிருந்தன. அவன் தனது மூச்சை ஓசை யெழும்பும்வண்ணம் உள்ளே வாங்கும்போது, அவனது விரிந்த மூக்கின் நாசித்துவாரங்களை விரித்துக் கொடுப்பதை ஒரு பழக்கமாக்கிக்கொண்டிருந்தான். மேலும், அவன் தனது இறுகிய உதடுகளின் இடையேயிருந்து எதையோ தப்பிப்போகவிடாமல் தடுத்து நிறுத்துவது போல, உறுமவும் செய்தான். அவன் அதிகமாகப் பேசுவதில்லை; பேசினாலும் பேச்சு நடுங்கியசையும். ஆனால், அவன் மற்றவர்கள் பேசுவதைத் தனது சில்லிக் கண்களை மேலும் நெரித்தவாறும், குரல் வரும் திக்கை நோக்கித் தனது பெரிய, தடித்த காதைத் திருப்பியவாறும் கவனமாகக் கேட்டான்.

அவனது மனைவி மார்பா இக்னை இக்னாட்யேவ்னா அவனைக் காட்டிலும் கிட்டத்தட்ட ஒருபிடி உயரமாகவேயிருந்தாள்; அத்துடன் அவள் ஒரு பொம்மை போலத் தோற்றமளித்தாள். அவள் உருண்டு திரண்டு வளப்பமாக இருந்தாள்; வாளிப்பான வெள்ளைக் கழுத்தும், பெரிய நீலக் கண்களைக் கச்சிதமாகத் தீட்டப்பெற்ற சீனாக் களிமண் பொம்மை போன்ற முகமும் கொண்டிருந்தாள். அவளது பிரகாசமான சிவந்த உதடுகள் அவள் பேசும் போதெல்லாம் ஒரு புன்னகையாக மலர்ந்து வளைந்தன. அந்தப் புன்னகையுங்கூட அவளது முகத்தில் வரையப் பெற்றது போலத்தான் தோற்றியது. மேலும், அது பின்வருமாறு உணர்த்துவது போலவும் இருந்தது:

"ஆமாம், நீங்கள் உங்கள் இஷ்டப்படி என்ன வேண்டுமானாலும் நினைத்து விட்டுப் போங்கள். ஆனால், நான் என்ன பேசுகிறேன் என்று எனக்குத் தெரியும்."

அவர்கள் மேஜை நாற்காலிகள் நிறைந்து கிடந்த ஒரு சிறிய இருண்ட அறையில் விருந்துண்டார்கள். அதன் ஒரு புறத்துச் சுவரில் ஒரு காட்டுத் தீயைப் பற்றிய சித்திரம் தொங்கியது. அதன் தீப் பிழம்புகள் அகன்ற சிவந்த கோடுகளால் தீட்டப் பெற்றிருந்தன. அந்தக் கோடுகள் அதன் சட்டத்தின்மீது இரத்தம் போலப் பொழிந்து வழிந்தன. வீட்டுக்காரனும், வீட்டுக்காரியும் தாம் அச்சத்தோடு கவனித்துக்கொண்டிருக்கும் யாரோ ஒருவரை விழிப்பூட்டி விடுவோமோ என்று பயந்தவர்கள் போல, மிகவும் தாழ்ந்த தொனிகளில் பேசினார்கள்.

"உன்னைத்தான். மிளகுப் பொடியை இப்படித் தள்ளு. எனக்கு அது தேவை என்பது உனக்குத் தெரியவில்லையா?" என்று 'பாட்டில்' தன் மனைவியிடம் சொன்னான்.

அவள் தனது தடித்த கரத்தைப் புன்னகையோடு தூக்கினாள். பின்னர் அவள் ஒரு பூரிப்பான வெள்ளைக் கேக் மாதிரி மீண்டும் அடங்கி உட்கார்ந்து விட்டாள்.

போசுலோவ் தன் மனைவியிடம் முரட்டுத்தனமாக நடந்துகொள்வதைக் கண்டு, மாட்வியின் முகம் மாறியது. அவர் நெளிந்து கொடுத்தார்; ஒரு சந்தர்ப்பத்தில் அவர் மிகவும் குறிப்பாக மனம் வாடியபோது, வீட்டுக்காரியை நோக்கிப் பின்வருமாறு சொன்னார்:

"ஒரு கண்டிப்பான கணவர்தான் உனக்குக் கிட்டியிருக்கிறார்."

"பகல் நேரத்தில் அவர் எப்போதுமே கோபக்காரர்தான்," என்று அமைதியாகப் பதிலளித்தாள் அவள்.

அவளது கணவனின் முகபாவம் உடனேயே மிருதுத் தன்மை பெற்றது. அவன் மிகுந்த ஆசாரத்தோடு பேசினான்:

"ஒரு மனிதன் பெண்களிடம் வேறு எப்படித்தான் பேசுவது? அதுகள் கழுதைகள்."

ஒரு கணம் கழித்து, அவன் தன் மனைவியைப் பார்த்தான்; உடனே அவனது முகபாவம் முன்னைக்காட்டிலும் கடுமையாகவும் வெறுக்கத்தக்கதாகவும் மாறியது.

அவன் வோட்காவைக் கொஞ்சந்தான் அருந்தினான். ஆனால், அவன் அதனைத் தன் விருந்தாளியை வற்புறுத்தி அதிகமாகக் குடிக்க வைத்தான்; அத்துடன் தன் மனைவியை நோக்கிப் பின்வருமாறு சொல்லிக்கொண்டும் இருந்தான்:

"மீண்டும் தூங்கத் தொடங்கிவிட்டாயா? அவருக்கு வோட்காவை நிரப்பிக் கொடடி!"

மேலும் ஒரு தம்ளர் அருந்துவதற்கு மாட்வி மறுத்தவுடன், வீட்டுக்காரன் அதை ஏற்காமல் மொறுமொறுத்தான்; மேலும், மார்பாவின் கண்களும் அவள் திடீரென்று களைப்புற்றுப் போனது போலத் தொங்கிப்போயின.

அவர்களிடம் பேசுவதற்கு மாட்விக்கு எந்த விஷயமும் கிட்டவில்லை. அவர் நகரக் கவுன்சிலைப்பற்றிப் பேச்செடுத்தபோது, அந்தப் 'பாட்டில் 'பின்வருமாறு சொன்னான்:

"எல்லோரும் திருடர்கள்."

மாட்வி பின்வருமாறு சொல்ல விரும்பினார்: "ஆனால், நீயும் கூட அவர்களில் ஒருவன்தான்." ஆனால் அதற்கு மாறாக அவர் வீட்டுக்காரியை

நோக்கி, ஸ்மாகின் வீட்டுக் கலியாணத்தின் போது நடந்த சண்டைக்குக் காரணம் என்னவென்று கேட்டார்.

"அது தொடங்கு முன்பே நான் வந்துவிட்டேன்," என்று புன்னகையோடு சொன்னாள் அவள்.

"நிக்கான் மாக்லகோவ்தான் ஆரம்பித்தான்," என்று நிர்விசாரமாகச் சொன்னான் பாட்டில்.

"நமது நகரமக்கள் காட்டுமிராண்டிகள் மாதிரி வாழ்கிறார்கள்," என்றார் மாட்வி.

போசுலோவ் மொறுமொறுத்த வண்ணம் ஒரு கணம் யோசித்தான்

"கழுதைகள்," என்று அவன் ரசித்துச் சொன்னான்.

உணவுக்குப் பின்னர்த் தேநீர் வழங்கப்பட்டது.

"இன்னொரு கோப்பை அருந்துங்கள்," என்று மார்பா வற்புறுத்தியவாறிருந்தாள்.

"இல்லை, மிக்க நன்றி."

"ஓ! ஆனால் நீங்கள் குடிக்கத்தான் வேண்டும். ஒன்றே ஒன்று மட்டும். பழச் சாறோடு."

சூரியோதயம் போன்ற ஒரு புன்னகை தனது விருந்தாளியை நோக்கும் ஒவ்வொரு சமயமும் அவளது முகத்தில் பளிச்சிட்டது.

அவளது கணவன் வெறுமனே அமர்ந்து, மாட்வி அருந்துவதைப் பார்த்துக்கொண்டிருந்தான். அவன் தன் மனைவியை நோக்கி உத்தரவுகளையும் குலைத்துக் கூவிக்கொண்டிருந்தான்:

"நிறைய ஊற்று! கேக்கைத் தள்ளி வை."

அவனது வெளுத்த முகம் வியர்வையால் பளபளத்தது; அந்த வெப்பத்தில் அவனது மண்ணீரலே உருகிப் போவது போலத் தோன்றியது. திடீரென்று அவன் சொன்னான்:

"நீங்கள் ஏன் ஒரு துறவி மாதிரி வாழ்ந்து வருகிறீர்கள், மாட்வி ஸாவ்லிவிச்? நீங்கள் மனிதரை வெறுப்பவரா அல்லது என்ன விஷயம்?"

உண்ட மயக்கத்தில் இருந்ததோடு, நெடுங்காலமாக மௌனமாகவே இருந்து பழகி அசமந்தப்பட்டுப்போன மாட்விக்கு என்ன சொல்வதென்றே தெரியவில்லை. பாட்டில் தன் கன்னங்களைப் புடைக்க வைத்தான்; முகத்தை ஒரு வர்ணக் கைக்குட்டையால் துடைத்துக்கொண்டான்.

"உங்களுக்குச் சீட்டு விளையாடத் தெரியுமா?" என்று கேட்டான் அவன்.

“இல்லை. எப்படி என்று எனக்குத் தெரியாது,” என்றார் மாட்வி.

மார்பா தன் தலையை ஓர் உலுக்கு உலுக்கிவிட்டு, தனது நீலநிறத் துணிச் சட்டையின் மேலிரண்டு பொத்தான்களையும் கழற்றி, தன் கையைக் கழுத்தின்மீது வைத்துத் தடவினாள்.

‘அவர்கள் உங்களுக்குக் கற்றுக்கொடுப்பார்கள்,” என்று அலட்சியமாகச் சொன்னாள் அவள்.

“ஆம். நிச்சயம் கற்றுக் கொடுப்போம்,” என்று அதனை உறுதிப்படுத்தினான் பாட்டில்: “அடுத்த ஞாயிற்றுக்கிழமையன்று வாருங்கள். நான் பாஜுனோவையும், ஸ்மாகின்னையுங் கூட இங்கு வரவழைக்கிறேன். நீங்கள் வருவீர்களா?”

“மிக்க நன்றி. வருவேன்,” என்றார் மாட்வி.

வீட்டுக்காரன் முன்னைக்காட்டிலும் குதூகலம் பெற்றவனாய், எழுந்து அங்குமிங்கும் நடக்கத் தொடங்கினான். அவன் விலையுயர்ந்த சட்டங்களில் அமைக்கப்பெற்றிருந்து பத்து உருவங்களைக் கொண்ட தேவதா வடிவ மாடத்தின் முன்னால் நின்றான்.

“அவசியம் வாருங்கள். அதுதான் நல்லது,” என்று தூண்டினான் அவன்.

தூங்க வேண்டும் என்ற விருப்பம் மேலோங்க, மார்பாவின் புன்னகையாலும், பொத்தானைக் கழற்றிய சட்டையாலும் அலைக்கழிக்கப்பட்டு, அசட்டுத்தனமாய் ஏதாவது செய்து விடுவோமோ என்று பயந்து போய்விட்ட மாட்வி தாம் வீடு செல்வதற்கு நேரமாகி விட்டது என்று தீர்மானித்தார். அவர் மார்பாவை ஏறெடுத்துப் பாராமலே அவளிடம் விடை பெற்றுக்கொண்டார். பாட்டில் அவரது கையை இறுகப் பற்றினான்.

“நிச்சயமாக வந்து விடுங்கள்,” என்று பயமுறுத்துவது போலச் சொன்னான் அவன்.

ஞாயிற்றுக்கிழமையன்று நகரத்தின் பிரதானமான பிரஜைகள் தமக்களித்த அன்பான வரவேற்பைக் கண்டு மாட்வி மன நெகிழ்வும், வியப்பும் எய்தினார், தனது தந்தைக்கு மகன் என்ற முறையில் பெரிதும் மதிக்கப் பெற்ற பாஜுனோவ் இப்போது நகர மேயராக இருந்தான். அவன் மிகவும் வாளிப்பாகவும், சுத்தமாகவும் இருந்தான். அவனுக்கு வர்ணம் பூசப் பெற்றது போல் ஒரு பளபளப்பை அளிக்கும் கிட்டத்தட்ட தரையை வந்து தொட்ட ஒரு நேரான நீளக் கோட்டை அவன் அணிந்திருந்தான். அவனது தலையில் பளபளக்கும் அளவுக்கு எண்ணெய் தடவப் பெற்றிருந்தது: அவனது கரிய மீசையும், தாடியும் அழகாக வெட்டி விடப்பெற்று, வேப் பெற்றிருந்தது. அவை ஏதோ கண்ணாடியால் செய்யப்பட்டது போல அவன் அவற்றைத் தனது மோதிரங்கள் நிறைந்த விரல்களால் நாசூக்காகத் தொட்டான். அவனது புடைத்துப் பூரித்த முகத்தில் ஓஹோவென்னும்படியாக எதுவும் இல்லை. அவனது மனைவியின் முகமும் அப்படித்தான். அவள் தன்

தலைமீது ஒரு பட்டுக் கச்சையை ஏதோ விசித்திரமாகக் கட்டியிருந்தாள்; மேலும், ஒரு பூப்போட்ட கம்பளிப் பாவாடையையும், கருஞ்சிவப்பு நிறமான பட்டு மேற்சட்டையும் அணிந்திருந்தாள். பழங்காலப் பாணியிலமைந்த, கனமான காதணிகள் கிட்டத்தட்ட அவளது தோள் வரையிலும் தொங்கின. அவள் கைகளில் கையுறை அணிந்திருந்தாள்.

அங்கு வந்திருந்த இரண்டாவது முக்கிய விருந்தாளி ஸ்மாகின்; தேவாலயத்தின் மூப்பர்களில் ஒருவன் அவன். மிருதுவான தோல் பூட்சுகளையும், வியாபாரிகள் அணிவதைப் போன்ற ஒரு நீண்ட கோட்டையும், சட்டையையும் அவன் தரித்திருந்தான். ஒரு குமாஸ்தாவைப் போன்ற மழுங்கச் சவரம் செய்த முகமும், புண்பட்ட நோக்குக்கொண்ட நீர்ப்பசை மிகுந்த புடைத்த கண்களும் கொண்ட தடித்த மனிதன் அவன். அவனது மனைவி கன்னியாஸ்திரீயைப் போல முற்றிலும் கறுப்புடை அணிந்திருந்தாள். அவள் ஒல்லியாகவும் நெட்டையாகவும் இருந்தாள். குதிரையொத்த தாடையும், வெள்ளிய பற்கள் இலேசாக வெளிக்காட்டும் குட்டையான மேலுதடும் கொண்டிருந்தாள் அவள்.

மூன்றாவது ஜோடி துணி வியாபாரியான ரெவ்யாகின் தம்பதிகள். அவன் நெட்டையாக தொளதொளத்த உடம்போடும், கூரிய தாடியோடும் இருந்தான். அவனது கண்கள் ஒன்றுக்கொன்று பொருந்தவில்லை: இடது கண் நீல நிறமாகவும், அசைவற்றும் இருந்தது. அது ஜனங்களைத் துளைத்துக்கொண்டு, தூரத்தை வெறித்துப் பார்த்தது. வலது கண் கருமையாகவும், நூலில் கட்டித் தொங்கவிடப் பெற்றது போல அங்குமிங்கும் ஆடியவாறும் இருந்தது. அவனது முகத்திலும் ஓர் ஒழுங்கைக் காணோம்; இடது புறம் ஏதோ அடிபட்டிருந்தது போலத் தளர்ந்து வீங்கிப் போயிருந்தது; வலது புறத்தில் கன்ன எலும்பின்மீது ஒரு சதைக் கோளம் இருந்தது; மேலும், அந்தக் கன்னத் தசைகள் அதன் மீது ஏதோ ஒரு கண்காணாத ஈ இருந்து அதனை எப்போதும் கடித்துக்கொண்டிருப்பது போல இழுத்து வலித்துக் கொண்டேயிருந்தது. அவனது மனைவி மாஷா கருநீலப் பழமொத்த கண்களும், அழகிய வடிவமும் கொண்ட ஒரு குதூ கலமான சின்னக் குருவி. அவளது மாநிறமான முகத்தில் ஒரு பிடிபடாத பாவம் குடி கொண்டிருந்தது. அவள் கண்ணைப் பறிக்கும் விதத்தில் தங்க ஜரிகைக் கரையிட்ட, அலை படிந்த சிவப்புப் பட்டு மேற்சட்டையும், மஞ்சள் நிறமான குஞ்சங் சுளும், வளைவுகளும் கொண்ட ஒரு கபில நிறப் பாவாடையும் தரித்திருந்தாள். அவள் ஸெண்ட் மணம் பலமாகக் கமழ பளபளக்கும் வர்ணப் பொருளாக, அந்த அறையில் அங்குமிங்கும் விசுக் விசுக்கென நடந்து திரிந்தாள்.

முதலில் அவர்கள் தெருவை நோக்கியிருந்த மூன்று ஜன்னல்களைக் கொண்ட முன்னறையில் ஒரு மேஜை முன்னால் வெகுநேரம் அமர்ந்திருந்தார்கள். அந்த அறை குளிர்ச்சியாக இருந்தது; அத்துடன் அங்கு மேஜை நாற்காலிகளும் அத்தனை அடைசலாக இல்லை. மத்தியில் கிடந்த பெரிய மேஜை யின்மீது பழச்சாறு, கேக், பிஸ்கட், மிட்டாய்கள் முதலிய பல பண்டங்கள் நிரம்பியிருந்தன. அது மாட்விக்கு வோர்கோராடிலுள்ள மிட்டாய்க் கடைகளின்

அரங்குகளை நினைவூட்டியது. அந்த அறையில் ரொட்டிமாவின் செழிப்பான மணமும் கமழ்ந்தது. அங்குள்ள நிலைக்கண்ணாடியுங்கூட, வெண்ணெய் தடவப் பெற்றிருப்பது போலவும், அந்த வெண்ணெய் அதன் சட்டத்திலிருந்து மஞ்சள் நிறமான கோடுகளாக வழிந்தோடுவது போலவும் தோன்றியது. நிலைக்கண்ணாடியின் மத்தியப் பாகத்தில் ஒரு வர்ணச் சித்திரத்தின் பிரதிபிம்பம் தெரிந்தது. அந்தச் சித்திரத்தில் ஒரு கறுப்பான சாமியார் தென்பட்டார். அவரது முகத்தில் புளிப்பின் இனிமை கலந்த ஒரு முகபாவம் தென்பட்டது.

பெண்கள் அனைவரும் மேஜையின் ஒரு மூலையில் தேநீர்ப் பாத்திரத்துக்கருகே அமர்ந்திருந்தார்கள். அவர்கள் இடையிடையே புழுக்கம் நிறைந்த மௌனத்துக்கு ஆளாகும் ஆண் மக்களின் கனமான சம்பாஷணைகளைக் குலைக்காதவண்ணம் தணிந்த குரலில் தமக்குள் வம்பளந்துகொண்டிருந்தார்கள்.

அந்தத் தொளதொளத்த கொழுத்த ஸ்மாகின் தம்மை விழிப்புணர்ச்சிகொண்ட விரோத பாவத்தோடு கருதுவதையும், புன்னகையில் பாதி புடைத்த வலது கன்னத்தில் மறையும் விதத்தில் கோணற்புன்னகை புரிந்தவாறே ரெவ்யாகின் ஒளிவு மறைவற்ற குறுகுறுப்போடு தம்மைப் பார்ப்பதையும் மாட்வி உடனேயே கண்டுகொண்டுவிட்டார். பாஜுனோவ் தனது கண்களை ஆட்டுக் கண்களைப் போல உருளச் செய்து, அந்தச் சாமியாரின் சித்திரத்தையே இடைவிடாது பார்த்துக் கொண்டிருந்தான். அதே சமயம் தனது காதுகளையும் விசித்திரமான முறையில் அவன் நெளித்தான். பாட்டில் அடிக்கொரு தரம் இடத்தை விட்டு எழுந்து, தனது கைகளைப் பின்புறம் கட்டியவனாய், எவ்வளவு உணவு காலியாக்கப்பட்டிருக்கிறது என்று கணக்குப் போட்டுப் பார்ப்பவன் போல மேஜை மேலுள்ள பண்டங்களை கூர்ந்து நோக்கியவண்ணம் மேஜையை மெதுவாக வட்டமிட்டுச் சுற்றி வந்தான். பெண்களோ மாட்வியைப் பார்க்காதது போலப் பாசாங்கு செய்தவண்ணம் அவரைக் கடைக்கண்ணால் அடிக்கடி பார்த்து, தமக்குள் கிசுகிசுத்த குரலில் அபிப்பிராயம் பரிமாறிக்கொண்டார்கள். தாம் அவர்கள் மத்தியில் எழுப்பிய மறைவற்ற அக்கறையைக் கண்டு, மனம் குன்றினார். அது ஒரு குரோதபாவமான அக்கறை என்று அவர் உணர்ந்தார். அந்த மனிதர்களெல்லாம் தமக்குச் சிறிதும் அக்கறையில்லாத விஷயங்களைப் பற்றிச் சிந்திக்கவும் பேசவும் நிர்பபந்திக்கப்பட்டவர்களைப் போல, அவர்களது பேச்சில் ஏதோ ஒரு சிரமமான தன்மை தோன்றியது. மேலும், அவரைப் பேச வைப்பதில் எல்வோருக்குமே ஒரு பொதுவான முயற்சி இருப்பதை அவர் கண்டறிந்தார். இது விஷயத்தில் போகலோவ் குறிப்பாக மோசமாக நடந்து கொண்டான்; எனினும், மற்றவர்கள் எல்லோருமே, முக்கியமாக ரெவ்யாகின், எப்போதும் அவருக்காகப் பதில் சொல்வதன் மூலம் அவரைப் பேச விடாமல் பார்த்து வந்தார்கள்.

“உதாரணமாக, இப்போது பாருங்கள், மாட்வி ஸாவ்லிவிச்,” என்று முகத்தைச் சுழித்து, கன்னங்களைப் புடைக்க வைத்து, ஒரு மொறுமொறுப்போடு சொன்னான் பாட்டில்: “எத்தகைய இன்பங்களை நீங்கள் பாவகரமானது என்று சொல்வீர்கள்?”

“எல்லா இன்பங்களுந்தான்,” என்று மாட்வியைக் கூர்ந்து பார்த்தவாறே பதில் சொன்னான் ஸ்மாகின்.

ரெவ்யாகின் தன் கண்களை மேலே நெரித்தான்.

"சங்கீதப் புத்தக வாசகங்களைப் பாடுவதுங்கூடவா" என்று இழுத்தான் அவன்.

"அது ஓர் இன்பமல்ல; அது பிரார்த்தனை," என்று கண்டிப்போடு சொன்னான் ஸ்மாகின்.

"சரி, ஆனால், பிரார்த்தனையில் நான் இன்பம் காண முடியுமானால்?"

"ஹூம், அதனை எப்படிச் சொல்வது?" என்று தன் கண்களை இன்னும் அந்தச் சாமியார் படத்தின்மீது பதித்தவாறே முணுமுணுத்தான் பாஜுனோவ்.

"அபத்தம், விக்டர்!" என்று ஸ்மாகின் ரெவ்யாகினை நோக்கிச் சொன்னான்: "ஒரு மனிதன் இன்புறும்போது அவன் சிரிக்கிறான்; ஆனால், பிரார்த்தனையின்போது எவனும் சிரித்ததில்லை."

"ஆனால், நான் ஆண்டவனின் முன்னால் இதயத்தில் ஆனந்தத்தோடு போய் நின்றால்?" என்று மேலும் அழுத்தினான் ரெவ்யாகின்.

மோசமான உணர்ச்சியில் போய் முடியக்கூடிய ஒரு சண்டை மூளக்கூடும் என்று பயந்தவனாய், பாட்டில் உரத்து மொறுமொறுத்தான்.

"மார்பா!" என்று ஏதோ ஒரு தீயணைக்கும் படைக்கு உத்தரவு கொடுப்பது போல அவன் ஆணையிட்டான்: "விருந்தாளிகளைக் கவனி!" அவள் கிட்டத்தட்ட தன் மார்பு முழுவதாலும் தேநீர்ப் பாத்திரத்தைத் தொட்டவாறு, இடத்தை விட்டு எழுந்தாள்.

"அன்புள்ள நண்பர்களே! நீங்களே பரிமாறிக்கொள்ளுங்கள்," என்று புன்னகையுடன் சொன்னாள் அவள்.

ரெவ்யாகினே தனது நீண்ட எலும்புக்கரத்தை ஸ்மாகின்னை நோக்கி ஆட்டியவண்ணம் தனது கருத்தை மேலும் வலியுறுத்த முயன்றுகொண்டிருந்தான்:

"கணக்கிலெடுக்கக்கூடிய ஒரே விஷயம் விசுவாசந்தான்; அது நம்மிடம் இருந்தால், கடவுள் வேறு எதையும் கேட்பதில்லை. குழந்தையாயிருக்கும்போதே காட்டில் சென்று வாழப்போன துறவி ஒருவர் ஒரு காலத்தில் இருந்தார். இயல்பாகவே பிரார்த்தனைப் புத்தகத்திலுள்ள பிரார்த்தனைகள் எதுவும் அவருக்குத் தெரியவில்லை. எனவே, அவர் கடவுளை நோக்கி, 'நீரும் தனியாக இருக்கிறீர்; நானும் தனியாக இருக்கிறேன். என்மீது கருணை காட்டும், ஆண்டவரே!" என்று மட்டுந்தான் சொன்னார்."

மேஜையின் மறு கோடியிலிருந்து எதிர்பாராதவிதமாக, மாஷா அந்தச் சம்பாஷணையில் பங்கெடுத்தாள்.

"நீங்கள் கதையைக் குழப்பிவிட்டீர்கள், விக்டர். அவர்கள் இரண்டு பேர் இருந்தார்கள்; அவர் பிரார்த்தித்ததும், 'நீரும் இருவர்; நாங்களும் அப்படித்தான். ஆண்டவரே, கருணை காட்டும்,' என்பதுதான்".

“இதுதான் உண்மை மாதிரி தொனிக்கிறது,” என்று அவள் கூறியதை ஆமோதித்துத் தலையாட்டியவராய்ச் சொன்னார் பாஜுனோவ்.

“இல்லவேயில்லை,” என்றான் ஸ்மாகின்: “கடவுள் ஒருவர்தான்; இருவரல்ல.”

“ஆனால் அவர்களுக்கு அது தெரியாதே,” என்று கத்தினாள் மாஷா.

“அவர்களுக்குத் தெரியத்தான் வேண்டும். திரித்துவ ஞாயிறன்று நாம் கற்றுக்கொள்வது அதுதானே?”

“காட்டில் யார் திரித்துவப் பள்ளி வைத்திருக்கிறார்கள்?”

“காட்டிலா?” என்று முகம் சிவந்து, தலையை அசைத்த வண்ணம் சொன்னான் ஸ்மாகின்.

அந்தப் பேச்சு எந்தத் திசையில் சென்றாலும் சரி, தேவாலயத்தின் அந்த மூப்பன் எப்போதும் மற்றவர்களுக்கு எதிராகத்தான் வாதிட்டார்; ரெவ்யாகின் அந்த வாதத்தில் ஆர்வத்தோடு ஈடுபட்டான். சீக்கிரமே அவர்கள் சிக்கலறுக்க முடியாதவாறு குழம்பிப்போய்விட்டார்கள். ஸ்மாகின் பம்மத் தொடங்கினான். வீட்டுக்காரன் அந்தச் சண்டையில் தானும் பங்கெடுக்காமல், அதனைக் கவனித்துக்கொண்டிருந்தான். அது மிகவும் சூடேறிப்போனவுடன் அவன் ஸ்மாகின்னைக் கையைப் பிடித்துத் தூக்கி, ஒரு பக்கத்துக்கு அழைத்துக் கொண்டுபோய், வெடுவெடுப்பான குரலில் பின்வருமாறு சொன்னான்:

“எங்கள் சொந்தத் தயாரிப்பான இந்த மதுவைக் குடித்துப் பாருங்கள்.”

பாஜுனோவ் மெதுவாக அவர்களைப் பின்பற்றினான். ரெவ்யாகின் பெண்களிருந்த மேஜையோரத்துக்கு ஓடிப் போய், அவனை அவர்களது கூட்டத்தில் சேர்த்துக்கொள்ளுமாறு கெஞ்சினான். அவர்களோ அதனைச் சாதுரியமாக மறுத்துவிட்டார்கள். சிறிது நேரத்தில் அந்த அறையில் சிரிப்பும், பாவாடைகளின் சரசரப்பும், கண்ணாடித் தம்ளர்களின் கலகலப்பும், உதடுகளின் சப்பொலியும், வீட்டுக்காரிக்கு வாரி வழங்கிய பாராட்டுரைகளையும் ஒலித்து நிறைந்தன.

துறுதுறுப்பான மாஷா இந்தச் சந்தர்ப்பத்தைப் பயன்படுத்திக்கொண்டு, மாட்வியின் அருகில் போய் நின்றாள். அவள் தனது அன்னம் போன்ற கழுத்தைத் திருகியவாறும், தனது தலைமயிரைத் தட்டியவாறும் நிலைக்கண்ணாடியில் தன்னழகைப் பார்த்துக்கொண்டாள்; பின்னர்த் திடீரென்று அவள் அவரிடம் கிசுகிசுத்தாள்:

“பாட்டிலோடு சீட்டு விளையாடாதீர்கள்; ஸ்மாகின்னோடு வாதாடாதீர்கள். அவர்கள் உங்களைக் கேலிப் பொருளாக்க விரும்புகிறார்கள்.”

பின்னர் அவள் சாதாரணக் குரலாக மாற்றிப் பின்வருமாறு சொன்னாள்:

“மாட்வி ஸாவ்லிவிச், நீங்கள் என்னோடு பக்கத்து மேஜைக்கு வரமாட்டீர்களா?”

"மிக்க நன்றி உனக்கு," என்று மகிழ்ச்சியும் கலவரமும் மிகுந்தவராய்ப் பதிலளித்தார் அவர்: "ஒருவேளை நீ என்னோடு மது அருந்துவாயா?"

"ஏன் கூடாது?"

அவள் அவரது கையைப் பற்றி, அவரை மேஜையருகே விரைவாக அழைத்துச் சென்றாள்; அங்கு அவளது கணவன் அவர்களைப் பின்வருமாறு கத்தியவாறு வரவேற்றான்:

"அந்த மாஷாவைப் பாருங்கள்! அவள் இந்தத் துறவியைக் கட்டியிழுத்துக்கொண்டு வந்துவிட்டாள்!""

எல்லோரும் சிரித்தார்கள்.

மதுபானம் அருந்திய பிறகு, அங்கு மேலும் பாசாங்கான, பலவந்தமான பேச்சு நடந்தது. அவற்றைக் கேட்டுக் கொண்டிருக்கும்போதே, அவர்கள் ஏன் நகரத்துப் பிரச்சினைகள், அல்லது பஞ்சத்தின் கொடுமைகள் முதலிய நடைமுறை விவகாரங்களைப் பற்றி விவாதிக்கவில்லை என்று வியந்தார் மாட்வி.

இறுதியில் போசுலோவ் ஒரு குறிப்பான பெரிய மொறு மொறுப்போடு, தன் மனைவியிடம் பின்வருமாறு சொன்னான்:

"நல்லது. நேரமாகிவிட்டது!"

வளப்பமான மார்பா சமையற்காரியைக் கூப்பிட்டாள்; இருவருமாக நடுவிலுள்ள மேஜையைத் துப்புரவு செய்தார்கள். மற்றப் பெண்களும் உதவி செய்வதாகப் பாவனை செய்தார்கள். அந்த மேஜை படுமோசமாக ஆடியபோது, தட்டுக்கள் கலகலத்தன. உடனே பெண்களெல்லாம் சத்தம் போட்டார்கள்:

"பத்திரம்! பத்திரம்!"

மாஷா ரெவ்யாகினா மாட்வியிடம் ஓடிச்சென்று, விளையாட்டுத்தனத்தோடு சொன்னாள்:

"நீங்கள் எங்களோடு வாருங்கள். உங்களை நீக்கி, நான்கு ஆண்கள் இருக்கிறார்கள். நாங்கள் மூன்று பேர்தான் பெண்கள் இருக்கிறோம். ஏனெனில், மார்பாவுக்கு விளையாடத் தெரியாது, வாருங்கள்!"

"என்ன இது?" என்று தனது வழக்கமான குரலுக்கே மாறான ஒரு வருந்தும் குரலில் போசுலோவ் கேட்டான் "உன்னோடு விக்டரை அழைத்துக்கொள்."

"நான் மாட்டேன்."

போசுலோவ் தனது தோள்களை உலுக்கிவிட்டு, விரக்தியோடு அப்பால் நடந்தான்.

"பார்த்தீர்களா?" என்று மாட்வியை நோக்கிக் கண்ணைச் சிமிட்டியவாறே கிசுகிசுத்தாள் மாஷா.

அவளது உபசாரத்தால் உள்ளம் நெகிழ்ந்த மாட்விக்கு உற்சாகம் மேலோங்கியது அவர் விளையாடத் தொடங்கினார். அவர் மிகவும் பொறுப்பற்று விளையாடினார். இது அந்தப் பெண்களைப் பெரிதும் மகிழ்வித்தது.

சிறந்த விளையாட்டுக்காரியான பாஜுனோவின் மனைவி தன் தடித்த உதடுகளில் ஓர் இனிய புன்னகை தோன்ற பின்வருமாறு வியப்போடு கூறினாள்:

"மாட்வி ஸாவ்லிவிச்! நீங்கள் எவ்வளவு ஆபத்தான இறக்கங்களையெல்லாம் தைரியமாகச் செய்கிறீர்கள்?"

"அவரைப் போன்ற மனிதர்களுக்கு அடிக்கடி அதிருஷ்டம் கிட்டிவரும்; பின்னர்த் திடீரென்று அந்த அதிருஷ்டம் திரும்பிக்கொண்டுவிடும்," என்று ஒரு ஜிட்ஸிக் குறிகாரியின் தொனியில் முணுமுணுத்தாள் ஸ்மாகின்னின் மனைவி. "இவர்கள் ஓர் ஆபத்தான ரகம்."

அவள் எப்போதும் தனது சீட்டுக்களை மேஜைக்கடியில் மறைத்து வைத்துவிட்டு, அவற்றைக் கையில் எடுத்துப் பார்க்கும் முன்னர் அவற்றின்மீது சிலுவைக்குறி கீறுவாள்.

"நீங்கள் ஓர் ஆபத்தான மனிதரா?" என்று சிரித்துக் கொண்டும், அவரை நோக்கிக் கண்ணைச் சிமிட்டிக்கொண்டும் கேட்டாள் மாஷா. மாட்வி பதிலுக்கு அவளை நோக்கி நன்றியுணர்வோடு புன்னகை புரிந்தார்.

சில சமயங்களில் அவளை வெகுளித்தனமும், அன்புள்ளமும் கொண்டவளாக அவர் கருதினார். வேறு சமயங்களிலோ அவள் கபடம் மிக்கவளாகவும், குதூகலத்தின் போர்வையுள் தனது இருண்ட எண்ணங்களை மறைப்பவளாகவும் அவர் உணர்ந்தார். சில சமயங்களில் அவள் தனது உருண்ட கண்களைத் தனது சீட்டுக்களின்மீதே பதித்தவண்ணம் இருக்கும்போது, ஒரு பேராசையொளி அந்தக் கண்களில் பிரதிபலித்தது. பின்னர் அவளது முகம் வெளிறி, நீண்டு தொங்கியது. சில சமயங்களில் அவர் மார்பாவை நோக்கி, ஒரு கடுத்த பார்வையை வீசினாள்: அப்போது அவளது அழகிய மூக்கின் நாசித்துவாரங்கள் விரிந்துகொடுத்து நடுங்கின.

இவளால் அவளைச் சமாளிக்க முடியாது என்று மேலும் மேலும் ஆபத்தான ஆட்டங்களை ஆடியவாறு முடிவு கட்டினார் மாட்வி.

வீட்டுக்காரி சமையலறைக்கும் பிற அறைகளுக்கும் இடையே அங்குமிங்கும் மிதந்து திரிந்தாள்; சீட்டு விளையாட்டு மேஜைகளுக்கிடையில் நடமாடினாள்; மாட்வியின் கையிலுள்ள சீட்டுக்களைப் பார்ப்பதற்காக அவரது நாற்காலிக்குப் பின்பு வந்து ஒருகணம் நின்றாள். எப்போதாவது அவர் தமது வெற்றியை அறி விப்பதற்காக, மேஜைமீது அறைந்து, சீட்டை இறக்க முனையும்போது, அவள் எச்சரிக்கை செய்து பின்வருமாறு கத்துவாள்:

"ஓ! ஆனால் நீங்கள் அப்படிச் செய்யக் கூடாது! அதிலும் இந்த மாதிரிச் சீட்டுக்களை வைத்துக்கொண்டு!"

அவரது கழுத்தின் பின்புறம் பட்ட அவளது மூச்சு வெறுப்பூட்டும் கதகதப்போடிருந்தது.

ஆண்களைக்காட்டிலும் பெண்கள் ஆட்டத்தைச் சீக்கிரம் முடித்துவிட்டார்கள். ஏனெனில், ஸ்ரீமதி பாஜுனோவா வெற்றிபெறத் தொடங்கிவிட்டாள். இது ஸ்ரீமதி ஸ்மாகினாவைக் கோபமும், குழப்பமும் கொள்ளச் செய்தது.

"நீங்களும் நானும் தோற்றுவிட்டோம்," என்று தன் கண்களைச் சுருக்கியவாறே, மாஷா மாட்வியிடம் சொன்னாள்: ஆனால், அதனால் பரவாயில்லை. நாம் சீட்டு விளையாட்டில் தோற்றுவிட்டோம்; ஆனால், வேறு எதிலாவது நாம் ஜெயிக்கக் கூடும்."

'இவள் எதைச் சுட்டிக்காட்ட விரும்புகிறாள்?' என்று அவளை நோக்கி அடக்கத்தோடு புன்னகை புரிந்தவாறே, நினைத்தார் மாட்வி.

மீண்டும் அந்தப் பெரிய வட்டமேஜை உள்ளே கொண்டு வரப்பட்டது. இந்தத் தடவை அது இரவு சாப்பாட்டுக்காகப் போடப்பட்டது. அதன் மத்தியில் இரண்டு பன்றிக் குட்டிகள் ஒன்றோடொன்று மூக்கை உரசிக்கொண்டு, பல்லைக் காட்டியவண்ணம் கிடந்தன. அதில் ஒரு குட்டி நன்றாகக் கரும்பழுப்பு நிறத்தில் வேக வைக்கப்பட்டிருந்தது; அதன் மூக்குத் துவாரங்களில் மசாலை அடைத்துக்கொண்டிருந்தது அடுத்த குட்டி கூழாக்கப்பட்டு, புளிப்பான பாலேட்டில் தோய்க்கப்பட்டிருந்தது; அதன் காதுகளுக்கிடையில் ஓர் இளஞ்சிவப்பான காகிதப்பூ தென்பட்டது. அவற்றைச் சுற்றிலும் கூழாங்கற்களை அடுக்கிவைத்த மாதிரி, பல்வேறு விதமான வறுத்த கோழிக்கறி வகையறாக்கள் வைக்கப்பட்டிருந்தன; அதற்கும் அடுத்து ஒரு வெளி வட்ட வடிவத்தில் உப்பிட்ட முட்டைக்கோஸ், ஊறுகாய்கள், சட்டினி வகையறாக்கள் முதலியன இருந்தன. மொத்தத்தில் அவையனைத்தும் முருங்கைக்காய், புளிக்காடி, லாரல், கறுத்த குர்ராண்ட் இலைகள் ஆகியவற்றின் நெடி மிகுந்த மணத்தைப் பரப்பின. ரெவ்யாகினைத் தவிர, மற்ற ஆண்கள் அனைவரும் முகம் சிவந்து மனம் புழுங்கிக் காணப்பட்டார்கள். ரெவ்யாகின் மட்டும் தனது ஏறுமாறான முகத்தை வக்கரித்துப் புன்னகை புரிந்தவாறு, தான் ஜெயித்த பணத்தைக் கைமாற்றி மாற்றிச் கண்டிப் பிடித்தவண்ணம் பின்வருமாறு சொன்னான்:

"இவை உங்களது கண்ணீர்த் துளிகள். பார்த்தீர்களா?"

பின்னர் அவன் தரையைத் தன் காலால் தாளமிட்டவாறு ஒரு வேடிக்கைப் பாட்டைப் பாடினான்:

**நிற்காது அவள்விடும் கண்ணீர் எனவே
நினைத்தேன்! அதுபோலே
நிற்காது சொட்டுச் சொட்டென அதுவும்
நனைத்தது தரைமேலே!**

அவனது மனைவி அவனைக் கடைக்கண்ணால் பார்த்தாள்; அவளது வாயின் கடையோரங்கள் கீழே வளைந்தன; எனினும், அவள் வேண்டுமென்றே பின்வருமாறு விளையாட்டாகச் சொன்னாள்:

"வாருங்கள், பாடகரே! வந்து உட்கார்ந்து, அமைதியாக இருங்கள்!"

முதலில் எல்லோரும் மௌனமாக அசைபோட்டார்கள்: பின்னர் ஒயின் மதுவால் களைப்பும், இளக்கமும் பெற்று, அந்த வீட்டுக்காரியைப் புகழ்ந்து பேசத் தொடங்கினார்கள். மாட்வி பேசாமல் அவர்களையே கவனித்து கொண்டிருந்தார். அவர்கள் எல்லோரும், ரெவ்யாகின் உட்பட எல்லோருமே, ரெவ்யாகினின் மனைவியை அவளது கூரிய கண்களால் குத்தப் பட்டுவிடுவோம் என்று பயந்தது போல மிகவும் ஜாக்கிரதையாக நடத்தினார்கள் என்பதையும் அவர் கவனித்தார். மேலும், அந்த வீட்டுக்காரன் தன்னைக் குடிவெறியில் மூழ்கடிக்க முயல்கிறான் என்பதையும் அவர் கண்டார். ஏனெனில், அவன் மற்ற விருந்தாளிகளைக் காட்டிலும், அவரது தம்ளரில் அடிக்கடி மதுவை ஊற்றி நிறைத்தான்; அத்துடன் ஒருமுறை அவரது பீரில் வோட்காவையுங்கூட ஊற்றிவிட்டான். போசுலோவ் செய்யும் காரியத்தை ஸ்மாகின்னும் கூடக் கவனித்தான். அப்போது அவனது தொளதொளத்த முகத்தில் ஒரு குறும்பான புன்னகை தவழ்ந்தது. இதனைக் கண்டு மாட்வி மனம் புண்பட்டார். இந்த வேதனை அவரது தொண்டையில் ஒரு கனத்த கட்டி போல வந்து அடைத்தது. இதனால் அவர் துள்ளியெழுந்து பின்வருமாறு கத்த வேண்டுமென விரும்பினார்:

"கவலைப்படாதே! நீ என்ன செய்ய முனைந்திருக்கிறாய் என்று எனக்குத் தெரியும்!"

போசுலோவ் மதுவெறியால் முகம் சிவந்துபோயிருந்த தனது விருந்தாளியைக் காலை வாரிவிட வேண்டும் என்ற எண்ணத்தில், திடீரென்று பின்வரும் கேள்வியைத் திட்டமிட்டுக் கேட்டான்.

"பாதிரியாரின் மாமா– அவர்தான் உங்கள் வீட்டில் தங்கியிருந்து, பின்னர்ப் போலீஸாரால் பிடித்துச் செல்லப்பட்டாரே, அவர் எப்படிப்பட்ட பேர்வழி?"

"அருமையான பேர்வழிதான். நான் பார்த்த மிகவும் அருமையான நபர்களில் அவரும் ஒருவர்," என்று மாட்வி சூடாகப் பதிலளித்தார்.

எல்லோரும் மூச்சுக்கூட விடாமல் வாய்பேசாது இருந்தார்கள்; எல்லோரது கண்களும் அவரது கண்களையே பார்த்தன. மாட்வி அவர்களது விறைத்த முகங்களையும், பளிச்சிடும் பற்களையும், மட்டுமரியாதையற்ற புன்னகைகளையும் சுற்றிப்பார்த்தார். மாஷா மட்டும் முகத்தைச் சுழித்தாள்; மார்பா தூங்கி வழிவது போலத் தனது நீலநிறக் கண்களைப் பாதி மூடியவாறு இருந்தாள்.

"அருமையான பேர்வழியா?" என்று கத்தியையும் முன் கரண்டியையும் கீழே வைத்தவாறு கரகரத்த குரலில் இழுத்தான் ஸ்மாகின். "எப்படி அது? அவர் ஜாருக்கு விரோதமானவர் என்று எல்லோரும் சொல்கிறார்களே!"

“ஜனங்கள் சொல்வதை நீங்கள் நம்ப முடியாது” என்றாள் மாஷா.

தம் வாழ்க்கையிலேயே முதன்முறையாகத் தமது ரத்த நாளங்களில் ஒரு மூர்க்கமான பலம் பரவியோடுவதையும் அது தமது எண்ணங்களுக்கு ஒரு தெளிவையும் எளிமையையும் வழங்குவதையும் மாட்வி திடீரென உணர்ந்தார். இதற்கு முன் என்றுமே அவர் ஜனங்களின் மத்தியிலிருக்கும் போது இத்தனை மோசமாகத் தமது தனிமையை உணர்ந்ததில்லை; இந்த உணர்ச்சி தடுக்க முடியாத ஓர் அலைவீச்சினால் அவரை அவர்கள் பக்கம் விரட்டித்தள்ளியது. அவர் தமது கண்களை ஸ்மாகின்னின் பெரிய முகத்தின்மீது பதித்தவாறு, தமது நாற்காலியில் சாய்ந்தார்; பின்னர்த் தம்மால் எவ்வளவு அமைதியாகவும் அழுத்தமாகவும் கூற முடியுமோ, அவ்வளவு அழுத்தமாகவும் அமைதியாகவும் கூறினார்:

“இல்லை, ஸ்மாகின். நீங்கள் சொல்வது சரியல்ல. அவரும் அவரையொத்த மனிதர்களும் பகைமை, பேராசை, முட்டாள்தனம் ஆகியவற்றுக்குத்தான் விரோதமானவர்கள். அவர்கள் அருமையான மனிதர்கள். அவர்கள் ஒரு நண்பரைத் தம்மிடம் வரவழைத்து, அவரைக் குடிவெறிக்குள் ஆழ்த்தி, அவரைக் கேலிப்பொருளாக்க வேண்டும் என்று என்றும் எண்ணமாட்டார்கள். மேலும், தமது நேரத்தைச் சீட்டு விளையாட்டிலும், உண்பதிலும், குடிப்பதிலும் கழிப்பதற்குப் பதிலாக, அவர்கள் அதனை நமது ஏழை ருஷ்ய நாட்டையும், அதன் மக்களின் வாழ்க்கையையும் பற்றிய புத்தகங்களைப் படிப்பதில் கழிக்கிறார்கள். வாழ்க்கை ஏன் சிரமமாக இருக்கிறது, அதனை எளிமையாக்க என்ன செய்ய முடியும் என்பதைப்பற்றியெல்லாம் இந்தப் புத்தகங்கள் கூறுகின்றன.”

ஸ்மாகின் ஒரு நீர்க்குமிழியைப் போலத் தனக்குள்ளேயே உடைந்து சிதறிப்போய், கனைத்தான். ரெவ்யாகின் தனது புருவங்களை உயர்த்தியவாறு, தனது பாசி படிந்த பற்களை வியப்போடு வெளிக் காட்டினான். பாஜுனோவ் தனது கைத் துண்டால் வாயை விரைவாகத் துடைத்துக்கொண்டான்; அத்துடன் அவன் அழகாக வெட்டிவிடப்பெற்ற மீசையையும் தாடியையும் கலைத்துத் துடைத்தான். மேலும், அவன் அங்கிருந்து ஓடிப்போவதா இல்லையா என்று தனக்குள் தாளே தர்க்கித்துக்கொண்டிருப்பது போலத் தோன்றினான். போசுலோவோ கோபாவேசத்தால் சிவந்து கனன்று, மயிர்சிலிர்த்த வண்ணம் பெண்களிடம் ஏதோ கிசுகிசுத்தான்; கொதிக்கும் கொப்பரையிலிட்ட சூனியக்காரியைப் போலத் தனது நாற்காலியில் நிலை கொள்ளாமல் தவித்தான்.

மாட்வி ஓர் அமைதியான, தெளிவூட்டும் தொனியில் மேலும் பேசிக்கொண்டே போனார்:

“ஆண்டவன் நாம் ஒருவருக்கொருவர் அன்பாயிருக்க வேண்டும் என்று நமக்குக் கற்றுக் கொடுத்தார். ஆனால், நாமோ அடுத்தவனிடமுள்ள கெட்டதை மட்டுமே எப்போதும் பார்க்க முனைகிறோம்; பிறகு, அவனை நோக்கி விரலைச் சுட்டிக்காட்டி, ‘பார்த்தீர்களா! அவன் எப்படிப்பட்ட பாவி!’ என்று கத்துகிறோம். நாம் நமது சக்திகளையெல்லாம் குற்றம் காண்பதிலேயே

செலவிட்டுக்கொண்டிருக்கக் கூடாது; மாறாக, சிநேகபாவமான முறையில் ஒன்றுபடுவதற்கும், நாம் எப்படி வாழ வேண்டுமோ அப்படி வாழ்கிறோமா, நாம் நமது வாழ்க்கையை ஏதாவதொரு வழியில் மேம்பாடு அடையச் செய்ய முடியுமா என்பதைத் தீர்மானிப்பதற்கும் செலவிட வேண்டும். நான் அந்த மனிதர்களில் ஒருவனல்ல; எனினும், நாம் ஒரு புத்திசாலித்தனமான, சிறப்பான முறையில் வாழ்வோமானால், அத்தகைய மனிதர்களுக்கே தேவையில்லை என்பதை நான் அறிவேன்."

அவர் தமது பேச்சை முடித்தபோது, அந்தப் பேச்சு அங்கிருந்தவர்களைப் பயமுறுத்தியோ, அல்லது கலவரப்படுத்தியோ விட்டிருக்க வேண்டும் என்பதை உணர்ந்தார். ஏனெனில், அந்தப் பேச்சைக் கேட்கும்போது நிலவிய மௌனம் அத்தனை புழுக்கம் தருவதாக இருந்தது. மாஷா ஒரு மெலிந்த காளானை முள்கரண்டியால் தனது தட்டில் தள்ளியவாறு, குனிந்த தலையோடு அமர்ந்திருந்தாள்; மார்பா கண்ணை இமை கொட்டாமல் வெட்டவெளியை வெறித்துப் பார்த்தாள்; பாஜுனோவ், ஸ்மாகின் ஆகியோரது மனைவியர்கள் தமது கணவன்மார்களைப் பார்த்தார்கள்.

"ம்–ம்" என்று மொறுமொறுத்தான் போசுலோவ்; ஸ்மாகின்னோ மாட்வியே வியப்புறும்வண்ணம், தனது கையை மேஜைமீது அறைந்து, எதிர்பாராத உத்வேகத்தோடு பேசினான்:

"நீங்கள் சொல்வதுதான் சரி, மாட்வி ஸாவ்லிவிச்! முற்றிலும் சரி! இத்தகைய விஷயங்களைப்பற்றி நாம் சிந்திக்கத்தான் வேண்டும்!"

"இது வந்து... வந்து... நல்லது... நிச்சயம் நாம் அவற்றைப் பற்றிச் சிந்திக்க வேண்டும்," என்று முணுமுணுத்தான் பாஜுனோவ்.

ரெவ்யாகின் திடீரென்று உயிர்ப்புப் பெற்று, தன் மாறுபட்ட கண்களைத் தனது சகாக்களை நோக்கித் திருப்பிய வண்ணம் கத்துவது போலச் சொன்னான்:

"சத்தியமாகச் சொல்கிறேன்! நான் என்ன நினைத்துக் கொண்டிருந்தேனோ அதே விஷயத்தைத்தான் நீங்கள் சொல்லிவிட்டீர்கள். என்ன மாஷா? நான் சிந்தித்துக் கொண்டிருந்தது இதுதானே? இல்லையா?"

"நீங்கள் எதைப்பற்றிச் சிந்திக்க வேண்டுமோ அதைத் தவிர, எல்லாவற்றைப் பற்றியுந்தான் சிந்திக்கிறீர்கள்," என்று தன் தலையை நிமிர்த்தாமலே சொன்னாள் அவள்.

அவனோ அதற்கு அஞ்சாதவனாய், எல்லோரையும் ஒருவெற்றிப் பார்வை யினால் பார்த்துவிட்டு, தனது கைகளை விரித்துக்கொண்டு கத்தினான்: "நாம் எல்லாம் ஒரு நாகரிகமற்ற சூழ்நிலையில் வாழ்ந்து வருவதுதான் காரணம்."

"ஜனங்களிடம் பலமே இல்லாது போய்விட்டது– விளைச்சலில்லாத வருஷம் – பஞ்சம். மேலும், விவசாயிகள் சோம்பேறியான குடிகாரர்களாயிருக்கிறார்கள் நாமோ, விவசாயிகளையே முழுதும் சார்ந்திருக்கிறோம். மற்றவர்களுக்கு ஒழுங்கைக்

கற்றுக் கொடுக்க ஏராளமான பேர் இருக்க இறார்கள்; எனினும் ஒழுங்கைத்தான் காணோம்."

"ஆமாம். மற்றவர்களுக்கு ஒழுங்கைக் கற்றுக் கொடுப் போர் ஏராளமாகத்தான் இருக்கிறார்கள்," என்று ஆழ்ந்த பெருமூச்சுடன் எதிரொலித்தான் பாஜுனோவ்.

உடனே எல்லோரும் பேசத் தொடங்கிவிட்டார்கள். அவர்கள் என்ன சொல்லப்படுகிறது என்பதையே காதில் வாங்கிக்கொள்ளாமல், ஒருவருக்கொருவர் குறுக்கிட்டுப் பேசினார்கள்: அதே வார்த்தைகளையும் பதச்சேர்க்கைகளையும் திருப்பித் திருப்பிச் சொன்னார்கள்; என்றாலும் அளவைத் தாண்டிப் போகாமலும், ஏதேனும் முரட்டுத்தனமாகச் சொல்லிவிடாமலும் இருப்பதில் உச்சபட்சமான கவனம் செலுத்தினார்கள்.

ஒரு கணத்துக்கு மாட்வி ஒரு வெற்றி உணர்ச்சியை ஆனந்தித்தார். வெற்றியும் ஒயினும் அவரது தலையைக்கிறு கிறுக்க வைத்தன. ஆயினும், – இந்த மனிதர்களின் வீடுகளுக்கு வருமாறு வந்த எண்ணற்ற அழைப்புக்களையும் ஏற்றுக்கொண்டும், பதிலுக்கு அவர்களையும் தம் வீட்டுக்கு வருமாறு அழைப்பு விடுத்தும் முடிந்த பின்னர்– அவர் அந்த வீட்டை விட்டுப் புறப்பட்டு, காலுக்கடியில் பனிப்படிவம் நெறு நெறுக்க நடந்து வந்த போது, அவரது இதயம் குன்றியது; அவர் விரக்தியை உணர்ந்தார்; தம்மையுமறியாமல் தமக்குத் தாமே பின்வருமாறு சொல்லிக்கொண்டார்:

அந்த மற்றவர்களோடு ஒப்பிட்டுப் பார்க்கும் போது, இவர்களெல்லாம் எத்தனை பரிதாபத்துக்குரியவர்கள்! சொந்தத்தில் எந்த எண்ணமும் இல்லை; சொந்தமான வார்த்தைகளுங்கூட இவர்களிடம் இல்லை. குருடன் தனது வழிகாட்டியைத் தொடர்ந்து செல்வது மாதிரி இவர்கள் யார் அதிகமாகப் பேசுகிறார்களோ, அவனைப் பின்பற்றுகிறார்கள்.

பின்னர் வேறோர் எண்ணமும் எழுந்தது:

நான் அவசரப்பட்டுத் தீர்ப்புச் செய்கிறேன். இல்லையா?

அவரது சக நகரவாசிகளோடு அவருக்கேற்பட்ட புதிய உறவுகள் அவரைக் கண்ணியிலும், முடிச்சிலும் சிக்க வைத்தன; அவர் ஒவ்வொரு வீடாக அலைக்கழிக்கப்படுவதைக் கண்டார். அவர் இங்குமங்கும் வலைக்குள் அகப்பட்ட மீன் மாதிரித் துள்ளித் திரிந்தார். அவர் வீடுகளுக்குச் சென்றார்

அவரும் விருந்தாளிகளை வரவேற்றார்; பேசினார்; கேட்டார்; சில சமயங்களில் ஒரு மோசமானமனோநிலையில் அவர் வாதிட்டார்; சில சமயங்களில் அவர் மிகவும் சுலபமாக நையாண்டி செய்யப்பட்டார். ஆனால் மொத்தத்தில், அவர் விஷயத்தில் மற்றவர்கள் அக்கறை காட்டுகிறார்கள் என்பதைத் தெரிந்தார்; அது அவருக்குப் பெருமையாகவே இருந்தது. அந்தப் புதிய நண்பர்களெல்லாம் அவரோடு தனிமையில் பேசுவதற்கான சந்தர்ப்பங்களை நாடுகிறார்கள் என்பதையும் சீக்கிரமே கண்டறிந்தார்; மேலும், அவர்களைத்

தனித்தனியாகப் பார்க்கும்பொழுது அவர்கள்கும்பலில் இருப்பதைக்காட்டிலும் இனியவர்களாகவும், அன்பானவர்களாகவும், ரசமானவர்களாகவும் இருந்தார்கள். அவர்கள் எல்லோருமே அவரை மிகுந்த ஜாக்கிரதையாக இருக்கச் செய்ய முயன்றார்கள்.

"நான் உங்களிடம் வெளிப்படையாகவே சொல்கிறேன்," என்று சுருட்டைத் தலையும், தசைப்பிடிப்பான உடம்புங்கொண்ட பெட்டித் தொழிலாளி குளுகுரோவ் பேசினான்: "மாட்வி, நீங்கள் ஒரு குழந்தை மாதிரி அறியாப் பிள்ளை. முதலில் நீங்கள் வீட்டுக்குள் உங்களுக்குள்ளாகவே அடைந்து கிடந்தீர்கள்; பின்னர் உங்களது சொந்த ரகத்தைச் சேராத ஜனங்களோடு வாழ்ந்தீர்கள். அது உங்களை ஒரு மாதிரியான அசடாக்கிவிட்டது. உண்மையான ஜனங்கள் எப்படிப்பட்டவர்கள் என்பது உங்களுக்குத் தெரியவில்லை; நீங்கள் சொல்வதெல்லாம் சிறுபிள்ளைத்தனமான பிதற்றல் தான். என்றாவது ஒருநாள் நீங்கள் இதன் விளைவை அனுபவிக்கத்தான் போகிறீர்கள். ஆமாம். என் பேச்சை எழுதி வைத்துக்கொள்ளுங்கள்! அவர்கள் உங்களிடமுள்ள எல்லாவற்றையும் உறிஞ்சிக்கொண்டு விடுவார்கள்; உங்களை ஒரு பிச்சைக்காரர்களைப் போலத் திரிய விட்டுவிடுவார்கள். அதோடு உங்கள் அத்தியாயமும் முடிந்துவிடும்!"

சிற்றுளியைப் போலக் கூரிய மனம் கொண்ட, இங்கிதமும் இதமும் தெரிந்த மனிதனான சுக்கோபாயேவும் இதே விஷயத்தைத்தான் அவரிடம் சொன்னான். "மாட்வி ஸாவ்லிவிச்! நீங்கள் உங்கள் வாயை இத்தனை

தாராளமாகத் திறக்கக் கூடாது," என்றான் அவன்.

"பாருங்கள். நீங்கள் சொல்லும் விஷயங்களுக்கு ஜனங்கள் பழக்கப்பட்டவர்களில்லை எனவே, அவை அவர்களுக்கு ஏதோ ஒரு பயத்தைக்கிளப்பிவிடுகிறது. போலி ஸார் மட்டுமல்ல ஜனங்களும் ஒரு மனிதனின்மீது அந்த அளவுக்குக் கண் வைத்துக்கொண்டுதான் இருப்பார்கள். உங்கள் எண்ணங்கள் எல்லாம் சிறந்தவை என்பதை நானும் புரியத் தான் செய்கிறேன். ஆமாம். அவற்றைப்பற்றி எனக்கு மிகவுயர்ந்த அபிப்பிராயமும் உண்டு. ஆனால் நான் பார்ப்பது என்னவென்றால், நீங்கள் உங்களிடம் உள்ளதை ஜனங்களுக்கு மிகுந்த கவனத்தோடு வழங்க வேண்டும். அதாவது, சொல்லப்போனால், கண்காணாத கரத்தால் வழங்கப்படும் தானதருமம் போல வழங்க வேண்டும்."

ஜனங்களைப் பார்க்கும்போதெல்லாம் சுக்கோபாயேவ் தன் உதடுகளை இறுக மூடிக்கொள்வான்; அவர்களோடு பேசும்போதெல்லாம் எப்போதும் வெட்டவெளியைத்தான் ஏறிட்டுப் பார்த்துக்கொள்வான். அவனது கண்கள் ஒரு மனிதனின்மீது பட்டதென்றால், அவை அவனை ஊசிகள் போலக் குத்தும்.

ஒருநாள் வட்டிக்கடைக்காரரான கிழவர் கிர்யாபோவ் கண்ணை அடிக்கடி சிமிட்டிக்கொண்டும், இரகசியமாகச் சிரித்துக்கொண்டும் மாட்வியிடம் பின்வருமாறு சொன்னார்:

“அதுசரிதான். உண்மை வெளிவரட்டும்! அதை நீங்கள் வெளியே இழுத்துவிட்டால், சுக்கோபாயேவ் அதனை உயி ரோடு வைத்துத் தோலை உரித்து விடுவான்! அந்தத் தோலையும் அவன் பயன்படுத்திக்கொள்வான் அயோக்கியன்! நான் சும்மா விளையாட்டுக்குத்தான் சொல்கிறேன்.. ஆமாம்...”

அவர் வாய்விட்டுக் கிளுகிளுத்துச் சிரித்தார்; அப்போது இரண்டு மஞ்சள் நிறமான ஈறுகள் வெளித்தெரிந்தன. இப்போது அவருக்கு அறுபது வயதாகிவிட்டது. மூன்று வருஷங்களுக்கு முன்பிருந்தே அவர் தேவாலயத்துக்குச் செல்வதை நிறுத்திவிட்டார். அவர் ஏன் ஆண்டவனின் திருக்கோயிலுக்குப் போகவில்லை என்று ரெவ்யாகின் அவரை ஒருமுறை கேட்டபோது அவர் பின்வருமாறு பதிலளித்தார்:

“நான் அரை நூற்றாண்டுக்காலமாக என் பிரார்த்தனைகளைச் சொல்லி வந்தேன். அது ஒன்றும் என்னைச் சிறந்த மனிதனாக ஆக்கிவிடவில்லை. இப்போதோ இந்த உலகத்திலிருந்து நான் விடைபெற்றுக்கொள்ளும் காலம் வந்துவிட்டது. எனவே, நான் பிரார்த்தனையில் எனது நேரத்தை வீணாக்க முடியாது.”

பின்னர் அதைக் கேட்டுக்கொண்டிருந்தவர்களைச் சிறிது நேரம் பார்த்துவிட்டு அவர் மேலும் சொன்னார்:

“நான் சும்மா விளையாட்டுக்குத்தான் சொல்கிறேன். ஆமாம். என் கால்கள் பலவீனமாகப் போய்விட்டன; தேவாலயப் பிரார்த்தனையின்போது என்னால் அவ்வளவு நேரம் நிற்க முடியவில்லை.”

மாட்வி சொன்ன எல்லா விஷயங்களிலும், ஜனங்கள் தமக்கு எவை மிகவும் சிரமமாகவும், நடைமுறை சாத்திய மற்றதாகவும் தோன்றினவோ அவற்றை மட்டும் நினைவில் வைத்திருந்தார்கள்; காரிய சாத்தியமற்றவற்றை மறுத்தொதுக்குவதோடு, அவர்கள் மற்றவற்றையும் சேர்த்தே ஒதுக்கிவிட்டார்கள். ஒவ்வொருவரும் அவரது கருத்துகளைப் பிரித்துப் பிரித்துப் பார்க்க முனைந்தார்கள். உடைந்து சிதறிய கண்ணாடித் துண்டுகள் போல, ஒவ்வொருவரும் அவர் சொன்னதன் முழுமையையும் பிரதிபலிக்காமல், ஒரு சிறு பகுதியைத்தான் பிரதிபலித்தார்கள். எனினும், ஒவ்வொரு மனிதனின் இதயத்தின் அடியாழத்தினுள்ளும் அவனுக்கே சொந்தமான ஒரு ‘சிறு மணி’ மறைந்திருந்தது; அதனைச் சரியானபடி அசைத்தால், அது தட்டுத்தடுமாறி ஒலித்த போதிலுங்கூட, நிச்சயமாக ஒலிக்கத்தான் செய்தது. அந்த மக்கள் தமக்குள் ஒருவருக்கொருவரை மதிப்பதிலும் நம்புவதிலும் அதிகமான விசுவாசம் கொண்டிருந்தால், வாழ்க்கை அத்தனை சலிப்புத் தருவதாக இராதென்றும், குடிபோதையும் குறைந்து வருமென்றும் அந்த மக்களுக்குப் புரிய வைக்க மாட்வி முயன்றார். மேலும் அவர்கள் பொதுக்கூட்டங்கள் கூட்டி அதில் எல்லோரையும் குழுமச் செய்வதற்கான வாய்ப்பை ஏற்படுத்த வேண்டுமென்றும், வாழ்க்கையை மாற்றியமைத்து அழகுபடுத்த ஏதாவதொரு வழிமுறையைப் பற்றி அவர்கள் சிந்திக்க வேண்டுமென்றும் அவர் அவர்களிடம் சொன்னார்.

எல்லோரும் அவர் கூறுவதைக் கவனமாகக் கேட்டார்கள்; அவரது நல்ல நோக்கங்களுக்காக, அவரைப் பாராட்டினார்கள்.

“மாட்வி கோஸிமியாகின், உங்களுக்கு விஷயத்தை எப்படிச் சொல்வது என்றுதான் தெரியவில்லை; ஆனால், உங்களிடம் சரியான கருத்து இருக்கிறது,” என்று ஸ்மாகின் ஆதரவளிக்கும் புன்னகையோடு சொன்னான். “ஒவ்வொரு வர்க்கமும் ஒரே பெரிய குடும்பம் போல ஒன்றுபட வேண்டும் என்பது உண்மைதான். மேலும், பெருந்தனக்காரர்கள் ஒன்று பட்டிருந்த காலத்தில், ருஷ்ய நாடு முழுவதையுமே தமது கைக்குள் வைத்திருந்தார்கள் என்பதும் உண்மைதான். வியாபாரி வர்க்கமும் இப்போது செய்ய வேண்டிய காரியமும் அதுதான்: ஒவ்வொரு வியாபாரியும் ஒரே கையில் அமைந்த ஒரு விரல்தான்.”

அங்குக் கிர்யாபோவும் பிரசன்னமாக இருந்தாரென்றால், அவர் தமது ஈரம் படிந்த கண்களை விழித்தவாறு அவற்றைத் தனியே தள்ளி உட்கார்ந்து, மௌனமாகக் கேட்பார்; பின்னர், அவர் மாட்வியை ஒரு பக்கமாகத் தனியே அழைத்துக்கொண்டுபோய், உள்ளடங்கிய கிண்டலும் கசப்பும் நிறைந்த ஒரு கரகரத்த குரலில் பின்வருமாறு சொல்வார்:

“ஆ, என் அருமை மனிதரே! நமது இந்த ஆற்றில் மோசமான களைகள் மிகவும் மண்டி வளர்ந்துவிட்டன; எனவே, நீங்கள் இதில் நீந்தி அக்கரை காணவே முடியாது. பாசியும் களைகளும் உங்களைப் பிடித்து நிறுத்திவிடும். இங்கு நம்மிடையேயுள்ள ஜனங்களை நான் அறிவேன். நீங்கள் எதைப்பற்றிச் சிந்திக்கிறீர்கள்? அவர்கள் தமது பறவையைச் சுட்டு, அதனை அதே நேரத்தில் வறுத்தெடுக்க எங்கே துப்பாக்கியைக் கண்டுபிடிப்பது என்றா? ஒரே அடிதான்– படார்!– அவர்கள் பக்கம் எந்த விதமான முயற்சியும் இல்லாமல்! அப்படியா? அவர்கள் தமது முன்னந்தலையைத் தரையிலே முட்டிக்கொண்டு, அதிலிருந்து தங்கம் சிந்திச் சிதற வேண்டும் என்று எதிர்பார்ப்பவர்கள். சுக்கோபாயேவ் ஒருவன் வேண்டுமானால் பத்துக் காசுகளுக்குப் பெறுமானம் உள்ளவன்; ஆனால் மற்றவர்கள் யாரும் அப்படியில்லை. பெரும்பாலானவர்களுக்கு ஐந்து காசு மதிப்புக்கூட அதிகம் தான். நீங்கள் உங்கள் மூச்சை விணாக்காதீர்கள். இளைஞர்களிடம் முயன்று பாருங்கள். அவர்களிடம் நீங்கள் அதிகமான நம்பிக்கையை ஊட்டலாம். என் பேரன் வான்யாவைப் பாருங்கள்...”

அவரது கண்களில் தண்ணீர் தாராளமாகச் சுரந்தது; அவரது குரலும் இளக்கம் பெற்றது.

“தன் விதியைத் தானே நிர்ணயிக்கப்போகின்ற பையன் அவன்! அவனுக்கு ஐந்து வயது முடியுமுன்பே, அவன் இருட்டைக் கண்டு பயப்படுவதை நிறுத்திவிட்டான். அவன் இரவில் தன்னந்தனியே எங்கு வேண்டுமானாலும் போய்வந்து விடுவான். அவனுக்கு வண்டுகளைக் கண்டும் பயமேற்படவில்லை; அவன் அவற்றின் இறக்கைகளைப் பிடுங்கி, அவற்றை ஆட்டுக்குட்டிகள் போலத் தோற்றுமாறு செய்துவிடுவான்; ‘நீங்கள் வளர்ந்த பிறகு, உங்களை

நான் வெட்டியெறிவேன்' என்பான். ஆமாம். சும்மா விளையாட்டுக்காகத்தான் சொல்கிறேன்."

அவர் கிணுகிணுக்கும் சிரிப்பொன்றை உதிர்த்துவிட்டு, ஏதோ விசைமீது நடப்பவர் மாதிரி, மேலும் கீழும் துள்ளித் துள்ளிக் குதித்தவாறே, தமது நடையைத் துரிதப்படுத்தினார்.

மாட்வி தமது மேஜை முன் அமர்ந்து, தமது நோட்டுப் புத்தகங்களை வெளியே எடுப்பது இப்போது மிகவும் அரிதாகி விட்டது; மேலும் இந்த ஜனங்கள் எழுதி வைப்பதற்கான எந்தவொரு விஷயத்தையும் தமக்கு வழங்கவில்லை என்பதை அவர் மிகுந்த வியப்போடு கண்டுபிடித்தார். "பற்றிப் பிடிப்பதற்கான" எந்த ஒரு விஷயமும் அவர்களிடம் காணோம். அவர்கள் எல்லோருமே ஓர் உருவமற்ற கபில நிற உருண்டை போலவே ஒன்று கலந்திருந்தார்கள். ஒவ்வொருவனுக்கும் அவனுக்கே உரிய ஏதோ ஒரு தனித்தன்மை இருந்ததென்னவோ வாஸ்தவந்தான்; ஆனால் அது தெளிவற்றும், பிடிபடாமலும் இருந்தது. எனவே, அது எந்த எண்ணத்தையும் உருவாக்கவில்லை.

மாட்வி தமக்குப் புதிதாக அறிமுகமானவர்களைப் பற்றியும், பொதுவாக, வாழ்க்கையைப் பற்றியும் தாம் மனம் விட்டுப் பேசுவதற்கான ஒரு நண்பனைப் பெறப் பெரிதும் வேட்கைப்பட்டார்; ஆனால், அவரது நம்பிக்கைக்குப் பாத்திரமான எந்த ஒரு ஜீவனுமே இருக்கவில்லை.

அவர் குறிப்பாகப் போசுலோவின் முன்னிலையில் மிகவும் மனப்புழுக்கம் எய்தினார். அந்தக் கசாப்புக் கடைக்காரன் அவரை ஒரு கழுகு மாதிரி வட்டமிட்டுச் சுற்றிவந்தான்: வாய் திறந்து பேசாமலும், ஏதோ ஒரு கண் காணாத பாரத்தைத் தூக்குவது போல மொறுமொறுத்துக்கொண்டும். அவன் அவரையே வெறிக்கப் பார்த்தான். இது மாட்வியின் சந்தேகங்களை அதிகரிக்கச் செய்தது. அவர் அந்த மனிதனைப் பெரிதும் தவிர்த்து வந்தார்.

"நீங்கள் ஏன் என்னை வந்து பார்ப்பதேயில்லை?" என்று மாட்வியின் கண்களைப் பாராமலே, அந்தக் கசாப்புக்காரன் ஒரு நாள் மொறுமொறுத்தான்: "மற்றவர்களைக் காட்டிலும் நான் மோசமாகவா போய்விட்டேன்? அவர்களையெல்லாம் நீங்கள் என் மூலமாகத்தான் தெரியவந்தீர்கள். இப்போதோ நீங்கள் என்னை மட்டும் கைகழுவி விட்டீர்கள்."

இறுதியில் மாட்வி வேண்டாவெறுப்போடு அவனது வீட்டுக்கு வரச் சம்மதித்து, அதற்கான நாளையும் நேரத்தையும் நிர்ணயித்தார். அதன்படி அவர் போசுலோவின் வீட்டுக்குச் சென்றபோது, அவன் தன் கன்னங்களைப் புடைக்க வைத்த வண்ணம் மன்னிப்புக் கோரும் தொனியில் சொன்னான்:

"நல்ல காரியம் இது! நீங்கள் என்னைக் காண இங்கு வந்திருக்கிறீர்கள். நானோ இந்த நேரத்தில் ஒரு சிறு விஷயத்தைக் கவனிப்பதற்காக வெளியே போக வேண்டியிருக்கிறது. இருந்தாலும் நீங்கள் எனது மார்பாவுடன்

கொஞ்சநேரம் பேசிக்கொண்டிருந்து, எனக்காகக் காத்திருப்பீர்களா? செய்யுங்கள். ஒரு நல்ல பயல் இருக்கிறான். நான் ரொம்ப நேரம் தாமதிக்க மாட்டேன்."

"சரி, நல்லது," என்று அந்தக் கசாப்புக்காரனின் அத்தகைய நெடும்பேச்சைக் கண்டு பின்வாங்கியவர் மாதிரி சொன்னார் மாட்வி.

"எனக்காக அவசியம் காத்திருங்கள். ஒருவேளை நான் வரும் போது நிக்கான் மாக்லகோவைத் திரும்பக் கூட்டி வந்து விடுவேன். அவனுக்கும் உங்களுக்கும் விரோதம் ஒன்றும் இல்லையே? அவன் ஒரு நல்ல ரகமானவன்."

அவன் அவசரமாக வெளியேறிய போது, அவனது வளப்பமான மனைவி தனது விருந்தாளியிடம் திரும்பினாள்.

"உட்காருங்களேன்," என்றாள் அவள்.

அவளும் அவருக்கெதிராக ஓர் ஆசனத்தில் அமர்ந்து கொண்டு, தன் கைகளை மார்பின்மீது கட்டிக்கொண்டாள்: அந்த மார்பையும் மனத்தை அலைக்கழிக்கச் செய்யும் விதத்தில் விம்மச் செய்தாள். அவள் தனது முகத்தோடு பசை போட்டு ஒட்டியது போலத் தோன்றும் அந்த வழக்கமான புன்னகையைப் புரிந்தவாறே, அவர்மீது தன் கண்களை நிலையாகப் பதித்தாள்.

"நீ ஏன் எப்போதும் வீட்டிலேயே தங்கியிருக்கிறாய்?" என்று கேட்டார் அவர்.

"வெளியே போக எனக்குப் பிடிப்பதில்லை."

"ஏன் பிடிப்பதில்லை?"

"வெளியில் போவதென்றால் அதற்கென்று ஓர் உடை உடுத்திக்கொள்ள வேண்டும். எல்லாவற்றையும் தூக்கிப் போட்டு அணிந்துகொள்வதை நான் வெறுக்கிறேன். இருந்தாலும் கலியாணங்களுக்குமட்டும் நான் போவேன்"

"இந்த மாரிக்காலத்தில் அதிகமான கலியாணங்கள் எதுவும் காணோம்."

"உண்மைதான்," என்று எந்த வருத்தமுமின்றி அவள் சொன்னாள்.

"எல்லாம் பஞ்சத்தினால்தான்."

"உண்மையாகவா?" என்று அலட்சியமாகக் கேட்டாள் அவள்.

நாட்டுப்புறத்தில் ஏற்பட்ட பஞ்சத்தின் காரணமாக, நகரவாசிகள் ஏன் கலியாணம் செய்யாமல் இருக்கிறார்கள் என்பதை அவர் விளக்கினார். மேலும், அவர் அவளைப் பார்க்கும்போது தமக்குள் பின்வருமாறு நினைத்துக்கொண்டார்: எத்தனை சாகசக்காரி! இவளைப் பார்ப்பதற்குக்கூட வெட்கமாக இருக்கிறது!

திடீரென்று அவள் அவரது பேச்சில் இடையே குறுக்கிட்டு, மொட்டையான குரலில் பின்வருமாறு சொன்னாள்: "ஆனால் பாருங்கள். நீங்களுந்தான் கலியாணம் செய்து கொள்ளக் காணோம். அதற்கும் பஞ்சந்தான் காரணமா? உங்களிடம் ஏராளமான பணம் இருக்க வேண்டுமே!"

“எனக்குக் கலியாணம் செய்துகொள்ளப் பயமாயிருக்கிறது,” என்று வேடிக்கையாகச் சொன்னார் அவர்.

“எதைக் கண்டு பயம்?” அவள் கிட்டத்தட்ட வியப்புற்றவள் போலத் தோன்றினாள். அவளது கண்களிலும் ஒரு மெல்லிய உணர்ச்சி மாற்றம் தோன்றியது.

“பெண்களான உங்களைக் கண்டுதான்.”

அவள் முன்னே சாய்ந்தாள்; தனது கண்களைப் பூனைக் கண் மாதிரி சுருக்கிக்கொண்டு, மூக்கின் வழியாகப் பேசினாள்: “சும்மா சொல்கிறீர்கள்! ஏன் என்று என்னிடம் சொல்லுங்கள். நீங்கள் எதற்காகப் பயப்படுகிறீர்கள்?”

அவளது கண்கள் ஓர் அழுத்தமான எதிர்நோக்கோடு நிலைத்துப் பார்த்தன; அவற்றின் கனத்த பார்வை மிகவும் திட்டவட்டமான ஓர் உணர்ச்சியைக் கிளப்பிவிட்டது. மாட்விக்குப் பேசுவதற்கு வாயும் வார்த்தையும் வரவில்லை. அவர் அவளது கேள்விகளைக் கண்டு பயந்தார்; பின்வருமாறு கத்தி விட வேண்டும் என்ற ஓர் உத்வேகம் அவருக்கேற்பட்டது;

“உன்னைத்தான் சிறிய முட்டாளே!”

“உன் கணவர் போய் வெகு நேரமாகிறது,” என்று அவர் மந்தமாக முணுமுணுத்தார்; பின்னர் இடத்தை விட்டு எழுந்து, அந்த அறையைச் சுற்றிப் பார்த்தார். அவள் நிமிர்ந்து உட்கார்ந்தவண்ணம், தனக்கு நேர் எதிரே மீண்டும் வெறித்துப் பார்த்தாள்.

இவள் ஒரு மனிதனைத் தடை செய்யப்பெற்ற பிரதேசம் போலக் கவர்ந்திழுக்கிறாள் என்று அவளைத் திருட்டுத்தனமாக ஒரு பார்வை பார்த்தவண்ணம் நினைத்தார் அவர். நான் மீண்டும் இங்கு வரவே மாட்டேன்.

அவர் அந்தக் கசாப்புக்காரனுக்காகக் காத்திராமல், கிளம் பிச் சென்றுவிட்டார். அந்த இருண்ட தெருவின் வழியாக நடந்துசெல்லும்போது, அவர் தமக்குள் பின்வருமாறு நினைத்துக்கொண்டார்:

விகாரமான ஜனங்கள். இவர்களோடு நெடுநேரம் இருக்கவே எனக்குப் பயமாக இருக்கிறது.

மேலும், விதியானது அவரது பாதையிலே எப்போதும் வழக்கமாகக் கொண்டு வந்து சேர்க்கும் விசித்திரமான நபர்களில் ஒருவனை அவர் ஒருநாள் சந்திக்க நேர்ந்தது.

நிக்கான் மாக்லகோவ் அந்த நாட்களில் நகரத்தின் மாபெரும் சாபக்கேடு என்று கருதப்பட்டு வந்தான். அவனுக்கு இப்போது வயது முப்பதுக்கு மேலாகிறது. கூரிய மூக்கும், அகந்தையான நோக்குக்கொண்ட கபில நிறக் கண்களும், நெற்றிப் பொருத்துக்களில் நொய்தாகிக்கொண்டிருந்த சுருட்டைத்

தலைமயிரும் கொண்ட ஜம்பப் பேர்வழி அவன். தமது இளமைக் காலத்தில் அந்த இரண்டு மாக்ல கோவ் சகோதரர்களும் தம்மை ஒரு நாள் அடித்ததை மங்காத நினைவாக மனத்தில் கொண்டிருந்தார் மாட்வி. அதன் பின் அவர்களில் மூத்தவனான் ஸெம்யோன் கலியாணம் செய்துகொண்டு, குழந்தை குட்டிகளோடு வாழ்ந்து வந்தான். அவன் ஒரு நிதானமும், அமைதியும் நிறைந்த வாழ்வைக் கைக்கொண்டிருந்தான். அவனுக்கு வழுக்கை விழுந்துவிட்டது. மேலும், அவனது இளமைக்காலத்து மூர்க்கத்தனமெல்லாம் இப்போது கொழுப்பான தசைக்குள் புதைந்துபோய் விட்டது. நிக்கான் மட்டும் பிரமச்சாரியாகவே இருந்து வந்தான். அவன் எந்த வேலையும் செய்யவில்லை. அவன் சாரங்கி, அக்கார்டியன் ஆகிய வாத்தியங்களை வாசிக்கக் கற்றுக்கொண்டிருந்தான். மேலும், பைத்தியம் பிடித்துப்போன ஸாவெல்யேவின் வாரிசுதாரர்களிடமிருந்து சுக்கோபாயேவ் விலைக்கு வாங்கிவிட்ட லிஸ்பன் மதுபான விடுதியில் தனது நாட்களைச் சோமாறித்தனமாகக் கழித்து வந்தான். அங்கு அவன் தன்னோடு சீட்டு விளையாட வருமாறு தனிப்பட்ட நபர்களையும், கூட்டத்தையுங்கூட சவால் விடுத்து அழைத்தான். அனுபவப்பட்டவர்களிலிருந்து, தான்தோன்றித்தனமாக விளையாடுபவர்கள் வரையிலும், யாராயிருந்தாலும் அவன் அவர்களிடம் ஜெயித்தான்; அவன் ஏமாற்றிவிட்டதாக மற்றவர்கள் ஆட்சேபித்தால் அவன் அவர்களைப் பகிரங்கமாகவே பரிகாசம் செய்தான்.

“நேர்மையற்றவனா?” என்று கர்ஜிப்பான் அவன்: “ஏ, பாழாய்ப்போன மாய்மாலக்காரா! உன்னைத்தான்! நேர்மை என்றால் என்ன?”

அத்துடன் அவன் ஒரு ஸ்திரீலோலன் என்றும் பயந்தார்கள்; கண்ணியமான வீடுகளிலெல்லாம் கலியாணம், நிச்சய தார்த்தம், பிறந்த நாள் ஆகிய வைபவங்களுக்கு அக்கார்டியன் வாத்தியம் வாசிக்க மட்டுந்தான் அவனை வரவழைத்தார்கள்: ஏனெனில், நகரத்தில் அவன்தான் சிறந்த சங்கீத வித்வான்.

சந்தை நாட்களில் அவன் விவசாயப் பாடகர்கள் அதிகமாக வரும் மதுபானக் கடைகளுக்குச் சென்றான். அந்தப் பாடகர்களுக்கு அவன் மதுபானம் வாங்கி வழங்கி, அவர்களைப் பாடுமாறு தூண்டினான். அவர்களில் யாரேனும் ஒரு பாடகன் அவனுக்கு மிகவும் பிடித்துப்போய்விட்டால், அவன் தனது உச்சக்குரலில் பின்வருமாறு கத்துவான்:

“அடடா! இது ஈமக்கிரியை போலவே நன்றாயிருக்கிறது! ஏ, புழுக்களா அழுங்கள்! ஏ, ஸ்மாகின்! அழு என்று சொன்னேனா, இல்லையா? இது உன் கல் நெஞ்சத்தைத் தொடவில்லையா?”

ஓக் மரத்திலிருந்து உதிர்ந்துவிழும் கொட்டைகளைப் போல, வசை மொழிகள் அவனது நாவிலிருந்து உதிர்ந்து விழுந்து, ஜனங்களின் தலைமீது வலி தோன்றும்வண்ணம் குட்டி விழுந்தன.

அவன் எப்போதும் ஏதாவது கலகத்தைக்கிளப்பி ஊரைக் கூட்டிவிடுவான். நகரத்தின் முக்கியமான நபர்களை, முக்கியமாக அவனது சகோதரனையே, அவன்

பழித்துப் பேசுவான். ஒரு முறை அவனைக்கிளப்பி விட்டுவிட்டால், பின்னால் எதுவும் அவனை அடக்கி நிறுத்துவதில்லை.

“ஸெம்யோன்! உனது அந்தக் கொழுத்துப்போன உடம்பு இருக்கிறதே அது ஒன்பது பூடு எடையிருக்கும். ஆனால் உன் மூளை இருக்கிறதே, அது பூவென்று ஊதித்தள்ளும் தூவல்தான். மதுபானம் அருந்தலாமா, அண்ணே! நீ பணக்காரன்; நான் ஏழை. பெரியோர்களே! என் அண்ணன் இப்போது என் தந்தையின் ஸ்தானத்தில் இருக்கிறான்; ஆனால், கவலைப்படாதீர்கள். சீக்கிரமே அவன் மண்டை வெடித்துச் சாவான். அப்புறம் நான்தான் அவனது குழந்தை குட்டிகளுக்கெல்லாம் கார்டியனாக இருப்பேன். அவர்களை நான் தோட்டி வேலைக்கு அனுப்பி வைப்பேன்; அவர்களது பணத்தையெல்லாம் குடித்தும் சூதாடியும் காலி செய்து தீர்ப்பேன்!”

ஸெம்யோன் மாக்லகோவ் மரண பயத்திலேயே வாழ்ந்து வந்தான். அவன் வெளிறி நடுங்கிப்போய், தன் தம்பியைக் கெஞ்சிக் கேட்கும் கண்களோடு பார்த்த வண்ணம் பின்வருமாறு முணுமுணுப்பான்:

“பேச்சை நிறுத்து–தயவு செய்து, ஒவ்வொருவரும் ஒரு நாள் சாகத்தான் வேண்டும்.”

நகரத்திலுள்ள எல்லா மரியாதைக்குரிய பிரஜைகளையும் போலவே, மாட்வியும் நிக்கானை வெறுப்போடும், விழிப்போடுந்தான் கவனித்து வந்தார். அவர் அவனைச் சந்திப்பதையோ, அவனோடு பேசுவதையோ தவிர்த்து வந்தார். எனினும், அவனது பிதற்றல்களைக் கேட்கும் சமயங்களில், அவருக்கு அந்த மனிதனிடத்தில் ஓர் அக்கறை வளர்ந்தோங்கி வருவதைக் கண்டறிந்தார்; காலக்கிரமத்தில் அவர் அவனை இருளினூடே ஒளிவிடும் ஒரு விளக்காகக் கருதத் தொடங்கினார் – கரியும் எண்ணெயும் படிந்த அழுக்கடைந்த விளக்குத் தான்; என்றாலும், அந்த இருள் மண்டலத்தில் அது ஒன்றே னும்தான் மங்கிய ஒளிக்கதிரைப் பாய்ச்சியது.

அவர் நிக்கானின் பரிச்சயத்தை ஒரு விசித்திர வேடிக்கையான முறையில்தான் பெற்றார். ஒருநாள் மாலையில் அவர் ரெவ்யாகின் தம்பதிகளைக் காண அவர்கள் வீட்டுக்குச் சென்றார்; அந்த வீட்டிலிருந்த குடிகாரச் சமையற்காரி, முதலில் எதிர்ப்பட்டாள். வீட்டில் எஜமான் இருக்கிறாரா என்று அவளிடம் கேட்டபோது அவள் சிரித்துவிட்டுத் தொடர்பற்று ஏதேதோ முணுமுணுத்துவிட்டுப் போய்விட்டாள். மாட்வி உள்ளே சென்றார். அவர் தம் தொண்டையை உரக்கச் செருமிக்கொண்டும், கால்களைத் தரையில் தேய்த்துக்கொண்டும் நின்றார். ஆனால் அதற்கு எந்த விதமான பதிலும் வரக் காணோம்.

அவர்கள் தூங்கிக்கொண்டிருக்க வேண்டும் என்று நினைத்தவராய், அவர் படுக்கையறைக் கதவின் பக்கம் பார்வை யைத் திருப்பினார். தாம் நின்றுகொண்டிருந்த அறையையும் அவர் சுற்றுமுற்றும் பார்த்தார். அந்த அந்திநேர வேளையில் அந்த அறை மிகவும் வசதியாக இருந்தது: அதன் ஜன்னல்

விளிம்புகளில் பூந்தொட்டிகள் இருந்தன: சுவரில் வர்ண ஜாலமான படங்கள் தொங்கின; மூலையிலிருந்த ஒரு சீனக் கண்ணாடி அரங்கில் பளபளக்கும் வெள்ளிப் பாத்திரங்களும், பூவேலைப்பாடான கண்ணாடிப் பாத்திரங்களும் நிறைந்திருந்தன.

அவர் புறப்பட்டுப் போக விரும்பிய சமயத்தில் படுக்கையறையில் யாரோ நடமாடும் சப்தம் அவருக்குக் கேட்டது சிறிது நேரத்தில் கதவு திறந்தது; அங்குத் தனது உள்ளாடையைத் தவிர, வேறு எதுவும் அணியாமல், கைகளில் ஒரு கண்ணாடிக் கூஜாவைத் தாங்கியவாறு, வெற்றுக் கால்களோடு நின்றாள் மாஷா.

"அட கடவுளே! யாரது?" என்று கதவின் நிலையைப் பிடித்தவாறே, மிருதுவாக வியந்து சொன்னாள் அவள். மறு நிமிஷத்தில் நிக்கானின் கலைந்த தலை அவளது தோளுக்கு மேல் தோன்றியது. அவனது வெளிறிய கண்கள் கோபத்தால் பளபளத்தன; அவன் அந்தப் பெண்ணைப் படுக்கையறைக்குள் திரும்பப் பிடித்துத் தள்ளிவிட்டு, கதவை இறுகச் சாத்தி மூடிவிட்டான். பின்னர், வெற்றுக் கால்களோடும், இடைவாரில்லாமலும், பொத்தான் அணியாத சட்டை யோடும், அவன் மாட்வியிடம் மெதுவாக நெருங்கி வந்து, பயமுறுத்தும் தொனியில் பின்வருமாறு சொன்னான்:

"இங்கே நீ என்ன செய்கிறாய்"

"...நான்... நான் அவர்களைப் பார்க்க வந்தேன்," என்று பணிவடக்கமாகத் தடுமாறிச் சொன்னார் அவர்.

"நல்ல நேரம் பார்த்து வந்தாய்!" என்று நிக்கான் கர்ஜித்தவாறே, கோபாவேசத்தால் உடம்பெல்லாம் நடுங்கியவனாய் முன்னும் பின்னும் அசைந்தாடினான்.

"நீ இங்கிருப்பது எனக்கெப்படித் தெரியும்?" என்று வாசலை நோக்கிப் பின்வாங்கியவாறே, மன்னிப்புக் கோரும் தொனியில் சொன்னார் மாட்வி.

நிக்கான் தன் தலையை உலுக்கிவிட்டுக் கொண்டான். திடீரென்று அவனது கோபம் முகத்தைவிட்டு மறைந்து விட்டது.

"என்னை என்ன செய்ய வேண்டும் என்று எதிர்பார்க்கிறாய்? 'இன்று வராதே; நான் இங்கிருப்பேன்' என்று உனக்குக் கடிதம் எழுதிப் போட வேண்டுமா?" என்று கடுப்போடு கேட்டான் அவன்.

"ஆனால் எனக்கெப்படித் தெரியும்?" என்று கூடத்தினுள் அடியெடுத்து வைத்தவாறே திரும்பவும் சொன்னார் மாட்வி.

"பொறு; உட்கார்," என்றான் நிக்கான்.

அவன் தன் சுருட்டைத் தலைமயிரைப் பின்னால் உலுக்கித் தள்ளிவிட்டு, அறையின் குறுக்கே நடந்து, நிலைக்கண்ணாடியின் முன் நின்று, தன்னைப் பார்த்தவாறே, தனது உடைகளின் பொத்தான்களை மாட்டத் தொடங்கினான்.

“மாஷா!” என்று அவன் கத்தினான்: “என் இடைவாரையும் பூட்சுகளையும் எடுத்துக் கொடு. அல்லது, வேண்டாம்; நீ சிரமப்படாதே.”

அவன் மீண்டும் மாட்வியிடம் வந்தான்; அவரது முகத்தை ஒரு கணம் கூர்ந்து நோக்கினான்; நிலைக்கண்ணாடியில் தனது உருவத்தை மீண்டும் ஒரு முறை பார்த்துக் கொண்டான்; பின்னர்க் கடகடவெனச் சிரித்தான்.

“உனக்குத்தான் என்ன மூளை, மாட்வி ஸாவ்லிவிச்! எனக்குந்தான்! கடவுளே!”

“அதை மறுப்பதற்கில்லை,” என்று ஒரு புன்னகையை வரவழைத்தவாறே, பலவீனமாகச் சொன்னார் மாட்வி.

நிக்கான் அவருக்கு அடுத்தாற் போல ஒரு நாற்காலியில் உட்கார்ந்தவனாய், தனது முழங்காலின்மீது தட்டிவிட்டு, கண்டிப்போடு பேசினான்:

“நல்லது. பரபரப்படைவதிலே என்ன அர்த்தம் இருக்கிறது? எல்லோருந்தான் இதைச் செய்கிறார்கள்; எப்போதும் செய்யவும் செய்வார்கள், சரி, நீ ஒன்றும் கதை கட்டிவிட மாட்டாயே? செய்வாயா?”

“இது விஷயத்தில் நீ என்னை நம்பலாம்.”

“அப்படித்தான் நினைத்தேன். நீ உன் வாயைக் கட்டிக்கொண்டிருந்தால் நான் உனக்கு நன்றி கூறுவேன்; கட்டா விட்டால், நான் உன்னைத் தண்டிப்பேன்.”

பின்னர் அவன் மாட்வியை ஒரு பார்வை பார்த்துவிட்டு, மேலும் மிருதுவாகச் சொன்னான்:

“ஒரு பெண் பிள்ளையைப் புண்படுத்த நீ விரும்ப மாட்டாய். இல்லையா?”

“நிச்சயமாக மாட்டேன்,” என்று ஒரு சின்னப் பெருமூச்சுடன் சொன்னார் மாட்வி: “மற்றவர்கள்மீது தீர்ப்பளிக்க நான் யார்?”

“அதுதான் சரி. நீ ஒரு மனச்சாட்சியுள்ள மனிதன் என்பது எனக்குத் தெரியும்.”

அவன் இடத்தை விட்டெழுந்து, தன் தோள்களைக் காரியார்த்தமான முறையில் நிமிர்த்தித் தூக்கியவாறே, உரக்கக் கூப்பிட்டான்:

“வெளியே வா, மாஷா! உன் வீட்டுக்கு வந்தவர்களுக்கு நீ ஒரு கோப்பை தேநீர் கொடுத்தால் என்ன?”

அவள் வெளியே வந்த போது, அவள் கன்றிச் சிவந்தாள். அவளது கனத்த இமைகள் கொண்ட கண்கள் பாதி மூடியிருந்தன. அவள் ஒரு வெட்கப்பட்ட குழந்தையைப் போலத் தன் கரத்தை முகத்தின் பக்கமாகக் கோணிச் சாய்த்தவாறு, ஒரு பூனையின் சப்தமற்ற நளினத்தோடு, கலவரம் விளைத்த தனது விருந்தாளியைக்

கண்ணால் ஒரு வீச்சில் அளந்து பார்த்தாள்; அத்துடன் பின்வருமாறு மிருதுவாகச் சொன்னாள்:

“எத்தனை வெட்ககரமானது!’

அவள் அவரிடம் தனது கரத்தை நீட்டியவாறே, தன் முகத்தை வேறு பக்கம் திருப்பிக்கொண்டு, குறும்பாகப் புன்னகை புரிந்தாள்.

“என்னை மிகவும் கடுமையாகத் தீர்மானித்து விடாதீர்கள், மாட்வி ஸாவ்லிவிச்!” என்றாள் அவள்.

அவள் மிகவும் அழகாக இருந்தாள்; அது அவளுக்கே தெரிந்திருந்தது என்பதையும் மாட்வி கண்டுணர முடிந்தது. அங்கு ரசாபாசமான சம்பவம் நேராத வரையிலும் நல்லது என்று மகிழ்ந்தவராய், அவளது எளிய வேண்டுகோளால் உள்ளம் நெகிழ்ந்து, அவளது அழகால் மயங்கியவராய், அவர் இடத்தை விட்டெழுந்து, அவளுக்குத் தலை வணங்கினார்; அத்துடன் அழுத்தம் மிகுந்த கவர்ச்சியோடு பின்வருமாறு சொன்னார்:

“பயப்படாதே. மிகவும் வேண்டிக்கொள்கிறேன். நான் ஒன்றும் ஊர்வம்பு பேசுபவனல்ல. மேலும், முன்னொருமுறை நீ என்னிடம் எத்தனை அன்புடன் நடந்துகொண்டாய் என்பதும் எனக்கு நினைவிருக்கிறது.”

அவளது அழகால் தாக்குண்ட நிக்கானும், அவளை வாசலை நோக்கிப் பிடித்துத் தள்ளினான்.

“ஓடு இப்போது! ஓடிப்போ! வெட்கம் கெட்டவளே!” என்றான் அவன்.

“நீங்கள் மட்டும் வெட்கம் கெட்டவர்கள் இல்லையாக்கும்?” என்று அவள் தனது உதடுகளை இளஞ்சிவப்பான நாக்கால் நக்கிக்கொண்டும், போகும் போதே தனது அழகான உடம்பைப் பிலுக்கிக் குலுக்கிக்கொண்டும் எதிர்த்துச் சொன்னாள்.

நிக்கான் முகத்தில் ஒரு சுழிப்போடு அவள் போவதைப் பார்த்தான்; பின்னர் குனிந்த தலையோடு தரையில் அங்குமிங்கும் நடக்கத் தொடங்கினான்.

“நல்லது. எனவே நீ என்னைக் கையும் மெய்யுமாகப் பிடித்துவிட்டாய், மாட்வி.”

அவன் அதனைச் சொன்ன விதத்தில் ஏதோ எதிர்பாராத ஒன்று இருந்தது; அதாவது, பணிவடக்கமும் மகிழ்ச்சியின்மையும் குடிகொண்டிருந்த அந்த ஏதோ ஒன்று மாட்வியை வெற்றி கண்டுவிட்டது.

“நீ போதுமான ஜாக்கிரதையோடு இருக்கவில்லை,” என்று தலையை அசைத்தவாறு சொன்னார் அவர்.

“அவள் புருஷன் லினன் துணியும் லேஸ்களும் வாங்குவதற்காக நாட்டுப்புறத்துக்குச் சென்றிருக்கிறான்; சமையற்காரிக்கோ கவனிப்பதற்கு அவளது

சொந்தக் காரியங்கள் இருக்கின்றன. மேலும் இன்று மாஷாவுக்குப் பிறந்த நாள்," என்று வாட்டமாகச் சொன்னான் நிக்கான்.

"என்னைத் தவிர, வேறு யாராவது வர நேர்ந்திருந்தால்?"

"அவனைச் சமாளிப்பது சிரமமாகத்தான் போயிருக்கும்," என்று மாட்வியைச் சட்டென்று ஒரு பார்வை பார்த்தவனாகச் சொன்னான் நிக்கான்.

அவன் மீண்டும் அவரருகில் அமர்ந்தான்; அவரைக் குறுகுறுப்போடு பார்த்தவாறும், முகத்தில் ஓர் அமைதியான புன்னகையோடும் அவன் பேசத் தொடங்கினான்:

"நீ எத்தனை விசித்திரமான மனிதன் என்பதை என்னால் நினைத்துப் பார்க்காமல் இருக்க முடியவேயில்லை," என்றான் அவன்.

"ஏன்?"

"எனக்கே சரியாகத் தெரியவில்லை–நீ மிகவும் பணிவடக்கமானவன். நீ தெருவழியே போகும்போது எப்போதும் வேலிச்சுவரை ஒட்டியவாறே போகிறாய்; தேவாலயத்துக்கோ, மதுபானக் கடைக்கோ வந்தாலும் ஒரு மூலையில் ஒண்டி மறைந்துகொள்கிறாய்."

"அப்படியா? நான் அதைக் கவனித்ததில்லை."

"நீ யாருக்காக எப்போதும் இடம் கொடுத்து ஒதுங்குகிறாய்?"

"எனக்குத் தெரியாது."

"ஹூம். சொத்துக்காரர்களான நீங்களெல்லாம்!"

அவன் மாட்வியைக் காட்டிலும் எவ்வளவோ இளையவனாக இருந்தான். ஆனால் அவன் அவரைக்காட்டிலும் மூத்தவன் மாதிரிதான் பேசினான். மாட்வி இதனால் மனம் புண் பட்டுப்போய் விடவில்லை. அவர் அதில் இன்பங்கூடக் கண்டார். மயிர் குறைந்து உள்வாங்கிப் போயிருந்த அவனது பொருத்துக்களில் அழகிய சிறிய சுருக்கங்கள் தென்பட்டன. கிட்டத்தட்ட கண்ணுக்கே தோன்றாதிருந்த அவை, அவனது கபிலநிறக் கண்களிலிருந்து கிரணங்கள் போல விரிந்து சென்றன. அந்தக் கண்கள் அவரை வெளிப்படையாகவும், நிலையாகவும் பார்த்தபோதிலும், இன்று அதிலே அந்த அகந்தை மிகுந்த நோக்கைக் காணவில்லை.

மாஷா உள்ளே வந்தாள்.

"சமையற்காரி குடித்த வெறியில் இருக்கிறாள்," என்று ஒரு புன்னகையோடு தெரிவித்துவிட்டு, அவள் ஒரு பூனைக் குட்டியைப் போலச் சுற்றிச் சுழன்றவாறு, தேநீர் அருந்த மேஜையை ஒழுங்குபடுத்தத் தொடங்கினாள். அவளது உறுதியான உடம்பின் ஒவ்வோர் அவயவமும் பின்வருமாறு சொல்வது போலத் தோன்றியது:

“என்மீது மிகவும் கடுமையாக இராதீர்கள். எப்படியிருக்கிறேனோ அப்படியே என்னை ஏற்றுக்கொள்ளுங்கள்.”

மாட்வி தாம் அவர்கள்மீது பொறாமையுணர்ச்சி கொள்வதை உணர்ந்தார். அவர்களது உறவு அத்தனை எளிதாகவும், ஒளிவுமறைவில்லாமலும் இருந்தது. அவர்கள் அவர் முன்னால் நிர்வாணமாக நடந்து சென்றதைப் போலிருந்தது. எனினும், அவர் அதனை வெட்ககரமானது என்று கருதவில்லை. அவர் வருத்தம் கொண்டார்; எவ்ஜெனியாவைப்பற்றி நினைக்காது அவரால் இருக்க முடியவில்லை.

அவள் தன்னை இன்னுங்கூட நன்றாக வைத்திருந்தாள் என்று நினைத்தார் அவர்.

ஆனால் சீக்கிரத்திலேயே அந்த இருவருக்குமிடையே எல்லா உறவும் நல்லபடியாக இல்லை என்பதை அவர் கண்டு கொண்டார். அவர்கள் தேநீர் அருந்தினார்கள்; பல்வேறு விஷயங்களைப்பற்றி நகைச்சுவையோடு பேசினார்கள்; எனினும், இடைக்கிடையே நிக்கானின் உல்லாசம் குடியோடிப் போய்விடும்; அவனது கண்கள் இருண்டு கனவு காண்பது போல மாறும்; அவனது புருவங்களுக்கிடையில் ஓர் ஆழமான கோடு தோன்றும்; அவன் பேசத் தயாராகும் வார்த்தைகளுக்கு வழியுண்டாக்கித் தருவது போல, அவன் தனது அடர்த்தியான மீசையைப் பெருவிரலாலும், சுட்டு விரலாலும் தடவி விட்டுக்கொள்வான். மேலும், அவன் அவற்றைப் பேசியபோதும், அவை எதிர்பாராத விதத்தில் குரோதம் மிக்கவையாயிருந்தன.

தனது குற்றத்துக்கு நியாயம் கற்பிக்க முனைவது போல, ஒப்பிட்டுப் பார்க்கும்போது அவளை ஒன்றுமறியாத அப்பாவி எனச் சொல்லத்தக்க விதத்தில், அவளது சிநேகிதிகள் பலரும் நடத்திய லீலா விநோதங்களைப் பற்றிய சுவையான விவரங்களையெல்லாம் மாஷா சொல்லி வந்தாள்.

“என் குழந்தைகள் எல்லாம் இறந்துவிட்டன; ஒரு குழந்தை செத்தே பிறந்தது. எல்லாம் விக்டரின் தவறுதான் என்று மருத்துவச்சி சொன்னாள்,” என்றாள் அவள். ஒருமுறை அவள் கிறிஸ்துவையும், ஓர் அவிசாரியையும் பற்றிய கதையைச் சொல்ல நேர்ந்தபோது, நிக்கான் மாட்வியைப் பார்த்தவாறே ஏளனமாகப் பின்வருமாறு சொன்னான்:

“எப்போதுமே இப்படித்தான். ஒருவன் பாவம் புரிந்தவுடனேயே, அவன் எப்போதும் தன்னை மன்னிப்பதற்காகக் கிறிஸ்துவைத் துணைக்கு அழைக்க முயல்கிறான்.”

மாட்வியோ இதனைக் கேட்டு மாஷா கோபங்கொண்டு விடுவாள் என்று பயந்தார்; ஆனால் அவளோ, மிருதுவாகச் சிரித்துவிட்டு, ஒரு மணிக்குரலில் பின்வருமாறு சொன்னாள்:

"இது எப்படியிருக்கிறது உங்களுக்கு? இவர் உங்களோடு சேர்ந்து நடந்து வருவதாகத்தான் உங்களுக்குத் தோன்றும்; ஆனால் இவரோ, திடீரென்று உங்களைவிட்டு விலகி நின்று, உங்களையே குற்றம் கண்டுபிடிப்பார். அப்படிப்பட்டவர் இவர்."

"மாஷாவைப் பொறுத்தவரையில்," என்று ஆரம்பித்தான் நிக்கான்: "அவள் சேற்றிலேயே மல்லாக்க விழுந்து விட்டாலும், என்னமோ அவள் இப்போதுதான் பாவ மன்னிப்புக்கு ஒப்புக்கொடுத்துவிட்டுத் திரும்புபவள் போலப் புன்னகை புரிந்தவாறே ஆனந்தமாக எழுந்து வந்துவிடுவாள்."

இது நிச்சயம் இவளைக் கோபமூட்டத்தான் வேண்டும் என்று நினைத்தார் மாட்வி.

ஆனால், மீண்டும் அவரது கணிப்புத் தவறாகிவிட்டது. மாஷாவோ தனது கன்னங்களில் கண்ணீர் உருண்டோடும் வரையிலும் சிரித்தாள். அவர்கள் இருவரும் ஒருவரையொருவர் மிஞ்சியவாறு வாத்தையாடினார்கள். அவர்கள் பேச்சில் அடிக்கடி தலைகாட்டிய புண்படுத்தக்கூடிய குத்தல் மொழிகளைக் கண்டு மாட்வி மிகவும் பரிதாபகரமாக உணர்ந்தார்: மேலும் அவை வரவர வெளிப்படையாகவும், நேர்முகமாகவும் இருக்கவில்லை என்பதையும் கண்டார். இறுதியில் மாஷா பதறிப் போனாள்: அவளது மூக்கு முன்னைக்காட்டிலும் கூர்மை பெற்றது; அவளது உறுதியான சிறு வாய் நெளிந்து பிரிந்து, எலிக்கிருப்பதைப் போன்ற கூரிய பற்களை வெளிக்காட்டியது. தான் போவதற்கு இதுதான் தருணம் என்று மாட்வி உணர்ந்தார். அவர்களும் அவரைத் தடுத்து நிறுத்தமுயலாமல், அவரை உபசாரத்தோடு போக விடுத்தார்கள். "உன்னை வரவேற்பதற்கு மதுபானக் கடையைத் தவிர, எனக்கென்று வீடு எதுவும் இல்லை!" என்று சிரித்தான் நிக்கான்: "எனவே, நானே வந்து உன்னைப் பார்க்கிறேன்."

அவன் சொன்னபடியே, இரண்டு தினங்கள் கழித்து அவன் அவரைக் காண வந்தான்; மேலும் அவர்கள் இருவரும் ஆப்த நண்பர்கள் போன்ற அத்தனை சௌஜன்யமான பாவத்தோடு அவன் வந்து சேர்ந்தான். அவன் தனது தொப்பியை ஒரு மூலையில் விட்டெறிந்தவாறே, குதூகலமாகச் சொன்னான்:

"நல்லது. இதோ நான் வந்துவிட்டேன்."

அவன் தன் மீசைமீது படிந்திருந்த வெண்பனியைத் துடைத்து விட்டவாறே, அந்த அறையை ஒரு நோட்டம் பார்த்தான்.

"அத்தனை வசதியாக இல்லை, "என்று தலையை அசைத்தவாறு சொன்னான்: "நீ ஒரு பிரம்மச்சாரி என்பதை இலேசாகக் கண்டுகொள்ளலாம்."

அவன் மாட்வியின் அருகில் வந்தான்.

"நல்லது. நீ எனக்கு என்ன வழங்கப் போகிறாய்?"

ஒருமணி நேரத்துக்குப் பின்னர், மதுபானத்தால் இனிமையாகக் கிளர்ச்சியூட்டப்பெற்று, அவர்கள் இருவரும் தமது கருத்துகளைத் தெரிவிக்கும் ஆர்வத்தில் ஒருவருக்கொருவர் இடைமறித்துக் கொண்டு, மிகவும் நெருங்கிய ‘பழைய நண்பர்களைப் ‘போலப் பேசிக்கொண்டிருந்தார்கள்.

“எனக்குப் பிடிப்பது எது தெரியுமா?” என்று தனது இறுகிய முஷ்டியை உயர்த்தியவாறே, அழுத்தமாகப் பேசினான் நிக்கான்: “ஒரு மனிதரைச் சந்தித்து, என் தொப்பியை அகற்றி வணங்கிவிட்டு, அவரிடம், நீர் பிறந்தவரைக்கும் மிக்க நன்றி; நீர் எவ்வளவுக்கு அதிக காலம் வாழ்கிறீரோ, அவ்வளவுக்கு நல்லது’ என்று சொல்ல வேண்டும். அதுதான் எனக்குப் பிடிக்கும்.”

“எனக்கு அத்தகைய ஒரு மனிதரைத் தெரியும்,” என்று ஆனந்தமாகச் சொன்னார் மாட்வி.

“மேலும் நான் மண்டியிட்டு வணங்கி, ‘நீ என்னை என்ன வேண்டுமானாலும் செய்துகொள்,’ என்று சொல்லக்கூடிய ஒரு பெண்ணையும் சந்திக்க வேண்டும்.”

“எனக்கு அத்தகையதொரு பெண்ணையும் தெரியும்,” என்று தமது விருந்தாளியின் மீது தாம் கொண்டிருந்த மேலாதிக்கத்தை உணர்ந்தவாறே, மேலும் ஆனந்தமாகச் சொன்னார்.

“அத்தகைய ரகமான மக்கள் தான் நமக்குத் தேவை. நீ அவர்களை எனக்குக் காட்டு. நான் தலைவணங்கக்கூடிய ஒரு மனிதப் பிறவியைப் பார்ப்பதே எனக்கு இன்பம் அளிக்கும்.”

அவன் தன் மார்பை முஷ்டியால் அறைந்துகொண்டான்; அத்துடன் ஒயினால் மாட்விக்கு ஏற்பட்டிருந்த கிளர்ச்சியைக்காட்டிலும் அதிகமான உணர்ச்சி வேகத்தோடு சத்தமும் போட்டான்.

“இதுதான் விஷயம்: உலகத்தில் நல்ல மனிதர்கள் இருப்பார்களானால், பின்னர் எல்லாவற்றுக்கும் அர்த்த முண்டு. நீயும் நானுங்கூட அர்த்தமுள்ளவர்களாவோம்.”

மார்க் வாஸிலிவிச்சையும் எவ்ஜெனியாவையும் பற்றி அவனிடம் சொல்ல வேண்டுமென்று வேட்கை கொண்டார் மாட்வி. இதனை ஒரு மேன்மையான, மகத்தான முறையில் தம்மால் சொல்ல முடியும் என்று அவர் உணர்ந்தவராய், பின்வருமாறு சொல்லத் தொடங்கினார்:

“உன்னதமான இதயம் பெற்ற மனிதர்கள் நமது மத்தியிலும் இருக்கிறார்கள்–”

“ஆ, பிரதர்! நம்மில் ஒவ்வொருவனும் தன்னைத் தானே கண்ணாடியில் பார்த்துக் கொள்ளும்போது, இந்த உலகத்தில் நல்ல மனிதர்கள் இருக்கிறார்கள் என்றே எண்ணிக்கொள்கிறான். ஆனால், அதனாலென்ன? “

“பொறு. நான் சொல்ல வந்ததைக் கேள்”

ஆனால் நிக்கான் இடத்தைவிட்டெழுந்து, திடீரென்று போதை தெளிந்து நிதானம் பெற்றவன் போல வாட்டமாகக் கேட்டான்:

"மாஷா ஒரு நல்ல பெண் என்று நீ நினைக்கிறாயா?"

நெடிதாகவும் அழகாகவும் தோன்றிய அவன் அந்த அறையில் நடந்து திரிந்து, பின்னர் மாட்விக்கு எதிரே வந்து நின்றான்; "அவள் முழுக்க முழுக்க மோசமானவள்;" என்று தன் கைகளைக் கழுத்துக்குப் பின்புறம் கோத்துக் கட்டி, அங்குமிங்கும் ஆடியவாறே சொன்னான். "நீயே பார். என்றாவது ஒருநாள் அவள் என்னை முதுகில் கத்தியால் குத்துவாள் – ஆம்; முதுகில், அதை மறந்துவிடாதே. அது நிச்சயந்தான். அவள் சரியான தருணத்திற்காகக் காத்திருந்து, என்னை வெட்டிவிடுவாள்."

அவன் அமைதியான உறுதியோடு பேசினான். அது மாட்வியை அவனது விதியை எண்ணிப் பயந்து, அவன்மீது மேலும் பரிவு கொள்ளச் செய்தது.

"ஆனால்– ஆனால் ஏன்?"

"அப்படித்தான்."

"பின்னே நீ ஏன் அவளைக் கைவிட்டுவிடக் கூடாது?" என்று இந்த மனிதனுக்குத்தான் புத்திமதி சொல்வதில் மகிழ்ச்சியடைந்தவராய்க் கேட்டார் அவர்.

"நான் ஏன் விட வேண்டும்?" என்று தன் சுருட்டைத் தலைமயிரைப் பின்னால் உலுக்கித் தள்ளியவாறே கேட்டான் நிக்கான். "அவளே விடட்டும்! அவள் எனது பலவீனமான அம்சத்தைக் கண்டறிய முயல்வதைக் கவனிப்பதே ஒரு வேடிக்கையாக இருக்கிறது. என்ன இருந்தாலும், நம்மைக் கல்லறைக்குழிக்கு யார் அனுப்பி வைத்தாலென்ன? அதனால் என்ன நேர்ந்துவிடப் போகிறது? அதனை ஒரு திறமையான கை செய்து முடித்தால் ரொம்பவும் நல்லதுதான்."

"மேலும் நீ ஒரு குஷிப்பேர்வழி என்று ஜனங்கள் சொல்கிறார்களே!" என்று நட்புரிமையின் தொனியோடு கேட்டார் மாட்வி.

நிக்கான் மேஜையருகே சென்றான்; ஒரு தம்ளர் வோட்காவை உள்ளே விழுங்கினான்; காளானின்மீது முள் கரண்டியால் குத்தினான்; அதனைத் தூக்கிப் பார்த்தான்; பின்னர் அதனை மீண்டும் தட்டில் போட்டான்; தனது மீசையைத் தடவி விட்டுவிட்டு, தனது உள்ளங்கையை வெறித்து நோக்கியவாறே பேசினான்:

"குஷியாக இருப்பதற்கு என்ன இருக்கிறது? அது இரவில் அகாலத்தில், எங்கே போகிறோம் என்பதில் விருப்பமே இல்லாமல் ஆளரவமற்ற தெருவில் நடந்து போவதைப் போலத்தான். நமது முதுகில் ஏதோ ஒரு குத்தல் வேதனை மேலும் கீழும் ஓடிப் பெருகும்; உடனே நாம் ஒரு சத்தமிடுவோம்; அல்லது நமது உணர்ச்சிகளைக் குன்ற விடாமல் பார்ப்பதற்காகவே ஏதாவதொரு ஜன்னலைத்

தட்டி, அங்கு யாராவது ஒரு நபர் இருப்பதையும் நிச்சயப்படுத்திக்கொள்கிறோம். நம் விஷயம் இப்படித்தான் இருக்கிறது: நாம் வெறும் சலிப்புணர்ச்சியின் காரணமாகவே ஏதாவது சலசலப்பை ஏற்படுத்துகிறோம்."

அவன் ஏராளமாகக் குடித்தான்; அதனால் இளக்கமும் அதிகமான பேச்சுந்தான் அவனிடம் தென்பட்டதே தவிர, அவன் குடிவெறிக்கு ஆளாகி விடவில்லை. மேலும், அவன் சொன்னது மிகமிக நம்பக்கூடியதாக இருந்தது. பிப்ரவரி மாதத்துப் பனிப் புயல் பழத்தோட்டத்தில் மூர்க்கமாக வீசிக் கொண்டிருந்தது. அது வீட்டுச் சுவர்களைப் பிடித்துப் பிறாண்டியது; புகைக் கூண்டின் வழியாகப் புகுந்து சீட்டியடித்தது; ஜன்னல் கதவுகளை மோதியறைந்தது.

"இன்றிரவை நான் உன்னோடுதான் கழிப்பேன் என்று எண்ணுகிறேன்," என்று கூறியவாறே அவன் தன் கழுத்தை நீட்டி, காலரைக் கழற்றினான்.

அவன் சோபாவின்மீது தொப்பென்று சாய்ந்து கொண்டு தணிந்த குரலில் பேசத் தொடங்கினான்; எனினும், கதை சொல்வதைத் தொழிலாகக் கொண்டவனின் கவனமான சப்த வின்னியாசத்தோடும், தாளலயத்தோடு கூடிய ஆட்டத்தோடும் பேசினான்:

"பெண்கள் விஷயத்தில் எனக்கோர் ஈடுபாடுதான். என்றாலும் நான் அவர்களை நம்புவதில்லை. என் அம்மாவின் புண்ணியத்தால், நான் சிறுவனாகவிருந்த காலந்தொட்டே அவர்களை நான் நம்புவதில்லை. பெற்ற தாயைப் பற்றி மோசமாக நினைப்பது நல்லதல்லதான்; எனினும், அவள் செய்த காரியத்தை நான் என்றும் மறக்க முடியாது."

மாட்வி தமது கால்கள் இரண்டையும் நீள நீட்டியவாறும், கைகளை மார்பின்மீது குறுக்காக மடித்துப் போட்டவாறும், நிக்கானின் அழகிய முகத்தில் தோன்றும் பல்வேறுவிதமான உணர்ச்சிப் பாவங்களைக் கவனித்தவாறும், ஒரு மெத்தை நாற்காலியில் அவனுக்கருகே அமர்ந்திருந்தார். ஒரு சமயம் அவனது தோற்றம் ஒரு குழந்தையைப் போலப் பட்ட வர்த்தனமாகவும், வெகுளித்தனமாகவும் இருந்தது; இன் னொரு சமயம் அது ஏளனமாகத் தோற்றியது; இன்னொரு சமயம் அதில் கோபாவேசம் தெரிந்தது. விசித்திரமான விஷயம் ஒன்றும் இருந்தது: அவனது முகம் அடிக்கடி மாறிக் கொண்டிருந்த போதிலும் அவனது கண்களில் தோன்றிய உணர்ச்சி எப்போதும் வாட்டமாகவே இருந்தது.

"அநேகமாக உனக்கு என் தந்தையை நினைவிருக்கலாம். அவர் ஒரு நல்ல ரகமான மனிதர்; மிகுந்த சாது; அடக்கமானவர்," என்று தணிந்த இலேசாக வறண்ட குரலில் அவன் பேச முனைந்தான்: "ஆனால், அவர் என்றுமே உருப்படியாக இருந்தது கிடையாது. அவர் குடித்தார். வீடும் வியாபாரமும் முற்றிலும் அம்மாவின் கையில்தான் இருந்தன. அவர் பிள்ளைகளான எங்கள் முன்னிலையிலேயே, 'உட்ஸ்யா! நீதான் குடும்பத்துக்கே தலைமையானவள்,' என்று சொல்வது வழக்கம். அம்மா அவளுக்கென்றே ஒரு மனம் படைத்த, பெரிய

கண்டிப்பான பெண்பிள்ளை. அவள் எங்களை அடிப்பாள்; அரவணைப்பாள்; கதைகளும் சொல்வாள். நாங்கள் அப்பாவைக்காட்டிலும் அவளை அதிகம் நேசித்தோம். அவர் குடித்துவிட்டு வரும்போது, அவள் அவரைக் கண்டிப்பது வழக்கம்; எங்கள் முன்னாலேயே அவரைக் கேலி செய்வாள். நாங்கள் இதனை அவளிடமிருந்து காப்பியடித்து விட்டோம். குழந்தைகள் வாலில்லாக் குரங்குகள் தானே. அவர் குடிபோதையில் இருக்கும்போது, நாங்கள் அவரது மூக்கில் கரியைத் தடவி வைத்தோம்; அல்லது மூக்குத் தூவாரத்துக்குள் மிளகுப் பொடியைத் தூவி, அவரைத் தும்மல் போட வைத்தோம். இதனை நாங்கள் பெருத்த வேடிக்கையாக நினைத்தோம்.குறிப்பாக, ஸெம்யோன் படு மோசமான குறும்புகளையெல்லாம் கண்டுபிடித்தான். நான் ஸெம்யோனின் மீதும், என் சகோதரி மரியாவின்மீதும் பொறாமை கொள்ளும் அளவுக்கு என் அம்மாவை நேசித்தேன். இதனால் நான் அடிக்கடி அவர்களோடு சண்டை பிடித்தேன். அவர்களில் யாராவது ஒருவர் முதலில் அவள் பக்கம் போய்விட்டால், நான் அவர்களைக் கையில் கிடைத்த தைக்கொண்டு, உடம்பு கன்றிப்போகும்படி சரமாரியாக அடித்து விடுவேன். இப்போது நான் பெரிய பயலாகிவிட்டேன். என் தோலிலும் வழுக்கை விழத் தொடங்கிவிட்டது. எனினும், இன்னும்கூட என் தாயின் கண்களில் தோன்றும் கனிந்த பார்வையையும், அவளது கைகளின் மிருதுத் தன்மையையும், அவள் சொன்ன கதைகளையும் என்னால் நினைவுகூர முடியும். அவள் என்னைத் தன் மடியின்மீது தூக்கிவைத்து, எனக்குக் கதைகள் சொல்லும்போதே, என் தலைமயிரைத் தன் விரல்களால் கோதிவிடுவாள். நான் அவளது மார்போடு ஒட்டி ஒடுங்கிக்கொள்வேன். அவளது இருதயத் துடிப்புக்கூட எனக்குக் கேட்கும். நான் அங்கேயே ஆடாமல், அசையாமல், கிட்டத்தட்ட மூச்சுக்கூட விடாமல் படுத்திருப்பேன். என் அம்மாவின் கைகளில் படுத்து அவளது உடம்போடு ஒண்டிக்கிடந்தேனே, அதுதான் என் வாழ்க்கையின் மிக மிக ஆனந்தமான காலம், சரி. உன் அம்மாவை உனக்கு நினைவிருக்கிறதா?”

“இல்லை,” என்று முணுமுணுத்தார் நாற்பது வயதான மாட்வி.

“என்ன வெட்கக்கேடு! ‘அம்மாவைப் போன்ற சிநேகிதன் கிடையாது,’ என்று அவர்கள் சொல்வது உண்மைதான். அவள் என்ன சொன்னாலும் அதுவே எனக்குச் சட்டமாக இருந்தது. நான் ஏதாவது குறும்புத்தனம் செய்துவிட்டால், தானாகவே வந்து அவளிடம் அதனை ஒப்புக்கொண்டு விடுவேன். நான் அவளிடம் எப்போதேனும் பொய் சொன்னதாகவே எனக்கு நினைவில்லை. அவள் என்னை நோக்கிச் சத்தம் போடுவாள்; அடி கொடுப்பாள். பிறகு அவள் என்னை அணைத்துக்கொண்டு, முத்தமிடுவாள்; பின்னர்க் கண்ணைச் சிமிட்டியவாறே, ‘நான் உன்னை மன்னித்து விட்டதாக ஸெம்யோனிடமும், மரியாவிடமும் சொல்லு; ஆனால் நான் உன்னை முத்தமிட்டதாகச் சொல்லாதே,’ என்று அவள் சொல்வாள். அவள் அவர்களிடமும் அப்படிச் சொன்னாள். அதாவது அவள் அவர்களைத் ‘தண்டித்த பின் அவர்களை அரவணைத்தாள் என்பதை என்னிடம் சொல்ல வேண்டாமென்று சொல்லி வைத்தாள் – அவளது கண்டிப்பில் நாங்கள் நம்பிக்கை வைக்க வேண்டும் என்பதற்காக அவள் இப்படிச் செய்தாள்.

பின்னர் எனக்கு எட்டு அல்லது ஒன்பது வயதான காலத்தில் ஒருநாள் புனிதர் நிக்கோலாத் தேவாலயத்தைச் சேர்ந்த கோவிலதிகாரி எங்களைப் பார்க்க வந்தார் – குழந்தைகளான எங்களுக்கு அவர் நமது எழுத்துகளைக் கற்றுக்கொடுத்தார். ஸெம்யோன் ஏதோ ஒரு நோயினால் படுக்கையில் கிடந்தான்; மரியா அப்பாவோடு ஷபால்டினோவிலுள்ள எங்கள் அத்தை ஒருத்தியைப் பார்க்கச் சென்றிருந்தாள். நான் மட்டும் ஒரு மூலையில் அமர்ந்து, ஓர் அட்டை வீடு கட்டிக்கொண்டிருந்தேன். திடீரென்று நான் அந்தக் கோவிலதிகாரி அம்மாவின் மார்பகத்தின்மீது கையைப் போடுவதைப் பார்த்துவிட்டேன் – ஒரு விரலில் வெள்ளி மோதிரம் அணிந்த சிவந்த கரும்பழுப்பு நிறமான உள்ளங்கை அது! 'பொறுங்கள்,' என்றாள் அம்மாள்.

எனினும், அவள் தனது சட்டையின் பொத்தான்களைக் கழற்றிவிட்டதை நான் கண்டேன்; அவர் தம் கைகளை அவளது கரங்களுக்கடியில் கொடுத்து, அவளை நாற்காலியிலிருந்து தூக்கிக் கூட்டிக்கொண்டு போனார். நான் அவர்களைப் பின்தொடர்ந்தேன். அவர்கள் உள்ளே சென்றதும் கதவை அடைத்துக்கொண்டு விட்டார்கள் என்பது உண்மை தான். ஆனால், அதனால் ஒன்றும் கெட்டுப்போய்விடவில்லை. நான் எதையும் பார்க்கவில்லை; எனினும், எல்லாவற்றையும் புரிந்துகொண்டேன்; நான் நொந்துபோய் அழுதேன்– சோபாவுக்கும் அடுப்புக்கும் இடையிலுள்ள மூலையில் போய் ஒளிந்து உட்கார்ந்துகொண்டு அழுதேன். என் வாழ்க்கையின் போக்கு முழுமையுமே அந்த மூலையில்தான் தீர்மானமாயிற்று என்று நான் நினைக்கிறேன். அவள் புன்னகை புரிந்தவாறும், அங்குமிங்கும் அசைந்தாடியவாறும் வெளியே வருவதற்குள் வெகு நேரமாகிவிட்டது; ஆனால், வெளியே வந்ததும் அவள் என்னைப் பார்த்தாளோ, இல்லையோ, அவள் கிட்டத்தட்ட செத்தே போனாள். அவளது கண்களில் தோன்றிய அந்தப் பார்வையை என்னால் என்றும் மறக்க முடியாது. 'அட கடவுளே! நீ தூங்கவில்லையா?" என்றாள் அவள். அவள் என்னைத் தன் கரங்களால் வளைத்துப்பிடித்து, தன் மார்போடு அணைத்துக்கொண்டு, தன் கண்களை மூடிக் கொண்டாள். நான் அழுதுகொண்டே, 'அந்தக் கோவிலதி காரி உன்னை எதற்காக அம்மா கிள்ளினார்? அவரை வெளியே போகச் சொல்,' என்றேன். அவள் என்னை மீண்டும் முத்தமிட்டாள்; என்னை உலுக்கினாள்; 'என்ன சொல்கிறாய்? அப்படி யெல்லாம் சொல்லாதே. அதை மறந்துவிடு! எல்லாம் உன் கற்பனைதான்!" என்று ஆத்திரத்தோடு கிசுகிசுத்தாள். ஆனால் நானோ மேலும் பலமாக அழுதேன். அது உண்மையல்ல – எனக்கு எல்லாம் தெரியும்,' என்றேன் நான். பிறகு அவளும் அழுதாள்; என்னால் மூச்சுவிட முடியாத அளவுக்கு என்னை இறுகப் பிடித்து நசுக்கியவாறு, மோசமாக அழுதாள். அதன் பின் நான் வாயை மூடிக்கொண்டு சும்மா இருப்பதாகவும், என் அப்பாவிடமோ, அண்ணனிடமோ, சகோதரியிடமோ அந்தக் கோவிலதிகாரியைப் பற்றி ஒரு வார்த்தைகூடப் பேசாதிருப்பதாகவும் அவளிடம் சத்தியம் செய்தேன். அவளும் பதிலுக்கு அந்தக் கோவிலதிகாரியை இனிமேல் வரவிடுவதில்லை என்று உறுதியளித்தாள். அவள் தனது வாக்குறுதியைக் காப்பாற்றவில்லை என்பது

உண்மைதான். அவர் அவளைக் குளிப்பறையில் இரவு நேரத்தில் சந்தித்துத்தான் வந்தார். மேலும் அவளும் என்னைத் தாஜா பண்ணத் தொடங்கினாள்; எனக்கு மிட்டாய் கொடுத்தாள்; நான் விரும்பியபடியெல்லாம் நடக்க என்னை அனுமதித்தாள். மேலும் அப்பாவும், அவள் இருந்தாலும் இல்லாவிட்டாலும், எங்களை நோக்கி, 'குழந்தைகளா, அம்மாவைக் கவனித்துக்கொள்ளுங்கள்; அவளை நேசியுங்கள். அவள்தான் குடும்பத்துக்குத் தலைமையானவள்," என்று சொல்லிக்கொண்டேயிருந்தார். அந்தக் கோவிலதிகாரி சிவந்த தலைமயிரோடு நன்றாகக் கொழுத்துப் போயிருந்தார்; அவர் சாப்பிடும்போதெல்லாம் மூக்கைச் செருமினார். எங்களுக்குப் பாடம் சரிவரத் தெரியாவிட்டால், அவர் தமது மோதிரத்தால், எங்கள் முன்னந் தலையிலே இலேசாகக் குட்டுவது வழக்கம். அம்மா அவரிடம் என்னைப் பற்றிச் சொல்லியிருக்க வேண்டும். ஏனெனில், அவர் என்னிடம் மிகவும் அன்பாக நடந்துகொண்டார். ஆனால், இதனாலொன்றும் அவர் எனக்குப் பிடித்துப் போய் விடவில்லை. சீக்கிரத்திலேயே அவர் குடிபோதையிலிருந்த சமயம், ஒரு குதிரை அவரை உதைத்துவிட்டது. அவர் அதனால் ரொம்ப நாள் படுக்கையில் கிடந்தார்; பிறகு செத்துப் போனார். நான் மகிழ்ச்சியடைந்தேன். எங்களுக்கு வேறொரு வாத்தியார் வந்தார்; பெரிய மூக்கும், நீள மயிரும் கொண்ட ஜாலியான ஆசாமி அவர்; சீக்கிரத்திலேயே அம்மா அவரோடும் தொடர்புவைத்துக்கொண்டு விட்டாள். இதற்கிடையில் அவள்மீது ஒரு கண் வைத்திருப்பதை நானும் ஒரு பழக்கமாக்கிக்கொண்டு விட்டேன் – அது எனக்குப் பய னுள்ளதாக இருந்தது. பின்னர் எலிஸி என்ற பெயருள்ள ஒரு ஜிப்ஸிக்காரன் எங்களிடம் வேலைக்கு வந்தான். அம்மா அவனோடும் தொடர்பு கொண்டாள். ஒருமுறை நான் அவர்களைக் காரியத்தில் ஈடுபட்டிருக்கும்போதே பிடித்து விட்டேன். அம்மா என்னை உயிர்போகிற வண்ணம் அடித்தாள். ஆனால், பின்னர் அவள் என்னைத் தன் படுக்கையறைக்குள் எனினும், அவள் தனது சட்டையின் பொத்தான்களைக் கழற்றிவிட்டதை நான் கண்டேன்; அவர் தம் கைகளை அவளது கரங்களுக்கடியில் கொடுத்து, அவளை நாற்காலியிலிருந்து தூக்கிக் கூட்டிக்கொண்டு போனார். நான் அவர்களைப் பின்தொடர்ந்தேன். அவர்கள் உள்ளே சென்றதும் கதவை அடைத்துக்கொண்டு விட்டார்கள் என்பது உண்மை தான். ஆனால், அதனால் ஒன்றும் கெட்டுப்போய்விடவில்லை. நான் எதையும் பார்க்கவில்லை; எனினும், எல்லாவற்றையும் புரிந்துகொண்டேன்; நான் நொந்துபோய் அழுதேன்– சோபாவுக்கும் அடுப்புக்கும் இடையிலுள்ள மூலையில் போய் ஒளிந்து உட்கார்ந்துகொண்டு அழுதேன். என் வாழ்க்கை யின் போக்கு முழுமையுமே அந்த மூலையில்தான் தீர்மானமாயிற்று என்று நான் நினைக்கிறேன். அவள் புன்னகை புரிந்தவாறும், அங்குமிங்கும் அசைந்தாடியவாறும் வெளியே வருவதற்குள் வெகு நேரமாகிவிட்டது; ஆனால், வெளியே வந்ததும் அவள் என்னைப் பார்த்தாளோ, இல்லையோ, அவள் கிட்டத்தட்ட செத்தே போனாள். அவளது கண்களில் தோன்றிய அந்தப் பார்வையை என்னால் என்றும் மறக்க முடியாது. 'அட கடவுளே! நீ தூங்கவில்லையா?' என்றாள் அவள் அவள் என்னைத் தன் கரங்களால் வளைத்துப்பிடித்து தன் மார்போடு அணைத்துக்கொண்டு, தன் கண்களை மூடிக் கொண்டாள். நான் அழுதுகொண்டே, 'அந்தக் கோவிலதிகாரி

உன்னை எதற்காக அம்மா கிள்ளினார்? அவரை வெளியே போகச் சொல்,' என்றேன். அவள் என்னை மீண்டும் முத்தமிட்டாள்; என்னை உலுக்கினாள்; 'என்ன சொல்கிறாய்? அப்படியெல்லாம் சொல்லாதே. அதை மறந்துவிடு எல்லாம் உன் கற்பனைதான்!" என்று ஆத்திரத்தோடு கிசுகிசுத்தாள். ஆனால் நானோ மேலும் பலமாக அழுதேன். "அது உண்மையல்ல – எனக்கு எல்லாம் தெரியும்,' என்றேன் நான். பிறகு அவளும் அழுதாள்; என்னால் மூச்சு விட முடியாத அளவுக்கு என்னை இறுகப் பிடித்து நசுக்கியவாறு, மோசமாக அழுதாள். அதன் பின் நான் வாயை மூடிக்கொண்டு சும்மா இருப்பதாகவும், என் அப்பாவிடமோ, அண்ணனிடமோ, சகோதரியிடமோ அந்தக் கோவிலதிகாரியைப் பற்றி ஒரு வார்த்தைகூடப் பேசாதிருப்பதாகவும் அவளிடம் சத்தியம் செய்தேன். அவளும் பதிலுக்கு அந்தக் கோவிலதிகாரியை இனிமேல் வரவிடுவதில்லை என்று உறுதியளித்தாள். அவள் தனது வாக்குறுதியைக் காப்பாற்றவில்லை என்பது உண்மைதான். அவர் அவளைக் குளிப்பறையில் இரவு நேரத்தில் சந்தித்துத்தான் வந்தார். மேலும் அவளும் என்னைத் தாஜா பண்ணத் தொடங்கினாள்; எனக்கு மிட்டாய் கொடுத்தாள்; நான் விரும்பியபடியெல்லாம் நடக்க என்னை அனுமதித்தாள். மேலும் அப்பாவும், அவள் இருந்தாலும் இல்லாவிட்டாலும், எங்களை நோக்கி, 'குழந்தைகளா, அம்மாவைக் கவனித்துக்கொள்ளுங்கள்; அவளை நேசியுங்கள். அவள்தான் குடும்பத்துக்குத் தலைமையானவள்," என்று சொல்லிக்கொண்டேயிருந்தார். அந்தக் கோவிலதிகாரி சிவந்த தலைமயிரோடு நன்றாகக் கொழுத்துப் போயிருந்தார்; அவர் சாப்பிடும்போதெல்லாம் மூக்கைச் செருமினார். எங்களுக்குப் பாடம் சரிவரத் தெரியாவிட்டால், அவர் தமது மோதிரத்தால், எங்கள் முன்னந் தலையிலே இலேசாகக் குட்டுவது வழக்கம். அம்மா அவரிடம் என்னைப் பற்றிச் சொல்லியிருக்க வேண்டும் ஏனெனில், அவர் என்னிடம் மிகவும் அன்பாக நடந்துகொண்டார். ஆனால், இதனாலொன்றும் அவர் எனக்குப் பிடித்துப் போய் விடவில்லை. சீக்கிரத்திலேயே அவர் குடிபோதையிலிருந்த சமயம், ஒரு குதிரை அவரை உதைத்துவிட்டது. அவர் அதனால் ரொம்ப நாள் படுக்கையில் கிடந்தார்; பிறகு செத்துப் போனார். நான் மகிழ்ச்சியடைந்தேன். எங்களுக்கு வேறொரு வாத்தியார் வந்தார்; பெரிய மூக்கும், நீள மயிரும் கொண்ட ஜாலியான ஆசாமி அவர்; சீக்கிரத்திலேயே அம்மா அவரோடும் தொடர்பு வைத்துக்கொண்டு விட்டாள். இதற்கிடையில் அவள்மீது ஒரு கண் வைத்திருப்பதை நானும் ஒரு பழக்கமாக்கிக்கொண்டு விட்டேன்–அது எனக்குப் பயனுள்ளதாக இருந்தது. பின்னர் எலிஸி என்ற பெயருள்ள ஒரு ஜிப்ஸிக்காரன் எங்களிடம் வேலைக்கு வந்தான். அம்மா அவனோடும் தொடர்பு கொண்டாள். ஒருமுறை நான் அவர்களைக் காரியத்தில் ஈடுபட்டிருக்கும்போதே பிடித்து விட்டேன். அம்மா என்னை உயிர்போகிற வண்ணம் அடித்தாள். ஆனால், பின்னர் அவள் என்னைத் தன் படுக்கையறைக்குள் அழைத்துச் சென்று, முத்தமிட்டாள்; 'என்னை மன்னித்து விடு, நிக்கான். மகனே, மன்னித்துவிடு. என் கண்ணல்ல" என்று அழுது புலம்பினாள். என் உள்ளத்துக்குள்ளே ஏதோ அறுந்துபோய் விட்டது. நான் எல்லாவற்றிலும் அக்கறை இழந்தேன்; எதையும் செய்யவோ, எங்கும் போகவோ நான் விரும்பவில்லை; நான் சீட்டியடிக்கத் தொடங்கினேன்–சலிப்பினால்தான் என்று நினைக்கிறேன். நான் எங்கெங்குச்

சென்றாலும், என் உதடுகளைக் கூட்டி, சீட்டியடிப்பேன்; மேஜை முன்னால் சாப்பிட அமர்ந்திருக்கும்போதுகூட, நான் என்னையும் மறந்த நிலையில் சீட்டியடித்து விடுவேன். அதனால் ஒரு மரக் கரண்டியினால் நான் பலமுறை உறைப்பான அடி வாங்கினேன். சில சமயங்களில் நான் வெளியே போய், எரிந்து குட்டிச்சுவராகிவிட்ட பழைய குளிப்பறைக்குப் பக்கம் வளர்ந்துள்ள புற்களின்மீது மல்லாந்து படுத்துக்கொண்டு, வானத்தைப் பார்த்தவண்ணம் சீட்டியடிப்பேன். நான் தெருவழியே நடந்துபோகும்போதெல்லாம் ஏதோ ஓர் ஆவேசம் என்னை வந்து பற்றிப் பிடித்துக்கொள்ளும். அப்போது நான் இல்லாத குறும்புத்தனங்கள் அனைத்தையும் செய்வேன் – அநேகமாக நீ என்னைப்பற்றிய கதைகளையெல்லாம் கேள்விப்பட்டிருப்பாய். அந்தச் சமயத்தில் எனக்கு வயது பதின்மூன்று; அப்போது அந்த ஜிப்ஸிக்காரன் – அம்மாவுடன் அவன் வைத்திருந்த விவகாரத்திலிருந்து எனது கவனத்தைத் திருப்புவதற்காகத்தான்; அதில் சந்தேகமில்லை – அவன் பக்கத்து வீட்டுக்காரர்களின் தோட்டத்தில் களை பிடுங்க வரும் குடியிருப்பைச் சேர்ந்த யுவதிகளோடு விவகாரம் பண்ண, எனக்குக் கற்றுக்கொடுத்தான். அவன் ஓர் அருமையான ஆசாமி; அந்த ஜிப்ஸி ஒரு குஷியான, இளகிய இதயமுள்ள பேர்வழி. ஹூம். நல்லது. எனவே, இப்படித்தான் கோவிலானது பன்றிக்குடிசையாக மாறிப் போய்விட்டது."

அவன் பேசுவதை நிறுத்திவிட்டு, உடம்பை வலிப்புக் கண்டது போல நெளித்தான்.

"ஆனால், நம்மைப் போன்றில்லாத வேறு ரகமான ஜனங்களும் இருக்கிறார்கள்: உண்மையிலேயே இருக்கிறார்கள்," என்று கிட்டத்தட்ட விரக்தி நிலையின் கூக்குரலையொத்த குரலில் சொன்னார் மாட்வி.

மேலும் அவர் முன்னால் சாய்ந்தவாறு, உணர்ச்சியோடு பேசினார்:

"கேள். நான் அத்தகைய மனிதர் ஒருவரைப் பற்றி உனக்குக் கூறுகிறேன். நீ எப்போதாவது பாதிரியாரின் மாமாவைப் பார்த்திருக்கிறாயா?"

அவர் அவசர அவசரமாக மார்க் வாஸிலிவிச்சைப் பற்றி, அவர் தம்மிடம் கூறியனவற்றையெல்லாம் எளிதாக நினைவு கூர்ந்தவண்ணம் அவனிடம் கூறத் தொடங்கினார். அவர் தமது மேஜைக்குள்ளிருந்து தமது நோட்டுப் புத்தகங்களை எடுத்தார்; தமது வாழ்க்கையிலிருந்து என்றென்றைக்குமாய் நீங்கி, இறந்துபோய் விட்ட நண்பர்களின் சடலத்தின்மீது ஈமப் பிரார்த்தனையை வாசிப்பது போல, அவர் அவற்றைக் கிட்டத்தட்ட அழுதுகொண்டே வாசித்தார். நிக்கான் எழுந்திருந்து, அவருக்கருகில் சோபாவில் அமர்ந்துகொண்டான்; மாட்வி வாசிக்கும்போதே தமது வளைந்து கொடுக்காத விரலால் இடித்துக் காட்டிய அந்த நோட்டுப் புத்தகத்தை ஒரு சமயமும், மன்னிப்புக் கோரும் திகைப்புணர்ச்சியோடு தோன்றும் தனது வழக்கமான முகபாவத்தை இழந்துவிட்ட, அவரது பரபரப்புற்ற முகத்தை ஒரு சமயமும் அவன் வியப் போடு பார்த்துக்கொண்டிருந்தான். இரண்டு விளக்குகள் எரிந்துகொண்டிருந்தன. அவர்களுக்கு முன்னாலிருந்த விளக்கு பொரிந்து விழத் தொடங்கி, சிம்னியின் வழியாகத் தீப்பொறிகளைக் கிளப்பத்

தொடங்கியது. உடனே நிக்கான் மிருதுவாக எழுந்து, அதனை அணைத்தான்; பின்னர்க் காலடியோசை கேட்காமல் மெதுவாக மேஜையருகே நடந்து சென்று, இரண்டாவது விளக்கைக் கொண்டுவந்து, ஒரு வார்த்தையும் பேசாமல் முன்னால் வைத்துவிட்டு, மீண்டும் தன் இடத்தில் அமர்ந்துகொண்டான்.

கதவு திறக்கப்பட்டது. ஷாகிர் உள்ளே தலையை நீட்டி, மெல்லிய கண்டனத்தோடு பின்வருமாறு சொன்னான்:

“மணி எட்டாகிறது.”

அவர்கள் அவனைப் பார்த்தார்கள்; தம்மை ஒருவருக்கொருவர் பார்த்துக்கொண்டார்கள்; பின்னர் ஜன்னலைப் பார்த்தார்கள்.

“அப்படியென்றால் நான் இரவு முழுவதையும் உன்னோடு கழித்துவிட்டேன்!” என்று ஆழ்ந்த நெடுமூச்சு வாங்கியவாறும், நாக்கைச் சூள் கொட்டியவாறும் சொன்னான் நிக்கான்.

என்ன காரணத்தாலோ திடுக்கிட்டுப்போன மாட்வி ஷாகிரை நோக்கிப் பின்வருமாறு சத்தம் போட்டார்:

“ரொம்ப நல்லது. எட்டு மணியாகிறது. அதனாலென்ன?”

“ஜன்னல் கதவுகளைத் திறக்க நேரமாகிவிட்டது – சூரியன் மேலே வந்துவிட்டது.”

“போ, தம்பி!” என்று அந்தத் தாத்தாரியனைக் கையைக் காட்டிப் போகச் சொன்னவாறே கத்தினான் நிக்கான். ‘மாட்வி, நீ சொன்னதை மேலும் சொல்லிக் கொண்டு போ.’

“தேநீர்ப் பாத்திரத்தை உள்ளே கொண்டு வா,” என்று மாட்வி நிம்மதியோடு உத்தரவிட்டார்: “ஜன்னல் கதவுகளைத் திறக்காதே. பதிலாக, விளக்குக்கு எண்ணெய் ஊற்றி விட்டுப் போ.” பின்னர் அவர் நிக்கானிடம் திரும்பி, கெஞ்சிக் கேட்கும் தொனியில் சொன்னார்:

“நாம் இதே போலவே இருப்போம் – நாம் வெளிச்சத்தை மாற்ற வேண்டாம்.”

“நிக்கான் சம்மதித்துத் தலையசைத்து விடடு, தன் நாற்காலியை நெருக்கமாக இழுத்துப் போட்டுக்கொண்டான்.

அவர்கள் நண்பர்களாகிவிட்டார்கள். நிக்கான் மாட்வியின் வீட்டுக்குத் தாராளமாக வந்து சென்றான்; அந்த வியாபாரிக்கும் அவனை வர வர மிகவும் பிடித்துப் போகத் தொடங்கியது.மார்க் வாஸிலிவிச், எவ்ஜெனியா, டியுனோவ் முதலிய அபூர்வமான நபர்களைப் பற்றித் தாம் கூறும் விவரங்களை நிக்கான் மௌனத்தோடும், சிரமம் தோன்றும் கவனத்தோடும் கேட்பதைக் கண்டு, மாட்வி மிகவும் பூரிப்படைந்தார். இம்மூவரில் முதல் இருவரும் நிக்கானின் மனத்தில் எந்த விதமான ஐயப்பாடுகளையும் எழுப்பாமல் அவனை வியப்புறச் செய்தார்கள்.

“இப்படிப்பட்டவர்களைத்தான் நான் மூளையுள்ள ஜனங்களாக மதிக்கிறேன்,” என்று மரியாதையுணர்வோடு சொன்னான் அவன். “அத்தகைய மனிதர்கள் உண்மையிலேயே இருப்பதை என்னால் நம்பவே முடியவில்லை. கற்பனைக்கதை மாதிரி இருக்கிறது. அப்படியென்றால் அங்கிருந்துதான் நீ உன் கருத்துகளையெல்லாம் சம்பாதித்தாயா?”

ஒரு கண நேர விசனமான மௌனத்துக்குப் பின்னர் அவன் மேலும் சொன்னான்:

“ஆனால், நிச்சயமாக அந்த மாதிரி ஜனங்கள் பல்கிப் பெருகுவதற்கு என்றும் அனுமதிக்கப்பட மாட்டார்கள்.”

“யார் அனுமதிக்க மாட்டார்கள்? அந்தச் சக்திகள் என்ன?”

“ஆம்.நாமேதான். நாம் அதனை அனுமதிக்க மாட்டோம்.”

“நாம் மாட்டோமா? ஏன் மாட்டோம்?”

“நாம் அவர்களைத் தூர்த்துத் துடைத்து விடுவோம்.”

“ஆனால், ஏனாம்?” என்று வியப்புற்றுக் கேட்டார் மாட்வி.

“என்னால் விலக்க முடியாது,” என்று தோள்களை உலுக்கியவாறே சொன்னான் நிக்கான். “ஆனால், நாம் அனுமதிக்க மாட்டோம் என்பது மட்டும் எனக்குச் சர்வ நிச்சயம். அவர்கள் கட்டாந்தரையில் விட்டெறிந்த விதைகளைப் போன்றவர்கள்.”

மாட்வி மார்க் மாமாவோடும் அவரைச் சுற்றியிருந்த மனிதர்களோடும் தாம் எப்படியெல்லாம் பழகினோம் என்பதை நினைவுகூர்ந்தவராய்த் தலையைத் தொங்கவிட்டார்.

நிக்கானுக்கு டியுனோவைப் பற்றிய கூற்று வேடிக்கையாக இருந்தது. அவனை நினைத்துப் பார்த்தாலே அவனுக்குச் சிரிப்புப் பொங்கியது.

“அவன் ஓர் அயோக்கியன்தான்,” என்று தன் மீசையைத் திருகியவாறே சொன்னான் அவன்: “அவனுக்குத் தேவையானதெல்லாம் அதிகாரம்; பணம். பிறகு அவன் ஜனங்களை என்ன வேண்டுமானாலும் செய்வான்.”

சில சமயங்களில் நிக்கான் தன்னை மாட்வியின் வீட்டில் வந்து பார்க்குமாறு, மாஷாவையும் அழைத்தான். அவள் அந்த வீட்டின் எஜமானருக்கு எதிர்பாராத ஒய்யாரத்தோடு முகமன் கூறுவாள்; பின்னர் நிக்கானும் அவளும் பெலாஜியாவின் அறைக்குள் சென்று தாளிட்டுக்கொள்வார்கள்; மாட்வியோ ஏககாலத்தில் ஆதரவுணர்ச்சியும் ஆற்றாமையுணர்ச்சியும் தோன்ற, அவர்கள் இருவருக்காகவும் வெளியில் காத்திருந்தவண்ணம் தேநீர் தயாரிப்பார்.

முதலில் அவர் மாஷாவை டாண்டிலியான் மலர்களைப் போல மிகவும் சர்வ சாதாரணமாகக் கருதினார்; ஆனால், அவளது பேச்சை மேலும் கேட்கக் கேட்க, அவள்பால் நிக்கான் நடந்துகொள்ளும் ஒரு விசித்திரமான, புழுக்கமான போக்கை, பற்பலச் சண்டைகளின் மூலம் வெளிப்படும் ஒரு போக்கை அவரால் மேலும் மேலும் புரிந்துகொள்ள முடிந்தது.

ஒரு நாள் அவள் கனவு காணும் கண்களோடும், இரத்தம் கொதித்துப்போய்ச் சிவந்த உடம்போடும் தேநீர் மேஜைமுன் அமர்ந்திருந்தபோது அவள் பின்வருமாறு சொன்னாள்:

“அமைதியான மாரிக்கால மாலை நேரங்களில் நான் தனித்திருக்க எவ்வளவு விரும்புவேன், தெரியுமா? நான் கதவை அடைத்துக்கொள்வேன்; அறைக்குள் துடித்தசையும் தேவதா வடிவ விளக்கைத் தவிர, மற்றப்படி எங்கும் இருட்டுத்தான். என் படுக்கையோ வண்ணாத்திப் பூச்சியின் புழுக்கூட்டைப் போல, அடக்கமாகவும், கதகதப்பாகவும் இருக்கும். அங்குப் படுத்தவாறே, என் முழு உடம்பினாலும் நான் காது கொடுத்துக் கேட்பேன். வெண்பனிப் படிவம் நொறுங்கும் சப்தத்தைத் தவிர வேறு சப்தமே இருக்காது. நான் அப்படியே சொக்கித் தூங்குவேன். யாரோ ஒருவர் வந்து, என் முகத்தின்மீது மிருதுவாக ஊதுவதாகக் கனவு காண்பேன். நான் திடுக்கட்டுக் கண்ணை விழித்துப் பார்ப்பேன். அங்கு யாரும் இருக்க மாட்டார்கள். எனவே மீண்டும் நான் படுத்து, அவருக்காகக் காத்திருப்பேன். நிச்சயமாக மீண்டும் யாரோ வந்து, என்மீது குனிந்து, ஏதோ மிகவும் அரிதான ஒரு விஷயத்தை என் காதுக்குள் கிசுகிசுப்பார்கள். ஆனால் அது என்னவென்று என்னால் புரிந்துகொள்ள முடிவதில்லை. ஓ! நான் என்னவோ ஒரு மனிதனுக்காகப் படுத்திருந்து காத்திருப்பேன் என்று எண்ணாதீர்கள். அவர் முற்றிலும் வேறானவர். ஒருவேளை ஒரு தேவதூதனாக இருக்கலாம்.”

“அல்லது ஒரு பிசாசாக இருக்கலாம்,” என்று அவளைப் பாராமலே சொன்னான் நிக்கான்: “யாராயிருந்தாலென்ன? ஒரு பெண்ணுக்கு அதனால் என்ன பெரிய குடி முழுகிவிடப் போகிறது?”

அவள் ஒரு சின்னச் சிரிப்போடு, நிக்கானைச் சுட்டிக் காட்டி, மாட்வியை நோக்கி அர்த்த புஷ்டியோடு கண்ணைச் சிமிட்டினாள்; பின்னர் அவளது சங்கீதக் குரலில் மீண்டும் பேசத் தொடங்கினாள்:

“இறுதியில் ஒரு தாய் தன் குழந்தையைக் கையில் வாரியெடுப்பதுபோலத் தூக்கம் என்னை வாரியெடுத்துத் தழுவும்; எல்லா விதமான யதார்த்தமில்லாத விஷயங்களையும் அது எனக்குக் காட்டும்; விழிப்புற்ற நிலையில் எவருமே தெரிந்து கொள்ளாத புனிதமும் அமைதியும் நிறைந்த இன்பங்களின் ருசியை எனக்கு வழங்கும். சில சமயங்களில் நான் படுக்கப் போகும்போது, ‘அருமைக் கன்னித்தாயே! கனவுகளை வழங்குபவளே! எனக்கு இன்றிரவு ஓர் இன்பக் கனவை அனுப்பி வை,’ என்று பிரார்த்தனைகூடச் செய்வேன்.”

‘இவள் எவ்வளவு அழகாக இருக்கிறாள்!’ என்று அவள் மீது தன் கண்களை விருந்துண்ண விடுத்தவாறே நினைத்தார் மாட்வி.

ஆனால் நிக்கானின் குரலோ ஒரு காலிப் பீப்பாயின்மீது முஷ்டியால் பலமாக அறைந்தது போல அத்தனை கடுமையாக ஒலித்தது:

"அந்த மாதிரியான அமைதியான இரவுகள், அபாய அறிவிப்பு மணியை அடிக்க வேண்டும் என்ற உணர்ச்சியைத் தான் எனக்கு எப்போதும் ஏற்படுத்துகின்றன. என்றாவது ஒருநாள் நான் தேவாலயத்தின் மணிக்கூண்டில் ஏறி, அதனை அடிக்கத்தான் போகிறேன் – பாருங்களேன்!"

மாஷா தான் திடீரென்று கீழே சாய்ந்து விட்டவள் போலத் திடுக்கிட்டாள்; பின்னர் ஒரு சின்னச் சிரிப்பைக் கல கலத்து விடுத்தாள்.

"அது ஜனங்களைப் பயமுறுத்திவிடாதா? அவர்கள் பனியின்மீது தெருவழியே நிர்வாணமாக ஓடுவதைக்கூட என்னால் காண முடிகிறது! அட, கடவுளே?"

அவள் சிரித்து முடிந்தவுடன் திடீரென்று இடத்தை விட்டு எழுந்து வீடு சென்று விட்டாள்.

"அவள் சொல்வதற்கெல்லாம் நீ ஏன் எப்போதும் எதிர்த்து எதிர்த்துப் பேசுகிறாய்?" என்று நிக்கானிடம் கேட்டார் மாட்வி.

நிக்கான் அதற்குப் பதிலளிக்குமுன் அவரை ஒருகணம் வெறித்து நோக்கினான்.

"நான் அவளது அடியாழத்தையே காண விரும்புகிறேன். எங்கள் இருவருக்கும் இடையில் ஏதோ ஒரு தடை நிற்கிறது; நாங்கள் இருவரும் உண்மையிலேயே ஒருவருக்கொருவர் எப்போதேனும் அர்த்தமுள்ளவர்களாக இருந்தால்–"

அவன் பேச்சை இடையிலேயே நிறுத்திவிட்டு, இடத்தை விட்டு எழுந்தான்.

"நான் மதுபானக் கடைக்குப் போய், பாட்டிலோடு ஒரு சீட்டாட்டம் போடலாம் என்று நினைக்கிறேன்," என்றான் அவன். பின்னர் அவன் தன் கால்பட்டிகளைக் கட்டுவதற்காகக் கீழே குனிந்தவாறே, எதேச்சையான முறையில் பின்வருமாறு சொன்னான்: "நீ அந்தக் கசாப்புக்காரனிடம் எச்சரிக்கையாக இருப்பது நல்லது."

"ஏனாம்?" என்று திடுக்கிட்டுக் கேட்டார் மாட்வி.

"காரணமாகத்தான். கவனமாக இரு. நான் சொல்லி விட்டேன்."

மாட்வி பயந்தே போனார். ஆனால், இதன்பின் சிறிது காலத்திலேயே, அவர் ஒரு வாய் பிளந்து நிற்கும் பில வாயினுள் விழுந்ததுபோல மார்பா போசுலோவாவின் கரங்களுக்குள் விழுந்துவிட்டார். அந்தக் கசாப்புக்கடைக்காரன் அவரைத் தங்களை வந்து பார்க்குமாறு வற்புறுத்திக்கொண்டே இருந்தான்; மேலும் அதனை எப்படி மறுத்துரைப்பது என்று தெரியாத காரணத்தால், அவரும் சில தடவைகள் அங்குச் சென்று வந்தார். அவர் போகும் ஒவ்வொரு சந்தர்ப்பத்திலும் போசுலோவ் அவசர காரியத்தின் காரணமாக வெளியே போக வேண்டிய அவசியம் ஏற்பட்டது. அத்துடன் அவரது விருப்பத்துக்கு

முற்றிலும் மாறாகவே, அவர் மார்பாவுடன் தனிமையில் இருக்க நேர்ந்தது. பாட்டில் படு மோசமான சீட்டாட்ட வெறி பிடித்தவன் என்பதையும், அவனது நிலைமைகளெல்லாம் மோசமான ஸ்திதியில் இருந்தன என்பதையும் அவர் அறிவார். பல சந்தர்ப்பங்களில் போசுலோவ் அவரிடமிருந்து உடனே திருப்பித் தருவதென்ற உறுதிமொழியோடு பணம் கடன் வாங்கியிருந்தான். ஆனால், இதுவரையில் அவன் எதையும் திருப்பித் தரவில்லை.

போசுலோவ் தனது முதல் மனைவிக்குப் பிறந்த மகனிடம் மார்பா ஒரு கொடுமைக்கார மாற்றாந்தாயாக நடந்து கொள்கிறாள் என்ற காரணத்துக்காகத் தனது மனைவியை அடிப்பதாக, நகரத்தில் வதந்திகள் நிலவின. எனவே, அவன் அந்தப் பையனை வோர்கோ நாட்டுக்கு அனுப்பி வைக்க நேர்ந்தது; அவன் அந்தப் பையனில்லாத குறையைப் பெரிதும் உணர்ந்ததாகவும், அவனது க்ஷேம நலத்தில் அவன் மிகுந்த கவலை கொண்டிருப்பதாகவும் தோன்றியது. ஆனால் அவன் தன் மகனைப் பொறாமையின் காரணமாகத்தான் வெளியூருக்கு அனுப்பிவிட்டான் என்றும் வதந்திகள் உலாவின.

போசுலோவ் தன் மனைவி மார்பாவை அடிப்பதாக, மாட்வி நம்பவில்லை; என்றாலும், அவளது அருமையான உறுதியான உடம்பு ஏதோ ஒரு பழியை அனுபவித்து வருந்துவதாக அவர் உணர்ந்தார்.

ஐந்தாறு பிள்ளைகளைப் பெற்றுத் தள்ளுவதுதான் இவளுக்கு இப்போது தேவை. ஆனால் இவளோ இங்குக் குழந்தையே இல்லாதிருக்கிறாள் என்று அவர் நினைத்தார். இவளுக்கு அவன் எத்தகைய கணவனாக இருக்கிறானோ?

ஒரு நாள் அவர் சென்ற போது, மார்பா தேநீர் அருந்திக் கொண்டிருப்பதைக் கண்டார்; அவள் வழக்கத்துக்கும் அதிகமான பரபரப்போடு தம்மை எதிர்கொண்டதாக அவர் நினைத்துக்கொண்டார்; மேலும், அவளது புன்னகையுங்கூட அதிகமான பிரகாசமும், உற்சாகமும் மிகுந்து தோற்றியது.

"போசுலோவ் மீண்டும் வெளியே போய்விட்டாரா?" என்று கேட்டார் அவர்.

"அவர் கன்றுக்குட்டிகள் வாங்க வோயிவோடினோவுக்குப் போயிருக்கிறார்," என்று அறிவித்தாள் அவள்.

"என்னை வரச் சொல்லியிருந்தார்; தாம் வீட்டிலிருப்பதாகச் சொன்னார்.'

"அவருக்கு ஞாபக சக்தி ரொம்பவும் குறைவு."

அவள் தனது வழக்கமான நிலையிலேயே, யாரையோ எதிர் பார்ப்பது போல, மிகவும் நேராக அமர்ந்திருந்தாள். அவளது தொய்வான இளஞ்சிவப்புச் சட்டையின் வழியாக, அவர் அவளது அங்க வடிவின் வளைவுகளையெல்லாம் தெளிவாகக் காண முடிந்தது. அவளது நிறைந்த கழுத்துத் தொண்டைக் குழியருகில் தென்பட்ட வலைப் பின்னலிலிருந்து பெருமிதத்தோடு மேலெழுந்து தோன்றியது. கரிய கேசத்தை வாளிப்பாகப் பின்னோக்கிச் சீவி விடப் பெற்றிருந்த அவளது

சிறிய தலை அங்குமிங்கும் மெல்ல அசைந்தது; அவளது சீனாப் பொம்மை போன்ற முகத்திலும், மயக்கம் மிகுந்த கண்களிலும் ஒரு மெல்லிய புன்னகை துடித்தசைந்தது.

"இன்று நாங்கள் குளிப்பறையில் தண்ணீரைக் கொதிக்க வைத்தோம்," என்று ஒரு மூக்கடைத்த குரலில் அவள் சொன்னாள்: "போசுலோவ் குளிக்க விரும்பினார்; ஆனால், அது தயாராவதற்குள் அவர் புறப்பட்டுப் போய் விட்டார். எனவே, இரண்டு பேருக்கும் சேர்த்து நானே நீராவி ஸ்நானம் செய்துகொண்டேன் – எனது இருதயமே கிட்டத்தட்ட நின்று போகுமளவுக்கு நான் குளித்தேன், குளித்தேன், அப்படிக் குளித்தேன்."

"நீ மிகவும் அசமந்தமான வாழ்க்கையை நடத்துகிறாய்," என்று பெருமூச்சுடன் சொன்னார் மாட்வி. உன்னைப்போன்ற ஓர் இளம் பெண்–"

"அதெல்லாம் அப்படியொன்றும் மோசமில்லை," என்று குறுக்கிட்டாள் அவள்: "எனக்கு ரொம்பவும் சலித்துப் போனால், நான் 'முன்னுரைகளைப் படித்துப் பார்ப்பேன்; மிட்ரி ரோஸ்டோவ்ஸ்கியினால் ஒதுக்கித் தள்ளப்பட்ட பகுதிகளெல்லாம் சேர்ந்த ஒரு முழுநூலை அத்தை எனக்குக் கொடுத்தாள்."

அவள் முன்னால் குனிந்து, மூச்சை இலேசாக நிறுத்திப் பிடித்தவாறு பின்வருமாறு சொன்னாள்:

"அதிலே வரும் சில கதைகள் உண்மையிலேயே மிகவும் ஆபாசமாகத்தான் இருக்கின்றன."

"ஆமாம்," என்று அதனை ஒப்புக்கொண்டார் மாட்வி.

"ஆனால் அவையெல்லாம் ஞானிகளைப் பற்றியது. இல்லையா?"

"ஆமாம்."

"அந்த ஞானிகள் மனிதர்களைப் போலவே இருக்கிறார்கள்!"

"அதனால்தான் அவர்களை ஞானிகள் என்கிறோம்."

அவள் தன் கண்களைப் பாதி மூடியவாறே, மெதுவாகச் சொன்னாள்:

"ஆனால், நாம் இப்படி உட்கார்ந்து தத்துவ விசாரம் பண்ணுவதில் அர்த்தமேயில்லை."

இத்தகைய பேச்சுக்கு நான் முற்றுப்புள்ளி வைத்தாக வேண்டும் என்று நினைத்தார் மாட்வி.

அவள் தன் கைகளை மேஜைமீது பரப்பியவாறே எழுந்தாள். தனது கனத்த கண்களை அகலத் திறந்தவாறு, அவள் யதார்த்தமான ஒரு குரலில் திரும்பவும் சொன்னாள்:

"அதில் அர்த்தமேயில்லை என்கிறேன் நான். புனிதக்கன்னி மாதா ஜனங்களை மன்னிக்கவே விரும்புகிறாள்."

மாட்வி கோஸிமியாகின் மீண்டும் இந்தப் பூலோகத்துக்குத் திரும்பி வந்த பொழுது, அவர் அவளையும் தம்மையும் கண்டு, நாணிச் சாம்பினார்: அது அத்தனை குரூரமாக, அத்தனை மௌனமாக, இதயத்திலிருந்து பொங்கியெழுந்துவரும் வார்த்தைகளின் அலங்காரம் ஏதும் இல்லாமல், அல்லது நாணத்தையும் வருத்தத்தையும் புறக்கணிக்கும் சதையின் அந்தப் பரவசமும் இல்லாமல், எப்படியோ நடந்தேறிவிட்டது. தாம் சிறிது நேரத்துக்கு முன்பே அந்நியோந்நியத்தின் அமிதமான எல்லைக்கே போய், தாம் தொட்டுப் பழகிவிட்ட இந்தப் பெண் இப்போது மீண்டும் தமக்கு அன்னியமானவளாகவும், அப்பாற்பட்டவளாகவும், அனுதாபம் இழந்தவளாகவும் தோன்றுவதை உணர்ந்து பார்க்கப் படுமோசமாக இருந்தது. அவள் தனது வழக்கமான இடத்தில் அமர்ந்து, தேநீர் அருந்திக்கொண்டும், தேநீர்த் தட்டுக்கு மேலாக அதே புன்னகையைப் புரிந்துகொண்டும் இருந்தாள்; அவளது உடம்பில் இப்போது கொஞ்சம்களைப்புத் தட்டியிருந்ததைத் தவிர, வேறு வித்தியாசமே காணோம். அவளிடம் என்ன பேசுவதென்றே அவருக்குத் தெரியவில்லை. அவர் தாம் மாசு பட்டுவிட்டதாக உணர்ந்தார். அவர் போய்விட விரும்பினார்; எனினும், அது முறையல்ல என்று பயந்தார். அவர் அவளிடம் ஏதோ கேட்க விரும்பினார்; எனினும், அதற்கான சரியான வார்த்தைகளைக் கண்டறிய முடியாமல், மிட்டாய்களும், பழச்சாறும் இருந்த தட்டுக்களை முன்னும் பின்னும் புழுக்கத்தோடு தள்ளியவாறே, வெறுமனே அமர்ந்திருந்தார்.

"நீங்கள் ஏன் எதுவும் பேசவில்லை?" என்று அவள் கேட்பது அவருக்குக் கேட்டது.

அவர் திடுக்கிட்டார்; திடீரென்று பின்வருமாறு கேட்டார்:

"அப்படியென்றால் நீ என்னைக் காதலிக்கிறாய். இல்லையா?"

"இல்லாவிட்டால், நான் உங்களோடு பாவம் செய்திருக்க மாட்டேன்; அதுவும் சனிக்கிழமையன்று."

பூச்சியரித்த பழம் போல விழுந்து விட்டாள் என்று நினைத்தார் மாட்வி.

அவர் அவளை விட்டு வந்ததையோ, அல்லது அவள் அவரைத் திரும்பவும் வரச் சொன்னாளா என்பதையோ அவர் நினைவு கூரவில்லை. அவர் தமக்கு உடல் நலமில்லை என்று சொல்லி, வீட்டிலேயே ஒரு வார காலம் அடைந்து கிடந்தார்; அப்போது தாம் செய்து விட்ட காரியம் பற்றியும், தமது நடத்தைக்கு ஏதாவதொரு நியாயம் காண வீணில் முயன்று கொண்டும், தம் மனத்தில் சிந்தித்தவாறு இருந்தார். வேறோர் எண்ணம், ஓர் ஆண்மையான எண்ணம், அடிக்கடி குறுக்கிட்டுக் கொண்டிருந்தது:

அவள்தான் அதனை ஆரம்பித்து வைத்தாள்; எனவே, என்னிடம் ஏதோ ஒன்று – தடுத்து நிறுத்த முடியாத ஏதோ ஒன்று – இருக்கத்தான் வேண்டும்.

அவளது இனிய தசைக்கோளத்தின் நினைவு அவரை மீண்டும் அவள்பாள் இழுத்துச் சென்றது. அவளது கணவன் சந்தைக்குப் போயிருக்கிறான் என்பதைத் தெரிந்துகொண்டே, அவர் ஒரு நாள் காலையில் அங்குச் சென்றார்; வழியெல்லாம் அவர் அவளிடம் சொல்ல வேண்டிய கனிவான வார்த்தைகளை நினைத்துக்கொண்டே சென்றார். அவர் எவ்வளவோ நினைத்தார்; எனினும் அவளைக் கண்ட மாத்திரத்திலேயே, அவற்றையெல்லாம் பேசுவது அநாவசியம் என்றும், தாம் அதனை மனப்பூர்வமாகச் செய்ய முடியாது என்றும் உணர்ந்தார்.

அவர் நிச்சயமின்மையோடும், தமது இதயத்தில் ஏற்பட்ட ஓர் இருண்ட அப சூசகத்தோடும் ஒரு காதலற்ற காதல் விவகாரத்தை இப்படித்தான் தொடங்கினார்.

அவர் நிக்கானிடம் மார்பாவைப் பற்றிச் சொல்ல வேண்டுமென்றும், அவனது ஆலோசனையைப் பெற வேண்டுமென்றும் விரும்பினார். ஆனால், நிக்கான் அவர்முன் வந்து தோன்றும் போதெல்லாம், மார்பாவைப் பற்றிய எண்ணங்களெல்லாம் எப்படியோ அவரது மனத்தைவிட்டு மறைந்துவிட்டன.

மார்பாவைப் பொறுத்தவரையிலும் அவள் அவரிடம் விரைவாகவே பழகிப் போய்விட்டாள். அவள் முன்னைக் காட்டிலும் அதிகமாகப் பேசவும், ஆர்வம் காட்டவும், நெருக்கம் கொள்ளவும் தொடங்கினாள். அவள் அவரது அந்தரங்கத்தை அறிவதில் அதிகமான குறுகுறுப்பை வெளிக் காட்டினாள். இதனால் அவர் மேலும் மேலும் கோபாவேசம் அடைந்தார். அவள் அவரை அரவணைத்தவாறே, அவரது காதில் பின்வருமாறு கிசுகிசுப்பாள்:

"உங்களுக்கும் உங்கள் சிற்றன்னைக்கும் தொடர்பு ஏற்பட்டது எப்படி என்பதையெல்லாம் விவரமாகக் கூறுங்களேன்."

"நீ எப்படிக் கேட்கலாம்?" என்பார் அவர்: "அத் தகைய விஷயங்களைப்பற்றி யாரும் வம்பளப்பதில்லை."

"நல்லது, போகட்டும். பிறகு – அந்தச் சீமாட்டி விவகாரம்?"

அவளது கண்கள் வெறும் கோடுகள் போலத் தெரியுமளவுக்குச் சுருங்கி நெரியும். அவள் என்னவோ உள்ளுக்குள் அவிந்து புழுங்குவது போல, அவளது உடம்பு முழுவதும் நடுங்கும். மாட்வியோ பேசுவதற்கே வாய் எழாத அளவுக்குக் கோபம் கொள்வார்; சில சமயங்களில் அவருக்கு அவளை அடிக்க வேண்டும் என்ற ஓர் உத்வேக உணர்ச்சிகூட ஏற்படும்.

பின்னர் அவள் ஆண்களுக்கும் பெண்களுக்குமிடையே நடந்த பல விவகாரங்களைப்பற்றியெல்லாம் அவரிடம் சொல்லத் தொடங்குவாள்: அவற்றில் சில வேடிக்கையாக இருந்தன; மற்றவையனைத்தும் மிருகத்தனமாகவும், பயங்கரமானதாகவும் இருந்தன. அவற்றைக் கேட்பதில் அவர் வெட் கப்பட்டாலும்,

அவரால் அவற்றைக் கேட்காமல் இருக்க முடியவில்லை. சில சமயங்களில் அவர் இத்தகைய காட்டு மிராண்டித்தனமான உறவுகளைப்பற்றி அவளிடம் கேள்விகள் கூடக் கேட்டார்.

"ஆஹா!" என்று ஒரு புண்பட்ட உணர்ச்சி தொனித்த போதிலும் வெற்றிகரமாகக் கத்துவாள் அவள்: "நீங்கள் என்னைச் சொல்லுமாறு கேட்கிறீர்கள்; ஆனால், நீங்கள் மட்டும் எனக்குச் சொல்ல மறுக்கிறீர்கள்."

"அது அழகல்ல, மார்பா."

"செய்வது மட்டும் அழகு; அதைப்பற்றிப் பேசுவது மட்டும் அழகில்லையாக்கும்? அப்படித்தானா?"

"இத்தகைய கதைகளெல்லாம் இளம்பெண்ணான உனது காதில் எப்படி வந்து எட்டின? ஒருவேளை நீ இவற்றை இட்டுக் கட்டித்தான் சொல்கிறாய் போலும்."

அவள் தனக்கேற்படும் கோபாவேசத்தில், தான் ஏற்கெனவே முன்னர் சொன்ன கதைகளின் உண்மையை உறுதிப்படுத்துவதற்காக, மேலும் ஆபாசமான கதைகளை அவருக்குச் சொல்வாள்:

"எங்கள் குடியிருப்பு ஒரு பணக்காரக் குடியிருப்பு. ஜனங்கள் நன்றாகத் தின்று கொழுத்து ஆரோக்கியமாக இருப்பார்கள்; வாலிபர்களும், யுவதிகளும் அழகாக இருப்பார்கள்; பெற்றோர்களும் கண்டிப்பாக இருப்பதில்லை. எங்களது மதப் பிரிவின்படி காதல் ஒரு பாவமல்ல– உங்களைப்போல நாங்கள் வைதிக மார்க்கத்தைச் சேர்ந்தவர்களல்ல. சரி, கேளுங்கள்: மோர்யானோவ் தம்பதிகள் தமது மகன் கார்ப்புக்குத் திருமணம் செய்து வைத்தார்கள் – குடும்பத்தில் அவன்தான் கடைக்குட்டிப் பிள்ளை – அவன் மெலிவாகவும் நோஞ்சானாகவும் இருந்தான்–"

மறு நிமிஷமே மாட்வி முகம் சிவந்து, சிரித்தவராய் அவளிடம் பின்வருமாறு சொன்னார்:

"போதும், நிறுத்தடி, பெட்டை நாயே!"

சில சமயங்களில் அவளது கதைகளால் அலுத்துப்போய், விரக்தியுற்றவாறு அவர் பின்வருமாறு சொல்வார்:

"நீ என்னோடு தொடர்பு வைத்துக்கொண்டதற்குக் காரணம் என் விவகாரங்களில் நீ புகுந்து தலையிட்டுப் பார்க்கலாம் என்ற வெறும் குறுகுறுப்புத்தான். அதுவும் மிகவும் கீழ்த்தரமான, தகாத ரகத்தைச் சேர்ந்த குறுகுறுப்பு"

"ஓ... நிச்சயம் நீங்கள் ஒரு ஞானியேதான்!" என்று உதட்டைப் பிதுக்கி, அப்பால் திரும்பியவாறே எதிர்த்துச் சொல்வாள் அவள்.

நிக்கானின் எச்சரிக்கை மார்பாவிடத்திலும், போசுலோவிடத்திலும் அவர் உணர்ந்து வந்த எல்லாச் சந்தேகங்களையும் வெறுப்பையும் துரிதப்படுத்தின. அந்தக் கசாப்புக்காரன் அவரிடமிருந்து அடிக்கடி மேலும் மேலும் பணம் கடன் வாங்கிக் கொண்டிருந்தான்; மேலும், அவர் அவனது வீட்டுக்கு வரும்போதெல்லாம் அவன் இடைவிடாமல் அவர் கண்ணில் படாதிருந்தான். அவர் அவனை யாராவது ஒரு நண்பர் வீட்டிலோ அல்லது மதுபானக் கடையிலோ சந்திக்க நேர்ந்தால், அவன் எப்படியாவது அவரருகே மெல்ல நழுவி வந்து அவரது தோளுக்குமேலாகப் பின்வருமாறு கிசுகிசுப்பான்:

“ஹலோ! என்ன சௌக்கியந்தானா?”

அவனது விரல்கள் நெளிந்தன; அவன் தன்னிரு கைகளையும் தேய்த்துக்கொண்டான்; முகத்தையும் கண்களையும் சுருக்கி நெரித்தான்; முன்பெல்லாம் அவன் அவர் கண்ணில் படவிடாமல் முகத்தை அப்பால் திருப்பிக்கொள்வான். இப்போது அவன் அவரை நேரடியாகவே வெறித்து நோக்கினான்.

“நேற்றைக்கு முந்திய நாள் நீங்கள் எங்கள் வீட்டுக்கு வந்து விட்டுப் போனதாக மார்பா சொன்னாள்.”

“ஆ-மாம்.”

“சரி. இப்போது எனக்குப் பத்து ரூபிள் தேவை. சனிக்கிழமை வரையிலுந்தான். சனிக்கிழமை மாலையில் தந்து விடுவேன்.”

இப்போது சில காலமாக, மாட்வி அவனது மனைவியிடம் போய் வந்த ஒவ்வொரு விஜயத்துக்கும் அநேகமாகப் பணம் வாங்கி விட்டான் போசுலோவ்.

‘அவனுக்குத் தெரிந்திருக்கக் கூடுமோ?’ என்று வியந்தார் அவர்; ஆனால், அந்தக் கருத்தை ஏற்றுக்கொள்வது மிகவும் வெறுப்பாக இருந்தது.

நான் அவளிடம் கேட்க வேண்டும் என்று நிக்கானின் எச்சரிக்கைக்குப் பின்னர் அவர் தீர்மானித்துக்கொண்டார். அவளுக்குப் புத்தி ஏதேனும் இருந்தால், அவள் என்னிடம் நிச்சயம் சொல்வாள்.

அவர் ஜனங்களை எப்போதும் சந்தித்தவண்ணம். ஒரு சுறுசுறுப்பான வாழ்க்கையை வாழத் தொடங்கினார்; அத்துடன் அனைவரும் தமது பாக்கெட்டுக்குள் கை போடத் தான் முனைகிறார்கள் என்பதையும் அவர் கண்டு கொண்டார். நகரத்துத் தொழில் பிரமுகர்கள் ஒருவர் பின் ஒருவராக, அவரைத் தனியே சந்தித்து, தாம் அவரோடு பங்குதாரர் ஆவதாகத் கூறி, பெரும் இலாபம் கிடைக்குமென்றும் உறுதி கூறத் தொடங்கினார்கள். அந்தத் திடகாத்திரமான சுக்கோபாயே விடமிருந்துதான் அவர் மிகப் பெரும் திட்ட ஆலோசனைகளையெல்லாம் பெற்றார். அவன் அவருக்கெதிரே அமர்ந்து, கண்களைத் தாழ்த்தியவண்ணம் மிகவும் ஆணித்தரமாகக் கூறுவான்!

"உங்கள் கருத்துகளிலெல்லாம் மிக மிக முக்கியமானது நீங்கள் வர்க்கங்களைப் பற்றிச் சொன்னதுதான். நாம் நமது அணிகளைப் பலப்படுத்தி, ஒருவருக்கொருவர் உதவ வேண்டும் என்று நீங்கள் சொன்னது முற்றிலும் சரி. மேலும், இருந்தாலும் – முதலில்– நாம் தனியாகத்தான் செயல்பட வேண்டும்."

அவன் தன் உதடுகளை நக்கிக்கொண்டான்.

அவன் அணிந்திருந்த உடைகள் மிகவும் தரமுயர்ந்தவை. அவற்றினுள் அவனை அள்ளிப் பொழிந்தது போல அத்தனை கச்சிதமாகவும் பொருந்தியிருந்தன. மாட்வி தமது கயிற்றுத் தொழிற்சாலையை மூடிவிட விரும்புவதாக அவனிடம் சொன்னபோது, அவன் திடுக்கிட்டான்; அதனை மறுத்துத் தன் கைகளை உயர்த்தினான்.

"நீங்கள் எப்படி அத்தகைய காரியத்தைப் பற்றிச் சிந்தித்துக்கூடப் பார்க்க முடியும்?" என்றான் அவன் "ஏன்? அது நீங்கள் உபதேசிக்கும் எல்லாவற்றுக்குமே விரோதமான தாயிற்றே. எவ்வளவு நல்ல தொழில்; அதைப் போய்த் திடீரென்று – சேச்சே! அதெல்லாம் கூடாது! அந்த எண்ணமே சரியல்ல! நாமெல்லாம் வளர்ந்து பரவ வேண்டும் என்று நீங்களே சொன்னீர்கள்; இப்போது உங்களது சொந்த இஷ்டப்படி அதனை மூடி விட வேண்டும் என்று பேசுகிறீர்களே"

அவன் தனது முழங்கால்கள் மாட்வியின் முழங்கால்களைத் தொடும் அளவுக்கு, தன் நாற்காலியை இழுத்துப் போட்டுக்கொண்டான்; பின்னர் கனன்றெரியும் கண்களோடு அவரைப் பார்த்தவாறே, மிருதுவாகப் பேசினான்:

"அதை நீங்கள் விற்று விடுவீர்களா? சுக்கோபாயேவ் மாட்வி கோஸிமியாகின்னின் அடுத்த வாரிசாக இருந்தால் எப்படியிருக்கும்? ம்! சரி. நீங்கள் சொல்லும் விலை என்ன? சட்டென்று சொல்லுங்கள்."

அவனது முகத்தில் தோன்றிய உணர்ச்சிப் பாவங்களின் குதூகலம், அவனது கண்களிலேயிருந்த தீர்மானமான நோக்கு, எல்லாவற்றிலும் மேலாக, அவரது வியாபாரத்தைக் குறித்து அவன் சொன்ன வார்த்தைகள் முதலியவற்றால் மாட்வி கவரப்பட்டார்.

"நான் யோசித்துத்தான் முடிவு செய்ய வேண்டும்," என்று இணக்கமான முறையில் சொன்னார் அவர்: "அந்த வேலையாட்களையும், அமளியையும், எல்லாவற்றையும் கண்டு எனக்கு அலுத்துப் போய்விட்டது."

"எனக்குப் புரிகிறது," என்றான் சுக்கோபாயேவ்: "உங்கள் மனத்தை வேறு பல விஷயங்கள் பிடித்துக்கொண்டு விட்டன: இந்த வியாபாரத்தைக் காட்டிலும் பெரியதான ஸ்தாபன ரீதியான எண்ணங்கள். புரிகிறது எனக்கு. ஆனால், அதைப் பற்றிச் சிந்தித்துப் பார்க்கும் விஷயத்தில் – சிந்திப்பதற்கு என்ன இருக்கிறது? இதோ பாருங்கள்: மாட்வி கோஸிமியாகின்னின் வாரிசுதார் சுக்கோபாயேவ் தயாராகக் காத்திருக்கிறேன்."

அவன் தன் நாற்காலியை விட்டு எழுந்திராமலே, அவன் அதனைத் தனக்கு விற்று விடுமாறு மாட்வியை மனம் மாற்றி விட்டான். அவன் அதற்கு ஒரு முன்பணமும் கொடுத்து, அதற்கான இரசீதையும் வாங்கிப் பையில் போட்டுக் கொண்டான்.

"அந்த அமளி, தொல்லை ஆகியவற்றைப் பொறுத்த வரை" என்று இடத்தைவிட்டு எழுந்தவாறே பேசினான் அவன்: அதிலிருந்தெல்லாம் நான் நிச்சயம் உங்களைப் பாதுகாப்பேன் என்று நீங்கள் உறுதியாக நம்பலாம். உங்களது மன அமைதி உங்களுக்கு எவ்வளவு முக்கியமானதென்று எனக்குத் தெரியும்; உங்கள் கருத்துகளைப் போற்றிப் புகழ்பவன் என்ற முறையில், அவை எந்த விதமான இடையூறுமின்றி வளர்ந்தோங்குவதற்கு எல்லாச் சந்தர்ப்பங்களும் கிட்டுமாறு பார்த்துக்கொள்வதில் எனக்குப் பொறுப்புண்டு என்று நானே கருதுகிறேன்."

இந்த முகஸ்துதி வார்த்தைகளால் மாட்வி பெரிதும் மகிழ்ந்து போனார்; மேலும் வீட்டை வைத்துக்கொண்டு, தொழிற்சாலையை மட்டும் விற்று விட்டதிலும் அவருக்குப் பெருத்த ஆனந்தம். அதைப் பற்றி அவர் எண்ணிப் பார்க்கவுமில்லை; அது சாத்தியமுமில்லை.

இன்னொரு சந்தர்ப்பத்தில் சுக்கோபாயேவ் அவரைத் தெருவில் சந்தித்துப் பின்வருமாறு சொன்னான்:

"நீங்கள் நிக்கான் மாக்லகோவோடு நட்பாக இருப்பதாகக் கேள்விப்படுகிறேன். உண்மைதானா? நல்லது. பின்னே எல்லாம் அறிந்தவரான தங்களுக்கு நானும் ஒரு வார்த்தையைப் போட்டு வைக்கிறேன். என் நிர்ணயிப்பின் படி, இந்த நகரத்தில் நிக்கானைக்காட்டிலும், நேர்மையான மனிதன் இல்லைதான். ஆனால், அவனோடு சீட்டு மட்டும் விளையாடாதீர்கள். அதில் அவன் ஒரு மகா எத்தன். மற்ற எல்லாவற்றிலும் அவன் முற்றிலும் நேர்மையானவன்; ஆனால், சீட்டு விளையாட்டில் மட்டும் அவன் ஏமாற்றிவிடுவான். கேட்காமலே நான் புத்திமதி சொல்ல வந்ததற்கு என்னை மன்னியுங்கள்; உங்களுக்கு நான் எல்லா விதத்திலும் பணிபுரிய வேண்டும் என்ற விருப்பத்தின் காரணமாகத்தான் இதனைச் சொல்ல நேர்ந்தது."

அவனது கண்களில் ஒரு பளபளக்கும் வெள்ளை மனநோக்கு தென்பட்டது. மாட்வி அவனது கையை நட்புரிமையோடு அமுக்கிப் பிடித்துவிட்டு, அவனிடம் விடை பெற்றுக் கொண்டார். அப்போது அவர் பின்வருமாறு நினைத்தார்:

இவன் ஓர் அயோக்கியன்; ஆனாலும் இனிமையானவன்.

ஒரு நாள் நிக்கான் மாட்வியுடன் இருக்கும்போதே சுக்கோபாயேவ் அவர் வீட்டுக்கு வந்து சேர்ந்தான். அவர்கள் தேநீரை அருந்திக்கொண்டு வெகு நேரம் அமர்ந்திருந்தார்கள். நகரத்தின் முக்கியப் பிரஜைகளில் ஒருவனான சுக்கோபாயேவ் சூதாடியும் குடிகாரனுமான நிக்கானின் மனம் போனபடிப்

பேசும் பேச்சையெல்லாம் எத்தனை அக்கறையோடும், கவனத்தோடும் கேட்கிறான் என்பதைக் கண்டு மாட்வி பெரிதும் ஆச்சரியப்பட்டார்.

"வாழ்க்கை மாறிக்கொண்டிருக்கிறது; ஆனால், ஜனங்கள் அப்படியேதான் இருக்கிறார்கள்," என்றான் நிக்கான்.

"முற்றிலும் உண்மை," என ஒப்புக்கொண்டான் சுக்கோபாயேவ்.

"மேலும் இந்தக் காலத்துப் பிள்ளைகள், அவர்கள் வளர்ந்து பெரியவர்களாகும் காலத்தில் நம்மைக்காட்டிலும் புத்திசாலிகளாயிருப்பார்கள் என்பதற்கும் உத்தரவாதமில்லை. அவர்கள் நாம் செய்ததைப் போலவே அதே விளையாட்டுக்களைத்தான் விளையாடுகிறார்கள்; அதே பாட்டுக்களைத்தான் பாடுகிறார்கள்; அதே போலத்தான் துஷ்டத் தனமும் செய்கிறார்கள்."

"இது விஷயத்தில் நான் உன்னை ஒப்புக்கொள்ளவில்லை," என்று மரியாதையோடு, எனினும் அழுத்தத்தோடு மறுத் தான் சுக்கோபாயேவ்.

"ஏன், சுக்கோபாயேவ்?" என்று கேட்டார் மாட்வி.

"இந்தக் காலத்துப் பிள்ளைகள் அதிகமான துன்மார்க்கமும், குறைவான விசுவாசமும் கொண்டவர்களாயிருக்கிறார்கள்."

"ஓ! இது உண்மைதான்," என்று நிக்கான் இப்போது ஒப்புக்கொண்டான்: "இந்தக் காலத்தில் சிறு பையன்கள் சண்டை போடும்போது மிகவும் தந்திரமாக நடந்து கொள்கிறார்கள்; ஆனால், துணிச்சலும் நேர்மையுந்தான் குறைந்து போய்விட்டது. அவர்கள் தங்களுடைய நிதானத்தையும் சீக்கிரம் இழந்து விடுகிறார்கள்; மேலும் நாம் அழுததைக் காட்டிலும் மிகவும் சுலபமாகவும் அழுது விடுகிறார்கள்."

அவன் ஒரு கணம் சிந்தித்துவிட்டு, பிறகு மேலும் பேசினான்:

"மேலும் இதற்கெல்லாம் அவர்களின் தாய்மார்கள் தான் காரணம்: அது பெண்களின் தவறுதான். அவர்கள் குழந்தைகளின்மீது போதிய கவனம் செலுத்துவதில்லை. ஏனென்றால், அவர்கள் அந்தப் பிள்ளைகளை அன்பின் காரணமாக வளர்க்கவில்லை; மாறாக, அவர்களிடமிருந்து எவ்வளவு சீக்கிரம் பயனைக் கறக்க முடியுமோ, அவ்வளவு சீக்கிரம் கறக்கத்தான் வளர்க்கிறார்கள். சிறு பிள்ளைகள் எவ்வாறு நடந்துகொள்ள வேண்டுமென்பது அவர்களுக்குக் கற்றுக் கொடுக்கப்பட வேண்டும்; அவற்றைக் கற்றுக்கொடுக்க நாம் அன்புள்ளம் கொண்ட ஸ்தாபனங்களை நிறுவ வேண்டும் – சின்னப் பெண்களுக்கும் கூடத்தான். இந்த உலகத்துக்குத் தேவையானது அறிவுமிக்க தாய்மார்கள் என்பதை நாம் உணர்வதற்கான காலம் வந்துவிட்டது, மாட்வி ஸாவ்லிவிச். நீ சிந்தனை செய்து பார்ப்பதற்கான விஷயம் இது. உன்னிடம் பணம் இருக்கிறது. அதை ஏன் நீ இதில் செலவிடக் கூடாது?"

சுக்கோபாயேவ் தன் தலையை உயர்த்தினான்; தனது சிவந்த தலைமயிரைத் தடவியவாறும், நிலைக்கண்ணாடியில் தன்னுருவத்தைப் பார்த்தவாறும் அமர்ந்திருந்தான். நிக்கான் தனது கைகளைக் கழுத்துக்குப் பின்னால் கோத்துக் கட்டியவாறு, புன்னகையோடு பேசிக்கொண்டே போனான்:

"பெண்கள் கொஞ்சம் அறிவோடு நடந்துகொண்டால், பச்சையாகச் சொன்னால், மிகுந்த நேர்மையோடு நடந்து கொண்டால், ஜனங்களும் நல்ல மாதிரியாக மாறிவிடுவார்கள். அதில் சந்தேகமேயில்லை."

"ஆமாம், உண்மைதான்," என்று சுக்கோபாயேவ் ஒரு தணிந்த குரலில் அங்கீகரித்தான்.

மாட்வி எதுவும் சொல்லவில்லை; எனினும், தமக்குள் பின்வருமாறு எண்ணிக்கொண்டார்:

இத்தகைய எண்ணங்கள் 'கண்ணியமான மக்கள்' என்று சொல்லப்படுவோருக்கு என்றும் உதயமாகவில்லை; ஆனால், நிக்கானைப் போன்ற பேர் கெட்டுப்போன மனிதனுக்குத்தான் தோன்றுகின்றன.

பின்னர் அவர் வாய்விட்டுச் சொன்னார்:

"அது பற்றி நான் சிந்திக்க வேண்டும்."

சுக்கோபாயேவ் தனது கரண்டியை மேஜைக்கடியில் நழுவ விட்டுவிட்டு, அதைத் தேடி எடுப்பதற்காகக் கீழே குனிந்து, கண்பார்வையிலிருந்து மறைந்துகொண்டான்.

"நீ சொன்னாயே, அந்தப் பெண்ணைப்போல அதிகமான பெண்கள் மட்டும் இருந்தார்களானால்" என்று தன் தலையைப் பின்னால் தள்ளி, முகட்டை வாட்டத்தோடு பார்த்த வண்ணம் பேசினான் நிக்கான்: "உண்மையில் இந்தக் காலத்தில் பெண்கள் வேறுவிதமாய்த்தானிருக்கிறார்கள். அவர்கள் சிறந்தவர்களாயிருக்கிறார்களா, அல்லது மோசமாக இருக்கிறார்களா என்பது எனக்குத் தெரியாது; எனினும், அவர்கள் வேறுபட்டு இருக்கிறார்கள். அவர்கள் முன்பெல்லாம் மிருதுவாகவும் இனிமையாகவும் இருந்தார்கள்; இப்போதோ அவர்கள் வறண்டவர்களாகவும், கசப்பான ருசி கொண்டவர்களாகவும் இருக்கிறார்கள். கடந்த காலத்தில் ஒரு மனிதன் கோவிலைச் சுற்றிவரும் பாவியைப் போல ஒரு பெண்ணைச் சுற்றிச் சுற்றி வருவான்; அவளிடம் நெருங்கிப் போகவும் பயப்படுவான்; என்ன வார்த்தைகள் சொல்லி அவள் இதயத்தைத் தொடலாம் என்று அதிசயிப்பான். மேலும் அவன் வழக்கமாகச் சரியான பெண்களையே கண்டறிவான். இந்தக் காலத்திலோ பெண்கள் அவர்களுக்கு எந்த விதத்திலும் தேவைப்படுவதாகத் தெரியவில்லை. மேலும் அவர்கள் காதலிப்பதைக்காட்டிலும் சண்டை போடுவதில்தான் அதிக நேரத்தைச் செலவிடுகிறார்கள்–யாரைக் காட்டிலும் யார் அதிகம் மேல் என்பதைக் காண முயல்கிறார்கள். அவர்கள் இந்தச் சண்டைகளிலேயே அலுத்துக்களைத்துப் போய், காலம் வருவதற்கு முன்பே கிழடுதட்டிப் போய்விடுகிறார்கள்."

சுக்கோபாயேவ் தனது மெல்லிய உதடுகளை அசைத்து, அதனை அடிக்கொருதரம் தனது நாக்கின் கூரிய முனையால் தனைத்துக் கொடுத்தவாறு, தணிக்கப் பெற்ற புருவங்களுக்கடியிலிருந்து நிக்கானைக் கவனித்தவாறு அமர்ந்திருந்தான். அபூர்வமான சந்தர்ப்பங்களில் அவன் முகத்தில் ஒரு புன்னகை தோன்றிய போதிலும், அது தோன்றிய கணமே விரைவில் மறைந்தது. எனவே, அவனது முகபாவத்தின் விறைப்புத்தன்மை எப்போதும் மாறவில்லை.

இந்தப் பேச்சுக்குப் பின்னர் அந்த வீட்டைவிட்டுப் போகும்போது, அவன் மறுநாள் மாலையில் மீண்டும் மாட்வியை வந்து பார்க்க விரும்புவதாகக் கூறி, அதற்கு அவரது அனுமதியைப் பணிவடக்கத்தோடு கேட்டான்.

"எப்போது வேண்டுமானாலும் உங்களைப் பார்ப்பதில் எனக்கு மகிழ்ச்சிதான்," என்று உபசரணையோடு சொன்னார் மாட்வி.

நிக்கானோடு தனியாக விடப்பெற்ற பின் அவர் கேட்டார்:

"இந்த மனிதனைப் பற்றி என்ன நினைக்கிறாய்?"

"இவன் சாமர்த்தியசாலிதான்," என்று சின்னச் சிரிப்புடன் சொன்னான் நிக்கான். "சில சமயங்களில் இவனோடு பேசுவதில் எனக்கு இன்பமாகத்தான் இருக்கிறது. 'உனக்கு நல்ல இதயம் இருக்கிறது; எனினும், ஒரு நபர் என்ற முறையில் நீ நல்லவனல்ல' என்று இவன் என்னிடம் சொல்வான்; – நானோ, 'நீ நல்ல நபர்தான்; ஆனால், உனக்கு இதயமே கிடையாது கைகளைத் தவிர வேறில்லை உனக்கு–பதினாறு ஜோடி: அல்லது அதற்கு மேல்' என்பேன். அவன் வெறுமனே சிரிப்பான். இவன் நம்பிக்கைக்குரிய மனிதன்தான். இவன் சில்லறை விவகாரங்களில் தன்னை விரயமாக்கிக்கொள்வதில்லை; ஒரு மனிதனை விற்பதற்கு – அது நீயாகட்டும் அல்லது வேறு யாராகட்டும் – இவன் நல்ல விலை பெற்றுவிடுவான். இவன் விற்கின்ற நபர் ஏசு கிறிஸ்துவாக இருந்தால், இவன் அவரை வாங்குபவர்களை முற்றிலும் ஏமாற்றிவிடுவான்."

அவன் ஒரு குரோத பாவமான சின்னச் சிரிப்பைச் சிரித்தான்; நொய்தாகி வரும் தன் தலைமயிரை நிலைக்கண்ணாடியின் முன்னின்று சீவினான்; பின்னர் ஏதோ சிந்தனை வயப்பட்ட மனோநிலையோடு போய்விட்டான்.

மறுநாள் சுக்கோபாயேவ் ஒரு கறுப்புக் கோட்டை அணிந்து வந்து சேர்ந்தான். அந்தக் கோட்டு அவன் முன்னை அணிந்திருந்ததைக்காட்டிலும் கச்சிதமாகவும், அடக்கமாகவும் இருந்தது. அவன் அதன் வால் பகுதியைப் பின்னால் தட்டிவிட்டவாறே உட்கார்ந்தான்; தன் கண்களை மாட்வியின் முகத்தின்மீது அழுத்தமாகப் பதித்தான்.

"நல்லது, மாட்வி ஸாவ்லிவிச்," என்றான் அவன்: உங்களுக்கு ஆட்சேபணை யில்லையென்றால், நான் உங்களிடம் முற்றிலும் பட்டவர்த்தனமாகவே பேச விரும்புகிறேன்."

மேலும், அவன் தன் நாற்காலியையும் நெருக்கிப் போட்டுக்கொண்டான்.

"உங்களுக்குத் தெரிந்ததுதான். நான் ஒரு மோசடிக்காரன் என்று கருதப்படுபவன். யாரும் என்னை நம்புவதில்லை. அதைப் பற்றி எனக்குக் கவலையில்லை. வியாபாரத்தில் ஈடுபடும் எல்லா மனிதர்களும் முதலில் மோசடிக்காரர்கள் என்றே கூறப்படுகிறார்கள். பின்னர் ஜனங்கள் அவர்களிடம் மண்டியிட்டு நாலுகாலால் ஊர்ந்து வருகிறார்கள். காலம் வரும்போது, அவர்கள் என் முன்பும் ஊர்ந்து வரத்தான் போகிறார்கள் – ஆனால் அதுவல்ல விஷயம். இயல்பாக, நான் அவர்களைப் பார்க்காமல் திருப்பிக்கொள்ளவோ, அவர்களை நிமிர்ந்து நிற்கச் செய்ய முயற்சி செய்யவோ கூடாதுதான். ஆனால் அதற்கு மாறாக, ஒருவேளை நான் அவர்களைக் கண்டு சிரிக்கக் கூடும்; நல்லபடியாகவே சிரிக்கக் கூடும். ஆனால், உங்களிடம் உண்மையைச் சொன்னால், எனக்கு அதுவல்ல பிரதானமான விஷயம். நான் விரும்புவது என்னவென்றால், ஜனங்கள் என்னை மதிக்க வேண்டும். இதனால் அவர்கள் தம்மைத்தாமே என் முன் தாழ்த்திக்கொள்ள வேண்டும் என்று அர்த்தமில்லை. மதிப்பு என்று சொன்னால் அவர்கள் எனக்குக் கடன் கொடுப்பார்கள் என்று அர்த்தம். ஆனால், அவர்களைத் தாழ்த்திக்கொள்வதோ ஓர் அசட்டுத்தனமான பம்மாத்தைத் தவிர வேறல்ல. மேலும், அது ஆபத் தானதுங்கூட. இங்கு நான் ஒரு புதிய மனிதன்; என் தாத்தா ஓப்னோஸ்கோவோவில் ஒரு பணிவான மாட்டுக்காரராக இருந்து, ஆறு வருஷங்களுக்கு முன்னர்தான் இறந்து போனார். இங்கு ஒவ்வொருவரும் என்னை ஓர் அன்னியனாக நடத்துகிறார்கள். எவரும் எனக்குக் கடன்தர முன்வரவில்லை. மேலும், உங்கள் ஸ்மாகின்கள், குளுகுரோவ்கள், பாஜுனோவ்கள், மற்றும் பழைய காலத்தவர்கள் எல்லோரும் அற்பத்தனமும், பத்தாம் பசலி மனப்பான்மையும் கொண்டவர்களாயிருக்கிறார்கள். அவர்களுக்கு வியாபாரத்தில் கண் இல்லை. அவர்கள் செய்யக்கூடிய சிறந்த காரியம் என் வழியில் வராமலும், தலையிடாமலும் இருப்பதுதான். அவர்கள் எப்படிப்பட்டவர்கள் என்பதை நீங்களே பார்த்துக்கொள்ளலாம். மேலும், நாம் வாழ்ந்து வரும் வாழ்க்கை முறையை மாற்றி, உழைக்க வேண்டும் என்று நீங்கள் அவர்களுக்குச் சுட்டிக் காட்டியது முற்றிலும் சரி. நாம் மற்றவர்களின் நன்மைக்காகத்தான் வாழ வேண்டும்; உழைக்க வேண்டும். தம்மைப் பற்றியே நினைத்துக்கொண்டிருக்கும் வழிப்பறிக் கொள்ளைக்காரர்கள் போல வாழக்கூடாது. நாம் மனிதனிடமிருந்து முழு ரூபிளையும் பறித்துவிட வேண்டும் என்று விரும்பவில்லை இதோ அதில் கால்பகுதியைச் சில்லறையாக எடுத்துக்கொள்; அந்தக் கால்ரூபிளிலிருந்து நான் ஒரு ரூபிளை உண்டாக்கிக்கொள்ள அன்போடு உதவு என்பதுதான்."

அவனது ஆத்திர வேகமானது மாட்விக்கு அந்தக் கிழட்டுச் சிப்பாய் புஷ்கார்யோவை நினைவூட்டியது. நகரவாசிகள் அவனை ஏளனத்தோடுதான் பார்த்தார்கள் என்பதும், அவனுக்குப் பின்னால், பல்வேறுவிதமான ரசாபாசமான விஷயங்களையும் புறம் பேசினார்கள் என்பதும் மாட்விக்குத் தெரியும்.

இவன் என்ன விஷயத்துக்கு வருகிறான்? என்று வியந்தவாறே, அவன் தனது மெலிந்த கரங்களை முழங்கால்களுக்கிடையில் தேய்த்துக்கொள்வதையும், நாற்காலியில் முன் னும் பின்னும் ஆடுவதையும் கவனித்தார் மாட்வி.

"இப்போது நான் உங்களிடம் என்ன எதிர்பார்க்றேன்?" என்று மாட்வியின் எண்ணங்களைக் கண்டறிந்தவன் போலப் பேச முனைந்தான் அவன். அவன் இந்தக் கேள்விக்குப் பதிலளிக்கும் போது அவனது முகத்தில் சிவந்த திட்டுக்கள் தோன்றின: "உங்களது நல்ல கருத்துகளை நடைமுறையில் கொண்டு வர, நீங்கள் எனக்கு உதவ வேண்டும் என்றே விரும்புகிறேன். அதன் மூலம் நான் ஒரு கலக்குக் கலக்கி, உலகத்தில் என்னை உயர்த்திக்கொள்ள முடியும். உங்களைப் போன்ற ஒழுக்க ரீதியான கண்ணோட்டம் கொண்ட ஒரு மனிதர் ஏதாவதொரு நல்ல இலட்சியத்துக்காக, தமது மூலதனத்தை முதலீடு செய்ய, மிகவும் மனமுவந்து ஒப்புவார் என்றே நான் பார்க்கிறேன். இல்லையா?"

"ஆமாமாம்," என்று அதைப் பற்றித் தாம் முன்னமேயே யோசிக்காவிட்டாலும் அதனை ஆமோதித்தார் மாட்வி.

"நல்லது. பின்னே–"

தான் குருடாகிப் போனது போல விழித்தவண்ணம், சுக்கோபாயேவ் தன் நாற்காலியை இன்னும் நெருக்கமாக இழுத்துப் போட்டு, தன் கைகளை மாட்வியின் முழங்கால்களின்மீது வைத்து, அவரைத் தன்வசமாக்கும் குரலில் பேசினான்:

"முதலில் உங்களது மூலதனத்தை அதிகரிக்கச் செய்வது தான் சிறந்த காரியமாக இருக்கும். இல்லையா? உங்களுக்கு பாங்க் எவ்வளவு வட்டி தருகிறது? அதைக்காட்டிலும் ஒரு சதவீதம் அதிகம் பெற நீங்கள் விரும்ப மாட்டீர்களா?"

"மூன்று சதவீதம்," என்றார் மாட்வி.

"சொல்லுங்கள். நீங்கள் விளையாடுகிறீர்கள்!"

சுக்கோபாயேவ் இடத்தைவிட்டு எழுந்தான்; துப்பாக்கி மருந்து இடிக்கும் கம்பி போல நிமிர்ந்து நின்றான்; ஒரு கணம் யோசித்தான்.

"சரி. நீங்கள் எனக்கு எவ்வளவு பணம் தர முடியும்?" என்று கேட்டான் அவன்.

"ஐம்பதாயிரம்."

"ரொம்பக் குறைவு. உங்களிடம் அதைக்காட்டிலும் இரண்டு மடங்கு, ஏன், இன்னும் அதிகமாகக்கூட இருக்க வேண்டுமே. எல்லாவற்றையும் கொடுங்கள்."

"எனக்குப் பயமாயிருக்கிறது," என்று சின்னச் சிரிப்புடன் சொன்னார் மாட்வி.

"நான் உங்களுக்கு வாக்குறுதிப் பத்திரம் எழுதித் தருகிறேன்; என் வீடு, நிலம், மதுபானக் கடை எல்லாவற்றையும் ஈடாக எழுதி வைக்கிறேன்."

அவன் கீழே உட்கார்ந்தான்; எல்லாம் முடிவு கட்டியாகி விட்டது என்று சுட்டிக் காட்டும் தொனியில் பேச முனைந்தான்.

“நிலைமைகள் எப்படியிருக்கின்றன என்று பாருங்கள். இந்த நகரத்தை நிர்வகிக்க, பாஜுனோவ் ஏற்ற மனிதனல்ல. பெயர் சொல்லக்கூடிய அளவுக்கு அவன் எதுவும் செய்யவில்லை; செய்யப் போவதும் இல்லை. நான்தான் அதை நிர்வகிக்க வேண்டும்.”

அவன் அத்தனை மூர்க்கமாகத் தோன்றியதைக் கண்டு, மாட்வியால் சிரிக்காமலிருக்க முடியவில்லை.

“ஆம். நான்தான்,” என்று பின்வாங்காமல் திருப்பியும் சொன்னான் சுக்கோபாயேவ். “மேலும் நீங்களும் என்னைப் பற்றிப் பேசுவதன் மூலம் எனக்கு உதவி செய்ய முடியும். நான் அந்த ஸ்தானத்தை அடைந்தால், அந்த மாறுதலால் நகரம் முழுமையும் இலாபம் பெறுவதோடு மட்டுமல்லாமல், உங்கள் பணமும் மிகுந்த பாதுகாப்பாக இருக்கும்; அத்துடன் உங்களது திட்டங்களையெல்லாம் நிறைவேற்றுவதும் உங்களது சொந்தக் கைகளிலேயே இருக்கும். நான் உங்களது பணிவான ஊழியனாகவும், நிர்வாகியாகவும் பணி யாற்றுவேன். உங்களுக்கு இது எப்படிப் பிடித்திருக்கிறது? எந்த விதமான ஆபத்துமில்லாத நிச்சயமான வெற்றி தரும் விளையாட்டு இது. மாட்வி கோஸிமியாகின்னின் எல்லாவிதமான அருமையான கருத்துகளையும் திட்டங்களையும் வாஸிலி சுக்கோபாயேவ் நிறைவேற்றி வைப்பான்.”

அவன் வெளுத்துப் போய், உணர்ச்சிவேகத்தால் நடுங்கியவாறு துள்ளியெழுந்தான்.

“ஐந்தே வருஷ காலத்தில் நான் நகரத்தையே தலைகீழாய் மாற்றி விடுவேன். நாம் இது பற்றிக் கை குலுக்கி விட்டு, பிரார்த்தனை செய்வோம்.”

“இல்லை,” என்றார் மாட்வி. “நான் சிந்தித்தாக வேண்டும். இவ்வளவு திடீரென்று முடிவு கட்ட முடியாது.”

“இந்த உலகத்தின் எல்லா நல்ல காரியங்களும் காலத்தையும் வார்த்தைகளையும் வீணாக்காமல் திடீரென்றுதான் செய்து முடிக்கப் பெற்றுள்ளன,” என்று அழுத்தமாகச் சொன்னான் சுக்கோபாயேவ். “மேலும், என் வார்த்தையை நம்புங்கள். ஏதாவது செய்ய வேண்டிய அவசியத்திலிருந்து எப்படித் தப்பிப்பது என்ற ஒரே விஷயத்தைப் பற்றி, ருஷ்யாக்காரன் சிந்திக்கும் திறமை பெற்றிருப்பதுதான் அதற்கும் காரணம். இவ்வாறு சொல்வதற்கு நீங்கள் என்னை மன்னிப்பீர்கள் என்று நம்புகிறேன்.”

அவன் போனபிறகு அந்த அறையே உஷ்ணமும் புழுக்கமும் நிரம்பியிருப்பதாகக் கண்டார் அவர். மேலும், அவரது மார்புக்குள் ஏதோ கனமான ஒன்று அங்குமிங்கும் பேராபத்தான நிலையில் ஊசலாடுவது போலவும் அவர் உணர்ந்தார்.

நான் சாகும்போது, அவர்கள் என்னிடமுள்ள எல்லாவற்றையும் பறித்துக்கொண்டு விடுவார்கள் என்று கசப்போடு நினைத்தார் அவர். நான்

எல்லாவற்றையும் நகரத்துக்கே சொந்தமாக்கி ஓர் உயில் எழுதிவிட வேண்டும். அதனை விட்டுச் செல்வதற்கு எனக்கு யாருமே இல்லை. எனது உயிலை எழுதி முடித்த பின்னர் வேண்டுமென்றால், இந்தத் திட்டத்தைப் பற்றி ஆலோசிக்கலாம். தந்திரக்காரப் பயல்! தான் விரும்புவதை எப்படியாவது தந்திர மந்திரம் செய்தாவது பெற்று விடுவான். நான் ஜாக்கிரதையாக இல்லாவிட்டால், இவன் என்னிடமுள்ளதை அனைத்தையும் பறித்துக்கொண்டு விடுவான். ஆனால், யார் பறித்துக்கொண்டாலென்ன? அதனால் என்ன வந்துவிடப் போகிறது? மேலும், அவன் உறுதியளிப்பதை நிச்சயம் செய்தே காட்டுவான் என்றே நான் நினைக்கிறேன்.

இந்த மனோநிலையில்தான் அவர் சில நாட்கள் கழித்து, மார்பா போசுலோவாவைப் பார்க்கச் சென்றார். அவளது அரவணைப்புக்களால் உருகிப்போன அவர், தமது மனத்திலுள் எதை அவளிடம் சொல்ல வேண்டும் என்ற ஒரு வேட்கை நிரம்பப் பெற்றவராய்ப் பின்வருமாறு சொன்னார்:

"நான் எனது பணத்தையெல்லாம் சுக்கோபாயேவின் வியாபாரத்தில் முதலீடு செய்யத் தீர்மானித்துவிட்டேன். எனக்குப் பணம் இருந்து என்ன? நானோ தனிக் கட்டை. நான் இறந்து போனால், மற்றவர்கள்தான் அதைப் பயன்படுத்திக்கொள்வார்கள். மேலும் அவன் வாக்குறுதியாக–"

மார்பா கைகளை ஊன்றி மெதுவாக எழுந்து உட்கார்ந்தாள்; பின்னர்த் தன் முகத்தைக் கைகளால் மூடிக்கொண்டு மிருதுவாக அழத் தொடங்கினாள். மாட்வி வியப்பும் பயமும் கொண்டவராய், படுக்கையிலிருந்து துள்ளியெழுந்து, அவளது தோள்களைப் பற்றினார்.

"என்ன விஷயம்? ஏன் அழுகிறாய்?"

அவள் பதில் பேசவில்லை. ஆனால், கண்ணீர் மட்டும் வழிந்துகொண்டே யிருந்தது. மேலும், அவள் ஓர் ஓநாயைப் போல ஊளையிட்டு அழுதுகொண்டிருந்தாள்:

"ஓ... ஓ... ஓ...!"

அவளது உள்ளாடை தோளிலிருந்து நழுவி விழுந்தது; அவளது பெரிய வெண்மையான உடம்பு குலுங்கியது; விம்மி வீங்குவது போலத் தோன்றியது. கண்ணீர் அவளது கைவிரல்களுக்கிடையே தாராளமாக வழிந்தோடியது.

"என்ன இது?" என்று அவளது முகத்திலிருந்து கைகளை விலக்க முயன்றவாறே சொன்னார் அவர். ஆனால் அவளோ அவரைத் தனது முழங்கையினால் இடித்துத் தள்ளினாள்.

"தூரப் போங்கள்!" என்று அவள் கத்தினாள்.

அவள் படுக்கையிலிருந்து திமிறியெழுந்தவாறு, அவரிடமிருந்து விலகித் திரும்பி நின்றவண்ணம் தனது ஆடைகளை இழுத்து அணிந்துகொண்டே, பின்வருமாறு மிருதுவாக முனகி அழுதாள்:

"நீங்கள் திருடர்கள். எல்லோருந்தான்–"

மாட்வியுங்கூட அவசரமாக உடையணிந்துகொண்டு, தேவதா வடிவ விளக்கினால் மட்டும் ஒளி செய்யப்பட்ட அந்த மங்கிய ஒளி கொண்ட படுக்கையறையிலிருந்து வெளியேறி, கூடத்துக்கு வந்தார். அங்கு அவர் அமர்ந்தவராய் அவலட்சணமான விஷயம் ஏதோ நடந்துவிட்டது என்று உணர்ந்தவண்ணம், தம்மைச் சுற்றிலும் ஏதோ ஒரு பிரமிப்போடு பார்த்தார். மார்பா தனது தலைக்குமேல் முகத்தைச் சுற்றிப் போர்த்தியிருந்த சால்வையைக் கையில் பிடித்த வண்ணம் வந்து சேர்ந்தாள்; வந்ததும் எரிச்சலோடு பின்வருமாறு சொன்னாள்:

"எதற்காக இங்கே உட்கார்ந்துகொண்டிருக்கிறீர்கள்? நான் சொல்கிறேன். போங்கள் வெளியே!"

அவர் அவளிடம் நெருங்கி, மிருதுவாகக் கேட்டார்:

"நான் ஏன் போக வேண்டும், மார்பா? நான் என்ன செய்துவிட்டேன்?"

"இங்கே வருவதற்கு இனி எந்தக் காரணமும் இல்லை," என்று அவரைப் பார்க்காமலே உதாசீனமாகச் சொன்னாள் அவள்; பின்னர் ஏதோ ஓர் எண்ணத்தால் பயபீதி கொண்டவளாய், சுவரோடு சாய்ந்தாள்.

"ஐயோ!... இனி எனக்கு என்ன நேரப் போகிறதோ?" என்று சஞ்சலத்தோடு அழுதாள் அவள்.

இதைக் கண்டதும், மாட்வி அவளது தலையில் கிடந்த சால்வையை இழுத்தெறிந்துவிட்டு, அவளது கன்னங்களைத் தமது இரண்டு கைகளாலும் பிடித்து அழுத்தினார்.

"உன் புருஷனுக்குத் தெரியுமா?" என்று கோபத்தோடும் விரக்தியோடும் கரகரத்துக் கேட்டார் அவர்.

"என்னைப் போக விடுங்கள்!" என்று தனது தடித்த கரங்களால் அவரைப் பிடித்துத் தள்ளியவாறே, கோபத்தோடு கத்தினாள் அவள்.

"என்னைப் பார்: அவருக்குத் தெரியுமா? இதனைச் செய்வதற்கு நீ அவரோடு ஏதாவது ஒப்பந்தம் செய்துகொண்டாயா?"

அவள் அவரது பிடியிலிருந்து நழுவி, வாசலை நோக்கி ஓடினாள்; அங்குச் சென்றதும் அவள் தனது பளிச்சிடும் கண்களை அவர்பால் திருப்பி, கன்றிச் சிவந்த முகத்தோடும், அவரை நோக்கித் தூக்கியாட்டிக் காட்டிய முஷ்டியோடும், அவசர அவசரமாகப் பின்வருமாறு கிசுகிசுத்தாள்:

"நான் உங்கள்மீது காதலின் காரணமாகத்தான் இதைச் செய்தேன் என்றா நினைத்தீர்கள்? முட்டாளே! இதுதான் உங்களுக்கு!"

அவள் தன் விரல்களை அவரிடம் சொடக்கு முறித்துக் காட்டிவிட்டு, தன் நெற்றியைக் கதவில் முட்டி மோதிக்கொள்ளத் தொடங்கினாள்.

"ஓ...ஓ" என்று அவள் ஊளையிட்டு அழுதாள்: "இப்போது எனக்கு என்ன நேரப் போகிறதோ? நீங்கள் எல்லோருமே ஒரே பன்றிக் கூட்டம்!"

"என்ன இது?" என்று அவள் பக்கம் பாய்ந்தவாறு கர்ஜித்தார் அவர். ஆனால், ஆபாசமான வசைமொழிகளைக் கொட்டித் தீர்த்து, தமது ஆத்திரத்தைத் தணித்துக் கொண்ட பின்னர், அவர் திடீரென்று அவளுக்காக வருந்தினார்.

அவள் குன்றிப் போய்த் தான் அமர்ந்திருந்த தரையிலிருந்து திடுக்கிட்ட கண்களோடு துள்ளியெழுந்து, பின்வருமாறு கூச்சலிட்டாள்:

"வாயை மூடு! ஏ, தவளையே!"

மாட்வி அவளைத் தம் கரங்களில் அள்ளிப் பிடித்து, அவளது நனைந்த முகத்தில் முத்தமிட்டார்.

"என்னை மன்னித்து விடு," என்றார் அவர்: "நான் அப்படிச் சொல்லியிருக்கக் கூடாது. என்னருமை ஆட்டுக் குட்டியே, என்னை மன்னித்து விடு. உன்மீது நான் எவ்வளவு இரக்கம் கொள்கிறேன் என்பதை உன்னால் கற்பனைகூடப் பண்ண முடியாது. எனவே, அவன்தான் கசாப்பு விற்பதைப் போலவே உன்னையும் விற்று விட்டான். கசாப்புக்காரன் தானே அவன்! இதை ஏன் நீ முன்னமே என்னிடம் சொல்லியிருக்கக் கூடாது?"

"என்னைப் போக விடுங்கள்," என்று அவரது கனிவினால் எப்படியோ சாந்தமடைந்தவளாய், பலவீனமாகச் சொன்னாள் அவள். அவளது கண்கள் எதையோ தேடுவது போல, அறையைச் சுற்றித் திரிந்தன; அவளது கைகள் நடுங்கின.

அவர் அவளுக்காகப் பரிவுணர்ச்சி கொண்டு தாமும் அழுதிருக்க முடியும். எனினும் அவரது இதயம் இன்னும் கனன்றெரியத்தான் செய்தது.

"அவன் ஏன் இப்படிச் செய்தான்? பணத்துக்காகவா?" என்று கேட்டார் அவர்.

"எனக்கெப்படித் தெரியும்?"

"நீ என்ன நினைக்கிறாய்? அவனது நோக்கம் என்ன? என்னிடமிருந்து அவன் எதைப் பெறலாம் என்று நினைத்தான்?"

அவள் அவரைத் தூரத் தள்ளியவாறே, ஒரு நாற்காலியில் பொத்தென்று அமர்ந்து, முரட்டுக்குரலில் சொன்னாள்.

"உங்களது அட்டுப் பிடித்த விவகாரங்களிலெல்லாம் நான் அக்கறை கொண்டது போலத்தான்!"

“ஆனால், நீயும் அவற்றுக்கு உடந்தையாகத்தானே இருந்தாய்?”

“அதனால் என்ன?” என்று முணுமுணுத்தாள் அவள். “நான் ஒன்றும் இதை என் சொந்த விருப்பப்படி செய்யவில்லை. ஆண்டவனிடம் பதில் சொல்ல வேண்டியவர் அவர் தான்.”

எண்ணிக்கூடப் பார்க்காமல், வெறுமனே போசுலோவின்மீதிருந்த குரோதத்தின் காரணமாக, மாட்வி அவளிடம் பின்வருமாறு சொன்னார்:

“கேள், மார்பா. நீ உன் புருஷனை விட்டு விட்டு, என்னோடு வந்து வாழ்க்கை நடத்து.”

அவள் தன் தலையைப் பின்னால் தள்ளியவாறே, அவரை நோக்கிப் பரிகாசமாகச் சிரித்தாள்.

“அருமையான காரியம்! “என்று கண்டிக்கும் குரலில் சொன்னாள் அவள்: “இத்தனைக்கும் அவர்கள் உங்களைப் புத்திசாலியென்றும் மெத்தப் படித்தவர் என்றும் சொல்கிறார்களே! ஒருத்தி புருஷனை விட்டுவிட்டு வருவதாவது? மோசமான பெண்கள்தான் அப்படிச் செய்வார்கள்.”

“நீ அவனைப் புருஷனென்றா சொல்கிறாய், சின்ன முட்டாளே?” என்று கத்தினார் மாட்வி.

“சட்டப்படி அவர்தான் என் புருஷன்: நாங்கள் தேவாலயத்தில் மணந்துகொண்டோம். போய் விடுங்கள்,” என்று தன் கண்களைத் தரையில் பதித்தவாறும், உதடுகளைச் சிறுக மூடியவாறும் அவள் முணுமுணுத்து முடித்தாள். சிறிது நேரத்தில் அவள் தெளிவாகச் சொன்னாள்:

“மேலும் நிக்கோலாயும் போய்விட்டான். கடவுளே! கடவுளே!”

“நிக்கோலாய் யார்?”

“ஒருவருமில்லை. உங்களுக்கென்ன அதைப்பற்றி?” என்று கத்தினாள் அவள்.

அந்த அறை இருட்டாகவும் மேஜை நாற்காலிகள் அடைந்தும் கிடந்தது. பொறிக்குள் அகப்பட்டுக்களைத்துப் போன சுண்டெலி மாதிரி அங்குமிங்கும் நடந்துகொண்டிருந்த மாட்வி, மேஜையோடும் நாற்காலியோடும் பலமுறை மோதிக்கொண்டார்.

“நீங்களாவது நான் பேசக்கூடிய ஒருவராக இருப் பீர்கள் என்று நினைத்தேன்,” என்று முணுமுணுத்தாள் அவள்: “ஆனால், உங்களால் செய்ய முடிந்ததெல்லாம் மற்றவர்களைப் போலக் களைப்பதுதான்.”

அவளது முகம் வித்தியாசமாகத் தெரிந்தது; அது வெண்மை பாய்ந்து நடுங்கியது; கண்களோ அகல விரிந்து வெறிச்சோடிப் போய், வெட்ட வெளியை வெறித்துப் பார்த்தது.

"குட் பை," என்று தம் கையை நீட்டியவாறே சொன்னார் மாட்வி.

அவள் ஒரு தோளைத் தூக்கினாள்; அவரது கையைப் பிடிக்காமலே திரும்பிக்கொண்டாள்.

"போய்விடுங்கள்; கடவுள் உங்களை மன்னிக்கட்டும்," என்றாள் அவள்.

தமது தலைக்குள் கோபமான எண்ணங்கள் மொய்த்து இரைச்சலிட, மாட்வி தெருவழியே நடந்து வந்தார். அவர் போசுலோவை அவன் என்றென்றைக்கும் மறக்காத விதத்தில் புண்படுத்தவும், அவமானப்படுத்தவும் வேட்கை கொண்டார்.

நீண்டு பரந்து கிடந்த மங்கிய வயல்வெளிகளின் கடைக் கோடியில் அடிவானம் கனத்த மேகங்களால் கரைகட்டப் பெற்றுத் தோன்றியது; அவற்றிலிருந்து மேகத் துணுக்குகள் பிதிர்ந்து சிதறி, நகரை நோக்கியிருந்த குன்றுகளின் மீது தாழ்ந்து ஊர்ந்து வந்தன.

இரண்டு வேலிப்புறங்களுக்கிடையே நடந்துவரும்போது மாட்வி தமக்குள் பின்வருமாறு நினைத்துக்கொண்டார்; நான் ஒரு கிழிந்த அழுக்கடைந்த ரூபிள் நோட்டை எடுத்து, அதில் ஒரு சிறு குறிப்பையும் எழுதி அவனுக்கு அனுப்புவேன்! "உன் மனைவியை நான் உபயோகித்துக்கொள்ள நீ சம்மதித்ததற்காக, உனக்கு அளிக்கப்படும் வெகுமானம்." ஆனால், நான் அப்படிச் செய்யக்கூடாது. செய்தால் அவன் தன் கோபத்தை அவள்மீதுதான் தீர்த்துக்கொள்வான். இது அவள் தவறல்ல: அவள் துரதிருஷ்டம் பிடித்த ஒரு பிராணி; ஓர் அசடு. நான் அவனைச் சரியானபடி அடிக்கிறேன். அதைத்தான் நான் செய்யப் போகிறேன்.

இந்தத் தீர்மானத்தைச் செய்து முடித்தவுடன், அவர் தமது இதயம் மாறிப்போவதற்குள் அதனைச் செய்து முடித்துவிட வேண்டும் என்று ஆதங்கப்படுபவர் போல, தமது நடையை விரைவாக எட்டிப்போட்டார். அந்தக் கசாப்புக்காரனை லின்பன் மதுபானக் கடையில் காணலாம் என்ற நம்பிக்கையோடு, அவர் அதனுள் திரும்பினார். அவர் எதிர்பார்த்ததைப் போலவே, அவன் தனது கன்னங்களைப் புடைக்கவைத்து, ஒரு நாற்காலியில் சாய்ந்து கிடந்தவாறு, நிக்கானோடு சீட்டாடிக்கொண்டிருந்தான். அந்த அறை யிலுள்ள எவருக்கும் முகமன் கூறாமலே, மாட்வி அவனது மேஜையருகே சென்று உள்ளடங்கிய குரலில் சொன்னார்:

"குட் ஈவினிங்!"

"ஹலோ!" என்று தன் கையிலுள்ள சீட்டுகளைக் கவனித்தவாறே பதிலளித்தான் அந்தக் கசாப்புக்காரன்: "என்ன விஷயம், நான் எங்கே வாழ்கிறேன் என்பதையே மறந்துவிட்டீர்களா?"

அவன் மாட்வியை ஏறெடுத்தும் பாராமல், அசட்டையாகப் பேசினான்; அவன் தன் தலையை ஆர்வத்தோடு அசைத்தவாறு, மோந்து பார்ப்பது போல மூக்குக்கருகில் ஒட்டிப் பிடித்திருந்த, விசிறி போன்ற தனது சீட்டு வரிசையைப் பரிசீலனை செய்தான்.

மாட்வி தமது பாதத்தால் ஒரு நாற்காலியின் காலைக் கொக்கியிட்டு வளைத்திழுத்தார்; பின்னர் எதுவும் பேசாமல் அதில் தொப்பென்று உட்கார்ந்தார். அவரது உதடுகள் நடுங்கின. பக்கவாட்டிலிருந்து போசுலோவைப் பார்த்துக் கொண்டிருந்த சமயத்தில், அவனது புடைத்த கன்னத்திலும், கொழுத்துச் சிவந்த காதிலும் தமது முஷ்டியால் ஒரு குத்துவிட்டால் எப்படியிருக்கும் என்று அவர் கற்பனை செய் தார். அந்தக் கசாப்புக்காரனின் பயபீதியையும், அவமானத்தையும் எதிர்நோக்கி, அவரது உடம்பெல்லாம் நடுங்கியதிர்ந்தது.

“என்ன விஷயமாக வந்தாய்?” என்று கேட்டான் நிக்கான்.

“நானா? நான் இப்போதுதான் இவரைப் பார்க்கப் போனேன்,” என்று உள்ளடங்கிய குரலில் சொன்னார் மாட்வி: “அதாவது, இவரது மனைவியைப் பார்க்கப் போனேன். போசுலோவ்! அருமையான மனைவிதான் உனக்குக் கிட்டி யிருக்கிறாள்!”

இதைக் கேட்டதும் போசுலோவ் தனது நாற்காலியின் முதுகைப் பிடித்தவாறே பாதி எழுந்தான்; தன் தலையை முன்னே நீட்டி, ஈரப்பசை மிகுந்த தன் கண்களை விழித்தான்.

“என் மனைவியா? அவளுக்கென்ன?” என்று கரகரத்த குரலில் கேட்டான் அவன்.

“அருமையான மனைவி!” என்று மேஜையைத் தமது முஷ்டியால் குத்தியவாறே கத்தினார் மாட்வி: “ஹூம்! ஏ, கசாப்புக்காரா!”

நிக்கான் தன் சீட்டுக்களை விட்டெறிந்துவிட்டு, துள்ளியெழுந்து நின்றான்.

தமக்கிருந்த கோபாவேசத்தில், மாட்வி தமது கண்களின் முன்னால் சிவப்பும் கறுப்புமான புள்ளிகள் நீந்திச் செல்வதைத் தவிர வேறு எதையும் காணவில்லை.

“ஆனால், நீ தவறாகக் கணக்குப் போட்டுவிட்டாய்! அயோக்கியனே!” என்று கத்தினார் அவர்: “நான் என் பணத்தையெல்லாம் சுக்கோபாயேவுக்குக் கொடுத்துவிட்டேன்.”

போசுலோவ் மாட்வியின் வலது பக்கத்தில் ஓர் அறை விட்டான். அவர் தடுமாறி, கால் மடிந்து கீழே விழுந்தார்; எனினும், மறுகணமே துள்ளியெழுந்தார்; நிக்கான் மட்டும் அவரைப் பிடித்து அமுக்கி, நாற்காலியில் பலவந்தமாகத் தள்ளி, அங்கேயே அவரை இருத்தி வைக்காது போயிருந்தால், அவர் அந்தக் கசாப்புக்காரனை அறைந்தே இருப்பார்.

“என்னை விடு...நான் அவனை அறைந்தாக வேண்டும்!” என்று மூச்சுவாங்கித் திணறினார் அவர்.

“இருக்கிற இடத்திலேயே இரு. அவன் போய்விட்டான்.”

நிக்கான் அவரைக் கையைப் பிடித்துத் தூக்கி, அவரை வெளியே அழைத்துச் சென்றான்.

"அவளை அவன் அடிக்குமாறு நான் விடமாட்டேன்," என்று திணறினார் மாட்வி.

நிக்கான் அவரைக் கள்ளிப்பெட்டிகள் நிறைந்த ஒரு சிறிய பண்டக அறைக்குள் அழைத்துச் சென்றான். அங்கு ஓரளவு சாந்தி பெற்ற பிறகு, மாட்வி தம் நண்பனிடம் நடந்த விஷயத்தைச் சுருக்கமாகச் சொன்னார். நிக்கான் கவனமாகக் கேட்டான்; ஒரு சின்னச் சீட்டியடித்துவிட்டுச் சிரித்தான்.

"அப்படியா சேதி!" என்றான் அவன்: "முதலில் உன்னைச் சீட்டாட்டத்தில் இழுத்துவிட்டு, உன் பணத்தை ஜெயித்து, அதனை அவனோடு பங்கிட்டுக்கொள்ள வேண்டும். என்று என்னிடம் பேசிப் பார்த்தான். அவன் ஒரு முட்டாள்! அபத்தக் களஞ்சியம்!" அவன் மாட்வியைத் தன் கண்ணைப் பதித்துப் பார்த்தவாறே, கடுமையாகக் கேட்டான்: "ஆனால் நீ ஏன் கலகம் செய்ய வேண்டும்? எல்லோரது முன்னிலையிலும் உன்னை அவமானப்படுத்திக்கொண்டாய்! சரி, வா. இவர்கள் வாயையெல்லாம் அடைக்க எப்படியாவது ஒரு வழி செய்ய வேண்டும். கொஞ்சம் குதூகலமாகக் காட்சியளிக்க முயற்சி செய்."

"அவன் அவளை அடிக்கப் போகிறான் என்று நீயும் நினைக்கிறாயா?" என்று தம்மை நிக்கான் முன்னால் பிடித்துத் தள்ளும்போதே கேட்டார் மாட்வி.

"அவன் அடித்தால்தான் என்ன? அவளென்ன, அடிபடத் தகுதியற்றவளா? அவன் உன்னைப் பலமாக அடித்து விட்டானோ?"

"அது இப்போது வலிக்கவில்லை."

"அவனைத் தடுத்து நிறுத்த எனக்கு நேரமேயில்லை. இந்தச் சம்பவத்தை நாம் எப்படியும் அமுக்கிவிட வேண்டும்," என்று நிக்கான் மிகவும் அழுத்தமாகச் சொன்னான். "இதைப் பார்த்துக்கொண்டிருந்தவர்களுக்கெல்லாம் மதுபானம் வாங்கி வழங்கு. உன் செலவில் கிட்டும் அந்தச் சிறிய விருந்து அவர்களை எல்லாவற்றையும் மறந்துவிடச் செய்துவிடும். இதற்கான காரணம் பற்றியும் நாம் ஏதாவது ஒரு பொய்யைச் சொல்ல வேண்டும். ஜெபப் புத்தகம் என்ன சொல்கிறது என்று நினைத்துப் பார்: '...ஆத்மாவின் விமோசனத்துக்காகப் பொய்களும் இருக்கட்டும்....'"

அவனது போக்கு மாட்விக்கு நம்பிக்கையளித்தது.

தான் இவ்வாறு செய்திருக்கக் கூடாது என்று நினைத்தார் அவர்.

அந்த மதுபான அறைக்குள் வேறு நான்குபேர்கள் இருந்தார்கள்: நிக்கானின் சகோதரன், குளுகுரோவ், ரெவ்யாகின், டோலோ கோன்னிக்கோவ்.

நிக்கான் அங்குச் சென்றவுடனேயே ஒரு குஷியான சூழ்நிலையைத் தோற்றுவித்து, கல்லாப்பெட்டிக்கடியிலிருந்த சாரங்கி வாத்தியத்தை, அதனை மீட்டியவாறே குரல் கொடுத்தான்:

“என்ன மாட்வி! ஒரு சிறு விருந்து அளித்தால் என்ன? நமது உற்சாகமெல்லாம் பறந்தோடிப் போகாமல், அவற்றைத் தங்கச்செய்ய ஏதாவது வேண்டுமே. என்ன வியாபாரிகளே! உங்கள் வாயெல்லாம் ஏன் தொங்கிப் போயிருக்கிறது?”

ரெவ்யாகின் மாட்வியிடம் வந்தான்; தனது கைகளிரண்டையும் அவரது மூக்குக்கடியில் மிகவும் சமீபமாகக் கொண்டுபோய், கைகளைச் சேர்த்துத் தட்டியவாறு கத்தினான்: “படார்!”

எல்லோரும் சிரித்தார்கள்.

“பாட்டில் ஏன் உங்களைக் குத்தினான்?” என்று கேட்டான் அவன்.

“பூ!” என்று தன் கையை அலட்சியத்தோடு வீசியவாறு சொன்னான் நிக்கான்: “அவன் ஒரு முட்டாள். அவன் மீண்டும் கடன் கேட்டு வற்புறுத்திக்கொண்டேயிருந்தான்; மாட்வி அவனுக்குக் கடன்தர மறுத்துவிட்டார். அவ்வளவு தான்.”

“கேட்டீர்களா?” என்று குளுகுரோவ் போதிக்கத் தொடங்கிவிட்டான்: “போசுலோவ் நம்புவதற்கேற்ற நபரல்ல. மொத்தத்தில் அவன் உங்களுக்கேற்ற நண்பனேயல்ல. அவன் ஒரு போக்கிரி; நீங்களோ எளிய இதயம் படைத்தவர் – நீங்கள் ஒரு குழந்தை மாதிரி.”

“இனி நான் அவனோடு பேசவே விரும்பவில்லை,” என்று உணர்ச்சி வேகத்தோடு கத்தினார் மாட்வி: “அவன் என்னிடம் இப்படி நடந்துகொள்ளக் கூடுமானால், என்னைப் பொறுத்தவரையில் அவன் இல்லை என்றுதான் அர்த்தம்.”

ரெவ்யாகின் ஈக்களைப் பிடிப்பதில் மூழ்கியிருந்தான்; அவன் அவற்றைப் பிடித்து, அவற்றின் இறக்கைகளைப் பிய்த்தெறிந்து, அவற்றை ஒரு தட்டின் விளிம்போரத்தில் வட்டமிட்டு நடந்து வருமாறு செய்தான்; மேலும் அவை தடம் புரண்டு வேறு வழியில் செல்லாமலும் பார்த்துக்கொண்டான். ஸெம்யோன் மாக்லகோவ் அவனை அருவருப்போடு பார்த்தான்.

“ஈக்கள் முட்டாள் பிறவிகள். தெரிந்ததா?” என்று முணுமுணுத்தான் அவன்: “அவற்றுக்குப் புரியவில்லை. அவை –”

ஒரு மணி நேரத்தில் அவர்கள் எல்லோரும் குடிவெறியில் இருந்தார்கள். ரெவ்யாகின் தனது கரங்களை, இளகிக் கனிந்திருந்த மாட்வியின் மீது போட்டவாறே, அவரது காதில் பின்வருமாறு கிசுகிசுத்தான்:

“எல்லாம் எப்படி வந்து முடியும் என்று எனக்குத் தெரியும் பிரதர்! எனக்கு எல்லாவற்றையும் சொல்வதற்கு ஆட்கள் இருக்கிறார்கள் – ஒரு விஷயம் நடப்பதற்கு முந்திய நாளே நான் எல்லாவற்றையும் தெரிந்துகொள்வேன். நான் குரல்களைக் கேட்கிறேன்.”

பிறகு அவனது ஒரு பக்கத்து முகத்தில் ஒரு புன்னகை தோன்றியது. அவன் திடீரென்று கத்தினான்:

“படார்!”

பந்தைப்போலச் சிறிதாகவும் உருண்டையாகவும் இருந்த டோலோகோன்னிகோவ் தனது பூனை போன்ற முகத்தை மாட்வியின் முகத்தருகே நீட்டி, தனது மீசைகள் துடிக்க, பின்வருமாறு மர்மமாகச் சொன்னான்:

“கேளுங்கள்: யாரோ ஒரு ஜோஸிமா புஷ்கார்யோவ் என்பவன் இராணுவத்திலிருந்து திரும்பி வந்தான். அவன் எல்லைப்புறத்தில் காவல் காத்து வந்தானாம் – புரிகிறதா?”

“நல்லது.”

“எல்லைப்புறம். நினைவிருக்கட்டும். மேலும் அங்கு விசித்திரமான ஜனங்களெல்லாம் இருப்பதாக அவன் சொல்கிறான்– அவர்கள் இரவெல்லாம் அங்குமிங்கும் சுற்றித் திரிந்து நடக்கிறார்களாம். அவர்கள் யாரென்று எவருக்கும் தெரியவில்லை; அவர்களைப் பிடிக்குமாறு சிப்பாய்களுக்கு உத்தரவு போடப்பட்டதாம். அவர்கள் பிடிக்கப்பிடிக்க மேலும் மேலும் வந்துகொண்டிருந்தார்களாம். எவ்வளவு அதிகமாகப் பிடித்தாலும், அவ்வளவு அதிகமாக அவர்கள் வந்தார்களாம் –’

“ஒற்றர்கள்!” என்று கத்தினான் குளுகுரோவ்; “அப்படியென்றால் யுத்தம் என்றுதான் அர்த்தம்.”

“இல்லையில்லை. அப்படியில்லை,” என்று மற்றவர்களை நோக்கித் தந்திரமாகக் கண்ணைச் சிமிட்டியவாறே சொன்னான் ரெவ்யாகின்; “அது யுத்தமென்று அர்த்தமல்ல. அதற்கென்ன அர்த்தம் என்று எனக்குத் தெரியும். நான் குரல்களைக் கேட்கிறேன்.”

அவன் தன் ஏறுமாறான கண்களை மூடியவாறு, ஒருமனோ ராஜ்ய சுகத்திலே மூழ்கிவிட்டான்.

நிக்கான் தனது நாற்காலியில் சாய்ந்தவாறு, சாரங்கி வாத்தியத்தை மீட்டினான்; தனது மீசை முனைகளைத் திருகி விட்டவண்ணம் முகட்டை வெறித்துப் பார்த்தான். மாட்வியோ தமது கூட்டாளிகளை ஒருமுறை சுற்றும் பார்த்தார்; நிக்கானைக் கண்டு அவர் மகிழ்ச்சியடைந்தவராய், தமக்குத் தாமே சிரித்துக்கொண்டார்.

திடீரென்று ஓர் உருவம் வாசல் நடையிலே தோன்றி பின்வருமாறு கத்தியது:

“போசுலோவ் தன் மனைவியைக் கொலை செய்து விட்டான்!”

எல்லாமே சுழன்றன, விம்மின, நகன்று சென்றன; அவை தம்மோடு மாட்வியையும் தூக்கிச் சென்றன.

தமது வாழ் நாட்களின் குறைப் பகுதியிலும், மூடிக்கிடந்த கண்களும், உயர்ந்திருந்த புருவங்களும் கொண்ட மார்பாவின் வெள்ளிய முகத்தை மாட்வியால் மறக்க முடியவில்லை. அவள் ஏதோ ஒரு புதிருக்கு விடையை யோசித்துக் கொண்டிருந்தது போலிருந்தது அந்தத் தோற்றம். அவள் தரைமீது கிடந்தாள்; ஒரு கரம் உள்ளங்கையைத் திறந்து கொண்டு நீண்டு கிடந்தது; மற்றொரு கரம் தன் புடைத்த விரல்களால் மோவாய்க்குக் கீழே பற்றிப் பிடித்தவாறு அவளது மார்பின்மீது கிடந்தது. அந்தக் கசாப்புக்காரன் அவளது விலாவில் கத்தியால் குத்தியிருந்தான். அந்த நேரத்தில் அவள் நின்றுகொண்டிருந்திருக்க வேண்டும். ஏனெனில், மேஜைவிரிப்பின் மீது ரத்தம் பீறிட்டுப் பாய்ந்து, அதன்மீது ஒரு நீளமான கரிய கறையையும், அதனருகே சிறிய கறைகளையும் ஏற்படுத்தியிருந்தது. தரைமீதும் சிவப்பு மழைத் துளிகள் விழுந்தது போலப் பொட்டுப் பொட்டாக ரத்தக் கறைகள் தெரிந்தன.

மாட்வி சுவரோடு சாய்ந்து நின்றவண்ணம் இந்தப் பயங்கரமான சித்திரத்தை–ரத்தம், அந்தப் பெண்ணின் சாக்குக் கட்டி போன்ற வெண்மையான முகம், பிச்சை கேட்பது போல நீண்டு கிடந்த அவளது கரம் ஆகியவற்றைப் – பார்த்துக்கொண்டிருந்தார்.

"அவன் எங்கே?" என்று அவர் நிக்கானிடம் விம்மினார்: "அவனைக் கண்டுபிடித்தாக வேண்டும். அவன் எப்படி இதனைச் செய்ய முடிந்தது? அவன்தானே அவளை இதில் ஈடுபடுத்தினான்?"

"உஷ்!" என்று அவரை முழங்கையால் இடித்தவாறே எச்சரித்தான் நிக்கான்.

சுமார் இருபது வயதுள்ள, சிவந்த தலைமயிர் கொண்ட ஒரு நெடிய இளைஞன் அடுப்புச் சுவர்மீது சாய்ந்தவாறு நின்று கொண்டிருந்தான். அவனது கண்கள் அவனது தலையிலிருந்து தெறித்து வந்துவிடும் போலத் தோற்றின; அவனது சர்வாங்கமும் நடுங்கிக்கொண்டிருந்தது.

"ஆ–ஹா–ஹா! "என்று அவனை நோக்கித் தன் முஷ்டியை ஆட்டியவாறே கிசுகிசுத்தான் குடிவெறியிலிருந்த குளுகுரோவ்: "அப்படியென்றால் உன் எஜமானனை நீ இந்தக் கோலத்துக்கு விரட்டி விட்டு விட்டாய்! சைபீரியாவுக்கு!"

அந்த அறை, உண்மையில் அந்த வீடு முழுவதுமே கிசுகிசுப்புக் குரல்களால் நிறைந்தொலித்தது.

"அந்தப் பையனைக் கட்டிப் போட வேண்டும்."

"நிலைக்கண்ணாடியை மூடிப் போடு."

போலீஸாருங்கூடப் பதனமாக அடியெடுத்து வைத்துத்தான் நடந்தார்கள்; கிசுகிசுத்த குரலில் பேசிக்கொண்டார்கள்.

நிக்கான் மாட்வியைக் கோபத்தோடு கையைப் பற்றிப் பிடித்து, வாசலை நோக்கி இழுத்துக்கொண்டு போனான். ஆனால், அவர்கள் வாசலருகே சென்றதும், அவர்கள் முன் எதிர்ப்பட்ட ஒரு சிறுவன் பின்வருவாறு கத்தினான்:

"அவரைக் கண்டு பிடித்துவிட்டார்கள்! வெளிக்கொட்டகையில்! அவர் தூக்குப் போட்டுக்கொண்டு விட்டார்!"

"சத்தம் போடாதே!" என்று செத்துக்கிடந்த பெண்ணை விரலால் சுட்டிக்காட்டியவாறே சொன்னான் குளூகுரோவ்.

ஒரு புழுக்கமான மௌனம் நிலவியது; அந்த அறையிலிருந்த காற்றெல்லாம் வெளியேறிச் செல்வதுபோலத் தோன்றியது; தரை பெயர்ந்து கீழிறங்கியது; ஒரு சின்ன மூச்சுத் திணறலோடு மாட்வி தம் மார்பையும் தொண்டையையும் பற்றிப் பிடித்தவாறே, இருளுக்குள் மூழ்கிவிட்டார்.

அவருக்குப் பிரக்ஞை வந்து விழித்துப் பார்த்தபோது, அவர் தம் வீட்டில் படுக்கையிலிருந்தார்; நிக்கான் அவருக்கருகில் அமர்ந்திருந்தான்; மாஷா ரெவ்யாகினா ஓர் ஈரத் துண்டைப் பிழிந்தவாறு மேஜையருகே நின்றாள்.

"நல்ல வேளை!" என்று கரகரத்துச் சொன்னான் நிக்கான்: "நீ ஏன் அத்தனை பயம் பயந்திருக்க வேண்டும்? நீ ஒருத்தன் மட்டுந்தான் அவளோடு படுத்துக்கிடந்ததாக எண்ணுகிறாயா?"

"இந்த அறையிலேயே அவளது இரண்டு காதலர்கள் இருக்கிறார்கள்," என்று மாஷா பெருமூச்சுடன் சொல்லிவிட்டு, படுக்கையருகில் வந்தாள்.

"அவள்மீது பொறாமையா, மாஷா?" என்று குத்தலாகக் கேட்டான் நிக்கான்: "அவர்களது கடைச் சிப்பந்தி நிக்கோலாய் – அவன்தான் அவளது வாடிக்கைப் புள்ளி"

அவர்கள் இருவரும் தமக்குள் ஒருவரையொருவர் வஞ்சம் தீர்ப்பதற்காக, அந்த இறந்த பெண்ணைப் பயன்படுத்தி, அவளைப் பற்றி அத்தனை முரட்டுத்தனமாகப் பேசுவதைக் கேட்டு, மாட்வி மனம் பதறினார். அவர் அவர்களைத் தணிந்த கண்ணிமைகளின் வழியே பார்த்தார். இப்போது அவர்கள் உள்ளடங்கிய குரலில் பேசிக்கொண்டிருந்தார்கள். முகம் வெளுத்தும், தலை கலைந்தும் போயிருந்த நிக்கான்தான் பெரும்பாலும் பேசினான்; மாஷா இடையிடையே குண்டூசியைப் போலக் குத்தும் கூர்மையான ஒன்றிரண்டு வார்த்தைகளைச் சொல்வதோடு நிறுத்திக்கொண்டாள். அவளது கண்களில் தென்பட்ட வண்ணக் கவர்ச்சியெல்லாம் வற்றிப் போய்விட்டது போலத் தோன்றியது.

ரெவ்யாகின் புன்னகை புரிந்தவாறும், பரக்க விழித்தவாறும் உள்ளே வந்தான்; மேஜை முன் அமர்ந்தான்.

"எனக்கு ஏதாவது குடிக்கக் கொடுங்கள்," என்று தனது ஈரம் படிந்த முகத்தைத் துடைத்தவாறே கிசுகிசுத்தான்.

அவன் தனது வலது கண்ணைப் படுக்கைப் பக்கம் திருப்பினான்.

"தூக்கமா?"

"அங்கே என்ன நடக்கிறது?" என்று க்வாஸ் பீர் புட்டியை அவனருகே தள்ளியவாறு கேட்டாள் அவனது மனைவி. அவன் அந்தப் புட்டியை வெளிச்சத்தில் தூக்கிப் பிடித்து, அதனை மாறுகண்ணால் பார்த்தான்.

"போலீஸார் எல்லோரையும் வெளியே அனுப்பிவிட்டனர்," என்று புன்னகையுடன் பதில் சொன்னான் அவன்.

அவர்கள் மூன்று பேரும் மேஜைமீது தமது முழங்கைகளை ஊன்றி, ஒருவரையொருவர் பார்த்தவண்ணம், மாட்வியின் மனத்தில் கிலேசம் தோன்றும் விதத்தில் முணுமுணுத்தார்கள்.

"அட கடவுளே! "என்று நினைத்தார் அவர். இங்கும் அதே சம்பவம் நிகழ்ந்துவிடுமானால்?

ரெவ்யாகின் தன் தலையை அங்குமிங்கும் திருகிக்கொண்டிருந்தான். அதனால் அவனுக்கு இரண்டு தலைகள் இருப்பது போலவும், இரண்டுக்கும் ஒவ்வொரு கண் மட்டும் இருப்பது போலவும் ஒரு தோற்றம் ஏற்பட்டது.

"பாட்டிலுக்கு வேறு வழியேயில்லை," என்று தன் கைவிரல்களால் மேஜைமீது தாளம் போட்டவாறே சொன்னாள் மாஷா. "தூக்குப் போட்டுக்கொண்டிராவிட்டால், அவரது வாழ்நாளின் குறைப்பகுதியையும் பிச்சைக்காரனாகத்தான் கழிக்க நேர்ந்திருக்கும்."

"எத்தகைய மக்கள் மத்தியில் வாழ்கிறேன் நான்"! என்று ஒரு முனகலோடு நினைத்தார் மாட்வி.

மாஷா அவரிடம் ஓடோடி வந்தாள்; அவர்மீது குனிந்து, ஆர்வமும் கனிவும் மிகுந்த குரலில் பின்வருமாறு கேட்டாள்:

"உங்களுக்கு வலி இருக்கிறதா?"

"என் இருதயம்"

அவளது கணவனுங்கூட எழுந்து வந்து, படுக்கையின் கால்மாட்டுக்கருகே அமர்ந்துகொண்டான்.

"எனக்குத் தெரியும்," என்றான் அவன்: "சில சமயங்களில் என் இருதயம் கிட்டத்தட்ட நின்றே போய்விடும். அப்போதெல்லாம் செய்யக்கூடிய காரியம் ஆறாவது ஜெபத்தை ஒப்பிப்பதுதான்."

அவன் தனது ஜீவனுள்ள கண்ணை அப்பால் திருப்பிக் கொண்டு, ஒரு ராகக் குரலில் மேலும் பேசினான்:

"ஆண்டவரே! என்னைக் குணப்படுத்தும். ஏனெனில் என் எலும்புகளெல்லாம் நொந்துபோய்விட்டன. என் ஆத்மாவுங்கூட, புண்பட்டு நொந்துபோய்விட்டது.' இது சிரஞ்சீவியான குரல்களின் பேச்சு, பிரதர்!"

"என்ன இது? ஈமப் பிரார்த்தனையா?" என்று எழுந்து அமர்ந்தவாறே கரகரத்துக் கேட்டார் மாட்வி.

"வெறும் அபத்தக் களஞ்சியம்!" என்று தன் கணவனை நோக்கி, ஈயை விரட்டுவது போலக் கையை வீசியவாறே சொன்னாள் மாஷா: "உங்கள் இருதயம் எப்போதும் வலிப்பதில்லை; மேலும் உங்களுக்கு எந்த ஜெபமும் தெரியாது."

"படார்!" என்று துள்ளியெழுந்து நின்றவாறே கத்தினான் ரெவ்யாகின்; அத்துடன் தனது கைகளையும் சமாதானம் கோரி முறையிடுவது போல அகல நீட்டினான். "நான் யாருடைய உணர்ச்சிகளையாவது புண்படுத்திவிட்டேனா?"

"கோமாளி!" என்று மெதுவாக, எனினும் தெளிவாகச் சொன்னாள் மாஷா.

நிக்கான் மேஜைமீது தனது விரல்களால் தாளம் கொட்டியவாறே சீட்டியடித்தான்.

"ஒருவர் கடவுளிடம் பிரார்த்திக்கிறார்; இன்னொருவர் சாத்தானுக்குச் சீட்டியடிக்கிறார்," என்று பெருமூச்சுடன் சொன்னாள் மாஷா.

ரெவ்யாகின் தன் தொப்பியைத் தலைமீது பலமாக இழுத்துவிட்டுக்கொண்டு, ஒரு புன்னகையோடு நிக்கானின் பக்கம் திரும்பினான்.

"நாம் போகலாமா?" என்றான் அவன்.

அவர்கள் போய்விட்டார்கள். வெளியே மழை படபடத்துப் பெய்தது; காற்று வீசிக்கொண்டிருந்தது; மரங்கள் அசைந்தாடிக் கிறீச்சிட்டு முனகின; ஒரு கதவு படாரென்று சாத்திக்கொண்டது. மாட்வி இந்தச் சப்தங்களைக் கனவில் கேட்பது போலக் கேட்டவண்ணம் தமக்குத்தாமே பின்வருமாறு நினைத்தார்:

என்னைக் குறுக்கு விசாரணை செய்வார்களோ?

மாஷா தன் கைகளை மடித்துக் கட்டியவாறு, ஒவ்வொன்றையும் கூர்ந்து பரிசீலித்தவண்ணம் அறைக்குள் நடந்து திரிந்தாள்.

"அப்பா! எவ்வளவு தூசி!" என்றாள் அவள்: "மேலும் தேநீர்ப் பாத்திரத்தைக் கொண்டுவரச்சொல்லி எவ்வளவோ நேரமாகிவிட்டது. இன்னும் வந்த பாட்டைக் காணோம். ஒரு பெண் துணையில்லாமல் வாழ்வது சங்கடந்தான். இல்லையா, மாட்வி ஸாவ்லிவிச்?"

அவர் அவளுக்குப் பதில் சொல்ல விரும்பவில்லை; ஆனால் தாம் எதுவும் சொல்லாவிட்டால் அவள் மனம் புண்பட்டுப் போய், அங்கிருந்து போய்விடுவாள் எனப் பயந்தார் அவர்.

"வீட்டை வசதியாகக் கவனித்துக்கொள்ள எனக்கு ஒருவர் தேவைதான்."

"நானும் அப்படித்தான் நினைக்கிறேன்!"

அவளது சிரிப்பு கெட்டதனமாக இருந்தது; அது அவரை நோகச் செய்தது.

"ஆனால் ஒரு பெண்ணோடு வாழ்வதும் சிரமந்தான்."

"ஏன்?"

அவள் சிரித்தவாறே, அவருக்கு முன்னால் வந்து நின்றாள்.

"ஓ! அது எனக்குத் தெரியாது," என்று புழுக்கத்தோடு கூறினார் அவர்: "ஆனால் மணம் புரிந்துகொண்ட இந்தத் தம்பதிகளையெல்லாம் பார்க்கும்போது—"

"அவர்களைப் பார்க்காமல் இருங்களேன்."

"நீ என்ன சொல்கிறாய்?"

"சொன்னதைத்தான்: அவர்களைப் பார்க்காதீர்கள்."

சமையற்காரி தேநீர்ப் பாத்திரத்தைக் கொண்டுவந்து வைத்தாள்; மாஷா மேஜையருகே சென்று பார்த்து, திறமையோடு பின்வருமாறு சொன்னாள்:

"தேநீர்ப் பாத்திரத்தைத் துலக்கக்கூட இல்லை"

அவள் தன் கரிய கண்களில் ஒரு மினுக்கொளி பளிச்சிட, விளக்கின் மிருதுவான ஒளியில் அமர்ந்திருந்தாள்; அந்த நோயாளி மனிதரின் மனத்திலிருந்து மார்பாவைப் பற்றிய எண்ணத்தைப் போக்கவும், அவரது இதயத்தின்மீது பாரம் போலக்கிடந்து அழுத்திக்கொண்டிருந்த பயத்தை விலக்கவும் கருதியவளாய், அவள் இதமளிக்கும் வார்த்தைகளைப் பின்னிப் பேசிக்கொண்டிருந்தாள்.

"நீங்கள் செய்ய வேண்டியது என்னவென்றால், ஒரு மோசமான கணவனிடம் இருந்து பழகிய ஓர் அருமையான இளம் விதவையைக் கண்டுபிடிக்க வேண்டும்; எனவே, அவள் உங்களைப் பாராட்டும் விதத்தில் இருப்பாள். அப்படிப்பட்ட ஒருத்தியைக் கண்டுபிடிப்பது ஒன்றும் அத்தனை கஷ்டமல்ல— பத்துக் கணவன்மார்களில் ஒன்பதுபேர் மோசமானவர்கள் தான்; அந்தப் பத்தாவது நபரும் ஒரு முட்டாளாக இருப்பதுதான் வழக்கம்."

மாட்வி அவளது வார்த்தைகளை வெறுத்தார்.

"நல்ல கணவர்களே இல்லையென்றா நீ சொல்கிறாய்?"

"நான் எவரையும் என்றும் சந்தித்ததில்லை."

"ஆனால் நல்ல மனைவிமார்கள் மட்டும் ஏராளமாக இருக்கிறார்கள் என்று நான் கருதலாமா?"

“அத்தகைய மனைவிமார்களை ஒருவர் அடிக்கொருதரம் சந்திக்க முடியும். ஆண்களாகிய நீங்கள் எங்களை எவ்வளவு மோசமாக நடத்தினாலும், நீங்கள் எங்களை முற்றிலும் கெடுத்துவிட முடியாது. இப்போதுங்கூட நாங்கள் உங்களைக்காட்டிலும் மேலானவர்களாகத்தான் இருக்கிறோம் மிகுந்த அன்புகொண்டவர்களாய்க் குறைந்தபட்சம் புத்திசாலித்தனம் கொண்டவர்களாகவேனும் இருக்கிறோம்.”

அவள் அவரை நேராக வெறித்துப் பார்த்தவாறு, ஒரு சவால்விடும் தொனியில் மேலும் பேசிக்கொண்டே போனாள்:

“உதாரணத்துக்கு என்னையே எடுத்துக்கொள்ளுங்கள்: நான் ஒரு நல்ல மனைவி. நான் மட்டும் இல்லாவிட்டால் விக்டர் ரெவ்யாகின் வெகு காலத்துக்கு முன்பே ஒரு புழுப் போல மடிந்து போயிருப்பார். அவர் ஓர் அரைப்பைத்தியம் என்பது உங்களுக்குத் தெரியுமா? யாரும் அதை உணர்வதில்லை. அவர்கள் அவரை நோக்கி ஏளனமாகச் சிரிக்கிறார்கள். அவர் ஏதோ சுயமாகப் பேச முயல்வதாக எண்ணுகிறார்கள். ஆனால், அவர் கொஞ்சம் கொஞ்சமாகப் புத்தி பேதலித்து வருகிறார் என்பது எனக்குத் தெரியும். நான் நிக்கானோடு வாழ்வதுங்கூட, என் கணவரின் சொந்தத் தவறுதான். ஒரு பெண் என்பதைத் தவிர, நான் அவருக்கு வேறு எதுவாகவுமே இல்லாவிட்டால், அதுவும் இரவில் நாங்கள் படுத்திருக்கும்போது மட்டுந்தான் அந்த உறவும் என்று சொன்னால், நான் குறைந்தபட்சம் மற்றவர்களிடமும் அதே மாதிரி இருந்துவிட்டுப் போகக்கூடுமே! இந்த உலகத்தில் கவர்ச்சிகரமான மனிதர்கள் ஏராளமான பேர் இருக்கிறார்கள். ஒரு மனிதர் எனக்குப் புருஷன் என்றால், அவர் மற்ற மனிதர்களைக்காட்டிலும் சிறந்தவராயிருக்க வேண்டும்; அதன்மூலம் நான் அவரை மதிக்க முடியும்; அவரோடு தெருவில் நடந்து செல்வதில் நான் பெருமைகொள்ள முடியும். பிறகு, மற்ற மனிதர்களோடு விளையாடித் திரிய நான் விரும்ப மாட்டேன். அப்படியே நான் விளையாடினாலும், நான் எதற்கும் இடம் கொடுத்து இணங்கிவிட மாட்டேன். மேலும், நான் அவரிடம் அது பற்றிப் பெருமையடித்துக்கொள்வேன். ‘பாருங்கள், அன்பே! அந்த அழகிய பயல் என்னிடம் நெருங்கிப் பார்த்தான்; எனினும், நான் உங்களுக்கு விசுவாசமாகவே இருந்தேன்; நான் அப்படியே என்றும் இருப்பேன், என் அன்பே! அப்படியே நான் வேறு யாரையேனும் என் மனதுக்குள் புக அனுமதித்தாலும், நீங்கள் என்னை வெறுமனே உங்களது சட்டரீதியான மனைவியென்றோ, வீட்டுக்காரி என்றோ மட்டும் மதிக்காமல், உங்களது ஆத்மாவின் துணைவி என மதித்து நீங்கள் என்னை நடத்தி வருகிறவரையிலும், நான் அவனை என் படுக்கையில் பங்குகொள்ள அனுமதிக்க மாட்டேன், ’ என்று சொல்லுவேன்.”

அவள் தன் புருவங்களை ஒன்றுகூட்டினாள்; யாரையோ பயமுறுத்துவது போலப் பளீர்பளீரெனச் சிரமமான சின்னப் புன்னகைகளை உதிர்த்தாள். அவளது குரல் உறுதி வாய்ந்திருந்தது; அவளது கைகள் மிகவும் நளினமாகவும், அழகாகவும் மேஜைமீது வெள்ளைப் பறவைகள் போல வீச்சிட்டுப் பறந்தன.

"மார்பா தன் கணவனோடு நடத்திய வாழ்க்கை எனக்கு வராமல் கடவுள் காப்பாற்றட்டும்! எப்போது பார்த்தாலும் சத்தமும் சந்தேகமுந்தான்– போதுமப்பா அந்த வாழ்க்கை! அவர் அவளுக்குப் புருஷனே அல்ல; எல்லாரையும் போல அவரும் அவளுக்கு ஒரு மனிதன். அவ்வளவுதான். எனவே, அவள் ஏன் அவருக்கு விசுவாசமாய் இருந்திருக்க வேண்டும் என்று கேட்க எந்தக் காரணமும் இல்லை. நான் மார்பாவுக்காக மிகவும் வருந்தினேன்; எனினும், அவளுக்கு உதவிகரமாக நான் எதுவும் செய்வதற்கில்லை. அவள் அத்தனை அசடாக இருந்தாள். மார்பாவைப் போன்ற குழந்தையில்லாத, அசட்டுப் பெண்களுக்கு இரண்டே இரண்டு விமோசன மார்க்கங்கள் தான் உள்ளன என்று எனக்குத் தோன்றுகிறது: ஒன்று, கன்னியாஸ்திரி மடம்; அல்லது விபசார விடுதி."

"சரி, இதைச் சொல் எனக்கு," என்று தன்னம்பிக்கையுணர்வோடு கேட்டார் அவர்:

"நீ நிக்கானைக் காதலிக்கிறாயா?"

இந்தக் கேள்வியை ஆலோசிப்பதற்காக அவள் தன் கண்களைப் பாதி மூடினாள்; பிறகு ஒரு புன்னகையுடன் பின்வருமாறு சொன்னாள்:

"ஏறத்தாழ, சில சமயங்களில் மட்டும். நான் அவரோடு இருக்கும்போது அவரை எனக்குப் பிடிக்கிறது. ஆனால் அவர் என்னருகே இல்லாவிட்டால், அவர் இல்லாத குறை எனக்கு அவ்வளவாகத் தெரியவில்லை. ஒரு சொட்டுக் கண்ணீர்கூடச் சிந்தாமல், என்னால் அவரை இழந்துவிட முடியும். அவர் உங்களுக்கு நண்பர். இல்லையா?"

"நண்பன்தான்."

"பின்னே நான் சொன்னதை அவரிடம் சொல்லுங்கள்."

"ஏன்?"

"பரவாயில்லை. சும்மாச் சொல்லுங்கள்."

"அவன் உன்மீது கோபப்படுவான்."

"அவர் மிகுந்த சோம்பேறி." பின்னர் ஒரு கணம் கழித்து அவள் சொன்னாள்: "பெண்கள் விஷயத்தில் அவர் அதிருஷ்டசாலிதான்."

"அவன் ஒரு நல்ல பயல்," என்று மாட்வி நன்றியுணர்வோடு கூறினார்.

"ஆமாம்," என்றாள் அவள்: "ஆனால், அவர் எதற்கு நல்லவர்? அவரால் ஒரு பயனும் விளையாது. வியாபாரத்திலாகட்டும், அல்லது யுத்தத்திலாகட்டும், எதற்கும் உபயோகமில்லை. அவர் தமக்கென்று ஓர் இடத்தைக்கூட என்றும் தேடிக்கொள்ளப் போவதில்லை. ஒருவேளை ஒரு மதுபானக் கடையின் மேஜைக்கடியிலோ அல்லது ரோட்டோரத்திலுள்ள சாக்கடைக் குழியிலோதான் அவர் செத்து விழுவார். எனக்கு ஒரு மாமா இருந்தார். 'மோசமான மனிதர்களை

யாரும் விரும்புவதில்லை; நல்லவர்களோ இளமையிலேயே செத்துப்போகிறார்கள்,' என்று அவர் சொல்வது வழக்கம். அவர் பெருனி மதப்பிரிவில் சேர்ந்தார்– பெருனி என்று ஒரு மதப்பிரிவு இருக்கிறது; அவர்கள் எல்லாவற்றிலுமிருந்து ஓடிப்போய் விடுவதால்தான் இந்தப் பெயர் வந்தது– அவர் மறைந்து போய்விட்டார்; எங்கே போனார் என்று எவருக்கும் தெரியாது.– அந்த மதப்பிரிவைச் சேர்ந்தவர்கள் அப்படித்தான் செய்ய வேண்டுமாம்; வெறுமனே மறைந்துவிட வேண்டுமாம்."

அவள் புறப்பட்டுப் போகும்போது கிட்டத்தட்ட நடுநிசியாகிவிட்டது. அப்போதுங்கூட, மாட்வி அவள் போவதைக் குறித்து வருந்தினார். அவள் போனவுடனேயே அவர் மார்பாவைப்பற்றி நினைத்தார்; அவருக்கிருந்த அதிகமான பயத்தில் அவரது இருதயம் படபடப்பினால் வேதனைப்பட்டது. இது அவருக்கு மரணத்தைப்பற்றிய எண்ணங்களைக்கொண்டு வந்தன; மரணம் எங்கோ அருகில்பதுங்கியிருப்பதாக அவர் உணர்ந்தார்: அதோ நிழல்கள் மௌனமாகக் குன்றிக் குவிந்து கிடக்கின்றனவே! அந்த மூலையில் அல்லது படுக்கைக்குப் பின்னால் அல்லது அவரது தலைக்குமேல் அது இருக்க வேண்டும். அவர் படுக்கையிலிருந்து துள்ளியெழுந்தார்; ஜன்னலை நோக்கிச் சென்றார்; ஆனால், இடையிலேயே மூச்சு வாங்கித் திணறியவாறு தரையில் விழுந்துவிட்டார்.

அவர் நெடுநாட்களாக நோய்வாய்ப்பட்டுக்கிடந்தார். அவரை மாஷாவும், குளூகுரோவின் விதவையாகிவிட்ட மகளான லுக்கெர்யாவுந்தான் கவனித்து வந்தார்கள். பெட்டித்தொழிலாளியான லுக்கெர்யாவின் கணவன் டோலோ கோன்னிகோவ் குடும்பத்தில் நடந்த ஒரு திருமணத்தின்போது குடித்துத் தீர்த்தே செத்தான். அவள் ஒரு கண்ணை இழந்திருந்தாள்; இன்னொரு புருஷனையடைவதில் நம்பிக்கையிழந்தவளாய், அவள் குழந்தைகள் அல்லது நோயாளிகள் ஆகியோரைக் கவனிப்பது, அல்லது அக்கம்பக்கத்தாருக்கு

வீட்டு வேலைகள் செய்வது முதலிய காரியங்களைக் கவனித்து, காலம் கடத்தி வந்தாள். கரிய தலைமயிரும், கொழுத்த உடம் பும், சுமுக பாவமும் கொண்டவள் அவள். மேலும், அவள் ஒரு மதுபானப் பிரியை. உள்ளுக்குள் கொஞ்சம் மது இறங்கி விட்டால், அவள் குஷியாகச் சிரிப்பாள்: கதைகள் சொல்வாள். அந்தக் கதைகள் எல்லாம் ஒரே விஷயத்தைப் பற்றியதாகவே இருக்கும்: மனிதப் பேராசை.

"சாப்பாட்டுக்குப் பின்னர் வெடெனேயேவின் பாட்டி எப்போதும் ஒரு சிறு கயிற்றை எடுத்து, எவ்வளவு பண்டம் மீந்திருக்கிறது என்று அளந்து பார்ப்பாள்; பிறகு அந்தக் கயிற்றைத் தன் பைக்குள் ஒளித்து மறைத்துக்கொள்வாள்."

மேலும், அவள் கன்னங்களில் கண்ணீர் பொலபொல வென்று வழிந்தோடும் வண்ணம் அப்படி விழுந்து விழுந்து சிரிக்கவும் செய்வாள்.

"ஒருமுறை நான் பைகோவிடம் சொன்னேன்: 'பை கோவ், நீங்கள் உங்களுக்கு உதவியாக இருப்பவர்களைக்காட்டிலும் உங்கள் பன்றிகளைத்தான் ஊட்டி வளர்க்கிறீர்கள்,' என்று சொன்னேன். அதற்கு அவர், 'அப்படித்தான் செய்வேன். கொழுத்த வேலைக்காரன் எனக்கு எதற்குத் தேவைப்படப் போகிறான்? ஆனால்

கொழுத்த பன்றியென்றால், பை நிறையப் பணம் இருக்கிற மாதிரி, ' என்று சொல்லிவிட்டார்."

மீண்டும் அவள் சிரித்துக் குலுங்கத் தொடங்கிவிட்டாள்.

அவள் ஜனங்களிடம் கண்டறிந்ததெல்லாம் அவர்களது கஞ்சத்தனமும், பேராசையுந்தான் என்றும், அதனை நிரூபித்துக் காட்டுவதே அவளது வாழ்க்கையின் ஒரே நோக்கம் என்றுந்தான் தோன்றச் செய்தது. மாட்வி அவளது கதைகளை வெறுத்தார்; அவளது கரகரத்த பெருஞ்சிரிப்போ அவரை வேதனைப்படுத்தியது.

"இவள் பேச்சை நிறுத்தவே மாட்டாளா? "என்று ஆற்றாமையோடு நினைத்தார் அவர்.

சில சமயங்களில் அவர் பின்வருமாறு எப்படியாவது சொல்லிவிடுவார்:

"போதும், லுக்கெர்யா. அந்தக் கதையை நான் கேட்டிருக்கிறேன்."

"இப்போதா கேட்டீர்கள்? "என்று அவள் வியப்போடு கேட்பாள்; பிறகு சிறிது நேரத்துக்கு வாயைக் கட்டிக்கொண்டிருந்துவிட்டு, மீண்டும் அடி முடி தொட்டு ஆரம்பித்து விடுவாள்.

"ஒரு முறை புரோடோவ் குடும்பத்தில்–"

மாட்வியின் உடல்நலக் குறைவானது அவரது சொத்துகளையெல்லாம் நகரத்துக்கு உரிமையாக்கி, ஓர் உயில் எழுதிவிட வேண்டும் என்ற ஆர்வத்தை அவருக்கு ஏற்படுத்தியது. இந்தக் காரியத்துக்காக, அவர் பிதா அலெக்ஸாண்டருக்குச் சொல்லியனுப்பினார்.

அந்தப் பாதிரியாரின் தோற்றத்தில் ஏற்பட்டிருந்த மாறுதலைக் கண்டு, அவர் அதிர்ச்சியடைந்தார்; அவருங்கூட ஏதோ ஒரு கடுமையான நோயிலிருந்து மீண்டு வந்தவர் போலத்தான் தோன்றினார். அவர் நெட்டையாகவும் மெலிவாகவும் இருந்தார்; எலும்பாய்ப்போன அவரது முகத்தின் ஆழ்ந்த குழிகளுக்குள் அவரது கண்கள் ஒரு மூர்க்கமான ஒளியோடு கனன்றெரிந்தன; மேலும் அவர் மீதிருந்து வோட்கா நாற்றம் குப்பென்று அடித்தது. தாம், எப்படி அமைதியாக உட்கார்ந்திருப்பது என்பதை அவர் அறியமாட்டாதவர் போன்று, அவர் தமது கனத்த பூட்சுகளால் தரையை உதைத்தவாறும், முகட்டின்மீது தம் கண்களைச் செலுத்தியவாறும், தலைமயிரைத் தடவிக் கொடுத்தவாறும், அங்கு மேலும் கீழும் நடந்து கொண்டேயிருந்தார். அவரது நிலையங்கியின் கீழ்ப்பகுதிகள் கரிய இறக்கைகள் போலப் புடைத்துப் பறந்தன. அவரது நிலையங்கியும் நீண்ட தலைமயிரும் இருந்துங்கூட, அவர் ஒரு மத குருவைப் போலச் சிறிதும் தோன்றவில்லை.

அவரைத் தாம் வரவழைத்த காரணத்தை மாட்வி அவரிடம் சொல்லியபோது, அவர் அபரிமிதமான சந்தோஷத்துக்கு ஆளாகிவிட்டது போலத் தோன்றியது.

அவர் மாட்ஷியின் தலைமீது சிலுவைக்குறி கீறினார்; என்னவோ மாட்வி இறந்து போய்விட்டது போல, அவரது நெற்றியிலும் முத்தமிட்டார்.

"அப்படியென்றால் உங்களது வலுவற்ற கலகத்தின் முடிவு இதுதானாக்கும்!"

மாட்வி மாக்ஸிமோடு நேர்ந்த சம்பவத்தை நினைத்துப் பார்த்துப் பெருமூச்செறிந்தார்.

"அதனை வலுவற்றது என்றா சொல்கிறீர்கள்?" என்றார் அவர்.

"ஆமாம். மிகவும் வலுவற்றதுதான்," என்று தம் முகத்துக்கு முன்னால் தூக்கிப்பிடித்த கைவிரலைப் பார்த்தவாறே சொன்னார் அவர்: "நமக்கு மிகவும் அருமையும் நெருக்கமும் கொண்டவற்றிலிருந்து, நம்மை இழுத்து அப்புறப்படுத்த முனையும் சக்திகளுக்கெதிராக, நாம் அனைவருமே ஒரு வலுவற்ற குட்டிக் கலகம் செய்யத்தான் நேருகிறது. ருஷ்ய நாட்டின் நோயானது (நமது மகாபுருஷர்களில் ஒருவர் நிரூபித்துக் காட்டியது போல) அறிவின் சாரத்துக்கும், ஆத்மார்த்த சாரத்துக்கும் இடையிலுள்ள பெரும் பிளவுதான். துர்ப்பாக்கிய வசமாக, நமது ஆத்மாக்களெல்லாம் பாத்திரத்தையே அரித்துத் தின்னும் விஷம் நிறைந்த பாத்திரங்கள்தான். ஓ! பரிதாபகரமான ருஷ்யாவே!"

அவர் தம் கைகளை உயர்த்தி, அவற்றை அசைத்தார்; மாட்வியோ அவரது வார்த்தைகளைப் புரிந்துகொள்ள முடியாமலும், அவர் சொல்வதில் நம்பிக்கை கொள்ளாமலும் இருந்தவராய், தமக்குத்தாமே பின்வருமாறு நினைத்துக் கொண்டார்

சரி. இவர் எந்த ருஷ்யாவைப் பற்றிப் பேசுகிறார்?

"நமக்கே சொந்தமானவற்றுக்கும், வெளியிலிருந்து நம் மீது கொண்டுவந்து ஒட்டவைத்து நமது ரத்தத்தையே விஷப்படுத்திக்கொண்டிருப்பனவற்றுக்கும் நம்முள் ஒரு நிரந்தரமான போராட்டம் நிகழ்ந்துகொண்டேயிருக்கிறது. இரண்டாவதாகச் சொல்லப்பட்டதை எதிர்த்துத்தான் நாம் எல்லோரும் வலுவற்ற கலகத்தைச் செய்கிறோம், " என்று வளர்ந்தோங்கும் ஆவேசத்தோடும், தமக்குத்தாமே பேசிக்கொள்வது போலவும் பேசினார் அந்தப் பாதிரியார். அவரது பேச்சைக் கேட்டுக்கொண்டிருந்தபோதே, மாட்வி டியுனோவை நினைவு கூர்ந்தார். அவன் மிருதுவாகவே பேசியபோதிலும் எப்போதும் உரத்துக் கத்துவது போலவே தோன்றியது. ஆனால் இந்த மனிதரோ, ஓர் அந்தரங்கமான நெருப்பால் தகிக்கப் பெற்றவராய், பேசும்போது, வாய்விட்டு உரக்கக் கத்தினார். எனினும், அவரது வார்த்தைகள் இதயத்தைப்போய் எட்டவில்லை. அவர் பேசுவதைக் கேட்பது களைப்புத் தட்டுவதாக இருந்தது; மேலும் உண்மையான திருச்சபையிலிருந்து பிரிந்து சென்றுவிட்ட கிலிஸ்டி, பெருனி, மற்றும் பிற மதபேதப் பிரிவுகளைப் பற்றியும் அவர் ஒரு பிரசங்கம் செய்யத் தொடங்கியவுடன், மாட்வி அவர் பேச்சில் குறுக்கிட்டுப் பின்வருமாறு கேட்டார்:

"உங்கள் மனைவிக்கு என்மீது மிகுந்த கோபந்தானா?"

அந்தப் பாதிரியார் ஏதோ ஒரு சரியாகப் புரியாத, தூரத்துக் குரலைக் கேட்பது போல, அல்லது ஏதோ மறந்து போன ஒன்றை நினைவூட்டிப் பார்க்க முயல்வது போல அந்த அறையின் மத்தியில் சட்டென்று நின்றார்.

"நீங்கள் என்ன சொன்னீர்கள்?" என்று ஒரு கணம் கழித்துக் கேட்டார் அவர்.

மாட்வி பணிவடக்கத்தோடு அதே கேள்வியைத் திரும்பக் கூறினார்.

பாதிரியார் உட்கார்ந்தார்; தமது இரு கைகளாலும் தலை மயிரைப் பின்னால் தள்ளிவிட்டார்.

"அவள் எப்போதும் கோபப்படுவதேயில்லை," என்று வருத்தத்தோடு சொன்னார் அவர்: "அவள் ஒரு ரகமான நீதிபதி. அதாவது மந்தமான அறிவாலான கஜக்கோலால் எல்லாவற்றையும் அளந்து பார்ப்பாள்; அந்தக் கஜக்கோலுக்குக் கட்டுப்படாத எதையும் அவள் அங்கீகரிக்க மறுத்து விடுவாள்."

அவர் ஒரு வாட்டமான, நடுங்கும் புன்னகை புரிந்தார்; பின்னர் ஓர் ஆழ்ந்த நெடுமூச்சு வாங்கினார்.

"ஆம். அறிவின் எல்லைக்கு அப்பாற்பட்ட எதுவும், அவளைப் பொறுத்தவரையிலும் இருப்பில் இல்லை."

மீண்டும் அவர் துள்ளியெழுந்து நின்று, தமது நிலையங்கியின் அகன்று தொளதொளத்த கைகளை வீசினார்.

"ஆனால் ஆத்மாவுக்கு விநாசமாகவும், அபத்தமாகவும், அவமானம் தருவதாகவும் உள்ள பல விஷயங்கள் அறிவின் எல்லைக்கு அப்பாற்பட்டவையாகத்தான் இருக்கின்றன."

அவர் மாட்வியின்மீது குனிந்தார்; அப்போது அவரது உஷ்ணமான, கறைப்பட்ட மூச்சு மாட்வியின் முகத்தின்மீது உறைத்தது. அவர் மேலும் சொன்னார்:

"எனினும் அவை இருக்கத்தான் செய்கின்றன.'

"ஆம்," என்று தம் கண்களைச் சோர்வோடு மூடியவராய்ச் சொன்னார் அந்த நோயாளி.

அந்தப் பாதிரியார் திரும்பினார்; தமது தொப்பியை எடுத்து அணிந்துகொண்டு, கனத்த பூட்சுகளை மெதுவாக ஒலிக்கச்செய்து நடக்க முயன்றவாறும், தாம் ஏதோ குருடானதைப் போலக் கைகளை முன்னால் நீட்டியவாறும் வெளியே போய்விட்டார்.

மாட்வி வெட்கமடைந்தார். தமது வாழ்க்கையின் ஒரு சிரமமயமான கட்டத்தில், இந்த மனிதர் ஒருவர்தான் அவரைப் புறக்கணியாது இருந்தார்; மேலும் அவருக்குத் தாம் நன்றிக் கடன்பட்டவர் என்பதையும் அவர் அறிந்திருந்தார். ஆனாலும் அவர் நன்றியறிதலை உணரவில்லை; விஷயங்களை முன்னெப்போதைக்

காட்டிலும் நிச்சயமற்றதாகவும், புரியமாட்டாததாகவும் ஆக்கிவிட்டுவிட்ட, அந்தப் பாதிரியாரின் மீது அவருக்கு நம்பிக்கையில்லை.

அந்தப் பாதிரியார் அவரை அடிக்கடி வந்து பார்க்கத் தொடங்கினார்; அவர் வரும்போது தம்மோடு பத்திரிகைகளைக் கொண்டுவருவார்; அவற்றை வாய்விட்டுப் படித்து, அவை உதவாக்கரையானவை என்றும் சொல்வார்.

இவருக்குப் போவதற்கு வேறு போக்கிடம் இல்லை என்றே தெரிகிறது என்று அலட்சியமாக நினைத்தார் மாட்வி.

ஒருநாள் அந்தப் பாதிரியார் வந்த சமயத்தில் அவர் மாஷாவையும் நிக்கானையும் மாட்வியின் வீட்டில் கண்டார். அவர்கள் ஏதோ தமது பழைய நண்பர்களைப் போல, அவர் அவர்களுக்கு அன்போடு முகமன் கூறினார்; பின்னர் அந்த அறையை ஒரு சுற்றுச் சுற்றிவிட்டு, சட்டென்று நின்று அவர்களை நோக்கிப் புன்னகை புரிந்தார். அவர்களும் அவரை ஒரு காக்கை ஒரு கோழியைப் பார்ப்பது போலப் பார்த்துக் கொண்டிருந்தார்கள்.

"எத்தனை கவர்ச்சியான தம்பதிகள்!" என்று திடீரெனச் சொன்னார் அவர்.

மாஷா தனது கன்றிச் சிவந்த முகத்தை மறைத்துத் தலை குனிந்துகொண்டாள்.

"உங்களுக்குத் திருமணமாகி ரொம்ப காலமாகிறதோ?" என்று அவளருகே வந்து கேட்டார் அவர்.

"நாங்கள் மணந்துகொள்ளவில்லை," என்று தன் மீசையைக் கடித்தவாறே அவசரமாகச் சொன்னான் நிக்கான்.

"அவர்கள் வெறுமனே நண்பர்கள்தான்," என்று குழம்பிப்போயிருந்த மாட்வி சொன்னார்.

ஆனால் மாஷா எழுந்திருந்து, அமைதியாகச் சொன்னாள்:

"பிதாவே, அவர்கள் இருவரும் உங்களிடம் பொய் சொல்கிறார்கள். நான் இந்த மனிதரின் ஆசைநாயகி. நினைவிருக்கிறதா? நான் இது பற்றித் தங்களிடம் சமீபத்தில்தான் ஒப்புவித்தல் செய்தேன்."

பாதிரியாரின் முகம் கறுத்தது; அவர் தம் கைகளைப் பைகளுக்குள் செலுத்தித் துழாவியவாறும், வாய்க்குள் ஏதோ முனகியவாறும் பின்வாங்கினார்.

"ஓ! அப்படியா? இல்லை. எனக்கு நினைவில்லை – ஆனால் – ஆம். இது ஒரு பிரத்தியேகமான விவகாரந்தான்......"

அவர் முற்றிலும் குழம்பிப்போய்விட்டார். பின்னர்ப் புரியாத வகையில் வேறு எதையோ முணுமுணுத்துவிட்டு, தமது பழைய நசுங்கிப்போன தொப்பியிலும், நைந்து பிதிர்ந்த நிலையங்கியிலும் கிட்டத்தட்ட ஒரு நாடோடி மாதிரிப் பரிதாபகரமாகத் தோற்றமளித்தவராய், புறப்பட்டுப் போய்விட்டார்.

மாஷா அவரை வெளிவாசல் வரையிலும் சென்று வழியனுப்பச் சென்றாள்; அவள் போவதைப் பார்த்துக் கொண்டேயிருந்த நிக்கான் பின்வருமாறு சொன்னான்:

"இவள் – இந்த மாஷா ஒரு குறும்புக்காரி."

"ஆமாம்," என்று ஒரு நிம்மதியான பெருமூச்சுடன் ஒப்புக்கொண்டார் மாட்வி: "அவர் உன்னைச் சத்தம் போடுவாரோ என்று நான் பயந்து போயிருந்தேன்."

நிக்கான் இடத்தைவிட்டெழுந்து, குனிந்த தலையோடு தரையில் நடக்கத் தொடங்கினான்.

"எனக்கு அந்தப் பாதிரியாரைப் பிடித்திருக்கிறது," என்று அவன் தனக்குத்தானே பேசிக்கொள்வது போலப் பேசினான்: "அவருக்காகத்தான் நான் தேவாலயத்துக்கே போகிறேன். அவர் பிரார்த்தனையை ஒரு தனிமுறையில் வாசிக்கிறார்: மிகவும் மிருதுவாக, நமக்கு ஏதோ ஒரு கதையை – மிகவும் துக்கமான கதைதான்–ரகசியமாகச் சொல்வதுபோல வாசிப்பார். சில சமயங்களில் அவர் தனியாக இருக்கும்போது அவரிடம் போய், 'பிதாவே, என்ன கவலை உங்களுக்கு?' என்று கேட்கலாம் போலத் தோன்றும் எனக்கு. ஆனால் நடந்தது என்னவென்றால், நான் உண்மையிலேயே அவரோடு பேசவோ, அவரது அறிமுகத்தைப் பெறவோ விரும்பவில்லை என்பதுதான். ஒரு வேடிக்கை: மீன்கொத்தி யைப்போல அழகான பறவை பாடக் காணோம்; ஆனால் மந்தமான கரிய நிறமுள்ள பிராணியான குயில்தான் பாடுகிறது. இதற்கு எப்படி நீ விளக்கம் கூறுவாய்?"

மாஷா திரும்பி வந்தாள்; மடித்துப் பிடித்த கைகளோடு அவள் நிக்கானின் எதிரே வந்து நின்றாள்.

"எனவே, உண்மையைச் சொல்ல உங்களுக்குப் பயம். இல்லையா?" என்று குத்தலாகக் கேட்டாள் அவள்.

அவன் தன் கையை உயர்த்தி, நெற்றியைத் தொட்டு அவளை ஒரு தள்ளுத் தள்ளினான்.

"அபத்தம்," என்று சின்னச் சிரிப்புடன் சொன்னான் அவன். "உண்மையைச் சொல்வதா? நீ வெறுமனே குறும்பு பண்ண நினைத்தாய். அவ்வளவுதான்."

'நல்ல வேளை, நான் கல்யாணமே செய்துகொள்ளவில்லை' என்று நினைத்தார் மாட்வி.

அவரது நோயின்போது, மாஷாவும் நிக்கானும் அவரது வீட்டில் மிகவும் சகஜமாகப் பழகத் தொடங்கிவிட்டார்கள். மாஷாவோ அவரை ஒரு கிழவராகவே மதித்தது போல, அத்தனை அடக்கம் ஒடுக்கம் ஆசாரம் எதுவுமின்றிப் பழகினாள். இது அவரை வருத்தியது. ஒருநாள் அவர் அவளிடம் பின்வருமாறு சொன்னார்:

"நீ நிச்சயமாக என்னிடம் தாராளமாகவும் சகஜமாகவுந்தான் பழகுகிறாய். பார்ப்பவர்கள் யாரும் என்னைக் குழந்தை என்றுதான் நினைத்துக்கொள்வார்கள்."

அவள் சிரித்தாள்.

"ஓ! அப்படி வாருங்கள். பின்னே நீங்கள் என்ன காதலராக இருப்பீர்கள் என்ற நினைப்பாக்கும்! உங்களுக்கு ஒரு மனச்சாட்சி இருக்கிறது. மார்பாவின் விஷயமாக நீங்கள் பட்டபாட்டைப் பாருங்கள். இவ்வளவுக்கும் அவள் யார் உங்களுக்கு? சொல்லப்போனால், வெறுமனே தங்கிப்போவதற்கான சத்திரம் அவள். இல்லையில்லை. நீங்கள் ஒரு கணவராகத்தான் இருக்க வேண்டும். நீங்கள் ஒரு பெண்ணுக்குத் தான் பிறந்தீர்கள். ஆனால், தொல்லையெல்லாம் என்னவென்றால், நீங்கள் சரியான ஒரு பெண்ணைக் கண்டுகொள்ளவில்லை."

மாடவி தமது சொத்தையெல்லாம் நகரத்துக்கு உயில் எழுதி வைத்துவிட்டார் என்பதையும், தமது மூலதனம் முழுவதையும் சுக்கோபாயேவின் வியாபாரத்தில் முதலீடு செய்து விட்டார் என்பதையும் நிக்கான் தெரியவந்தபோது, அவன் பிரியத்தோடு பின்வருமாறு சொன்னான்:

"மிகவும் நல்ல காரியம். இனிக் கவலைப்படுவதற்கு உனக்கு எதுவுமே இல்லை. சுக்கோபாயேவ் உன்னைக் கைவிட மாட்டான். அவன் தன் வாக்குறுதிகளைக் காப்பாற்றுவான். மேலும் எல்லாவற்றுக்கும் மேலாக அவன் பதவி மோகம் பிடித்தவன்."

மாஷா திடுக்கிட்டுப் போனாள். நெடுநேரம் வரையிலும் அவள் தன் காதுகளையே நம்பமாட்டாதவள் போல நடுங்கும் புருவத்தோடும், உருண்ட கண்களோடும் அவரையே வெறித்து நோக்கியவாறு நின்றாள்.

"நீங்கள் உண்மையிலேயே எல்லாவற்றையும் அவருக்குக் கொடுத்துவிட்டீர்களா?"

"எல்லாவற்றையுந்தான்."

ஒரு கணம் அவள் உதட்டைக் கடித்தவண்ணம் நின்றாள்.

"ஆனால், அது மிகவும் பொல்லாதது!" என்று ஒன்று மட்டும் சொன்னாள் அவள்.

"ஏன் பொல்லாதது?"

'ஏனென்றால் – ஓ! ஏனென்றால், அப்படித்தான்." பின்னர் ஒரு பெருமூச்சுடன் சொன்னாள்: "ஒற்றைக்கட்டையாக இருந்தால் இதுதான் நேரும்."

"இந்த விஷயங்கள் உனக்குப் புரியவில்லை," என்று அவளது போக்கினால் புண்பட்டவராய்ச் சொன்னார் மாட்வி.

"ஆமாம். புரியவில்லைதான்," என்று ஒப்புக்கொண்டாள் அவள்.

சிறிது நேரம் அவள் எதுவும் பேசவில்லை; ஆனால், இறுதியில் அவரை இரங்கிக் கேட்கும் முறையில் பார்த்தவண்ணம் பின்வருமாறு கேட்டாள்:

“ஓர் அநாதைக் குழந்தையை ஸ்வீகாரம் செய்து, அந்தப் பையனுக்கு, அந்த ஏழைக் குழந்தைக்கு எல்லாவற்றையும் விட்டுவைத்திருந்தால் நன்றாயிருந்திருக்காதா? நகரமாம்! நகரந்தான் என்ன? வெறுமனே ஒவ்வொருவரும் சேர்ந்த கும்பல்தானே!”

அவர் உணர்ச்சி வேகத்தோடு அவளுக்கு விளக்கம் கூற முயன்றார். அவள் சுக்கோபாயேவ் செய்ததுபோலத் தன் உதடுகளை நக்கியவாறே கேட்டாள்; பின்னர் ஒரு சின்னச் சிரிப்புச் சிரித்துவிட்டு, அவர் பேச்சில் குறுக்கிட்டாள்:

“ரொம்ப நல்லது. இது உங்கள் சொந்த விவகாரம். உங்கள் சமாதிமீது களைகளுக்குப் பதிலாக ரோஜாச் செடிகள் வளரட்டும்.”

அன்று மாலை குறைப்பொழுதும், அவள் அவரிடம் மிகவும் கவனமாக நடந்துகொண்டாள். ஆனால், அதன் பின்னர் மீண்டும் அவள் அவரை நோக்கிப் பரிகாசம் செய்யத் தொடங்கிவிட்டாள்.

“மாட்வி ஸாவ்லிவிச்!” என்றாள் அவள்: “எல்லா ஆண்களும் உங்கள்மாதிரி இருந்துவிட்டால், பெண்களாகிய எங்களுக்குப் பொழுது சுலபமாகப் போய்விடும்!’

அவர் நோய் குணமாகி எழுந்து வெளியே போய்வரத் தொடங்கிய பொழுது, அவர் ஏன் அத்தகையதோர் உயிலை எழுதினார் என்பதைப் புரிந்துகொள்ள முடியாதிருப்பவர்கள் மாஷா ஒருத்திமட்டுமே அல்ல என்பது அவருக்குத் தெளிவாயிற்று. கிட்டத்தட்ட எல்லோருமே அவரை ஒரு பக்திமயமான முட்டாள் மாதிரித்தான் மதித்து நோக்கினார்கள்; அவர்களது பார்வையுங்கூட வேதனையும் கண்டனமும் நிறைந்ததாக இருந்தது.

“பள்ளிக்கூடங்களுக்கெல்லாம் நகரக் கஜானாதான் பொருளுதவி செய்ய வேண்டும்,” என்று மொறுமொறுத்தான் ஸ்மாகின்: “மேலும் வியாபாரிகளான நமக்குத் தேவையானது ஒரு கடன் நிதிதான்.”

“எனக்கு நிச்சயமாகத் தெரியவில்லை,” என்று ஆரம்பித்தான் பாஜுனோவ்: “பள்ளிக்கூடங்கள் என்னும்போது சொல்வதற்கு ஏதோ இருக்கத்தான் செய்கிறது. ஆனால், மறு பக்கத்தில்–”

குளுகுரோவ் மாட்வியை ஏளனம் செய்தான்.

“நீங்கள் செத்தபின் உங்களுக்கு என்ன நேரும் என்று பயந்துபோய் விட்டீர்களா?” என்று அவரிடம் சொன்னான் அவன்: “சொர்க்கத்துக்கு நீங்களே ஒரு பாதை போட்டுவிடலாம் என்று நினைத்தீர்களோ?”

டோலோ கோன்னிகோவின் போக்கு மாட்வியை வியப்புறச் செய்தது: அவன் கண்ணைச் சிமிட்டியவாறே, கோணி நடந்து வந்து, அவரது காதில் மர்மமாகக் கிசுகிசுத்தான்:

“நீங்கள் பெரிய தவற்றைச் செய்துவிட்டீர்கள், பழைய ஏற்பாட்டு வேதப்புத்தகத்தில் என்ன சொல்லப்படுகிறது என்பதை மறந்துவிட்டீர்களா?

'எவனொருவன் அறிவை விருத்தி செய்கிறானோ அவன் துயரத்தை விருத்தி செய்கிறான்."'

மேலும் அவன் தன் நெற்றியைத் தன் விரலால் தொட்டவாறு, தான் ஏதோ ஒரு நல்ல காரியத்தைச் செய்து முடித்து விட்டது போல அவசரமாக நடந்து சென்றுவிட்டான்.

ரெவ்யாகின் ஒரே சமயத்தில் தனது இரு கண்களையும் அவர்மீது கேந்திரப்படுத்திப் பார்க்க வீணில் முயன்றவாறு, பின்வருமாறு முணுமுணுத்தான்:

"நீங்கள் ஏன் அந்தப் பணத்தை எனக்குக் கொடுக்கவில்லை? நான் அதனை ஒரு பெரும் காரியத்தில் முதலீடு செய்திருப்பேனே. நான் வழிகாட்டிகளைக் கண்டுபிடித்திருக்கிறேன்– இனந்தெரியாத, கண்ணுக்குத் தெரியாத அதிசயப் பிராணிகள்; எனினும், எல்லாம் தெரிந்தவை; எல்லாவற்றையும் பார்ப்பவை."

ஆனால், அவரது உயிலைப் பற்றி இந்த மக்களிடம் தென்பட்ட போக்கை, சுக்கோபாயேவின் வியாபாரத்தில் அவர் தம் முதல் முழுவதையும் முதலீடு செய்துவிட்டார் என்பதை அவர்கள் கண்டறிந்தபோது அவர்கள் எப்படி உணர்ந்தார்கள் என்பதோடு ஒப்பிட்டுப் பார்த்தால், இதனைத் துச்சமெனத்தான் சொல்ல வேண்டும்.

"நீங்கள் ஒரு முட்டாள்; அது மட்டும் தெளிவு. பக்திப் பூர்வமான முட்டாள்கூட அல்ல," என்று ஸ்மாகின் வெடுக்கென்று சொன்னான். அவனது தொளதொளத்த கன்னங்கள் பழச்சாறு போன்று குலுங்கியாடின. மேலும், இதுவேதான் பொதுவான அபிப்பிராயம் என்பதையும் மாட்வியால் காண முடிந்தது.

அவருக்கு அனுசரணையாகப் பேசிய ஒரே ஒருவர் கிர்யா போவ்தான். அவர் தமது பொலபொலத்த கண்ணீரை நகங்கள் போன்ற விரல்களால் துடைத்தவாறே, எல்லோரது முன்னிலையிலும் பின்வருமாறு கத்திவிட்டார்: "நீங்கள் சரியான காரியம் செய்தீர்கள், மாட்வி!"

ஜனங்கள் தம்மைப் பரிகாசத்தோடும், குரோதத்தோடும் நடத்துவதில் அலுத்துப் போய் விட்டதாகத் தோன்றியதை, மாட்வி சீக்கிரமே கண்டுகொண்டார். உண்மை யிலேயே அவர்களுக்கு அவர்மீது எல்லா அக்கறையும் அற்றுப் போனதையும் அவர் கண்டார். அவர்கள் அவரைத் தமது வீடுகளுக்கும் அழைக்கவில்லை; சுக்கோபாயேவைத் தவிர வேறு யாருமே அவரை வந்து பார்க்கவும் இல்லை. என்னவோ அவருக்குச் சலுகை காட்டுவது மாதிரிதான், அவரை வழியில் கண்டால்கூட, வேண்டாவெறுப்பான தாக்ஷண்யத்தோடு போகிற போக்கில் தலைவணங்கி விட்டுச் சென்றார்கள்.

முதலில் இது அவரை மனம் குன்றவும் கோபம் கொள்ளவும் செய்தது. ஆனால், ஒரு நாள் அவர் தமக்குள் பின்வருமாறு நினைத்தார்:

‘நான் என்னோடு வந்து ஒட்டிக்கொள்ளும் நிக்கான், டியுனோவ், ட்ரோடோவ் முதலிய உதவாக்கரைகளான அனாமத்துப் பேர்வழிகளையெல்லாம் ஏற்றுக்கொள்கிறேன்; ஆனால், இந்த நகரத்தின் வியாபாரப் பிரமுகர்களை, சுக்கோபாயேவையும் கூடத்தான், எனக்குப் பிடித்தவர்களாகக் கொள்ள முடியவில்லை. இது ஏன்? இப்போது கிட்டத்தட்ட நான்கு வருஷ காலமாக, நான் அவர்கள் கூட்டத்தோடு பழகி வந்திருக்கிறேன். இருந்தும், இந்தப் பழக்கம் ஒரு கசப்புணர்ச்சியைத் தவிர வேறு எதை எனக்குத் தந்தது?’

மேலும், திடீரென்று எல்லாமே எதிர்மாறான திசையில் சுழலத் தொடங்கின; முற்றிலும் வேறுபட்ட விதமான சம்பவங்களின் சுழிப்பிலே அவரை அவை இழுத்துச் சென்றன.

நிக்கான் அவரை அடிக்கடி பார்க்க வருவதை நிறுத்திக் கொண்டுவிட்டான்; மேலும், சமயங்களில் ஒரு வாரம் அல்லது இரண்டுவாரக் காலத்துக்குங்கூட அவன் வராமல் இருந்து விடுவான். அவன் குடிவெறியில் மூழ்கிக்கிடப்பதாக மாட்வி கேள்விப்பட்டார். மேலும் அவர் அவனைச் சந்திக்கும் ஒவ்வொரு வேளையும் அவன் வெகு வேகமாக முதுமை தட்டி வருவதையும் அவர் கண்டார். அவனது பொருத்துக்களில் தென்பட்ட வழுக்கை அவனது சுருட்டைத் தலைமயிருக்குள் ஆழமாகப் பாதை வகுத்துப் பரவத் தொடங்கியிருந்தது; அவனது கண்ணோரங்களில் தென்பட்ட சுருக்கங்கள் ஆழமாகி வந்தன; அவனது உல்லாசம் முன்னைக்காட்டிலும் பலமாக இருந்தபோதிலும், அது பலவந்தமாக வரவழைக்கப்பட்டது போலத் தோன்றியது. சொன்னான்:

ஒரு நாள் அவன் மாட்வியிடம் பின்வருமாறு சொன்னான்:

“பியோடிர் போசுலோவ் ஒரு யோக்கியமான பையன்; அவனுக்கு நல்ல இதயமுங்கூட. அன்றொருநாள் நான் அவனைச் சந்தித்தேன். நான் லிஸ்பனிலுள்ள மதுபான அறையிலமர்ந்து ‘பச்சையாகும் தோட்டம்‘என்ற பாட்டைப் பாடிக்கொண்டிருந்தேன். நான் அதனைப் பாடி முடித்த போது, மூலையிலமர்ந்திருந்த ஒரு மனிதன் எழுந்து, முகமெல்லாம் பிரகாசிக்க, என்னையே பார்த்தவாறு நின்றான்;– சங்கீதப் பிரியனின் பார்வையை நீ பார்த்திருக்கிறாயா? – பிறகு அவன் ஒரு குருடனைப் போல, மேஜைகளின்மீதும், ஆட்களின்மீதும் தடுமாறியவாறே என்னை நோக்கி வந்தான். அவனது கண்களில் கண்ணீர் நிரம்பி நின்றது. அவன் என் கையைப் பற்றிப் பிடித்துக்கொண்டு, ‘மிக்க நன்றி. இந்தப் பாட்டை இந்த மாதிரிப் பாடி நான் இதற்கு முன் கேட்டதில்லை,’ என்று சொன்னான். நான் ஒன்றும் பெரிய பாடகனில்லை. இது உனக்கே தெரியும். என் பாட்டு, ஏதோ பாடம் ஒப்பிப்பது மாதிரிதான். எனினும், இந்த நிகழ்ச்சி எங்கள் இருவரையும் ஒன்று சேர்த்து விட்டது. அவன் சிறுவனாக இருக்கும்போது, தேவாலயத்தின் சங்கீதக் கோஷ்டியில் பாடினான். இங்கே வந்த சமயம், அவன் சங்கீதக் கோஷ்டியின் துணைத்தலைவனாக இருந்தான். அவன் நாடகங்களிலும் நடித்திருக்கிறான். அது அவனுக்குப் பிடித்தும் இருக்கிறது. ஒரே வார்த்தையில் சொன்னால், அவன் சகலகலா வல்லவன்.”

நிக்கான் தன் தலையைக் குனிந்து, தனது பிடரியைச் சொறிந்தவாறே, சின்னச் சிரிப்புச் சிரித்தான்.

"ஏதோ அவன் ஒரு யுவதி மாதிரி இருப்பது போல, நான் அவன்மீது மோகம் கொண்டு விட்டேன். அவனுக்கு வேலையும் இல்லை; வசிப்பதற்கு இடமும் இல்லை. அவனது தந்தையின் சொத்துகளெல்லாம் கடனுக்கே விற்று முதலாகிவிட்டன– சுக்கோபாயேவ்தான் வாங்கியிருக்கிறான். எனவே, நான் அவனுக்கு ஓர் இடம் தேடிக் கொடுத்தேன்."

"எங்கே?" என்று கேட்டார் மாட்வி.

"மாஷாவிடத்தில். அவர்களது கடையில் வேலை பார்க்கிறான்."

ஒரு கணம் சென்றது.

"நீ பயப்படவில்லையா?" என்று கேட்டார் மாட்வி.

நிக்கான் பதிலுக்கு ஒரு பாட்டைப் பாடினான்:

பயந் தொதுங்கி நின்றாலும்
பதுங்கி வழிச் சென்றாலும்
நயந்து வரும் காதலினை
நாம் தப்ப முடியாதே!

"அர்த்தமற்ற பாட்டு," என்று சிரித்தான் அவன்: "சமீப காலத்துப் பாட்டு இது. ஜோஸிமா எனக்குக் கற்றுக் கொடுத்தான்."

"அவன் என்ன செய்துகொண்டிருக்கிறான்?"

"குடிக்கிறான். அவன் ஒரு கனவு கண்டதாகத் தோன்றுகிறது. மர்மமான மனிதர்களைப் பற்றி, எல்லா விஷயங்களின் இரகசியங்களையும் தெரிந்த ஒரு தச்சனைப் பற்றி – ஜெர்மானிய ஜார்மன்னர்கூட அவனைக் கண்டு பயப்படுகிறாராம் – அடிக்கடி பேசிக்கொண்டிருக்கிறான். சரி, வோட்காவை என்னிடம் தள்ளு."

"மாஷா என்னவானாள்?"

"மாஷாவா?" என்று ஒரு மனோராஜ்யத்தில் மூழ்கியவனாய்த் திருப்பிச் சொன்னான் நிக்கான்.

இதன் பின்னர் அவன் சில காலத்துக்குத் திரும்பி வரவேயில்லை; பின்னர் ஒன்றிரண்டு முறை நல்ல குடிபோதையில் வந்தான். அவன் தன் கண்களிலே ஒரு திகைப்புற்ற பார்வை தோன்ற, சீட்டியடித்தான்; சத்தம் போட்டான்; வீட்டுக்குள் சுற்றிச் சுற்றி வந்தான். அவனது அநாயாசப் போக்குக்குப் பின்னால். ஒரு கசப்பான, அடக்க முடியாத வேட்கையின் கோணற்புன்னகை தோன்றுவதை மாட்வி கண்டறிந்தார். இறுதியில் ஒரு ஞாயிற்றுக்கிழமையன்று

அவன் படுமோசமாகக் குடித்துவிட்டு, அவரைக் காண வந்தான்; இருபது வயதுக்கு மேற்பட்ட ஒரு நல்ல தோற்றமுள்ள இளைஞன் நாகரிகமான கறுப்பு உடையணிந்து அவனுடன் வந்தான். அந்த இளைஞன் தன் கையை நீட்டியபோது, தன் கால்களை ஒன்றுகூட்டி, வேடிக்கையான முறையில் ஓசை எழுப்பினான்; மேலும், ஓர் அற்புதமான ஆழ்ந்த குரலில் பின்வருமாறு சொன்னான்:

"என் பெயர் பியோடிர் அலெக்ஸியேவிச் போசுலோவ்."

"இவனது அப்பனைப் போலவே இருக்கிறான். இல்லையா?" என்று கத்தினான் நிக்கான்.

பியோடிர் நல்ல நிறமாக இருந்தான். அவனது பெரிய கண்களின் மிருதுவான நாணமான பார்வையிலும், சிவந்த உதடுகளின் தன்னுணர்வு மிக்க புன்னகையிலும் ஏதோ ஒரு பெண்மைத் தன்மை தென்பட்டது. உட்காருவதற்கு முன்னால் அவன் அனுமதி கேட்டுக்கொண்டான்.

"நாம் எதற்காக வந்திருக்கிறோம் என்று அவனிடம் சொல், பியோடிர்," என்று தனது நொய்தாகிவரும் தலைமயிரைப் பின்னுக்குத் தள்ளியவாறே சொன்னான் நிக்கான்.

பின்னர்ப் பியோடிர் புரிய வைக்கும் முறையில் பேசத் தொடங்கினான்:

"மாட்வி ஸாவ்லிவிச், நாங்கள் உங்களிடம் ஓர் அத்தியாவசியமான வேண்டுகோளோடு வந்திருக்கிறோம். தேவாலயத்துக்காக ஒரு சங்கீதக் கோஷ்டியைத் தொடங்க எங்களுக்கு உதவுங்கள்."

அவன் பேசுவதைக் கேட்டவாறே மாட்வி புன்னகை புரிந்து, தலையசைத்தார்; தமது ஒத்துழைப்பை நல்குவதாக வாக்களித்தார்.

எனக்கு இத்தகைய ஒரு மகன் இருந்திருக்க வேண்டும் என்று பொறாமையோடு நினைத்தார் அவர்.

இளைஞன் பியோடிர் புறப்பட்டுப்போன பின்பு, அவர் ஒரு பெருமூச்சுடன் நிக்கானிடம் திரும்பினார்.

"அருமையான இளைஞன்," என்றார் அவர்.

"ஆமாம். இல்லையா?"

"இளைஞன்; புனிதமானவன்; அருமையான பையன்." நிக்கான் அவர் பக்கமாகச் சென்று குனிந்தான்.

"ஆனால் நான் மாஷாவை இழந்துவிட்டேன்," என்று மொட்டையான குரலில் சொன்னான் அவன்.

"இவனிடமா?"

"அப்படித்தான்."

அவன் மாட்விக்கு எதிரே ஓர் ஆசனத்தில் அமர்ந்து, அந்தக் கதை முழுவதையும் சொன்னான்; ஏதோ மங்கி மறைந்த பழங்காலத்து விவகாரத்தை நினைவுகூர்வதுபோல மெதுவாகவும், நினைத்து நினைத்தும் சொன்னான்:

"நான் அவனை முதன்முதலாக அவளது வீட்டுக்கு அழைத்துச் சென்றபோதே, அவளது கண்களிலிருந்தும், அவளது கேலியான தொனியிலிருந்தும் நான் அசட்டுப் பட்டம் கட்டிக்கொள்ளப் போகிறேன் என்று கண்டு கொண்டேன். அவள் எனக்கும் அதைத் தெரியவிடுத்தாள். பின்னர் அவள் என்னிடம், 'உங்களுக்குப் பயமாக இல்லையா?' என்று கேட்டாள். 'இல்லை,' என்றேன் நான். 'நீங்கள் வருந்த மாட்டீர்களே?' என்றாள். நான் பயந்திருந்தேன் என்றும், வருந்துவேன் என்றும் எப்படி ஒப்புக்கொள்ள முடியும்? இது அவளுக்குக் கோபத்தை மூட்டியது. "நீங்கள் என்றுமே என்னை உண்மையாகக் காதலித்ததில்லை, என்றாள் அவள். அவள் பொய்தான் சொன்னாள்; சும்மாத் தனக்குத்தானே சால்ஜாப்பு தேட முயற்சி செய்தாள். அவ்வளவுதான்."

அவன் பேசுவதை நிறுத்திவிட்டு, ஒரு தம்ளர் வோட் காவை விழுங்கினான்: ஒரு ரொட்டித் துண்டை முகர்ந்து சிணுங்கிவிட்டு, அதனை ஒரு பந்தாக உருட்டினான். திறந்து கிடந்த ஜன்னலின் வழியே பழத்தோட்டத்தின் இதமும் மணமும் மிகுந்த காற்று வந்தது; இலைகள் சலசலத்தன;

பறவைகள் பாடிக்கொண்டிருந்தன. நிக்கான் இடத்தை விட்டு எழுந்தான்; அந்தப் பந்தை ஜன்னல் வழியாகச் சுண்டியெறிந்துவிட்டு, வாசலை நோக்கிச் சென்றான்.

"குட் பை," என்றான் அவன்.

மாட்வி அவனை வெளிவாசல் வரைக்கும் சென்று வழியனுப்பினார். வானப் பரப்பில் மேகங்கள் மாபெரும் பறவைகளின் கூட்டம் போலப் பரந்து தோன்றின; ஒரு கணநேரத்துக்கு அவற்றின் இறக்கைகளுக்கு இடையேயிருந்து வெளிறிய சூரியன் வறண்ட, புழுதி படிந்த பூமியை எட்டிப் பார்த்தது; பிறகு மீண்டும் தன் முகத்தை மூடிக்கொண்டது. நிழல்கள் தரையோடு தாமாகவே இழுபட்டுச் சென்று, வீட்டுக் கூரைகளின்மீது ஏறின; மரங்களைச் சுற்றித் தழுவி, அவற்றின் பச்சைநிற, தங்கநிற இலைகளின் மினுமினுப்பைக் கொள்ளை கொண்டன. ஏதோ ஓர் உத்தரக் கட்டையைத் தூக்கியவாறே, சில தச்சர்கள் ஒரு பாட்டைப் பாடிக் கொண்டிருந்தார்கள். அதன் நாதசுகம் அந்த நிழல்களைப் போலவே மெதுவாகவும், இருண்டும் இருந்தது. பாபரனோவ் என்ற பெயர்கொண்ட ஒரு குடிகாரத் தையற்காரன் தள்ளாடியவாறே தெரு வழியே நடந்து வந்தான். அவன் வேலிப் பலகையைத் தன் முஷ்டியால் குத்தினான்; கண்களைத் தரைமீது பதித்தவாறே, தனக்குள் பின்வருமாறு முணுமுணுத்தான்:

"இல்லை? ரொம்ப நல்லது. அப்படியென்றால் இல்லை."

ஓர் இளம் சேவல் அப்போதுதான் ஒரு வேலிக்கடியிலிருந்து தத்தி மேலே வந்து, தனது இறக்கைகளை அடித்தவாறே, அந்தக் குடிகாரனின் காலுக்கடி வழியாகப் பாய்ந்து சென்றது. அவன் ஒரு கையால் வேலியைப் பிடித்தவாறே நின்றான்; ஒரு காலைத் தூக்கினான்; சில்லுக்குரலில் ஒரு சீட்டியடித்தான்.

மாட்வி தலையைக் கவிழ்ந்தவாறே முற்றத்துக்குள் திரும்பி வந்தார்.

மீண்டும் அவரது வீடு பரபரப்பான கேந்திரம் ஆயிற்று. வாரத்துக்கிரு முறை வெற்றுக் கால்களும் கந்தலாடைகளும் கொண்ட சிறு பையன்கள், அவர்கள் அப்போதுதான் ஒரு பெரிய விரோதியை வெற்றி கண்டுவிட்டு வருவது போல, அந்த முற்றவெளிக்குள் குதூகலமாகத் துள்ளியோடி வந்தார்கள். வெட்கப்படும் சிறுமிகள் சாந்தமாக நடந்து வந்து, மூலைகளில் அமர்ந்துகொண்டார்கள். அவர்கள் ஆர்வத்தோடும், எனினும் கவனத்தைக் கவர்ந்து விடுவோமோ என்ற பயத்தோடும் சின்னஞ்சிறு நாய்க்குட்டிகளைப் போலச் கீச்சிட்டுக்கொண்டிருந்தார்கள். சில்லுக்குரல் பாடகர்களில் பெரும்பாலோர் ஆடம்பரமும் குஷியும் மிக்கவர்களாயிருந்தார்கள். அவர்களில் ஒருவன் கையில் ஒரு கைத்தடியைக் கூட வைத்திருந்தான்; அத்துடன் தனது இடது கையின் வளைந்த சுண்டுவிரலில் ஒரு மோதிரமும் அணிந்திருந்தான். பெரிய வாயும், நீண்ட தாடியும் கொண்ட கனத்த குரல் பாடகர்கள் தானியக்கிடங்கின் நிழலில் வரிசையாக நின்று, தமது தொண்டைகளை அமுத்தலாகக் கனைத்துச் சரி செய்து கொண்டார்கள். இந்தப் பல ரகப்பட்ட கும்பலிடையே, சாந்தமான பியோடிர் ஒரு புறாவைப் போலப் படபடத்துத் திரிந்தான். அவன் தன் பிடிலை ஆட்டியவாறே பின்வருமாறு கத்துவான்:

“கவனியுங்கள். ஒரே நிமிஷம்.”

அவன் தானியக்கிடங்கின் சுவர்மீது சுர வரிசையை எழுதி, அவற்றைத் தனது பிடிலின் வில்லால் அவர்களுக்குச் சுட்டிக் காட்டினான்.

“இதோ இதன் பெயரென்ன?” என்று அவன் கேட்பான்.

பிடில் வழிகாட்டி இசைத்தது; மோவாய் வரையிலும் பொத்தானிடப் பெற்றிருந்த கோட்டும், ஒரு புறத்துக் கன்னத்தில் காதிலிருந்து வாய் வரையிலும் வகிடு பாய்ந்திருந்த ஒரு வடுவும் கொண்ட, இளைத்துப்போன ஒரு பையன் ஓர் அருமையான சில்லுக்குரலில் பாடினான்; லையூபா மாட்டுஷ்கினாவின் தெளிவான பெண்குரல் உல்லாசமாக மேலோங்கியது; மருந்துக் கடைச் சிப்பந்தியான யாகோவ்லேவ் தனது மோவாயை ஒரு கையால் தாங்கியவாறு, மத்திம ஸ்தாயியில் பாடினான். எருதைப் போன்ற கண்கள் கொண்ட கருமானான மக்காலோவ் தனது பெரிய, கரிய வாயைத் திறந்து, “ஓ...” என்று குரல் கொடுத்தான். அது எல்லாச் சப்தங்களையும் – பிடில், பாடகர்கள், வாசலுக்கு வெளியே கூடிநின்ற மக்களின் முணுமுணுப்பு எல்லாவற்றையும்–மூழ்கடித்து விட்டது பியோடிர் தன் காதுகளை மூடிக்கொண்டு, கொட்டுப்பட்டது போலத் துள்ளியெழுந்தான். அவன் தன் முகத்தை நெரித்துக் கொண்டு, ஒரு பக்கத்துக் காதருகே பிடில்

துருத்தி நிற்க, மறு பக்கத்துக் காதருகே வில் நீண்டு நிற்க, நின்ற தோற்றத்தைக் காண வேடிக்கையாக இருந்தது. எல்லோரும் குபீரென்று சிரித்தார்கள்; அங்க வக்கணைகள் காட்டியவாறு அங்குமிங்கும் ஆடினார்கள்; அந்தக் கருமானோ கையைத் தனது வாயின்மீது வைத்துக்கொண்டு, தனது விரல்களுக்கிடை வழியாகப் பின்வருமாறு கர்ஜித்தான்:

"மீண்டும் ரொம்பச் சத்தம் போட்டு விட்டேனோ?"

மாட்வி ஜன்னல் விளிம்பிலிருந்த பூச்செடித் தொட்டிகளின் பின்னாலிருந்து புன்னகை புரிந்தவாறே அவர்களைக் கவனித்தார்; அவர்கள் பாடும் பாட்டு தமக்குத் தெரிந்த பாட்டானதால், அத்துடன் தாமும் மிருதுவாகச் சேர்ந்து பாடினார். முற்றத்திலிருந்து ஒரு குறிப்பிட்ட வருத்தம் அவரது ஆத்மாவுக்குள் வந்து புகுந்தது.

எப்போதாவது ஒரு கூரிய கண் அவர் அங்கு அமர்ந்திருப்பதைக் கண்டு பிடித்துவிடும்; பின்னர்க் குழந்தைகள் ஒருவருக்கொருவர் கிசுகிசுத்துக்கொள்வார்கள்.

"பார். அதோ அவர் இருக்கிறார்."

"எங்கே?"

"அங்கேதான்."

மாட்வி தமக்குள் பின்வருமாறு நினைத்தவாறு தலையை உள்ளுக்கிழுத்துக் கொள்வார்.

அவர்கள் குட்டிப் பிசாசுகளைப்பற்றி இப்படித்தான் பேசிக்கொள்வார்கள்

மௌனமும் முதுமையும் கொண்ட ஷாகிர் நிச்சயமாக எங்காவது ஓர் ஒதுங்கிய மூலையாகப் பார்த்துக் கண்ணில் படாமல் அமர்ந்துகொண்டு, தொல்லைகள் இல்லாமல் பாட்டைக் கேட்டுக்கொண்டிருப்பான். அப்போது அவனது கண்கள் சுருங்கி, முகத்தில் ஒரு சாந்தமான புன்னகை தோன்றும். மேலும், அவனுக்கருகில் குடிவெறியால் தளர்ந்துபோயுள்ள நிக்கானும் தென்படுவான். அவனது சிவந்த, உருக்குலைந்து களைத்த முகத்திலும் ஒரு துடித்தசையும் புன்னகை தோன்றும்.

"இன்னும் குடிக்கிறாயா, நிக்கான்?" என்று ஒரு முறை மாட்வி அவனைக் கண்டிப்பது போலக் கேட்டார்.

"இன்னும் குடிக்கிறேன், பிரதர்!"

"ஏன் அப்படிச் செய்கிறாய்?"

"ஒரு மனிதன் குடித்திருக்கும்போது அவன் எல்லோரையும் நம்புகிறான்," என்று தன் குரலில் ஒரு விசித்திரப் பிடிப்பு தோன்றக் கூறினான் அவன்: "குடிகாரனுக்கு எல்லாம் சர்வ நிச்சயம்–பேய்கள் மோசமானவை; மனிதர்கள் நல்லவர்கள். சுயபுத்தியோடு இருக்கும்போது, நல்ல மனிதனை உன்னால்

கண்டறிய முடியுமா? அன்புக்காகவோ, பணத்துக்காகவோ அல்ல. ஆனால், நான் உனக்கு ஒருவனை இலகுவில் கண்டுபிடித்துத் தந்துவிடுவேன் – அதோ அவன்!"

பின்னர் அவன் பியோடிரைச் சுட்டிக் காட்டினான்.

மாஷா தன் கணவனை வோர்கோராடிலுள்ள பைத்தியக்கார விடுதிக்கு அழைத்துச் சென்றாள்; அங்கிருந்து மெலிந்து, விரக்தியுற்ற தோற்றத்தோடு திரும்பி வந்தாள். அவளது கண்கள் முன்னைவிடப் பெரியதாகவும், இருண்டதாகவும் தோன்றின; இதழ்கள் வறண்டு, ஒரு கடினமான இறுகிய கோடு போல நீண்டு போயிருந்தன. அவள் குறைவாகப் பேசினாள்; எனினும், முன்னைக்காட்டிலும் அமைதியற்றவளாகத் தோன்றினாள். அவள் ஏதோ ஒரு பாறைமீது நடப்பவள் போல, அவளது நடையில் ஒரு ஜாக்கிரதையுணர்ச்சி கொண்ட நிச்சயமின்மை தென்பட்டது.

ஒருநாள் மாலையில் அவள் கவனத்தோடு உடை உடுத்தியவாறு, மாட்வியைப் பார்க்கச் சென்றாள். அவர்கள் பழத்தோட்டத்தில் தேநீர் அருந்திக்கொண்டிருந்தபோது, அவள் திடீரென்று பின்வருமாறு சொன்னாள்:

"நான் உங்களிடம் பேச விரும்புகிறேன், மாட்வி ஸாவ்லிவிச். நான் வாழ்ந்து வரும் காமா தூரமான, அர்த்தமற்ற வாழ்க்கையால் நான் செத்து வெறுத்துப்போய்விட்டேன். ஒருவேளை நான் முதுமை பெற்று வருவதால் இருக்கலாம்; அல்லது எனக்குக் குழந்தைகள் இல்லாததாலும் இருக்கலாம். ஆனால், சில சமயங்களில் எல்லாவற்றுக்கும் ஒரு முடிவு கட்டிவிடலாம் என்று நான் உணர்கிறேன்."

மாட்வி அவளைத் தேற்றும் விதத்தில் ஏதாவது சொல்ல வேண்டும் என்று நினைத்துப் பார்க்க முயன்றார். ஆனால், தமது இதயமும் மூளையும் விறைத்து இருண்டு கிடப்பதைத்தான் அவர் கண்டார்.

"நீங்கள் ஏதாவது சொல்லக் கூடாதா?" என்று அவள் கேட்கும் குரல் அவர் காதில் விழுந்தது. அவர் உடம்பை நிமிர்த்தி உட்கார்ந்துகொண்டு, தமது மார்பைத் தேய்த்தார்.

"நீ உன் வழி முறைகளை மாற்றிக்கொள்ள வேண்டும் என்றே அஞ்சுகிறேன்," என்று அவர் விரைவாக முணு முணுத்தார்: "நீ அவர்கள் இருவரில் யாராவது ஒருவனைத் தேர்ந்தெடுத்தாக வேண்டும்."

அவள் இடத்தை விட்டெழுந்து, ஒரு மரத்தினடியில் போய் நின்றாள்.

"எனவே, நிக்கான் உங்களிடம் புகார் செய்திருக்கிறார். இல்லையா?" என்று கேட்டாள் அவள்.

"அவன் சொன்னான்."

"நான் அந்த அடுத்த நபரை-பியோடிரை விரும்புகிறேன் என்றா?"

“ஆமாம்.”

“அவர் ஒரு முட்டாள்,” என்று ஒரு பெர்ச் மரக்கிளையை ஒடித்து, அதனால் தன்னை விசிறிக்கொண்டே மிருதுவாகவும், குரோதமில்லாமலும் சொன்னாள் அவள்.

“பிள்ளைகள் மட்டும் இருந்தால்– அவரது குழந்தை ஒன்றே ஒன்று மட்டும் எனக்கிருந்தால்! ஆனால் அவரோ தம்மைத் தாமே வோட்காவினால் எரித்துக்கொள்கிறார், தூர்த்தன்!”

தமக்கு மிகவும் பிரியமான, தாம் ஆர்வம் காட்டிவந்த அந்தப் பெண்ணிடம் பேசுவதற்குத் தமக்கு வார்த்தைகள் கிட்டுவதற்காக, மாட்வி சிரமமான கவனத்தோடு காத்திருந்தார். எனினும், மீண்டும் அவர் தமது சொந்தச் சூனியத்தை உணர்ந்தார் – கிட்டத்தட்டக் காணவே செய்தார்.

“என் தலையிலிருந்து கீழ்வரையிலும் நான் செத்துக் கொண்டுதான் இருக்கிறேன்,” என்று பயபீதியோடு நினைத்தார் அவர்.

“என்ன விஷயம்? “என்று கேட்டவாறே மாஷா அவரருகே வந்து, அவரது முகத்தை உற்று நோக்கினாள்.

“விசேடமாக ஒன்றுமில்லை,” என்று வெட்கப்பட்டவராகக் கூறினார் அவர்: “எனக்கு–எனக்குத் தெரியவில்லை–”

பெருமூச்செறிந்தவாறு, அவள் மெதுவாக நடந்து சென்றாள்.

“ஆண்களான உங்களிடமிருந்து எந்த விதமான உதவியையும் பெற முடியாது என்பது தெளிவு” என்றும் பின்னர், “அட, கடவுளே!” என்றும் அவள் கூறியதை அவர் கேட்டார்.

அவள் பழத் தோட்டத்தில் சிறிது நேரம் திரிந்துவிட்டு, பின்னர் விடைகூடப் பெறாமல் வெளியேறிவிட்டாள். நிலைக் கண்ணாடியில் பார்ப்பது போலத் தம்மைத்தாமே பரிசீலனை செய்தவாறும், மேலும் மேலும் பயந்தவாறும் அங்கேயே நெடுநேரம் அமர்ந்திருந்தார் மாட்வி.

மாலை நேரம் முன்னேற முன்னேற, நிழல்களும் கனத்துத் தடித்து, இரவின் இருளாக மாறத் தொடங்கின; மரங்களிலிருந்து ஒரு மெல்லிய சரசரப்பு கேட்டது; பால்பாதையானது வெளிறிய ஒரு பூச்சுப் போலத் தோன்றிய கரிய வானத்தில் நட்சத்திரங்கள் மிதந்தன; கன்னியாஸ்திரீ மடத்துத் தோட்டத்தில் யாரோ மொறுமொறுத்தவண்ணம் விறகு தறித்துக்கொண்டிருந்தார்கள். இது மாட்விக்குப் பியோடிரின் தந்தையை நினைவூட்டியது. பனி பெய்தது; காற்றில் ஈரவாடை அதிகரித்தது; இலையுதிர்க் காலத்தின் குளிர் அவரது இருதயத்துக்குள் புகுந்தது. பயத்தைத் தூண்டாத சாந்தமும், ஆபத்தில்லாததுமான, தமக்குப் புறம்பான ஏதோ ஒன்றைப் பற்றித் தமது சிந்தனைகளை ஒருமுகப்படுத்த அவர் முயன்றார்.

சுக்கோபாயேவ் சதுப்பு நிலத்தை வற்ற வடித்துக்கொண்டிருப்பதால், இப்போது ஆந்தைகள் கூவக் காணோம். அவை பறந்து போயிருக்க வேண்டும்.

பழத் தோட்டத்துக்குச் செல்லும் வாசல் திறக்கப்பட்டது; தரைமீது பாதங்கள் உரசிவரும் சப்தத்தை அவர் கேட்க முடிந்தது.

இருளிலிருந்து அந்தத் தாத்தாரியனின் மெலிந்த, வளைந்த உருவம் வெளிப்பட்டது.

"நீயா, ஷாகிர்?"

"ஆம், நீங்கள் ஏன் தூங்கவில்லை? "

"நீ மட்டும் என்னவாம்? "

அவரது கேள்வியைப் புறக்கணித்தவனாய், அந்தத் தாத்தாரியன் மேஜையருகே வந்து, அதன் மூலையொன்றில் தன் வயிற்றை அழுத்திச் சாய்த்தவாறு நின்றான்.

"நீங்கள் தூங்க வேண்டும்," என்றான் அவன்.

"அதற்கு நேரம் ஏராளமாக இருக்கிறது," என்று சிந்தனையோடு பதிலளித்தார் மாட்வி: "ஒன்றும் அவசரமில்லை." ஷாகிர் ஓர் ஆழ்ந்த நெடுமூச்சு வாங்கியவண்ணம் திரும்பிச் சென்றான்.

"நீ உனக்கு ஞானஸ்நானம் பெறத்தான் வேண்டும்; நீ சீக்கிரம் இறந்து போவாய்," என்றார் மாட்வி: "அவர்கள் உனக்கொரு ருஷ்யப் பெயரை வழங்குவார்கள். வாழ்க்கையின் உண்மையான விஷயங்களைப்பற்றி நீயும் நானும் சிந்திக்க வேண்டிய காலம் வந்து விட்டது."

பதில் சொல்லாமலே, அந்தத் தாத்தாரியன் இருண்ட கிளைகளுக்கிடையேயுள்ள ஒடுங்கிய வழியில் சென்று மறைந்து விட்டான். இது பயமுறுத்துவதாக இருந்தது. மாட்வி எழுந்தார்; வலமும் இடமும் திரும்பிப் பார்த்தார்; தமது கைகளை முன்னே நீட்டியவண்ணம் பழத்தோட்டத்திலிருந்து விரைவில் புறப்பட்டு விட்டார். அவர் ஒரு மரக்கிளையைத் தொடும் ஒவ்வொரு நேரமும் அவரது இருதயம் அநேகமாக நின்றே போயிற்று.

அன்றைய மாலைக்குப் பின்னர் மரணத்தைப் பற்றிய எண்ணம் அவரிடம் மேலும் மேலும் அடிக்கடி வரத் தொடங்கியது; மெதுவாகவும், குரோதமாகவும் அது ஏனைய எல்லா எண்ணங்களையும் விரட்டியடிக்கப் பாடுபட்டது. அந்த எண்ணம் வாழ்க்கையிலும், மக்களிடத்திலும் அவருக்கிருந்த எல்லா அக்கறையையும் பறித்துவிட்ட போதிலும், முதலில் அவர் அதனை எதிர்ப்பின்றி, அடக்கத்தோடு ஏற்றுக் கொண்டார். பின்னர் ஒருநாள் அவர் தமது உருவத்தை நிலைக்கண்ணாடியில் பார்த்தபோது, தமது கண்களில் தோன்றிய கிட்டத்தட்ட குற்றபாவம் கொண்ட பார்வையையும், முகத்தில் தென்பட்ட குழம்பிப்போன, ஆரோக்கியமிழந்த முகபாவத்தையும் கண்டு, திடுக்கிட்டுப் போனார். அவர் தம்மீதே

வெறுப்பும் வருத்தமும் கொண்டார். தமது ஆத்மாவின்மீது படர்ந்து தொங்கும், பசை போன்று ஒட்டும் கபிலநிறமான சிலந்தி வலைகளைத் துடைத்தெறிவதற்கு எதையோ தேடியெடுக்க முனைவது போல அவர் முகத்தைச் சுழித்து, அங்குமிங்கும் பார்த்தார். சிறிது நேரம் வரையிலும் அவர் வீட்டுக்குள்ளேயே அர்த்தமற்று நடந்து திரிந்தார்; இறுதியில் ஜன்னலருகே கிடந்த தமது பிடித்தமான நாற்காலியில் சோர்ந்துபோய்த் தொப்பென்று உட்கார்ந்தார்; அங்கு அமர்ந்தவாறே, தம்மை உலுக்கிக் குலுக்கி, தமது சோர்வை விரட்டியடிக்கக்கூடிய அசாதாரணமான ஏதோ ஒன்று நிகழப் போகிறது என்று நம்பியவராய், பட்டுப் போன்ற இலைச் செறிவின் பசிய சுவரையும், அதற்குமேல் தெரியும் வெளிறிய வானத்தையும் வெறுமையாகப் பார்த்துக் கொண்டிருந்தார்.

சவரம் செய்யாத குட்டை மயிரோடும், கலைந்த தலையோடும், தூசி படிந்து, நசுங்கிப்போன சதுப்புநில நீரின் நாற்றம் அடித்த தொப்பியோடும் சுக்கோபாயேவ் அவரைக் காண வந்தான். அவனது பையில் ஓர் அளவு டேப்பும் கையில் ஒரு நீண்டு ஒடுங்கிய நோட்டுப் புத்தகமும் இருந்தன. அவன் அமர்ந்து, தனது முழங்காலை அந்த நோட்டுப் புத்தகத்தால் அறைந்துவிட்டு, இறுக மூடிய பற்களினிடை வழியே கிசுகிசுத்தான்:

'இந்த நகரவாசிகள் இருக்கிறார்களே, இவர்கள் ஓர் அருமையான கூட்டம்! எந்த ஒரு நல்ல காரியத்துக்கும் முட்டுக்கட்டை போடுவதைத் தவிர, வேறு ஒன்றுக்கும் உதவாதவர்கள்! மாட்வி ஸாவ்லிவிச், அவர்கள் எவ்வளவு சோம்பேறிகளா யிருக்கிறார்கள் என்று சொன்னால், நீங்கள் நம்பமாட்டீர்கள் – அத்துடன் எவ்வளவு பேராசை! ஒரு மனிதன் எப்படி ஒரே நேரத்தில் சோம்பேறியாகவும் பேராசைக்காரனாகவும் இருக்க முடியும்? அது எனக்குப் புரியவே இல்லை. இந்த நகரம் ஒரு மரியாதைக்குரிய சமூகத்துக்குப் பதிலாக, பெரும்பாலும் திருடர்களின் குகை மாதிரியே இருக்கிறது. தாம் சந்திக்கும் எந்தவொரு முதல் மனிதன்மீதும் பாய்ந்து அவனது சட்டையை உரிந்தெடுத்துக்கொள்ளத் தயாராயிருக்கும் வழிப்பறிக் கொள்ளைக் கூட்டம்."

அவன் துள்ளியெழுந்து ஓர் உணர்ச்சிக் கொந்தளிப்போடு, தனது நோட்டுப் புத்தகத்தைத் தலைக்குமேல் உயர்த்தி ஆட்டினான், "ஆனால் நான் யாரென்று அவர்களுக்குக் காட்டுகிறேன்! எனது இரத்தத்தை உறிஞ்ச அவர்களுக்குச் சந்தர்ப்பமே கிட்டாது!"

அவன் மீண்டும் நாற்காலிக்குள் பொத்தென்று சாய்ந்து, தன் தோள்களை உலுக்கி, கூரிய கண்களை நெரித்தான்: "இதிலென்ன அர்த்தம் இருக்கிறது? அர்த்தமேயில்லை. நான் அவர்களிடம் வெளிப்படையாகவே சொல்கிறேன்: 'இந்தத் திட்டம் நகரம் முழுமைக்கு மட்டுமல்லாமல், அதிலுள்ள ஒவ்வொரு பிரஜைக்கும் பயன் தரும். நீங்கள் ஆற்றை விஷப்படுத்தி விட்டீர்கள்; நாங்கள் அதைச் சுத்தம் செய்வோம். உங்களுக்கு நல்ல குடிதண்ணீர்கூட இல்லை; நாங்கள் அதைத் தருவோம்,' என்று சொல்கிறேன். அவர்கள் கேட்பதில்லை அவர்களுக்குச் சொல்லுவதை நம்புவதும் இல்லை நீ இதிலிருந்து இலாபமடையப்

பார்க்கிறாய்; அதற்காகத்தான்," என்கிறார்கள் அவர்கள். முட்டாள்கள். நான் எதற்காக உழைக்கிறேன் என்று நினைக்கிறார்கள்? என் மூதாதையர்களுக்கு இலாபம் தேடித்தரவா? 'மதிப்புக்குரிய சகப்பிரஜைகளே! ஒவ்வொரு வருஷமும் நமது நகரத்தில் தீ விபத்து ஏற்பட்டு, அதன் மூலம் சொல்ல முடியாத சேதமும், நஷ்டமும் ஏற்படுகின்றன. நமக்குத் தேவையானது செங்கல் வீடுகள் கட்டிக்கொள்வதுதான்,' என்று நான் சொல்கிறேன். அவர்களோ, 'நீ ஒரு செங்கல்சூளை தொடங்குவதற்காக, பாலிமெரி விவசாயிகளிடமிருந்து, ஏராளமான களிமண்ணை விலைக்கு வாங்கியிருக்கிறாய். அதனால்தான் நீ இப்படிச் சொல்கிறாய்,' என்கிறார்கள். நல்லது. நான் வாங்கியிருக்கிறேன்; ஒரு செங்கல் சூளை கட்டவும் யோசிக்கிறேன். ஏனென்றால், யாராவது ஒரு செங்கல் சூளை கட்டித்தானே ஆக வேண்டும் நாம் செய்ய வேண்டிய காரியத்தை யார் செய்தாலும் இலாபம் வருவது இயற்கைதானே."

மாட்வி ஒரு சின்னச் சிரிப்புச் சிரித்தார். "நாம் சாகவும் வேண்டும். அது யாருக்கு இலாபத்தைக் கொண்டு தரும்?"

"சாவதா?" என்று வியப்போடு திருப்பிக் கேட்டான் சுக்கோபாயேவ். "ஏன் சாக வேண்டும்? சாவுக்கு இன்னும் எவ்வளவோ தூரம் இருக்கிறது. முதலில் நாம் வாழ்க்கையை ஓரளவு ருசிப்போம்." பின்னர் அவன் ஒரு புதிய எண்ணக் கோவைக்கு ஆளாகி, உத்வேகத்தோடு மேலும் பேசத் தொடங்கிவிட்டான்: "நாம் பப்னோவ் மாளிகையை நமது புதிய பள்ளிக்கூடத்துக்காகப் பெற முயல வேண்டும், மாட்வி ஸாவ்லிவிச். அது நல்ல நிலைமையில்தான் இருக்கிறது. மிகவும் மலிவான விலைக்கு வாங்கிவிடலாம். நான் பேரப் பேச்சைத் தொடங்கட்டுமா? நல்லது. நான் ரொம்பச் சுலபமாகத் தொடங்கிவிடுவேன்."

சில சமயங்களில் அவன் பாதி மூடிய கண்களோடு அமர்ந்திருப்பான். அப்போது அவன் கனவுகளில் மூழ்கி விடும் சமயம் ஒரு புன்னகை அவனது உதடுகளின்மீது விளையாடும்.

"இன்னும் பத்து வருஷ காலத்தில் இந்த நகரத்தையோ, இதிலுள்ள மக்களையோ, நீங்கள் இனம் கண்டுகொள்ளவே முடியாது–இது ஒரு சித்திரம் போல அழகாயிருக்கும். என் வார்த்தையை நம்புங்கள்!" பின்னர் அவன் தனது நாக்கின் கூரிய முனையால் உதட்டைத் தடவிக்கொடுத்துக்கொள்வான்

வாழ்க்கையைக் கண்டு இவன் பயப்படவில்லை என்று நினைத்தார் மாட்வி.

மாட்வி மரணத்தைப் பற்றி பேசுவதற்குத் தவித்தார்; ஆனால், பேசுவதற்குத்தான் ஆள் கிடைக்கவில்லை. ஷாகிருடன் அந்த விஷயத்தைப்பற்றி அவர் பேச முனையும்போதெல்லாம் அவன் ஒரு பிடிவாதமான மௌனத்தைக் கடைப்பிடித்தான்; அல்லது முகத்தைச் சுழித்துக்கொண்டு நடந்துபோய் விட்டான். போக்காவுக்கோ எதைப் பேசுவதற்கும் திறமை கிடையாது. நிக்கானோ நிரந்தரக் குடிவெறியில் இருந்தான்; அவன் அவர் சொல்வதைக் கேட்பதில்லை. பியோடிரோ இந்த மாதிரியான விஷயங்களைப் பேசுமளவுக்கு நெருங்கிய பழக்கம் பெற்றவன் அல்ல.

பியோடிரிடம் புதிதாகவும் சுவையாகவும் சொல்ல எப்போதும் ஏதாவது விஷயம் இருந்தது.

"கன்னத்தில் வடுவுள்ள அந்த மெலிந்த சில்லுக்குரல் பாடகனை நீங்கள் எப்போதாவது கவனித்திருக்கிறீர்களா. மாட்வி ஸாவ்லிவிச்? அவன் ஒரு கண்டெடுத்த அனாதைப் பிள்ளை. அவன் பெயர் பிராச்கின்; பெட்டுகோவ் குன்றிலிருந்து வருகிறான். தையற்காரத் தொழில் அவனுக்கு அவனிடம் ஏராளமான கருத்துகள் உள்ளன. மனிதர்களுக்குச் செய்யும் கொடுமைகளுக்கெதிராக, நாம் ஒன்றுபட வேண்டும் என்கிறான் அவன்." அவன் தன் நாற்காலியை மாட்விக்கருகில் இழுத்துப்போட்டுக்கொண்டு, அவனது நீலக்கண்களில் ஒரு பொன்னிற ஒளி மின்னிப்பாய, தணிந்த, ஆர்வம் மிகுந்த குரலில் பேசினான்: "ஜனங்களெல்லாம் எங்களுக்கிழைத்த கொடுமை போதும் என்று அறிவிக்கும் வண்ணம் நாம் ஜனங்களைத் திரட்ட வேண்டும்."

"அவர்கள் யாரிடம் அதனை அறிவிக்க வேண்டும்?"

"பொதுவாக, உலகத்திடந்தான்." என்று ஓரளவு பின்வாங்கியவனாய்ப் பதிலளித்தான் பியோடிர். "ஆனால் முக்கியமாக, அதிகாரத்தில் இருப்பவர்களுக்குத்தான் அது அருமையாக இருக்காதா?" என்று வளர்ந்தோங்கும் நம்பிக்கையுடன் சொன்னான் அவன். "ஜனங்களின் உறுதிபற்றிய ஒரு பிரகடனம்: 'அவலட்சணமும், முரட்டுத்தனமும் எங்களுக்குப் போதுமென்றாகிவிட்டது. நாங்கள் கண்ணியமாகவும் மகிழ்ச்சியாகவும் வாழ விரும்புகிறோம்.' இது எத்தனை மாற்றத்தை உண்டாக்கிவிடும் தெரியுமா?" பின்னர் அவன் முகத்தில் ஒரு பிரகாசமான புன்னகை பளிச்சிட, கனவு காணத் தொடங்கிவிட்டான். "ஓர் அற்புதமான கருத்து!" என்று அவன் இறுதியாகச் சொல்லி முடித்தான்.

மாட்வி அவன்மீது கொண்ட பிரியம் வளர்ந்தோங்கியது. அவனது தெளிந்த நீலநிறக் கண்களின் உயிர்த்துடிப்புள்ள பார்வை, வாழ்க்கையில் அவனுக்கிருந்த கூர்ந்த அக்கறை காரியங்களைச் செய்துகொண்டிருப்பதிலும், தனது நடவடிக்கைகளில், எவ்வளவு சாத்தியமோ அவ்வளவு மக்களை இழுத்து ஈடுபடுத்துவதிலும் அவனுக்கிருந்த ஆர்வம் – இவையனைத்தும் மாட்வியை அவன்மீது கிட்டத்தட்ட ஒரு தந்தையின் அக்கறையைக் கொள்ளச் செய்தன.

மேலும் மேலும் அடிக்கடி புதிய கருத்துகள் தோன்றிக்கொண்டேயிருந்தன. புதிதாகப் பிறந்த கோழிக்குஞ்சுகளைப் போல, அவை ஒகுரோவ் வாழ்க்கையின் மந்தமான ஓட்டைக் கொத்தி உடைத்துக்கொண்டு, குஷியாக எட்டிப் பார்க்கும் சின்னஞ்சிறிய மஞ்சள்நிறப் பஞ்சுப் பந்துகளைப் போலத் துள்ளித் துள்ளி வெளிவந்தன. அவை வேடிக்கையாக இருந்தன; அத்துடன் அவை தோற்றுவித்த புன்னகையும் ஓர் அன்பான புன்னகையாகவே இருந்தது.

நிக்கானும்கூட இதை உணர்ந்தான். அவன் ஒருநாள் பின்வருமாறு சொன்னான்:

“ஜனங்கள் குதூகலமடைந்து வருவதாகத் தோன்றுகிறது, மாட்வி– நீ அதைக் கவனித்தாயா? அவர்களது குரல்களுங்கூட, காத்திரம் பெற்றிருக்கின்றன; மேலும் அவர்கள் அடிக்கடி புன்னகை புரிகிறார்கள். நான் சும்மா வேடிக்கைக்காகவேனும் ஏதேனும் புண்படுத்துகிற மாதிரி சொன்னால், அவர்கள் முன்னே செய்து வந்தது போல வழக்கமாக என்மீது கோபப்படுவதற்குப் பதிலாக, வெறுமனே சிரிக்கிறார்கள். மேலும் அவர்கள் எல்லோருமே மனத்துக்குள் ஏதோ ஒரு வன்மத்தை வைத்திருப்பதாகத் தோன்றுகிறது. ஆனால், அது ஒருவருக்கொருவர் எதிரானதல்ல; ஆனால் வேறு யார்மீதோ, கண்காணாத, தெரிந்தறியாத யார் மீதோ கொண்ட வன்மம் அது.”

அவனது குடிவெறியால் மந்தப்பட்டுப் போன முகத்தையும், நொய்தாகிக் குறைந்த தலைமயிரையும், நீர் சுரந்த கண்களையும் மாட்வி பார்த்தார்.

“நீயும் மாஷாவும் எப்படியிருக்கிறீர்கள்?” என்று கேட்டார் அவர்.

“நானும் மாஷாவுமா?” அவனது கண்களிலிருந்த ஒளி மறைந்து போய்விட்டது. ”எனக்குத் தெரியாது. அதைப் பற்றி என்னிடம் கேட்காதே; அவளைக் கேள். அல்லது பியோடிரைக் கேள். அவர்களுக்குத் தெரியும். எனக்குத் தெரியாது. சரி, இதோ, என் தொண்டையை நனைக்க எனக்கு ஏதாவது கொடு.”

அவன் மௌனமாகவே வோட்காவை ஒவ்வொரு தம்ளராக மாற்றி மாற்றிக் குடித்தான்; அவன் முற்றிலும் குடித்து முடித்த பின்னர் முற்றத்திலுள்ள ஒரு மூலையில் பரப்பிக்கொண்டு படுத்து விட்டான். உம்மணாமூஞ்சியான போக்கா அவனருகே சென்று, அவனைத் தன் பூட்ஸ் காலின் முனையால் இடித்தான்; ஓசை எழும்பப் பெருமூச்செறிந்தவாறே, கனத்த காலடியோசையோடு மெதுவாக நடந்துசென்றான்.

மாட்விக்கு கோபம் பொங்கியது. அந்த முற்றக் காவலாளியைக் கண்டிப்பதற்காக, அவர் ஜன்னலின் வழியாக எட்டிப் பார்த்தார்; எனினும், அவரால் மூச்சு வாங்கித் திணறத்தான் முடிந்தது; ஒரு வார்த்தைகூட வெளிவராமல் வெறுமனே வாயிலிருந்து எச்சில்தான் தெறித்தது.

அவர்களிடந்தான் நான் பேச விரும்புகிறேன் என்று நினைத்தார் அவர். ஒரு நல்ல மனிதனை இந்த மாதிரிச் சீர் கெட்டுப் பாழாய்ப் போவதற்கு அவர்கள் விடக் கூடாது என்று அவர்களிடம் சொல்ல விரும்புகிறேன்.

அவர் தமது கோட்டையும் தொப்பியையும் அணிந்து கொண்டு, சந்தைப் பேட்டையை நோக்கிச் சென்றார்; போகும் வழியில், அவர்கள் எப்படி நிக்கானின்மீது பரிவு கொள்ள வேண்டும், எப்படி அன்பு காட்ட வேண்டும், அவனைப் பூமிப் புழுதியிலே புரளவும், தலைகால் தெரியாமல் குடிக்கவும் அவர்கள் எப்படி அனுமதிக்கக்கூடாது என்பதைப் பற்றியெல்லாம் மனத்துக்குள் ஒரு பிரசங்கமே தயாரித்துக்கொண்டே சென்றார்.

அங்குச் சென்ற போது, தரையிலிருந்து முகடுவரையிலும் துணிமணிகள் அடுக்கிவைத்திருந்த ஒரு குளிர்ந்த இருண்ட கடையில், ஒரு புத்தகமும் கையுமாக

மாஷா அமர்ந்திருப்பதை அவர் கண்டார். அவர்கள் முகமன் கூறி முடித்த பின், மாட்வி எடுத்த எடுப்பிலேயே நிக்கானைப் பற்றி ஒரு தயங்கிய, மனம் குழம்பிய முறையில் பேசத் தொடங்கினார். அந்தப் பெண்ணின் கண்களில் ஒரு புன்னகை பளிச்சிட்டது. பின்னர், அவள் தன் கண்களை நெரித்துக்கொண்டும், உதட்டைக் கடித்துக்கொண்டும் உறுதியாகச் சொன்னாள்:

"நிக்கானைப் பற்றி என்னிடம் பேசாதீர்கள். அது உங்கள் வேலையும் அல்ல; மேலும், அது என்னை எவ்வளவு தூரம் பாதித்திருக்கிறது என்பதும் உங்களுக்குத் தெரியாது. ஆண்களாகிய நீங்கள் பெண்களை இடுப்புக்குக் கீழே மட்டும் தான் அறிவீர்கள்; கடை கெட்டவர்களான உங்களுக்கு அவள் பால்கொடுத்து வளர்க்கிறாளே, அந்த மார்பகத்துக்கு மேலே அறிய மாட்டீர்கள். ஒரு கணவன் அல்லது ஒரு காதலன் அவளுக்கு ஒரு குழந்தை மாதிரி இருக்க முடியும் என்பதையும் நீங்கள் என்றும் புரிந்துகொள்ளப் போவதில்லை." அவளது பற்கள் இறுக மூடியிருப்பதை அவர் கண்டார்; இது அவரைப் பயமுறுத்தி, மனம் குழம்பச் செய்தது.

"நான் சொல்லக்கூடாத எதையும் சொல்ல வரவில்லை," என்று முணுமுணுத்தார் அவர்: "அவன் ஒரு நல்ல மனிதன்; சந்தோஷமே அற்றுக்கிடக்கிறான்."

"அவர் எப்போதுமே சந்தோஷமற்றுத்தான் இருக்கிறார்" என்று ஒவ்வொரு வார்த்தையையும் தெளிவாக உச்சரித்தவாறே சொன்னாள் அவள்: "நான் அவரைச் சந்தோஷப்படுத்த முயன்றேன். நல்லது. நாம் அதைப்பற்றிப் பேச வேண்டாம்." ஆனால், அவள் ஒரு வெறுப்பின் சாயையோடு மேலும் சொன்னாள்: "என்னைப் போன்ற பெண்ணோடுமா சந்தோஷமாயிருக்க முடியாது! ஏன், நான் என் ஆத்மாவையே அவரோடு பகிர்ந்துகொண்டிருந்தேனே!"

அவள் தன் நெற்றியையும் வாயையும் தன் கைக் குட்டையால் துடைத்தாள்; முனகல் மாதிரி ஒலித்த ஒரு பெருமூச்செறிந்தாள். அதன்பின் சில நிலைகொள்ளாத நிமிஷங்களுக்குப் பின்னர் மாட்வி அவளிடம் விடைபெற்றுக்கொண்டார்.

அன்றிரவில், அவர் தனிமையின் ஒரு பயங்கர உணர்ச்சியினால் தூக்கத்திலிருந்து விழிப்புற்றெழுந்தார்; விளக்கை ஏற்றினார்; அந்த அறையின் எல்லா இருண்ட மூலைகளையும் கூர்ந்து பார்த்துவிட்டு, பின்னர்த் தமது நோட்டுப் புத்தகத்தை எடுத்து, அதில் பின்வருமாறு எழுதினார்:

"நான் எதிர் நீச்சல் நீந்த முயல்வதிலேயே மிகவும் சுறுசுறுப்பாக இருந்து வருகிறேன்; எனவே, எனது நோட்டுப் புத்தகத்தில் எழுதக்கூட எனக்கு நேரம் கிடைக்கவில்லை. இருந்தபோதிலும் என்னால் இதுவரை செய்ய முடிந்ததெல்லாம், எங்கும் முன்னேற முடியாமல், சுற்றிச் சுற்றிச் சுழன்று வந்ததுதான்; இப்போதோ இங்குத் தன்னந்தனிமையாக, தெத்தும் குத்துமாகத் துருத்தி நிற்கும் கரைகளின் மீதும், முங்கி மூழ்கிய பாறைகளின் மீதும் மோதி அடிப்பட்டுக் காயமுற்றுக்கிடக்கிறேன்; என் ஆத்மாவுக்குள் நிலைக் கண்ணாடியில் பார்ப்பது போன்று என்னைத்

துருவிப் பார்க்கிறேன்; என் வாழ்க்கை முழுவதிலும் நான் மற்றவர்களைப் புரிந்துகொள்ளத்தான் முயன்று வந்திருக்கிறேன். ஆனால், என்னையே நான் புரிந்துகொள்ளவில்லை; எது பிரதான விஷயம் என்று நான் காணவில்லை; என்னைப் பற்றியே நான் சொல்லுமளவுக்கு எதுவும் திட்டவட்டமாகவோ, தெளிவாகவோ இல்லை."

அவர் தாம் எழுதியதைப் படித்துப் பார்த்தார்; முகத்தைக் கோணினார்.

'எல்லாம் பொய். நான் எப்போது எதிர் நீச்சல் நீந்த முயன்றேன்?'

அவர் ஒரு கணம் ஆலோசித்து விட்டு, பக்கத்தைத் திருப்பினார்; மீண்டும் ஒரு முறை சுத்தமான, வடிவமைந்த எழுத்துகளை எழுதத் தொடங்கினார்:

"ஆண்டவரே! நான் எதனையும் மறைத்து வைக்காமல், பயமோ, பொய்மையோ இல்லாமல், எல்லாவற்றையும் சொல்லும் வண்ணம் எனக்கு உமது ஆசீர்வாதத்தை வழங்கும்.

"நான் என்னைச் சுற்றியுள்ள ஜனங்களைப் பார்க்கும்போது, அவர்களில் சிலர் என்னைப் போலவே, வாழ்க்கையினுள் கொண்டு செலுத்தாமல், அதனைச் சுற்றிவரச் செய்யும் லகுவான பாதையையே நாடுவதை வருத்தத்தோடு காண்கிறேன்; அது அவர்களை எங்கும் கொண்டு சேர்ப்பதில்லை. நின்ற இடத்திலேயே கால்மாற்றி நின்று நேரத்தைப்போக்கி, தாம்களைத்துப் போகும்வரையிலும் அப்படியேயிருந்து, தமக்கோ, அல்லது வேறு யாருக்குமோ எந்தவிதமான நன்மையையும் காணாமல் மாண்டு போகிறார்கள். இதற்கு மாறாக, வேறு சிலரோ, தாம் விரும்புவதை நோக்கி நேரே செல்கிறார்கள்; அதற்காகப் பெருந்துன்பங்களையும் அனுபவிக்கிறார்கள்; ஆனால், அவர்கள் விரும்பியதை அவர்கள் அடைவார்களா, மாட்டார்களா என்பதை எவரும் சொல்ல இயலாது."

உருப்படியில்லை, உருப்படியேயில்லை. இவை என் உண்மையான சிந்தனைகள் அல்ல என்று அவர் தமக்குள் சொல்லிக்கொண்டார்: பின்னர்ப் பேனாவைக் கீழே வைத்து விட்டு, பழத்தோட்டத்தின் கரிய மரங்களுக்கு மேலாக மினு மினுக்கும் நட்சத்திரங்களை வெறுமையாக வெறித்து நோக்கிய வண்ணம் சிறிது நேரம் அமர்ந்திருந்தார். இரவின் பம்மியடங்கிய சப்தங்கள் ஜன்னலருகே மிதந்து வந்தன; ஜன்னல் விளிம்பிலுள்ள செடிகளின் இலைகள் மெதுவாக அசைந்து கொடுத்தன.

அவர் பியோடிரிடமிருந்து தாம் இரவல் வாங்கியிருந்த ஒரு புத்தகத்தைத் திறந்தார்; அந்த ஒழுங்கான அச்சு வரிகளை அவநம்பிக்கையோடு வெறித்துப் பார்த்தார்:

"அவர்கள் எல்லோரும் தம்முள் ஒருவருக்கொருவர் பற்றிக்கொள்ளவும், எல்லாக் காலத்திலும் ஒருவருக்கொருவர் உதவி நிற்கவும், ஒருவருக்கொருவர் ஆபத்திலிருந்து காப்பாற்றவும், அவசியம் ஏற்பட்டால் ஒருவருக்கொருவர் தமது உயிரையே தியாகம் செய்யவும், அவர்களில் யாரேனும் ஒருவன் மாண்டால், அவனது மரணத்துக்குப் பழி வாங்கவும் சத்தியம் செய்துகொண்டார்கள்."

மாட்வி புத்தகத்திலிருந்து தமது கண்களை அகற்றாமலே விளக்கைமட்டும் அருகில் இழுத்து வைத்துக்கொண்டார்.

"சகோதரத்துவத்தோடு செய்துகொண்ட இந்த ரத்த ஒப்பந்தத்தின் கோரிக்கைகளை நிறைவேற்றுவதற்காக, ஒரு தந்தை தன் சொந்த மகனைக்கூடப் பழி வாங்கும் அளவுக்கு இந்தச் சத்தியம் அத்தனை புனிதமானதாக இருந்தது."

அவர் புத்தகத்தை ஒரு விநாடி மூடினார்; பிறகு அதன் முதல் பக்கத்தை ஜாக்கிரதையாகத் திறந்தார்; தமது முழங்கைகளை மேஜைமீது ஊன்றிக்கொண்டு வாசிக்கத் தொடங்கினார். அவர் தமது கண்கள் காணச் சலிக்குமட்டும் படித்தார்; இறுதியில் அவர் தலைநிமிர்ந்து பார்த்தபோது, அறைக்குள் வெளிச்சம் பரவியிருப்பதையும், பழத்தோட்டத்திலுள்ள மரங்கள் இரவின் கனமான ஆடையணிகளைக் களைந்தெறிந்துவிட்டதையும் கண்டறிந்தார்.

வியப்புற்றவராய், அவர் எழுந்தார்; தமக்குத் தாமே புன்னகை புரிந்தவாறும், களைத்துப்போன தலையை அசைத்தவாறும் அறைக்குள்ளேயே நடந்தார்.

இதற்குத்தான் புத்தகங்கள் போலிருக்கிறது என்று நினைத்தார். நேரம் போவதே நமக்குத் தெரியாமல் இருப்பதற்காகத்தான்.

அவர் படித்தவற்றின் துண்டு துக்காணியான பகுதிகள் மேகங்களைப் போலக் கலந்தும், பிரிந்தும், மறைந்தும், தமது நிறத்தையும் உருவத்தையும் மாற்றியவண்ணம் அவரது மனவரங்கில் மிதந்து சென்றன. அவற்றைப் பற்றிப் பிடிக்க அவர் எந்த முயற்சியும் செய்யவில்லை; தம்மைத் தாமே முற்றிலும் மறந்திருக்கச் செய்யும் அந்த மந்திர சக்தியைக் கண்டு அவர் அத்தனை வியப்புற்றுப் போயிருந்தார்.

சிறிதுநேரம் கழித்து, அவர் ஆடைகளைக் களைந்துவிட்டுப் படுத்தார்; அயர்ந்து தூங்கிவிட்டார்.

மறுநாள் காலையில் அவர் சமையலறையில் முகம் கழுவிக் கொண்டிருந்தபொழுது ஷாகிரிடம் பின்வருமாறு சொன்னார்:

"யார் வந்து என்னை விசாரித்தாலும் நான் வீட்டிலில்லை என்று சொல்லிவிடு."

'நிக்கானுக்குமா?"

மாட்வி யோசித்தார்.

"ஆமாம். நிக்கானுக்கும்தான். யார் வந்தாலும் சரி. நான் மிகுந்த வேலையா யிருப்பேன்."

காலையுணவுக்குப் பின்னர் அவர் ஜன்னலருகே அமர்ந்து மீண்டும் புத்தகத்தைத் திறந்தார்.

படிப்பது அவருக்கு அத்தியாவசியமாகிவிட்டது. வெட்ட வெளியான வயல்களின் வழியே செல்லும் ஒரு நீண்ட நெடும் பாதை வழியாக அவர்

நடந்து சென்றதைப் போலவும் எல்லாப் பக்கங்களிலுமிருந்தும் அவரிடமிருந்து எதையோ கோருவதைப் போலத் தோன்றிய குரோதம் பொங்கும் கண்கள் தம்மை வெறித்து நோக்குவதைப் போலவும் அவருக்கிருந்தது; அவர் அவற்றிடமிருந்து மறைந்துகொள்ள விரும்பினார்; ஆனால், மறைந்துகொள்ள இடமேயில்லை; இப்போதோ, தம்மைச் சுற்றியுள்ள எரிச்சலூட்டும் வாழ்க்கையின் சிறுகாட்சியைக்கூடக் காணாமல் இருப்பதற்கான, ஓர் ஒதுங்கிப்போன மூலையை, சலிப்புத்தட்டும் விதத்தில் மந்தமாக நேரம் கழிவதைக் கவனியாமல் தாம் வாழக்கூடிய ஒரு மூலையை அவர் கண்டுகொண்டு விட்டார். அவர் மெதுவாகப் படித்தார்; தமக்கு மிகவும் மகிழ்ச்சியூட்டிய வரிகளை மீண்டும் மீண்டும் படித்தார்; அவர் புத்தகத்தின் முடிவை நெருங்கிவிடும்போதெல்லாம் மீதியிருக்கும், குறைந்து வரும் பக்கங்களை ஆர்வத்தோடு விரலால் தடவி அளவு பார்த்துக்கொள்வார்.

அவர் அநேகமாக வெளியே செல்வதேயில்லை; பியோடிரின் சங்கீதக் கோஷ்டி அவரது வீட்டில் கூடி, பிரார்த்தனைக் கீதத்தை மீண்டும் மீண்டும் பயின்று வந்தபோது, மாட்வி முகத்தைச் சுழித்தவாறே, தமக்குள் பின்வருமாறு சொல்லிக் கொள்வார்:

எவ்வளவு காலத்துக்குத்தான் இதையே பாடிக்கொண்டிருக்கப் போகிறார்கள்?

அவர் கோஸ்டோமரோவின் நூல்கள், புகாசோவ் கலகம் பற்றிய கதை, புஷ்கினின் காட்டன் மகள், போரிஸ் கோடுனோவ் முதலிய புத்தகங்களை யெல்லாம் படித்தார்; ஆனால், புஷ்கினின் கவிதையை மட்டும் படிக்கவில்லை.

"அதெல்லாம் குழந்தைகளுக்குத்தான். எனக்குக் கவிதை தேவையில்லை. எனக்குச் சரித்திரந்தான் இன்னும் தேவை," என்று அவர் பியோடிரிடம் சொன்னார்.

"இதற்குமேல் சரித்திரம் இல்லை."

"நீ என்ன சொல்கிறாய்?" என்று திகைப்பும் சந்தேகமும் உற்ற மாட்வி கேட்டார்.

"என்னிடம் இதற்குமேல் சரித்திரம் பற்றிய புத்தகங்கள் இல்லை."

"பின்னே சிலவற்றை வாங்கிக்கொடு. நீ சாமான்கள் வாங்குவதற்காக வோர்கோராடுக்குப் போகும்போது, நான் புத்தகங்கள் வாங்க உன்னிடம் கொஞ்சம் பணம் தருகிறேன். திறமான புத்தகங்கள். எதை வாங்கலாம் என்று யாரிடமாவது கேள்."

புத்தகம் படிக்காமல் ஒரு நாளைக்கூடக் கழிக்க முடியாது என்ற அளவுக்கு, அவர் அதில் பழகிப்போய்விட்டார். எனவே, அவருக்குப் படிப்பதற்குப் புதிய புத்தகம் இல்லாவிட்டால், பழைய புத்தகங்களையே திரும்பவும் படித்தார். இந்த ஆசை வெறியின் வலுவைக் கண்டு வியப்புற்றவராய் அவர் தமக்குத்தாமே பின்வருமாறு சொல்லிக்கொண்டார்:

என்ன விந்தை இது! சீட்டு விளையாட்டிலும் வேறு பல விஷயத்திலும் ஜனங்கள் கொள்ளும் ஆசை வெறியைக் கண்டு, நான் அவர்களைக் கேவலமாக மதித்தேன். ஆனால், இப்போது என்னையே பாருங்கள்!

இதன் பின்னர், சீக்கிரத்திலேயே நிக்கான் மாக்லகோவ் இறந்து போனான். ஒரு நாள் அவன் நல்ல குடி வெறியில் நெருப்புக்காவல் கூடத்தின் உச்சிக்கு ஏறிப்போய்விட்டான்; அவர்கள் அவனைக் கீழே இறங்கி வருமாறு நிர்ப்பந்தித்து முயற்சி செய்தபோது, அவன் மறுத்துத் திமிறினான்; படிக்கட்டுகளில் உருண்டு விழுந்து, மண்டையை உடைத்துக் கொண்டுவிட்டான்.

அவன் அத்தகையதொரு முடிவை எய்தியது குறித்து, மாட்வி வியப்படையவில்லை; மாறாக, அவனுக்கு அத்தகைய ரகமான ஏதாவதொன்றுதான் நேரப்போகிறது என்று எப்போதும் சர்வ நிச்சயமாக இருந்தார். அது நடந்துபோன பின்னர் அவர் கிட்டத்தட்ட நிம்மதியே அடைந்தார்: நிக்கான் போய் முடிந்தான்; மாட்வி அவனைப்பற்றி இனியும் கவலைப்பட்டுக்கொண்டிருக்க வேண்டியதில்லை. ஆனாலும் அந்தச் சவ அடக்கம் அவரை மிகவும் ஆழமாகப் பாதித்தது.

அது ஓர் அமைதியான சவ அடக்கம்; எனினும், ஏராளமான பேர் வந்திருந்தார்கள். சவப் பெட்டிக்குப் பின்னால் வந்த ஊர்வலத்தில் கைவினைஞர் குடியிருப்பைச் சேர்ந்த ஏராளமான ஏழை மக்களும், நகர மக்களும் வந்தார்கள். சுக்கோபாயேவ் ஒரு கறுப்பு சூட் அணிந்து வந்திருந்தான்; மாஷா உறுத்த, உம்மணாம் மூஞ்சியோடு, ஒரு தலைக் கச்சையைக் கண்கள் வரையிலும் தாழ இழுத்துவிட்டுக்கொண்டு வந்தாள்; ஆஸ்த்மா நோயினால் கறுத்துப்போயிருந்த ஸ்மாகின், மற்றும் நகரத்தின் முக்கியப் பிரஜைகள் முதலியோரும் வந்தார்கள்.

சுக்கோபாயேவ் தனது வாளிப்பான தலையை ஆட்டியவாறே, மாட்வியிடம் பின்வருமாறு சொன்னான்:

“பிறப்பிலேயே திறமையும், இயற்கையிலேயே நேர்மையும் பெற்ற ஒரு மனிதன் வாழ்க்கையே தனக்கு ஒத்து வராமற்போய் – இறந்தவனைப்பற்றி நான் சொல்லக்கூடாத விஷயந்தான் என்றாலும்–தீய வழிகளிலே இறங்கிவிடுவது இதுவே முதல் தடவையல்ல. இதனை எப்படி விளக்க முடியும்? இது ரொம்பவும் ஆழமானது.”

ரோட்டின் கதகதப்பான தூசி மாட்வியின் மூக்குக்குள்ளும் தொண்டைக்குள்ளும் புகுந்தது; பயங்கரமான எண்ணங்கள் அவரது மனத்துக்குள் கசிந்து இறங்கின.

“நமக்கு எதுவுமே தெரியாது,” என்று கண்களைத் தரைமீது பதித்தவாறே முணுமுணுத்தார் அவர்.

தமக்கு முன்னால் சென்ற மனிதர்களின் தோள்களுக்கிடைவழியே, அவர் சவப்பெட்டியையும், அதில் வானை நோக்கி அண்ணாந்து நிற்கும் நிக்கானின் மெழுகு பதமான மூக்கையும் காண முடிந்தது. மாஷா பெருமூச்செறிந்தவாறும்,

சிலுவைக்குறி கீறியவாறும் ஒரு பக்கமாக ஒதுங்கி வந்தாள். சுக்கோபாயேவ் அவளைப் பார்த்துவிட்டு, தனது வாய்க்குள்ளாகவே பின்வருமாறு சொல்லிக்கொண்டான்:

“விசித்திரமான விஷயங்கள் நடக்கத்தான் செய்கின்றன.”

சவ அடக்கத்துக்குப் பின்னர் ஸெம்யோன் மாக்லகோவ் மன்னிப்புக் கோருவது போலத் தலைவணங்கி, ஈமவிருந்துக்கு ஜனங்களை வருமாறு அழைத்தான். அவன் தன் தொப்பியால் தொடைமீது தட்டிக்கொண்டு, அங்குமிங்கும் பார்வைகளைச் செலுத்தியவண்ணம் மாட்வியிடம் பின்வருமாறு சொன்னான்:

“நீங்கள் அவனது நண்பர்; அவசியம் வந்து, சில அப்பங்களைச் சாப்பிடுங்கள்.”

பிச்சைக்காரர்கள் தமது அழுக்கடைந்த உள்ளங்கைகளை நீட்டிக்கொண்டும், கொழுத்த புழுக்களைப் போலத் தமது விரல்களை நெளித்துக்கொண்டும், ஈப்பிடிக்கும் எண்ணெய்த் தாள்போலக் காதில் வந்து ஒட்டும் மூங்கைக்குரல்களில் முறையிட்டுக்கொண்டும் கூட்டத்தினர் மத்தியில் நடமாடினார்கள்.

‘இந்த உலகத்தில் நாமெல்லோருமே பிச்சைக்காரர்கள் தாம்’ என்று எண்ணியவாறே, மாட்வி கிட்டத்தட்ட தம்மையறியாமலே அவர்களது கைகளில் கோபெக்குகளைப் போட்டார்.

அவர் ஈமவிருந்துக்குச் செல்லவில்லை; வீட்டுக்கு வந்த பின்னர்தான் தாம் போகாதது குறித்து வருந்தினார். எந்த ஒரு படிப்பும் கலைத்தெறிய முடியாத ஒரு கரிய மனோநிலையில் அவர் மூழ்கிக்கிடந்தார். எப்படியோ அன்றையதினத்தைப் போக்கிவிட்டு, அவர் மாலையில் சுக்கோபாயேவைக் காணச் சென்றார்; அவன் வீட்டின் முன்புறத் தோட்டத்திலமர்ந்து, பைபிளைப் படித்துக்கொண்டிருக்கக் கண்டார். அவர்கள் தீர்க்க முடியாத பிரச்சினைகளை முன்னிறுத்துவதன் மூலம் ஆத்மாவைத் தூண்டிவிடும், லகுவில் மறந்துபோய்விட்ட விவாதம் ஒன்றில் ஈடுபட்டார்கள்.

“பாருங்கள்,” என்று சுத்தமும் மெருகும் கொண்டு விளங்கிய சுக்கோபாயேவ் பெரிய எழுத்துகளைச் சுட்டிக் காட்டியவாறு பேசினான்: “இங்கே அது மிகத் தெளிவாக உள்ளது.”

பின்னர் அவன் பயமுறுத்துவது போல ஒரு விரலை உயர்த்தியவாறு, உரத்த, தெளிவான குரலில் வாசித்தான்:

“நீங்கள் திரும்பவும் சின்னக் குழந்தைகளாக மாறினாலன்றி, எந்த விதத்திலும் பரலோக சாம்ராஜ்யத்துக்குள் பிரவேசிக்க மாட்டீர்கள்.”

அவன் புத்தகத்தைப் படாரென்று மூடினான்.

“நான் பியோடிருடன் விவாதித்துத்தான் வருகிறேன். ஜனங்களெல்லாம் கொடுமையை எதிர்த்து ஒன்றுபடவேண்டுமென்றும், பைபிள் தான் எல்லாக் காலத்துக்கும் பொருந்திய ஒரே ஒரு சட்டம் என்றும் அவன் சொல்கிறான். அது என்னவோ உண்மைதான். ஆனாலும்–”

அவன் சுற்றுமுற்றும் பார்த்துவிட்டுத் தன் குரலைத் தாழ்த்தினான்:

"ஆனால் பைபிளிலேயே ஏராளமான கொடுமைகள் உள்ளன: நெருப்பும் கந்தகக் கல்லும் போன்றவை. மாட்வி ஸாவ்லிவிச்! முதன்முதலாக, ஒருவன் வாழ்க்கையைச் 'சின்னக் குழந்தை' மாதிரி எப்படி ஏற்றுக்கொள்வதாம்? அதை எனக்குச் சொல்லுங்கள். மனிதன் ஆட்சேபிக்க விரும்பாத விஷயம் அரிதாகத்தான் நிகழ்கிறது. மேலும் எப்போது அவன் ஆட்சேபிக்கிறானோ, அப்புறம் உங்கள் 'சின்னக் குழந்தை'யை எங்கே காண முடியும்? இந்த வாழ்க்கையில் நாம் நிமிர்ந்து நின்று போராடாவிட்டால், அப்புறம் எப்போதும் நாம் மூக்குடைபட்டுத் திரிய வேண்டியதுதான்."

அவன் துள்ளியெழுந்தான்; மாட்வியைக் கடந்து நடந்தான்; மீண்டும் உட்கார்ந்துகொண்டான்.

"ஒரு மனிதன் கொஞ்சமேனும் சிந்திக்கத் தொடங்கியவுடனேயே, அவன் கல்லிலும் முள்ளிலுந்தான் அடிபடுகிறான்; அப்புறம் அவனால் அசையவே முடிவதில்லை. ஒருவேளை வெறுமனே கண்களை மூடிக்கொண்டு, இஷ்டப்பட்டதைச் செய்துகொண்டு இருப்பதுதான் நல்லது போலும்; அப்படியானால் எல்லாம் முடிந்துபோன பின்பு, நீங்கள் சின்னக்குழந்தையைப் போல நடந்தீர்களா, இல்லையா என்பதை எவர் வேண்டுமானாலும் தீர்மானித்துவிட்டுப் போகட்டும். வேறு எந்த வழியுமே வெறுமனே சாக்கடைக்கும், காட்டுமிராண்டித்தனத்துக்குந்தான் இழுத்துச் செல்கிறது. அதுதான் உண்மை. மேலும், மரம் பழம் தராவிட்டால், அதனை வெட்டியெறிந்து நெருப்பில் போட்டுவிட வேண்டும் என்றும் எழுதியிருப்பதை மறந்துவிடாதீர்கள். உங்கள் நெருப்பும் கந்தகக் கல்லும் உங்களுக்கு அங்கிருக்கின்றன!"

"நீங்கள் இத்தகைய விஷயங்களைப் பற்றியெல்லாம் சிந்தித்திருக்கிறீர்கள் என்று நான் கனவிலும் கருதவில்லை," என்று வியப்போடு சொன்னார் மாட்வி.

சுக்கோபாயேவ் தன் தோள்களை உலுக்கினான்.

"நானும் ஒரு மனிதப் பிறவி. இல்லையா?" என்றான் அவன்.

"நானும் அவற்றைப் பற்றிச் சிந்திக்கத்தான் செய்கிறேன். எனக்குக் கூரிய கண்ணும், விரைவான மூளையும் இருக்கின்றன. இந்த உலகத்தில் ஜனங்கள் என்னைப்பற்றி மோசமாக நினைக்காதவாறு, நானும் சில நல்ல காரியங்களைச் செய்யத்தான் விரும்புவேன்; நான் அவர்களது மதிப்பைப் பெற விரும்புவேன்; ஞானிகளுங்கூட நல்லபடியாய்ச் சிந்திக்க விரும்பினார்கள்; அவர்களைப் பற்றிய நமது நல்லெண்ணந்தான் அவர்களை ஞானிகளாக்குகிறது."

"நாம் எல்லாப் பக்கங்களிலுமிருந்தும் பயமுறுத்தப்படுகிறோம்," என்று ஆழ்ந்த பெருமூச்சுடன் சொன்னார் மாட்வி.

ஏற்கெனவே அவர் சுக்கோபாயேவுடன் பேசி அலுத்துப்போய்விட்டார். இப்போது அவன் சொன்னதோ, அவரைச் சுற்றிலும் பாரமான எண்ணங்களின் ஓர் இறுகிய வட்டத்தை ஏற்படுத்தி விட்டன.

“யாரால்?” என்று சுக்கோபாயேவ் தாக்குவது போலக் கேட்டான்: “நம்மை நாமேதானே பயமுறுத்திக்கொள்கிறோம். இல்லையா? மேலும் கடவுள் நம்மை நோக்கி, சின்னக் குழந்தைகள் போல இருங்கள், ’ என்று கூறுகிறார். ஆனால், ஒவ்வொருவரும் ஒரு மனிதனை அயோக்கியனாகப் பார்க்கும் போது, அவன் எப்படிச் சின்னக் குழந்தையைப் போல இருக்க முடியும்?”

மாட்வி பின்வருமாறு சேர்ந்தாற்போலக் கேட்பதன் மூலம் அந்தப் பிரச்சினை யிலிருந்து நழுவினார்:

“சந்தைப்பேட்டையில் நீங்கள் கட்டிவரும் கட்டடம் எப்போது முடியும் என்று எதிர்பார்க்கிறீர்கள்?”

சுக்கோபாயேவ் அவர்மீது ஒரு கூரிய பார்வையைச் செலுத்தினான்; பின்னர் நிமிர்ந்து உட்கார்ந்துகொண்டு, தனது எண்ணற்ற வேலைத் திட்டங்களைப் பற்றிய விவரங்களைக் கூறத் தொடங்கிவிட்டான்.

நான் இவனைப் பார்க்கவே சென்றிருக்கக் கூடாது என்று சந்திர ஒளியால் ஏற்பட்ட நிழல்களின் வழியாகத் தெருவில் நடந்து வரும்போது நினைத்தார் மாட்வி. நான் ஒரு கிழவன். நான் அரை நூற்றாண்டுக் காலம் வாழ்ந்தாகிவிட்டது. நான் ஏன் இத்தகைய விஷயங்களால் என் மூளையை அலட்டிக் கொள்ள வேண்டும்? நான் வேண்டுவதெல்லாம் அமைதி. எனக்கென்று தகுதியான ஓர் இடத்தைக் கண்டறிவதற்காக, நானும் அரும்பாடு பட்டாகிவிட்டது. போதும் அதெல்லாம்! ஒரு மனிதனுக்குப் போதுமான விசுவாசம் இருந்தால், அவனது வாயிலிருந்து வெளிவரும் ஒரு வார்த்தை ஒரு மரத்தைக்கூடச் சுட்டுப் பொசுக்கிவிடும் என்பது உண்மைதான். ஆனால், அவனிடம் இந்த விசுவாசம் இல்லையென்றால், அவன் எத்தனையெத்தனை கட்டடங்களைக் கட்டினாலும், அப்போதும் அவன் அமைதியைப் பெற முடியாது.

அவர் வழக்கம் போலவே சுவர்களையும் வேலிப்புறங்களையும் ஒட்டி அணைத்தாற்போலவே, அவற்றை இடையிடையே தமது தோளால் அல்லது முழங்கையால் உரசியவாறே நடந்தார்; இடையிடையே ஒரு கரிய நிழல் அவர் முன்னால் துள்ளியெழுந்து, தரைமீது பாயும்; அவரையும் தன் பின்னால் இழுத்துக்கொண்டு செல்லும். அவர் அதன் அசைவுகளைக் கவனித்தவாறே பெருமூச்செறிந்து விட்டு, தமக்குள் பின்வருமாறு சொல்லிக்கொண்டார்:

எனவே, நிக்கான் இறந்துவிட்டான். மேலும் ஷாகிரும் அவனைச் சீக்கிரமே பின்பற்றுவான்; அவன் ஏற்கெனவே பாதி செத்தவனாகத்தான் இருக்கிறான்.

பியோடிர் திரும்பி வந்து, அவருக்கும் ஒரு பெரிய பெட்டி நிறைய, புதிய புத்தகங்களைக் கொண்டுவந்து கொடுத்தபொழுது, அவர் அபரிமிதமான

ஆனந்தம் அடைந்தார். அவர் அவற்றின் பக்க மடிப்புக்கள் அனைத்தையும் வெட்டினார்; அவற்றைத் தமது மேஜைக்கருகிலுள்ள தரையில் இரண்டு உயரமான அலமாரிகளில் அடுக்கி வைத்தார்; அவற்றிலிருந்து அவர் சோலோவ்யோவின் சரித்திரம் என்ற நூலைத் தேர்ந்தெடுத்து, அதனை மேஜைமீது வைத்தார்; அதன் முதல் பக்கத்தைத் திறந்தார்; அதனைப் படிக்க ஆரம்பிக்கும் ஆனந்தத்தைச் சிறிது நேரம் ஒத்திவைத்தவாறு, அதன்முன் மேலும் கீழும் நடந்தார்.

சீக்கிரமே அவர் மீண்டும் நாள் முழுதும் படிக்கத் தொடங்கிவிட்டார்; எங்கும் போகாமல், வேறு எதிலுமே அக்கறை கொள்ளாமல், மஞ்சள் நிறமான புள்ளி விழுந்த கடிகார முகத்தில் காலப் போக்கைக் கணக்கிட்டுக் காட்டும் முட்களைக் காணச் சிறிதும் கவலைப்படாமல், தமது தனிமையைப் பொறாமை உணர்ச்சியோடு பாதுகாத்தவண்ணம் கண்கள் வலியெடுக்கும் வரையிலும் அவர் படித்தார்.

அந்தத் தடித்த புத்தகத்தின் வெளிறிய பக்கங்கள் ஜனங்களைப்பற்றி அதிகம் சொல்லாமல், சம்பவங்களைப்பற்றி ஒரு கனத்த நிர்விசாரமான மொழியில் விஷயங்களைக் கூறின. அங்கு மனிதப் பேச்சு கேட்கவில்லை; மனித முகங்களும் தென்படவில்லை; இடையிடையே இறந்துபோனவர்கள் குறைபாடுகளை முணுமுணுத்தார்கள். எனினும், அவை இதயத்தைத் தொடவில்லை; அந்தப் புத்தகத்தின் உணர்ச்சியற்ற பாஷையினால், அவையும் விறைத்துப் போயிருந்தன.

மாரிக்காலத்தில் ஒரு பறவை பனி படிந்த கரையைத் தோண்டிப் பார்ப்பது போல, மாட்வி அந்தப் புத்தகங்களின் பக்கங்களுக்குள்ளே துருவிப் பார்த்தார். ஆனால், அவர் அந்தப் பறவையைக்காட்டிலும் அக்கறையற்றவராக இருந்தார்; ஏனெனில், அந்தப் பறவையோ இரையைத் தேடியது; அவரோ தம்மைத்தாமே இழப்பதைத் தவிர வேறு எதையும் தேடவில்லை. யுத்தம் புரியும் மன்னர்கள், மனிதப் பேராசை, பதவி மோகம், சண்டைகள், யுத்தங்கள், திருட்டு, கொடுமை, அவமானம், ஏமாற்று முதலிய பற்பலவற்றைப்பற்றிய கருத்துகளையெல்லாம் அவற்றிலிருந்து பெற்றார். அவற்றின் இருண்ட, ரத்த பயங்கரமான குழப்பம் அத்தனையிலும் ஏதோ பரிசயமான ஒரு தன்மை இருந்தது. அது உவகையற்ற, எனினும் ஆறுதலளிக்கும் ஓர் எண்ணத்தை எழுப்பியது:

மனிதர்கள் இப்போது வாழ்ந்துவருவதைப் போலத் தான் எப்போதும் வாழ்ந்து வந்திருக்கிறார்கள்.

படிக்கும்போது அவர் ஏதோ அரைத்தூக்க நிலையில் இருப்பது போல, வாழ்க்கையின் துன்பத்தை வெற்றி காண விரும்பும் மனிதனின் பயனற்ற முயற்சியைப் பற்றிய சலிப் பூட்டும் கதையைச் சொல்வதன் மூலம் அவரது ஆத்மாவை இதப்படுத்திய பல காட்சிகளைக் கண்டார். சில சமயங்களில் அவர் இடத்தை விட்டெழுந்து, மார்க் வாஸிலிவிச், எவ்ஜெனியா, மற்றும் பிற அசட்டு ஜனங்களின் கொள்கைகளையெல்லாம் மனத்துக்குள்ளாகவே மறுத்தவராய், தரையில் அங்குமிங்கும் நடப்பார்.

வாழ்க்கையை மாற்றிவிட முடியும் என்று கருதுவது சிறு பிள்ளைத்தனந்தான். அதெப்படி முடியும்? அதனை மாற்றுவதற்கான சாத்தியம் எதற்குமே –வனாந்தரத்தில் நாற்பதாண்டுக் காலம் வசித்துக் காலம் கழிப்பதிலுங்கூட – இல்லை. வனாந்தரந்தான்! விஷயங்களின் சாராம்சமே அதுதான்; அதன் வேர்களே அழுகி உளுத்துப் போயிருக்கின்றன.

ஒரு புத்தகத்தைவிட்டு விலகியபின்னும், அதன் ஆதிக்கம் அவரோடு தங்கியிருந்தது. நூற்றாண்டுக் காலங்களின் புழுதிப் படலத்தின் வழியாக, அவர் யதார்த்தத்தைக் கண்டறிந்தார்; மேலும், தம்மை அலைக்கழிக்கும் எண்ணங்களைத் தடுத்து நிறுத்த, அவர் புத்தகக் கதைகளாலேயே ஓர் அரண் அமைத்துக்கொண்டு விட்டார்.

எனினும், வாழ்க்கை அவரைப் போகவிடவில்லை; அது அவர்மீது தன்னைக் கொண்டுவந்து அழுத்துவதற்குப் பயன்படுத்திய வடிவங்களோ விசித்திரமாகத்தான் இருந்தன.

ஒருநாள் சங்கீதப் பயிற்சிக்குப் பின்னால், சுருட்டையான கேசம் கொண்ட இளங்குமரியான லையூபா மாட்டுஷ்கினா அவரைப் பார்க்க வந்தாள்; ஒட்டுப் போட்ட பூட்சுகளும், அவளது அளவுக்கும் பெரியதான உடைகளும் அணிந்து வந்த போதிலுங்கூட, அவள் ஒரு சித்திரம் போல அழகாகத் தோற்றினாள்.

“நான் உங்களோடு பேசலாமா?”

அவள் இதனை மிகுந்த சாந்தத்தோடு கேட்டாள்; இதனால் அந்தக்கிழவர் தம்மையும் மீறி வாய்விட்டுச் சிரித்தார்; பின்னர் அவளை அழைத்து உட்காரச் சொன்னார். அவள் புன்னகை புரிந்தவாறும், தனது தெளிந்த நீல நிறக் கண்களால் அவரைப் பார்த்தவாறும், தரையோடு நழுவி வந்தாற்போல நடந்து வந்தாள். அவள் அவரிடம் ஏதோ கேட்டாள். எனினும், அவளது தோற்றத்தினாலும் துணிச்சலாலும், அவள் என்ன சொன்னாள் என்பதையே புரிந்து கொள்ளாத அளவுக்கு அவர் திகைத்துப்போய் விட்டார். அவர் தமது களைத்துப் போன கண்களை வெறுமனே விழித்தவாறு பின்வருமாறு சொன்னார்.

“ஆகட்டும். அதற்கென்ன?”

அவள் அவரைக் கலவையான உணர்ச்சிகளுக்கு ஆளாக்கி விட்டு. உடனே மறைந்துபோய் விட்டாள். அவர் அவளை அவ்வளவாக விரும்பவில்லை. எனினும், அவளுக்காக அவர் வருந்தினார்.

ஓர் ஆண்பிள்ளையைப் போன்று துடியாக இருக்கிறாள் என்று நினைத்தார் அவர். தாயில்லாத ஏழைச் சிறுமி; கஷ்டமான வாழ்க்கை என்றே தோன்றுகிறது. அவள்தான் எப்படி உடை அணிந்திருந்தாள்? எல்லாம் அவளது தாய்க்கு உடமையாயிருந்த பழைய துணிமணிகள். மேலும் சீக்கிரத்திலேயே அவள் கலியாண வயதை எட்டிவிடுவாள்.

அவள் மறுநாள் திரும்பவும் வந்தாள்; அவளுக்குப் பின்னால், சங்கிலியால் கட்டி இழுத்து வரப்பட்டவன் போல, அந்த இளைத்துப் போன சில்லுக்குரல் பாடகன் தனது தோள்களைத் குன்ற வைத்து, தலையைத் தொங்கப் போட்டவாறு, அவளை அடியொற்றி வந்தான். ஆழமான, அவலட்சணமான வடுவால் வக்கரித்துத் தோன்றிய அவனது முகம் துடித்து நடுங்கியது; உதடுகள் நெளிந்தசைந்தன; பாதி மூடியிருந்த அவனது கரிய கண்கள் அங்குமிங்கும் திரிந்தன; ஆனால், அவை மாட்வியை மட்டும் காண மறுத்தன. அவன் அந்த அறையின் மத்தியில் வந்து நின்றான்: தனது தொப்பியை, அதன் வடிவத்தையோ நிறத்தையோ கண்டறியச் சாத்தியமில்லாத வேகத்தில், வெகு விரைவாகச் சுற்றிக் கொண்டு, ஒரு தூண் போல ஆடாது அசையாது நின்றான்.

“நாங்கள் வந்து விட்டோம்,” என்று தனது சுருண்ட கேசத்தை உலுக்கிப் பின்னால் தள்ளியவாறும், மாட்வியிடம் நேராக வந்தவாறும் சொன்னாள் லையூபா; “பேசேன், பிராச்கின்!”

அவளது தோழன் ஓர் அடி முன்னால் வந்து, தன் கரிய கண்களைத் திறந்தான்.

நோய்களைக் குணப்படுத்தும் புனிதர் பாண்டிலிமோன் கண்களைப் போன்ற அதே கண்கள் என்று நினைத்தார் மாட்வி.

அந்த இளைஞன் தன் தொப்பியோடிருந்த கையை அப்படியே தனது கோட்டுப் பைக்குள் செலுத்திவிட்டு, உறுதி மிகுந்த தொனியில் பேசத் தொடங்கினான்:

“என் நோக்கங்கள் மிகவும் எளியவை,” என்றான் அவன்: “வாழ்க்கை எப்படியிருக்க வேண்டுமோ அப்படியில்லை என்பதைக் கண்டுகொள்ளும் எவருக்கும், இந்த உண்மையை மற்றவர்களுக்கு எடுத்துச் சொல்லவும், அதனை முதலில் குழந்தைகளோடு தொடங்கி வைக்கவும் கடமை உண்டு. இந்தக் காரணத்தால், நான் ஓர் ஆசிரியனாக விரும்புகிறேன்; அதற்காக உங்கள் உதவியையும் நாடி வந்திருக்கிறேன். நான் அதற்கான பரீட்சைகளையெல்லாம் எழுதத் தயாரா யிருக்கிறேன்; ஆனால் அதன் முதல் கட்டத்தைக் கடந்து முடிக்க எனக்குக் கொஞ்சம் பணம் தேவை.

“அப்படியா?” என்று அந்த வேண்டுகோள் அத்தனை எளிதாக இருப்பதையும், அந்த இளைஞன் சீக்கிரமே போய்விடுவான் என்பதையும் தெரிந்து மகிழ்ந்தவராய்ச் சொன்னார் மாட்வி.

“வாழ்க்கை எப்படியிருக்க வேண்டுமோ அப்படியில்லை என்று நீ ஏன் நினைக்கிறாய்?” என்று உபசாரத்துக்காகக் கேட்டார் அவர்.

பிராச்கின் அருகில் வந்து, கச்சிதமாகப் பதிலளித்தான்:

“கொடுமையும் கல் நெஞ்சமும் இருப்பதால்தான். இதனை வெளிப்படையாகச் சொல்லியே தீர வேண்டும். அடுத்தவனைக் கண்டு அஞ்சுவதால் கொடுமை

வருகிறது; மேலும் அடுத்தவனுக்கு அஞ்சுவதும் கொடுமையிலிருந்து தான் வருகிறது. அதுதான் விஷயம். அது ஒரு பொல்லாத சக்கர வட்டம். எனவே, சில மனிதர்கள் கொடியவர்களா யிருக்க மறுக்க வேண்டியது அவசியமாகிறது. இந்த முறையில் அந்தப் பொல்லாத சக்கர வட்டத்தை உடைத்தெறியலாம். இதைத்தான் குழந்தைகளுக்குக் கற்றுக்கொடுக்க வேண்டும்."

மாட்வி வியப்போடு விழித்தார்; பின்னர் அந்த இளைஞனிடமிருந்து, தனது முழங்கைகளை முழங்கால்களின்மீது ஊன்றி, பிரிந்திருந்த இதழ்களோடு அமர்ந்திருந்த அந்தக் குமரியின் பக்கம் தம் பார்வையைத் திருப்பினார். அவர்கள் இருவருமே மிகவும் இளையவர்கள். எனினும், அவர்கள் இத்தகைய அசாதாரணமான விஷயத்தைப் பற்றிச் சிந்தித்திருந்தார்கள்!

"ம்" என்று முணுமுணுத்தார் அவர்: "அப்படியா விஷயம்! பரவாயில்லை."

பிராச்கின் ஒரு துர்ப்பலமான சின்னச் சிரிப்புச் சிரித்தான்; ஆழ்ந்த நெடுமூச்சு வாங்கினான்; பிறகு மேலும் சொன்னான்:

"நான் கடனாகத்தான் கேட்கிறேன்."

அவர்கள் போன பின்னர் மாட்வி அவர்களுக்காகத் தமக்குள் ஓர் அரோசிக உணர்ச்சியை உணர்ந்தவராய், அங்குமிங்கும் நடந்தார்.

பூ! என்று தம் தாடியை இழுத்தவாறே தமக்குத் தாமே சொல்லிக்கொண்டார். உங்களது காலிட்ஸ்கி இளவரசர்களில் மேலும் ஒருவன்! பொல்லாத சக்கர வட்டத்தை உடைப்பதாம்! அந்தச் சக்கரவட்டங்களை உருவாக்குவதற்குப் பல நூற்றாண்டுகள் பிடித்துள்ளன. இப்போது என்னடாவென்றால் அவற்றை முறிப்பதற்கு வந்து விட்டானாம், இந்த இளம் கற்றுக்குட்டி – அத்துடன் ஒரு குமரிப் பெண்ணும் வேறு! அவளைக் கவனித்துக்கொள்ள யாருமில்லை. ஜாக்கிரதையாக இல்லாவிட்டால், இத்தகைய பயல்களோடு அவள் தொல்லைதான் படப் போகிறாள்.

அவர் பிராச்கின்னுக்குப் பணத்தைக் கொடுத்துவிட்டு, அத்துடன் அவனைப் பற்றிய எல்லாவற்றையும் மறந்துவிட்டார்; ஆனால், லையூபா மட்டும் அவரை நோக்கிப் புன்னகை புரிந்தவாறும், தலையைக் கவர்ச்சிகரமாக அசைத்தவாறும், நீண்ட நளினமான விரல்கள் கொண்ட தனது கரங்களை அவரிடம் நீட்டியவாறும் அவரது மனத்துக்குள் ஓர் அந்துப்பூச்சியைப் போலச் சிறகடித்துப் பறந்துகொண்டிருந்தாள். இது அவர் மனத்தை அலைக்கழித்தது; வேண்டாத எண்ணங்களைக் கிளறிவிட்டது. ஒரு நாள் அவள் அவரிடம் சில புத்தகங்கள் கேட்டாள். அவர் வேண்டாவெறுப்பாக, அவற்றை அவளுக்குக் கொடுத்தார். அது முதற்கொண்டு அவர்களுக்கிடையேயிருந்த உறவு விசித்திரமாகவும் தெள்ளத் தெளிவில்லாமலும் இருந்தது. அவரிடமிருந்து எதையோ எதிர்பார்ப்பதுபோல,

‘அவள்’ அவரைக் களிதுள்ளும் கண்களால் பார்ப்பாள். இது அவரை அல்லாடி அலைமோதச் செய்தது.

“அவை மந்தமான, சிரமமான புத்தகங்கள் உன்னைப் போன்ற குழந்தைகளுக்கு இலாயக்கற்றவை,” என்று அவர் மொறுமொறுப்பார்.

“அவை மந்தமாகவே இல்லை.”

“உனக்கு அவை புரியாது.”

“ஓ! எனக்கு நன்றாகப் புரியுமே. நான் ஏற்கெனவே அம்மா வைத்திருந்த துர்கனேவின் புத்தகங்கள் முழுவதையும் படித்திருக்கிறேன்,” என்று பெருமிதத்தோடும் ஆனந்தத்தோடும் அறிவித்தாள் அவள்.

அவளை நம்பாமலே, அவர் தலையை அசைத்தார். அந்த விஷயமாக அதற்குமேல் எதுவும் பேசவில்லை. அவளது நீலக் கண்களில் ஒரு புதிரான புன்னகை பளிச்சிட்டது; அது எவ் ஜெனியாவின் கபடமான, எல்லாம் அறிந்த புன்னகையை ஜெளுக்கு நினைவூட்டி அலைக்கழித்தது. அந்த யுவதியிடம் ஒரு பிடிபடாத கவர்ச்சி இருந்தது. அவள் ரசமானவளாகத்தான் இருந்தாள். அவள் வயது வந்து சாந்தமடைந்து விடுவது போலத் திடீரென்று மாறி விடுவாள். அப்போது அவள் தன் வயதுக்கு மீறிய ஞான விசாலத்தை வெளிப்படுத்துவாள்; அவரையும் மீறி, அவள் கூறுவதைக் கேட்குமாறு அவரைப் பண்ணி விடுவாள். மிகவும் எளிமையாகவும், நம்பிக்கையாகவும், ஆனாலும் விரிவான விவரங்களால் அவரை அடிக்கடி நிலை குழம்பச் செய்தவாறும், அவள் தனது தந்தையைப் பற்றியும், அவருக்கு நண்பர்களாயிருந்த அதிகாரிகளைப் பற்றியும், அவர்கள் குடித்துக் கூத்தடித்தது, சூதாடியது ஆகியவை பற்றியும், தன்னையும் தன் கனவுகளைப் பற்றியும் அவரிடம் சொல்வாள். அவளது கதைகள் அவரது சொந்த இளமைக் காலத்தையே அவருக்கு மங்கலாக நினைவூட்டின. சில சமயங்களில் அவை அவரது ஆத்மாவின் இருள் மண்டலத்துக்குள் ஒரு மெல்லிய சோகமான ஒளிக்கதிரைப் பாய்ச்சி, அவரது இதயத்தை இதப்படுத்தவும் செய்தன.

“நீங்கள் ஏன் செய்திப் பத்திரிகையே படிப்பதில்லை?” என்று அவள் ஒரு முறை கேட்டாள்.

“நான் செய்திப் பத்திரிகையைப் படித்தாக வேண்டிய அவசியம் என்ன?” என்று கேட்டார் அவர்.

“என்ன நடக்கிறது என்று தெரிந்து கொள்ளத்தான்.”

அவர் தம் தோள்களை உலுக்கிவிட்டுக்கொண்டார்; அவள்மீது இரக்கப்பட்டவராய் அவளது அழகிய முகத்தைப் பார்த்தார்.

“நல்லது, என்னதான் நடந்துகொண்டிருக்கிறது?”

அவள் தனது துரிதமான பேச்சு முறையினால், நடிகையொருத்தியை ஓர் அதிகாரி செய்த மர்மக் கொலை, பனிக்கட்டிப் பாறைமீதிருந்த சில செம்படவர்கள்

அந்தப் பாறையோடு கடலுக்குள் மிதந்து சென்றது, பின்னர் ஏதோ ஒரு பரபரப்பான காதல் சிக்கல் முதலியவற்றைப் பற்றி அவருக்குச் சொன்னாள்.

"இத்தகைய விஷயங்களைத் தெரிந்துகொள்வது உனது வேலையல்ல," என்றார் அவர்.

அவள் வாயைக் கோமாளித்தனமாகப் புடைக்க வைத்தாள்.

"பூ! நீங்களும் அப்பாவைப் போலத்தான்."

தாம் சரிவர உணருமுன்பே, அவளது வருகைக்கு அவர் பழகிப் போய்விட்டார். அவள் மூன்று நான்கு நாட்களுக்கு வராதிருந்து விட்டால், அவருக்குக் கவலை உண்டாகிவிடும். அவளது தந்தையின் கூட்டாளிகளாயிருந்த குடிகாரச் சூதாடிகளின் மத்தியில் அவள் பாதுகாப்பற்ற முறையில் எப்படியோ வாழ்ந்து வருகிறாள் என்பதை அவர் அறிவார். ஆனால், அதே சமயம் அவள் அடிக்கடி வந்தாலும், அவர் அதே அளவுக்குக் கவலை கொள்ளவும் செய்தார்.

"அவள் வளர்ந்து வருகிறாள்," என்று அவர் தமக்குத் தாமே கூறிக்கொண்டார். "அக்கம்பக்கத்தார் வம்பு பேசக் கூடும்."

ஒரு சிவந்த சூரியன் பழத்தோட்டத்தின் இலைச் செறிவை ஊடுருவிக்கொண்டு, திறந்து கிடந்த ஜன்னலின் வழியாகக் கூரிய ஒளிக்கதிர்களைப் பாய்ச்சியது. அந்த அறை முழுவதும் ஜீவனுள்ள ஒளித் திட்டுக்களால் அலங்காரமும் பொன் முலாமும் செய்யப்பெற்றது. மரக்கிளைகளை மெதுவாக அசைத்து உலுப்பிய காற்று அந்த ஒளித் திட்டுக்களை நடுங்கவும், ஒன்று கலக்கவும், மறையவும், மீண்டும் தோன்றவும், சுவர்களின்மீதும் தரையின்மீதும் உருக்கிய தங்கத்தைப் பொழியவும் வைத்தது.

மாட்வி அந்த அறையின் ஆழ்ந்த அமைதியினூடே செயலற்று அமர்ந்திருந்தார். அவர் தமக்குக் குதூகலம் தரும் ஏதோ ஒன்றைப் பற்றிச் சிந்தித்துப் பார்க்க முயன்றார்; எனினும், ஒரே மாதிரியான சித்திரந்தான் அவரது மனவரங்கில் எப்போதும் தோன்றிக்கொண்டே இருந்தது: அவர் தெத்தும் குத்துமான, மலட்டுக் குன்றுகளின்மீது இரவில் நடந்துகொண்டிருந்தார்; அவரைச் சுற்றிலும் இருண்ட, ஜீவனற்ற வனாந்தரமே சூழ்ந்து பரந்து கிடந்தது: குழம்பிப்போன வானத்தில் நட்சத்திரங்கள் மினுமினுத்தன; பால் பாதையின் ஒளி வீச்சு மங்கலாகப் பளபளத்தது; அவருக்கு வெகு தொலைவில் சிலுவையில் அறையப்பெற்றதுபோல நகரம் நீண்டு பரந்து கிடந்தது; எல்லாப் பக்கங்களிலிருந்தும் கண்ணுக்குத் தோற்றாத சர்வ வியாபகமான ஏதோ ஒரு பிராணியின் அழுகுரல் வந்தது:

"உதவுங்கள்! ஓ! இரக்கம் கொள்ளுங்கள்!"

இந்தக் காட்சி அவரது தொண்டைக் குழியில் ஒரு திரளைப் போல வந்து முட்டி அடைத்தது; உஷ்ணமான தண்ணீர் அவரது கண்களில் பொங்கி வந்தது. அவர் வாய் விட்டுக் கத்த விரும்பினார்.

இருளும் குளிரும் அதிகரித்தது. அவர் ஜன்னலை மூடி விட்டு விளக்கை ஏற்றினார்; அதனைக் கையிலேயே ஏந்திப் பிடித்தவாறு, தமது மேஜைமுன் அமர்ந்தார். ஒரு திறந்த புத்தகத்தின் மஞ்சள் நிறமான பக்கத்திலுள்ள ஒரு வரி அவரது கண்ணில் பட்டது: "எப்போதும் அமைதியாகப் பேசுங்கள்; முரட்டுத்தனமாகப் பேசாதீர்கள்."

இது அவரது மனத்தை ஆக்கிரமித்தது; மற்றவற்றை யெல்லாம் மூழ்கடித்துச் சூழ்ந்தது. இதனை விரட்டியடிப்பதற்காக, அவர் தமது நோட்டுப் புத்தகங்களை எடுத்து, பக்கங்களைப் புரட்டிப் பார்க்கத் தொடங்கினார்.

இவையெல்லாம் எதற்காக? இவற்றை யார் விரும்புகிறார்கள்? எவ்ஜெனியா இவற்றை என்றும் பார்க்கப் போவதில்லை. நான் இறந்த பின்னால் அவர்கள் இவற்றை அடுப்பில் போட்டு விடுவார்கள். இவற்றைப் பார்த்து, ஜனங்கள் சிரிக்கக்கூடச் செய்வார்கள். ஒருவேளை நான் இவற்றை லையூபாவிடம் கொடுத்து விடலாமா?

அவர் தமது தலையை மேஜைமீது சாய்த்தார்; ஒரு கிழவரின் கசப்பான கண்ணீரைக் கொட்டித் தீர்த்து அழுதார். அந்தக் கண்ணீர்த் துளிகள் அந்தப் பக்கத்தின் மீது விழுந்தன. மார்ச்சு மாதத்தில் கூரையிலிருந்து சொட்டிச் சொட்டி விழும் சிறிய துளிகளைப் போல அவை விழுந்தன. அதிலுள்ள எழுத்துக்களைக் கரைந்தோடச் செய்து, நுண்மையான் பழுப்புநிற மூலைகள் கொண்ட கறைகளாக வடிவெடுக்கச் செய்தன.

அவர் அதில் படிந்த கண்ணீர்த்துளிகளைத் தரையில் உலுப்பிக் கொட்டிவிட்டு, கண்களை மூடினார்; வெகு நேரம் வரையிலும் நொந்து குமைந்து நிராதரவான நிலையில் அசையாமல் அமர்ந்திருந்தார்.

அதற்கு மறுநாள் முழுவதும் இதே விரக்தியான மனோநிலையில்தான் கழிந்தது. மாலை நேரமானபோது லையூபா தன் கையில் ஒரு புத்தகத்தோடு வந்து சேர்ந்தாள்.

"ஹலோ!"

அவள் அங்கு அழகாகவும், ஒடிசலாகவும், உன்னதமாகவும் நின்றாள். அவள் தன் தலையில் கட்டியிருந்த கச்சையை இழுத்தெடுத்தாள். அப்போது அவளது சுருண்ட கேசம் அவளது நெற்றியிலும், கன்னங்களிலும், நகையாடும் கண்களின்மீதும் விழுந்து புரண்டது. அவள் அந்தப் புத்தகத்தை ஒரு நாற்காலி யின்மீது விட்டெறிந்துவிட்டு, அந்த அடங்க மாட்டாத கேசச் சுருள்களைத் தனது நீண்ட விரல்களால் பின்னுக்குத் தள்ளி, அவற்றைத் தனது சிறிய, இளஞ் சிவப்பான காதுகளுக்குப் பின்புறத்தில் ஒதுக்கி விட்டாள். அந்தக் கணத்தில் அவள் தன் தாயைப் போலவே, ஒரு பொம்மையைப் போலவே, அற்புதமாகக் காட்சியளித்தாள்: இந்தத் தோற்ற ஒற்றுமையானது அவளது பழைய கந்தலான உடையால் மேலும் அதிகரித்தது. அந்த உடையைத் தாம் ஏற்கெனவே முன்பு பார்த்திருப்பதாக மாட்வி நினைத்தார்.

“எனவே நீ வந்துவிட்டாய். இல்லையா, என் அன்பே?” என்றார் அவர். இத்தகைய அன்புக்குரிய சொல்லாட்சியோடு அவர் அவளை அழைத்தது இதுவே முதல் தடவை.

அவள் தன் கைகளைத் தனது ஒடுங்கிய இடையின்மீது வைத்தவாறு, பின்னால் சாய்ந்தாள்; அவள் சாய்ந்த முறையில் அவளது மொட்டுக் கட்டி வரும் குறுமுலைகள் அழுத்தமாகத் தெரிந்தன. அவள் அந்த நிலையிலேயே அந்த அறைக்குள் சிறிது நடந்தாள்.

“ஓ! நான் எவ்வளவு களைத்துப் போயிருக்கிறேன்!” என்றாள் அவள். அவரைப் பார்த்தவாறே, அவள் திடீரென்று காரியார்த்தமான தொனியில் பின்வருமாறு கேட்டாள்: “நீங்கள் ஏன் இப்படி இருக்கிறீர்கள்?”

“எப்படி இருக்கிறேன்?”

“வெளுத்துப் போய் – தலையைக்கூடச் சீவிக்கொள்ளாமல்.”

“ஓ! எனக்குத் தெரியாது”

அவள் அவரருகே அமர்ந்து, அவரது கண்களுக்குள் நோக்கினாள்.

“ஓ! எவ்வளவு தொங்கிப்போன முகம்! நான் சும்மா ஒரு நிமிஷம் வந்து விட்டுப் போகலாமென்றுதான் வந்தேன். லுஷாவும் நானும் நாள் முழுவதும் வீட்டைச் சுத்தம் செய்தோம். அது படுமோசமாகி விட்டது! அப்பாவின் நண்பர்கள் விடியற்காலம் ஆறு மணிவரையில் எங்கள் வீட்டில் சீட்டாடினார்கள்; தின்றார்கள். குடியுந்தான் – எங்குப் பார்த்தாலும் குப்பையும் கூளமும் சிகரெட்டுத் துண்டுகளுந்தான்! அதை நினைத்துப் பார்க்கவே குமட்டுகிறது. அப்பா சென்ற சனிக்கிழமை போஸ்ட்மாஸ்டர் வீட்டில் பணத்தைத் தோற்றுவிட்டார்; எனவே, எல்லோரையும் நேற்றிரவு எங்கள் வீட்டுக்கு வரவழைத்தார்; மீண்டும் தோற்றார்; அதனால் கசந்து போய்க் குடித்தார். இன்று அவரைப் பார்க்கச் சகிக்கவில்லை. கோபமும் தலைவலியும் அவருக்கு. எதற்கெடுத்தாலும் குற்றம் காண்கிறார். மேலும், நான் அவரை நேசிக்கவில்லை என்றும் குறைப்பட்டுக் கொண்டேயிருக்கிறார். நானோ அங்குத் தரையைத் தேய்த்துச் சுத்தம் செய்து கொண்டிருந்தேன். வீடு முழுவதையும் ஒழுங்குபடுத்தும் வரையிலும் அவரைப் படுக்கப் போகுமாறு நான் அவரிடம் சொன்னேன்; அதற்குப் பிறகென்றால் நேசிப்பதைப் பற்றிப் பேச நேரமிருக்கும் என்றேன். சில சமயங்களில் நான் அவரிடம் மிகுந்த கண்டிப்போடு நடந்துகொள்கிறேன். தெரியுமா?”

மாட்வி அவளது கோணம் போன்ற தோள்களையும், நீண்ட முழங்கைகளையும், அழகிய கைகளையும் பார்த்தார்; அவளது முகத்தையும் பார்த்தார்: அவளது கண்கள் தயையுணர்வோடு பிரகாசித்தன; அவளது நிறைவான இதழ்கள் ஓர் அன்பான புன்னகையாக வளைந்து மலர்ந்தன.

“அத்தகைய ஜனங்களோடு இருப்பதற்கு உனக்குச் சிரமமாக இருக்கிறது. இல்லையா?”

அவளது நாசித் துவாரங்கள் நடுங்கின. அவள் தன் புருவங்களை ஒரே நேர்க் கோடாக நெரித்தாள்; கண்களைச் சுருக்கினாள்.

"ஆமாம்," என்று சிறிது நேரத்துக்குப் பின்னர் சொன்னாள் அவள். "ஆனால், அவர்கள் அபத்தமாகப் பேசத் தொடங்கி, சகஜமாகப் பழக முனைத்தால், நான் வெளியே போய் விடுவேன்."

அவள் சின்னச் சிரிப்புச் சிரித்தாள்; அவளது முகத்தின் செம்மை காதளவோடிச் சிவந்தது.

"அவர்கள் எப்போதும் பொய் சொல்கிறார்கள்; அவர்கள் சொல்லும் விஷயங்கள் உண்மையில் நடப்பதில்லை. அப்படியே நடந்தாலும் நான் அவற்றைத் தெரிந்துகொள்வேன். ஏனென்றால், அம்மா எனக்கு எல்லாவற்றையும் ஜனங்களையும் பெண்களையும் பற்றிய எல்லாவற்றையும் சொல்லியிருக்கிறாள். அவர்கள் வெறுமனே குரோதத்தின் காரணமாகத்தான் அப்படிச் சொல்கிறார்கள்."

"யார்மீது குரோதம்?' என்று அவளைப் பார்க்காமலே கேட்டார் அவர்.

"எனக்குத் தெரியாது," என்று சிந்தனை வயமாகப் பதில் சொன்னாள் அவள்: "ஒருவேளை அது குரோதத்தினால் இல்லாதிருக்கலாம். ஆனால், அவர்களுக்கு வேறு எதுவும் செய்வதற்கில்லாததே காரணமாக இருக்கும். அவர்கள் குடிப்பதையும் சீட்டு விளையாடுவதையும் தவிர, வேறு எதையும் செய்வதில்லை; உண்மையில் இது படுபயங்கரமான சலிப்பைத் தருவதாகத்தான் இருக்கும். சில சமயங்களில் அவர்கள் வேறு எதையாவது பற்றியும் பேச வேண்டியிருக்கும் என்றே நான் கருதுகிறேன். அவர்கள் படுமோசமான தொல்லைப் பேர்வழிகள்தான்! நீங்களுங்கூட இன்று–"

"நானா?" என்று மிருதுவாகச் சொன்னார் மாட்வி: "நான் மரணத்தைப்பற்றிச் சிந்தித்துக்கொண்டிருந்தேன். நான் சீக்கிரம் இறந்துவிடுவேன்."

அவள் தன் கண்ணிமைகளைத் தாழ்த்தினாள்; பின்னர் கனிவோடு சொன்னாள்:

"அப்பாவிப் பிறவியே! வாழ்வது எத்தனை வேடிக்கை! நான் என்றென்றும் வாழ விரும்புகிறேன்."

அவள் ஜன்னலருகே சென்று, ஜன்னல் விளிம்பின் மீதமர்ந்து வெளியில் எட்டிப் பார்த்தாள்.

மாட்வி தம் தலையைத் தொங்கவிட்டார்; தமது முழங்கால்களைத் தட்டிக்கொடுத்தவாறே, முன்னும் பின்னும் மௌனமாக ஆட்டினார். பழத்தோட்டத்தில் மாலை நேரத்தின் நீலநிற நிழல்கள் கவிந்து சூழ்ந்திருந்தன. அவை இலைச் செறிவின் பசிய நிறத்தைக் கறுக்கச் செய்தன. ஒரு மஞ்சள் நிறச் சந்திரன் மேகங்களற்ற வானவெளியில் தொங்கியது. கொசுக்கள் ரீங்காரித்தன. லையூப *அவற்றைக் கையால் வீசி விரட்டியவாறே, பின்வருமாறு சொன்னாள்:

“எனக்கு வீட்டுக்குப் போகவே தோன்றவில்லை, அதை விட, நான் உங்களோடு இங்கு அமர்ந்து தேநீர் அருந்துவேன் – அப்புறம் –அப்புறம் வெறுமனே அமர்ந்திருப்பேன். இங்கு அத்தனை அழகாகவும் அமைதியாகவும் சுத்தமாகவும் இருக்கிறது. உண்மையில் நான் படுமோசமாகக் களைத்திருக்கிறேன். என் எலும்புகள் எல்லாம் வலியெடுக்கின்றன.”

“பின்னே, தங்கிவிடு,” என்று மிருதுவாகச் சொன்னார் மாட்வி.

“எப்படியும் இரவுச் சாப்பாட்டுக்கு வீட்டுக்குப் போய்விட வேண்டும். காலதாமதமாகப் போனால், அப்பா திட்டுவார்.”

அவள் தன் குதியங்காலைச் சுவரோடு மோதித் தாளமிட்டவாறு, ஏதோ மனக்கலவரத்தோடு விளக்கிப் பேசினாள்:

“சில சமயங்களில் என்ன செய்வதென்றே தோன்றாத அளவுக்கு எனக்குச் சிரமமாக இருப்பதை நான் உணர்கிறேன். நான் ஏதாவதொரு மூலையில்போய் மறைந்திருந்து கொண்டு, அழக்கூடச் செய்கிறேன். இதை உங்களால் நம்ப முடியுமா? காலத்தை எப்படியாவது அடித்து விரட்டி, அதனைத் துரிதமாகச் செல்லச் செய்ய, ஏதாவதொரு வழி மட்டும் இருந்தால், சீக்கிரமே நான் பெரியவளாகிவிடுவேன்!” அவள் சிரித்தாள். “இதைச் சொல்வது ஓர் அசட்டுத்தனந்தான்.” ரப்பர்ச் செடியின் இலையொன்று அவளது கழுத்தில் பட்டுகிசுகிசு மூட்டியது. அவள் தன் தலையைக் குனிந்து, அதனை ஒரு கன்னத்தால் ஒதுக்கித் தள்ளினாள். “ஆனால், அசட்டு விஷயங்களைச் சொல்வதும் ஒரு வேடிக்கைதான். மேலும், நாகரிகக் குறைவென்று கருதப்பட்டாலும், ஜன்னல் விளிம்பில் உட்கார்ந்திருப்பதும் அப்படித்தான். எனக்கென்று சொந்தமாக ஒரு வீடுமட்டும் இருந்தால், நான் எல்லாவற்றையும் பார்க்கும் விதத்தில் அதில் கண்ணாடியாலேயே ஒரு முழுச் சுவரைக் கட்டி விடுவேன். உங்களுக்கு நகரத்தைப் பிடிக்குமோ? எனக்கு ரொம்ப ரொம்பப் பிடிக்கும். அது ஒரு விளையாட்டுப் பொம்மையைப் போல அத்தனை இனிமையும் அசட்டுத்தனமும் கொண்டிருக்கிறது. வயல்வெளியிலிருந்து அதனைப் பார்த்தால் வீடுகளெல்லாம் கூடையிலிருந்து புல்வெளிமீது கொட்டிக் கவிழ்த்த காளான்களைப் போலத் தோன்றுகின்றன.”

அவள் தனது உவமையை எண்ணிச் சிரித்தாள்; பின்னர்த் தன் கேசச் சுருள்களை மீண்டும் தள்ளிவிடுவதற்காகக் கைகளை உயர்த்தினாள்; மிகுந்த உல்லாசமாகவும் தெளிவாகவும் தோன்றினாள்.

“புழுப்பிடித்த காளான்கள்,” என்று சொன்னார் மாட்வி. அவள் இத்தகைய விமர்சனங்களை எப்படி ஏற்றுக் கொள்கிறாள் என்பதைப் பார்ப்பதற்காகவே அவர் அடிக்கடி இவ்வாறு சொல்லிப் பார்த்தார். ஆனால், அவளோ எப்போதும் அவற்றைப் புறக்கணித்து விட்டாள். அவளோடு இருப்பது இனிமையாக இருந்தது; அவள் சொல்லும் எளிமையான விஷயங்கள் சந்திரனின் ஒளி நிழலைக் கரைத்துப் போக்குவதைப் போல அவரது மனவிருளை விரட்டியடித்தது.

"நல்லது. நான் புறப்பட வேண்டும்," என்று ஜன்னல் விளிம்பிலிருந்து துள்ளிக் குதித்தவாறே சொன்னாள் அவள்.

"நீ உன் தந்தையை நேசிக்கிறாயா?" என்று தாமும் எழுந்தவாறே, ஒரு பெருமூச்சுடன் கேட்டார் மாட்வி.

"அவரை நேசிக்கத்தான் செய்கிறேன்," என்று தயக்கத்தோடு கூறினாள் அவள்; பின்னர்த் தனது தொனியைத் தாழ்த்தி, முகம் வெளிறிப் போய்ப் பின்வருமாறு சொன்னாள்: "ஆனால் முழுக்க அல்ல. அவர் அம்மாவிடம் மிகவும் கொடுமையாக நடந்துகொண்டார்.

"ஏன்?"

"எனக்குத் தெரியாது. அம்மா என்னிடம் விளக்கினாள்; ஆனால், நான் புரிந்துகொள்ளவில்லை. அவர் அவளைத் தீவிரமாகக் காதலித்தார் என்றே தோன்றுகிறது; எனினும், அவர் அவளை நம்பவில்லை; எப்போதும் எதையாவது கற்பனை செய்துகொள்வார். அது பயங்கரமானதில்லையா? அவர் அவளைப் புண்படுத்த வேண்டும் என்பதற்காகவே, படுமோசமான பத்திரிகைகளையும் புத்தகங்களையுங்கூட, சந்தாக் கட்டி வரவழைத்தார்.

"பத்திரிகைகளுக்குச் சந்தாக் கட்டுவதன் மூலம் அவர் அவளை எப்படிப் புண்படுத்த முடியும்?"

அவள் தன் தலையைப் பின்னுக்குச் சாய்த்தவாறே முகம் சுழித்தாள்.

"அவற்றிலுள்ள விஷயங்கள் பொய்யும் பயங்கரமுமாக இருந்தால்?" என்று வாட்டத்தோடு கேட்டாள் அவள்.

"எது பொய் எது உண்மை என்று யாருக்குத் தெரியும்?" என்று துணிந்து கேட்டார் அவர்.

"அது மிகவும் எளிதானது: நல்லது உண்மையாக இருக்கும்; கெட்டது பொய்யாக இருக்கும்," என்று முடிவாகச் சொன்னாள் அவள். அவளது புருவங்கள் நேர்க்கோடாகக் கூடின; உதடுகள் இறுக மூடின; அவள் பிரகாசமும், தைரியமும், குறுகுறுப்பும் மிகுந்த சின்ன அணிற்பிள்ளை போலத் தோன்றுவதற்குப் பதிலாக, கடுமையும் பிடிவாதமும் கொண்டவளாகத் தோற்றினாள்.

அவள் போய்விட்ட பின்பு, அவரது மனம் அவளையே பரிதாபகரமாகப் பற்றிப் பிடித்துத் தொங்கியது; அவர் வேண்டுமென்றே அதனை அவள்மீது நிலைக்கச் செய்துவிட்டு, பின்வருமாறு நினைத்தார்:

இந்தக் குழந்தை எப்படி வாழ்கிறது? இவள் தனது வயதுக்கு மூத்தவளா, இல்லை இளையவளா என்றுகூட என்னால் புரிந்துகொள்ள முடியவில்லை. சில சமயங்களில் மூத்தவளாகவும், சில சமயங்களில் இளையவளாகவும் தோன்றுகிறாள்.

அவளது உண்மைத் தன்மை, போக்கிரித்தனம், அமைதியான கண்களில் தோன்றும் தெளிவான நோக்கு – எல்லாமே அவரது இதயத்தைத் தொட்டன. அவளது பிரகாசமான, பட்டுப் போன்ற சிரிப்பைக்கூடத் தாம் கேட்பதாகத் தோன்றியது அவருக்கு. அவள் சிரிக்கும்போது தன் வாயைச் சரியாகக்கூடத் திறப்பதில்லை; அவளது ஒழுங்கான வெள்ளிய பற்கள் ஏதோ இலேசாகத் தெரிந்தும் தெரியாமலுந்தான் இருக்கும். அவளது காதுகள்மட்டும் மாறும். அவள் தன் தலையைப் பின்னுக்கு உலுக்குவாள்; முகத்தின்மீது தடுமாறி வந்துவிழும் அழகிய கேசச் சுருள்களை விலக்குவதற்காக, தன் கைகளை உயர்த்துவாள். அத்தகைய நேரங்களில் அந்தக் கிழவர் அவளது விம்மும் மார்பகத்தைக் கண்டு, தமக்குள் பின்வருமாறு நினைத்தார்:

இவள் சீக்கிரத்திலேயே ஒரு புருஷனை விரும்புவாள்.

அவர் எங்குமே போகவில்லை; ஆனால், சில சமயங்களில் சுக்கோபாயேவ் மட்டும் அவரைக் காண வந்தான். சுக்கோபாயேவ் இப்போது நகரத்தின் மேயராகி விட்டான்; எனவே, எப்போதும் குவிந்துகொண்டிருக்கும் தன் அலுவல்களைக் கவனிக்க, அவன் பம்பரம் போலச் சுற்றிச் சுழன்று வந்தான். அவன் முன்னைக்காட்டிலும் மெலிந்தும், உருச் சமைந்தும் தோற்றினான்; மேலும், தனது எலும்பான மூக்கின் விரிந்த நாசித் துவாரங்களின் வழியாக, கரகரத்து மூச்செறிந்தான். அவன் ஜனங்களைப் பற்றி இப்போதெல்லாம் குறைப்படுவதே இல்லை; ஆனால், தனது உதடுகளை அடிக்கடி நினைத்து ஈரமாக்கியவாறே, அவர்களைப் பற்றித் தணிந்த தொனிகளிலேயே பேசினான். அவன் சொன்ன சிரமமான விஷயங்களிலிருந்தெல்லாம் மாட்வி விடுபட்டுவிட்டார்.

“நமது வேலை ஒரு மந்தைக்காரனின் வேலை: கால்நடை நமது சத்தத்தைக் கேட்டும் அசட்டையாக இருந்தால், அவற்றுக்குச் சாட்டையடியின் ருசியைக் காட்ட வேண்டியது தான்.”

நகரத்தின் வாழ்க்கையோடு அவரை ஒட்ட வைக்கும் பிரதானமான தொடர்புச் சங்கிலியாக மாறிவிட்டாள் லையூபா. அவளுக்கு அங்கு நடப்பவையனைத்தும் தெரிந்தது; எல்லா வதந்திகளும், ஜனங்களின் எல்லா நோக்கங்களும் தெரிந்தன. மேலும் அவள் என்ன சொன்னாலும், அது ஓர் அட்டுப்பிடித்த சிற்றோடையில் குமிழியிட்டுப் பொங்கும் சுத்தமான நீரூற்றைப் போல இருந்தது. அந்த நீரூற்று தனக்கென்று ஒரு வழியைக் கண்டறிந்து, அந்தச் சாக்கடையைக் கடந்து, அதனால் கறைப்பட்டு விடாமலே, அமைதியாக வழிந்தோடியது.

சில சமயங்களில் அவர்கள் தாம் படித்த புத்தகங்களைப் பற்றி விவாதித்தார்கள்; லையூபா கதாநாயகர்களையும், வில்லன்களையும் பற்றிச் சமஅளவான வியப்போடு புகழ்ந்து பேசுவதைக் கேட்டு மாட்வி ஆச்சரியமடைந்தார்.

“நீ அப்படி எவ்வாறு சொல்லலாம்?” என்று அவர் ஒரு முறை கேட்டார்; “நல்லதுக்கும் கெட்டதுக்கும் இடையே நீ முன்னர்க்கூறிய அந்தப் பரந்த எல்லைக்கோடு எங்கே போயிற்று?”

அவள் சிரித்தாள்.

"எப்படியோ எனக்கு அது அப்படித்தான் தோன்றுகிறது. ஏன் என்று எனக்குத் தெரியாது."

அவள் சிந்தனையில் ஈடுபட்டாள்; என்ன காரணத்தாலோ தமக்குத் தாமே வெகுவாக மகிழ்ச்சியுற்றவராய், அவர் அவளை அமைதியாகச் சீண்டினார்.

பின்னர் ஒரு நாள் அவள் மன்னிப்புக் கேட்பது போலப் புன்னகை புரிந்தவாறே பின்வருமாறு சொன்னாள்:

"ஆனால் இந்தப் புத்தகத்தில் நடைபெறுவது எல்லாம் முடிந்து முற்றுப் பெற்று விடுகிறது. அதிலுள்ள கதையைத் தவிர வேறு எதுவும் மிஞ்சி நிற்கவில்லை. மேலும், கதையைப் படிக்கும்போது, நான் எல்லோரையும்– சூனியக்காரி, நல்ல வனதேவதை, நரமாமிசம் தின்னும் ராக்ஷஸன், 'ஐவான் ஆகிய எல்லோரையும்–ஒரே மாதிரி நேசிக்கிறேன்"

அவளுக்குப் புதியதாக ஏதோ ஒன்று அப்போதுதான் உதயமானது போல, அவளது கண்கள் வட்டமாக விரிந்தன; உடன் அவள் கடகடவெனச் சிரித்தாள்.

"ஆனால் வாஸ்தவந்தான். சூனியக்காரி எவளும் அதில் இல்லாவிட்டால், கதையே இருக்காதுதான்."

இன்னொரு முறை அவர் அவளிடம் பின்வருமாறு சொன்னார்:

"நீ கலியாணம் செய்வதைப்பற்றி எண்ணத் தொடங்கி விட்டாய் என்று கருதுகிறேன். அப்படித்தானே?"

"இல்லை," என்று தலையை அசைத்தவாறே சொன்னாள் அவள். ஆனால், மறுகணமே அவள் கன்றிச்சிவந்து, கண்களைத் தாழ்த்தியவாறே மேலும் சொன்னாள்: "அதாவது, நான் அதுபற்றி நினைத்துப் பார்க்கிறேன். உண்மைதான். ஆனால், எதையும் உணராமல், வெறுமனே கலியாணம் செய்துகொள்வது–அது எல்லோரும் செய்வதை நானும் செய்வதாகத் தான் முடியும். மேலும், நான் அவ்வாறு செய்ய விரும்பவில்லை. அதைப் பயங்கரமானதாக எண்ணுகிறேன். வான்யா கிர்யாபோவ் நான் அவனை மணக்க வேண்டும் என்று எதிர்பார்க்கிறான்"

"அவன் நல்ல மாதிரிதானா?

"வான்யாவா? ஆமாம்," என்று நிச்சயமற்றுச் சொன்னாள் அவள். "அவன் ஒழுங்கானவன்தான்; ஆனால் ஒரே சோம்பேறி; எதையும் செய்ய விரும்புவதில்லை. யுத்தத்தைப் பற்றியே பேசுகிறான் – இராணுவத்தில் ஒரு பயிற்சி வீரனாகச் சேர விரும்புகிறான்; என்னையும் ஒரு நர்சாக வேண்டுமென விரும்புகிறான். ஆனால், எனக்கு யுத்தம் பிடிக்கவில்லை. அவனது தாத்தா ஓர் அருமையான மனிதர்."

"அவன் தாத்தாவா!' என்று அந்தக் கணமே பொறாமை கொண்டவராகக் கனைத்தார் மாட்வி. "அவனது அந்தத் தாத்தாவின் காரணமாக, இந்த நகரத்தில் முனகாத நபர் ஒருவர்கூட இல்லையே! தோலையுரிக்கும் கிழடாச்சே அது!"

“இருந்த போதிலும் இதயத்தில் அவர் மிகவும் நல்ல மனிதர்,” என்று பொறுமையாக உறுதி கூறினாள் லையூபா.

அந்தக்கிழவர் ஒரு வெடுவெடுப்பான மௌனத்தைக் கடைப்பிடித்தார்.

இலையுதிர்க் காலத்தின் அந்திமாலைப் பொழுதில், குளிரையும், புயல்களையும், மாரிக்காலத்தின் தனிமையையும் சூசகமாக முன்னறிவிக்கும் சிவந்த மேகக் கூட்டங்களைப் பார்த்துக்கொண்டு நின்ற பற்பல வேளைகளிலும், அவர் தமக்குத் தாமே பின்வருமாறு நினைத்துக்கொண்டார்:

நான் எனது சொத்துகளை நகரத்துக்கு உயில் எழுதிவைப்பதில் இத்தனை அவசரமாக நடந்துகொண்டிருந்திரா விட்டால் என்ன நடக்கும் என்று வியக்கிறேன். அந்தச் சொத்துகளை விட்டுச் செல்ல, நான் ஓர் இளம் மனைவியைப் பெற்றிருக்கக் கூடும். மேலும் ஒருவேளை எனக்கு ஒரு மகன் கூட இருப்பான். வாழ்க்கை இந்த மாதிரி வாழ்வதற்கு ஏற்றதல்ல. நான் சாகும் காலத்தில் என் கண்களை இழுத்து மூடக்கூட, ஓர் ஆத்மா இல்லை. நான் எனது உயிலை மாற்றிவிட முடியும்.

ஆனால், நிலைக்கண்ணாடியில் அவர் தம்மை ஒருமுறை பார்த்து விட்டால், இத்தகைய எண்ணங்களெல்லாம் அவரது மனத்திலிருந்து விரட்டியடிக்கப்பட்டுப் போகும். அவரது இருதயம் குன்றியது; மரண பயம் ஒரு மேகம் போல அவரது மனத்தில் எழுந்து, அதனை உறையச் செய்தது; அவரது எலும்புகளை நோகச் செய்தது. அவரது குறைந்து வரும் நரை மயிரைச் சிலிர்க்க வைத்தது.

பின்னர் அந்த நெடிய, ஒடிசலான யுவதி அவரை மீண்டும் காண வருவாள். அவள் உலகத்தில் என்னென்ன நடக்கிறது என்பதையெல்லாம் அவரிடம் உணர்ச்சிவேகத்தோடு சொல்வாள்; இறுதியில் தன் காலைத் தரையில் உதைத்துக்கொண்டு, பொறுமையற்றுப் பின்வருமாறு கூறுவாள்:

“ஆனால், நீங்கள் ஏன் ஒரு நல்ல செய்திப் பத்திரிகைக்குச் சந்தா கட்டுவதில்லை? நீங்கள் அவசியம் கட்ட வேண்டும். தயவு செய்து கட்டுங்கள்.”

அவர் அவள் கோரிக்கைக்கு இணங்கினார்; எனினும், ஒரு நிபந்தனையோடுதான். தினசரி அவளே வந்து அதனை அவருக்குப் படித்துக் காட்ட வேண்டும்.

மேலும் இப்போது அந்த ஆரவாரம் மிக்க பக்கத்திலிருந்து, அவள் விரைவும் தெளிவும் கொண்ட தொனிகளில் அவருக்குச் செய்திகளை வாசித்துக்கொண்டிருந்தாள். மாட்வியும் அவற்றைக் கேட்டவாறே, தாம் கேட்பவற்றை வாஸிலிவிச்சோ அல்லது எவ்ஜெனியாவோ, அல்லது குத்தலாகப் பேசும் ஸென்யா கோமரோவ்ஸ்கியோ எழுதியிருப்பதாகக் கற்பனை செய்துகொண்டார். அவை அவர்களது எண்ணங்களும் வார்த்தைகளுந்தான். லையூபா அவற்றையெல்லாம் எந்த விதமான ஆட்சேபனையுமின்றி ஏற்றுக் கொள்கிறாள்.

“நீ ஏன் வாசிப்பதையெல்லாம் அப்படியே ஏற்றுக் கொண்டு விடுகிறாய்?” என்று அவர் ஒரு முறை குறை காண்பது போன்று அவளை நோக்கிக் கேட்டார்.

“ஏனென்றால், அது உண்மை; யாருக்கும் அது புரியுமே.”

சில சமயங்களில் அவள் தன் கண்களில் கண்ணீர்ததும்ப, கசங்கிப்போன பத்திரிகைத்தாளை வீசியாட்டியவாறே அறைக்குள் மேலும் கீழும் நடப்பாள்; அவரோ குன்றிப் போன இதயத்தோடு, நெடுநாட்களுக்கு முன்பே தாம் மறந்து போய்விட்ட தமது சொந்த எண்ணங்களின் எதிரொலியாக ஒலிக்கும் அவளது வார்த்தைகளைக் காது கொடுத்துக் கேட்பார்:

இங்குள்ள ஜனங்களெல்லாம், ஏன் எல்லாவற்றுக்கும் தாம் இத்தனை தூரம் புறம்பாகி, இத்தனை தூரம் மனமொடிந்து, புறக்கணிக்கப்பட்டுக்கிடக்கிறார்கள்? பாருங்கள். நிலைமைகளைச் சீர்படுத்த வேண்டும் என விரும்பும், இத்தகைய அருமையான, உண்மையான விஷயங்களை எழுதும் மனிதர்களும் இருக்கத்தான் செய்கிறார்கள். ஆனால், இந்த நகரத்தில் நாம் இதுமாதிரி எதையும் கேள்விப்படக் காணோம் இங்குள்ள மக்கள் எதையுமே புரிந்துகொள்ளவில்லை. உண்மையில் நமது ஜெனரல்களெல்லாம் ஜெர்மானியர்களாக இருப்பதாலா, நாம் யுத்தத்தில் தோற்று வருகிறோம்? அப்படியெல்லாம் ஒன்றுமில்லை. எனினும், அப்பா மட்டும் சொல்லிக் கொண்டேயிருக்கிறார். அதாவது ஸ்கோபெலேவ் மட்டும் –”

இவளும் போகத்தான் போகிறாள் என்று பரிதாபகரமாக நினைத்தார் மாட்வி. இவள் போகத்தான் வேண்டும். அவர் மனத்தில் பழைய பயங்கரம் எழுந்தது. இங்கோ நான் சாகப் போகிறேன்; ஆனால், என் எண்ணங்களோ வாழ விரும்புகின்றன.

சாந்தமாகவும், ஜாக்கிரதையாகவும் அவர் அவளைப் புரிய வைக்க முயன்றார்:

“அந்த விஷயங்களில் அளவுமீறி நம்பிக்கை வைத்து விடாதே. நன்மையையும் உண்மையையும் விரும்பும் மக்கள் எவ்வளவு அரிதாக இருக்கிறார்கள் என்பதை நான் மிகமிக நன்றாக அறிவேன். நன்மையும் உண்மையும் இங்கே வந்து காட்சி தருமானால், அவற்றுக்கு மனமற்ற வரவேற்புத்தான் கிட்டும். அவை எப்படித் தோற்றமளிக்கும் என்பதுகூட எவருக்கும் தெரியாது. இந்த நகரவாசிகள் அவற்றைக் கண்டு பயந்து, அவற்றை விரட்டியடித்து விடுவார்கள். புதிதாக வருபவர்களுக்கு! அவர்களுக்குப் புதிதாக வருபவர்களையே பிடிக்காது. நான் என்ன சொல்கிறேன் என்பதைத் தெரிந்தே சொல்கிறேன், லையூபா!” அவர் அவளது வயதையும் மறந்து, தம்மைத் தாமே குற்றம் சாட்டுவது போலத் தம்மை விரலால் குத்திக் காட்டி, எச்சரிக்கும் தொனியில் மேலும் சொன்னார்: “என்னைப் பார், லையூபா. அவை, அதாவது நன்மையும் உண்மையும் என்முன் தோன்றின. நான் அவற்றை விரட்டி விட்டேன். இப்போதோ நான் என்னையே வெறுத்துச் செத்துக்கிடக்கிறேன், லையூபா. என் வாழ்க்கை முழுவதும் நான் என்னையே என் கைகளில் சுமந்து திரிந்தேன். அந்தச் சுமையால் நான் களைத்தேன்; இளைத்தேன்;

எனினும், இன்னும் என்னைச் சுமந்துகொண்டு திரிகிறேன். மரணத்தைத் தவிர, என்முன் எதுவும் இல்லை. ஆனால், வாழ்க்கையைக் காணாமலே சாவது ஒரு பரிதாபந்தான் – சூனியத்தையும், ஏதோ நல்லதைப் பற்றிய நம்பிக்கையும் தவிர வேறு எதுவும் இருந்ததில்லை. மேலும் இந்த ஏதோ ஒன்று வந்தபோது, நான் பயந்தேன்; அதனை எதிர் சென்று சந்திக்கச் சோம்பல் பட்டேன்; இப்போதோ இந்த நிலையில் இருக்கிறேன்."

அவள் அவர் கூறுவதை வியப்போடு கேட்டவண்ணம் அறையின் மத்தியில் நின்றாள். அவர் பேசி முடித்ததும், அவள் அவரருகே வந்து பின்வருமாறு சொன்னாள்:

"அது உண்மையல்ல."

"ஐயோ! ஆனால் அதுதான் உண்மை," என்றார் அவர்; மேலும், தமது ஆத்மாவைத் திறந்து காட்ட வேண்டும் என்ற வேட்கைக்கு ஆளானவராய், அவர் அவளது கையைப் பிடித்து, அவளைத் தம்மருகே இருத்தி அமரச் செய்தார். அவர் தமது நோட்டுப் புத்தகங்களில் ஒன்றையெடுத்து, அதனைத் திறந்து, அவசர அவசரமாக வாசிக்க முனைந்தார்:

"கடவுள் தமது குழந்தைகளை மேலிருந்து நோக்கித் தமக்குத்தாமே சொல்லிக்கொள்கிறார். நான் எங்கிருக்கிறேன்? என் உத்வேகத்தை எனது படைப்பான மக்களிடம் காண முடியவில்லை.நான் தொலைந்தேன்; மறக்கப்பட்டுப் போனேன்; எனது கட்டளைகளெல்லாம் பித்தளையின் சப்தம் போலாகிவிட்டன; என் வார்த்தைகள் அவற்றின் ஜீவக் கனலை இழந்துவிட்டன – கற்களின்மீது தூவப்பெற்ற சாம்பலைத் தவிர, தரிசு நிலத்தில் விழுந்த பனியைத் தவிர, வேறு எதுவுமே இல்லை."

"இதை யார் எழுதியது? நீங்களா?" என்று அந்தப் புத்தகத்திலிருந்து அவர் பக்கமாகத் திரும்பி, சந்தேகத்தோடு பார்த்தவாறே கேட்டாள் அவள்.

"ஆம். நான்தான். ஆனால், இதுமட்டுமல்ல. பொறு."

அவர் பரபரப்போடு, புத்தகத்தின் பக்கங்களைத் தள்ளினார். அவளது தீர்மானங்களையெல்லாம் உலுக்கிக் குலுக்கச் கூடிய, ஓர் எச்சரிக்கையாக உதவக்கூடிய ஏதோ ஒன்றைக் கண்டுபிடிக்க அவர் விரும்பினார். மேலும், அவர் தமக்காகவும் எதையோ கண்டுபிடிக்க விரும்பினார். அவள் தன் நாற்காலியில் அசைந்து கொடுத்தாள்; சௌகரியமான நிலையில் உட்கார முயன்றாள்; அவளது அசைவு அவரைக் குலைத்தது; தூண்டி விட்டது. அவர் அவளது கண்களில் ஒரு புதிய உணர்ச்சி பாவத்தைக் கண்டார்; அத்தகைய ஒன்றை அவர் அதற்கு முன் கண்டதே இல்லை.

"நான் உண்மை முழுவதையும் இந்தப் புத்தகங்களில் எழுதியிருக்கிறேன்."

"உங்களைப் பற்றியா?" என்று அமைதியாகக் கேட்டாள் அவள்.

“எல்லாவற்றையும் பற்றித்தான்.”

அவர் வாசிக்கத் தொடங்கினார்; அவள் புரிந்துகொள்கிறாள் என்பதையும் கண்டார். அவளது விரிந்த கண்களில் சிரமமான கவனம் நிறைந்திருந்தது. அவளது உதடுகள் அவரது வார்த்தைகளைத் திருப்பிச் சொல்வது போல ஓசையற்று அசைந்தன. அவள் அந்தப் பக்கத்தைப் பார்ப்பதற்காக, அவரது கைக்கு மேலாகக் குனிந்தாள். அப்போது அவளது கேசத்தின் ஒரு கற்றைச் சுருள் அவரது சட்டைக் கையின் மீது விழுந்து, மெதுவாக அசைந்தது. அவர் மார்க் வாஸிலிவிச்சைப்பற்றி வாசிக்கும்போது ஒளிபெற்ற முகத்தோடு நிமிர்ந்து உட்கார்ந்தாள்; பின்வருமாறு மகிழ்ச்சியோடு சொன்னாள்:

“ஓ! எனக்கு இத்தகைய மனிதர்களைத் தெரியும். அவர்களைப் பற்றி அம்மா ஏராளமான அற்புத விஷயங்களையெல்லாம் எனக்குச் சொல்லியிருக்கிறாள். மேலும், அவர்களைப் பற்றிய புத்தகங்களுங்கூட இருக்கின்றன. நீங்கள் இவற்றையெல்லாம் எழுதி வைத்ததில் எனக்கு ரொம்ப மகிழ்ச்சி.”

பின்னர் அவள் குரலைத் தாழ்த்திக்கொண்டு பேசினாள்: “ஆனால் அப்பா, பாவம். அவர் இதை நம்புவதில்லை. உண்மையில் அதுதான் அம்மாவைக் கொன்றுவிட்டது. நான் அவரிடம் திரும்பிச் செல்ல வேண்டும். இப்போதே எனக்கு நேரமாகி விட்டது. ஆனால், நாளைக்கு நான் மதியச் சாப்பாடு முடிந்ததும் நேராக இங்கு வருவேன். நீங்களும் எல்லாவற்றையும் எனக்கு வாசித்துக் காட்டுவீர்கள். இல்லையா?” என்று அவரைக் கெஞ்சிக் கேட்பது போலப் பார்த்தவாறு சொன்னாள். “எல்லாவற்றையும், கடைசி வரைக்கும்.”

பின்னர் அவள் ஓடிவிட்டாள்.

மறுநாள் அவர் அவளுக்கு எவ்ஜெனியாவைப் பற்றி வாசித்துக் காட்டினார். அது அவள் உள்ளத்தைத் தொட்டது என்பதையும் கண்டுகொண்டார். அவளது சோகமான புன்னகையையும், கண்களில் தென்பட்ட பரிவையும் கண்டு, அவர் கிட்டத்தட்ட அழுதே விட்டார்.

“இது பிரமாதமாக இருக்கிறது!” என்று அவள் இடையிடையே சொல்லியவண்ணம் அந்தப் புத்தகத்தை அடக்கத்தோடும், பொறாமையோடும் தொட்டுப் பார்த்துக்கொள்வாள்.

ஒரு முறை பின்வருமாறு சொன்னாள்: “எனவே, புத்தகங்கள் இப்படித்தான் எழுதப்படுகின்றன! ஜனங்களைப் பற்றி எழுதுவதுதான் எத்தனை வேடிக்கையாக இருக்க வேண் டும்! நானும் கூட, நான் காணும் எல்லா நல்ல விஷயங்களையும் எழுதி வைக்க விரும்புகிறேன். அது சரி; உங்களிடம் எவ்ஜெனியா அத்தையின் ஒரு படங்கூட எப்படி இல்லாமற் போயிற்று?” அவர் இதற்குப் பதிலளிக்கு முன்பே, அவள் முந்திக்கொண்டு விட்டாள்! “அவளும் போரிஸும் இருக்கும் ஒரு புகைப்படத்தை நான் உங்களுக்குத் தரட்டுமா? அவள் அதை அம்மாவுக்கு அனுப்பினாள். எனக்கு அது தேவையில்லை. உங்களுக்கு வேண்டுமா?”

மாட்வி பெரு மகிழ்ச்சியுற்றார்.

"எனக்கு அவளை மிக நன்றாக நினைவிருக்கிறது," என்று வெளியைப் பார்த்தவாறே அவள் சொன்னாள்; "மேலும் நான் போரிஸுக்குக் கடிதம் எழுதி வருகிறேன். கொஞ்சநாட்களுக்கு முன்னால், அவன் தன் படத்தை எனக்கு அனுப்பி வைத்தான். இப்போது அவன் சர்வ கலாசாலையில் மாணவனாக இருக்கிறான் – நீங்கள் அதைப் பார்க்க விரும்புகிறீர்களா?"

திடீரென்று முகம் சிவந்து, கண்களைத் தாழ்த்தியவாறே அவள் சொன்னாள்:

"நீங்கள் அவளை மிகவும் காதலித்தீர்களா?"

"மிகவும்தான்," என்று மூச்செறிந்தார் மாட்வி.

"அவளிடத்தில் நான் இருந்தால், நான் போயிருக்கவே மாட்டேன். எனினும் – சொல்வது சிரமந்தான்." அவள் தன் உதட்டைக் கடித்தவாறு, ஈரம் படிந்த கண்களோடு அவரைப் பார்த்தாள். "அட, கடவுளே! எவ்வளவு சுவையாயிருக்கிறது!" அவள் மூச்செறிந்தாள். "துர்கனேவில் இருப்பதைப் போலவேதான்."

அவளது உணர்ச்சி வேகம் அந்தக் கிழவரின் இதயத்தைத் தொட்டு, அங்குத் திரண்டிருந்த பயங்கரமான பாரத்தை விலக்கியது. அவர் தம் மேஜைமீது சாய்ந்து, தொடர்பற்று முணுமுணுத்தார்:

"ஆ! லையூபா! என் வாழ்க்கை ஒரு பெருத்த தவறாகப் போய்விட்டது."

பயந்தவளாய், அவள் அவரது தலையைத் தனது பலத்த கைகளால் தூக்கினாள்.

"நீங்கள் ஓர் அருமையான மனிதர்," என்று அவரது நரைத்த தலையைப் பின்னோக்கித் தடவிக் கொடுத்தவாறே சொன்னாள்: "நீங்கள் செய்துள்ள எல்லா நன்மையும் எனக்குத் தெரியும்."

"ஜனங்கள் என்னை அமைதியாக இருக்கவிட் வேண்டும் என்பதற்காகத்தான் நான் அதனைச் செய்தேன். எல்லோரும் அமைதியாக இருக்க விடப்பட வேண்டும் என்றே விரும்புகிறார்கள். அமைதியை ஆனந்தமென்று தவறாக எண்ணிக் கொள்கிறார்கள்," என்று கூறினார் அவர்.

தமது துயரத்தை அவளிடம் பொழிந்து கொட்டியதால் ஓரளவு சாந்தி பெற்ற பின்னால் அவர் தமது எழுத்துப் பிரதிகளைத் தமது உள்ளங்கையில் சம நிலையில் நிறுத்தித் தாங்கிப் பிடித்தவாறு சொன்னார்:

"லையூபா, நான் இறந்தபிறகு, இந்த நோட்டுப் புத்தகங்களை எடுத்து, அவற்றைப் போரிஸுக்கு அனுப்பி வை. வைப்பாயா?"

"நிச்சயம் அனுப்புவேன்," என்று அறையின் மத்தியில் வெண்மையாகவும் ஒடிசலாகவும் தான் நின்றுகொண்டிருந்த இடத்திலிருந்தே உறுதி கூறினாள் அவள்.

"மேலும் அந்தப் படங்களை எனக்குக் கொண்டுவர மறந்துவிடாதே."

"மறக்க மாட்டேன்," என்று மிருதுவாகச் சொன்னாள் அவள்.

அவர் எவ்ஜெனியாவையும் போரிஸையும் பற்றி அவளிடம் கேட்க வெட்கப்பட்டார்.

"நீ என்ன நினைத்துக்கொண்டிருக்கிறாய்?" என்று அவர் அவளிடம் கேட்டார்.

அவள் அவரை ஒரு கணம் பார்த்துவிட்டு, அறையின் குறுக்கே மெதுவாக நடந்து வந்தாள்.

"கிர்யாபோவ் தாத்தாவும் தம்மைப் பற்றி இதே முறையில்தான் பேசுகிறார்," என்றாள் அவள்

"அவரா?" என்று சம்சயத்தோடு கேட்டார் மாட்வி.

"ஆம். அவருங்கூடத் தமது வாழ்க்கையைப் பற்றி எழுதி வைக்க வேண்டும். ஜனங்கள் உள்ளுக்குள் நினைக்கின்ற, எனினும் வெளியில் எப்போதும் சொல்லாத விஷயங்களையெல்லாம் நாம் தெரிந்தால், எல்லாமே வேறாகவும், நன்றாகவும் இருக்கும். இல்லையா?"

"எனக்கு அது பற்றி நிச்சயமில்லை."

"எனக்கு நிச்சயம் அப்படித்தான் இருக்கும் என்று தெரியும்," என்று தன் கைகளை மடித்தவாறும், அங்குள்ள பொருள்களையெல்லாம் முதன் முறையாகப் பார்ப்பது போலச் சுற்றி நோக்கியவாறும் தீர்மானமான தோரணையில் சொன்னாள் அவள். "அப்பாவின் மனத்துக்குள் என்ன நடக்கிறது என்பதை நான் தெரிந்துகொள்வதற்கு முன்னால், நான் அவரைக் கண்டு பயந்தேன். ஆனால், ஒரு நாள் அவர் தம்மைப் பற்றி எல்லாவற்றையும் என்னிடம் சொன்னார்; இப்போது நான் அவரைப் புரிந்துகொள்கிறேன்."

"ஆனால், நீ கிர்யாபோவைப் புரிந்துகொள்ளவில்லை," என்று தமது தலையை மந்தமாக அசைத்துக்கொண்டு அவளது ஒப்புவமையை வெறுத்தவராய் முணுமுணுத்தார் மாட்வி. "அவர் ஒரு பொல்லாத கிழட்டுப் போக்கிரி."

"இல்லை. அவர் அப்படியல்ல."

"நான் என் வாழ்நாள் முழுவதும் அவரருகில் வாழ்ந்திருக்கிறேன்."

"நானுந்தான்," என்று பதிலளித்தாள் அந்த யுவதி; பின்னர் ஒரு கவர்ச்சிகரமான புன்னகையோடு அவரருகே சென்று பின்வருமாறு சொன்னாள்: "தயவு செய்து அவரைப் போய்ப் பாருங்கள். நான் கெஞ்சிக் கேட்டுக் கொள்கிறேன்."

அவர் அவளுக்குத் தமது வாக்குறுதியை அளித்தார்.

அவள் போனபின், அவளது காலடித் தடங்களைத் தேடிப் பார்ப்பவர் போல அவர் கண்களைத் தரைமீது பதித்தவாறே மேலும் கீழும் நடந்தார்; அவரது மனமானது வசந்த காலத்தின் பஞ்சு போன்ற வெண்மேகங்களைப் போலச் சுற்றிச் சுழலும் சின்னஞ்சிறு எண்ணங்களால் நிறைந்திருந்தது.

ஒரு மனிதனை மகிழ்வுறுத்த அதிகமாக ஒன்றும் தேவையில்லை: யாராவது ஒருவர் அவனைப்பற்றி அவசரப்பட்டுத் தீர்மானிக்காமல், அவன் சொல்வதைக் கவனமாகக் கேட்டாலே போதும்.

தமது எண்ணங்களின் போக்கைக் குலைத்துவிடுவோமோ என்று பயந்தவர் போல, அவர் சர்வ ஜாக்கிரதையாகத் தமது மேஜைமுன் அமர்ந்து, எழுதத் தொடங்கினார். அவரது எழுத்துகளை யார் படித்துப் பார்ப்பார்கள் என்பது அவருக்கு இப்போது நன்றாகத் தெரியும்.

“வாழ்க்கையின் அதியுன்னதமான பேறு என்னவென்றால், எப்போதும் ஏதாவதோர் இளம் இதயம் தன்னருகிலேயே மொட்டுக்கட்டிப் பூத்து மலர்வதுதான்; மேலும், அதனுள் ஒருவர் கூர்ந்து நோக்கினால், அங்கு யாரோ ஒரு வருக்காகக் காத்திருக்கும் புன்னகையிருப்பதை நிச்சயம் கண்டுகொள்ள முடியும். வாழ்க்கையினால் களைத்தும் கசந்தும் போய்விட்ட ஒரு மனிதன் இதனை நினைவில் வைத்துக்கொள்வது மிகவும் நல்லது. அதாவது இளையவர்களைத் தேடிப்பிடித்து, அவர்களிடம் தான் பட்ட துன்பங்களையெல்லாம் நேர்மையோடு சொல்லிவிட வேண்டும். அதன் மூலம் ஒரு மனிதன் ஏன் கசந்து போகிறான், எவையெல்லாம் தவறான பாதைகள் என்பதை அவர்கள் தெரிந்துகொள்ளட்டும். முதுமையின் அறிவானது இளமையின் புனிதமும், நம்பிக்கையும் மிகுந்த பலத்தோடு நட்பின் தளைகளால் ஒன்று சேருமானால், நன்மையும், அன்பும் அதிகரிக்கும்.”

அவர் தம் பேனாவைக் கீழே வைத்துவிட்டு, கண்களை மூடி, அந்த வரிகளை வாசித்துப் பார்க்கும் எவ்ஜெனியாவின் முகத்தைக் கற்பனை செய்தார். அவரது இதயம் சோகமான அமைதியோடிருந்தது.

மூன்று நாட்களுக்குப்பின்னர், செப்டெம்பர் மாதத்தின் மப்பும் மந்தாரமுமான ஒரு பிற்பகல் வேளையில், அவர் வட்டிக்கடைக்காரரான கிர்யாபோவ் கிழவரைக் காணச் சென்றார். அங்கு வாலிபத்தின் உடைந்து மாறும் குரல் மாற்றத்துக்கு ஆளாகியிருந்த அகன்ற முகமும் தட்டை மூக்கும் கொண்ட வான்யா எதிர்ப்பட்டான். அவன் பின்வருமாறு சொன்னான்:

“உள்ளே வாருங்கள். நான் தாத்தாவைக் கூப்பிடுகிறேன்.”

மாட்வி அவனைப் பெருமையோடு கூர்ந்து பரிசீலித்தார்; திருப்தியடைந்தார்; அந்தப் பையன் அவருக்குப் பிடித்தவனாக இல்லை. சிவந்த கன்னமும், கட்டான உடம்பும் கொண்டு, நீல நிறச் சட்டைக்குமேல் ஓர் அரைக்கைச் சட்டையும் அணிந்து, தனது உயர்ந்த பூட்சுகளுக்குள் சொருகி வைக்கப்பட்ட அகன்ற கால்சராயும் தரித்துக் காட்சியளித்த அந்தப் பையன் மாட்வியின் அபிப்பிராயத்தின்படி

நாசூக்கற்று, முரட்டுத்தனமாகவே தோன்றினான். உண்மையில் அவன் ஒரு கோச்சு வண்டிக்காரன் போலவே காட்சியளித்தான். அவன் தனது பொன்னிறப் பழுப்பான சுருண்ட தலைமயிரைப் பின்னுக்குத் தள்ளிவிட்டவண்ணம் இருந்தான். அவனது கரும் பழுப்பு நிறக் கண்கள் அங்குமிங்குமாக அமைதியற்றுத் தாவித் திரிந்தன. அவனது முகத்தில் சாயைகள் எப்போதும் நிலையற்று மாறிய வண்ணமிருந்தன. அவன் எப்போதும் மூக்கைச் சிணுங்கிக் கொண்டும் கனைத்துக்கொண்டும் இருந்தான். அவன் அங்கிருந்த டிரங்குப் பெட்டிகளில் ஒன்றின்மீது ஏறியமர்ந்து, தன் கால்களை ஊசலாட்டிக்கொண்டு, குறுகுறுப்பின் ஒரு விரும்பத்தகாத முகபாவத்தோடு வந்தவரைப் பார்த்துக் கொண்டிருந்தான்.

"சீக்கிரம், தாத்தா!" அவன் கூப்பிட்டபோது அவனது குரல் உடைந்து ஒலித்தது. அவன் தன் மனக் கலவரத்தை மறைப்பதற்காகச் சிரமத்தோடு எழுந்திருந்து, அந்த அறையை விட்டுத் தடதடவென்று போய்விட்டான்.

ஓட்டு அடுப்பிருக்கும் பக்கத்திலுள்ள மூலையில் ஒரு சிறிய கதவு திறந்தது; அந்த அடுப்புச் சுவரின் விளிம்பைத் தேடி, மஞ்சள் நிறமான ஒரு கை நடுக்கத்தோடு முன்னே நீண்டது; பின்னர் அதைப் பற்றிப் பிடித்தது; தொடர்ந்து, அரவமில்லாமல் கிர்யோபோவ் கிழவர் பிரவேசித்தார். கறுப்புக் குஞ்சங்கள் தொங்கிய அவரது கபில நிறமான அங்கியில் அவர் செத்தவரின் ஆவி போலவே தோற்றினார். அவர் ஒரு கையால் தம் கண்களை நிழலிட்டு மறைத்தவாறும், மறு கையால் மேஜை முனைகளையும் நாற்காலி முதுகுகளையும் எட்டிப் பிடித்தவாறும் தள்ளாடி நடந்து வந்தார். அவரது தலை முன்னால் நீட்டிக்கொண்டிருந்தது. திறந்திருந்த வாய் அவரது நிறமிழந்து போன பல்லீறுகளை இலேசாக வெளிக் காட்டியது.

எங்கேதான் இருக்கிறீர்கள்?" என்று ஈழைக் குரலில் கேட்டார் அவர்: "ஆ! அதோ இருக்கிறீர்கள். உங்கள் சடலத்தை மட்டுந்தான் என்னால் பார்க்க முடிகிறது; முகம் தெரியவில்லை. என்னை மன்னியுங்கள். அது ஒரு சல்லடை அல்லது கூடை மாதிரி ஏதோ ஒன்றாகத் தெரிகிறது."

அவர் மாட்வியின் அருகில் வந்தார்; அவருக்குப் பக்கத்தில் அமர்ந்தார்; வழக்கமான முகமனுரைகளுக்குப் பின்னால், அவரது தோள்மீது சாய்ந்துகொண்டு, மிருதுவாகக் கிளுகிளுத்துச் சிரித்துப் பேசினார்:

"அப்படியென்றால் நீங்கள் அழுது புலம்பிக்கொண்டிருக்கிறீர்கள், இல்லையா? உங்கள் பாவங்களை எண்ணி அழுகிறீர்களாக்கும்... ம்?"

அவள் ஏன் இதையெல்லாம் இவரிடம் சொல்ல வேண்டும்?' என்று கோபத்தோடு நினைத்தார் மாட்வி; பிறகு வாய்விட்டுச் சொன்னார்: "இந்த யுத்தத்தில் நாம் படும் உதைக்கு யார் அழுது என்ன பண்ண முடியும்?"

"அவர்கள் நம்மை உதைக்கத்தான் செய்கிறார்கள்!" என்று ஒப்புக்கொண்டுவிட்டு, நன்றியறிதலோடு கூறுவது போலப் பின்வருமாறு சொன்னார்: "மிகுந்த தன்னுணர்வோடு நமக்கு அவர்கள் பாடம் போதிக்கிறார்கள். ம். ம்."

அவர் தமது கண்களை நிழலிட்டிருந்த கையைத் தாழ்த்தாமலே, தம்மைக் காண வந்தவரின் முகத்தைக் கூர்ந்து பார்த்தார். மாட்வி முகத்தை வேறு பக்கம் திருப்பிக் கொண்டார்.

"அவர்களது போதனையை நாம் வேண்டுமளவுக்குப் பெற்றாகி விட்டது," என்று நறுக்குத் தெறித்தாற்போலச் சொன்னார் அவர்.

"ஆனால், நாம் சண்டை போட்டுக்கொண்டே போவதைப் பார்த்தால் அப்படித் தோன்றவில்லை.' இதோ, அண்ணே! என்னை மீண்டும் உதை' என்பது போலத்தான் இருக்கிறது. ஆனால், நான் சும்மா விளையாட்டுக்குச் சொல்கிறேன். ஆமாம்."

தமது கையை முழங்காலின் மீது தொப்பென்று போட்டவாறே கிர்யாபோவ் தமது சிவந்த, நீர் கசிந்த கண்களைத் திறந்து, மாட்வியை இன்னும் கூர்ந்து பரிசீலித்தவாறே அவரது விலாவில் இலேசாக இடித்தார்.

"வெட்கப்படாதீர்கள்; நீங்கள் எதைக் குறித்து அழுதீர்கள் என்று லையூபா என்னிடம் சொன்னாள். அது சரிதான். நீங்களும் நானும் இதையும் அதையும் முயன்று பார்த்த வண்ணமே, வாழ்க்கை முழுவதும் குழப்படி செய்து வந்திருக்கிறோம். இப்போதோ நாம் இங்கு அசடுகளான கிழட்டு ஜோடிகளாக அமர்ந்திருக்கிறோம். ஆனால் இப்படிப்பட்டவர்கள் நாம் மாத்திரமே அல்ல; இந்த நகரம் முழுவதிலுமே நம்மைப் போன்ற உதவாக்கரைகள்தான் நிறைந்திருக்கிறார்கள்." அவர் தமது அங்கியின் பையிலிருந்து ஒரு பெரிய வர்ணக் கைக்குட்டையை வெளியே இழுத்து, தமது வாயையும், முகத்தையும் துடைத்துக்கொண்டார். "என் வாழ்க்கை முழுவதும் எனது கண்ணீரைத் தடுத்து நிறுத்த முடியாது," என்று தமது மெல்லிய உதடுகளை நீட்டி நெளித்துச் சிரித்தவராய்ச் சொன்னார் அவர். "ஆனால், நான் அதைக் கண்டு வெட்கப்படவில்லை; இந்தக் கண்ணீர் எவருக்கும் எந்த நன்மையையும் செய்யாவிட்டாலும், இது நல்ல கண்ணீர். ஒருவேளை அது லையூபாவுக்கு வேண்டுமானால் ஏதாவது நன்மை விளைவிக்கிறது: ஒருவேளை அவளுக்கும் அது தேவைதான். ம்? நமது இந்தப் புளித்துப் போன கண்ணீரானது ஜனங்கள் இதயத்தில் நல்லவர்கள் தான் என்று அவளை எண்ணச் செய்கிறது. ஆனால், அவர்களோ அழும்போதுங்கூட அயோக்கியர்கள்தான் என்று நமக்குத் தெரியும். ஆனால், அதனை அவளும் தெரிந்துகொள்வதற்கு எந்தக் காரணமும் இல்லை, இல்லையா?"

"நீங்கள் அபத்தமாகப் பேசுகிறீர்கள்," என்று மாட்வி அதனை ஏற்காமல் முணுமுணுத்தார். ஆனால், கிர்யாபோவ் அதைக் கேட்டதாகவே தோன்றவில்லை.

"அவள் உண்மைக்கான போராட்டத்தில் ஈடுபடப் பார்க்கிறாள். நல்லது. ஒரு படுமோசமான போக்கிரி தனது கண்ணீராலேயே தனது பாவங்களைக் கழுவிப் போக்கி விட முடியும் என்று அவள் நினைத்து விட்டுப் போகட்டும். அந்தக் கண்ணீர் உண்மையில், கழிவிரக்கத்தின் கண்ணீராக இல்லாவிட்டாலும், 'வருத்தப்படுவதன் மூலம் எனக்குக் கதவுகள் திறக்கட்டும்' என்று வேண்டாத கண்ணீராக இல்லாவிட்டாலும், அது அவனைச் சுத்தப்படுத்தி விடும் என்று

அவள் நினைக்கட்டும். அவை பயத்தின் கண்ணீர்த் துளிகள்தான்; ஏனெனில், நாம் நமது கல்லறைகளிலே கிடக்க வேண்டிய காலம் வந்து விட்டது. காலம் வந்து விட்டது. இல்லையா? மேலும், நாமோ நமது கல்லறைகளில் கிடக்க விரும்பவில்லை.”

அவரது அர்த்தமற்ற பேச்சினால் எரிச்சலுற்றவராய், மாட்வி பின் வாங்கினார்:

“எனக்குத் தெரியவில்லை. நீங்கள் ஏன் இப்படி?”

ஆனால் கிர்யாபோவ் அவரை மீண்டுமொருமுறை இடித்தவராய், தணிந்த தொனியில் பேசினார்:

“நான் விளையாட்டாகத்தான் சொல்கிறேன். நான் உங்களை மனத்தில் வைத்துக்கொண்டு பேசவில்லை. பயப்படாதீர்கள். நீங்கள் பேசிய அத்தனை அருமையான பேச்சுகளையும், நீங்கள் செய்துள்ள அத்தனை நல்ல காரியங்களையும் நான் நினைவு வைத்திருக்கிறேன். எனக்கு அவையனைத்தையும் பற்றித் தெரியும். உங்களது கண்ணீருக்கு நான் மதிப்பே கொடுக்கவில்லை என்று எண்ணாதீர்கள். உண்மையில் அப்படியில்லை. நான் விளையாட்டுக்காகத்தான் சொல்கிறேன்.”

“அதனால் அல்ல நான்”

ஆனால் கிர்யாபோவ் மீண்டும் குறுக்கிட்டார்.

“அதனால் அல்ல என்பதல்ல; அதனால்தான் –ஒரு மனிதனை அழச்செய்ய எதுவும் போதுமானது,” என்று சொன்னவாறே தம் முழங்காலைத் தட்டிக்கொண்டார்.

மீண்டும் அவர் மாட்வியின் தோள்மீது சாய்ந்து கொண்டு, தமது கண்ணில் நின்ற கண்ணீர் பிதுங்கி வெளிப்பாயும் விதத்தில் கண்களை நெரித்தவாறு, திரை படர்ந்த, அரைக் குருடான பார்வையின் மூலம் மாட்வியின் முகத்தைத் துருவிப் பார்த்தார். அவரது தொளதொளத்த உதடுகள் நடுங்கின; அவர் பின்வருமாறு கிசுகிசுத்துப் பேசிய போது, அவரது சிறிய நாக்கு பாம்பின் நாக்கைப் போல உள்ளும் புறமும் துள்ளிப் பாய்ந்தது:

“கடவுள் ஒரு மனிதனைக் கேலி செய்யும்போது, அவன் எப்படி ஊளையிடாமல் இருக்க முடியும்? அல்லது அவர்தான் அப்படிச் செய்கிறாரா? உயிருள்ள மனித ஜீவன்களையே தனது காய்களாகக் கொண்டு, சதுரங்க விளையாட்டு ஆடுவது போல, சாத்தான்தான் அவனை அங்குமிங்குமாக அலைக்கழிக்கிறான் என்பது நிச்சயம்.”

“உங்கள் வயதில் நீங்கள் இத்தகைய விஷயங்களைச் சொல்லக் கூடாது.”

“நான் சும்மா விளையாட்டுக்குத்தான் சொல்கிறேன், அசடே! ஆனால், நான் என்ன செய்ய வேண்டும் என்று எனக்குக் கற்றுக்கொடுத்ததற்கு நன்றி,” என்று கொய்துவிட்டதுபோலத் தோன்றிய தமது தலையை ஆட்டியவாறே சொன்னார் அவர்.

“நான் ஒன்றும் உங்களுக்குக் கற்றுக் கொடுக்கவில்லை –”

“என் பேரன் இருக்கிறானே, அவன் எப்போதும் எனக்குக் கற்றுக் கொடுக்கிறான். அது எல்லாம் தெரிந்த ஒரு சின்ன மிருகம்! ‘கிட்டத்தட்ட நூறு வயசு வரையில் நீங்கள் வாழ்ந்து விட்டீர்கள். அதனால் என்ன பயன்? தெருவில் மற்றவர்களின் கண்ணில் படவே எனக்கு வெட்கமாயிருக்ககிறது,’ என்கிறான் அவன். அதுதான் விஷயம்! இது எப்படியிருக்கிறது உங்களுக்கு?”

அவர் தமது அங்கியின் குஞ்சங்களை இழுத்து, அதிலிருந்து நூலை உருவி, அவற்றைத் தமது விரல்களுக்கிடையே பந்தாகச் சுருட்டி, தரையிலே போட்டு விளையாடியவண்ணம் மீண்டும் கிளுகிளுத்துச் சிரித்தார்.

“உண்மையிலேயே வான்யா அத்தகைய விஷயங்களைச் சொல்கிறானா?” என்று நிமிர்ந்து பார்த்தவாறே, மிருதுவாகக் கேட்டார் மாட்வி.

“சொல்லத்தான் செய்கிறான். ‘தெருவில் மற்றவர் கண்ணில் பட வெட்கமாயிருக்கிறது, ’ என்கிறான் அவன்.”

“எதற்காக வெட்கப்படுகிறானாம்?”

“எனக்காகத்தான்; தன் தாத்தாவுக்காகத்தான்.”

மாட்வி அந்தக் கிழவருக்காக வருத்தப்பட்டார். அவர் பெருமூச்செறிந்தவாறு அவரைச் சுற்றிலும் பார்த்தார். அந்த அறையில் டிரங்குப் பெட்டிகளும், அலமாரிகளும் நிறைந்து கிடந்தன. அவரது கண்கள் வெள்ளிப் பாத்திரங்கள் நிறைந்த இரண்டு சீன அலமாரிகளைக் கண்டன. அவற்றில் ரிப்பன்களாலும், கயிறுகளாலும் ஒன்றாகக் கட்டப்பெற்றிருந்த தேக் கரண்டிகளும், மேஜைக் கரண்டிகளும் குவியல்களாக கிடந்தன. வெள்ளியாலான கண்ணாடித் தம்ளர்கள் வைக்கும் தட்டுக்களும், தங்க முலாம் பூசப்பெற்ற ஒயின் கோப்பைகளும் டஜன் கணக்கில் தென்பட்டன. அரங்குப் பெட்டி அலமாரிகளில் ஒன்றின் உச்சியில் மெழுகுவத்தி விளக்கு களும், கிளைகள் பல கொண்ட விளக்குகளும், பற்பல தேநீர்ப் பாத்திரங்களும் இருந்தன; தேவதா வடிவ மாடம் முழுவதிலும் விலையுயர்ந்த சட்டங்கள் கொண்ட தேவதா வடிவச் சித்திரங்கள் தொங்கின. அந்த அறையே ஒரு பழைய சாமான் கடையைப் போல இருந்தது.

‘இந்தச் சாமான்கள் அனைத்தும் இவரிடம் அடகுக்கு வந்தவை என்றே நினைக்கிறேன்’ என்று எண்ணமிட்டார் மாட்வி.

புகையிலை, பாச்சை உருண்டைகள் ஆகியவற்றின் நாற்றம் அவரது மூச்சைப் பிடித்து, அவரைக் கிட்டத்தட்டத் தும்ம வைத்தது.

அந்தக் கிழவர் ஒரு கீச்சிட்ட குரலில் மேலும் பேசினார்:

“வருஷா வருஷம் நீங்கள் பணத்தை மிச்சம் பிடிக்கிறீர்கள், தாத்தா, எதற்காக?” என்கிறான் அவன். மேலும், அவன் அவனால் முடிந்த மட்டுக்கும் எனக்குக்

கற்றுக் கொடுத்துவிட்டுப் போகிறான். நானோ வெறுமனே உட்கார்ந்து அவன் சொல்வதைக் கேட்கிறேன். ஆனால் சில சமயங்களில் – விளையாட்டாகத்தான், அதை மறந்து விடாதீர்கள் – நானும் என் பதிலைச் சொல்கிறேன். 'நீ ஓர் அரை வேக்காட்டு அசடன். உனக்காகத்தான் நான் ஜனங்களின் ரத்தத்தைக் கசக்கிப் பிழிந்தேன். நீ இந்த உலகத்தில் சுத்தமாக மேலேறிச் செல்ல வேண்டும் என்பதற்காகத்தான், நான் உனது குழந்தைப் பாதங்களுக்கடியில் மண்ணிலே கிடந்தேன்,' என்கிறேன் நான். அவனோ, 'நான் உன்னை அவ்வாறு செய்யச் சொன்னேனா?' என்கிறான். நானோ, 'நான் உனக்காக எனது ஆத்மாவைக் கறைப்படுத்திக் கொண்ட போது, நீ பிறந்திருக்கக்கூட இல்லையே!' என்கிறேன் நான். ஆனால், அவனோ வெறுமனே என்னை நோக்கிச் சீறி விழுகிறான்."

வான்யாவை அப்படியாக்கி வைத்தது அவனது தாத்தாதானா என்று மாட்வியால் நம்பவே முடியவில்லை.

"ஒருவேளை லையூபாதான் அவனை இவ்வாறு செய்யும்படிக் கற்றுக் கொடுத்திருப்பாள்," என்றார் அவர்.

"லையூபாவா?" என்று அந்தக்கிழவர் சட்டென்று சொல்லிவிட்டு, தலையை அசைத்தார். "இல்லவேயில்லை. நான் லையூபாவை அறிவேன். அவளுக்கு ஏழு வயதுகூட ஆவதற்கு முன்பே அவள் என்னிடம், 'தாத்தா, நீங்கள் ஒரு போக்கிரியா?' என்று கேட்டாள். 'ஆமாம், அன்பே! நான் போக்கிரிதான்' என்றேன் நான். சும்மா விளையாட்டுக்குத்தான். ஆனால், அவள் என் முழங்காலின் மீது ஏறி, மிகவும் சிந்தனை வயப்பட்டவள் போலப் பார்த்துக்கொண்டு, என் தாடியைப்பிடித்து விளையாடியவாறு, 'தாத்தா, இனியும் போக்கிரியாக இராதீர்கள், தாத்தா. நீங்கள் அப்படியிருக்கக் கூடாது. உண்மையாகத்தான். சரி. இதோ கத்திரி இருக்கிறது எனக்கு இன்னோர் அழகி வாஸிலிஸாவின் சித்திரத்தை வெட்டிக் கொடுங்கள். ஏனென்றால், முன்னே நீங்கள் வெட்டிக்கொடுத்த படத்தின் தலையை வான்யா கிழித்தெறிந்துவிட்டான்,' என்று சொன்னாள். நான் அவர்களுக்குக் கதைகள் சொல்வதும், படங்களை வெட்டிக்கொடுத்து, அவற்றுக்கு வர்ணம் தீட்டிக் கொடுப்பதும் வழக்கம். அன்று முதல் நானும் அவளும் நண்பர்களாயிருந்து வருகிறோம். அவள் எப்போதும் எனக்கு ஆதரவாகத்தான் இருப்பாள். ஆமாம். லையூபா அப்படித்தான் செய்வாள்."

அவரது முகம் கண்ணீரால் நனைந்துபோய்விட்டது. அந்தக் கண்ணீர்த்துளிகள் வாய் பிளந்துவிட்ட புண்கள் போன்று தோற்றிய அவரது கண்களிலிருந்து வழிந்து கொண்டேயிருந்தன. மீண்டும் அவர் தமது கைக்குட்டையை எடுத்தார்; பேசிக்கொண்டே, தம் கன்னங்களைத் துடைத்து, கண்களை ஒற்றி எடுத்துக்கொண்டார். கண்ணீரில் கரைந்து விட்ட தள்ளாடும் கிழவராக இருந்தாலும் அவர் அத்தகைய கூரிய, மெலிந்த குரலில் பேசுவதைக் காண விசித்திரமாகத்தான் இருந்தது. அவர்மீது மாட்வி கொண்ட பரிவுணர்ச்சி மேலோங்கியது.

"வான்யாவுக்கெதிராகவும், கடவுளுக்கே எதிராகவும் அவள் எனக்கு ஆதரவாகவே நிற்பாள். நியாயத் தீர்ப்பு நாளிலுங்கூட அவள்தான் எனக்கு

வாதாடுவாள். ஆனால், நியாயத் தீர்ப்பு ஆசனத்தின் முன்னால் உங்களையும் என்னையுந்தான் அவர்கள் கூப்பிட்டு நிறுத்துவார்கள் என்றே நான் சந்தேகிக்கிறேன் நாம் இங்குப் பூமியிலேயே போதுமான அளவுக்குத் தண்டனை பெற்றுவிட்டோம். இல்லையா?"

"கடவுள்தான் அதைச் சொல்ல முடியும்," என்று மிருதுவாகச் சொன்னார் மாட்வி. "நமக்கு எதுவும் தெரியாது; நாம் பிறவிக் குருடர்கள்"

"குருடென்றா சொல்கிறீர்கள்?" என்று தமது மெல்லிய உதடுகளைப் பிதுக்கியவாறே குறுக்கிட்டார் கிர்யாபோவ்: "ஒருவேளை நாம் அப்படியே இருந்திருக்கக் கூடும். ஆனால், நீங்கள் லையூபாவிடம் தொற்றிக்கொள்ளுங்கள்," என்று அவர் அமைதியாக உபதேசித்தார். பின்னர், அவர் மாட்வியின் முழங்கையைத் தமது நடுங்கும் கையால் தொட்டவாறு, ஆழ்ந்த நெடுமூச்சு வாங்கினார். பிறகு ஒரு கம்மியடைத்த தொனியில் மேலும் பேசினார்: "எல்லாவற்றுக்கும் எப்படி நியாயம் கற்பிப்பது என்பதை அவள் அறிவாள். ஒருவேளை என்றாவது ஒரு நாள் அவள் ஒரு பெரிய ஞானியாகக் கூடும்–உண்மையான ஞானிதான். வனாந்தரத்தில் தன்னந்தனிமையில் போயமர்ந்துகொள்ளும் ஞானி யல்ல. ஆனால், சாதாரண மக்களுக்கு உதவவும், அவர்களது பாவங்களிலிருந்து அவர்களைக் காப்பாற்றவும் தணியாத வேட்கை கொண்டு, அவர்கள் மத்தியில் சென்று பழகும் ஞானிதான். அவள் ஒரு சகோதரி போலவே இருக்கிறாள். ஆமாம். உண்மையாகத்தான்." அவர் தம் நாற்காலியில் மேலும் கீழும் துள்ளிக் குதித்தவராய், அதே கம்மியடைத்த கிசுகிசுத்த குரலில் ஆனந்தத்தோடு பேசினார்: "அவள் அந்த முட்டாள் வான்யாவை என்ன வாங்கு வாங்குகிறாள் தெரியுமா? ஆனால், அதையும் உங்களுக்குச் சொல்லி வைக்கிறேன். 'உனக்கு எப்போதும் தின்பதற்குப் போதுமான அளவுக்கு இருப்பதால்தான் நீ நிமிர்ந்தும் நேர்மையாகவும் இருக்கிறாய். மேலும், நீ ஒரு பெரிய ஊர்சுற்றி,' என்று அவள் அவனிடம் சொல்கிறாள். கேட்டீர்களா? இது எப்படியிருக்கிறது உங்களுக்கு? 'நீ மட்டும் ஏழையாக இருந்து, ஜீவனத்துக்காக நீ பாடுபட வேண்டியிருந்தால், நீயும் மற்றவர்களைப் போலவே கொடுமைக்காரனாக இருப்பாய்; உன் மானம் மரியாதையைப் பற்றி நீ கவலைகூடப் படமாட்டாய்,' என்கிறாள் அவள். கேட்டீர்களா?"

அவர் ஒரு விரலை உயர்த்தியவாறு, குதூகலமாகச் சொன்னார்:

"இல்லையில்லை. அவள் அவனை மணக்கவே மாட்டாள். அவளா? ஒருக்காலும் மாட்டாள்."

மாட்வி மனம் மகிழ்ந்தார்; ஆனாலும் பெரிதும் வியப்புற்றார்.

"ஏன்? நீங்கள் உங்கள் பேரனை நேசிக்கவில்லையா?" என்று கேட்டார் அவர்.

"அவனை நேசிப்பதா! அவன் எனது சொந்த ரத்தபந்தம் கொண்டவன் என்பதை மறக்காமலிருக்கவே, நான் முயற்சி செய்கிறேன். ஆனால், உங்களது கையில் வலிப்புக் கண்டு, அது உங்கள் முகத்தையே அறைகிறது என்று சொன்னால்,

அதனைத் தடுத்து நிறுத்த உங்களால் எதுவும் செய்ய முடியாது போனால், நீங்கள் அதை நேசிப்பீர்களா?" அவர் தம் வாயை அகலத் திறந்து, கடகடவெனச் சிரித்தார். "ஆ! வேடிக்கைப் பேச்சை நான் எவ்வளவு நேசிக்கிறேன்!" என்று தம் கைகளை வீசி, தொடைமீது அறைந்தவாறே, இலேசாகத் திணறியவண்ணம் கூறினார். "பாருங்கள்; வெறுமனே பாருங்கள். ஒரு மனிதனிடமிருந்து என்ன எதிர்பார்க்கப்படுகிறது? அவன் வேலையில் ஈடுபடுமுன்பே, அவன் இந்த உலகத்தில் ஒரு மகனைப் பெற்றெடுக்க வேண்டும். பெற்றெடுத்து அவனை வளர்த்து ஆளாக்கி, 'என் உடம்பின் உடம்பான மதிப்புக்குரியவனே! நான் எப்படி வாழ்வது? நீ என்னை ஒரு போக்கிரி என்று வெறுத்தொதுக்காமல், ஓர் அருமையான நாளில் என் முகத்தில் நீ காறி உமிழாமல் இருக்க நான் எதிலே ஈடுபட்டு உழைப்பது? இதனை உன் ஏழைத் தந்தைக்குப் போதிக்க மனம் வைக்க மாட்டாயா? என்று சொல்ல வேண்டும். ரொம்ப அருமைதான். இல்லையா? ஆம், என் அருமை மாட்வி ஸாவ்லிவிச். மிகவும் கோமாளித்தனமும், வெறுப்புத் தருவதுந்தான்."

அவர் மாட்வியின் சட்டைக் கையை வெட்டியிழுத்து விட்டு, முடிவாகச் சொன்னார்:

"ஆனால், ஒரு மனிதன் எப்படியும் வாழத்தான் வேண்டும்; அத்துடன் இத்தகைய விஷயங்களைப் பற்றிச் சிந்திக்கவும் வேண்டும். மேலும், ஒரு மனிதனின் இதயத்துக்குள்ளேயே மிகவும் ஆழமாகச் சென்று பார்க்க வேண்டியதும் அவசியம். லையூபாதான் அதைச் செய்யக்கூடியவள். அவள்–ஹோ!– அவளுக்கு நாற்பது வயதாகும் பொழுது நான் எனது கல்லறைக்குள்ளிருந்து வெளியே ஊர்ந்து வந்து, அவளை ஒரு முறை பார்க்கும் சந்தர்ப்பம் கிடைத்தால், அதற்கு நான் என்ன தான் தர மறுப்பேன்! ஆனால், புழுக்கள் என்னை அதற்கு அனுமதியாது என்றே நினைக்கிறேன்."

மாட்வி ஒரு பெருமூச்செறிந்தார்; தம்மையறியாமலே மீண்டும் உள்ளடங்கிப் போனார். கிர்யாபோவ் கண்ணீரைப் பிதுக்கி வெளியேற்றுவதற்காக, கண்களை மூடினார்; தலையை அசைத்தார்:

"வான்யா ஒரு பணக்காரனாகப் போகிறான். ரொம்ப ரொம்பப் பெரிய பணக்காரன்." அவர் தம் தலையைத் திருப்பி, ஒரு கணம் காது கொடுத்துக் கேட்டார்; பின்னர் மிருதுவாகச் சொன்னார்: "ஆனால், நான் அவளுக்காகவும் பாங்கில் கொஞ்சம் பணம் போட்டு வைத்திருக்கிறேன் – சுமார் இரண்டாயிரம். இதைப் பற்றி என்ன நினைக்கிறீர்கள்?"

"மோசமில்லை," என்றார் மாட்வி. "இருந்தாலும், பணத்தைக் காட்டிலும் நல்ல குணத்துக்கு மதிப்பு அதிகம் தான்."

"பூ!" என்றார் கிர்யாபோவ்: "நல்ல குணம் பணத்தைக்காட்டிலும் மதிப்பில் உயர்ந்ததாக இருக்கலாம். ஆனால், யாரும் அதற்கு ஒரு கோபெக்கூடத் தரமாட்டார்கள். எனவேதான் நம்மைப் போன்ற மனிதர்கள் கணக்கில்

சேர்வதில்லை. நல்ல குணத்துக்கு நூறு மடங்கு பிரதியாகச் செய்யப்பட வேண்டும்; அதன் விலை மதிப்பு எல்லாக் காலத்திலும் ஏறிக்கொண்டே போக வேண்டும். அதுதான் சரியான வகையைச் சேர்ந்த போட்டியாக இருக்கும். நீங்கள் எனக்கு மூன்று கோபெக் பெறுமானமுள்ள நன்மையைச் செய்தால், நான் பதிலுக்கு உங்களுக்கு மூன்று ரூபிள் பெறுமானமுள்ள நன்மையைச் செய்ய வேண்டும். நீங்கள் மூன்று ரூபிள் பெறுமானமுள்ள நன்மையைச் செய்தால், நான் பதிலுக்கு முன்னூறு ரூபிளுக்குச் செய்ய வேண்டும். அதுதான் ஒரு ஜீவனுள்ள விளையாட்டாக இருக்கும். ஜனங்கள் அதில் முழு மனத்தோடு தம்மைத்தாமே ஈடுபடுத்தி விடுவார்கள் – நல்லதைச் செய்யும் முயற்சியிலேயே ஒரு பூரணமான வெறி வேகம். இதைக்காட்டிலும் சிறந்த விளையாட்டை யாரால் எண்ணிப் பார்க்க முடியும்? இதனால் எக்காலத்திலும் சாத் தான் நாணித் தலை குனிவான்; கடவுளுங்கூட நிலைகொள்ளாமல் தவித்து நெளிவார். ஏனெனில் உண்மை என்னவென்றால், அவருங்கூட, தமது நன்மைகளை வழங்குவதில் அத்தனை தாராளமாக, அத்தனை அன்பும் இரக்கமும் கொண்டவராக இல்லை “

அந்தக்கிழவர் உணர்ச்சிப் பரவசத்தால் நடுங்கினார்; ஏதோ நாட்டியம் புரிவது போலத் தரையைப் பாதங்களால் தேய்த்தார்; அவரது முடங்கிவிட்ட கைகள் அவரது அங்கியின் காலரையும் குஞ்சங்களையும், மேஜை விளிம்பையும், மேஜை விரிப்பையும், மாட்வியின் துணிகளையும் பற்றிப்பிடித்தன.

“மேலும், நாம் நமது கடன்களுக்கெல்லாம் கடவுள் பதிலளிக்க வேண்டும் என்று எதிர்பார்க்கிறோம். நிச்சயமாக, அது ஒரு முடிச்சுமாறித்தனந்தான். இல்லை. உங்களுக்கு நீங்களேதான் கொடுக்க வேண்டும் – ஆமாம். நீங்களேதான். மறந்து விடாதீர்கள். பதினைந்து வருஷ காலமாக, நான் வான்யாவைப் பற்றிக் கவலைப்பட்டு வருகிறேன். அவனைச் சுத்தமான, நேர்மையான வாழ்க்கையில் ஈடுபடுத்த முயல்கிறேன் – உழைப்பில்லாத ஒரு வாழ்க்கையின் பரிசாக அவனை.....” ஆக விரும்புகிறேன்.

எனவே, இதுதான் அவரது இதயத்தை அரித்துத் தின்று வந்திருக்கிறது என்று அனுதாபத்தோடு நினைத்தார் மாட்வி. ஆனால், அந்தக்கிழவரின் பேச்சினால் அவர் மிகவும் அலுத்துப் போனார்; அதனை மேலும் கேட்டுக்கொண்டிருக்க முடியாது என்றும், அந்த இருண்ட, சாமான்கள் நிரம்பிய அறையின் புழுக்கமான காற்றை மேலும் சுவாசிக்க முடியாது என்றும் அவர் உணர்ந்தார். அவர் இடத்தைவிட்டு எழுந்து, கிர்யாபோவின் கையைத் தம் கையில் எடுத்து, அதனை இதத்தோடு அமுக்கினார்.

“நான் உங்கள் பேச்சை ஆனந்தித்தேன், கிர்யாபோவ். உங்கள் பேச்சுக்கும், உங்கள் அன்புக்கும், நல்லெண்ணத்துக்கும் என் நன்றி.”

“நீங்கள் போகிறீர்களா?”

கிர்யாபோவ் எழுந்திருக்க முயன்றார்.

“எழுந்திருக்க வேண்டாம். உடம்பை அலட்டிக்கொள்ளாதீர்கள்.”

“அது சரிதான்,” என்று அந்தக்கிழவர் முணுமுணுத்தவாறே எழுந்து நிற்க முயன்றார். “நான் உங்களைக்காட்டிலும் இருபது வயது மூத்தவனாக இருக்கலாம். ஆனாலும், நான் உங்கள் முன்னிலையில் இன்னும் எழுந்து நிற்க முடியும். அது சரிதான். நீங்கள் ஒரு விசித்திரமான பேர்வழி, என்னை அடிக்கடி வந்து பாருங்கள். பார்ப்பீர்களா? உங்களைப் பற்றி லையூபா பல சுவையான விஷயங்களை என்னிடம் சொல்லியிருக்கிறாள்.”

அவர் தமது கையை மாட்வியின் தோள்மீது வைத்தவாறு, அவரோடு வாசல் வரையிலும் சென்றார்; அங்குச் சென்றதும் கதவின் கைப்பிடியைப் பிடித்தவண்ணம் பின்வருமாறு சொன்னார்:

“மீண்டும் வாருங்கள். கேட்கிறீர்களா? நான் எனது கல்லறைக்குப் போக வேண்டியதைத் தவிர, மற்றப்படி இப்போதைக்குள் வீட்டை விட்டு வெளியே போக மாட்டேன். அது சமாதி ஸ்தலத்தின் கடைக்கோடியில், உங்கள் வீட்டார்கள் – உங்கள் சிற்றன்னை, அந்தக்கிழட்டுச் சிப்பாய் முதலியோர் – புதைக்கப்பட்டுள்ள இடத்துக்கருகில் எனக்காகக் காத்துக்கொண்டிருக்கிறது. நீங்கள் அந்தச் சமாதிகளை மிக நன்றாகக் கவனித்துக்கொள்வதைக் காண மகிழ்ச்சியாயிருக்கிறது. நீங்கள் அங்கே அடிக்கடி செல்வீர்களா?”

“இடையிடையே செல்வேன்.”

“சரி. நானும் அங்குப் போய்ச் சேர்ந்த. பின்னால் என்னையும் வந்து பாருங்கள். செத்துப்போன மனிதன் பேசிக் கொண்டிருப்பதற்கு மிகவும் நல்ல மனிதன். ஏனெனில், அவன் உங்களிடம் பொய் சொல்லவோ, உங்கள் உணர்ச்சிகளைப் புண்படுத்தவோ மாட்டான்.” அவர் கிளுகிளுத்துச், சிரித்தவாறே மேலும் அமைதியாகச் சொன்னார்: “ஆனால், நான் விளையாட்டுக்குத்தான் சொல்கிறேன். ஆமாம்.”

‘வாழ்க்கை இதுதான்’ என்று வீடுநோக்கி நடந்துவரும் போது வருத்தத்தோடு நினைத்தார் மாட்வி. இதிலிருந்து தப்பவே முடியாது; யாரும் தப்ப முடியாது. அவர் நல்ல குணத்தைப்பற்றிச் சொன்னது எனக்குப் பிடித்திருக்கிறது: “நல்லதைச் செய்யும் முயற்சியிலேயே ஒரு பூரணமான வெறி வேகம்.” மார்க் வாஸிலிவிச் இந்த வெறிவேகத்தின் எல்லையைத் தொட்டுவிட்டார் என்றே எனக்குத் தோன்றுகிறது. நல்லது, லையூபா! நீதான் எங்கள் இருவரையும் ஒன்று சேர்த்தாய்.

ஒரு வாடைக்காற்று மொட்டை மரங்களின் கடைசி இலைகளையும் பிய்த்தெறிந்துகொண்டு பாய்ந்து பாய்ந்து வீசிற்று. அந்த இலைகள் ஈரமான தரையில் விழுந்தன. அவை தெரு வழியாகச் சுற்றிச் சுழன்று வேலிகளுக்கும், வெளிவாசல்களுக்கும் அடியில் புகுந்தன.

மாட்வி தமது வீட்டைக் கிட்டத்தட்ட நெருங்கிவிட்ட சமயத்தில், அவர்முன் சுக்கோபாயேவும், டியுனோவும் எதிர்ப்பட்டார்கள். சுக்கோபாயேவ் ஒரு பெரும்

உணர்ச்சிப் பரபரப்பான நிலையில் இருந்தான். அவன் தன் தொப்பியைத் தலையின் பின்னால் தள்ளி வைத்தவனாய், ஒரு வாரகாலமாக ஒன்றுமே உண்ணக் கிடைக்காதவன் போலிருந்த, அந்தத் தளர்ந்து போன ஒற்றைக்கண் கூட்டாளியைக் கிட்டத் தட்ட குற்றம் சாட்டுவது போலச் சுட்டிக் காட்டினான்.

"இந்த மனிதன் பீதியூட்டும் செய்தியுடன் என்னிடம் வந்தான். இவனுக்கு உங்களைத் தெரியும் என்று சொல்கிறான். எனவே, நான் அதனைப் பேசி முடிக்க, இவனை இங்குக் கூட்டி வந்தேன்."

"நீ நகரத்துக்கு வந்து ரொம்ப நாட்களாயிற்றா?" என்று கேட்டார் மாட்வி.

அவரோடு சாந்தமாகக் கைகுலுக்கிய பின்பு, டியுனோவ் தனது நீண்ட கால்களைக் கொக்கைப் போல எடுத்து வைத்தவாறும், தான் எப்படி வந்து சேர்ந்ததைப் பற்றி விளக்கமாக மாட்வியிடம் சொல்லிக்கொண்டும், அவர்கள் பக்கத்தில் நடந்து வந்தான்.

"நான் தபால் வண்டியின் மூலம் இங்குப் புதன்கிழமை வந்து சேர்ந்தேன்; குளிப்பறைக்குச் சென்றேன்; பிறகு இந்த மேயரைக் கண்டு பேசப் போனேன். ஏனெனில், பத்திரிகைகள் ஒருவனைக் குழப்பத்தான் செய்கின்றன. எனவே, என்னதான் நடக்கிறது என்பதைப் பற்றிய ஒரு தெளிவான சித்திரத்தைப் பெற வேண்டுமானால், எல்லாமே நேர்மையாகவும், சிறந்ததாகவும் இருக்கவேண்டும் என்று விரும்புகின்ற ஒரு நேரடியான நபரிடம் பேசிப் பார்ப்பதுதான் ஒரே வழியாகும்."

அவன் அமைதியாக, அவசரமில்லாமல்தான் பேசினான். எனினும், மீண்டும் கூரைமேல் ஏறி நின்று கொக்கரித்துக் கத்துவதுபோலத்தான் தோற்றியது. அவனது கூரிய கண் ஒரு முகம் விட்டு மறு முகத்துக்கு, அங்குமிங்குமாகப் பாய்ந்தது. அவன் புருவங்கள் பெரிதும் கீழிறங்கிப் போயிருந்தன.

அவர்கள் வீட்டுக்குள் வந்தார்கள்; மேலாடைகளைக் கழற்றிவிட்டு, மேஜை முன் அமர்ந்தார்கள்.

"நிலைமை மிகவும் மோசமாயிருக்கிறது, மாட்வி ஸாவ்லிவிச்," என்று தன் உதடுகளை நக்கியவாறு வாட்டமாகச் சொன்னான் சுக்கோபாயேவ்.

"ஆமாம். உண்மைதான்," என்று தன் ஒற்றைக் கண்ணை மாட்வியின் தலைக்குமேல் எங்கோ நிலைகுத்தியவனாய் ஒத்துக்கொண்டான் டியுனோவ்: "நிலைமைகள் மோசமாகத்தான் தோன்றுகின்றன. முதன்முதலில் தொழிலாளர்கள், கைவினைஞர்கள், மற்றும் அவர்களையொத்த சிறிய அனாமத்துக்களெல்லாம் என்ன விரும்புகிறார்கள் என்பது தெளிவு; வியாபாரிகளைப் பொறுத்தவரையில் அந்த மாதிரிச் சுலபத்தில் சொல்லிவிட முடியாது; மேலும், இதே சிறிய அனாமத்துப் பேர்வழிகளெல்லாம் வியாபாரிகளுக்கும் மேலாகப் பாய்ந்து சென்று, அரசாங்க டூமாவில் நுழைந்து விடுவதும் பெரிதும் சாத்தியந்தான். அந்தச்

சபையில் உள்ளவர்களிடந்தான் எல்லா அதிகாரமும் கொடுக்கப்படவிருக்கின்றது. மேலும் இந்தச் சிறிய அனாமத்துக் கூட்டம், விஷயங்களைப் பொறுத்தவரையில் ஒரு கழுத்தறுப்பு மனப்பான்மை தான் கொள்கிறார்கள் என்பதும் யாரும் அறியாத இரகசியமல்ல. அவர்களது சிந்தனைகளெல்லாம் அன்னியர்களால்– யூதர்கள் மற்றும் அவர்களைப் போன்றவர்களால் கொண்டு செலுத்தப்படுகின்றன; அவர்களுக்கோ நம்மைக்காட்டிலும் மூளை அதிகந்தான். யாரும் மறுக்க முடியாத உண்மை அது."

அவனது வார்த்தைகள் கேட்டுக்கொண்டிருப்பவர்களின் காதில் ஒரு சாக்கு மூட்டையிலிருந்து சிந்தி ஒழுகும் தானியத்தைப் போல நீளமாகவும் நிதானமாகவும் பொழிந்தன. அவை அவர்களைத் திக்பிரமை கொள்ளவும், பீதிகொள்ளவும் வைத்தன.

"ஆனால் எனக்குச் சரியாகப் புரியவில்லை," என்று தம் முகத்தைச் சிரமத்தோடு நெரித்தவாறே சொன்னார் மாட்வி: "அபாயம் எங்கே இருக்கிறது? தமக்கு எது நல்லது என்பதை ஜனங்கள் கடைசியில் புரிந்துகொள்ளத் தொடங்கி விட்டார்கள் என்றால்"

சுச்கோபாயேவ் தன் நாற்காலியிலிருந்து துள்ளியெழுந்தான்.

"நீங்கள் என்ன சொல்கிறீர்கள் என்று எண்ணிப் பாருங்கள்! என்ன ஜனங்கள்? எனக்கு இந்த யூதர்களிடம் நம்பிக்கையேயில்லை; ஆனால், யூதர்களைக்காட்டிலும் பேராபத்தாகக் காட்சியளிக்கும் மக்கள் இருக்கிறார்கள் – அதாவது, தமது ஸ்தானத்தையே அறியாத, ஏற்கெனவேயுள்ள ஒழுங்கான நிலைமைகளுக்கு எதிராகத் தலைதெறிக்கச் செல்லும் மக்கள் அவர்கள்." அவன் தன் தோள்களைக் குன்றச் செய்து, உதடுகளை நக்கினான். "மாட்வி ஸாவ்லிவிச், வியாபாரிகள் இப்போது மேலே வரவேண்டும் என்றும், பெருந்தனக்காரர்கள் காலம் மங்கி மறைந்து விட்டது என்றும் நீங்களே சொன்னீர்கள். மேலும் இப்போதோ அதற்குப் பதிலாக, இங்குக் கீழ்த்தட்டிலுள்ள வர்க்கங்கள் வருகின்றன. அவர்கள் டூமாவுக்குள் நுழைய நேர்ந்துவிட்டால், என்ன கேரும் என்பது கடவுளுக்குத்தான் வெளிச்சம்!" அவன் தன் கண்களைத் திகிலோடும் நிராசையோடும் விழித்தவாறு அமர்ந்தான். "நாமெல்லாம் ஸ்டெப்பி வெளிகளுக்குள் புகுந்து, காட்டுமிராண்டிகளோடு சேர்ந்து குதிரை மாமிசத்தைத் தின்று பிழைப்பதைத் தவிர, வேறு எதுவும் நமக்கு மிஞ் சப் போவதில்லை."

"ஒரு படுபயங்கரமான போராட்டம் வரத்தான் போகிறது; அது மட்டும் சர்வ நிச்சயம்," என்றான் டியுனோவ். "இந்த அற்ப சந்தோஷக்காரர்கள் தமது காலம் வருமுன்பே கூச்சல் போடத் தொடங்கி விட்டார்கள்; மிகவும் படுமோசமான, அன்னியமான நம்பிக்கைகளை அவர்களது தலைகளுக்குள்ளே செலுத்தி நிறைத்து அடைக்கப்பட்டிருப்பதுதான் இதற்குக் காரணம்."

"எதைப்பற்றிய நம்பிக்கைகள்?" என்று டியுனோவின் முகத்தைப் பரிசீலித்து நோக்கியவாறே கேட்டார் மாட்வி. குழிந்த கன்னங்களும், ஒற்றைக்கண்ணுக்கடியில்

ஒரு கரிய வளையமும் கொண்டிருந்த அந்த முகம் அவனை ஒரு குஸ்தியில் ஈடுபட்டுவிட்டு வந்தவனைப் போலத் தோற்றச் செய்தது.

டியுனோவ் அவர் பக்கம் அழுத்தலாகத் திரும்பினான்.

"முதலாவதாக, சம உரிமைகளும், எல்லா நிலங்களையும் செல்வங்களையும் எல்லோருக்கும் சமமாகப் பங்கு வைப்பதுந்தான்."

"கேட்டீர்களா?" என்றான் சுக்கோபாயேவ்; "பங்கு வைப்பதற்கு என்ன இருக்கிறது? செல்வங்கள் எங்கே இருக்கின்றன? அப்படிப் பார்த்தால், தலைக்கு ஒரு கோபெக்கூடத் தேறாது."

"ஆனால் மிகவும் முக்கியமானதும், வருந்தத் தக்கதும். அதே சமயம் மிகவும் ஆபத்தானதுமான விஷயம் என்னவென்றால்" என்று ஏதோ கோர்ட்டில் நின்று பேசுவதைப் போலத் தெளிவாகவும் சுருக்கமாகவும் பேசினான் டியுனோவ்; "இவையனைத்தும் அன்னியர்களால் தூண்டிவிடப் பெற்றவைதான். ருஷ்யாவிலுள்ள சின்ன மனிதர்கள் பகற்கன வில் ஈடுபடுவார்கள் என்பதையும், அவர்களது வாழ்க்கை சுலபமான ஒன்றாக இல்லை என்பதையும் கண்டுகொண்டு, இந்த அன்னியர்கள் அதனைப் பயன்படுத்தி, அந்த மனிதர்களின் காதுகளில் அன்னியமான கருத்துகளை இரகசியமாக ஓதிவிட்டார்கள். அவர்களது கோரிக்கைகள் எத்தனை வெறித்தனமானவை என்பதை அதிகாரிகளும், எல்லாக் கண்ணியமான ஜனங்களும் எடுத்த எடுப்பில் கண்டுகொள்ளும் அளவுக்கு மோசமான அன்னியக் கருத்துகள் அவை."

சுக்கோபாயேவ் தன் தலையை மேலே நீட்டினான்; பின்னர், பின்வரும் கேள்வியைக் கேட்பதற்காக முன்னால் சாய்ந்தான்;

"அன்னியர்கள் ஏன் இத்தகைய காரியத்தைச் செய்ய வேண்டும்?"

ஏனா? இதுதான் காரணம்" என்று உரக்கவும், விரைவாகவும், அதே சமயம் இப்போது மிருதுவாகவும் பேசினான் டியுனோவ்: "அதிகாரத்திலுள்ளவர்களுக்குப் பொது மக்கள் மீது அவநம்பிக்கை ஏற்பட வேண்டும் என்று அவர்கள் விரும்புகிறார்கள்; இதனைச் செய்து முடிப்பதற்காக, அவர்கள் அந்த ஜனங்களை எவ்வளவு தூரத்துக்குச் சாத்தியமோ அவ்வளவுக்கு முட்டாள்தனமாகத் தோன்றச் செய்ய முயல்கிறார்கள். எனவே, ஒரு முட்டாள்தான், நல்ல மாதிரியாகப் பேசும் ஓர் அசடன் தான் பேசுகிறான் என்பதை எவரும் எளிதில் கண்டுகொள்ளலாம்."

அவனது ஒற்றைக்கண் தன் முன் இருந்தவர்களை அள்ளியுண்டு, ஒரு வட்டமிட்டுச் சுழன்றது. அவன் மேஜை விளிம்பை இரு கைகளாலும் பிடித்துக்கொண்டு, குதிரையின் கடிவாளத்தைப் பிடித்து இழுப்பது போலத் தன் கைகளை நீட்டி நெளித்தான். அவனது முகத்திலுள்ள வடு சிவந்து தோன்றியது; அவனது கூரிய மூக்கு பழுப்பு நிறம் பெற்றது; அவனது உறுத்த முகத்தில் செம்மைநிறத் திட்டுக்கள் தோன்றின; அவனது குரல் உடைந்து ஒலித்தது.

"இதுதான் அவர்களது சிந்தனையின் போக்கு: முதலாவதாக, ருஷ்ய நாடு விரிந்து பரவுகிறது. இரண்டாவதாக, அதிகாரத்திலுள்ளவர்கள் பல குழப்படிகள் செய்திருக்கிறார்கள்; அது அவர்களுக்கே தெரியும். மூன்றாவதாக, அவர்களுக்குப் பிடிப்பு தளர்ந்து போய்விட்டது. எனவே, அவர்கள் ஜனங்களை நோக்கி, 'இதோ, நாம் நல்ல நண்பர்களைப் போலிருந்து விஷயங்களை ஒன்றாகவே கவனித்து ஓட்டிச் செல்வோம்,' என்கிறார்கள். ஆனால், அந்த நயவஞ் சகமான அன்னியர்கள்— சாட்சியங்களில் பெரும்பாலானவை யூதர்களையே சுட்டிக்காட்டிய போதிலும், அவர்கள் ஜெர்மானியர்கள் தான் என்றே எனக்குத் தோன்றுகிறது – அந்த அன்னியர்களோ, அந்த மாதிரி எதுவும் நடந்தால் ருஷ்ய நாடு மீண்டும் தன் சொந்தக் கால்களில் தானே எழுந்து நின்று விடும் என்றும், அது அவர்களுக்கு எந்தவிதத்திலும் ஒத்து வராது என்றும் கணக்குப் போடுகிறார்கள். மேலும், அதில்தான் அவர்களது அரசியலின் இரகசியமும் அடங்கியிருக்கிறது: ருஷ்யாவிலுள்ள பொது மக்கள் ஒரு முட்டாள் கூட்டம் என்பதை நிரூபித்து, அவர்களிடமிருந்து எந்தவிதமான உதவியும் பெற முடியாது என்பதைக் காட்டிவிடுவது. அவ்வளவு தான்."

"ஹூம்," என்று தலையை அசைத்தவாறே சொன்னான் சுக்கோபாயேவ்: இது எனக்குத் தவறாகப் படுகிறது. இது ஒப்புக்கொள்ளத்தக்கதாக இல்லை. ஆபத்து அங்கே இல்லை என்றே எனக்குத் தோன்றுகிறது."

"அங்கேதான், அதே இடத்தில்தான்!" என்று மேஜை மீதிருந்த கைகளை எடுத்தவாறு, ஆக்ரோஷமாகக் கத்தினான் டியுனோவ்.

அவர்கள் விவாதிக்கத் தொடங்கினார்கள்; முதலில் பணிவடக்கத்தோடு மிருதுவான திரண்டுருண்ட வார்த்தைகளைத் தேர்ந்துப் பேசினார்கள்: ஆனால் பின்னர் அவர்களது கோபம் அதிகரிக்க அதிகரிக்க, அவர்கள் முரட்டுத்தனமாக மாறி, ஒருவருக்கொருவர் தூற்றத் தொடங்கிவிட்டார்கள்.

"ஜனங்கள் எதை விரும்புகிறார்கள் என்பதைத் தெரிந்து கொள்ளாத ஒரு மனிதர் எப்படி இந்த நகரத்தின் மேயராக இருக்க முடியும்?" என்று கிண்டலாகக் கேட்டான் டியுனோவ்.

"அவர்கள் 'மத்தியில் இந்த ஜம்பப் பேச்சுகளைப் பரப்பியவர்களில் நீயும் ஒருவன் தான்," என்று நடுநடுங்கும் குரலில் எதிர்த்துச் சொன்னான் சுக்கோபாயேவ்.

மாட்வியின் மனத்தில் டியுனோவின் செய்தி ஆழமாகப் பதிந்தது. அதே சமயம், அவனும் சுக்கோபாயேவும் ஒரு சண்டையில் ஈடுபட்டு விடுவார்கள் என்று அவர் மனக்கிலேசம் அடைந்தார்.

"வேண்டாம்," என்று முணுமுணுத்தார் அவர்: "நாமெல்லாம் ஒருவரோடொருவர் ஒத்துப் போக வேண்டியதுதான் பிரதான விஷயம்."

அவர் கிர்யாபோவ் கிழவரின் முகத்தையும், நல்ல குணத்தைப்பற்றி அவர் சொன்ன வார்த்தைகளையும் நினைத்துப் பார்த்துக்கொண்டே இருந்தார்:

நல்லதைச் செய்வதில் மனிதர்கள் ஒரு பூரணமான வெறிவேகத்தோடு தமக்குத் தாமே உழைக்க வேண்டும். இந்த நினைவு அவரது உடம்பில் ஓர் இன்பத்தின் சிலிர்ப்பைப் பாய்ச்சிய ஒரு கருத்தைத் தோற்றுவித்தது: "எல்லோருமே இந்தக் கருத்துக்கு மனம் மாறி விட்டார்களானால், அப்புறம் அதுவேதான் ஆரம்ப"

"நிறுத்துங்கள்!" என்று அந்தச் சச்சரவாளர்களிடம் சொன்னார் அவர்: "நாம் ஓர் உடன்பாட்டுக்கு வருவோம்."

சுக்கோபாயேவின் கண்கள் பளிச்சிட்டன. அவன் கோபாவேசத்தால் வெளுத்துப் போயிருந்தான்.

"ஊஹூம். இல்லை" என்று ஒரு கரகரத்த சின்னச் சிரிப்புடன் சொன்னான் அவன்: "நான் அதனை என்றும் ஒப்புக்கொள்ள மாட்டேன். என்றுமேதான்."

"ஏனாம்?" என்று தனது கரிய கண்ணால் அவனைத் துளைத்தவாறே, உணர்ச்சியற்றுக் கேட்டான் டியுனோவ்.

"ஏனென்றால், வாழ்க்கையில் கடைப்பிடித்தாக வேண்டிய ஒரு குறிப்பிட்ட ஒழுங்கு முறை இருக்கத்தான் செய்கிறது."

"அது என்னவாகத்தான் இருக்கும்?"

"நான் முதலில், நீ இரண்டாவது– அவ்வளவுதான்."

"நான் ஒன்றும் உங்களை மிஞ்சிப்போக முயல மாட்டேன். ஆனால், நான் கேட்க விரும்பும் ஒரு கேள்வி இருக்கிறது: இத்தனை காலமும் நீங்கள் எங்கே இருந்தீர்கள்?"

"எங்கேயா? இங்கேதான்."

"இங்கே என்றால் என்ன? அது ருஷ்யாவா அல்லது இல்லையா?"

"ஹூம். நான் – வந்து–"

சுக்கோபாயேவ் பதிலளிக்கப் பயந்தவனாய் மௌனமானான்.

"அதுதான் முழுமையான விஷயம்," என்று பரபரப்போடு சொன்னான் டியுனோவ்: "எவருக்கும் தாம் எங்கிருக்கிறோம் என்பதே திட்டவட்டமாகத் தெரிந்ததாகத் தோன்றவில்லை."

"அது உண்மைதான்," என்று ஒலித்தார் மாட்வி: "அது மிக மிக உண்மை, சுக்கோபாயேவ்."

"ஏன்?" என்று ஆர்வத்தோடு கேட்டான் சுக்கோபாயேவ்.

மாட்வியால் அதனை விளக்க முடியவில்லை: அவர் நெடிய பெருமூச்சு வாங்கியவாறே, கண்களைத் தன்னுணர்வோடு கீழே தாழ்த்திக்கொண்டார்.

"ஏனென்றால்" என்று டியுனோவ் கலகலக்கத் தொடங்கினான்: "முதன்முதலில் நமது சொந்த ஜில்லாவில், நமது சொந்த நகரத்தில், நமது சொந்த வீட்டில் (எல்லாவற்றுக்கும் மேலாக நமது சொந்த வீட்டில்தான்) நாம் இருக்கிறோம் என்ற ஓர் உணர்வு நமக்கிருக்கிறது. ஆனால், அவை எதனோடு பிணைக்கப்பட்டிருக்கிறது என்பதைப் பற்றிய உணர்வு நமக்கு இல்லை. நாம் நம்மைச் சுற்றிலும் ருஷ்ய நாடு இருப்பதை உணர்வதில்லை. அதைப் பற்றியே நாம் என்றும் எதுவும் எண்ணிப் பார்ப்பதில்லை."

"பார்த்தீர்களா?" என்று ஒரு சமரசத்தை ஏற்படுத்த முயன்றவாறே சொன்னார் மாட்வி. ஆனால் சுக்கோபாயேவோ தனது கால்களில் ஏதோ திமிர்வாதம் பிடித்து விட்ட போலத் தரையைக் காலால் உதைக்கத் தொடங்கியவாறே, கரகரத்துச் சொன்னான்:

"உங்களுக்கு நன்னாள்."

அத்துடன் அவன் வெளியேறி விட்டான்.

"அடப் பாவமே!" என்று தோற்றுப்போன தொனியில் சொல்லி விட்டு, மாட்வி எழுந்து நின்று, அவன் செல்வதையே பார்த்தார். டியுனோவும் எழுந்தான்; தன் மோவாயை முன்னே நீட்டியவண்ணம் தனது ஒரு கையை மறுத்துரைப்பது போல வீசியவாறே, தரைமீது நடக்கத் தொடங்கினான்.

"எங்கும் இதே கதைதான்," என்று முணுமுணுத்தான் அவன்: "ஒவ்வொரு மாகாணமும் அதனதன் சொந்தக் கடவுளையும், சொந்தக் கன்னிமாதாவையும் கொண்டிருக்கிறது; ஒவ்வொரு ஜில்லாவும் தனது சொந்த ஞானியையும் கொண்டிருக்கிறது. சக்திகளையெல்லாம் ஒன்றாக அணி திரட்டும் காலம் வந்து விட்டது என்று நீங்கள் நினைக்கலாம். ஆனால், அதெல்லாம் ஒன்றும் வரவில்லை. விவசாயிகளோ, "எல்லாம் எங்களுக்கே சொந்தம்!' என்று கத்துகிறார்கள்; தொழிலாளர்களோ 'இல்லை. அப்படியில்லை – தொழிற்சாலை களெல்லாம் எமக்கே சொந்தம்!' என்று பதிலுக்குக் கத்துகிறார்கள். மேலும் படித்த மக்களோ, பொதுவான இலட்சியத்துக்கும், அர்த்தமுள்ள காரியத்துக்கும் தமது ஒத்துழைப்பை வழங்குவதற்குப் பதிலாக, 'அதிகாரத்தையெல்லாம் எங்கள் கையில் கொடுங்கள்; அதற்கான ஊதியத்தை நீங்கள் அடையுமாறு நாங்கள் கவனித்துக்கொள்வோம்!' என்று கத்துகிறார்கள். இத்தகைய நிலைமையில், பொதுவான இலட்சியமானது பசிவெறி கொண்ட ஓநாய்க் கூட்டத்திடையே பிடிபட்ட ஓர் ஆட்டுக் குட்டி போலாகி விட்டது."

அவன் ஒரு மேஜையோடு மோதிக்கொண்டான்; அதனால் தன் கைகளை அதன்மீது ஓடவிட்டான்; பின்னர் உட்கார்ந்தவனாய், தனது கண்ணிருந்த இடத்திலுள்ள வடுவைத் தொட்டுப் பார்த்தான். அவனது மற்றொரு கண் இளக்கமும் ஈரமும் படிந்து, பயந்து போனது போல விழித்தது.

"பாருங்கள், மாட்வி ஸாவ்லிவிச். எனக்கு ஒரே கண்தான் இருக்கிறது. ஆனாலும் உங்களது அந்த இரட்டைக் கண்கள் கொண்ட, வெள்ளை விழிக்கார

மேயரைக்காட்டிலும் நான் நன்றாகப் பார்க்க முடியும். அவன் ஓர் அடி முட்டாள். அதற்குக் குறைந்தவனில்லை.

ஒரு வியர்வைத்துளி அவனது கன்னத்தின் வழியே கறை படிந்து வழிந்தோடியது. அவனது நாசித்துவாரங்கள் நடுங்கின; உதடுகள் வக்கரித்து நெளிந்தன.

"மாட்வி ஸாவ்லிவிச், ஜனங்களை எதுவுமே ஒன்றாகப் பிணைக்கவில்லை," என்று சிணுங்கிச் சொன்னான் அவன்; "அவர்கள் எல்லோரும் ஒருவருக்கொருவர் அன்னியர்தான். உதாரணமாக, உங்களைப் பாருங்கள். உங்களுக்கு ஸாரடோவ் மாகாணம் எப்படியிருக்கிறது, அங்குள்ள மக்கள் எப்படிப்பட்டவர்கள் என்பது உங்களுக்குத் தெரியுமா?"

"இல்லை. எனக்குத் தெரியாது," என்று குற்ற உணர்வோடு ஒத்துக்கொண்டார் மாட்வி.

"அதுதான் விஷயம்," என்று தன் தலையை வருத்தத்தோடு அசைத்தவாறு சொன்னான் டியுனோவ்: "மேலும், உங்களுக்குத் தெரியாத அந்த விஷயந்தான் ருஷ்யாவின் அழிவுக்கே காரணமாக இருக்கக்கூடும். ஸாரடோவில் பெரிய பெரிய காரியங்களெல்லாம் நடந்து வருகின்றன; அங்குள்ள மக்கள் பிரச்சினையின் ஆணிவேரையே அடைய முயல்கிறார்கள்; அவர்கள் பண்ணை வீடுகளையெல்லாம் கூடக் கொளுத்திக் குவிக்கிறார்கள். அதற்கு அவர்களுக்கு நல்லதொரு காரணம் இருப்பதும் உண்மைதான். பெருந் தனக்காரர்கள் அவர்கள் காலத்தில் ஏராளமான விவசாயிகளை உயிரோடு கொளுத்தினார்கள். இருந்தாலும் பண்ணை வீடுகளுக்கும் அதற்கும் எந்த விதமான சம்பந்தமுமில்லை. ஆ! ஆம். ருஷ்யா தனது அழிவை எய்துவது மிகவும் சாத்தியந்தான். இத்தனை பரபரப்புக்கெல்லாம் மத்தியிலும், ஜெர்மானியர்கள் – நமது காதரைன் இராணி நம்மீது கொண்டு வந்து சுமத்தியிருக்கும் அந்தத் தசை வலுத்த இனத்தார், அந்த ஜெர்மானியர்கள் – நான் சொல்கிறேன், அவர்கள் அமைதியாகவும், மந்தமாகவுந்தான் இருக்கிறார்கள். அது உண்மை. மேலும், அவர்கள் தமது உதடுகளை நக்கிக்கொள்கிறார்கள். ஆமாம், ஐயா. அதை நானே பார்த்தேன் – ஒரு ஜெர்மானியன் தனது கையிலே புகைக்குழாயைப் பிடித்தவாறு, பல்லைக் காட்டிச் சிரித்து, உதடுகளை நக்கிக் கொண்டான்; மூன்று வீடுகளில் பற்றியெரிந்த அந்தத் தீப் பிழம்புகளோ வானத்தை நக்கிக்கொண்டிருந்தன."

மாட்வி ஆறுதலாக ஏதோ சொல்ல விரும்பினார். டியுனோவ் பயத்துக்கும் கவலைக்கும் இரையாகி இருப்பதை அவரால் காண முடிந்தது. எனினும், சொல்வதற்கு எதுவும் இல்லை. எனவே, அவர் தமது விரலால் மேஜைமீது வட்டங்கள் வரைந்தவாறு வெறுமனே அமர்ந்திருந்தார். டியுனோவோ ஒரு விறைப்பான கரகரத்த குரலில் மேலும் பேசினான்:

"வோர்கோராடில் என்ன நடக்கிறது என்பதையும் நீங்கள் சொன்னால் நம்ப மாட்டீர்கள். அங்குத் தெருக்களிலே பெரும் ஜனக் கூட்டங்கள் உச்சக்

குரலில் உரக்கக் கத்துகிறார்கள்; எல்லாவிதமான மக்களும்– ருஷ்யர்கள், ஜெர்மானியர்கள் எல்லாருந்தான், எனினும் பெரும்பாலும் இளைஞர்கள்தான் – அவர்களுக்குக் கிளர்ச்சியூட்டும் பேச்சுகளைப் பேசுகிறார்கள். 'இது ஒரு மோசமான முடிவுக்குத்தான் வரும் 'என்று நான் எனக்குள் எண்ணியவாறு, நானும் எனது கருத்தைச் சொல்வதற்காக ஏறி நின்றேன். 'நல்ல நண்பர்களே! நல்ல ருஷ்ய மக்களே! நீங்கள் உங்களைப் பற்றி மட்டுமல்ல சிந்திக்க விரும்புவது; ஆனால் ருஷ்ய நாட்டின், அதன் எல்லா மக்களின் தலைவிதியையும் சிந்திக்க வேண்டும், ' என்றேன் நான். ஆனால் அவர்கள் என்னைக் கால்களையும் கோட்டின் வாலையும் பிடித்துக் கீழே இழுத்துத் தள்ளினார்கள்; என்மீது வசைப் பெயர்களையெல்லாம் பொழிந்தார்கள் –'கரும் கொள்ளைக் கூட்டம்'போன்ற வார்த்தைகள். அவர்களில் ஓர் இளைஞன் (ஓர் இனிய குணமுள்ள பயல்தான்; அதை நான் பின்னர்க் கண்டறிந்தேன்) என் முதுகில் ஒரு குத்து விட்டான். எனவே, நான் அவனிடம் பணிவோடு திரும்பி, அவன் என்னை ஏன் முதுகில் குத்த வேண்டும் என்று அவனைக் கேட்டேன். 'ஓஹோ! அப்படியென்றால் நீ முக்கில் குத்து வாங்கித்தான் பழக்கம் போலும். அப்படித் தானா?" என்றான் அவன். கவனித்தீர்களா? நீ மூக்கில்குத்து வாங்கித்தாம் பழக்கம் போலும்? முக்கியமாக, இதைக்காட்டிலும் முடியுமா?' இது எப்படி இருக்கிறது உங்களுக்கு? எதுவும் ருஷ்யத் தன்மை கொண்டிருக்க 'மூக்கில் குத்து வாங்கித்தான் பழக்கம் போலும்?' நானோ 'இளைஞனே, நீ தவறு செய்கிறாய். நான் சொன்ன தன் அர்த்தம் அதுவல்ல, ' என்றேன். அவனோ, 'பின்னே வயிற்றிலா?' என்றான். நல்லது. அதன் பின் நானும் அவனும் ஒரு மதுபானக் கடைக்குச் சென்றோம். எனக்குக் கண்ணீரே வந்துவிடும் போலிருந்தது – அந்த அடியினால் அல்ல; அதை மறக்காதீர்கள். ஆனால், ஏனெனில் என் உணர்ச்சிகள் புண்பட்டுப் போயிருந்தன. நாங்கள் சிறிதுநேரம் பேசினோம்; அவன் எல்லாவற்றையும் ஒப்புக்கொண்டான். 'நான் வருந்துகிறேன், பெரியவரே! நான் ஒரு கழுதை; உங்களை ஒரு காரணமுமில்லாமல் அடித்தேன். இப்போது வெட்கப் படுகிறேன். ஏனென்றால், நானே பலமுறை மயிரைப் பற்றிப் பிடித்து இழுத்தடிக்கப்பட்டும், மூக்கில் குத்துப்பட்டும் வேதனைப்பட்டிருக்கிறேன். எனவே, அடுத்தவனை மூக்கில் குத்துவதால் ஒரு மனிதனுக்கு என்ன இன்பம் கிட்டுகிறது என்வதைக் கண்டறிய வேண்டும் என்று நானே சில சமயங்களில் விரும்புவதுண்டு,' என்றான் அவன்."

டியுனோவ் தன் தாடி துருத்தி நீண்டு நிற்கும் விதத்தில் தலையை நிமிர்த்தினான்; அந்தத் தாடி அசைந்துகொண்டிருப்பதை மாட்வி கண்டார்.

" 'இன்பம்' என்ற வார்த்தையைக் கவனியுங்கள். அதே தான்: 'இன்பம்.' அதுவும் தங்கமான இதயம் கொண்ட ஒரு துடிப்பான பயல் சொன்ன வார்த்தை அது. எனவே, அதில் ஆபத்து இல்லை. இந்தச் சந்தர்ப்பத்தில் ஆபத்தில்லை தான்; ஆனால், பொதுவாக?"

டியுனோவ் எழுந்து, மேஜைமீது சாய்ந்துகொண்டான்.

“எனக்கு எதுவும் புரியவில்லை என்று சத்தியம் செய்கிறேன், மாட்வி ஸாவ்லிவிச். நான் என் தலைதெறிக்கப் பேசுகிறேன், விவாதிக்கிறேன்; எனினும் எனக்கு எந்தப் பாழாய்ப் போன விஷயமும் புரியவில்லை. என்னால் புரிந்துகொள்ள முடிவதெல்லாம் ஜனங்கள் கிளர்ச்சியுற்றிருக்கிறார்கள், கலகத் தைக்கிளப்பும் சக்திகள் இருக்கின்றன, ருஷ்யாவின் உத்வேகம் மேலோங்கிச் செல்கிறது, ருஷ்ய மக்கள் பெரும் கூட்டங்களாக ஒன்று திரள்கிறார்கள் என்பவை மட்டுந்தான். ஆனால், இதெல்லாம் எங்கே கொண்டுபோய்ச் சேர்க்கும், எது உண்மையான பாதை என்று எவரும் சொல்ல முடியாது. இடையிடையே எப்போதாவது ஒரு நேரத்தில் எனக்கொரு சிறிய ஒளி தெரிவது போலத் தோன்றுகிறது. ஆனால், அது இன்னதுதான் என்று என்னால் தொட்டறிய முடியவில்லை. நான் சுட்டெரிக்கும் கண்ணீராலும், பரிதாபத்தாலும் நிறைந்து போயிருக்கிறேன். அவ்வளவுதான். நான் பயந்து போயிருக்கிறேன், மாட்வி. ருஷ்ய நாடு அழிவெய்திவிடும் என்று பயப்படுகிறேன்.”

“எனக்கும் எதுவும் புரியவில்லை,” என்று சத்தற்ற குரலில் சொன்னார் மாட்வி. பின்னர் இருவருமே ஒருவருக்கொருவர் எதிராக அமர்ந்து, அசைவற்று, ஊமையாகி மௌனத்தில் ஆழ்ந்தனர்.

“ஓர் இளம் யுவதி இருக்கிறாள்” என்று ஆரம்பித்தார் மாட்வி.

“அந்த இளம் யுவதிகளையெல்லாம் நான் அறிவேன்,” என்று தன் தலையை உலுக்கியவாறே சொன்னான் டியுனோவ்.

மீண்டும் அவர்கள் மௌனத்தோடு உட்கார்ந்திருந்தார்கள்.

“எனக்குச் சளிதான் பிடித்திருக்க வேண்டும்,” என்று சிறிது நேரத்துக்குப் பின்னர் சொன்னான் டியுனோவ்.

“படுத்துக்கொள்,” என்று அவனைப் பார்த்தே அலுத்தவராகவும், பேசவோ, பேசிக் கேட்கவோ விருப்பமில்லாதவராகவும் சொன்னார் மாட்வி.

டியுனோவ் படுக்கையருகே சென்று, தன் கால்களை இழுத்து மடக்கிக்கொண்டு படுத்தான். ஆனால் ஒரு கணம் கழித்து, ஒரு நடுக்கம் அவனது உடம்பில் பரவியோடியது; அவன் எழுந்து உட்கார்ந்து, தன் கைகளை நீந்துவது போல வீசினான்.

“மாட்வி ஸாவ்லிவிச், இந்தக் காலத்தில் மகோந்நதமான வார்த்தைகளெல்லாம் ஏராளமாகப் பேசப்படுகின்றன; அவை மிகுந்த அர்த்த புஷ்டியுடனும் இருக்கின்றன; அத்துடன் தமக்குச் சொல்லப்படும் எதையும் மனத்தில் வாங்கிக்கொள்வதற்காக, பெரும் இதயங்களை அகலத் திறந்து வைத்துக்கொண்டிருக்கும் ஏராளமான மக்களும் தோன்றியுள்ளார்கள். மேலும், அவர்கள் எல்லோரும் இளைஞர்கள். எனவே, அவர்களுக்கு விஷயங்களைக் கவனமாகவும் எளிதாகவுந்தான் சொல்ல வேண்டும். ஆனால், எவருமே அவர்களிடம் கவனத்தோடு நடந்துகொள்வதில்லை. அதற்கு மாறாகத்தான் எல்லாம் நடக்கிறது. சூறைக்காற்று வந்துவிட்டது.

அது பூமிப் பரப்பிலுள்ள தூசியையெல்லாம் தூர்த்துத் துடைத்து, அவர்களது இதயங்களுக்குள்ளே கொண்டு கொட்டிக் குவிக்கிறது."

அவன் தன் கண்ணை மூடினான்; மீண்டும் படுக்கையில் சாய்ந்தான்; தனது கால்களை வலிப்புக் கண்டது போல நீட்டியவாறு சொன்னான்:

"எல்லாமே அழிவுக்கு வர முடியும். அந்தப் பெரிய மனிதன் இந்த நகரத்துக்குத் தன்னைத்தானே தலைவனென்று சொல்லிக்கொள்கிறான் – தலையாவது? அதற்கு நேர்மாறுதல் தான். அவன் அப்படித்தான் இருக்கிறான்."

தான் எழுந்து செல்லத்தான் வேண்டும் என்றும் தம்மால் இனிமேலும் ஒரு வார்த்தையைக்கூடக் கேட்டுச் சகித்துக் கொண்டிருக்க முடியாது என்றும் உணர்ந்தவராய்த் தம்முள் நினைத்தார் மாட்வி. அவர் படுக்கையருகே சென்று, தமக்குக் கொஞ்சம் வேலையிருப்பதாக மன்னிப்புக்கோரும் தொனியில் விளக்கினார். அதைக் கேட்டதும் டியுனோவ் கண்ணைத் திறந்து, புண்பட்டது போன்ற தொனியில் பின்வருமாறு சொன்னான்:

"நான் அதற்குத் தடையாக இருக்கிறேனா?"

இவன் நிராசையுற்றுப் போயிருக்கிறான் என்று நினைத்தவராய், மாட்வி கதவை மூடிவிட்டு வெளிச் சென்றார்.

ஒரு கபில நிறமான மாலைப்பொழுது மொட்டையான மலட்டுக் குன்றுகளிலிருந்து கீழறங்கி வந்தது. சதுப்பு நிலத்துக்குமேல், வானமண்டலத்தில் ஒரு சிவந்த வெடிப்பு தென்பட்டது; அது ரத்தம் கொட்டி வழியும் ஓர் ஆழமான காயம் போலிருந்தது. அதன் செக்கர் வெள்ளம் மரங்களின் உச்சிகளைக் கறைப்படுத்தி, வானமண்டலத்தை ஜீவனற்றுச் சாக விடுத்தது. வயல்வெளிகளிலிருந்து தமது கூடுகளை நோக்கித் திரும்பிவரும் காக்கைகள் அடைத்த குரலில் கரைந்தன தச்சுத் தொழிலாளர்கள் அன்றைய வேலையை முடித்துத் தொலைக்கப் பொறுமையற்று, படபடத்து விரைவாகத் தட்டினார்கள். கழிவு நீரை அப்போதுதான் கொட்டித் தீர்த்த ஒரு கழுவுத்தொட்டியைப் போலத் தெரு ஈரமும் வெறுமையும் பெற்றிருந்தது. வீடுகளில் இன்னும் விளக்கேற்றப்படவில்லை; ஜன்னல்களின் இருண்ட கறைகள் ஏதோ தொல்லையை எதிர்நோக்குவது போல ஒன்றை யொன்று வெறித்து நோக்கின.

ஏதோ ஒரு முற்றத்திலிருந்து ஒரு பெண் விம்மியழுது கொண்டும், சால்வையை இழுத்துப் போர்த்திக்கொண்டும் வெளியே ஓடினாள். மாட்விக்கருகில் வந்ததும் அவள் நின்றாள்; ஒரு காலிலிருந்து மறுகாலுக்கு விசித்திரமாகத் தன் உடற்பாரத்தை மாற்றினாள்; பின்னர்த் தன் தலையை உள்ளுக்கிழுத்துக்கொண்டு, ஓவென்றழுதாள்; தனது செருப்புகள் உள்ளங்கால்களோடு மோதியடிக்கும் வண்ணம் விழுந்தடித்து ஓடினாள். அவள் போவதைப் பார்த்தவாறே மாட்வி தமக்குள் பின்வருமாறு சொல்லிக் கொண்டார்:

“யாரோ செத்துக்கொண்டிருக்கிறார்கள்; இவள் பாதிரியாரை அழைத்துவரப் போகிறாள்.”

இதனைத் தாம் சொல்லும்போதிருந்த நிர்விசாரத் தன்மையைக் கண்டு அவர் அதிர்ச்சியடைந்தார்.

மத்தியச் சதுக்கத்தின்மீது ஒரு குளிர்ந்த பனிமூட்டம் தேங்கித் தவழ்ந்தது. அதில் புதிதாகப் பாவப் பெற்றிருந்த பெரிய சரளைக் கற்கள் இப்போது கண்கள் போலப் பளபளத்தன. லிஸ்பன் மதுபான விடுதியின் ஐந்து ஜன்னல்களின் வழியாகவும், அந்தச் சரளைக் கற்களின்மீது ஐந்து மஞ்சள் நிறமான ஒளிப்பாதைகள் விழுந்தன.

மாட்வி தமக்குப் பின்னால் அவசரமான காலடியோசை ஒலிப்பதைக் கேட்டார். அவர் ஒரு வாசற்புறத்தின் நிழலில் பின்வாங்கி ஒதுங்கினார்; ஒரு பக்கத்துச் சந்திலிருந்து டியுனோவ் வெளிப்பட்டு, அந்த ஒளிப்பாதையொன்றின்மீது தடுமாறி நடந்து செல்வதையும், அவன் மதுபான விடுதிக்குள் புகுந்து மறைவதையும் அவர் கண்டார்.

எத்தகைய அமைதியிழந்த ஆத்மா என்று அவனை அங்கீகரிப்பது போல நினைத்தார் மாட்வி; பின்னர்த் தாமும் அந்த விடுதிக்குள் நுழைந்தார்.

மதுபான அறை மொச்சைக்கொட்டைகள் நிறைந்த ஒரு பானையைப் போல ஜனங்கள் நிரம்பித் தென்பட்டது. அவர்களில் பெரும்பாலாரோடு மாட்விக்குப் பரிச்சயது. இருந்தபோதிலும், அங்குத் தொங்கிய பெரிய விளக்குகளின் ஒளியில் அவர்கள் வித்தியாசமாகவே தோன்றினார்கள் அவர் சிவந்த மூக்குகளையும், வழுக்கைத் தலைகளையும் அங்குக் கண்டார். கைகள் பளிச்சிட்டு வீசப்பட்டன; முதுகுகள் குனிந்து நெளிந்தன. அங்கு எங்கணும் ஒரு பரபரப்பான, தொடர்பற்ற சளசளப்பின் இரைச்சலே ஒலித்தது. பிரமுகர்களான விருந்தாளிகளுக்குரிய பிரத்தியேக மூலையில், நகரத்தின் முக்கியமான பிரஜைகளில் பெரும்பாலோர் சுக்கோ பாயேவைச் சுற்றிலும் அமர்ந்திருந்தார்கள். அவர்கள் மத்தியிலிருந்து ஓர் உச்சஸ்தாயியான குரல் எழுந்தது. எதிரேயுள்ள மூலையில் உள்ளூர் அதிகாரிகள் சளசளத்துப் பேசிக்கொண்டிருந்தார்கள். அவர்களிடையே உள்ளூர் கொத்தளக் காவல் தலைவனான, கொழுத்த போக்கிவைக்கோ, போலீஸ் தலைமையதிகாரியின் துணையதிகாரியான நெம்ட் ஸேவ், ஊதிய முகமும், வீங்கிய கண்களும் கொண்ட லையூபாவின் தந்தை முதலியோர் காணப்பட்டார்கள்.

மாட்வி தமக்கோர் ஆசனத்தைத் தேடியவாறும், அந்தக் குரல்களின் கனத்த இரைச்சலைக் கேட்டவாறும், வாசல் நடையிலேயே சிறிது நேரம் நின்றார்.

“எங்கள்மீது அறிவின் ஒளியைப் பொழியும்,” என்று தனது சில்லுக்குரலில் பியோடிர் உச்சரிப்பதை அவர் கேட்டார்.

“சத்தியத்தின் சூரிய ஜோதியே! நாங்கள் உம்மை வணங்குகிறோம்,” என்று ஒரு கனத்த குரல் அதற்குப் பதிலளித்தது.

எப்போதும் மற்ற மனிதர்களின் வார்த்தைகளையே உபயோகிப்பது என்று நினைத்த மாட்வி தம்மையறியாமலே, ஒரு பீரோவுக்கும், அடுத்த அறைக்குச் செல்லும் வாசலுக்கும் இடையே ஒரு மூலையில் தமக்கு ஓர் இடத்தைக் கண்டு பிடித்தார். அதில் அமர்ந்து, காது கொடுத்துக் கேட்டார்

அதே பழைய சாரமற்ற வார்த்தைகள்தான் காதில் விழுந்தன:

"நொண்டி குருடுக்கு வழி காட்டுகிறது!" என்று ஒரு குஷியான குரல் கத்தியது. அதைக் கேட்டதும் யாரோ ஒருவன் பதிலுக்கு உறுமினான்:

"சோதோமும், கோமோராவும்."

"நமது ஆட்சியாளர்கள் தேவையற்ற முறையில் தம் மைத்தாமே அருமையாக விளம்பரப்படுத்திக்கொள்கிறார்கள்," என்று ஒரு குரல் குறைப்பட்டுக் கொண்டது.

"மேலும், நாமோ இங்கு நமது சொந்த மூலாதாரங்களையே நம்பியிருக்க வேண்டியதாகிவிட்டது."

ஆனால், அவர்கள் அனைவர் குரலுக்கும் மேலாக, துருப்பிடித்த கதவுக் கீல் மாதிரிக் கிறீச்சிட்டுக்கொண்டு, டியுனோவின் குரல் மேலோங்கிக் கேட்டது:

"நீர் என்னைப் பற்றி என்ன நினைக்கிறீர் என்பதைக் குறித்து நான் கவலையேபடவில்லை, ஐயா!"

"உஷ்!" என்று யாரோ மேஜைமீது குத்தியவண்ணம் கத்தினார்கள். ஒரு விநாடிக்கு அந்த அறை அமைதி பெற்றது. அந்த மோன அமைதியினூடே அமிதப்படுத்தப்பட்ட உணர்ச்சியோடு யாரோ பின்வரும் பாடலைப் பாடும் குரல் எங்கோ கேட்டது:

அவன்றன் கவலையின் காரணத்தை
அறிந்தேன் நானும்; அதுபோலே
அவனுமென் துயரின் காரணத்தை
அறிந்தே இருந்தான்; பின்நானே
அவனே சிகிச்சை புரிவனென
அகத்தில் நினைத்தேன்; அதுபோலே
அவனும் பணத்தை அவனிடத்தில்
அளிப்பே னென்று எண்ணிவிட்டான்!

அங்கு ஒரு சிறிய சிரிப்பின் கலகலப்பு ஒலித்தது; பின்னர் மீண்டும் அந்த அறையில் சத்தம் அதிகரித்தது; மீண்டும் பல கூச்சல்கள் கிளம்பின:

"நமது இந்த ருஷ்யாவை நானறிவேன்; நான் இதனை முற்றும் சுற்றிப் பார்த்திருக்கிறேன். நான் ஒன்றும் அன்னியமானவனல்ல; நீர்தான்"

"உஷ்!" என்று கத்தியவாறே பியோடிர் இடத்தை விட்டு எழுந்தான். இதே வார்த்தையைப் பலரும் திருப்பிச் சொன்னார்கள்; அந்த இரைச்சல் மீண்டும் அடங்கியது.

"நியாயமாக நமக்குரியதான செழுமையான பாரம்பரியச் செல்வத்தைப் பற்றி நீர் அறிய மாட்டீர்; வாழ்க் கையில் நீர் மதிப்பது எதுவுமில்லை," என்று டியுனோவின் குரல் கேட்டது: "அன்னியமானவன் என்று சொன்னால் அவனுக்கு யார்மீதும் அன்பு இருக்காது; தனது சகோதரர்களுக்கு உதவ வேண்டும் என்ற விருப்பமும் இருக்காது."

"நீ மட்டும் யாராம்?" என்று கத்தினான் சுக்கோபாயேவ்: "நீ என்ன நோக்கத்தில் பேசுகிறாய்?"

"நான் ஒரு மனிதப் பிறவி."

"பரிசாரகனா? உதவியாட்களில் ஒருவனா?"

அந்த மனிதர்களில் பலர் சிரித்தார்; ஆனால், மாட்வி டியுனோவுக்காக வருந்தினார். அங்கு நிலவிய நீல நிறமான புகையிலைப் புகைத் திரள்களின் வழியே அவர் அந்தக் கடைக் கோடி மூலையைப் பார்த்தார்; அவனை நோக்கிப் பின்வருமாறு சத்தமிட வேண்டும் என்று வேட்கை கொண்டார்:

"உன்னைத்தான். மூச்சைத் தொலைக்காதே!"

ஆனால், அறையின் மத்தியில் எங்கோ இருந்து பியோடிரும், சங்கீதக் கோஷ்டித் தலைவரும் அமர்ந்திருந்த இடத்திலிருந்து ஒரு தணிந்த, தெளிவான, அதிகாரத்தொனி படைத்த குரல் வந்தது. எல்லாத் தலைகளும் அந்தப் பக்கமாகத் திரும்பின; முகங்களெல்லாம் கேட்கும் கவனத்தால் விறைப்பெய்தின; மனிதர்கள் தமது சகாக்களை மௌனமாக இருக்குமாறு சைகை காட்டினார்கள்; யாரோ ஒருவன் அமைதியாக வேண்டிக்கொண்டான்:

"எழுந்து நில்; உன்னை நாங்கள் பார்க்க முடியவில்லை." "

உரத்துப் பேசு.'

"அமைதியாயிருங்கள், பயல்களா!"

"யாரவன்?"

"யாருக்கும் தெரியாது."

"சாதாரண மக்களான எங்களுக்குச் சந்தர்ப்பம் கொடுங்கள்; நாங்கள் இப்போதைக்காட்டிலும் மனிதத் தன்மை மிகுந்த ஒரு புதிய ஒழுங்குமுறையை உருவாக்குகிறோம். எங்களை எம்மிடமே விட்டு விடுங்கள்; எங்களுக்குள் ஒருவருக்கொருவர் கண்ணைத் தோண்டிப் பறிக்குமாறு தூண்டி விடுவதை நிறுத்துங்கள். ஒரே ஒரு சட்டம்தான் இருக்கிறது; அதையும் எதுவும் மாற்றிவிட முடியாது என்று எங்களுக்குக் கற்றுத் தராதீர்கள். மக்கள் அமைதியாகவும், இங்கிதமாகவும் ஒன்றுபட்டு வாழ்வதற்கும், கொடுமையை வேரறுப்பதற்கும் புதிய சட்டங்களைத் தாமே கண்டறிந்து கொள்ளட்டும் –"

அந்த அறை பிரகாசமாக மாறி வருவதாகவும், அங்குள்ள காற்று சுத்தமாகி வருவதாகவும், சுவாசிப்பதற்கு இலகுவாக இருப்பதாகவும் கற்பனை செய்தார் மாட்வி. அவர் சுற்றுமுற்றும் நோட்டம் விட்டார்; கேட்டுக்கொண்டிருக்கும் முகங்களைக் கண்டார்; அதனை அங்கீகரித்து முணுமுணுக்கும் குரலையும் கேட்டார். அந்த ஜனங்களை ஒன்றாகப் பிணைத்து, அந்தக் கும்பலையே உயரே தூக்கிச்சென்ற அந்த அமைதியான அலைவீச்சுக்கு அவர் தம்மையும் ஒப்புக்கொடுத்தார். மிகவும் வரவேற்கத்தக்கதாகவும், எளிதிலே புரியத்தக்கதாகவும். ஒரே ஏக வடிவமாக ஒன்று கலந்து உருச்சமைந்து வந்த அந்தக் கருத்துகளோடு தாம் ஏறத்தாழ ஒரு சரீர உறவே கொண்டது போல அவர் உணர்ந்தார்; அப்போது சாமியார் மடத்துப் பழத்தோட்டம், அழகாகச் செதுக்கப்பட்ட வடிவுகொண்ட பூஜ்யர் அயோனின் முகம், ஜனக் கும்பலின் உருக்குலைந்த, பரிதாபகரமான முகங்கள், ஆற்றாமைக் கூச்சல்களை வெளியிடுவதற்காகத் திறந்தது போன்று தோன்றும் அவர்களது திறந்த வக்கரித்த வாய்களுக்கும் வெல்லத்தின் தீம்பாகைப் பொழிந்தது போல ஒலித்த அந்த இனிய வார்த்தைகள் எல்லாவற்றையும் ஒரு கணம் நினைவு கூர்ந்தார்.

“நமது அன்றாட உணவைப் போல நமக்கு அத்தியாவசியமாகிவிட்ட உண்மையை யார் நமக்கு எடுத்துக் கூறு வார்கள்? மேலும், நம்மைப் பற்றிய உண்மையை உலகத்துக்கு யார் எடுத்துக் கூறுவார்கள்? நாம் மட்டுந்தான் அதைச் செய்ய முடியும்; சகோதரர்களே, தோழர்களே! இந்தப் பணிக்கு நம்மை நாமே தயாராக்கிக்கொள்ள வேண்டும் நம்மைப்பற்றி நாமேதான் தைரியமாகவும் எதையும் சொல்லத் தயங்காமலும் பேச முன்வர வேண்டும். நாம் நமது நம்பிக்கைகள், ஆசாபாசங்கள் அனைத்தையும் ஒரே பெரும் இதயத்துக்குள் ஊற்றிப் பொழிவோத்தையும் தாமே படைத்துத் தந்த வார்த்தைகளில் நம்மைப்பற்றிய பாடலைப் பாடட்டும்!”

“மிக்க நன்றி, இளைஞனே!”

அந்த ஜனக்கும்பல் ஆரவாரிக்கத் தொடங்கி, எல்லோருக்கும் மேலாகத் தென்பட்ட, தீர்க்கதரிசியின் உருண்ட கண்கள் கொண்ட அந்த வடுப்பாய்ந்த முகம் தெரிந்த சுவர்ப்புறத்தை நோக்கி இடித்துக்கொண்டு முன்னேறியது. ஆனால், சிறிது நேரத்தில் சுக்கோபாயேவின் கரகரத்த உச்சக்குரல் கணீரென்று ஒலித்தது:

“சக நகர வாசிகளே! மேலும், இந்த நகரத்தின் அதிகாரிகளே! இங்கு என்ன நடந்துகொண்டிருக்கிறது? இங்கு வந்து, தமது இஷ்டப்படியெல்லாம் பேசி, ஜனங்களைத் தூண்டிவிடும் இந்த நபர்கள் யார் என்று யாருக்கும் தெரியாது; உண்மையில் விஷயத்தின் உண்மையென்னவென்றால் யாருக்கும் எதுவும் தெரியாது”

“குறைந்த பட்சம் உம்மை யாரென்று நாங்கள் அறிவோம். நீங்கள் எல்லோரும் திருடர்கள்!”

“என்ன சொன்னாய்?”

“அதுதான் கேட்டீரே!”

“திரும்பச் சொல்.”

“மகிழ்ச்சியோடு!”

மேலும் ஒரே கணத்தில் எல்லாமே சுற்றியும், சுழன்றும், ஊளையிட்டும், கீச்சிட்டும் மாட்வியின் மீது நெருக்கி மோதித் தள்ளின. அவர் குழம்பிப்போனவராய், அந்தப் பேச்சாளன் நின்றுகொண்டிருந்த சுவரருகே செல்ல முயன்றார்.

“இந்த மதுபானக் கடை எனக்குச் சொந்தம்!” என்று ஊளையிட்டான் சுக்கோபாயேவ்.

மேஜைகளும் நாற்காலிகளும் நொறுக்கப்பட்டன; தட்டுக்கள் உடைக்கப்பட்டன; உடைந்த துண்டுகள் காலடியில் நெறுநெறுத்தன; எவனோ ஒருவன் செவியைத் துளைக்கும் ஒரு சீட்டியொலியை எழுப்பினான்; யாரோ ஒருவன் மாட்வியின் கோட்டுக் காலரைத் தாடியோடு சேர்த்துப் பிடித்தவாறு, அவரை நோக்கிப் பின்வருமாறு சத்தம் போட்ட வண்ணம் வெளியே இழுத்துச் சென்றான்:

“பாருங்கள்! இதுதான் அவர்களுக்கு ஒரு சாம்பிள்! ஒரு பார்வை பாருங்கள்! எல்லோருந்தான்!”

“என்னைப் போக விடு!” என்று தம்மை விடுவிக்கத் திமிறியவாறே அவர் திணறிச் சொன்னார்.

அவர்கள் இருவரும் கூட்டத்திலே மாட்டிக்கொண்டு விட்டார்கள்; அதன் காரணமாகப் படிகளின் வழியே தள்ளிச் செல்லப்பட்டு, மதுபான விடுதியின் முன்னாலுள்ள சதுக்கத்துக்கு வந்து சேர்ந்தார்கள். மாட்வி அந்தச் செருப்புத் தொழிலாளியின் கைகளிலிருந்து தம்மைத் தாமே பிய்த்து விடுவித்துக்கொண்டு, களைப்பாலும், உணர்ச்சி வேகத்தாலும் மூச்சு வாங்கியவண்ணம் மீண்டும் படிகளின்மீது ஏறினார். அவர் தம் முகத்தைக் கூட்டத்தை நோக்கித் திருப்பினார். அவரது காதில் நிலவிய கர்ஜனைக்கு நடுவே, யாரோ ஒருவன் சத்தம் போடுவது கேட்டது.

“என்ன எழவுக்காக நீ அவரைப் போய்த் தேர்ந்தெடுத்துப் பிடித்தாய்?”

“அவர் மந்திர சூன்யங்களைப் பற்றிய புத்தகங்களைப் படிப்பதாகச் சொல்கிறார்கள் – இவரிடமிருந்துதான் சுக்கோபாயேவ் பணத்தையெல்லாம் பறித்துவிட்டார்!”

“அவர் தமது சொத்துகளையெல்லாம் நகரத்தில் ஒரு பள்ளிக்கூடம் கட்டுவதற்காக எழுதி வைத்துவிட்டார்.”

ஒரு பரந்த முகமுள்ள இளைஞன் மாட்வியின் கையைப் பிடித்துக் குலுக்கினான்.

“கொழுத்த பயல். அவன் ஒரு தவறு செய்துவிட்டான்,” என்று மன்னிப்புக் கோரும் தொனியில் சொன்னான் அவன்.

பியோடிர், பிராச்சின், டியு னாவ் ஆகியோர் அவரை நோக்கி வந்தார்கள். ஆனால், அவரோ அவர்களைக் கையைக்காட்டி விலக்கிவிட்டு, கூட்டத்தை நோக்கிச் சத்தமிட்டார்:

"நான் கவலைப்படவில்லை. தனது வாழ்க்கை முழுவதிலும் அங்குமிங்குமாக உதைபட்டுக்கொண்டு கிடந்த ஒரு மனிதன் ஒரு தவற்றைச் செய்வது சுலபந்தான்."

அவர் தம்மைத் தாமே நிதானப்படுத்திக்கொள்வதற்காக முழங்காலிட்டுக் கீழே அமர விரும்பினார். ஆனால், அதற்குப் பதிலாக, அவர் வாயில்கூடத்தின் தூணை திடீரென்று இரு கைகளாலும் பற்றிப் பிடித்துக்கொண்டு, தம்முள்ளே ஏதோ திடீரென்று ஓர் ஒளி ஏற்றி வைக்கப்பட்டது போலப் பின்வருவாறு கத்தினார்;

"சகோதரர்களே! சக நகரவாசிகளே! நமக்குத் தெரியாத வார்த்தையை நமக்குப் பேச, கடவுளின் உண்மையை நம்மிடம் சொல்ல, இந்த இளைஞர்கள், தேவதூதர்களைப் போன்ற புனிதத்தோடு வந்திருக்கிறார்கள். அவர்கள் சொல்வதை நாம் கேட்க வேண்டும். அவர்கள் கடவுளிடமிருந்து வரும் நித்தியமான உண்மையை உணர்ந்திருக்கிறார்கள். மேலும், நாம் திறந்த மனத்தோடு அவர்கள் சொல்வதை அமைதியாக, ஆழ்ந்த கவனத்தோடு கேட்க வேண்டும். அவர்களை நமக்குத் தெரியாவிட்டால் என்னவாம்? அவர்கள் உண்மையைத் தேடுவதால், அவர்கள் தமது இதயங்களில் நியாயத்தைத் தாங்கி நிற்பதால், நமக்குத் தெரிய வராத நியாயத்தைக்கொண்டிருப்பதால், அவர்களை நாம் அறிந்து கொள்ளவில்லை."

"வாஸ்தவம், கிழவரே!" என்று கீழிருந்து ஒரு குரல் வந்தது.

"நாம் நமக்கோ அல்லது வேறு யாருக்குமோ எதுவுமே செய்யாமல் நமது வாழ்க்கையை ஒரு கனவில் வாழ்வது போல வாழ்ந்து விட்டோம்; இப்போதோ இந்த இளைஞர்கள் நமது ஸ்தானத்தை எய்த வந்திருக்கிறார்கள்."

அவர் ஒரு பரந்த சமிக்ஞையின் மூலம் தமக்குத் தாமே சிலுவை கீறிக்கொண்டார்.

"நம்மிலிருந்து மாறுபட்ட ஒரு வாழ்க்கையை வாழ, நமது எலும்புகளையே அரித்துத் தின்றுவிட்ட கசப்புணர்ச்சியின் ருசியை அவர்களேனும் அனுபவியாமலிருக்க, கடவுள் அவர்களுக்கு உதவட்டும்; நியாயத்தை நோக்கிச் செல்லும் உண்மையான பாதையைக் கண்டறிய கடவுள் அவர்களுக்கு உதவட்டும் – அதுவே நாம் அவர்களுக்காகக் கொள்ளும் விருப்பம்."

அந்த வாயில்கூடம் அவரது காலுக்கடியிலிருந்து நழுவிச் சென்றது; பூமி விம்மியெழுந்து, அவர்மீது தடாலென வீழ்ந்து, அவரைக் கீழே பிடித்துத் தள்ளியது.

பிரக்ஞை பெற்றுக் கண்விழித்தபோது, அவர் தம் வீட்டில் தமது படுக்கையில் இருந்தார். அந்த அறையில் ஏற்றப்பட்டிருந்த பிரகாசமான வெளிச்சம் அவரது கண்களை உறுத்தியது; ஜன்னல்களெல்லாம் பட்டுப்போன்ற கருமையோடு தென்பட்டன. அந்த இளைத்துப்போன சில்லுக்குரல் பாடகன், அடுப்புச் சுவர்மீது

சுருண்டு முடங்கிக்கிடந்தான். அவனுக்கு முன்னால் ஒரு மெலிந்த ஆடம்பரமாக உடைதரித்த ஒரு மனிதர் தமது கைகளைப் பைகளுக்குள் செலுத்தியவாறும், தமது கோண வடிவமான முகத்தில் ஓர் ஏளனமான பார்வை தோன்றியவாறும் மேலும் கீழும் நடந்துகொண்டிருந்தார். லையூபா மேஜை முன்னால் அமர்ந்து புன்னகை புரிந்தவாறே அவரிடம் பின்வருமாறு சொல்லிக்கொண்டிருந்தாள்:

"நான் உங்கள் பேச்சை நம்பவில்லை."

அந்த மெலிந்த மனிதர் தமது பையிலிருந்து கடிகாரத்தை எடுத்து, அதனைப் பார்த்தார்.

"அப்படியென்றால் நீ என்னை நம்பவில்லையா?" என்றார் அவர்.

"இல்லை. நம்பவில்லை."

அவர் தமது கடிகாரத்தைச் சட்டென்று மூடினார்.

"இதைக் கேட்கவே வருத்தமாயிருக்கிறது," என்று இழுத்தார் அவர்: "சரி, நீ மருந்துக்கு ஆளனுப்பி விட்டாயா?"

அவர்மீது வைத்த கண்களை வாங்காமலே, லையூபா தலையசைத்தாள்; அவர் தமது கால்களை அழுத்தலாக இழுத்துப் போட்டவாறே மீண்டும் நடக்கத் தொடங்கினார்.

அந்தப் பாடகன் எழுந்து உட்கார்ந்தான்; அவனும் தன் கைகளைப் பைகளுக்குள் செலுத்திக்கொண்டான்.

"அத்தகைய விஷயங்களை நீங்கள் ஏன் நினைக்க வேண்டும், டாக்டர்?" என்றான் அவன்.

"ஏனென்றால் நான் நினைக்க விரும்பினேன்," என்று தம் கண்களைத் தரைமீது பதித்தவாறே அவர் பதில் சொன்னார்.

மாட்வி அசையவேயில்லை. அவர் ஜன்னல்களில் தெரியும் கறுத்த சதுரங்களைக் காண விரும்பாமல், தமது கண்ணிமைகளுக்கடியிலிருந்து அந்த அறையிலுள்ள நபர்களைக் கவனித்தார்.

'நான் மீண்டும் நோயில் விழுந்து விட்டேன்' என்று தமது இருதயத்தின் விரைவான படபடப்பைக் கேட்டவாறும், தமது உடம்பு முழுவதிலும், விரல்களிலுங்கூடக் குடிபுகுந்திருந்த அளவுக்கு மீறிய பலவீனத்தை உணர்ந்த வாறும் தமக்குள் எண்ணமிட்டார் அவர்.

"எனக்கு நோயா, லையூபா?" என்று தம்மால் எவ்வளவு உரக்கவும் தெளிவாகவும் கேட்க முடியுமோ, அவ்வளவுக்குக் கேட்டார் அவர். ஆனால், அவள் அவர் கூறியதைக் காதிலேயே வாங்காதது போலத் தோன்றியதைக் கண்டு

அவர் வியப்புற்றார்; ஏனெனில், அவள் ஒரு பதிலும் சொல்லவில்லை. அவர் பயந்து போனவராய், ஒரு முனகல் முனகினார். அதைக் கேட்டதும் அவள் துள்ளியெழுந்து, அவரிடம் ஓடிப் போனாள். டாக்டருங்கூடத் தமது நடையைத் துரிதப்படுத்தாமலே அவரை நோக்கி வந்தார். இது மாட்விக்கு அவர்மீது வெறுப்பை ஏற்படுத்தியது.

"என்ன விஷயம்?" என்று தன் காதை அவரது உதட்டருகே வைத்தவளாகக் கேட்டாள் லையூபா.

"என்னைப் பார்க்க விடு," என்று அவளை அப்பால் தள்ளியவராய்ச் சொன்னார் அந்த டாக்டர். மீண்டும் அவர் தமது கையிலிருந்து கடிகாரத்தை எடுத்தார்; ஏதோ சீட்டியடிக்கப் போவது போலத் தம் உதடுகளைக் கூட்டினார். அவரது முகம் பசலை பாய்ந்து வெளுத்திருந்தது; அவரது பெரிய கழுகு மூக்கின்கீழ் ஒரு மெல்லிய கறுத்த மீசை, தென்பட்டது. அவரது கண்கள் பசிய நிறமாயிருந்தன; அவரது மழுங்கச் சவரம் செய்த கன்னங்களும் மோவாயும் நீலமாகத் தோன்றின. மிருதுவான கரிய தலைமயிரால் சூழப்பெற்ற அவரது உருண்ட தலையில் ஏதோ ஒரு கொடியதான, வழக்கமான தோற்றம் புலப்பட்டது.

"எல்லாம் தெளிவுதான்," என்று மாட்வியின் கையைப் போர்வையின் மீது மிகுந்த சாவதானமாகப் போட்டு, நோயாளியை இழிவுபடுத்தியவாறே, அவர் சொன்னார்:

"எனவே எல்லாம் அவ்வளவுதான், குமாரி–"

"லையூபா மாட்டுஷ்கினா"

"நான் உன்னைப் பாட்டுஷ்கினா என்றே அழைத்துக் கொண்டிருக்க விரும்புகிறேன் – அதுதான் மிகவும் பொதுவான ஒரு பெயர். சரி, எனவே நீ எல்லாவற்றையும் நினைவு வைத்திருப்பாயா?"

"இயல்பாகவே வைத்திருப்பேன்."

"நல்லது. இனி நாளைப் பார்க்கலாம்."

லையூபா அவளது வழக்கத்துக்கு மாறான ஓர் உரத்த, விநயமற்ற தொனியில் பேசினாள்; அந்த டாக்டரோ தமது வார்த்தைகளையெல்லாம் ஏதோ எண்களாகக் கருதுவது போல எரிச்சலூட்டும் நுட்பத்தோடு பேசினார். அவர் போன பிறகு, மாட்வி தம் கண்களைத் திறந்தார். அவர் ஓர் ஆழ்ந்த நெடுமூச்சு வாங்க விரும்பினார்; ஆனால், அவரால் முடியவில்லை. அவர் முயற்சி செய்யும் ஒவ்வொரு வேளையும் அவரது மார்புக்குள் ஏதோ ஒன்று சுருக்கென்று குத்தியது.

லையூபா அவரது படுக்கையருகே அமர்ந்து, அவரது கையைத் தடவிக் கொடுத்தாள்.

அவர் தமது சக்தியையெல்லாம் திரட்டிக்கொண்டு, அவளிடம் பின்வருமாறு கேட்டார்:

"எனக்கு என்ன நேர்ந்துவிட்டது? நான் செத்துக்கொண்டிருக்கிறேனா?"

"அடப் பாவமே! இல்லை!" என்று அவரது கையை கீழே விடுத்தவாறே ஒரு துணுக்கத்தோடு சொன்னாள் அவள்;

"அப்படி நினைப்பதற்கு உங்களுக்கு என்ன நேர்ந்தது?"

"உங்களுக்கு இருதயம் பலவீனமாக இருக்கிறது. அவ்வளவுதான்," என்றான் அந்தப் பாடகன்; "கவலைக்குரியதாக எதுவும் இல்லை."

"நீங்கள் எதுவும் செய்யக் கூடாது," என்றாள் லையூபா.

"நான் எப்போதும் எதுவும் செய்ததில்லையே!" என்று சிரிக்க முயன்றவாறு சொன்னார் அவர்.

தரை ஆடியது; சுவர்கள் திசைமாறிச் சுழன்றன. இது அவரது தலையைக் கிறுகிறுக்கச் செய்தது. மீண்டும் அவர் கண்களை மூடிக்கொண்டார். அங்கு அத்தனை அமைதி நிலவியதால், அவர் ஏதாவதொரு சத்தத்தை, சுவர்க்கடிகாரத்தின் சத்தத்தையேனும் கேட்க வேட்கை கொண்டார். ஆனால், அந்தக் கடிகாரம் நின்றுபோய்விட்டது.

"உனக்கு அவரைப் பிடிக்கவில்லையா?" என்று சிறிது நேரம் கழித்துக் கேட்டான் அந்தப் பாடகன்.

"இல்லை. உஷ்! உரத்துப் பேசாதே."

அவர்களுக்கு எவ்வளவு விருப்பமோ அவ்வளவு உரக்கப் பேச வேண்டும் என்று அவர்களிடம் கெஞ்சிக் கேட்க விரும்பினார் மாட்வி; ஆனால் தாம் அப்படிக் கேட்டால், அவர்கள் பேசுவதையே முற்றிலும் நிறுத்திவிடுவார்களோ என்று அவர் பயந்தார். அந்த மௌனத்தில் அரிதாகவே சிவிர்த்தொலித்த வார்த்தைகளைக் காதில் வாங்க அவர் மிகவும் சிரமப்பட்டுக் காதுகளைத் தீட்டிக்கொண்டார்.

"இப்போது ஜனங்கள் தமது பல்லாண்டுக்காலத் துயரங்களையும் சிரமங்களையும் சந்தைப்பேட்டையில் நின்று பிரகடனப்படுத்துவதால்" என்று கிசுகிசுக்கத் தொடங்கினான் அந்த இளைஞன்: "அவர்கள் நிலைமைகளைப் பற்றி ஒரு வேறுபட்ட கண்ணோட்டத்தை இயல்பாகவே பெறுகிறார்கள். பிரதானமான விஷயம் என்னவென்றால், ஒருவரையொருவர் தெரிந்துகொள்வதும், அத்தகையதொரு வாழ்க்கை ஒவ்வொருவருக்குமே மோசமாகத்தான் இருக்கிறது என்பதை ஒப்புக்கொள்வதுந்தான். சிலர் மட்டும், 'நல்ல வேளை, நான் க்ஷேமமாகத்தான் இருக்கிறேன்,' என்று சொல்ல முயல்வார்கள் என்பது வாஸ்தவந்தான். அது முட்டாள்தனமானது; வெட்கப்படுவதில் அர்த்தமேயில்லை.

எல்லாமே மோசமாயிருப்பதையும், எல்லோருக்குமே மோசமாயிருப்பதையும் நாம் நேர்மையோடு ஒப்புக்கொள்ளத்தான் வேண்டும்.”

டியுனோவ் உள்ளே வந்தான்; அவர்களது கிசுகிசுப்பில் அவனும் கலந்துகொண்டான்.

“உங்கள் நாட்டைப் பற்றி, ருஷ்யாவைப் பற்றிச் சிந்தியுங்கள் என்கிறேன் நான். இங்கோ நாம் ஒரு புதிய தேவாலயத்தைக் கட்டிக்கொண்டிருக்கிறோம். நீங்களோ ஓர் ஆடு வெட்டும் இடத்தைப்பற்றிப் பேசிக்கொண்டிருக்கிறீர்கள்.”

லையூபா முணுமுணுத்த சில வார்த்தைகள் அவனைச் சாந்தமுறச் செய்தன. அவளது கண்களின் வெள்ளை முன்னைக்காட்டிலும் பிரகாசமாகவும் கண்ணின் கருமணிகள் முன்னைக்காட்டிலும் கரியதாகவும் மாறியிருப்பதாகத் தோன்றின. அந்த வீட்டுக்கே அவள்தான் எஜமானி மாதிரி நடந்துகொண்டாள்; ஷாகிர் தன்னை முற்றிலும் அவளுக்குத் துணை செய்வதிலேயே அர்ப்பணித்திருந்தான். இது மாட்விக்கு மகிழ்ச்சியளித்தது. இப்போது அவரது பலவீனம் அவரை விட்டுக் கழன்றோடியது; அவரது இருதயம் உறுதியோடு துடிக்கத் தொடங்கியது.

மறுநாள் காலையில் சுக்கோபாயேவ் அவரைக் காண வந்தான். அவன் என்னவோ தனது அளவுகளை மனப்பாடம் செய்வது போல, நோயாளியைக் கண்ணால் அளந்து பார்த்தான்.

“கிறுகிறுப்பைத் தவிர, உங்களுக்கு எதுவுமே இல்லை,” என்று விமர்சித்தான் அவன்.

வான்யா கிர்யாபோவும் வந்தான். அவன் தனது தாத்தாவுங்கூட, உடம்புக்கு மிகவும் முடியாமல் கிடக்கிறார் என்று வருத்தத்தோடு தெரிவித்தான். லையூபா ஒரு கணத்துக்கு அந்த அறைக்குள் ஆர்வத்தோடு பரபரத்துத் திரிந்துவிட்டு வெளியே போய்விட்டாள்.

அவள் போவதைக் கவனித்தவாறே, மாட்வி தமக்குத் தாமே சொல்லிக்கொண்டார்: “உன் இதயம் வாழட்டும். நீ எப்போதும் யாருக்கேனும் ஆனந்தத்தைக் கொண்டுவந்து வழங்கத்தான் செய்கிறாய்.”

நாட்கள் ஏதோ நல்லது நேரவிருக்கிறது என்ற உறுதியையளித்தவாறு ஆரவாரமாகவும், சுறுசுறுப்பாகவும் எட்டி நடைபோட்டு முன்னேறிச் சென்றன. பிராச்சின், டியுனோவ், மற்றும் அவர்களது நண்பர்கள் அனைவரும் பெலாஜியாவின் அறையில் கூடி, ஜீவனுள்ள விவாதங்களில் ஈடுபட்டிருப்பதை அந்த நோயாளி ஒவ்வொரு நாளும் கண்டார். அந்த வீடே ஒரு தேனீக் கூட்டைப் போலத் தோன்றியது; அதில் ராணித் தேனீ லையூபாதான். அவள் ஒவ்வொருவர் கூறுவதையும் கேட்டாள்; ஒவ்வொருவரையும் நோக்கிப் புன்னகை புரிந்தாள்; அவர்களுக்குத் தேநீர் வழங்கினாள்; பிராச்கின்னின் கிழிந்த கோட்டைத் தைத்தாள்;

டியுனோவின் ஆட்டுத்தோல் கோட்டில் ஓர் ஒட்டுப்போட்டுத் தைத்தாள்; அந்த நோயாளி மனிதரிடம் அடிக்கொருதரம் ஓடி வந்து பின்வருமாறு கேட்டாள்:

“தேவலையா?”

“ரொம்பவும் தேவலை,” என்பார் அவர்.

அவர் முற்றிலும் நன்றாக இருப்பதாகவே உணர்ந்தார். ஆனால், அந்த டாக்டர் அவரை எழுந்திருக்க விடாமல் தடுத்தார். அந்த டாக்டரின் முன்னிலையில் லையூபாவிடம் ஒரு விசித்திரமான மாறுதல் தென்பட்டது. அவள் தன் மார்பைத் தூக்கியவாறும், உதடுகளை மெல்லிய கோடாக மடித்தவாறும், மறுப்புணர்வோடு அவரைத் தன் கண்களால் தொடர்ந்து நோக்கியவாறும் ஒரு சிப்பாயைப் போல விறைத்து நிமிர்ந்து அவள் நடப்பாள். அவள் அவரது கேள்விகளுக்கெல்லாம் மிகுந்த முரட்டுத்தனமாய்ப் பதில் சொன்னாள். அவள் அவரிடம் “ஆம்” என்று சொன்னாலுங் கூட, அவள் ஏதோ அந்த விஷயத்தை மறுத்து விவாதிப்பது போலத்தான் தோன்றியது. மேலும், மாட்வி அவர்மீது ஒரு குரோத பாவமான கண்ணையே வைத்திருந்தார். அவர் வெளியே சென்றபோது, அவர் நிம்மதியோடு பெருமூச் செறிந்தார். (அந்த டாக்டர் தமது கம்பளித்தொப்பியை எப்போதும் அந்த அறைக்குள்ளேயே அணிந்துகொள்வார். அவர் அதனைத் தமது நெற்றிவரையிலும், வலது காது வரையிலும் இழுத்து விட்டுக்கொள்வார்.) அந்த நகரத்தில் என் னென்ன நடக்கிறது என்பதைப்பற்றி அந்த டாக்டர் ஓர் அபிப்பிராயமுமே சொல்லாதிருந்தது விசித்திரமாகத்தான் இருந்தது. அதைப் பற்றி அவரிடம் கேட்டபோது, அவர் ஏதோ தாம் பேசும் வார்த்தைகளில் ஒரு மோசமான சுவை இருந்தது போலச் சுருக்கமாகவும், வெறுப்பாகவுமே பதில் சொன்னார். அவரது பசலை பாய்ந்த முகத்தில் மகிழ்ச்சியோ, பயமோ, குறுகுறுப்போ எதுவும் தென்படவில்லை. சுருங்கச் சொன்னால், அந்தச் சந்தர்ப்பத்தில் மற்றவர்கள் ஒவ்வொருவரும் அனுபவித்து வந்த எதுவும் அதில் தென்படவில்லை. அவரது கண்களில் ஒரு சலித்துப்போன, பற்றற்ற பாவம் தென்பட்டது; அவரது கைகள் பொருள்களை ஜாக்கிரதை யோடும், ஏன் கூச்சத்தோடுங்கூடத் தொட்டன. அவரை அலுத்துப் போனவராகவே ஜனங்கள் கருதினார்கள்; அவரது முன்னிலையில் எந்தவொரு நல்ல காரியமும் நடக்காது என்று அவர்களால் நினைக்காதிருக்க முடியவில்லை.

‘இவர் மட்டும் லையூபாவை ஆசைகாட்டி மோசம் செய்யாதிருந்தால்’ என்று உள்ளப் பதைப்போடு: நினைத்தார் மாட்வி. ‘அன்பான கடவுளே! இவளைக் கவனமாகப் பார்த்துக் கொள்ளும்.’

ஒரு நாள் காலையில் அவர் அதிகாலையிலேயே விழிப்புற்றார்; தாம் மிகவும் நன்றாயிருப்பதாக உணர்ந்த அவர் உடை உடுத்திக்கொண்டு, ஷாகிரை எழுப்பிப் பின்வருமாறு சொன்னார்:

“என்னை நாற்காலியில் கொண்டு உட்கார வை, ஷாகிர். எனக்கு எப்படி நடப்பதென்றே மறந்துபோய்விட்டது”

ஷாகிர் அவரைக் கைகொடுத்துத் தாங்கியவாறு, ஜன்னலருகே நடத்திச் சென்றான். அப்போது அவன் தன் கண்களை விழித்தவாறு, குதூகலமாகப் பின்வருமாறு முணுமுணுத்தான்:

"வாருங்கள். நாம் போவோம். இப்போது மீண்டும் எல்லாத் தொல்லையும் தொடங்கிவிட்டது."

மாட்வி அங்கு அமர்ந்தவாறே, மரங்களை வெறித்து நோக்கி, தமக்குத் தாமே சிலுவைக் குறி கீறிக்கொண்டார்.

"இங்கே வா. ஷாகிர். நான் உன்னை முத்தமிட வேண்டும்."

அந்தத் தாத்தாரியன் அழுதுகொண்டே அவரது கழுத்தின்மீது சாய்ந்தான்.

"எல்லாம் சரிதான்," என்று தமது நண்பனின் குத்திட்ட மயிர்கொண்ட கன்னத்தைத் தட்டிக்கொடுத்தவாறே, இதமாகச் சொன்னார் மாட்வி: "நாமெல்லாம் இன்னும் கொஞ்சகாலம் வாழ்ந்து வருவோம். கடவுள் விருப்பம் அது. நான் எழுந்துவிட்டதைக் கண்டு எனக்கு எத்தனை மகிழ்ச்சி தெரியுமா?"

"கடவுள் உங்களுக்கு ஆனந்தமான பல நாட்களை வழங்கட்டும்," என்று தனது உணர்ச்சிப் பரபரப்பில் முன்னெப்போதைக் காட்டிலும் அதிகமாக உடைந்து சிதறிய குரலில் சொன்னான் ஷாகிர்: "நல்ல மனிதரைப் பெற்றிருப்பதில் கடவுளுக்கு மகிழ்ச்சியாகத்தான் இருக்க வேண்டும். அவருக்கு நல்ல மனிதர்கள் அதிகம் பேரில்லை."

அந்த இரு நண்பர்களும் ஒருவரையொருவர் நோக்கிப் புன்னகை புரிந்தனர். அந்த நோயாளி மனிதர் ஆழ்ந்த நெடுமூச்சு வாங்க விரும்பினார்; ஆனால், அவ்வாறு செய்யப் பயந்தார். தமது சுவாச கோசங்களே வெடித்துவிடும் போல உள்ளே மூச்சை இழுத்து நிரப்பும் நாளை எதிர்நோக்கி அவர் ஆர்வத்தோடு காத்திருந்தார்.

"பார்த்தாயா, ஷாகிர்? இந்த உலகத்தில் சில நல்ல மனிதர்கள் பிறந்து விட்டதைக் காணும் வரைக்கும் நாம் உயிர் வாழ்ந்து விட்டோம்," என்றார் அவர். "ஆம். ஆம்" என்று தலையசைத்தான் அந்தத் தாத்தாரியன்: "இளைஞர்கள், மிகவும் நல்ல ஜனங்கள்."

"லையூபாவை உனக்கு எப்படிப் பிடித்திருக்கிறது?"

ஷாகிர் தன் வாயைத் திறந்தான்: தனது பழைய காலத்தின் குதூகலமான, அன்புள்ளம் நிறைந்த சிரிப்பைச் சிரித்தான்.

"ருஷ்யப் பெண்கள் தலைசிறந்த பெண்கள்."

கதவு மிருதுவாகத் திறக்கப்பட்டது. தன் தலையில் ஒரு கிழிந்த பழைய சால்வையைச் சுற்றியவண்ணம் அங்கு லையூபா நின்றாள்.

"ஏன் எழுந்துவிட்டீர்கள்?" என்று பீதியுடன் கேட்டாள் அவள்.

"எழுந்துவிட்டேன்; அதனால் எழுந்துவிட்டேன்," என்று சாதுரியமாகப் பதில் சொன்னார் மாட்வி.

ஷாகிர் குபீரென்று சிரித்தான். அவன் குனிந்து வளைந்து, தனது முழங்கால்களை இரு கைகளாலும் பிடித்துக்கொண்டு, தலையை அசைத்துச் சிரித்தான். லையூபா ஜன்னலை நோக்கி வந்தவாறே, தன் சால்வையை மெதுவாகக் களைந்து எடுத்தாள். அவள் சமீபத்தபோது, ஒரு குளிர்ந்த காற்று விசுக்கென்று வீசியது; அவளது கண்ணிமைகள் வெண்பனிப் பொடிகளில் பளபளத்தன; கன்னங்கள் சிவந்து போயிருந்தன. ஆனால், அவளது கண்கள் வீங்கிப்போய், அவற்றில் துயரம் குடிகொண்டிருந்தது.

"என்ன விஷயம்?" என்று மாட்வி பதைப்போடு கேட்டார்.

"ஒன்றுமில்லை," என்று வலியப் புன்னகை புரிந்தவாறே சொன்னாள் அவள்.

அவளது குரல் நடுங்கியது; அவள் தனது ஈரம் படிந்த கண்ணிமைகளைத் தாழ்த்திக்கொண்டாள். மாட்வி அமைதியாகப் பெருமூச்செறிந்துவிட்டு, அவளது கையைப் பற்றினார்.

"அவர்–கிர்யாபோவ் இறந்துவிட்டாரா?"

அவள் தலையை அசைத்துவிட்டு, நாற்காலியின் கைமீது அமர்ந்துகொண்டாள்.

"இன்று காலை மூன்று மணிக்கு."

ஒரு வசந்த பருவத் தினத்தன்று நிர்மலமான வான வெளியில், ஒரு சிறிய கபிலநிற மேகம் மிதந்து சென்றதைப் போலிருந்தது அந்தச் செய்தி.

'இவள் என்னிடம் சொல்லப் பயந்தாள். சொல்லாமல் என்னை விட்டுவைக்க முயன்றாள்' என்று நன்றியோடு நினைத்தார் அவர்.

"ஆண்டவன் அவரது ஆத்மாவுக்குச் சாந்தியளிக்கட்டும்" என்று சிலுவைக் குறி கீறியவாறே, வாய்விட்டுச் சொன்னார் அவர்: "அடுத்தபடி நான்தான்."

"இல்லையில்லை," என்று கத்தினாள் அவள்.

அவளது ஆட்சேபணையான கத்தலைக் கேட்டு, அவர் மனம் மகிழ்ந்தார். கிர்யாபோவைப் பற்றித் தாம் மேலும் ஏதாவது சொல்லியாக வேண்டும் என்று உணர்ந்தவராய், அவர் சிந்தனையில் மூழ்கினார். ஆனால், அவளது வெளிறிய முகத்தையும், ஜன்னல் பக்கமாகத் திரும்பியிருந்த வியப்புற்ற கண்களையும் பார்த்தபோது, அவர் கிர்யாபோவைக் காட்டிலும் அவளைப் பற்றித்தான் அதிகமாகச் சிந்தித்தார்.

"மிக மிகச் சிரமமாகிவிட்டது அவருக்கு–" என்று மிருதுவாக முணுமுணுத்தாள் அவள்.

“சாவதற்குத்தானே” என்று அவளுக்காக அந்தப் பேச்சை அவர் முடித்தார்.

“ஆமாம். பயங்கரம்.”

அவள் மாட்வியின்மீது ஒரு பயங்கொண்ட பார்வையைச் செலுத்திவிட்டு, பின்னர்த் தாராளமாகப் பேசத் தொடங்கினாள்:

“ ‘நான் சும்மா வேடிக்கைக்குத்தான் சொல்கிறேன்’ என்று அவர் அடிக்கடி சொன்னது உங்களுக்கு நினைவிருக்கிறதா? அவர் அதே வார்த்தையைக் கடைசி முறையாக, கிட்டத்தட்ட நடுச்சாம நேரத்தில் சொன்னார். அதன் பின் சீக்கிரமே அவர் துள்ளி விழுந்துகொண்டு, ‘அவற்றை வெளியே எடுத்துச் செல்லுங்கள்! எடுத்துச் செல்லுங்கள்!” என்று கத்தினார். அவர் சொன்னதைக் கேட்க, படுபயங்கரமாக இருந்தது.”

“எதை எடுத்துச் செல்லவாம்?”

“எனக்குத் தெரியாது. ஆனால், வான்யா அந்த அறையிலிருந்த சகலவிதமான சாமான்களையும் அப்புறப்படுத்தி எடுத்துச் சென்றான்; மேஜை நாற்காலிகள் முதலியவற்றையும் தள்ளிப் போட்டான்.”

“வான்யா அழுதானா?”

“ஆமாம். அவ்வளவாக அழவில்லை. அவன் பயந்து போய்விட்டான்.”

“நீ?”

“நானா?” அவள் ஒரு கணம் யோசித்தாள். “அவர் சாகும்போது பயமாய்த்தானிருந்தது; ஆனால், எல்லாம் முடிந்து போன பின்னர் எனக்குக் கோபந்தான் வந்தது. அவர் ஏன் இத்தனை துன்பப்பட்டிருக்க வேண்டும்? எனக்கு அதைப் புரிந்துகொள்ளவே முடியவில்லை. அது அத்தனை கொடியதாகவும் தேவையற்றதாகவும் தோன்றுகிறது.”

மாட்வி ஒரு மூச்சை மெதுவாக உள்ளே வாங்கினார். பின்னர் அதனை ஆழமாக உள் வாங்கியபோது, அவரது இருதயத்துக்குள் ஒரு வலி குத்திச் சென்றது; அத்துடன் அவரது தலையும் கிறுகிறுத்தது.

“உன் பக்கத்தில் இருக்கக் கூடியவர்கள் மீது நான் பொறாமை கொள்கிறேன்,” என்று அவளது விரல்களை அழுத்திப் பிசைந்தவாறே கூறினார் அவர். “அவர்கள் அனைவருக்கும் சேவை செய்வதற்கான பலத்தை ஆண்டவன் உனக்கு அனுக்கிரகிக்கட்டும்.”

இரண்டு நாட்களுக்குப் பின்னர், லையூபாவும் டியுனோவும் அவரைக் கைத்தாங்கலாக அழைத்துச் செல்ல, அவர் கிர்யாபோவின் சவப் பெட்டிக்குப் பின்னால் தெருவில் நடந்து சென்றார். நகரம் முழுவதும் இலையுதிர்காலப் பனி மூட்டத்தால் கவிந்திருந்தது; மொட்டையான மரக்கிளைகளின் முனைகளில் தண்ணீர்த் துளிகள் திரண்டு பெருத்து, தரைமீது பொத்தென்று விழுந்தன;

ஜனங்களின் உடைகளிலெல்லாம் பாதரசத் துளிகள் போல ஈரம் முத்து முத்தாய்ப் படிந்திருந்தது. அது ஒன்றும் பெரிய சவ அடக்கமல்ல; அந்தக் குஷியான வட்டிக்கடைக்காரர் உயிரோடிருந்த காலத்தில் அவர் முன்பு நகரம் முழுவதுமே தலைவணங்கி நின்றதுண்டு; இப்போதோ அவரது சவப்பெட்டியின் பின்னால் பத்து மனிதர்களுக்குமேல் எவரும் போகவில்லை. கனமான ஓக் மரப்பெட்டியால் செய்த அந்தச் சவப்பெட்டியையே கூலிக்காரச் சவம் தூக்கிகள் தான் சுமந்து சென்றார்கள்.

என்றாலும், எந்த விதமான ஆடம்பரமும் இல்லாமல், சங்கீதக் கோஷ்டிகூட இல்லாமல் சென்ற அந்தச் சவ ஊர்வலத்தில், தூரத்திலிருந்தே எல்லா நகரவாசிகளும் பங்கெடுப்பதாகவே தோன்றியது. தெருக்களிலெல்லாம் தேங்கிப் போன குளத்தின் பரப்பின் மீது திரியும் பூச்சிகளைப் போல, ஆர்வம் கொண்ட நகரவாசிகள் அங்குமிங்கும் பரபரத்துத் திரிந்தனர். லிஸ்பன் மதுபான விடுதிக்கு முன்புள்ள சதுக்கத்திலும், தேவாலயத்தின் முன்வாயில் கூடத்திலும் கந்தலுடை தரித்த கீழ்மக்கள் கும்பல்கும்பலாகக் கூடி நின்றார்கள். அவர்கள் குளவிகளைப் போல இரைந்துகொண்டு, முகங்களில் எதையோ எதிர்நோக்கும் பார்வையோடு நின்றார்கள். உணர்ச்சியற்ற குதிரைப்படைப் போலீஸ்காரர்கள் தமது தாழ்ந்திருந்த வலது கைகளில் சவுக்கை ஏந்தியவாறு, குதிரைகளை ஓட்டிக் கடந்து சென்றார்கள். போலீஸ்காரனான காப்பென்டியூகின் பனி மூட்டத்தினூடே அலைந்து திரிந்தான். எங்குப் பார்த்தாலும் குடிவெறியில் இருந்தவர்கள் எதிர்ப்பட்டார்கள். சுக்கோபாயேவ் திட்டுத்திட்டான வர்ணம் படிந்த ஒரு குதிரை இழுத்துச் சென்ற ஒரு வண்டியில் கடந்து சென்றான்; அவனது கூரிய கண்கள் எதையோ தேடிப்பார்ப்பது போல நெருங்கிச் சுருங்கியிருந்தன. ஆண்களும் பெண்களும் நீர்த் தேக்கங்களைத் தாண்டிக் குதித்துக்கொண்டு, தமது கோட்டுக்களின் பின்புறம் பாய்மரங்களைப் போலக் காற்றில் புடைத்துப் பறக்க, அவசரக் கோலத்தில் சென்று கொண்டிருந்தார்கள். அதைப் பார்க்கும்போது கோபாவேசமான அலைகளின் மீது. ஏறிச் செல்லும் படகுகளைப் போல அவர்கள் தோன்றினார்கள். காற்றில் மனிதக் குரல்களின்கும்மிட்ட இரைச்சல் நிரம்பி நின்றது; அத்துடன் பெட்டி செய்யும் தச்சுத் தொழிலாளர்களின் சுத்தியலோசையும் அடங்கி மௌனமாகிவிட்டது– ஒகுரோவில் அது வழக்கத்துக்கு மாறான ஓர் அமைதிதான். வீடுகளுங்கூட, காணாமற் போய்விட்ட அந்தச் சப்தத்தைக் கேட்பதற்காக, தமது பரண் வீட்டு ஜன்னல்களையெல்லாம் திறந்து வைத்துக் கூர்மையாகக் கேட்பதுபோலிருந்தன; அத்தகைய சப்தம் எதுவும் கேட்காததால், அவை தமது சதுரமான கண்களில் ஈரம் திரையிட்டுப் படிய, ஒன்றுக்கொன்று வியப்போடு பார்த்துக்கொண்டன தேவாலய மணிக்கூண்டின் கனத்த வரிவடிவங்களைப் பனி மூட்டம் மங்கச் செய்துவிட்டது; வழக்கமாக அது சிவப்பாகவும் செழிப்பாகவும் வானில் நிமிர்ந்து நிற்கும்; இன்றோ அது தெளிவற்றுக் கபில நிறமாகத் தோன்றியது.

வான்யாவின் தோளுக்கு மேலாக, மாட்வி இறந்தவரின் நெற்றிமீது தென்பட்ட வர்ணஜாலம் மிகுந்த மலர் வளையத்தைப் பார்த்தார்; அந்த மலர் வளையத்துக்கடியிலிருந்து, மஞ்சள் பூத்துவிட்ட மயிர்க்கற்றைகள் எட்டிப் பார்த்துக்

கொண்டிருந்தன. அவரது நீலம்பாரித்த கைகள் அவரது கரிய கோட்டின்மீது மடித்துக்கிடந்தன. சவப்பெட்டியில் கிர்யாபோவ் மிகவும் நேர்த்தியாகக் காட்சியளித்தார்: அவரது சிவந்த நீரொழுகும் கண்கள் இறுக மூடியிருந்தன; அவரது பல்லீறுகள் மீசைக்கடியில் மறைந்துவிட்டன; அவரது குத்தலான புன்னகையும் போய்விட்டது. இப் போதோ அவரது குழிந்த உதடுகள் வேறு மாதிரியான புன்னகையை – மிகவும் உல்லாசமான, மன்னிப்புக் கோருவது போன்ற புன்னகையை – உருவாக்கி வளைந்திருந்தன; அந்தப் புன்னகை பின்வருமாறு சொல்வது போலத் தோன்றியது: "நல்லது. இதோ நான் ஒருவன் மட்டும் இறந்துவிட்டேன்."

அந்த ஊர்வலத்தில் வந்த எவரும் இறந்தவரைப்பற்றிப் பேசவில்லை. அவர்கள் நகரத்தின் விவகாரங்களைப்பற்றி மட்டுந்தான் பேசினார்கள்.

ஆனாலும் இடையிடையே பனிமூட்டத்துக்குள்ளிருந்து சில கைவினைஞர்கள் கும்பலாக வந்து, சவப்பெட்டியைச் சூழ்ந்துகொண்டு பின்வருமாறு கேட்டார்கள்:

"யார் இது?"

"கிர்யாபோவ்."

"அந்த வட்டிக்காரரா?"

"ஆம்."

"கடைசியில் மண்டையைப் போட்டு விட்டாரா?"

அவர்களில் சிலர் ஆபாசமான வஞ்சின மொழிகளைச் சொன்னார்கள்; மற்றவர்களோ ஊர்வலத்தோடு செல்லும் மனிதர்களிடம் நெருங்கி வந்து பின்வருமாறு குஷியாகக் கேட்டார்கள்:

"அந்த இறந்து போன பாவியின் பெயரால் எனக்குக் குடிப்பதற்குக் கொஞ்சம் காசைத் தியாகம் செய்யக் கூடாதா?"

அவர்கள் மறைவார்கள்; மீண்டும் தமது யாசகத்தைக் கேட்கத் திரும்பவும் வருவார்கள். பிதா அலெக்ஸாண்டர் தமது சிலுவையை உயர்த்திப் பிடித்தவாறு ஊர்வலத்துக்கு முன்னால் சென்றார். இடையிடையே அவர் ஏதோ சொல்வதற்காக நின்றார். ஒரு முறை அவர் பின்வருமாறு கத்தும் சப்தம் கேட்டது:

"உன்னைத்தான்–உன் தொப்பியைக் கழற்று!"

ஓர் ஆழமான குரல் பின்வருமாறு பதிலுக்கு உறுமியது:

"நான் என் தொப்பியைச் சிலுவைக்குத்தான் அகற்றுவேன்; ஆனால் இவருக்கல்ல."

"அவர்களுக்கு எப்படி நடந்துகொள்வதென்றே தெரியவில்லை," என்று மாட்வி டியுனோவிடம் சொன்னார். அவனோ முன்னெப்போதைக்காட்டிலும்

நன்கு எரிந்து கரிந்துபோன கட்டை மாதிரி இருந்தான்; இப்போதோ எரிந்ததோடு மட்டுமல்லாமல், நனைந்த கட்டையாகவும் இருந்தான்.

“ரொம்ப காலத்துக்குக் கட்டவிழ்த்து விடப்படாமல் கிடந்த இளம் வேட்டை நாய்களைப் போல அவர்கள் இருக்கிறார்கள்; இப்போது அவர்களைக் கட்டவிழ்த்து விட்டிருப்பதால், அவர்கள் தாம் எவ்வளவு தூரந்தான் போக முடியும் என்பதைப் பார்ப்பதற்காக, அங்குமிங்கும் சாடித் திரிகிறார்கள். அவர்களுக்குப் புரியாதுதான்.” பின்னர்ச் சிறிது நேரம் கழித்து அவன் மேலும் பின்வருமாறு சொன்னான்: “மேலும், அவர்கள் புரிந்துகொள்வார்கள் என்றும் எதிர்பார்க்கக் கூடாது. குருடன், இருட்டில் தட்டித் தடவி நடக்க ஆரம்பித்தால், அவன் ஏதோ சில சேதங்களை ஏற்படுத்துவது நிச்சயம்.”

அவனது வார்த்தைகளில் உண்மையிருப்பதாக உணர்ந்தார் மாட்வி. ஜனங்களெல்லாம் வேண்டுமென்றே குதூகலமாகவும், விருப்பத்தோடேயே ஆரவாரித்துக்கொண்டும், அடங்காத்தனமாகவே முரட்டுத்தனமாக நடந்துகொண்டும் இருந்தார்கள். அவர்கள் எல்லாவற்றையும் கண்டு மூக்கைச் சிணுங்கினார்கள்; மோதிப் பார்த்தார்கள். ஆனாலும், அவர் களது தைரியத்தில் ஓர் உறுதிப்பாட்டைக் காணவில்லை; அவர்களது கிண்டலான புன்னகைக்கும், சவால்விடும் கூச்சல்களுக்கும் மறைவில், அவர்கள் பின்வருமாறு கேட்பது போலவே தோன்றியது:

“நானும் வரட்டுமா?”

அவர்களில் பெரும்பாலோர் தாம் உண்மையிலேயே குடித்திருந்ததைக் காட்டிலும் அதிகமாகக் குடித்துவிட்டது போலப் பாவனை செய்தார்கள். அவர்கள் ஒருவர்மீதொருவர் கைகளைப் போட்டு அணைத்துக்கொண்டு, தள்ளாடி நடந்தார்கள்; அல்லது நடுத்தெருவில் வந்து நின்றுகொண்டு, மோசமான பாட்டுக்களைக் கத்திப் பாடிக்கொண்டு, சவ ஊர்வலத்துக்குச் சலாம் போட்டார்கள். அவர்களது கூட்டாளிகளெல்லாம் அவர்களைக் குறுகுறுப்போடு கவனித்துக்கொண்டிருந்தார்கள்; எனினும், அவர்களைத் தடுத்து நிறுத்த அவர்கள் எதுவும் செய்யவில்லை. அவர்கள் அத்தனை எரிச்சலும் வெறுப்பும் கொண்டவர்களாய், தமது பாட்டை இடையிலேயே முறித்து நிறுத்திக்கொண்டு, பதுங்கி விலகிச் சென்றுவிட்டார்கள்.

அத்தகைய குண்டர்களில் இருவர் ஒரு விளக்குக் கம்பத்தையே பிடுங்கியெடுத்து, அந்த ஊர்வலத்துக்கு முன்னால் அதனைத் தூக்கிப் பிடித்துக்கொண்டு, நடைபாதையில் நடந்து சென்றார்கள். அந்த ஊர்வலம் அவர்களை எட்டிப் பிடித்தது; எனினும், எவரும் அவர்களை நோக்கி ஒரு வார்த்தையும் சொல்லவில்லை. அதன்பின் அந்த இளைஞர்கள் ஒருவரையொருவர் பார்த்துக்கொள்ளாமலே விளக்குக் கம்பத்தைக் கீழே போட்டுவிட்டு, பனிமூட்டத்துக்குள் புகுந்து ஓடுவதை மாட்வி கண்டார்.

டியுனோவின் ஒற்றைக்கண் பளிச்சிட்டது.

"இன்னும் எலிகளின்மீது பூனை சத்தம் போடத்தான் செய்யும்," என்று கிசுகிசுத்தான் அவன்.

அவர்கள் கிர்யாபோவைச் சமாதி ஸ்தலத்துக்குள் கொண்டுபோய், அவரைப் புதைத்தார்கள். எல்லாம் முடிந்தவுடன் பிதா அலெக்ஸாண்டர் தமது ஈம அலங்காரங்களையெல்லாம் அகற்றிவிட்டு, தமது கறுப்பு நிலையங்கியை அணிந்துகொண்டார்; தமது பெரிய கண்களால் ஜனங்களை வெறித்துப் பார்த்தார்; பின்னர்த் தமது நசுங்கிப்போன தொப்பியைக் காதுக்குமேல் இழுத்துவிட்டுக்கொண்டு, கல்லறைகளினூடே விரைவாக நடந்து சென்றுவிட்டார்; அவரது நடை ஒரு பயந்துபோன பறவை பறந்தோடிச் செல்வதை மாட்விக்கு நினைவூட்டியது.

மாட்வி சமாதி ஸ்தலத்திலுள்ள தமது மூலைக்குச் சென்றார்; அங்கிருந்த பிர் மரத்தின் பசிய இலைச் செறிவின் விதானத்துக்கு அடியில் கிடந்த ஒரு பெஞ்சின்மீது அமர்ந்தார்; அந்த மரத்தின் பரந்த கிளைகளை மழைத் தண்ணீர் சுத்தமாகக் கழுவி விட்டிருந்தது. அங்கிருந்த இரண்டு மேடுகளின்மீதும், நளினம் மிகுந்த பெர்ச் மரக்கிளைகள் சோகத்தோடு வளைந்து தொங்கின; முத்துப்போன்ற ஈரத்துளிகள் படிந்த வெட்டிவிடப்படாத புல் அந்தச் சமாதிகளைச் சுற்றிலும் மினுமினுத்துக்கொண்டிருந்தது.

லையூபா தொங்கவிட்ட தலையோடு அவருக்கருகில் அமர்ந்தாள். அவளது தோள்மீது ஒரு கையைப் போட்டவாறும், மற்றொரு கையால் பெர்ச் மரத்தின் பட்டுப்போன்ற அடி மரத்தைப் பிடித்துக்கொண்டும், மாட்வி ஒரு பெருமூச்சோடு சொன்னார்:

"வாழ்க்கையில் நான் செய்த ஒரே ஒரு நல்ல காரியம் இதுதான் – இந்த ஐந்து மரங்களையும் நான் நட்டு வளர்த்தேன்."

"அது உண்மையல்ல," என்று அவள் மிருதுவாகச் சொன்னாள்.

"உண்மைதான், லையூபா. இங்கு ஒரு சாதாரணச் சிப்பாய் புதைந்து கிடக்கிறார்; ஆனால், இப்போதோ அவர் ஒரு பெரிய மனிதராக இருந்தார் என்பதை நான் உணர்கிறேன்."

அவள் தன் தலையை நிமிர்த்தினாள்; அவளது கண்களில் கண்ணீர் ததும்பி நின்றது. அவரது கையைத் தன் கையில் எடுத்தவாறே, அவள் ஓர் உரத்த குரலில் பின்வருமாறு சொன்னாள்:

"நீங்கள் உங்களை மிகவும் கவனமாகப் பார்த்துக் கொள்ள வேண்டும். ஏனெனில், அப்போதுதான் நீங்கள் வாழ்க்கை எப்படி இருந்ததோ அப்படியே, இனி என்றும் எப்படியிருக்காதோ அப்படியே எழுதி வைக்க முடியும்." பின்னர்த் தனது உணர்ச்சி வேகத்தில் அவரது கையைப் பிடித்து இழுத்தவாறு, தனது குரலைக்

கிசுகிசுப்பாகத் தாழ்த்திப் பேசினாள் அவள்: "இப்போது அவர் இறந்துவிட்டார். அவர் எத்தனை பேராசையும், சின்னத்தனமும் கொண்டவராயிருந்தார் என்பதை எல்லோரும் அறிவார்கள். ஆனால், அவர் எவ்வளவு துன்பப்பட்டார் என்பதை எவருமே அறியமாட்டார்கள் – ஆம், எவருமேதான். 'அன்பாயிருக்க வேண்டுமென்று எனக்கு யாருமே என்றும் கற்றுத் தந்ததில்லை. அவர்கள் செய்தது சரிதான். ஏனெனில், அவர்கள் என்னை ஒரு சுரண்டிக் கொழுப்பவனாகவே வளர்த்துவிட்டு விட்டார்கள்' என்று அவர் அடிக்கடி சொல்வார். மேலும், இதனைச் சொல்லும்போது அவர் சும்மா வேடிக்கைக்காகச் சொல்லவில்லை; ஆமாம். சொல்லவேயில்லை! அவர்கள் அவரைப் பற்றி அவரது தீமையை மட்டுந்தான் நினைவில் வைத்திருப்பார்கள் என்பதை நான் அறிவேன்; அந்த முறையில் அவர்கள் அந்தத் தீமையைத்தான் பன்மடங்காகப் பெருக்கி வளர்ப்பார்கள். இல்லையா? மோசமானவற்றை நினைத்துப் பார்ப்பதிலேயே எல்லோரும் ஆனந்தம் கொள்கிறார்கள். ஆனால், அவரது முழு சொரூபம் அதுவல்ல; எந்த விதத்திலும் இல்லை. நாம் ஒரு மனிதனின் முழுத்தன்மையையும் பற்றிப் பேசியாக வேண்டும். கூடுமான வரையில் அவனது நல்ல அம்சத்தையே பேச வேண்டும். நல்ல அம்சத்தைத் தேடிக் காண்பதற்கு நாம் சிரமம் எடுக்கத்தான் வேண்டும். என்ன, நாம் எடுக்க வேண்டாமா?"

அவள் அவர்மீது ஒரு பிரத்தியேகமான பார்வையைச் செலுத்தினாள்; அந்தப் பார்வை கருத்துகளையும் தெரிவித்தன; அதே சமயத்தில் கருத்துகளையும் எதிர்நோக்கின.

மாட்வி எழுந்திருந்தார்.

"ஆம். சிரமம் எடுக்கத்தான் வேண்டும்," என்றார் அவர்.

அவர் தம் தொப்பியை நீக்கிவிட்டு, அந்தச் சமாதிகளுக்குத் தலை வணங்கினார்; பின்னர் ஓர் அமைதியான காரியார்த்தமான தொனியில், தரையைத் தமது பூட்சால் தட்டியவாறே அவளிடம் பின்வருமாறு சொன்னார்:

"என்னை நீளவாக்கில், இங்கே, அவர்களது காலடியில் புதைக்கச் செய். மறந்து விடாதே. உன்னிடம் கெஞ்சிக் கேட்டுக்கொள்கிறேன். அத்துடன் இரண்டு மரக்கன்றுகளையும் நட்டு வை. சரி. இப்போது நாம் போகலாம், என் அன்பே."

வெட்டப்படாத புல்லோடு அடர்த்தியாக இருந்த அந்த இரண்டு மேடுகளுக்கும் அவர் மீண்டும் ஒருமுறை தலை வணங்கினார்; பின்னர் லையூபாவைத் தம்மருகே கூட்டியவராய், மௌனமாகவும் சோகமாகவும் நடந்து சென்றார்.

அந்த நாள்தொட்டு, அவர் தமக்குக் கிட்டிய ஒவ்வொரு மணி நேரத்தையும் ஒகுரோவ் நகரத்தின் வாழ்க்கை வர்ணனையைப் பற்றியும், அதனை அவர் மதித்த விதம் பற்றியும் தமது நோட்டுப் புத்தகங்களில் எழுதி நிரப்புவதிலேயே செலவிட்டார்.

பகல் நேரத்தில் அவரது மேஜை முன்னால் அமர்வதற்கு அவர் அனுமதிக்கப்படவில்லை; மேலும் எவ்வாறாயினும் அவரது வீட்டில் ஜனங்களும் சத்தமுந்தான் நிரம்பியிருந்தன. எனவே, அவர் இரவில்தான் மௌனத்தினூடே எழுதினார். அவருக்கு ஏதாவதொரு வார்த்தையைத் தேடிப்பிடிக்க வேண்டியிருந்தால், அந்த மோன அமைதியினூடே காது கொடுத்துக் கேட்டவண்ணம் அதனைச் சிந்திப்பார். அவரது பேனா கிறீச்சிடும் சப்தமானது அவரது காதுகளுக்குச் சங்கீதமாக இருந்தது; அது அவரது முதுமை தட்டிப் பழுதுபட்ட இருதயத்துக்குச் சாந்தியளித்தது. சமயங்களில் அப்போதுதான் எழுதி முடித்த உருண்ட, ஈரம் காயாத வார்த்தைகள் காகிதத்திலிருந்து அவரை அண்ணாந்து நோக்குவதைக் காணும்போது, அவர் ஆனந்தத்தால் கிட்டத்தட்ட அழுதே விட்டார்.

“இந்த உலகத்தில் நல்லதைச் செய்வதற்கும், வாழ்க்கையை அன்பால் அலங்கரிப்பதற்குந்தான் கடவுள் மனிதனை இங்கு அனுப்பி வைத்தார். நாம் எதற்காக வாழ்ந்து வந்திருக்கிறோம்? நமது சக மனிதர்களிடமிருந்து நன்றியறிதலையும், நமது சிருஷ்டிகர்த்தாவிடமிருந்து ஆமோதிப்பான புன்னகையையும் பெறும் அளவுக்குத் தகுதியான என்ன காரியங்களை நாம் செய்திருக்கிறோம்?”

அவரது வீட்டுக்கு அடிக்கடி வந்துகொண்டிருந்தவர்களின் முகங்களில் தோன்றும் உணர்ச்சிப் பாவத்தாலும், அவர்கள் பேசும் பேச்சுகளாலும், லையூபாவின் கண்களில் தோன்றிய ஆர்வம் மிகுந்த பார்வையாலும், அந்த அமைதியின்மை அதிகரித்துக்கொண்டே செல்கிறது என்பதையும், ஜனங்களின் உத்வேகம் மேன்மேலும் விரிந்து பரந்து பெருகுகிறது என்பதையும் அவர் புரிந்துகொண்டார்; அதே அளவுக்குத் தமது எண்ணங்களை எழுதி வைக்கும் அவரது ஆர்வமும் அதிகரித்தது. வரவிருக்கும் ஒரு புதிய வாழ்க்கையின் ஆனந்தமான செய்திகளைச் சுமந்து வந்து வழங்கும் கண்டாமணிகளின் தூராத் தொலை முழக்கத்தைப் போல, வார்த்தைகள் அவரது காதுகளில் ரீங்காரித்தன.

“நமது அசமந்தத்தை மூடி மறைப்பதற்காக, உலகமானது மிகுந்த குதூகலத்தோடு வாழக்கூடிய ஓர் இடமாக மாறுவதற்கு நமக்கு நாமே விட்டுக்கொடுக்க இசையாத, நமது திமிர்பிடித்த பிடிவாதத்தை மூடி மறைப்பதற்காக, நாம் கடவுளைப் பற்றியே பொய் சொல்லிவிட்டோம்; நாம் கடவுளை அவலட்சணமான, அகோரமான வர்ணங்களால் வேண்டுமென்றே தீட்டிக் காட்டிவிட்டோம்; அவரது படைப்புப் பிராணிகளின்மீது அவர் கொண்டிருந்த அன்பையும் பறித்துவிட்டோம்; அவர்மீது நாம் பழியைப் போட்டு விடலாம் என்ற எண்ணத்தாலேயே நாம் இதனைச் செய்து முடித்தோம்; இதனால் அவர் உண்மையிலேயே புரிய முடியாதவாறு இருண்டு போய்விட்டார்; எனவேதான் வாழ்க்கையும் மர்மத்தால் சூழப் பெற்ற ஒரு பயங்கரமான குழப்பமாகப் போய்விட்டது.

“ஆனால் புதிய தொழிலாளர்கள் தோன்றிவிட்டார்கள்; நாம் மாசுபடுத்திவிட்ட பூமியின்மீது அவர்கள் இதயங்களிலே அன்பு நிறைந்து பொங்குகின்றது;

அவர்கள் ஜீவனுள்ள கலப்பைகளால் இந்த நிலத்தை ஆழமாக உழுவார்கள்; அதன் இதயத்தின் அடியாழத்துக்கே செல்வார்கள்; மேலும் ஒரு புதிய சூரியன் வெளிக்கிளம்பும்; அது தனது கதகதப்பையும், ஆசீர்வாதத்தையும் எல்லோர்மீதும் வாரிச் சொரியும்; உடனேயே வாழ்க்கை ஓர் ஆனந்தமாக மாறிவிடும்.

"காலத்தின் கடைக்கோடி வரையிலுமுள்ள இந்த உலகத்து வாசிகளின் குழந்தைகளான, மிகவும் உயர்ந்த மனிதர்களின் குழந்தைகளான, இந்த இளைஞர்கள் அமரத்துவம் பெற்றவர்கள்; நமது செய்கைகள் அனைத்துக்கும் அவர்கள் வாரிசுகள்; காலத்தின் முடிவற்ற விசால கோடிகள் வரையிலும் அவர்கள் தமது புனிதமான இதயங்களின் அறைகூவலைப் பின்தொடர்ந்து சென்று, நாடு முழுவதிலும் தமது ஆனந்தத்தையும், தமது சிரிப்பையும், தமது அன்பையும் பரப்புவார்கள்.

"எப்போதெல்லாம் சாத்தியமோ அப்போதெல்லாம் நமக்கு நியாயப்படுத்தவும், விளக்கம் கூறவும் தயாராகவுள்ள, நமது செயல்களை நன்றியறிவோடு ஒப்புக்கொள்ளவோ, அல்லது வெட்கத்தோடு அவற்றை வெறுத்தொதுக்கவோ தயாராகவுள்ள, உரிமையுள்ள நமது நியாயாதிபதிகளோடு, நமது குழந்தைகளோடு ஒப்பிடத்தக்க அளவுக்கு, இந்த உலகம் நமக்கு எதை வழங்கிவிட முடியும்?

"இளம் மக்கள்தான் இந்த உலகத்தின் இதயமாவார்கள்: தமது ஆத்மாவின் புனிதத் தன்மையோடு, நன்மையை நாடும் தமது லட்சிய தாகத்தோடு அவர்கள் நமக்குச் சொல்ல வருவதைக் கேட்டோம்; பின்னர் நமது வாழ்க்கையெல்லாம் பூமியின்மீது ஒளியையும் ஆனந்தத்தையும் பரப்பும் தீப்பந்தங்களாக மாறும்; மேலும், சர்வ வியாபகமான நன்மையின் திருக்கோயிலாக மாறும் இந்த உலகத்தை நாம் ஆசீர்வதிப்போம்."

மாரிக்காலம் முழுவதிலும், அந்தப் பருவத்தில் வீசிய பயங்கரமான புயல்களையெல்லாம் அறியாமலே, அவர் தமது பாதங்களுக்கடியில் வாய் பிளந்து கிடக்கும் சவப்பெட்டிக்கும் அப்பால், எதிர்காலத்தினுள் ஊடுருவி நோக்கினார்; தாம் அதற்கு எதிர்ப் பக்கத்தில் நடந்து கடந்துபோய்விட்ட மனிதர்களிடம் மன்னிப்புக் கேட்பது போல, தமக்குத் தாமே மன்னிப்புக் கேட்பது போல, உலகத்தின் அழகையெல்லாம் பறித்துவிட்ட உத்வேகமிழந்த வாழ்க்கைகளை வாழ்ந்த எல்லா மக்களுக்குமாக மன்னிப்புக் கேட்பது போல, அவர் தமது ஞான கீதங்களையும், உள்ளத்து அந்தரங்கங்களையும் எழுதி வைத்தார்.

மேலும், வசந்த பருவம் தனது முடிவு காலத்தை நெருங்கும் சமயத்தில், பூமி அவரைத் தம்மிடம் அழைத்தது.

அது மே மாதத்தின் தொடக்க நாட்களில் ஒரு நாள் அதிகாலையில் நேர்ந்தது. அவர் படுக்கையை விட்டு எழுந்து, ஜன்னலருகே சென்று, அதனைத் திறந்து, அங்கிருந்து வரும் லிலாக் மலர்கள், வேல மலர்கள் ஆகியவற்றின் நறுமணத்தை நுகர்ந்து உறிஞ்சியவாறே, இளஞ்சிவப்பான வானத்தைப் பார்த்தவாறு நின்றார்.

கன்னியா ஸ்திரீ மடத்தின் கண்டாமணி, காலைப் பிரார்த்தனைக்காக அப்போதுதான் ஒலித்து முடிந்திருந்தது; அந்தப் பித்தளை மணியின் மிருதுவான ஒலியலைகளை உண்டு நிறைந்திருந்த ஆகாயம் இன்னும் நடுங்கிக்கொண்டிருந்தது; அப்போது அங்கு ஒலித்த தனியொரு கொசுவின் ரீங்காரம் அந்தச் சப்தத்தின் தொடர்ச்சி போலத் தோன்றியது.

மரங்களின் இளந்தளிர்களும், ஈரப்பசை மிகுந்த புற்களும் பனித் துளிகளால் அலங்கரிக்கப் பெற்றிருந்தன; அந்தப் பனித்துளிகள் உதய சூரியனின் முதற்கிரணங்களை ஆயிர மாயிரம் பிரதிபிம்பங்களாகப் பிரதிபலித்து ஒளி வீசின. அந்தப் பழத் தோட்டம் முழுவதுமே மாணிக்கத்தையும் மரகதத்தையும் பொடி செய்து தூவி விட்டது போலத் தோன்றியது.

ஓர் இளங்காற்று மரங்களிடையே பெருமூச்செறிந்தது; அருணோதயப் பறவைகள் ஒன்றுக்கொன்று குரல்கொடுத்து அழைத்தன; மரக்கிளைகள் தம்மில் படிந்த பனித் துளிகளை உதிர்த்தவாறு சரசரத்து அசைந்தன: அங்கு நிலவிய உள்ளடங்கிய மோன அமைதியில் எல்லாமே புனிதமாகவும் தெள்ளத் தெளிவாகவும் இருந்தன. மேலும், அவையெல்லாம் சேர்ந்து, உதய சூரியனுக்குப் புகழ்பாடும் ஒரு முணுமுணுப்பாக உருவாயின.

புதிதாகப் பிறந்த அந்த நாளின் அழகினால் இதயம் நெகிழ்ந்த அந்தக் கிழவர் தம் முன் சிலுவைக் குறி கீறினார்; யூக்காரிஸ்ட் விருந்துக்குப் பின்னர்த் தொடங்கும் அந்தப் பிரார்த்தனையை முணுமுணுத்தார்:

“ஆண்டவரே! பாவியான என்னிடமிருந்து உமது திருமுகத்தைத் திருப்பிக்கொள்ளாமல், உமது புனிதமான மர்மங்களையெல்லாம் எனக்கு வெளிக்காட்டி அருள் புரிந்தமைக்கு உமக்கு நன்றி கூறுகிறேன்.”

படுக்கையில் தூங்கிக்கொண்டிருந்த ஷாகிர் தன் தலையைத் தூக்கி, மிருதுவாகப் பின்வருமாறு கேட்டான்:

“உங்களுக்கு என்ன வேண்டும்?”

“ஒன்றுமில்லை, நண்பா. நீ மீண்டும் தூங்கு,” என்றார் மாட்வி கோஸிமியாகின்: ஆனால், ஷாகிரோ எழுந்து தனது படுக்கையின் ஓரத்தில், தனது கைகளின்மீது சாய்ந்தவாறு அமர்ந்துகொண்டான்.

“உங்களுக்குத் தூக்கம் தேவை,” என்று மறுத்துரைப்பது போலத் தலையை ஆட்டியவண்ணம் சொன்னான் அவன். “நான் அவளிடம் சொல்லுகிறேன். அப்புறந்தான் நீங்கள்–”

ஒரு குளிர்ந்த காற்று ஜன்னலின் வழியாக வந்தது. மாட்வி கோஸிமியாகின் தமக்குத் தலை கிறுகிறுப்பதை உணர்ந்தார்; மேலும், ஒரு பலவீனம் அவரை ஆட்கொண்டது.

"எத்தகைய அழகான காலைப்பொழுது என்று பாரேன்," என்று சொல்லியவாறே, அவர் தமது நாற்காலியில் பொத்தென்று சாய்ந்தார்.

ஜன்னலுக்கப்பால் பச்சை நிறமான அலைச்சுருள்கள் எழுந்து விழுந்தன; அவற்றின்மீது ஒளி பாய்ந்து விளையாடுவதைக் கவனித்தவாறே, அவர் தமது தொண்டையையும் மார்பையும் தடவிக்கொடுத்தார்.

அந்த அலைச் சுருள்களின் வர்ணம் மங்கிப்போய்விட்டது; வானம் மேல்நோக்கிச் சென்றது; தளர்ந்தும் கனத்தும் வந்த அவரது உடம்பு கீழ்நோக்கித் தாழ்ந்தது; அவரது கரங்கள் இரண்டும், அவற்றின் பூட்டுகளிலிருந்து சுழன்றுவிட்டன போல வேதனையற்று ஊசலாடின; மேலும், அவர் பின்வருமாறு முணுமுணுத்தார்:

"ஷாகிர் – அருமை நண்பா–"

அத்துடன் அவரது இருதயம் தனது துடிப்பை நிரந்தரமாக நிறுத்திவிட்டது.

(முற்றும்)